புத்துயிர்ப்பு

லியோ டால்ஸ்டாய்

தமிழில்:
ரா. கிருஷ்ணையா

மீள்பார்வை
நற்றிணை பதிப்பகக்குழு

நற்றிணை பதிப்பகம்

புத்துயிர்ப்பு * நாவல் * லியோ டால்ஸ்டாய் * தமிழில்: ரா.கிருஷ்ணையா * முதல் பதிப்பு: டிசம்பர் 2021 * வெளியீடு: நற்றிணை பதிப்பகம் (பி) லிமிடெட் * எண். 136, தரைத்தளம், சோழன் தெரு, ஆழ்வார்திருநகர், சென்னை – 600 087.

* மின்னஞ்சல் : natrinaipathippagam@gmail.com
* தொலைபேசி : 044 – 4273 2141

விற்பனை அலுவலகம்:
எண். 82, மல்லன் பொன்னப்பன் தெரு, திருவல்லிக்கேணி, சென்னை – 600 005.
தொலைபேசி : 044 – 2848 1725

* அச்சாக்கம் : சாய் தென்றல் பிரிண்டர்ஸ், சென்னை-600005

அப்பொழுது பேதுரு அவரிடம் வந்து; ஆண்டவரே, என் சகோதரன் எனக்கு விரோதமாய்க் குற்றம் செய்து வந்தால், நான் எத்தனை தரம் மன்னிக்க வேண்டும்? ஏழு தரமோ என்று கேட்டான். அதற்கு இயேசு: ஏழு தரம் மாத்திரம் அல்ல, ஏழெழுபது தரம் என்று உனக்குச் சொல்கிறேன், என்றார்.

மத்தேயு 18: 21–22

நீ உன் கண்ணிலிருக்கிற உத்திரத்தை உணராமல், என் சகோதரன் கண்ணிலிருக்கிற துரும்பைப் பார்க்கிறதென்ன?

மத்தேயு 7: 3

உங்களில் பாவமில்லாதவன் இவள் மேல் முதலாவது கல்லெறியக் கடவன்.

யோவான் 8: 7

சீடன் தன் குருவுக்கு மேற்பட்டவனல்ல, தேறினவன் எவனும் தன் குருவைப் போலிருப்பான்.

லூக்கா 6: 40

முதற் பாகம்

1

சிறு பரப்பில் நூறாயிரக் கணக்கானோர் நெரிசலாய் அடைந்துகொண்டு எவ்வளவுதான் நிலத்தை உருக்குலைக்க முயன்றாலும், எதுவுமே முளைக்காதவாறு எவ்வளவுதான் கற்களைப் பரப்பி நிலத்தை மூடினாலும், பசும்புல் தளிர்க்க முடியாமல் எவ்வளவுதான் மழித்தெடுத்தாலும், நிலக்கரியையும் எண்ணெயையும் எவ்வளவுதான் எரித்துப் புகைத்தாலும் எவ்வளவுதான் மரங்களை எல்லாம் வெட்டியகற்றியும் விலங்கு களையும் பறவைகளையும் விரட்டியடித்து வந்தாலும் – வசந்தம் வசந்தமாகவே இருந்தது, நகரத்திலுங்கூட.

கதிரவன் ஒளி வீசிக் கதகதப்பூட்டினான். அடியோடு அகற்றப்பட்டு விடாத இடங்களில் புற்கள் புத்துயிர் பெற்று வீதியோரங்களில் மட்டுமின்றி, சரளைக் கற்களின் இடுக்கு களிலும் துளிர்த்துக் கிளம்பின. பூர்ச்சை, நெட்டிலிங்கம், பறவைச் செர்ரி மரங்களில் கமகமக்கும் பிசுபிசுப்பான பைந் தளிர்கள் முகிழ்த்துக் கொண்டிருந்தன. லைம் மரங்களில் மொக்குகள் விம்மிப் புடைத்தெழுந்தன. அண்டங் காக்கைகளும் குருவிகளும் புறாக்களும் வசந்த பருவ ஆனந்த ஆரவாரத்துடன் தமது கூடுகளைக் கட்டிக்கொண்டிருந்தன. வெயிலால் வெதுவெதுப்பு ஊட்டப்பெற்ற ஈக்கள் சுவர்களுக்கு அருகே முசுமுசுத்தன. மரஞ்செடிகள், பறவைகள், பூச்சிகள் எல்லாம் களிப்புற்று மகிழ்ந்தன, குழந்தைகளும் குதூகலித்தனர். ஆனால் மாந்தர்கள், வயது வந்த மனிதர்கள், தம்மைத் தாமும் ஒருவரை யொருவரும் ஏமாற்றிக் கொள்வதையும் வதைத்துக் கொள்வ தையும் விட்டொழித்தார்கள் இல்லை. வசந்த பருவத்தின் இந்தக் காலைப் பொழுது, எல்லா உயிர்க்கும் நலம் பயக்கும் பொருட்டு அமைந்திருக்கும் இறைவனது உலகின் இந்த எழிற் கோலத்தை,

உள்ளத்தில் அமைதியையும் இசைவையும் அன்பையும் ஊற் றெடுக்கச் செய்யும்படியான இதனை, இவர்கள் புனிதமிக்க தென்றோ, முக்கியமானதென்றோ நினைக்கவில்லை. ஒருவரை யொருவர் அடக்கியாண்டு எப்படி அதிகாரம் புரியலாம் என்ப தையே புனிதமானதென்றும் முக்கியத்துவம் வாய்ந்ததென்றும் கருதினர்.

ஆக, மாநிலச் சிறைக்கூடத்தின் அலுவலகத்தில், வசந்தத் தின் அருளும் ஆனந்தமும் மனிதர்க்கும் விலங்குக்கும் வழங்கப் பெறும் பேறாகுமென்பது புனிதமானதாகவோ, முக்கியமான தாகவோ கருதப்படவில்லை; முறைப்படி முத்திரையிட்டுப் பதிவு செய்து முந்திய நாளன்று அங்கே சேர்ப்பிக்கப்பட்டிருந்த ஓர் அறிவிப்புத்தாள்தான் புனிதமிக்கதாகவும் முக்கியமானதாகவும் கருதப்பட்டது. விசாரணைக் கைதிகளாகத் தற்போது அந்தச் சிறைக்கூடத்தில் காவலில் இருந்த ஓர் ஆடவரும் இரு பெண்டி ருமான மூவரை இந்த ஏப்ரல் திங்கள் 28 ஆம் நாளன்று காலை 9 மணியளவில் நீதிமன்றத்துக்குக் கொண்டுவந்து சேர்க்க வேண்டுமென அந்த அறிவிப்புத்தாள் ஆணையிட்டது. இந்தப் பெண்டிரில் ஒருத்தி தலைமைக் குற்றவாளி என்பதால் அவளைத் தனியே கொண்டு வரவேண்டும் என்றது அது. ஆகவே இப்போது, ஏப்ரல் 28 ஆம் நாள் காலை எட்டு மணிக் கெல்லாம் தலைமைச் சிறைக் காவலர் சிறைக்கூடத்தின் பெண்டிர் பகுதியினது நடையினுள் நுழைந்தார். நடை இருண்டிருந்தது, நாற்றம் சகிக்க முடியவில்லை. நரைத்த சுருள் முடியும் வேதனையால் வாடிய முகமும் கொண்ட ஒரு பெண் அவர் பின்னால் சென்றாள். சட்டைக் கைகளில் பொன்னிற மணிக் கயிறு பின்னிய உடுப்புடன் நீலப் பூக்களை தைத்த இடுப்பு வார் அணிந்திருந்த அவள் பெண் சிறைக்காவலர்.

"உங்களுக்கு மாஸ்லவாதானே வேண்டும்?" என்று கேட்ட வாறு அவள் அப்பகுதியில் பணிபுரிந்த காவலருடன் சிறையறையின் கூடநடைக்கு வந்தாள்.

தடாரெனத் தாழ்ப்பாளைத் தள்ளிக் காவலர் அந்தக் கதவைத் திறந்தார், நடையில் இருந்ததிலும் கேடான காற்று அந்த அறைக்குள்ளிருந்து வெளியே வந்தது.

"மாஸ்லவா! நீதிமன்றத்துக்குப் புறப்படு!" என்று கூச்ச லிட்டுக் கத்தினார், உடனே கதவை ஒருக்களித்து மூடிவிட்டு வெளியே காத்திருந்தார்.

வயல்வெளிகளின் விறுவிறுப்பூட்டும் தூய காற்று நகருக் குள் வீசிச் சிறைக்கூடத்தின் வெளிமுற்றத்துக்குங்கூட வந்தி ருந்தது. ஆனால் இங்கே நடையினுள் அடைந்திருந்த பிணிக்

காற்று புதிதாக உள்ளே வருவோர் திணறித் திண்டாடும்படிக் கக்கூஸ் வீச்சமும் கிலின் நெடியும் முடைநாற்றமும் மிக்கதாக இருந்தது. துர்நாற்றக் காற்றைச் சுவாசித்துப் பழக்கப்பட்ட வளான பெண் காவலராலுங்கூட இதைச் சகிக்க முடியவில்லை. வெளிமுற்றத்திலிருந்து அப்போதுதான் அவள் வந்திருந்தாள், நடையினுள் நுழைந்ததும் சோர்வு தாங்க மாட்டாமல் அவளுக்குத் தலை சுற்றியது.

அறைக்குள்ளிலிருந்து சந்தடி எழுந்தது. பெண்களின் பேச்சுக் குரலும் வெறுங்காலில் நடப்போரது தடதடப்பும் கேட்டன.

"உன்னைத்தான் மாஸ்லவா! வா சீக்கிரம்!" என்று கதவின் சாளரத்தினுள் கத்தினார் தலைமைச் சிறைக் காவலர்.

நடுத்தர உயரமும் நிறைவான முழு மார்புமுடைய ஓர் இளம்பெண் இரண்டு நிமிடத்துக்கு எல்லாம் அறைக்குள்ளிருந்து தயக்கமின்றி வேகமாய் வெளியே வந்து காவலருக்குப் பக்கத்தில் நின்றாள். வெள்ளைச் சட்டையும் பாவாடையும் அவற்றுக்கு மேல் சாம்பல் நிற மேலங்கியும் அணிந்திருந்தாள் அவள். காலில் லினென் காலுறையும் சிறைக்கூட மிதியடிகளையும் போட்டி ருந்தாள். தலையில் அவள் கட்டியிருந்த வெள்ளைத் தலைக் குட்டைக்கு அடியிலிருந்து வேண்டுமென்றே வெளியே இழுத்து விட்டாற்போல, சில கரிய கூந்தல் சுருள்கள் அவளது நெற்றியில் தொங்கின. அந்தப் பெண்ணின் முகம் நெடுநாளாய் வெளியே வராமல் அடைபட்டிருப்போரிடம் காணக்கூடிய அந்தத் தனி வகை வெளுப்புடையதாக இருந்தது. நிலவறையில் வைக்கப் பட்ட உருளைக்கிழங்கில் முளைத்தெழும் குருத்துகளை நினைவு படுத்திய வெளுப்பு அது. கரளையான அவளது அகன்ற கைகளிலும், மேலங்கியில் விரிந்த காலர்களுக்கு உள்ளிருந்து வெளியே தெரிந்த அவளது முழு நீளக் கழுத்திலும் இதே வெளுப்பு படிந்திருந்தது. அவளுடைய முகத்தின் இந்தச் சோகையான வெளுப்புக்கு நேர்மாறாய் இருந்தன, கொஞ்சம் துருத்திக்கொண்டு துருதுருத்துப் பளிச்சிட்ட அவளது கருநிறக் கண்கள்; அவற்றில் ஒன்று சற்றே ஓரப்பார்வை கொண்டது. நிறைவான முழு மார்பைத் துருத்திக்கொண்டு நேரே நிமிர்ந்து நடப்பவள் அவள். எந்த உத்தரவுக்கும் கீழ்ப்படியத் தயாராக இப்போது அவள் தலையைச் சற்றே பின்னால் சாய்த்துக் காவலரின் கண்களை உற்று நோக்கியவாறு நின்றிருந்தாள். காவலர் அறைக்கதவை இழுத்து மூடப்போன நேரத்தில், முகமெல்லாம் வெளுத்து நரைத்துச் சுருக்கம் விழுந்து கடுப்பான

தோற்றமுடைய ஒரு கிழவி நரைத்துப்போன வெறுந்தலையை வெளியே நீட்டி, மாஸ்லவாவிடம் ஏதோ சொல்ல ஆரம்பித்தாள். ஆனால் காவலர் அந்தத் தலையோடு சேர்த்துக் கதவை இழுத்து மூடப் போகவே, தலை உள்ளே மறைந்து கொண்டு விட்டது. அறைக்குள்ளிருந்து பெண் ஒருத்தி சிரிப்பது காதில் விழுந்தது. மாஸ்லவாவும் புன்னகை புரிந்தவாறு அறைக் கதவிலிருந்த சிறிய கம்பி வலைச் சாளரத்தின் பக்கம் திரும்பினாள். உட்பக்கத்திலிருந்து கிழவி தனது முகத்தை அந்தச் சாளரத்தில் வைத்தழுத்திக்கொண்டு கரகரப்பான குரலில் கூறினாள்:

"முக்கியமானது இதுதான்–நீ அதிகம் பேசக்கூடாது. மாற்றமின்றி ஒன்றையே சொல்லு, என்ன கேட்டாலும் திருப்பித் திருப்பி அதையே சொல்லு."

"சரி, இப்போது இருப்பதினும் மோசமாய் ஒன்றும் நடந்துவிடமுடியாது, எப்படியோ ஒருவிதமாய் முடிவடைந்தால் போதும்" என்று தலையை ஆட்டியவாறு பதிலளித்தாள் மாஸ்லவா.

"இரண்டு விதமாய் அல்ல, ஒருவிதமாகத்தான் முடிவடையும்" என்று பெரிய மனிதத் தோரணையில் கிண்டலாய்க் கூறி, "சரி வா, என்னுடன்!" என்றார் தலைமைச் சிறைக்காவலர்.

அறைக்கதவின் சாளரத்திலிருந்து கிழவியின் கண் மறைந்தது; மாஸ்லவா நடையின் நடுப்பகுதிக்குச் சென்று தலைமைச் சிறைக் காவலரைப் பின்தொடர்ந்து வேகமாய் அடியெடுத்து வைத்து நடந்தாள். அவர்கள் கற்படிகளில் கீழே இறங்கி, மகளிர் பகுதியையும் விட நாற்றமாகவும் சத்தமாகவும் இருந்த ஆடவர் பகுதியில் சிறையறைகளைக் கடந்து சென்றனர்; அறைக்கதவுச் சாளரம் ஒவ்வொன்றிலிருந்தும் கண்கள் அவர்களைப் பின் தொடர்ந்து உற்று நோக்கின. சிறைக்கூட அலுவலகத்துக்குள் அவர்கள் நுழைந்தனர்; அவளை அழைத்துச் செல்வதற்காக வந்திருந்த இரண்டு படையாட்கள் துப்பாக்கி வைத்துக்கொண்டு அங்கே நின்றிருந்தார்கள். அலுவலகத்தினுள் உட்கார்ந்திருந்த எழுத்தர் ஒருவர் புகையிலையின் புகை வீச்சம் அடித்த ஒரு காகிதத்தை அந்தப் படையாட்களில் ஒருவனிடம் தந்து, கைதியைச் சுட்டிக்காட்டி, "இதோ இருக்கிறாள், அழைத்துச் செல்" என்றார்.

அந்தப் படையாள் நீழ்னி நோவ்கரதைச் சேர்ந்த விவசாயி, அம்மைத் தழும்பு விழுந்த செந்நிற முகமுடையவன். காகிதத்தை வாங்கிக் கோட்டின் கைப்பட்டை மடிப்புக்குள் செருகிக் கொண்டான். பிறகு கைதியை நோட்டமிட்டுவிட்டுப் புடைப்பான தாடையெலும்புடைய சுவாஷ் இனத்தவனாகிய

தனது சகாவைப் பார்த்துக் கண்ணைச் சிமிட்டியவாறு இளித்துக் கொண்டான். கைதியும் இரு படையாட்களும் தலை வாயிலுக்குச் சென்றனர்.

தலைவாயிற் கதவில் இருந்த புழை வாய் திறந்திருந்தது. இதன் வழியே படையாட்களும் கைதியும் வெளியே சென்று வெளிமுற்றத்தைக் கடந்தனர். சரளைக்கற்கள் பதிக்கப்பட்ட தெருவின் நடுவே நகரை நோக்கி நடந்தனர்.

கைதியாக அழைத்துச் செல்லப்பட்டவளை வண்டிக் காரர்களும் கடைக்காரர்களும் சமையற்காரிகளும் தொழிலாளர் களும் அரசாங்க எழுத்தர்களும் ஆவலுடன் ஆங்காங்கே நின்று பார்வையிட்டனர். “எம்மைப் போல் நல்லபடி நடந்து கொள்ளாமல் தீய வழியில் சென்றால் இப்படித்தான் ஆகும்” என்று தம்முள் நினைப்பது போலச் சிலர் தலையை ஆட்டிக் கொண்டார்கள். குழந்தைகள் பீதியுற்றவர்களாய் அந்தக் கொள்ளைக்காரியை உற்று நோக்கினார்கள்; படையாட்கள் அவளுடன் செல்கிறார்கள், இனி அவளால் ஒன்றும் செய்ய முடியாதென்பதை உணர்ந்த பிறகே அவர்கள் அச்சம் நீங்கி அமைதியடைந்தார்கள். கிராமத்திலிருந்து அடுப்புக்கரி எடுத்து வந்து நகரில் விற்றபின் தேநீர் அருந்தி விட்டுத் திரும்பிய ஒரு விவசாயி அவளை நெருங்கியதும் தன் மீது சிலுவைக் குறியிட்டுக்கொண்டு அவளிடம் ஒரு கோப்பெக் காசு கொடுத்தான். கைதியாகச் சென்றவளுக்கு முகம் சிவந்து விட்டது. தலையைக் கவிழ்த்துக்கொண்டு வாய்க்குள் முணுமுணுத்துக்கொண்டாள்.

எல்லோரது பார்வையும் தன்மீது படிந்திருந்ததை உணர்ந்து, தலையைத் திருப்பாமலே அவள், தன்னை உற்று நோக்கியோரைக் கடைக்கண்ணால் நோட்டமிட்டவாறு நடந்தாள். அவர்கள் கவனம் தன்னால் ஈர்க்கப்பட்டது குறித்து அவள் மகிழ்ந்துகொண்டாள். அதோடு அங்கு ஒப்பளவில் சற்றுத் தூய்மையாயிருந்த வசந்த பருவக் காற்றும் அவளுக்குக் களிப்பூட்டிற்று. ஆனால் அவளுக்குக் கால் வலித்தது. பல நாட் களாய் நடக்காதிருந்தவள் சிறைக்கூடத்து முரட்டு மிதியடிகளை மாட்டிக்கொண்டு கற்கள் மீது நடக்க நேர்ந்ததும், நடக்க முடியாமல் துன்புற்றாள். தரையைக் கவனித்துத் தக்க இடமாகப் பார்த்து அடி வைத்துக் காலைக் கூடுமானவரை இலேசாக ஊன்றி நடந்தாள். பலசரக்குக்கடை ஒன்றை அவள் கடந்து சென்றபோது கடையின் முன்னால் நிம்மதியாகத் தத்தித் திரிந்த புறாக்களிடையே நடக்கையில் அவளது பாதம் வெளிர் நீலப் புறா ஒன்றின் மீது படப் பார்த்தது. உடனே அந்தப் புறா

சிறகடித்து எழுந்து அவள் காதை ஒட்டினாற்போல் பறந்து காற்றை வீசிச் சென்றது. அவள் மகிழ்ச்சியுற்றுப் புன்னகை புரிந்தாள், பிறகு அவளுக்குத் தனது நிலைமை நினைவுக்கு வந்ததும் ஆழ்ந்த பெருமூச்சு விட்டுக் கொண்டாள்.

2

கைதி மாஸ்லவாவின் வாழ்க்கை வரலாறு சர்வசாதாரண மானது.

மாஸ்லவா மணமாகாத பண்ணைக் குடியானவப் பெண் ணின் மகளாகப் பிறந்தவள். சகோதரிகளாகிய நிலப் பிரபுத்துவ முதுகன்னிச் சீமாட்டியர் இருவருக்குச் சொந்தமான பண்ணை யில் இந்தக் குடியானவப் பெண் பால்காரியாக வேலை செய்த தன் தாயுடன் இருந்து வந்தாள். மணமாகாத இந்தப் பெண் ணுக்கு ஆண்டுதோறும் ஒரு குழந்தை பிறந்தது. கிராமக் குடிகளி டையே அடிக்கடி நடைபெறுவதுபோல், வேண்டாத பிறவி யாகப் பிறந்து தாயின் வேலைக்கு இடைஞ்சலாக இருந்த இந்தக் குழந்தை ஒவ்வொன்றும் முறைப்படி ஞானஸ்நானம் செய்விக்கப் பட்டது, பிறகு தாயின் கவனிப்பில்லாமல் பட்டினியால் விரைவில் மடியும்படி விடப்பட்டது. இப்படி ஐந்து குழந்தைகள் மடிந்து போயின. எல்லாக் குழந்தைகளுக்கும் ஞானஸ்நானம் செய்விக்கப்பட்டது. பிறகு பாலின்றி விடப்பட்ட அவை உயிர் நீத்தன. ஆறாவது குழந்தை பெண் குழந்தை, நாடோடி ஜிப்ஸி ஒருவனுக்கு மகவாகப் பிறந்தது. ஏனையவற்றுக்கு ஏற்பட்ட கதிதான் அதற்கும் ஏற்பட்டிருக்கும்; ஆனால் பண்ணையின் முதுகன்னிச் சீமாட்டியரில் ஒருவர் பாலேட்டில் நாற்றம் வீசியதென்று பால்காரக் கிழவியைத் திட்டுவதற்காக மாட்டுத் தொழுவத்துக்குள் வர நேர்ந்ததால் அந்தப் பெண் குழந்தை பிழைத்துக்கொண்டது. பிள்ளையைப் பெற்றவள் மாட்டுத் தொழுவத்தில் படுத்திருந்தாள்; புதிதாகப் பிறந்த கண்ணுக்கினிய ஆரோக்கியமான குழந்தை அவளுக்குப் பக்கத்தில் கிடந்தது. உள்ளே வந்த சீமாட்டி கெட்டுப்போன பாலேட்டுக்காக மட்டு மின்றி, பிள்ளை பெற்றவளைத் தொழுவத்தில் படுக்க விட்ட தற்காகவும் பால்காரக் கிழவியைத் திட்டினார். வெளியே செல்வதற்காகத் திரும்பியபோது அந்தக் குழந்தையைப் பார்த்த சீமாட்டிக்கு அதன் மீது இரக்கம் பிறந்தது. தாம் அதற்குப் பெயரீட்டுத் தாயாக இருக்கப்போவதாக அறிவித்தார். அதேபோல குழந்தைக்கு ஞானஸ்நானம் செய்வித்து அதற்கு

அவர் பெயர் சூட்டினார். பிறகு தமது பெயரீட்டுச் சிசுவின் பால் கருணைகொண்டு அதன் தாய்க்குப் பாலும் பணமும் கொடுத்தனுப்பினார். இவ்வாறு அந்தப் பெண் குழந்தை சாகாமல் பிழைத்துக்கொண்டது. முதுகன்னிச் சீமாட்டியர் இருவரும் அதைச் "சாவிலிருந்து மீட்கப்பட்ட" சிசுவெனக் குறிப்பிட்டு வந்தனர்.

குழந்தைக்கு மூன்று வயதானபோது அதன் தாய் நோய் வாய்ப்பட்டு இறந்துவிட்டாள். பால்காரக் கிழவியான அதன் பாட்டிக்கு அது ஒரு சுமையாகிவிடவே, சீமாட்டியர் அதை அழைத்து வந்து வீட்டில் தம்முடன் வைத்துக்கொண்டனர். கருவிழிச் சிறுமி துடிப்பும் துறுதுறுப்பும் மிக்கவளாய், இனிமை யின் உருவாய் வளர்ந்து முதுகன்னிச் சீமாட்டியரை மகிழ்வித்து வந்தாள்.

சீமாட்டியர் இருவரில் இளையவரான சோபியா இவானவ்னா அன்பு உள்ளம் கொண்டவர். அவர்தான் முன்பு சிறுமிக்குப் பெயரீட்டுத் தாயாக இருந்தார். மூத்தவரான மரீயா இவானவ்னா கண்டிப்பும் கடுமையும் வாய்ந்தவர். சோபியா இவானவ்னா சிறுமிக்கு நேர்த்தியான ஆடைகள் உடுத்தி அவளுக்குப் படிப்பதற்குக் கற்றுத் தந்தார், கல்வி ஞானமுடைய வளாக அவளை வளர்க்க வேண்டுமென விரும்பினார். ஆனால் மரீயா இவானவ்னா அவளுக்கு எல்லா வேலைகளும் கற்றுத் தந்து நல்ல வீட்டு வேலைக்காரியாகும்படி அவளை வளர்த்திட வேண்டுமெனக் கூறி வந்தார். ஆகவே அவளிடம் அவர் கண்டிப் புடன் இருந்தார். அவளைத் தண்டித்தார். கோபங்கொண்ட போது சிறுமியை அடிக்கவும் செய்தார். ஏறுமாறான இந்த இரு போக்குகளின் பாதிப்புக்கு உட்பட்டு வந்த சிறுமி பாதி யளவுக்கு வேலைக்காரியாகவும் பாதியளவுக்கு வளர்ப்புப் பெண்ணாகவும் வளரலானாள். காத்கா என்று அவ்வளவு தாழ்வாகவும், காத்தென்கா என்று அவ்வளவு உயர்வாகவும் இல்லாமல் நடுத்தரமாகத் தொனிக்கும் பெயராக பார்த்துக் கத்யூஷா என்று அவளை அவர்கள் அழைத்தனர். அவள் துணி தைத்தாள், அறைகளைச் சுத்தம் செய்தாள், சாமிப் படங்களில் சுண்ணம் தேய்த்துப் பளபளப்பாக்கினாள், காப்பிக்கொட்டை வறுத்துத் தூளாக்கினாள், காப்பி கொண்டுவந்து தந்தாள், சில்லறைத் துணிமணிகளைத் துவைத்தாள். சில நேரங்களில் சீமாட்டியருடன் உட்கார்ந்துகொண்டு அவர்களுக்குப் புத்தகங் கள் படித்துக் காட்டினாள்.

பல பேர் அவளை மணந்துகொள்ள முயன்று பார்த்தனர், ஆனால் இவர்களில் யாரையும் அவள் ஏற்றுக்கொள்ள விரும்ப வில்லை. சீமாட்டியரின் வீட்டில் சொகுசாய் வாழ்ந்து பழக்கப்

பட்டுவிட்ட அவள், தன்னை நாடி வந்த பண்ணை வேலை யாட்களுடன் வாழ்வது கடினமாயிருக்குமென நினைத்தாள்.

சீமாட்டியரது வீட்டில் வாழ்ந்துவந்த அவளுக்குப் பதினாறு வயது நிரம்பியது. அப்போது செல்வக் கோமகனும் சீமாட்டி யரின் மருமகனுமாகிய மாணவ இளைஞன் அவர்களது வீட்டுக்கு வந்திருந்தான். உண்மையைக் கத்யூஷா அவனுக்குப் புலப்படுத்தவோ, தன் மனத்துள்ளுங்கூட ஒத்துக்கொள்ளவோ துணியவில்லை என்றாலும், அவன் மீது காதல் கொண்டு விட்டாள். இரண்டு ஆண்டுகளுக்குப் பிற்பாடு இந்த மருமகன் போருக்குப் புறப்பட்ட தமது படைப்பிரிவுக்குச் செல்லும் வழியில் தன் அத்தைகளது வீட்டுக்கு வந்து நான்கு நாட்கள் தங்கியிருந்தான். புறப்படுவதற்கு முந்திய இரவில் அவன் ஆசை காட்டி கத்யூஷாவைக் கற்பழித்தான்; மறுநாள் ஒரு நூறு ரூபிள் நோட்டை வலுக்கட்டாயமாய் அவளிடம் திணித்துவிட்டு அங்கிருந்து போய்ச் சேர்ந்தான். ஐந்து மாதங்களுக்கெல்லாம் கத்யூஷாவுக்குத் தான் கர்ப்பவதி என்பது சந்தேகத்துக்கு இடமின்றித் தெரிய வந்தது.

அதன் பின் யாவும் அவளுக்கு வெறுக்கத் தக்கனவாயின. வேறு எதைப் பற்றியும் சிந்திக்க முடியாதவளாய் எந்நேரமும் அவள், தனக்கு ஏற்பட்டிருந்த மானக்கேட்டிலிருந்து எப்படித் தப்புவதென்று நினைத்து மனம் வெதும்பினாள். சீமாட்டி யருக்குப் பணிபுரிவதில் நாட்டமின்றிக் கவனக்குறைவாய் வேலை செய்தாள். அது எப்படி நடைபெற்றதென அவளுக்கே தெரியாது, ஒரு நாள் திடுமென அவள் பொறுமையிழந்து, சீமாட்டியரிடம் மரியாதையில்லாமல் துடுக்குத்தனமாகப் பேசினாள். தன்னை வேலையிலிருந்து நீக்கி விடுமாறு சொன் னாள் – பிற்காலத்தில் இதற்காக அவள் மனம் நொந்துகொள்ள வேண்டியிருந்தது.

தம் மனதுக்குப் பிடிக்காதவளாகிவிட்ட அவளைச் சீமாட்டியர் விலகிச் செல்லும்படி விட்டுவிட்டனர். போலீஸ் அதிகாரி ஒருவரின் வீட்டில் வேலைக்காரியாக அவள் வேலை தேடிக்கொண்டாள். ஆனால் அங்கே அவளால் மூன்று மாதங்களுக்கு மேல் இருக்க முடியவில்லை. ஏனென்றால் அந்த அதிகாரி –அவருக்கு ஐம்பது வயதிருக்கும் – ஓயாமல் அவளைத் தொல்லை செய்ய முற்பட்டார். ஒரு நாள் அவர் அளவு மீறி ஊக்கம் மிக்கவராகியதும் அவள் சீற்றங்கொண்டு முட்டா ளென்றும், கிழட்டுச் சனியனென்றும் ஏசி அவரைப் பிடித்துத் தன்னிடமிருந்து தள்ளினாள், போலீஸ் அதிகாரி தடாரெனக் கீழே விழுந்தார். மரியாதைக்குறைவாக நடந்து கொண்டா

ளென்று அங்கிருந்து அவள் வெளியேற்றப்பட்டாள். பேறு காலம் நெருங்கி வந்துவிட்டதால் அவள் வேறு எங்கும் வேலை தேடிக்கொள்ள முடியவில்லை, கிராம மருத்துவச்சியும் சாராயம் விற்பவளுமான ஒரு கிழவியிடம் சென்று அவள் வீட்டில் தங்கினாள். பிள்ளைப்பேறு நல்லபடியாகவே நடந்தேறியது. ஆனால் கிராமத்தில் பேறுகாலக் காய்ச்சல் கண்டிருந்த வேறொரு பெண்ணுக்கு மருத்துவம் பார்த்துவந்த கிழவியின் மூலம் கத்யூஷாவுக்குத் தொத்து பரவிவிட்டது. அவளுக்குப் பிறந்த ஆண் குழந்தையை அனாதைப்பிள்ளை இல்லத்துக்கு அனுப்ப வேண்டியதாயிற்று. அங்கே கொண்டுபோய்ச் சேர்த்தவுடனே குழந்தை இறந்துவிட்டதென்று அதை எடுத்துச் சென்ற கிழவி தகவல் சொன்னாள்.

கிழவியின் வீட்டுக்கு வந்தபோது கத்யூஷாவிடம் இருந்த பணம் நூற்று இருபத்தேழு ரூபிள்–இருபத்தேழு அவள் சம்பாதித் தது. நூறு ரூபிள் முன்பு அவளைக் கற்பழித்தவன் கொடுத்தது. இங்கிருந்து சென்றபோது அவளிடம் இருந்தது ஆறே ஆறு ரூபிள் தான். பணத்தைப் பத்திரப்படுத்தி வைத்துக் கொள்ளத் தெரியாதவள் அவள். கண்டபடி தனக்காகவும் செலவிட்டாள். கேட்டவர்களுக்கும் இல்லை என்னாது கொடுத்தாள். இரண்டு மாதம் தங்கியிருந்ததற்காகவும் சாப்பிட்டதற்காகவும் – தேநீர் அடங்கலாய் – கிழவிக்கு அவள் நாற்பது ரூபிள் செலுத்த வேண்டி யிருந்தது; குழந்தையைக் கொண்டு போய்ச் சேர்ப்பதற்காக இருபத்தைந்து ரூபிள் கொடுத்தாள்; பிறகு ஒரு பசுமாடு வாங்கிக் கொள்வதற்காகக் கிழவிக்கு நாற்பது ரூபிள் கடன் தந்தாள்; துணிமணிகளென்றும் தின்பண்டங்களென்றும் இருபது ரூபிளைத் தீர்த்துக் கட்டினாள். ஆகவே உடல் நலமடைந்ததும் கையில் பணமில்லாமல் உடனே அவள் வேலை தேடிச் செல்ல வேண்டியதாயிற்று. வனத்துறை அலுவலர் வீட்டில் அவளுக்கு வேலை கிடைத்தது. அந்த ஆள் மணமானவர்தான்; அப்படியும் அவர் முன்பு அந்தப் போலீஸ் அதிகாரி செய்தது போலவே முதல் நாள் முதற்கொண்டே அவளை ஓயாது தொல்லை செய்து வந்தார். கத்யூஷா அந்த ஆளிடம் அருவருப்பு கொண்டு அவரிடமிருந்து விலகித் தொலைவில் இருக்க முயன்றாள். ஆனால் அந்த ஆள் அனுபவம் வாய்ந்தவர், தந்திரம் தெரிந்தவர். இன்னும் முக்கியமாய், அவர் அவளது எசமானர். தம் விருப்பம்போல் அவளை எங்கு வேண்டுமானாலும் அனுப்பி வேலை வாங்க அதிகாரம் படைத்தவர். காத்திருந்து தக்க தருணமாகப் பார்த்து அவளைச் சிக்க வைத்துப் பலவந்தம் புரிவதில் அவர் வெற்றி பெற்றார்.

மனைவிக்கு விவரம் தெரியலாயிற்று. ஒரு நாள் அறையினுள் கணவர் தனியே கத்யூஷாவுடன் இருக்கையில் அவள் ஓடி வந்து பிடித்துக்கொண்டு, ஆத்திரமாய் கத்யூஷாவை அடிக்க முற் பட்டாள். கத்யூஷா தற்காத்துக் கொண்டாள். சண்டை நடை பெற்றது. விளைவு என்னவென்றால், சம்பளம் தரப்படாமல் கத்யூஷா அந்த வீட்டிலிருந்து விரட்டப்பட்டாள். அங்கிருந்து அவள் நகரத்திலிருந்த தனது அத்தையிடம் சென்றாள். அத்தை யின் கணவர் புத்தக ஏடு கட்டும் தொழில் நடத்தி முன்பு வசதி யாக வாழ்ந்து வந்தவர், ஆனால் பிற்பாடு வாடிக்கைக்காரர்கள் எல்லாரையும் இழந்து குடிகாரராகி கைக்குக் கிடைத்தவை யாவற்றையும் குடிக்காகச் செலவிட்டு ஒழித்தவர்.

அத்தை ஒரு சிறிய சலவைச்சாலை நடத்தி அதைக் கொண்டு தன் குழந்தைகளையும் பராமரித்துக்கொண்டு தனது உதவாக்கரை கணவருக்கும் சாப்பாடு போட்டு வந்தாள். இந்த அத்தை மாஸ்லவாவுக்குச் சலவைக்காரியாக வேலை தருவதாகச் சொன்னாள். ஆனால் அத்தையிடம் வேலை செய்த சலவைக் காரிகளது மெத்தக் கடினமான வாழ்க்கையைக் கண்ணுற்ற கத்யூஷா இவ்வேலையை ஏற்க விருப்பமின்றி, வேலை அலுவல கத்துக்குச் சென்று பதிவு செய்து கொண்டாள். உயர்நிலைப் பள்ளி மாணவர்களாகிய இரு புதல்வர்களைக் கொண்ட ஒரு சீமாட்டியிடம் முடிவில் அவளுக்கு வேலை தேடித் தரப்பட்டது. இங்கு அவள் வேலைக்குச் சென்ற ஒரு வாரத்துக்கெல்லாம் மூத்த புதல்வன் மீசை முளைத்துப் பெரியவனாக இருந்தவன், ஆறாவது படிவத்தில் படித்து வந்தவன் படிப்பை விட்டொழித்து விட்டு, கணப்பொழுதும் அவளுக்கு நிம்மதியில்லாதபடி எந்நேரமும் அவள் பின்னால் சுற்றினான். அவனது தாயாகிய அந்தச் சீமாட்டி, யாவற்றுக்கும் மாஸ்லவாதான் காரணமெனப் பழி சுமத்தி அவளை வேலையிலிருந்து விலக்கினாள். வேறு வேலை கிடைக்காமல் அலைந்துகொண்டிருந்த மாஸ்லவா மீண்டும் வேலை அலுவலகத்துக்குச் சென்றாள். அங்கே நுழைந்த தும் அவள் ஒரு சீமாட்டியைச் சந்தித்தாள். கையுறையில்லாத குண்டுக் கைகளில் வளையல்களும் விரல்களில் மோதிரங்களும் போட்டிருந்தாள் அந்தச் சீமாட்டி. மாஸ்லவா வேலை தேடி அலைகிறாள் என்பது தெரிந்ததும் அந்தச் சீமாட்டி தனது முகவரியைத் தந்து, தன்னை வந்து பார்க்கும்படி அவளிடம் சொன்னாள். மாஸ்லவா அங்கே சென்றதும், சீமாட்டி அன்புடன் அவளை வரவேற்று கேக்கும் இனிப்பு ஒயினும் தந்து உபசரித்தாள். உடனே ஒரு குறிப்பு எழுதித் தனது வேலைக் காரியிடம் கொடுத்து அவளை எங்கோ அனுப்பினாள். அந்திப்

பொழுதில் நீளமான நரை முடிகளும் நரைத்த தாடியும் கொண்ட நெட்டையான ஒருவர் அவள் இருந்த அறைக்குள் வந்தார். வந்ததும் அந்தக் கிழவர் மாஸ்லவாவுக்குப் பக்கத்தில் அமர்ந்துகொண்டார், கண்கள் பளிச்சிட அவளைப் பார்த்துப் புன்னகை புரியவும் வேடிக்கையாய் அவளுடன் பேசவும் ஆரம்பித்தார். வீட்டுக்காரி அவரைப் பக்கத்து அறைக்கு வருமாறு கூப்பிட்டாள்; அங்கே அவரிடம் அவள் "கிராமத்திலிருந்து வந்திருக்கிறாள், புத்தம் புதியவள்" என்று சொல்லியது மாஸ்லவாவின் காதில் விழுந்தது. பிறகு அவள் மாஸ்லவாவைத் தனியே அழைத்துச் சென்று அவளிடம் கூறினாள்: "இவர் ஓர் எழுத்தாளர். நிறையப் பணம் வைத்திருக்கிறார். நீ இவருக்குப் பிடித்தமானவள் ஆகிவிட்டால், எவ்வளவு வேண்டுமானாலும் உனக்குத் தருவார்." அவள் அவருக்குப் பிடித்தமானவளாகவே இருந்தாள். எழுத்தாளர் அவளுக்கு இருபத்தைந்து ரூபிள் தந்தார். அடிக்கடி அவளைச் சந்திப்பதாக வாக்களித்தார். இந்தப் பணம் விரைவில் கரைந்து போயிற்று. அத்தைக்குத் தர வேண்டிய தொகையைத் தந்தபின் எஞ்சியிருந்ததைச் செலவிட்டு ஆடையும் தொப்பியும் ரிப்பன்களும் வாங்கிக்கொண்டாள். சில நாட்களுக்குப் பிற்பாடு அந்த எழுத்தாளர் அவளைக் கூப்பிட்டு அனுப்பினார். அவள் புறப்பட்டுச் சென்றாள். அவர் திரும்பவும் இருபத்தைந்து ரூபிள் தந்ததோடு, அவளுக்குத் தனியே ஒரு குடித்தனப் பகுதி பிடித்துத் தருவதாகக் கூறினார்.

அந்த எழுத்தாளர் அவளுக்காக வாடகைக்கு எடுத்துத் தந்த குடித்தனப் பகுதியில் அவள் வசித்து வந்தபோது, அதே வீட்டின் இன்னொரு பகுதியில் தங்கியிருந்த குதூகலமான விற்பனையாளன் மீது காதல் கொண்டுவிட்டாள். அவளே இதனை அந்த எழுத்தாளருக்கு அறிவித்தாள். சிறியதாய்த் தனக்கு வேறொரு குடித்தனப்பகுதியை வாடகைக்கு எடுத்துக் கொண்டு அங்கே சென்று வசிக்கலானாள். ஆனால் அவளை மணந்துகொள்வதாக வாக்களித்திருந்த அந்த விற்பனையாளன் அவளிடம் சொல்லிக்கொள்ளாமலே ஒரு நாள் நீழ்னி நோவ்கரத்துக்குச் சென்றுவிட்டான், அவளைத் தொலைத்துத் தலை முழுகிவிட்டான் என்பது தெரிந்தது. மாஸ்லவா தனியே இருந்து வந்தாள். அந்தக் குடித்தனப் பகுதியில் தனியாகவே தொடர்ந்து இருந்து விடலாமென நினைத்தாள். ஆனால் அதற்கு அவள் அனுமதிக்கப்படவில்லை. அம்மாதிரி வாழ்வதற்கு அவள் மஞ்சள் சீட்டு* பெற்றுக் கொண்டாக வேண்டும். அவ்வப்போது மருத்துவச் சோதனைக்குப் போய்வர வேண்டும் என்று

---

* விபசாரிகளுக்குக் கொடுக்கப்பட்ட அனுமதிச்சீட்டு.

போலீஸார் அவளிடம் கூறினர். இதன் பிறகு அவள் தன் அத்தை வீட்டுக்குத் திரும்பிச் சென்றாள். அவளது நாகரிகமான ஆடைகளையும் தொப்பியையும் மேலங்கியையும் கண்ணுற்ற அவள் அத்தை பணிவன்புடன் அவளை வரவேற்றாள். வாழ்க்கையில் மாஸ்லவா மேற்படிக்கு உயர்ந்துவிட்டாளென நினைத்த அவள் அத்தை, முன்பு சொன்னதுபோல் இப்போது அவளைச் சலவைக்காரியாக வேலைக்கு அமர்த்திக் கொள்வ தாகச் சொல்லத் துணியவில்லை. மாஸ்லாவுக்குங்கூட, சலவைக்காரியாக வேலை செய்யலாமா வேண்டாமா என்பது முன்புபோல் இப்போது சிந்திக்க வேண்டிய ஒரு பிரச்சினையாக இருக்கவில்லை. கடும் உழைப்பில் ஈடுபட்டிருந்த அந்தச் சலவைக் காரிகளது வாழ்க்கையை அவள் பரிதாபத்துக்குரியதாகக் கருதினாள்: அவர்களது கரங்கள், குச்சியாய் மெலிந்து வெள்ளை வெளேரென இருந்தன. சகிக்க முடியாதபடி வெப்ப மாயிருந்த முன்னறையில் சலவை செய்து கொண்டும் இஸ்திரி போட்டுக்கொண்டும் நின்ற அவர்களில் சிலர் ஏற்கெனவே எலும்புருக்கி நோயால் பீடிக்கப்பட்டிருந்தார்கள். சோப்பு நுரை கலந்த ஆவி அறையினுள் நிரம்பியிருந்தது. குளிர்காலமாயினும் கோடையாயினும் சன்னல்கள் திறந்தே இருந்தன. நரக வேதனை யான இந்த வேலையில் முன்பு தான் சேரலாமா என்று ஆலோசித்ததை நினைத்ததும் அவளுக்குப் பகீரென்றது.

கையில் காசில்லாமல், காப்பாளர் யாரும் கிடைக்காமல் மாஸ்லவா மிகவும் இக்கட்டான நிலையில் இருந்து வந்த இந்தக் காலத்தில்தான் வேசி விடுதிகளுக்கு வேண்டிய பெண்களைத் தேடிக் கொடுத்த தரகுக்காரி ஒருத்தியுடன் அவள் பரிச்சயம் பெறலானாள்.

புகை பிடிக்கும் பழக்கம் நெடுநாட்களாகவே மாஸ்ல வாவுக்கு உண்டு. இப்போது சிறிது காலமாய் –அந்த விற்பனை யாளனுடன் அவள் உறவு கொண்டிருந்த போதும், இன்னும் முக்கியமாய் அவன் அவளைத் துறந்துவிட்டு ஓடிய பிற்பாடும்– அவளுக்குக் குடிப்பழக்கமும் ஏற்பட்டு வந்தது. மதுவில் இருக்கக் கண்ட இன்சுவையால் அவ்வளவாக அவள் கவரப்பட்டுவிட வில்லை. தன்னை வருத்திய துன்பங்களை எல்லாம் குடி போதையைக் கொண்டு மறக்கடிக்க முடிந்தது என்பதால்தான் குடியில் அப்படி அவள் மோகம் கொண்டுவந்தாள். குடித்ததும் கட்டுகள் அறுந்து அவளுக்குத் தெம்பு பிறந்தது. தன்மதிப்பும் தன்னம்பிக்கையும் உண்டாயின. குடிபோதை இல்லாதபோது அவளுக்கு இருந்த தெம்பும் மதிப்புணர்ச்சியும் இல்லாமல், எந்நேரமும் துயரத்தாலும் வெட்க உணர்ச்சியாலும் வதைக்கப் பட்டாள்.

அந்தத் தரகுக்காரி மாஸ்லவாவின் அத்தைக்குப் பலவும் வாங்கி வந்து உபசரித்தாள், மாஸ்லவாவுக்கு மது வாங்கித் தந்து குடிக்கச் சொன்னாள். நகரிலுள்ள மிகச் சிறந்த விடுதி ஒன்றில் மாஸ்லவாவைச் சேர்ப்பதாகக் கூறினாள். அதில் சேர்ந்து கொள்வதிலுள்ள அனுகூலங்களையும் வசதிகளையும் எடுத் துரைத்துப் புகழ்ந்து பேசினாள். இரண்டு வழிகளில் ஒன்றை மாஸ்லவா தேர்ந்தெடுத்துக் கொள்ள வேண்டியிருந்தது; கேவல மான வேலைக்காரியாக வேலைக்குச் சென்று ஆடவர்களது தொல்லையிலிருந்து தப்பமுடியாமல் கள்ளத்தனமாய் எப் போதாவது விபசாரத்தில் ஈடுபடும்படி நேர்வது ஒருவழி; சட்டப்படி அங்கீகாரம் பெற்றும், பாதுகாப்பான நிலையில் நல்ல ஊதியத்துக்குரிய பகிரங்கமான விபசாரத்தில் நிரந்தரமாய் ஈடுபடுவது இரண்டாவது வழி. பிந்திய வழியைத் தேர்ந் தெடுத்துக் கொள்வதென அவள் முடிவு செய்தாள். தவிரவும், தன்னைக் கற்பழித்தவன் மீதும், அந்த விற்பனையாளன் மீதும், மற்றும் தனக்குத் தீங்கிழைத்தவர்கள் எல்லார் மீதும் வஞ்சம் தீர்த்துக் கொள்ள இதுவே சரியான வழியாக அவளுக்குத் தோன்றியது. அவளை மயங்க வைத்து இம்முடிவுக்கு வரச் செய்த இறுதியான இன்னொரு விவரம் என்னவெனில், அவளுக்கு விருப்பமான ஆடைகளை எல்லாம் – வெல்வெட்டு, பட்டு, சாட்டின் ஆடைகளையும் தோளும் கரமும் வெளியே தெரியும்படி கழுத்து தாழ்வான நடன ஆடைகளையும், வாங்கிக்கொள்ள முடியுமென அந்தத் தரகுக்காரி அவளிடம் சொன்னாள். தகதகக்கும் மஞ்சள் பட்டாலானது. ஓரங்களில் கறுப்பு வெல்வெட்டு ஒப்பனை செய்யப்பட்டது – இப்படி ஓர் ஆடையில், அதுவும் கழுத்துத் தணிவானதில், தன்னை அவள் கற்பனை செய்து பார்த்தாள். அவ்வளவுதான், அதற்கு மேல் எதிர்த்து நிற்க முடியாமல் தரகுக்காரியிடம் தனது அடையாளப் பதிவுச் சீட்டைத் தந்துவிட்டாள். தரகுக்காரி அன்று மாலையே வாடகை வண்டியில் அவளை அழைத்துச் சென்று, பேர்போன கித்தாயெவா விடுதிக்குக் கொண்டு போய்ச் சேர்த்தாள்.

அது முதல், தெய்வத்துக்கும் மனிதனுக்கும் அடுக்காத பாபச் செயல்களை நித்திய கர்மமாகக்கொண்ட ஒரு வாழ்க்கை மாஸ்லவாவுக்கு ஆரம்பமாகியது. குடிமக்களது நல்வாழ்வில் கருத்துக்கொண்ட அரசாங்கத்தின் அனுமதியோடு மட்டுமின்றி அதன் முழு ஆதரவோடும் நடைபெற்று வரும் அந்த வாழ்க்கை யில் நூற்றுக்கணக்கிலும் ஆயிரக்கணக்கிலுமான பெண்கள் ஈடுபட்டிருக்கிறார்கள். பத்தில் ஒன்பது பெண்களுக்குக் கொடிய நோயிலும் அகால முதுமையிலும் மரணத்திலும் முடிவடையும் வாழ்க்கை அது.

இரவின் அவலக் கூத்துகளுக்குப் பிற்பாடு காலையும் பெரும் பகுதி பகற்பொழுதும் ஆழ்ந்த உறக்கத்தில் கழிகின்றன. பிற்பகல் மூன்று அல்லது நான்கு மணிக்கு அழுக்குப் படுக்கையிலிருந்து சோர்ந்து மயங்கிய நிலையில் பள்ளியெழுச்சி நடைபெறுகிறது. மயக்கம் தெளிவதற்காக ஒரு சோடா, அதைத் தொடர்ந்து காப்பி. பிறகு தொள தொளப்பான உள்ளாடையின் மீது அங்கியையோ மேலாடையையோ மாட்டிக்கொண்டு வேலையின்றி அறை அறையாக அங்குமிங்கும் திரிகிறார்கள், இழுத்து மூடிய சன்னல் திரைச்சீலைக்கு அப்பால் வெளியே பார்த்துக் கொண்டு நிற்கிறார்கள். எஞ்சிய பகற்பொழுது இப்படிக் கழிந்தபின், முகம் கழுவிச் சாந்து பூசுதல், வாசனை தடவி உடலுக்கும் தலைமுடிக்கும் மணமூட்டுதல். ஆடைகளை அணிந்து பார்த்துத் தேர்வு செய்தல், அத்துடன் கூடவே அவை குறித்து விடுதியின் தலைவியுடன் சண்டை பிடித்தல், நிலைக்கண்ணாடியின் முன்னால் நின்று அழகு பார்த்தல், முகத்துக்கு வண்ணமும் புருவத்துக்கு மையும் இடுதல். இவை எல்லாம் முடிந்ததும் கொழுப்பும் இனிப்பும் மிகுந்த சாப்பாடு. பிறகு உடம்பின் ஒரு பகுதி அம்மணமாய் வெளியே தெரிய, எஞ்சிய பகுதி பளபளப்பான வண்ணப்பட்டாடையில் மினுக்க, விளக்கொளியும் அலங்காரங்களும், கண்ணைப் பறிக்கும் முன் மண்டபத்துக்குச் செல்கிறார்கள். விருந்தினர்கள் வருகிறார்கள். பிறகு இசை, நடனம், மிட்டாய், மது பானம், புகைபிடித்தல், விபசாரம் – வேண்டுவோர் எவருக்கும் இல்லையெனாது விலை போதல், இளைஞர்கள், நடுத்தர வயதினர், தள்ளாத கிழவர்கள், மணமானோர், மணமாகாதோர்; வணிகர்கள், விற்பனை யாளர்கள், ஆர்மீனியர்கள், யூதர்கள், தாத்தாரியர்கள், செல் வந்தர்கள், ஏழைகள், ஆரோக்கியமானவர்கள். நோய்வாய்ப் பட்டோர், குடிபோதை தலைக்கேறியவர்கள், நிதான நிலையில் இருப்போர், முரடர்கள், இளகிய மனத்தினர், இராணுவத்தினர், குடிமைத்துறையோர்; மாணவர்கள், பள்ளிக்கூடப் பையன்கள்– இப்படிச் சாத்தியமான எல்லா வயதினரோடும் வகுப்பாரோடும், இயல்பினரோடும் கூடிக் கலத்தல். கூச்சலும் கேலியும், இசையும் இழுபறியும், புகையும், மதுவும். அந்தி முதல் விடியற்காலை வரை ஓய்ச்சல் ஒழிச்சலின்றி இசை. பொழுது விடிந்த பிறகுதான் விடுதலை, அதன் பின் ஆழ்ந்த உறக்கம். நாள்தோறும், வாரம் முழுதும் இதே அவலம்தான். பிறகு, வாரத்தின் இறுதியில் அரசாங்க நிலையத்துக்குச் செல்ல வேண்டும்; அங்கே மருத்து வர்கள்–அரசாங்க ஊழியர்களான ஆடவர்கள்–புரிந்திடும் மருத்துவச் சோதனைக்கு உட்படவேண்டும். சில நேரம் காரிய முனைப்போடு கண்டிப்பாகவும், சில நேரம் வேடிக்கையும் விளையாட்டுமாகவும் அவர்கள் இந்தச் சோதனையை

நடத்துகிறார்கள்; மாந்தரும் விலங்கினங்களும் தமது சாத்தான் இயல்புகளிலிருந்து தம்மைத் தற்காத்துக்கொள்ளும் பொருட்டு, இயற்கையால் அருளப்பட்டிருக்கும் அந்த நாணத்தையும் மான உணர்ச்சியையும் கெட்டொழியச் செய்கிறார்கள். இந்தப் பெண்களை இப்படி அவர்கள் சோதனை செய்து முடித்தபின், அனுமதி எழுதித் தருகிறார்கள்-வாரம் முழுதும் இப்பெண்களும் இவர்களது உடந்தையாளர்களும் புரிந்து வந்திருக்கும் பாபச் செயல்களைத் தொடர்ந்து நடத்திச் செல்வதற்கான அனுமதி அது. இவ்வாறு வாராவாரம் இந்த வாழ்க்கை தொடர்கிறது; கோடையாயினும் குளிர் காலமாயினும், வேலை நாட்களாயினும் விடுமுறை நாட்களாயினும், மாற்றமின்றி நாள் தவறாமல் இதேபோல நடைபெறுகிறது.

ஏழு ஆண்டுகளுக்கு மாஸ்லவா இந்த வாழ்க்கையில் ஈடுபட்டிருந்தாள். இந்த ஏழாண்டுகளில் அவள் இரண்டுதரம் விடுதி மாறிச் சென்றாள், ஒரு தரம் மருத்துவமனையில் சேர்ந்து சிகிச்சை பெற்றுக்கொண்டாள். ஏழாவது ஆண்டின்போது, அவளது முதலாவது பாபச் செயலிலிருந்து கணக்கிடுவோ மாயின் எட்டாவது ஆண்டின்போது அவளுடைய இருபத்து ஆறாவது வயதில் நடைபெற்ற ஒரு நிகழ்ச்சிக்காக, அவள் கைது செய்யப்பட்டுச் சிறையில் அடைக்கப்பட்டாள். சிறைக்கூடத்தில் திருடர்களோடும் கொலைகாரர்களோடும் ஆறு மாதங்கள் இருந்தபின் இப்போது அவளை வழக்கு விசாரணைக்காக நீதிமன்றத்துக்கு அழைத்துச் சென்றார்கள்.

3

காவலாட்கள் இருவரும் உடன்வர மாஸ்லவா நெடுந் தொலைவு நடந்து களைத்துப்போய், நீதிமன்றக் கட்டிடத்தை நெருங்கி வந்துகொண்டிருந்தாள். முன்பு அவளை வளர்த்தெடுத்த சீமாட்டியின் மருமகனும், அவளைக் கற்பழித்த ஆளுமாகிய கோமகன் திமீத்ரி இவானவிச் நெஹ்லூதவ், அந்த நேரத்தில் அவரது உயரமான கட்டிலில் சுருள் வில் படுக்கையின் மெல்லிறகு மெத்தையிலே படுத்திருந்தார். அப்பழுக்கின்றி சலவை செய்து பெட்டி போடப்பட்ட அவரது இராக்கால விசிறி மடிப்புச் சட்டை கழுத்துப் பொத்தான் போடப்படாமல் திறந்திருந்தது. அவர் சிகரெட்டுப் புகையை விட்டுக்கொண்டு எதிரே எங்கோ உற்றுநோக்கியவாறு, உடனடியாகத் தாம் செய்ய வேண்டியிருந்த காரியங்களையும் முந்திய மாலையின் நிகழ்ச்சிகளையும் பற்றிய சிந்தனையில் ஆழ்ந்திருந்தார்.

முந்திய மாலைப் பொழுதில் அவர் செல்வச் செழிப்பும் சிறப்பும் வாய்ந்த கர்ச்சாகின் குடும்பத்தாரின் வீட்டுக்குச் சென்றி ருந்ததையும், அவர்களது மகளையே அவர் மணந்துகொள்ளப் போவதாக அங்கே எல்லோரும் எதிர்பார்த்து வந்ததையும் நினைத்துப் பெருமூச்சு விட்டுக்கொண்டார். தீர்ந்துபோன சிகரெட்டைப் போட்டுவிட்டு வெள்ளிப் பேழையிலிருந்து இன்னொன்றை எடுக்கப்போனவர், வேண்டாமென முடிவு செய்து மழமழப்பான வெண்ணிறக் கால்களைக் கீழே வைத்து மிதியடிகளுக்குள் பாதங்களை நுழைத்துக்கொண்டார். பட்டு மேலங்கியை எடுத்துப் பருத்த தோள்களில் இழுத்து மாட்டிய வாறு தடதடக்க வேகமாய் நடந்து ஒப்பனை அறைக்குள் சென்றார். அந்த அறையில் எதிக்கலான், பொமேடுகள், செண்டு கள் முதலானவற்றின் நெடி மூக்கைத் துளைத்தது. தனிவகை பற்பொடியால் முதலில் பல் தேய்த்தார்—அவரது பற்களில் பலவும் தங்க அடைப்பு இடப்பட்டவை. வாசனை கலந்த நீரில் வாய் கொப்பளித்தார்; பிறகு காலைக் கடன்களை முடித்துக் கொண்டு வாசனை சோப்பில் கைகளைக் கழுவி, நீளமான நகங்களைக் கவனமாகத் தூரிகையால் சுத்தம் செய்தார். சலவைக் கல்லாலான கழுவுத் தட்டத்தில் முகத்தையும் தடித்த கழுத்தையும் கழுவினார்; பலவிதமான துண்டுகளையும் எடுத்துத் துவட்டிக்கொண்டார். பிறகு மூன்றாவது அறைக்குள் சென்றார். அவருடைய பூநீர்க் குளிப்புக்காக யாவும் அங்கே தயாராயிருந்தன. குளிர்ந்த நீரில் கட்டுமஸ்தான வெள்ளை உடம்பைக் குளிப்பாட்டி துருக்கிப் பூத்துண்டால் துவட்டிய பின் புதிய உள்ளுடுப்புகளை உடுத்திக்கொண்டார். முகக் கண்ணாடி போல பளிச்சிட்ட பூட்சுகளையும் போட்டுக்கொண்டதும், முடிவில் ஒப்பனை மேசைக்கு எதிரே அமர்ந்து இரு கைகளிலும் பிரஷ்களை எடுத்துக் குட்டையான கரிய சுருட்டைத் தாடியையும், பொட்டுகளுக்கு மேல் கரைய ஆரம்பித்திருந்த தலைமுடிகளையும் சுத்தம் செய்து ஒழுங்குபடுத்தினார்.

ஒப்பனைக்கு அவர் உபயோகித்தவை யாவும், அவரது உள்ளுடுப்புகளும் ஆடைகளும் பூட்சுகளும் டைகளும் டைபிடிக் கைகளும் குமிழ்ப் பொத்தான்களும் தரத்திலும் விலையிலும் உயர்ந்தவை, நீடித்து உழைக்கக் கூடியவை. பகட்டின்றிப் பாங்காயிருந்தவை.

அங்கிருந்த பத்துப் பன்னிரண்டு டைகளிலும் டைபிடிக் கைகளிலும் குருட்டாம்போக்கில் முதலில் கைக்கு வந்தவற்றை எடுத்துக்கொண்டார். முன்னொரு காலத்தில் அவருக்கு இவை புத்தம் புதியனவாய், உள்ளம் கவருவனவாய் இருந்தவை. ஆனால் இப்போது அவர், எல்லாம் ஒன்றுதானென்று

நினைக்கும்படி ஆடையலங்காரத்தில் நாட்டமில்லாதவராகி விட்டார். பிரஷ் செய்யப்பட்டுத் தயாராய் நாற்காலி மீது வைக்கப்பட்டிருந்த ஆடைகளை உடுத்திக்கொண்டு, விறு விறுப்பும் உற்சாகமும் அதிகம் இல்லாவிட்டாலும், துப்புரவான நிலையில் செண்டு கமகமக்க, நீள்சதுரச் சாப்பாட்டு அறைக்குள் சென்றார். அந்த அறையின் மரக்கட்டைத் தளமிடப்பட்ட தரையை முந்திய நாளன்று மூன்று ஆட்கள் வேலை செய்து மெருகேற்றி மினுமினுக்கச் செய்திருந்தார்கள். மிகப் பெரிய ஓக் மர அலமாரியும், சிங்கப் பாதங்களின் வடிவில் கடையப் பெற்ற விரிந்தமைந்த நான்கு கால்களில் அதே மரத்தாலாகிய கம்பீரமான ஒரு மேசையும் அங்கே இருந்தன.

இந்த மேசையில் விரிக்கப்பட்டிருந்த விரிப்பு கஞ்சியிடப் பட்டது. கூட்டெழுத்துச் சின்னங்கள் பின்னப்பட்டது. இதன் மேல் கமகமக்கும் காப்பி நிறைந்த வெள்ளிக் கெட்டிலும், வெள்ளிச் சர்க்கரைக் கிண்ணமும், பால் வட்டாவும், புது மணம் குலையாத ரொட்டியும் ரஸ்க்கும் பிஸ்கெட்டும் கொண்ட வட்டிலும் இருந்தன. சாப்பாட்டுத் தட்டுக்குப் பக்கத்தில் அன்று வந்த கடிதங்களும் செய்தியேடுகளும் புதிய ரிவ்யூ டெஸ்யூக்ஸ் மாண்ட்டஸ்* இதழும் வைக்கப்பட்டிருந்தன.

கடிதங்களில் ஒன்றை எடுத்து அவர் பிரிக்கப்போன நேரத்தில் நடையிலிருந்து அறைக்குள் வருவதற்கான கதவைத் திறந்துகொண்டு, பருத்த உருவமுடைய நடுத்தர வயதுள்ள ஒரு பெண் நீரிலே மிதந்து வருவதுபோல அசங்காமல் உள்ளே வந்தாள். துக்கக் குறியான கறுப்பு ஆடை அணிந்து, தலையில் வகிடு எடுத்திருந்த இடம் வழுக்கையாகி அகன்று வந்ததை மறைக்கும் பொருட்டுச் சித்திரப் பின்னல் குல்லாய் வைத்திருந் தாள். அவள் பெயர் அக்ரஃபேனா பெத்ரோவ்னா, முன்பு நெஹ்லூதவின் தாயிடம் பணிப்பெண்ணாக இருந்தவள். அண்மையில் இதே வீட்டில் தாய் இறந்தபின் நெஹ்லூதவின் வீட்டு மேலாளாய் இங்கேயே தங்கிவிட்டவள்.

அக்ரஃபேனா பெத்ரோவ்னா அவ்வப்போது நெஹ்லூத வின் தாயுடன் வெளிநாடுகளுக்குச் சென்று ஏறத்தாழ பத்து ஆண்டுகள் தங்கியவள். ஆகவே சீமாட்டிக்குரிய நடையுடை பாவனைகளை ஓரளவு பெற்றிருந்தாள். பிள்ளைப்பிராயம் முதல் நெஹ்லூதவ் குடும்பத்தாருடன் இருந்து வந்தவளாதலால், மீத்தின்கா என்று செல்லமாய் அழைக்கப்பட்ட சிறு பையனாக இருந்த காலம் முதலாய் திமீத்ரி இவானவிச்சை அவள் நன்கு அறிந்தவள்.

---

* *கலை — இலக்கியப் பொது விவகாரப் பிரெஞ்சு சஞ்சிகை. 1829 முதல் பாரிசில் வெளிவந்தது. ருஷ்யப் பிரபுக் குலத்தோரிடையே பிரபலமடைந்திருந்தது.*

“வணக்கம், திமீத்ரி இவானவிச்!”

“வணக்கம், அக்ரஃபேனா பெத்ரோவ்னா! என்ன சேதி?” என்று வேடிக்கை தொனிக்கும் குரலில் கேட்டார் நெஹ்லூதவ்...

“கோமகளிடமிருந்தோ, இளங் கோமகளிடமிருந்தோ கடிதம் வந்திருக்கிறது. சற்று முன்புதான் பணிப்பெண் கொண்டு வந்தாள். பதிலுக்காக என் அறையில் காத்திருக்கிறாள்” என்று கூறி, பொருட் செறிவு வாய்ந்த முறையில் புன்னகை புரிந்தபடி கடிதத்தை அவரிடம் தந்தாள் அக்ரஃபேனா பெத்ரோவ்னா.

“சரி, இதோ வந்துவிட்டேன்!” என்று சொல்லிக் கடிதத்தை வாங்கிக்கொண்ட நெஹ்லூதவ், அக்ரஃபேனா பெத்ரோவ்னாவின் புன்னகையைக் கவனித்ததும் முகத்தைச் சுளித்துக் கொண்டார்.

இளங் கோமகள் கர்ச்சாகினா எழுதிய கடிதமாகவே இருக்கும். இளங் கோமகளை அவர் மணந்து கொள்ளப்போவது தனக்கும் தெரியுமே என்று கூறுவதுபோல இருந்தது, அக்ரஃபேனா பெத்ரோவ்னாவின் அந்தப் புன்னகை. அவளது இந்த ஊகம் நெஹ்லூதவுக்குப் பிடிக்கவில்லை.

“பணிப்பெண்ணைக் காத்திருக்கச் சொல்கிறேன்” என்று கூறி, மேசையில் தக்க இடத்தைவிட்டு விலகியிருந்த ரொட்டித் துண்டு துடைப்பான் ஒன்றை எடுத்துச் சரியான இடத்தில் வைத்துவிட்டு, உள்ளே வந்த அதே முறையில் அசங்காமல் அறையிலிருந்து வெளியே போய்ச் சேர்ந்தாள் அக்ரஃபேனா பெத்ரோவ்னா.

செண்டு இடப்பட்ட அந்தக் கடிதத்தைப் பிரித்து, சொர சொரப்பான ஓரங்களுடன் மேக வர்ணத்திலான தடிக் காகிதத்தில் கொட்டை கொட்டையாக எழுதப்பட்டிருந்ததைப் படிக்க ஆரம்பித்தார் நெஹ்லூதவ்:

“உங்களது ஞாபகசக்தியாகச் செயற்படும் பொறுப்பினை ஏற்றுக்கொண்டிருக்கும் நான், உங்களுக்கு நினைவுபடுத்துவது என்னவென்றால், ஏப்ரல் 28ஆம் நாளாகிய இன்று நீங்கள் சான்றாயராக நீதிமன்றத்துக்கு அழைக்கப்பட்டிருக்கிறீர்கள், ஆகவே யோசனையின்றி வழக்கமான உங்களது மெத்தனத் துடன் நேற்று இரவு நீங்கள் வாக்களித்துச் சென்றது போல், கோலசவுடனும் எங்களுடனும் ஓவியக் காட்சிக் கூடத்துக்கு வர முடியாது உங்களால் – நேரத்தில் ஆஜராகத் தவறியதற்காக குற்ற விசாரணை நீதிமன்றத்தில் நீங்கள் குதிரை வாங்குவதற்காகச் செலவிட விரும்பாத அந்த 300 ரூபிளைத் தண்டப் பணமாகக் கட்டுவதென்ற உத்தேசம் இல்லையானால். நேற்று இரவு நீங்கள் போய்ச் சேர்ந்த பிறகுதான் எனக்கு இது நினைவுக்கு வந்தது. ஆகவே இதை மறந்துவிடாதீர்கள்.

கோமகள் மீ. கர்ச்சாகினா.”

அந்தக் காகிதத்தின் பின் பக்கத்தில் பின் குறிப்பு ஒன்று இருந்தது.

உங்கள் சாப்பாட்டுக்கு வேண்டியவை இரவில் உங்களை எதிர்பார்த்து அப்படியே இருக்குமென அம்மா என்னை உங்களிடம் சொல்லச் சொல்லியிருக்கிறார்கள்.

மீ. கர்ச்சாகினா."

நெஹ்லூதவுக்கு முகம் கோணிவிட்டது. இளங் கோமகள் கர்ச்சாகினா கண்ணுக்குப் புலப்படாத இழைகளைக்கொண்டு அவரை மேன்மேலும் தன்னுடன் இறுகப் பிணைத்து முடி போடு வதற்காக இரண்டு மாதங்களாய்க் கையாண்டு வந்த சாமர்த்தி யமான தந்திரங்களின் தொடர்ச்சியே ஆகும் இந்தக் கடிதம். ஆனால் இளமையைக் கடந்துவிட்ட, ஆடவர்கள் கடுமையாகக் காதல் கொண்டுவிடாதவரை. அவர்கள் எல்லோர்க்குமே பொதுவாக இருக்கக்கூடிய தயக்கத்தைக் காட்டிலும் இன்னொரு முக்கியமான காரணமும் நெஹ்லூதவை உடனடியாகத் திருமணங் குறித்து, அவர் விரும்பினாலும். இளங் கோமகளிடம் முன்மொழிய முடியாதபடி தடுத்து வைத்தது. பத்து ஆண்டுகளுக்கு முன்பு அவர் கத்யூஷாவைக் கெடுத்து நிர்க்கதியான நிலையில் விட்டுச் சென்றார் என்பதல்ல காரணம். அதை அவர் அறவே மறந்து விட்டார் என்பதோடு தமது திருமணத்துக்கு அதை ஒரு தடையாகக் கருதியிருக்கவும் மாட்டார். திருமணமான ஒருத்தியுடன் அவருக்கு ஏற்பட்டிருந்த உறவுதான் காரணம். அவரைப் பொறுத்த மட்டில் இந்த உறவு ஏற்கெனவே இறுதி எய்திவிட்டதாகக் கருதினார் என்றாலும், இந்த முறிவுக்கு இன்னும் அவர் அந்தப் பெண்ணின் உடன்பாட்டைப் பெற்றாகவில்லை.

பெண்களிடம் நெஹ்லூதவுக்குக் கூச்சம் அதிகம். அவரது இந்தக் கூச்சம்தான் திருமணமான அந்தப் பெண்ணைத் தூண்டி விட்டு எப்படியாவது அவரை வசப்படுத்திவிட வேண்டுமென முயற்சியில் இறங்கச் செய்தது. தேர்தல்களின் போது நெஹ்லூ தவ் வாக்குப்பதிவு செய்து வந்த மாவட்டத்தில் பிரபுக்குல முதல்வராக இருந்தவரின் மனைவி அவள். நாள்தோறும் நெஹ்லூதவை அவள் மேலும் மேலும் வசமாய்த் தன்னிடம் சிக்க வைத்து வந்தாள், அதே போது நாள்தோறும் அவருக்கு இந்த உறவு மேலும் மேலும் விரும்பத் தகாததாகி வந்தது. ஆரம்பத்தில் எதிர்த்து நிற்கப் போதிய வலுவின்றிச் சிக்கிக் கொண்டு விட்டார். பிற்பாடு, அவளிடம் சம்மதம் பெறாமல் பலவந்தமாக முறித்துக்கொண்டு விலக அவரது குற்றமுள்ள நெஞ்சம் இடந்தரவில்லை. எனவேதான், இளங் கோமகளை

மணந்துகொள்வதெனத் தாம் முடிவுக்கு வருவதாயினும் அவளிடம் இதுபற்றி முன்மொழிய தமக்கு உரிமை இல்லை யெனக் கருதினார்.

மேசை மீதிருந்த கடிதங்களில் ஒன்று அந்தப் பெண்ணின் கணவர் எழுதியது. அவருடைய கையெழுத்தையும் அவ்வூர் அஞ்சல் முத்திரையையும் பார்த்ததும் நெஹ்லூதவுக்கு முகம் சிவந்துவிட்டது. அபாய நிலைமை எதிர்ப்பட்டதும் எப்போதுமே, அவருக்குச் சக்தி பிறந்துவிடும். அதேபோல் இப்போதும் திடுமெனச் சக்தி பெற்று விறுவிறுப்படைந்தார். ஆனால் வீணில் ஏற்பட்ட பரபரப்பு இது. நெஹ்லூதவின் பிரதான பண்ணை அமைந்திருந்த மாவட்டத்தின் பிரபுக் குல முதல்வராகிய அம்மனிதர் மே மாத இறுதியில் ஸேம்ஸ்துவோவின்* சிறப்புக் கூட்டம் நடைபெறப் போகிறதென்று அறிவிப்பதற்கே இந்தக் கடிதத்தை எழுதியிருந்தார். பள்ளிக்கூடங்களையும் சாலைகளையும் பற்றிய முக்கிய பிரச்சினைகள் குறித்து விவாதிக்கப்படப் போவதாகவும், பிற்போக்குக் கட்சியாரிட மிருந்து பலத்த எதிர்ப்பு எழுமென எதிர்பார்க்கப்படுவதாகவும், ஆகவே நெஹ்லூதவ் தவறாமல் இந்தக் கூட்டத்துக்கு வந்து விவாதங்களில் ஆதரவளித்து, வழிமொழிதல் செய்ய வேண்டுமெனக் கேட்டுக்கொள்வதாகவும் அவர் எழுதியிருந்தார்.

மிதவாதப் போக்கைச் சேர்ந்தவரான இந்தப் பிரபுக்குல முதல்வர் தம்முடன் கருத்து உடன்பாடுகொண்ட சிலருடன் சேர்ந்துகொண்டு, மூன்றாம் அலெக்சாண்டரின் ஆட்சியில் மேலோங்கியிருந்த பிற்போக்கினை எதிர்த்துப் போராடி வந்தார். பொதுவாழ்வில் முழுமூச்சுடன் ஈடுபட்டிருந்த அவர், இல்லற வாழ்வில் தமது துர்ப்பாக்கியம் குறித்து ஏதும் அறியாதவராய் இருந்தார்.

இம்மனிதர் சம்பந்தமாகத் தாம் அனுபவிக்க நேர்ந்த வேதனை வாய்ந்த தருணங்கள் எல்லாம் நெஹ்லூதவின் நினைவுக்கு வந்தன. ஒரு நாள் கணவருக்கு உண்மை தெரிந்து விட்டதாக நினைத்துக்கொண்டு பரபரப்படைந்தது, அவருடன் சவால் சண்டை புரிவதற்குத் தயார் செய்தது, குண்டு அவர் மீது படாமல் காற்றிலே சுடுவதென்று தீர்மானித்துக் கொண் டது, பிறகு அந்தப் பெண் மனமொடிந்து போய்க் குளத்திலே விழுந்து சாவதற்காக தோட்டத்துக்குள் ஓடத் தாம் பதறிப் போய் அவளைத் தேடிக்கொண்டு பின்னால் ஓடியது முதலான பலவற்றையும் அவர் நினைத்துப் பார்த்தார். “அவளிடமிருந்து பதில் கிடைக்கும் வரை நான் போவதற்கில்லை. ஒன்றும் செய் வதற்கில்லை” என்று தமக்குத் தாமே கூறிக்கொண்டார். ஒரு

* ஸேம்ஸ்துவோ—ஜார் கால ருஷ்யாவில் கிராம மாவட்ட ஊராட்சி மன்றம்

வாரத்துக்கு முன்பு நெஹ்லூதவ் அவளுக்குத் தன் இறுதியான முடிவைத் தெரிவித்துக் கடிதம் எழுதியிருந்தார். குற்றம் அனைத்துக்கும் தாமே பொறுப்பாளி என்றும், பாவ மன்னிப்புப் பெற எந்தத் தண்டனையும் ஏற்கத் தயாராயிருப்பதாகவும் எழுதியிருந்தார்; தம்மிடையிலான உறவு முடிவுற்று விட்டதாகக் கருதுவதாகவும் அவளுடைய நன்மையை உத்தேசித்தே இப்படிச் சொல்வதாகவும் அறிவித்திருந்தார். இந்தக் கடிதத்துக்கு இன்னும் அவளிடமிருந்து பதில் வரவில்லை. இந்தப் பதிலுக்காகத்தான் அவர் காத்திருந்தார். இன்னும் பதில் வராதது ஓர் நல்ல அறிகுறியாக இருந்தாலும் இருக்கலாம்; உறவுக்கு முடிவுகட்ட அவள் உடன்படாவிடில் உடனே பதிலெழுதியிருப்பாள், அல்லது இதற்கு முன்பு பல தரம் செய்தது போல் புறப்பட்டு நேரில் அவரிடம் வந்திருப்பாள். யாரோ ஒரு இராணுவ அதிகாரி அவளை நாடிச் செல்வதாக அடிபட்டு வந்த பேச்சு நெஹ்லூதவின் காதுக்கும் எட்டியிருந்தது. இதனால் அவருக்குப் பொறாமையும் கடுப்பும் ஏற்பட்டாலுங்கூட, தமது நெறிகெட்ட வாழ்விலிருந்து விடுதலை பெறலாமென்ற நம்பிக்கை அவருள் வலுவடைந்துவிட்டது.

இன்னொரு கடிதம் அவரது பண்ணையின் தலைமைக் காரியக்காரரிடமிருந்து வந்ததாகும். முறைப்படி பண்ணையை இளங் கோமகன் தமது அனுபவ உரிமைக்குக் கொண்டு வருவதற்காகவும், மற்றும் இனி அனுசரிக்கப்பட வேண்டிய சாகுபடி ஏற்பாடு குறித்துத் தீர்மானிப்பதற்காகவும் நேரில் அவர் பண்ணைக்கு வந்து செல்ல வேண்டுமென்று காரியக்காரர் எழுதியிருந்தார். கோமகள் இருந்த காலத்தில் அனுசரிக்கப்பட்டு வந்த சாகுபடி ஏற்பாட்டை இனியும் தொடர்ந்து அனுசரிப்பதா? அல்லது காரியக்காரர் காலஞ்சென்ற கோமகளிடம் முன்பு கூறி வந்தது போலவும், தற்போது இளங் கோமகனிடத்தும் கூறுவது போலவும் உழுபடைச் சாதனங்களையும் முதலீட்டையும் அதிகமாக்கித் தற்போது விவசாயிகளிடம் வாரச் சாகுபடிக்கு விடப்படும் நிலங்களை நேரடியான பண்ணைச் சாகுபடிக்கு மாற்றுவது மிகவும் இலாபகரமாக இருக்குமென்று அவர் கூறினார். முதல் தேதியன்று அனுப்பப்பட்டிருக்க வேண்டிய மூவாயிரம் ரூபிளை இன்னும் தாம் அனுப்பாததற்குக் காரியக்காரர் வருத்தம் தெரிவித்தார். இந்தப் பணம் அடுத்த அஞ்சலில் அனுப்பப்படும். விவசாயிகளிடமிருந்து பணத்தை வசூலிக்க முடியாமற்போனதுதான் தாமதத்துக்குக் காரணமென்றும், விவசாயிகள் கொஞ்சங்கூட நேர்மையின்றி நடந்து கொண்டதால் அரசாங்க அதிகாரிகளுக்கு மனு செய்ய வேண்டியிருந்ததென்றும் அவர் எழுதினார்.

காரியக்காரர் எழுதியிருந்த இந்தக் கடிதம் நெஹ்லூதவுக்கு ஒரு விதத்தில் மகிழ்ச்சியளித்தது, இன்னொருவிதத்தில் மனத்தை

உறுத்துவதாக இருந்தது. பெருஞ் சொத்துக்கு அதிபராகி யுள்ளோமென்று நினைக்கையில் அவருக்கு மகிழ்ச்சியாக இருந்தது. ஆனால் முன்பு நாம் இளமைத் துடிப்புமிக்கவராக இருந்தபோது ஹெர்பர்ட் ஸ்பென்சரின்* கருத்துகளை ஆர்வ மோடு போற்றி வந்ததையும், இப்போது பெரிய நிலவுடைமை யாளராகியதும் தனியார் நிலவுடைமையானது நீதிக்கு முரணானதென சமூக நிலையமைதியில் ஸ்பென்சர்** கூறும் கருத்தால் அதிர்ச்சியடைய நேர்வதையும் நினைக்கையில் அவருக்குச் சங்கடமாய் இருந்தது. இளமைப் பருவத்துக்குரிய உற்சாகத்துடன் முன்பு அவர் நிலத்தைத் தனியார் உடைமைக்குரிய ஒன்றாகக் கருதக் கூடாதென வாதாடினார். பல்கலைக் கழக மாணவராக இருந்தபோது இதுகுறித்து ஆய்வுரை எழுதியதோடல்லாமல், அவரது தந்தையிடமிருந்து வாரிசு முறையில் அவருக்குக் கிடைத்த சிறிதளவு நிலத்தை அப்படியே விவசாயிகளுக்குத் தந்து தமது கருத்தைச் செயலில் நிறைவேற்றியும் காட்டியிருந்தார். இப்போது தாயிடமிருந்து பெரிய அளவிலான நிலத்தைப் பெற்று, பெரிய நிலவுடைமையாளராகி விட்ட அவர் இரண்டில் ஒரு முடிவுக்கு வர வேண்டியிருந்தது; பத்து ஆண்டுகளுக்கு முன்பு தந்தையிடமிருந்து கிடைத்த இருநூறு தெஸ்யாத் தீனாவை*** விவசாயிகளுக்குத் தந்தது போலவே மீண்டும் தமது

---

* ஹெர்பர்ட் ஸ்பென்சர் *(1820-1903)*-ஆங்கிலேய முதலாளித்துவச் சமூகவியலாளர். நேர்காட்சிவாதி. "சமுதாய அங்ககத் தத்துவம்" என்பதான தத்துவத்தை முன்வைத்து வர்க்கச் சமத்துவமின் மையும் முதலாளித்துவச் சமுதாய உறவுகளின் முரண்பாடுகளும் நியாயமே என அவர் வாதாடினார். இந்த உறவுகள் உயிரமைப்பின் வாழ்வுக்கு இன்றியமையாத வெவ்வேறு உயிரியல் பணிகளுக் குரிய வெவ்வேறு உயிர் உறுப்புகளுக்கு இடையிலுள்ள பரஸ்பரச் செயற்பாடுகளை ஒத்தவை ஆகும் என்றார். இந்தத் தத்துவத்தை முன்வைத்ததோடன்றி கருத்தியலான 'நீதி'யின் கண்ணோட்டத் திலிருந்து அவர், அரசிடமிருந்து அராஜகவாத முறையிலான தனிநபர் சுதந்திரத்தையும், இயற்கைச் செல்வங்களை வரம்பின்றிப் பயன்படுத்திக் கொள்வதற்கான தனி நபர் உரிமையையும் ஆதரித்து வாதாடினார்.

** சமூக நிலையமைதி — ஹெர்பர்ட் ஸ்பென்சரின் ஆரம்பக் காலத்திய *(1850)* நூல்களில் ஒன்று. மிகவும் பெயர் பெற்றது. நிலத்தைப் பயன்படுத்திக் கொள்வதற்கான உரிமையை ஒரு சிலருக்கு அளித்து ஏனையோருக்கு இல்லாதபடிச் செய்யும் நிலவுடைமை முறை நியாயமற்றதாகும் என்று இந்நூலில் தெளிவு படுத்துகிறார். ஆனால் இந்தக் கருத்தோட்டத்தை ஸ்பென்சர் பிற்காலத்தில் கைவிட்டு விடுகிறார்.

*** தெஸ்யாத்தீனா—பழைய ருஷ்யப் பரப்பு அளவை. *1.09* ஹெக்டருக்குச் சமமானது

நிலங்களைத் தந்து விடவேண்டும். இல்லையேல் தமது பழைய கருத்துகள் தவறானவையென்றும் பொய்யானவையென்றும் ஒத்துக்கொண்டு பேசாமல் இருக்கவேண்டும்.

முதலாவது வழியில் அவர் செல்வதற்கில்லை, ஏனென்றால் அவருக்கு நிலங்களைத் தவிர வருவாய்க்கு வேறு வழியில்லை. அரசாங்க உத்தியோகத்துக்குச் செல்ல அவர் விரும்பவில்லை, அதேபோது ஆடம்பரமான அடாபிடிப் பழக்கங்களுக்குரிய சுகபோக, வாழ்க்கை நடத்திப் பழக்கப்பட்டிருந்தார், இந்தப் பழக்கங்களை விட்டொழிக்க முடியுமென அவர் நினைக்க வில்லை. அவற்றை விட்டொழிக்க வேண்டுமென்ற அவசியமும் ஏற்படவில்லை, ஏனெனில் இளமைப் பருவத்தில் அவரிடமிருந்த திடமான கருத்துகளும் வைராக்கியமும் துணிவும் வியக்கத்தக்க செயல்கள் புரிய வேண்டுமென்ற ஆசையும் அவரை விட்டு மறைந்து விட்டன. இரண்டாவது வழியை மேற்கொள்வதெனில் நிலத்தில் தனியார் உடைமை நியாயமல்ல என்று ஸ்பென்சரின் சமூக நிலையமைதியிலிருந்து அவர் தெரிந்துகொண்ட தெளிவான மறக்க முடியாத வாதங்களை, பிற்பாடு ஹென்றி ஜார்ஜின்* புத்தகங்களில் ஒப்பற்ற முறையில் உறுதி செய்யப் பட்ட இந்த வாதங்களை ஏற்க மறுத்துக் கண்களை மூடிக் கொள்ள வேண்டும்–இது அவருக்கு முடியாத காரியம்.

இதனால்தான் காரியக்காரரின் கடிதம் அவர் மனத்தை உறுத்துவதாக இருந்தது.

4

காப்பி சாப்பிட்டு முடிந்ததும் நெஹ்லூதவ், எத்தனை மணிக்கு நீதிமன்றத்துக்குப் போக வேண்டுமென்று அழைப் பாணையை எடுத்துப் பார்ப்பதற்காகவும், இளங் கோமகளுக்குப் பதில் எழுதுவதற்காகவும் தமது அறைக்குச் சென்றார். அங்கே செல்ல அவர் தமது கலைக்கூடத்தைக் கடக்க வேண்டியிருந்தது. கலைக்கூடத்தில் இன்னும் தீட்டி முடிக்கப் பெறாத உருவச் சித்திரம் ஒன்று நிலைச்சட்டத்தில் இருந்தது. இதற்கு நேர் எதிரே

---

* ஹென்றி ஜார்ஜ் (1839-1897)அமெரிக்கக் குட்டிமுதலாளித்துவப் பொருளியலாளர். பொது வாழ்வுப் பிரமுகர். நிலவுடைமை பற்றி ஸ்பென்சர் கூறிய தத்துவத்தை மேலும் வளர்த்து, நிலத்துக்கு 'ஒற்றைவரி விதிப்பு' முறையைப் புகுத்துவதின் மூலம் நிலத்தை நாட்டுடைமை ஆக்குவதென்ற தத்துவத்தை வகுத்திட்டார். ஹென்றி ஜார்ஜின் இந்தத் தத்துவத்தைத் டால்ஸ்டாய் ஆதரித்து. அதற்காக விரிவான பிரசாரம் நடத்தினார். ருஷ்யாவில் நிலப் பிரச்சினைக்குத் தீர்வு காண்பதற்கு இந்தத் தத்துவம் வழிவகுத்ததென்று டால்ஸ்டாய் கருதி வந்தார்.

சுவரில் சில ஓவிய உருவரைகள் தொங்கின. இரண்டு ஆண்டு களாய் அவர் பாடுபட்டு வந்திருந்த அந்த உருவச் சித்திரமும், பிறகு அந்த உருவரைகளும், அந்த ஓவியக்கூடம் அனைத்துமே, ஓவியக்கலை தமக்குக் கைவராத ஒன்றெனச் சிறிது காலமாய் அவர் மனத்துள் எழுந்து வந்த எண்ணத்தை உறுதிப்படுத்துவன வாய் நினைத்தார் அவர். கலையில் தமது உணர்வு நிலை வெகு வாய் உயர்ந்து விட்டதால்தான் இப்படி ஓர் எண்ணம் ஏற்படுவ தாகத் தமக்குத் தாமே அடிக்கடி விளக்கம் கூறிக்கொண்டார் என்றாலும், இந்த எண்ணம் அவரை விட்டகலாது வருத்தி வந்தது.

ஏழு ஆண்டுகளுக்கு முன்பு அவர் கலைத் துறையில் தமக்கு அபார வல்லமை உண்டென்ற திட நம்பிக்கையுடன் இராணுவச் சேவையை விட்டு விலகி வெளியே வந்தார். கலைப் பணியின் உயர் சிகரங்களிலிருந்து பார்த்தபோது அவருக்கு ஏனைய எல்லாப் பணித் துறைகளும் இகழ்ச்சிக்குரியனவாய்த் தோன்றின. ஆனால் இப்படிப் பார்ப்பதற்குத் தமக்குத் தகுதி இல்லையென இப்போது தெரிய வந்தது. இதைப்பற்றி நினைவு படுத்தியவை யாவும் அவருக்குக் கசப்பூட்டுவனவாக இருந்தன. கலைக் கூடத்தின் ஆடம்பர அமைப்புகளை வேதனையுடன் உற்று நோக்கியபடி ஊக்கமின்றித் தமது அறைக்குப் போய்ச் சேர்ந்தார். அவருடைய அறை பெரிதாகவும் பிரமாதமாகவும் இருந்தது, எல்லா வசதிகளோடும் எழிலும் சொகுசும் மிக்கதாக இருந்தது.

அங்கிருந்த பெரிய மேசையில் 'அவசர'மென்று குறிக்கப் பட்ட உறையிலிருந்த நீதிமன்ற அழைப்பாணையை நெஹ்லூதவ் வெளியே எடுத்தார், பதினொரு மணிக்கெல்லாம் அவர் நீதி மன்றத்தில் இருக்க வேண்டுமென்று அதில் குறிக்கப்பட்டிருந்தது. பிறகு அவர் அந்த மேசைக்கு எதிரே அமர்ந்து இளங் கோமகளுக்குப் பதில் எழுதினார். அவளது அழைப்புக்காக நன்றி தெரிவிப்ப தாகவும் இரவுச் சாப்பாட்டின் போது அவளிடம் வந்து சேர முயலுவதாகவும் எழுதினார். இதை எழுதி முடித்ததும் இந்தப் பதில் அளவு மீறிய நெருக்கத்தை உணர்த்துவதாக இருக்குமென நினைத்து இதைக் கிழித்தெறிந்தார். வேறொரு பதிலை எழுதி னார், ஆனால் அது அளவு மீறி முரடாகவும், மனத் தாங்கல் உண்டாக்கக்கூடியதாகவும் கூட இருக்கவே அதையும் அவர் கிழித்தெறிந்தார். பிறகு சுவரிலிருந்த மணியின் பொத்தானை அழுத்தினார். அவருடைய பணியாள் அறைக்குள் வந்து நின்றான் – வெளுக்காத கோடித் துணியில் மார்பங்கி அணிந்த முதியவன், கிருதாவைத் தவிர முகம் சுத்தமாக மழிக்கப்பட்டுச் சோகத் தோற்றமுடையவன்.

"எனக்கு வண்டி கொண்டுவரச் சொல்லு."

"இதோ சொல்கிறேன்."

"அப்படியே, பதிலுக்காகக் காத்திருக்கிறாளே கர்ச்சாகின் வீட்டுப் பணிப்பெண், அவளிடம் சொல்லு: நன்றி தெரிவிக்கிறேன் என்றும், வர முயலுவேன் என்றும் கூறும்படிச் சொல்லு."

"இதோ சொல்கிறேன்."

'பணிவன்பு மிக்கதாய் இல்லைதான், என்ன செய்வது? எழுத முடியவில்லை என்னால், இருக்கட்டும். அவளிடம்தான் நேரில் போகப் போகிறேனே' என்று மனத்துக்குள் சொல்லிக் கொண்டு, மேல் கோட்டை எடுப்பதற்காகச் சென்றார்.

மேல் கோட்டைப் போட்டுக்கொண்டு அவர் வெளியே வாயில் முகப்புக்கு வந்து சேர்ந்தபோது, அவருக்குத் தெரிந்த வாடகை வண்டிக்காரன் ரப்பர் டயர் வண்டியுடன் வாயிலுக்கு முன்னால் காத்திருந்தான்.

"நேற்று இரவு கோமகன் கர்ச்சாகின் வீட்டிலிருந்து நீங்கள் புறப்பட்டு ஒரு நிமிடங்கூட இருக்காது, வண்டியைக் கொண்டு வந்திருந்தேன்" என்று அந்த வண்டிக்காரன், வெயிலில் பழுப் பேறிய பருத்த கழுத்து வெள்ளைச்சட்டைக் காலருக்கு மேல் தெரிய, ஒருக்களித்து அவர் பக்கம் திரும்பி, "ஐயா இப்பதானே போனாருன்னு சொன்னான் வாயிலாள்" என்றான்.

'கர்ச்சாகின் குடும்பத்துடன் எனக்குள்ள உறவு வண்டிக் காரர்களுக்குக்கூடத் தெரிந்திருக்கிறது' என்று நினைத்துக் கொண்டார் நெஹ்லூதவ். இளங் கோமகள் கர்ச்சாகினாவை மணந்துகொள்வதா, இல்லையா என்று சிறிது காலமாய் அவரை வருத்தி வந்த அந்தக் கேள்வி மீண்டும் அவர் முன்னால் எழுந்தது. இந்தக் காலத்தில் அவரை எதிர்நோக்கிய மிகப் பல கேள்விகளையும் போல இதுவும் உண்டு அல்லது இல்லையென அவரால் தீர்மானத்துக்கு வர முடியாத சங்கடமான கேள்வி யாகவே இருந்தது.

திருமணத்துக்கு ஆதரவான வாதங்களை எடுத்துக் கொண் டால், ஒழுக்கங்கெட்ட வாழ்விலிருந்து விடுபட்டு நேர்மையான வாழ்க்கை நடத்த அவருக்கு வழி பிறக்கும் என்பதையும், இன்னும் முக்கியமாய் அவருக்குச் சொந்தக் குடும்பமென்றும் குழந்தைகளென்றும் ஏற்பட்டுவிட்டால் அர்த்தமில்லாத அவரது தற்போதைய வாழ்க்கை குறிக்கோளுடையதாகி முக்கியத்துவம் பெறுமென அவர் எதிர்பார்ப்பதையும் குறிப்பிட வேண்டும். திருமணத்துக்கு எதிரான வாதங்களாக, சுதந்திரத்தை இழக்க

நேருமே என்ற அச்சத்தையும், இளமைப் பருவத்தைக் கடந்து விட்ட பிரம்மச்சாரிகள் எல்லோருக்கும் பொதுவான அந்த அச்சத் தையும், மற்றும் அந்த விந்தையான பிறவியாகிய பெண்ணைப் பற்றி மனத்துள் எழும் காரணமில்லாத திகிலையும் குறிப்பிட வேண்டும்.

குறிப்பாக, மிஸ்ஸியை மணந்துகொள்ளலாமென நினைப்ப தற்கு (மரீயாதான் அவள் பெயர், ஆனால் சில வட்டாரத் தினருக்கு உரிய பழக்கத்தின்படிச் செல்லமாய் மிஸ்ஸி என்ற ழைக்கப்பட்டு வந்தாள்) ஆதரவாகக் கூறக்கூடியது என்ன வெனில், முதலாவதாக அவள் உயர்குலப் பிறப்புடையவள்; உடையலங்காரத்திலிருந்து பேச்சுமுறை, நடையழகு, புன்னகை யின் இனிமை வரையில் அனேகமாய் எல்லா விதத்திலும் சாதாரண மக்களிடமிருந்து வேறுபடுகிறவளாய் இருந்தாள், விதி விலக்கான உயர்பண்பு எதனாலுமல்ல. அவளது ‘நாகரிக நயத்தால்’–அவளது இந்த இயல்பை அவர் மிகவும் உயர்வாய் மதித்துப் போற்றினாலும் இவ்வியல்பைக் குறிப்பிடப் பொருத்த மான வேறு பதம் அவருக்குப் புலப்படவில்லை. இரண்டாவ தாக ஏனைய எல்லோரையும்விட அவரை அவள் உயர்மதிப்புக் குரியவராகக் கருதினாள், ஆகவே அவரை அவள் நன்கு புரிந்து கொண்டவள் என்பது தெரிந்தது. தம்மை அவள் புரிந்து கொண்டதானது, அதாவது தமது உயர் தகுதியை அவள் உணர்ந்துகொண்டதானது அவளது கூர்மதிக்கும் சீர்தூக்கிப் பார்த்து மதிப்பிடும் திறனுக்கும் சான்றாகுமென நினைத்தார் நெஹ்லூதவ். குறிப்பாக மிஸ்ஸியை மணந்து கொள்வதற்கு எதிரான வாதங்களில், இவளைக் காட்டிலும் இன்னும் பல உயர் சிறப்புகளுக்குரிய பெண் கிடைக்கக்கூடும் என்பதை முதற்கண் கூறலாம். இரண்டாவதாக ஏற்கெனவே அவள் இருபத்தேழு வயதானவள் என்பதால், அவளது முதலாவது காதலுக்குரிய ஆள் தாமல்ல, அனேகமாய் வேறு ஒருவராகவே இருக்குமென நினைத்தார் அவர். இந்த நினைப்பு அவருக்கு வேதனை யளித்தது. கடந்த காலத்தில்தான் என்றாலும், தம்மையன்றி வேறொரு ஆளை அவள் காதலிப்பதாவது? அவரது தன்மான உணர்ச்சிக்கு அது ஊறு விளைவிப்பதாக இருந்தது. நெஹ்லூ தவைச் சந்திக்கப் போகிறோம் என்பது அந்தக் காலத்தில் அவளுக்குத் தெரிந்திருக்க முடியாதுதான், இருந்தாலும் தம்மை யன்றி இன்னொரு ஆளை அவளால் காதலிக்க முடிந்ததென நினைத்தபோது அவருக்கு மானக்கேடாய் இருந்தது.

ஆகவே மணம் முடித்துக் கொள்வதற்கு ஆதரவாக எத்தனை காரணங்கள் இருந்தனவோ, அத்தனை காரணங்கள்

அதற்கு எதிராகவும் இருந்தன. சாதகக் கூறுகளும் பாதகக் கூறுகளும் இவ்விதம் சரிசமமாக இருக்கவே, எந்த வைக்கோல் கட்டின் பக்கம் திரும்புவதென்று புரியாமல் தவித்த அந்தக் கழுதையின் கதையேதான் தமது கதையும் என்று நெஹ்லூதவ் மனத்துள் சிரித்துக்கொண்டார்.

'எப்படியும் மரீயா வசீலியெவ்னாவிடமிருந்து (பிரபுக்குல முதல்வரின் மனைவி) பதில் தெரிந்து, அவளுடனான விவகாரத் துக்கு, முடிவு கட்டும் வரையில் நான் ஒன்றும் செய்வதற்கில்லை' என்று கூறிக்கொண்டார்.

அதுவரை தாம் தீர்மானத்துக்கு வராமல் ஒத்திப் போடலாம், ஒத்திப் போடவே வேண்டும் என்று நினைத்தபோது அவர் மனத்துக்கு ஆறுதலாய் இருந்தது.

நீதிமன்றத்துக்கு எதிரே தார் போடப்பட்ட வாயில் வழி அருகே அவரது குதிரை வண்டி ஓசையின்றிச் சென்று நின்ற போது, 'சரி இருக்கட்டும், அதைப் பற்றிப் பிற்பாடு ஆலோசிக் கலாம்' என்று தம்முள் கூறிக்கொண்டார்.

"இப்போது நான் எனது பொதுப்பணியைக் கவனித்தாக வேண்டும், எனக்குரிய வழக்கத்தின்படி நேர்மை உணர்வோடு, குற்றம் குறைவின்றி இதைச் செய்தாக வேண்டும்" என்று மனத் துள் கூறியவாறு வாயிற் காவலனைக் கடந்து நீதிமன்ற மண்ட பத்துள் நுழைந்தார்.

5

நெஹ்லூதவ் உள்ளே சென்றபோது நீதிமன்ற மண்டபங் களுக்குச் செல்லும் நடைவழிகளில் ஏற்கெனவே சந்தடி மிகுந்து அமர்க்களமாய் இருந்தது.

பாதங்களைத் தரையிலே தேய்த்து இழுத்துப் படபடத்துக் கொண்டு பெருமூச்சு வாங்கும் நிலையில் பணியாட்கள் பற்பல உத்தரவுகளோடும் காகிதங்களோடும் விரைந்து கொண்டிருந் தார்கள். அறிவிப்பாளர்களும் வழக்கறிஞர்களும் நீதிமன்ற அலு வலர்களும் அங்குமிங்கும் போய் வந்தனர். வாதிகளும் காவலில் இல்லாத எதிர்வாதிகளும் என்ன செய்வதென்று தெரியாமல் சுவர் ஓரமாய் அலைந்தும் ஆங்காங்கே அமர்ந்திருந்தும் நேரத் தைக் கடத்திக்கொண்டிருந்தனர்.

"சுற்றமர்வு நீதிமன்றம் எங்கே இருக்கிறது?" என்று பணியாளர் ஒருவரிடம் கேட்டார் நெஹ்லூதவ்.

"எந்த நீதிமன்றம்? உரிமை இயல் வழக்கா, குற்ற இயல் வழக்கா?"

"சான்றாயராக வந்திருக்கிறேன்".

"குற்ற இயல் நீதிமன்றமென்று சொல்லுங்கள். இப்படி வலப்பக்கம் சென்று இடப்பக்கம் திரும்புங்கள், இரண்டாவது கதவு".

அவ்வாறே சென்றார் நெஹ்லூதவ்.

அங்கே இரண்டாவது கதவின் முன்னால் இரு ஆட்கள் நின்றிருந்தார்கள். ஒருவர் உயரமான, வாட்டசாட்டமான வணிகர், இனிய சுபாவமுடையவர்; காலை உண்டி அருந்திய துடன்கூட கொஞ்சம் குடித்துவிட்டும் வந்திருந்தார் என்பது தெரிந்தது; அவர் பூரிப்புற்றுக் குதூகல நிலையில் இருந்தார். இன்னொருவர் யூத இனத்தைச் சேர்ந்த விற்பனையாளர். இருவரும் கம்பளியின் விலை குறித்துப் பேசிக்கொண்டிருந்த போது, நெஹ்லூதவ் அவர்களிடம் சென்று, "சான்றாயர்களின் அறை இதுதானா" என்று விசாரித்தார்.

"ஆமாம், இதுதான். எங்களில் ஒருவரா நீங்களும்? சான்றாயத்திலா இருக்கிறீர்கள்." என்று ஆனந்தம் மேலிட்ட வராய் கண்ணைச் சிமிட்டிக்கொண்டார் அந்த வணிகர்.

ஆமென நெஹ்லூதவ் பதிலளித்ததும், "அப்படியா? நல்லது, இன்று நாம் ஒன்று சேர்ந்து வேலை செய்யலாம்" என்றார் அவர். "எனது பெயர் பக்லஷோவ், இரண்டாவது வினைஞர் சங்கத்தைச் சேர்ந்த வணிகர்" என்று சொல்லி, கைகுலுக்குவ தற்காகத் தளதளப்பான தமது அகன்ற கையை நீட்டினார்: "நமக்குரிய பணியைச் செய்து முடிப்போம். வாருங்கள்.... யாருடன் பேசும் பாக்கியம் கிடைத்திருக்கிறது எனக்கு?"

நெஹ்லூதவ் தமது பெயரைச் சொல்லிவிட்டு, சான்றாயர் அறையினுள் சென்றார்.

அவ்வளவாகப் பெரிதாயிராத அந்த அறையினுள் வெவ் வேறு வகையினருமான சுமார் பத்துப் பேர் கூடியிருந்தார்கள். அவர்களும் அப்போதுதான் உள்ளே வந்தவர்கள். சிலர் அமர்ந் திருக்க ஏனையோர் மேலும் கீழுமாய் நடைபோட்டு ஒருவரை யொருவர் அணுகிப் பேசி அறிமுகம் பெற்றுக்கொண்டிருந்தனர். அவர்களில் ஒருவர் ஓய்வுபெற்ற கர்னல், இராணுவ உடுப்பு உடுத்தியிருந்தார்; சிலர் நீள்கோட்டும் மற்றவர்கள் சாதாரண கோட்டும் அணிந்திருந்தார்கள்; ஒரேயொருவர் மட்டும் விவசாயி உடைகளுடன் காணப்பட்டார்.

பலரும் தமது வேலைகளை விட்டுவிட்டு இங்கு வர நேர்ந்தது குறித்து முறையிட்டுக்கொண்டனர் என்றாலும், முக்கியமான பொதுப் பணிக்குரிய கடமையை நிறைவேற்று

கிறோம் என்ற மனநிறைவு அவர்கள் எல்லார் முகத்திலும் ஓரளவு ஒளிரவே செய்தது.

வானிலையைப் பற்றியும், வசந்தம் முன்னதாக ஆரம்பமாகி விட்டது குறித்தும், தொழில் வாய்ப்புகள் குறித்தும் சான்றாயர்கள் தம்மிடையே பேசிக்கொண்டனர். சிலர் ஏற்கெனவே ஒருவரையொருவர் அறிந்தவர்கள், வேறு சிலர் அவரவரும் யாராக இருக்குமென ஊகித்துக்கொண்டு உரையாடினர். நெஹ்லூதவுடன் பரிச்சயம் இல்லாதவர்கள், அவருடன் அறிமுகம் பெறுவதற்காக அவசரப்பட்டுக் கொண்டு முன் வந்தார்கள், இதனைத் தமக்குக் கிடைக்கும் சிறப்பாகக் கருதினர் என்பது தெரிந்தது. நெஹ்லூதவ் தமக்கு அளிக்கப்பட்ட கவுரவம் தமக்கு உரிய ஒன்றாய் ஏற்றுக்கொண்டார். பழக்கமில்லாதவர்கள் மத்தியில் இருக்கையில் எப்போதுமே அவர் இவ்வாறு தான் நடந்துகொள்வார். பெரும்பாலோரைக் காட்டிலும் அவர் ஏன் தம்மை உயர்ந்தவராகக் கருதிக்கொள்ள வேண்டுமெனக் கேட்டிருந்தால் அவரால் பதில் கூற முடிந்திருக்காது, அவரது வாழ்க்கை அப்படி ஒன்றும் பெருமைப்பட்டுக் கொள்ளத் தக்கதாய் இல்லை. ஆங்கிலத்திலும் பிரெஞ்சிலும் ஜெர்மனியிலும் நன்றாய்ப் பேசத் தெரிந்தவர் என்பதும், விலை உயர்ந்த சிறந்த உள்ளுடுப்புகளையும் ஆடைகளையும் டைகளையும் குமிழ்ப்பொத்தான்களையும் முதல் தரமான கடைகளில் வாங்கி உபயோகித்துக்கொண்டார் என்பதும் தம்மை உயர்ந்தவராகக் கருதிக் கொள்வதற்கு உரிமை அளித்துவிட முடியாதென்பது அவருக்குத் தெரிந்ததுதான். ஆயினும் அவர் தம்மை உயர்ந்தவராகவே கருதி வந்தார். தமக்கு அளிக்கப்பட்ட மதிப்பையும் மரியாதையையும் பெறத் தமக்கு உரிமையுண்டென நினைத்து அவற்றை ஏற்றுக்கொண்டார், தமக்கு இவை அளிக்கப்படாத போது கடுப்படைந்தார். சான்றாயர்களது அறையில் இப்போது அவர் போதிய அளவு மதிப்பும் மரியாதையும் தமக்கு அளிக்கப்படவில்லை என்று நினைத்து மனம் புழுங்குகிறார். சான்றாயர்களாக வந்திருந்தோரில் ஒருவர் நெஹ்லூதவுக்குத் தெரிந்தவர், முன்பு அவர் நெஹ்லூதவின் அக்காளுடைய குழந்தைகளுக்குப் பாடம் சொல்லித் தந்த ஆசிரியர், பியோத்தர் கெராசிமவிச் என்று பெயர் (நெஹ்லூதவ் அவரது குடும்பப் பெயரைத் தெரிந்து கொள்ளவில்லை என்பதுடன் அதைத் தெரிந்துகொள்ளாதது குறித்துக் கொஞ்சம் பெருமைப்பட்டுக் கொள்ளவும் செய்தார்). அந்த பியோத்தர் கெராசிமவிச் ஆசிரியப் பயிற்சி முடிவடைந்து இப்போது உயர்நிலைப் பள்ளி ஆசிரியராக இருந்து வந்தார். நெஹ்லூதவுக்கு எப்போதுமே அவரைப் பிடிக்காது. நெருங்கிய

பழக்கமுள்ளவரைப்போல் மிகவும் அன்னியோன்யமாய் அவர் பேசிய முறையும், பரமதிருப்தி வாய்ந்த அவரது சிரிப்பும், மொத்தத்தில் நெஹ்லூதவின் அக்காள் கூறியதுபோல் அவரது 'பாமரத்தனமும்' நெஹ்லூதவுக்குச் சகிக்க முடியாத வேதனை அளித்தன.

"ஹ–ஹா! நீங்களும் அகப்பட்டுக் கொண்டு விட்டீர்களா?" நெஹ்லூதவைக் கண்டதும் பியோத்தர் கெராசிமவிச் இவ்வாறு கூறி அட்டகாசமாய்ச் சிரித்தார். "உங்களாலுமா தப்பிக்க முடிய வில்லை?" என்று கேட்டார்.

"தப்பிக்க வேண்டுமென விரும்பவில்லையே நான்" கசப்பும் கடுமையும் வாய்ந்த குரலில் பதிலளித்தார் நெஹ்லூதவ்.

"சபாஷ், அது அல்லவா சமுதாயக் கடமை உணர்ச்சி! கொஞ்சநேரமாகட்டும், பசியோ தூக்கமோ வரட்டும்–அப்போது சுருதியை மாற்றிக் கொள்வீர்கள்!" என்று சொல்லி முன்னிலும் பலமாய்ச் சிரித்தார் பியோத்தர் கெராசிமவிச்.

'இந்தப் பாதிரி மகன் இனி என் தோள் மீது கை போட்டுப் பேச வேண்டியதுதான் பாக்கி' என்று நினைத்தவாறு நெஹ்லூதவ் அங்கிருந்து விலகி நடந்தார். உற்றார் உறவினர் எல்லாரும் உயிர் நீத்த செய்தி அப்போதுதான் தெரிந்தார் போன்றதொரு சோகம் அவர் முகத்தில் கவிந்திருந்தது. அங்கிருந்து ஒதுங்கிச் சென்ற அவர், உணர்ச்சித் துடிப்புடன் எதைப் பற்றியோ விவரித்துக் கொண்டிருந்த ஒரு கனவானைச் சுற்றிலும் கூடியிருந்த சிறு குழுவினரிடம் வந்தார். சுத்தமாய் மழிக்கப்பட்ட முகத்துடன் நெட்டையான கம்பீர உருவினரான அந்தக் கனவான் உரிமை இயல் நீதிமன்றத்தில் அப்போது நடைபெற்று வந்த ஒரு வழக்கைப் பற்றி அதன் முழு விவரத்தையும் நன்கு அறிந்த தோரணையுடன் சொல்லிக்கொண்டிருந்தார். அந்த நீதிபதி களோடும் பெயர் பெற்ற அந்த வழக்கறிஞரோடும் அவர் நெருங்கிய பழக்கமுடையவரென நினைக்க வேண்டியிருந்தது. அவர்களது முதற் பெயரையும் தந்தையின் பெயரையும் சொல்லி அவர்களைக் குறிப்பிட்டுக் கொண்டிருந்தார். அந்த வழக்கில் நியாயம் அனைத்தும் வயது முதிர்ந்த ஒரு சீமாட்டியின் பக்கமே இருந்தது, ஆனால் அந்தப் பிரபல வழக்கறிஞர் அவ்வளவு சாமர்த்தியமாய்ப் பெருந் திருப்பத்தை உண்டாக்கி விந்தை புரிந்து விட்டார். இப்போது அந்தச் சீமாட்டி அவளது எதிராளிக்குப் பெருந்தொகையைத் தரவேண்டியதாகி விட்டதென்று அந்தக் கனவான் விளக்கிக் கூறினார்.

"அந்த வழக்கறிஞர் மெய்யாகவே ஒரு பெரிய மேதாவி" என்றார் அவர்.

சுற்றிலும் இருந்தவர்கள் பக்தி சிரத்தையுடன் கேட்டுக் கொண்டிருந்தார்கள். இடையில் சிலர் ஏதோ சொல்ல முயன் றார்கள். ஆனால் அந்தக் கனவான் அந்த வழக்கைப் பற்றித் தாம் ஒருவருக்கு மட்டுமே முழு விவரமும் தெரியுமென்பது போல, வேறு யாரும் பேச முடியாமல் இடைமறித்தார்.

நீதிமன்றத்துக்கு நெஹ்லூதவ் நேரங்கழித்தே வந்திருந்தார், அப்படியும் அவர் நெடுநேரம் காத்திருக்க வேண்டியிருந்தது. குற்ற இயல் ஆயத்தின் நீதிபதிகளில் ஒருவர் இன்னும் வந்து சேரவில்லை. ஆகவே எல்லோரும் காத்திருக்கும்படி நேர்ந்தது.

6

ஆயத்தின் தலைமை நீதிபதி முன்னதாகவே வந்திருந்தார். நல்ல உயரமும் பருமனுமுடையவர், நரைத்துப்போன நீண்ட கிருதா வைத்திருந்தார். மணமானவர்தான். ஆனால் ஒழுக்கக் கேடான வாழ்க்கை நடத்தியவர். அவர் மனைவியும் அதேபோல் வாழ்ந்ததால், இருவரும் ஒருவர் விவகாரத்தில் ஒருவர் தலை யிடுவதில்லை. முன்பு கோடையில் அவர் வீட்டில் குழந்தை வளர்ப்பு ஆசிரியையாக இருந்த சுவிட்ஸர்லாந்துக்காரி தற்போது தெற்கு ருஷ்யாவிலிருந்து பீட்டஸ்பர்குக்குச் செல்வதாகவும், வழியில் நகரில் தங்குவதாகவும், அவளிடமிருந்து அன்று காலை அவருக்குக் கடிதம் வந்திருந்தது. அன்று மாலை மூன்று மணியி லிருந்து ஆறு மணி வரை அவரை எதிர்பார்த்து 'இத்தாலியா' ஓட்டலில் காத்திருப்பேன் என்று எழுதியிருந்தாள் அவள். கடந்த கோடையில் கிராமக் குடிலில் அவளுடன் உறவு கொண்டு புதிய காதல் நாடகம் ஒன்றைத் தொடங்கியிருந்த அவர் அந்தச் செம்முடியாள் கிளாரா வசீலியெவ்னாவிடம் ஆறு மணிக்கு முன்னதாகவே போய்ச்சேரும் பொருட்டு, நீதிமன்ற அமர்வினைச் சீக்கிரமாக ஆரம்பித்துக் கூடுமான விரைவில் வேலைகளை முடிக்க வேண்டுமென விரும்பினார்.

அவர் தமது தனி அறைக்குள் சென்று கதவைத் தாளிட்டுக் கொண்டார். பிறகு அலமாரியிலிருந்து கசரத்துப் பளுக்கோளங் களை எடுத்துக் கரங்களை மேலும் கீழும், முன்னாலும் பக்க வாட்டிலும் இருபது தரம் நீட்டி மடக்கினார். பிறகு பளுக் கோளங்களைத் தலைக்கு மேல் உயர்த்திப் பிடித்துக்கொண்டு முழங்காலை மெல்ல மடக்கி மூன்று தரம் உட்கார்ந்து எழுந் தார்.

'உடல் நலம் காப்பதற்குக் குளிர்ந்த நீராடலையும் உடற் பயிற்சியையும் போல் உதவுகின்றவை எவையும் இல்லை' என்று தம்முள் கூறியபடி, வலக்கரத்தின் இருதலைத் தசையை இடக்

கையால் அழுத்திப் பார்த்துக்கொண்டார். இடக் கையின் மோதிர விரலில் தங்க மோதிரம் போட்டிருந்தார் அவர். இன்னும் அவர் திருகுப் பயிற்சி செய்தாகவில்லை. (அதிக நேரத்துக்கு நீடிக்கக்கூடிய நீதிமன்ற அமர்வுக்கு முன்பு தவறாமல் அவர் இவ்விரு பயிற்சிகளையும் செய்வது வழக்கம்). அதற்குள் அறைக் கதவை யாரோ திறக்க முயலும் சத்தம் கேட்டது. தலைமை நீதிபதி அவசரமாய்க் பளுக்கோளங்களை அவற்றுக்குரிய இடத்தில் வைத்து விட்டுக் கதவைத் திறந்தார்.

"மன்னிக்க வேண்டும்" என்றார்.

ஆயத்தின் இன்னொரு நீதிபதி அறைக்குள் வந்தார்–தங்க விளிம்பு மூக்குக் கண்ணாடி அணிந்தவர். உயரக் கட்டை யானவர். மேலெழுந்த தோள்களும் சிடுசிடுப்பான முகமும் கொண்டவர்.

'மத்வேய் நிக்கீத்திச் இன்னும் வரவில்லை' என்று கடுப் பான குரலில் கூறினார் அவர்.

"இன்னுமா வரவில்லை" என்று கேட்டவாறு தமது உடுப்பை எடுத்து மாட்டிக்கொண்ட தலைமை நீதிபதி, "எப் போதுமே தாமதம்தான் அவரால்" என்றார்.

"கூச்சமின்றி எப்படி அவரால் நாள் தவறாமல் நேரங்கழித்து வர முடிகிறதோ, தெரியவில்லை" என்று உள்ளே வந்த நீதிபதி கோபமாய்க் கூறி, இருக்கையில் அமர்ந்துகொண்டு ஒரு சிக ரெட்டை எடுத்தார்.

இந்த நீதிபதி மிகவும் கறாரானவர். இதனால் வீட்டில் அன்று காலை அவருக்கும் அவர் மனைவிக்கும் சச்சரவு ஏற் பட்டது. அவர் மனைவி வீட்டுச் செலவுக்கான மாதாந்தரத் தொகையை காலத்துக்கு முன்பாகவே செலவழித்துவிட்டு, அடுத்த மாதக் கணக்கிலிருந்து முன்பணமாகத் தரும்படி அவரி டம் கேட்டாள். ஆனால் அவர் இந்த ஒழுங்கீனத்துக்கு இடந்தர முடியாதென்று பதிலளிக்கவே இருவருக்கும் சண்டை வலுத்து விட்டது. அப்படியானால் வீட்டில் சமையல் நடைபெறாது. இரவில் சாப்பாடு கிடைக்குமென எதிர்பார்க்க வேண்டாம் என்று அவர் மனைவி இரைந்தாள். அந்த நிலைமையில் அவர் வீட்டிலிருந்து புறப்பட்டு வந்திருந்தார். இவள் எதுவும் செய்யக் கூடியவள். மெய்யாகவே சாப்பாடு இல்லாதபடிச் செய்தாலும் செய்வாள் என்ற அச்சம் அவரை வருத்திற்று. உள்ளப் பூரிப்பும் உற்சாகமும் ஆரோக்கியமும் மிக்கவராயிருந்த தலைமை நீதிபதியைப் பார்த்தபடி 'ஒழுக்கக் கேடின்றி நல்லபடி வாழ்ந்து என்ன பயன்?' என்று நினைத்து நொந்துகொண்டார். தலைமை நீதிபதி அப்போது முழங் கைகளை இருபுறத்தும் விரித்துத் தமது

உடுப்பின் பின்னால் அலங்காரக் காலருக்கு மேல் அடர்த்தியாய் நீண்டிருந்த தமது நரைத்த கிருதாக்களைக் கண்ணுக்கு இனிய வெள்ளைக் கைகளால் தடவிச் சரிசெய்துகொண்டிருந்தார். 'இந்த மனிதர் எந்நேரமும் மனநிறைவும் மகிழ்ச்சியும் மிக்கவராய் இருக்க நான் துன்பத்தால் துயருறுகிறேன்' என்று வேதனைப் பட்டுக் கொண்டார் இரண்டாவது நீதிபதி.

செயலாளர் ஏதோ காகிதத்தை எடுத்துக்கொண்டு உள்ளே வந்தார்.

"நன்றி. மிக்க நன்றி" என்று சொல்லி தலைமை நீதிபதி தமது சிகரெட்டைப் பற்ற வைத்தவாறு "முதலில் எந்த வழக்கை எடுத்துக்கொள்ளலாம்?" என்று கேட்டார்.

"நஞ்சுக் கொலைவழக்கை எடுத்துக் கொள்ளலாமென நினைக்கிறேன்" என்று கருத்தில்லாத அலட்சிய பாவனையுடன் பதிலளித்தார் செயலாளர்.

நான்கு மணிக்கெல்லாம் இவ்வழக்கை முடித்துவிட்டுப் புறப்படலாமென நினைத்த தலைமை நீதிபதி, "நல்லது. இந்த வழக்கையே எடுத்துக்கொள்வோம்" என்றார். "மத்வேய் நிக்கீத்திச் இன்னும் வரவில்லையா?"

"இன்னும் வரவில்லையே."

"பிரேவே அங்கே இருக்கிறாரா?"

"இருக்கிறார்" என்றார் செயலாளர்.

"சரி, அவரைப் பார்த்தால், நஞ்சுக் கொலைவழக்கை முதலில் எடுத்துக்கொள்கிறோமென்று சொல்லுங்கள்."

பிரேவேதான் அரசாங்கத்தின் சார்பில் இந்த வழக்கை நடத்த வேண்டியவராகிய பிராசிக்யூட்டர்.

செயலாளர் வெளியே நடைவழியில் பிராசிக்யூட்டர் பிரேவேயைச் சந்தித்தார். உயர்ந்தெழுந்த தோள்களையுடைய அவர் ஒரு கரத்துக்கடியில் கைப்பையை வைத்து அழுத்திக்கொண்டு, உள்ளங்கை முன்னால் தெரிய இன்னொரு கரத்தை ஆட்டி வீசியபடி, பாதங்கள் தடதடக்க நடைவழியில் விரைந்து சென்றார்.

"நீங்கள் தயார்தானா என்று கேட்கிறார் மிகயீல் பெத்ரோ விச்" என்று வினவினார் செயலாளர்.

'எப்போதுமே நான் தயார்தான்' என்றார் பிராசிக்யூட்டர். "முதலில் எடுக்கப்படும் வழக்கு எது?"

"நஞ்சுக் கொலை வழக்கு."

"நல்லது" என்றார் பிராசிக்யூட்டர். உண்மையில் அவர் ஒன்றும் நல்லதெனக் கருதவில்லை. அவர் தூங்காமல் இரவு

❖ லியோ டால்ஸ்டாய் ❖

முழுவதும் விழித்திருந்துவிட்டு வந்திருந்தார். நண்பர் ஒருவருக்கு அளிக்கப்பட்ட வழியனுப்பு விருந்துக்குச் சென்று இரவு இரண்டு மணி வரை குடியிலும் களியாட்டத்திலுமாய்ப் பொழுதைக் கழித்தபின் அங்கிருந்து கிளம்பி, ஆறு மாதங்களுக்கு முன்பு வரை மாஸ்லவா இருந்து வந்த அந்த விடுதிக்குப் போயிருந்தார். ஆகவே நஞ்சுக் கொலை வழக்கு குறித்து அவரால் படிக்க முடியவில்லை. இப்போது அதை அவசரமாய்ப் புரட்டிப் பார்ப்பதற்காக ஓடிக்கொண்டிருந்தார். இந்த வழக்கு பற்றி இன்னும் அவர் படிக்கவில்லை என்பதைத் தெரிந்துகொண்ட செயலாளர் இவ்வழக்கை முதலில் எடுத்துக் கொள்ளலாமென வேண்டுமென்றேதான் தலைமை நீதிபதியிடம் ஆலோசனை கூறி ஏற்பாடு செய்திருந்தார். இந்தச் செயலாளர் மிதவாதப் போக்குடையவர். ஏன் தீவிரவாதக் கருத்துகள் கொண்டவர் என்று கூடச் சொல்லலாம். ஆனால் பிரேவே ஒரு பழமைவாதி. அதோடு ருஷ்யாவில் வேலையில் இருந்த எல்லா ஜெர்மானியர் களையும் போல் சத்திய சமயச் சபையின் தீவிர ஆதரவாளர். இதனால் செயலாளர் அவர் மீது வெறுப்பும், உயர்பதவி வகிக் கிறாரே என்று பொறாமையும் கொண்டிருந்தார்.

“ஸ்கொப்த்ஸீக்கள்* மீதான வழக்கைப் பற்றி என்ன சொல்கிறீர்கள்?” என்று கேட்டார் செயலாளர்.

“நான்தான் முன்பே சொன்னேனே; சாட்சிகள் இல்லாமல் இந்த வழக்கை நடத்த முடியாது. நீதிமன்றத்திலும் இதையேதான் சொல்வேன்.”

“அது எப்படி, ஒரே அடியாக...”

“முடியாது என்னால்” என்று தீர்மானமாகக் கையை ஆட்டியவாறு தமது அறைக்குள் ஓடினார் பிராசிக்யூட்டர்.

தேவையில்லாத அற்பமான ஒரு சாட்சி வராததைக் காரணமாகக் காட்டி, ஸ்கொப்த்ஸீக்களைப் பற்றிய வழக்கை அவர் ஒத்திப் போட்டு வந்தார். அறிவுத் துறையினர் பலரையும் சான்றாயர்களாய்க் கொண்ட, இந்த நீதிமன்றத்தில் இவ்வழக்கு விசாரணை செய்யப்பட்டால் கைதிகள் குற்றமற்றவர்களென விடுதலைத் தீர்ப்பு அளிக்கப்பட்டு விடலாம் என்பதுதான் இதற்கு மெய்யான காரணம். ஆகவே தலைமை நீதிபதியின் உடன்பாட்டுடன் அவர் மாநில நகரம் ஒன்றில் நடைபெறவிருந்த நீதிமன்ற அமர்வில் இந்த வழக்கு விசாரணைக்கு வரும்படி ஏற்பாடு செய்யத் திட்டமிட்டிருந்தார். அங்கே சான்றாயத்தில் விவசாயிகள் அதிகம் பேர் இருப்பார்கள் என்பதால் குற்றத்

* சமயக் கருத்து வேறுபாட்டுக் குழுவினர்

தீர்ப்புக்கு வாய்ப்பு அதிகம் இருக்குமென இவ்வாறு செய்ய விரும்பினார் அவர்.

நடைவழியில் சப்தமும் சந்தடியும் அதிகமாகிவிட்டன. கம்பீர உருவத்தினரான கனவான் நீதிமன்ற விவகாரங்களை நன்கு அறிந்த தோரணையுடன் கூறிய அந்த வழக்கு நடைபெற்று வந்த மண்டபத்தின் கதவுகளுக்கு அருகே ஒரே கூட்டமாயிருந்தது.

அங்கே இடைவேளை நேரம் அறிவிக்கப்பட்டு, வயது முதிர்ந்த ஒரு சீமாட்டி அந்த மண்டபத்திலிருந்து வெளியே வந்தாள். அவளுடைய சொத்தினைத்தான் அந்தப் பிரபல வழக்கறிஞர் சாமர்த்தியம் புரிந்து, அதற்கு எந்த உரிமையும் இல்லாத தமது கட்சிக்காரரான வணிகருக்குக் கிடைக்கும்படிச் செய்திருந்தார். இது அந்த நீதிபதிகளுக்குத் தெரிந்ததுதான். அந்தக் கட்சிக் காரருக்கும் அவரது வழக்கறிஞருக்கும் இன்னுங்கூட நன்றாகவே தெரிந்ததுதான். ஆனால் அந்த வயதான சீமாட்டியின் சொத்தை அவளிடமிருந்து பறித்து அந்த வணிகரிடம் தருவதைத் தவிர வேறு வழி இல்லாமல் போகும்படித் தக்கதோர் உத்தியை அந்த வழக்கறிஞர் கண்டுபிடித்துக் கையாண்டு விட்டார்.

வயது முதிர்ந்த அந்தச் சீமாட்டி பருத்தவளாய் இருந்தாள், சிறப்பான முறையில் ஆடைகள் அணிந்திருந்தாள். அவளுடைய தலைக் கவிகையில் பெரும் பெரும் பூக்கள் இருந்தன. கதவைக் கடந்து வெளியே வந்து நின்று குட்டையான தடித்த கரங்களை அகல விரித்துக்கொண்டு, அவளது வழக்கறிஞரின் பக்கம் திரும்பி மீண்டும் மீண்டும் கூறினாள்: "என்ன இது? நல்லா இருக்கிறதே! இப்படியா செய்வார்கள்?"

அந்த வழக்கறிஞர் அவளது தலைக் கவிகையில் இருந்த பூக்களைப் பார்த்துக்கொண்டு நின்றார். அவள் சொன்னதைக் காதில் வாங்காமலே வேறு எதைப் பற்றியோ ஆலோசித்துக் கொண்டிருந்தார் அவர்.

வயதான சீமாட்டி அனைத்தும் இழக்கும்படியும், தமக்குப் பத்தாயிரம் ரூபிள் தந்த அந்த வணிகருக்கு ஒரு லட்சம் ரூபிளுக்கு மேல் கிடைக்கும்படியும் செய்த அந்தப் பிரபல வழக்கறிஞர் மகிழ்ச்சியால் முகம் மலர்ந்தவராய் உரிமை இயல் நீதிமன்ற மண்டபத்திலிருந்து அந்த வயதான சீமாட்டியைப் பின்தொடர்ந்து வெளியே வந்தார். கஞ்சியிடப்பட்ட விசால மான சட்டை மார்பு அவரது தணிந்தமைந்த கோட்டுக்கு

மேல் பளபளத்துப் பளிச்சிட்டது. எல்லோரது பார்வையும் தம் மீது படிந்திருந்ததை உணர்ந்த அவர். 'போதும் இது, உங்களது பக்திப் பரவசத்தை மெச்சுகிறேன்' என்று கூற விரும்புகிறவரைப் போன்ற பாவனையுடன் அங்கிருந்து வேகமாய் நடந்தார்.

7

முடிவில் மத்வேய் நிக்கீத்திச்சும் வந்து சேர்ந்த பிறகு நீதிமன்ற அறிவிப்பாளர் சான்றாயர்களது அறைக்குள் சென்றார். நீண்ட கழுத்துடைய ஒல்லியான ஆள் அவர், ஒரு வகைப் பக்கவாட்டு நடையுடையவர். கீழ் உதடு ஒரு பக்கமாய்ப் பிதுங்கியிருந்தது.

இந்த அறிவிப்பாளர் நேர்மையானவர், பல்கலைக்கழகத்தில் படித்தவர். ஆனால் எந்த வேலையிலும் அவரால் அதிக நாட் களுக்கு நீடிக்க முடிவதில்லை. ஏனெனில் அடிக்கடி அளவு மீறிக் குடித்துவிட்டு உணர்விழந்துவிடுவார். அவரது மனைவி யிடம் பரிவு கொண்ட ஒரு கோமகள் மூன்று மாதங்களுக்கு முன்பு அவருக்கு இந்த வேலையை வாங்கித் தந்திருந்தாள். இவ்வளவு காலமாய் இதை இழக்காமல் இருக்க முடிந்ததே என்று அவர் மகிழ்ந்துகொண்டார்.

"கனவான்களே, யாரும் பாக்கியில்லாமல் எல்லோரும் வந்திருக்கிறீர்களா?" என்று வில் மூக்குக் கண்ணாடியை முகத் தில் வைத்து அழுத்திக்கொண்டு சுற்றிலும் பார்த்தவாறு கேட் டார் அவர்.

"யாரும் பாக்கியில்லை என்றுதான் நினைக்கிறேன்" என்றார். பூரிப்பு மிக்கவரான அந்த வணிகர்.

"சரி, பார்க்கலாம்," அறிவிப்பாளர் தமது கைக்குள்ளிருந்து ஒரு பட்டியலை எடுத்து வைத்துக்கொண்டு ஒவ்வொரு பெய ராய் அழைத்துச் சில சமயம் வில் மூக்குக்கண்ணாடி மூல மாகவும், சில சமயம் அதற்கு மேலிருந்தும் உற்று நோக்கினார்.

"அரசு ஆலோசகர் இ.ம. நிக்கீஃப்பரவ்!"

"நான்தான்" என்றார். நீதிமன்ற விவகாரங்களை நன்கு அறிந்திருந்த கம்பீர உருவினரான அந்தக் கனவான்.

"ஓய்வுபெற்ற கர்னல் இவான் செமியோனவிச் இவனோவ்!"

"இதோ இருக்கிறேன்!" என்று பதிலளித்தார். ஓய்வுபெற்ற இராணுவ அதிகாரியின் உடுப்பணிந்த ஒல்லியான ஒருவர்.

"இரண்டாவது வினைஞர் சங்கத்தைச் சேர்ந்த வணிகர் பியோத்தர் பக்லஷோவ்!"

"இதோ தயாராய்க் காத்திருக்கிறேன்!" என்று முழு வாயும் விரியும்படிப் புன்னகை புரிந்தார் இனிய சுபாவமுடைய வணிகர்.

"மெய்க்காவல்படை லெப்டினண்ட் கோமகன் திமீத்ரி நெஹ்லூதவ்."

"நான்தான்" என்றார் நெஹ்லூதவ்.

ஏனையோரைப் போன்றவரல்ல. தனிச் சிறப்புக்குரியவர் என்பதாகக் காட்ட விரும்பியதைப் போல அறிவிப்பாளர் தமது வில் மூக்குக் கண்ணாடிக்கு மேலிருந்து அவரைப் பார்த்துப் பணிவும் இனிமையும் வாய்ந்த முறையில் சிரம் தாழ்த்தி வணக்கம் தெரிவித்தார்.

"காப்டன் யூரி திமீத்திரிவிச் டான்சென்கோ, வணிகர் கிரிகோரி எஃபீமவிச் குலிஷோவ்..."

இரண்டு பேரைத் தவிர ஏனைய எல்லோரும் வந்திருந் தார்கள்.

"கனவான்களே, தயவுசெய்து இப்போது நீதிமன்றத்துக்குச் செல்ல வேண்டும்" என்று சொல்லிப் பணிவன்புடன் கையை நீட்டிக் கதவுப் பக்கம் காட்டினார்.

எல்லோருமாய்க் கதவை நோக்கிச் சென்றார்கள். ஒவ்வொருவராய் வெளியே போவதற்கு வழிவிட்டு அங்கே சற்று நேரம் நின்றார்கள். பிறகு நடைவழியைக் கடந்து நீதிமன்ற மண்டபத்துக்குள் சென்றார்கள்.

நீதிமன்ற மண்டபம் நீட்டு வாக்கில் அமைந்த ஒரு பெரிய அறை. ஒரு முனையில் மேலே ஏறுவதற்கு மூன்று படிகளுடன் கூடிய மேடை இருந்தது. அதன் மீது போடப்பட்டிருந்த மேசை யில் பச்சை விரிப்பிடப்பட்டிருந்தது. இந்த விரிப்பின் ஓரங்கள் கரும் பச்சை நிறமுடையவை. மேசைக்குப் பின்னால் இருந்த மூன்று பெரிய நாற்காலிகளும் ஓக் மரத்தில் சித்திர வேலைப் பாடுகள் செய்யப்பட்ட மிகவும் உயரமான முதுகுகளைக் கொண்டவை. இவற்றுக்குப் பின்னால் சுவரில் ஜெனரல் உடுப்பும் தோட்பட்டிகையும் அணிந்து ஒரு காலை முன்னால் வைத்துக் கையில் போர் வாளைப் பிடித்துக்கொண்டு நிற்கும் மாமன்னரது பொன்னிறச் சட்டமிடப்பட்டு பளிச்சிடும் முழுநீள வண்ண ஓவியம் மாட்டப்பட்டிருந்தது. வலப்புறத்து மூலையில் முள்முடி தரித்த இயேசுவின் திருவுருவம் அமைந்த கூண்டு தொங்கியது, அதற்கடியில் வாசகமேடை ஒன்று இருந்தது. அதே வலப்புறத்தில்தான் இருந்தது பிராசிக்யூட்டரின் சாய்வு மேசை. இந்த மேசைக்கு எதிரே, அறையின் இடப்புறத்தில் செயலாளரின் மேசையும், பொதுமக்கள் அமரும் இடத்துக்கு அருகாமையில்

கைப்பிடிக் கிராதி அடைப்புக் குற்றவாளிக் கூண்டும் (கைதிகள் இன்னும் அங்கு அழைத்து வரப்படவில்லை) இருந்தன. மேடையின் வலப்புறத்தில் சான்றாயர்கள் அமர்வதற்கான உயர் முதுகுடைய நாற்காலிகளும் கீழே தரையில் வழக்கறிஞர்களது மேசைகளும் காணப்பட்டன. இவை யாவும் நீதிமன்ற முன்பகுதியாக அமைந்து, கைப்பிடிக் கிராதி அடைப்பால் பின்பகுதியிலிருந்து பிரிக்கப்பட்டிருந்தன.

மண்டபத்தின் பின்பகுதி ஒன்றனபின் ஒன்றாய்ப் பல வரிசைகளில் அமைந்த இருக்கைகளால் ஆனது. முன்வரிசை இருக்கைகளில் வீட்டுவேலை அல்லது ஆலை வேலைப் பெண்டிராகத் தோன்றிய நான்கு பெண்களும் இரு தொழிலாளி ஆடவர்களும் அமர்ந்திருந்தார்கள். நீதிமன்ற மண்டபத்தின் ஆடம்பரமான தோற்றத்தைக் கண்டு மலைத்துப் போயிருந்தார்கள், குரலை உயர்த்தத் துணியாமல் காதுக்குள் குசுகுசுவெனப் பேசிக் கொண்டார்கள்.

சான்றாயர்கள் வந்தமர்ந்ததும் பக்கவாட்டு நடைநடந்து உள்ளே நுழைந்த அறிவிப்பாளர் மண்டபத்தின் நடுவில் வந்து நின்று, அங்கே இருந்தோர் எல்லோரையும் பயமுறுத்த விரும்பினாரெனத் தோன்றும்படி அவ்வளவு பலத்த குரலில் கத்தினார்:

"நீதிபதிகள் வருகிறார்கள்!"

எல்லாரும் எழுந்து நின்றார்கள், நீதிபதிகள் மண்டபத்தின் மேடை மீது ஏறினர். அவரது உறுதியான தசைகளோடும் நேர்த்தியான கிருதாக்களோடும் வந்தார் தலைமை நீதிபதி. அடுத்தபடி வந்தவர் தங்க விளிம்பு மூக்குக்கண்ணாடி அணிந்திருந்த சிடுசிடுப்பான நீதிபதி. இப்போது அவர் முன்னிலும் அதிக சிடுசிடுப்பு வாய்ந்தவராகத் தோன்றினார். ஏனெனில் இப்போது அவர் தனது மைத்துனருடன் பேசிவிட்டு வந்திருந்தார். இந்த மைத்துனர் தமது சகோதரியை (அதாவது நீதிபதியின் மனைவியை) சந்தித்ததாகவும் அன்று இரவு வீட்டில் சாப்பாடு இருக்காதென அவள் சொன்னதாகவும் நீதிபதியிடம் அறிவித்திருந்தார்.

"ஆகவே, ஏதாவது உண்டிசாலையைத்தான் தேடிச் சென்றாக வேண்டும்" என்று சொல்லிச் சிரித்துக்கொண்டார் அந்த மைத்துனர்.

"சிரிக்கிற விவகாரமல்ல இது" என்று கூறி, சிடுசிடுப்பான நீதிபதி முன்னிலும் அதிக சிடுசிடுப்பு வாய்ந்தவரானார்.

முடிவில் வந்தவர் மூன்றாவது நீதிபதி–எப்போதுமே தாமதித்து வருகிறவரான அந்த மத்வேய் நிக்கீத்திச். அவர் தாடி வைத்திருந்தார்; அவரது கண்கள் ஆழ்ந்தமைந்து பெரிதாய்

இருந்தன, அன்புடன் ஒளிர்ந்தன. அவர் வயிற்றுக் கடுப்பால் வருந்தியவர். டாக்டருடைய ஆலோசனையின் பேரில் அன்று காலை ஒரு புதிய சிசிக்சையை ஆரம்பித்திருந்தார். இதனால் அன்று வீட்டிலிருந்து அவர் புறப்படுவதற்கு வழக்கத்தையும் விட அதிக நேரமாகிவிட்டது. இப்போது அவர் மேடையிலே ஏறியபோது தியானம் புரிகிறவரைப் போல் இருந்தது அவரைப் பார்ப்பதற்கு. அவர் பல வகையான கேள்விகளைத் தமக்குத் தாமே வகுத்துக்கொண்டு பல்வேறு வினோத முறைகளிலும் அவற்றுக்கு விடை காணும் பழக்கமுடையவர் என்பதுதான் அவரது இந்தத் தியான நிலைக்குக் காரணம். தற்போது அவர் தாம் ஆரம்பித்திருந்த புதிய சிகிச்சை பயனளிக்குமா என்று தம்மைத் தாமே கேட்டுக்கொண்டு நீதிமன்ற மண்டபக் கதவி லிருந்து தமது நாற்காலியை வந்தடைவதற்குத் தாம் நடக்க வேண்டி வரும் தப்படிகளின் எண்ணிக்கை மூன்றால் வகுபடக் கூடியதாக இருக்குமானால் இந்தப் புதிய சிகிச்சையால் தமது வயிற்றுக்கடுப்பு குணமாகிவிடுமென முடிவு செய்திருந்தார். அவர் இருபத்தாறு தப்படி நடந்து முடிந்து இறுதியில் தமது நாற்காலிக்கு அருகே குறுகலான இருபத்தேழாவது தப்படி ஒன்றும் வரும்படிச் செய்து நிலைமையைச் சமாளித்துக் கொண்டார்.

பொன்னிற பூ வேலைப்பாடு செய்யப்பட்ட காலருடன் கூடிய உடுப்புகளில் மூன்று நீதிபதிகளின் தோற்றமும் மலைக்கத் தக்கதாகவே இருந்தது. இதனை அவர்களும் உணர்ந்திருந்ததாக நினைக்க வேண்டியிருந்தது. தமது இந்தப் பிரமாதமான தோற்றத்தால் தாமே கதி கலங்கியதுபோல் பார்வையைக் கவிழ்த்துக் கொண்டு, நீல விரிப்பிடப்பட்ட அந்த மேசைக்குப் பின்னால் உயரமான முதுகைக் கொண்ட நாற்காலிகளில் அவசரமாய் அமர்ந்தார்கள். உச்சியில் கழுகுச் சிற்பத்துடன் கூடிய முக்கோண வடிவத்திலான ஒரு பொருளும், மிட்டாய்க் கடைகளில் காணக்கூடிய மிட்டாய் ஜாடிகளைப் போன்ற இரண்டு கண்ணாடி ஜாடிகளும், மசிக்கூடும், பேனாக்களும், சுத்தமான காகிதமும், புதிதாகச் சீவப்பட்ட பலவகைப் பென்சில்களும் அந்த மேசையின் மீது இருந்தன.

நீதிபதிகளுடன் கூட பிராசிக்யூட்டரும் உள்ளே வந்தார். ஒரு கரத்துக்கு அடியில் கைப்பையை வைத்து அழுத்திக் கொண்டு, இன்னொன்றை வீசி ஆட்டியபடி, சன்னலுக்கு அருகிலிருந்த அவரது சாய்வு மேசையை நோக்கி வேகமாய் நடந்தார். அங்கே சென்று தமது இருக்கையில் அமர்ந்ததும், நீதிமன்ற அமர்வு ஆரம்பித்தவுடன் தயாராய் இருக்கும் பொருட்டு, கணப் பொழுது கூட வீணாக்காமல் தமது காகிதக்

கத்தைகளை எடுத்து வைத்துக்கொண்டு கண்ணும் கருத்துமாய் அவற்றைப் படிக்க முற்பட்டார். அண்மையில்தான் அவர் பிராசிக்யூட்டராய் நியமிக்கப்பட்டிருந்தார். இதற்கு முன்பு நான்கே வழக்குகளைத்தான் நடத்தியிருந்தார். பட்டம் பதவியில் நாட்டங் கொண்டவர் அவர். பதவி உயர்வும் சிறப்பும் பெற வேண்டுமென்று கங்கணங்கட்டிக்கொண்டு வேலை செய்து வந்தார். ஆகவே தாம் வழக்காடும் போதெல்லாம் தவறாமல் குற்றத்தீர்ப்பு அளிக்கப்படும்படிச் செய்வது அவசியமென்று கருதினார். நஞ்சுக்கொலை வழக்கின் முக்கிய நிகழ்ச்சிகள் ஏற்கெனவே அவருக்குத் தெரியும், தமது உரைக்கான திட்டத்தையும் மனத்துள் வகுத்து வைத்திருந்தார். ஆயினும் மேலும் சில விவரங்கள் அவருக்கு வேண்டியிருந்தன. அவசர அவசரமாய் இவை குறித்துக் குறிப்புகள் எழுதிக் கொள்ள ஆரம்பித்தார்.

மேடையின் எதிர்ப்பக்கத்தில் செயலாளர் அமர்ந்திருந்தார். தமக்குத் தேவைப்படக்கூடிய எல்லாக் காகிதங்களையும் தயாராய் எடுத்து வைத்துக்கொண்டபின், தணிக்கை அதிகாரிகளால் தடைவிதிக்கப்பட்ட செய்தியேட்டுக் கட்டுரை ஒன்றைப் படித்துக் கொண்டிருந்தார். முந்திய நாளன்றே அவர் இந்தக் கட்டுரையை வாங்கி வந்து படித்திருந்தார். அவருடன் ஒத்த கருத்துடையவரான தாடி வைத்த நீதிபதியுடன் இது குறித்துப் பேச வேண்டுமென்று ஆவல் கொண்டிருந்த அவர் முதலில் கட்டுரையைத் திரும்பவும் ஒருதரம் படித்துப் பார்க்கவிரும்பினார்.

8

தலைமை நீதிபதி காகிதங்கள் சிலவற்றைப் புரட்டிப் பார்த்துவிட்டு அறிவிப்பாளரிடமும் செயலாளரிடமும் ஏதோ சில கேள்விகள் கேட்டார். அவர்களிடமிருந்து உடன்பாடான பதில் கிடைத்ததும் கைதிகளை அழைத்து வரும்படி உத்தரவிட்டார்.

கிராதி அடைப்புக்குப் பின்னால் இருந்த கதவு உடனே திறக்கப்பட்டு, தலையில் குல்லாய் அணிந்து, உறையிலிருந்து உருவப்பட்ட பட்டாக்கத்தியைக் கையில் பிடித்துக்கொண்டு காவல்துறைப் படையாட்கள் இருவர் அதிலிருந்துவந்தனர். அவர்களைத் தொடர்ந்து, பழுப்புப் புள்ளிகளும் செம்பட்டை முடிகளுமுடைய ஓர் ஆண் கைதியும், பிறகு இரு பெண் கைதிகளும் குற்றவாளிக் கூண்டுக்குள் வந்தனர். அந்த ஆண் கைதி

அளவுக்கு மீறி நீளமாகவும் பெரிதாகவும் இருந்த சிறைக் கூட ஆடை அணிந்திருந்தான். இரு கைகளையும் உடலுடன் ஒட்டி வைத்துக்கொண்டு கட்டை விரல்களை நீட்டி நீளமான சட்டைக்கைகள் சரிந்து தொங்காதபடித் தாங்கிக்கொண்டான். கண்களை நீதிபதிகளின் பக்கம் திருப்பாமல் தான் அமர வேண்டிய பெஞ்சை உற்றுப் பார்த்தவாறு அதன் எதிர் முனைக்கு நடந்தான். அதில் ஏனையோர் அமருவதற்கு நிறைய இடம்விட்டு ஓரமாய் ஒதுங்கி உட்கார்ந்துகொண்டான். பிறகு தான் அவன் கண்கள் தலைமை நீதிபதியின் பக்கம் திரும்பி அவர்மீது குத்திட்டு நின்றன. அதேபோது முணுமுணுத்துக் கொள்வதுபோல் அந்த ஆளின் கன்னங்கள் ஆடித்துடித்தன. அந்த ஆளைத் தொடர்ந்து உள்ளே வந்த வயது முதிர்ந்த பெண்ணும் சிறைக்கூட ஆடையே அணிந்திருந்தாள். தலையில் சிறைக்கூடத் தலைக்குட்டையைக் கட்டியிருந்தாள். அவள் கண்கள் சிவந்திருந்தன; புருவங்களோ, இமை முடிகளோ இல்லாத அவளது முகம் சாம்பலைப்போல் வெளுத்திருந்தது. அமைதி வாய்ந்தவளாய்த் தோன்றினாள். அவளது ஆடை எதிலோ மாட்டிக் கொண்டதும் அவசரமின்றி அமைதியாக அதிலிருந்து ஆடையைப் பிரித்தெடுத்தாள், பிறகு பெஞ்சில் உட்கார்ந்தாள்.

மூன்றாவதாக வந்த கைதி மாஸ்லவா.

அவள் வந்தவுடனே நீதிமன்ற மண்டபத்திலிருந்த எல்லா ஆடவர்களின் கண்களும் அவள் பக்கம் திரும்பின. அவளது வெள்ளை முகத்திலே பளிச்சிட்ட அவளது கரிய விழிகளையும் சிறைக்கூட ஆடைக்குள்ளிருந்து விம்மியெழுந்த அவளது நிறை வான நெஞ்சையும் விட்டு அசையாமல் அப்படியே பார்த்துக் கொண்டிருந்தன. அவள் தாண்டிச் செல்ல வேண்டியிருந்த காவல்துறைப் படையாளுங்கூட, அவள் கடந்து சென்று பெஞ் சில் வந்தமரும் வரை வைத்த கண் வாங்காமல் அவளையே பார்த்துக்கொண்டு நின்றான்; அதன் பிறகுதான் துணுக்குற்றுக் குற்ற உணர்ச்சியுடன் வெடுக்கெனப் பார்வையைத் திருப்பித் தனக்கு எதிரே இருந்த சன்னலை உற்று நோக்கினான்.

கைதிகள் அவர்களது பெஞ்சில் அமரும் வரை நீதிபதி காத்திருந்தார். மாஸ்லவாவும் அமர்ந்துகொண்டபின் அவர் செயலாளர் பக்கம் திரும்பினார்.

பிறகு வழக்கமான நீதிமன்ற நடைமுறை ஆரம்பமாகியது. சான்றாயர் பட்டியல் படித்துச் சரிபார்க்கப்படுதல், வரத் தவறி யோரைப் பற்றிய பரிசீலனை, அவர்களிடமிருந்து வசூலிக்கப்பட வேண்டிய அபராதத் தொகையும் நிர்ணயிக்கப்படுதல், விதி விலக்கு அளிக்கப்பட வேண்டுமெனக் கேட்டவர்கள் குறித்து

முடிவு செய்தல், சான்றாயத்தின் காலி இடங்களுக்கு ஒதுக் கீட்டுப் பட்டியலிலிருந்து சான்றாயர்களை நியமித்தல். தலைமை நீதிபதி துண்டுக் காகிதங்களை மடித்து மேசை மீதிருந்த கண்ணாடி ஜாடி ஒன்றினுள் போட்டார். பிறகு ஜாலவித்தை புரியப் போகிறவரைப் போல் தமது பொன்னிறப் பின்னல் வேலைப்பாட்டுக் கைப்பட்டிகளை மடக்கிவிட்டுக் கொண்டார், ரோமம் அடர்ந்த அவரது மணிகள் வெளியே தெரிந்தன. ஒவ்வொன்றாய்ச் சீட்டுகளை ஜாடியிலிருந்து வெளியே எடுத்துப் பிரித்து அதிலிருந்த பெயரை அறிவித்துக் காலியிடங்களுக்கான சான்றாயர்களை நியமித்தார். பிறகு கைப்பட்டியலைப் பிரித்து விட்டுக் கொண்டு, சான்றாயர்களை ஆணையுறுதி ஏற்கச் செய்யுமாறு பாதிரியாரிடம் கூறினார்.

வயது முதிர்ந்த அந்தப் பாதிரியாரின் வெளிறிய மஞ்சள் முகம் சுரந்திருந்தது. தங்கச்சிலுவை ஒன்று அவர் கழுத்திலிருந்து தொங்கியது. மார்பில் ஒரு புறத்தில் ஏதோவொரு சிறு பதக்கம் அணிந்திருந்தார். சுரந்து போன கால்களைச் சிரமப்பட்டு எடுத்து வைத்து, இயேசுவின் திருவுருவத்துக்கு அடியிலிருந்த வாசக மேடையை நோக்கி மெல்ல நடந்தார் அவர்.

சான்றாயர்கள் எழுந்து கூட்டமாய் அந்த வாசகமேடை யிடம் சென்றனர்.

“இப்படி வாருங்கள்” என்று சொல்லி, மார்பில் தொங்கிய சிலுவையைத் தமது பருத்த கையால் இழுத்துவிட்டுக் கொண்டு, சான்றாயர்கள் எல்லோரும் நெருங்கி வந்து சேருவதற்காகக் காத்திருந்தார்.

நாற்பத்தாறு ஆண்டுகளாக இவர் பாதிரியாராக இருந்து வந்தவர். தேவாலயத் தலைமைப் பாதிரியார் அண்மையில் கொண்டாடியது போல இன்னும் மூன்று ஆண்டுகளில் இவரும் தமது பணியின் பொன்விழா கொண்டாடத் திட்டமிட்டு வந்தார். இந்த நீதிமன்றம் துவக்கப்பட்ட காலம் முதலாய் அவர் இதில் பணியாற்றி வந்தவர். எத்தனையோ ஆயிரம் பேரைத் தாம் ஆணையுறுதி ஏற்கச் செய்திருந்தது குறித்தும் இந்தத் தள்ளாத வயதிலுங்கூடத் தொடர்ந்து சமயச் சபைக்கும் தாய கத்துக்கும் தமது குடும்பத்துக்கும் சேவையாற்றி நலம் புரிந்தது குறித்தும் பெருமைப்பட்டுக்கொண்டார். தமது குடும்பத்துக்கு அவர் தமது வீட்டையும் வட்டி வருமானம் அளிக்கும் பணவுறுதிச் சீட்டுகளின் வடிவில் முப்பதாயிரம் ரூபிள் மூலதனமும் விட்டுச் செல்ல முடியுமென எதிர்பார்த்தார். ஆணையுறுதி ஏற்பது கூடாதெனத் திட்டவட்டமாய்த் தடை விதிக்கும் விவிலியச் சுவிசேஷங்களின் பெயரிலேயே பலரையும்

ஆணையுறுதி ஏற்கச் செய்ய வேண்டிவரும் இந்த நீதிமன்ற வேலை தமக்குத் தகாததல்லவா என்று அவர் நினைக்கவே இல்லை. எவ்விதத்திலும் இதை அவர் விரும்பத்தகாத வேலை யாய்க் கருதவில்லை. சிறப்புக்குரிய மேன்மக்கள் பலரோடும் தொடர்பு கிடைக்கச் செய்த இந்த வேலை அவர் மனத்துக்கு இனியதாகவே இருந்தது. சற்று முன்பு அந்தப் பிரபல வழக்கறிஞ ருடன் அறிமுகம் ஏற்பட்டபோது அவர் மனம் மகிழ்ந்து கொள்ளவே செய்தார். தலை கவிகையில் பெரும் பூக்களை வைத்திருந்த அந்தச் சீமாட்டிக்கு எதிரான வழக்கில் பத்தாயிரம் ரூபிள் சம்பாதித்துக்கொண்ட அவ்வழக்கறிஞரைப் பாதிரியார் பெருமதிப்புக்கு உரியவராகப் போற்றினார்.

சான்றாயர்கள் எல்லோரும் மேடையின் மீது ஏறியதும் பாதிரியார் வழுக்கை விழுந்த நரைத்த தலையைக் கழுத்து அங்கியின் எண்ணெய்ப் பிசுக்கேறிய வாயினுள் நுழைத்துத் தோளில் மாட்டிக்கொண்டார். தலையிலிருந்த அற்பசொற்ப முடிகளைச் சரிசெய்துகொண்டபின் சான்றாயர்களின் பக்கம் திரும்பினார்.

"வலக்கையை உயர்த்தி விரல்களை இப்படிச் சேர்த்து வைத்துக்கொள்ளுங்கள்" என்று தடுமாறும் கிழட்டுக் குரலில் சொல்லி, சுருக்கம் விழுந்த தமது பருத்த கையை உயர்த்தி எதிலிருந்தோ ஒரு சிட்டிகையளவு எடுத்து வைத்திருப்பது போல் கட்டைவிரலுடன் அடுத்த இருவிரல்களையும் சேர்த்து இணைத்துக் காட்டினார். "இப்போது நான் சொல்வதை அப்படியே திருப்பிச் சொல்லுங்கள்: 'எல்லாம் வல்ல இறைவன் பேரில், ஆண்டவனது பரிசுத்த வேதாகமத்தின் பேரில், நமது கர்த்தரின் உயிரளிக்கும் சிலுவையின் பேரில் நான் ஆணையுறுதி ஏற்கிறேன்.' அதாவது இந்த வழக்கில்..." ஒவ்வொரு தொடரையும் கூறியதும் சிறிது நேரம் காத்திருந்தார். "கையைக் கீழே இறக்கக்கூடாது. இப்படி உயர்த்தி வைத்துக்கொள்ள வேண்டும்" என்று கையைக் கீழே தணித்துக் கொண்டுவிட்ட இளைஞர் ஒருவரைப் பார்த்துக் கூறினார். "அதாவது இந்த வழக்கில்..."

கிருதா வைத்திருந்த அந்தக் கம்பீர உருவினரும் கர்னலும் வணிகரும் மற்றும் சிலரும் பாதிரியார் கேட்டுக்கொண்ட அதே முறையில் கையை நன்றாய் உயரத் தூக்கிக் கட்டைவிரலுடன் அடுத்த இரு விரல்களை வைத்து அழுத்திக்கொண்டு நின்றார்கள். தமக்கு இது மிகவும் பிடித்தமான ஒரு காரியமெனத் தோன்றும்படி அவர்கள் இதைச் செய்தார்கள். ஏனையோர்

❖ லியோ டால்ஸ்டாய் ❖ 47

விருப்பமும் கருத்தும் இல்லாதவர்களாய் இதைச் செய்தார்கள். பாதிரியார் கூறிய தொடர்களைப் பலத்த குரலில், "எது எப்படி யானாலும் நான் தெள்ளத் தெளிவாய் இதைச் சொல்லியே ஆக வேண்டும்!" என்று கூற விரும்பியது போல், தயக்கமின்றித் துணிவுடன் திரும்பிச் சொன்னார்கள், ஏனையோர் முணு முணுக்கும் குரலில் மெல்லக் கூறினார்கள். பிறகு நேரமில்லாமற் போய்விடுமென்று அச்சங்கொண்டதுபோல் அவசர அவசர மாய்ச் சொல்லி முடித்தார்கள். சிலர் தமது விரல்களின் பிடியி லுள்ள கண்ணுக்குத் தெரியாத சிட்டிகையளவிலான பொருள் கீழே விழுந்துவிடுமெனப் பயப்படுவதுபோல, கெட்டியான விரல்களை அழுத்திக்கொண்டார்கள். ஏனையோர் விரல்களைத் தளர்வாக விட்டிருந்துவிட்டு பிறகு திடுமெனக் கெட்டியாகச் சேர்த்துக்கொண்டார்கள். வயது முதிர்ந்த அந்தப் பாதிரியாரைத் தவிர ஏனையோருக்குச் சங்கடமாகவே இருந்தது. ஆனால் பாதிரியாருக்கு மட்டும் தாம் மிகவும் பயனுள்ள முக்கியமான கடமையை நிறைவேற்றுகிறோம் என்பதில் எந்தச் சந்தேகமும் இல்லை.

ஆணையுறுதி ஏற்றுக்கொண்டதும், முதல்வர் ஒருவரைத் தேர்ந்தெடுத்துக் கொள்ளும்படிச் சான்றாயர்களைக் கேட்டுக் கொண்டார் தலைமை நீதிபதி. அவர்கள் அவசரமாய் எழுந்து ஒருவரோடொருவர் இடித்துக்கொண்டு சான்றாயர் அறைக்குப் போய்ச் சேர்ந்தார்கள். அங்கே சென்றதும் பெரும்பாலா னோரும் சிகரெட்டைப் பற்ற வைத்துப் புகைக்க ஆரம்பித் தார்கள். கம்பீர உருவமுடைய கனவான் முதல்வராக இருக்க லாமென யாரோ ஒருவர் முன்மொழியவே எல்லாரும் உடனே உடன்பாடு தெரிவித்தார்கள். பிறகு சிகரெட்டுகளை அணைத்து எறிந்துவிட்டு எல்லோருமாய் நீதிமன்ற மண்டபத்துக்குத் திரும்பினர். தேர்ந்தெடுக்கப்பட்ட முதல்வர் தாம் முதல்வராகத் தேர்வு செய்யப்பட்டதைத் தலைமை நீதிபதிக்கு அறிவித்ததும், அவர்களுக்காக இரு வரிசைகளில் அமைந்த உயர் முதுகு நாற்காலிகளில் மீண்டும் அமர்ந்து கொண்டனர்.

தடங்கலின்றி யாவும் வேகமாய் ஓரளவு பரவசமூட்டும் படியான புனித முறையிலே நடந்தேறின. இந்த ஒழுங்கு முறையும் புனிதமும் நீதிமன்ற நடவடிக்கைகளில் பங்கு கொண் டோருக்கு மகிழ்ச்சி அளிப்பனவாகவே இருந்தன. மதிப்புக்குரிய முக்கிய பொதுக்கடமை ஆற்றுகிறோம் என்ற இவர்களது உணர் வினை இவை மேலோங்கச் செய்தன. நெஹ்லூதவும் இந்த உணர்வால் ஆட்கொள்ளப்பட்டார்.

சான்றாயர்கள் அவர்களது இருக்கைகளில் அமர்ந்தபின் தலைமை நீதிபதி அவர்களது உரிமைகளையும் கடமைகளையும் பொறுப்புகளையும் விளக்கி உரை நிகழ்த்தினார். இந்த உரையின் போது அவர் ஒரு நிலையில் இருக்க முடியாதவராய் அசைந்தாடிக் கொண்டிருந்தார். இடது கையையும் பிறகு வலது கையையும் வைத்து அழுத்திக்கொண்டு குனிந்தார், இப்போது நாற்காலி முதுகிலும் பிறகு நாற்காலி கைகளின் மீதும் சாய்ந்து கொண்டார். இப்போது தமக்கு முன்னால் இருந்த காகிதங்களை எடுத்து வரிசையாக வைத்தார். பிறகு காகிதம் கிழிக்கும் கத்தியைத் தடவிப் பார்த்தார். பிறகு பென்சில்களைத் தொட்டுப் பார்த்தார்.

தலைமை நீதிபதியின் மூலம் கைதிகளைக் கேள்வி கேட்கவும், காகிதமும் பென்சிலும் உபயோகித்துக் கொள்ளவும், சாட்சியப் பொருட்களைப் பரிசீலிக்கவும் சான்றாயர்களுக்கு உரிமை உண்டு என்றார். பொய்மைக்கு இடமளிக்காமல் நேர்மை யான முடிவுக்கு வருவது அவர்களது கடமையாகும். அவர்களது விவாதங்களின் இரகசியத் தன்மையைப் பாதுகாப்பது அவர் களுக்குரிய பொறுப்பாகும். இந்தப் பொறுப்பை நிறைவேற்றத் தவறுவோரும் வெளியாருடன் செய்தித்தொடர்பு கொள் வோரும் சட்டப்படி தண்டனைக்கு உள்ளாக வேண்டி வரும்.

பணிவன்புமிக்கக் கவனத்துடன் யாவரும் இந்த உரையைக் கேட்டார்கள். அந்த வணிகரைச் சுற்றிலும் மதுவின் நெடி பரவிச் சென்றது. விக்கல்களை வாய்க்குள் அடக்கிக்கொள்ள முயற்சி செய்தவாறு அவர் தலைமை நீதிபதியின் ஒவ்வொரு வாக்கியத்துக்கும் தலையை அசைத்து உடன்பாடு தெரிவித்தார்.

9

சான்றாயர்களுக்கு உரை நிகழ்த்தி முடித்ததும் தலைமை நீதிபதி குற்றவாளிக் கூண்டிலிருந்த கைதிகளின் பக்கம் திரும்பி னார்.

“சிமோன் கர்த்தீன்கின், எழுந்து நில்” என்றார். துள்ளி யெழுந்தான் சிமோன், அவனைவிட வேகமாய்த் துள்ளித் துடித்தன அவன் கன்னங்கள்.

“உன் பெயர் என்ன?”

“சிமோன் பெத்ரோவிச் கர்த்தீன்கின்” படபடக்கும் குரலில் வேகமாய்ப் பதிலளித்தான், பதில்களை ஏற்கெனவே ஆலோ சித்து தயாராய் வைத்திருந்தான் என்பது தெரிந்தது.

“எந்த வகுப்பு நீ?”

"விவசாயி வகுப்பு."

"எந்த மாநிலம், எந்த மாவட்டம், எந்த ஊர்?"

"தூலா மாநிலம், கிரப்பிவென்ஸ்கி மாவட்டம், குப்யான்ஸ்கி வட்டம். போர்க்கி கிராமம்."

"வயது எத்தனை?"

"முப்பத்து மூன்று, நான் பிறந்தது ஆயிரத்து எண்ணூற்று..."

"மதம் என்ன?"

"எனது மதம் ருஷ்யச் சத்திய சமயம்."

"திருமணமாகிவிட்டது அல்லவா?"

"இல்லை. மாண்புடையீர்!"

"நீ செய்து வந்த வேலை என்ன?"

"மாவ்ரிட்டானியா ஓட்டலில் பணியாளாக வேலை செய்து வந்தேன்."

"இதற்கு முன்பு நீதிமன்றத்தால் விசாரணை செய்யப் பட்டது உண்டா?"

"இதற்கு முன்பு நான் விசாரிக்கப்பட்டதில்லை, ஏனென் றால் நான் முன்பு வசித்தது..."

"விசாரிக்கப்பட்டதில்லை என்றுதானே சொல்கிறாய்?"

"ஆண்டவனே! எந்நாளும் விசாரிக்கப்பட்டதில்லை!"

"குற்றப் பத்திரிகையின் நகல் தரப்பட்டதா உனக்கு?"

"தரப்பட்டது."

"உட்கார்ந்து கொள், எஃபீமியா இவானவ்னா போச்சுவா" என்று அடுத்த கைதியின் பக்கம் திரும்பினார் தலைமை நீதிபதி.

ஆனால் கர்த்தீன்கின் உட்காரவில்லை, போச்சுவாவை மறைத்துக்கொண்டு நின்றான்.

"கர்த்தீன்கின், நீ உட்காரு"

கர்த்தீன்கின் தொடர்ந்து நின்றுகொண்டிருந்தான்.

"கர்த்தீன்கின், உட்காரு நீ!"

அப்போதும் உட்காரவில்லை கர்த்தீன்கின். நீதிமன்ற அறிவிப்பாளர் தலையை ஒரு பக்கமாய்ச் சாய்த்துக்கொண்டு கண்களை விரியத் திறந்து விபரீதமாய் முழித்தவாறு ஓடிச் சென்று, தவிக்கும் குரலில் அவன் காதுக்குள் "உட்காருன்னா உட்காரேன்?" என்று சொன்ன பிற்பாடுதான், அவன் உட்கார்ந் தான்.

எழுந்து நின்ற அதேவேகத்தில் உட்கார்ந்து அங்கியை இழுத்துக் கெட்டியாகப் போர்த்திக்கொண்டான். அவன் கன்னங்கள் மீண்டும் ஆடித் துடிக்க ஆரம்பித்தன.

"உன் பெயர் என்ன?" என்று தலைமை நீதிபதிகளைப் புடன் பெருமூச்செறிந்து, கூண்டிலே நின்ற பெண்ணை நிமிர்ந்து பார்க்காமலே, தம்மெதிரே இருந்த காகிதத்தைக் கவனித்தபடி கேட்டார். தலைமை நீதிபதிக்கு இதெல்லாம் அத்துப்படியான வேலை, விசாரணையைத் துரிதமாக முடிக்க வேண்டும் என்றபோது, ஒரே நேரத்தில் அவரால் இரண்டு காரியங்களைச் செய்ய முடிந்தது.

போச்சுவாவுக்கு வயது நாற்பத்து மூன்று, கலோம்னா நகரத்து மெஷ்ச்சானே வகுப்பினள்,* அதே மாவ்ரிட்டானியா ஓட்டலில் பணிப்பெண்ணாக வேலை செய்து வந்தவள். இதற்கு முன்பு நீதிமன்றத்தால் அவள் விசாரிக்கப்பட்டதில்லை, குற்றப் பத்திரிகையின் நகல் அவளுக்குக் கிடைத்திருந்தது. போச்சுவா தயக்கமின்றித் துணிவுடன் பதில் கூறினாள். "ஆமாம், எஃபீமியா போச்சுவாதான் நான். குற்றப்பத்திரிகையின் நகலைப் பெற்றுக் கொண்டேன்தான். அதனால் என்னவாம். யாரும் அதற்காக என்னைப் பற்றி இளக்காரமாக நினைக்கத் தேவையில்லை" என்று அறிவிக்க விரும்பியது போன்ற ஒரு குரலில் ஒவ்வொரு கேள்விக்கும் அவள் பதிலளித்தாள். உட்காரச் சொல்லும்வரை அவள் காத்திருக்கவில்லை; கடைசிக் கேள்விக்குப் பதில் முடிந்ததுதான் தாமதம், உடனே உட்கார்ந்துகொண்டு விட்டாள்.

"உன் பெயர்?" என்று மூன்றாவது கைதியைப் பார்த்து இதமாகக் கேட்டார். பெண்களை நேசிப்பவரான தலைமை நீதிபதி இருக்கையிலிருந்து மாஸ்லவா எழாததைக் கண்டதும், "எழுந்து நிற்க வேண்டும்" என்று கனிவும் குழைவும் தொனிக்கச் சொன்னார் அவர்.

உடனே மாஸ்லவா வேகமாய் எழுந்து, நிறைவான மார்பு உயர்ந்து முன்னால் தெரிய, நான் தயார் என்பதான முக பாவத் துடன் மௌனமாய் நின்றாள்; சற்றே ஓரப் பார்வை கொண்ட நகை ஒளிரும் அவளது கரிய கண்கள் தலைமை நீதிபதியின் மீது பதிந்திருந்தன.

"உன் பெயர் என்ன?"

"லியூபா" என்றாள், வேகமாய்.

நெஹ்லூதவ் இதற்கு முன்பே தமது வில் மூக்குக் கண்ணாடியைப் போட்டுக்கொண்டு, விசாரணைக்குப் பதில ளித்த ஒவ்வொரு கைதியையும் கவனித்து வந்தார். 'இருக்காது, இருக்க முடியாது' என்று நினைத்தவாறு அவர், இப்போது கூண்டிலே நின்ற கைதியை வைத்த கண் வாங்காமல் உற்றுப்

---

* மெஷ்ச்சானே வகுப்பு—அந்தக் காலத்தில் நகர மக்களைச் சேர்ந்த கீழ் மட்டத்து வகுப்பாகும்.

பார்த்தார். பிறகு அவள் கூறிய பதிலைக் கேட்டதும், "லியூபாவா? இல்லை, இல்லை!" என்று தம்முள் கூறிக்கொண்டார்.

தலைமை நீதிபதி அடுத்த கேள்வியைக் கேட்கப் போன போது, மூக்குக் கண்ணாடி போட்டிருந்த நீதிபதி குறுக்கிட்டு அவர் காதுக்குள் ஏதோ கூறிச் சிடுசிடுத்தார். தலைமை நீதிபதி தலையை ஆட்டியபடி கைதியின் பக்கம் திரும்பினார்.

"அதெப்படி லியூபா என்கிறாய்? இங்கு வேறொரு பெய ரல்லவா குறிக்கப்பட்டிருக்கிறது" என்று கேட்டார்.

கைதி ஒன்றும் சொல்லவில்லை, மௌனமாய் நின்றாள்.

"முறைப்படி உனக்குரிய பெயரைக் கேட்கிறேன்."

"சூட்டப்பட்ட பெயர் என்ன?" என்று கேட்டார், சிடுசிடுப் பான நீதிபதி,

"அந்தக் காலத்தில் என் பெயர் கத்தரீனா."

"இல்லை, இருக்க முடியாது" என்று தம்முள் திரும்பவும் கூறிக்கொண்டார் நெஹ்லூதவ். எனினும் அவருக்கு இப்போது சந்தேகத்துக்கு இடமின்றி தெளிவாகவே தெரிந்தது; இது அவளே தான், வளர்ப்புப் பெண்ணாகவும் வேலைக்காரப் பெண்ணாகவும் இருந்த அவளேதான், ஒரு காலத்தில் அவர் காதல் கொண்டிருந்த, மெய்யாகவே காதல் கொண்டிருந்த அதே பெண்தான். பிற்பாடு வெறிகொண்டு மதியிழந்து ஆசை காட்டித் துரோகம் புரிந்துவிட்டுத் தம் நினைவிலே திரும்பவும் தலைகாட்டாதபடி உதறித் தள்ளியிருந்தாரே—உள்ளத்தை வருத்தும் கசப்பான நினைவு என்பதால், தமது நேர்மையும் உயர் சிறப்புங் குறித்துப் பெருமைப்பட்டுக் கொண்ட நெஹ் லூதவ் நேர்மை தவறியதோடு அருவருப்பூட்டும் இழிந்த முறையில் இந்தப் பெண்ணுடன் நடந்துகொண்டதைத் தெள்ளத் தெளிவாய் நிரூபிக்கும் நினைவு என்பதால் அறவே தம் மனத்திலிருந்து மறையச் செய்திருந்தாரே—அதே பெண்தான்.

ஆம், இது அவளேதான். இன்னதென விவரிக்கவொண் ணாத மர்மமான அந்தத் தனிச் சாயலை, ஒவ்வொரு முகத்திலும் அதற்கு மட்டுமே உரித்ததாகப் பதிக்கப்பட்டு ஏனைய எல்லா முகங்களிலிருந்தும் வேறுபடுத்திக் காட்டும் அந்தத் தனிச் சாயலைத் தெளிவாக இப்போது அவர் கண்ணுற்றார். இயற்கைக்கு மாறாய் அவளது முகம் வெளுத்துப் போய் உப்பியிருந்துங்கூட அவளுக்கே உரிய அந்த இனிய தனிச்சாயல் அதில் தெரியவே செய்தது: அந்த உதடுகளிலும், சற்றே ஓரப் பார்வை கொண்ட அந்தக் கண்களிலும். இன்னும் முக்கியமாய் அறியாத்தனம் வாய்ந்த அந்தப் புன்முறுவலிலும், முகத்தில் மட்டுமன்றி அவள்

உருவம் அனைத்திலுமே குடிகொண்டிருந்த 'நான் தயார்' என்பத தான அந்தப் பாவனையிலும் அது ஒளிர்ந்தது.

"முன்பே அல்லவா நீ அதைச் சொல்லியிருக்க வேண்டும்" என்றார் தலைமை நீதிபதி, இதமான குரலில், "உன் தந்தையின் பெயர்?"

"நான் – தந்தை இல்லாதவள்."

"அப்படியானால் பெயர்சூட்டுத் தந்தையின் பெயரை இட்டிருப்பார்களே, அதைச் சொல்லு."

"மிகாய்லவ்னா."

'இவளால் என்ன குற்றம் செய்திருக்க முடியும்?' என்று, இதற்கிடையில் நெஹ்லூதவ் தம்முள் சிந்தனை செய்து கொண்டிருந்தார். அவருக்கு மூச்சுத் திணறியது.

"உன் குடிப்பெயர். அதாவது குடும்பப் பெயர் என்ன?" தலைமை நீதிபதி தொடர்ந்து விசாரணையை நடத்திச் சென்றார்.

"என் தாயினுடையதையே எனக்கும் இட்டு, மாஸ்லவா என்றழைத்தார்கள்."

"எந்த வகுப்பு நீ"

"மெஷ்ச்சானே வகுப்பு."

"மதம் – சத்திய சமயமா?"

"ஆம், சத்திய சமயம்."

"வேலை? நீ செய்து வந்த வேலை என்ன?"

மாஸ்லவா மௌனமாயிருந்தாள்.

"என்ன வேலை செய்து வந்தாய்?"

"நான் ஒரு விடுதியில் இருந்து வந்தேன்."

"என்ன விடுதி அது?" – மூக்குக்கண்ணாடி அணிந்த நீதிபதி கடுமையான குரலில் கேட்டார்.

"என்ன விடுதி என்பது உங்களுக்குத் தெரிந்ததுதான்." என்று சொல்லிப் புன்னகை புரிந்த மாஸ்லவா, அவசரமாக அங்குமிங்கும் பார்த்துவிட்டு மீண்டும் தலைமை நீதிபதியின் மீது பார்வையைப் பதித்துக்கொண்டாள்.

தலைமை நீதிபதி தலையைக் கவிழ்த்துக்கொள்ளும்படி திடுமென நீதிமன்றத்தில் முழு நிசப்தம் குடிகொள்ளும்படி, அவளது முகபாவத்தில் அவ்வளவு அசாதாரணமான ஏதோ வொன்று வெளிப்பட்டது; அவள் கூறிய சொற்களிலும் அவளது அந்தப் புன்னகையிலும் அங்குமிங்கும் அவள் பார்த்த அந்தப் பார்வையிலும் அவ்வளவு அச்சந்தருவதாய், பரிதாபத்துக்குரிய

தாய் ஏதோவொன்று உள்ளடங்கியிருந்தது. பொதுமக்கள் அமருவதற்கான பிரிவிலிருந்து யாரோ ஒருவரது சிரிப்பினால் மண்டபத்தின் நிசப்தம் கலைந்தது. உடனே "உஸ்–ஸ்" என்று வேறு யாரோ ஒருவர் அதை அடக்கினார். தலைமை நீதிபதி தலையை உயர்த்தி விசாரணையைத் தொடர்ந்தார்:

"இதற்கு முன்பு நீ விசாரிக்கப்பட்டதுண்டா?"

"இல்லை" என்று மெல்லிய குரலில் பதிலளித்த மாஸ்லவா, பெருமூச்சு விட்டுக்கொண்டாள்.

"குற்றப்பத்திரிகையின் நகலைப் பெற்றுக் கொண்டாயா?"

"பெற்றுக் கொண்டேன்."

"நீ உட்காரலாம்."

ஆடம்பரமாய் ஆடையணிந்த சீமாட்டி தனது ஆடையின் பின்தொங்கலை ஒழுங்குபடுத்திக்கொள்ளும் அதே முறையில் கைதி மாஸ்லவா தனது பாவாடையைச் சரிசெய்துகொண்டு, பார்வையைத் தலைமை நீதிபதியிடமிருந்து திருப்பாமலே இருக்கையில் அமர்ந்து, தனது சிறிய வெண்ணிறக் கைகளைச் சிறைக்கூட மேலங்கியின் கைகளுக்குள் நுழைத்து மடக்கிக் கொண்டாள்.

சாட்சிகளின் பட்டியல் பற்றிய பரிசீலனை ஆரம்பமாகியது. வேண்டாத சாட்சிகள் விலக்கப்பட்டனர். வல்லுநராகச் சான்றுரைப்பதற்கான டாக்டர் குறித்து முடிவு செய்யப்பட்டு, நீதிமன்ற மண்டபத்துக்கு வருமாறு அவர் அழைக்கப்பட்டார். பிறகு செயலாளர் எழுந்து நின்று குற்றப்பத்திரிகையை வாசிக்க முற்பட்டார். தெளிவாகவும் உரக்கவும் படித்தார். ஆனால் 'எல்'லையும் 'ஆரை'யும் தவறாக உச்சரித்துச் சென்றார். சொற்கள் ஒன்றோடொன்று பிணைந்து கொண்டன. ஏற்றத்தாழ்வின்றி ஓயாத ஒரே ஓட்டமாக ஒலித்து அலுப்பூட்டும்படியான குரலில் வேகமாக வாசித்தார். நீதிபதிகள் முன்னங்கைகளை மேசை மீது வைத்து நாற்காலியின் ஒரு கையிலும் பிறகு மற்றொரு கையிலுமாகச் சாய்ந்து அமர்ந்திருந்தார்கள். இப்போது மேசை மீதும் பிறகு நாற்காலி முதுகிலும் சாய்ந்தார்கள், அவர்களது கண்கள் ஒரு நேரம் மூடியிருந்தன, ஒரு நேரம் திறந்திருந்தன; இடையில் தம்மிடையே குசுகுசுவென்று பேசிக்கொண்டார்கள். காவல் புரிந்த படையாட்களில் ஒருவன் இரண்டொரு தரம் வெளிவரப்போன கொட்டாவியை முயற்சி செய்து அடக்கிக் கொண்டான்.

கைதி கர்த்தீன்கினது கன்னத்துடிப்பு ஓயவே இல்லை. போச்சுவா எப்போதாவது ஒரு நேரத்தில் தலைக்குட்டைக்குள்

விரலை நுழைத்துத் தலையைச் சொறிந்து கொள்வதைத் தவிர ஆடாமல் அசையாமல் நேரே நிமிர்ந்து உட்கார்ந்திருந்தாள்.

மாஸ்லவாவும் அசையவில்லை, படித்தவரின் முகத்தை உற்றுப் பார்த்தவாறு அவள் கேட்டுக்கொண்டிருந்தாள். இடையில் எப்போதாவது பதில் சொல்ல விரும்பியதுபோல வெடுக்கெனத் திரும்பினாள், அவள் முகம் சிவந்தது, பெருமூச்செறிந்து கைகளின் நிலையை மாற்றிக்கொண்டு சுற்றிலும் ஒரு தரம் பார்த்தாள், பிறகு கண்களைத் திரும்பவும் செயலாளரின் மீது பதித்துக்கொண்டாள்.

நெஹ்லூதவ் உயரமான முதுகுடைய அவரது நாற்காலியில் முதல் வரிசையில் கடைசியிலிருந்து இரண்டாவதாக அமர்ந்திருந்தார். வில் மூக்குக்கண்ணாடி அவர் மூக்கிலேதான் இருந்தது. அவர் பார்வை மாஸ்லவாவை விட்டு நகரவில்லை, அவர் உள்ளத்தில் வேதனை வாய்ந்த சிக்கலான போராட்டம் நடைபெற்றுக் கொண்டிருந்தது.

10

அந்தக் குற்றப்பத்திரிகை வருமாறு:

"சைபீரியாவிலுள்ள குர்கான் நகரைச் சேர்ந்த இரண்டாவது வினைஞர் சங்க வணிகரான ஃபெரபோன்ட் ஸ்மெல்கோவ் 188–ஜனவரி 17 ஆம் நாளன்று மாவ்ரிட்டானியா ஓட்டலில் திடுமென மரணமடைந்தார்.

"அளவு மீறி மது உண்டதால் நேர்ந்த இருதய நெகிழ்ச்சியால் மரணம் ஏற்பட்டதாக உள்ளூர் நான்காவது வட்டாரத்துப் போலீஸ் டாக்டர் கருத்துத் தெரிவித்துச் சான்றொப்பக் குறிப்பெழுதினார். ஸ்மெல்கோவின் உடல் அடக்கம் செய்யப்பட்டது.

"ஸ்மெல்கோவின் நண்பரும் அவரது நகரத் தலைவருமான சைபீரிய வணிகர் திமோஹின் இதற்குப் பிறகு சில நாட்களுக்கெல்லாம் பீட்டர்ஸ்பர்கிலிருந்து திரும்பியதும் ஸ்மெல்கோல் மரணமடைந்ததை ஒட்டிய நிலைமைகளைப் பற்றிக் கேள்விப்பட்டவுடன், ஸ்மெல்கோவிடமிருந்த பணத்தைத் திருடும் நோக்கத்துடன் நஞ்சு தரப்பட்டு அவர் கொலை செய்யப்பட்டிருக்க வேண்டுமென்ற சந்தேகத்தை அறிவித்தார்.

"இந்தச் சந்தேகத்தைப் பூர்வாங்கப் புலன் விசாரணை உறுதி செய்தது. இந்த விசாரணை நிலைநாட்டியதாவது:

"1. இறப்பதற்கு முன்பு இந்த ஸ்மெல்கோவ் வங்கியிலிருந்து 3,800 ரூபிள் வாங்கி வந்திருந்தார், ஆனால் இறந்தவரின்

உடைமைகள் கணக்கிடப்பட்டுத் தயாரிக்கப்பட்ட விவரப் பட்டியலானது அவரிடம் 312 ரூபிள் 16 கோப்பெக்குதான் இருந்ததென்று காட்டுகிறது.

"2. இந்த ஸ்மெல்கோவ் தாம் இறந்ததற்கு முந்திய பகலையும் இரவையும் வேசி லியூபாவுடன் (கத்தரீனா மாஸ்லவா) விடுதியிலும் மாவ்ரிட்டானியா ஓட்டலில் தமது அறையிலும் கழித்தார். அவருடைய வேண்டுகோளுக்கு ஏற்ப கத்தரீனா மாஸ்லவா பணம் எடுத்து வருவதற்காக, அறையில் அவர் இல்லாதபோது விடுதியிலிருந்து அந்த அறைக்குப் போயிருந்தாள். நேரே ஸ்மெல்கோவே அவளிடம் தந்திருந்த சாவியைக் கொண்டு மாஸ்லவா பணமிருந்த பெட்டியை ஓட்டல் பணியாட்களாகிய எஃபீமியா, போச்சுவா, சிமோன் கர்த்தீன்கின் ஆகியோர் முன்னிலையில் திறந்து பிற்பாடு பூட்டினாள். பெட்டி திறக்கப்பட்டபோது அதனுள் நூறு ரூபிள் நோட்டுகள் கட்டுக் கட்டாய் இருக்கக் கண்டதாகப் போச்சுவாவும் கர்த்தீன்கினும் சான்றுரைக்கிறார்கள்.

"3. விடுதியிலிருந்து மாவ்ரிட்டானியா ஓட்டலுக்கு ஸ்மெல்கோவ் திரும்பியபோது அவருடன் கூட லியூபாவும் வந்தாள். ஓட்டலில் கர்த்தீன்கின் தந்த வெள்ளைத்தூளை, கர்த்தீன்கின் கூறிய ஆலோசனையின்படி லியூபா ஒரு கிளாஸ் பிராந்தியில் தூவி, பிறகு அதைக் குடிப்பதற்காக ஸ்மெல் கோவிடம் தந்தாள்.

"4. அடுத்த நாள் காலையில் லியூபா(கத்தரீனா மாஸ்லவா) அவளது விடுதித் தலைவியிடம் (சாட்சி கித்தாயெவா) வைர மோதிரம் ஒன்றை, ஸ்மெல்கோவ் தனக்குத் தந்த அன்பளிப்பு என்பதாகச் சொல்லி விற்பனை செய்தாள்.

"5. ஸ்மெல்கோவ் இறந்ததற்கு அடுத்த நாளன்று ஓட்டல் பணிப்பெண் எஃபீமியா போச்சுவா வங்கியில் தனது நடப்புக் கணக்கில் 1800 ரூபிள் கட்டினாள்.

"ஸ்மெல்கோவ் சடலத்தின் மீது செய்யப்பட்ட மருத்துவச் சோதனையும், பிண அறுவை ஆய்வும், ஸ்மெல்கோவின் சீரண உறுப்புகளின் உள்ளடக்க இரசாயன ஆய்வும் நஞ்சு இருந்ததைப் புலப்படுத்தின, நஞ்சின் விளைவாகவே மரணம் ஏற்பட்டதென்ற முடிவு இவ்வுண்மையிலிருந்து பெறப்படுகிறது."

"குற்றஞ்சாட்டப்பட்டவர்களாகிய மாஸ்லவாவும் போச்சு வாவும் கர்த்தீன்கினும் தாம் குற்றமற்றவர்களென வாதிட் டார்கள். மாஸ்லவா, அவள் வேலை செய்வதாகக் கூறிக் கொள் ளும் அந்த விடுதிக்கு வணிகர் ஸ்மெல்கோவ் வந்திருந்தபோது, அந்த வணிகர்தான் தன்னை மாவ்ரிட்டானியா ஓட்டலுக்குச்

சென்று பணம் எடுத்து வரும்படி அனுப்பியதாகவும். வணிகர் தந்த சாவியைக் கொண்டு பெட்டியைத் திறந்து, தன்னிடம் சொல்லப்பட்டது போல் பெட்டியிலிருந்து நாற்பது ரூபிள் எடுத்ததாகவும், அதற்கு மேல் எடுக்கவில்லை என்றும் வாக்கு மூலம் தந்தாள். போச்சுவா, கார்த்தீன்கின் இவர்கள் முன்னிலையில் அந்தப் பெட்டியைத் திறந்து பணத்தை எடுத்துக் கொண்டு மூடிப் பூட்டியதாகவும், தனது வாக்குமுலம் மெய்தான் என்பதற்கு அவர்களால் சான்றுரைக்க முடியுமென்றும் மாஸ்லவா கூறினாள்.

"மேலும் அவள் அளித்த வாக்குமூலம் வருமாறு: வணிகர் ஸ்மெல்கோவின் ஓட்டல் அறைக்கு இரண்டாவது தரம் அவள் வந்திருந்தபோது சிமோன் கார்த்தீன்கினது தூண்டுதலின் பேரில் ஏதோ ஒரு மருந்துத்தூளைத் தூக்க மருந்தென நினைத்துப் பிராந்தியில் கலந்து ஸ்மெல்கோவிடம் தந்தால், அவர் தூங்கி விடுவார். தான் அவரிடமிருந்து போய்ச் சேர்ந்து விடலாமென எண்ணினாள். மோதிரத்தை ஸ்மெல்கோவ்தான் அவளிடம் தந்தார்; அவளை அவர் அடித்துவிடவே அழுதுகொண்டு அவள் அவரிடமிருந்து சென்றுவிட முயன்றபோது தந்தார்.

"எஃபீமியா போச்சுவாவை விசாரித்தபோது, காணாமற் போன பணத்தைப் பற்றித் தனக்கு ஒன்றும் தெரியாது, வணிகரின் அறைக்குள் தான் செல்லவே இல்லை என்று வாக்குமூலம் அளித்தாள். லியூபாதான் தனியே அந்த அறைக்குள் சென்றிருந்தாள். வணிகரிடமிருந்து ஏதாவது களவாடப்பட்டிருந்தால், பணத்தை எடுத்துச் செல்வதற்காக வணிகரது சாவியுடன் வந்திருந்த லியூபாதான் இந்தத் திருட்டைச் செய்திருக்க வேண்டும் என்றாள் அவள்."

இது படிக்கப்பட்டபோது மாஸ்லவா திடுக்குற்று வாயைத் திறந்து கொண்டு போச்சுவாவை வெறிக்கப் பார்த்தாள்.

"வங்கியில் நடப்புக் கணக்கில் செலுத்தப்பட்ட 1,800 ரூபிளுக்கான வரவுச் சீட்டு போச்சுவாவிடம் காட்டப்பட்டது" என்று செயலாளர் தொடர்ந்து படித்துச் சென்றார். "இவ்வளவு பணம் அவளுக்கு எங்கிருந்து கிடைத்தது என்று விசாரித்ததும், இது பன்னிரண்டு ஆண்டுகளாகத் தானும் சிமோன் கார்த்தீன்கினுமாகச் சேர்ந்து சம்பாதித்ததாகுமென்றும், இந்தச் சிமோனையேதான் தான் மணந்துகொள்ளப் போவதாகவும் அவள் வாக்கு மூலம் தந்தாள்.

"சிமோன் கார்த்தீன்கின் முதன்முதலில் விசாரிக்கப்பட்ட போது, விடுதியிலிருந்து சாவியுடன் வந்திருந்த மாஸ்லவா

அளித்த தூண்டுதலின் பேரில் தானும் போச்சுவாவும் பணத்தைத் திருடியதாகவும் இரண்டு பேருமாக மாஸ்லவா வுடன் சேர்ந்து அதைச் சமமாகப் பங்கிட்டுக் கொண்டதாகவும் ஒப்புக்கொண்டான்."

இவ்விடத்தில் மாஸ்லவா மீண்டும் துணுக்குற்றுப் போனாள், இருக்கையிலிருந்து எழுந்து நின்று முகம் செக்கச் சிவந்து போய் ஏதோ சொல்வதற்காக வாயைத் திறந்தாள், ஆனால் நீதிமன்ற அறிவிப்பாளர் அவளைத் தடுத்து நிறுத்தி னார்.

"வணிகரைத் தூங்க வைப்பதற்காகத் தான் மருந்துத்தூள் கொண்டு வந்து மாஸ்லவாவிடம் தந்ததாக முடிவில் கர்த்தீன் கின் ஒத்துக்கொண்டான்' என்று செயலாளர் படித்துச் சென்றார். "இரண்டாவது தரம் விசாரிக்கப்பட்டபோது, பணம் திருடப்பட்டதுடனோ, மாஸ்லவாவிடம் மருந்துத்தூள் கொண்டு வந்து தந்ததுடனோ தனக்கு எந்தச் சம்பந்தமும் இல்லை என்று கூறி கர்த்தீன்கின் யாவற்றையும் மறுத்தான். மாஸ்லவா தனியே யாவற்றையும் செய்தாள், வங்கியில் போச்சுவா கட்டிய பணத்தைப் பற்றி அவள் கூறியதையே அவளிடம் திருப்பிச் சொன்னான், அதாவது பன்னிரண்டு ஆண்டுகளாக இருவரும் ஓட்டலில் வேலை செய்தபோது ஓட்டலில் தங்கியவர்கள் தமக்குத் தந்த இனாம் பணமாகும் என்றான்."

இதைத் தொடர்ந்து சாட்சிகளின் பூர்வாங்க விசாரணை பற்றிய விவரங்களையும் அவர்கள் தந்த சான்றுரைகளையும் வல்லுநர்களது கருத்துகளையும் இன்ன பிறவற்றையும் குற்றப் பத்திரிகை எடுத்துரைத்தது.

குற்றப்பத்திரிகையின் கடைப் பகுதி வருமாறு:

"மேற்கூறியவற்றை ஆதாரமாகக் கொண்டு, போர்க்கி கிராமத்தைச் சேர்ந்த விவசாயியாகிய முப்பத்து மூன்று வயதான சிமோன் கர்த்தீன்கினும், மெஷ்ச்சானே வகுப்பினளாகிய நாற்பத்து மூன்று வயதான எஃபீமியா போச்சுவாவும், மெஷ்ச்சானே வகுப்பினளாகிய இருபத்து ஏழு வயதான கத்தரீனா மாஸ்ல வாவும் 28 ஜனவரி 17ஆம் நாளன்று வணிகர் ஸ்மெல்கோவிட மிருந்து பணமும் வைர மோதிரமுமாய் மொத்தம் இரண்டு ஆயிரத்து ஐந்நூறு ரூபிள் பெறுமானமுள்ளவற்றைக் கூட்டாகத் திருடியதாகவும் தமது குற்றத்தை மறைக்கும் பொருட்டு வணிகர் ஸ்மெல்கோவ்வைச் சாகடிக்க வேண்டுமென்ற நோக்கத்துடன் அவருக்கு நஞ்சைத் தந்து குடிக்கச் செய்ததாகவும், இவ்விதம் ஸ்மெல்கோவின் மரணத்துக்குக் காரணமாக இருந்ததாகவும் குற்றம் சாட்டப்படுகிறார்கள்."

“குற்ற இயல் சட்டத்தின் 1453ஆம் பிரிவின் 4, 5ஆம் பாராக்களில் குறிக்கப்படும் குற்றமாகும் இது. ஆகவே குற்ற இயல் நடைமுறைச் சட்டத்தின் 201ஆம் பிரிவுக்கு ஏற்ப விவசாயி சிமோன் கர்த்தீன்கினும், மெஷ்ச்சானே வகுப்பினள், எஃபீமியா போச்சுவாவும், மெஷ்ச்சானே வகுப்பினளான கத்தரீனா மாஸ்லவாவும் குற்றமர்வு குற்ற இயல் நீதிமன்றத்தில் சான்றாயர்கள் மூலமான விசாரணைக்கு அனுப்பப்படு கிறார்கள்.”

இந்த நீண்ட குற்றப்பத்திரிகையைச் செயலாளர் இவ்வாறு படித்து முடித்ததும் காகிதங்களைச் சேர்த்து எடுத்துக்கொண்டு தமது இடத்துக்குச் சென்று அமர்ந்து, நீளமான தலைமுடி களைக் கைகளால் தடவிவிட்டுக்கொண்டார், எல்லாரும் பெரு மூச்செறிந்துகொண்டனர். இப்போது யாவும் விசாரிக்கப்பட்டுத் தெளிவுபடுத்தப்படும். நீதி நிலைநாட்டப்படும் என்று நிம்மதி யடைந்தனர். நெஹ்லூதவ் ஒருவருக்கு மட்டும்தான் நிம்மதி இல்லை; பத்து ஆண்டுகளுக்கு முன்பு இனிமையின் உருவின ளாய், அறியாப் பேதைப் பெண்ணாய்த் தாம் அறிந்திருந்த இந்த மாஸ்லவா இப்படியா செய்திருக்க முடியுமென்று கலங் கினார் அவர்.

11

குற்றப்பத்திரிகை படித்து முடிக்கப்பட்டதும் தலைமை நீதிபதி ஏனைய நீதிபதிகளைக் கலந்தாலோசித்தார். பிறகு ஒரு சிறு விவரங்கூட விடாமல் முழு உண்மையையும் இதோ கண்டு பிடிக்கப் போகிறோமெனப் பறைசாற்றிய ஒரு முகபாவத்துடன் கர்த்தீன்கின் பக்கம் திரும்பினார்.

“விவசாயி சிமோன் கர்த்தீன்கின்” என்று இடப்பக்கமாய்ச் சாய்ந்து கூப்பிட்டார்.

சிமோன் கர்த்தீன்கின் எழுந்து நின்று கரங்களை விலாப் புறத்துடன் வைத்து அழுத்திக்கொண்டு முழு உடலையும் அப் படியே முன்னால் சாய்த்தான். அவன் பேசவில்லை என்றாலும் அவனது கன்னங்கள் ஆடித் துடித்தன.

“188–இல் ஜனவரி 17இல் நீ எஃபீமியா போச்சுவாவோடும் கத்தரீனா மாஸ்லவாவோடும் சேர்ந்து வணிகர் ஸ்மெல்கோவின் பெட்டியிலிருந்து பணத்தைத் திருடியதாகவும், பிறகு நஞ்சு கொண்டுவந்து கத்தரீன் மாஸ்லவாவிடம் கொடுத்து, அதை மதுவுடன் கலந்து வணிகர் ஸ்மெல்கோவுக்குத் தரும்படி அவளைத் தூண்டியதாகவும், இவ்விதம் ஸ்மெல்கோவின் மரணத்துக்குக் காரணமாக இருந்ததாகவும் உன் மீது குற்றம் சாட்டப்பட்டிருக்கிறது. நீ இந்தக் குற்றச்சாட்டை ஏற்றுக்

கொள்கிறாயா?" என்று வலப் பக்கம் சாய்ந்து கேட்டார் தலைமை நீதிபதி.

"ஒரு போதும் முடியாத காரியம். ஏனென்றால் ஓட்டலில் வந்து தங்குவோருக்குப் பணிபுரிவதே எங்களது வேலை..."

"அதெல்லாம் பிற்பாடு சொல்லலாம், குற்றச்சாட்டை ஏற்றுக்கொள்கிறாயா என்பதைச் சொல்லு."

"இல்லை, மாண்புடையீர், நான் செய்ததெல்லாம்..."

"பிற்பாடு அதைச் சொல்லலாம், குற்றச்சாட்டை ஏற்றுக் கொள்கிறாயா, இல்லையா நீ?" என்று அமைதியும் கண்டிப்பும் வாய்ந்த முறையில் கேட்டார் தலைமை நீதிபதி.

"இம்மாதிரியான ஒரு காரியத்தைச் செய்ய முடியாதவன் நான், ஏனென்றால்..."

உடனே நீதிமன்ற அறிவிப்பாளர் மீண்டும் சிமோன் கர்த்தீன்கினிடம் ஓடிச் சென்று தவிக்கும் குரலில் அவன் காதுக் குள் முணுமுணுத்து அவனைத் தடுத்து நிறுத்தினார்.

தலைமை நீதிபதி அவ்வளவுதான், இது முடிவடைந்த தெனக் கூறும் முகபாவத்துடன் காகிதமிருந்த கையை உயர்த்தி வேறொரு இடத்தில் வைத்துக்கொண்டு எஃபீமியா போச்சு வாவிடம் திரும்பினார்.

"எஃபீமியா போச்சுவா, மாவ்ரிட்டானியா ஓட்டலில் 188– ஜனவரி 17இல் சிமோன் கர்த்தீன்கினோடும் கத்தரீனா மாஸ்லவா வோடும் சேர்ந்து நீ வணிகர் ஸ்மெல்கோவின் பெட்டியிலிருந்து அவரது பணத்தையும் மோதிரத்தையும் திருடியதாகவும் உங்களி டையே அந்தப் பணத்தைப் பகிர்ந்துகொண்டதாகவும் வணிகர் ஸ்மெல்கோவுக்கு நஞ்சு தரச் செய்ததாகவும் அதன் மூலம் அவரது மரணத்துக்குக் காரணமாக இருந்ததாகவும் உன்மீது குற்றம் சாட்டப்பட்டிருக்கிறது. நீ இந்தக் குற்றச்சாட்டை ஏற்றுக் கொள்கிறாயா?"

"எந்தக் குற்றமும் புரிந்ததாக நான் ஒத்துக்கொள்ளவில்லை" துணிவும் உறுதியும் வாய்ந்தவளாய் இந்தக் கைதி பதிலளித்தாள். "அந்த அறையின் பக்கமே நான் போகவில்லை... இந்த வெட்கங் கெட்டவள்தான் அங்கே சென்று எல்லாவற்றையும் செய்தாள்...."

"அதை நீ பிற்பாடு கூறலாம்" என்று முன்பு போலவே அமைதியாகவும் உறுதியாகவும் சொன்னார் தலைமை நீதிபதி. "ஆகவே குற்றச்சாட்டை நீ ஏற்றுக்கொள்ளவில்லை என்கிறாய்.... அப்படித்தானே?"

"நான் பணத்தையும் எடுக்கவில்லை, மதுவையும் தர வில்லை, அறைக்குள்ளும் போகவில்லை, போயிருந்தால் இவளை உதைத்து வெளியே தள்ளியிருப்பேன்."

“ஆகவே குற்றச்சாட்டை ஒத்துக்கொள்ளவில்லை அல்லவா”

“இல்லவே இல்லை....”

“நல்லது.”

“கத்தரீனா மாஸ்லவா,” என்று மூன்றாவது கைதியைப் பார்த்துப் பேச ஆரம்பித்தார் தலைமை நீதிபதி. “வணிகர் ஸ்மெல்கோவின் பெட்டியினுடைய சாவியுடன் விடுதியிலிருந்து வந்த நீ அவருடைய பெட்டியிலிருந்து பணத்தையும் மோதிரத்தையும் திருடியதாக உன் மீது குற்றம் சாட்டப்பட்டிருக்கிறது” மனப்பாடம் செய்ததை ஒப்பிப்பது போல் அவருக்கு இடப் பக்கத்திலிருந்த நீதிபதியிடம் சாய்ந்தவாறு இதைக் கூறினார். அந்த நீதிபதி சான்றுப் பொருள்களின் பட்டியலில் குறிக்கப் பட்டிருந்த கண்ணாடி ஜாடி ஒன்று காணப்படவில்லையென அவர் காதுக்குள் சொல்லிக் கொண்டிருந்தார். “பெட்டியிலிருந்து பணத்தையும் மோதிரத்தையும் திருடியதாய் உன்மீது குற்றம் சாட்டப்பட்டிருக்கிறது” என்று திருப்பிக் கூறினார் தலைமை நீதிபதி, “திருடியவற்றைப் பங்கிட்டுக்கொண்டாய் என்றும் வணிகர் ஸ்மெல்கோவுடன் நீ மாவ்ரிட்டானியா ஓட்டலுக்கு மறுபடியும் வந்தபோது மதுவில் நஞ்சைக் கலந்து நீ கொடுத் தாய் என்றும் இவ்விதம் அவர் மரணத்துக்குக் காரணமாக இருந்தாய் என்றும் குற்றம் சாட்டப்பட்டிருக்கிறாய். இந்தக் குற்றச்சாட்டை நீ ஏற்றுக் கொள்கிறாயா?”

“எந்தக் குற்றமும் புரிந்தவளல்ல நான்” என்று மாஸ்லவா வேகமாகக் கூறினாள். “ஆரம்பத்தில் என்ன சொன்னேனோ அதையேதான் இப்போதும் சொல்கிறேன், நான் எதையும் எடுக்க வில்லை, எதையுமே எடுக்கவில்லை, மோதிரத்தை அவரேதான் என்னிடம் தந்தார், நான் எதையும் எடுக்கவில்லை....”

“இரண்டாயிரம் ருபிள் பணத்தைத் திருடினாய் என்பதை நீ ஒத்துக்கொள்ளவில்லையா?” என்று கேட்டார் தலைமை நீதிபதி.

“நாற்பது ரூபிளுக்கு மேல் எதையும் எடுக்கவில்லை என்று திரும்பவும் கூறுகிறேன்.”

“சரி. வணிகர் ஸ்மெல்கோவுக்கு மதுவில் தூளைக் கலந்து தந்தாய் என்ற குற்றச்சாட்டை ஒத்துக்கொள்கிறாயா?”

“அதை நான் ஒத்துக்கொள்கிறேன். ஆனால் அது தூக்க மருந்து, அவருக்கு இதனால் எந்தத் தீங்கும் நேராது என்று அவர்கள் கூறியதை நம்பியதால்தான் இதைச் செய்தேன். இப்படி ஆகுமென நான் நினைக்கவும் இல்லை, அதை நான்

விரும்பவும் இல்லை... ஆண்டவன் முன்னிலையில் கூறுகிறேன். இப்படி ஆகுமென்று நான் நினைக்கவே இல்லை" என்றாள்.

"ஆகவே, வணிகர் ஸ்மெல்கோவிடமிருந்து பணத்தையும் மோதிரத்தையும் திருடியதாக நீ ஒத்துக்கொள்ளவில்லை. ஆனால் மருந்துத்தூளை அவருக்குத் தந்ததாக ஒத்துக்கொள்கிறாய், அப்படித்தானே?" என்றார் தலைமை நீதிபதி.

"ஆம், அதை ஒத்துக்கொள்கிறேன், ஆனால் அது தூக்க மருந்து என்பதாகவே நான் நினைத்தேன். அவரைத் தூங்க வைக்க வேண்டுமென நினைத்துத்தான் அதை அவருக்குத் தந்தேன். எந்தக் கேடும் புரிய நினைக்கவும் இல்லை. விரும்பவும் இல்லை."

"நல்லது" என்று விசாரணையின் விளைவு குறித்து மன நிறைவு கொண்டவரைப்போல் கூறினார் தலைமை நீதிபதி. "இனி இதெல்லாம் எப்படி நடைபெற்றது என்பதைச் சொல்லு" என்று கேட்டு, நாற்காலியின் முதுகில் சாய்ந்து கைகளை மேசையின் மேல் வைத்துக்கொண்டார். "நடந்ததை நடந்தபடி கூறு, எதையும் மறைக்காமல் முழு உண்மையையும் கூறுவதால் உனக்கு நன்மையே உண்டாகும்."

தலைமை நீதிபதியைத் தொடர்ந்து உற்றுப் பார்த்தவாறு மாஸ்லவா மௌனமாக நின்றாள்.

"என்ன நடந்ததென்று சொல்லு."

"என்ன நடந்தது?" திடுமென ஆரம்பித்து வேகமாகப் பேசினாள். "நான் ஓட்டலில் வந்து இறங்கினேன். அந்த அறைக்கு என்னை அழைத்துச் சென்றார்கள். குடிபோதை கொண்ட நிலையில் அங்கே அவர் இருந்தார்" – இந்த "அவர்" என்னும் சொல்லை உச்சரித்தபோது அவளுக்கு ஏற்பட்ட பயங்கர பய உணர்ச்சியை அவளது விரியத் திறந்த கண்கள் வெளிப்படுத்தின. "நான் அங்கிருந்து திரும்பிச் சென்றுவிட விரும்பினேன். ஆனால் அவர் என்னை விடவில்லை."

நினைவு இழை திடுமென அறுந்துவிட்டாற்போல், அல்லது வேறு எதையோ நினைத்துக் கொண்டவளைப்போல், மீண்டும் அவள் மௌனமாகிவிட்டாள்.

"சரி, அப்புறம்?"

"அப்புறம் என்ன? சற்று நேரம் அங்கே இருந்தேன், பிறகு விடுதிக்குத் திரும்பிச் சென்றேன்..."

அப்போது பிராசிக்யூட்டர் முன்கையை ஊன்றி எக்கச் சக்கமாய்ப் பாதி அளவுக்கு எழுந்தார்.

“கேள்வி கேட்க வேண்டுமா?” என்று தலைமை நீதிபதி அவரிடம் கேட்டார். அவர் ஆமென்று சொல்லவே, கேள்வி யைக் கேட்கும்படித் தலைமை நீதிபதி சைகை காட்டினார்.

“நான் கேட்க விரும்புவது என்னவெனில்: இதற்கு முன்பே கைதிக்கு சிமோன் கர்த்தீன்கினுடன் பழக்கம் உண்டா?” என்று மாஸ்லவா பக்கம் பார்க்காமலே கேள்வியைக் கேட்டுவிட்டு, உதடுகளை வாய்க்குள் அழுத்தி முகத்தைச் சுளித்துக்கொண்டார் பிராசிக்யூட்டர்.

தலைமை நீதிபதி அந்தக் கேள்வியைத் திருப்பிச் சொன் னார். மாஸ்லவா மிரண்டு போய், பிராசிக்யூட்டரை உற்று நோக்கினாள்.

“சிமோனுடனா? சிமோனை ஏற்கெனவே எனக்குத் தெரியும்தான்” என்றாள் அவள்.

“சிமோன் கர்த்தீன்கினுடன் கைதிக்கு இருந்து வந்த பழக்கம் எப்படிப்பட்டது என்று தெரிந்துகொள்ள விரும்புகிறேன். இருவரும் அடிக்கடிச் சந்திப்பது உண்டா?”

“எப்படிப்பட்டதா? ஓட்டலில் வந்து தங்குவோருக்காக சிமோன் என்னைக் கூப்பிடுவது வழக்கம். இதைத் தவிர எங்களிடையே வேறு தொடர்பு ஏதும் இருந்ததில்லை” என்று பதிலளித்துக் கலவரத்துடன் பார்வையைப் பிராசிக்யூட்டரிட மிருந்து தலைமை நீதிபதியின் பக்கம் திருப்பிக்கொண்டாள்.

“ஓட்டலில் வந்து தங்குவோருக்காக ஏனைய பெண்களை யெல்லாம் விட்டுவிட்டு எப்போதும் மாஸ்லவாவையே கர்த்தீன் கின் ஏன் கூப்பிட வேண்டுமென்பதைத் தெரிந்து கொள்ள விரும்புகிறேன்” என்று கண்களைப் பாதியளவு மூடிக்கொண்டு விஷமத்தனமான புன்னகையுடன் கேட்டார் பிராசிக்யூட்டர்.

“எனக்குத் தெரியாது, ஏனென்று எனக்கு எப்படித் தெரியும்?” என்று சொல்லி அச்சங்கொண்டவளாய் அவள் சுற்றிலும் ஒரு தரம் பார்த்துக்கொண்டாள்; கணப்பொழுதுக்கு அவளுடைய பார்வை நெஹ்லூதவின் மீதும் படிந்துவிட்டுத் திரும்பிற்று. “சிமோன் தம் மனத்துக்குத் தோன்றிய பெண்ணைக் கூப்பிட்டார். அவ்வளவுதான்.”

‘என்னை அடையாளம் தெரிந்துகொண்டுவிட்டாளோ?’ என்ற திகிலுடன் நெஹ்லூதவ் தம்முள் நினைத்தார். அவருக்கு இரத்தம் குபுகுபுவென முகத்துக்கு எழுவதுபோன்ற பதை பதைப்பு உண்டாயிற்று. ஆனால் மாஸ்லவாவுக்கு நெஹ்லூதவை அடையாளம் தெரியவில்லை. ஏனையோரில் ஒருவராக அவரைப் பார்த்துவிட்டுத் திரும்பினாள் அவள். கலவரங்

கொண்ட அவளது பார்வை மீண்டும் பிராசிக்யூட்டரிடம் வந்து நின்றது.

"ஆக, கைதி தனக்கும் கர்த்தீன்கினுக்கும் நெருங்கிய உறவு இருந்ததில்லை என்கிறாள். இல்லையா? நல்லது. நான் கேட்க விரும்பிய கேள்விகள் அவ்வளவுதான்."

பிராசிக்யூட்டர் உடனே முன்கையைச் சாய்வு மேசையி லிருந்து எடுத்து ஏதோ எழுத ஆரம்பித்தார். உண்மையில் அவர் எதையும் எழுதிக் கொள்ளவில்லை. ஏற்கெனவே அவர் குறிப்பெழுதி வைத்திருந்த வரிவடிவங்களின் மேல் திரும்பவும் வரைந்து சென்றார். பிராசிக்யூட்டர்களும் வழக்கறிஞர்களும் சாமர்த்தியமான கேள்வியைக் கேட்டதும் பிற்பாடு தனது எதிராளியைத் திகைக்கச் செய்வதற்காகக் குறிப்பு எழுதிக் கொள்வதைப் பார்த்திருந்த அவர், தாமும் அதேபோல் முக்கிய விவரத்தை எழுதி வைத்துக் கொள்வதுபோல் பாவனை செய்தார்.

தலைமை நீதிபதி திரும்பவும் விசாரணையைத் தொடங்கு முன், முன்கூட்டியே தயார் செய்யப்பட்டு எழுதி வைக்கப் பட்டிருந்த கேள்விகளைக் கைதியிடம் கேட்டுச் செல்லலாம் அல்லவா என்று மூக்குக் கண்ணாடி அணிந்த நீதிபதியிடம் கலந்தாலோசித்து அவரது உடன்பாட்டைப் பெற்றுக் கொண்டார்.

"சரி, பிறகு என்ன நடைபெற்றது?" என்று கேட்டார் தலைமை நீதிபதி.

"நான் விடுதிக்குத் திரும்பிச் சென்றேன்" என்று முன்னிலும் சற்றுத் துணிவுடன் பார்த்தபடி மாஸ்லவா பதிலளித்தாள். அவள் பார்வை இப்போது தலைமை நீதிபதியின் மீது குத்திட்டு நின்றது. "பணத்தை விடுதித் தலைவியிடம் தந்துவிட்டு நான் போய்ப் படுத்துக்கொண்டேன். அப்போதுதான் கண்ணை மூடியிருப்பேன். அதற்குள் எங்கள் பெண்களில் ஒருத்தி, பேர்த்தா என்பவள், என்னை எழுப்பினாள், 'எழுந்திரு. உனது வணிகர் மறுபடியும் வந்திருக்கிறார்!' என்றாள். நான் போக விரும்பவில்லை. ஆனால் விடுதித் தலைவி போகும்படி உத்தரவிட்டாள். அங்கே "அவர்" – திரும்பவும் பயங்கர பயம் கொண்டவளாகத்தான் இந்தச் சொல்லை அவள் உச்சரித்தாள் "எங்கள் பெண்களுக்குப் பானம் வாங்கித் தந்துகொண்டிருந்தார். இன்னும் ஒயின் வாங்கி வரச்சொல்ல விரும்பினார். ஆனால் அவரிடமிருந்த பணம் தீர்ந்துவிட்டது. விடுதித் தலைவிக்கு அவரிடம் நம்பிக்கை இல்லை. ஆகவே என்னை அவரது

ஓட்டல் அறைக்கு அனுப்பினார். பணம் எங்கே இருந்தது. அதிலிருந்து நான் எவ்வளவு எடுத்து வரவேண்டும்" என்று என்னிடம் சொன்னார். நான் புறப்பட்டுச் சென்றேன்.

தலைமை நீதிபதி அப்போது தமது இடப்புறத்திலிருந்த நீதிபதியிடம் இரகசியக் குரலில் ஏதோ பேசிக்கொண்டிருந்தார். மாஸ்லவா கூறியதை அவர் கேட்கவில்லை. இருந்தாலும் யாவற்றையும் கேட்டதாகக் காட்டிக் கொள்ளும் பொருட்டு அவளுடைய கடைசிச் சொற்களை அவர் திருப்பிச் சொன்னார்.

"நீ புறப்பட்டுச் சென்றாய் பிறகு என்ன நடந்தது?"

"நான் அங்கே சென்று, அவர் என்னிடம் சொல்லியிருந்த படிச் செய்தேன். அறைக்குள் போனேன். தனியே போகவில்லை. சிமோன் கர்த்தீன்கினையும் இவளையும் கூட அழைத்துச் சென்றேன்" என்று சொல்லிப் போச்சுவாவைச் சுட்டிக் காட்டி னாள்.

"பொய் சொல்கிறாள். நான் அறைக்குள் போகவே இல்லை" என்று போச்சுவா இடைமறித்துப் பேச ஆரம்பித்தாள். ஆனால் தடுத்து நிறுத்தப்பட்டாள்.

"இவர்கள் இருவர் முன்னிலையில் நான் நான்கு பத்து ரூபிள் நோட்டுகளைப் பெட்டியிலிருந்து வெளியே எடுத்தேன்" என்று, போச்சுவா பக்கம் திரும்பாமலே முகத்தைச் சுளித்தவாறு கூறிச் சென்றாள் மாஸ்லவா.

"சரி, நாற்பது ரூபிள் எடுத்துக்கொண்டபோது அங்கே எவ்வளவு பணம் இருந்ததென்பதைக் கைதி கவனித்தாளா?" என்று திரும்பவும் பிராசிக்யூட்டர் குறுக்குக் கேள்வி கேட்டார்.

பிராசிக்யூட்டர் தன்னைப் பார்த்துப் பேசக் கண்டதும் மாஸ்லவா அதிர்ச்சியடைந்துவிட்டாள். அது என்ன காரணமோ அவளுக்குத் தெரியாது, ஆனால் அவர் தனக்குக் கேடு நினைப் பவர் என்பதை அவள் உணர்ந்திருந்தாள்.

"பணத்தை நான் எண்ணிப் பார்க்கவில்லை. நூறு ரூபிள் நோட்டுகள் இருக்கக் கண்டேன்."

"கைதி நூறு ரூபிள் நோட்டுகள் இருக்கக் கண்டாள், நல்லது மேற்கொண்டு நான் கேட்பதற்கு ஒன்றுமில்லை."

"நீ பணத்தை எடுத்துக்கொண்டு திரும்பச் சென்றாயா?" என்று கடிகாரத்தைப் பார்த்தவாறு கேட்டார் தலைமை நீதிபதி.

"ஆம், திரும்பச் சென்றேன்."

"சரி, அப்புறம்?"

"அப்புறம் அவர் என்னை ஓட்டல் அறைக்கு அழைத்துச் சென்றார்," என்றாள் மாஸ்லவா.

"சரி, மதுவில் எப்படி நீ அவருக்கு மருந்துத் தூளைத் தந்தாய்?"

"எப்படித் தந்தேன்? தூளை மதுவில் கொட்டினேன், கொண்டுபோய்க் கொடுத்தேன்."

"எதற்காக அதைக் கொடுத்தாய்?"

அதற்கு அவள் உடனே பதில் சொல்லவில்லை, ஆழமாகவும் பலமாகவும் நெடுமூச்செறிந்தாள்.

"என்னை அவர் போகவிடமாட்டேன் என்றார்" சிறிது நேர மௌனத்துக்குப் பிற்பாடு பேசத் தொடங்கினாள், "எனக்குத் தாள முடியாத களைப்பு," ஆகவே வெளியே நடைவழிக்குச் சென்று சிமோன் கர்த்தீன்கினிடம் சொன்னேன். "எனக்குக் களைப்பாயிருக்கிறது. இவர் என்னைப் போகவிட மாட்டேன்" என்கிறார். உடனே சிமோன் கர்த்தீன்கின் கூறினார்: "எங்களுக்கும் போதும் போதும் என்றாகிவிட்டது. தூக்க மருந்து கொடுத்து அவரைத் தூங்க வைக்க விரும்புகிறோம். இவர் தூங்கியதும் நீ புறப்பட்டுப் போகலாம்." 'சரி, அப்படியே செய்யலாம்' என்றேன் நான். வெறும் தூக்க மருந்துதான், தீங்கு ஒன்றும் செய்யாது என்று நினைத்தேன். பொட்டலத்தை அவர் என்னிடம் தந்தார். நான் உள்ளே சென்றேன், அடைப்புக்குப் பின்னால் அவர் படுத்திருந்தார். நான் உள்ளே சென்றதும் பிராந்தி வேண்டும் என்றார். மேசை மீதிருந்த ஷம்ப்பான் பாட்டிலை எடுத்து அவருக்கு ஒன்றும் எனக்கு ஒன்றுமாய் இரண்டு கிளாசில் ஊற்றினேன். அவருடைய கிளாசில் தூளைப் போட்டு அவரிடம் கொடுத்தேன். தெரிந்திருந்தால் அதை அவரிடம் கொடுத்திருப்பேனா?"

"சரி, மோதிரம் எப்படி உன் கைக்கு வந்தது?" என்று கேட்டார் தலைமை நீதிபதி.

"மோதிரத்தை அவரேதான் அன்பளிப்பாய் எனக்குத் தந்தார்."

"எப்போது அதை அன்பளிப்பாய் உனக்குத் தந்தார்?"

"அவருடைய அறைக்கு நாங்கள் இருவருமாகத் திரும்பி வந்தபோது தந்தார். நான் அவரிடமிருந்து போய்விட விரும்பினேன், அவர் என் தலையில் ஒரு அடி அடித்தார். தலையிலிருந்த எனது சீப்பு உடைந்துவிட்டது. நான் கோபித்துக் கொண்டு அங்கிருந்து புறப்பட்டேன். உடனே அவர் தமது விரலிலிருந்து மோதிரத்தைக் கழற்றி, என்னை அங்கேயே இருக்கச் செய்வதற்காக அன்பளிப்பாக அதை எனக்குத் தந்தார்" என்றாள் அவள்.

உடனே பிராசிக்யூட்டர் இருக்கையிலிருந்து மீண்டும் சிறிதளவு எழுந்து ஏதும் அறியாதவரைப் போன்ற முகபாவத்

துடன், "ஒரு சில கேள்விகள் கேட்க அனுமதி வேண்டும்" என்றார். அனுமதி கிடைத்ததும் பூப் பின்னிய தமது கோட்டுக் காலரின் மீது தலையைக் கவிழ்த்துக்கொண்டு சொன்னார் அவர்:

"வணிகர் ஸ்மெல்கோவின் அறையில் கைதி எவ்வளவு நேரம் இருந்தாள் என்று தெரிந்துகொள்ள விரும்புகிறேன்."

மாஸ்லவா மீண்டும் கலவரமடைந்தவளாய்த் தோன்றினாள். மிரண்டுபோய் பிராசிக்யூட்டரிடமிருந்து தலைமை நீதிபதியிடம் பார்வையைத் திருப்பி அவசரமாய்ப் பதிலளித்தாள்.

"எவ்வளவு நேரம் இருந்தேன் என்று எனக்கு நினைவில்லை."

"சரி, வணிகர் ஸ்மெல்கோவிடமிருந்து விலகியதும் ஓட்டலில் வேறு எங்காவது சென்றது பற்றியாவது கைதிக்கு நினைவிருக்கிறதா?"

மாஸ்லவா சற்றுநேரம் ஆலோசனை செய்தாள்.

"அவருடைய அறைக்கு அடுத்தாற்போல் காலியாக இருந்த ஓர் அறைக்குள் சென்றிருந்தேன்" என்றாள்.

"எதற்காக அங்கே சென்றிருந்தாய்?" என்று தம்மை மறந்தவராக நேரே அவளைப் பார்த்துக் கேட்டார் பிராசிக்யூட்டர்.

"சிறிது நேரம் களைப்பாறுவதற்காகவும் குதிரை வண்டி கொண்டுவரப்படும் வரை காத்திருப்பதற்காகவும் அங்கே சென்றிருந்தேன்."

"அந்த அறையில் கைதியுடன் கர்த்தீன்கினும் இருக்கவில்லையா?"

"பிற்பாடு அவரும் அங்கே வந்தார்."

"எதற்காக?"

"வணிகரின் ஷம்ப்பானில் மீதி கொஞ்சம் இருந்தது. இருவருமாகச் சேர்ந்து அதைக் குடித்தோம்."

"ஓ, இருவருமாகச் சேர்ந்து அதைக் குடித்தார்களா? நல்லது! கர்த்தீன்கினுடன் அப்போது கைதி பேசவில்லையா? எதைப் பற்றி இருவரும் பேசினார்கள்?"

மாஸ்லவா உடனே முகத்தைச் சுளித்துக்கொண்டாள், செக்கச் சிவந்துவிட்டது அவளது முகம். பிறகு அவசரமாகப் பதிலளித்தாள்:

"எதைப் பற்றிப் பேசினேன்? எதைப் பற்றியும் நான் பேசவில்லை. நடந்ததைச் சொல்லிவிட்டேன். இதற்கு மேல் எனக்கு

❖ லியோ டால்ஸ்டாய் ❖ 67

ஒன்றும் தெரியாது. நீங்கள் என்னை என்ன வேண்டுமானாலும் செய்யுங்கள், நான் குற்றமற்றவள், அவ்வளவுதான்."

"மேற்கொண்டு நான் ஒன்றும் கேட்க விரும்பவில்லை" என்று தலைமை நீதிபதியிடம் கூறி, பிராசிக்யூட்டர் விபரீதமான முறையில் தோள்களை உலுக்கிக்கொண்டார். பிறது தமது உரைக்கான குறிப்புகளில், காலி அறைக்குள் சென்று அங்கே சிமோனுடன் தான் தனியே இருந்ததைக் கைதியே தனது வாக்கு மூலத்தில் ஒத்துக் கொள்கிறாள் என்று எழுத முற்பட்டார்.

சிறிது நேரம் நிசப்தம் நிலவியது.

"மேலும் நீ சொல்ல விரும்புவது ஒன்றுமில்லை அல்லவா?"

"யாவற்றையும் நான் சொல்லிவிட்டேன்" என்று கூறிப் பெருமூச்சு விட்டவாறு பெஞ்சில் உட்கார்ந்து கொண்டாள் மாஸ்லவா.

பிறகு தலைமை நீதிபதி தமது காகிதத்தில் குறிப்பு எழுதிக் கொண்டார். இடப் பக்கத்திலிருந்த நீதிபதி இரகசியமாய் அவர் காதுக்குள் ஏதோ கூறவே, பத்து நிமிட நேரம் இடைவேளை அறிவித்துவிட்டுத் தலைமை நீதிபதி அவசரமாய் நீதிமன்ற மண்டபத்திலிருந்து வெளியே சென்றார். தாடி வைத்துக் கொண்டு இடப்பக்கத்தில் அமர்ந்திருந்த இதமான கண்களை யுடைய நெட்டையான நீதிபதிக்கு வயிற்றுக்கோளாறினால் சிறிது தொல்லை ஏற்பட்டதால் வயிற்றைத் தடவிவிட்டுக் கொள்ளவும் மருந்து சாப்பிடவும் விரும்பினார் அவர். இதுதான் தலைமை நீதிபதியின் காதுக்குள் அவர் கூறிய விவரம். இதற்காகத்தான் இடைவேளை அறிவிக்கப்பட்டது.

நீதிபதி எழுந்ததும் அவர்களோடு சேர்ந்து வழக்கறிஞர் களும் சான்றாயர்களும் எழுந்து நின்றார்கள். முக்கியமான தமது பணியின் ஒரு பகுதியை நிறைவேற்றி முடித்தோமென்று உற்சாக உணர்ச்சியுடன் இவர்கள் அங்கும் இங்கும் செல்ல முற்பட்டனர்.

நெஹ்லூதவ் சான்றாயர்களது அறைக்குச் சென்று சன்ன லுக்குப் பக்கத்தில் அமர்ந்துகொண்டார்.

12

ஆம், அது கத்யூஷாதான்.

கத்யூஷாவுடன் நெஹ்லூதவுக்கு ஏற்பட்ட உறவு வருமாறு:

நெஹ்லூதவ் முதன்முதல் கத்யூஷாவைப் பார்த்தபோது அவர் பல்கலைக்கழகத்தில் மூன்றாம் ஆண்டு மாணவர்.

அப்போது அவருக்குக் கோடை விடுமுறை. அவரது அத்தை களின் பண்ணை வீட்டில் தங்கி நிலவுடைமை குறித்துக் கட்டுரை தயார் செய்து கொண்டிருந்தார். கோடை விடுமுறையை எப்போதும் அவர் மாஸ்கோவுக்கு அருகே அவரது தாயின் பெரிய பண்ணையில் தாயோடும் தமக்கையோடும்தான் கழிப்பது வழக்கம். ஆனால் அந்த ஆண்டில் அவருடைய தமக்கை மணம் முடித்துக்கொண்டு புக்ககம் போய் விட்டாள். அவரு டைய தாய் வெளிநாட்டுக் கனி நீர் ஆரோக்கிய இடத்துக்குச் சென்றிருந்தார். கட்டுரை தயாரிக்க வேண்டியிருந்த நெஹ்லூதவ் அந்தக் கோடையை அத்தைகளது பண்ணையில் கழிப்பதென முடிவு செய்தார். தனித்து ஒதுங்கியிருந்த அந்தப் பண்ணையில் அமைதி கோலோச்சியது. உல்லாச வீண் பொழுதுபோக்குக்கு அங்கே வசதியில்லை. அத்தைகள் இருவரும் மருமகனும் வாரிசு மாகிய நெஹ்லூதவிடம் நேசமும் பாசமும் கொண்டிருந்தார்கள். அவரும் இந்த அத்தைகளையும் பழம் பாணியிலான அவர் களது எளிய வாழ்க்கை முறையையும் உளமார நேசித்தார்.

இளைஞன் ஒருவன் புறத்திலிருந்தான போதனை மூலம் அல்லாமல் தானாகவே அக வழியில் வாழ்வின் முழு எழிலை யும் முக்கியத்துவத்தையும், அதில் மனிதனுக்கு அளிக்கப் பட்டிருக்கும் பணியின் முழுச் சிறப்பையும் முதன் முதலாக உணர்ந்துகொள்ளும் போதும், தானும் அனைத்து உலகும் குறைகளை எல்லாம் நீக்கித் தூய்மையை நோக்கி முடிவின்றி முன்னேறுவதற்குள்ள வாய்ப்பினைப் புரிந்து கொண்டு தனது மனக்கண்ணுக்குத் தெரியும் அந்தத் தூய்மையை அடைவதற்குத் தன்னம்பிக்கையோடு மட்டுமின்றி முழு வைராக்கியத்தோடும் தன்னைப் பணித்துக்கொள்ளும் போதும் ஏற்படும் இன்பப் பூரிப்பை நெஹ்லூதவ் தமது அத்தைகளது பண்ணையில் கழித்த அந்தக் கோடையில் அனுபவித்துக் கொண்டிருந்தார். அவ் வாண்டில் பல்கலைக்கழகத்தில் ஏற்கெனவே அவர் ஸ்பென் சரின் சமூக நிலையமைதியைப் படித்திருந்தார். நிலவுடைமை குறித்து ஸ்பென்சர் கூறிய கருத்துகள் அவரைக் கவர்ந்து கொண்டன. அவர் ஒரு பெரிய நிலப் பிரபுத்துவக் குடும்பத்தின் வாரிசுப் பிள்ளையாதலால் இக் கருத்துகள் இன்னும் பலமாகவே அவர் சிந்தையை ஆட்கொண்டு விட்டன. அவரது தந்தை பெரிய செல்வந்தராய் இருந்தவரல்ல, ஆனால் அவரது தாய் சுமார் இருபத்தைந்து ஆயிரம் ஏக்கர் நிலங்களை சீதனமாகப் பெற்றிருந்தார். நிலத்தில் தனியார் உடைமையால் விளையும் கொடுமையையும் அநியாயத்தையும் முதன்முதலாக அப்போது

அவர் தெளிவாக உணர்ந்து கொண்டார். மனசாட்சிக்கு அடிபணிந்து தியாகம் புரிவதில் மிக உயர்ந்த ஆன்மிக இன்பம் காண்போரில் அவரும் ஒருவராக இருந்ததால், அவரது தந்தை யிடமிருந்து அவருக்கு மரபுரிமைச் சொத்தாகக் கிடைத்த நிலங் களில் தமக்குள்ள உடைமையைத் துறந்து அந்நிலங்களை அவற் றின் விவசாயிகளுக்கே தந்து விடுவதென்று தீர்மானித்தார். இந்த நிலப் பிரச்சினை குறித்துதான் அவர் கட்டுரை வரைந்து கொண்டிருந்தார்.

அத்தைகளது பண்ணையில் அவ்வாண்டு கோடையில் அவரது அன்றாட நடைமுறை பின்வருமாறு அமைந்திருந்தது: அதிகாலையிலேயே – சில நாட்களில் மூன்று மணிக்கெல்லாம்– எழுந்து, அருணோதயத்துக்கு முன்னதாகவே புறப்பட்டுச் சென்று குன்றின் அடிவாரத்தில் ஓடிய ஆற்றில் குளித்தார், பல சந்தர்ப்பங்களில் காலைப் பனிமூட்டம் அகன்றிருக்காது, குளித்துவிட்டு அங்கிருந்து அவர் திரும்பி வருகையில் புற்களிலும் மலர்களிலும் பனித்துளிகள் இன்னமும் மின்னிக்கொண்டி ருக்கும். சில நாட்களில் காப்பி அருந்தியதும் அமர்ந்து தமது கட்டுரை வேலையில் முனைந்துவிடுவார், அல்லது கட்டுரைக்கு வேண்டிய விவரங்களைச் சேகரிப்பதற்காகப் புத்தகங்களைப் புரட்டிக் கொண்டிருப்பார். காலையில் படிப்பதற்கும் எழுது வதற்கும் பதில் அடிக்கடித் திரும்பவும் வெளியே சென்று வயல் வெளிகளிலும் தோப்புகளிலும் சுற்றித் திரிவார். மதிய சாப்பாட்டுக்கு முன்பு தோட்டத்தில் எங்காவது ஓரிடத்தில் சிறிது நேரம் படுத்திருப்பார். சாப்பிடும்போது அவருடைய மகிழ்ச்சிப் பெருக்கு அவரது அத்தைகளைக் களிப்புற்று இன்புறச் செய்யும். பிறகு அவர் குதிரை சவாரி செய்வார். அல்லது ஆற்றிலே படகோட்டிச் செல்வார். அந்திப் பொழுதானதும் மீண்டும் படிப்பார். இல்லையேல் அத்தைகளுடன் அமர்ந்து கொண்டு தனியாள் சீட்டாட்டம் ஆடுவார். பல இரவுகளில், குறிப்பாக நிலவொளி வீசும் இரவுகளில், அவருக்குத் தூக்கம் வராது, வாழ்வின் இன்பம் அப்படி அவருள் பொங்கியெழும். படுக்கச் செல்லாமல் தமது கனவுகளிலும் சிந்தனைகளிலும் மூழ்கிக் களித்தபடிச் சில சமயம் பொழுது புலரும் வரையிலும் கூடத் தோட்டத்தில் சுற்றிக்கொண்டிருப்பார்.

இவ்வாறு அவர் அமைதியாகவும் இனிமையாகவும் அத்தை களது வீட்டில் தம் கோடை விடுமுறையின் முதல் மாதத்தைக் கழித்தார். அத்தைகளது வளர்ப்புப் பெண்ணும் வேலைக்காரப் பெண்ணுமாக இருந்த, கரிய விழியும் வேக நடையும் கொண்ட கத்யூஷாவை அவர் கவனிக்கவே இல்லை.

தாயின் காப்பிலே வளர்ந்து அப்போது பத்தொன்பது வயதாகியிருந்த நெஹ்லூதவ் இன்னமும் விவரமறியாத தூய இளைஞனாகவே இருந்து வந்தார். அவரது கனவுகளில் எந்தப் பெண்ணும் மனைவியாக மட்டுமே இடம் பெற முடிந்தது. அவர் கருத்துப்படி அவரது மனைவியாக முடியாத எல்லாப் பெண்களும் அவர் கண்ணுக்கு மனிதப் பிறவிகளாகத் தெரிந்தனரே அன்றி பெண்களாக அல்ல.

ஆனால் என்ன ஆயிற்றென்றால், அந்தக் கோடையில் விண்ணேற்றப் புண்ணிய வியாழனன்று அத்தைகளின் வீட்டுக்கு வந்த அண்டை வீட்டுச் சீமாட்டியுடன் அவரது இரு இளம் புதல்வியரும் பள்ளிக்கூட மாணவனான மகனும் மற்றும் அப்போது அவர்களுடன் தங்கியிருந்த விவசாயி வகுப்பினனாகிய இளம் ஓவியனும் வந்திருந்தனர்.

தேநீர் அருந்தியதும் இளம் வயதினர் கத்யூஷாவை அழைத்துக்கொண்டு வெளியே சென்று விளையாட ஆரம்பித்தனர். வீட்டுக்கு எதிரே புல் வெட்டப்பட்டுச் சுத்தமாயிருந்த வெளியில் இணை சேர்ந்து ஒளிந்து விளையாடும் ஆட்டமான 'கரேல்க்கி' ஆடினர். சில தரம் இணை மாற்றிக் கொண்டு ஓடியபின் நெஹ்லூதவ் கத்யூஷாவுடன் இணை சேர வேண்டியதாயிற்று. கத்யூஷாவைக் கண்டதும் நெஹ்லூதவுக்கு எப்போதுமே மகிழ்ச்சியாகத்தான் இருந்தது, ஆனால் அவளுடன் தமக்கு நெருங்கிய உறவு ஏற்படலாமென்ற எண்ணம் இதுவரை அவர் மனத்துள் எழுந்ததில்லை.

"இவர்கள் இடறி விழுந்தாலன்றி என்னால் இவர்களைப் பிடிக்க முடியாது" என்றான் ஓடிப் பிடிக்க வேண்டியவனான குதூகல இளம் ஓவியன். வளைந்து குட்டையாய் இருந்தாலும் அவன் கால்கள் வலுமிக்க விவசாயிக் கால்கள், அதிவேகமாய் ஓடக்கூடியவன் அவன்.

"உங்களாலா பிடிக்க முடியாது என்கிறீர்கள்!"

"ஒன்று, இரண்டு, மூன்று!"

மூன்று தரம் கைதட்டினார்கள். உடனே சிரிப்பை அடக்கியவாறு கத்யூஷா அவசரமாய் ஓவியனது முதுகுக்குப் பின்னால் நெஹ்லூதவுடன் இடம் மாற்றிக்கொண்டு, தனது சொரசொரப்பான சிறு கையால் அவரது பெரிய கையைப் பிடித்து அழுத்திவிட்டுக் கஞ்சி போடப்பட்ட அவளது அரைப் பாவாடை சலசலக்க இடப்பக்கம் ஓடினாள்.

ஓவியனிடம் அகப்படாமல் தப்பித்துக் கொள்வதற்காக நெஹ்லூதவ் முழு வேகத்தில் ஓடினார். ஆனால் திரும்பிப்

பார்த்தபோது கத்யூஷாவை ஓவியன் விரட்டிக்கொண்டு ஓடக் கண்டார். கத்யூஷா இளமைத் துடிப்புள்ள கால்களை அதிவேகமாய் இயக்கி அவனிடம் சிக்காமல் முன்னால் ஓடிக்கொண்டிருந்தாள். அவளுக்கு நேர் எதிரே லிலாக் மலர்ச்செடி வரிசை ஒன்று ஓட்டப் பரப்பின் எல்லைக்கோடாக இருந்தது. அந்தச் செடிகளுக்குப் பின்னால் தாம் கை கோத்து வெற்றியாளர்களாகி விடலாமென்று கத்யூஷா தலையை ஆட்டி நெஹ்லூதவுக்குச் சைகை காட்டினாள். அவர் அதைப் புரிந்துகொண்டு வேகமாகச் செடிகளுக்குப் பின்னால் ஓடினார். ஆனால் காஞ்சொறி முட்புதர்கள் மண்டிய குறுகலான வாய்க்கால் அங்கே இருந்தது அவர் கண்ணுக்குத் தெரியவில்லை, இடறிக்கொண்டு பனித்துளி படிந்திருந்த முட்புதர்களில் விழுந்தார், கைகளில் முட்கள் குத்திக் கொண்டன. அவர் இந்த அசம்பாவிதத்தைப் பொருட்படுத்தாமல் அவசரமாய் எழுந்து சுத்தமான இடத்தை நோக்கி ஓடினார்.

மகிழ்ச்சிப் புன்னகை ஒளிரும் முகத்தோடும் ஈரக் கருமுந்திரிகளெனக் கறுகறுத்துப் பளிச்சிடும் கண்களோடும் கத்யூஷா அவரிடம் பறந்தோடி வந்தாள், இருவரும் கை கோத்துக் கொண்டனர்.

"முட்கள் குத்தியிருக்குமே" என்று இன்னொரு கையால் தலையில் சடைகளைச் சரிசெய்து கொண்டு, மூச்சுத் திணறிய படி இனிய புன்னகையோடு அவரைப் பார்த்துக் கேட்டாள் கத்யூஷா.

"அங்கே வாய்க்கால் இருப்பது தெரியவில்லை எனக்கு" என்று சிரித்தவாறு அவள் கையைப் பிடித்து அழுத்திக்கொண்டு பதிலளித்தார், நெஹ்லூதவ்.

அவரிடம் நெருங்கி வந்தாள் அவள். எப்படி அது நிகழ்ந்ததென அறியாமலே அவர் அவளிடம் குனிந்தார். அவள் விலகவில்லை. கெட்டியாக அவள் கையை அழுத்திக்கொண்டு அவள் உதடுகளிலே முத்தமிட்டார் அவர்.

"நல்லா இருக்கே இது!" என்று வியந்து கூவி, வெடுக்கென கையை இழுத்துக்கொண்டு அவரிடமிருந்து ஓடினாள் அவள்.

லிலாக் செடிகளிடம் சென்றதும் நிறம் மங்கி வெளுப்பாகி வந்த இரண்டு மலர்க்கொத்துகளை ஒடித்தெடுத்து சூடேறியிருந்த முகத்தில் காற்றுப் படும்படி அவற்றால் விசிறிக்கொண்டாள்; பிறகு தலையைத் திருப்பி அவரைப் பார்த்துவிட்டு, கரங்களை முன்னால் வேகமாய் வீசியவாறு நடந்து ஏனைய ஆட்டக்காரர்களிடம் போய்ச் சேர்ந்தாள்.

அது முதல் நெஹ்லூதவுக்கும் கத்யூஷாவுக்கும் இடையிலான உறவு மாறத் தொடங்கியது. ஒருவர்பால் ஒருவர் கவர்ந்து இழுக்கப்படும் மாசற்ற இளைஞனுக்கும் மாசற்ற மங்கைக்குமிடையில் நிலவும் அந்தத் தனிவகை உறவு அவர்களிடையே வளரலாயிற்று.

அறைக்குள் கத்யூஷா வந்ததுமே, ஏன் தொலைவிலிருந்து அவளது வெண்ணிற மேலாடை நெஹ்லூதவின் கண்ணில் பட்டதுமே, இதமான கதிரவன் ஒளி வீசினாற்போல், யாவும் முன்னிலும் சுவைமிக்கதாய், இன்பந் தருவதாய், முக்கியத்துவம் வாய்ந்ததாய் அவருக்குத் தோன்றியது. வாழ்க்கை அனைத்துமே ஆனந்த மயமாகிவிட்டதாய் நினைத்தார், அவளுக்கும் அதே போன்ற உணர்ச்சியே உண்டாயிற்று. நெஹ்லூதவுக்கு இப்படி இன்ப அனுபவம் ஏற்பட்டது. கத்யூஷா அவருக்கு முன்னாலோ அருகாமையிலோ வந்தபோது மட்டுமல்ல; கத்யூஷா என்று ஒருத்தி இருக்கிறாளென்ற அந்த ஒரு நினைப்பே அவருக்கும், அதேபோல நெஹ்லூதவ் என்ற ஒருவர் இருக்கிறாரென்ற அந்த ஒரு நினைப்பே அவளுக்கும், இந்த இன்ப அனுபவத்தை ஏற்படுத்தி வந்தது.

தாயிடமிருந்து நெஹ்லூதவுக்கு விரும்பத்தகாத கடிதம் வந்தாலும் சரி, அவரது கட்டுரை வேலைகள் சரிவர நடந்தேறாவிடினும் சரி, இளைஞர்களுக்கு அடிக்கடி ஏற்படக் கூடிய காரணமில்லாத துயரம் ஏற்பட்டாலும் சரி, கத்யூஷா இருக்கிறாள், தான் அவளைக் கண்கொண்டு காண முடியவில்லையென்பதை அவர் நினைவுபடுத்திக் கொண்டதும் இன்னல் அனைத்தும் உடனே இருக்கிற இடம் தெரியாமல் மறைந்துவிடும்.

கத்யூஷாவுக்கு வீட்டில் வேலை நிறைய இருந்தது, ஆனால் அவள் யாவற்றையும் வேகமாகச் செய்து முடித்துவிட்டு எஞ்சியிருக்கும் சிறிது ஓய்வு நேரத்தில் புத்தகங்கள் படித்தாள். நெஹ்லூதவ் அப்போதுதான் படித்து முடித்திருந்த தாஸ்தயேவ்ஸ்கி, துர்கேனவ் புத்தகங்களை அவளிடம் தந்து படிக்கச் சொன்னார். துர்கேனவின் ‘அமைதி மூலை’ தான் அவளுக்கு யாவற்றிலும் அதிகம் பிடித்திருந்தது. நடைவழியிலோ தாழ்வாரத்திலோ வெளிமுற்றத்திலோ சந்திக்க நேரும்போது இருவரும் இரண்டொரு நிமிடம் உரையாடிவிட்டுச் செல்வார்கள். அத்தைகளின் வயது முதிர்ந்த பணியாளாகிய மத்தியோனா பாவ்லவ்னாவின் அறையிலும் எப்போதாவது அவர்கள் உரையாடுவது உண்டு. சில நேரம் நெஹ்லூதவ் இந்த அறையில் மத்தியோனா பாவ்லவ்னாவுடன் அமர்ந்து தேநீர் அருந்துவார். கத்யூஷாவும்

இந்த அறையில்தான் வசித்து வந்தாள். மத்தியோனா பாவ்லவ்னாவின் முன்னிலையில் அவர்கள் இருவருக்கும் நடைபெற்ற உரையாடல்கள்தான் மிகவும் இனிமையானவை. இருவரும் தனியே சந்திக்கையில் பேச்சு அவ்வளவு சுவையாக இருப்பதில்லை. ஏனெனில் அவர்களது வாய்கள் பேசிக்கொள்வதைக் காட்டிலும் மிகவும் முக்கியமான வேறொன்றை அவர்களது கண்கள் பேசிக்கொள்ள ஆரம்பித்துவிடும்; உதடுகள் குவிந்து சுருங்கிவிடும், ஏதோ திகிலால் கலங்கியவர்களாய் அவசரமாய்ப் பிரிந்து செல்வார்கள்.

அத்தைகளின் வீட்டில் முதல் தரம் அவர் வந்து தங்கியிருந்த காலத்தின் எஞ்சிய பகுதி முழுவதுமே நெஹ்லூதவுக்கும் கத்யூஷாவுக்கும் இம்மாதிரியான உறவுதான் தொடர்ந்து நிலவியது. அத்தைகள் இதைக்கண்டு அஞ்சினர். வெளிநாடு சென்றிருந்த கோமகள் எலேனா இவானவ்னாவுக்கு (நெஹ்லூதவின் தாய்) இதைப் பற்றி எழுதவும் செய்தனர். கத்யூஷாவுடன் தமது மருமகன் திமீத்ரி கள்ளத்தொடர்பு கொண்டுவிடுவான் என்பதே அத்தை மரீயா இவானவ்னாவின் அச்சம். ஆனால் அவருடைய இந்த அச்சம் ஆதாரமற்றது. ஏனெனில் நெஹ்லூதவ் – அவரே அதை உணர்ந்திருக்கவில்லை என்றாலும்கூட – கத்யூஷாவைக் காதலித்தார். மாசற்ற தூய உள்ளத்தினருக்கு மட்டுமே உரிய முறையில் மெய்யாகவே அவளைக் காதலித்தார்; அவரது இந்தக் காதல் அவருக்கும் அவளுக்கும் சிறந்த அரணாக அமைந்து, விழுந்துபடாதபடி இருவரையும் பாதுகாத்தது. அவளது உடலை உடைமையாக்கிக் கொள்ளும் விருப்பம் இருந்ததில்லை என்பதோடு, அவளுடன் தமக்கு அம்மாதிரியான உறவு ஏற்படலாமென்ற அந்த எண்ணமே அவரைக் கதிகலங்கச் செய்வதாய் இருந்தது. ஓரளவு கவிதை உள்ளம் கொண்டவரான சோபியா இவானவ்னாவின் அச்சம் வேறு வகையானது; 'இலட்சிய நோக்கும் வைராக்கியமும் வாய்ந்தவனான இந்த திமீத்ரி ஒரு மங்கையிடம் காதல் கொள்வானாயின் அவளது குலத்தையும் அந்தஸ்தையும் பற்றிக் கவலைப்படமாட்டானே, எதையும் ஆலோசிக்காமல் அவளுடன் மணம் முடித்துக் கொள்ள அல்லவா தீர்மானித்துவிடுவான்' என்று அவர் அஞ்சினார். அவரது இந்த அச்சம் ஆதாரமற்றது அல்ல.

கத்யூஷாவிடம் தமக்கிருந்த காதலை நெஹ்லூதவ் அப்போது உணர்ந்திருந்தால், இன்னும் முக்கியமாய்க் கத்யூஷாவின் நிலையிலிருந்த ஒரு பெண்ணுடன் ஒருபோதும் அவர் தமது வாழ்வை இணைத்துக் கொள்ளலாகாதென அவரிடம் வற்புறுத்தப் பட்டிருந்தால், எந்தப் பெண்ணாக இருந்தால் என்ன... தாம்

அவளைக் காதலிப்பது மெய்யானால் அவளுடன் மணம் முடித்துக் கொள்வதற்குத் தடையாக அமையவல்ல காரணம் ஏதும் இருக்க முடியாதென்றுதான் அவரது வழக்கமான நேர்மையுடன் இறுதியான முடிவுக்கு வந்திருப்பார் அவர். ஆனால் அத்தைகள் தமது அச்சத்தை அவரிடம் வெளியிட்டுக் கொள்ளவே இல்லை. கத்யூஷாவிடம் தமக்கிருந்த காதலை உணர்ந்து கொள்ளாமலே அவர் அங்கிருந்து புறப்பட்டு விட்டார்.

கத்யூஷாவிடம் தமக்கிருந்த நேசமும் நெருக்கமும் தம் மிடத்தும், இனிமையும் களிப்பும் மிக்கவளான இம்மங்கை யிடத்தும் நிறைந்திருந்த வாழ்வின் இன்பப் பூரிப்பினது வெளிப் பாடே ஆகுமென அவர் நினைத்திருந்தார். ஆயினும் அங்கிருந்து அவர் புறப்பட்டபோது, அத்தைகளுடன் கூட வாயில் முகப்பில் நின்றிருந்த கத்யூஷா சற்றே ஓரப் பார்வை கொண்ட அவளது கரிய விழிகளில் கண்ணீர் தளும்ப உற்று நோக்குவதைப் பார்த்ததும், இனி மறுபடியும் ஒரு தரம் தமக்கு வாய்க்கப் போகாத எழிலார்ந்த மகோன்னதமான ஒன்றைவிட்டுப் பிரிகி றோம் என்ற உணர்வு அவருள் எழுந்தது. துயரம் அவர் நெஞ் சினுள் கனத்தது.

"போய் வருகிறேன், கத்யூஷா! நன்றி உனக்கு, யாவற்றுக் காகவும் எனது நன்றி" என்று சோபியா இவானவ்னாவின் தலைக் குல்லாய்க்கு அப்பால் பார்த்துச் சொல்லிவிட்டு வண்டிக்குள் ஏறினார் அவர்.

"போய் வாருங்கள், திமீத்ரி இவானவிச்!" என்று கண்ணீரை வெளியே விடாமல் அடக்கிக்கொண்டு அருமை கொஞ்சும் இனிய குரலில் பதிலளித்துவிட்டு, யார் கண்ணிலும் படாமல் அழுவதற்காக முன்னறைக்குள் ஓடினாள்.

13

அதன் பிறகு நெஹ்லூதவ் மூன்று ஆண்டுகள் வரை கத்யூஷாவைப் பார்க்கவில்லை. மறுபடியும் அவளைப் பார்த்த போது அவர் இராணுவ அதிகாரியாகப் பதவி உயர்வு பெற்றிருந்தார். தமது படைப் பிரிவுக்குச் செல்லும் வழியில் அத்தைகளது வீட்டுக்கு வந்திருந்தார். ஆனால் இப்போது அவர், மூன்று ஆண்டுகளுக்கு முன்பு இங்கு வந்து தங்கி கோடை விடுமுறையைக் கழித்தவரிடமிருந்து முற்றிலும் மாறான ஒருவராய் இருந்தார்.

முன்பு அவர் நேர்மையும் தூய்மையும் வாய்ந்த இளைஞ ராய், தன்னலங் கருதாதவராய் இருந்தார். எந்தச் சீரிய இலட்சி யத்துக்காகவும், தியாகம் புரியத் தயாராயிருந்தார். ஆனால் இப்போது அவர் சீர்கேடுற்றுத் தேர்ந்த தன்னலவாதியாகி, தமது இன்ப அனுபவத்தில் மட்டுமே கருத்துடையவராக இருந்தார். முன்பு ஆண்டவனது உலகம் அவருக்கு ஒரு பெரிய விந்தையாகத் தோன்றியது. அடங்காத ஆர்வமும் களிப்பும் மிக்கவராய் அவர் அதன் இரகசியத்தைக் கண்டறிய முயன்றார். இப்போது அவருக்கு வாழ்க்கையில் யாவும் அவருக்குரிய வாழ்க்கை நிலைகளாக வரையறை செய்யப்பட்டுத் தெளிவாக விளங்கும் எளிய விவகாரங்களாகிவிட்டன. முன்பு அவர் இயற்கையோடும், தமக்கு முன்னால் வாழ்ந்தும் சிந்தனை செய்தும் உணர்ந்தும் வந்தோரோடும் (தத்துவஞானிகளோடும் கவிஞர்களோடும்) கலந்து உறவாடல் அவசியமென்றும் முக்கிய மென்றும் கருதினார். இப்போது அவருக்கு அவசியமாகவும் முக்கியமாகவும் இருந்தவை மனித வழக்காறுகளும் ஏற்பாடு களும், நண்பர்களுடனான தொடர்பும்தான். அன்று பெண்கள் அவருக்கு விந்தையானோராய், உள்ளங்கவரும் இனியராய் விந்தையானோராய் இருக்கும் அந்தக் காரணத்தாலேயே உள்ளங் கவரும் இனியராய் – இருந்தனர்; இன்று பெண்கள் குறித்து, தமது குடும்பத்தைச் சேர்ந்தோரையும் நண்பர்களது மனைவி களையும் தவிர்த்து ஏனைய எல்லாப் பெண்களும் குறித்து அவருக்கிருந்த நினைப்பு மிகத் தெளிவானது; நன்கு அறியப் பெற்ற இன்ப அனுபவத்துக்குப் பெண்ணானவள் சிறந்ததொரு கருவி, முன்பு பணம் அவருக்கு அவசியமானதாய் இருக்க வில்லை. அன்று அவர் தாய் அவருக்குத் தந்து வந்த தொகையில் மூன்றில் ஒரு பகுதி கூட அவருக்குத் தேவைப்படவில்லை; ஆனால் இன்று மாதந்தோறும் தாயிடமிருந்து கிடைத்த ஆயிரத்து ஐந்நூறு ரூபிளுங்கூட அவருக்குப் போதுமானதாக இல்லை. அவர் தாய்க்கும் அவருக்குமிடையே இது பற்றிக் கசப்பான உரையாடல்கள் நடைபெற்றிருந்தன, முன்பு அவர் தமது ஆன்மிகத் தன்மைதான் தமது மெய்யான நான் எனக் கருதினார்; ஆனால் இப்போது அவர் ஆரோக்கியமும் வலிவும் வாய்ந்த விலங்கினத் தன்மையதான நான் தான் தாம் எனக் கருதினார்.

அவரிடம் இந்தப் பயங்கர மாற்றம் ஏற்பட்டதற்குக் காரணம் என்னவெனில், அவர் தம்மை நம்புவதை விட்டொழித்து ஏனையோரை நம்ப முற்பட்டுவிட்டார். அவர் ஏன் தம்மை நம்பாமல் ஏனையோரை நம்ப முற்பட்டாரெனில் தம்மை

நம்பி வாழ்வது மெத்தக் கடினமாயிருந்தது. தம்மை நம்புகிறவர், எப்போதும் சுலப வழிகளில் இன்பத்தை நாடும் தமது விலங்கின நானுக்கு ஆதரவாக இருக்க முடிவதில்லை. அனேகமாய் ஒவ்வொரு சந்தர்ப்பத்திலும் அதற்கு எதிராகவே எல்லாப் பிரச்சினைகளிலும் தீர்மானத்துக்கு வர வேண்டியிருக்கிறது. ஆனால் ஏனையோரை நம்புகிறவருக்கு, தீர்மானிப்பதற்கு ஏதும் இல்லை. அவருக்கு யாவும் ஏற்கெனவே தீர்மானிக்கப்பட்டவை, எப்போதும் விலங்கின நானுக்கு ஆதரவாகவும் ஆன்மிக நானுக்கு எதிராகவும் தீர்மானிக்கப்பட்டவை. அதுமட்டுமல்ல, தம்மையே நம்பிச் செயற்பட்டபோது அவர் சுற்றிலும் இருந்தோரால் எப்போதும் கண்டிக்கப்பட்டார். ஏனையோரை நம்பிச் செயற்பட்டபோது அவர் சுற்றிலும் இருந்தோரது ஆதரவையும் அங்கீகாரத்தையும் பெற்றார்.

இவ்வாறு கடவுள், உண்மை, செல்வம், வறுமை முதலானவை குறித்து நெஹ்லூதவ் சிந்திக்கவோ, படிக்கவோ, பேசவோ முற்பட்டதும், அவரைச் சுற்றிலும் இருந்த எல்லாரும் அவர் ஒவ்வாதவற்றைச் செய்வதாகவும் தம்மை ஏளனத்துக்குரிய வராய் ஆக்கிக் கொள்வதாகவும்கூடக் கருதினார். அவருடைய தாயும் குழந்தைகளும் அன்பும் கேலியும் தொனிக்க அவரை நமது அருமைத் தத்துவஞானி என்று அழைத்தனர். ஆனால் அவர் புதினங்கள் படித்தபோதும், ஆபாசமான வேடிக்கைக் கதைகள் கூறியபோதும், பிரெஞ்சு நாடக மன்றத்தில் கேலிக்கூத்து நாடகங்கள் பார்த்துவிட்டு வந்தபோதும், குதூகலமாக அவற்றைப் பற்றிச் சொல்லியபோது எல்லோரும் போற்றிப் புகழ்ந்து அவருக்கு ஊக்கமூட்டினர். அவர் தமது தேவைகளை மட்டுப்படுத்திக்கொள்வது தமது கடமையென நினைத்துப் பழைய கோட்டைப் போட்டுச் சென்றபோதும், மதுபானங்கள் வேண்டாமென்று விலகிச் சென்றபோதும், எல்லாரும் அதை விபரீத நடத்தையென்றும் வெறும் பகட்டென்றும் நினைத் தார்கள். ஆனால் வேட்டையாடச் செல்வதற்காகவோ, வீட்டில் தமது அறையில் சிறப்பான சிங்காரிப்புகளையும் வீண் ஆடம்பர வசதிகளையும் அமைப்பதற்காகவோ, அவர் பெருந்தொகைகள் செலவிட்டபோது, எல்லோரும் அவரது அழகுணர்ச்சியையும் ரசனையையும் போற்றினர், அவருக்கு விலையுயர்ந்த அன்பளிப்புகள் வாங்கித் தந்தனர். அவர் தூய்மை கெடாதிருந்த போது, மணம்புரிந்து கொள்ளும்வரை தொடர்ந்து தூய்மை கெடாதிருக்க விரும்பியபோது, அவரது உடல்நலத்துக்குக் கேடு வரக்கூடுமென உற்றாரும் உறவினரும் அச்சம் தெரிவித்தனர். அவர் மெய்யான ஆண் பிள்ளையாகி விட்டார், தமது நண்பர்

ஒருவரிடமிருந்து பிரெஞ்சுக்காரி ஒருத்தியை வசப்படுத்திக் கொண்டு விட்டார் என்பது தெரிந்தபோது, அவருடைய தாயுங்கூட வருத்தப்படவில்லை, மனத்துள் ஓரளவு மகிழ்ந்து கொள்ளவே செய்தார். கத்யூஷாவுடனான நிகழ்ச்சியைப் பொறுத்தவரை, அந்தப் பெண்ணைத் தமது புதல்வன் மணந்து கொண்டிருக்கக்கூடும் என்பதுதான் கோமகளாகிய அந்தத் தாய்க்கு நினைக்கவே பயங்கரமாக இருந்தது.

நிலத்தில் தனியார் உடைமை நிலவுவது சரியல்ல என்று கருதிய நெஹ்லூதவ், வயது வந்ததும் வாரிசு வழியில் தந்தையிடமிருந்து பெற்றுக்கொண்ட சிறிய பண்ணையை விவசாயிகளுக்கே தந்தபோதும் இவ்வாறேதான் நடைபெற்றது. அவருடைய இந்தச் செயல் அவரது தாய்க்கும் உறவினர்களுக்கும் அதிர்ச்சியையே உண்டாக்கியது. இதன் பின் எந்நாளும் அவர்கள் இதற்காக அவரைக் கண்டித்துக் கேலி புரிந்தும் வந்தார்கள். நிலத்தைப் பெற்றுக்கொண்ட விவசாயிகள் முன்னிலும் வசதியாக வாழ்ந்துவிடவில்லை; இப்போது மூன்று மதுவிடுதிகளை அமைத்துக்கொண்டு வேலை செய்வதையே விட்டொழித்து என்றையும்விட ஏழ்மையுற்று அவதிப்பட்டனர் என்று அவர்கள் ஓயாமல் அவரிடம் சொல்லிக் காட்டினர். ஆனால் காவலர் படையில் நெஹ்லூதவ் சேர்ந்ததும் தமது பிரபுக் குலத்து நண்பர்களோடு கூடிக்கொண்டு பணத்தை வாரி இறைத்ததாலும் சூதாடித் தொலைத்துக் கட்டியதாலும் அவர் தாய் எலேனா இவானவ்னா வருட வருமானம் போதாமல் தமது மூலதனத்திலிருந்து தொகைகள் எடுக்க வேண்டி வந்த போது, தாய் பெரிதாய் ஒன்றும் வருத்தப்படவில்லை; இளம் பிராயத்துக்குரிய களியாட்டங்களில் இளம் பிராயத்திலேயே மேற்குல மாந்தருக்கு மத்தியில் ஆசை தீர மூழ்கித் திளைப்பது இயற்கையே என்றும் வரவேற்கத்தக்கதே என்றும் கருதினார்.

ஆரம்பத்தில் நெஹ்லூதவ் போராடவே செய்தார். ஆனால் இந்தப் போராட்டம் அளவு மீறிக் கடுமையானதாக இருந்தது. ஏனெனில் அவர் தம்மை நம்பியபோது, அவர் நல்லவையென நினைத்தவை யாவும் அவரைச் சேர்ந்தவர்கள் எல்லாராலும் தவறெனக் கருதப்பட்டன; அவர் தீயவையெனக் கருதியவை யாவும் ஏனையோரால் நல்லவையெனப் போற்றப்பட்டன. இறுதியில் அவர் சரணடைவதில், நம்மை நம்புவதை விட்டொழித்து ஏனையோரை நம்பிச் செயற்பட முற்படுவதில் இந்தப் போராட்டம் முடிவடைந்தது. அவர் தம்மை நம்புவதை விட்டொழித்தபோது முதலில் அவருக்கு மனம் உறுத்தவே செய்தது, ஆனால் இந்த மன உறுத்தல் அதிகக் காலத்துக்கு நீடிக்கவில்லை. நெஹ்லூதவுக்கு அந்தக் காலத்தில்தான் புகைப் பழக்கமும் குடிப்பழக்கமும் ஏற்பட்டிருந்தது, விரைவில் அவர் இந்த மன உறுத்தலைச் சமாளித்ததோடு, மிகுந்த நிம்மதியும் அடையலானார்.

இயற்கையாகவே உணர்ச்சி வேகம் மிக்கவரான நெஹ்லூதவ், தம்மைச் சுற்றிலும் இருந்தோர் அனைவரும் அங்கீகரித்த இந்தப் புது முறையிலான வாழ்க்கையில் முழுமூச்சோடு ஈடுபட முற்பட்டார். இந்த வாழ்க்கை முறைக்குப் புறம்பானவற்றைக் கோரிய அவரது அகக்குரலை ஒலிக்காதபடி நெரித்து அடக்கினார். அவர் பீட்டர்ஸ்பர்குக்குச் சென்றபின் ஆரம்பமான இந்த மாற்றம், அவர் சேனையில் சேர்ந்துகொண்டதும் நிறைவு பெறலாயிற்று.

இராணுவச் சேவையானது பொதுவாகவே ஆட்களைக் கெடுத்து இழிவுறச் செய்கிறது. அது இவர்களை வேலையின்றி வீண்பொழுது போக்கும் நிலையில் இருத்துகின்றது, அதாவது அவர்களுக்கு அறிவுக்குகந்த பயனுள்ள எந்த வேலையும் இல்லாதபடிச் செய்கிறது. மனிதர்களுக்குள்ள சாதாரணக் கடமைகளிலிருந்து அவர்களை விடுவித்து, இவற்றுக்குப் பதில் படைப்பிரிவு, இராணுவ உடுப்பு, கொடி இவற்றின் கீர்த்திக்குரிய மரபொழுங்குக் கட்டுப்பாடுகளை மட்டுமே ஏற்கச் செய்கிறது. ஒரு புறத்தில் அவர்களுக்கு ஏனைய மக்கள் மீது வரம்பற்ற அதிகாரம் பெறச் செய்து, மறு புறத்தில் அவர்களைவிட மேல் மட்டங்களைச் சேர்ந்த அதிகாரிகளுக்கு அவர்களை அடிமைகளாக அடிபணிய வைக்கிறது.

ஆனால் இராணுவச் சேவையாலும் அதன் உடுப்புகளுக்கும் கொடிகளுக்குமான கீர்த்தியாலும் அது அனுமதிக்கும் வன்முறையாலும் அது பொதுவாகவே ஏற்படும் சீரழிவுடன், செல்வத்தாலும் மற்றும் அரச குடும்பத்தாருடனான நெருங்கிய தொடர்பாலும் – செல்வச் சீமான்களும் உயர் குலத்தோருமாகிய இராணுவ அதிகாரிகளைக் கொண்டமைந்த காவலர் படைப் பிரிவுக்கு இந்த உயர் சிறப்பு கிடைத்திருந்தது – ஏற்படும் சீரழிவும் சேரும்போது, இச்சீரழிவு உக்கிரமடைந்து தன்னல வெறியின் உச்சநிலையாகி விடுகிறது. நெஹ்லூதவ் சேனையில் சேர்ந்து கொண்டு அங்கே மற்ற அதிகாரிகளைப் போலவே தாமும் வாழ முற்பட்டதும், இவர் இம்மாதிரியான தன்னல வெறியால்தான் பீடிக்கப்பட்டார்.

ஏனையோரால் தைக்கப்பட்டு அப்பழுக்கின்றிச் சுத்தமாக்கித் தரப்பட்ட நேர்த்தியான இராணுவ உடுப்புகளை அணிந்துகொண்டு ஏனையோரால் செய்யப்பட்டுத் துடைத்துப் பளபளப்பாக்கிக் கொடுக்கப்பட்ட ஆயுதங்களைத் தரித்துக் கொண்டு, ஏனையோரால் வளர்க்கப்பட்டு மந்தையிலிருந்து பிரித்துப் பயிற்றுவிக்கப்பட்டு தீனி போட்டுக் கவனிக்கப்பட்ட சிறந்த குதிரை மீதேறி அணிவகுப்புக்குச் செல்வதைத் தவிர,

அவருக்கு வேலை எதுவும் இல்லை. அங்கே தம்மையொத்த பிற அதிகாரிகளைப் போலவே தாமும் போர்வாட்களை வீசியவாறு அங்கும் இங்கும் பாய்ந்தோடவும், துப்பாக்கிகளைச் சுடவும், அதேபோல் செய்வதற்கு மற்றவர்களுக்குக் கற்றுத் தரவும் வேண்டியிருந்தது. வேறு வேலை எதுவும் இருக்கவில்லை, உயர் பதவிகளில் இருந்த இளைஞர்களும் முதியோரும், ஜார் மன்னரும் அவரைச் சூழ்ந்திருந்தோரும் இம்மாதிரியான செயற்பாட்டை அங்கீகரித்ததோடு அல்லாமல், அதில் ஈடுபட்டோரைப் போற்றிப் புகழ்ந்து அவர்களுக்குப் பாராட்டு தெரிவித்தனர். இந்த வேலையைச் செய்தபின், சிறப்பும் முக்கியத்துவமும் வாய்ந்தாகக் கருதப்பட்டது என்னவெனில்; எங்கிருந்து தம் கைக்கு வந்ததென்று புலப்படாத பெருந்தொகைகளை வாரி இறைத்து இராணுவ அதிகாரிகளது மன்றங்களிலோ சிறந்த உண்டிச்சாலைகளிலோ சாப்பிடுதல், முக்கியமாகக் குடித்தல், பிறகு நாடகமன்றங்கள், நடனக்கூடங்கள், பெண்கள்; திரும்பவும் குதிரை மீதேறிச் செல்லுதல், போர்வாட்களை வீசுதல், பாய்ந்தோடுதல், மீண்டும் மது, சீட்டாட்டம், பெண்கள் ஆகிய கேளிக்கைகளுக்காகப் பெருந்தொகைகளை வாரி இறைத்தல்.

இம்மாதிரியான வாழ்க்கை ஏனையோரைக் காட்டிலும் இராணுவத்தினரை இன்னும் அதிகமாகக் கேடுறச் செய்கிறது. ஏனெனில் இராணுவத்தைச் சேராதவர்கள் இம்மாதிரியான வாழ்க்கையில் ஈடுபடுகையில் உள்ளுக்குள் இது குறித்து அவர்கள் அவமானப்படுகிறார்கள்; ஆனால் இராணுவத்தினர் இந்த வாழ்க்கை குறித்து, முக்கியமாய் யுத்த காலத்தில், பெருமைப்படுகிறார்கள். நெஹ்லூதவுக்கும் இம்மாதிரியான நிலைமையே ஏற்பட்டது – துருக்கியர்களுடன் யுத்தம் பிரகடனமானதும் சேனையில் சேர்ந்து கொண்டவர் அவர். “யுத்தத்தில் நாங்கள் உயிர்த் தியாகம் புரியத் தயாராயிருப்பவர்கள், ஆகவே கவலையற்ற குதூகலமான வாழ்க்கை எங்களுக்கு அனுமதிக்கப்பட வேண்டும், இது அத்தியாவசியமானது – ஆகவேதான் நாங்கள் இவ்விதம் வாழ்கிறோம்.”

நெஹ்லூதவினது வாழ்க்கையின் இந்தக் கட்டத்தில் தெளிவில்லாத இம்மாதிரியான எண்ணம்தான் அவரிடம் வளர்ந்து வந்தது. முன்பு அவர் தமக்கு விதித்திருந்த ஒழுக்கநெறிக் கட்டுப்பாடுகள் யாவற்றிலிருந்தும் விடுபட்டு விட்டோம் என்ற மகிழ்ச்சியே இக்காலம் முழுதும் அவரிடம் மேலோங்கியிருந்த உணர்ச்சி. இவ்விதம் அவர் இக்காலத்தில் இடையறாது தொடர்ந்து தன்னல வெறியின் உச்சநிலையில் இருந்து வந்தார்.

இம்மாதிரியான நிலையில்தான். மூன்று ஆண்டுகளுக்குப் பிற்பாடு அவர் மறுபடியும் அத்தைகளது வீட்டுக்கு வந்திருந்தார்.

14

நெஹ்லூதவ் சேர்ந்து கொள்ள வேண்டிய படைப்பிரிவு சென்றுகொண்டிருந்த பாதையில் அவரது அத்தைகளின் பண்ணை இருந்தது என்பதாலும், அத்தைகள் அவரை வந்து செல்லுமாறு ஆவலோடு அழைத்திருந்தனர் என்பதாலும் மட்டும் அவர் அத்தைகளின் வீட்டுக்குச் சென்றுவிடவில்லை. யாவற்றிலும் முக்கியமாய் அவர் கத்யூஷாவைப் பார்க்க விரும்பியதால்தான் அங்கு சென்றிருந்தார். கட்டுப்பாடுகள் யாவும் முன்பே நீக்கப்பட்டுத் தடையின்றிச் செயற்பட்ட அவரது விலங்கினக் கூறு இரகசியமாகக் கூறியதற்கு இணங்க அவரது அந்தரங்கத்துக்குள் கத்யூஷா குறித்து ஏற்கெனவே அந்தக் கேடார்ந்த திட்டம் உருவாகியிருந்ததோ என்னவோ, ஆனால் மனமறிந்து அப்படி ஒரு திட்டத்துடன் அவர் அங்கே செல்ல வில்லை. முன்பு அப்படி அவரை மகிழ்ச்சிக் களிப்பில் திளைக்கச் செய்த அந்த இடத்துக்குத் திரும்பவும் செல்ல வேண்டும், தம் கண்ணுக்குப் புலப்படாத முறையில் எந்நேரமும் தம்மை அன்பும் பாராட்டும் மிகுந்த சூழலில் இருக்கச் செய்த தமது அத்தைகள் ஓரளவு பரிகசிக்கத் தக்கோராயினும் அருமையானவர்களும் அன்பு உள்ளமுடையோருமாகிய அவர்களைச் சந்திக்க வேண்டும். சிந்தையை மகிழ்விப்பவனாய்த் தம் மனத்துள் இடம் பெற்றிருந்த அந்த இன்னரும் நங்கை கத்யூஷாவை மீண்டும் பார்க்க வேண்டும் என்ற விருப்பத்துடன் தான் அவர் அங்கே சென்றார்.

மார்ச் மாத முடிவில் புது வெள்ளிக்கிழமையன்று அவர் அங்கே வந்து சேர்ந்தார். கட்டிப் பனி உருகி எங்கும் சேறும் சகதியுமாக இருந்தது. அதோடு மழை கொட்டிக் கொண்டிருந்தது. சொட்டச் சொட்ட நனைந்துபோய்க் குளிரில் நடுங்கிய போதிலும், அந்நாட்களில் எப்போதும் அவரிடம் காணப்பட்ட அந்த விறுவிறுப்போடும் உற்சாகத்தோடும் சறுக்குவண்டியில் வெளிமுற்றத்துக்குள் வந்தார். கட்டையான கற்சுவரால் சூழப்பட்டு அவர் நன்கு அறிந்திருந்த அந்தப் பழங்காலத்திய வெளிமுற்றத்தில் இப்போது கூரையிலிருந்து சரிந்து விழுந்த வெண்பனி நிறைந்திருந்தது. "அவள் இன்னும் இவர்களுடன் இருக்கிறாளா, தெரியவில்லையே" என்று அவர் தம்மைத்தாமே கேட்டுக் கொண்டார். தமது சறுக்கு வண்டியின் மணி யோசையைக் கேட்டு அவள் வாயில் முகப்புக்கு வெளியே வருவாளென அவர் எதிர்பார்த்தார். ஆனால் வாயில் முகப்பின் பக்கவாட்டுக் கதவு வழியே வேறு யாரோ இரு பெண்கள் வெளியே வந்தார்கள், பாவாடையை மடித்துச் செருகியிருந்த அவர்கள் வாளிகளைத் தூக்கிக்கொண்டு வெறுங்காலில்

நடந்தார்கள், இருவரும் தரையைத் தேய்த்துச் சுத்தம் செய்து விட்டு வந்தவர்கள் என்பது தெரிந்தது. முன் வாயிலிலும் அவளைக் காணோம், வேலையாளாகிய தீஹன்தான் மார்பு அங்கியுடன் அங்கிருந்து வெளியே வந்தான், அவனும் வீட்டைச் சுத்தம் செய்துவிட்டு வந்தான் என்பது தெரிந்தது. அத்தை சோபியா இவானவ்னாதான் பட்டாடையும் குல்லாவும் அணிந்துகொண்டு முன்னறையிலே அவரை எதிர்கொண்டார்.

"வா தம்பி. எங்களைப் பார்ப்பதற்காக இவ்வளவு தூரம் வந்திருக்கும் உன்னை எவ்வளவு போற்றினாலும் தகும்" என்று சொல்லி சோபியா இவானவ்னா தமது மருமகனை அணைத்து முத்தமிட்டார். "பெரிய அத்தைக்குக் கோயிலுக்குப் போய் வந்த களைப்பு தாளவில்லை, படுத்திருக்கிறாள். பரிசுத்த நற்கருணை பெற்று வந்தோம்."

"சோபியா அத்தை, நற்கருணை பெற்ற உங்களுக்கு எனது வாழ்த்து" என்று சொல்லி சோபியா இவானவ்னாவின் கையில் முத்தமிட்டார், நெஹ்லூதவ். "ஓ, என்னை மன்னிக்க வேண்டும், உங்கள் ஆடையை நனைத்துவிட்டேன்" என்றார்.

"நேரே உன் அறைக்குப் போ நீ–தொப்பற நனைந்து போய் வந்திருக்கிறாயே. அடே, மீசை அல்லவா வைத்திருக்கிறாய்.. கத்யூஷா! கத்யூஷா! தம்பிக்குக் காப்பி கொண்டு வந்து கொடு, சீக்கிரமாய் எடுத்து வா."

"இதோ கொண்டு வருகிறேன்!"அவர் நன்கறிந்த அந்த இனிய குரல் நடைவழியிலிருந்து ஒலித்தது.

நெஹ்லூதவின் உள்ளம் களிப்புற்றுக் குதித்தது. "இதோ இருக்கிறாளே!" உடனே மேகத்துக்குப் பின்னாலிருந்து கதிரவன் வெளிப்பட்டு யாவும் ஒளிமயமானதுபோல் இருந்தது அவருக்கு. தீஹன் பின்னால் வர, நெஹ்லூதவ் ஆனந்தமாய் நடந்து தமது பழைய அறைக்குச் சென்று உடைகளை மாற்றிக்கொள்ள முற்பட்டார்.

கத்யூஷாவைப் பற்றித் தீஹனிடம் விசாரிக்க விரும்பினார்: எப்படி இருக்கிறாள்? என்ன செய்கிறாள்? அவள் மணம் புரிந்து கொள்ளப் போகிறாளா? ஆனால் தீஹன் அவரிடம் மட்டுமீறிய மரியாதையுடன் நடந்துகொண்டான். அதேபோது கண்டிப்பு வாய்ந்தவனாகவும் இருந்தான். ஜாடியிலிருந்து அவனே தான் அவருக்காகத் தண்ணீர் ஊற்ற வேண்டுமென்று பிடிவாதம் செய் தான். அவனிடம் கத்யூஷாவைப் பற்றிக் கேட்கத் துணியாமல், அவனுடைய பேரப் பிள்ளைகளைப் பற்றியும், "அண்ணன் குதிரை" என்பதாய் அழைக்கப்பட்ட அந்தக் கிழக்குதிரையைப் பற்றியும் பொல்க்கான் என்ற நாயைப் பற்றியும்தான் விசாரித்

தார். எல்லோரும் நல்லபடியாகவே இருந்தனர். பொல்க்கான் மட்டும்தான் முந்திய ஆண்டில் பைத்தியம் பிடித்துச் செத்துப் போய்விட்டது.

நனைந்த ஆடைகளைக் களைந்துவிட்டு புதியவற்றை அவர் உடுத்திக்கொண்டு நின்ற நேரத்தில், வெளியே வேகமாய் அடியெடுத்து வைத்து நடக்கும் காலடியின் ஒலியும் பிறகு தட்டப்படும் சப்தமும் கேட்டன. அவளையின்றி வேறு யாரும் அம்மாதிரி நடந்ததில்லை, அம்மாதிரித் தட்டியதும் இல்லை.

நனைந்துபோன இராணுவ மேல் கோட்டைத் தோள்களில் மாட்டிக்கொண்டு, கதவிடம் சென்றார் அவர்.

"உள்ளே வரலாம்."

வந்தது அவள்தான், முன்பு அவர் அறிந்திருந்த அதே கத்யூஷாதான் இப்போது இன்னுங்கூட இனியவளாய் இருந்தாள். சற்றே ஓரப்பார்வை கொண்டு பேதமை தவழப் புன்னகை பளிச்சிட்ட அதே கரிய விழிகள் மேல் நோக்கி உயர்ந்து அவரை நோக்கின. முன்புபோல் இப்போதும் தூய வெண்ணிற மார் பங்கியுடன் வந்து நின்றாள். அப்போதுதான் மேற் காகிதம் பிரித்தெடுக்கப்பட்டு நறுமணம் வீசிய புதிய சோப்பும் இரண்டு துண்டுகளும்–ஒன்று பூப்பின்னிய நீளமான ருஷ்யத் துண்டு, மற்றொன்று துருக்கித்துண்டு – அத்தைகளிடமிருந்து கொண்டு வந்திருந்தாள். மேலே பதிக்கப்பட்டிருந்த எழுத்துகள் கலையாத அந்த சோப்பும் அந்தத் துண்டுகளும் அவற்றைக் கொண்டு வந்திருந்த அவளைப் போலவே தூய்மையாய், புதுமை குலையாமல் புனிதமும் இனிமையும் வாய்ந்தனவாய் இருந்தன. அவரைக் கண்டதும் அடக்க முடியாதபடி எழுந்த ஆனந்தத்தில், அவளது கட்டுறுதி வாய்ந்த இனிய செவ்வுதடுகள், முன்பு போல இப்போதும் குவிந்து கொண்டு முறுவலித்தன.

"திமீத்ரி இவானவிச், உங்களுக்கு நல்வரவு கூறுகிறேன்." முகத்தில் செந்நிறம் பரவிக் களை வீச அவள் வெகு முயற்சி செய்து வாய்க்குள்ளிருந்து இச்சொற்களை வெளியே கொண்டு வந்தாள்.

"வந்தனம்... வந்தனம் உனக்கு" "உங்களுக்கு" என்பதா, "உனக்கு" என்பதா என்று புரியாமல் அவளைப் போலவே அவருக்கும் முகம் சிவந்தது. "என்ன சேதி? நன்றாய் இருக்கிறாய் அல்லவா?" என்று கேட்டார்.

"கடவுள் புண்ணியத்தில் நன்றாகவே இருக்கிறேன்.... உங்களுக்குப் பிடித்த ரோஜா சோப்பைக் கொண்டு போய்க் கொடுக்கும்படி உங்கள் அத்தை கூறினார்கள்" என்று சொல்லி,

மேசை மீது சோப்பை வைத்துவிட்டு, துண்டுகளை ஒரு நாற்காலியின் கையில் தொங்கவிட்டாள்.

"உங்களுக்கு வேண்டியவை யாவும் இங்கே இருக்கின்றன" என்று விருந்தினரது சுயேச்சை உணர்வைப் போற்றும் முறையில் கூறிய தீஹன், அங்கிருந்த திறந்த அலமாரி ஒன்றைப் பெரு மிதத்துடன் சுட்டிக் காட்டினான். அந்த அலமாரியில் பிரஷ் களும் நறுமணத் திரவங்களும் பொமேடுகளும் வெள்ளி மூடி களைக் கொண்ட மிகப் பல புட்டிகளும், மற்றும் பலவகைப் பட்ட குளிப்பறைக் கருவிகளும் இருந்தன.

"என் அத்தைக்கு எனது நன்றியைத் தெரிவி. இங்கு நான் வந்திருப்பது குறித்து எப்படி மகிழ்ச்சி கொள்கிறேன். தெரியுமா?" என்று முன்பு போலவே உணர்ச்சிப் பரவசமுற்று உருக்கமாய்க் கூறினார்.

புன்னகை புரிந்து இதற்குப் பதிலளித்துவிட்டு அறையி லிருந்து வெளியே சென்றாள் அவள்.

அத்தைகள் இருவரும் நெஹ்லூதவிடம் எப்போதுமே அளவிலா அன்பு கொண்டிருந்தனர். முன்பெல்லாம் விட இந்தத் தடவை அவரை இன்னும் அதிகமான ஆர்வத்தோடும் மகிழ்ச்சியோடும் வரவேற்றனர். மருமகன் திமீத்ரி போர் புரியப் போகிறான், போரில் அவன் காயமடைய நேரலாம், உயிரிழக்கவும் கூட நேரலாம் – இதை நினைத்து வயது முதிர்ந்த அத்தைகள் உள்ளம் உருகினர்.

அத்தைகளின் வீட்டில் ஒரேயொரு நாள் மட்டும் தங்குவ தென்ற திட்டத்துடன்தான் நெஹ்லூதவ் இங்கு வந்தார். ஆனால் கத்யூஷாவைப் பார்த்த பிறகு மேலும் இரு நாட்களுக்கு, அதாவது ஈஸ்டர் பண்டிகை முடியும் வரை இங்கேயே இருக்க உடன்பட்டார். ஒதேஸ்ஸாவில் அவர் சந்திப்பதென்று ஏற்பாடாகியிருந்த அவரது நண்பரும் படைத்தோழருமாகிய ஷேன்பக்கை இங்கே தமது அத்தைகளின் வீட்டுக்கு வந்து தம்மைச் சந்திக்கும்படித் தந்தி அனுப்பினார்.

நெஹ்லூதவ் இங்கு வந்திறங்கித் திரும்பவும் கத்யூஷாவைப் பார்த்ததுமே, முன்பு அவள்பால் அவர் இதயத்தில் நிலை கொண்டிருந்த உணர்ச்சிகள் யாவும் உயிர்பெற்றெழுந்தன. முன்பு அவருக்கு ஏற்பட்ட அதே நிலைமை திரும்பவும் இப்போது ஏற்பட்டது. கத்யூஷாவின் வெண்ணிற மேலங்கி கண்ணில் பட்டதும் முன்புபோல் இப்போதும் அவரால் உணர்ச்சிப் பரபரப்படையாமல் இருக்க முடியவில்லை; அவளது காலடி ஓசையோ, அவளது பேச்சுக் குரலோ, அவளது

கலகலப்பான சிரிப்பொலியோ கேட்டதும் அவரால் பூரிப்புற்று சிந்தை மகிழாதிருக்க முடியவில்லை; கருமுந்திரிகளெனக் கறுகறுத்துப் பளிச்சிட்ட அவளது கரிய விழிகளை, முக்கியமாய் அவள் புன்னகை புரிந்த நேரங்களில், நேருக்குநேர் காண நேர்ந்தபோது அவரால் நெஞ்சம் நெக்குருகாமல் இருக்க முடியவில்லை. யாவற்றையும்விட முக்கியமாய் அவள் தம்மைச் சந்தித்த போதெல்லாம் குபீரென அவள் முகம் செக்கச் சிவந்து போனதைக் கவனித்ததும் அவரும் குழப்பமுற்றுக் கலங்காமல் இருக்க முடியவில்லை. தாம் காதல் கொண்டு விட்டதை அவரது உள்ளம் அவருக்கு உணர்த்திற்று. ஆனால் இந்தக் காதல் முன்பு இருந்தது போன்றதாய் இல்லை. முன்பு இது அவருக்கு விளங்காத ஒரு விந்தையாக இருந்தது, தம் மனத்துள்ளுங்கூட அப்போது அவர் தம் காதலை ஒத்துக்கொள்ளத் துணியாதவ ராய் இருந்தார். காதலானது யாருக்கும் ஒரேயொரு தரம்தான் வாய்க்கக் கூடியதென்று அன்று திடமாய் நம்பினார்; இப்போது அவர் காதல் கொண்டதோடு கூட இதை நன்கு அறிந்தவ ராகவும் இது குறித்து மனம் மகிழ்கிறவராகவும் இருந்தார். இந்தக் காதல் எப்படிப்பட்டது என்பதையும் இதனால் ஏற்படக்கூடிய விளைவுகள் என்னவென்பதையும் அவ்வளவு தெளிவாக இல்லையேனும் எப்படியும் ஓரளவு புரிந்துகொண்ட அவர் தம்மிடமிருந்தே இதனை மூடி மறைக்க முயன்றார்.

எல்லாரிடத்தும் இருப்பதுபோலவே நெஹ்லூதவிடத்தும் இருவேறு ஆட்கள் இருந்தனர்: ஒருவன் ஆன்மிக ஆள், இவன் தன்னைப் போலவே ஏனைய எல்லாரையும் இன்பமுறச் செய்யும்படியான இன்பத்தை மட்டுமே தனக்குத் தேடிக்கொள்ள நினைக்கிறவன்; மற்றொருவன் விலங்கின ஆள், இவன் தனது சொந்த இன்பத்தில் மட்டும் நாட்டங்கொண்டு இருந்ததற்காக ஏனைய எல்லோரது இன்பத்தையும் காவு கொடுக்கத் தயங் காதவன். பீட்டர்ஸ்பர்கிலும் சேனையிலும் அவர் நடத்திய வாழ்க்கையினால் அவரிடம் தன்னல வெறி உச்சநிலைக்கு உயர்ந்திருந்த இந்தக் காலத்தில் அவருள் விலங்கின ஆள், ஆன்மிக ஆளை அறவே அடக்கி இருத்திவிட்டு தானே முழு அதிகாரமும் பெற்றுத் தனியாட்சி புரிந்து வந்தான். ஆனால் கத்யூஷாவைக் கண்டதும் முன்பு அவள்பால் அவர் உள்ளத்தில் நிலை கொண்டிருந்த உணர்ச்சிகள் மீண்டும் உயிர்பெற்று எழுந்தபோது, அவருள் ஆன்மிக ஆள் மறுபடியும் தலைதூக்கித் தனது உரிமைகளை வற்புறுத்த முற்பட்டான். ஈஸ்டருக்கு முந்திய இரு நாட்களிலும் அவருக்குத் தெரியாமலே அவருள் ஓயாத போராட்டம் நடந்தேறியது.

இங்கிருந்து போய்விட வேண்டும், அத்தைகளின் வீட்டில் இனியும் தங்கியிருக்கக்கூடாது, அதனால் எந்த நன்மையும் இல்லை என்பது உள்ளத்தின் அடியாழத்தில் அவருக்குத் தெளிவாகவே தெரிந்தது. எனினும் இங்கே அவருக்கு அப்படி மகிழ்ச்சியாகவும் இனிமையாகவும் இருந்ததால், உண்மை கண்ணில் படாதபடி கண்களை மூடிக்கொண்டு தங்கியிருந்தார்.

இயேசு உயிர்த்தெழுந்த காலைக்கு முந்திய இரவாகிய சனிக்கிழமை இரவில் பிரார்த்தனை நடத்துவதற்காக வந்திருந்த பாதிரியாரும் மணியக்காரரும் கோயிலிலிருந்து மூன்று மைல் தொலைவில் இருந்த அத்தைகளது வீட்டுக்குச் சறுக்கு வண்டியில் சேறும் உளையுமாயிருந்த சாலையில் வந்து சேருவதற்குள் தமக்குப் பெரும்பாடாகிவிட்டது என்று கூறினர்.

அத்தைகளோடும் வேலையாட்களோடும் சேர்ந்து இந்தப் பிரார்த்தனையில் கலந்துகொண்ட நெஹ்லூதவ் முழு நேரமும் கத்யூஷாவையே பார்த்துக்கொண்டிருந்தார். கதவருகே நின்றிருந்த அவள், பாதிரியாருக்குத் தூபகலசம் கொண்டு வந்து கொடுத்தாள். பிரார்த்தனை முடிந்ததும், ஈஸ்டருக்குரிய நள்ளிரவு வர இன்னும் நேரமிருந்ததென்றாலும், பாதிரியாருக்கும் அத்தைகளுக்கும் முத்தம் தந்து வாழ்த்துரைத்து விட்டு நெஹ்லூதவ் தமது அறைக்குச் சென்று படுக்கப் போனார். அப்போது அவருடைய அத்தைகளின் வயது முதிர்ந்த பணியாளாகிய மத்ரியோனா பாவ்லவ்னா தன்னுடன் கத்யூஷாவையும் அழைத்துக்கொண்டு கோயிலுக்கு ஈஸ்டர் கேக்குகளும் இனிப்புப் பண்டங்களும் எடுத்துச் சென்று, நள்ளிரவுப் பிரார்த்தனையில் ஆசீர்வாதம் பெற்று வருவதற்காகப் புறப்பட்ட சப்தம் வெளியே நடை வழியிலிருந்து கேட்டது. “நானும் போய் வருவேன்” என்று தம்முள் கூறிக்கொண்டார் நெஹ்லூதவ்.

கோயிலுக்குச் சென்ற சாலை சக்கர வண்டியிலோ, சறுக்கு வண்டியிலோ போய் வரத்தக்க நிலையில் இல்லை. நமது சொந்த வீட்டில் இருப்பது போல் நினைத்து, அத்தைகளின் வீட்டில் நடந்துகொண்ட நெஹ்லூதவ், “அண்ணன் குதிரை” என்பதான அந்தக் கிழக் குதிரைக்குச் சேணமிடும்படி உத்தரவிட்டார். படுத்து உறங்குவதற்குப் பதில் கண்ணைப் பறிக்கும் தமது இராணுவ உடுப்பை அணிந்து, இறுகலான சவாரிக் கால் சட்டையும் இராணுவ மேல்கோட்டும் போட்டுக்கொண்டார். உண்டு கொழுத்திருந்த அந்தக் கிழக் குதிரை மீதேறிக் கோயிலை நோக்கிச் சென்றார். வழிநெடுகிலும் அந்தக் குதிரை கனைத்தது, இருட்டிலே சகதியிலும் வெண்பனிப் பெருக்கிலும் அவர் அதை ஓட்டிச் சென்றார்.

15

அந்த ஈஸ்டர் நள்ளிரவு வழிபாடு நெஹ்லூதவுக்கு வாழ் வெல்லாம் மங்காத ஒளி வீசிய இனிமையிலும் இனிமையான நினைவாய் அவர் மனத்துள் நிலைத்திருந்தது.

திட்டுத் திட்டாய் இங்கும் அங்கும் தெரிந்த வெண் பனியைத் தவிர்த்து எங்கும் நிறைந்திருந்த கார் இருளிலிருந்து வெளிப்பட்டு, நீரைச் சிதறடித்தபடிக் கோயில் வெளியினுள் நுழைந்த நெஹ்லூதவின் குதிரை பிரகாரத்தில் வரிசையாக அமைந்த தீபங்களின் ஒளியைக் கண்டதும், அதன் காதுகள் சிலிர்த்தெழுந்து நின்றன. கோயிலுக்குள் நள்ளிரவு வழிபாடு ஏற்கெனவே ஆரம்பமாகி நடைபெற்றுக் கொண்டிருந்தது.

மரீயா இவானவ்னாவின் மருமகன் என்பதைக் கண்டு கொண்ட விவசாயிகள் அவரது குதிரையைக் காய்ந்த இடமாகப் பார்த்து ஓரிடத்துக்கு இட்டுச் சென்று அவரைக் கீழே இறங்கச் செய்தபின், குதிரையைக் கொண்டுபோய்க் கட்டிவிட்டு, அவரை விழாக்கூட்டம் நிரம்பியிருந்த கோயிலுக்குள் அழைத்துச் சென்றார்கள்.

வலப்பக்கத்தில் நின்றவர்கள் விவசாயிகள்; கைத்தறித் துணி யாலான கோட்டும் மரப்பட்டை மிதியடியும் அணிந்து கால் களில் தூய வெள்ளைத் துணிப்பட்டையைச் சுற்றிக் கட்டியிருந்த கிழவர்கள் புதிய கம்பளிக் கோட்டும் பளிச்சிடும் வண்ணத் திலான இடுப்பு வாரும் முழங்கால் புதைமிதியும் அணிந்த இளைஞர்கள்.

இடப்பக்கத்தில் நின்றவர்கள் குடியானவப் பெண்கள்; இவர்கள் தலையில் சிவப்புப் பட்டுக் குட்டை கட்டிக்கொண்டு, கையில்லாத வெல்வெட் மார்புக் கோட்டும் பளிச்சிடும் சிவப்புச் சட்டையும் பச்சையிலும் நீலத்திலும் சிவப்பிலுமான பாவாடை யும் அணிந்து, இரும்பு லாடமடித்த தோல் புதைமிதிகள் போட்டிருந்தார்கள். இவர்களுக்குப் பின்னால் நின்றவர்கள் எளிய முறையில் உடுத்திய வயது முதிர்ந்த பெண்கள்; அவர்கள் தலையில் வெள்ளைக் குட்டை கட்டிக்கொண்டு சாம்பல் நிறக் கோட்டும் பழங்காலத்திய கைத்தறிப் பாவாடையும் அணிந்து தோல் பாதணியோ புதிய மரப்பட்டைப் புதைமிதியோ போட்டிருந்தார்கள். பெண்களின் இவ்விரு பகுதியோருக்கும் இடையில் விழாக்கால ஆடைகள் அணிந்து, எண்ணெய் தடவி தலை சீவியிருந்த சிறுவர் சிறுமியர் நின்றிருந்தார்கள்.

ஆடவர்கள் சிலுவைக் குறியிட்டுக்கொண்டு தலை வணங்கித் தொழுதபின் திரும்பவும் தலையை உயர்த்திய போது ஒரு உலுக்கு உலுக்கி முடிகளைப் பின்னால் தள்ளிவிட்டுக் கொண்டனர். பெண்கள், முக்கியமாய் வயது முதிர்ந்தவர்கள், எரியும் மெழுகுத் திரிகளாலாகிய வட்டங்களினுள் அமைந்த திருவுருவப் படங் களில் ஒன்றின் மீது அவர்களது மங்கிய கண்கள் பதிந்திருக்க, விரல்களைக் குவித்துச் சேர்த்து நெற்றியில் தலைக்குட்டையின் மேலும் ஒவ்வொரு தோளிலும் முடிவில் வயிற்றிலும் வைத்து அழுத்திச் சிலுவைக் குறியிட்டு ஜெபத்தை முணுமுணுத்தபடி குனிந்து நின்றோ, மண்டியிட்டோ தொழுதார்கள். சிறுவர்களும் சிறுமிகளும் முதியவர்களைப் பார்த்து அவர்கள் செய்ததைத் தாமும் செய்து கொண்டிருந்தார்கள், தம்மை யாரும் கவனிப்ப தாகத் தெரிந்ததும் மிகவும் உருக்கமாய்த் தொழுதெழுந்தார்கள். திருவுருவப் படங்களைக் கொண்ட தங்க முலாம் பூசிய கூண்டுகள் பொன்னிறச் சரிகைச் சுருள்களால் அலங்கரிக்கப் பட்ட உயரமான வத்திகளின் தீபங்களால் நாற்புறமிருந்தும் ஒளியூட்டப் பெற்றுத் தகதகத்து மின்னின. சரவிளக்கில் மெழுகுத் திரிகள் ஏராளமாய் எரிந்து கொண்டிருந்தன. பாட்டுக் குழுவைச் சேர்ந்த விருப்பார்வப் பாடகர்கள் உற்சாகமாகப் பாட்டிசைத்தனர், அடிக்கட்டைக் குரல்களும் சிறுவர்களது கீச்சுக் குரல்களுமாகச் சேர்ந்து ஒலித்தன.

நெஹ்லூதவ் முன்வரிசைக்குச் சென்றார். நடுப்பகுதியில் மேல் வகுப்பினர் நின்றிருந்தார்கள்; நிலப்பிரபு ஒருவரும் அவர் மனைவியும் மாலுமி உடுப்பணிந்த அவரது மகனும், மற்றும் போலீஸ் அதிகாரியும் தந்தி அலுவலரும் முழங்கால் பூட்சுகள் அணிந்த வணிகரும் மார்பில் பதக்கம் குத்தியிருந்த கிராம மூதாளரும் இங்கு காணப்பட்டனர். பிரார்த்தனை மேடைக்கு வலப்புறத்தில் நிலப்பிரபுவின் மனைவிக்குப் பின்னால் மத்ரியோனா பாவ்லவ்னாவும் கத்யூஷாவும் நின்றிருந்தார்கள். மத்ரியோனா பாவ்லவ்னா பன்னிறப் பூ ஆடை அணிந்து கரையிட்ட வெள்ளைத் துப்பட்டா போட்டிருந்தாள். கத்யூஷா கொசுவ மடிப்புக் கச்சுடனும் நீல நிற அரைப்பட்டிக் கையு டனும் கூடிய வெண்ணிற ஆடை அணிந்து கருங்குழலில் சிவப்பு ரிப்பன் சூடியிருந்தாள்.

பொன்னிறச் சிலுவைகள் பின்னப்பட்ட வெள்ளிச் சரிகை உடுப்புகள் உடுத்தியிருந்த பாதிரியாரும், விழா நாளுக்குரிய வெள்ளியிலும் தங்கத்திலான சரிகை அங்கிகள் அணிந்திருந்த மணியக்காரரும், குருக்களும், ஓதுவார்களும், எண்ணெய் தடவி தலை சீவி விழா உடுப்புகள் உடுத்தியிருந்த விருப்பார்வப்

பாட்டுக் குழுவினரும் ஆகிய எல்லாரும் விழாக்கோலம் பூண்டு கொண்டாட்டமும் புனிதமும் எழிலுருவம் வாய்ந்தோராய்த் தோன்றினர். விறுவிறுப்புடன் நடன இசை போல் முழங்கிய குதூகலப் பண்களில் பாடப்பட்ட துதிப்பாடல்கள், மலர்களால் அலங்கரிக்கப்பட்ட முத்திரித் தீபங்களை ஏந்திய பாதிரியார் இடையறாது யாவருக்கும் அளித்துச் சென்ற ஆசீர்வாதங்கள், "கிறிஸ்து உயிர்த்தெழுந்துள்ளார்! கிறிஸ்து உயிர்த்தெழுந் துள்ளார்!" என்று திரும்பத் திரும்ப முழங்கப்பட்ட ஈஸ்டர் வாழ்த்துரை ஆகிய யாவும் இனிமையாகவே இருந்தன. இவற்றை யெல்லாம் விஞ்சும்படி இனிமையிலும் இனிமையாக இருந்தது, அங்கே கத்யூஷா நீல நிற அரைப்பட்டிகையும் வெண்ணிற ஆடையும் அணிந்து, கருங்குழலில் பளிச்சிட்ட சிவப்பு ரிப்பனோடும் உள்ளப் பூரிப்புடன் ஒளிர்ந்த கண்களோடும் நின்றிருந்த அந்தக் காட்சி.

தம்மை அவள் பார்க்காவிடினும் தமது வருகையை உணர்ந் திருந்தாள் என்பது நெஹ்லூதவுக்குத் தெரிந்திருந்தது. பிரார்த் தனை மேடைக்குச் செல்லுகையில் அவளை நெருங்கிய போது அவருக்கு இது புலப்பட்டது. அவளிடம் சொல்வதற்குத் தகவல் ஒன்றும் இல்லை என்றாலும், என்ன சொல்லலாமென்று ஆலோசித்து வைத்துக்கொண்டு, அவளைக் கடந்து செல்லுகை யில் அவளிடம் கூறினார்:

"இங்கே வழிபாடு முடிவுற்றதும் அத்தை தமது நோன்பை முடித்து உணவருந்தப் போவதாகச் சொன்னார்."

அவரை நேருக்கு நேர் கண்டதும் எப்போதும்போல் இளமையின் இரத்தம் பீறிட்டெழுந்து, எழிலாடும் அவளது இனிய முகமெங்கும் பரவியது. சிரிப்பும் மகிழ்ச்சியும் பொங்கிய அவளது கரிய விழிகள், பேதமையுடன் கீழிருந்து மேல்நோக்கி உயர்ந்து நெஹ்லூதவின் முகத்தை அடைந்ததும் அசையாது நின்றன.

"எனக்குத் தெரியும்" என்று புன்னகை புரிந்து பதிலளித் தாள் அவள்.

அதே நேரத்தில் செப்புக் கமண்டலத்தில் புனித தீர்த்தத்தை எடுத்துக்கொண்டு அங்கே நின்றிருந்தோரிடையே சென்ற குருக்கள், கத்யூஷாவைக் கவனிக்காமலே அவளை உரசிக் கொண்டு மேலங்கி அவள் மேல் தட்டுப்படும்படி நடந்தார். நெஹ்லூதவுக்கு மரியாதை காட்டும் பொருட்டு ஓரமாய் ஒதுங்கிச் செல்ல விரும்பியே அவர் இப்படிக் கத்யூஷாவின் மீது இடித்துச் சென்றார். நெஹ்லூதவை இது வியப்புறச் செய்வதாய் இருந்தது: இங்கிருந்தவை யாவும் ஏன் அனைத்து உலகிலும்

இருந்தவை யாவுமே, கத்யூஷாவுக்கென்றே அமைந்திருக்கையில், உலகில் வேறு எதைக் கவனியாது விட்டாலும் கத்யூஷாவைக் கவனியாதிருக்க இயலாதபடி முடியாதபடி அவள் அனைத் துக்கும் மையமாக இருக்கையில், இந்த மனிதர், இந்தக் குருக்கள் எதையும் புரிந்துகொள்ளாமல் இப்படிச் செய்கிறாரே என்று நெஹ்லூதவ் வியந்துகொண்டார். கத்யூஷாவுக்காகவே தங்கத் திருவுருவங்கள் பளிச்சிட்டுப் பிரகாசித்தன. சரவிளக்கின் அத்தனை மெழுகுத்திரிகளும் மற்றும் அங்கிருந்த வத்திகள் யாவும் எரிந்து ஒளிவீசின. அவளுக்காகவே மகிழ்ச்சி பொங்கும் அந்தத் துதிப்பாடல் பாடப்பட்டது: "கர்த்தர் உயிர்த்தெழுந் துள்ளார், காண்மின்! ஆனந்தப் பூரிப்புறுவீரே, உலகத்து மாந்தர்காள்!" யாவும், உலகில் இனியனவாய் இருப்பவை யாவும் அவள் பொருட்டே அல்லவா? இவை யாவும் தனக் கென்றே அமைந்திருப்பதைக் கத்யூஷாவும் புரிந்துகொண்டா ளென்பதாக அவருக்குத் தோன்றியது. சௌந்தரியம் கொஞ்சும் அவளது இன்னுருவையும் கொசுவ மடிப்புகளுடன் கூடிய அவளது வெண்ணிற ஆடையையும் அவளது முகத்தில் களி நடனம் புரிந்த ஆனந்தத்தையும் உற்று நோக்கியபோது அவர் இப்படித்தான் நினைத்தார். தம் இதயத்துள் ஒலித்த இன்ப இசை அவளது இதயத்தினுள்ளும் ஒலித்ததென்பதை அவள் முகத்திலிருந்தே தெரிந்து கொண்டார்.

முன் வழிபாட்டுக்கும் பின் வழிபாட்டுக்கும் இடைப்பட்ட நேரத்தில் நெஹ்லூதவ் கோவிலிலிருந்து வெளியே வந்தார். எல்லாரும் அவருக்கு வழி விட்டு விலகி நின்று சிரம் தாழ்த்தி வணக்கம் தெரிவித்தனர். சிலருக்கு அவரைத் தெரிந்திருந்தது, ஏனையோர் அவர் யாரென்று விசாரித்துத் தெரிந்து கொண் டார்கள். வெளியே பக்கவாட்டில் போய் நின்றதும் அவரை அங்கிருந்த பிச்சைக்காரர்கள் சூழ்ந்துகொண்டனர், அவர் தனது பர்சிலிருந்த சில்லறைக் காசு பூராவையும் அவர்களுக்குத் தந்துவிட்டுக் கீழே இறங்கிச் சென்றார்.

பொழுது புலர்ந்துகொண்டிருந்தது. ஆனால் கதிரவன் உதித்தெழவில்லை. கோயிலுக்கு வெளியிலிருந்த கல்லறைகள் மீது பலரும் உட்கார்ந்திருந்தார்கள். கத்யூஷா இன்னும் கோயிலுக்குள்தான் இருந்தாள், அவள் வெளியே வருவதற்காக நெஹ்லூதவ் காத்திருந்தார்.

ஆணிகள் அறைந்த மிதிகள் கற்படிகளில் தடதடக்க கூட்டம் வெளியே வந்து பல திசைகளிலும் பிரிந்து வெளி முற்றத்திலும் கல்லறைகளுக்கு இடையிலும் பரவிச் சென்றனர்.

தலை நடுங்கியாடும் தொண்டிக் கிழவன் ஒருவன்–மரீயா இவானவ்னாவுக்குக் கேக்கு தயாரித்துக் கொடுப்பவன் அவன். நெஹ்லூதவை நிற்கச் செய்து அவருக்கு ஈஸ்டர் முத்தம் தந்தான். மெலிந்து சுருங்கிய குரல்வளை முடிச்சு பட்டுத் தலைக் குட்டைக்கு அடியிலிருந்து வெளியே துருத்திக் கொண்டிருந்த கிழவியான அவனது மனைவி, அவளது கைக்குட்டையிலிருந்து மஞ்சள் வண்ணமிட்ட ஒரு முட்டையை எடுத்து அவரிடம் கொடுத்தாள். புதிய மார்புக் கோட்டும் பச்சை நிற அரைப்பட்டி கையும் அணிந்த வாட்ட சாட்டமான விவசாயி இளைஞன் ஒருவன் சிரித்த முகத்துடன் அவரிடம் வந்தான்.

“கிறிஸ்து உயிர்த்தெழுந்துள்ளார்!” என்று புன்னகையால் கண்கள் பளிச்சிட அவரிடம் சொன்னான். விவசாயிக்குரிய அந்தத் தனிவகையான இனிய மணம் அவனிடமிருந்து எழுந்து நெஹ்லூதவைச் சூழ்ந்துகொண்டது. அரும்பிச் சுருண்டிருந்த அவனது தாடி அவரை வருடிவிட விறுவிறுப்பு குலையாத கெட்டியான உதடுகளால் நெஹ்லூதவின் வாயில் மூன்று தரம் முத்தமிட்டான்.

நெஹ்லூதவ் அந்த விவசாயி இளைஞனை முத்தமிட்டு, அவனிடமிருந்து பழுப்பு நிற முட்டை ஒன்றைப் பெற்றுக் கொண்ட அந்த நேரத்தில் மத்ரியோனா பாவ்லவ்னாவின் நீலப் பூ ஆடையும், சிவப்பு ரிப்பன் சூடிய அந்த இன்னருங் கரிய தலையும் அவர் கண்ணுக்குத் தெரிந்தன.

கத்யூஷா தனக்கெதிரே நின்றவர்களின் தலைக்கு மேல் நோக்கி உடனே அவரைக் கண்டுகொண்டாள். அப்போது அவர் முகம் மலர்ச்சியுற்றதை அவர் கவனித்தார்.

மத்ரியோனா பாவ்லவ்னாவுடன் கூட அவள் வெளியே வாயில் முகப்புக்கு வந்ததும் அங்கே நின்ற பிச்சைக்காரர் களுக்குப் பிச்சை தந்தாள். மூக்கு இருக்க வேண்டிய இடத்தில் இரத்தச் சிவப்புத் தழும்பு இருந்த பிச்சைக்காரன் ஒருவன் அவளிடம் சென்றான். அவள் தனது கைக்குட்டைக்குள்ளிருந்து எதையோ எடுத்து அவனிடம் தந்தபின், நெருங்கிச் சென்று, அருவருப்பு உணர்ச்சி கொஞ்சமும் இல்லாமல் மகிழ்ச்சியுடன் அவள் கண்கள் தொடர்ந்து பிரகாசிக்க, மூன்று தரம் அவனை முத்தமிட்டாள். இப்படி முத்தமிடுகையில் நெஹ்லூதவைச் சந்தித்த அவளது கண்களில் “நான் செய்வது சரிதானே?” என்ற கேள்வி வெளிப்பட்டது.

“ஆம், சரிதான், என் மனத்துக்கு இனியவளே, முற்றிலும் சரிதான். யாவும் இனிது அமைந்துள்ளன, உன்னை நான் காதலிக்கிறேன்!”

அவர்கள் படிக்கட்டில் இறங்கிக் கீழே வர, நெஹ்லூதவ் அவர்களை நோக்கி நடந்தார். அவளுக்கு ஈஸ்டர் முத்தம் தர வேண்டுமென்று அவர் அங்கே செல்லவில்லை, அவளுக்கு அருகே இருக்கவே விரும்பினார்.

மத்ரியோனா பாவ்லவ்னா தலைகுனிந்து வணங்கிவிட்டு, புன்முறுவலுடன் “கிறிஸ்து உயிர்த்தெழுந்துள்ளார்!” என்றாள். இதை அவள் கூறியபோது அவளுடைய குரலின் தொனி “இப் போது நாம் எல்லாரும் சரிசமம்” என்பதை உணர்த்துவதாக இருந்தது. கைக்குட்டையை எடுத்துப் பந்தாகச் சுருட்டி அவள் தனது வாயைத் துடைத்துக்கொண்டு உதடுகளை அவரிடம் காட்டினாள்.

“ஆம், உயிர்த்தெழுந்துள்ளார்!” என்று பதிலளித்து நெஹ் லூதவ் அவளை முத்தமிட்டார்.

பிறகு அவர் கத்யூஷா பக்கம் திரும்பினார். முகம் செக்கச் சிவந்துபோய் உடனே அவரிடம் வந்தாள் அவள்.

“கிறிஸ்து உயிர்த்தெழுந்துள்ளார், திமீத்ரி இவானவிச்.”

“மெய்தான், உயிர்த்தெழுந்துள்ளார்!” என்றார் அவர். இருவரும் இரு தரம் முத்தமிட்டுக்கொண்டனர், மூன்றாவது முத்தம் அவசியம்தானா என்று ஆலோசிப்பது போலச் சற்று நேரம் சும்மாயிருந்து விட்டு, அவசியம்தானென முடிவு செய்து கொண்டு மூன்றாம் தரம் ஒருவரையொருவர் முத்தமிட்டுச் சிரித்துக் கொண்டனர்.

“பாதிரியாரிடம் போகவில்லையா?” என்று வினவினார் நெஹ்லூதவ்.

“இல்லை, இங்கு சற்று நேரம் நாங்கள் உட்கார்ந்திருக்கப் போகிறோம், திமீத்ரி இவானவிச்” என்று பதிலளித்த கத்யூஷா, தான் செய்த காரியம் குறித்து மிக்க மனம் மகிழ்கிறவளைப் போல மனநிறைவோடு நெஞ்சு விம்மிப் புடைத்தெழப் பெரு மூச்சுவிட்டவாறு, சற்றே ஓரப் பார்வைகொண்ட அவளது கண் களில் பணிவும் கன்னிமையும் உள்ளத்துள் நிரம்பிய அன்பும் ஒளிர நேரே அவரை உற்று நோக்கினாள்.

ஒருவனும் ஒருத்தியும் காதல் கொள்ளும் போது அந்தக் காதலின் உச்சக்கட்டத்தைக் குறிப்பதாகிய ஒரு தருணம் எப்போதும் வரவே செய்கிறது – அந்தக் காதல் சுயநினைவிழந்து, ஆய்ந்தறியும் திறனற்றுப்போய், புலனின்ப உணர்ச்சியும் அறவே இல்லாததாகிவிடும் தருணமாகும் அது. கிறிஸ்து உயிர்த்தெழும் ஈஸ்டர் விழாவின் அந்த இரவன்று இம்மாதிரியான ஒரு தருணம் நெஹ்லூதவுக்கு வந்தது. கத்யூஷாவை அவர் தம்

மனத்துள் இப்போது நினைத்துப் பார்த்தபோது அவளை அவர் கண்டிருந்த எல்லாச் சந்தர்ப்பங்களிலும், அந்த ஈஸ்டர் இரவன்று வரப்பெற்ற அந்தத் தருணம்தான் ஏனைய யாவற்றையும் மறைத்துக்கொண்டு கண்முன்னால் வந்து நின்றது. கருங் குழலோடு வழவழப்பாய் பளபளத்த அந்த இன்னருந் தலையும், கட்டுக்குலையாத அவளது எழிலுருவையும் அதிகம் உயர்ந்திராத மார்பையும் நாணமோடு தழுவியணைத்திருந்த கொசுவ மடிப்புகளுடன் கூடிய அந்த வெண்ணிற ஆடையும், சிவந்த கன்னங்களும், சற்றே ஓரப்பார்வையும் இரவில் தூங்காததால் விளைந்த ஒரு மயக்கமும் கொண்டு அன்புகெழுமிய ஒளிவீசும் கரிய விழிகளும், மற்றும் அவளது ஜீவன் அனைத்துமே தூய்மை, கன்னித் தன்மையதான காதல் ஆகிய தலையாய இரு பண்பு களைக் கொண்டிருந்தன – அந்தக் காதல் அவரிடம் அவளுக் கிருந்த காதல் மட்டுமல்ல (அவருக்கு இது தெரிந்தது), யாவரிடமும் யாவற்றிடமும் அவளுக்கிருந்த காதலுமாகும், இனியவற்றில் மட்டுமின்றி உலகிலுள்ளவை யாவற்றிடமும் அவள் முத்த மிட்டாளே அந்தப் பிச்சைக்காரனிடமும் கூட அவளுக்கிருந்த காதலுமாகும்.

இம்மாதிரியான காதலே அவளுள் இருந்ததென்று அவருக்கும் புரிந்தது; ஏனெனில் அன்று காலையிலும் இரவிலும் இம்மாதிரியான காதல் தம்முள்ளும் இருந்து செயற்பட்டதை அவரால் உணர முடிந்தது. இந்தக் காதலில் தாம் அவளோடு அப்போது இரண்டறக் கலந்து ஒன்றித்திருந்ததையும் அவரால் உணர முடிந்தது.

ஓ, அன்று இரவு வந்தடையப் பெற்ற அந்த நிலையுடன் யாவும் நின்றிருந்தால் எவ்வளவு நன்றாய் இருந்திருக்கும்! "ஆம், அந்த ஈஸ்டர் இரவு முடிவடைந்த பிற்பாடுதான் பயங்கர விவகாரம் அனைத்தும் ஆரம்பமாகியது!" என்று தம்முள் கூறிக் கொண்டார். சான்றாயர் அறையில் சன்னலுக்குப் பக்கத்தில் அமர்ந்திருந்த நெஹ்லூதவ்.

16

கோயிலிலிருந்து திரும்பியதும் நெஹ்லூதவ் தமது அத்தைகளுடன் சேர்ந்து விரதத்தை முடித்துக்கொண்டு, வோத்காவும் ஒயினும் குடித்தார் – படைப் பிரிவில் அவருக்கு இந்தப் பழக்கம் ஏற்பட்டிருந்தது. பிறகு தமது அறைக்குச் சென்று உடுப்புகளைக் களையாமல் அப்படியே படுத்து உறங்கினார். கதவு தட்டப்படும் சத்தம் கேட்ட பிறகே விழித்துக்கொண்டார். தட்டியது அவளே என்பது தெரிந்தது, உடனே கண்களைக்

கசக்கிக்கொண்டு எழுந்து உடலை நிமிர்த்திச் சோம்பல் முறித்தார்.

"கத்யூஷா, நீதானே? வா உள்ளே" என்றார்.

கதவை அவள் சற்றே திறந்தாள்.

"சாப்பாடு தயார்" என்றாள்.

அவள் அதே வெண்ணிற ஆடையிலேதான் இருந்தாள். கூந்தலிலிருந்த அந்த ரிப்பன் மட்டும்தான் இல்லை. மட்டற்ற மகிழ்ச்சிக்குரிய ஒன்றை அவருக்கு அறிவித்தவளைப்போல இன்பப் புன்னகை புரிந்தவாறு அவள் அவரது கண்களை நோக்கினாள்.

"இதோ வருகிறேன்" என்ற அவர் தமது முடிகளைச் சரிசெய்து கொள்வதற்காகச் சீப்பை எடுத்தார்.

அவள் அசையாமல் நின்றிருந்தாள், அதைக் கவனித்ததும் அவர் சீப்பை எறிந்துவிட்டு அவளை நோக்கி ஓரடி எடுத்து வைத்தார். ஆனால் அதற்குள் அவள் சட்டெனத் திரும்பி, வெளியே நடைவழியின் கம்பளத்தில் வழக்கம்போல் இலேசாகவும் வேக மாகவும் அடியெடுத்து வைத்து நடந்தாள்.

"சரியான முட்டாள்தான் நான்" என்று நெஹ்லூதவ் தமக்குத் தாமே கூறிக்கொண்டார். "அவளை ஏன் நான் போக விட்டேன்?"

உடனே அவர் வெளியே ஓடி நடைவழியில் அவளை எட்டிப் பிடித்தார்.

அவளிடமிருந்து அவர் என்ன விரும்பினாரென்று அவருக்கே அந்தநேரத்தில் தெரியவில்லை. ஆனால் தம் அறைக்குள் அவள் வந்தபோது தாம் செய்திருக்க வேண்டியதை, இம்மாதிரியான தருணங்களில் எல்லாராலும் செய்யப்படும் ஒன்றைச் செய்யத் தவறி விட்டதாக நினைத்தார் அவர்.

"கத்யூஷா, கொஞ்சம் இரேன்" என்றார்.

"என்ன வேண்டும்?" என்று நடையை நிறுத்திக்கொண்டு கேட்டாள் அவள்.

"ஒன்றுமில்லை..."

தமது நிலையிலுள்ளவர்கள் இம்மாதிரியான ஒரு சந்தர்ப்பத்தில் எப்படி நடந்துகொள்வார்களென முயற்சி செய்து மனத்துள் நினைத்துப் பார்த்தார், உடனே தமது கரத்தால் அவளது இடுப்பை அணைத்துப் பிடித்தார்.

அவள் அசையாது நின்றவாறு அவரது கண்களினுள் உற்றுப் பார்த்தாள்.

“வேண்டாம், எனதருமை திமீத்ரி இவானவிச், வேண்டாம்” என்று கண்களில் கண்ணீர் ததும்ப, முகம் செக்கச் சிவந்து போய் முணுமுணுக்கும் குரலில் சொன்னாள் அவள். உறுதி வாய்ந்த தனது கெட்டியான கையால் அவரது கரத்தைத் தன்னிடமிருந்து விலக்கினாள்.

நெஹ்லூதவ் அவளைத் தம் பிடியிலிருந்து போகும்படி விட்டார். கணப்பொழுதுக்கு அவருக்கு மனத்துள் வேதனை யாகவும் வெட்கமாகவும் இருந்ததோடு, தம் மீதே அருவருப் பாகவும் இருந்தது. இக்கணத்தில் அவர் தம்மைத்தாமே நம்பி யிருக்க வேண்டும். ஆனால் இந்த மனவேதனையும் வெட்கமும் அவரது உள்ளத்தின் சிறந்த உணர்ச்சிகள் அவருள் முண்டிக் கொண்டு வெளிப்பட்டு எழுப்பிய குரலென்பதை அவர் புரிந்து கொள்ளவில்லை. இதற்கு மாறாக, இவை யாவும் தமது அசட்டுத் தனத்தின் விளைவாகுமென்றும், எல்லோரையும் போலவேதான் தாமும் செய்ய வேண்டுமென்றும் கூறிக் கொண்டார்.

உடனே அவர் மீண்டும் ஒரு தரம் அவளை எட்டிப் பிடித்தார். அவளைக் கட்டியணைத்து அவளது கழுத்திலே முத்தமிட்டார். இந்த முத்தம் அவரது முதலாவது இரு முத்தங் களைப் போன்றதாயில்லை; ஏதும் அறியாதவராய் முன்பு நீல மலர்ச் செடிகளுக்குப் பின்னால் முதன்முதல் முத்தமிட்டாரே அதிலிருந்தும், பிறகு இன்று காலை கோயிலுக்கு வெளியே முத்தமிட்டாரே அதிலிருந்தும் முற்றும் மாறானதாக இருந்தது. இந்த முத்தம் அச்சந் தருவதாயிருந்ததை அவள் உணர்ந்தாள்

“என்ன காரியம் செய்கிறீர்கள்?” என்று அவள் கூவினாள். விலைமதிக்கவொண்ணாத அரும்பெரும் பொருளை இனி எந்நாளும் பெற முடியாதபடி அவர் போட்டுடைத்து விட்டாற் போன்ற அதிர்ச்சி அவள் குரலில் வெளிப்பட்டது. உடனே அவரிடமிருந்து அவசரமாய் விலகி ஓடினாள்.

அவர் சாப்பாட்டு அறைக்குள் சென்றார். அங்கே நேர்த்தி யான ஆடைகள் அணிந்திருந்த அத்தைகளும் அவர்களது டாக்டரும் அண்டை வீட்டுக்காரரர் ஒருவரும் உண்டிகள் எடுத்து வைக்கப்பட்டிருந்த மேசையருகே நின்றிருந்தார்கள். யாவும் வழக்கப்படியே நடைபெற்றன. ஆனால் நெஹ்லூதவின் மனத்துள் கடும்புயல் வீசிக்கொண்டிருந்தது. அவரிடம் சொல்லப்பட்டவற்றை அவர் காது கொடுத்துக் கேட்கவில்லை, ஏதோ இடையிடையே பதிலளித்தார். அவரது சிந்தனை முழுதும் கத்யூஷாவையே பற்றியதாக இருந்தது. நடைவழியில் அவளை எட்டிப்பிடித்து அவர் முத்தமிட்டாரே அந்தக் கடைசி முத்தத்தால் ஏற்பட்ட பரபரப்பைத் திரும்பத் திரும்ப நினைத்துப்

பார்த்துக்கொண்டிருந்தார். அவரால் வேறு எதைப் பற்றியும் நினைக்க முடியவில்லை. அறைக்குள் அவள் வந்ததும், திரும்பிப் பார்க்காமலே அவர் தம்மருகே இருந்த அவள்பால் தமது உள்ளம் அனைத்தும் ஈர்க்கக் கண்டார். அவள் பக்கம் திரும்பிப் பார்க்காதிருக்கும் பொருட்டு முழு பலத்தையும் கொண்டு அவர் தம்மைக் கட்டுப்படுத்திக் கொள்ள வேண்டியிருந்தது.

சாப்பாடு முடிவடைந்ததும் உடனே அவர் தமது அறைக்குச் சென்று மிகுந்த பரபரப்புற்ற நிலையில் மேலும் கீழும் நெடுநேரம் நடந்தவாறு, வீட்டிலிருந்து காதுக்கு எட்டிய ஒவ்வொரு சப்தத்தையும் கவனமாய்க் கேட்டார். அவளது காலடியின் ஒலிப்புக்காக அடங்காத ஆவலோடு காத்திருந்தார். இப்போது அவருள் விலங்கின மனிதன் தலை தூக்கி விட்ட தோடன்றி, முதல் தரம் அவர் இங்கு வந்து தங்கியிருந்தபோதும் மற்றும் கோவிலில் இன்று காலையிலுங்கூட அவருள் நெறியாண்மை புரிந்த ஆன்மிக மனிதனைக் காலால் மிதித்து அடக்கியொடுக்கிவிட்டான். இந்தப் பயங்கர விலங்கின மனிதன் இப்போது அவருள் தனியாட்சி புரிந்து வந்தான். பகல் முழுதும் கவனமாக அவளுக்காக அங்குமிங்கும் காத்திருந்து பார்த்தார். ஆனால் அவரால் ஒருதரங்கூட அவளைத் தனியே சந்திக்க முடியவில்லை. அவரிடமிருந்து ஒதுங்கியிருக்க அவள் முயன்று வந்திருக்க வேண்டும். ஆனால் அந்திப்பொழுதில் அவள் அவருடையதற்கு அடுத்த அறைக்குள் போகும்படி நேர்ந்தது. டாக்டர் இங்கேயே இரவையும் கழிப்பதென்று முடிவு செய்யப் பட்டதால், அவருக்குப் படுக்கையை எடுத்துப் போடுவதற்காக அவள் அந்த அறைக்குச் செல்ல வேண்டியிருந்தது. அவளது காலடி ஓசை கேட்டதும் நெஹ்லூதவ் ஏதோ கொடுங்குற்றம் புரியப் போகிறவரைப் போல் மூச்சை அடக்கிக் கொண்டு சப்தம் செய்யாமல் மெல்ல நடந்து அவளைப் பின்தொடர்ந்தார்.

சுத்தமான தலையணை உறையினுள் கைகளை நுழைத்து தலையணையின் முனைகளைப் பிடித்து உறையினுள் நுழைத்துக் கொண்டிருந்தாள் அவள். தோள் பக்கம் திரும்பி அவரைப் பார்த்துப் புன்னகை புரிந்தாள். முன்பு போல் இப்போது அவளது புன்னகை அகமகிழ்ச்சியும், இன்பக் களிப்பும் கொண்ட தாயில்லை, பீதியுற்று பார்க்கப் பரிதாபமாக இருந்தது. செய்யத் தகாததைச் செய்ய முற்படுகிறாரென இந்தப் புன்னகை அவருக்குச் சொல்ல முயலுவது போலத் தோன்றியது. கணப் பொழுதுக்கு அவர் தயங்கி நின்றார். போராட்டம் இன்னமும் சாத்தியமாகவே இருந்தது. அவளிடம் அவருக்கிருந்த மெய்க் காதலின் குரல் மெல்லியதாகவே என்றாலும் இன்னமும் அவருள் ஒலித்துக்கொண்டிருந்தது. இது அவருக்குத் தெரிந்தது. அவளைப் பற்றி, அவளது உள்ளத்து உணர்ச்சிகளைப் பற்றி,

அவளது வாழ்க்கையைப் பற்றிச் சிந்திக்கும்படி இந்தக் குரல் அவரிடம் சொல்லியது. இதற்கு எதிராய் இன்னொரு குரல் அவரிடம் கூறியது: "இதைக் கேள் நீ! உனது சொந்த இன்ப அனுபவத்துக்கும் உனது சொந்த மகிழ்வுக்குமான இந்த வாய்ப்பினை நழுவ விட்டு விடாதே!" இந்த இரண்டாவது குரல், முதலாவது குரலை நெரித்துவிட்டது. தயக்கத்தை விட்டொழித்துத் தீர்மானத்துக்கு வந்தவராய் அவளிடம் சென்றார். அடங்காத விலங்கின வெறி அவரை ஆட்கொண்டு விட்டது.

நெஹ்லூதவ் அவளைக் கட்டித் தழுவிப் படுக்கை மீது அமரச் செய்தார். மேலும் செய்ய வேண்டியது ஏதோ இருந்த தென நினைத்து அவளுக்குப் பக்கத்தில் அமர்ந்து கொண்டார்.

"திமீத்ரி இவானவிச், வேண்டாம்! என்னை விட்டு விடுங்கள்" என்று அவள் பரிதாபமான குரலில் கெஞ்சினாள். "மத்ரியோனா பாவ்லவ்னா வரும் சப்தம் கேட்கிறது" என்று திடுமெனக் கூவியவாறு அவர் பிடியிலிருந்து தன்னைப் பிய்த்துக் கொண்டாள். மெய்யாகவே கதவை நோக்கி யாரோ வரும் சப்தம் கேட்டது.

"சரி, இரவில் நான் உன்னிடம் வருவேன். நீ தனியே தானே இருப்பாய்?" என்று முணுமுணுக்கும் குரலில் கேட்டார்.

"ஐயோ, எதற்காக? வேண்டாம். வரக்கூடாது! கூடவே கூடாது!" என்று அவள் கூறினாள். அவள் வாய் மட்டும்தான் இப்படிச் சொல்லிற்று. கிளர்ச்சியடைந்து குழப்பமுற்றுவிட்ட அவளது ஜீவன் கூறியது வேறொன்று.

மெய்யாகவே மத்ரியோனா பாவ்லவ்னா அறைக் கதவிடம் வந்தாள். கையில் ஒரு கம்பளியுடன் உள்ளே வந்த அவள், கண்டிக்கும் பார்வையால் நெஹ்லூதவை உற்று நோக்கிவிட்டு, தவறான கம்பளியை எடுத்து வந்ததற்காகக் கத்யூஷாவைக் கோபமாய்த் திட்ட ஆரம்பித்தாள்.

நெஹ்லூதவ் வாய் பேசாமல் வெளியே சென்றார். ஆனால் அவர் கொஞ்சங்கூட வெட்கப்படவில்லை. மத்ரியோனா பாவ்லவ்னா தன்னைக் கண்டித்தாள் என்பது அவளுடைய முகத்திலிருந்தே அவருக்குப் புலப்பட்டது; அவள் கண்டித்தது நியாயம்தான். தனது செயல் தகாததுதான் என்பது அவருக்கு விளங்கிற்று. ஆனால் கத்யூஷாவிடம் அவருக்கிருந்த தூய்மை யான காதலை வீழ்த்திப் பின்னுக்குத் தள்ளிவிட்டு அவர் தலைக்கு ஏறியிருந்த அந்த விலங்கின உணர்ச்சியானது வேறு எதற்கும் இடந்தராமல் அவருள் தனியாட்சி புரிந்தது. இந்த உணர்ச்சியைத் திருப்தி செய்யத் தாம் என்ன செய்ய வேண்டு

❖ லியோ டால்ஸ்டாய் ❖ 97

மென்று இப்போது அவருக்கு நன்றாய்த் தெரிந்தது. இதைச் செய்வதற்கு என்ன வழியென்று அவர் தம்முள் ஆலோசித்துக் கொண்டிருந்தார்.

அந்திப்பொழுது முழுதும் அவர் தவியாய்த் தவித்துக் கொண்டிருந்தார், அத்தைகளுடைய அறைக்குச் சென்றார். பிறகு தமது அறைக்குத் திரும்பி வந்தார், மறுபடியும் புறப்பட்டு வாயில் முகப்புக்குச் சென்றார். எப்படியாவது அவளைத் தனியே சந்திக்க வேண்டுமென்ற ஒரே நினைப்புடன் அலைந்தார். ஆனால் அவரெதிரே அவள் தலை காட்டாமல் ஒதுங்கியிருந்து வந்தாள். மத்ரியோனா பாவ்லவ்னாவும் அவளைத் தன் பார்வை யிலிருந்து விலகவிடாமல் கவனித்துக்கொண்டிருந்தாள்.

17

அந்திப்பொழுது இவ்வாறு கழிந்து இரவு ஆரம்பமாகியது. டாக்டர் படுக்கச் சென்றுவிட்டார். அத்தைகளும் அவர்களது அறைக்குப் போய்ச் சேர்ந்தனர். மத்ரியோனா பாவ்லவ்னாவும் இப்போது அத்தைகளது படுக்கை அறையிலேதான் இருப்பாளா தலால், பணியாளது அறையில் கத்யூஷா மட்டும் தனியே இருப்பாள் என்பது நெஹ்லூதவுக்குத் தெரிந்தது. மீண்டும் அவர் வாயில் முகப்புக்குச் சென்றார். அங்கே வெளிமுற்றத்தில் இருட்டாகவும் ஈர நைப்புடன் வெதுவெதுப்பாகவும் இருந்தது. வசந்தம் பிறந்தபின் எஞ்சியிருக்கும் கடைசி வெண்பனியை விரட்டியடிப்பதாகவோ, இல்லையேல் இந்த வெண்பனி உருகிச் செல்வதால் உண்டாவதாகவோ அமைந்த வெண்ணிற மூடுபனி எங்கும் வியாபித்திருந்தது. வீட்டு வாயிலிலிருந்து சுமார் நூறு தப்படிக்கு அப்பால் செங்குத்தாய்ச் சென்ற குன்றின் சரிவின் அடியில் ஓடிய ஆற்றிலிருந்து வினோத விதமான ஓசைகள் காதுக்கு எட்டின; ஆற்றின் பனிக்கட்டிக் கவசம் உடைந்து நொறுங்கியதன் ஓசைகள் அவை.

நெஹ்லூதவ் வாயில் முகப்பிலிருந்து கீழே இறங்கி கெட்டிப் பனித் திட்டுகளில் அடி வைத்து, உருகி நின்ற குட்டைகளைக் கடந்து பணியாள் அறையின் சன்னலை வந்தடைந்தார். காதில் விழுவதாகச் தோன்றும்படி அவருடைய நெஞ்சு அப்படிப் படபடத்து அடித்துக்கொண்டது. அவரது மூச்சு நின்று நின்று ஆழ்ந்த பெருமூச்சுகளாக வெளியே வந்து உள்ளே சென்றது. பணியாள் அறையினுள் ஒரு சிறிய விளக்கு எரிந்துகொண்டி ருந்தது. அங்கே மேசையின் அருகே, சிந்தனையில் ஆழ்ந்த வளாய்த் தன்னெதிரே உற்று நோக்கியவாறு தனியே அமர்ந்

திருந்தாள் கத்யூஷா. தான் கவனிக்கப்படுவதை அறியாத அந்த நிலையில் அவள் என்ன செய்கிறாளென்று பார்க்கலாமென நெஹ்லூதவ் நெடுநேரம் அசையாமல் அப்படியே நின்றார். இரண்டொரு நிமிடத்துக்கு அசையாதிருந்தபின் அவள் தன் கண்களை உயர்த்தி மேலே பார்த்து இளநகை புரிந்தாள், உடனே தன்னைத் தானே கண்டித்துக் கொள்வதுபோல் தலையை உலுக்கிக்கொண்டாள், பிறகு தன் நிலையை மாற்றிக் கைகளை மேசை மீது வைத்துக் குனிந்தபடி தன்னெதிரே உற்று நோக்கினாள்.

அவளைப் பார்த்தபடி நின்றிருந்த நெஹ்லூதவ் தமது நெஞ்சின் படபடப்பையும் அதனுடன் கூடவே ஆற்றிலிருந்து எழுந்த வினோதமான ஒலிகளையும் தம்மையும் அறியாமல் காது கொடுத்துக்கேட்டார். அங்கே ஆற்றில் பனி மூட்டத்தினுள் ஓயாத போராட்டம் மந்தகதியில் நடந்தேறியது. முனகலும் உடைந்து நொறுங்கும் சடசடப்பும் சரிந்து விழும் தடதடப்பும் பனிக்கட்டித் துண்டுகள் ஒன்றோடொன்று மோதி உடைந்து கண்ணாடி போலக் கணகணப்பதும் காதுக்கு எட்டின.

அங்கு நின்று கத்யூஷாவின் உள்ளத்துள் நடந்தேறிய வேதனை வாய்ந்த போராட்டத்தை வெளிப்படுத்திய அவளது துயரார்ந்த முகத்தைப் பார்த்த அவர், அவளுடைய நிலைக்காக மனம் இரங்கினார்; ஆனால் விபரீதம் என்னவெனில் அவருக்கு உண்டான இந்த இரக்கம் அவள் மீதான அவரது இச்சையை இன்னும் அதிகரிக்கச் செய்தது.

இந்த இச்சை அவரைக் கவ்விக்கொண்டுவிட்டது.

சன்னலில் தட்டினார் அவர். மின்விசையால் தாக்குண்ட வளைப் போல் அவள் துணுக்குற்றாள். அவள் உடல் முழுதுமே அதிர்ந்து நடுங்கியது. அவளது திகில் அவள் முகத்திலே தெரிந்தது. பிறகு துள்ளியெழுந்து சன்னலிடம் சென்று சன்னல் கண்ணாடியுடன் முகத்தை ஒட்டி வைத்துக்கொண்டு வெளியிலே பார்த்தாள். கைகளைக் குவித்துக் கண்களில் வைத்துக்கொண்டு நோக்கியதும் அவரேதான் என்பது தெரிந்தது, அதன் பிறகுங்கூடத் திகில் அவள் முகத்தை விட்டு அகலவில்லை. அசாதாரணக் கடுமை அவள் முகத்திலே தெரியக் கண்டார். இதற்கு முன்பு அவர் ஒரு தரங்கூட அவள் அப்படியிருக்கக் கண்டதில்லை. அவர் புன்னகை புரிந்த பிற்பாடுதான், அதுவும் அவருக்குக் கீழ்ப்படியும் முறையிலேதான் அவள் புன்னகை புரிந்தாள். அவளது அகத்துள் திகில்தான் இருந்தது. புன்னகை இல்லை. அவளை வெளிமுற்றத்துக்குத் தம்மிடம் வருமாறு கையை ஆட்டி அவர் கூப்பிட்டார்.

லியோ டால்ஸ்டாய் ❖ 99

ஆனால் அவள் வேண்டாமென்று தலையை அசைத்துவிட்டுச் சன்னலுக்கு பக்கத்திலேயே நின்றிருந்தாள். அவர் சன்னல் கண்ணாடியுடன் திரும்பவும் முகத்தை ஒட்டி வைத்துக்கொண்டு அவளை வெளியே வரும்படிக் கூவியழைக்கப் போனார். ஆனால் அக்கணத்தில் அவள் திடுமென அறைக்கதவின் பக்கம் திரும்பினாள். வீட்டிலிருந்து யாரோ அவளைக் கூப்பிட்டதாகத் தெரிந்தது. நெஹ்லூதவ் சன்னலிடமிருந்து விலகிச் சென்றார். வீட்டிலிருந்து ஐந்து தப்படி விலகிச் சென்றதும் சன்னல் அவர் கண்ணுக்குத் தெரியாமல் மறைந்துவிடும்படி மூடுபனி அவ்வளவு அடர்த்தியாக இருந்தது. விளக்கின் வெளிச்சம் மட்டும்தான் உருவமற்ற கருந் திரளினுள்ளிருந்து பெரிய சிவப்பு உருவமாகத் தெரிந்தது. ஆற்றிலிருந்து எழுந்த அந்த வினோத முனகலும் சடசடப்பும் கணகணப்பும் தொடர்ந்து கேட்டன. பனி மூட்டத்துள் அருகாமையில் எங்கோ ஒரு சேவல் கூவியது, இன்னொன்று பதிலளித்தது, பிறகு தொலைவில் கிராமத்தில் ஒவ்வொன்றாகப் பலவும் குரலெழுப்பின, முதலில் இவை யாவற்றின் குரல்களும் ஒன்று சேர்ந்து பெரும் கூவலாய் ஒலித்தன. அதேபோது ஆறு ஒன்றைத் தவிர்த்துச் சுற்றிலும் பரிபூரண நிசப்தம் நிலவிற்று. அன்று இரவு இரண்டாவது முறையாக சேவல்கள் இப்படிக் கூவின.

வீட்டு மூலைக்குப் பின்னால் நெஹ்லூதவ் சிறிது நேரம் அங்கும் இங்கும் நடந்தார். சிறு குட்டைகளாகத் தேங்கியிருந்த நீரில் இரண்டொரு தரம் அடியெடுத்து வைத்தார். பிறகு பணியாள் அறையின் சன்னலிடம் திரும்பி வந்தார். விளக்கு இன்னமும் எரிந்து கொண்டுதான் இருந்தது. மீண்டும் அவள் மேசையருகே தனியே அமர்ந்திருந்தாள், முடிவுக்கு வர முடியாமல் தவிப்பவளைப் போல் தோன்றினாள். சன்னலிடம் அவர் வந்து நின்றதும் அவள் உடனே அவர் பக்கம் திரும்பிப் பார்த்தாள். அவர் சன்னலில் தட்டினார். தட்டியது யாரென்று பார்க்க வேண்டுமென்று நினைக்காமலே அவள் அவசரமாய் எழுந்து அறையிலிருந்து வெளியே ஓடினாள். பிறகு பக்கவாட்டுக் கதவு திறக்கப்படும் சப்தம் கேட்டது. வாயில் முகப்புக்கு வெளியே அவளுக்காக அவர் காத்திருந்தார், அவள் வெளியே வந்ததும் வாய் பேசாமல் உடனே அவளைக் கட்டியணைத்துக் கொண்டார். அவளும் அவருடன் ஒட்டிக்கொண்டு, தலையை உயர்த்தி உதடுகளில் அவருடைய முத்தத்தை ஏற்றுக் கொண்டாள். வாயில் முகப்புக்கு ஓரமாய் வெண்பனி உருகி மறைந்து காய்ந்த தரையாக இருந்த ஒரு மூலையில் இருவரும் நின்றிருந்தார்கள். நிறைவேற்றம் பெறாமல் வதைத்த இச்சை அவருள் நிரம்பி

யிருந்தது. திடுமென அப்போது பக்கவாட்டுக் கதவு மறுபடியும் திறக்கப்படும் சப்தம் கேட்டது. மத்ரியோனா பாவ்லவ்னா கோபக் குரலெழுப்பிக் கூப்பிட்டாள்:

"கத்யூஷா!"

அவரிடமிருந்து அவள் பிய்த்துக்கொண்டு விலகிப் பணியாள் அறைக்குத் திரும்பி ஓடினாள். கதவு தாளிடப்படும் சத்தம் கேட்டது. பிறகு நிசப்தமாகிவிட்டது. சன்னலில் தெரிந்த சிகப்பு வெளிச்சம் மறைந்துபோயிற்று, மூடுபனியும் ஆற்றிலிருந்து எழுந்த ஒலிகளும் மட்டும்தான் மறையாது எழும்பியிருந்தன.

நெஹ்லூதவ் சன்னலிடம் சென்று உள்ளே பார்த்தார், யாரும் கண்ணில் படவில்லை. சன்னலில் தட்டினார், பதில் இல்லை. பிறகு அவர் வாயில் முகப்புத் தலைவாயில் வழியே வீட்டுக்குள் திரும்பி வந்தார். ஆனால் அவரால் தூங்க முடியவில்லை. மிதியடிகளைக் கழற்றி வைத்துவிட்டு வெறுங்காலில் நடைவழியில் நடந்து மத்ரியோனா பாவ்லவ்னாவின் அறைக்கு அடுத்தாற்போலிருந்த அவளது அறையை நோக்கிச் சென்றார். முதலில் மத்ரியோனா பாவ்லவ்னா அமைதியாகக் குறட்டை விடும் சப்தம் கேட்டது. ஆனால் அவர் மேலும் நடக்க முற்பட்டதும் திடுமென அவள் இருமிவிட்டு, கிறீச்சிட்ட அவளது கட்டிலில் புரண்டு படுத்தாள். அவருக்கு மூச்சு நின்றுவிடும் போலாகிவிட்டது. ஐந்து நிமிடங்களுக்கு ஆடாமல் அசையாமல் அப்படியே நின்றிருந்தார். யாவும் அமைதியடைந்து திரும்பவும் அவள் நிம்மதியாகக் குறட்டைவிடத் தொடங்கியதும், அவர் கிறீச்சிடாத பலகைகளாகப் பார்த்து அடிமேல் அடி வைத்து நடந்து கத்யூஷாவின் அறைக் கதவிடம் வந்து சேர்ந்தார். அங்கே எந்தச் சப்தமும் கேட்கவில்லை. அவள் இன்னும் தூங்கவில்லை என்பது தெரிந்தது. தூங்கியிருந்தாளாயின் மூச்சுவிடும் சப்தம் கொஞ்சமாவது வெளியே கேட்டிருக்கும். சன்னக்குரலில் "கத்யூஷா!" என்று அவர் கூப்பிட்டதும் அவள் துள்ளியெழுந்து கதவருகே வந்து, திரும்பிப் போய்விடுமாறு அவரிடம் வற்புறுத்தினாள். அவள் குரல் கோபமாய் ஒலித்ததாக அவருக்குத் தோன்றியது.

"அடுக்குமா இது? செய்யலாமா இப்படி? அத்தைகள் காதில் விழும்" என்றது அவளது வாய், ஆனால் அவளது ஆவி "முற்றும் நான் உமக்கே உரியவள்" என்றது.

பின்னது மட்டும்தான் நெஹ்லூதவுக்குப் புரிந்தது.

"கதவைத் திற, ஒரேயொரு கணம்! உன்னை வேண்டுகிறேன்!" என்ன சொல்கிறோம் என்பது அறியாமலே அவர் இதைச் சொன்னார்.

அவள் மௌனமாயிருந்தாள். பிறகு தாழ்ப்பாளைத் தேடி அவள் கை கதவிலே துழாவியது, அவர் காது இதை அவருக்கு உணர்த்திற்று. தாழ்ப்பாள் திறக்கப்பட்டதும் அறைக்குள் நுழைந்தார் அவர்.

கையில்லாத மொடமொடப்பான உள்ளூடுப்பிலிருந்த அவளை அப்படியே அணைத்துப் பிடித்து வெளியே தூக்கிச் சென்றார்.

"ஐயோ! வேண்டாம், வேண்டாம்!!" என்று முணு முணுக்கும் குரலில் அவள் புலம்பினாள்.

ஆனால் அவர் எதையும் காதில் வாங்கிக் கொள்ளாமல் அவளைத் தமது அறைக்குத் தூக்கிச் சென்றார்.

"ஐயோ, வேண்டாம், என்னை விட்டுவிடுங்கள்" என்று சொல்லியவாறு அவள் கெட்டியாக அவருடன் ஒட்டிக் கொண்டாள்.

....

அவர் கூறியது எதற்கும் பதில் சொல்லாமல் மௌனமாய் நடுங்கியபடி அவள் அவரை விட்டுப் பிரிந்தபின், மீண்டும் அவர் வாயில் முகப்புக்குச் சென்றார்; நடந்ததன் பொருளைப் புரிந்துகொள்ள முயன்றவாறு அங்கே நின்றார்.

பொழுது புலர்ந்து வெளிச்சமாகி வந்தது. கீழே ஆற்றில் பனிக்கட்டி உடைந்து நொறுங்குவதன் சடசடப்பும் கண கணப்பும் முனகலும் முன்னிலும் பலமாய்க் கேட்டன. இவற்று டன் கூட நீர் சலசலத்துப் பாய்ந்தோடும் புதிய ஒலியும் காதில் விழுந்தது. மூடுபனி அது அடங்க ஆரம்பித்திருந்தது. அதற்கு மேல் தெரிந்த தேய்பிறையின் மங்கலான ஒளியில் கறுப்பாய், அச்சந்தரத் தக்கதாய்த் தோன்றிய ஒரு வடிவம் அரைகுறையாகத் தெரிந்தது.

"என்ன நடந்தது? எனக்கு நேர்ந்துள்ளது பெரும் பாக்கி யமா, அல்லது பெருங்கேடா?" என்று அவர் தம்மைத்தாமே கேட்டுக்கொண்டார். "எல்லாத்துக்கும் நேர்வதுதான், எல்லாரும் செய்வதுதானே" என்று தமக்குத்தாமே பதிலளித்துக்கொண்டு அறைக்குத் திரும்பிச் சென்று படுத்து உறங்கினார்.

18

மிடுக்கும் மகிழ்ச்சித் துடிப்பும் மிக்க ஷேன்பக் மறுநாளன்று அத்தைகளது வீட்டுக்கு வந்து, நெஹ்லூதவுடன் சேர்ந்து

கொண்டார். அவரது நாகரிக நயமும் பணிவன்பும் குதூகலமும் தயாள சிந்தையும் மற்றும் திமீத்ரியிடம் அவருக்கிருந்த பிரியமும் அத்தைகளது உள்ளத்தைக் கவருவனவாய் இருந்தன. அவரது தயாள குணத்தை அத்தைகள் மகிழ்ந்து போற்றினர் என்றாலும், அது அடாபிடியான அளவுக்கு மட்டுமீறிச் சென்றதைக் கண்ட போது அவர்களுக்குத் திகைப்பாயிருந்தது. குருடர்கள் சிலர் வெளிவாயில் அருகே வந்து பிச்சை கேட்டபோது அவர்களுக்கு உடனே அவர் ஒரு ரூபிள் தந்தார். வீட்டு வேலையாட்களுக்கு இனாம் காசாகப் பதினைந்து ரூபிள் வரை கொடுத்தார். சோபியா இவானவ்னாவின் வளர்ப்பு நாய்க் குட்டியான சுஸேத்கா காலைச் சிராய்த்துக்கொண்டு இரத்தத்துடன் வந்து நின்றபோது உடனே அவர் விளிம்பு அலங்காரத் தையலிடப் பட்ட தமது கேம்பிரிக் கைக்குட்டையைக் கிழித்து (இம்மாதிரி யான கைக்குட்டையின் விலை டசனுக்குக் குறைந்தது பதினைந்து ரூபிளாவது இருக்குமென்பது சோபியா இவானவ் னாவுக்குத் தெரியும்), அந்த நாயின் காலில் கட்டுப் போட்டார். இதுபோன்ற ஆட்களை அந்த அத்தைமார்கள் இதன் முன் கண்டிராதவர்கள்; அதோடு இந்த ஷேன்பக் இரண்டு லட்சம் ரூபிள் வரை கடன்பட்டிருந்தவர். எந்நாளும் இதைத் திருப்பித் தர முடியுமென நினைக்காதவர். ஆகவே இருபத்தைந்து ரூபிள் அதிகமாகவோ குறைவாகவோ ஆவது குறித்து அவர் கவலைப் படுகிறவரல்ல என்பது அவர்களுக்குத் தெரியாது.

ஷேன்பக் ஒரேயொரு நாள்தான் இங்கு தங்கினார். அன்று இரவே அவரும் நெஹ்லூதவும் புறப்பட்டுச் சென்றனர். அதற்கு மேல் அவர்களால் தங்கியிருக்க முடியவில்லை. படைப்பிரிவில் போய்ச் சேர்வதற்கான கெடு அன்றோடு முடிவுற்றது.

அத்தைகளது வீட்டில் நெஹ்லூதவ் கழித்த அந்தக் கடைசி நாளன்று, முந்திய இரவு பற்றிய நினைவு அவர் மனத்துள் பசுமையாக இருந்த அந்தப் பகலில், அவர் உள்ளத்துள் இரு வேறு உணர்ச்சிகள் எழுந்து ஒன்றோடொன்று மோதிக் கொண்டன; ஒன்று விலங்கினத் தன்மையதான அந்த வேட்கை அவர் எதிர்பார்த்த அளவுக்குத் திருப்தி அளிக்கவில்லை என்றாலுங்கூட, அதை நினைத்துப் பார்க்கையில் உண்டான விறுவிறுப்பான புலனின்பத்தையும் குறிக்கோளின் ஈடேற்றத் தால் விளைந்த மன நிறைவையும் பற்றிய உணர்ச்சி; மற்றொன்று பெருந் தவறிழைத்துவிட்டோம், இதைச் சரிசெய்தாக வேண்டும், அவள் பொருட்டல்ல, தன் பொருட்டு இதைச் சரிசெய்தாக வேண்டும் என்கிற உணர்ச்சி.

தன்னல வெறி தலைக்கேறியிருந்த நெஹ்லூதவின் தற் போதைய நிலையில் அவரால் தம்மைப் பற்றி மட்டுமே

❖ லியோ டால்ஸ்டாய் ❖ 103

சிந்திக்க முடிந்தது. அவளுக்குத் தாம் புரிந்த செயல் வெளியே தெரிய வருமாயின், தாம் நிந்தனைக்கு உள்ளாக நேருமா. எந்த அளவுக்கு உள்ளாக நேரும் என்று அவர் சிந்தித்தாரே தவிர, கத்யூஷா எப்படி வேதனைப்படுவாள் என்றோ, இனி அவள் கதி என்னாவது என்றோ அவர் சிந்திக்கவில்லை.

கத்யூஷாவுடன் தமக்கிருந்த உறவைத் தம் நண்பர் ஷேன்பக் ஊகித்துக்கொண்டு விட்டதைப் பற்றி நினைத்தபோது அவருக்குப் பெருமையாகவே இருந்தது.

“ஓகோ. அப்படியா சேதி!” என்று அல்லவா உற்சாகமாய் ஷேன்பக் அவரிடம் கூறினார் – கத்யூஷாவைப் பார்த்துவிட்டு, “இதனால்தான் இங்கு ஒரு வாரம் தங்கும்படி அத்தைகளிடம் திடீரென அப்படி உனக்கு அபிமானம் ஏற்பட்டதென்று சொல்லு! இம்மாதிரியான சந்தர்ப்பத்தில் நானும் எளிதில் புறப்பட்டிருக்க மாட்டேன்தான். இன்னரும் எழிற்கொடியாய் இருக்கிறாளே!”

நெஹ்லூதவ் மேலும் சிந்தித்துப் பார்த்தபோது, அவள்பால் தமக்கிருந்த வேட்கையின் முழு இன்பத்தையும் அனுபவிக்கும் முன்பே புறப்பட்டுச் செல்வது வருந்தத்தக்கதே என்றாலும், தவிர்க்க முடியாதபடி இதற்குள்ளாகவே புறப்படுவதும் நல்லது தான் என்பது புலப்பட்டது. தொடர்ந்து நீடிக்குமாயின் மிகவும் இக்கட்டானதாகிவிடக் கூடிய இந்த உறவுக்கு இப்போதே இப்படி ஒரு முடிவு ஏற்படுவது நல்லதுதானே என்று நினைத் தார். மேலும் சிந்தனை செய்த அவர், அவளுக்குப் பணம் தந்து விட்டுச் செல்லவேண்டுமென்று முடிவு செய்து கொண்டார்; அவளுக்காகவோ, அவளுக்குப் பணம் தேவையாக இருக்கும் என்பதாலோ அல்ல, இதுதான் வழக்கமான முறை என்பதால், அவளைப் பயன்படுத்திக்கொண்டு அவளுக்குப் பணம் தராமலே சென்றால் தாம் நேர்மையற்ற ஆளாகக் கருதப்பட நேரும் என்பதால் இவ்வாறு முடிவு செய்தார். ஆகவே அவர் தமக்கு சிறப்பளிப்பதாகவும் அவளது நிலைக்கு ஏற்றதாகவும் இருக்கும்படியான ஒரு தொகையை அவளிடம் கொடுத்தார்.

அவர் புறப்பட்ட நாளன்று, சாப்பாட்டுக்குப் பிற்பாடு, பக்கவாட்டு வாயில் வழியில் அவளுக்காகக் காத்திருந்தார். அவரைப் பார்த்ததும் அவள் செக்கச் சிவந்துவிட்டாள்; அவரைக் கடந்து சென்றுவிட நினைத்து, பணியாள் அறையில் கதவு திறந்திருப்பதைக் கண்களால் அவருக்கு ஜாடை காட்டினாள். ஆனால் அவர் அவளைப் போகவிடாமல் நிறுத்தினார்.

“உன்னிடம் விடைபெற்றுக் கொள்வதற்காக வந்திருக் கிறேன்” என்றார் அவர். நூறு ரூபிள் நோட்டு அடங்கிய உறை

ஒன்றைக் கைக்குள் கசக்கியவாறு அவளிடம் நீட்டி, "இந்தா, இது வந்து..." என்று இழுத்தார்.

உடனே அவள் புரிந்துகொண்டாள், முகத்தைச் சுளித்த வாறு வேகமாய்த் தலையை ஆட்டி அவர் கையைத் தன்னிட மிருந்து தள்ளினாள்.

"இல்லை, நீ வாங்கிக் கொள்ளத்தான் வேண்டும்!" என்று அவர், வாய் குழற முணுமுணுத்தபடி உறையை அவசரமாய் அவளது மார்பங்கியினுள் நுழைத்துவிட்டு, நெருப்பிலே சுட்டுக் கொண்டவரைப் போல் முக்கி முனகியவாறு அங்கிருந்து திரும்பித் தம் அறைக்கு ஓடினார்.

இதன் பிறகு நெடுநேரம் வரை அவர் மன வேதனை பொறுக்க மாட்டாமல் தம் அறைக்குள் மேலும் கீழுமாய் நடந்தார். சற்றுமுன் நடைபெற்றதை நினைத்ததும் உடலில் சுரீரென வலிப்பது போல் துடித்தார். காலால் தரையில் தட்டவும் வாய்விட்டுப் புலம்பவுங்கூடச் செய்தார்.

"என்ன செய்வது? வழக்கமாய் நடைபெறுவதுதானே? ஷேன்பக் என்னிடம் சொன்னானே, அவனுக்கும் அந்த வீட்டு ஆசிரியைக்கும் இப்படித்தானே நடைபெற்றது. கிரீஷா மாமாவுக்கும், பிறகு என் அப்பாவுக்கும் இம்மாதிரித்தானே ஆகியது. அப்பா கிராமத்திலே போய் இருந்தபோது அவருக்கு ஒரு குடியானவப் பெண்ணுடன் தகாததொடர்பு ஏற்பட்டுப் பிறந்த அந்த மீத்தின்கா இன்னமும் இருந்து வருகிறாளே. எல்லாருமே இப்படிச் செய்து வருகையில், இது சகஜம்தான். ஒன்றும் செய்வதற்கில்லை என்றுதானே அர்த்தம்." இப்படி அவர் தமக்குத்தாமே சமாதானம் சொல்லி மனதைத் தேற்றிக் கொள்ள முயன்று பார்த்தார். முடியவில்லை. நிகழ்ந்ததை நினைத்துப் பார்த்தபோது அவருக்கு நெஞ்சு குமுறியது.

இழிவான, கொடிய முறையில், வஞ்சகமாய் நடந்து கொண்டுவிட்டோம் என்பது உள்ளத்தின் அடியாழத்தில் அவருக்குத் தெளிவாகவே தெரிந்தது; தாம் புரிந்த இந்தச் செயலைப் பற்றிய உணர்வு இனி யாரையும் குற்றம் கூறத் தமக்கு அருகதை இல்லாதபடிச் செய்வதோடு, நிமிர்ந்து நின்று யாரையும் நேருக்கு நேர் பார்க்கக் கூட முடியாதபடி தம் மனத்துள் உறுத்திக் கொண்டிருக்கும் என்பதும் தெரிந்தது; இதுகாறும் அவர் தம்மை நினைத்து வந்ததுபோல நேர்மையும் உயர்பண்பும் உன்னத உள்ளமும் கொண்ட இளைஞனாய் இனிக் கருதிக் கொள்ள முடியாதென்பதும் தெரிந்தது. ஆயினும் துணிவு குலையாது தொடர்ந்து மகிழ்ச்சியாக வாழும் பொருட்டு எப்படியும் அவர் தம்மை இத்தகைய இளைஞனாகக்

கருதிக் கொள்ள வேண்டியிருந்தது. இதற்குரிய வழி ஒன்றே யொன்றுதான்; நடந்ததைப் பற்றி அவர் நினைக்காமலே இருந்தாக வேண்டும். இதைத்தான் செய்தார் அவர்.

இதைச் செய்வதற்கு, இப்போது அவர் அடியெடுத்து வைத்த வாழ்க்கையானது – அதன் புதிய சுற்றுச் சார்புகளையும் புதிய நண்பர்களையும் யுத்தத்தையும் கொண்டு அவருக்குத் துணை புரிந்தது. ஆண்டுகள் செல்லச் செல்ல, நடந்ததை அவர் மேலும் மேலும் மறந்து வந்தார். முடிவில் அதை அறவே மறந்துவிட்டார்.

இதன் பிறகு ஒரேயொரு தரம்தான் அவர் முன்பு நடந்தது பற்றி நினைத்து உள்ளம் குமுற நேர்ந்தது. யுத்தத்துக்குப் பிற்பாடு, அவளைச் சந்திக்கலாமென்ற நம்பிக்கையோடு அத்தைகளது வீட்டுக்கு அவர் போயிருந்தார். கத்யூஷா அங்கில்லை, கடந்த முறை அவர் அங்கு வந்து சென்றபின் சிறிது காலத்துக்கெல்லாம் வீட்டை விட்டு வெளியேறிவிட்டாளென்பது தெரிந்தது. கர்ப்பவதியாகி எங்கோ சென்று பிள்ளையைப் பெற்றா ளென்றும், அதன் பிறகு அறவே அவள் சீரழிந்துவிட்டதாக அத்தைகள் கேள்விப்பட்டனரென்றும் தெரிந்தபோது அவருக்கு இதயம் பிளந்துவிடும் போலிருந்தது. அவளுக்குக் குழந்தை பிறந்த காலத்தைக்கொண்டு பார்த்தபோது, அந்தக் குழந்தை அவருடை யதாகவும் இருக்கலாம். அவருடையதல்லாமலும் இருக்கலாம் என்று நினைத்தார். அவள் தாயிடமிருந்த தீயபண்பை இயற்கை யிலேயே அவள் பெற்றுக் கெட்டொழிந்து விட்டாளென அத்தைகள் கூறினர். அத்தைகளது இந்தக் கருத்து அவரைக் குற்றத்திலிருந்து விடுவிப்பதாகத் தோன்றியதால், இதைக் கேட்ட போது அவர் மனத்துக்கு ஆறுதலாக இருந்தது. அவளையும் அந்தக் குழந்தையையும் தேடிப் பிடிக்க வேண்டுமென்றும்தான் ஆரம்பத்தில் அவர் தம்முள் திட்டமிட்டிருந்தார். ஆனால் அவளைப் பற்றி நினைத்ததும் உள்ளத்தின் அடியாழத்தில் அவருக்கு வெட்கக்கேடாகவும் வேதனையாகவும் இருந்ததால், அவளைத் தேடிப் பிடிப்பதற்கு அவர் முயலவில்லை. அதற்குப் பதில் தமது பாபச் செயலை மறந்துவிட முயன்றார். அதைப் பற்றி நினைக்காமலே இருந்து வந்தார்.

ஆனால் இப்போது சந்தர்ப்பவசத்தால் நேர்ந்த இந்த விந்தையானது யாவற்றையும் பசுமையுடன் அவர் நினைவிற்கு வரச் செய்தது, கல்நெஞ்சம் கொண்டவராகவும் கொடியவ ராகவும் வஞ்சகராகவும் இருந்ததால்தானே இம்மாதிரியான ஒரு பாபச் செயலைப் பத்தாண்டுக் காலமாய் மனத்துள் மறைத்து

வைத்துக்கொண்டு அவரால் அமைதியாய் வாழ முடிந்ததென்று வலியுறுத்தி இதை ஒப்புக்கொள்ளும்படி அவரைக் கோரியது. ஆனால் இன்னமும் அவர் இதை ஒப்புக்கொள்ளத் தயா ராயில்லை. இப்போது யாவும் கண்டுபிடிக்கப்பட்டு விட்டால் என்ன செய்வது? அவளோ, அவளது வழக்கறிஞரோ யாவற்றையும் எடுத்துரைத்து எல்லாருக்கும் எதிரே நம்மை அம்பலம் செய்து வெட்கித் தலைகுனிய வைத்தால் என்னாவது என்றுதான் அவர் அஞ்சி நடுங்கினார்.

19

இந்த மனநிலையில் நெஹ்லூதவ் நீதிமன்ற மண்டபத்தி லிருந்து சான்றாயர்களது அறைக்கு வந்தார். சன்னலுக்குப் பக்கத்தில் அமர்ந்து, சுற்றிலும் நடைபெற்ற பேச்சுகளைக் கேட்ட வாறு ஓயாமல் புகைபிடித்தார்.

பூரிப்பு மிக்கவரான அந்த வணிகர், முழு மனத்துடன் ஸ்மெல்கோவின் பொழுதுபோக்கு முறையினை ஆதரித்தார் என்பது தெரிந்தது.

“அப்படியல்லவா செய்ய வேண்டும்! சரியான சைபீரிய முறையிலான களியாட்டம்! எப்படிப்பட்டவளாய்த் தேடிக் கொண்டார்–பலே ஆள்தான்!” என்றார் அவர்.

வல்லுநர் கூறும் முடிவுகளையே யாவும் பெருமளவுக்குப் பொறுத்திருக்குமெனத் தலைமைச் சான்றாயர் கருத்து தெரிவித்துக் கொண்டிருந்தார். பியோத்தர் கெரசிமவிச்சும் அந்த யூத விற்பனையாளரும் எதைப் பற்றியோ வேடிக்கையாகப் பேசிப் பலக்கச் சிரித்துக்கொண்டிருந்தனர். நெஹ்லூதவ் தம்மிடம் கேட்கப்பட்ட கேள்விகளுக்கு ஒற்றையசைவில் பதிலளித்துக்கொண்டிருந்தார். தம்மை இவர்கள் தொல்லை செய்யாமல் சும்மாயிருந்தால் போதுமென விரும்பினார் அவர்.

பிறகு அறிவிப்பாளர் பக்கவாட்டு நடை நடந்து வந்து, நீதிமன்ற மண்டபத்துக்குத் திரும்பி வருமாறு சான்றாயர்களை அழைத்தபோது, நெஹ்லூதவ் பீதியுற்றுவிட்டார். தீர்ப்பளிக்கப் போகும் சான்றாயராகச் செல்லாமல் தண்டிக்கப்படப்போகும் குற்றவாளியாகவே தாம் நீதிமன்றத்துக்குச் செல்வது போலி ருந்தது அவருக்கு. தாம் ஒரு வஞ்சகர், நேருக்கு நேர் நின்று யாரையும் பார்க்க வெட்கப்பட வேண்டியவர் என்று அடி மனத்துள் அவருக்குத் தெரிந்தது. ஆயினும் பழக்கத் திற்குள்ள சக்தியால் உந்தப்பட்டு அவருக்குரிய வழக்கமான தன்னம்பிக்கையுடன் மேடையின் மீதேறினார்; தலைமைச்

சான்றாயருக்கு அடுத்தாற்போல் இரண்டாவது இருக்கையில் அமர்ந்து கால்மேல் கால் போட்டுக்கொண்டார். வில் மூக்குக் கண்ணாடியை வைத்துக்கொண்டு விளையாட முற்பட்டார்.

மண்டபத்திலிருந்து அழைத்துச் செல்லப்பட்டிருந்த கைதிகளும் இப்போது உள்ளே அழைத்து வரப்பட்டார்கள்.

மண்டபத்துள் சில புதிய முகங்கள் காணப்பட்டன. இந்தப் புதியவர்கள் சாட்சிகளாக அழைக்கப்பட்டவர்கள். கைப்பிடிக் கிராதிக்குப் பின்னால் முதல் வரிசையில் ஆடம்பரமாகப் பட்டும் வெல்வெட்டுமாக உடுத்திக்கொண்டு, பருத்த உருவமாய் உடகார்ந்திருந்த ஒரு மாதுவிடமிருந்து பார்வையைத் திருப்ப முடியாமல் மாஸ்லவா மீண்டும் மீண்டும் அவளை உற்றுப் பார்த்ததை நெஹ்லூதவ் கவனித்தார். அம்மாது பெரிய ரிப்பனால் அலங்கரிக்கப்பட்ட உயரமான தொப்பி வைத்திருந்தாள். முட்டுக்குக் கீழ் சட்டையின்றி வெளியே தெரிந்த அவளது முன்கையில் சொகுசான கைப்பை ஒன்று தொங்கிற்று. சாட்சி கூறுவதற்காக வந்திருந்த இவள் முன்பு மாஸ்லவா இருந்து வந்த விடுதியின் தலைவி என்பது நெஹ்லூதவுக்குப் பிற்பாடு தெரியலாயிற்று.

சாட்சிகளது விசாரணை ஆரம்பமாகியது. அவர்களது பெயர், மதம் முதலான பலவுங் குறித்து கேள்விகள் கேட்கப் பட்டன. சாட்சிகள் ஆணையுறுதி ஏற்ற பிறகுதான் விசாரிக்கப் பட வேண்டுமா என்று விவாதம் நடைபெற்றது. பிறகு வயது முதிர்ந்த பாதிரியார் சிரமப்பட்டு கால்களைத் தரையில் இழுத்துக்கொண்டு திரும்பவும் வந்து சேர்ந்தார். மார்பிலே தொங்கிய தங்கச் சிலுவையைத் திரும்ப இழுத்துவிட்டுக் கொண்டு, முன்பு போல் அதே அமைதியோடும், மிகவும் பயனுள்ள முக்கியமான பணிபுரிகிறோமென்ற அதே திட நம்பிக்கையோடும் சாட்சிகளையும், வல்லுநரையும் ஆணையுறுதி ஏற்கச் செய்தார். சாட்சிகள் ஆணையுறுதி ஏற்று முடிந்ததும், விடுதியின் தலைவியான கித்தாயெவாவைத் தவிர ஏனையோர் வெளியே அனுப்பப்பட்டனர். இந்த விவகாரம் குறித்துத் தனக்குத் தெரிந்த விவரங்களைச் சொல்லும்படிக் கேட்டதும், கித்தாயெவா, ஒவ்வொரு வாக்கியத்துக்கும் ஒரு தரம் தலையையும் தலையிலிருந்த தொப்பியையும் ஆட்டிச் செயற்கையான முறையில் சிரித்துக்கொண்டு, ஜெர்மன் தொனிப்புடன் பேசித் தெளிவாகத் தனது சாட்சியத்தைக் கூறினாள்.

அவளுக்குத் தெரிந்த ஓட்டல் வேலையாளாகிய சிமோன், பணக்கார சைபீரிய வணிகர் ஒருவருக்கு ஒரு பெண் வேண்டுமென்று அவளுடைய விடுதிக்கு வந்திருந்தான். அவள் லியூபாவை அனுப்பி வைத்தாள். சிறிது நேரத்துக்கெல்லாம் அந்த வணிகருடன் லியூபா திரும்பி வந்தாள்.

"வணிகர் ஏற்கெனவே 'மிதந்து கொண்டுதான்' இருந்தார்" இதைக் கூறிய போது கித்தாயெவா புன்னகை புரிந்துகொண் டாள். "பிறகு விடுதியிலும் தொடர்ந்து குடித்துக்கொண்டும், பெண்களுக்கும் வாங்கித் தந்து உபசரித்துக்கொண்டும் இருந்தார். கையிலிருந்த பணம் தீர்ந்து போனதும் இதே லியூபாவை ஓட்ட லில் தமது அறைக்கு அனுப்பினார். அவருக்கு இவளைத் தான் அதிகம் பிடித்திருந்தது. மாஸ்லவாவைத் திரும்பிப் பார்த்துவிட்டு அவள் இதைக் கூறினாள்.

அப்போது மாஸ்லவா புன்னகை புரிந்துகொண்டது போல் நெஹ்லூதவ் நினைத்தார். அது அவருக்கு அருவருக்கத்தக்க தாகத் தோன்றியது. குமட்டலும் பரிதாபமும் கலந்த ஒரு விபரீத வகை உணர்ச்சி அவருள் எழுந்தது.

"மாஸ்லவாவைப் பற்றி உங்கள் அபிப்பிராயம் என்ன?" என்று, மாஸ்லவாவுக்காக வழக்காடுவதற்காக நியமிக்கப் பட்டி ருந்த வழக்கறிஞர் கூச்சத்தால் குழம்பிப் போய்க் கேட்டார். நீதித்துறைப் பதவிக்காக மனு செய்திருந்தவர் அவர்.

"ரொம்ப நல்லவள் என்பதுதான் எனது அபிப்பிராயம்" என்றாள் கித்தாயெவா. "கல்வியறிவுடையவள், நாகரிக நயம் தெரிந்தவள், உயர்ந்த குடும்பத்தில் வளர்ந்தவள். அவளுக்குப் பிரெஞ்சு படிக்கத் தெரியும். சில நேரங்களில் கொஞ்சம் அதிக மாய்க் குடித்துவிடுவாள். ஆனால் ஒருபோதும் நிதானம் தவறிய தில்லை. ரொம்ப நல்ல பெண்."

விடுதித் தலைவியைப் பார்த்துக்கொண்டிருந்த கத்யூஷா திடுமெனச் சான்றாயர்களின் பக்கம் திரும்பினாள். அவள் கண்கள் நெஹ்லூதவின் மீது வந்து குத்திட்டு நின்றன; அவளு டைய முகம் கடுமையானதாகிவிட்டது. அவளுடைய கண்களில் ஒன்று ஒருக்கணித்து நோக்கிற்று. விபரீதமாய் ஒளிர்ந்த இரு கண்களும் நெஹ்லூதவை விட்டு அசையாமல் அவரை உற்றுப் பார்த்தன. அவர் திகிலடைந்து வெலவெலத்துப் போன போதி லும், ஓரப் பார்வைகொண்ட அவ்விரு கண்களிலும் பளிச்சிட்ட தெள்ளிய வெண்மையிலிருந்து அவரால் தம் பார்வையைத் திருப்ப முடியவில்லை. அப்போது அவர் அந்தப் பயங்கர இரவும் அதன் மூடுபனியும் ஆற்றில் பனிக் கட்டிக் கவசம் உடைந்து நொறுங்கிய சப்தமும், இன்னும் முக்கியமாக, கூர்முனைகள் இரண்டு மேல்நோக்கிச் சாய்ந்திருக்க அதிகாலையில் உதித் தெழுந்த தேய்பிறையின் ஒளியில் அச்சம்தரத் தக்கதாகத் தெரிந்த அந்தக் கரிய உருவும் அவர் நினைவுக்கு வந்தன. அவரை உற்றுப் பார்த்து, அதேபோது அவருக்கு அப்பாலும் நோக்கிய அவளது கரிய கண்கள் இரண்டும் அச்சம்தரத் தக்க அந்தக் கரிய உருவை அவருக்கு நினைவுபடுத்தின.

"என்னைத் தெரிந்து கொண்டு விட்டாள்!" என்று நினைத்தார் அவர். அடி விழப் போவதாக எதிர்பார்ப்பவரைப் போல் குமைந்துபோய் அமர்ந்திருந்தார். ஆனால் அவரை அவள் அடையாளம் தெரிந்து கொள்ளவில்லை. மெல்ல நீண்ட பெருமுச்சு விட்டுப் பார்வையைத் தலைமை நீதிபதியிடம் திருப்பினாள். நெஹ்லூதவும் பெருமூச்சு விட்டார். "ஐயோ. இது விரைவில் முடிவுறாதா" என்று தம்முள் கூறிக்கொண்டார். வேட்டையாடச் சென்றவர் காயமுற்றுத் துடிக்கும் பறவையைக் கொல்ல வேண்டி வரும் போது அனுபவிக்க நேரும் அதே வேதனையும் உறுத்தலும் இப்போது அவருக்கு ஏற்பட்டன. அடிபட்டுக் காயமுற்ற பறவை வேட்டைப் பைக்குள் துள்ளித் துடிக்கிறது. அருவருப்பாகவும் அதேபோது பரிதாபமாகவும் இருக்கிறது. வேட்டைக்காரர் சீக்கிரமாய் அதைக் கொன்று விட்டு அனைத்தையும் மறக்க வேண்டுமென விரும்புகிறார்.

சாட்சிகள் விசாரிக்கப்பட்டதைக் கேட்டுக்கொண்டு அமர்ந்திருந்த நெஹ்லூதவின் மனத்துள்ளும் கசப்பான இதே உணர்ச்சிகள்தான் எழுந்தன.

20

ஆனால் அவரை வதைக்க வேண்டுமெனத் திட்டமிடப்பட்டதுபோல வழக்கு விசாரணை நீண்டு சென்றது. ஒவ்வொருவராக எல்லாச் சாட்சிகளும், முடிவில் வல்லுநரும் விசாரிக்கப்பட்டு, பிராசிக்யூட்டரும் வழக்கறிஞர்களும் முக்கியமான பணியை நிறைவேற்றுகிறவர்களுக்குரிய அந்த வழக்கமான தோரணையுடன் தேவையில்லாத பல கேள்விகளையும் கேட்டு முடித்தபின், சான்றுப் பொருள்களாகச் சமர்ப்பிக்கப்பட்டவற்றைப் பரிசீலிக்கும்படிச் சான்றாயர்களிடம் கூறினார் தலைமை நீதிபதி. மலர் வடிவில் வைரங்கள் வைத்திழைக்கப்பட்டு, மிகப் பருத்த ஆட்காட்டி விரலுக்காகத் தயாரிக்கப்பட்டதென்பது தெரிந்த ஒரு பெரிய மோதிரமும் நச்சுப்பொருள் பகுத்தாராயப்பட்ட ஆய்வுக் குழாயும்தான் இந்தச் சான்றுப் பொருள்கள். இரண்டும் குறிப்பெழுதி ஒட்டப்பெற்று மூடி முத்திரையிடப்பட்டிருந்தன.

சான்றாயர்கள் இவற்றைப் பார்வையிடப் போன தருணத்தில், பிராசிக்யூட்டர் எழுந்து, சான்றுப் பொருள்கள் பரிசீலிக்கப்படுவதற்கு முன்னதாக, பிரேதப் பரிசீலனை பற்றிய மருத்துவ அறிக்கை படித்துக் காட்டப்பட வேண்டுமென்று கோரினார்.

தலைமை நீதிபதி அவருடைய சுவிட்ஸர்லாந்துக்காரியிடம் போய்ச் சேருவதற்காக வழக்கு விசாரணையைக் கூடுமான அளவுக்குத் துரிதப்படுத்தவே விரும்பினார். மருத்துவ அறிக்கை யைப் படிப்பதால் அலுப்பு அதிகமாவதையும் சாப்பாட்டு இடைநேரம் தள்ளிப் போடப்படுவதையும் தவிர வேறு எந்தப் பயனும் இருக்கப்போவதில்லை என்பதும், பிராசிக்யூட்டர் இதற்குத் தமக்கு உரிமை இருக்கிறதென்ற ஒரே காரணத்துக் காகத்தான் இந்த அறிக்கை படிக்கப்பட வேண்டுமெனக் கோரினார் என்பதும் தெரிந்துதான் இருந்தது. ஆயினும் தலைமை நீதிபதி இதற்கு உடன்படுவதைத் தவிர வேறு ஒன்றும் செய்வதற்கில்லை. செயலாளர் இந்த மருத்துவ அறிக்கையை வெளியே எடுத்து அலுப்புத்தட்டும் அவரது குரலில் முன்பு போலவே "எல்"லுக்கும் "ஆரு"க்கும் வேறுபாடு தெரியாமல் இரண்டையும் ஒரே மாதிரியாக உச்சரித்துப் படித்துச் சென்றார்.

புற உடலின் பரிசோதனை நிரூபித்ததாவது:

1. ஃபெரபோன்ட் ஸ்மெல்கோவின் உயரம் ஆறு அடி, ஐந்து அங்குலம்.

'உருவத்தில் மலைப்பூட்டும்படியான ஆளாகவே இருந்திருக் கிறார்' என்று நெஹ்லூதவின் காதுக்குள் அந்த வணிகர் பர பரப்புடன் கூறினார்.

2. வெளித் தோற்றத்தைக்கொண்டு பார்க்கையில் ஏறத்தாழ நாற்பது வயதானவராக மதிப்பிடலாம்.

3. உடல் பார்ப்பதற்கு ஊதிப் போயிருந்தது.

4. சதை பச்சை நிறமுடையதாயிருந்தது. கரும்புள்ளிகள் விழுந்திருந்தன.

5. தோல் பல இடங்களில் கொப்புளித்து எழுந்தும் சிற்சில இடங்களில் பெருமளவுக்குப் பிய்ந்து போயும் இருந்தது.

6. முடிகள் கரும் பழுப்பாகவும் அடர்த்தியாகவும் இருந்தன, எளிதில் தோலிலிருந்து பிய்ந்து வந்தன.

7. கண் முழிகள் விழிப் பள்ளங்களிலிருந்து துருத்திக் கொண்டு வந்திருந்தன. வெண்படலம் மங்கிப் போயிருந்தது.

8. நாசித் துளைகளிலிருந்தும் இரு காதுகளிலிருந்தும் வாயிலிருந்தும் நிணநீர் வடிந்தது. வாய் பாதி அளவுக்குத் திறந் திருந்தது.

9. கழுத்து அநேகமாய் மறைந்துவிடும்படி முகமும் நெஞ்சும் வீங்கியிருந்தன.

இப்படி வரிசையாய் இன்னும் பல.

நகரில் வந்து தங்கிக் களியாட்டம் நடத்திய வணிகரின் பருத்துக் கொழுத்து, பிறகு மேலும் வீங்கிப் புடைத்து அழுகிக் கொண்டிருந்த அந்தப் பிரம்மாண்ட பிரேதத்தின் புறநிலை விவரங்கள் எல்லாம் இருபத்தேழு பாராக்கள் அடங்கிய நான்கு பக்கங்களில் எடுத்துரைக்கப்பட்டிருந்தன. நெஹ்லூதவை வருத்தி வந்த விவரிக்க இயலாத அந்த அருவருப்பு உணர்ச்சியானது பிரேதத்தின் இந்த வர்ணனைகளால் மேலும் கடுமையாகிச் சென்றது. கத்யூஷாவின் வாழ்க்கை, பிரேதத்தின் நாசித் துளை களிலிருந்து வடிந்த நிணநீர், விழிப் பள்ளங்களிலிருந்து துருத்திக் கொண்டு வந்திருந்த கண் முழிகள் கத்யூஷாவிடம் தாம் நடந்து கொண்ட முறை–இவை யாவும் ஒரே தரத்தைச் சேர்ந்தனவாய் அவருக்குத் தோன்றின; இதே தரத்தைச் சேர்ந்தவையே தம்மைச் சூழ்ந்திருப்பதாகவும் இவற்றிலேதான் தாம் மூழ்கித் திளைப்ப தாகவும் நினைத்தார் அவர்.

புற உடலின் பரிசோதனை பற்றிய அறிக்கை படித்து முடிக்கப்பட்டதும், தலைமை நீதிபதி ஆழ்ந்த பெருமூச்சு விட்டு ஒரு வழியாய் முடிவடைந்ததென்ற நிம்மதியுடன் தலையை உயர்த்தினார்; ஆனால் செயலாளர் மேலும் தொடர்ந்து உள் ளுடலின் பரிசோதனை பற்றிய விவரங்களைப் படிக்க முற்பட்டார்.

தலைமை நீதிபதி திரும்பவும் தலையைக் கவிழ்த்துக் கை மீது சாய்த்துக்கொண்டு, கண்களையும் மூடிக்கொண்டார். நெஹ்லூதவுக்குப் பக்கத்திலிருந்த வணிகரால் விழித்திருக்க முடியவில்லை. ஆடி விழுந்துகொண்டிருந்தார். கைதிகளும் அவர்களுக்கு இரு மருங்கிலும் இருந்த படையாட்களும் ஆடாமல் அசையாமல் அமர்ந்திருந்தனர்.

உள்ளுடலின் பரிசோதனை தெரிவித்ததாவது:

1. மண்டை ஓட்டிலிருந்து தோல் எளிதில் பிய்க்கக் கூடிய தாக இருந்தது. குருதிக் கட்டிகள் காணப்படவில்லை.

2. மண்டை ஓட்டின் எலும்புகள் சராசரித் தடிமனுடை யனவாய் ஒழுங்காகவே இருந்தன.

3. பெருமூளைச் சவ்வில் இரு கருநிறத்திட்டுகள் இருந்தன. ஒவ்வொரு திட்டும் சுமார் நான்கு அங்குல விட்டமுடையது, மூளைச் சவ்வின் நிறம் மங்கலாயிருந்தது – இப்படி மேலும் பதின்மூன்று பாராக்களுக்கு விவரங்கள் தொடர்ந்து சென்றன.

இவற்றுக்கடியில் மருத்துவ உதவியாளர்களின் பெயர்களும், கையொப்பங்களும் இருந்தன. இறுதியில் பிரேதப் பரிசோதனை டாக்டர் முடிவுரை எழுதியிருந்தார். வயிற்றிலும் ஓரளவுக்குக் குடலிலும் சிறுநீரகங்களிலும் காணப்பட்ட மாறுதல்கள் பிண

அறுவைச் சோதனையின்போது இவை கண்டறியப்பட்டு அறிக்கையில் குறிக்கப்பட்டிருக்கின்றன. மதுவுடன் சேர்ந்து வயிற்றை வந்தடைந்த நஞ்சுதான் ஸ்மெல்கோவின் மரணத் துக்குக் காரணமென்ற முடிவினை வலியுறுத்துவதாக இருக் கின்றன என்பதாய் இந்த முடிவுரை கூறியது. வயிற்றிலும் குடலிலும் ஏற்பட்டிருந்த மாறுதல்களிலிருந்து எவ்வகையான நஞ்சு உள்ளே செலுத்தப்பட்டதென்று முடிவாகச் சொல்வது கடினம். ஆனால் ஸ்மெல்கோவின் வயிற்றில் பெருமளவில் மது இருந்ததால் மதுவுடன் கலந்தே நஞ்சு உள்ளே செலுத்தப் பட்டிருக்க வேண்டுமென்று கொள்வது அவசியமாகிறது.

"நன்றாகக் குடிக்கத் தெரிந்தவர். சந்தேகமில்லை" என்று காதுக்குள் கூறினார், அப்போதுதான் விழித்துக்கொண்ட வணிகர்.

இந்த அறிக்கையைப் படித்து முடிக்கக் கிட்டத்தட்ட ஒரு மணி நேரமாயிற்று, அப்படியுங்கூடப் பிராசிக்யூட்டருக்குத் திருப்தி ஏற்பட்டதாகத் தெரியவில்லை. இது படித்து முடிக்கப் பட்டதும் தலைமை நீதிபதி அவர் பக்கம் திரும்பிச் சொன்னார்:

"உள்ளூறுப்புகளது பரிசோதனையின் முடிவுகளைப் படிக்கத் தேவையில்லையென நினைக்கிறேன்."

"இவற்றையும் படிக்க வேண்டுமென்று கேட்டுக் கொள் கிறேன்" என்று பிராசிக்யூட்டர் தமது இருக்கையிலிருந்து சற்றே எழுந்து, தலைமை நீதிபதியைப் பார்க்காமலே கடுமையான குரலில் கூறினார். இவையும் படிக்கப்பட வேண்டுமெனக் கோரு வதற்கு அவருக்கு உரிமை உண்டு. இந்த உரிமையை அவர் விட்டுக்கொடுக்கவில்லை, அவரது கோரிக்கை ஏற்கப்படாவிடில் மேல் நீதிமன்றத்துக்குச் சென்று முறையிட அது தக்க காரண மாகிவிடும் என்பதை அவருடைய குரல் அறிவிப்பதாக இருந்தது.

பெரிய தாடியும் அன்புகனிந்த கண்களும் இவற்றுக்கு அடியில் தளர்ந்து தொங்கிய சதைகளுமுடைய நீதிபதி வயிற்றுக் கடுப்பால் வருந்திய அவர் களைத்து ஓய்ந்து போய்த் தலைமை நீதிபதியின் பக்கம் திரும்பினார்.

"இதெல்லாம் எதற்காகப் படிக்க வேண்டும்? நேரத்தை வீணாக்குவதைத் தவிர பலன் ஏதுமில்லை. இந்தப் புதிய துடப் பங்கள் வேலையைச் சரிவரச் செய்யாமல் நேரத்தை மட்டும் அதிகம் எடுத்துக்கொள்கிறவை" என்றார் அவர்.

தங்க விளிம்பு மூக்குக் கண்ணாடி அணிந்த நீதிபதி ஒன்றும் சொல்லவில்லை. தம் மனைவியிடமிருந்தும் சரி, பொதுவாக வாழ்க்கையிடமிருந்தும் சரி நல்லது எதையும் எதிர்பாராதவ ராய்ச் சோகமாகத் தம் முன்னால் பார்த்தபடி அமர்ந்திருந்தார்.

செயலாளர் திரும்பவும் படிக்க ஆரம்பித்தார்.

"188-ஆம் ஆண்டு பிப்ரவரி 15இல் அடியிற் கையொப் பமிட்ட நான், மருத்துவத்துறையின் ஆணைக்கு இணங்க, 638ஆம் எண் பொருள்களைத் துணை மருத்துவ மேலாளரின் முன்னிலையில் பரிசீலனை செய்தேன்" என்று படித்து, மண்டபத்தில் எல்லோரையும் பீடித்து வந்த தூக்கக் கலக்கத்தை விரட்டியடிக்க விரும்பியதுபோல் திரும்பவும் உறுதி தொனிக்கக் குரலை உயர்த்திக்கொண்டார். "இதிலடங்கிய உள்ளுறுப்புகள் வருமாறு:

1. வலது நுரையீரலும் இருதயமும் (ஆறு-ராத்தல் கண்ணாடி ஜாடியில்)
2. வயிற்றின் உள்ளடக்கம் (ஆறு-ராத்தல் கண்ணாடி ஜாடியில்)
3. வயிறு (ஆறு-ராத்தல் கண்ணாடி ஜாடியில்)
4. கல்லீரலும் மண்ணீரலும் சிறுநீரகங்களும் (மூன்று - ராத்தல் கண்ணாடி ஜாடியில்)
5. குடல்கள் (ஆறு-ராத்தல் கண்ணாடி ஜாடியில்)."

இவ்விடம் படிக்கப்பட்டதும், தலைமை நீதிபதி முதலில் ஒருவரிடமும் பிறகு இன்னொருவரிடமும் சாய்ந்து காதுக்குள் கூறி அவ்விரு நீதிபதிகளின் உடன்பாட்டைப் பெற்றுக் கொண்டு அறிவித்தார்:

"உள்ளுறுப்புகளது பரிசீலனையின் முடிவுகளைப் படிக்கத் தேவையில்லையென நீதிமன்றம் கருதுகிறது."

செயலாளர் உடனே படிப்பதை நிறுத்திக்கொண்டு காகிதங் களை எடுத்து அடுக்கினார். பிராசிக்யூட்டர் ஆத்திரமாய்க் குறிப்பெழுதிக் கொள்ள முற்பட்டார்.

"சான்றாயத்தினர் இப்போது சான்றுப் பொருள்களைப் பரிசீலனை செய்யலாம்" என்றார் தலைமை நீதிபதி.

தலைமைச் சான்றாயரும் மற்றும் சிலரும் எழுந்து கைகளை என்ன செய்வதென்று தெரியாமல் சங்கடப்பட்டவாறு, சான்றுப் பொருள்கள் இருந்த மேசையிடம் சென்றார்கள். அங்கிருந்த மோதிரம், கண்ணாடி ஜாடிகள், சோதனைக் குழாய் ஆகியவற்றை ஒவ்வொருவராகப் பார்வையிட்டார்கள். வணிகர் அந்த மோதிரத்தை எடுத்துத் தமது விரலில் போட்டுப் பார்த்தார்.

"அடேயப்பா, எப்படிப்பட்ட விரல் அந்த ஆளுடையது!" என்று அவர் தமது இருக்கைக்குத் திரும்பியதும் கூறினார். "வெள்ளரிக்காய் மாதிரி" என்று மேலும் கூறி மகிழ்ந்து கொண்டார். மாண்டு போன அந்த வணிகரின் வடிவம் அசுர

வடிவம் போல் அவ்வளவு பிரம்மாண்டமாய் அவர் மனக் கண்ணெதிரே தோன்றி அவரை மகிழ்வித்தது.

21

சான்றுப் பொருள்கள் பரிசீலிக்கப்பட்டதும் இத்துடன் நீதி விசாரணை முடிவடைவதாகத் தலைமை நீதிபதி அறிவித்தார். வேலைகளைச் சீக்கிரமாய் முடிக்க விரும்பிய அவர் இடை வேளை வேண்டாமென்று முடிவு செய்து பிராசிக்யூட்டரை உரை நிகழ்த்துமாறு அழைத்தார். பிராசிக்யூட்டரும் மனிதப் பிறவிதானே. புகைபிடிக்கவும் உணவருந்தவும் நிச்சயம் விரும்பு வார். ஆகவே ஏனையோருக்குக் கருணை காட்டவே செய்வார் என்று தலைமை நீதிபதி எதிர்பார்த்தார். ஆனால் பிராசிக் யூட்டர் தமக்கும் கருணை காட்டவில்லை, ஏனையோருக்கும் கருணை காட்டவில்லை. இயற்கையாகவே அவர் ஒரு மூடர்; அதோடு உயர்தரப் பள்ளிப் படிப்பின் முடிவில் தங்கப் பதக்கமும் பிறகு பல்கலைக்கழகத்தில் ரோமானியச் சட்டம் பயின்றபோது அடிமைநிலை குறித்து எழுதிய கட்டுரைக்காகப் பரிசு பெறும் துர்ப்பாக்கியத்துக்கு ஆளாகியவராதலால், அவரது தன்னகங்காரமும் சுயமனத் திருப்தியும் மிதமிஞ்சி விட்டன. (பெண்களிடம் அவருக்குக் கிட்டிய வெற்றியும் இதற்கு உதவியது); இதன் விளைவாக அவரது மூடத்தனம் அளவு கடந்துவிட்டது. பேசும்படி அழைக்கப்பட்டதும் பூப்பின்னிய உடுப்பணிந்த தமது அமத்தலான உருவம் எல்லார்க்கும் தெரியும் படி மெதுவாக எழுந்து சாய்வு மேசையின் மீது இரு கைகளையும் ஊன்றித் தலையைச் சற்றே குனிந்துகொண்டு மண்டபத்தை ஒரு தரம் நோட்டமிட்டார். அதேபோது கைதி களின் மீது தம் பார்வை படாதபடித் தவிர்த்துக் கொண்டார். பிறகு பேச்சைத் தொடங்கினார்.

“சான்றாயர்களாகக் கடமையாற்றும் கனவான்களே! உங்கள் முன்னுள்ள இந்த வழக்கு, நான் இப்படி ஒரு பதத்தைக் கையாளலாமெனில், உருமாதிரியாகத் திகழும் சிறப்புடைத்தது” என்று ஆரம்பித்து, முன்பு மருத்துவ அறிக்கைகள் படித்துக் காட்டப்பட்ட போது அவர் தயார் செய்து வைத்திருந்த உரை யினை நிகழ்த்திச் சென்றார்.

அவருடைய கருத்துப்படி, பிராசிக்யூட்டர் நிகழ்த்தும் உரையானது, புகழ் படைத்த வழக்கறிஞர்களது பிரபலமான பேச்சுக்களைப் போல், எப்போதுமே பொதுநல முக்கியத்துவ முடையதாக இருத்தல் வேண்டும். மெய்தான், இங்கு அவர்

பேச்சைக் கேட்கக் கூடியிருந்தோர் ஒரு தையற்காரியும் ஒரு சமையற்காரியும் சிமோனின் சகோதரியுமாகிய மூன்றே மூன்று பெண்களும், ஒரேயொரு வண்டிக்காரனும்தான். அதனால் என்ன? புகழ் படைத்த வழக்கறிஞர்களுங்கூட அப்படித்தான் ஆரம்பித்தார்கள். எப்போதும் அவரது நிலையின் உயர் முடியிலே இருக்க வேண்டுமென்பது, அதாவது குற்றத்தின் உளவியல் உட்பொருளில் ஆழங்களினுள் ஊடுருவிச்சென்று சமுதாயத்தின் புண்களை வெளிப்படுத்திக் காட்டவேண்டு மென்பது இந்தப் பிராசிக்யூட்டரின் கோட்பாடு.

"சான்றாயர்களாகக் கடமையாற்றும் கனவான்களே! இங்கு நீங்கள் காணும் இந்தக் குற்றச்செயல் நமது நூற்றாண்டின் கடைப் பகுதிக்கு, இப்படிக் குறிப்பிடலாமெனில், உருமாதிரியாக அமைவதாகும்; மிகுந்த வேதனைக்குரிய நிகழ்வாகிய அந்தச் சீரழிவின் பிரத்தியேக இயல்புகளைப் பெற்றிருக்கும் குற்றச் செயலாக இதனைச் சொல்லலாம்; நமது இன்றைய சமுதாயத் தில் எந்தக் கூறுகள் இந்த நிகழ்ச்சிப் போக்கின் பொசுக்கும் ஒளிக்கற்றைகளுக்கு – இதை நான் இப்படிச் சொல்லலாமெனில் – மிகவும் குறிப்பாக இலக்காக நேர்கிறதோ, அந்தக் கூறுகள் உட்பட்டுவரும் சீரழிவினை இங்கு காணலாம்..."

பிராசிக்யூட்டர் நெடுநேரம் பேசினார். புத்திக்கூர்மை வாய்ந்தவராகத் தாம் சிந்திந்து வைத்திருந்தவற்றை மறந்து விடாமல் யாவற்றையும் நினைவுபடுத்திக்கொள்ள முயன்றார்; அதேபோது மிகவும் முக்கியமாய், தமது பேச்சு கணமும் தடை படாமல் தாரையாகக் கொட்டி ஒன்றே கால் மணி நேரத்துக்கு ஓயாத பெருக்காய் ஓட வேண்டுமென்றும் முயன்றார். ஒரேயொரு தரம்தான். எச்சிலை விழுங்குவதற்காகப் பேச்சை நிறுத்தினார். உடனே சமாளித்துக்கொண்டு முன்னிலும் கடுமையான வேகத்தில் சரமாரியாய்ப் பொழிந்து தள்ளி இந்தத் தடங்கலுக்கு ஈடு செய்துகொண்டார். ஒரு காலிலிருந்து இன்னொரு காலுக்கு மாறி நின்று, சான்றாயர்களைப் பார்த்த வாறு குழையும் குரலில் இதமாகவும் தந்திரமாகவும் பேசினார்; பிறகு தமது கைக்குறிப்பு ஏட்டைப் பார்த்துக் கொண்டு காரி யார்த்தமான அமைதியான குரலிலும் அதன்பின் பொது மக்களுக்கான இருக்கைகளில் இருந்தோரையும் சான்றாயர் களையும் மாறி மாறிப் பார்த்தபடிக் குற்றம் சாட்டும் குரலிலும், பேசினார். ஆனால் ஒரு தரங்கூட அவர் தமது பார்வையைக் கைதிகளின் பக்கம் திருப்பவில்லை, மூன்று கைதிகளும் வைத்த கண் வாங்காமல் அவரை உற்றுநோக்கினர். அவரது வட்டாரத் தில் அப்போது புதிதாகப் பேச்சில் அடிபட ஆரம்பித்திருந்தவை யாவும், விஞ்ஞான அறிவின் இறுதி முடிவுகளாகக் கருதப்

பட்டவையும் தற்போதும் கருதப்படுகிறவையுமாகிய பலவும் சேர்ந்த கலப்படமாக இருந்தது அவரது பேச்சு. மரபுவழியும் பிறவி சார்பும், லம்பிரசோவும் தார்தும், பரிணாமமும் வாழ் நிலைப் போராட்டமும், மனோவசியமும் அறிதுயில் தூண்டலும், ஷார்க்கோவும் நசிவுப் போக்கும் - இப்படிப் பலவற்றையும் குறிப்பிட்டார் அவர்.

பிராசிக்யூட்டர் அளித்த விளக்கத்தின்படி, வணிகர் ஸ்மெல்கோவ் சிறிதும் கெடுக்கப்படாத சக்தி வாய்ந்த தூய ருஷ்ய ரகத்தவர். தயாள சிந்தைகொண்டவர், அடியோடு சீரழிந்து கெட்டு விட்டவர்களின் கையில் சிக்கிக்கொண்டு விட்டவர், இவரது தயாள சிந்தையும் நல்ல இயல்புகளும் இவரை இந்தத் தீயவர்களுக்குப் பலியாக மடியச் செய்து விட்டன.

சிமோன் கர்த்தீன்கின் முதுமரபு மீட்சி வழியில் பண்ணையடிமை முறையால் தோற்றுவிக்கப்பட்டவன், உணர்விழந்து உன்மத்தனாகியவன், எழுத்தறிவோ கொள்கை கோட்பாடோ இல்லாதவன், சமயப் பற்றுகூட இல்லாதவன். எஃபீமியா இவனது ஆசைநாயகி, மரபு வழியானது இவளைக் கேடுறச் செய்துவிட்டது, சீரழிவின் எல்லா அறிகுறிகளும் இவளிடம் காணப்பட்டன. மாஸ்லவாதான் இந்தக் கொடுங்குற்றம் நடைபெற தலைமைச் சூத்திரக்காரியாகச் செயற்பட்டவள், இந்த மாஸ்லவா நசிவு நிகழ்ச்சிப் போக்கின் படுமோசமான உருவகமானவள்.

"இந்த மாஸ்லவா கல்வி பயின்றவள்" என்று அவள் பக்கம் பார்வையைத் திருப்பாமலே கூறினார் பிராசிக்யூட்டர். "இவள் இருந்த விடுதியின் தலைவி இங்கே நீதிமன்றத்தில் இதைச் சொல்லக் கேட்டோம். எழுதப் படிக்க மட்டுமல்ல, பிரெஞ்சு மொழியும் தெரிந்தவள். இவள் ஓர் அனாதை. குற்றம் புரியும் குணக் கேட்டுக்குரிய கிருமிகள் பிறவியிலேயே இவளிடம் இருந்திருக்கும்போல் தெரிகிறது. அறிவில் உயர்ந்த நிலப்பிரபுக் குடும்பத்தில் வளர்ந்தவள், அவர்களால் கல்வியறிவு ஊட்டப் பெற்றவள், நேர்மையான முறையில் வேலை செய்துகொண்டு அவர்களிடமே இவள் நல்லபடியாக இருந்திருக்கலாம், ஆனால் தனக்கு வாழ்வளித்த அந்த நல்லவர்களை உதறித் தள்ளிவிட்டுத் தகாத வெறிக்கு அடிபணிந்தாள், அடங்காத இச்சையால் தூண்டப்பட்டு விபசார விடுதியில் சேர்ந்துகொண்டாள். அங்கே இவளுக்கு விடுதியின் ஏனைய பெண்களுக்கு இல்லாத சிறப்பு கிடைத்தது. இதற்குக் காரணம் இவளது கல்வியறிவு, இன்னும் முக்கியமாக இவளிடமிருந்த அந்த வசிய ஆற்றல். சான்றாயர்களாகக் கடமையாற்றும் கனவான்களே, விடுதியின் தலைவி கூறியதை நீங்கள் கேட்டீர்கள், விடுதிக்கு வருவோரை வசப்படுத்தும் ஆற்றல் இவளிடம் இருந்தது. இந்த அதிசய

ஆற்றலை அண்மையில் விஞ்ஞானம் ஆராய்ந்திருக்கிறது, முக்கியமாக ஷார்க்கோவும் அவரது மரபினைச் சேர்ந்தோரும் அறிதுயில் தூண்டல் என்பதாக அழைக்கப்படும் இந்த மனோவசிய ஆற்றல் குறித்து நிறைய ஆராய்ந்திருக்கிறார்கள். இந்த ஆற்றலின் துணை கொண்டுதான் இவள் இந்த ருஷ்யச் செல்வந்தரை, அன்பு உள்ளமும் இனிய இயல்பும் கொண்ட இந்த சாத்கோவை* வசப்படுத்தினாள். அவர் நம்பினார். அந்த நம்பிக்கையை இவள் பயன்படுத்தி முதலில் அவர் பணத்தைத் திருடினாள். பிறகு நெஞ்சில் சிறிதும் ஈரமின்றி அவர் உயிருக்கே உலை வைத்தாள்."

"அளவு மீறி அடுக்கிச் செல்கிறாரே" என்று தலைமை நீதிபதி சிடுசிடுப்பான நீதிபதியின் பக்கம் சாய்ந்து மெள்ளச் சிரித்தார்.

"சரியான மடையன்!" என்றார் சிடுசிடுப்பான நீதிபதி.

"சான்றாயர்களாகக் கடமையாற்றும் கனவான்களே!" ஆடம்பரமாக அசைந்தாடியவாறு தொடர்ந்து பேசிச் சென்றார் பிராசிக்யூட்டர். "இந்தக் குற்றவாளிகளின் எதிர்காலம் உங்கள் கைகளில்தான் இருக்கிறது. சமுதாயத்தின் எதிர்காலமும் ஓரளவுக்கு உங்கள் கைகளில்தான் உள்ளது. நீங்கள் கூறும் தீர்ப்பினால் சமுதாயம் பாதிக்கப்படவே செய்யும். நீங்கள் இந்தக் கொடுங்குற்றத்தின் முழுப் பொருளையும் புரிந்துகொள்வது அவசியமாகும். மாஸ்லவாவைப் போன்றவர்களை மனப் பிணி கொண்டு வக்கரித்துப் போனவர்களென்றே சொல்லவேண்டும். இவர்களிடமிருந்து சமுதாயத்துக்கு எழும் ஆபத்தை நீங்கள் முழு அளவுக்கு மனதிற் கொள்ள வேண்டும். இவர்களிடமிருந்து பிணியின் தொத்து பரவாதபடிச் சமுதாயத்தை நீங்கள் பாதுகாக்கவேண்டும். சமுதாயத்தின் குற்றமற்ற, ஆரோக்கியமான கூறுகளை இந்தத் தொத்திலிருந்தும், ஏன் அழிவிலிருந்தும் நீங்கள்தான் காப்பாற்ற வேண்டும்."

அளிக்கப்படப் போகும் தீர்ப்பின் முக்கியத்துவத்தை நினைத்துக் கலங்கியவரைப் போல் பிராசிக்யூட்டர் அவருடைய நாற்காலியில் சாய்ந்து விழுந்தார். அவர் நிகழ்த்தி முடித்த உரை குறித்து அவர் மனம் மகிழ்ந்துகொண்டது நன்றாகவே தெரிந்தது.

ஆடம்பரச் சொற்புனைவுகளை அகற்றிவிட்டால், அவரது பேச்சின் சாரப்பொருள் இதுதான்: மாஸ்லவா தனது மனோவசிய ஆற்றலால் அந்த வணிகரை மயக்கி, தன்னிடம் அவரை முழு நம்பிக்கை கொள்ளச் செய்து, அவரிடமிருந்த பணத்தைக் கைப்

* சாத்கோ—நோவ்கரத் தரணியில் உதித்த பண்டை ருஷ்ய நாட்டுக் கதைப் பாடல் ஒன்றின் கதைத் தலைவன்.

பற்றிக்கொண்டு விடலாமென்று சாவியை வாங்கிக்கொண்டு அவரது ஓட்டல் அறைக்குச் சென்றாள்; ஆனால் சிமோனும் எஃபீமியாவும் அவளைக் கையும்களவுமாகப் பிடித்துவிடவே பணத்தை அவள் அவர்களுடன் பகிர்ந்துகொள்ள வேண்டிய தாயிற்று; பிறகு குற்றத்தைத் தடம் தெரியாதபடி மறைக்கும் பொருட்டு வணிகரை ஓட்டல் அறைக்கு அழைத்து வந்து அவருக்கு நஞ்சைக் கலந்து தந்தாள்.

பிராசிக்யூட்டர் பேசி முடித்ததும் கவை வால் நீள் கோட்டு அணிந்த நடுத்தர வயதுடையவர் கஞ்சியிடப்பட்ட வெள்ளைச் சட்டை முகப்பு தணிந்தமைந்த மார்புக் கோட்டுக்கு மேல் அரை வட்டமாக வெளியே தெரிய, வழக்கறிஞர் பெஞ்சிலிருந்து எழுந்தார். கர்த்தீன்கின், போச்சுவா ஆகிய இருவரின் சார்பிலும் இவர் எதிர் வழக்காடி உரை நிகழ்த்தினார். முந்நூறு ரூபிளுக்கு இவர்கள் இருவரும் அவரைத் தமது வழக்கறிஞராக அமர்த்தி யிருந்தனர். இருவரும் குற்றமற்றவர்கள் என்று சொல்லி எல்லாக் குற்றத்துக்கும் மாஸ்லவாவே முழுப் பொறுப்பாளி என்று வாதாடினார் அவர்.

பணத்தைத் தான் எடுத்தபோது போச்சுவாவும் கர்த்தீன் கினும் தன்னுடன் இருந்ததாகக் கூறும் மாஸ்லவாவின் சாட்சியம் உண்மையல்ல என்று மறுத்தார் இந்த வழக்கறிஞர். நஞ்சு கொடுத்துக் கொலை புரிந்தவளாகக் குற்றம் சாற்றப் பட்டவள் இவள், ஆகவே இவளது சாட்சியம் ஏற்கப்படத் தக்கதல்ல என்று வலியுறுத்தினார். ஆயிரத்து எண்ணூறு ரூபிள் பணத்தைப் பொறுத்தவரை, முயற்சியுடைய நேர்மையான இருவரால், ஓட்டலில் வந்து தங்குவோரிடமிருந்து சில சமயம் நாள் ஒன்றுக்கு ஒன்றிலிருந்து ஐந்து ரூபிள் வரை இனாம் காசு பெற்று வந்த இவர்கள் இருவரால், அது எளிதில் சம்பாதித்துச் சேர்க்கப்படக்கூடிய தொகைதான் என்றார். மாஸ்லவாதான் வணிகரின் பணத்தைத் திருடியவள், இந்தப் பணத்தை அவள் யாரிடமோ கொடுத்து வைத்திருக்க வேண்டும். இல்லையேல் நிதானம் தவறிய நிலையில் இருந்த அவள் எங்காவது அதைத் தொலைத்துங்கூட இருக்கலாம். நஞ்சு அளித்தது தனியே மாஸ்லவா செய்த காரியமாகும்.

ஆகவே கர்த்தீன்கினையும் போச்சுவாவையும் பணத்தைத் திருடிய குற்றச்சாட்டிலிருந்து விடுவிக்க வேண்டுமென்று சான் றாயர்களை இவர் வேண்டினார். திருட்டிலிருந்து இவர்களை விடுவிக்கலாகாதென முடிவு செய்யப்படுமாயின், நஞ்சு அளித்ததில் எந்தப் பங்கும் இல்லாதவர்கள் என்பதையாவது சான்றாயர்கள் ஏற்றுக் கொள்ளத்தான் வேண்டும் என்றார்.

முடிவில் இவர் பிராசிக்யூட்டரைத் தாக்கும் முறையில், மரபுவழியில் பெறப்படும் இயல்புகள் குறித்து அறிவார்ந்த தம் நண்பர் பிராசிக்யூட்டர் கூறிய போற்றத்தக்கக் கருத்துகள் மரபுவழி குறித்த விஞ்ஞான விவரங்களை விளக்குவனவாய் இருப்பினும் இங்குள்ள விவகாரத்துக்குச் சிறிதும் பொருந்து கிறவை அல்ல; ஏனெனில் போச்சுவாவின் பெற்றோர் யாரென்றே தெரியாதெனக் காரசாரமாகக் குறிப்பிட்டார்.

பிராசிக்யூட்டர் கடுங் கோபங்கொண்டவரைப் போல் பல்லைக் கடித்துக்கொண்டு தமது கைக்குறிப்பு ஏட்டில் ஏதோ குறிப்பு எழுதிவிட்டு, இகழ்ச்சியும் வியப்பும் தெரிவிக்கும் முறை யில் தோள்களை உலுக்கிக்கொண்டார்.

பிறகு மாஸ்லவாவின் வழக்கறிஞர் எழுந்து, கூச்சப்பட்டுக் கொண்டு தடுமாறியபடி அவள் சார்பில் வாதாட ஆரம்பித்தார். பணத்தைத் திருடியதில் மாஸ்லவா பங்கு கொண்டாளென்பதை அவர் மறுக்கவில்லை, ஆனால் நஞ்சு அளிக்கும் எண்ணம் அவளிடம் இருக்கவில்லை, அவரைத் தூங்க வைக்க வேண்டு மென்றுதான் அந்த மருந்துத் தூளைத் தந்தாள் என்றார். நாவன்மையுடன் வாதாட வேண்டுமென விரும்பிய அவர், எப்படி முன்பு ஓர் ஆடவர் அவளைக் கெடுத்து ஒழுக்கக் கேடான பாதையிலே இழுத்து விட்டாரென்றும் அந்த ஆள் எந்தத் தண்டனையுமின்றிச் செல்ல இவள் தனது பாவச் செயலின் முழு பயனையும் அனுபவிக்க நேர்ந்ததென்றும் எடுத் துரைக்க முற்பட்டார். ஆனால் உளவியல் துறையில் இறங்கி, அவர் மேற்கொண்ட இந்த முயற்சி பெருந்தோல்வியாகி, எல்லோரையும் சங்கடப்பட வைத்தது. ஆடவர்களது கொடு மனத்தையும் பெண்டிரின் நிர்க்கதியான நிலையையும் பற்றி அவர் முக்கி முனகித் தொணதொணத்தபோது தலைமை நீதிபதி அவருக்கு உதவ விரும்பி, வழக்கு விவரங்களை விட்டு விலக வேண்டாமென அவரைக் கேட்டுக்கொண்டார்.

அவர் பேசி முடித்ததும் பிராசிக்யூட்டர் திரும்பவும் எழுந்து எதிர்வாதத்துக்குப் பதிலுரைத்தார். மரபுவழி குறித்துத் தமது நிலைமை முதலாவது வழக்கறிஞரின் தாக்குதலிலிருந்து பாதுகாத்து வாதாடுகையில், போச்சுவாவின் பெற்றோர் யாரென்று தெரியாவிட்டால் என்ன? அதனால் மரபுவழித் தத்துவம் எவ்விதத்திலும் பொய்ப்பிக்கப்பட்டு விடாது என்றார். மரபுவழி விதியானது அசைக்க முடியாதபடி விஞ்ஞானத்தால் நிலைநாட்டப் பெற்றிருப்பதால் மரபுவழி இயல்பிலிருந்து குற்றச் செயலை ஊகிப்பதோடன்றி குற்றச் செயலிலிருந்து மரபுவழி இயல்பையும் ஊகித்து கொண்டு விடலாம் என்றார். மாஸ்லவாவின் சார்பில் முன் வைக்கப்பட்ட எதிர்வாதத்தைப் பொறுத்தவரை

கற்பனையான யாரோ ஒரு மோசடிக்காரர் ("கற்பனையான" என்னும் சொல்லை அவர் கடுப்பு தொனிக்க அழுத்தமாய் உச்சரித்தார்) ஆசை காட்டி அவளைக் கெடுத்து ஒழுக்கக் கேடான பாதையிலே இழுத்து விட்டாரென்ற அந்த வாதத்தைப் பொறுத்தவரை, இங்கு தெரிய வந்த உண்மைகளைக் கொண்டு பார்க்கையில் இவள்தான் தன் கையில் சிக்கிய மிகப் பலரையும் கேடுறச் செய்தாள், ஆசை காட்டி மோசம் புரிந்தாளெனத் தெரிகிறது என்றார். இதைச் சொல்லியதும் வெற்றி வீறாப்புடன் தமது இருக்கையில் அமர்ந்தார்.

பிறகு கைதிகள் தமக்கு ஆதரவாகத் தாமே பேச அனு மதிக்கப்பட்டனர். எஃபீமியா போச்சுவா தான் ஏதும் அறியாதவள், எதிலும் தான் பங்குகொள்ளவில்லை என்று முன்பு கூறியதையே திரும்பவும் சொல்லி, எல்லாக் குற்றத்தையும் பிடிவாதமாக மாஸ்லவாவின் தலையிலே சுமத்தினாள். சிமோன் கர்த்தீன்கின் ஒன்றையே திரும்பத் திரும்பக் கூறினான்.

"விருப்பம் போல் செய்யுங்கள். நான் குற்றமற்றவன், நியாயமல்ல இது."

மாஸ்லவா ஒன்றுமே சொல்லவில்லை. அவள் தன் கட்சியை எடுத்துரைக்கலாமென்று தலைமை நீதிபதி அவளிடம் சொல்லியபோது, கண்களை உயர்த்தி அவரை அவள் பார்த் தாள், வேட்டையாடப்படும் பிராணியைப் போல் சுற்றிலும் நோக்கினாள். பிறகு கண்களைக் கவிழ்த்துக்கொண்டு வாய் விட்டுச் செருமி அழுதாள்.

"என்னா அது? என்ன ஆயிற்று?" – நெஹ்லூதவிடமிருந்து திடுமென விபரீத சப்தம் எழக்கேட்டு அவருக்குப் பக்கத்தில் அமர்ந்திருந்த வணிகர் அவரை விசாரித்தார். நெஹ்லூதவ் தம் நெஞ்சிலிருந்து வெடித்தெழுந்த விம்மலை வெளியே விடாமல் அடக்க முயன்றதால் உண்டான சப்தம் அது.

நெஹ்லூதவ் இன்னும் தமது தற்போதைய நிலையின் உட்பொருளைப் புரிந்துகொள்ளவில்லை. அடக்க முடியாதபடி எழுந்த விம்மல்களுக்கும், கண்களில் வந்து முட்டிய கண்ணீ ருக்கும் தமது மிதமிஞ்சிய உணர்ச்சி வயப்பாடே காரணமென நினைத்துக் கொண்டார். தளும்பிய கண்ணீரை மறைப்பதற்காக வில் மூக்குக்கண்ணாடியைப் போட்டுக் கொண்டார். பிறகு கைக்குட்டையை எடுத்து மூக்கைச் சிந்த ஆரம்பித்தார்.

முன்பு தாம் புரிந்த செயல் இங்கே நீதிமன்ற மண்டபத்தில் இருந்தோருக்குத் தெரிந்துவிட்டால், என்னாவது, பெரிய மானக் கேடாகிவிடுமே என்று அவர் அஞ்சினார். இந்த அச்சம் அவருள்

எழுந்த அந்தரங்கப் போராட்டத்தை அடக்கி ஒடுக்கியது. இந்த ஆரம்பக் கட்டத்தில் அவரது இந்த அச்சம்தான் யாவற்றையும் விட வலிமை வாய்ந்ததாக இருந்தது.

22

கைதிகளது இறுதி வாக்குமூலங்கள் கேட்கப்பட்டபின் சான்றாயர்களுக்குச் சமர்ப்பிக்கப்பட வேண்டிய கேள்விகளின் வடிவம் குறித்து விவாதிக்கப்பட்டது. இந்த விவாதம் முடிவுற சற்று நேரமாயிற்று. முடிவில் கேள்விகள் வகுக்கப்பட்டதும் தலைமை நீதிபதி தொகுத்துரைக்க முற்பட்டார்.

வழக்கு விவரங்களைச் சான்றாயர்களுக்கு எடுத்துரைக்கு முன் இதமான இனிய குரலில் அவர்களுக்கு விளக்கிச் சொன்னார்; கொள்ளை கொள்ளைதான். திருட்டு திருட்டுதான், பூட்டப் பெற்ற இடத்திலிருந்தான களவு பூட்டப்பெற்ற இடத்தி லிருந்தான களவுதான், பூட்டப்படாத இடத்திலிருந்தான களவு பூட்டப்படாத இடத்திலிருந்தான களவுதான். இவற்றை விரித் துரைத்துச் சென்ற தலைமை நீதிபதி, அடிக்கடி நெஹ்லூதவைப் பார்த்துக் கொண்டார்–இந்த முக்கிய உண்மைகளை நெஹ்லூதவ் தாமும் புரிந்துகொண்டு ஏனைய சான்றாயர்களுக்கும் புரிய வைப்பாரென எதிர்பார்ப்பது போலவும் எப்படியாவது இவற்றை அவர் மனத்தில் பதிய வைக்க விரும்புவது போலவும் அடிக்கடி அவரை உற்றுப் பார்த்துக்கொண்டார். இந்த உண்மைகளைப் போதிய அளவுக்குச் சான்றாயர்கள் உணர்ந்துகொண்டு விட்டதாகக் கருதியதும் அவர் மற்றும் ஓர் உண்மையை எடுத்துரைக்க முற்பட்டார்–அதாவது, கொலை என்பது ஒரு மனிதனுக்கு மரணத்தை விளைவிக்கும் செய லாகும். ஆகவே நஞ்சு அளித்துச் சாகடிப்பதும் கொலையே தான். இந்த உண்மையையும் சான்றாயர்கள் கிரகித்துக் கொண்டு விட்டதாகத் தோன்றியதும் அவர் மேலும் தொடர்ந்தார்; திருட்டும் கொலையும் ஒரே நேரத்தில் செய்யப்படுமாயின் அந்தக் குற்றத்தைக் கொலையுடன் கூடிய திருட்டு என்பதாகக் கொள்ளவேண்டும் என்றார்.

யாவற்றையும் சீக்கிரமாய் முடிக்க வேண்டுமென்றே பெரிதும் விரும்பினார், சுவிட்ஸர்லாந்துக்காரி தமக்காகக் காத்திருப்பா ளென்பதை அவர் மறந்துவிடவில்லை. ஆயினும் நீண்டகால மாகப் பணிபுரிந்து பழக்கப்பட்டுவிட்ட காரணத்தால், பேச ஆரம்பித்த பின் பேச்சை நிறுத்த முடியாமல், தொடர்ந்து பல

விவரங்களையும் அவர் சான்றாயர்களுக்கு விரித்துரைத்துச் சென்றார். கைதிகள் குற்றமிழைத்தார்களென முடிவு செய்யும் போது குற்றத்தீர்ப்பு அளிக்க சான்றாயர்களுக்கு உரிமை உண்டு; கைதிகள் குற்றமிழைக்கவில்லையென முடிவு செய்யும்போது குற்ற விடுதலைத் தீர்ப்பு அளிக்க அவர்களுக்கு உரிமை உண்டு; குற்றச்சாட்டுகளில் ஒரு குற்றத்தை இழைத்தார்களென்றும் இன்னொன்றை இழைக்கவில்லையென்று முடிவு செய்யும்போது அவர்கள் ஒரு கணிப்பில் குற்றத்தீர்ப்பும் இன்னொரு கணிப்பில் குற்றவிடுதலைத் தீர்ப்பும் அளிக்கலாம் என்றெல்லாம் விளக் கினார். சான்றாயர்களுக்கு இப்படி உரிமை அளிக்கப்பட்டிருந் தாலும், இந்த உரிமைகளை அவர்கள் நியாயமான முறையில் தான் பயன்படுத்த வேண்டுமென்று மேலும் தொடர்ந்து தெளிவு படுத்திச் சென்றார். மற்றும் தமக்குச் சமர்ப்பிக்கப்பட்ட எந்த ஒரு கேள்விக்கும் சான்றாயர்கள் உடன்பாட்டுப் பதிலளிப்பார் களாயின் அந்தக் கேள்வியில் அடங்கிய யாவற்றுக்கும் அவர்கள் தமது உடன்பாட்டைத் தெரிவிப்பதாகிவிடும். ஆகவே கேள்வி அனைத்துக்கும் உடன்பாடு தெரிவிக்க விரும்பாதபோது கேள்வி யின் அப்பகுதி உடன்பாட்டிலிருந்து விலக்கப்பட வேண்டு மென்று அவர்கள் குறிப்பிடுதல் அவசியமாகும் என்பதையும் அவர் எடுத்துரைக்கப் போனார். ஆனால் அப்போது அவர் கடிகாரத்தைப் பார்த்தார்; இன்னும் ஐந்து நிமிடத்தில் மூன்று அடிக்கப் போவது தெரிந்ததும் விளக்கத்தை நிறுத்திக்கொண்டு உடனே வழக்கு விவரங்களைத் தொகுத்துரைக்க வேண்டுமென முடிவு செய்தார்.

"இந்த வழக்கின் உண்மைகள் வருமாறு" என்று தொடங்கி, ஏற்கெனவே பல தரம் வழக்கறிஞர்களாலும் பிராசிக்யூட்ட ராலும் சாட்சிகளாலும் கூறப்பட்டவற்றைத் தலைமை நீதிபதி திரும்பவும் கூறினார்.

தலைமை நீதிபதி பேசிச் சென்றார். அவருக்கு இரு மருங் கிலும் அமர்ந்திருந்த ஏனைய நீதிபதிகள் மிகவும் உருக்கமான முகபாவத்துடன் கேட்டுக்கொண்டிருந்தார்கள். ஆயினும் இடை யிடையே கடிகாரத்தையும் பார்த்துக் கொண்டார்கள். ஏனெ னில் தலைமை நீதிபதியின் பேச்சு சிறப்பாகவே அமைந்திருந்த தென்றாலும் – அதாவது எப்படி இருக்க வேண்டுமோ அப்படி இருந்ததென்றாலும் – அளவுக்கு மீறிக் கொஞ்சம் நீண்டு செல்வ தாக அவர்கள் கருதினார்கள். பிராசிக்யூட்டர், வழக்கறிஞர்கள், மற்றும் நீதிமன்ற மண்டபத்தில் இருந்த எல்லோருமே இவ்வாறு தான் நினைத்தார்கள். தலைமை நீதிபதி தமது தொகுப்புரையை முடித்தார்.

யாவும் கூறப்பட்டு விட்டதாகவே தோன்றியது. அப்படியும் தலைமை நீதிபதி பேச்சை நிறுத்தவில்லை. பேசுவதற்குத் தமக்குள்ள உரிமையை அவரால் கைவிடமுடியவில்லை –அவருடைய குரலின் கம்பீரத் தொனி அப்படி அவருக்கு இனிமையாக இருந்தது. சான்றாயர்களுக்குத் தரப்பட்டுள்ள உரிமைகள் எவ்வளவு முக்கியமானவை என்பது குறித்து மேலும் சில வார்த்தைகள் கூறுவது அவசியமெனக் கருதி அவர் தொடர்ந்து பேசிச் சென்றார். இந்த உரிமைகளைச் சான்றாயர்கள் தவறான முறையில் பயன்படுத்தாமல் கவனமாகவும் எச்சரிக்கையோடும் பயன்படுத்த வேண்டுமென்றும், தாம் ஆணையுறுதி ஏற்றவர்கள் என்பதையும் சமுதாயத்தின் மனச்சான்றாய்ச் செயல்படுகிறவர்கள் என்பதையும் அவர்கள் நினைவில் கொண்டிருக்க வேண்டுமென்றும், சான்றாயர்களது அறைக்குள் பேசப்படுகின்றவற்றின் இரகசியம் புனிதம் வாய்ந்ததாகக் கருதப்பட வேண்டுமென்றும், இன்ன பலவற்றையும் கூறிச் சென்றார்.

தலைமை நீதிபதி பேசத் தொடங்கிய தருணம் முதலாய், மாஸ்லவா ஒரு சொல்லைத் தவறவிட்டாலும் ஆபத்தாகி விடுமென அஞ்சுகிறவளைப்போல் வைத்த கண் வாங்காமல் அவரையே கவனித்துக்கொண்டிருந்தாள். ஆகவே நெஹ்லூதவ் அவளுடைய பார்வையை எதிர்பட நேருமென்ற அச்சமின்றி முழு நேரமும் அவளையே பார்த்தவாறு அமர்ந்திருந்தார். ஒருவரை நெடுங்காலமாய்ப் பார்க்காமல் பிரிந்திருந்துவிட்டுத் திரும்பவும் பார்க்கும்போது ஏற்படும் மனச்சலனங்கள் அவருக்கு உண்டாயின. பிரிந்திருந்த காலத்தில் புறவுருவில் உண்டான மாறுதல்கள்தான் முதலில் நமக்கு எடுப்பாகத் தெரிகின்றன. பிறகு அந்த முகம் மிகப் பல ஆண்டுகளுக்கு முன்பு எப்படி இருந்ததோ அந்தப் பழைய உருவினைப் படிப்படியாகப் பெறக் காண்கிறோம். காலத்தால் உண்டான மாறுதல்கள் எல்லாம் மறைந்து செல்கின்றன. பிறகு ஏனைய யாவும் விலக்கப்பட்டு இணையில்லா அந்த அபூர்வ ஆன்மிகத் தனியுரு நமது அகக்கண்ணெதிரே அப்படியே அதன் மூல வடிவில் வெளிப்படக் காண்கிறோம்.

இதே நிகழ்வுதான் நெஹ்லூதவின் அகத்துள் நடந்தேறியது. சிறைக்கூட மேலங்கியையும் பருத்துப் பெருத்துவிட்ட உடலையும் நிறைவான முழு மார்பையும் மீறி, முக மலரின் அடிப்பாகம் கட்டுக்குலைந்து விட்டதையும் மீறி, நெற்றியிலும் பொட்டுகளிலும் விழுந்திருந்த சில சுருக்கங்களையும் சுரந்திருந்த கண்களையும் மீறி, அந்தப் பழைய கத்யூஷா அப்படியே தெரியக் கண்டார் – ஆம். கிறிஸ்து உயிர்த்தெழும் ஈஸ்டர் திருநாளன்று உயிர்த்துடிப்புடன் பளிச்சிட்டு இன்பப் புன்னகை புரிந்த கண்

களை உயர்த்தித் தனது அகத்தின் உடையானை அறியாப் பேதையாய் அத்தனைப் பூரிப்புடன் உற்று நோக்கினாளே அதே கத்யூஷாதான்.

"என்னென்பது இந்த அதிசயத்தை – இப்படிச் சந்தர்ப்பவசமாய் ஒருங்கிணைந்து நிகழ்ந்திருக்கிறதே! நான் சான்றாயராக வந்துள்ள நாளாகப் பார்த்து இந்த வழக்கு விசாரணைக்கு வந்து, பத்து ஆண்டுகளாகப் பார்க்காத இவளை இன்று இங்கே கைதிக் கூண்டிலே பார்க்கும்படி நேர்ந்திருக்கிறதே! இது எப்படி முடிவுறுமோ? ஐயோ, சீக்கிரமாய் முடிவுறாதா?"

இன்னும் அவர் தம்முள் எழுந்த இரக்க உணர்ச்சிக்குப் பணியத் தயாராயில்லை. ஏதோ தற்செயலாய் நிகழ்ந்த ஒரு நிகழ்ச்சி, தம் வாழ்க்கையைப் பாதிக்காமல் மறைந்துவிடும் என்று நினைத்துக்கொள்ளவே அவர் முயற்சி செய்தார். அறையில் அசுத்தம் செய்த இடத்துக்கு நாய்க்குட்டியைக் கழுத்தைப் பிடித்து இழுத்து வந்த அதன் எசமானன் அதன் மூக்கை அந்த அசுத்தத்திலே தேய்க்கும்போது அந்த நாய்க்குட்டிக்கு எப்படி இருக்குமோ, அதுபோலவே இருந்தது அவருக்கு இப்போது. நாய்க்குட்டி ஊளையிட்டுக்கொண்டு பின்னோக்கி நகர்கிறது. தனது குற்றச் செயலின் விளைவுகளிலிருந்து தூர விலகி ஓடவும் அவற்றை மறக்கவும் விரும்புகிறது. ஆனால் இரக்கமில்லாத அதன் எசமானன் அதை விடாமல் பிடித்து அழுத்துகிறான். அதே போலத்தான் நெஹ்லூதவ் தமது செயல் எவ்வளவு ஆபாசமானது என்பதையும், எசமானனின் கரம் எவ்வளவு வலுமிக்கது என்பதையும் உணர்ந்தார். ஆனால் தமது செயலால் விளைந்த கேடுகளை முழு அளவில் இன்னமும் புரிந்துகொள்ளவோ எசமானனின் கரத்தை அங்கீகரிக்கவோ அவர் தயாராயில்லை – கண்ணெதிரே தாம் கண்டது எல்லாம் தமது செயலால் விளைந்த கேடாகுமென அவர் நம்ப விரும்பவில்லை. ஆனால் எசமானனின் இரக்கமற்ற, கண்ணுக்குப் புலப்படாத கரம் அவரை இறுகப் பிடித்து அழுத்தியது, தப்ப வழியில்லை என்ற முன்னுணர்வு ஏற்கெனவே அவருக்கு ஏற்பட்டிருந்தது. இன்னமும் அவர் தைரியமாகவே இருந்தார், வழக்கமான தன்னம்பிக்கையோடு கால் மேல் கால் போட்டுக்கொண்டு, எதையும் லட்சியம் செய்யாமல் வில் மூக்குக் கண்ணாடியுடன் விளையாடியவாறு முதல் வரிசையில் இரண்டாவது இருக்கையில் அமர்ந்திருந்தார். ஆயினும் முழு நேரமும் அவர் அகத்தின் அடியாழத்திலே ஓர் உணர்வு இருந்து கொண்டுதான் இருந்தது. அவரது அந்தப் பாவச் செயலையும் அதைத் தொடர்ந்து அவர் நடத்தி வந்த வாழ்க்கையையும் பன்னிரண்டு ஆண்டுகளாய் அவர் கண்ணில் படாதபடி அதிசய முறையில் அவரிடமிருந்து மறைந்திருந்த அந்தப் பயங்கரத் திரை ஆடிக் குலுங்க ஆரம்

பித்தது. அதன் பின்னால் மறைந்திருந்தவை இடையிடையே கணப்பொழுதுக்கு அவர் கண்ணுக்குத் தெரிந்தன.

23

இறுதியில் தலைமை நீதிபதி தம் பேச்சை முடித்ததும், உயர் மதிப்புக்குரிய முறையில் கையை நீட்டிச் சான்றாயர்களுக் கான கேள்விப் பட்டியலை எடுத்து, தம்மிடம் வந்த தலைமைச் சான்றாயரிடம் தந்தார். வெளியே செல்லலாமென்ற மகிழ்ச்சி யுடன் சான்றாயர்கள் எழுந்தார்கள். பெரிதும் வெட்கப்படுகிற வர்களைப் போல் நடந்து, கைகளை என்ன செய்வதென்று தெரியாமல் சங்கடப்பட்டுக்கொண்டு ஒருவர்பின் ஒருவராய் விவாத அறைக்குப் போய்ச் சேர்ந்தார்கள். எல்லாரும் உள்ளே சென்று அவர்களது அறைக் கதவு மூடப்பட்டவுடன் ஒரு படையாள் அந்தக் கதவிடம் சென்று வாளுறையிலிருந்து போர் வாளை உருவித் தன் தோளின் முன்னால் ஏந்திப் பிடித்துக் கொண்டு நின்றான். நீதிபதிகள் எழுந்து வெளியே சென்றார்கள். கைதிகளும் மண்டபத்திலிருந்து அழைத்துச் செல்லப்பட்டார்கள்.

விவாத அறைக்குள் வந்த சான்றாயர்கள் முன்பு போலவே முதல் வேலையாய்த் தமது சிகரெட்டுகளை எடுத்துப் புகை பிடிக்க ஆரம்பித்தார்கள். நீதிமன்றத்துள் அவர்களது இருக்கை களில் அமர்ந்திருந்தபோது தமது நிலை இயற்கைக்கு மாறானது, போலியானது என்று வெவ்வேறு அளவுக்கு அவர்கள் எல்லாரி டத்தும் இருந்த அந்த உணர்வு இப்போது விவாத அறைக்குள் வந்து புகைவிட ஆரம்பித்ததும் மறைந்துவிட்டது; நிம்மதி யடைந்தவர்களாய் எல்லாரும் வசதியாக அமர்ந்துகொண்டு உடனே உற்சாகமாய் உரையாடத் தொடங்கினார்கள்.

“குற்றமற்றவள் இந்தப் பெண், இதில் சிக்கிக்கொண்டு விட்டாள். இவளுக்குக் கருணை காட்டும்படி நாம் கேட்க வேண்டும்” என்றார். இரக்கமும் பரிவுமுடைய வணிகர்.

“நமது பரிசீலனைக்குரிய பிரச்சினையாகும் இது. நமது சொந்த விருப்பு வெறுப்புக்கு இடமளிக்கலாகாது” என்றார், தலைமைச் சான்றாயர்.

“தலைமை நீதிபதியின் தொகுப்புரை நன்றாயிருந்தது” என்று கூறினார் கர்னல்.

“கேட்கவே முடியவில்லை. அதைப்போய் நன்றாயிருந்தது என்கிறீர்களே!”

“இந்த மாஸ்லவாவும் சேர்ந்து சதி செய்திராவிடில் ஓட்டல் பணியாட்களுக்கு அங்கே பணம் இருந்த விவரம் தெரிந்திருக்க

முடியாது. இதுதான் இங்குள்ள பிரதான விஷயம்" என்றார் யூத இனத்தவரான விற்பனையாளர்.

"அப்படியானால், அவள்தான் பணத்தைத் திருடினாள் என்றா நினைக்கிறீர்கள்?" என்று கேட்டார், சான்றாயர்களில் ஒருவர்.

"என்னால் அதை நம்பவே முடியாது" என்று பலக்கக் கூவினார் இளகிய மனமுடைய வணிகர். "அவ்வளவும் அந்த எமகாரச் செங்கண்ணி செய்த வேலை என்கிறேன்."

"மூவரில் யாரும் சளைத்தவர்களல்ல" என்றார் கர்னல்.

"அறைக்குள் போகவே இல்லையென்று சொல்கிறாளே அவள்."

"அவள் சொல்லுவாள்தான்! நான் அந்தப் பிசாசை ஒருபோதும் நம்பமாட்டேன்."

"நீங்கள் நம்புகிறீர்களா, இல்லையா என்பதல்ல இங்குள்ள பிரச்சினை" என்றார் அந்த விற்பனையாளர்.

"சாவி மாஸ்லவாவிடம்தான் இருந்தது" என்றார் கர்னல்.

"இருந்தால் என்னவாம்?" என்று சட்டெனக் கேட்டார் வணிகர்.

"சரி, மோதிரத்தைப் பற்றி என்ன சொல்கிறீர்கள்?"

"அவள்தான் விளக்கமாகச் சொன்னாளே" என்று கூச்சலிட்டார் வணிகர். "அந்த ஸ்மெல்கோவ் ஒரு தனி ரகமான ஆள். அதோடு சரியானபடி குடித்திருந்தார். இந்தப் பெண்ணின் தலையில் அடித்துவிட்டார். பிறகு நடைபெற்றது புரிந்துகொள்ளக் கூடியதுதானே? உள்ளம் உருகி விட்டார். "வேண்டாம். அழாதே நீ! இந்தா, இதை எடுத்துக்கொள்" – என்றார். அப்படிப்பட்ட ஆள் அவர் – ஆறு அடி ஐந்து அங்குல உயரம் என்றார்களே. இருநூற்று எண்பது ராத்தல் இருந்திருப்பார் என்று நினைக்கிறேன்."

"அதுவல்ல நம் முன்னுள்ள பிரச்சினை" என்றார் பியோத்தர் கெரசிமவிச். "யாவற்றுக்கும் திட்டமிட்டதும் ஏற்பாடு செய்ததும் அவளா? அல்லது பணியாட்களா என்பதுதான் இங்குள்ள கேள்வி?"

"பணியாட்களால் தனியே இந்தக் காரியத்தைச் செய்திருக்க முடியாது. சாவி இவளிடம்தான் இருந்தது."

தொடர்பின்றி இந்த மாதிரியான பேச்சு நீண்ட நேரம் நடைபெற்றது.

"கனவான்களே! நீங்கள் தயவுசெய்ய வேண்டும்" என்றார் தலைமைச் சான்றாயர். "மேசையைச் சுற்றி இருக்கைகளில்

அமர்ந்து விவாதிப்போம், வாருங்கள்" என்று சொல்லி, தலைமை இருக்கையில் அமர்ந்துகொண்டார் அவர்.

"இம்மாதிரியான பெண்கள் எதுவும் செய்யக் கூடியவர்கள்" என்றார் அந்த விற்பனையாளர். மாஸ்லவாதான் தலைமையான குற்றவாளி என்று தமது கருத்தை நிலைநாட்ட விரும்பிய அவர், முன்பு இவளைப் போன்ற ஒருத்தி நடுத்தெருவில் தம் நண்பர் ஒருவரிடமிருந்து எப்படிக் கடிகாரத்தைத் திருடினாள் என்றும் விளக்கிச் சொன்னார்.

இதைக் கேட்ட கர்னல், இதனினும் தெளிவான ஒரு நிகழ்ச்சியைச் சொல்வதாகக் கூறி, வெள்ளி சமவார்* ஒன்று திருட்டுப் போனது பற்றி விவரிக்க ஆரம்பித்தார்.

"கனவான்களே. நாம் பதிலளிக்க வேண்டிய கேள்விகளைக் கவனிக்கும்படி பணிவன்புடன் கேட்டுக்கொள்கிறேன்" என்று கூறி, தலைமைச் சான்றாயர் தமது பென்சிலால் மேசை மீது தட்டினார்.

எல்லாரும் மௌனமாயினர் சான்றாயர்களுக்குச் சமர்ப் பிக்கப்பட்டிருந்த கேள்விகள் பின்வரும் வடிவில் இருந்தன:

1. கிரப்பிவென்ஸ்கி மாவட்டத்திலுள்ள போர்க்கி கிராமத்தைச் சேர்ந்த முப்பத்து மூன்று வயதான சிமோன் பெத்ரோவிச் கர்த்தீன்கின், வேறு சிலரது உடன்பாட்டுடன். *188*–ஜனவரி *17*இல்... என்ற நகரில், வணிகர் ஸ்மெல்கோவுக்கு அவரைச் சாகடிக்கும் எண்ணத்துடன் நஞ்சு கலந்த மதுவை அளித்து, அதன் மூலம் ஸ்மெல்கோவின் மரணத்தை விளைவித்த குற்றமும், அவரிடமிருந்து சுமார் இரண்டாயிரத்து ஐந்நூறு ரூபிள் பணமும் ஒரு வைர மோதிரமும் திருடிய குற்றமும் புரிந்ததாகத் தீர்ப்பளிக்கலாமா?

2. நாற்பத்து மூன்று வயதான, மெஷ்ச்சானே வகுப்பைச் சேர்ந்த எஃபீமியா இவானவ்னா போச்சுவா முதற் கேள்வியில் குறிக்கப்பட்ட குற்றங்களைப் புரிந்ததாகத் தீர்ப்பளிக்கலாமா?

3. இருபத்தேழு வயதான, மெஷ்ச்சானே வகுப்பைச் சேர்ந்த கத்தரீனா மிகாலய்வ்னா மாஸ்லவா முதற் கேள்வியில் குறிக்கப் பட்ட குற்றங்களைப் புரிந்ததாகத் தீர்ப்பளிக்கலாமா?

4, கைதி எஃபீமியா போச்சுவாவுக்கு முதற் கேள்வியினடி யில் குற்றத்தீர்ப்பு அளிக்கலாகாதெனில் *188*–இல் ஜனவரி *17*இல்.... என்ற நகரில் மாவ்ரிட்டானியா ஓட்டலில் வேலை பார்த்து போது, அந்த ஓட்டலில் வந்து தங்கிய வணிகர் ஸ்மெல்

* சமவார் — தேநீருக்குக் கொதிநீர் தயாரிப்பதற்கான கொதிகலன். அடியில் குழாய் அடைப்புடன் கூடியது.

கோவுக்குச் சொந்தமானதும், அவர் தங்கியிருந்த அறையில் இருந்ததுமாகிய பூட்டப்பட்ட பெட்டியிலிருந்த இரண்டாயிரத்து ஐந்நூறு ரூபிள் பணத்தைத் திருடியதாகவும், இதற்கெனத் தான் கொண்டுவந்த பூட்டில் பொருத்திய சாவியை உபயோகித்து அந்தப் பெட்டியைத் திறந்ததாகவும் குற்றத்தீர்ப்பு அளிக்க லாமா?

தலைமைச் சான்றாயர் முதற் கேள்வியை உரக்கப் படித்தார்.

"கனவான்களே, என்ன சொல்கிறீர்கள்?"

இந்தக் கேள்விக்கு விரைவாகவே பதிலளிக்கப்பட்டது. நஞ்சு அளித்ததிலும் திருடியதிலும் கர்த்தீன்கினுக்குப் பங்கு உண்டென்று கருதி எல்லாரும் "குற்றத்தீர்ப்பு அளிக்க" உடன் பாடு தெரிவித்தனர். வயது முதிர்ந்த அர்த்தேல்ஷிக்* ஒருவர் மட்டும்தான் இதற்கு விதிவிலக்கு. எல்லாக் கேள்விகளுக்கும் அவர் குற்ற விடுதலைத் தீர்ப்புக்கு ஆதரவாகவே பதிலளித்து வந்தார்.

அவர் சரிவரப் புரிந்துகொள்ளவில்லை என்று நினைத்து தலைமைச் சான்றாயர், யாவும் கர்த்தீன்கினையும் போச்சு வாவையும் குற்றவாளிகளாய் நிரூபிப்பதாக இருப்பதை அவருக்கு விளக்கிச் சொல்ல முற்பட்டார். ஆனால் அந்தக் கிழவர் தமக்கு இதெல்லாம் தெரியும், இருந்த போதிலும் இரக்கம் காட்டுவது தான் நல்லதென நினைப்பதாகக் கூறினார். "நாம் ஒன்றும் குற்றம் புரியாத புனிதர்கள் அல்ல" என்றார். இந்தக் கருத்தைக் கடைசிவரை அவர் வற்புறுத்தி வந்தார்.

போச்சுவாவைப் பற்றியதாகிய இரண்டாவது கேள்விக்கு மிகுந்த சர்ச்சைக்கும் விளக்கங்களுக்கும் பிற்பாடு குற்றத் தீர்ப்பு அளிக்கலாகாதெனப் பதிலளித்தார்கள். ஏனெனில் நஞ் சளித்ததில் அவள் பங்கெடுத்துக்கொண்டாள் என்பதற்குத் தெளிவான சான்றுறுதிகள் இல்லை, அவளுடைய வழக்கறிஞர் இதை வலியுறுத்தியிருந்தார் என்றார்கள்.

மாஸ்லவாவுக்கு விடுதலைத்தீர்ப்பு அளிக்கப்பட வேண்டு மென விரும்பிய வணிகர், தலைமையில் நின்று செயற்பட்டு யாவற்றுக்கும் ஏற்பாடு செய்தவள் போச்சுவாதான் என்று விடாப்பிடியாக வாதாடினார். சான்றாயர்களில் பலரும் அதே கருத்தைத் தெரிவித்தனர். ஆனால் தலைமைச் சான்றாயர் கண்டிப்பான முறையில் சட்டத்தை அனுசரிக்க வேண்டுமென விரும்பி நஞ்சளித்ததற்குப் போச்சுவா உடந்தையாக இருந்

* அர்த்தேல்ஷிக் — இலாபங்களையும் கடன் பொறுப்புகளையும் உறுப்பினர்கள் தம்மிடையே பகிர்ந்து கொள்ளும் அடிப்படையில் அமைந்த கைவினைஞர் சங்கமாகிய அர்த்தேலின் உறுப்பினர்.

தாளெனக் கருத எந்த ஆதாரமும் இல்லை என்று வாதாடினார். மிகுந்த சர்ச்சைக்குப் பிற்பாடு தலைமைச் சான்றாயரின் கருத்துக்கு வெற்றி கிடைத்தது.

போச்சுவாவைப் பற்றியதாகிய நான்காவது கேள்விக்கு குற்றத்தீர்ப்பு அளிக்கப்பட வேண்டுமெனப் பதிலளித்தனர். ஆனால் அர்த்தேல்ஷிக் வற்புறுத்தியதன் பேரில் அவளுக்குக் கருணை காட்ட வேண்டுமென்று சிபாரிசு செய்தனர்.

மாஸ்லவாவைப் பற்றியதாகிய மூன்றாவது கேள்வி பலத்த சர்ச்சையை உண்டாக்கியது. நஞ்சளித்தது, திருடியது ஆகிய இரு குற்றங்களையும் புரிந்தவளாகவே அவளைக் கருத வேண்டுமெனத் தலைமைச் சான்றாயர் அடித்துப் பேசினார். வணிகர் இதற்கு உடன்பட மறுத்தார். கர்னலும் விற்பனையாளரும் வயது முதிர்ந்த அர்த்தேல்ஷிக்கும் வணிகரின் கருத்தை ஆதரித்தார்கள். ஏனையோர் இப்படியும் அப்படியுமாக ஊசலாடினர். நேரம் செல்லச் செல்லத் தலைமைச் சான்றாயரது கருத்துக்கு ஆதரவு அதிகமாகியது. பிரதான காரணம் என்னவெனில் சான்றாயர்கள் மேலும் மேலும் களைப்படைந்து வந்தார்கள். சீக்கிரமாய் உடன்பாடு ஏற்பட்டு இது தொல்லை பிடித்த வேலையிலிருந்து தாம் விடுபடுவதற்கு செய்யக்கூடிய கருத்து எதுவோ அதை ஆதரிக்க முற்பட்டார்கள்.

நீதிமன்றத்தில் நடைபெற்ற விசாரணையிலிருந்தும் மாஸ்ல வாவைப் பற்றி முன்பு நெஹ்லூதவ் அறிந்திருந்ததிலிருந்தும், குற்றமற்றவள் என்பது அவருக்குத் தெரிந்தது. திருடினா ளென்றோ நஞ்சளித்தாளென்றோ சொல்ல இடமே இல்லையென நினைத்த அவர், ஏனையோரும் இதே முடிவுக்கே வருவார் களென்று உறுதியாக நம்பினார். ஆனால் மாஸ்லவாவுக்கு ஆதரவாகப் பேசிய வணிகரின் விவஸ்தைகெட்ட வாதமும் (அவளது கவர்ச்சியான தோற்றத்தைக் கருதியே வணிகர் இப்படி வாதாடினார் என்பது தெளிவாகவே புலப்பட்டது. அவர் இதை மறைக்கவில்லை) தலைமைச் சான்றாயரின் விடாப்பிடியான எதிர்ப்பும், இன்னும் முக்கியமாக எல்லோருக்கும் ஏற்பட்டு வந்த களைப்பும் சேர்ந்து மாஸ்லவாவுக்குக் குற்றத்தீர்ப்பு கிடைப் பதற்கு வழியமைத்துச் செல்லக் கண்டதும் நெஹ்லூதவ் தமது கருத்தைக் கூறிவிட வேண்டுமென விரும்பினார். அதேபோது மாஸ்லவாவுக்கு ஆதரவாகப் பேசுவதற்கு அவருக்குப் பயமாயி ருந்தது. அவளுடன் தமக்கிருந்த உறவுகளை எல்லோரும் தெரிந்து கொண்டு விட்டால் என்ன செய்வதென்று அஞ் சினார். என்றாலும் நடப்பது நடக்கட்டுமென இருந்துவிடக் கூடாதென்று தம்முள் கூறிக்கொண்டு, முகம் மாறிமாறிச் சிவந்தும் வெளிறிட்டும் செல்ல முடிவில் அவர் பேசுவதற்காக

வாயெடுத்தார். ஆனால் அதுவரை மௌனமாயிருந்த பியோத்தர் கெரசிமவிச் தலைமைச் சான்றாயரது அதிகார தோரணையிலான பேச்சைக் கேட்டுக் கொதிப்புற்றுத் திடுமென தமது ஆட்சேபங்களைக் கூற ஆரம்பித்தார். நெஹ்லூதவ் சொல்ல விரும்பியதையே அவரும் எடுத்துரைத்தார்.

"நான் ஒன்று சொல்ல விரும்புகிறேன். அனுமதிக்க வேண்டும்" என்றார் அவர். "சாவி அவளிடம் இருந்ததால் அவள் திருடியே இருக்க வேண்டுமென நீங்கள் நினைப்பதாகத் தெரிகிறது. அவள் அங்கிருந்து போனபின் பணியாட்கள் வேறொரு சாவியைக் கொண்டுவந்து பெட்டியைத் திறந்திருக்க முடியாதா, என்ன?"

"அப்படிக் கேளுங்கள்! சரியான கேள்வி!" என்றார் வணிகர்.

"பணத்தை அவள் எடுத்திருக்க முடியாது. ஏனென்றால் அவளுடைய நிலைமையில் பணத்தை வைத்துக்கொண்டு அவளால் ஒன்றும் செய்திருக்க முடியாது."

"ஆம். நானும் அதையேதான் சொல்கிறேன்" என்று ஆமோதித்தார் வணிகர்.

"அவள் வந்து சென்றதானது வேலையாட்களுக்கு இப்படி ஒரு எண்ணம் உதிப்பதற்குக் காரணமாக இருந்திருக்கலாம். இந்த வாய்ப்பை அவர்கள் பயன்படுத்திக்கொண்டு, குற்றத்தை அவள் தலையில் சுமத்திவிட்டனர்."

பியோத்தர் கெரசிமவிச் ஆத்திரமாகப் பேசினார். தலைமைச் சான்றாயரும் ஆத்திரமடைந்து, இதற்கு நேர் எதிரான தமது கருத்தைப் பிடிவாதமாய் வலியுறுத்திச் சென்றார். ஆனால் பியோத்தர் கெரசிமவிச் கூறியவை மறுக்க முடியாதனவாய் தோன்றவே, பெரும்பாலானோர் அவர் சொல்வதே சரி என்று ஒத்துக்கொண்டார்கள். பணத்தைத் திருடிய குற்றத்திலிருந்து மாஸ்லவாவுக்கு விடுதலைத் தீர்ப்பு அளிக்க வேண்டுமென்றும் மோதிரம் அவளுக்குத் தரப்பட்டதாகுமென்றும் முடிவு செய்தார்கள்.

நஞ்சளித்ததில் அவளுடைய பங்கு பற்றிய கேள்வி விவாதத்துக்கு எடுத்துக்கொள்ளப் பட்டதும், மாஸ்லவாவின் ஆர்வமிக்க ஆதரவாளராகிய வணிகர் இதிலும் அவளுக்குக் குற்ற விடுதலைத் தீர்ப்பே அளிக்கப்பட வேண்டும். ஏனெனில் நஞ்சளித்துக் கொல்ல நினைப்பதற்கு அவளுக்குக் காரணம் ஏதுமில்லை என்று கூறினார். ஆனால் தலைமைச் சான்றாயர் மருந்துத் தூளைத் தான்தான் கொடுத்ததாக அவளே ஒத்துக் கொண்டிருப்பதால் அவளுக்குக் குற்ற விடுதலைத் தீர்ப்பு அளிக்க முடியாது என்று வாதாடினார்.

"ஆனால் அபினி என்று நினைத்தே அவள் அந்தத் தூளைத் தந்தாள்" என்றார் வணிகர்.

"அபினியும் மரணத்தை உண்டாக்கக் கூடியதுதான்" என்று சொன்னார். விவாதப் பொருளிலிருந்து விலகிச் செல்வதில் நாட்டங் கொண்டவரான கர்னல் உடனே அவர் தமது மைத்துனரின் மனைவிக்கு அளவுக்கும் கூடுதலாக அபினி தரப்பட்ட போது எப்படி அவள் சாகிற நிலையை அடைந்துவிட்டாள். உடனே டாக்டர் ஒருவர் வந்து தக்க நடவடிக்கைகளை எடுத் திராவிட்டால் அவள் செத்துப் போயிருந்திருப்பாள் என்று விவரிக்க ஆரம்பித்தார். இந்தக் கதையை அவர் அவ்வளவு உருக்கமாகவும் தன்னம்பிக்கையோடும் கம்பீரமான குரலில் கூறியதால் யாரும் குறுக்கிட்டு அவரை நிறுத்தச் சொல்லத் துணியவில்லை. ஆனால் அந்த விற்பனையாளர் மட்டும்தான் அவர் கூறிய கதையைக் கேட்டு ஊக்கமடைந்து, தாமறிந்த கதை ஒன்றைச் சொல்வதென முடிவு செய்து குறுக்கிட்டார்.

"அபினி குடித்துப் பழக்கப்பட்டவர்கள் சிலர் இருக்கி றார்கள். நாற்பது துளி குடித்தாலுங்கூட அவர்களுக்கு ஒன்றும் ஆவதில்லை. என் உறவினர் ஒருவர் இருக்கிறார்..."

ஆனால் கர்னல் யாரும் தம் பேச்சில் குறுக்கிட அனுமதிப் பவரல்ல. அபினியால் தமது மைத்துனரின் மனைவிக்கு ஏற் பட்ட விளைவுகளை அவர் தொடர்ந்து விவரித்துச் சென்றார்.

"கனவான்களே ஐந்து மணி ஆகப் போகிறது" என்று நினைவுபடுத்தினார் வேறொரு சான்றாயர்.

"கனவான்களே. என்ன சொல்கிறீர்கள்?" என்று கேட்டார் தலைமைச் சான்றாயர். "அவளுக்குக் குற்றத் தீர்ப்பு அளிக்கலா மென்றும், ஆனால் திருடும் நோக்கம் அவளுக்கு இருக்கவில்லை யென்றும் சொல்வோமா? எதையும் அவள் களவாடவில்லை என்போமா? சரிதானே?"

பியோத்தர் கெரசிமவிச் தமக்குக் கிடைத்த வெற்றி குறித்து மனம் மகிழ்ந்து, அப்படியே செய்யலாமென ஒத்துக்கொண்டார்.

"ஆயினும் அவளுக்குக் கருணை காட்ட வேண்டுமென்று நாம் சிபாரிசு செய்ய வேண்டும்" என்றார் வணிகர்.

எல்லோரும் ஒத்துக்கொண்டார்கள். வயது முதிர்ந்த அர்த்தேல்ஷிக் மட்டும் "குற்ற விடுதலைத் தீர்ப்பு அளிக்கப்பட வேண்டும்" என்று வற்புறுத்தினார்.

"நாங்கள் சொல்வதற்கும் அதுதானே அர்த்தம்" என்று விளக்கினார் தலைமைச் சான்றாயர் "பணத்தைத் திருடும் எண்ணம் இல்லை. எதையும் அவள் களவாடவில்லை என்கி றோம். ஆகவே குற்றமற்றவள் என்பது கூறாமலே விளங்குகிறதே."

“சரி. அப்படியே செய்யலாம் அதோடு அவளுக்குக் கருணை காட்ட வேண்டுமென்றும் சிபாரிசு செய்வோம்” என்று ஆனந்தம் பொங்கும் குரலில் கூறினார் வணிகர்.

வாக்குவாதங்களால் எல்லாரும் களைப்புற்றுக் குழம்பிப் போயிருந்தார்கள். குற்றத்தீர்ப்பு அளிக்கலாமென்ற தமது பதிலுடன், சாகடிக்கும் எண்ணம் அவளுக்கு இல்லை என்ற தொடரைச் சேர்த்துக் கொள்வது அவசியமென்பது யாருக்கும் படவில்லை.

உணர்ச்சி வயப்பட்டுப் போயிருந்த நெஹ்லூதவும் இந்தத் தொடர் விடுபட்டுப் போனதைக் கவனிக்கத் தவறிவிட்டார். ஆகவே இதே வடிவில் பதில்கள் எழுதப்பட்டு நீதிமன்றக் கூடத்துக்கு எடுத்துச் செல்லப்பட்டன.

ராப்லே ஒரு வழக்கறிஞரைப் பற்றி எழுதுகின்றார். சாத்தியமான எல்லாச் சட்டங்களையும் எடுத்துரைத்தும், அர்த்தம் விளங்காத லத்தீன் நீதி வாசகங்களில் இருபது பக்கங் களைப் படித்துக் காட்டியும் வாதாடியும் இந்த வழக்கறிஞர், எல்லா வாதங்களுக்கும் முடிவில் தாயக்கட்டைகளை உருட்டிப் போட்டு ஒற்றையானால் எதிர்வாதிக்கும் இரட்டையானால் வாதிக்கும் சாதகமாகத் தீர்ப்பளிக்கலாமென்று நீதிபதிகளிடம் வேண்டினாராம்.

இந்த வழக்கிலும் ஏறத்தாழ இதே மாதிரிதான் ஆகியது. எல்லோரும் உடன்பட்டார்கள் என்பதால் இங்கு இவ்வாறு முடிவு செய்யப்பட்டு விடவில்லை. முதலாவதாகத் தலைமை நீதிபதி அவ்வளவு விரிவுபடத் தொகுத்துரைத்தார் என்றாலும் வழக்கமாக அவர் சொல்லவேண்டியதை, அதாவது குற்றத்தீர்ப்பு அளிக்கும் சான்றாயர்கள் “சாகடிக்கும் எண்ணம் அவளுக்கு இல்லை” என நினைத்தால் இத்தொடரையும் தம் பதிலில் சேர்த்துக்கொள்வது அவசியமென்பதைச் சொல்லத் தவறிவிட்ட தாலும், இரண்டாவதாகக் கர்னல் தமது மைத்துனரின் மனைவிக்கு நேர்ந்தது பற்றிய கதையை அப்படி நீட்டி வளர்த்துச் சொல்லியதாலும், மூன்றாவதாக உணர்ச்சிவயப் பட்டிருந்த நெஹ்லூதவ் “சாகடிக்கும் எண்ணம் அவளுக்கு இல்லை” என்ற தொடர் விடுபட்டுப் போனதைக் கவனிக்கத் தவறிவிட்டதாலும், நான்காவதாக கேள்விகளையும் பதில் களையும் தலைமைச் சான்றாயர் படித்துக் காட்டியபோது பியோத்தர் கெரசிமவிச் அறையிலிருந்து வெளியே சென்றிருந்த தாலும், இவை யாவற்றையும்விட முக்கியமாய், களைப்புற்று விட்ட சான்றாயர்கள் சீக்கிரமாய் வேலையை முடிக்க வேண்டு மென்று விரைவில் ஏற்படக்கூடிய தீர்மானத்துக்கு உடன்பாடு தெரிவித்ததாலும்தான் இவ்வாறு முடிவு செய்யப்பட்டு விட்டது.

சான்றாயர்கள் மணி அடித்தார்கள். வெளியே கதவினருகே உருவிய வாளை ஏந்தியபடி நின்றிருந்த படையாள் வாளை அதன் உறையினுள் செருகிக்கொண்டு அங்கிருந்து விலகிச் சென்றான். நீதிபதிகள் திரும்பவும் அவர்களது இருக்கைகளில் வந்தமர்ந்தார்கள். சான்றாயர்களும் ஒருவர் பின் ஒருவராய் உள்ளே வந்தார்கள்.

தலைமைச் சான்றாயர் புனிதமான கடமையை நிறை வேற்றும் பாவனையுடன் பதில்கள் அடங்கிய காகிதத்தை எடுத்துச் சென்று தலைமை நீதிபதியிடம் கொடுத்தார். அதைப் படித்துப் பார்த்த தலைமை நீதிபதி கைகளை விரித்து வியப்புற்ற வாறு ஏனைய நீதிபதிகளைக் கலந்தாலோசிப்பதற்கு அவர்கள் பக்கம் திரும்பினார். சான்றாயர்கள் தமது பதிலில் "திருடும் எண்ணம் அவளுக்கு இல்லை" என்பதை மட்டும் சேர்த்து, "சாகடிக்கும் எண்ணம் அவளுக்கு இல்லை" என்பதைச் சேர்க் காமல் விட்டிருந்ததைக் கண்ட தலைமை நீதிபதிக்கு வியப்பாயி ருந்தது. சான்றாயர்கள் தெரிவித்த முடிவிலிருந்து, மாஸ்லவா திருடவுமில்லை, களவாடவுமில்லை. ஆனால் எக்காரணமும் இன்றி நஞ்சளித்து ஓர் ஆளைக் கொலை புரிந்தாள் என்பதாகக் கொள்ள வேண்டியிருந்தது.

"எவ்வளவு அபத்தமான முடிவுக்கு வந்திருக்கிறார்கள் பாருங்கள்" என்று அவர் தமக்கு இடப்புறத்தில் இருந்த நீதிபதியின் காதுக்குள் கூறினார். "இதன்படிக் கடின உழைப்புத் தண்டனை அளித்து இவளைச் சைபீரியாவுக்கு அனுப்ப வேண்டும். ஆனால் இவள் குற்றமற்றவள்."

"அதெப்படி இவளைக் குற்றமற்றவள் என்கிறீர்கள்" என்றார் சிடுசிடுப்பான நீதிபதி.

"ஆம். இவள் குற்றமற்றவள்தான். சந்தேகமில்லை. 818 ஆவது பிரிவை இங்கு நாம் செயற்படுத்த வேண்டுமெனக் கருது கிறேன்." (சான்றாயர்களது முடிவு நியாயமானதல்ல என்று நீதிபதிகள் கருதுவார்களாயின் அவர்கள் அம்முடிவை நிரா கரித்துவிடலாமென்று 818 ஆவது பிரிவு கூறுகிறது).

"நீங்கள் என்ன நினைக்கிறீர்கள்?" என்று தலைமை நீதிபதி தமக்கு வலப்புறமிருந்தவரிடம் கேட்டார்.

அன்பு உள்ளமுடையவரான அந்த நீதிபதி உடனே பதிலளித்துவிடவில்லை. தமக்கு எதிரே ஒரு காகிதத்தில் இருந்த எண்ணை அவர் உற்று நோக்கினார். அதன் இலக்கங்களைக் கூட்டினார். இந்தக் கூட்டுத்தொகை மூன்றால் வகுபடுவதாக இல்லை, கூட்டுத்தொகை மூன்றால் வகுபட்டால் தலைமை நீதிபதியின் ஆலோசனைக்கு உடன்பாடு தெரிவிப்பதென்று

ஏற்கெனவே அவர் தம்முள் முடிவு செய்திருந்தார். அது மூன்றால் வகுபடாவிட்டாலும் கூட அவரது அன்பு உள்ளத்தின் காரணமாய் அவர் உடன்பாடு தெரிவித்தார்.

"நானும் அப்படித்தான் செய்ய வேண்டுமென்று நினைக்கிறேன்" என்றார் அவர்.

"நீங்கள்?" என்று சிடுசிடுப்பானவர் பக்கம் திரும்பிக் கேட்டார் தலைமை நீதிபதி.

"ஒருபோதும் அப்படிச் செய்யக்கூடாது" என்று அவர் தீர்மானமாகப் பதிலளித்தார். "சான்றாயர்கள் எல்லாக் கைதிகளையும் விடுவித்து விடுவதாகச் செய்தியேடுகள் குற்றம் கூறி வருகின்றன. இந்த நிலைமையில் நீதிபதிகளே விடுவிக்க முற்பட்டால் அவை சமமாயிருக்குமா? எக்காரணத்தை முன்னிட்டும் நான் இதற்கு உடன்பட மாட்டேன்."

தலைமை நீதிபதி தமது கடிகாரத்தைப் பார்த்தார்.

"வருந்தத்தக்கதுதான். ஆனால் என்ன செய்வது?" என்று தம்முள் கூறிக்கொண்டும், கேள்விகளையும் பதில்களையும் எல்லாருக்கும் படித்துக் காட்டும்படிச் சொல்லித் தலைமைச் சான்றாயரிடம் திருப்பிக் கொடுத்தார்.

யாவரும் எழுந்து நின்றார்கள். தலைமைச் சான்றாயர் ஒரு காலிலிருந்து இன்னொரு காலுக்கு மாறி நின்று இருமியவாறு கேள்விகளையும் பதில்களையும் படித்துக் காட்டினார். கூட்டத்தில் இருந்தவர்கள் எல்லாருமே – செயலாளரும் வழக்கறிஞர்களும், பிராசிக்யூட்டருங்கூட – வியப்புற்று விட்டனர்.

கைதிகள் அசங்காமல் அமைதியாக அமர்ந்திருந்தனர். சான்றாயர்களது பதில்கள் அவர்களுக்கு விளங்கவில்லை என்பது தெரிந்தது. எல்லோரும் திரும்பவும் உட்கார்ந்து கொண்டார்கள். கைதிகளுக்கு அளிக்கப்பட வேண்டிய தண்டனை குறித்துத் தலைமை நீதிபதி பிராசிக்யூட்டரிடம் கேட்டார்.

மாஸ்லவாவுக்குக் குற்றத் தீர்ப்பு கிடைக்கச் செய்வதில் எதிர்பாராத விதமாய்த் தாம் வெற்றி பெற்றுவிட்டது குறித்து மகிழ்ந்துகொண்ட பிராசிக்யூட்டர், யாவற்றுக்கும் தமது நாவன்மையே காரணமெனத் தம்மைத்தாமே போற்றியவாறு, உடனே தக்க விவரங்களைப் புரட்டிப் பார்த்துவிட்டு எழுந்து நின்று பதிலளித்தார்:

"சிமோன் கர்த்தீன்கினுக்கு 1452ஆம் பிரிவின்படியும் 1453ஆம் பிரிவு 4ஆம் பாராவின்படியும், எஃபீமியா போச்சுவாவுக்கு 1659ஆம் பிரிவின்படியும், கத்தரீனா மாஸ்லவாவுக்கு 1454ஆம் பிரிவின்படியும் தண்டனை அளிக்கலாம்."

அளிக்கப்படக்கூடிய தண்டனைகளில் இம்மூன்றும் தான் மிகவும் கடுமையானவை.

"தீர்ப்பு குறித்து முடிவு செய்ய நீதிமன்றம் கலைகிறது" என்று கூறித் தலைமை நீதிபதி எழுந்தார்.

அவரைப் பின்தொடர்ந்து எல்லாரும் எழுந்து, தாம் செய்ய வேண்டிய காரியத்தைச் சிறப்பாகவே செய்து முடித்தோமென்று மனமகிழ்ச்சியுடன் மண்டபத்தைவிட்டு வெளியே செல்லவும், உள்ளே அங்குமிங்கும் நடக்கவும் முற்பட்டனர்.

தலைமைச் சான்றாயர் ஏதோ சொல்லிக்கொண்டிருக்க அதைக் கேட்டவாறு நின்றிருந்த நெஹ்லூதவை அணுகி, "கனவான்களே, வெட்ககரமான முறையில் நாம் குழப்படிச் செய்து கொடுத்துவிட்டோம்" என்றார் பியோத்தர் கெரசிமவிச். "அவளுக்கு நாம் சைபீரியக் கடின உழைப்புத் தண்டனை கிடைக்கச் செய்துவிட்டோம்."

"என்ன சொல்கிறீர்கள்?" என்று கூவினார் நெஹ்லூதவ். ஆசிரியர் நன்கு அறிந்தவராய்த் தம்முடன் பழகியது குறித்து இப்போது நெஹ்லூதவ் கவலைப்பட்டுக்கொள்ளவில்லை.

"ஆமாம், குற்றத்தீர்ப்பு அளிக்கலாமெனப் பதிலளித்த நாம், 'சாகடிக்கும் எண்ணம் அவளுக்கு இல்லை' என்பதைக் குறிப் பிடத் தவறிவிட்டோம். இப்போது பிராசிக்யூட்டர் அவளுக்குப் பதினைந்து ஆண்டு சைபீரியக் கடின உழைப்புத் தண்டனை அளிக்க வேண்டுமெனக் கோரியிருப்பதாகச் செயலாளர் சொல்கிறார்."

"ஆமாம். அப்படித்தானே நாம் தீர்மானம் செய்தோம்" என்றார் தலைமைச் சான்றாயர்.

அதெல்லாம் ஒன்றுமில்லையென மறுத்துப் பேச ஆரம்பித் தார் பியோத்தர் கெரசிமவிச். பணத்தை அவள் எடுக்கவில்லை என்று முடிவு செய்ததால், சாகடிக்கும் எண்ணம் அவளுக்கு இருக்க முடியாதென்றுதானே அர்த்தம் என்றார்.

"அறையை விட்டு வெளியே செல்லுமுன் நான் பதில் களைப் படித்துக் காட்டினேன். யாரும் ஆட்சேபிக்கவில்லை" என்று தலைமைச் சான்றாயர் தம்மைத் தற்காத்துக் கொண்டார்.

"அந்த நேரத்தில் நான் அறையில் இல்லை. வெளியே சென்றிருந்தேன்" என்றார் பியோத்தர் கெரசிமவிச். "நீங்கள் எப்படி இதைக் கவனியாது விட்டீர்கள்?" என்று நெஹ்லூதவைப் பார்த்துக் கேட்டார்.

"இப்படி ஆகுமென்று நான் நினைக்கவே இல்லை" என்றார் நெஹ்லூதவ்.

"அது எப்படி நினைக்காமல் இருந்தீர்கள். தெரிய வில்லையே."

"இப்போது இதை நாம் சரிசெய்து விடலாமே" என்றார் நெஹ்லூதவ்.

"இனி ஒன்றும் செய்வதற்கில்லை. எல்லாம் முடிந்து விட்டது."

நெஹ்லூதவின் பார்வை கைதிகளின் பக்கம் திரும்பியது. அவர்களுடைய கதி தீர்மானிக்கப்பட்டு வந்த அந்த நேரத்தில் கைதிகள் ஆடாமல் அசையாமல் அடைப்பினுள் படையாட் களுக்கு முன்னால் அமர்ந்திருந்தனர். மாஸ்லவா ஏனோ தெரியவில்லை, புன்னகை புரிந்துகொண்டாள். நெஹ்லூதவின் உள்ளத்துள் ஒரு கெட்ட எண்ணம் தலைதூக்கியது. அவள் விடுதலையாகி விடுவாள். நகரிலேயே இருந்து வருவாள் என்று எதிர்பார்த்து வந்த அவர், இனி அவளிடம் தாம் எப்படி நடந்துகொள்வதென்று விளங்காமல் கலங்கிக்கொண்டிருந்தார். அவளுடன் எந்தவிதமான உறவு வைத்துக்கொண்டாலும் மிகவும் கடினமாகவே இருக்குமென நினைத்தார். கத்யூஷா சைபீரி யாவுக்குப் போய் விடுவாளாயின் நல்லதுதானே, அவளுடன் எந்தவிதமான உறவுக்கும் இடமில்லாமற் போய்விடுமே. காய மடைந்து இன்னும் சாகாமல் வேட்டைப் பைக்குள்ளிருக்கும் பறவையின் துடிப்பு அடங்கிவிடுமே, தன்னைப் பற்றி அது நினைவுபடுத்திக் கொண்டிருக்காதே.

24

பியோத்தர் கெரசிமவிச் நினைத்தது சரிதான்.

தலைமை நீதிபதி கலந்தாய்வு அறையிலிருந்து ஒரு காகிதத்துடன் திரும்பி வந்து, பின்வருமாறு படித்தார்:

"188–ஏப்ரல் 28 ஆம் நாள் மாட்சிமை தங்கிய மாமன்னரது ஆணையின்படி, குற்ற இயல் நீதிமன்றமானது சான்றாயர்களது தீர்மானத்தின் பேரில், குற்ற இயல் நடைமுறைச் சட்டத்தின் 771ஆம் பிரிவு 3ஆம் பகுதியின்படியும் 776, 727ஆம் பிரிவுகளின் 3ஆம் பகுதியின்படியும் இடும் தீர்ப்பாணை: விவசாயி வகுப்பைச் சேர்ந்த முப்பத்து மூன்று வயதான சிமோன் கர்த்தீன்கினும், மெஷ்ச்சானே வகுப்பைச் சேர்ந்த இருபத்து ஏழு வயதான கத்தரீனா மாஸ்லவாவும் எல்லா சொத்து உரிமைகளும் பறிக்கப்பட்டு, மேற்படிச் சட்டத்தின் 28வது பிரிவில் கூறப்படும் விளைவுகளுக்கு உள்ளாக்கப்பட்டு, கர்த்தீன்கின் எட்டு ஆண்டு களுக்கும் மாஸ்லவா நான்கு ஆண்டுகளுக்கும் கடின உழைப்புத்

தண்டனைக்காக சைபீரியாவுக்கு அனுப்பப்பட வேண்டும். மெஷ்ச்சானே வகுப்பைச் சேர்ந்த நாற்பத்து மூன்று வயதான எஃபீமியா போச்சுவா எல்லா விசேஷத் தனி உரிமைகளும் பெறப்பட்ட உரிமைகளும் பறிக்கப்பட்டு, மேற்படிச் சட்டத்தின் 49வது பிரிவின் படியான விளைவுகளுக்கு உள்ளாக்கப்பட்டு மூன்று ஆண்டுகளுக்குச் சிறைப்படுத்தப் படவேண்டும். வழக்கின் செலவுகள் கைதிகளால் சமமாக ஏற்கப்பட வேண்டும் .இவர் களிடம் போதுமான சொத்து இல்லையானால் செலவுகள் அரசாங்கக் கருவூலத்துக்கு மாற்றப்பட வேண்டும். சான்றுப் பொருள்கள் விற்கப்படவும், மோதிரம் திருப்பித் தரப்படவும், கண்ணாடிக் கலன்கள் அழிக்கப்படவும் வேண்டும்."

கர்த்தீன்கின் இரு கரங்களையும் விலாப்புறங்களில் வைத் தழுத்திக்கொண்டு, உதடுகள் ஆடித் துடிக்க நின்றிருந்தான். போச்சுவா பூரண அமைதி வாய்ந்தவளாய்க் காணப்பட்டாள். மாஸ்லவா இந்தத் தீர்ப்பைக் கேட்டதும் செக்கச் சிவந்து விட்டாள்.

"நான் குற்றமற்றவள்! எந்தக் குற்றமும் புரியாதவள்!" என்று திடுமென அவள் பலக்கக் கூவியது மண்டபம் எங்கும் எதிரொலித்தது. "இது பாபச் செயல்! நான் செய்யவில்லை! விரும்பவே இல்லை – நினைக்கவே இல்லை! உண்மையைச் சொல்கிறேன் - உண்மை!" என்று கூச்சலிட்டு விட்டு, குமைந்து போய்ப் பெஞ்சிலே உட்கார்ந்து கதறி அழுதாள்.

கர்த்தீன்கினும் போச்சுவாவும் அங்கிருந்து போன பிறகும் அவள் அழுதுகொண்டு அங்கேயே உட்கார்ந்திருந்தாள். ஆகவே படையாள் அவளது மேலங்கியின் கையைத் தொட்டுக் கூப்பிட வேண்டியிருந்தது.

"இல்லை. இதை இப்படியே விட்டுவிட்டு விலகிச் சென்று விட முடியாது" என்று நெஹ்லூதவ் தமது கெட்ட எண்ணத்தை அறவே மறந்தவராய்த் தம்முள் கூறிக்கொண்டார். அவளை இன்னொரு தரம் பார்க்க விரும்பி எதற்காக என்று அவருக்கே தெரியாத நிலையில், வெளியே நடையை நோக்கி விரைந்தார். கதவருகே கூட்டமாயிருந்தது. வழக்கறிஞர்களும் சான்றாயர் களும் வேலை முடிந்து விட்டதென்ற மகிழ்ச்சியுடன் வெளியே போய்க் கொண்டிருந்தார்கள். இதனால் நெஹ்லூதவ் அங்கே சில கணங்கள் காத்திருக்க வேண்டியதாயிற்று. முடிவில் அவர் வெளியே நடையை வந்தடைந்தபோது அவள் நெடுந் தொலைவு முன்னால் சென்று கொண்டிருந்தாள். அங்கிருந்தவர்களது கவனம் தம் பக்கம் திரும்புவதைப் பொருட்படுத்தாமல் வேக மாய் நடந்து அவளைத் தாண்டி முன்னால் சென்று நின்றார். முன்பே அவளுக்கு அழுகை நின்றுவிட்டது. செறுமல் மட்டும்

இன்னும் அடங்கவில்லை. சிவந்துவிட்ட தனது முகத்தைக் கைக்குட்டை முனையால் துடைத்தபடி நடந்து வந்தாள். எதிரே நின்ற அவரைக் கவனிக்காமலேயே நடந்து சென்றாள். பிறகு அவர் அங்கிருந்து திரும்பித் தலைமை நீதிபதியைப் பார்ப்ப தற்காக விரைந்தார். தலைமை நீதிபதி அதற்குள் அவரது அறையை விட்டுப் புறப்பட்டு விட்டார்.

நெஹ்லூதவ் அவரைப் பின்தொடர்ந்து வந்து பிடிப்ப தற்குள் அவர் கட்டிடத்தின் முன்னறைக்குள் வந்து விட்டார். தமது சாம்பல் நிற மேல் கோட்டைப் போட்டுக்கொண்டு, வெள்ளிப்பிடி வைத்த கைப்பிரம்பைப் பணியாளிடமிருந்து வாங்கிக்கொண்ட நேரத்தில் அவரிடம் வந்தார் நெஹ்லூதவ்.

“தலைமை நீதிபதி அவர்களே” என்றார். “சற்று முன் விசாரிக்கப்பட்ட வழக்கு குறித்து உங்களுடன் சில வார்த்தைகள் பேச விரும்புகிறேன். சான்றாயத்தைச் சேர்ந்தவன் நான்.”

“பேசலாமே, கோமகன் நெஹ்லூதவ்தானே நீங்கள்? மிக்க மகிழ்ச்சி. ஏற்கெனவே நாம் சந்தித்திருக்கிறோம்” என்று சொல்லி நெஹ்லூதவின் கையைப் பிடித்து அழுத்திய தலைமை நீதிபதி, முதன் முதல் நெஹ்லூதவைச் சந்தித்த மாலைப்பொழுதில் தாம் இளம்வயதினர் எல்லாரையும்விடச் சிறப்பாகவும் குதூகல மாகவும் நடனமாடியதை நினைத்துப் பார்த்துத் தம்முள் மகிழ்ந்துகொண்டார். உங்களுக்கு நான் செய்யக் கூடியது என்ன, சொல்லுங்கள்.”

“மாஸ்லவா சம்பந்தமான பதில்களில் தவறிழைக்கப்பட்டு விட்டது. அவள் குற்றமற்றவள். நஞ்சளித்த குற்றம் அவளைச் சாராது. ஆயினும் அவளுக்கு சைபீரியக் கடின உழைப்புத் தண்டனை விதிக்கப்பட்டு விட்டது” என்று உருக்கமான தோற்றம் கொண்டவராய் நெஹ்லூதவ் கூறினார்.

“நீங்கள் எல்லோரும் சேர்ந்து தெரிவித்த பதில்களுக்கு ஏற்பவே நீதிமன்றம் தீர்ப்பு அளித்தது” என்று முன்வாயில் நோக்கி நகர்ந்தவாறு பதிலளித்தார் தலைமை நீதிபதி. “முன் னுக்குப் பின் முரணான பதில்களை அளித்தீர்கள்” என்றார்.

“சாகடிக்கும் எண்ணம் இல்லை” என்ற தொடரைச் சேர்க் காமல் ‘குற்றத்தீர்ப்பு அளிக்கலாம்’ என்று மட்டும் பதிலளித்தால் அது கொலைக் குற்றத் தீர்ப்பாகிவிடும் என்பதைச் சான்றாயர் களுக்குத் தாம் விளக்கிச் சொல்ல வேண்டுமென்று இருந்ததும், ஆனால் வேலைகளைச் சீக்கிரமாய் முடிக்க வேண்டுமென்ற அவசரத்தில் முடிவில் சொல்லத் தவறிவிட்டதும் தலைமை நீதிபதியின் நினைவுக்கு வந்தது.

“ஆம். ஆனால் தவறைச் சரிசெய்ய முடியாதா?”

“தீர்ப்பைத் திருத்த வேண்டுமென்று மேல் வழக்காடு வதற்குத் தக்கக் காரணம் ஒன்றைக் கண்டுபிடிப்பது கடின மல்லவே. இது குறித்து வழக்கறிஞர் ஒருவரிடம் நீங்கள் கலந்தாலோசிக்க வேண்டும்'' என்று கூறியவாறு தலைமை நீதிபதி தமது தொப்பியைத் தலையில் கொஞ்சம் சாய்வாய் வைத்து அழுத்திக்கொண்டு முன்வாயிலை நோக்கி தொடர்ந்து நகர்ந்தார்.

“கொடுமை புரிந்துவிட்டோம்”.

“இதைக் கேளுங்கள். இரண்டில் ஒரு வழிதான் மாஸ் லாவுக்கு இருந்தது” என்றார் தலைமை நீதிபதி. நெஹ்லூதவுடன் கூடுமான அளவுக்குப் பணிவன்புடன் இனிமையாகப் பேச விரும்பினார் என்பது தெரிந்தது. பிறகு மேல் கோட்டுக் காலருக்கு மேல் தமது கிருதாக்களை ஒழுங்கு செய்து கொண் டதும், தொடர்ந்து முன்வாயிலை நோக்கி நகர்ந்தவாறே நெஹ் லூதவின் முன் கைக்கு அடியில் மெல்லத் தொட்டு, “நீங்களும் வெளியேதானே போகிறீர்கள்?” என்று கேட்டார்.

“ஆமாம்” என்று சொல்லி நெஹ்லூதவ் அவசரமாய்த் தமது மேல் கோட்டைப் போட்டுக்கொண்டு அவரைப் பின் தொடர்ந்தார்.

பிரகாசமாகவும், கொண்டாட்டமாகவும் இருந்த வெயிலி னுள் இருவரும் நுழைந்தனர். தெருவில் வண்டிச்சக்கரங்கள் எழுப் பிய தடதடப்புக்கிடையே அவர்கள் குரலை உயர்த்திப் பலக்கப் பேச வேண்டியிருந்தது

“நீங்களே பாருங்கள், நிலைமை விபரீதமானது” என்று குரலை உயர்த்திக் கூறினார் தலைமை நீதிபதி. “இரண்டில் ஒரு வழிதான் இருந்தது இந்த மாஸ்லவாவுக்கு: ஒன்று சொற்பக் கால சிறைவாசத்துக்குப் பிற்பாடு விடுதலை செய்யப்படுதல். இதுவரை சிறையில் இருந்ததைக் கருத்தில்கொண்டு சிறைத் தண்டனை இல்லாமலே உடனே விடுதலை செய்யப்படுதலும் சாத்தியம்தான்–இல்லையேல் சைபீரியக் கடின உழைப்பு. இடைப்பட்ட நிலை ஏதும் இல்லை. ‘சாகடிக்கும் எண்ணம் இல்லை’ என்ற தொடரை மட்டும் நீங்கள் சேர்த்திருந்தால் அவளுக்குக் குற்ற விடுதலைத் தீர்ப்பு கிடைத்திருக்கும்.”

“ஆம். அதைச் சேர்க்காமல் விட்டது நான் புரிந்த மன்னிக்க முடியாத தவறாகும்” என்றார் நெஹ்லூதவ்

“அதுதான் இங்குள்ள விஷயம்” என்று சொல்லிப் புன் சிரிப்பு சிரித்தவாறு தலைமை நீதிபதி தமது கடிகாரத்தைப் பார்த்தார்.

அவரது கிளாரா குறிப்பிட்டிருந்த நேரத்துக்கு இன்னும் நாற்பத்தைந்து நிமிடம்தான் இருந்தது.

"நீங்கள் விரும்பினால் வழக்கறிஞரைக் கலந்தாலோசி யுங்கள், மேல் வழக்காடுவதற்குத் தக்க காரணம் ஒன்று கண்டு பிடிக்கப்பட வேண்டும், அது ஒன்றும் கடினமானதல்ல." பிறகு அவர் வாடகை வண்டிக்காரன் ஒருவன் பக்கம் திரும்பி, "துவர்யான்ஸ்கயா போக வேண்டும். முப்பது கோப்பெக் அதற்கு மேல் தருவதில்லை நான்" என்றார்.

"மாண்புடையீர், வாருங்கள் அழைத்துச் செல்கிறேன்."

"நல்லது. போய் வருகிறேன். என்னால் ஆக வேண்டியது எதுவும் இருந்தால் என் முகவரி: துவோர்னிக்கவ் வீடு, துவர்யான்ஸ்கயா–சுலபமாய் நினைவில் வைத்துக் கொள்ளலாம்."

நேசமிக்க முறையில் தலைமை நீதிபதி தலை குனிந்து வணக்கம் தெரிவித்துவிட்டு வண்டியில் ஏறி அங்கிருந்து போய்ச் சேர்ந்தார்.

25

தலைமை நீதிபதியுடன் பேசியதன் விளைவாகவும் புத்துணர்வளித்த காற்றின் விளைவாகவும் நெஹ்லூதவ் ஓரளவு அமைதியடையலானார். அன்று காலையிலிருந்து இதுவரை அசாதாரணச் சூழலில் இருக்க நேர்ந்ததால்தான் இப்படி மட்டுமீறித் தாம் உணர்ச்சிவயப்பட்டு விட்டதாக இப்போது அவர் நினைத்தார்.

"சந்தர்ப்பவசத்தால் நேர்ந்துவிட்ட இது வியக்கத்தக்க விபரீத நிகழ்வுதான், சந்தேகமில்லை! அவளுக்கு ஏற்பட்டு விட்ட இந்தத் துர்ப்பாக்கியத்தை எளிதாக்குவதற்கு என்னால் இயன்றது அனைத்தையும் அவசியம் செய்தாக வேண்டும். தாமதமின்றி உடனே செய்தாக வேண்டும். ஆம். உடனே இப்போது செய்ய வேண்டும். நீதிமன்றக் கட்டிடத்துக்குள் சென்று ஃபனாரின் அல்லது மிக்கிஷின் இருக்கும் இடத்தைக் கண்டுபிடிக்க வேண்டும்." பெயர் பெற்ற இவ்விரு வழக்கறிஞர்களும் அவர் நினைவுக்கு வந்தனர்.

நீதிமன்றக் கட்டடத்துக்குத் திரும்பி வந்து மேல் கோட் டைக் கழற்றி வைத்துவிட்டு மாடிக்குச் சென்றார். அங்கே அவர் முதலாவது நடைவழியே போகையிலேயே ஃபனாரினை நேருக்கு நேர் சந்தித்தார். அவரை நிற்கச் செய்து, ஒரு காரியமாகத் தாம் அவரைத் தேடி வந்திருப்பதாகச் சொன்னார்.

நெஹ்லூதவைப் பற்றி ஃபனாரின் கேள்விப்பட்டும் இருந்தார். நேரில் சந்தித்தும் இருந்தார். நெஹ்லூதவுக்கு உதவி புரிய மகிழ்ச்சியுடன் காத்திருப்பதாகச் சொன்னார் அவர்.

“களைத்து ஓய்ந்துவிட்டேன் என்றாலும்... நீங்கள் வந்துள்ள காரியம் அதிக நேரம் பிடிக்காதெனில், இப்போதே அதை எனக்குச் சொல்லலாம். இங்கே வாருங்கள் உட்கார்ந்து பேசு வோம்” என்று சொல்லி, நீதிபதியின் அறையைப் போன்றதாகத் தோன்றிய ஓர் அறையினுள் நெஹ்லூதவை அழைத்துச் சென் றார். அங்கே மேசையின் எதிரே இருவரும் அமர்ந்து கொண் டனர்.

“சரி. சொல்லுங்கள். நீங்கள் வந்திருக்கும் காரியம் என்ன?”

“முதலில் நான் உங்களைக் கேட்டுக்கொள்வது என்ன வெனில், இந்த விவகாரத்தில் நான் அக்கறை கொண்டிருப்பது வேறு யாருக்கும் தெரிய வேண்டாம்” என்றார் நெஹ்லூதவ்.

“யாருக்கும் தெரியப் போவதில்லை. சொல்லுங்கள்.”

“இன்று நான் சான்றாயத்தில் பணியாற்றினேன். குற்றமற்ற பெண்ணுக்கு சைபீரியக் கடின உழைப்புத் தண்டனைக் கிடைக்கும்படிச் செய்துவிட்டோம். இது என் மனதை உறுத்துகிறது.”

நெஹ்லூதவுக்கு அவரே வியப்புறும் வண்ணம் முகம் சிவந்துவிட்டது. குழம்பிப் போய்த் தடுமாறினார்.

ஃபனாரின் சட்டென நிமிர்ந்து பார்த்துவிட்டு, மீண்டும் குனிந்தபடிக் கவனமாய்க் கேட்டார்.

“உம்-ம்” என்றார் அதிகம் பேசாமல்.

“குற்றமற்றவளுக்குத் தண்டனை கிடைக்கச் செய்து விட்டோம். மேல் நீதிமன்றத்துச் சென்று வழக்காட வேண்டு மென விரும்புகிறேன்.”

“செனட்டுக்குச் செல்லவேண்டும் என்கிறீர்கள்” என்று ஃபனாரின் திருத்தினார்.

“ஆம். நீங்கள் இந்த வழக்கை நடத்த வேண்டுமென விரும்புகிறேன்.”

யாவற்றிலும் கடினமான பிரச்சினையைச் சீக்கிரமாகவே தீர்த்துவிட வேண்டுமென நினைத்து நெஹ்லூதவ் மேலும் தொடர்ந்து, “இந்த வழக்குக்கு எவ்வளவு செலவாவதாயினும் அதை நானே ஏற்றுக்கொள்வேன்” என்று முகம் சிவக்கக் கூறி முடித்தார்.

“அதெல்லாம் பிற்பாடு பேசிக் கொள்ளலாம்” என்று, இந்த விவகாரங்களில் நெஹ்லூதவ் அனுபவமில்லாதவராக இருக் கிறாரே என்ற அங்கலாய்ப்புடன் இளநகை புரிந்துகொண்டார் வழக்கறிஞர்.

"வழக்கின் விவரங்களைச் சொல்லுங்கள்."

நடந்ததை நெஹ்லூதவ் எடுத்துரைத்தார்.

"நல்லது. நாளைக்கே நான் வேலையைத் தொடங்குகிறேன். வழக்கு விசாரணையைப் படித்துப் பார்க்கிறேன். நீங்கள் நாளைக்கு மறுநாள் என்னிடம் வாருங்கள்–வேண்டாம்–வியாழக்கிழமை வாருங்கள்–மாலை ஆறு மணிக்கு நான் என்ன நினைக்கிறேன் என்று சொல்கிறேன். சரிதானே? புறப்படுங்கள். போகலாம். எனக்கு இங்கே கொஞ்சம் வேலை இருக்கிறது."

நெஹ்லூதவ் அவரிடம் விடை பெற்றுக்கொண்டு வெளியே சென்றார்.

வழக்கறிஞரைப் பார்த்துப் பேசியதாலும், மாஸ்லவாவுக்கு நியாயம் வழங்கப்பட நடவடிக்கைகள் எடுத்துவிட்டோம் என்பதாலும், அவர் மனம் மேலும் அமைதியடைந்தது. வெளியே தெருவில் நடந்தார். வானிலை இனிமையாக இருந்தது. வசந்த பருவக் காற்றை ஆனந்தமாய் உள்ளுக்கு இழுத்தார். வாடகை வண்டிக்காரர்கள் உடனே அவரைச் சூழ்ந்துகொண்டனர். ஆனால் அவர் நடந்தே சென்றார். மறுகணமே கத்யூஷாவைப் பற்றிய எண்ணங்களும் நினைவுகளும் அவளிடம் அவர் நடந்து கொண்ட விதமும் அவர் மனத்துள் கிளர்ந்தெழுந்தன. அவர் வாட்டமுற்று, யாவும் இருண்டு துயரார்ந்தனவாய் இருப்பதாய் நினைத்தார். "போதும். இப்போது வேண்டாம். பிற்பாடு இவையெல்லாம் குறித்துச் சிந்தனை செய்யலாம்" என்று தமக்குத் தாமே கூறிக்கொண்டார். "வருத்தம் தரும் இந்த நினைவுகளிலிருந்து இப்போது நான் சற்று நேரம் விலகி இருக்க வேண்டும்" என்று முடிவு செய்துகொண்டார்.

கர்ச்சாகின் வீட்டில் தம்மைச் சாப்பாட்டுக்கு வரும்படி அழைத்திருந்தது அவருக்கு நினைவு வந்தது. மணி எவ்வளவு என்று கடிகாரத்தைப் பார்த்தார். இன்னும் நேரமாகிவிட வில்லை. சாப்பாடு முடியுமுன் அங்கே போய்ச் சேர்ந்து விடலாம். டிராம் வண்டி ஒன்று கிறீச்சிட்டுச் சென்ற சப்தம் காதில் விழுந்தது. வேகமாய் ஓடி அதனுள் தாவியேறினார். சதுக்கத்தை அடைந்ததும் அதிலிருந்து கீழே குதித்தார். நல்ல வாடகை வண்டி ஒன்றை அமர்த்திக்கொண்டு பத்து நிமிடத்துக்கு எல்லாம் கர்ச்சாகின் குடும்பத்தாரது பெரிய வீட்டின் வாயிலில் வந்திறங்கினார்.

26

"மேதகையீர், வர வேண்டும்" என்று குழையும் குரலில் சொல்லி, கர்ச்சாகின்களது பெரிய வீட்டின் வாயிற் காவலனான

பருத்த ஆள் தெருக்கதவை விரியத் திறந்தான். காப்புரிமை பெற்ற ஆங்கிலேயக் கீல்களில் ஓக் மரக்கதவு ஓசையின்றிச் சுழன்று திறந்தது. "சாப்பாடு நடைபெறுகிறது. நீங்கள் வந்ததும் அழைத்து வரச் சொல்லியிருக்கிறார்கள்" என்றான்.

வாயிற் காவலன் உள்ளே மாடிப் படிக்கட்டுக்குச் சென்று மணி அடித்தான்.

"வெளியாட்கள் யாராவது வந்திருக்கிறார்களா?" என்று மேல் கோட்டைக் கழற்றியவாறு கேட்டார் நெஹ்லூதவ்.

"குடும்பத்தாரைத் தவிர கனவான்கள் கோலசவும் மிகயீல் சிர்கேயிவிச்சும்தான் இருக்கிறார்கள்."

கவை வால் நீள் கோட்டும் வெள்ளைக் கையுறைகளும் அணிந்து கண்ணுக்கு இனிய பணியாள் ஒருவன் படித் திருப்பத் திலிருந்து கீழே எட்டிப் பார்த்தான்.

"மேதகையீர் வர வேண்டும். தங்களை அழைத்து வரச் சொல்லியிருக்கிறார்கள்" என்றான் அவன்.

நெஹ்லூதவ் படிக்கட்டில் ஏறி அவர் நன்கு அறிந்த அற்புத மான அந்தப் பெரிய நடனக் கூடத்தைக் கடந்து சாப்பாட்டு அறைக்குள் சென்றார். அங்கே மேசையைச் சுற்றி கர்ச்சாகின் குடும்பத்தார் எல்லோரும் அமர்ந்திருந்தனர். தாயார் மட்டும் தான்–கோமகள் சோபியா வசீலியெவ்னா தமது அறையை விட்டு வெளியே வருவதில்லை–அங்கு இல்லை. மேசையின் தலைமுனையில் முதியவர் கர்ச்சாகின் அமர்ந்திருந்தார். அவருக்கு இடப்புறத்தில் டாக்டரும் வலப்புறத்தில் முன்னாள் பிரபுக்குல முதல்வரும் இப்போது வங்கி நெறியாளர் குழு உறுப்பினரும் கர்ச்சாகினது மிதவாத நண்பருமான இவான் இவானவிச் கோலசவும் இருந்தனர். இடப்புறத்தில் அடுத்தாற் போல் மிஸ்ஸியின் நான்கு வயதான தங்கையின் வளர்ப்பு ஆசிரியையான மிஸ் ரேடரும், பிறகு அந்தச் சிறுமியும் காணப் பட்டனர். வலப்புறத்தில், இவர்களுக்கு எதிரே மிஸ்ஸியின் தம்பி பேத்யா உட்கார்ந்திருந்தான். கர்ச்சாகின் குடும்பத்தின் ஒரே மகனான இந்தப் பேத்யா உயர்நிலைப் பள்ளியின் ஆறாவது படிவ மாணவன். இவனுக்குப் பரீட்சை நடைபெற்று வந்ததால்தான் குடும்பத்தினர் எல்லாரும் எங்கும் செல்லாமல் இன்னும் நகரிலேயே இருந்து வந்தனர். இவனுக்குப் பாடம் சொல்லித் தந்த பல்கலைக்கழக மாணவன் அடுத்தபடி அமர்ந் திருந்தான். பிறகு இடப்புறத்தில் நாற்பது வயதுக் கன்னியாகிய ஸ்லாவியவாதி கத்தரீனா அலிக்சேயிவ்னாவும், அவருக்கு எதிரே மிஸ்ஸியின் ஒன்றுவிட்ட சகோதரனாகிய மீஷா எனப்படும்

மிகயீல் சிர்கேயிவிச் தெலேகினும், மேசையின் கீழ் முனையில் மிஸ்ஸியும் அமர்ந்திருந்தனர். மிஸ்ஸிக்குப் பக்கத்தில் சாப் பாட்டுத் தட்டும் பிறவும் வைக்கப்பட்டு ஓரிடம் காலியாக இருந்தது.

“நல்ல நேரத்தில் வந்தீர்கள்! உட்காருங்கள்! இன்னமும் நாங்கள் மீன் உண்டியிலேதான் இருக்கிறோம்” என்று முதியவர் கர்ச்சாகின் தமது பொய்ப்பற்கள் நழுவி விடாமல் கவனமாய் மென்றபடிச் சிரமப்பட்டுக்கொண்டு கூறினார். அதே போது இரத்தச் சிவப்பான கண்களை உயர்த்தி (அவற்றில் இமைகள் இருந்ததாகத் தெரியவில்லை) நெஹ்லூதவை உற்று நோக்கினார்.

“ஸ்தெபான்” என்று வாய் நிறையக் குதப்பிக்கொண்டு கம்பீரமான தோற்றங்கொண்ட பருத்த பரிசாரகனைக் கூப்பிட்டு, தமது கண்களால் காலி இடத்தைச் சுட்டிக் காட்டினார்.

முதியவர் கர்ச்சாகினை நெஹ்லூதவுக்கு நன்றாய்த் தெரியும். அவர் சாப்பிடுவதைப் பல தரம் பார்த்திருந்தார். இருந்த போதிலும் நெஹ்லூதவுக்கு இன்று அவரது செம்முகமும், அப்பட்டமான புலனின்பத்தை வெளியிட்டு சப்புக் கொட்டிய அந்த உதடுகளும் மார்புக் கோட்டுக்குள் செருகப்பட்ட கைத் துணிக்குமேல் தெரிந்த அந்தக் குண்டுக் கழுத்தும், நன்கு உண்டு பருத்திருந்த பெரிய அதிகாரிக்குரிய அவரது உருவம் அனைத் துமே அருவருக்கத் தக்கனவாய்த் தோன்றின. இந்த மனிதர் எவ்வளவு கொடுமையானவர், பிரதேச ஆட்சியதிகாரியாக இருந்த காலத்தில் பெயர் பெற்ற செல்வச் சீமான், யார் தயவும் தமக்கு வேண்டியதில்லை என்பதன்றி வேறு காரணம் இல் லாமலே ஆட்களுக்கு இவர் கசையடித் தண்டனையும், தூக்குத் தண்டனையுங்கூட விதித்து வந்தவர் என்பதெல்லாம் குறித்து நெஹ்லூதவ் அறிந்திருந்த பல விவரங்களையும் அவர் விருப்பத் தையும் மீறித் திடுமென இப்போது நினைத்துக் கொண்டார்.

“இதோ எடுத்து வைக்கிறேன், மேதகையீர்” என்றான் ஸ்தெபான். வெள்ளிக் கும்பங்களால் அலங்கரிக்கப்பட்ட அலமாரியிலிருந்து ஒரு பெரிய சூப்புக் கரண்டியை வெளியே எடுத்தான். பிறகு கண்ணுக்கு இனிய அந்தப் பணியாளைப் பார்த்துத் தலையை அசைத்து ஜாடை காட்டினான். பணியாள் உடனே மிஸ்ஸிக்குப் பக்கத்திலிருந்த காலி இடத்துக்கு முன்னால் மேசையிலிருந்த கைப்படாத கத்திகளையும் முட்கரண்டிகளையும் குடும்ப இலச்சினையுடன் கூடிய பூப்பின்னல் வெளியே தெரியும் படி மடிக்கப்பட்டிருந்த சலவை செய்த கைத்துணியையும் ஒழுங்கு செய்து வைத்தான்.

நெஹ்லூதவ் எல்லாரோடும் கைகுலுக்கிக் கொண்டு மேசையைச் சுற்றி வந்தார். அவர் அருகே வந்ததும், முதியவர் கர்ச்சாகினையும் பெண்களையும் தவிர ஏனையோர் எல்லோரும் எழுந்து நின்றார்கள். இப்படி மேசையைச் சுற்றிச் செல்வதும் மிகப் பலரோடும் வாய் திறந்து ஒரு வார்த்தை பேசாமலே கை குலுக்குவதும் மனதுக்கு ஒவ்வாத அசட்டுச் செயல்களாகுமென நினைத்தார் அவர். நேரம் கழித்து வந்ததற்காக மன்னிக்க வேண்டுமென்று சொல்லிவிட்டு மேசையின் இறுதியில் மிஸ்ஸிக்கும் கத்தரீனா அலிக்சேயிவ்னாவுக்கும் இடையிலிருந்த காலி இடத்தில் அவர் உட்காரப் போனபோது, அவர் வோத்கா குடிக்க விரும்பாவிட்டாலும் பக்கத்து மேசையிலிருந்த தின் பண்டங்களிலாவது ஏதாவது ஒன்றைக் கொஞ்சம் சாப்பிட வேண்டுமென்று முதியவர் கர்ச்சாகின் வற்புறுத்தினார். பக்கத்து மேசையில் சிறு கிண்ணங்களில் கடல் நண்டிறைச்சியும் மீன் முட்டையும் பாலேடும் உப்பிலிட்ட ஹெர்ரிங் மீனும் இருந்தன. தமக்கு நல்ல பசி என்பதை நெஹ்லூதவ் இதுவரை உணர வில்லை. ஆனால் இப்போது கொஞ்சம் ரொட்டியும் பாலேடும் எடுத்துச் சாப்பிட ஆரம்பித்ததும் நிறுத்த முடியாமல் திரும்பத் திரும்ப எடுத்துச் சாப்பிட்டார்.

"சரி, சமுதாயத்தின் அடித்தளங்களுக்கு வேட்டு வைத் தீர்களா?" என்று, சான்றாய வழக்கு விசாரணை முறையைத் தாக்கி ஒரு பிற்போக்குச் செய்தியேடு எழுதியிருந்த தொடரைக் கேலியாகக் குறிப்பிட்டுக் கேட்டார் கோலசவ். "குற்றம் புரிந் தோரை விடுவித்துக் குற்றமற்றோருக்குத் தண்டனை கிடைக்கச் செய்தீர்கள் அல்லவா?"

"அடித்தளங்களுக்கு வேட்டு வை... அடித்தளங்களுக்கு வேட்டு வை..." என்று திருப்பிச் சொல்லி முதியவர் கர்ச்சாகின் சிரித்தார். அவர் தமது மிதவாத நண்பரும் தோழருமான கோல சவின் அறிவிலும் கல்வி ஞானத்திலும் அபார நம்பிக்கை வைத் திருந்தார்.

மரியாதைக் குறைவாய்த் தோன்றக்கூடும் என்பதையும் பொருட்படுத்தாமல் கோலசவின் கேள்விக்குப் பதிலளிக்காமலே நெஹ்லூதவ் ஆவி பறக்கும் சூப்பு வட்டிலுக்கு முன்னால் அமர்ந்து தொடர்ந்து சாப்பிட முற்பட்டார்.

"அவரைச் சாப்பிட விடுங்கள்" என்று மிஸ்ஸி புன்னகை புரிந்துகொண்டாள். நெஹ்லூதவுடன் தனக்கு இருந்த நெருக்கத்தை உணர்த்தும் பொருட்டு பெயரைக் குறிப்பிடாமல் 'அவர்' என்பதாகக் கூறினாள் அவள்.

கோலசவ் தாம் கொதிப்படையும்படிச் சான்றாய வழக்கு விசாரணை முறையை எதிர்த்து அந்தச் செய்தியேடு எழுதி

யிருந்த கட்டுரையின் உள்ளடக்கத்தைப் பயந்த குரலில் வேகமாக எடுத்துரைத்தார். அவர் கூறியவை மெய்தானென்று சொல்லி, மிஸ்ஸியின் ஒன்றுவிட்ட சகோதரனான மிகயீல் சிர்கேயிவிச் அதே செய்தியேட்டிலிருந்து இன்னொரு கட்டுரையின் உள்ள டக்கத்தை எடுத்துரைத்தான்.

மிஸ்ஸி வழக்கம் போல் நாகரிக நயம் வாய்ந்தவளாய், சிறப்புக்குரியவளாய்க் காணப்பட்டாள். பொருத்தமாகவும் பாந்தமாகவும் உடுத்தியிருந்தாள்.

“நன்றாய்க் களைத்துப் போய், பசியுடன் வந்திருக்கிறீர்கள். இல்லையா?” வாயிலிருந்ததை நெஹ்லூதவ் மென்று விழுங்கும் வரை காத்திருந்துவிட்டுக் கேட்டாள் அவள்.

“இல்லை. அப்படி ஒன்றும் களைத்து விடவில்லை. நீங்கள் எல்லாரும் என்ன செய்தீர்கள்? ஓவியங்களைப் போய்ப் பார்த் தீர்களா?” என்று அவர் விசாரித்தார்.

“இல்லை. அந்தத் திட்டத்தை ஒத்திப் போட்டுவிட்டு சலமாத்தவ் வீட்டுக்குச் சென்று அவர்களுடன் டென்னிஸ் ஆடி னோம். மெய்தான். மிஸ்டர் குரூக்ஸ் அற்புதமாய் ஆடுகிறார்.”

மனத்துக்கு உற்சாகமாக இருக்குமென்று நினைத்துதான் நெஹ்லூதவ் இங்கு புறப்பட்டு வந்தார். இந்த வீட்டில் எப் போதுமே அவருக்கு இனிமையாக நேரம் கழிவது வழக்கம். இந்த வீட்டின் நேர்த்தியான அந்தச் செல்வச் செழிப்பு சுகந் தருவதாயிருந்தது மட்டுமல்ல காரணம். மென்மையான பாராட் டும் புகழ்ச்சியும் சந்தடியின்றி அமைதியாய் எந்நேரமும் இங்கு அவரைச் சூழ்ந்திருந்ததும் காரணமாகும். ஆனால் விபரீதமாய் இன்று இந்த வீட்டில் யாவும் அவருக்கு வெறுப்பையே உண்டாக்கின–வாயிற் காவலனிலிருந்து ஆரம்பித்து அகலமான அந்தப் படிக்கட்டு மலர்க் கொத்துகள், பணியாட்கள், மேசை அலங்காரங்கள் வரையில் ஏன் மிஸ்ஸியும் கூட அடங்கலாய் எல்லாமே வெறுப்பூட்டுவனவாய் இருந்தன. மிஸ்ஸி இன்று அவருக்குக் கவர்ச்சியற்றவளாய் பகட்டானவளாய்த் தோன்றி னாள். கோலசவின் மனநிறைவு கொண்ட அற்பத்தனமான மிதவாதப் பேச்சு அவருக்குக் கசப்பாயிருந்தது. அதே போல தன்னம்பிக்கைமிக்கவராய், புலனின்பப் பிரியராய் அமர்ந்திருந்த முதியவர் கர்ச்சாகினது அந்தப் பொலிகாளை போன்றதான உருவமும், ஸ்லாவியவாதியாகிய கத்தரீனா அலிக்சேயிவ்னாவின் பிரெஞ்சுமொழிப் பிரயோகங்களும் அவருக்கு அருவருப்பை உண்டாக்கின. கலக்கமுற்றவர்களாய் அந்த வளர்ப்பு ஆசிரியை யும் பல்கலைக்கழக மாணவனும் திருதிருவென விழித்ததைப் பார்ப்பதற்கு அவருக்குச் சங்கடமாயிருந்தது. இவை யாவற்றை

யும் விட, பெயருக்குப் பதிலாய் 'அவர்' என்ற சுட்டினை உபயோகித்து மிஸ்ஸி தனது நெருக்கத்தை அவருக்குத் தெரிவித்துக்கொண்டாளே அதுதான் அவருக்கு மிகவும் வேதனை அளிப்பதாய் இருந்தது. மிஸ்ஸியைப் பற்றிய இரு வகைக் கருத் தோட்டங்களிடையே எப்போதுமே நெஹ்லூதவ் ஊசலாடிக் கொண்டிருந்தவர்: ஒன்று அவளைக் கண்களைச் சுளித்துக் கொண்டு பார்க்கையில், அல்லது நிலாவொளியில் பார்க்கையில் தோன்றியது–அப்போது அவள் அப்படியே எழிலரசியாய், அன்று மலர்ந்த மலர் போன்றவளாய், கூர்மதி கொண்டவளாய், பகட்டில்லாத இயற்கை ஒளி படைத்தவளாய்த் தோன்றக் கண்டார்; மற்றொன்று அவளைப் பிரகாசமான கதிரவன் ஒளியில் பார்க்கையில் தோன்றியது – அப்போது அவளது குறைபாடுகள் யாவற்றையும் கண்டார். காணத் தவற முடியாதென நினைத்தார். இன்று அவருக்கு இம்மாதிரியான ஒரு பகற் பொழுதாயிருந்தது. இன்று அவளது முகத்தின் எல்லாச் சுருக்கங்களையும் கண்ணுற்றார். அவளது கூந்தல் சிக்குப் பிடித்தது போல் சோபையற்றதாகவும், அவளது முழங்கை குத்துவது போல் கூர்மையாகவும், இன்னும் முக்கியமாய் அவளது கட்டை விரல் நகம் அகலமாகவும் அவளது தந்தையின் நகத்தை நினைவு படுத்துவதாகவும் இருக்கக் கண்டார்.

"டென்னிஸ் அலுப்பூட்டும் ஆட்டம்" என்றார் கோலசவ். "சிறு பிள்ளைகளாக இருக்கையில் நாங்கள் லப்தா* ஆடுவது வழக்கம். பல விதத்திலும் அது குதூகலமான ஆட்டமாய் இருந்தது."

"அதெல்லாம் இல்லை. நீங்கள் டென்னிஸ் ஆடிப் பார்த்ததில்லை. அடேயப்பா. எவ்வளவு சுவையான விறுவிறுப்பான ஆட்டம் தெரியுமா?" என்றாள் மிஸ்ஸி. போலியான ஆர்வத்துடன் 'அடேயப்பா' என அவள் அளவுக்கு மீறி அழுத்தி உச்சரித்ததாக நெஹ்லூதவ் நினைத்தார்.

இதைத் தொடர்ந்து ஆரம்பமான சர்ச்சையில் மிகயீல் சிர்கேயிவிச்சும் கத்தரீனா அலிக்சேயிவ்னாவும் ஏனையோரும் பங்கெடுத்துக்கொண்டனர். வளர்ப்பு ஆசிரியையும் பல்கலைக் கழக மாணவனும் குழந்தைகளும் மட்டும் தான் வாய் திறக்காமல், சலிப்படைந்தோராய் அமர்ந்திருந்தனர்.

"எந்நேரமும் சர்ச்சைதான்!" என்று பலக்கச் சிரித்துக் கொண்டார், முதியவர் கர்ச்சாகின். பிறகு மார்புக் கோட்டிலிருந்து கைத்துணியை இழுத்தெறிந்துவிட்டு எழுந்து நாற்காலியைத் தடதடவெனப் பின்னால் தள்ளினார். (உடனே

* லப்தா—ஒரு வகைப் பந்தாட்டம்

பணியாள் அதைப் பிடித்துத் தூக்கிக்கொண்டான்) மேசையை விட்டு அவர் விலகி நடந்தார்.

அவரைப் பின்தொடர்ந்து எல்லாரும் எழுந்து, அருகிலிருந்த இன்னொரு மேசையிடம் சென்றனர். அந்த மேசையில் கிண்ணங்களுள் கண்ணாடித் தம்ளர்களில் நறுமணம் கமழும் வெந்நீர் வைக்கப்பட்டிருந்தது. எல்லாரும் அந்த நீரில் வாய் கொப்புளித்தார்கள். பிறகு, யாரும் கருத்து செலுத்தாத அந்த வாக்குவாதத்தைத் தொடர்ந்தார்கள்.

"நான் சொல்வது சரி அல்லவா?" என்று நெஹ்லூதவிடம் கேட்டாள் மிஸ்ஸி. ஆட்டத்தைப் போல் வேறு எதனாலும் ஒருவரது இயல்பான குணத்தை வெளிப்படுத்திக் காட்ட முடியாதென்ற அவளது கருத்தினை அவர் ஆதரிக்க வேண்டு மென அவள் விரும்பினாள். அவரது சிந்தனை வேறு எங்கோ இருப்பதை அவள் கவனித்தாள். அதோடு அவர் குறைபட்டுக் கொண்டு முகம் சுளிப்பதாக அவளுக்குப் பட்டது. இது அவளுக்கு அச்சந் தருவதாயிருந்தது. அவரது முகச் சுளிப்புக்கு என்ன காரணமென்று கண்டுபிடிக்க வேண்டுமென விரும்பினாள்.

"சரிதானா என்று எனக்குத் தெரியவில்லை, இதைப் பற்றி நான் சிந்தித்துப் பார்த்ததில்லை" என்று நெஹ்லூதவ் பதிலளித் தார்.

"அம்மாவிடம் போவோம், வருகிறீர்களா?" என்று கேட்டாள் மிஸ்ஸி.

"போகலாம். போகலாம்" என்று சிகரெட்டை வெளியே எடுத்தவாறு கூறினார். அவர் போக விரும்பவில்லை என்பதை அவரது குரல் தெளிவாகவே அறிவித்தது.

வாய் பேசாமல் வினவும் முறையில் அவள் அவரை உற்றுப் பார்த்தாள், அவருக்கு வெட்கமாயிருந்தது. "விருந்தினனாக இங்கு வந்து, எல்லாரும் சோர்வடையும்படி அவலமாய் நடந்து கொள்கிறேனே" என்று நினைத்துக் கொண்டார். பிறகு நல்லபடி நடந்துகொள்ள வேண்டுமென்று, கோமகள் தம்மைச் சந்தித்துப் பேச விரும்புவாரானால் தமக்கு மகிழ்ச்சியாகவே இருக்கும். போகலாம் என்று கூறினார்.

"சந்தேகம் என்ன? அம்மா உள்ளப் பூரிப்புடன் உங்களை வரவேற்பார். நீங்கள் அங்கே புகைபிடிக்கலாம், இவான் இவான விச்சும் அங்கேதான் இருக்கிறார்."

வீட்டின் தலைவியான கோமகள் சோபியா வசீலியெவ்னா படுத்த படுக்கையாக இருந்தவர். பார்க்க வந்தவர்கள் பக்கத்தில் அமர்ந்திருக்க, வெல்வெட்டும் தங்க முலாமும் தந்தமும்

வெண்கலமும் வண்ணச் சித்திர மரமும் மலர்களும் சுற்றிலும் காட்சி தர, அவர் ஆடைகள் அணிந்து மெல்லிழைப் பின்னல் களும் ரிப்பன்களும் சூடிப் படுக்கையில் இருந்தது இது எட்டாவது ஆண்டாகும். கோமகள் வெளியே எங்கும் செல்வ தில்லை; அவர் சொற்களிலேயே சொல்வதெனில், "தமது நட்புக்கு உரியோரை" மட்டும், அதாவது அவரது கருத்துப்படிக் கும்பலிலிருந்து பளிச்செனத் தனியே தெரியும்படியான சிறப்புடைத்தோரை மட்டும் தம் அறைக்குள் அழைத்துப் பேசி வந்தார். நட்புக்கு உரியோரது இந்த வட்டத்துள் நெஹ்லூதவ் சேர்க்கப்பட்டிருந்தார், ஏனெனில் அவர் கூர்மதி கொண்ட இளைஞராகக் கருதப்பட்டார், அவரது தாய் இந்தக் குடும் பத்துக்கு மிகவும் நெருங்கியவராக இருந்தவர், மிஸ்ஸி அவரை மணந்துகொள்வது விரும்பத்தக்கதாகக் கருதப்பட்டது.

கோமகள் சோபியா வசீலியெவ்னாவின் அறை பெரிதும் சிறிதுமான வரவேற்பறைகளுக்கு அப்பால் இருந்தது. பெரிய வரவேற்பறையைக் கடந்து சென்றபோது, நெஹ்லூதவுக்கு முன்னால் போய்க்கொண்டிருந்த மிஸ்ஸி தீர்மானத்துக்கு வந்தவ ளாய்ச் சட்டென நின்று, பொன்னிற நாற்காலியின் முதுகைப் பிடித்துக்கொண்டு அவரை உற்று நோக்கினாள்.

மணம் முடித்துக்கொண்டு விட வேண்டுமென்று மிஸ்ஸி குறியாயிருந்தாள், நெஹ்லூதவ் நல்ல வரனாகக் கருதப்பட்டவர். அதோடு அவரை அவளுக்குப் பிடித்தும் இருந்தது. அவர் தனக்கு உரியவராகப் போகிறவர் (தான் அவருக்கு அல்ல) என்ற எண்ணத்துக்கு அவள் தன்னைப் பழக்கப்படுத்திக் கொண்டு விட்டாள். இந்த நோக்கம் நிறைவேறுவதற்காக, மனமறிந்து செய்யாவிட்டாலும் பிடிவாதமான கள்ளத்தனத்துடன்– மனப்பிணி கொண்டவர்கள் செய்வார்களே அதுபோல–அவள் வேலை செய்து வந்தாள். அவர் உள்ளத்தில் இருப்பதை வெளிப் படையாகக் கூறும்படி வைத்துவிட வேண்டுமென்று இப்போது அவருடன் பேச முற்பட்டாள்.

"உங்களுக்கு ஏதோ நேர்ந்திருப்பது தெரிகிறது எனக்கு" என்றாள் அவள். "என்ன நேர்ந்தது. சொல்லுங்கள்."

நீதிமன்றத்தில் நடைபெற்றவை உடனே அவர் நினைவுக்கு வந்தன, செக்கச் சிவந்து போய் முகத்தைச் சுளித்துக்கொண்டார்.

"ஆம், ஒரு சம்பவம் நிகழ்ந்திருக்கிறது" உண்மையே பேச வேண்டுமென்று நினைத்து அவர் பதிலளித்தார். "வியக்கத் தக்கதான அசாதாரணச் சம்பவம், மிகவும் முக்கியமானது" என்றார்.

"அப்படியா? என்ன அது? எனக்கு அதைச் சொல்லக் கூடாதா?"

"இப்போது சொல்லக்கூடாது, நீ தயவு செய்ய வேண்டும்– அதைச் சொல்லும்படிக் கேட்கக்கூடாது. அதைப் பற்றிச் சரிவர சிந்திப்பதற்கு இன்னும் எனக்கு நேரம் கிடைக்கவில்லை" என்றார். முன்னிலும் கடுமையாய் முகம் சிவந்துவிட்டது.

"எனக்கு அதைச் சொல்ல மாட்டீர்கள், அப்படித்தானே?" அவள் முகத்தின் தசை துடித்தது. அவள் பிடித்துக்கொண்டு நின்ற அந்த நாற்காலியைத் தன்னிடமிருந்து தள்ளினாள்.

"இல்லை, சொல்வதற்கில்லை" என்று அவர் பதிலளித்தார். இந்தப் பதில் அவளுக்காக மட்டும் அளிக்கப்பட்டதல்ல. மெய் யாகவே தமக்கு மிகவும் முக்கியமான ஒரு நிகழ்வு நடைபெற்று விட்டதை அங்கீகரித்துத் தமக்காகவும் அளிக்கப்பட்ட பதில் என்பதை அவர் உணர முடிந்தது.

"சரி, வாருங்கள்."

தேவையில்லாத எண்ணங்களைத் தலையிலிருந்து உதறித் தள்ளுவது போல, தலையை அவள் உலுக்கிக்கொண்டாள்; பிறகு வழக்கத்தைக் காட்டிலும் அதிக வேகமாய் அடியெடுத்து வைத்து அவருக்கு முன்னால் நடந்தாள்.

கண்ணீரைத் தடுக்கும் பொருட்டு இயற்கைக்கு மாறாய் வாயை அவள் இறுக மூடிக்கொண்டதாக நினைத்தார் அவர். அவள் மனத்தைப் புண்படுத்திவிட்டோமே என்று அவருக்கு வெட்கமாகவும் வேதனையாகவும் இருந்தது. ஆயினும் தாம் சிறிதளவு பலவீனத்துக்கு இடமளித்தாலும் பெரிய ஆபத்தாகி விடும், அதாவது அவளுடன் தம்மைப் பிணைத்துக்கொள்ள வேண்டியதாகிவிடும் என்பதை அவர் அறிந்திருந்தார். இம் மாதிரியான பிணைப்பை அவர் என்றையும் விட இன்று அதிக மாக அஞ்சினார், வாய் பேசாமல் அவளைப் பின் தொடர்ந்து கோமகளின் அறைக்குச் சென்றார்.

27

கோமகள் சோபியா வசீலியெவ்னா ஊட்டச்சத்து மிகுந்த உயர்தரச் சாப்பாட்டைச் சாப்பிட்டு முடித்துவிட்டார். எப்போதும் அவர் தனியேதான் சாப்பிடுவது வழக்கம். கவித்துவ நயமில்லாத இந்தச் செயலில் தாம் ஈடுபடுவது யார் கண்ணிலும் படுவதை அவர் விரும்பவில்லை. படுக்கைக்குப் பக்கத்தில் சிறிய மேசையில் அவரது காப்பி இருந்தது. அவர் பெசிடோஸ்* புகைத்துக் கொண்டிருந்தார். கோமகள் சோபியா வசீலியெவ்னா மெலிந்து நீளமான உருவமும் கரு முடிகளும் அகன்ற கரிய கண்களும் நீண்ட பற்களுமுடையவர். இன்னும் இளம் பெண்ணாகவே இருப்பதாகப் பாவனை செய்துவந்தார்.

* சோளத் தாளின் நுனியில் புகையிலை வைத்துச் சுருட்டித் தயாரிக்கப்பட்ட வாசனைப் பீடி.

டாக்டருடன் கோமகளுக்கு இருந்த உறவு குறித்துப் பலவிதமாகவும் பேச்சு அடிபட்டது. நெஹ்லூதவுக்கு இதன் முன் இந்தப் பேச்சுகள் நினைவுக்கு வந்ததில்லை. ஆனால் இப்போது அந்த டாக்டர், நடுவில் பிளக்கப்பட்ட அவரது தாடி எண்ணெய்ப் பசையுடன் பளபளக்கக் கோமகளது படுக்கைக்குப் பக்கத்தில் அமர்ந்திருக்கக் கண்டபோது, நெஹ்லூதவுக்கு அந்தப் பேச்சுகள் திடுமென நினைவுக்கு வந்தன, அதோடு அவருக்கு வயிற்றையும் குமட்டியது.

சோபியா வசீலியெவ்னாவுக்கு அருகே மேசைக்குப் பக்கத்தில் தாழ்ந்தமைந்த மிருதுவான சாய்விருக்கையில் உட்கார்ந்துகொண்டு கோலசவ் தமது காப்பியைக் கரண்டியால் கலக்கிவிட்டுக் கொண்டிருந்தார். ஒரு மேசையின் மீது ஒயின் கோப்பையில் மதுபானம் இருந்தது.

நெஹ்லூதவுடன் தாயின் அறைக்குள் வந்த மிஸ்ஸி அங்கே தங்காமல் திரும்பிச் சென்றுவிட்டாள்.

“அம்மா களைப்படைந்து உங்களை வெளியே அனுப்பியதும் என்னிடம் வந்து சேருங்கள்” என்று விரசமாய் ஏதும் நடந்துவிடாதது போல் இதமான குரலில் கோலசவையும் நெஹ்லூதவையும் பார்த்துச் சொல்லிவிட்டு, மகிழ்ச்சிப் புன்னகை புரிந்தவாறு கனத்தக் கம்பளத்தின் மீது ஓசையின்றி நடந்து அறையிலிருந்து அவள் வெளியே சென்றாள்.

“நண்பரே, வணக்கம்! உட்கார்ந்து யாவற்றையும் சொல்லுங்கள்” என்றார் கோமகள் சோபியா வசீலியெவ்னா. உள்ளத்திலிருந்து எழாமல் ஒப்புக்காக வேண்டி வரவழைத்துக் கொண்டதாயினும் கோமகளின் புன்சிரிப்பு பார்ப்பதற்கு இயற்கையானதாவே இருந்தது. முன்பொரு காலத்தில் அவர் வாயிலிருந்த இயற்கைப் பற்களே போல் தோன்றும்படி நேர்த்தியாகத் தயாரிக்கப்பட்ட நீண்ட பற்கள் வெளியே தெரிந்தன. “நீதிமன்றத்திலிருந்து மிகவும் சோர்ந்துபோய் நீங்கள் திரும்பியிருப்பதாகக் கேட்டேன். இரக்கமான சுபாவமுடையவர் எவருக்கும் அது சகிக்க முடியாதபடி கடுமையானதாகவே இருக்குமென நினைக்கிறேன்” என்று அவர் பிரெஞ்சு மொழியில் கூறினார்.

“மெய்தான்” என்றார் நெஹ்லூதவ். “மனத்துக்குள் அடிக்கடி உணரவே செய்கிறோம். நாம் ஒன்றும் தீர்ப்பளிக்க நமக்கு எந்த உரிமையும் இல்லையென்று.”

முற்றிலும் உண்மையே அது அவர் சொன்னதில் பொதிந்திருந்த ஆழ்ந்த உண்மையைக் கண்டு மலைப்படைந்தது போல் கோமகள் வியந்து கூவினார். கோமகள் தம்முடன் உரையாடுவோரை எப்போதுமே இப்படித்தான் மறைமுகமாய் முகப்புகழ்ச்சி செய்வது வழக்கம்.

“சரி, உங்கள் ஓவியம் எந்த நிலையில் இருக்கிறது? அதில் நான் மிகவும் அக்கறை கொண்டுள்ளேன். இப்படி நான் இயலாதவளாய்ப் படுத்திராவிடில் நெடுநாட்களுக்கு முன்பே நேரில் வந்து அதைப் பார்த்திருப்பேன்” என்றார்.

“அதை நான் கைவிட்டுவிட்டேனே” என்று வறண்ட குரலில் பதிலளித்தார் நெஹ்லூதவ். கோமகளின் இந்தப் பேச்சு முகப் புகழ்ச்சிக்காகப் பேசப்பட்டது என்பது, கோமகள் மூடி மறைத்துக் கொள்ள முயன்ற அவரது முதிய வயதைப்போல் இன்று அப்பட்டமாகவே புலப்படுவதாக நினைத்தார் நெஹ்லூதவ். அவரால் பணிவன்புடன் நயமாகப் பேசுவதற்குரிய மனநிலையைப் பெற முடியவில்லை.

“அடப் பாவமே! மெய்யான கலைத்திறன் இவரிடம் இருக்கிறதென ரேப்பினே* என்னிடம் சொன்னார், தெரியுமா உங்களுக்கு?” என்று கேட்டு, கோலசவின் பக்கம் திரும்பினார் சோபியா வசீலியெவ்னா.

“கொஞ்சங்கூட வெட்கப்படாமல் இப்படிப் பொய் பேசுகிறாரே” என்று நினைத்து நெஹ்லூதவ் முகத்தைச் சுளித்துக் கொண்டார்.

நெஹ்லூதவ் சரியான நிலையில் இல்லை. நல்லபடியாகவும் கெட்டிக்காரத்தனமாகவும் அவரைப் பேச வைக்க முடியா தென்பது சந்தேகத்துக்கு இடமின்றித் தெரிந்ததும், சோபியா வசீலியெவ்னா அவரிடமிருந்து திரும்பிக் கோலசவைப் பார்த்து, புதிய நாடகம் ஒன்றைப் பற்றி அவர் என்ன நினைத்தாரென்று விசாரித்தார். கோலசவ் கூறும் கருத்து இந்த நாடகத்தைப் பற்றி எல்லா சர்ச்சைக்கும் முடிவுகட்டும்படியானதாக இருக்கும், இவருடைய ஒவ்வொரு சொல்லும் அமரத்துவம் வாய்ந்ததாக விளங்கும் என்று நம்புகிறவரைப் போல் அவ்வளவு உருக்கமான குரலில் கோமகள் இந்தக் கேள்வியைக் கேட்டார். கோலசவ் இந்த நாடகத்தைக் கண்டனம் செய்தார். பிறகு அவர் இந்தச் சந்தர்ப்பத்தைப் பயன்படுத்திக் கொண்டு, பொதுவாகக் கலை குறித்துத் தமது கருத்துகளை எடுத்துரைத்துச் சென்றார். சோபியா வசீலியெவ்னா அவரது குற்ற விமர்சனத்திலுள்ள நியாயத்தை ஏற்றுக்கொள்ளவும், அதேபோது அந்த நாடக ஆசிரியருக்கு ஆதரவாகப் பேசவும் விரும்பி ஒரு நேரம் அவருக்குச் சரணடைந்தார். இன்னொரு நேரம் இரு நிலை களுக்கும் இடைப்பட்ட கருத்தை ஏற்றார். நெஹ்லூதவ் பார்த்துக் கொண்டும், காது கொடுத்துக் கேட்டுக் கொண்டும் தான் அமர்ந்திருந்தார். ஆனால் அவர் தம் முன்னால் நடைபெற்றதைப் பார்க்கவும் இல்லை, கேட்கவும் இல்லை.

---

* *ரேப்பின் இலியா எஃபீமவிச் (1844-1930)* — புகழ் பெற்ற ருஷ்ய *ஓவியர்.*

சோபியா வசீலியெவ்னாவும் கோலசவும் பேசியதைக் கேட்டபோது, இருவரில் எவரும் அந்த நாடகத்தைப் பற்றியோ மற்றொருவரைப் பற்றியோ கவலைப்படவில்லை. வயிறார உண்டபின் தொண்டையின் தசை நார்களையும் நாக்கையும் ஆட்டியசைக்க வேண்டுமென்ற உடலியல் விருப்பத்தைத் திருப்திசெய்து கொள்ளவே இருவரும் பேசினார்கள் என்பது நெஹ்லூதவுக்குத் தெரிந்தது. இரண்டாவதாக, வோத்காவும் ஒயினும் மதுவும் குடித்திருந்த கோலசவ் கொஞ்சம் போதையுற்ற நிலையில் இருந்தார் என்பதும் தெரிந்தது. அது எப்போதாவது குடிக்கும் விவசாயிகளுக்கு ஏற்படுவதைப் போன்றதல்ல. அன்றாடம் வழக்கமாய் ஒயின் குடிப்போருக்குரிய போதை யாகும். அவர் விழுந்து புரளவில்லை. அபத்தமாய் உளறவில்லை. ஆயினும் நிதான நிலையில் இல்லாமல் விறுவிறுப்புற்றுச் சுயதிருப்தி தலைக்கேறியவராய் இருந்தார். மூன்றாவதாக, கோமகள் சோபியா வசீலியெவ்னாவின் பார்வை இந்த உரை யாடலின்போது இடையிடையே அமைதியற்று சன்னல் பக்கம் திரும்பியதையும் நெஹ்லூதவ் கவனித்தார். அந்த சன்னல் வழியே சாய்வுக் கோணத்தில் அறைக்குள் பிரகாசித்த கதிர வனது ஒளி மெல்ல அவரை நோக்கி நகர்ந்து வந்து கொண் டிருந்தது. அவரது முதுமையை வெளிச்சமாக்கி விடக்கூடிய ஒளி அது.

''முற்றிலும் உண்மை'' என்று கோலசவின் கருத்தை ஆமோதித்துப் பதில் கூறியபடி அவர் தமது படுக்கைக்குப் பக்கத்தில் சுவரில் இருந்த மின்சார மணியின் பொத்தானை அழுத்தினார்.

அந்த நேரத்தில் டாக்டர் அவரது இருக்கையிலிருந்து எழுந்து அந்த வீட்டைச் சேர்ந்த ஒருவரைப் போல் எதுவும் சொல்லாமலே அறையிலிருந்து வெளியே சென்றார். சோபியா வசீலியெவ்னா அவரைத் தமது பார்வையால் பின்தொடர்ந்த வாறு உரையாடிச் சென்றார்.

“ஃபிலீப், இந்தத் திரைச்சீலைகளை இழுத்து மூடு'' என்று அவரது மணியின் ஓசையைக் கேட்டு உள்ளே வந்த அந்தக் கண்ணுக்கு இனிய பணியாளிடம் சன்னலைச் சுட்டிக் காட்டிக் கூறினார் அவர்.

“நீங்கள் என்ன சொன்னாலும் அவரிடம் மாயாவாதம் இருக்கத்தான் செய்கிறது. மாயாவாதம் இல்லாமல் கவிதை இருக்க முடியாது'' என்றார். அதேபோது அவரது கரிய கண் களில் ஒன்று திரைச்சீலையை இழுத்துவிட்டுக் கொண்டிருந்த பணியாளின் அங்க அசைவுகளைக் கடுப்புடன் கவனித்தது.

“கவிதை இல்லாத மாயாவாதம் வெறும் மூடநம்பிக்கை யாகி விடும்; மாயாவாதம் இல்லாத கவிதை உரைநடையாகி விடும்” என்று தொடர்ந்து கூறித் துயரார்ந்த முறையில் புன்னகை புரிந்துகொண்ட கோமகளின் பார்வை திரைச் சீலையை இழுத்துக்கொண்டிருந்த பணியாளிடமிருந்து இன்னும் திரும்பவில்லை.

“ஃபிலீப், நான் சொன்னது அந்தத் திரைச்சீலையல்ல. பெரிய சன்னலில் இருப்பதைச் சொன்னேன்” – வாய் திறந்து இதைச் சொல்வதற்கு வேண்டிய முயற்சியை எடுக்க நேர்ந்தது குறித்துத் தம் மீது பரிதாபப்பட்டுக் கொள்பவரைப் போல் வேதனை வாய்ந்த குரலில் சோபியா வசீலியெவ்னா கூறினார். மனதைச் சாந்தப்படுத்திக் கொள்ளும்பொருட்டுக் கையை உயர்த்தி, மோதிரங்களையுடைய விரல்களுக்கிடையே புகைந்த வாசனை பெசிடோஸை வாயில் வைத்துக்கொண்டார்.

அகன்ற மார்பும் உறுதியான தசைகளுமுடைய கண்ணுக்கு இனிய ஃபிலீப் மன்னிப்பு கேட்பது போலச் சற்றே தலைகுனிந்து விட்டு, கெட்டியான கெண்டைத் தசைகளைக்கொண்ட வலுமிக்க கால்களை வேகமாய் எடுத்து வைத்துக் கம்பளித் தரையிலே ஓசையின்றி நடந்து பணிவுடன் இன்னொரு சன்னலி டம் சென்றான். பிறகு கோமகளைப் பார்த்தபடி ஒளிக்கதிர் ஒன்றேனும் அவர் மீது விழாதபடிக் கவனமாய்த் திரையை இழுக்க முற்பட்டான். ஆனால் மறுபடியும் அவன் தவறிழைத்து விடவே, கோமகள் மாயாவாதத்தைப் பற்றிய உரையாடலைத் திரும்பவும் நிறுத்திக் கொண்டு, எதையும் புரிந்துகொள்ளாத வனாய் இரக்கமற்றுத் தம்மைத் துன்புறுத்திய அந்தப் ஃபிலீப் பிடம் தவறைச் சரிசெய்யுமாறு சொல்ல வேண்டியதாயிற்று. கணப் பொழுதுக்குப் ஃபிலீப்பின் கண்களில் தீச்சுடர் பளிச்சிட்டது.

“நாசமாய்ப் போக! என்னதான் வேண்டும் உனக்கு?” என்பதாகவே அவன் தன்னுள் கூறியிருக்க வேண்டுமென நினைத்துக் கொண்டார். இந்தக் காட்சியைப் பார்த்தபடி அமர்ந்திருந்த நெஹ்லூதவ். ஆனால் வலுமிகுந்த, கண்ணுக்கு இனிய ஃபிலீப் கிளர்ச்சியை உடனே கட்டுப்படுத்திக்கொண்டு, பலமிழந்து தளர்ந்துபோய் முற்றும் போலியானவரான சோபியா வசீலியெவ்னாவின் கட்டளையை அமைதியுடன் நிறைவேற்ற முற்பட்டான்.

“டார்வினது போதனையில் உண்மை நிறையவே இருப்பது மெய்தான்” என்று சொல்லி, கோலசவ் தணிந்தமைந்த தமது நாற்காலியில் உடலைச் சாய்த்து நீட்டித் தூக்கக் கலக்கங் கொண்ட கண்களால் சோபியா வசீலியெவ்னாவை உற்று நோக்

கினார். "ஆனால் எல்லை மீறிச் சென்றுவிடுகிறார் அம்மனிதர், ஆமாம்" என்றார்.

"உங்கள் கருத்து என்ன? மரபியலில் உங்களுக்கு நம்பிக்கை உண்டா?" என்று நெஹ்லூதவின் பக்கம் பார்வையைத் திருப்பிக் கேட்டார் சோபியா வசீலியெவ்னா. நெஹ்லூதவ் வாயை மூடிக்கொண்டு அமர்ந்திருந்தது அவருக்குப் பிடிக்கவில்லை.

"மரபியலிலா?" என்று கேட்டு, "இல்லை, எனக்கு அதில் நம்பிக்கையில்லை" என்றார் அவர். அத்தருணத்தில் அவரது சிந்தனை எக்காரணத்தாலோ அவர் மனதில் உதித்தெழுந்த அதி விநோதக் கற்பனைகளால் ஈர்க்கப்பட்டிருந்தது. ஓவியர் சித்திரம் தீட்டுவதற்கு நல்ல மாதிரி உருவமாய் இருப்பதாக அவர் நினைத்த வலிவும் வனப்பும் மிக்க ஆணழகனான ஃபிலீப்புக்குப் பக்கத்தில் அவர் மனக்கண் முன்னால் தர்ப்பூசணியைப் போன்ற வயிறும் வழுக்கைத் தலையும் தசைப்புடைப்புகளின்றி அம்மிக் குழவி மாதிரி இருந்த கரங்களும் கொண்ட கோலசவின் அம்மண உருவம் தெரியக் கண்டார். அதேபோல் மங்கலான உருவரையில் சோபியா வசீலியெவ்னாவின் தோள்களும், தற்போது பட்டாலும் வெல்வெட்டாலும் மூடப்பட்டிருந்த அவை உண்மையில் எப்படி இருக்குமோ அதே வடிவில் தம் மனக்கண் முன்னால் காட்சியளிக்கக் கண்டார். இந்தக் கற்பனை மிகவும் பயங்கரமாய் இருக்கவே உடனே அதைத் தம் மனத்திலிருந்து விரட்டியடிக்க முயன்றார்.

சோபியா வசீலியெவ்னா தம் கண்களால் அவரை எடை போட்டுப் பார்த்தார்.

"நல்லது, உங்களுக்காக மிஸ்ஸி காத்துக்கொண்டிருப்பாள்" என்றார் அவர். "அவளிடம் போங்கள். ஷூமனின் புனைவு களில் புதிதாக ஒன்றை அவள் உங்களுக்கு வாசித்துக் காட்ட விரும்புகிறாள்... மிகவும் சுவையானது."

'அவள் ஒன்றும் வாசித்துக் காட்ட விரும்பவில்லை. ஏன்தான் எந்நேரமும் இப்படிப் பொய் பேசுகிறாரோ, தெரிய வில்லை' என்று நினைத்தபடி நெஹ்லூதவ் எழுந்து சோபியா வசீலியெவ்னாவின் மோதிரங்களையுடைய வெளிறிய பளிங்கு போன்ற, எலும்பு விரல்களைப் பிடித்து மெல்ல அழுத்தி விடை பெற்றுக்கொண்டார்.

வெளியே வரவேற்பறையில் அவரைச் சந்தித்ததும் கத்தரீனா அலிக்ஸேயிவ்னா அவருடன் பேச ஆரம்பித்தார்.

"சான்றாயரின் பணி உங்களைச் சோர்வடையச் செய்து விட்டதாக அல்லவா தெரிகிறது" என்று வழக்கம் போல் பிரெஞ்சு மொழியில் சொன்னார்.

“ஆம், என்னை மன்னிக்க வேண்டும். இன்று நான் மனம் சோர்ந்துவிட்டேன், ஏனையோரையும் நான் சோர்வடையச் செய்யக்கூடாது” என்றார் நெஹ்லூதவ்.

“மனச் சோர்வடையும்படி என்ன நடந்தது. சொல்லுங்கள்.”

“நீங்கள் தயவு செய்ய வேண்டும், அதைப் பற்றிச் சொல்லும் படிக் கேட்காதீர்கள்” என்று சொல்லி அவர் தமது தொப்பி எங்கிருக்கிறதென்று அங்கும் இங்கும் பார்த்தார்.

“எப்போதும் உண்மையே பேச வேண்டுமென்று சொல் வீர்களே, நினைவு இருக்கிறதா உங்களுக்கு? எவ்வளவு கசப்பான உண்மைகளை எல்லாம் எங்களுக்கு எடுத்துரைப்பீர்கள்! இப்போது ஏன் நீங்கள் ஒன்றும் சொல்லமாட்டேன் என்கி றீர்கள்? மிஸ்ஸி, உனக்கு ஞாபகம் இருக்கிறது அல்லவா?” என்று, அப்போது அங்கே வந்த மிஸ்ஸியைப் பார்த்துக் கேட்டார்.

“அப்போது நாம் விளையாடிக்கொண்டிருந்தோம், விளையாட்டின்போது உண்மையைச் சொல்லலாம்” என்று கருத்தார்ந்த முறையில் கூறினார் நெஹ்லூதவ். “ஆனால் மெய் யான வாழ்க்கையில் நாம் தீயவர்களாய் இருக்கிறோம், அதாவது நான் கெட்டவனாய் இருக்கிறேன், உண்மையை என்னால் ஒளிக் காமல் சொல்ல முடியவில்லை.”

“மாற்றித் திருத்தாதீர்கள், நாம் எதனால் இப்படித் தீயவர் களாக இருக்கிறோமென்று சொல்லுங்கள்” என்று. நெஹ்லூ தவின் கருத்தார்ந்த முகபாவத்தைக் கவனியாதவரைப் போல் கத்தரீனா அலிக்ஸேயிவ்னா தொடர்ந்து வேடிக்கையாகப் பேசினார்.

“மனச் சோர்வடைந்துவிட்டதாய் ஒத்துக்கொள்வதைப் போல் மோசமானது ஒன்றுமில்லை” என்றாள் மிஸ்ஸி. “என் மனத்துள் ஒருபோதும் நான் ஒத்துக்கொள்வதில்லை. ஆகவே எப்போதும் என்னால் உற்சாகமாய் இருக்க முடிகிறது. என்னுடன் வாருங்கள்–உங்களுடைய மனம் சரியில்லாத நிலையை இருக்கிற இடம் தெரியாமல் மறையச் செய்கிறேனா, இல்லையா பாருங்கள்.”

கடிவாளமும் சேணமும் இடப்படுவதற்காகத் தட்டிக் கொடுக்கப்படும் குதிரைக்கு எப்படி இருக்குமோ, அதேபோலவே இருந்தது நெஹ்லூதவுக்கு. சுமை இழுத்துச் செல்ல இன்றுபோல் என்றுமே அவர் இப்படி விருப்பம் சிறிதும் இல்லாதவராக இருந்ததில்லை. தம்மை மன்னிக்க வேண்டும், தாம் வீட்டுக்குத் திரும்பியாக வேண்டும் என்று சொல்லி அவர் விடை பெற்றுக்கொள்ள முற்பட்டார். வழக்கத்தைவிட அதிகமான நேரம் மிஸ்ஸி அவர் கையை விடாமல் பிடித்திருந்தாள்.

"உங்களுக்கு முக்கியமானது உங்களுக்கு வேண்டியவர் களுக்கும் முக்கியமானதாகும் என்பதை நீங்கள் மறக்கலாகாது" என்றாள் அவள். "நாளைக்கு வருவீர்கள் அல்லவா?"

"சந்தேகம்தான்" என்று பதிலளித்தார் நெஹ்லூதவ். அவர் வெட்கப்பட்டுக்கொண்டார்–தமக்காகவா, அவளுக்காகவா என்பது அவருக்கே விளங்கவில்லை. முகம் சிவந்துபோய் அவசரமாய் அங்கிருந்து போய்ச் சேர்ந்தார்.

"என்ன நடந்திருக்கும், தெரியவில்லையே, எனது ஆவலைத் தூண்டுவதாக இருக்கிறதே" என்றார் கத்தரீனா அலிக்ஸேயிவ்னா. "இதை நான் கண்டுபிடித்தாக வேண்டும். ஏதாவது ஏமாற்றம் அளித்த காதல் விவகாரம் ஆகவே இருக்கும். நமது அருமை மீத்யா, மனம் புண்பட்டுப் போயிருக்கிறார்."

''ஆபாசமான காதல் விவகாரமாகவே இருக்கும்'' என்று சொல்லப்போன மிஸ்ஸி அதைச் சொல்லாமல், ஒளியை அறவே இழந்துவிட்ட முகத்துடன், முன்பு நெஹ்லூதவை உற்றுநோக்கிய அம்முகத்திலிருந்து முற்றிலும் மாறான ஒரு முகத்துடன், தன்னெதிரே வெறிக்கப் பார்த்தாள். அவள் சொல்ல வாயெடுத்த அந்த அசிங்கமான சிலேடையை கத்தரீனா அலிக்ஸேயிவ்னா விடங்கூடச் சொல்ல முடியாமல், "நல்ல நாளும் கெட்ட நாளும் எல்லாருக்கும்தான் உண்டு" என்று கூறினாள்.

"இப்படியுமா நடைபெறும்? வெறும் ஏமாற்றுதானா?" என்று அவள் தன்னைத்தானே கேட்டுக்கொண்டாள். "இவ்வளவுக்கும் பிற்பாடு இப்படியுங்கூடவா செய்வார்? இவருக்கு அது அடுக்குமா?"

மிஸ்ஸி "இவ்வளவுக்கும் பிற்பாடு" என்று எவற்றைக் குறிப் பிட்டாள் என்று கேட்டிருந்தால், அவளால் திட்டவட்டமாக எதையும் சொல்லியிருக்க முடியாது. ஆயினும் அவர் தனது நம்பிக்கையை வளரச் செய்ததோடன்றி, அனேகமாய் வாக்கும் தந்திருந்தார் என்பதாகவே அவள் நினைத்துக்கொண்டிருந்தாள். கண்ணொடு கண் நடத்தும் உரையாடலையும் புன்னகையையும் மறைமுகக் குறிப்புகளையும் மௌனத்தையும் தவிர இருவருக்குமிடையே திட்டவட்டமான பேச்சுகள் நடைபெற வில்லை என்றாலும், அவரை அவள் தனக்கு உரியவராகவே கருதி வந்தாள். இப்போது அவரை இழப்பதெனில் அது அவளுக்கு மிகவும் கடினமாகவே இருக்கும்.

28

"வெட்கக்கேடு, வயிற்றைப் புரட்டுகிறது – வயிற்றைப் புரட்டுகிறது. வெட்கக்கேடு!" என்று திரும்பத் திரும்பத் தம்முள் கூறிக்கொண்டார். தாம் நன்கறிந்த தெருக்கள் வழியே வீட்டை

நோக்கி நடந்த நெஹ்லூதவ். மிஸ்ஸியுடன் பேசிய போது அவரை வருத்திய அந்த மனச்சோர்வு அவரை விட்டு அகலவில்லை. முறைப்படிப் பார்ப்பதெனில், தாம் ஒன்றும் அவளுக்குத் தவறிழைத்து விடவில்லை என்பதாகவே அவருக்குப் பட்டது. ஏனெனில் அவளுக்கு உறுதிமொழி தந்ததாகக் கருதக் கூடிய முறையில் அவளிடம் அவர் எதுவும் சொல்லி விடவில்லை. அவளுக்கு அவர் வாக்களித்து விடவில்லை. ஆயினும் உண்மை யில் அவளுக்கு உறுதிமொழி தந்ததற்கு ஒப்பான முறையில்தான் நடந்துகொண்டோம் என்பதை, அவளது நம்பிக்கையை வளரச் செய்து வந்தோம் என்பதை அவர் உணர்ந்திருந்தார். ஆனால் தாம் அவளை மணந்துகொள்ள முடியாதென்பதை இன்று அவரது முழு உள்ளமும் அவருக்கு உணர்த்திற்று.

"வெட்கக்கேடு, வயிற்றைப் புரட்டுகிறது - வயிற்றைப் புரட்டுகிறது. வெட்கக்கேடு!" என்று தமக்குத் தாமே திரும்பவும் அவர் கூறிக் கொண்டார்; மிஸ்ஸியுடன் தமக்கிருந்த உறவை மட்டுமன்றித் தம்மைப் பற்றிய எல்லாவற்றையும் நினைத்து இவ்வாறு அவர் தம்முள் கூறிக்கொண்டார். தமது வீட்டின் வாயில் முகப்புக்குள் அடியெடுத்து வைத்த அவர் "யாவும் வயிற்றைப் புரட்டுவதாய், வெட்கக் கேடாய் இருக்கிறது" என்று தம்முள் முணுமுணுத்துக்கொண்டார்.

"நான் இரவு சாப்பாடு சாப்பிடப் போவதில்லை" என்று அவரைப் பின்தொடர்ந்து சாப்பாட்டு அறைக்குள் வந்த கர்னே யிடம் சொன்னார். சாப்பாட்டு அறையில் சாப்பாட்டுக்காகவும் தேநீர் அருந்துவதற்காகவும் மேசை மீது தட்டுகளும் பிறவும் எடுத்து வைக்கப்பட்டிருந்தன. "நீ போகலாம்" என்றார் அவர்.

"இதோ" என்றான் கர்னேய், ஆனால் அவன் அங்கிருந்து போகவில்லை, மேசையில் இருந்தவற்றை எடுத்து உள்ளே வைக்க ஆரம்பித்தான். நெஹ்லூதவ் அவனைக் கடுப்புடன் உற்றுப் பார்த்தார். அவர் தனியே இருக்க விரும்பினார், ஆனால் வேண்டுமென்றே எல்லாரும் தம்மை உபத்திரவம் செய்வதாக அவர் நினைத்தார். சாப்பாட்டுச் சாமான்களை எடுத்துக் கொண்டு கர்னேய் அங்கிருந்து போய்ச் சேர்ந்ததும், நெஹ்லூதவ் சமவாரிடம் சென்று தமக்குக் கொஞ்சம் தேநீர் கலந்துகொள்ளப் போனார். ஆனால் அக்ரஃபேனா பெத்ரோவ்னாவின் காலடி ஓசை கேட்கவே, அவள் கண்ணில் படக்கூடாதென்று அவசர மாய் அவர் வரவேற்பு அறைக்குச் சென்று கதவை இழுத்து மூடிக்கொண்டார். மூன்று மாதங்களுக்கு முன்பு அவரது தாய் இதே அறையில்தான் இறுதி எய்தினார். இப்போது இந்த அறையில் எதிரடிப்பிகளுடன் கூடிய இரு விளக்குகள் எரிந்து, ஒன்று அவரது தந்தையின் உருவப் படத்தின் மீதும் மற்றொன்று

அவரது தாயின் உருவப் படத்தின் மீதும் ஒளி வீசிக்கொண்டிருந்தன. இந்த அறைக்குள் நுழைந்ததும் நெஹ்லூதவ் தமது தாயின் கடைசி நாட்களின்போது அவருடன் தமக்கிருந்த உறவை நினைத்துக்கொண்டார். இந்த உறவு இயற்கைக்கு ஒவ்வாததாய், அருவருக்கத்தக்கதாய் இருந்ததாக இப்போது அவருக்குத் தோன்றியது. இதுவும் வயிற்றைப் புரட்டுவதாய், வெட்கக்கேடாய் இருந்ததெனத் தம்முள் கூறிக் கொண்டார். நோய்ப் படுக்கையிலிருந்த தாயின் கடைசி நாட்களின்போது, அவர் இறந்து விடுவதுதான் நல்லதென நினைத்தது அவர் நினைவுக்கு வந்தது. தாயின் நன்மையை உத்தேசித்தே, துன்பத்திலிருந்து அவர் சீக்கிரமாக விடுபட வேண்டுமென்றே தாம் இப்படி விரும்பியதாக அப்போது அவர் தம்முள் கூறிக் கொண்டார். ஆனால் உண்மையில் தாயின் துன்பத்தைக் காண வேண்டியிருந்த நிலைமையிலிருந்து தாம் விடுபட வேண்டுமென்றே அவர் விரும்பினார்.

தாயைப் பற்றிய இனிய நினைவினை ஞாபகத்துக்குக் கொண்டுவர விரும்பி அவர் தமது தாயின் உருவப் படத்தின் முன்னால் சென்று அதைப் பார்வையிட்டார். பெயர் பெற்ற ஓவியர் ஒருவர் ஐந்து ஆயிரம் ரூபிள்களுக்குத் தீட்டித் தந்த படம் அது. நெஞ்சு தெரியும்படித் தணிந்தமைந்த கறுப்பு வெல்வெட் ஆடையில் தாயின் உருவம் தீட்டப்பட்டிருந்தது. மார்பகங்களின் உருவரையையும், அவற்றுக்கு இடைப்பட்ட குழிவையும், கண்ணைப் பறிக்கும் எழிலுருவாகப் பளிச்சிட்ட தோள்களையும் கழுத்தையும் சித்திரிப்பதற்கு ஓவியர் அரும்பெரும் முயற்சி எடுத்திருந்தது தெளிவாகத் தெரிந்தது. இவை எல்லாம் வெட்கக்கேடாய், வயிற்றைப் புரட்டுவதாய் இருந்தன. அவரது தாய் இப்படி அரை நிர்வாண எழில் நங்கையாய் இருப்பதாகக் காட்டிய இந்த ஓவியத்தில் அருவருக்கத் தக்கதாகவும் அபாண்டமாகவும் ஏதோ இருக்கக் கண்டார். இதே அறையில் இதே மாது மூன்று மாதங்களுக்கு முன்பு வற்றிப் போய் உலர்ந்த சடலமாகப் படுத்துக் கிடந்ததையும், சகிக்க முடியாத கெட்ட வீச்சத்தை இந்த அறையினுள் மட்டுமின்றி இந்த வீடு முழுதும் பரவச் செய்ததையும், எதனாலும் இந்த வீச்சத்தை மூழ்கடிக்க முடியாமற் போனதையும் நினைத்தபோது மேலும் பன்மடங்கு அருவருப்பு உண்டாகியது. இப்போதுங்கூட அந்த வீச்சம் தம் மூக்கில் ஏறுவதாக நினைத்தார் அவர். இறப்பதற்குச் சில நாட்கள் முன்னதாய் நிறமிழந்து மங்கி விட்ட எலும்பு விரல்களால் அவர் தாய் அவரது கையைப் பிடித்து அழுத்திக்கொண்டு அவர் கண்களினுள் பார்த்தபடி, “மீத்யா,

நான் செய்ய வேண்டியதைச் செய்யத் தவறியிருந்தால், அதைக் குற்றமாய்க் கருதித் தீர்ப்பளிக்காதே” என்று முனகியதையும், வேதனையால் மங்கியிருந்த தாயின் கண்களில் கண்ணீர் ததும்பி யதையும் நினைத்துப் பார்த்தார். நேர்த்தியான சலவைக்கல் தோள்களும் கரங்களும் கொண்டு, உதடுகளில் வெற்றிப் புன்னகையுடன் காட்சி தந்த அரை நிர்வாண மங்கையை மீண்டும் பார்த்தபடி, “வயிற்றைத்தான் புரட்டுகிறது!” என்று தம்முள் கூறிக்கொண்டார். உருவப் படத்தில் அம்மணமாகத் தெரிந்த நெஞ்சைப் பார்த்ததும், சில நாட்களுக்கு முன்பு இதே போல் அம்மண நெஞ்சுடன் தம் முன்னால் நின்ற இன்னொரு இளம் நங்கை அவர் நினைவுக்கு வந்தாள். மிஸ்ஸிதான் அவள். நடன ஆடையணிந்திருந்த தன்னை நெஹ்லூதவ் காணும்படி வைக்க வேண்டுமென்று ஏதோ போலிக் காரணத்தைத் தேடிப் பிடித்து அந்திப்பொழுதில் அவரைத் தன்னிடம் வரச் செய்திருந் தாள். அவளது அழகான தோள்களையும் கரங்களையும் இப் போது நினைத்தபோது அவருக்கு அருவருப்பாய் இருந்தது. விலங்கு சுபாவம் கொண்ட அவளது முரட்டுத் தந்தையையும் அவரது கடந்த காலத்தையும் அவரது கொடுஞ்செயல்களையும் மிஸ்ஸியின் தாயினுடைய தந்திர முறைகளையும் அவரைப் பற்றி அடிபட்ட பேச்சுகளையும் நினைத்தபோதும் அவருக்கு அருவருப் பாகவே இருந்தது. இவை யாவும் வெறுக்கத் தக்கனவாய், வெட்கித் தலைகுனியச் செய்வனவாய் இருந்தன. “வெட்கக் கேடு, வயிற்றைப் புரட்டுகிறது – வயிற்றைப் புரட்டுகிறது, வெட்கக் கேடு!” என்று திரும்பவும் தம்முள் கூறிக்கொண்டார்.

“முடியாது. முடியாது! சுதந்திரம் பெற வேண்டும் நான் – கர்ச்சாகின் குடும்பத்தாருடனும் மரீயா வசீலியெவ்னாவுடனும் உள்ள பொய்யான உறவுகளிலிருந்தும் மரபுரிமையாக வந்த சொத்துகளிலிருந்தும் இன்ன பிறவற்றிலிருந்தும் சுதந்திரம் பெற வேண்டும்!.. சுதந்திர மனிதனாய், உள்ளத்தில் உறுத்தலின்றி மூச்சு விட முடிந்தால் எவ்வளவு நன்றாயிருக்கும்! வெளி நாட்டுக்கு, ரோமுக்குச் சென்று எனது ஓவிய வேலையில் இறங்கி னால் என்ன?..” தமது ஓவியக் கலைத் திறனில் அவருக்கிருந்த சந்தேகங்கள் நினைவுக்கு வந்தன. “சரி, போகட்டும் நிம்மதியாக மூச்சு விட முடிந்தால் போதுமே. முதலில் கான்ஸ்டான்டிநோபிள், பிறகு ரோம். இந்தச் சான்றாயத்து வேலையை முடித்தாக வேண் டும், வழக்கறிஞருடன் பேசி ஏற்பாடு செய்தாக வேண்டும்.”

பிறகு திடுமென அவர் மனக்கண் முன்னால் சற்றே ஓரப் பார்வை கொண்ட கரிய விழிகளையுடைய அந்தக் கைதியின் உருவம் தெள்ளத் தெளிவாய்த் தெரியக் கண்டார்.

கைதிகள் கடைசியாகக் கூற விரும்பியதைக் கூறும்படி அழைக்கப்பட்ட போது எப்படி அவள் விக்கி அழுதாள் என்பது அவருக்கு நினைவு வந்தது. கையிலிருந்த சிகரெட்டை அவசரமாய்ப் படிகலத்தில் வைத்தழுத்தி அணைத்துவிட்டுப் புதிதாக ஒன்றைப் பற்றவைத்துக் கொண்டு அறையில் மேலும் கீழுமாய் நடக்கலானார். அவளுடன் முன்பு அவர் கழித்த தருணங்கள் யாவும் ஒவ்வொன்றாய் அவர் மனத்துள் உயிர் பெற்றெழுந்தன. கடைசித் தரம் அவளைச் சந்தித்ததையும் அவரை ஆட்கொண்டுவிட்ட விலங்கினத் தன்மையதான வெறியையும் இந்த வெறி திருப்தியடைந்ததும் ஏற்பட்ட ஏமாற்றத்தையும் நினைத்துக் கொண்டார். அவள் அணிந்திருந்த வெண்ணிற ஆடையும் நீலப் பட்டிகையும் ஈஸ்டர் பிரார்த்தனையும் நினைவுக்கு வந்தன. "ஆம், அவளை நான் காதலித்தேன், தூய்மையான நல்ல உள்ளத்துடன் அன்று இரவு மெய்யாகவே அவளைக் காதலித்தேன்; அதற்கு முன்புங்கூட அவளை நான் காதலித்து வந்தேன்; ஆம், முதல் முறை அத்தைகளது வீட்டில் தங்கியிருந்தேனே, எனது ஆய்வுரையை எழுதிக்கொண்டி ருந்தேனே அப்போதே அவள் மீது காதல் கொண்டுவிட்டேன்!" அப்போது எப்படிப்பட்டவராக இருந்தோம் என்பது அவர் நினைவுக்கு வந்தது. புதுமை குலையாத அந்த மலர்ச்சியையும் இளமையையும் நிறைவான வாழ்வையும் நினைத்ததும் அவருக்கு உள்ளம் சிலிர்த்தது, பொறுக்க முடியாத துயரம் அவருள் பீறிட்டெழுந்தது.

அவரது அன்றைய நிலைக்கும் இன்றைய நிலைக்கும் இருந்த வேறுபாடு மிகப் பெரியது: அன்று இரவு கோயிலுக்கு வந்திருந்த கத்யூஷாவுக்கும், பிறகு வணிகருடன் கூடி வெறியாட்டம் நடத்தியவளும் இன்று காலை அவர்களால் குற்றத் தீர்ப்பு அளிக்கப்பட்டவளுமான அந்த விபசாரிக்கும் இருந்ததைவிட எவ்விதத்திலும் குறையாத வேறுபாடு அது. அன்று அவர் எதற்கும் அஞ்சாத சுதந்திர மனிதராய் இருந்தார், வளர்ச்சி வாய்ப்புகள் எல்லையின்றி அவர் எதிரே விரிந் திருந்தன; ஆனால் இன்று அவர் அசட்டுத்தனமான, அர்த்த மற்ற, இலட்சிய நோக்கில்லா, அற்பமான ஒரு வாழ்க்கையின் வலைக்குள் தாம் சிக்கிக்கொண்டு இதிலிருந்து விடுபடும் வழியை அறியாதவராகவும் விடுபட வேண்டுமென்ற விருப்பங்கூட அதிகமில்லாதவராகவும் இருப்பதை உணர்ந்தார். முன்னொரு காலத்தில் எப்படித் தமது நேர்மை குறித்துப் பெருமைப்பட்டுக் கொண்டோம், எப்போதும் உண்மையே பேசுவதெனத் தமக்கு விதி வகுத்துக்கொண்டு மெய்யாகவே உண்மை பேசியும்

வந்தோம். இப்போது எப்படிப் பொய்களிலேயே மூழ்கிப் போய் விட்டோம் என்பதை நினைத்துப் பார்த்தார். ஆம், பயங்கரமான பொய்களில் மூழ்கிக் கிடந்தார், ஆனால் அவரைச் சுற்றிலும் இருந்தோர் இந்தப் பொய்களை உண்மைகளாக ஏற்றுக் கொண்டார்கள். இந்தப் பொய்களிலிருந்து விடுபட்டு வெளிவருவதற்கு அவருக்கு வழி ஏதும் இருப்பதாகத் தெரியவில்லை. சாக்கடைக் கும்பியில் அவர் மூழ்கிக் கிடந்தார். இந்தக் கும்பிக்குத் தம்மைப் பழக்கப்படுத்திக்கொண்டு இதில் திளைத்து மகிழவும் செய்தார்.

மரீயா வசீலியெவ்னாவுடனும் அவள் கணவருடனும் அவர் தமது உறவுகளைத் துண்டித்துக்கொண்டு, வெட்கமின்றி அந்த மனிதரையும் அவரது குழந்தைகளையும் நிமிர்ந்து பார்க்கக் கூடியவராவது எப்படி? பொய் சொல்லாமல் மிஸ்ஸியுடனான உறவிலிருந்து அவர் விடுபட்டு விலகுவது எப்படி? நிலத்தில் தனியார் உடைமை நிலவுவது நியாயமல்ல என்பதை அவர் ஏற்றுக் கொள்வதற்கும் தாயிடமிருந்து மரபு வழியில் அவருக்குக் கிடைத்த நிலங்களை அவர் கைவிடாமல் தம்மிடமே வைத்துக் கொள்வதற்கும் இடையிலுள்ள முரண்பாட்டிலிருந்து தப்புவது எங்ஙனம்? கத்யூஷாவுக்குக் கேடு விளைவித்த பாபத்திலிருந்து அவர் விமோசனம் பெறுவதற்கு என்ன வழி? இந்த விவகாரத்தை இத்துடன் முடித்துக்கொண்டு விடலாமென நினைப்பது சரியல்ல. "நான் காதலித்த ஒரு பெண்ணைத் துறந்து விட்டு ஓடுவது சரியல்ல; சைபீரியக் கடின உழைப்புத் தண்டனையிலிருந்து அவளைக் காப்பாற்றுவதற்காக வழக்கறிஞருக்குப் பணம் தந்தால் போதுமென நினைக்கலாகாது. பணத்தைத் தந்து பாப விமோசனம் பெற முடியுமா? அப்படி நினைத்துத் தானே முன்பு அவளுக்குப் பணம் தந்தேன்?"

நடைவழியில் அவளை நிற்கச் செய்து பணத்தை அவளது அங்கியினுள் செருகி விட்டு அவளிடமிருந்து அவர் ஓடிச் சென்ற அந்தத் தருணம் இப்போது தெளிவாக அவர் கண்ணெதிரே தெரிந்தது. "ஐயோ, பணமல்லவா தந்தேன்!" முன்பு அவர் அனுபவித்த அந்தப் பயங்கர வேதனையும் அருவருப்பும் திரும்பவும் இப்போது அவருக்கு உண்டாயின. "ஐயோ! கேவலம்! வெட்கக்கேடு!" முன்பு போலவே இப்போதும் பலக்கக் கூறிக்கொண்டார். "அயோக்கியனையும் கயவனையும் தவிர வேறு எவனும் செய்யக் கூடிய காரியமா இது? அந்தக் கயவன் நானேதான், அந்த அயோக்கியன் நானே தான்!" என்று பலக்கக் கூறிச் சென்றார். "இப்படியுமா இருக்கும்?" – நடையை நிறுத்திக் கொண்டு அசையாமல் நின்றார் – "மெய்யாகவே அயோக்கியன் தானா? ஆம், அயோக்கியனேதான் நீ" என்று

லியோ டால்ஸ்டாய் ❖ 163

அவர் தமக்குத் தாமே பதிலளித்துக் கொண்டார். "நீ செய்தது இது மட்டும் தானா?" என்று தொடர்ந்து தாமே தம் மீது குற்றம் சாட்டிச் சென்றார். "மரீயா வசீலியெவ்னாவுடனும் அவள் கணவருடனும் இழிவான, மானக்கேடான முறையில் நடந்து கொள்ளவில்லையா நீ? சொத்து குறித்து நீ அனுசரிக்கும் போக்கு என்ன? உனக்கு உரியதெனக் கருத எந்த நியாயமும் இல்லையென நீயே கருதும் செல்வத்தை, உன் தாய் உனக்கு விட்டுச் சென்றதென்று கூறிக் கொண்டு செலவு செய்கிறாயே, அது நேர்மையாகுமா? உனது வாழ்க்கையே வெறுக்கத்தக்கதான சோம்பேறி வாழ்க்கை இல்லையா? யாவற்றுக்கும் மகுடம் வைத்தாற்போல் அல்லவா அமைகிறது. கத்யூஷாவுடன் நீ நடந்து கொண்ட முறை?.. நான் கயவன் தான், அயோக்கியன்தான்! ஏனையோர் என்னைப் பற்றி எப்படி வேண்டுமானாலும் தீர்ப்புக் கூறிக் கொள்ளட்டும், இவர்களை என்னால் ஏமாற்ற முடியும், ஆனால் என்னையே நான் ஏமாற்றிக் கொண்டு விட முடியாது."

திடுமென இப்போது அவருக்குப் புரிந்தது: சிறிது காலமாய் ஏனையோர் மீது அவருக்கு ஏற்பட்டு வந்த துவேஷம், முக்கியமாய் இன்று அவருக்கு ஏனையோர் மீது – முதியவர் கர்ச்சாகின், சோபியா வசீலியெவ்னா, மிஸ்ஸி, கர்னேய் இப்படி எல்லார் மீதும் –ஏற்பட்ட துவேஷம் உண்மையில் தம் மீதே அவருக்கு உண்டான துவேஷமே ஆகுமென்பது புரிந்தது. இதில் வியக்கத்தக்கதாய் இருந்தது என்னவெனில், அவரே அவரது இழிநிலையை இப்படி உணர்ந்து ஏற்றுக் கொண்டதானது, வேதனைக்குரியதாக இருப்பினும் அவர் மனத்துக்கு அதே போது மகிழ்ச்சியும் அமைதியும் அளித்தது.

நெஹ்லூதவ் தமது வாழ்வில், "ஆன்மாவைச் சுத்தம் செய்தல்" என்பதாக அவர் பெயரிட்டிருந்த ஒரு வேலையைப் பல தரம் செய்திருந்தார். அகவாழ்வானது நீண்டகாலமாய் மந்தமடைந்து அதன் செயற்பாடு அறவே நின்றுவிடும்படியான நிலையை எய்தியதும், அவர் தமது ஆன்மாவினுள் குவிந்து இப்படி ஆன்மச் செயற்பாட்டைத் தடுத்து நிறுத்தும் குப்பைக் கூளங்களை அள்ளியெறிய முற்பட வேண்டுமென மனத்துள் முடிவு செய்துகொண்டு மேற்கொள்ளும் முயற்சிகளுக்கு "ஆன்மாவைச் சுத்தம் செய்தல்" என்று பெயரிட்டிருந்தார்.

இம்மாதிரியான விழிப்பு ஏற்பட்டதும் நெஹ்லூதவ் தமக்குச் சில விதிகளை வகுத்துக்கொண்டு இனி எந்நாளும் தவறாமல் இவ்விதிகளைக் கடைப்பிடிப்பதென்று கூறிக் கொள்வார். நாட்குறிப்பு எழுதி வைத்துக்கொண்டு புதிய வாழ்வு தொடங்குவார். இந்தப் புதிய வாழ்வு இனி ஒரு போதும் தடம்

புரளாமல் செல்லுமென்று நம்பிக்கையுடன் கூறிக் கொள்வார். "புதிய பக்கத்தைத் திருப்புதல். அதாவது புதிய வாழ்வு ஆரம்பித்தல்." என்பதாக தம்முள் சொல்லிக் கொள்வார். ஆனால் ஒவ்வொரு தரமும் உலகின் கவர்ச்சிகளால் மயக்குண்டு சிக்கிக் கொள்வார். தம்மையும் அறியாமல் மீண்டும் வீழ்ச்சி யுறுவார், அடிக்கடி முன்னிலும் கீழ் நிலைக்கும் சரிந்து விடுவார்.

வாழ்க்கையில் பல தரம் இவ்வாறு அவர் தம்மைச் சுத்தப்படுத்தி உயர்த்திக்கொண்டது உண்டு. அவர் தமது அத்தை களது வீட்டில் தங்கியிருந்த அந்தக் கோடையின்போது முதல் முறையாக இவ்வாறு செய்துகொண்டார். அந்தத் துயிலெழுச்சி மிகுந்த உயிரூட்டமும் ஆர்வமும் வாய்ந்ததாக இருந்தது. அதன் பலன்கள் அதிக காலத்துக்கு நீடித்தன. பிறகு குடிமையியல் பணியை விட்டு யுத்த காலத்தில் உயிர்த் தியாகம் புரியத் தயாராய் அவர் இராணுவ சேவைக்குச் சென்றபோது இன் னொரு துயிலெழுச்சி ஏற்பட்டது. ஆனால் இப்போது சீர்கேடு நிகழ்ச்சிப் போக்கு மிகவும் துரிதமாகவே ஆரம்பித்து விட்டது. பிறகு அவர் சேனையை விட்டு விலகி ஓவியப் பயிற்சிக்காக வெளிநாடு சென்றபோது மறுபடியும் துயிலெழுச்சி ஏற்பட்டது.

அதிலிருந்து இது நாள் வரை நீண்டதொரு காலமாக அவர் தம்மைச் சுத்தம் செய்து கொள்ளவில்லை. ஆகவே எக்காலத்தி லும் இல்லாத அளவுக்கு இப்போது அவர் அழுக்கடைந்து போயிருந்தார். அவரது மனச்சான்று கோரியதற்கும் அவர் வாழ்ந்த வாழ்க்கைக்குமிடையே ஒவ்வாமை என்றையும் விட அதிகமாகியிருந்தது. இரண்டுக்குமிடையே ஏற்பட்டிருந்த வேற்றுமையைக் கண்டதும் அவர் கதி கலங்கிப் போனார்.

இந்த வேற்றுமை அவ்வளவு பெரிதாகவும் சீர்கேடு அவ்வளவு கடுமையாகவும் இருக்கவே, இனித் தம்மைச் சுத்தம் செய்துகொள்வது சாத்தியமா என்பது குறித்தே முதலில் அவருக்குச் சந்தேகம் எழுந்தது. அவரை மயங்கச் செய்து தடம் புரள வைக்க முயன்ற குரல் ஒன்று அவர் மனத்துள் ஒலித்தது: "உன்னைத் திருத்திக் கொள்ளவும் நல்லவனாவதற்கும் முன்பே நீ முயன்று பார்த்துப் பயன் ஏதும் இல்லாமற் போக வில்லையா?" என்று கேட்டது அந்தக் குரல். "திரும்பவும் முயன்று பார்த்து என்ன பயன்? இப்படி இருப்பது நீ மட்டுமல்ல, எல்லாரும் இப்படித்தானே இருக்கிறார்கள், வாழ்க்கையே இப்படித்தானே இருக்கிறது" என்று அது மெல்லக் கூறியது. ஆனால் சுதந்திரமான ஜீவ ஆத்மா – அது ஒன்று மட்டுமே மெய்யானது, சக்தி மிக்கது. நித்தியமானது – ஏற்கெனவே அவருள் விழித்தெழுந்து விட்டது. அதை அவரால் நம்பாமல் இருக்க முடியவில்லை. உண்மையில் அவர்

இருந்ததற்கும் அவர் இருக்க விரும்பியதற்கும் இடையிலான அகழி மிகப் பெரிதாகவே இருப்பினும், விழித்தெழுந்து விட்ட ஜீவ ஆத்மாவுக்கு இயலாதது ஏதும் இல்லை.

"என்ன நேர்வதாயினும் சரி, என்னை இறுகப் பிணைத் திருக்கும் இந்தப் பொய்மையைத் தகர்த்தெறிவேன், உண்மையை முழுமையாக ஏற்றுக்கொள்வேன், எல்லாரிடத்தும் உண்மையே பேசுவேன், உண்மையானதையே செய்வேன்" என்று தீர்மான மாகவும் பலமாகவும் தம்முள் கூறிக்கொண்டார். "மிஸ்ஸியிடம் உண்மையைச் சொல்வேன். நான் ஒழுக்கங்கெட்டவன், அவளை நான் மணந்து கொள்வதற்கில்லை, வீணில் அவளுக்குத் தொல்லை உண்டாக்கினேன் என்று சொல்வேன். மரீயா வசீலியெவ்னாவிடம் (பிரபுக் குல முதல்வரின் மனைவி) கூறுவேன்; இல்லை, அவளிடம் கூறுவதால் ஒன்றுமில்லை. அவளது கணவரிடம் கூறுவேன். நான் ஒரு எத்தன், அவரை ஏமாற்றி வந்துள்ளவன் என்று கூறுவேன். மரபு வழியில் எனக்குக் கிடைத்திருக்கும் சொத்துகள் குறித்து உண்மையை அங்கீகரித்துச் செய்ய வேண்டியதைச் செய்து முடிப்பேன். அவளிடம் சொல்வேன், கத்யூஷாவிடம் சொல்வேன்–நான் ஒரு அயோக்கியன், அவளுக்குப் பெருங்கேடு புரிந்த பாவி, அவளது துயரைத் துடைக்க அனைத்தும் செய்வேனெனச் சொல்வேன். ஆம், அவளைப் போய்ப் பார்ப்பேன், என்னை மன்னிக்கும்படி அவளிடம் வேண்டுவேன். ஆம், மன்னிக்க வேண்டுமெனச் சிறுபிள்ளையைப் போல் மன்றாடிக் கேட்பேன்." சிறிது நேரம் சும்மாயிருந்துவிட்டு, மேலும் கூறிக்கொண்டார்: "அவசியம் ஏற்படின் அவளை மணம் புரிந்துகொள்வேன்."

மீண்டும் சற்று நேரம் சும்மாயிருந்தார். சிறுபிள்ளையாக இருந்த காலத்தில் செய்தது போல் மார்பின் மேல் கைகளைக் கட்டிக்கொண்டு, கண்களை உயர்த்தி, யாரையோ பார்த்துச் சொல்வது போல் கூறினார்:

"தெய்வமே, எனக்குத் துணை புரி, எனக்குப் போதனை செய், என்னுள் எழுந்தருளி இந்த அழுக்கு அனைத்தையும் அகற்றி என்னைப் பரிசுத்தமாக்கு!"

ஆண்டவனை வேண்டிக்கொண்டார், தமக்குத் துணை புரியும்படிக் கேட்டுக்கொண்டார், தம்முள் எழுந்தருளித் தம்மைத் தூய்மையாக்குமாறு வேண்டினார். ஆனால் அவர் வேண்டியது ஏற்கெனவே அவருள் நடந்தேறியிருந்தது. அவருள் கோயில் கொண்டிருந்த ஆண்டவன் அவரது உணர்வில் எழுந்தருளி யிருந்தான். ஆண்டவனுடன் தாம் ஒன்றித்து விட்டதை அவர் உணர்ந்தார், ஆகவே சுதந்திரமும் விறு விறுப்பும் வாழ்வின்

இன்பமும் மட்டுமின்றி நேர்மையின் வல்லமை அனைத்தும் தம்மிடத்தே நிறைந்திருந்ததை உணர்ந்தார். மனிதனால் மட்டுமே செய்யவல்ல உன்னத காரியங்களை எல்லாம் இப்போது தம்மால் செய்ய முடியுமென்பதை உணர்ந்தார்.

இவற்றை அவர் தம்முள் கூறிக்கொண்டிருந்தபோது அவர் கண்களில் கண்ணீர் துளிர்த்துவிட்டது – நல்லதும் கெட்டது மான கண்ணீர்: இத்தனை ஆண்டுகளாக உறக்கத்தில் ஆழ்ந் திருந்த ஜீவ ஆத்மா இப்போது விழித்தெழுந்து விட்டதைக் குறித்த கண்ணீராதலால் நல்லது; அவர் தம்மை நினைத்து, தமது நற்குணத்தை நினைத்து மனம் நெகிழ்ந்து உகுத்த கண்ணீராதலால் கெட்டது.

அவருக்கு உடலை அனத்தியது, சன்னலிடம் சென்று சன்னல் கதவுகளைத் திறந்தார். தோட்டத்துக்கு எதிரே அமைந்த சன்னல் அது. இரவு, நிலாவொளியுடன் அமைதியாகவும் மாசற்றதாகவும் இருந்தது. தெருவிலே வண்டிச் சக்கரங்கள் உருண்டோடும் சப்தம் கேட்டது, பிறகு எங்கும் ஒரே நிசப்தமாகி விட்டது. இலையின்றி உயரமாய் நின்ற நெட்டிலிங்க மரத்தின் கிளைகளது நிழல் சன்னலுக்கு நேர் முன்னால் தரையிலே படிந் திருந்தது. அந்தச் சுத்தமான பரப்பில் இலையில்லாக் கிளை களின் சித்திரக்கோலம் தெளிவாக உருவரைகளில் தெரிந்தது. இடப்பக்கத்தில் வண்டிக் கொட்டிலின் கூரை பிரகாசமான நிலாவொளியில் வெள்ளையாய்த் தெரிந்தது. நேர் முன்னால் மரங்களது பின்னிப் பிணைந்த கிளைகளின் ஊடே தோட்டத்து வேலியின் கரு நிழல் கண்ணுக்குத் தெரிந்தது. நெஹ்லூதவ் நிலா வொளியில் பளிச்சிட்ட தோட்டத்தையும் கொட்டில் கூரை யையும் நெட்டிலிங்க மரத்தின் நிழலையும் பார்வையிட்டார். புத்துயிர் ஊட்டும் தூய காற்றினை உள்ளே இழுத்தார்.

“இனிமை! இனிமையிலும் இனிமை! தெய்வமே, என்னே இந்த இன்பம்!” என்று அவர் தமது ஆன்மாவினுள் நடை பெற்றவை குறித்துத் தம்முள் கூறிக்கொண்டார்.

29

மாலை ஆறு மணிக்குத்தான் மாஸ்லவா தனது சிறைக்கூட அறைக்குத் திரும்பி வந்தாள். அவள் களைத்து ஓய்ந்து போயிருந்தாள், நடந்து பழக்கமில்லாதவள் சரளைக் கற்சாலையில் பத்து மைல் நடந்ததால் அவளுக்குக் கால் வலித்தது. அதோடு, எதிர்பாராத அந்தக் கடுந்தண்டனையைக்

கேட்டுக் கதிகலங்கிப் போயிருந்தாள், பசியும் வேறு அவளை வதைத்தது.

விசாரணையின்போது ஓர் இடைவேளையில் அவள் அருகே படையாட்கள் ரொட்டியும் வெந்த முட்டையும் சாப்பிட்டதைக் கண்டதும் அவளுக்கு வாயில் எச்சில் ஊறியது, தனக்கு வயிறு பசித்ததை அவள் உணர்ந்தாள். ஆனால் அவர்களிடம் கேட்டு வாங்கிச் சாப்பிடுவது தனக்குக் கவுரவக் குறைவாகுமெனக் கருதினாள். இதன் பிறகு மூன்று மணி நேரத்துக்கெல்லாம், சாப்பிட வேண்டுமென்ற ஆவல் அவளை விட்டு அகன்று, சோர்வு உணர்ச்சி மட்டுமே எஞ்சியிருந்தது. அந்த நிலையில்தான் சிறிதும் எதிர்பாராத அந்தத் தண்டனை அறிவிக்கப்படக் கேட்டாள். சரியாகக் கேட்கத் தவறிவிட்டோம் என்பதாகவே முதல் இரண்டொரு தருணங்களில் அவள் நினைத்தாள். அவளால் தன் காதை நம்ப முடியவில்லை, சைபீரியக் கடின உழைப்புக் கைதியாக அவளால் தன்னைக் கற்பனை செய்தே பார்க்க முடியவில்லை. ஆனால் இந்த அறிவிப்பை முற்றிலும் இயற்கையான ஒன்றாய் நினைப்பவர்கள் போல் அமர்ந்திருந்த நீதிபதிகள், சான்றாயர்கள் ஆகியோரது அமைதியான, காரியார்த்தமான முகங்களைக் கவனித்ததும் அவள் சீற்றமடைந்து, நீதிமன்ற மண்டபம் முழுதும் ஒலிக்கும் படித் தான் குற்றமற்றவளெனக் கூக்குரலிட்டாள். அவள் எழுப்பிய இந்தக் கூக்குரலுங்கூட இயற்கையானதாகவும் எதிர்பார்க்கப் பட்டதாகவும் எந்த மாற்றத்தையும் உண்டாக்க முடியாததாகவும் கருதப்படுவது தெரிந்ததும் அவள் கதறி அழுதாள். தனக்கு இழைக்கப்படும் இந்தக் கொடிய, அநீதிக்குப் பணிவதைத் தவிர வேறு வழி ஏதுமில்லை என்பதை உணர்ந்து, நெஞ்சு பொறுக்க மாட்டாதவளாய் அழுது புலம்பினாள். ஆடவர்கள் – கிழவர்களல்ல, இளவட்டமான ஆடவர்கள் – எந்நேரமும் அவளை அத்தனைப் பிரியத்துடன் உற்றுப் பார்த்த அதே ஆடவர்கள் அவளுக்கு இந்தக் கொடிய தண்டனையை அளித்துவிட்டார்களே என்பதுதான் யாவற்றையும்விட அதிகமாய் அவளைத் திகைப்புறச் செய்தது. ஒரேயொருவர் மட்டும்தான் – பிராசிக்யூட்டர் மட்டும்தான் – முற்றிலும் வேறு விதமான மனநிலையில் இருக்கக் கண்டிருந்தாள். விசாரணை ஆரம்பமாகும் முன்பும், பிறகு இடைநேரங்களிலும் கைதிகளது அறையில் உட்கார்ந்திருந்த அவளைப் பார்க்க வேண்டுமென்று, இந்த ஆடவர்கள் வேறு ஏதோ வேலையாக வந்து செல்வதாகப் பாசாங்கு செய்து கொண்டு திறந்த கதவு வழியே உள்ளே பார்த்தபடி நடந்ததை, அல்லது அறைக்குள் வந்துவிட்டுச்

சென்றதை அவள் கவனித்துக்கொண்டு தான் இருந்தாள். ஆனால் இதே ஆடவர்கள் என்ன காரணத்தாலோ திடுமென இப்போது அவளுக்குச் சைபீரியக் கடின உழைப்புத் தண்டனை அளித்துவிட்டார்கள்; அவள் குற்றம் புரிந்தவளல்ல, நிரபராதி என்பதையும் கவனியாது தண்டனை அளித்து விட்டார்கள். ஆரம்பத்தில் அவள் வாய்விட்டு அழுதாள், பிறகு அழுகை அடங்கிப் பொறி கலங்கிய நிலையில் கைதிகள் அறையில் காத்திருந்தாள், சிறைக் கூடத்துக்குத் திருப்பியழைத்துச் செல்லப்படுவதற்காக. புகைபிடிக்க வேண்டுமென்ற அடங்காத விருப்பம் அவளை வருத்தியது. இப்படி அவள் அமர்ந்திருந்த போது போச்சுவாவும் கர்த்தீன்கினும் தண்டனை விதிக்கப் பெற்று அதே அறைக்குக் கொண்டுவந்து விடப்பட்டனர். போச்சுவா உடனே மாஸ்லவாவைப் பார்த்து, "சைபீரியக் கடின உழைப்புக் கைதி" என்று ஏச ஆரம்பித்தாள்.

"பெரிதாய் நியாயம் பேசினாயே. என்ன சாதித்துக் கொண்டு விட்டாய்? தப்பிக்க முடிந்ததா உன்னால்? வெட்கங் கெட்டவளே, உனக்கு ஏற்றதுதான் கிடைத்திருக்கிறது உனக்கு. அங்கே சைபீரியாவுக்குப் போனதும் உன் மினுக்கும் தளுக்கும் போயே போயிடும்!"

மாஸ்லவா கைகளைத் தன் அங்கியின் கைகளுக்குள் நுழைத்துக்கொண்டு, குனிந்த தலை நிமிராமல் இரண்டு தப்படிக்கு முன்னால் அழுக்குத் தரையைப் பார்த்தபடி ஆடாமல் அசையாமல் அமர்ந்திருந்தாள்.

"நான் உன்னை உபத்திரவம் செய்யவில்லை, அதேபோல நீயும் சும்மாயிரு. நான் உன்னை உபத்திரவமா செய்கிறேன்?" என்ற திரும்பத் திரும்பச் சொல்லிவிட்டு, வாய் பேசாமல் அமர்ந்திருந்தாள். போச்சுவாவும் கர்த்தீன்கினும் அங்கிருந்து அழைத்துச் செல்லப்பட்ட பிறகு, பணியாள் ஒருவன் அவளிடம் மூன்று ரூபிள் பணம் கொண்டுவந்து தந்தபோதுதான் அவள் நிமிர்ந்து பார்த்தாள்.

"மாஸ்லவா நீதானே?" என்று அவன் கேட்டான். "இந்தா, ஒரு சீமாட்டி உன்னிடம் கொடுக்கச் சொன்ன பணம் இது, வாங்கிக்கொள்" என்று கூறி அவளிடம் பணத்தைத் தந்தான்.

"சீமாட்டியா – எந்தச் சீமாட்டி?"

"பணத்தை வாங்கிக்கொள், பேசாதே."

விடுதித் தலைவி கித்தாயெவா கொடுத்து அனுப்பிய பணம் அது. நீதிமன்ற மண்டபத்தை விட்டு கித்தாயெவா வெளியே

செல்லுகையில் அறிவிப்பாளரை அணுகி மாஸ்லவாவுக்குத் தான் கொஞ்சம் பணம் கொடுத்துவிட்டுப் போகலாமா என்று விசாரித்தாள். கொடுக்கலாம் என்றார் அறிவிப்பாளர். அனுமதி கிடைத்தது. கித்தாயெவா மூன்று பொத்தான் போடப்பட்ட மெல்லிய தோல் கையுறையைத் தளதளப்பான தனது வெள்ளைக் கையிலிருந்து கழற்றிக்கொண்டு, பட்டு அரைப் பாவாடையின் பின்புறத்து மடிப்புகளிலிருந்து ஆடம்பரமான பர்ஸ் ஒன்றை எடுத்தாள். அதனுள்ளிலிருந்து ஒரு கட்டுக் கூப்பன்களை வெளியே எடுத்தாள். விடுதியில் அவள் சம்பாதித்த பணப் பத்திரங்களிலிருந்து கிழித்தெடுக்கப்பட்ட கூப்பன்கள் அவை. இரண்டு ரூபிள் ஐம்பது கோப்பெக் மதிப்புடைய கூப்பன் ஒன்றை அந்தக் கட்டிலிருந்து தனியே எடுத்து, அதனுடன் இரண்டு இருபது கோப்பெக் காசையும் ஒரு பத்துக் கோப்பெக் காசையும் சேர்த்து, அறிவிப்பாளரிடம் தந்தாள். அறிவிப்பாளர் உடனே ஒரு பணியாளைக் கூப்பிட்டு கித்தாயெவாவுக்கு முன்னால் அந்தப் பணத்தைப் பணியாளிடம் தந்தார்.

"ஒரு காசு பாக்கியில்லாமல் அப்படியே முழுத் தொகை யையும் கொண்டுபோய்க் கொடுக்க வேண்டும்" என்றாள் கரொலீனா அல்பேர்த்தவ்னா கித்தாயெவா.

இந்த அவநம்பிக்கை பணியாளை மனம் புண்படச் செய் தது. மாஸ்லவாவுடன் அவன் கடுமையாக நடந்துகொண்டதற்கு இதுவேதான் காரணம்.

பணம் கிடைத்ததும் மாஸ்லவா மகிழ்ந்துகொண்டாள், ஏனெனில் இப்போது அவளுக்கு இருந்த ஒரேயொரு ஆசை நிறைவேற உதவக்கூடியது அது.

"சிகரெட்டு மட்டும் கிடைத்து, ஒரு இழுப்பு இழுக்க முடிந் தால் போதுமே!" என்று நினைத்தாள். புகைபிடிக்க வேண்டு மென்ற ஆசை அவளை ஆட்டிப் படைத்தது. வேறு எதைப் பற்றியும் இப்போது அவளால் நினைக்க முடியவில்லை. திறந்த அறைகளிலிருந்து நடையினுள் வந்த காற்றில் சிகரெட்டுப் புகையின் நாற்றம் வீசியதும், அடங்காத ஆவல் கொண்ட வளாய்க் காற்றை வாயால் உள்ளுக்கு இழுத்தாள், புகைபிடிக்க வேண்டுமென்று அப்படி ஏங்கித் தவித்துக்கொண்டிருந்தாள். ஆனால் நெடுநேரம் அவள் காத்திருக்க வேண்டியிருந்தது. அவளை அழைத்துச் செல்லும்படி உத்தரவளிக்க வேண்டிய செயலாளர், கைதிகளைப் பற்றிய நினைவே இல்லாமல், தணிக்கையாளரால் தடை செய்யப்பட்ட அந்தக் கட்டுரை குறித்து உரையாடிக்

கொண்டும், வழக்கறிஞர் ஒருவருடன் காரசாரமாய் வாதம் புரிந்துகொண்டுமிருந்தார்.

இளைஞர்களும் முதியவர்களுமான சிலர் விசாரணை முடிந்தபின் அவளைப் பார்ப்பதற்காக வந்திருந்தார்கள். கிசு கிசுக்கும் குரலில் இவர்கள் தமக்குள் பேசிக்கொண்டு நின்றார் கள். ஆனால் அவள் இப்போது இவர்களையெல்லாம் கண்டு கொள்ளவே இல்லை.

முடிவில் ஐந்து மணி நெருங்கியதும் அவள் புறப்பட்டுச் செல்ல அனுமதி அளிக்கப்பட்டது – நீழ்னி நோவ்கரத் ஆளும் சுவாஷ் இனத்தவனுமாகிய இரு படையாட்களும் அவளை நீதிமன்றக் கட்டிடத்தின் கொல்லைப்புற வாயில் வழியே அழைத்துச் சென்றனர். நீதிமன்ற வெளிவாயிலைத் தாண்டும் முன்பே அவர்களிடம் அவள் இருபது கோப்பெக்கைக் கொடுத்துத் தனக்கு இரண்டு ரொட்டியும் ஒரு சிகரெட்டுப் பெட்டியும் வாங்கித் தரும்படிக் கேட்டாள். சுவாஷ் இனத்தவன் அவளைப் பார்த்துச் சிரித்தவாறு பணத்தை வாங்கிக் கொண்டான்.

“சரி வாங்கி வருகிறேன்” என்றான். மெய்யாகவே அவளுக்கு ரொட்டியும் சிகரெட்டும் வாங்கிக் கொடுத்தான். மீதி சில்லறைக் காசையும் திருப்பித் தந்தான்.

வழியில் புகைபிடிக்கக் கூடாதாகையால், அவள் தனது ஆசையை நிறைவேற்றிக்கொள்ள முடியாமல் சிறைக்கூடத்தை நோக்கித் தொடர்ந்து நடந்தாள். சிறைக்கூடத்தின் வாயிலுக்கு அழைத்து வரப்பட்ட அதே நேரத்தில், ரயிலில் வந்திறங்கியிருந்த நூறு கைதிகள் சிறைக்கூடத்துள் கொண்டுவரப்பட்டார்கள். உள்ளே செல்லுகையில் அவள் இவர்களுடன் மோதிக்கொள்ள வேண்டியதாயிற்று.

இந்தக் கைதிகளிடையே தாடியுடையோரும் சுத்தமாய் மழிக்கப்பட்டோரும், கிழவர்களும், இளைஞர்களும், ருஷ்யர் களும் ருஷ்யரல்லாதோரும் இருந்தார்கள். சிலர் பாதித் தலை மழிக்கப்பட்டுக் கால்களில் சங்கிலிகள் கணகணக்க நடந்தனர். முன்கூடத்துள் இவர்கள் புழுதியும் காலடி ஓசையும் பேச்சுக் குரலும் வியர்வையின் நெடியும் நிரம்பச் செய்தார்கள். மாஸ்லவாவைக் கடந்து செல்கையில் எல்லாக் கைதிகளும் பரபரப் போடு அவளைப் பார்த்துவிட்டு நடந்தார்கள். சில கைதிகள் முகத்தில் ஆவல் பளிச்சிட நெருங்கிச் சென்று அவள் மேல் இடித்துவிட்டுப் போனார்கள்.

"மூக்கும் முழியுமாய் எப்படி இருக்கிறாள், பாரேன்" என்றான் ஒருவன்.

"தங்கமே தங்கம், வாழ்த்து உனக்கு!" என்று சொல்லிக் கண்ணடித்தான் இன்னொருவன்.

பழுப்பு நிறத்தவனான ஒரு கைதி – அவன் தலையின் பின்புறம் மொட்டையடிக்கப்பட்டு நீலமாகப் பளபளத்தது, மீசையைத் தவிர முகத்தின் எஞ்சிய பகுதி மழிக்கப்பட்டிருந்தது – காலில் பூட்டப்பட்டிருந்த சங்கிலி கணகணக்க ஓடிவந்து அவளைக் கட்டியணைத்துக்கொண்டான்.

அவனை அவள் விலக்கித் தள்ளினாள்.

"கண்ணே, என்னைத் தெரியவில்லை உனக்கு? சும்மா ராங்கி பண்ணிக்கொள்ளாதே" என்று, பற்கள் வெளியே தெரிய, கண்கள் மின்ன, பலக்கக் கூவினான்.

"ஏய், தடியா! என்ன வேலை இது!" என்று அதட்டினார், பின்புறத்திலிருந்து அவனிடம் வந்த துணைக் கண்காணிப் பாளர்.

கைதி திடுக்குற்றுப் போய் ஒரு தாவு தாவி விலகி ஓடினான். துணைக் கண்காணிப்பாளர் மாஸ்லவாவின் பக்கம் திரும்பினார்.

"உனக்கு இங்கே என்ன வேலை?"

நீதிமன்றத்திலிருந்து இப்போதுதான் அழைத்து வரப்பட்டி ருப்பதாக மாஸ்லவா சொல்ல விரும்பினாள். ஆனால் களைத்து ஓய்ந்திருந்த அவள் பதில் சொல்லவில்லை.

"மாண்புடையீர், நீதிமன்றத்திலிருந்து திரும்பி வந்திருக்கி றாள்" என்று முதுநிலைப் படையாள் குல்லாவை விரல்களால் தொட்டு முன்னால் வந்து நின்று பதிலளித்தான்.

"அப்படியானால் தலைமைச் சிறைக் காவலரிடம் கொண்டு போய் ஒப்படை. கயவாளித்தனமாக இருக்கிறதே!"

"இதோ ஒப்படைக்கிறேன், மாண்புடையீர்!"

"சோக்கலவ்! இவளைச் சிறைக்குள் அழைத்துச் செல்" என்று கத்தினார் துணைக் கண்காணிப்பாளர்.

தலைமைச் சிறைக் காவலர் வேகமாய் மாஸ்லவாவிடம் சென்று கோபமாய் அவள் தோளில் தட்டினார். தலையை அசைத்துக் காட்டி வரச் சொல்லி அவளைப் பெண்களது வார்டுக்கு அழைத்துச் சென்றார். அங்கே அவள் சோதனையிடப் பட்டாள். ஆட்சேபத்துக்குரியவை எவையும் கிடைக்கவில்லை (சிகரெட்டுப் பெட்டியை முன்பே ரொட்டிக்குள் ஒளித்து வைத்

திருந்தாள்). அன்று காலை அவள் புறப்பட்டுச் சென்ற அதே சிறைக்கூட அறைக்குள் கொண்டு போய் அடைக்கப்பட்டாள்.

மாஸ்லவா அடைக்கப்பட்டிருந்த சிறைக்கூட அறை இருபத்தொரு அடி நீளமும் பதினாறு அடி அகலமுமுடைய நீள்சதுர அறையாகும். அதில் இரு சன்னல்களும் காரை உதிர்ந்துபோன நிலையில் துருத்திக்கொண்டிருந்த கணப்படுப்பும் இருந்தன. வரிசையாக அமைந்த, வீறல் விட்டுப்போன பலகைப் படுக்கைகள் அறையில் மூன்றில் இரு பங்கு பரப்பை அடைத்துக் கொண்டிருந்தன. அறைக்கதவுக்கு நேர் எதிரே சுவரில் கரு நிறத் திருவுருவப் படம் ஒன்று தொங்கியது, அதில் மெழுகுவத்தி ஒட்டி வைக்கப்பட்டிருந்தது. அதற்கடியில் வாடாமலர்க் கொத்து ஒன்று தொங்கியது. இடப்புறத்தில் கதவுக்கு அருகே அழுக்கேறிக் கருத்திருந்த தரையில் நாற்றம் வீசிய தொட்டி ஒன்று இருந்தது. தணிக்கை ஏற்கெனவே முடிவுற்று, பெண்கள் இரவுக்காக அவர்களது அறையில் அடைக்கப்பட்டிருந்தார்கள்.

அந்த அறையில் இருந்தவர்கள் பதினைந்து பேர்; பன்னிரண்டு பெண்கள், மூன்று குழந்தைகள்.

இன்னமும் வெளிச்சமாகவே இருந்தது. இரண்டு பெண்கள் மட்டும் தான் பலகைகளில் படுத்திருந்தார்கள். ஒருத்தி காசநோயாளி. திருடியதற்காகச் சிறைத் தண்டனை விதிக்கப்பட்டவள்; இன்னொருத்தி அடையாளப் பதிவுச்சீட்டு இல்லை என்பதற்காகக் கைது செய்யப்பட்ட பித்துக்குளி, அங்கியால் தலையை மூடிக்கொண்டு முழு நேரமும் உறங்கிக்கொண்டிருந்தவள். காசநோயாளி தூங்கவில்லை. சிறையங்கியை மடித்துத் தலைக்கடியில் வைத்துக்கொண்டு, கண்கள் விரியத் திறந்திருக்கப் படுத்திருந்தாள். தொண்டையில் கரகரத்த சளி இருமலைக் கிளப்பி விடாதிருக்கும் பொருட்டு அதை உள்ளுக்குள் அடக்கிக் கொள்வதற்காகப் பெரு முயற்சி செய்துகொண்டிருந்தாள்.

ஏனைய பெண்கள் முரட்டுக் கோடித் துணியாலான சட்டையை மாட்டிக்கொண்டு வெற்றுத் தலையுடன் காட்சியளித்தனர். இவர்களில் மூவர் பலகைகளில் அமர்ந்து தைத்துக் கொண்டிருக்க, ஏனையோர் சன்னலருகே நின்று வெளியே முற்றத்திலே சென்ற கைதிகளை வேடிக்கை பார்த்தபடி நின்றிருந்தனர். தைத்துக்கொண்டிருந்தோரில் ஒருத்தி அன்று காலை மாஸ்லவாவை வழியனுப்பி வைத்த கிழவியான கொரப்லோவா – சுருக்கம் விழுந்து துயரம் தோய்ந்த சிடுசிடுப்பான முகபாவமுடையவளாய், உயரமாய், வலுமிக்கவளாய் இருந்தாள்;

முகவாய்க்கு அடியில் சதை தொங்கியது; நெற்றிப் பொட்டுகளில் நரைக்கத் தொடங்கியிருந்த மஞ்சள் முடிகளைக் குட்டைச் சடையாகப் பின்னிவிட்டிருந்தாள். முடிகளையுடைய மரு ஒன்று அவள் கன்னத்தில் இருந்தது. கணவனைக் கோடரியால் கொன்றதற்காக இவள் சைபீரியக் கடின உழைப்புத் தண்டனை விதிக்கப்பட்டிருந்தாள். இவளது மகளைப் பிடித்து இழுத்துத் தொல்லை செய்ததால் அவனைக் கொன்று போட்டுவிட்டாள். கொரப்லோவாதான் இந்த அறையின் கைதிகளுக்குத் தலைவி. கைதிகளிடையே இவள் சாராயம் விற்று வந்தாள். தைக்கும் போது மூக்குக் கண்ணாடி போட்டுக்கொள்வாள். உழைத்துக் காய்த்திருந்த கையில் விவசாயிக்குரிய முறையில் மூன்று விரல் களால் ஊசி முனை தன்னைப் பார்க்கும்படிப் பிடித்துக் கொள் வாள். இவளுக்குப் பக்கத்தில் அமர்ந்து கான்வஸ் பை தைத்துக் கொண்டிருந்தாள், சப்பை மூக்கும் கரிய சிறு கண்களுமுடைய குட்டையான ஒரு பெண். அவள் அன்பு உள்ளங்கொண்டவள். வாயாடி, முன்பு ரயில் பாதைக் காவற்காரியாக வேலை செய்து வந்தாள். ரயில் வண்டி சென்றபோது அவள் கொடியுடன் வந்து நிற்கத் தவறியதால் விபத்து ஏற்படவே, மூன்று மாதச் சிறைத் தண்டனை பெற்றவள். தைத்துக்கொண்டு அமர்ந்திருந்த வர்களில் மூன்றாமவளது பெயர் ஃபெதோசியா (செல்லமாய், ஃபேனிச்கா என்றழைக்கப்பட்டாள்). இளம்பெண்ணான அவள் நல்ல வெள்ளையாய், செவ்விய கன்னங்களோடு குழந்தையின் ஒளி வீசும் கண்களோடும் கண்ணுக்கு இனியவளாய் இருந்தாள். பொன்னிறக் கூந்தலை நீளமான இரு சடைகளாகப் பின்னித் தனது சிறிய தலையில் சுற்றிக் கட்டியிருந்தாள். நஞ்சிட்டுக் கண வனைக் கொல்ல முயன்றதற்காக அவள் சிறையில் அடைக்கப் பட்டிருந்தாள். பதினாறாவது வயதிலேயே அவளுக்கு மணம் முடித்து வைத்துவிட்டார்கள், இந்தத் திருமணம் நடைபெற்று முடிந்தவுடனேஅவள் இம்முயற்சியை மேற்கொண்டுவிட்டாள். ஆனால் ஜாமீனில் விடுதலையாகி எட்டு மாதம் வெளியே இருந்தபோது அவள் தன் கணவனுடன் இணக்கத்துக்கு வந்த தோடன்றி அவனிடம் மெய்யான அன்பும் கொண்டுவிட்டாள். வழக்கு விசாரணை ஆரம்பமாவதற்குள் இருவரும் ஒருவருக் கொருவர் உயிரனையராகிவிட்டனர். அவளுடைய கணவனும் மாமனாரும், இன்னும் முக்கியமாய் அவள் மீது அளவிலா நேசம் கொண்டுவிட்ட மாமியாரும் அவளுக்குக் குற்றவிடுதலைத் தீர்ப்பு கிடைக்கச் செய்வதற்காக எவ்வளவோ முயன்றுங்கூட அவளுக்கு சைபீரியக் கடின உழைப்புத் தண்டனை விதிக்கப் பட்டுவிட்டது. அன்பும் குதூகலமும் மிக்கவளாய் எந்நேரமும் சிரித்து மகிழும் சுபாவமுடைய இந்த ஃபெதோசியா சிறைக்கூட அறையில்

மாஸ்லவாவின் பலகையின் பக்கத்துப் பலகையில் படுத்துக் கொண்டு, நாளடைவில் அவளிடம் தனிப்பாசம் கொண்ட தோடன்றி, எப்போதும் அவளருகே இருந்து அவளுக்குப் பணி விடை புரிவது தனது கடமையென்றும் கருதினாள். இவர் களைத் தவிர, மேலும் இரு பெண்கள் பலகைப் படுக்கையில் அமர்ந்திருந்தனர். ஒருத்திக்குச் சுமார் நாற்பது வயதிருக்கும், முகம் வெளிறிட்டுப் போய் மெலிந்திருந்தது. ஒருகாலத்தில் இவள் எழில் மிக்கவளாய் இருந்திருக்க வேண்டும், ஆனால் இப்போது வாடி வதங்கிப் போய் நிறமிழந்திருந்தாள். மெலிந்து நீளமாயிருந்த மார்பகத்திலே வைத்தணைத்துக் கைக் குழந்தைக்குப் பாலூட்டியவாறு அமர்ந்திருந்தாள். அவளது கிராமத்தில் விவசாயிகளது கருத்துப்படிச் சட்டவிரோதமாய் இளைஞன் ஒருவன் இராணுவச் சேவைக்குப் பிடித்துச் செல்லப் பட்ட போது, கிராமத்தவர்கள் போலீஸ் அதிகாரியைத் தடுத்து இளைஞனை விடுவித்தார்கள். இதில் அவள் செய்த குற்றம் என்னவெனில், சட்டவிரோதமாக இழுத்துச் செல்லப்பட்ட இளைஞனின் அத்தையாகிய அவள், இளைஞனை ஏற்றிச் சென்ற குதிரையின் லகானை எல்லார்க்கும் முதலில் முன்வந்து பிடித்துக்கொண்டாள் என்பதுதான். ஒன்றும் செய்யாமல் உடகார்ந்திருந்த இன்னொருத்தி தலை நரைத்துப்போன கூனல் முதுகுக் கிழவி, அன்பு உள்ளங்கொண்டவள். கணப்படுப்புக்குப் பின்னால் பலகைப் படுக்கையில் அமர்ந்திருந்த அவள், ஆனந்த மாகச் சிரித்துக்கொண்டு தன்னருகே அப்படியும் இப்படியும் ஓடிய தளதளப்பான நான்கு வயதுச் சிறுவனைப் பிடிக்கப் போவ தாகப் பாவனை காட்டிக்கொண்டிருந்தாள். சிறுவன் குட்டைச் சட்டை மட்டுமே போட்டிருந்தான், தலைமுடி ஒட்ட வெட்டப் பட்டிருந்தது "பிடிக்க முடியவில்லையே உன்னால்!" என்று திரும்பத் திரும்பக் கத்தியவாறு இப்படியும் அப்படியுமாய் அவளைக் கடந்து ஓடினான்.

இந்தக் கிழவியும் இவளது மகனும் தீ வைத்ததாகக் குற்றம் சாட்டப்பட்டனர். தான் சிறையில் அடைக்கப்பட்டதைக் கிழவி மனம் சுணங்காமல் இன்முகத்துடன் சகித்துக் கொண்டாள், ஆனால் மகனும் சிறை பிடிக்கப்பட்டு விட்டானே என்று கவலைப்பட்டாள். இன்னும் முக்கியமாகத் தனது கிழவனின் கதி என்னாவது என்று வருந்தினாள். தானும் இல்லை, மருமகளும் போய்விட்டாள், கிழவனைத் துடைத்துச் சுத்தம் செய்வதற்குக்கூட யாரும் இல்லாத நிலையில் அவன் என்னா வானோ என்று அஞ்சினாள்.

இந்த ஏழு பெண்களைத் தவிர, இன்னொரு நான்கு பேர் திறந்த சன்னல்களில் ஒன்றின் இரும்புக் கம்பிகளைப்

பிடித்துக்கொண்டு நின்றனர். வெளியே முற்றத்தின் வழியே சென்ற கைதிகளை - சிறைக்கூடத்துள் நுழைந்த மாஸ்லவா மோதிக்கொண்டாளே அதே கைதிகளைத்தான் – பார்த்த இவர்கள் சாடை காட்டி கூச்சலிட்டுக் கொண்டிருந்தார்கள். இவர்களில் ஒருத்தி திருட்டுக் குற்றத்துக்காகத் தண்டிக்கப் பட்டவள். ஊதிப் பருத்துக் கனத்திருந்தாள், செம்பட்டை முடி களுடையவள், வெளிறிய மஞ்சள் முகத்திலும் கரங்களிலும் புள்ளிகள் விழுந்திருந்தன. பொத்தான் போடப்படாத சட்டைக் காலருக்கு வெளியே அவளது குண்டுக் கழுத்து துருத்திக் கொண்டிருந்தது. கரகரப்பான குரலில் கூச்சலிட்டு சன்னல் வழியே ஆபாசச் சொற்களைப் பொழிந்துகொண்டிருந்தாள். அவளுக்குப் பக்கத்தில் பத்து வயதுச் சிறுமியின் உயரத்துக்கு மேலிராத கரளை உருவினளாய், அங்க அமைப்பில் பொருத்த மின்றி நீண்ட உடலும் குட்டைக் கால்களுமுடையவளாய், பழுப்பு நிறத்தவள் ஒருத்தி நின்றாள். அவளது சிவந்த முகத்தில் வடுக்கள் விழுந்திருந்தன. கரிய கண்கள் இரண்டும் அளவுக்கு மீறி விலகியமைந்திருந்தன. வெள்ளையாகப் பளிச்சிட்ட தூக்கலான பற்களைக் குறுகலான அவளது தடித்த உதடுகளால் மறைத்திட முடியவில்லை. வெளியே முற்றத்தில் நடைபெற்ற வற்றைக் கண்டு அவ்வப்போது அவள் கீச்சிட்டுப் பலக்கச் சிரித்துக்கொண்டிருந்தாள். சிங்காரித்துக்கொள்ள விரும்பினா ளென்று அவளுக்கு ஹரஷாவ்கா* என்று கேலிப் பெயர் சூட்டியிருந்தார்கள். அவள் திருட்டுக் குற்றமும் தீ வைப்புக் குற்றமும் சாட்டப்பட்டு, விசாரணைக்காகக் காத்திருந்தாள். இவர்களுக்குப் பின்னால் அழுக்குப் பிடித்த சாம்பல் நிறச் சட்டையை மாட்டிக்கொண்டு, பார்க்கப் பரிதாபமாய் நலிவுற்ற நிலையில் பருத்த வயிற்றைச் சுமந்துகொண்டு நின்றிருந்தாள், ஒரு கர்ப்பவதி. திருட்டுப் பொருளை மறைத்து வைத்திருந்த தற்காக இவள் மீது வழக்குத் தொடரப்பட்டிருந்தது. இவள் வாய் திறக்காமல் மௌனமாகவே இருந்தாள் என்றாலும், வெளியே முற்றத்தில் நடைபெற்றவற்றைப் பார்த்து மகிழ்ந்து கொண்டாள். அவள் முகத்திலிருந்து புன்னகை மறையவே இல்லை. சன்னலருகே நின்ற நான்காமவள் உரிமம் பெறாமலே சாராயம் விற்றதற்காகச் சிறைத்தண்டனை பெற்றவள். இவள் கட்டை குட்டையான விவசாயப் பெண், உருட்டை விழிகளும் இதமான முகபாவமும் கொண்டவள். கிழவியுடன் விளையாடிக் கொண்டிருந்த சிறுவனுக்கும், மற்றும் ஏழு வயதான ஒரு சிறுமிக்கும் இவள்தான் தாய். சிறுவனும் சிறுமியும் தாயுடன் சேர்ந்து சிறைவாசம் புரிந்தனர், ஏனெனில் அவர்களைக் கவனித்துக் கொள்வார் வெளியே யாரும் இல்லை. ஏனை

---

* நல்லது, கண்ணுக்கு இனியது எனப் பொருள்படும் "ஹரஷோ" என்ற ருஷ்யச் சொல்லிலிருந்து புனையப்பட்ட பெயர்.

யோரைப் போலவே இவளும் சன்னல் வழியே வெளியே பார்த்துக்கொண்டுதான் நின்றாள், ஆனால், பின்னல் வேலையை நிறுத்தி விடவில்லை. வெளியே முற்றத்தின் வழியே சென்ற கைதிகள் கூறியவற்றைக் கண்டிக்கும் முறையில் முகத்தைச் சுளித்துக் கண்களை மூடிக்கொண்டாள். ஆனால் இவளுடைய மகளான ஏழு வயதுச் சிறுமி வெண்சணல் முடிகள் கலைந்து தொங்க, உடம்பில் சட்டையைத் தவிர வேறு ஆடை ஏதுமின்றி, செம்பட்டை முடியாளுக்குப் பக்கத்தில் நின்று அவளது அரைப் பாவாடையைத் தனது பிஞ்சுக் கையால் பற்றிக்கொண்டு, அந்தப் பெண்களும் வெளியே சென்ற கைதிகளும் தம்மிடையே பரிமாறிக்கொண்ட வசைச் சொற் களைக் கண் சிமிட்டாமல் கவனமாய்க் கேட்டு, மனப்பாடம் செய்துகொள்ள முயலுகிறவளைப் போல் மெல்ல வாய்க்குள் அவற்றைத் திருப்பிச் சொல்லிக்கொண்டாள்.

அந்த அறையிலிருந்த பன்னிரண்டாவது கைதி கோயில் ஓதுவாரின் மகள், கள்ளப்பிள்ளையாகத் தான் பெற்ற குழந்தை யைக் கிணற்றிலே போட்டுக் கொன்றவள். உயரமாய், கம்பீர உருவமுடையவளாய் இருந்தாள், தடித்த குட்டைச்சடை பிரிந்து போய் அவளது பொன்னிற முடிகள் சிக்கலாகியிருந்தன, துருத்திக் கொண்டிருந்த அவளது விழிகள் அசையாமல் வெறிக்கப் பார்த் தன. அழுக்கேறிய சட்டையை மாட்டிக் கொண்டு, தன்னைச் சுற்றிலும் நடந்தது எதையும் கவனியாதவளாய் வெறுங்காலில் அறையின் நடுவில் அவள் மேலும் கீழுமாய் நடைபோட்டாள், அறையின் சுவரை வந்தடைந்ததும் வெடுக்கென வேகமாய்த் திரும்பி நடந்தாள்.

31

கதவுத் தாழ்ப்பாள் தடதடத்துச் சிறைக்கூட அறைக்குள் மாஸ்லவா நுழைந்ததும் எல்லாரும் அவள் பக்கம் திரும்பிப் பார்த்தனர். ஓதுவாரின் மகளுங்கூட கணப் பொழுதுக்குத் தனது நடையை நிறுத்திவிட்டுப் புருவங்கள் இரண்டும் உயர்ந்தெழ மாஸ்லவாவை உற்றுப் பார்த்தாள்; ஆனால், வாய் திறந்து ஒரு வார்த்தை சொல்லாமல் மறு கணமே அவள் அகலமாய் அடி வைக்க விறுவிறுப்பாய் மேலுங் கீழுமாய் மீண்டும் நடைபோட ஆரம்பித்தாள். கொரப்லோவா தனது ஊசியைத் தான் தைத்துக்கொண்டிருந்த முரட்டுத் துணியில் குத்தி வைத்துவிட்டு மூக்குக் கண்ணாடிக்குப் பின்னாலிருந்து வினவும் முறையில் மாஸ்லவாவை உற்று நோக்கினாள்.

❖ வியோ டால்ஸ்டாய் ❖ 177

“அட ஆண்டவனே, இங்கேயேவா திரும்பி வருகிறாய் நீ? குற்றமற்றவளென உன்னை விடுதலை செய்துவிடுவார்கள் என்றல்லவா நான் நினைத்துக்கொண்டிருந்தேன்” என்று ஆண் குரலைப் போல் ஒலித்த கரகரப்பான அடித் தொண்டைக் குரலில் கூறினாள் அவள். “அப்படியானால் உனக்குத் தண்டனை அளித்தா அனுப்பி விட்டார்கள்?” என்று வினவினாள்.

மூக்குக்கண்ணாடியைக் கழற்றிவிட்டுக் கையிலிருந்த துணியைத் தனக்குப் பக்கத்தில் பலகை மீது வைத்தாள்.

“எடுத்தயெடுப்பிலே உன்னை விடுதலை செய்துவிடுவார்கள் என்றல்லவா இங்கே இந்த அத்தையும் நானும் பேசிக்கொண்டிருந்தோம்? அப்படியும் நடைபெறுவது உண்டாமே. அதிர்ஷ்டசாலியாக இருந்தால் பணமுங்கூட கிடைக்குமெனக் கேட்டிருக்கிறேன்” என்று நீட்டி இசைக்கும் குரலில் பேச ஆரம்பித்தாள் ரயில் பாதைக் காவற்காரி. “ஆனால் இப்போது நேர்ந்திருப்பதைப் பாரேன்! நாங்கள் நினைத்தது ஒன்று, நடந்திருப்பது வேறொன்றாக இருக்கும் போல் தெரிகிறதே. பெண்ணே, ஆண்டவன் வேறு விதமாகவா நினைத்து விட்டார்?” என்று நேசம் தொனிக்கும் இதமான குரலில் அவள் கூறிச் சென்றாள்.

“அப்படியுமா நடக்கும்? தண்டனையா அளித்து விட்டார்கள்?'' என்று ஃபெதோசியா தெள்ளிய நீல ஒளி வீசிய தனது குழந்தைக் கண்களை மாஸ்லவாவின் மீது பதித்துப் பாசமும் பரிவும் மிக்கவளாய் விசாரித்தாள். குதூகல இளமை துள்ளும் அவளது முகம் திடுமென மாறியது. அவள் அழப் போகிறாளென நினைக்கும்படி அது வாடிவிட்டது.

மாஸ்லவா பதிலளிக்கவில்லை, எதிர்முனையிலிருந்து இரண்டாவதாய், கொரப்லோவாவின் பலகைக்குப் பக்கத்தில் இருந்த அவளது பலகையை நோக்கி மௌனமாய் நடந்தாள்.

“ஒன்றும் சாப்பிடவில்லையே நீ” என்று கேட்டு, ஃபெதோசியா அவளது இடத்திலிருந்து எழுந்து மாஸ்லவாவிடம் வந்தாள்.

மாஸ்லவா பதில் ஒன்றும் சொல்லாமல் ரொட்டிகளைப் பலகையின் மேல் வைத்துவிட்டு மேல் ஆடைகளைக் கழற்றமுற்பட்டாள். தூசி படிந்த மேலங்கியைக் கழற்றியபின் கரிய சுருட்டைத் தலையிலிருந்த குட்டையை அவிழ்த்தெடுத்து விட்டு உட்கார்ந்தாள்.

இன்னொரு முனையில் சிறுவனுடன் விளையாடிக் கொண்டிருந்த கூன முதுகுக் கிழவியும் எழுந்து வந்து மாஸ்லவாவின் எதிரே நின்றாள்.

“இச்சு–இச்சு–இச்சு!” கிழவி தலையை ஆட்டி அங்க லாய்த்துக் கொண்டு நாக்கைச் சொடக்கினாள்.

கிழவியுடன்கூட அந்தச் சிறுவனும் அங்கே வந்து நின்றான். மாஸ்லவா கொண்டுவந்திருந்த ரொட்டிகளை விரிந்த கண் களால் ஆவலுடன் பார்த்து மேல் உதட்டை நெளித்துப் பிதுக் கினான். அன்று அவளுக்கு நேர்ந்தவை யாவற்றுக்கும் பிற்பாடு, அனுதாபம் மிகுந்த இந்த முகங்களைக் கண்டதும் மாஸ்ல வாவுக்கு அழுகை வந்துவிட்டது. அவள் உதடுகள் அவலமாய்த் துடித்தன. ஆனால் அவள் தன்னைக் கட்டுப்படுத்திக் கொள்ள முயன்றாள், கிழவியும் சிறுவனும் எதிரே வந்து நிற்கும் வரை அவள் தன்னைக் கட்டுப்படுத்திக்கொண்டு அழாமல்தான் இருந்தாள். அன்பும் இரக்கமும் தெரிவித்துக் கிழவி நாக்கைச் சொடக்கியதைக் கேட்டதும், இன்னும் முக்கியமாகச் சிறுவனின் கண்கள் ரொட்டிகளிடமிருந்து திரும்பி அவலம் தோய்ந்தன வாய்த் தன்னை உற்று நோக்குவதைக் கண்டதும் அவளால் அதற்கு மேல் தன்னைக் கட்டுப்படுத்திக் கொள்ள முடிய வில்லை. அவளது முகம் பதறித் துடித்தது. அவள் கதறி அழுதாள்.

“சரியான வழக்கறிஞர் ஒருவரைத் தேடிக்கொள்ள வேண் டும், அது அவசியமென அப்போதே உன்னிடம் சொன்னேன்” என்றாள் கொரப்லோவா. “சரி, என்ன கிடைத்தது? அதைச் சொல்லு – சைபீரிய தண்டனையா?” என்று கேட்டாள்.

மாஸ்லவா பதில் சொல்லவே விரும்பினாள், அவளால் முடியவில்லை. ரொட்டிக்குள் அவள் ஒளித்து வைத்திருந்த சிகரெட்டுப் பெட்டியை விம்மிக்கொண்டே வெளியே எடுத் தாள். தலையில் உயரமான கொண்டையோடும் முக்கோண மாய்த் திறந்திருந்த மார்போடும் காட்சி தந்த சிவந்த மேனிச் சீமாட்டியின் படம் அதில் அச்சிடப்பட்டிருந்தது. அதை அவள் கொரப்லோவாவிடம் கொடுத்தாள். கொரப்லோவா அதிலிருந்த படத்தைப் பார்த்தாள். முகத்தைச் சுளித்துத் தலையை அசைத்துக்கொண்டாள். காசு கரியாகிறதென்பதே அவளது முகச்சுளிப்புக்கு முக்கியக் காரணம். ஆயினும் அதிலிருந்து ஒரு சிகரெட்டை எடுத்து எண்ணெய் விளக்கில் பற்ற வைத்து ஒரு தரம் புகையை உள்ளுக்கு இழுத்தபின் அதை மாஸ்லவாவிடம் தந்தாள். அழுகை இன்னும் நிற்காவிடினும் மாஸ்லவா ஆசை தீர சிகரெட்டுப் புகையைத் திரும்பத் திரும்ப உறிஞ்சியிழுத்தபின் மெள்ள வெளியேவிட்டாள்.

“சைபீரியக் கடின உழைப்புத் தண்டனை” என்று புகையை வெளியே ஊதி விம்மியபடி முனகினாள் அவள்.

“நாசமாய்ப் போன நரமாமிசப் பட்சிணிகள், இரத்தம் குடிக்கும் பேய்கள்! ஆண்டவன் ஒருவன் இருக்கிறான் என்ற

அச்சமில்லையா இவர்களுக்கு?" என்று இரைந்தாள் கொரப்லோவா. "காரணமில்லாமலே அநியாயமாய் இப்படி ஒரு பெண்ணைத் தண்டித்துச் சைபீரியாவுக்கு அனுப்புகிறார்களே, அடுக்குமா இது?" என்று ஏசினாள்.

சன்னலுக்கு அருகே நின்றிருந்த பெண்களிடமிருந்து அந்த நேரத்தில் பலத்த சிரிப்பொலி எழுந்தது. அங்கிருந்த சிறுமியும் அவர்களுடன் சேர்ந்து சிரித்தாள். குழந்தைக் குரலில் அவள் சிரித்த சிரிப்பு ஏனையோரது கரகரப்பான சிரிப்பொலியுடன் கலந்து ஒலித்தது. வெளியே முற்றத்தின் வழியே சென்ற கைதிகளில் ஒருவன் புரிந்த சேஷ்டை அந்தப் பெண்களை அப்படிக் கூச்சலிட்டுச் சிரிக்க வைத்தது.

"ஹா-ஹா! மொட்டைத் தடியன் என்ன செய்கிறான், பாரேன்!" என்று கூவிச் செம்பட்டை முடியாள் சிரித்த சிரிப்பில் அவளது கனத்த உடல் அனைத்தும் ஆடிக் குலுங்கியது. சன்னல் கம்பிகளில் முகத்தை வைத்து அழுத்திப் பொருளற்ற ஆபாசச் சொற்களை வெளியே முற்றத்துள் பொழிந்து தள்ளினாள் அவள்.

"ஐயே! அந்தக் குண்டச்சி ஏன்தான் இப்படி வாய் கிழியக் கத்துகிறாளோ! எதற்காக விழுந்து விழுந்து சிரிக்கிறாள்?" என்றாள் கொரப்லோவா. பிறகு மறுபடியும் மாஸ்லவா பக்கம் திரும்பி, "எத்தனை ஆண்டுகள்?" என்று கேட்டாள்.

"நான்கு" என்றாள் மாஸ்லவா. உடனே அவள் கண்களிலிருந்து தாரையாய் வழிந்த கண்ணீரில் ஒரு துளி அவளது சிகரெட்டில் சிந்தியது.

கோபமாய் அவள் அதை விரல்களால் நசுக்கிக் கீழே எறிந்துவிட்டுப் புதிதாய் ஒன்றை எடுத்துக்கொண்டாள்.

ரயில் பாதைக் காவற்காரி புகைபிடிப்பதில்லை என்றாலும், மாஸ்லவா விட்டெறிந்த சிகரெட்டை எடுத்து வைத்துக் கொண்டு அதை நிமிர்த்திச் சரிசெய்தவாறு வளவளவென ஓயாமல் பேசத் தொடங்கினாள்.

"சும்மாவா சொல்கிறார்கள்? காலம் கெட்டுப் போச்சு!" என்றாள் அவள். "சத்தியம் என்பதே இல்லாது ஒழிந்து போச்சு. மனம் போனபடி அல்லவா செய்கிறார்கள்? 'அவளை விட்டு விடுவார்கள்' எனக் கொரப்லோவா அத்தை சொல்ல, 'இல்லை, அத்தை' என்கிறேன் நான். 'இல்லை, என் மனம் எனக்கு வேறு விதமாகச் சொல்கிறது. அவர்கள் தீட்டப் போகிறார்கள் என்கிறது' என்று நான் சொல்கிறேன். அந்த மாதிரியேதான் நடந்திருக்கிறது" என்று அவள் தனது குரலைக் கேட்டுத் தானே மனம் மகிழ்வது போல் ஓயாமல் பேசினாள்.

இதற்குள் வெளியே முற்றத்தில் எல்லாக் கைதிகளும் போய்ச் சேர்ந்துவிட்டார்கள், அவர்களை வேடிக்கை பார்த்துக் கொண்டு சன்னலருகே நின்ற பெண்களும் இப்போது மாஸ்லவாவிடம் வந்தனர். கள்ளச்சாராயம் விற்றதற்காகச் சிறையில் அடைக்கப்பட்டவளான உருட்டை விழிகளையுடைய விவசாயப் பெண்ணும் அவளது சிறுமியும் தான் முதலில் வந்தவர்கள்.

"ஏன் இவ்வளவு கொடிய தண்டனை?" என்று மாஸ்லவாவுக்குப் பக்கத்தில் வந்து உட்கார்ந்து, தொடர்ந்து வேகமாய்ப் பின்னியபடி கேட்டாள் அந்த விவசாயப் பெண்,

"ஏன் இவ்வளவு கொடிய தண்டனை? பணம் இல்லை. அதனால்தான்! பணம் மட்டும் இருந்து சாமர்த்தியமான வழக்கறிஞரை வைத்திருந்தால், விடுதலை செய்திருப்பார்கள், சந்தேகமே வேண்டாம்" என்றாள் கொரப்லோவா. "அவரோட பெயரை மறந்துவிட்டேனே–அடர்ந்த முடிகளும் நீண்ட மூக்கும் கொண்டவர். பலே கைகாரர்! நடுக்கடலானாலும் சொட்டுத் தண்ணீர் உன் மேல் படாமல் கரைக்குக் கொண்டு வருவார். அந்த வழக்கறிஞர்! அந்த ஆள் நமக்குக் கிடைத்திருந்தால் உனக்கு இப்படி ஆகுமா?"

"நல்லா கிடைப்பாரே, நமக்கு அந்த ஆள்!" என்று கூறி, தூக்கலான பற்களையுடைய ஹரஷாவ்கா அவர்கள் அருகே வந்து அமர்ந்தாள். "ஆயிரம் ரூபிளாவது தராவிடில், எச்சில் துப்புவதற்குக்கூட அவர் நம் பக்கம் திரும்ப மாட்டாரே."

"நீ பிறந்த நேரம் நல்ல நேரமல்லவோ என்னமோ, இப்படி நேர்ந்திருக்கிறது" என்று நடுவில் புகுந்து கூறினாள், தீ வைத்ததாகக் குற்றம் சாட்டப்பட்ட கிழவி. "என் நிலைமையைப் பாரேன்! எளிதாகவா இருக்கிறது? பையனின் மனைவியை அவனிடமிருந்து கவர்ந்துகொண்டு, பையனையும் பேனுக்கும் பூச்சிக்கும் இரையாகும்படிச் சிறையிலே தள்ளி, என்னையும் வயது காலத்தில் இப்படி அடைத்து வைக்கலாமா?" என்று நூறாவது முறையாக அவள் தனது கதையைச் சொல்ல முற்பட்டாள். "ஓடு ஏந்தி பிச்சையெடுக்கணும், இல்லையேல் இங்கே சிறையிலே கிடந்து அழியணும். இந்த இரண்டிலிருந்தும் தப்ப வழி ஏதும் இல்லை" என்று முறையிட்டாள்.

"ஆமாம், எப்போதுமே அப்படித்தான்" என்றாள் சாராயம் விற்றவள். தனது சிறுமியின் தலையைப் பார்த்துவிட்டுப் பின்னல் வேலையைத் தன் பக்கத்தில் வைத்தாள், சிறுமியைத் தன் முழங்கால்களுக்கு இடையே இழுத்து வேகமாய் விரல்களை ஆட்டி அவள் தலையில் பேன் எடுக்கத் தொடங்கினாள்."

‘ஏன் சாராயம் விற்றாய் நீ?’ என்று விசாரிக்கிறார்கள். நல்லா யிருக்கே கேள்வி! பிறகு எப்படி நான் என் பிள்ளைகளுக்குச் சோறு போடுவேனாம்?” என்று அவள் தனது சிறுமியின் தலை யில் பேன் எடுத்துச் சென்றாள்.

சாராயம் விற்றவளது இந்தப் பேச்சைக் கேட்டதும் மாஸ்லவாவுக்குக் குடிக்க வேண்டும் போலிருந்தது.

“குடித்தால் தேவலை, கிடைக்குமா?” என்று அவள் கொரப்லோவாவிடம் கேட்டுவிட்டுச் சட்டைக் கையால் கண்ணீரைத் துடைத்துக்கொண்டாள். அரிதாய் எப்போதாவது ஒருதரம்தான் இப்போது அவள் விம்மினாள்.

“சரி, எடு காசை. தருகிறேன்” என்றாள் கொரப்லோவா.

32

ரொட்டிக்குள் ஒளித்து வைத்திருந்த காசை மாஸ்லவா வெளியே எடுத்தாள். அந்தக் கூப்பனைக் கொரப்லோவாவிடம் கொடுத்தாள். கொரலப்லோவா அதை வாங்கிப் பரிசீலித்தாள், அவளுக்குப் படிக்கத் தெரியாவிட்டாலும், எல்லாம் அறிந்த வளான ஹரஷாவ்கா அந்தக் காகிதம் இரண்டு ரூபிள் ஐம்பது கோப்பெக் மதிப்புடையதெனக் கூறியதும் அதை ஏற்றுக் கொண்டு, மேலே காற்றோட்டப் புழையில் அவள் மறைத்து வைத்திருந்த சாராயக் குடுவையை எடுப்பதற்காக எழுந்து சென்றாள். இதைப் பார்த்ததும் பக்கத்துப் பலகைகளைச் சேராத ஏனைய பெண்கள் எல்லாரும் எழுந்து அவரவருக்குமுரிய இடங் களுக்கு விலகிச் சென்றனர். மாஸ்லவா இதற்கிடையில் தனது மேலங்கியையும் தலைக் குட்டையையும் உதறித் தூசியைத் தட்டி விட்டு பலகையில் நகர்ந்து உட்கார்ந்து ரொட்டியை எடுத்துத் தின்ன ஆரம்பித்தாள்.

“உனது தேநீரை உனக்காக எடுத்து வைத்திருக்கிறேன். ஆனால் அது ஜில்லிட்டுப் போயிருக்கும்” என்றாள் ஃபெதோ சியா. அலமாரியிலிருந்து கந்தல் துணி மூடிய தகரத் தேநீர் கெட்டிலையும் ஒரு குவளையையும் அவள் எடுத்து வந்தாள்.

தேநீர் குளிர்ந்துதான் போயிருந்தது. தேயிலையைக் காட்டிலும் தகரத்தின் வீச்சம்தான் அதில் அதிகம் கலந்திருப் பதாகத் தெரிந்தது. இருப்பினும் மாஸ்லவா அந்தத் தேநீரைக் குவளையில் ஊற்றிக் கொண்டு, ரொட்டியைத் தின்றபடி தேநீரிலும் ஒரு வாய் குடித்தாள்.

“இந்தா, ஃபினாஷ்கா, இதோ உனக்கு” – அவள் வாயை உற்றுப் பார்த்துக்கொண்டிருந்த அந்தச் சிறுவனைக் கூப்பிட்டு,

ரொட்டியிலிருந்து ஒரு துண்டைப் பிய்த்து அவனிடம் தந்தாள் மாஸ்லவா.

இதற்குள் கொரப்லோவா சாராயக் குடுவையையும் கோப்பையையும் அவளிடம் கொண்டுவந்து தந்தாள். மாஸ்லவா அந்தக் குடுவையிலிருந்து ஊற்றிக் கொரப்லோவாவுக்கும் ஹரஷாவ்காவுக்கும் பானம் வழங்கினாள். இந்தச் சிறைக்கூட அறையில் இம்மூன்று கைதிகளும் "மேற் குலத்தோராய்க்" கருதப்பட்டனர். ஏனெனில் இவர்களிடம் கொஞ்சம் காசு இருந்தது. தம்மிடம் இருந்ததை இவர்கள் ஏனையோருடன் பகிர்ந்து கொண்டனர்.

சில நிமிடங்களுக்கு எல்லாம் மாஸ்லவா விறுவிறுப் படைந்து, நீதிமன்றத்தில் நடைபெற்றவற்றை உற்சாகமாய் எடுத்துரைத்தாள். பிராசிக்யூட்டர் பேசிய அதே முறையில் பேசிக் காட்டி அவரைக் கேலி செய்தாள். நீதிமன்றத்தில் அவளை வெகுவாகக் கவர்ந்த ஓர் உண்மையை விவரித்துச் சொன்னாள். அங்கே எல்லாரும் விருப்பத்துடன் தன்னைப் பார்த்துக்கொண்டிருந்தார்கள், கைதிகளது அறையில் அவள் இருந்தபோது வேண்டுமென்றே அங்கே திரும்பத் திரும்ப வந்து சென்றார்கள் என்றாள்.

"எல்லாம் உன்னைப் பார்ப்பதற்காகத்தான் வருகிறார்கள்" என்று அறையில் காவல் புரிந்த ஆளுங்கூட சொன்னான். எங்கே அந்தக் காகிதம்? அல்லது வேறு ஏதோ ஒன்று எங்கே? என்று கேட்டு அவ்வப்போது யாராவது ஒருவர் உள்ளே வருவார். அவருக்கு வேண்டியது காகிதம் அல்ல என்பது உடனே எனக்குத் தெரியும். அங்கும் இங்கும் நின்று என்னை அப்படியே விழுங்கி விடுவது மாதிரிப் பார்த்துவிட்டுப் போய்ச் சேருவார்" என்று சொல்லிச் சிரித்துக்கொண்டாள். பெரிதும் வியப்புற்றவளைப் போல் தலையை ஆட்டிக்கொண்டு "சரியான கலைஞர்கள்தான்" என்றாள்.

"ஆமாம், அது மெய்தான்" என்று ரயில் பாதைக் காவற் காரி நீட்டி இழுத்துப் பேசலானாள். "சர்க்கரையைச் சுற்றி மொய்க்கும் ஈக்களேதான். வேறு எது இல்லாவிட்டாலும் இது மட்டும் அவர்களுக்கு அவசியம் வேண்டும். சாப்பிடாமல் கூட இருப்பார்கள், இது இல்லாமல் முடியாது....."

"இங்கே திரும்பி வருகிறேன், இங்கேயும் இதே கதைதான்" என்று மாஸ்லவா அவளை இடைமறித்தாள். "என்னை இங்கே வாயிலுக்குள் அழைத்து வருகிறார்கள், அதே நேரத்தில் ரயில் நிலையத்திலிருந்து கைதிகளது கூட்டமும் ஒன்று உள்ளே வருகிறது. எல்லாருமாய் என்னைப் படுத்தி வைக்கிறார்கள், இவர்களிடமிருந்து எப்படி விடுபடுவதென்று தெரியாமல் தவித்தேன். நல்லவேளை துணைக் கண்காணிப்பாளர் அங்கே

வந்தார், அவர் இவர்களை என்னிடமிருந்து விரட்டினார். ஒரு கைதி அட்டை போல் ஒட்டிக் கொண்டு என்னைத் தொல்லை செய்தான், அவனை உதறித் தள்ளுவதற்குள் பெரும் பாடாகி விட்டது.”

“எப்படி இருந்தான் அவன்?” என்று கேட்டாள் ஹரஷாவ்கா.

“பழுப்பு நிறத்தவன், மீசை வைத்திருந்தான்.”

“அவனேதான், சந்தேகமில்லை.”

“எவனேதான்?”

“ஷெக்லோவ்தான். சற்று முன்பு இங்கே முற்றத்தின் வழியே சென்றானே, அவன்தான்.”

“யார் அந்த ஷெக்லோவ்?”

“ஷெக்லோவ் தெரியாதா உனக்கு? சைபீரியாவிலிருந்து இரு தரம் தப்பி ஓடியவன். திரும்பவும் இப்போது அவனைப் பிடித்து வந்திருக்கிறார்கள். ஆனால் மறுபடியும் அவன் தப்பி ஓடவே போகிறான். காவலர்களுக்குங்கூட அவனைக் கண்டால் நடுக்கம் தான்” என்றாள் ஹரஷாவ்கா. கைதிகள் தமக்குள் எழுதிக் கொண்ட கடிதங்களை இவள்தான் ஒருவரிடமிருந்து ஒருவருக்கு எடுத்துச் சென்றவள். சிறைக்கூடத்தில் நடைபெற்றவை யாவற்றையும் நன்கு அறிந்தவள். “நிச்சயம் இப்போதும் அவன் தப்பித்துக் கொள்ளவே போகிறான்” என்றாள்.

“அவன் தப்பித்துக் கொள்ளட்டுமே. நமக்கு என்ன? நம்மை யுமா கூட அழைத்துச் செல்லப் போகிறான்?” என்று கொரப் லோவா அவளிடமிருந்து மாஸ்லவா பக்கம் திரும்பினாள். “மனு சமர்ப்பிப்பது குறித்து வழக்கறிஞர் என்ன சொல்கிறார்? அதைச் சொல்லு. மனுவைச் சமர்ப்பிப்பதற்கு இதுவே தக்க தருணம்” என்றாள் அவள்.

அதைப் பற்றித் தனக்கு ஒன்றும் தெரியாதென மாஸ்லவா பதிலளித்தாள்.

அப்போது செம்பட்டை முடியாள் புள்ளி விழுந்த இரு கைகளையும் சடை சடையாகத் தோளில் புரண்ட செம் பட்டைச் சுருள்களுக்கிடையே விட்டு நகத்தால் தலையைச் சொறிந்துகொண்டு மதுவருந்தும் “மேற்குலத்தோரிடம்” வந்தாள்.

“கத்தரீனா. என்ன செய்ய வேண்டுமென்று நான் உனக்குச் சொல்கிறேன், கேள்” என்றாள் அவள். “இங்கு நடைபெற்ற நீதி விசாரணை சரியானபடி அமையவில்லை என்பதை யாவற்றுக் கும் முதலாய்க் குறிப்பிட்டு நீ மனு எழுத வேண்டும், பிறகு தலைமைப் பிராசிக்யூட்டருக்கு அறிவிப்பு அனுப்ப வேண்டும்.”

“உன்னை யார் கேட்டது? இங்கு என்ன வேலை உனக்கு?” என்று அடித் தொண்டைக் குரலில் கொரப்லோவா அவள்

மீது சீறி விழுந்தாள். "சாராயம் கிடைக்குமென்றா ஓடி வந்தாய்? உன்னை இங்கே யாரும் கூப்பிடவில்லை. நீ ஒன்றும் ஆலோசனை சொல்ல வேண்டாம், என்ன செய்வதென்று எங்களுக்குத் தெரியும்."

"உன்னுடனா பேசினேன்? நீ ஏன் கத்துகிறாய்?"

"உனக்கு வேண்டியது சாராயம்தான், அதற்காகத் தான் வாலைக் குழைத்துக் கொண்டு வந்திருக்கிறாய்."

"அவளுக்கும் கொஞ்சம் கொடு, குடிக்கட்டும்" என்றாள், தன்னிடமுள்ளதை ஏனையோருடன் பகிர்ந்துகொள்ள எப்போதுமே தயாராயிருந்த மாஸ்லவா.

"கொடுக்கிறேன்! சரியானபடி கொடுக்கிறேன்....."

"எங்கே, கொடு பார்ப்போம்!" என்று செம்பட்டை முடியாள் கொரப்லோவாவிடம் நெருங்கிச் சென்றாள். "பயந்து விடுவேனென நினைக்காதே."

"சிறைக்கூடத்துச் செறுக்கி!"

"சொல்கிறவள்தான் அப்படி."

"கழிசடை!"

"நானா கழிசடை? கடின உழைப்புத் தண்டனை பெற்ற கொலைகாரி!" என்று கத்தினாள் செம்பட்டை முடியாள்.

"என்னருகே வராதே, போய் விடு!" என்று ஆத்திரமாய் உறுமினாள் கொரப்லோவா.

ஆனால் செம்பட்டை முடியாள் நெருங்கி வரவே கொரப்லோவா அவளது கனத்த திறந்த மார்பிலே ஒரு மொத்து மொத்தி அவளைத் தள்ளினாள். செம்பட்டை முடியாள் இதற்காகவே இதுவரைக் காத்திருந்தவளைப் போல் திடுமெனப் பாய்ந்து ஒரு கையால் கொரப்லோவாவின் முடிகளைப் பற்றிக் கொண்டு, மற்றொரு கையால் அவள் முகத்திலே குத்தப் போனாள். ஆனால் கொரப்லோவா அதற்குள் அந்தக் கையைக் கெட்டியாகப் பிடித்துக் கொண்டு விட்டாள். மாஸ்லவாவும் ஹரஷாவ்காவும் செம்பட்டை முடியாளின் கரங்களைப் பற்றிக் கொண்டு அவளை விலக்கி இழுத்துச் செல்ல முயன்றனர். ஆனால் அவளது பிடி தளரவே இல்லை. கிழவியின் முடிகளைக் கணப்பொழுதுக்கு அவள் தன் பிடியிலிருந்து நழுவ விட்டாள், அதே கணத்தில் அம்முடிகளை அவள் தனது முட்டியிலே சுற்றி முன்னிலும் கெட்டியாகப் பிடித்துக்கொண்டு விட்டாள். தலை ஒரு பக்கமாகச் சாய்ந்து கவிழ்ந்திருக்கக் கொரப்லோவா தனது இன்னொரு கையால் செம்பட்டை முடியாளைத் திரும்பத்

திரும்ப மொத்தியபடி, அவளது கையை இழுத்துத் தனது பற்களுக்கிடையே கொண்டுவர முயன்றாள். ஏனைய பெண்கள் எல்லாரும் கூட்டமாய் இவர்களைச் சூழ்ந்துகொண்டு உச்சக் குரலில் கூச்சலிட்டு இருவரையும் பிரித்துவிடுவதற்காக முயற்சி செய்தனர். காச நோயாளியுங்கூட எழுந்து வந்து இருமியபடி இந்த இழுபறிப் போரைப் பார்த்துக்கொண்டு நின்றாள். குழந்தைகள் மிரண்டு போய் ஒரு மூலையில் ஒண்டிக்கொண்டு அலறினர். இந்தச் சப்தத்தைக் கேட்டுப் பெண் காவலரும் சிறைக் காவலரும் உள்ளே வந்தார்கள். மல்லுக்கு நின்றவர்கள் இருவரும் விலக்கி விடப்பட்டனர். கொரப்லோவா தனது நரை முடிகளி லிருந்து பிய்ந்து தொங்கிய கொத்துகளைப் பிரித்தெடுக்க, செம் பட்டை முடியாள் கிழிந்துபோன சட்டையைத் தனது மஞ்சள் மார்பின் மீது இழுத்துப் பிடித்துக் கொண்டாள். இருவரும் கூச்சலிட்டு விளக்கம் கூறி முறையிட்டனர்.

"எனக்குத் தெரியும், சாராயம்தான் இதற்கெல்லாம் காரணம். நாளைக்கு நான் சிறைக் கண்காணிப்பாளரிடம் சொல்கிறேன், சரியானபடி அவர் உங்களுக்குப் பாடம் கற்பிப்பார். வீச்சம் மூக்கைத் துளைக்கிறதே" என்று இரைந்தாள் பெண் காவலர். "இங்கே எதுவும் இருக்கக்கூடாது. யாவற்றையும் அப்புறப்படுத்திவிட வேண்டும், தெரிந்ததா? இல்லையேல் நீங்கள்தான் துன்பப்பட வேண்டியிருக்கும். உங்கள் சச்சரவு களைத் தீர்த்து வைக்க எங்களுக்கு நேரமில்லை. அவரவர் இடத்துக்குப் போய்ச் சேருங்கள், சப்தம் போடாமல் அமைதி யாய் இருங்கள்."

ஆயினும் எளிதில் அமைதி திரும்பி விடவில்லை. பெண் கள் நெடுநேரம் சர்ச்சை செய்துகொண்டிருந்தார்கள். எப்படி ஆரம்பமாயிற்று? குற்றம் யாருடையது என்று ஒருவருக்கு ஒருவர் விளக்கிக் கூறிக் கொண்டிருந்தார்கள். முடிவில் பெண் காவலரும் சிறைக் காவலரும் போய்ச் சேர்ந்த பிறகு ஒருவாறு அமைதியடைந்து யாவரும் படுத்துறங்குவதற்குத் தயார் செய்ய முற்பட்டனர். கிழவி திருவுருவப் படத்துக்கு முன்னால் சென்று பிரார்த்தனை செய்ய ஆரம்பித்தாள்.

"கடின உழைப்புத் தண்டனை பெற்றதுகள் இரண்டும் கூடிக் குலாவிக் கொள்கின்றன" அறையின் எதிர் முனையிலிருந்து செம்பட்டை முடியாள் கரகரப்பான குரலில் திடுமெனக் கூவி னாள். ஒவ்வொரு தொடருக்கும் இடையில் வசை மொழி களையும் சேர்த்துப் பொழிந்து தள்ளினாள்.

"மூடு வாயை, திரும்பவும் செம்மையாய்க் கிடைக்கும்" என்று உடனே பதிலளித்தாள் கொரப்லோவா. இடையிடையே அவளும் தக்க வசைமொழிகளைச் சேர்த்துக் கொண்டாள். பிறகு சற்று நேரம் இருவரும் மௌனமாய் இருந்தனர்.

"என்னைத் தடுத்து நிறுத்தியிராவிடில் உன் நொள்ளைக் கண்களைத் திருகியெடுத்திருப்பேன்..." என்று செம்பட்டை முடியாள் மறுபடியும் ஒரு தரம் ஆரம்பித்தாள். கொரப்லோ வாவும் தவறாமல் சரிக்குச் சரியாகப் பதிலளித்தாள்.

திரும்பவும் சிறிது நேரத்துக்கு நிசப்தம். பிறகு மறுபடியும் வசை மொழிகள். நிசப்த இடைநேரங்கள் மேலும் மேலும் நீண்டு சென்று, இறுதியில் பூரண நிசப்தம் நிலவிற்று.

எல்லாரும் படுத்துவிட்டனர், சிலர் குறட்டையுங்கூட விட்டனர். கிழவி மட்டும் தொடர்ந்து திருவுருவப் படத்துக்கு முன்னால் நின்று வணங்கிக் கொண்டிருந்தாள். எப்போதும் அவள் நீண்ட நேரம் பிரார்த்தனை செய்வது வழக்கம். படுக்கா திருந்த இன்னொருத்தி ஓதுவாரின் மகள், பெண் காவலர் வெளியே சென்றதும் அவள் தனது பலகையை விட்டெழுந்து வழக்கம் போல் மேலும் கீழுமாய் அறையில் நடைபோடத் தொடங்கியிருந்தாள்.

மாஸ்லவா தூங்கவில்லை. கடின உழைப்புத் தண்டனை விதிக்கப்பட்ட கொடுங் குற்றவாளி அல்லவா ஆகிவிட்டேன் என்று நினைத்துப் புழுங்கியபடி படுத்திருந்தாள். ஏற்கெனவே இரண்டு தரம்–ஒரு தரம் போச்சுவாவாலும் இன்னொரு தரம் செம்பட்டை முடியாளாலும் – அவளுக்கு இது சுட்டிக் காட்டப் பட்டுவிட்டது. அவளுக்கு மனம் ஒப்பவில்லை. முதுகைக் காட்டிக்கொண்டு அவளுக்குப் பக்கத்தில் படுத்திருந்த கொரப் லோவா இப்போது அவளைப் பார்க்கப் புரண்டு படுத்தாள்.

"என் கதியைப் பாரேன்!" என்று மாஸ்லவா தணிவான குரலில் அவளிடம் சொன்னாள். "இப்படி ஆகுமெனக் கனவி லும் நான் நினைத்ததில்லையே. ஏனையோர் என்னவெல் லாமோ செய்கிறார்கள் ஒன்றும் ஆவதில்லை, ஆனால் ஏதும் செய்யாத எனக்கு இப்படி ஆகியிருக்கிறதே!"

"மகளே, வருந்தாதே நீ, சைபீரியாவிலும் மக்கள் வாழ்த்தான் செய்கிறார்கள். அங்கேயும் நீ அழிந்து விடாமல் இருக்க முடியும்" என்று கொரப்லோவா அவளுக்கு ஆறுதல் கூறினாள்.

"அழிந்துவிட மாட்டேன், அது தெரியும். ஆனாலும் இது அநியாயம் அல்லவா? என் தலைவிதி இப்படி இருக்க வேண் டாமே – வசதியாக வாழ்ந்து பழக்கப்பட்ட எனக்கு ஏன் இது?"

"எல்லாம் ஆண்டவன் செயல்" என்று பெருமூச்சு விட்டுக் கொண்டாள் கொரப்லோவா. "யாராலும் அவனை மீறிச் சென்றுவிட முடியாதே."

"அது எனக்குத் தெரியும் அத்தை. இருந்தாலும் மெத்தக் கடினமாய் இருக்கிறதே."

இருவரும் மௌனமாய் இருந்தனர்.

"காதில் விழுகிறதா? செறுக்கி என்ன செய்கிறாள், கவனி!" என்று இரகசியமாய்க் கூறினாள் கொரப்லோவா. அறையின் எதிர் முனையிலிருந்து எழுந்த விபரீத சப்தத்தைக் கவனிக்கும் படி மாஸ்லவாவிடம் சொன்னாள்.

"செம்பட்டை முடியாள் செறுமிக்கொண்டு வாய்க்குள் அழுததன் சப்தம் அது. தற்போது தான் மொத்துப் பட்டதையும், அத்தனை ஆவலோடு நாடிச் சென்ற அந்தச் சாராயம் தனக்குக் கிடைக்காமற் போனதையும் நினைத்துச் செம்பட்டை முடியாள் அழுது கொண்டிருந்தாள். தவிரவும் வாழ்வெல்லாம் தான் மொத்துப்பட்டும், கேலிக்கும் இழிவுக்கும் கொடுமைக்கும் ஆளாக்கப்பட்டும் வந்திருந்ததை நினைத்தும் அழுதுகொண்டி ருந்தாள். தன் மனத்தைத் தேற்றிக்கொள்ளும் பொருட்டு அவள் தனது முதலாவது காதலை நினைத்துப் பார்த்தாள். ஆலைத் தொழிலாளி ஃபேத்கா மலதியோன்கவிடம் அவள் காதல் கொண்டதை நினைத்தபோது அந்தக் காதல் எப்படி முடிவடைந்தது என்பதும் அவளுக்கு நினைவு வந்தது. அந்த மலதியோன்கவ் ஒரு நாள் நன்றாய்க் குடித்துவிட்டுக் கந்தகக் காடியை எடுத்து வந்து, வேடிக்கைக்காக வேண்டி அவள் மேல் மிக மிருதுவான ஓரிடத்தில் தடவினான். வலி பொறுக்க மாட்டாமல் அவள் கதறித் துடித்தபோது தன் சகாக்களுடன் சேர்ந்துகொண்டு கூச்சலிட்டுச் சிரித்தான். அது நினைவுக்கு வந்ததும் அவள் தன் மீது தானே பரிதாபப்பட்டுக்கொண்டாள். யாருக்கும் காதில் விழாதென நினைத்துச் சிறுபிள்ளை போல் மூக்கைச் சுளித்துக்கொண்டு கரிக்கும் கண்ணீரை விழுங்கிய படித் தேம்பித் தேம்பி அழுதாள்.

"அவளை நினைக்கையில் எனக்கு வருத்தமாய் இருக்கிறது" என்றாள் மாஸ்லவா.

"ஆமாம். வருத்தமாகத்தான் இருக்கிறது. ஆனால் அவள் ஏன் மூக்கைத் துருத்திக்கொண்டு வந்து தலையிடுகிறாள்?"

33

தமக்கு ஏதோ நேர்ந்திருப்பதாக நினைத்தபடி மறுநாள் காலையில் நெஹ்லூதவ் விழித்தெழுந்தார். நேர்ந்தது என்ன வென்று நினைவுக்கு வரும் முன்பே, அது ஏதோ முக்கியமானது, நலம் பயப்பது என்பது அவருக்குத் தெரிந்தது.

“கத்யூஷா.... வழக்கு விசாரணை!” ஆம், பொய் பேசுவதை விட்டொழிக்க வேண்டும். முற்றும் உண்மையே பேச வேண்டும்.

வியக்கத் தக்கவாறு அதே காலையில், பிரபுக் குல முதல் வரின் மனைவி மரீயா வசீலியெவ்னாவிடமிருந்து பல நாட் களாய் அவர் எதிர்பார்த்துக் காத்திருந்த கடிதமும் வந்து சேர்ந்தது. தற்போது அவருக்கு அவசியத் தேவையாய் இருந்த கடிதம் அது. பிரபுக் குல முதல்வரின் மனைவி அவருக்கு முழுச் சுதந்திரம் அளித்தாள், அவர் முடித்துக்கொள்ள விரும்பிய திருமணம் அவருக்கு இன்பம் கிடைக்கச் செய்ய வேண்டுமென வாழ்த்துரைத்தாள்.

“திருமணமாமே!” என்ற கேலி தொனிக்கக் கூறிக் கொண்டார், நெஹ்லூதவ். “இப்போது நான் அதனிடமிருந்து நெடுந்தூரம் விலகி வந்துவிட்டேனே!” என்றார் அவர்.

முந்திய இரவில் அவர் வந்தடைந்திருந்த தீர்மானம் அவருக்கு நினைவு வந்தது. அவள் கணவரிடம் சென்று யாவற்றையும் கூறித் தமது குற்றத்தை ஒத்துக்கொண்டு, அவரிடம் மன்னிப்பு பெறுவதற்காகத் தாம் எதுவும் செய்யச் சித்தமாயிருப்பதாகச் சொல்வதென்ற அந்தத் தீர்மானம் முந்திய இரவில் தோன்றியது போல் இப்போது இவ்வளவு சுலபமானதாகத் தெரியவில்லை. “இதைப் பற்றி அறியாதவரிடம் இதைச் சொல்லி எதற்காக அவரைத் துன்புறச் செய்ய வேண்டும்? அவராக வந்து கேட் பாராயின், அப்போது யாவற்றையும் அவரிடம் சொல்லலாம். நாமாகவே சென்றா தெரிவிக்க வேண்டும்? வேண்டாம். அது சரியல்ல.”

மிஸ்ஸிடம் முழு உண்மையையும் சொல்வதென்பதும் இன்று காலை அவருக்குக் கடினமான காரியமாகவே தோன்றியது. அவளிடம் சென்று தாமாகவே இந்தப் பேச்சைத் தொடங்கினால், அது அவளை அவமதிப்பதாக அல்லவா அமைந்துவிடும்? வாழ்க்கையில் சிலவற்றைப் பகிரங்கமாகச் சொல்லாமல் விடத்தான் வேண்டியிருக்கிறது. ஒன்றை மட்டும் அன்று காலை அவர் தன் மனத்துள் உறுதியாக முடிவு செய்துகொண்டார். அங்கே தாம் போவதில்லை. கேட்கும் போது மட்டும் உண்மை யைச் சொல்வது.

ஆனால் கத்யூஷாவைப் பொறுத்தவரை எதையும் பகிரங்க மாகச் சொல்லாமல் விடுவதில்லை.

"நான் சிறைக்கூடத்துக்குச் சென்று அவளிடம் யாவற்றை யும் சொல்வேன். என்னை மன்னிக்கும்படி அவளிடம் வேண்டு வேன். அவசியம் ஏற்படின்... ஆம். அவசியம் ஏற்படின் அவளை மணம் புரிந்துகொள்வேன்" என்று தம்முள் கூறிக் கொண்டார்.

நன்னெறியை முன்னிட்டு மகிழ்ச்சியுடன் யாவற்றையும் தியாகம் புரிந்துவிட்டு அவளை மணந்துகொள்ளத் தாம் தயார் என்ற இந்த நினைப்பு திரும்பவும் அவரை அந்தக் காலைப் பொழுதில் தம் மீது இரக்கங்கொண்டு மனம் உருகச் செய்தது.

நெடுங்காலமாய் இல்லாத ஒரு விறுவிறுப்புடன் இப்போது அவர் பகற்பொழுதை வரவேற்றார். அக்ரஃபேனா பெத் ரோவ்னா அவரிடம் வந்ததும், இந்த வீடும் அவளது பணி விடையும் தமக்கு இனித் தேவையில்லை என்று, அவரே தமக்குச் சாத்தியமென நினைத்திருக்க முடியாதவாறு அத்தனை வைராக்கியத்துடன் அவளிடம் அறிவித்தார். திருமணம் செய்து கொள்வதாக இருந்ததால்தான் அவர் இவ்வளவு அதிகச் செலவுக்குரிய இந்தப் பெரிய வீட்டை வைத்து நிர்வகித்து வந்தார் என்பது வெளிப்படையாகக் கூறப்படாவிட்டாலும் எல்லாருக்கும் தெரிந்ததுதான். ஆகவே இனி இந்த வீடு தமக்குத் தேவையில்லை என்ற அவரது அறிவிப்பு பொருட்செறிவு மிக்க தாய் ஒலித்தது. அக்ரஃபேனா பெத்ரோவ்னா வியப்புற்றவளாய் அவரை உற்றுப் பார்த்தாள்.

"அக்ரஃபேனா பெத்ரோவ்னா, பரிவும் பாசமும் கொண்டு என்னை நீ பேணிக் காத்து வந்திருக்கிறாய். நான் ஆழ்ந்த நன்றி செலுத்துகிறேன். ஆனால் இவ்வளவு பெரிய வீடும் இத்தனைப் பணியாட்களும் இனி எனக்குத் தேவையில்லை. சாமான்களை எல்லாம் எடுத்துவிட்டு, முன்பு அம்மா இருந்தபோது எப்படி இருந்ததோ அதே மாதிரி யாவற்றையும் திருத்தியமைக்கும்படி வேண்டுகிறேன். நத்தாஷா வந்ததும் இறுதியாக அவள் ஏற்பாடு செய்வாள்" என்றார். (நெஹ்லூதவ்வின் அக்காள்தான் நத்தாஷா)

தலையை ஆட்டி ஆட்சேபித்தாள் அக்ரஃபேனா பெத்ரோவ்னா.

"சாமான்களை எடுப்பதாவது? எல்லாம் திரும்பவும் தேவையாகத் தானே இருக்கும்?" என்றாள் அவள்.

"இல்லை. அக்ரஃபேனா பெத்ரோவ்னா; இவை எல்லாம் இனி எனக்குத் தேவையில்லை. உனக்கு எந்தச் சந்தேகமும் வேண்டாம்" - தலையை ஆட்டி அவள் ஆட்சேபித்ததற்கு நெஹ்லூதவ் இவ்வாறு பதிலளித்தார். "கர்னேய் இனி எனக்கு

வேண்டியதில்லை. வேலையிலிருந்து நின்று கொள்ளட்டும். முன்னறிவிப்புக்குப் பதிலாய் இரண்டு மாதச் சம்பளம் தருகிறே னென அவனிடம் சொல்லும்படி வேண்டுகிறேன்."

"திமீத்ரி இவானவிச், நீங்கள் இப்படிச் செய்ய நினைப்பது வருந்தத்தக்கது" என்றாள் அவள். "நீங்கள் வெளிநாடு போவ தாய் இருந்தாலும், திரும்பி வருகையில் தங்குவதற்கு உங்களுக்கு இடம் வேண்டாமா?"

"அக்ரஃபேனா பெத்ரோவ்னா, வெளிநாட்டுக்குப் போகும் உத்தேசம் எனக்கு இல்லை. நான் எங்காவது செல்வேனாயின் அது முற்றிலும் வேறொரு திசையிலேதான் இருக்கும்."

திடுமென அவருக்கு முகம் சிவந்துவிட்டது. "ஆம். நான் சொல்லவே வேண்டும்" என்று அவர் தம்முள் கூறிக்கொண் டார். "எதையும் மறைக்கலாகாது. யாவற்றையும் எல்லோர்க்கும் நான் சொல்லவே வேண்டும்"

"அசாதாரணமான, அதிமுக்கியமான ஒன்று நேற்று நடை பெற்றது" என்றார் அவர். "என் அத்தை மரீயா இவானவ்னா விடம் இருந்தாளே கத்யூஷா. நினைவு இருக்கிறதா உனக்கு?"

"நினைவு இல்லாமல் என்ன? அவளுக்கு நான்தானே தைக்கக் கற்றுத் தந்தேன்."

"இந்தக் கத்யூஷா மீது வழக்கு தொடரப்பட்டு நேற்று நீதி மன்றத்தில் அவள் விசாரிக்கப்பட்டாள். சான்றாயராய் நான் இதில் கலந்துகொண்டேன்."

"அடப் பாவமே! அவள் மீதா வழக்கு? என்ன வழக்கு?"

"கொலை வழக்கு – நான்தான் இதற்கு மூல காரணம்."

"அதெப்படி நீங்கள் மூல காரணம்? வேடிக்கையாக இருக்கிறதே உங்கள் பேச்சு!" என்று வயது முதிர்ந்த அவளது கண்கள் பளிச்சிடக் கூறினாள் அக்ரஃபேனா பெத்ரோவ்னா.

கத்யூஷாவின் கதை அவளுக்குத் தெரிந்ததுதான்.

"ஆமாம், நான்தான் யாவற்றுக்கும் மூல காரணம். அதனால்தான் என் திட்டங்களை எல்லாம் மாற்றிக் கொண்டு விட்டேன்."

"அதனால் நீங்கள் ஏன் எதையும் மாற்றிக் கொள்ளணுமாம். தெரியவில்லையே!" என்று சிரிப்பை அடக்கிக்கொண்டாள் அக்ரஃபேனா பெத்ரோவ்னா.

"ஏனென்றால் அவள் இந்தத் தீய வழியில் இழுத்து விடப் பட்டதற்குக் காரணம் நான்தான். ஆகவே இப்போது அவளுக்கு உதவும் பொருட்டு என்னால் இயன்றது அனைத்தும் நான் செய்தாக வேண்டும்."

“உங்கள் மனம் தங்கமானது, அதனால் உதவ வேண்டுமென விரும்புகிறீர்கள். ஆனால் பெரிதாய் நீங்கள் குற்றம் புரிந்து விட்டதாக நினைக்க இடமில்லை. எல்லாருக்கும் நேர்வதுதான் இது. புத்திசாலித்தனமாய் நடந்துகொண்டால் யாவும் ஒழுங் காகி விடுகின்றன, நடந்தது மறக்கப்படுகிறது. எல்லாரும் நல்ல படியாகவே வாழ்கிறார்கள்” என்று உருக்கமும் கடுமையும் மிக்க வளாய்ச் சொன்னாள். “யாவற்றுக்கும் நீங்கள்தான் காரண மென்பது சரியல்ல. அவள்தான் சரியான பாதையை விட்டு விலகிச் சென்றாள், போகக் கூடாத பாதையிலே போனாளென எனக்குக் கேள்வி. அப்படியானால் குற்றம் யாருடையது?”

“என்னுடையது. அதனால்தான் நான் சரி செய்ய வேண்டு மென விரும்புகிறேன்.”

“முடிகிற காரியமல்ல அது.”

“அது எனக்குரிய விவகாரம். ஆனால் நீ உன்னைப் பற்றிக் கவலைப்படலாம், நான் சொல்வது என்னவெனில், அம்மா விரும்பியது போலவே...”

“என்னைப் பற்றி எனக்கு எந்தக் கவலையும் இல்லை. எந்தக் குறைக்கும் இடமின்றி உங்கள் அம்மா எனக்குத் தாராளமாகவே செய்துவிட்டுப் போயிருக்கிறார்கள். எனது லீசங்கா” (கல்யாண மான அவளது மருமகள்) “தன்னுடன் வந்திருக்கும்படி என்னை அழைத்துக்கொண்டிருக்கிறாள். இங்கே இனி நான் வேண்டிய தில்லை என்றால் அவளிடம் போய்விடுகிறேன். ஆனால் நீங்கள் இந்த விவகாரத்துக்காக இப்படி மனத்தைப் புண்படுத்திக் கொள்வது சரியல்ல, இதெல்லாம் எல்லார்க்கும் நேர்வதுதான்.”

“இல்லை, நான் அப்படி நினைக்கவில்லை. சாமான்களை எடுத்து வைப்பதற்கும், வீட்டை வாடகைக்கு விடுவதற்கும் உதவும்படி உன்னை வேண்டுகிறேன், என் மீது நீ கோபப்படக் கூடாது. நீ செய்திருப்பவை யாவற்றுக்காகவும் உனக்கு நான் பெரிதும், மிகப் பெரிதும் கடமைப்பட்டிருக்கிறேன்.”

ஆச்சரியம் தான், நெஹ்லூதவ் தமது தீய நடத்தையை உணர்ந்து, தம்மைத் தாமே இகழ்ந்து கொள்ள முற்பட்ட தருணம் முதலாய், ஏனையோர் எவரும் அவருக்கு இகழ்ச்சிக்குரியோ ராகத் தோன்றவில்லை. அக்ரஃபேனா பெத்ரோவ்னா மீதும் கர்னேய் மீதும் என்றும் இல்லாதபடி இப்போது தமக்கு அன்பும் மதிப்பும் ஏற்படக் கண்டார். கர்னேயையும் அழைத்து அவனு டனும் மனம் விட்டுப் பேச விரும்பினார். ஆனால் இந்தக் கர்னேய் அளவு மீறி அடிபணிந்து அடக்கவொடுக்கமாய்த் தம்மெதிரே வந்து நிற்பானே என்று பயந்துகொண்டு அவர் பேசாமல் இருந்து விட்டார்.

அதே வாடகை வண்டியில் அமர்ந்து அதே தெருக்கள் வழியே சென்ற நெஹ்லூதவ் அடியோடு புதியதோர் ஆளாக அல்லவா மாறி வருகிறோமென நினைத்து மகிழ்ந்து கொண்டார்.

மிஸ்ஸியை மணந்துகொள்வது நேற்றெல்லாம் சீக்கிரம் நடைபெறக் கூடியதாகவே தோன்றியது, ஆனால் இப்போது அவருக்கு அது அறவே முடியாத காரியமாகி விட்டது தெரிந்தது. தாம்தான் முடிவு செய்தாக வேண்டும், அவளைப் பொறுத்தவரை நிச்சயம் அவள் மகிழ்வுடன் தம்மை ஏற்றுக் கொள்ளத் தயாராக இருப்பதாகவே நேற்று வரை அவர் நினைத்திருந்தார். ஆனால் இன்று தமக்குத்தான் அருகதை இல்லையென அவளை மணந்து கொள்வதற்கு மட்டுமின்றி, அவளுடன் நெருங்கிப் பழகுவதற்குக்கூடத் தமக்கு அருகதை இல்லையென நினைத்தார். "நான் எப்படிப்பட்ட ஆள் என்பது அவளுக்குத் தெரியுமானால், என்னுடன் பேசுவதற்குக் கூடச் சம்மதிக்க மாட்டாளே. இந்த நிலையில், வேறு ஒருவருடன் ஊடாடிக் குழைகிறாளே என்றல்லவா நான் இவள் மீது குறைபட்டுக் கொண்டேன்? ஆம், என் மனைவியாவதற்கு இவள் சம்மதித்தாலும் என்னால் இவளுடன் வாழ முடியுமா? இன்பமாக வாழ்வது இருக்கட்டும், மன நிம்மதிக்குக்கூட வழி இருக்காதே. அந்த இன்னொருத்தி அங்கே சிறைக்கூடத்தில் அடைபட்டிருக்கிறாள், நாளையோ நாளை மறுநாளோ அவள் சைபீரியாவுக்கு அனுப்பப்படலாம் என்பது அறிந்த நான் இவளுடன் வாழ்வது எப்படி? என்னால் சீரழிக்கப்பட்ட அவள் கடின உழைப்புத் தண்டனை பெற்றுச் சைபீரியாவுக்குச் செல்ல, இங்கே நான் மணம் முடித்துக் கொண்டு வாழ்த்துகள் பெறுவேன், இளம் மனைவியுடன் எல்லார் வீட்டுக்கும் வருகை தருவேன்! அல்லது ஈனத்தனமாய் வஞ்சித்து வந்தேனே அந்தப் பிரபுக்குல முதல்வருடன் சேர்ந்து கூட்டங்களில் கலந்துகொண்டு கிராமப் பள்ளிகளது மேற்பார்வைக்கான முன்மொழிவுகளுக்கு ஆதர வாகவும் எதிராகவும் அளிக்கப்பட்ட வாக்குகளை எண்ணிக் கணக்கிடுவேன், அதன் பிறகு கள்ளத்தனமாய் அங்கிருந்து புறப்பட்டு அவர் மனைவியிடம் செல்வேன் (வெட்கக்கேடு!). இல்லையேல் எனது ஓவியத்திடம் சென்று வேலை செய்வேன் – அந்த ஓவியம் எந்நாளும் பூர்த்தியாகப் போவதில்லை, இந்த உதவாக்கரை வேலையில் இனி நான் நேரத்தை வீணாக்க மாட்டேன், எப்படியும் இப்போது இதற்கெல்லாம் எனக்கு நேரமில்லை" என்று அவர் தமக்குத் தாமே கூறிக்கொண்டார். அதே போது தம்முள் அவர் ஏற்படக் கண்ட மாற்றம் குறித்து மனம் மகிழ்ந்துகொண்டார்.

"முதற் காரியமாய் வழக்கறிஞரைப் பார்த்து அவர் கூறும் முடிவைத் தெரிந்துகொள்ள வேண்டும். பிறகு..... பிறகு நேற்று தண்டிக்கப்பட்டவளைச் சிறைக்கூடத்தில் சந்தித்துப் பேச வேண்டும், யாவற்றையும் அவளிடம் சொல்ல வேண்டும்."

அவளை நேரில் பார்த்து யாவற்றையும் அவளிடம் சொல்லப் போவதை, தமது பாவச்செயலை ஒப்புக்கொள்ளப் போவதை, பாவமன்னிப்பு பெறும் பொருட்டு அனைத்தும் செய்ய விரும்புவதாகவும் அவளை மணந்துகொள்வதற்கும் தயாரா யிருப்பதாகவும் அவளிடம் கூறப் போவதை மனத்துள் சித்திரக் காட்சி போல் கண்ணுற்றார். உடனே ஆனந்தப் பரவசத்தால் அவருக்கு மெய் சிலிர்த்தது. அவர் கண்களில் நீர் சுரந்தது.

34

நீதிமன்றத்துக்கு வந்து சேர்ந்த நெஹ்லூதவ், நேற்று அவருக்கு அறிமுகமாயிருந்த அறிவிப்பாளரை அங்கே நடை வழியில் சந்தித்தார். தண்டனை விதிக்கப்பட்ட கைதிகள் வைக்கப்பட்டிருக்கும் இடம் எது? அவர்களைப் பார்ப்பதற்கு யாரிடம் அனுமதி கேட்க வேண்டும் என்று அவரிடம் விசாரித் தார். தண்டனை விதிக்கப்பட்ட கைதிகள் வெவ்வேறு இடங் களில் வைக்கப்பட்டிருப்பதாகவும், தண்டனையானது அதன் இறுதி வடிவில் வெளியிடப்படும் வரை அவர்களைப் பார்ப்ப தற்குத் தலைமைப் பிராசிக்யூட்டரிடம் அனுமதி பெற வேண்டு மென்றும் அறிவிப்பாளர் கூறினார்.

"விசாரணை முடிந்ததும் நான் அவரிடம் உங்களை அழைத்துச் செல்கிறேன். தலைமைப் பிராசிக்யூட்டர் இன்னும் வந்து சேரவில்லை. விசாரணை முடிவுற்றபின் அவரைப் பார்க்க லாம். இப்போது நீங்கள் நீதிமன்றக்கூடத்துக்கு வர வேண்டும். வழக்கு விசாரணை ஆரம்பிக்கப் போகிறது."

தமக்குக் காட்டிய அன்புக்காக அறிவிப்பாளருக்கு நன்றி கூறிவிட்டு (இன்று இந்த அறிவிப்பாளர் அவருக்குப் பரிதாபத்துக் குரியவராகத் தோன்றினார்), சான்றாயர்களது அறைக்குச் சென் றார் நெஹ்லூதவ்.

அவர் அந்த அறைக்குள் நுழைந்தபோது ஏனைய சான் றாயர்கள் நீதிமன்றக்கூடத்துக்குச் செல்வதற்காக அங்கிருந்து புறப்பட்டுக் கொண்டிருந்தனர். நேற்று போலவே சிற்றுண்டி அருந்திக் குடித்துவிட்டு வந்திருந்த அந்த வணிகர் பூரிப்பு மிக்கவ ராய் இருந்தார், நெஹ்லூதவைக் கண்டதும் நெடுநாளைய

நண்பரைப் போல் ஆர்வமாய் வரவேற்றார். ஆனால் இன்று பியோத்தர் கெரசிமவிச்சின் சல்லாப முறைகளும் பலத்த சிரிப்பும் நெஹ்லூதவை மனத்துள் கசப்புற்றுக் கடிந்துகொள்ளச் செய்யவில்லை.

நேற்று விசாரிக்கப்பட்ட கைதியுடன் தமக்கிருந்த உறவு களைச் சான்றாயர்கள் எல்லாருக்கும் சொல்லி விட வேண்டு மென்றுதான் நெஹ்லூதவ் விரும்பினார். "நியாயமாய் நேற்றே விசாரணையின் போது நான் எழுந்து நின்று எனது பாவச் செயலைப் பகிரங்கமாய் அறிவித்திருக்க வேண்டும்" என்று தம்முள் கூறிக்கொண்டார் அவர். ஆனால் ஏனைய சான்றாயர் களுடன் சேர்ந்து நீதிமன்றக் கூடத்துக்குள் அவர் நுழைந்ததும் நேற்றைய அதே நிகழ்முறைகள் திரும்பவும் ஆரம்பமாயின. "நீதிபதிகள் வருகிறார்கள்" என்ற அதே அறிவிப்பு திரும்பவும் முழங்கியது, பூப்பின்னிய காலர்கள் அணிந்த மூவர் திரும்பவும் மேடை மீது ஏறிச் சென்றனர். அதே நிசப்தம், சான்றாயர்கள் முன்பு போலவே அந்த உயர் முதுகு நாற்காலிகளில் அமருதல், அதே காவல் படையாட்கள், உருவப் படம், பாதிரியார். காண் போர் கலங்கும்படியான இக்காட்சிகளைக் கண்ணுற்றதும் நெஹ் லூதவ் உணர்ந்து கொண்டார்; பகிரங்கமாய் அறிவித்திருக்க வேண்டும்தான் என்றாலும், மலைப்பூட்டும் இந்தப் புனித நிகழ் முறைகளில் தம்மால் இன்று குறுக்கிட முடியாதது போலவே நேற்றும் முடிந்திருக்காதென உணர்ந்துகொண்டார்.

வழக்கு விசாரணைக்குரிய பூர்வாங்க நிகழ்முறைகள் யாவும் நேற்று போலவே நடந்தேறின. சான்றாயர்கள் ஆணையுறுதி ஏற்பதும் அவர்களுக்கு நீதிபதி உரை நிகழ்த்துவதும் இன்று இல்லை என்பதைத் தவிர வேறு வித்தியாசம் ஏதும் இல்லை.

நீதிமன்றத்தால் இன்று விசாரிக்கப்பட்ட வழக்கு வலியப் புகுந்து திருடியது பற்றியதாகும். இரு படையாட்கள் உருவிய வாளுடன் நின்று காவல் புரிந்த இன்றைய கைதி, சாம்பல் நிற அங்கி அணிந்து குறுகிய மார்புடைய ஒல்லியான இருபது வயதுப் பையன். அவன் முகம் இரத்தமின்றிச் சோகையாய் வெளுத்திருந்தது. குற்றவாளிக் கூண்டில் தனியே அவன் உட்கார்ந்திருந்தான், நீதிமன்றத்துள் வந்த ஒவ்வொருவரையும் கண்ணைக் கவிழ்த்துக்கொண்டு வெறிக்கப் பார்த்தான். ஒரு கூட்டாளியுடன் சேர்ந்து ஒரு கொட்டகையின் பூட்டை உடைத்து உள்ளே புகுந்து மூன்று ரூபிள் அறுபத்தேழு கோப்பெக் பெறுமானமுள்ள பழைய பாய்கள் சிலவற்றைத் திருடியதாக இந்தப் பையன் மீது குற்றம் சாட்டப்பட்டிருந்தது. அவனுடைய கூட்டாளி இந்தப் பாய்களைத் தோளில் சுமந்து செல்ல, அவன் இந்தக் கூட்டாளியுடன் போய்க்கொண்டிருந்த

போது, ஒரு போலீஸ் காவலரால் தடுத்து நிறுத்தப்பட்டதாகக் குற்றப் பத்திரிகை கூறியது. உடனே இருவரும் குற்றத்தை ஒத்துக் கொண்டு விடவே, கைது செய்யப்பட்டு சிறையில் அடைக்கப் பட்டனர். பையனின் கூட்டாளியான பூட்டுக் கம்மியர் சிறைக் கூடத்தில் இறந்துவிட்டார். ஆகவே இந்தப் பையன் தனியே விசாரிக்கப்பட்டான். சான்றுப் பொருள்களாகச் சமர்ப்பிக்கப் பட்டு, இந்தப் பாய்கள் மேசை மீது வைக்கப்பட்டிருந்தன.

நேற்று நடைபெற்ற அதே முறையில் யாவும் நடந்தேறின. சான்றுகள், நிரூபணங்கள், சாட்சிகள், ஆணையுறுதி ஏற்றல், நிபுணர்கள், குறுக்கு விசாரணைகள்—குறையின்றி யாவும் நடந் தேறின. தலைமை நீதிபதி, பிராசிக்யூட்டர் அல்லது எதிர்வாத வழக்கறிஞர் கேட்ட ஒவ்வொரு கேள்விக்கும் சாட்சிகளில் ஒருவரான போலீஸ் காவலர் உயிரற்ற பொறி போல வெடுக் கெனப் பதிலளித்துச் சென்றார்: “ஆம், அப்படித் தான்”, “சொல் வதற்கில்லை” திரும்பவும் “ஆம். அப்படித்தான்.” இராணுவ வழிமுறைகளால் அவர் மந்தமாக்கப்பட்ட இயந்திரம் போல் செயற்படுகிறவராய் இருந்துங் கூட, இந்தப் பையன் கைது செய்யப்பட்டது குறித்துப் பேச விரும்பாமல் தயங்கியது வெளிப் படையாகவே தெரிந்தது.

இன்னொரு சாட்சியாக வந்தவர் வீட்டுச் சொந்தக்காரரும் அந்தப் பாய்களின் உடைமையாளருமான ஒரு கிழவர். இவர் ஒரு சிடுமூஞ்சி என்பது தெளிவாகவே புலப்பட்டது. அந்தப் பாய்கள் அவருடையவையா என்று கேட்டதும் அவர் சிறிதும் விருப்பமின்றி அவற்றைப் பார்த்து விட்டு, தம்முடையவையே என்று கடுப்புடன் பதிலளித்தார். அந்தப் பாய்களை அவர் எதற்காக வைத்திருந்தார், அவருக்கு அவை அவசியமானவையா என்று பிராசிக்யூட்டர் கேட்டபோது, ஆத்திரமடைந்து அவர் பதிலளித்தார்.

“பாழாய்ப் போன இந்தப் பாய்கள் எனக்கு வேண்டவே வேண்டாம். இவற்றால் இப்படித் தொல்லைப்பட நேருமென்று தெரிந்திருந்தால் இவற்றை நான் தேடிச் சென்றிருக்க மாட்டேன். இங்கே இழுத்தடிக்கப்பட்டு இப்படிக் கேள்வி கேட்கப்படுவதைத் தவிர்ப்பதற்காக இந்தப் பாய்களோடு சேர்த்துப் பத்து—ரூபிள் நோட்டுகளிலும் ஓரிரண்டை அழுதிருப்பேனே. சத்த வண்டி களுக்காக நான் செலவழித்ததைக் கணக்கிட்டால் ஐந்து ரூபிள் களுக்குக் குறையாதே. நான் உடல் நலம் இல்லாதவன், குடற் சரிவாலும் கீல் வாதத்தாலும் துன்புறுகிறவன்.”

சாட்சிகள் இவ்வாறு சொல்ல, குற்றம் சாட்டப்பட்ட பையன் யாவற்றையும் ஒப்புக்கொண்டு வாக்குமூலம் அளித்

தான். தப்ப வழியில்லாமல் பிடிபட்டுவிட்ட விலங்கைப் போல் விழிபிதுங்க நாற்புறத்தும் திரும்பிப் பார்த்தபடித் தட்டுத் தடுமாறும் குரலில், எப்படி இதெல்லாம் நடைபெற்றதெனச் சொன்னான்.

யாவும் தெள்ளத் தெளிவாய்த் தெரிந்தன என்றாலும் பிராசிக்யூட்டர் நேற்று செய்ததுபோலவே தோள்களை உலுக்கி உயர்த்திக்கொண்டு சாமர்த்தியம் வாய்ந்த சதிகாரனைத் தந்திரமாய் மடக்க முயலுகிறவரைப் போல் கேள்விகள் கேட்டுச் சென்றார்.

அவர் தனது உரையில், குடியிருப்பு இடத்தில் இந்தத் திருட்டு நடைபெற்றதென்றும், இதன் பொருட்டு ஒரு பூட்டு உடைக்கப்பட்டதென்றும் நிரூபித்தார்; ஆகவே இந்தப் பையனுக்குக் கடுமையான தண்டனை அளிக்க வேண்டுமென வாதாடினார்.

நீதிமன்றத்தால் நியமிக்கப்பட்ட எதிர்வாதி வழக்கறிஞர் இந்தத் திருட்டு குடியிருப்பு இடத்தில் நடத்தப்பட்டதல்ல என்றும், ஆகவே இந்தக் குற்றம் மறுக்க முடியாததாயினும் பிராசிக்யூட்டர் வாதாடியதைப்போல சமுதாயத்துக்கு இந்தக் கைதி அப்படி ஒன்றும் அபாயகரமானவன் அல்ல என்றும் கூறினார்.

நேற்று போலவே இப்போதும் தலைமை நீதிபதி நடுநிலை மையிலிருந்தும் நீதியிலிருந்தும் சிறிதும் பிறழாத நேர்மையாள ராகத் தோன்றினார். சான்றாயர்கள் எல்லோரும் ஏற்கெனவே அறிந்தவையும் அறியாதிருக்க முடியாதவையுமான உண்மைகளை அவர்களுக்கு அவர் விளக்கிச் சொல்லி வற்புறுத்தினார். நேற்று போலவே இப்போதும் இடைவேளை நேரம் அறிவிக்கப்பட்டது. திரும்பவும் எல்லோரும் புகைபிடித்தனர். திரும்பவும் அறிவிப் பாளர் கூச்சலிட்டு அறிவித்தார்: "நீதிபதிகள் வருகிறார்கள்." திரும்பவும் உருவிய கத்திகளுடன் இரு படையாட்கள் முயற்சி செய்து தூங்காமல் நின்று, கைதியைக் காவல் புரிந்தனர்.

வழக்கு விசாரணையிலிருந்து தெரிய வந்தது என்ன வெனில், இந்தப் பையன் வேலை பயிலும் ஊழியனாய் இவன் தந்தையால் புகையிலை ஆலை ஒன்றில் விடப்பட்டு, ஐந்து ஆண்டுகளாக அங்கே வேலை செய்து வந்தான். முதலாளிக்கும் தொழிலாளர்களுக்குமிடையே இந்த ஆண்டில் நடைபெற்ற தகராறுக்குப் பிற்பாடு ஆலை முதலாளியால் அவன் வேலையி லிருந்து நீக்கப்பட்டான். வேலையை இழந்தபின் இவன் வேலை ஏதுமின்றி நகரில் சுற்றினான். கையிலிருந்தவற்றை எல்லாம்

குடித்துத் தீர்த்தான். பிறகு தன்னைப்போலவே வேலை யில்லாத வேறொரு ஆளை ஒரு மது விடுதியில் சந்தித்தான். பையனுக்கு முன்னதாகவே வேலை இழந்துவிட்ட இந்த ஆள் தொழிலில் பூட்டுக் கம்மியராக இருந்தவர். இவர் சரியான குடிகாரர். குடிபோதை கொண்ட நிலையில் இவர்கள் இருவரும் ஓர் இரவு ஒரு கொட்டகையின் பூட்டை உடைத்து உள்ளே புகுந்து முதலில் கைக்குக் கிடைத்ததை எடுத்துக்கொண்டு வெளியே வந்தனர். பிடிபட்டதும் இருவரும் தம் குற்றத்தை ஒப்புக் கொண்டனர். சிறையில் அடைக்கப்பட்டனர். வழக்கு விசாரணை ஆரம்பமாகும் முன்பே பூட்டுக் கம்மியர் சிறையில் இறந்துவிட்டார். இப்போது இந்தப் பையன் ஆபத்தான ஆளாக நீதிமன்ற விசாரணைக்குக் கொண்டு வரப்பட்டான். இவனிட மிருந்து சமுதாயத்தைப் பாதுகாக்க வேண்டுமென்று கூறப் பட்டது.

"ஆம். நேற்று தண்டிக்கப்பட்டவளைப் போல் ஆபத்தான ஆள்தான் இவனும்" என்று தம்மெதிரே நடைபெற்றவை யாவற்றையும் கேட்டுக்கொண்டிருந்த நெஹ்லூதவ் நினைத்துக் கொண்டார். "இவர்கள் ஆபத்தானவர்களாம், ஆனால் நாம் எல்லோரும் ஆபத்தானவர்கள் இல்லையா?... நெறிகெட்ட கயவனும் கழிசடையும் நம்பிக்கை துரோகம் புரியும் வஞ்சகனு மாவேன் நான். ஏனைய எல்லோரும் நான் எப்படிப்பட்டவன் என்பது அறிந்தும் என்னை வெறுத்து ஒதுக்காமல் மதித்துப் போற்றுகிறவர்கள். சரி. இந்தக் கூடத்தில் கூடியிருப்போர் யாவரிலும் இந்தப் பையன் சமுதாயத்துக்கு மிகவும் ஆபத்து உண்டாக்குகிறவனாகவேதான் இருக்கட்டுமே. இவன் பிடிபட்டதும் நல்லறிவின் அடிப்படையில் இவனுக்கு நாம் செய்ய வேண்டியது என்ன?"

"இவன் சர்வசாதாரணமான சிறுவனே அன்றி, பயங்கரக் கேடு புரிகிறவனல்ல என்பது தெரிகிறது – எல்லாரும் இதைக் காண்கின்றனர். ஒருவன் இம்மாதிரியான ஒரு நிலையை வந்தடைகிறான் என்றால், இந்த மாதிரி ஆட்களை உருவாக்கு கின்ற நிலைமைகளில் இவன் அகப்பட்டுக் கொண்டதுதான் அதற்குக் காரணம் என்பதும் தெரிகிறது. ஆகவே இவனைப் போன்ற பையன்கள், இப்படித் தவறான பாதையில் செல்வதைத் தடுக்க வேண்டுமானால் பரிதாபத்துக்குரிய இவர்களை உரு வாக்கும் நிலைமைகளை ஒழித்துக்கட்ட வேண்டுமென்பது தெளிவு."

"ஆனால் நாம் செய்வது என்ன? நம் கையில் அகப்பட்டு விடும் இந்த ஒரு பையனை நாம் பாய்ந்து பிடித்துக் கொள்கி

றோம். இவனைப் போன்ற ஆயிரக்கணக்கானவர்கள் பிடி படாமல் இருந்து வருவது நன்றாகத் தெரிந்திருந்தும் இவனை இழுத்துச் சென்று சிறையில் அடைக்கிறோம். சிறைக்கூடத்தில் இவன் வேலை ஏதுமில்லாத சோம்பேறியாகக் காலம் கழிக்கி றான். அல்லது அவனைப் போலவே பலமிழந்து சீர்கேடுற்று விட்ட பலருடன் சேர்ந்து உடல் நலத்துக்குக் கேடு விளைவிக்கும் பயனற்ற வேலைகளைச் செய்யும்படிப் பலவந்தம் செய்யப்படு கிறான். பிறகு அவனை நாம், சீரழிந்துபோன பலருடன் சேர்த்துப் பொதுப்பணத்தைச் செலவிட்டு மாஸ்கோ மாநிலத்திலிருந்து கடத்தி இர்கூத்ஸ்க் மாநிலத்துக்கு அனுப்புகிறோம்."

"இம்மாதிரியான ஆட்களை உருவாக்கிவிடும் நிலைமைகளை ஒழித்துக்கட்ட நாம் ஏதும் செய்யாதிருப்பதோடு, இந்த நிலைமைகளை உற்பத்தி செய்து தரும் நிலையங்களுக்கு ஊக்கமும் அளிக்கிறோம். இந்நிலையங்கள் யாவரும் அறிந்த வையே: பட்டறைகள், ஆலைகள், மது விடுதிகள், விபசார விடுதி கள் முதலானவையே இவை. இந்நிலையங்கள் தொடர்ந்து நடை பெற அனுமதிப்பது மட்டுமல்லாது, இவை இன்றியமையாதவை எனக் கருதி இவற்றுக்கு ஊக்கமும் ஆக்கமும் தருகிறோம். இவற்றை ஒழுங்கமைத்திடுகிறோம்."

"இரண்டொன்று அல்ல, பத்து லட்சக் கணக்கில் இத்தகை யோரை நாம் வளர்த்து ஆளாக்குகிறோம். பிறகு இவர்களில் ஒருவர் பிடிபட்டுவிட்டதும் இது மிகப் பெரிய சாதனையாகக் கருதுகிறோம். இவரை மாஸ்கோவிலிருந்து கடத்தி இர்கூத்ஸ்க் மாநிலத்துக்கு அனுப்பியதும் நம்மை நாம் பாதுகாத்துக் கொண்டு விட்டதாகவும், இதற்கு மேல் நாம் செய்ய வேண்டியது ஏதும் இல்லாததாகவும் கற்பனை செய்து கொள்கிறோம்"– கர்னலுக்குப் பக்கத்தில் அமர்ந்து, வழக்கறிஞரும் பிராசிக் யூட்டரும் தலைமை நீதிபதியும் நீட்டியிழுத்துப் பேசிய பேச்சு களைக் கேட்டுக்கொண்டும், சுயதிருப்தியை வெளிப்படுத்திய அவர்களது அங்க அசைவுகளைக் கவனித்துக் கொண்டுமிருந்த நெஹ்லூதவ் இவ்வாறு அளவு கடந்த உத்வேகத்தோடும் சித்தத் தெளிவோடும் சிந்தனை செய்தார். அந்த மாபெரும் கூட்டத் தையும் உருவப்படங்களையும் விளக்குகளையும் ஆசனங் களையும் அலங்கார உடுப்புகளையும் தடித்த சுவர்களையும் சன்னல்களையும் உற்றுநோக்கிய நெஹ்லூதவ். "எத்தனை பெரிய அளவில், எவ்வளவு கடுமையான முயற்சி செலவிடப்பட்டு நடத்தப்படுகிறது இந்தக் கபட நாடகம்?" என்று தொடர்ந்து ஆலோசித்தார். அந்தப் பிரம்மாண்டக் கட்டிடத்தின் பெரும் பரிமாணத்தையும், அதனிலும் பிரம்மாண்டமான அந்த நீதி பரிபாலன அமைப்பையும், இதைச் சேர்ந்த அதிகாரிகளும்

எழுத்தர்களும் காவலாட்களும் சிப்பந்திகளும், இங்கே மட்டு மன்றி அனைத்து ருஷ்யாவிலும் விரவிப் பரந்து பெருஞ் சேனையாய் அமைந்து யாருக்கும் எப்பயனுமின்றி இப்படி நாடகமாடுவதற்காகச் சம்பளங்கள் பெறுவதையும் அவர் நினைத்துப் பார்த்தார். "இந்தக் கூத்துக்காக இத்தனை பெரிய அளவில் விரயமாக்கப்படும் இம்முயற்சியில், திக்கற்றவர்களாக வதைபடும் இந்த ஆட்களுக்கு உதவுவதற்கான நூற்றில் ஒரு பங்கையேனும் செலவிட்டால் என்னவாம்? நமது அமைதிக் காகவும் வசதிக்காகவும் தேவையான அத்தனை வேலைக் கரங் களாகவும் உழைக்கும் உடலங்களாகவும் மட்டும் தானே இந்த ஆட்களைத் தற்போது நாம் பாவித்து வருகிறோம்?"

அந்தப் பையனின் நலங்கெட்டுக் கிலிகொண்ட முகத்தை நோக்கியபடி நெஹ்லூதவ் சிந்தனை செய்தார்: "இல்லாமையால் நிர்ப்பந்திக்கப்பட்டு, கிராமத்திலிருந்து நகரத்துக்கு அவன் அனுப்பி வைக்கப்பட்டபோது யாராவது அவன் மீது பரிதாபங் கொண்டு சற்றே உதவியிருந்தால் போதுமே; அல்லது பிற்பாடு அவன் நகரத்தில் இருந்து கொண்டு ஆலையில் பன்னிரண்டு மணி நேர வேலை முடிந்தபின் முதிய கூட்டாளிகளால் தூண்டப்பட்டு மது விடுதிக்குப் போக ஆரம்பித்த போதாவது யாராவது அவனை அணுகி, "வான்யா, வேண்டாம்! இது நல்லதல்ல!" என்று சொல்லியிருந்தால் போதுமே – அவன் போயிருக்க மாட்டானே. கெட்டழிந்திருக்க மாட்டானே. எந்தத் தீயச் செயலும் புரிந்திருக்கமாட்டானே."

"இல்லை. அப்படி ஒன்றும் நடைபெறவில்லை; வேலை பயிலுவோனாய் நகரத்திலே அவன் மிருக வாழ்க்கை வாழ்ந்து வந்தானே, முடிகளில் ஈரும் பேனும் மண்டி விடாமல் ஒட்ட வெட்டப்பட்ட தலையுடன் கடைகளுக்கு ஓடி மேலாட்களுக்கு வேண்டியதை வாங்கி வந்தானே, அந்த ஆண்டுகளில் எல்லாம் அவன் மீது கருணை கொள்வார் யாரும் இல்லை. மாறாக எவன் ஏய்த்துப் பிழைக்கிறானோ, எவன் குடிகாரனாய், போக்கிரியாய், காமுகனாய் இருக்கிறானோ, அவனே சிறப்புக்குரியவன் என்பதாகவே நகரத்துக்கு வந்தது முதலாய் அவன் தனது மேலாட்களும் சக ஊழியர்களும் பேசக் கேட்டு வந்தான்."

"பிணியுற்று, ஆரோக்கியத்துக்கு ஒவ்வாத உழைப்பாலும் குடியாலும் ஒழுக்கக்கேடுகளாலும் உடல் நலம் இழந்து, கனவில் சஞ்சரிப்பவனைப்போல் ஒன்றும் புரியாதவனாக எந்தக் குறிக்கோளுமின்றி நகரத்திலே அவன் திரிந்து கொண்டிருந்த போது, ஏதோ ஒரு கொட்டகைக்குள் புகுந்து யாருக்கும் தேவைப்படாத சில பாய்களை எடுத்துவிடுகிறான். – உடனே,

வசதி படைத்தவர்களான, கல்வியறிவுடையவர்களான நாம் என்ன செய்கிறோம்? இந்தப் பையனை இப்படி இந்த அவல நிலைக்கு வரக் காரணமாய் இருந்தவற்றை ஒழிப்பதற்கு என்ன வழி என்றா ஆலோசிக்கிறோம்? இல்லை. அதற்குப் பதில் இந்தப் பையனுக்குத் தண்டனை அளித்து விவகாரங்களைச் சரிசெய்து விடலாமென நினைக்கிறோம்!"

"ஐயோ, பயங்கரமாய் அல்லவா இருக்கிறது! இங்கே எதை அதிகம் என்பது தெரியவில்லையே–கொடுமையையா? மடமையையா? இரண்டுமே அவற்றின் உச்சநிலைக்குச் சென்று விட்டதாக அல்லவா தெரிகிறது?"

நெஹ்லூதவ் தமக்கெதிரே நடைபெற்றதைக் கவனியாதவராய் இவ்வாறெல்லாம் சிந்தனை செய்தார். இவை யாவும் இப்பொழுது அவருக்குத் தெளிவாகவே புலப்பட்டன. அவரைக் கதிகலங்க வைத்தன. இதுகாறும் தாம் இவற்றைக் காண முடியாமற் போனது எப்படி? இப்போதும் ஏனையோர் இவற்றைக் காண முடியாதோராய் இருப்பது எப்படி? என்று நினைத்த போது அவருக்கு ஆச்சரியமாய் இருந்தது.

35

முதலாவது இடைவேளையின்போதே நெஹ்லூதவ் எழுந்தார். தாம் இனி நீதிமன்றக் கூடத்துக்குத் திரும்புவதில்லை என்கிற முடிவுடன் வெளியே நடைவழிக்குச் சென்றார். தமக்கு அவர்கள் என்ன வேண்டுமானாலும் செய்யட்டும். சகிக்கவொண்ணாத இந்தப் பயங்கரக் கூத்தில் தம்மால் இனி பங்கு கொள்ள முடியாது.

தலைமைப் பிராசிக்யூட்டரது அலுவலகம் எங்கே இருக்கிறதென்று விசாரித்துத் தெரிந்துகொண்டு, நேரே அவரிடம் சென்றார். அங்கே இருந்த சேவகன் அவரை உள்ளே விட விரும்பாமல், தலைமைப் பிராசிக்யூட்டர் வேலையாக இருப்பதாகச் சொன்னான். ஆனால் நெஹ்லூதவ் எதையும் கவனியாது, உட்கதவை நோக்கி நடந்தார். அங்கே ஓர் அலுவலர் இருக்கக் கண்டதும், தாம் சான்றாயத்தைச் சேர்ந்தவர் ஒரு முக்கிய விவகாரம் குறித்துப் பேச வந்திருப்பதாகத் தலைமைப் பிராசிக்யூட்டரிடம் தெரிவிக்கும்படி அவரிடம் கூறினார். நெஹ்லூதவின் கோமகன் பட்டமும் மதிப்புக்குரிய ஆடைகளும் அவருக்கு உதவி புரிந்தன. உடனே அந்த அலுவலர் உள்ளே சென்று தலைமைப் பிராசிக்யூட்டரிடம் சொல்லவே, நெஹ்லூதவ் வருமாறு அழைக்கப்பட்டார். தலைமைப் பிராசிக்யூட்டர் நின்றபடி

அவரை எதிர்கொண்டு பேச முற்பட்டார். விடாக் கண்டராய் வற்புறுத்தி நெஹ்லூதவ் உள்ளே நுழைந்தது அவருக்குப் பிடிக்க வில்லை என்பது தெரிந்தது.

"உங்களுக்கு வேண்டியது என்ன?" என்று கடுப்பான குரலில் கேட்டார் தலைமைப் பிராசிக்யூட்டர்.

"சான்றாயத்தில் நான் உறுப்பினன். என் பெயர் நெஹ்லூ தவ். கைதி மாஸ்லவாவை அவசியம் நான் பார்த்தாக வேண்டும்" என்று படபடத்துக்கொண்டு வைராக்கியத்துடன் கூறினார் நெஹ்லூதவ். தமது வாழ்க்கையைத் தீர்மானகரமான முறையில் பாதிக்கப் போகும் ஒரு செயலில் இறங்குகிறோம் என்பது உணர்ந்து அவருக்கு முகம் சிவந்துவிட்டது.

தலைமைப் பிராசிக்யூட்டர் குட்டையானவர். பழுத்த மேனியர். நரைத்துப்போன கட்டை முடிகளும் பரபரத்துப் பளிச்சிடும் கண்களும் துருத்திக்கொண்டிருந்த தாடையில் குட்டையாய் வெட்டப்பட்ட அடர்த்தியான தாடியும் உடையவர்.

"யார் அது–மாஸ்லவா? ஓ! அவளா? தெரியும் எனக்கு. நஞ்சுக் கொலை குற்றம் சாட்டப்பட்டவள்" என்றார் தலைமைப் பிராசிக்யூட்டர் சாவதானமான குரலில். "அவளை நீங்கள் ஏன் பார்க்க வேண்டுமாம்?" எனவே இந்தக் கேள்வியின் கடுமையைக் குறைக்க விரும்பியதுபோல் மேலும் தொடர்ந்து கூறினார். "எதற்காகப் பார்க்க வேண்டுமென்று தெரிந்தால்தான் நான் அனுமதி அளிக்க முடியும்."

"ஒரு முக்கியமான காரணத்தை முன்னிட்டு நான் அவளைப் பார்த்தாக வேண்டும்" என்று நெஹ்லூதவ் ஆரம்பித் தார். அவருக்கு முகம் செக்கச் சிவந்து போயிற்று.

"அப்படியா?" என்று கேட்டு, தலைமைப் பிராசிக்யூட்டர் பார்வையை உயர்த்தி நெஹ்லூதவை உற்றுக் கவனித்தார். "அவளது வழக்கு முடிவுற்று விட்டதா, இல்லையா?"

"நேற்று அவளது வழக்கு விசாரிக்கப்பட்டது. அநியாயமாய் அவளுக்கு நான்காண்டு சைபீரியக் கடின உழைப்புத் தண்டனை அளிக்கப்பட்டது. அவள் குற்றமற்றவள்."

"அப்படியா? நேற்றுதான் வழக்கு முடிவுற்று தண்டனை அளிக்கப்பட்டதென்றால் இன்னமும் அவள் விசாரணைக் கைதி களுக்கான சிறைக்கூடத்தில்தான் இருக்கவேண்டும்" என்றார் தலைமைப் பிராசிக்யூட்டர்; மாஸ்லவா குற்றமற்றவளென நெஹ்லூதவ் குறிப்பிட்டதைச் சிறிதும் பொருட்படுத்தாமலே அவர் பேசினார் "தண்டனையானது அதன் இறுதி வடிவில் வெளியாகும் வரையில் அவள் அங்கேதான் இருப்பாள். அங்கே குறிப்பிட்ட சில நாட்களில் மட்டுமே கைதிகளைப் பார்ப்பதற்கு அனுமதிக்கப்படும். நீங்கள் அங்கே போய் விசாரித்துத் தெரிந்து கொள்ள வேண்டும்."

“ஆனால் உடனே நான் அவளைப் பார்த்தாக வேண்டுமே” தீர்மானகரமான தருணம் நெருங்கி விட்டதை உணர்ந்து கீழ் வாய் ஆடித் துடிக்கக் கூறினார் நெஹ்லூதவ்.

“ஏனாம்?” என்று சற்றுப் பொறுமை இழந்தவராய்ப் புருவங்களைச் சுளித்தவாறு தலைமைப் பிராசிக்யூட்டர் கேட்டார்.

“ஏனென்றால் அவள் குற்றமற்றவள். சைபீரியக் கடின உழைப்புத் தண்டனை விதிக்கப்பட்டிருக்கிறாள். இதற்கு நானே தான் பொறுப்பாளி!” – சொல்லத் தேவையில்லாத ஒன்றைச் சொல்லுகிறோமே என்று நினைத்தபடி நடுங்கும் குரலில் சொன்னார் நெஹ்லூதவ்.

“அது எப்படி?” என்று தலைமைப் பிராசிக்யூட்டர் கேட்டார்.

“எப்படியெனில், ஆசை காட்டி அவளைக் கெடுத்து இந்த நிலைக்கு வரச் செய்தது நானேதான். அவளை நான் கெட்ட ழியச் செய்திராவிடில், இம்மாதிரியான ஒரு குற்றச்சாட்டுக்கு அவள் இலக்காக நேர்ந்திருக்காது.”

“என்றாலும் அதற்கும் நீங்கள் இப்போது அவளைப் பார்க்க வேண்டுமென்பதற்கும் என்ன சம்பந்தம். எனக்கு விளங்கவில்லை.”

“சம்பந்தம் என்னவெனில், நான் அவளைப் பின் தொடர்ந்து செல்ல விரும்புகிறேன்...... அவளை.... மணந்துகொள்ள விரும்பு கிறேன்” என்று திக்கித் தடுமாறினார் நெஹ்லூதவ். இதைச் சொல்ல முற்பட்டதும் அவருக்கு உள்ளம் கரைந்துருகியது. கண்களில் கண்ணீர் தளும்பியது.

“மெய்தானா? நம்ப முடியவில்லையே?” என்றார் தலைமைப் பிராசிக்யூட்டர். “கண்டும் கேட்டுமிராத அதிசயமாக இருக்கிறதே. கிரஸ்னபேர்ஸ்க் சேம்ஸ்த்வோவின் உறுப்பினர் அல்லவா நீங்கள்?” – இப்போது இப்படி விபரீத விருப்பம் தெரிவிக்கும் இந்த நெஹ்லூதவைப் பற்றி ஏற்கெனவே தாம் கேள்விப் பட்டிருந்ததை நினைத்துக் கொண்டவரைப்போல் கேட்டார் தலைமைப் பிராசிக்யூட்டர்.

“என்னை மன்னிக்க வேண்டும். ஆனால் அதற்கும் எனது தற்போதைய வேண்டுகோளுக்கும் சம்பந்தம் இருப்பதாகத் தெரியவில்லையே எனக்கு” என்று கோபத்தால் முகம் சிவக்கப் பதிலளித்தார் நெஹ்லூதவ்.

“சம்பந்தம் இல்லைதான்” என்று தலைமைப் பிராசிக் யூட்டர் ஓரளவு வெளிப்படையாகவே புன்னகை புரிந்து கொண்டு, கொஞ்சமும் கூச்சப்படாமல் கூறினார். “ஆனால் நீங்கள் தெரி

விக்கும் விருப்பம் அசாதாரணமானது. வழக்கமான நடத்தை முறைகளுக்கு மாறானது.....”

“இருக்கட்டுமே. ஆனால் அனுமதி கிடைக்கும் அல்லவா?”

“அனுமதியா? நிச்சயம் கிடைக்கும். அனுமதிச்சீட்டு இதோ எழுதித் தருகிறேன். நீங்கள் உட்கார வேண்டும்.”

அவர் தமது மேசையிடம் சென்று, அங்கே அமர்ந்து எழுத ஆரம்பித்தார்.

“தயவுசெய்து, நீங்கள் உட்கார வேண்டும்” என்றார்.

நெஹ்லூதவ் உட்காராமல் நின்றிருந்தார்.

அனுமதிச்சீட்டை எழுதி நெஹ்லூதவிடம் கொடுத்த தலைமைப் பிராசிக்யூட்டர், வினோதமான ஆவலுடன் அவரை உற்றுப் பார்த்தார்.

“நீதிமன்ற அமர்வில் இனி நான் பங்கெடுத்துக் கொள்ள முடியவில்லை என்பதையும் தெரிவித்துக்கொள்ள விரும்பு கிறேன்” என்றார் நடுங்கும் நெஹ்லூதவ்.

“அப்படியானால் நீங்கள் அதற்குரிய காரணத்தை நீதிமன்றத்திடம் சமர்ப்பிக்க வேண்டும். இது உங்களுக்குத் தெரியாததல்ல.”

“காரணம் என்னவென்றால், நீதிமன்ற நடவடிக்கைகள் யாவும் பயனற்றவை என்பதோடு, ஒழுக்கக் கேடானவையும் ஆகுமெனக் கருதுகிறேன்.”

“ஓகோ...” என்றார் தலைமைப் பிராசிக்யூட்டர், இம்மாதிரி யான கருத்தும் பேச்சும் பல தரம் தாம் கேட்டவையே. இவை எல்லாம் நகைக்கத் தக்கவை என்பதைத் தெரியப்படுத்திக் கொள்ள விரும்பியவரைப்போல், முன்பு செய்த அதே முறையில் ஓரளவு வெளிப்படையாகவே அவர் திரும்பவும் புன்னகை புரிந்துகொண்டார். “ஓகோ... ஆனாலும் நீதிமன்றத்தின் தலைமைப் பிராசிக்யூட்டராகிய நான் இதில் உங்களுடன் உடன்பாடு கொள்ள இயலாதவனாய் இருப்பதை நிச்சயம் நீங்கள் புரிந்து கொள்வீர்கள். ஆகவே நீதிமன்றத்திடம் விண்ணப்பித்துக் கொள்ளும்படி உங்களை வேண்டுகிறேன். உங்களுடைய விண்ணப்பத்தை நீதிமன்றம் பரிசீலிக்கும்; ஏற்கத்தக்கதா, இல்லையா என்று முடிவு செய்யும்; ஏற்கத்தக்கதல்ல என்று முடிவு செய்யுமாயின் உங்களுக்கு அபராதம் விதிக்கும். நீதிமன்றத்துக்கு நீங்கள் விண்ணப்பம் செய்யுங்கள்.”

“நான் அறிவிக்க வேண்டியதை அறிவித்துவிட்டேன். வேறு எங்கும் சென்று விண்ணப்பம் செய்யப் போவதில்லை” என்று நெஹ்லூதவ் கோபமாகவே கூறினார்.

"சரி, போய் வாருங்கள். உங்களுக்கு எனது வணக்கம்." என்று தலைமைப் பிராசிக்யூட்டர் சிரம் தாழ்த்தினார். அவர் இந்த அதிவினோதமான ஆளிடமிருந்து சீக்கிரம் விடுபட விரும் பியது தெளிவாகவே தெரிந்தது.

நெஹ்லூதவ் போய்ச் சேர்ந்ததும் தலைமைப் பிராசிக்யூட்ட ருடைய அறைக்கு வந்த நீதிபதி ஒருவர், "இங்கே உங்களுடன் பேசி விட்டுச் செல்கிறாரே, அவர் யார்?" என்று விசாரித்தார்.

"நெஹ்லூதவ். கிரஸ்னபேர்ஸ்க் சேம்ஸ்த்வோ கூட்டங்களில் விபரீத உரைகள் நிகழ்த்துவாரே, அதே ஆள்தான். கேளுங்கள் இந்தக் கூத்தை! சான்றாயத்தில் உறுப்பினர் இவர். விசார ணைக்கு வந்த கைதிகளில் பெண்ணோ, மங்கையோ ஒருத்தி இருக்கிறாளாம். இவளுக்குச் சைபீரியக் கடுங்காவல் தண்டனை விதிக்கப்பட்டிருக்கிறதாம். முன்பு தாம்தான் ஆசை காட்டி இவளைக் கெடுத்ததாகவும் அதற்காக இப்பொழுது இவளை மணம் புரிந்துகொள்ளப் போவதாகவும் சொல்கிறார்."

'மெய்தானா? நம்ப முடியவில்லையே!"

"என்னிடம் அவர் நேரில் சொன்ன விவரங்கள் இவை... மிதமிஞ்சி விபரீதமாய் உணர்ச்சி வயப்பட்டுப் பேசினார்."

"இந்தக் காலத்து இளைஞர்களுக்கு ஏதோ கோளாறுதான் ஏற்பட்டிருக்கிறது."

'அப்படி ஒன்றும் இளைஞரல்ல இவர்."

"ஆனாலும் உங்களது அந்த அதியற்புத இவஷேன்கவ் எப்படிப் படுத்தி வைத்தார்! எல்லோரையும் சலிப்புற்றுத் திணற வைப்பதில் நிகரற்றவராக அல்லவா விளங்கினார்? முடிவே இல்லாதபடிப் பேசிச் சென்றாரே."

"ஆமாம். இவர்களை உடனே தடுத்து நிறுத்த வேண்டும். இல்லையேல் இவர்கள் யாவற்றிலும் குறுக்கிட்டு முட்டுக் கட்டைப் போடுவார்கள்."

36

தலைமைப் பிராசிக்யூட்டரிடமிருந்து நெஹ்லூதவ் நேரே விசாரணைக் கைதிகளது சிறைக்கூடத்துக்குச் சென்றார். ஆனால் அங்கே எந்த மாஸ்லவாவும் இருக்கவில்லை. வெளி யனுப்பு முகாமாகிய பழைய சிறைக்கூடத்தில்தான் அவள் இருக்கவேண்டுமென்று நெஹ்லூதவிடம் அங்கிருந்த சிறைக் கண்காணிப்பாளர் அறிவித்தார். ஆகவே நெஹ்லூதவ் அங் கிருந்து பழைய சிறைக்கூடத்துக்குப் புறப்பட்டார்.

கத்தரீனா மாஸ்லவா உண்மையில் பழைய சிறைக் கூடத்தில்தான் இருந்து வந்தாள். ஆறு மாதங்களுக்கு முன்பு அரசியல் போலீசார் வெளிப்படையாகவே தூண்டிவிட்டு அரசியல் அடக்குமுறையை அதன் உச்ச நிலைக்கு மும்முரமாக்கி யதையும், மாணவர்களும் மாணவிகளும் டாக்டர்களும் தொழி லாளர்களும் மருத்துவ உதவியாளர்களும் கைது செய்யப்பட்டு விசாரணைக் கைதிகளது சிறைக்கூடம் நிரப்பப்பட்டுவிட்டதை மறந்துவிட்டுத் தலைமைப் பிராசிக்யூட்டர் நெஹ்லூதவை அங்கே போகச் சொல்லியிருந்தார்.

விசாரணைக் கைதிகளது சிறைக்கூடத்திலிருந்து பழைய சிறைக்கூடம் நெடுந்தொலைவில் இருந்தது. நெஹ்லூதவ் இங்கு வந்து சேர்வதற்குள் அந்திப்பொழுது நெருங்கிவிட்டது. சோகம் கவிந்த அந்தப் பெரிய கட்டிடத்தின் வாயிலினுள் அவர் செல்ல முயன்றபோது அங்கிருந்த காவலாள் அவரைத் தடுத்து நிறுத்தி மணியை அடித்தான். உடனே சிறைக்காவலர் ஒருவர் வெளியே வந்தார். நெஹ்லூதவ் தம்மிடமிருந்த அனுமதிச் சீட்டைக் காட்டினார். ஆனால் கண்காணிப்பாளரது உத்தரவின்றி அவரை உள்ளே விட முடியாதென்று அந்தக் காவலர் கூறி விட்டார். நெஹ்லூதவ் சிறைக் கண்காணிப்பாளரைத் தேடிக்கொண்டு சென்றார். படிக்கட்டில் ஏறிச் சென்றபோது. வீறார்ந்த பிராவுரே வகையைச் சேர்ந்த சிக்கலான பண் ஒன்று பியானோவில் வாசிக்கப்படுவது தொலைவிலிருந்து ஒலிக்கக் கேட்டார் நெஹ்லூதவ். கண்ணில் கட்டுப்போட்டிருந்த சிடுசிடுப்பான வேலைக்காரி ஒருத்தி கதவைத் திறந்ததும் அந்தப் பியானோ இசை அறையினுள்ளிருந்து எழுந்து அவர் காதினுள் இரைவதுபோல் பலக்க ஒலித்தது. அது லிஸ்டின் இசைக் கதம்பம். திரும்பத் திரும்ப ஓயாமல் போட்டுச் சலிப்புத் தட்டிப்போனது. பியானோவில் இப்பொழுது அது சிறப்பாகவே வாசிக்கப்பட்டது. ஆனால் குறிப்பிட்ட ஓர் இடம் வரையில் மட்டுமே வாசிக்கப்பட்டது. அவ்விடம் வந்ததும் நிறுத்தப்பட்டு, மறுபடியும் ஆரம்பத்திலிருந்து இசைக்கப்பட்டது. சிறைக்கூட கண்காணிப்பாளர் வீட்டில் இருக்கிறாரா என்று கண்ணில் கட்டுப்போட்டிருந்த அந்த வேலைக்காரியிடம் நெஹ்லூதவ் கேட்டார்.

இல்லையென அவள் பதிலளித்தாள்.

"விரைவில் வந்து விடுவாரா?"

இசைக் கதம்பம் திரும்பவும் நிறுத்தப்பட்டு, தொடக்கத்தி லிருந்து மறுபடியும் ஆரம்பித்துச் சிறப்பாகவும் பலக்கவும்

இசைக்கப்பட்டது – ஆனால் திரும்பவும் அந்த மாயமான இடம் வரையில் மட்டும்தான்.

"போய்க் கேட்டுவிட்டு வந்து சொல்கிறேன்" என்று அந்த வேலைக்காரி உள்ளே சென்றாள்

இசைக் கதம்பம் திரும்பவும் உயர்ந்தெழுந்தது. அதன் உச்சி முகட்டை அடையப் போன நேரத்தில் திடுமென – அந்த மாய மான இடம் வரும் முன்னரே–தடைப்பட்டு நின்றது. இசைக்குப் பதில் ஒரு குரல் ஒலித்தது.

"அவர் வீட்டில் இல்லை. இன்று வரமாட்டார். வெளியே யாரையோ பார்க்கப் போயிருக்கிறார் என்று சொல்லியனுப்பு. ஏன் தான் இப்படி வந்து தொல்லை செய்கிறார்களோ?" என்று கதவுக்குப் பின்னாலிருந்து ஒரு பெண்ணின் குரல் கேட்டது. மீண்டும் இசைக் கதம்பம் ஒலித்தது. வெடுக்கென மீண்டும் நின்று போயிற்று. அதைத் தொடர்ந்து நாற்காலி பின்னால் தள்ளப்படும் சப்தம் காதுக்கு எட்டியது. பியானோ வாசித்த வளுக்கு எரிச்சல் வந்துவிட்டது. இப்படி அகால நேரத்தில் வந்து தொல்லை செய்யும் ஆளைக் கடிந்துகொள்ளப் போகி றாள் என்பது தெரிந்தது.

"அப்பா இல்லை வீட்டிலே" என்று சிடுசிடுத்துக்கொண்டு உள்ளறையிலிருந்து வந்தாள். சுருள் சுருளாகப் புடைத்தெழுந்த முடிகளும் சுரந்து போன மங்கலான கண்களும் வெளிறிய முகமும் கொண்டு பரிதாபத்துக்குரியவளாகத் தோன்றிய ஒரு பெண். நேர்த்தியான கோட்டுடன் இளவட்டமான ஒருவர் நிற்கக் கண்டதும் அவளது கடுமை மறைந்துவிட்டது.

"வாங்க உள்ளே... என்ன வேண்டும். சொல்லுங்கள்."

'இங்கே சிறைக்கூடத்தில் ஒரு கைதியை நான் பார்க்க வேண்டும்."

"அரசியல் கைதிதானே"

"இல்லை. அரசியல் கைதியல்ல. தலைமைப் பிராசிக் யூட்டரிடம் அனுமதி பெற்று வந்திருக்கிறேன்."

"எனக்குத் தெரியாது. அப்பா வீட்டில் இல்லை. உள்ளே வாங்க" என்று முன்னறையிலிருந்து அவள் திரும்பவும் கூறினாள். "வேண்டுமானால் துணைக் கண்காணிப்பாளரிடம் சென்று நீங்கள் பேசலாம். தற்போது அவர் அலுவலகத்தில்தான் இருப்பார். உங்கள் பெயர் என்ன?"

"நன்றி உனக்கு." என்று சொல்லி நெஹ்லூதவ் அவளுடைய கேள்விக்குப் பதில் சொல்லாமலே வெளியே சென்றார்.

அவருக்குப் பின்னால் கதவு மூடப்படுவதற்குள் மகிழ்ச்சித் துடிப்பு மிகுந்த அந்த இசை திரும்பவும் ஆரம்பித்தது. அந்த இடத்துக்கும் அதை வாசித்த அவளது பரிதாபத்துக்குரிய தோற்றத்துக்கும் ஒவ்வாத இசை அது. வெளிமுற்றத்தில் நெஹ்லூதவ் வண்ணப் பூச்சிடப்பட்ட மிடுக்கான மீசை வைத் திருந்த ஓர் அலுவலரைச் சந்தித்ததும், துணைக் கண்காணிப் பாளர் எங்கே இருக்கிறார் என்று அவரிடம் கேட்டார். அவரே தான் துணைக் கண்காணிப்பாளர். நெஹ்லூதவிடமிருந்த அனுமதிச் சீட்டை அவர் பார்வையிட்டுவிட்டு, விசாரணைக் கைதிகளது சிறைக்கூடத்துக்காக அளிக்கப்பட்ட அதன் பேரில் நெஹ்லூதவை இந்தச் சிறைக்குச் செல்ல அனுமதிக்க முடியாது என்றார். அது தவிர நேரம் வேறு ஆகிவிட்டது.

"தயவுசெய்து, நாளைக்கு வாருங்கள். நாளைக்குப் பத்து மணிக்கு எல்லாரும் உள்ளே விடப்படுவார்கள். அப்போது கண் காணிப்பாளரும் வீட்டில் இருப்பார். நீங்கள் பார்க்க விரும்பும் கைதியைப் பொதுக்கூடத்தில் சந்திக்கலாம். கண்காணிப்பாளர் அனுமதிப்பாராயின் அலுவலக அறையிலும் சந்திக்கலாம்."

ஆக, நெஹ்லூதவால் அன்று மாஸ்லவாவைப் பார்க்க முடியவில்லை, அவர் வீட்டுக்குத் திரும்பினார். மாஸ்லவாவை நேரில் பார்த்துப் பேசப் போகிறோம் என்ற எண்ணத்தால் பரபரப்படைந்தவராய்த் தெருக்கள் வழியே நடந்தார். இப்போது நீதிமன்றத்தைப் பற்றி அவர் சிந்திக்கவில்லை. தலைமைப் பிராசிக்யூட்டருடனும் பிறகு துணைக் கண்காணிப்பாளருடனும் தாம் நடத்திய உரையாடல்களை நினைத்தபடி நடந்தார்.

அவளை நேரில் பார்த்துப் பேசுவதற்காகத் தாம் முயற்சி செய்ததையும், தலைமைப் பிராசிக்யூட்டரிடம் இதைப் பற்றிச் சொல்லியதையும், அவளைப் பார்ப்பதற்காக இரண்டு சிறைக் கூடங்களுக்குப் போய் வந்ததையும் நினைத்து உணர்ச்சி வயப்பட்டு அவரது உள்ளம் பூரித்துப் போயிற்று. அவர் அமைதியடைய நெடுநேரமாயிற்று. வீட்டுக்குத் திரும்பியதும் அவர் தம் நாட்குறிப்பேட்டை வெளியே எடுத்தார். நெடு நாளாகத் தொடப்படாத அதைப் புரட்டி சிற்சில இடங்களைப் படித்துப் பார்த்தார். பிறகு அதில் எழுதினார்.

"இரண்டு ஆண்டுகளாய் எனது நாட்குறிப்பேட்டில் நான் எதுவும் எழுதவில்லை. இம்மாதிரியான சிறுபிள்ளைத்தனத்தில் இனி ஈடுபடமாட்டேன் என்று நினைத்திருந்தேன். ஆனால் இது சிறுபிள்ளைத்தனம் அல்ல; என் உள்ளத்தில் நான் நடத்தும் உரையாடலாகும். ஒவ்வொரு மனிதனிடமும் உயிர்ப்புடன் இருக்கும் தெய்வீக உள்ளத்துடனான உரையாடலாகும். இந்த உள்ளம் இவ்வளவு காலமாய் என்னுள் உறங்கிக்கொண்டி

ருந்ததால், உரையாடுவதற்கு எனக்கு யாரும் இல்லாமற் போய் விட்டது. ஏப்ரல் 28 ஆம் நாளன்று நீதிமன்றத்தில் நான் சான்றாயராய் இருக்கையில் நடைபெற்ற அசாதாரண நிகழ்ச்சி என்னைத் துயிலெழச் செய்தது. நான் ஆசைகாட்டிக் கெடுத்த கத்யூஷா அன்று குற்றவாளிக்கூண்டிலே கைதியாக இருக்கக் கண்டேன். விபரீதமான தவறுதலின் காரணமாகவும் நான் செய்த பிழையினாலும் அவளுக்குச் சைபீரியக் கடின உழைப்புத் தண்டனை விதிக்கப்பட்டது. இப்போது நான் தலைமைப் பிராசிக்யூட்டரிடம் சென்று பேசினேன். பிறகு சிறைக் கூடத்துக்குப் போயிருந்தேன். அவளைப் பார்ப்பதற்கு எனக்கு அனுமதி கிடைக்கவில்லை. ஆனால் என்னால் இயன்றது அனைத்தும் செய்வதென வைராக்கியம் பூண்டுள்ளேன்– அவளைப் பார்த்துப் பேசுவேன். நான் புரிந்த பாவத்தை அவளெதிரே ஒப்புக்கொள்வேன். பாவமன்னிப்பு பெறுவதற் காகத் திருமணமுங்கூடச் செய்து கொள்வேன். ஆண்டவன் எனக்கு உதவி புரிவாராக! எனக்கும் பரம சுகமாய் இருக்கிறது, என் உள்ளத்துள் ஆனந்தம் பொங்குகிறது.”

37

அன்று இரவு மாஸ்லவாவுக்கு நெடுநேரம் வரை தூக்கம் வரவில்லை. கண்ணை மூடாமல் படுத்துக் கிடந்தாள். ஓதுவாரின் மகள் மேலும் கீழுமாய் நடைபோட்டுக் கடந்து சென்ற அறைக்கதவின் மீது அவள் பார்வை குத்திட்டு நிற்க, செம்பட்டை முடியாளது குறட்டையின் ஒலியைக் கேட்டவாறு அவள் ஆலோசனை செய்துகொண்டிருந்தாள்.

“என்ன ஆனாலும் சரி, சஹலீன் தீவில் தண்டனைக்கைதி யாரையும் தான் மணந்துகொள்ளக்கூடாதென அவள் தன்னுள் கூறிக்கொண்டாள். எப்படியாவது சிறைக்கூட அதிகாரிகளில் ஒருவருடன், இல்லையேல் எழுத்தர் அல்லது சிறைக்காவலர் ஒருவருடன், இல்லையேல் துணைக்காவலர் யாருடனாவது தக்கபடி ஓர் ஏற்பாட்டுக்கு வந்துவிடவேண்டும். இவர்கள் எல்லாருமே பெரிதும் விரும்புவது இதுதானே. நான் மட்டும் மெலிந்துபோய் உருக்குலைந்துவிடக்கூடாது. இல்லையேல் தொலைந்தே போனேன்”.

தனது வழக்கறிஞர் தன்னை எப்படிப் பார்த்தார் என்பதும், தலைமை நீதிபதியும் தான் கண்ணுற்ற ஏனைய ஆடவர்களும் இதற்கென்றே நீதிமன்றத்துக்குள் வந்தவர்களும் எப்படிப் பார்த்தனர் என்பதும் அவள் நினைவுக்கு வந்தன. முன்பு அவள் கித்தாயெவாவின் விடுதியில் இருந்தபோது அவள் நாட்டங் கொண்டிருந்த அந்த மாணவன் அவளைப் பற்றி விசாரித்ததை

யும் அவளுக்காகப் பெரிதும் வருந்தியதையும் பற்றிச் சிறையில் அவளைக் கண்டு சென்ற அவளது பழைய சகியான பேர்த்தா அவளிடம் கூறியதும் அவள் நினைவுக்கு வந்தது. செம்பட்டை முடியாளுடன் நடைபெற்ற சண்டையை நினைத்துப் பார்த்தாள். அவளுக்காக மனம் வருந்தினாள். தனக்கெனக் கூடுதலாக ஒரு ரொட்டி அனுப்பி வைத்த ரொட்டி தயாரிப்பாளரையும் அவள் நினைத்துப் பார்த்தாள். இப்படிப் மிகப் பலரும் அவள் நினைவுக்கு வந்தனர். ஆனால் நெஹ்லூதவ் மட்டும் நினைவுக்கு வரவே இல்லை. அவள் தனது பிள்ளைப்பிராயத்தையும் இளமைப் பருவத்தையும் இன்னும் முக்கியமாய் நெஹ்லூதவிடம் அவளுக்கு இருந்த காதலையும் கணமும் நினைவுக்கு வராதபடி விலக்கியிருந்தாள். நெஞ்சு பொறுக்காத வேதனைக்கு உரியவை அவை. இந்த நினைவுகள் ஒருபோதும் வெளிப்படாதவாறு அவளது ஆன்மாவிலும் எங்கோ அடியாழத்தில் புதைக்கப் பட்டிருந்தன. கனவிலும் அவள் நெஹ்லூதவை நினைவுபடுத்திக் கொண்டதில்லை. அடியோடு அவரை அவள் மறந்திருந்தாள். இன்று நீதிமன்றத்தில் அவரை அவள் அடையாளம் கண்டு கொள்ளவில்லை. கடைசியாக அவரை அவள் பார்த்திருந்த போது அவர் இராணுவ உடுப்பு அணிந்து தாடி இல்லாமல் சிறு மீசை மட்டும் வைத்துக் கட்டையானவையே என்றாலும் அடத்தியான சுருட்டை முடிகளுடையவராக இருந்தார். இப்போது வயதான தோற்றமுடையவராகித் தாடியும் வைத்திருந்தார் என்பது மட்டுமல்ல இதற்குக் காரணம்; அவரைப் பற்றி அவள் நினைக்காதவளாய் இருந்து வந்தாள் என்பதும் காரணமாகும். சேனையிடமிருந்து திரும்பிய அவர் தமது அத்தைகளைப் பார்ப்பதற்காக இறங்காமலே ரயிலில் நேரே போய்ச் சேர்ந்த பயங்கரமான அந்த இருண்ட இரவில் அவரைப் பற்றிய எல்லா நினைவுகளையும் திரும்பவும் தலைகாட்டாதபடி அவள் ஆழப் புதைத்துவிட்டாள்.

அவர் வருவார் என்ற நம்பிக்கை அன்று இரவு வரை அவளிடம் இருந்தது. ஆகவே நெஞ்சுக்கு அடியில் அவள் வயிற்றிலிருந்த பிள்ளையை அதுவரை அவள் ஒரு சுமையாகக் கருதவில்லை. வயிற்றினுள் அது மிருதுவாகவும் சிற்சில நேரங் களில் வெடுக்கென்றும் அசைவதை உணர்ந்தபோது அடிக்கடி அவள் வியப்புற்று உள்ளம் உருகவும் செய்தாள். ஆனால் அன்று இரவு யாவும் அடியோடு மாறிவிட்டன. அவள் வயிற்றிலிருந்த பிள்ளை அவளுக்கு ஒரு பெருஞ் சுமையாகிவிட்டது.

வீட்டுக்கு வருவார் என்றே நெஹ்லூதவின் அத்தைகள் எதிர்பார்த்துக் காத்திருந்தனர். வழியில் இறங்கி வந்து தம்மைப்

பார்த்துவிட்டுப் போகும்படி அவர்கள் அவரிடம் கேட்டிருந்தனர். ஆனால் நெஹ்லூதவ் தாம் வருவதற்கில்லை, நேரே சென்று நேரம் தவறாமல் பீட்டர்ஸ்பர்கில் இருந்தாக வேண்டுமெனத் தந்தி அனுப்பிவிட்டார். இதைக் கேட்டதும் கத்யூஷா ரயில் நிலையத்துக்குச் சென்று அவரைச் சந்திப்பதென்று தீர்மானம் செய்தாள். அவரது ரயில் இரவு இரண்டு மணிக்குச் செல்ல வேண்டியதாகும். சீமாட்டியர் இருவரும் படுக்கப் போகும் வரையில் கத்யூஷா அவர்களுடன் இருந்து உதவினாள். பிறகு சமையற்காரியின் மகளான சிறுமி மாஷ்காவுடன் பேசித் தன்னுடன் வருமாறு அவளை அழைத்துக்கொண்டு, கால்களில் பழைய பூட்சுகளையும் தலையில் ஒரு சால்வையையும் போட்டுக்கொண்டு, கைகளால் ஆடையை உயர்த்திப் பிடித்தபடி ரயில் நிலையத்துக்கு ஓட்டமாய் ஓடினாள்.

இருட்டும் மழையும் காற்றுமாய் இருந்த கூதிர்ப் பருவ இரவு அது. வெதுவெதுப்பான கனத்த துளிகளாய் மழை கொட்டியது. பிறகு சிறிது நேரத்துக்கு ஓய்ந்துவிட்டு மறுபடியும் கொட்டியது. வயல்களில் காலுக்கு அடியில் நடைபாதை அவள் கண்ணுக்குத் தெரியவில்லை. காட்டினுள் மையிருட்டாக இருந்தது. பாதை நன்றாகத் தெரிந்திருந்துங்கூடக் காட்டிலே அவளுக்கு வழி தவறிப் போயிற்று. மூன்று நிமிடங்களுக்கே ரயில் நிற்கும்படியான அந்தச் சிறிய நிலையத்துக்கு அவள் நினைத்தது போல் ரயில் வருவதற்கு முன்பே போய்ச் சேராமல், இரண்டாவது மணி அடித்த பிற்பாடே வந்து சேர்ந்தாள். பிளாட்பாரத்தில் ஓடிய கத்யூஷா உடனே முதல் வகுப்புப் பெட்டி ஒன்றின் சன்னலுக்குப் பின்னால் அவர் இருக்கக் கண்டாள். அந்தப் பெட்டியில் விளக்கு வெளிச்சம் பிரகாசமாக இருந்தது. கோட்டுகளைக் கழற்றி வைத்துவிட்ட இரு இராணுவ அலுவலர்கள் வெல்வெட்டால் ஒப்பனை செய்யப்பட்ட ஆசனங்களில் எதிரெதிரே அமர்ந்து சீட்டு ஆடிக் கொண்டிருந்தார்கள். இந்த ஆசனங்களுக்கு இடையில் சன்னல் ஓரமாய் இருந்த மேசையில் உருகி வழிந்த மொத்தையான இரு மெழுகுத் திரிகள் எரிந்தன. இறுகலான குறுங்கால் உடுப்பும் வெள்ளைச் சட்டையும் அணிந்திருந்த அவர் ஆசனம் ஒன்றின் கையின் மீது அமர்ந்து ஆசனத்தின் முதுகில் சாய்ந்துகொண்டு எதையோ பார்த்துச் சிரித்தார். அவரை அடையாளம் தெரிந்ததும் உடனே அவள் தனது மரத்துப் போன கையால் அந்தச் சன்னலில் தட்டினாள். ஆனால் அதே கணத்தில் மூன்றாவது மணியும் அடிக்கப்பட்டது. வண்டிப் பெட்டிகள் மெல்லப் பின்னோக்கி ஓர் உலுக்கு உலுக்கிய பிறகு ஒன்றன் பின் ஒன்றாய் முன்னால் நகர ஆரம்பித்தன. சீட்டாடியவர்களில் ஒருவர் கையிலிருந்து சீட்டுகளுடன் எழுந்து சன்னல் வழியே வெளியே பார்த்தார்.

அவள் மறுபடியும் தட்டிவிட்டுச் சன்னல் கண்ணாடியில் முகத்தை வைத்து அழுத்தினாள். ஆனால் பெட்டி நகர்ந்து செல்லவே அவள் உள்ளே பார்த்தபடி அதனுடன் சேர்ந்து நடந்தாள். இராணுவ அலுவலர் சன்னல் கண்ணாடியைக் கீழே இறக்க முயன்றார். அவரால் முடியவில்லை. நெஹ்லூதவ் அவரை இழுத்து விலக்கிவிட்டு, சன்னல் கண்ணாடியை இறக்க முற்பட்டார். ரயிலின் வேகம் அதிகரித்துச் சென்றது. அவளும் அதனுடன் சேர்ந்து விரைவாய் நடந்தாள். ரயில் மேலும் வேகமாய்ச் சென்றது. அப்போது சன்னல் கண்ணாடி தணிக்கப் பட்டது. ஆனால் அதே நேரத்தில் கண்டக்டர் அவளை விலக்கித் தள்ளிவிட்டுப் பெட்டியினுள் தாவி ஏறினார். கத்யூஷா பின்தங்கிவிட்டாள். ஆனால் நிற்காமல் பிளாட்பாரத்தின் நனைந்த பலகைகளின் மீது ஓடினாள். பிளாட்பாரம் முடிவுற்றதும் படிகளில் விழுந்துவிடாமல் எப்படியோ சமாளித்துக் கீழே இறங்கி ரயிலின் பக்கத்தில் தரையில் வேகமாய் ஓடினாள். ஆனால் முதல் வகுப்புப் பெட்டி முன்பே அவளைத் தாண்டி நெடுந்தொலைவு சென்றுவிட்டது. பிறகு இரண்டாம் வகுப்புப் பெட்டிகளும் வேகமாய் அவளைத் தாண்டிச் சென்றன. முடிவில் மேலும் அதிக வேகத்தில் மூன்றாம் வகுப்புப் பெட்டிகளும் தாண்டிச் சென்றன. அப்போதும் அவள் நிற்காமல் ஓடிக்கொண்டுதான் இருந்தாள். பின்னால் விளக்குகள் பளிச்சிட்ட கடைசிப் பெட்டியில் ஓடிச் சென்றபோது அவள் இஞ்சின்களுக்கு நீரளிக்கும் மச்சுத்தொட்டியை வந்தடைந்திருந்தாள். இப்போது தடை ஏதுமின்றிப் பலமாய் வீசிய காற்று அவள் தலையை மூடியிருந்த சால்வையைப் படபடக்க வைத்தது. பாவாடையை அவள் கால்களுடன் ஒட்டிச் சுற்றிக் கொள்ளச் செய்தது. பிறகு சால்வை அவள் தலையிலிருந்து பாய்ந்தோடியது. அப்போதும் அவள் நிற்கவில்லை.

"மிகாய்லவ்னா மாமி! சால்வையை விட்டுவிட்டாய்!" என்று கூச்சலிட்டாள், அவள் பின்னால் ஓடி வர முயன்ற சிறுமி.

"வெளிச்சமான வண்டிப் பெட்டியினுள் வெல்வெட்டு ஆசனத்தில் அமர்ந்து அவர் வேடிக்கைப் பேச்சு பேசிச் சிரித்துக் கொண்டும் குடித்துக்கொண்டும் இருக்கிறார். இங்கே நான் சேற்றிலும் இருட்டிலும், மழையிலும் காற்றிலும் நின்றுகொண்டு அழுகிறேன்" என்று கத்யூஷா மனத்துள் புலம்பியபடி ஓடுவதை நிறுத்திவிட்டு, தலையைப் பின்புறம் சாய்த்து இரு கைகளாலும்

தலையை அழுத்திப் பிடித்துக்கொண்டு தேம்பித் தேம்பி அழுதாள்.

"போய்ச் சேர்ந்துவிட்டார்!" என்று கதறினாள்.

சிறுமி மிரண்டு போய், நனைந்த ஆடைகளுடன் அப்படியே அவளைக் கட்டிப் பிடித்துக் கொண்டாள்.

"மாமி! வா, வீட்டுக்குப் போவோம்!" என்றாள்.

"ஏதாவது ரயில் வரும்-வண்டிக்கு அடியிலே யாவும் முடிவடையும்" - சிறுமிக்குப் பதிலளிக்காமலே கத்யூஷா தன்னுள் கூறிக்கொண்டாள்.

அவ்வாறே செய்வதென அவள் தீர்மானத்துக்கு வந்து விட்டாள். ஆனால் ஆவேசமான மனக்கிளர்ச்சியைத் தொடர்ந்து அமைதி பிறக்கும் முதலாவது தருணத்தில் எப்போதும் நடைபெறுவது போலவே அவள் வயிற்றிலிருந்த குழந்தை-அவரது குழந்தை - திடுமெனத் துணுக்குற்று ஒரு முட்டு முட்டி உடலை நிமிர்த்தி நீட்டியது. பிறகு மெலிவும் மென்மையும் கூர்மையும் வாய்ந்த எதனாலோ மறுபடியும் முட்டியது. கணப்பொழுதுக்கு முன்பெல்லாம் தான் இனி உயிர் வாழ முடியாதெனத் தோன்றும்படி அப்படி அவளை வதைபட வைத்தவை யாவும், அவர்பால் அவளுள் எழுந்த ஆத்திரம் அனைத்தும் உயிரை விட்டேனும் அவர் மீது வஞ்சம் தீர்த்துக் கொள்ள வேண்டுமென்ற அந்த விருப்பமும் இப்போது திடு மென மறைந்து போயின. அவள் சாந்தமடைந்து, ஆடையைச் சரிசெய்து கொண்டாள்; சால்வையைத் தலையில் போர்த்திக் கொண்டு வேகமாய் வீட்டை நோக்கி நடந்தாள்.

தொப்பற நனைந்து, மேலெல்லாம் சேறு படிந்து, களைப்புற்று அறவே ஓய்ந்து போய் வீட்டுக்கு அவள் திரும்பி வந்தாள். அன்று இரவுதான் ஆரம்பமாயிற்று, அவளது மன மாற்றம். அவளது இன்றைய நிலையை அவள் வந்தவடைவதற்கு வழி வகுத்திட்ட மிகப் பெரிய மனமாற்றம். அந்தப் பயங்கர இரவு முதலாய் அறத்திலும் நெறியிலும் அவளுக்கு நம்பிக்கை இல்லாமற் போயிற்று. இத்தனை காலமாய் இவற்றில் அவள் ஒரு நம்பிக்கை கொண்டவளாகவே இருந்து வந்தாள். ஏனையோரும் இவற்றில் நம்பிக்கை கொண்டிருந்ததாகவே நம்பி வந்தாள். ஆனால் இந்த இரவு முதலாய் யாருக்கும் இவற்றில் நம்பிக்கை இல்லையென்பதிலும், ஆண்டவனென்றும் அறமென்றும் நெறியென்றும் பேசப்படுவதெல்லாம் வெறும் ஏமாற்றும் பொய்யுமே ஆகுமென்பதிலும் அவளுக்குச் சந்தேகத்துக்கு இடமில்லாமற் போயிற்று. யாரை அவள் காதலித்தாளோ, யார் அவளைக் காதலித்தாரோ-அவர் காதலித்தார் என்பதை அவள் நன்கு அறிவாள்-அந்த மனிதர் அவளை அனுபவித்து

இன்பமடைந்த பின், அவளது உள்ளன்பைப் பெற்று அவளை மானமிழக்கச் செய்தபின், அவளை உதறித் தள்ளிவிட்டார். ஆயினும் அவள் அறிந்தோர் யாவரினும் சிறந்தவர் அவர். ஏனையோர் யாவரும் அவரைக் காட்டிலும் படுமோசமான வர்கள். இதற்குப் பிற்பாடு ஒவ்வொரு கட்டத்திலும் அவளுக்கு நேர்ந்தவை யாவும் அவளது இந்தக் கருத்தினை உறுதி பெறச் செய்வனவாகவே இருந்தன. தெய்வபக்தி வாய்ந்த வயது முதிர்ந்த சீமாட்டியரான அவரது அத்தைகள் முன்பு போல் இனி அவளால் தமக்கு ஊழியம் புரிய முடியாதென்று தெரிந்ததும் அவளைத் தம் வீட்டிலிருந்து துரத்தினர். அவள் நெருங்கிப் பழகினோரில், பெண்கள் எல்லாரும் அவளைப் பணம் சம்பாதிப்பதற்குரிய ஒரு சாதனமாகவே பயன்படுத்தினர். ஆண்கள் எல்லாரும்–அந்த வயோதிகப் போலீஸ் அலுவலர் முதல் சிறைக்கூடக் காவலர்கள் வரையிலான அனைவரும்– அவளைத் தமக்கு இன்பமளிப்பதற்குரிய ஒரு கருவியாகவே கருதினர். தாம் இன்புற வேண்டும் என்பதைத் தவிர வேறு எதைப் பற்றியும் உலகில் யாரும் கவலைப்படவில்லை. சுயேச்சையாக அவள் வாழ்க்கை நடத்த முற்பட்ட பின் இரண்டாவது ஆண்டில் அவளுடன் இருந்த அந்த வயதான எழுத்தாளர் அவளது இந்தக் கருத்தை மேலும் வலுவடையச் செய்தார். இப்படி இன்புறுவதிலேதான் வாழ்வின் இன்பம் எல்லாம் அடங்கியிருக்கிறது என்று அவளிடம் வெளிப் படையாகவே அவர் கூறி வந்தார் – இதனை அவர் கவித்துவம் என்னும் அழகியல் என்றும் குறிப்பிட்டு வந்தார்.

ஒவ்வொருவரும் தமக்கென்றே வாழ்ந்தார், தமது புலன் இன்பமே பெரிதெனக் கொண்டார். தெய்வம், நல்லொழுக்கம், நேர்மை என்பதான பேச்செல்லாம் வெறும் ஏமாற்றுதான். எல்லாரும் ஒருவருக்கொருவர் தீங்கிழைத்து எல்லோருமே துன்புறும்படி உலகில் யாவும் இப்படி மோசமாய் இருக்கிறதே, ஏன் இது என்று எப்போதாவது அவள் மனத்துள் கேள்வி எழுமாயின், இதெல்லாம் குறித்துச் சிந்திக்காமல் இருப்பதே மேலெனக் கூறிக் கொள்வாள். மனச்சோர்வு மிகுதியாகிவிடும் போது புகைபிடிப்பாள், குடிப்பாள். அல்லது யாவற்றுக்கும் மேலாய் யாராவது ஆடவருடன் சேர்ந்து களியாட்டம் போடுவாள். அவளது மனச்சோர்வு நீங்கிவிடும்.

38

மறுநாள் ஞாயிற்றுக்கிழமை ஐந்து மணிக்கு, சிறைக் கூடத்தின் பெண்டிர் பிரிவினுள் நடைவழியில் விசில் ஊதப் பட்டது. முன்பே விழித்துக்கொண்டு விட்ட கொரப்லோவா உடனே மாஸ்லவாவை எழுப்பினாள்.

“ஐயோ, தண்டனைக் கைதியா நான்!” என்று திகிலடைந்து, கண்ணைத் திறந்தாள் மாஸ்லவா. காலைப் பொழுதில் அறையினுள் சகிக்க முடியாதபடி நாறிப் போயிருந்த காற்றைத் தன்னை அறியாமலே அவள் உள்ளுக்கு இழுத்தாள். திரும்பவும் கண்ணுறங்கி நினைவிழந்துவிட வேண்டுமென்றே விரும்பினாள். ஆனால் வழக்கமான அச்சம் அவளது தூக்கக் கலக்கத்தை விரட்டியடித்தது. அவள் எழுந்து கால்களை மடக்கி உட்கார்ந்து கொண்டு சுற்றிலும் பார்த்தாள். பெண்கள் எல்லாரும் முன்பே எழுந்துவிட்டனர். குழந்தைகள் மட்டும்தான் தூங்கிக்கொண்டிருந்தார்கள். கள்ளச்சாராயம் விற்றதற்காகச் சிறையில் அடைக்கப் பட்டவள், இந்தக் குழந்தைகள் விழித்துக் கொண்டு விடாதபடி மெதுவாய் அவர்களுக்கு அடியிலிருந்த மேலங்கியை வெளியே இழுத்துக்கொண்டிருந்தாள். கட்டாயப் படை சேவைக்காகப் பிடிக்கப்பட்டவனை விடுவித்தவள் தனது கைக்குழந்தை துணியாகப் பயன்படுத்தப்பட்ட கந்தலை உலர்த்துவதற்காக விரித்துப் போட்டுக்கொண்டு நின்றாள். நீல விழியாளான ஃபேதோசியாவின் கைகளிலிருந்த அந்தக் குழந்தை வீறிட்டுக் கத்தியது. ஃபேதோசியா மெல்லிய குரலில் கொஞ்சி அதைச் சாந்தப்படுத்த முயன்றாள். காசநோய் கண்டவள் இரு கைகளையும் நெஞ்சிலே வைத்து அழுத்திக்கொண்டு இருமினாள். இரத்தம் அவள் முகத்துக்கு உயர்ந்தெழுந்தது. இருமல்களுக்கு இடையே அலறினாள் என்றே சொல்லும்படி அவ்வளவு பலக்க முக்கி முனகினாள். ஊதிப் பருத்திருந்த செம்பட்டை முடியாள் மல்லாந்து படுத்துக் கால்களை மடக்கி உடலுடன் அழுத்தி, தான் கண்ட கனவைப் பற்றி மகிழ்ச்சி பொங்கும் பலத்த குரலில் சொல்லிக் கொண்டிருந்தாள். தீ வைத்ததாகக் குற்றம் சாட்டப்பட்டவள் திருவுருவப் படத்துக்கு முன்னால் நின்று திரும்பத் திரும்ப அதே சொற்களை முணு முணுத்தபடிச் சிலுவைக் குறி இட்டுக் குனிந்து எழுந்து கொண்டிருந்தாள். ஓதுவாரின் மகள் கட்டிலில் உட்கார்ந்து இருள் கவிந்த அசட்டுக் கண்களால் தம் முன்னால் வெறிக்கப் பார்த்துக்கொண்டிருந்தாள். ஹரஷாவ்கா எண்ணெய்ப்பசை கொண்ட அவளது முரட்டுக் கரு முடிகளை விரல்களில் சுற்றிக்கொண்டிருந்தாள்.

வெளியே நடைவழியில் தத்துபுத்தென நடந்து வரும் காலடிகளது ஓசை கேட்டது. அறைக்கதவு திறக்கப்பட்டதும் தண்டனைக் கைதிகள் இருவர் உள்ளே நுழைந்தனர். சட்டையும் கணுக்காலுக்கு எட்டாத காக்கிக் கால்சட்டையும் போட்டிருந்தனர். முகத்தைச் சுளித்துச் சிடுசிடுத்துக்கொண்டு இருவருமாகச் சேர்ந்து நாற்றம் சகிக்காத அந்தத் தொட்டியை அறையி

லிருந்து வெளியே தூக்கிச் சென்றனர். முகம் கழுவுவதற்காகப் பெண்கள் வெளியே நடைவழியிலிருந்த குழாய்களிடம் சென்றார்கள். குழாய்களுக்கு அருகே செம்பட்டை முடியாள் பக்கத்து அறையைச் சேர்ந்த ஒரு பெண்ணுடன் சண்டைபோட ஆரம்பித்தாள். திரும்பவும் ரகளைதான்–வசைமொழி, கூப்பாடு, முறையீடு...

“தனிக் கொட்டடி வாசமா வேண்டும்?” என்று கேட்டு, வயது முதிர்ந்த சிறைக்காவலர் செம்பட்டை முடியாளது திறந்திருந்த பருத்த முதுகில் பளீரென அறைந்தார். நடைவழி நெடுக அது எதிரொலித்தது. “இன்னொரு தரம் உன் குரல் இங்கே ஒலிக்க வேண்டாம். தெரிந்துகொள்!” என்றார் அவர்.

“கிழவர் விளையாடுவதைப் பாரேன்!” – சிறைக் காவலரின் செயலைக் கொஞ்சுதலாகப் பாவித்துக்கொண்டு கூறினாள் செம்பட்டை முடியாள்.

“சரி, சீக்கிரம் ஆகட்டும். கோயிலுக்குப் போக வேண்டும்.”

கூந்தலைச் சரிசெய்து கொள்வதற்குக்கூட மாஸ்லவாவுக்கு நேரம் கிடைக்கவில்லை. அதற்குள் கண்காணிப்பாளரும் அவரது துணைவர்களும் வந்துவிட்டார்கள்.

“பார்வைக் கணிப்புக்கு வாங்க எல்லாரும்!” என்று கத்தினார் சிறைக்காவலர்.

மற்றைய அறைகளிலிருந்து இதர கைதிகளும் வெளியே வந்ததும், நடைவழியில் இரு வரிசைகளில் யாவரும் அணி வகுத்து நின்றனர். ஒவ்வொருத்தியும் அவளுக்கு முன்னால் இருந்தவளின் தோளில் தன் கைகளை வைத்துக்கொண்டு நிற்க வேண்டியிருந்தது. கைதிகள் எல்லாரும் எண்ணப்பட்டனர்.

பார்வைக் கணிப்பு முடிவுற்றதும் பெண் சிறைக்காவலர் எல்லாக் கைதிகளையும் கோவிலுக்கு அழைத்துச் சென்றாள். எல்லா அறைகளிலிருந்தும் வந்திருந்த நூற்றுக்கு மேற்பட்ட பெண்களைக்கொண்ட இந்த நீள் வரிசையின் நடுப்பகுதியில் மாஸ்லவாவும் ஃபெதோசியாவும் போய்க்கொண்டிருந்தனர். எல்லாரும் வெள்ளைப் பாவாடையும், ஜாக்கெட்டும் அணிந்து தலையில் வெள்ளைக் குட்டை கட்டியிருந்தனர். ஒரு சிலர் மட்டும்தான் வண்ண உடுப்புகள் உடுத்தியிருந்தார்கள். இவர்கள் கடுங்காவல் தண்டனை விதிக்கப்பட்ட தமது கணவன்மார் களைப் பின்தொடர்ந்து தமது குழந்தைகளையும் அழைத்துக் கொண்டு சைபீரியாவுக்குப் போய்க்கொண்டிருந்தவர்கள். இந்த நீள் வரிசை படிக்கட்டு முழுதும் பெருகிச் சென்றது. மெல்லிய மிதியடி அணிந்த பாதங்களின் தடதடப்புடன் வாய்ப்பேச்சும் கலந்து ஒலித்தது. எப்போதாவது சிரிப்பொலியுங்கூட கேட்டது. படித் திருப்பத்தில் செல்கையில் மாஸ்லவா தனக்குக் கொஞ்ச

தூரம் முன்னால் தனது எதிரி போச்சுவா போவதைக் கண்டாள். கோபம் பொங்கிய அவளது முகத்தைப் ஃபெதோசியாவுக்குச் சுட்டிக்காட்டினாள். படிகளில் இறங்கிக் கீழே சென்றதும் எல்லாப் பெண்களும் மௌனமாகிவிட்டனர். சிலுவைக் குறி இட்டுக்கொண்டு தலை குனிந்து வணங்கியவாறு கோயிலுக்குள் நுழைந்தனர். கோயில் இன்னமும் காலியாகவே இருந்தது. அதனுள் தங்க முலாம் தகதகத்தது. இந்தப் பெண்களின் இடம் வலப்புறத்தில் இருந்தது. ஒருவரையொருவர் இடித்துத் தள்ளிக் கொண்டு இவர்கள் அங்கே சென்று நெரிசலாய் நின்றனர்.

பெண்கள் வந்து சேர்ந்தபின் காக்கி அங்கிகள் அணிந்த ஆடவர்கள் உள்ளே நுழைந்தார்கள். சைபீரியாவுக்கு அனுப்பப் படுவதற்காகக் காத்திருந்தவர்களும், சிறைத் தண்டனையை அங்கே அனுபவித்து வந்தவர்களும் கிராமக் கம்யூன்களால் தண்டித்து அனுப்பப்பட்டவர்களுமான இவர்கள் பலக்க இருமியபடி இடப்புறத்திலும் கோயிலின் நடுப்பகுதியிலும் கூட்ட மாய் வந்து நின்றார்கள்.

மேற்றளத்துச் சுற்று மேடையில் முன்னதாகவே பல கைதிகள் கொண்டுவந்து நிறுத்தப்பட்டிருந்தார்கள். ஒரு புறத்தில் நின்றவர்கள் சைபீரியக் கடின உழைப்புத் தண்டனை விதிக்கப்பட்டவர்கள்–இவர்கள் எல்லாருக்கும் ஒரு பாதித் தலை மழிக்கப்பட்டிருந்தது. இவர்களது கால்களில் பூட்டப்பட்டிருந்த சங்கிலிகள் எழுப்பிய கணீரொலி இவர்கள் இங்கே இருந்ததை எல்லாருக்கும் அறிவித்து இன்னொரு புறத்தில் நெரிசலாய் நின்றவர்கள் எல்லாரும் விசாரணைக் கைதிகள் – இவர்களுக்குச் சங்கிலிகள் இல்லை, தலையும் மழிக்கப்படவில்லை.

செல்வச் செழிப்பு வாய்ந்த வணிகர் ஒருவர் இந்தச் சிறைக் கூடக் கோயிலைப் புத்தமைத்து அலங்கரித்திருந்தார். இந்தப் புத்தமைப்புப் பணிக்காக பத்தாயிரக் கணக்கில் அவர் செலவு செய்திருந்தார். கண்ணைப் பறிக்கும் வண்ணங்களும் தங்கமும் பளிச்சிட்டுப் பிரகாசித்தன.

சிறிது நேரத்துக்குக் கோயிலினுள் நிசப்தம் நிலவிற்று; இருமுவதும் மூக்குச் சிந்துவதும் குழந்தைகள் அழுவதும் சங்கிலிகள் மோதிக்கொண்டபோது எழுந்த கணகணப்பும் மட்டும்தான் காதில் விழுந்தன. அதன் பிறகு, நடுவில் நின்றிருந்த கைதிகள் ஒருவரோடொருவர் இடித்து நெருக்கிக்கொண்டு விலகி மையப் பாதை அமைத்துத் தந்தார்கள். இந்தப் பாதை வழியே சிறைக் கண்காணிப்பாளர் நடந்து சென்று, எல்லோருக்கும் முன்னணியில், கோயிலின் நடுக்கூடத்தில் தமக்குரிய இடத்தில் நின்றார்.

39

வழிபாடு ஆரம்பமாகியது.

அது நடைபெற்ற விதம் வருமாறு: விபரீதமாகவும் பெரிதும் வசதிக் குறைவாய் எக்கச்சக்கமாகவும் அமைந்த பொன்னாடைகள் உடுத்திய பாதிரியார் ஒரு தட்டத்தில் ரொட்டித் துண்டுகளை வைத்தடுக்கினார். பிறகு ஒரு கோப்பையில் இருந்த திராட்சைத் தேறலில் ஒரு சில துண்டுகளைப் போட்டார். அதே நேரத்தில் பற்பல பெயர்களையும் திரும்பத் திரும்பச் சொல்லி ஜபங்களை முணுமுணுத்துக்கொண்டார். இதற்கிடையில் ஓதுவார் ஒருவர் புராதன ஸ்லாவிய மொழியில் சில பிரார்த்தனைகளைப் படித்துக் காட்டியபின், கைதிகளைச் சேர்ந்த பாட்டுக் குழுவுடன் இணைந்து பாடினார். இந்தப் பிரார்த்தனைகள் எளிதில் புரிந்துகொள்ள முடியாதவை. அதோடு ஓதுவார் இவற்றை அதிவேகமாகப் படித்து மேலும் புரியாதபடிச் செய்தார். மாமன்னரும் அவரது குடும்பத்தாரும் நலமோடு இருக்க வேண்டுமென்ற தோத்திரங்களே இந்தப் பிரார்த்தனைகளில் மிகுதியாய் அடங்கியிருந்தன. எல்லாரும் மண்டியிட்டு அமர்ந்திருக்க, இந்தத் தோத்திரங்கள் தனியாகவும் ஏனைய பிரார்த்தனைகளோடு சேர்த்தும் திரும்பத் திரும்பக் கூறப்பட்டன. இவற்றை அன்னியில், அபோஸ்தலருடைய நடபடிகளிலிருந்து ஓதுவார் சில பாடல்களைப் படித்தார். ஆனால் கெடுபிடி வாய்ந்த குரலில் அவர் படித்ததால் யாருக்கும் எதுவும் விளங்கவில்லை. பிறகு மாற்கு எழுதின சுவிசேஷத்திலிருந்து நேரில் பாதிரியாரே தெளிவான குரலில் ஒரு பகுதியைப் படித்தார். மரித்தோரிலிருந்து உயிர்த்தெழுந்த இயேசு பரலோகத்துக்குச் சென்று அவரது தந்தையின் வலது பாரிசத்தில் உட்காரு முன், மக்தலேனா மரீயாவிடமிருந்து ஏழு பிசாசுகளைத் துரத்தியதையும் முதன்முதல் அவளுக்குத் தரிசனமானதையும் இப்பகுதி கூறியது. பிறகு இயேசு அவரது சீடர் பதினொருவருக்கும் தரிசனமாகி, அனைத்து உலகுக்கும் சுவிசேஷத்தைப் பிரசங்கிக்கும்படி அவர்களைப் பணித்ததையும், விசுவாசியாகாதவன் ஆக்கினைக்குள்ளாகத் தீர்க்கப்படுவான் என்றும், விசுவாசமுள்ளவனாகி ஞானஸ்நானம் பெற்றவன், ரட்சிக்கப் படுவான், பிசாசுகளைத் துரத்துவான். நோயாளிகள் மேல் அவன் கைகளை வைத்ததும் அவர்கள் குணமடைந்து விடுவார்கள். நயமான மொழிகளைப் பேசுவான். சர்ப்பங்களை எடுப்பான். விஷத்தைக் குடித்தாலும் சாகாமல் நல்லபடியாக இருப்பான் என்றும் கூறியதையும் எடுத்துரைத்தது.

பாதிரியார் ரொட்டித் துண்டுகளை வெட்டித் திராட்சைத் தேறலுக்குள் போட்டுச் செய்ய வேண்டியதைச் செய்து, தக்க பிரார்த்தனைகளைச் சொன்னதும் அவை தேவனது ஊனும் இரத்தமும் ஆகிவிடும் என்பதே இந்த வழிபாட்டின் உட் பொருள்.

வேலைக்கு இடையூறாக இருந்த அந்தப் பொன்னாடை களில் பாதிரியார் அவ்வப்போது கைகளை நீட்டி உயர்த்தினார்; மண்டியிட்டு அமர்ந்து மேசையையும் அதன்மேல் இருந்தவற்றை யும் முத்தமிட்டார். யாவற்றிலும் முக்கியமாய் ஒரு துணித் துண்டை எடுத்து இரு முனைகளைப் பிடித்து உயரத் தூக்கி வெள்ளித் தட்டத்தின் மீதும் தங்கக்கோப்பையின் மீதும் சந்தம் தவறாமல் மெல்ல ஆட்டினார். இவை யாவும் செய்யப்பட்டதும் ரொட்டியும் திராட்சைத் தேறலும் ஊனும் இரத்தமுமாகி விடுவதாக ஐதீகம். ஆகவே வழிபாட்டின் இப்பகுதி பக்தி சிரத்தையுடன் நடந்தேறியது.

“பாக்கியவதியும், பரிசுத்தமானவளும் புனிதவதியுமாகிய தேவ மாதாவைப் போற்றுவோம்” என்று, கோயிலின் ஒரு பகுதியைத் தனித்துப் பிரித்த தங்க நிறத் தடுப்புக்குப் பின்னா லிருந்து பாதிரியார் கத்தினார். உடனே பாட்டுக் குழு உருக்கமாகப் பாட ஆரம்பித்தது. கன்னிமரியாளை எவ்வளவு போற்றினும் தகும். கன்னிமையை இழக்காமலே இயேசுவைப் பெற்றெடுத்தவள். ஆகவே எந்தவிதமான செரூபிமிலும் சிறப்புக் குரியவள். எந்தவிதமான செராபிமிலும் போற்றத் தக்கவள் என்று பாட்டுக் குழு பாட்டிசைத்தது. இதன் பிறகு மாற்றம் சித்திக்கப் பெற்றதாகக் கருதப்பட்டது. பாதிரியார் இப்போது தட்டத்தின் மீதிருந்த துணியை அகற்றினார். நடுவிலிருந்த ரொட்டித் துண்டினை வெட்டி முதலில் திராட்சைத் தேறலில் போட்டு எடுத்தார். பிறகு தம் வாயினுள் போட்டுக்கொண்டார். பாதிரியார் ஆண்டவனது ஊனில் ஒரு துண்டினை உண்டு ஆண்டவன் இரத்தத்திலும் கொஞ்சம் குடித்தார் என்பதே இதன் அர்த்தம். பிறகு பாதிரியார் திரையை விலக்கித் தடுப்பின் மையக் கதவைத் திறந்தார். தங்கக் கோப்பையைக் கையில் எடுத்துக்கொண்டு இந்தக் கதவு வழியே அவர் வெளியே வந்தார். விரும்புவோர் தம்மிடம் வந்து கோப்பையிலுள்ள ஆண்டவன் ஊனிலும் இரத்தத்திலும் கொஞ்சம் பெற்றுக் கொள்ளலாமென அழைப்பு விடுத்தார்.

குழந்தைகள் சிலர் விரும்பியதாகத் தெரிந்தது.

பாதிரியார் இந்தக் குழந்தைகளிடம் அவர்களது பெயர் களைக் கேட்டுத் தெரிந்துகொண்டு, திராட்சைத் தேறலில் நனைத்த சிறிய ரொட்டித் துண்டைக் கரண்டியால் எடுத்துக்

குழந்தை வாயினுள் இட்டு உட்பகுதிக்குத் தள்ளினார். ஒவ்வொரு குழந்தைக்கும் அவர் இவ்வாறு செய்தார். ஓதுவார் இந்தக் குழந்தைகளின் வாயைத் துடைத்தவாறு குழந்தைகள் ஆண்டவனது ஊனைப் புசித்து இரத்தத்தைக் குடிக்கிறார்கள் என்று மகிழ்ச்சி மிக்க குரலில் பாடினார். இதன் பிறகு பாதிரியார் கோப்பையைத் தடுப்புக்குள் எடுத்துச் சென்று எஞ் சியிருந்த இரத்தம் பூராவையும் குடித்துவிட்டு ஆண்டவனது ஊனில் எஞ்சியிருந்த துண்டுகள் யாவற்றையும் புசித்தார். பிறகு கவனமாய் மீசையை உதட்டால் தடவிக்கொண்டு, வாயையும் கோப்பையையும் துடைத்துச் சரி செய்தார். உற்சாகமடைந்தவராய்த் தடுப்புக்குப் பின்னாலிருந்து வெளியே நடந்தார். கால்களில் அவர் போட்டிருந்த கன்றுத்தோல் பூட்சுகளின் மெல்லிய பாதங்கள் கிறீச்சிட்டு ஒலித்தன.

இந்தக் கிறிஸ்தவ வழிபாட்டின் பிரதான சடங்குகள் இதோடு முடிவடைந்தன. ஆனால் பாவ ஆத்மாக்களாகிய கைதிகளின் துயரம் துடைத்து அவர்களுக்கு ஆறுதலளிக்க விரும்பிய பாதிரியார், வழக்கமான இந்த வழிபாட்டுடன் கூட மற்றொரு நிகழ்ச்சியையும் சேர்த்துக்கொண்டார். இந்நிகழ்ச்சி பின்வருமாறு நடந்தேறியது. தங்கத்தகடு அடிக்கப்பட்ட உருவத் திடம் (முகமும் கைகளும் மட்டும் கறுப்பாய் இருந்தன) பாதிரி யார் வந்து நின்றார். பன்னிரண்டு மெழுகுத் திரிகளால் ஒளியூட் டப் பட்டிருந்த இந்த உருவம் சற்றுமுன் அவர் புசித்த அதே ஆண்டவனைக் குறிப்பதாகக் கருதப்பட்டது. பாதிரியார் இதன் எதிரே நின்று இசைவின்றிக் கரகரத்த குரலில் பாடினாரா அல்லது முணு முணுத்தாரா என்று சொல்ல முடியாதபடிப் பின்வருமாறு கூறிச் சென்றார்:

“இனிய இயேசுவே, தூதர்களால் போற்றப்பட்டவரே; இயேசுவே, தியாகிகளால் மெச்சப்பட்டவரே; எல்லாம் வல்ல அரசே, என்னைக் காத்தருளும். என்னை இரட்சிக்க வந்த இயேசுவே, எழில் அரசு இயேசுவே, உமைக் கூவியழைப்போனுக்கு இரக்கம் அருளும் இரட்சகர் இயேசுவே, பிரார்த்தனையால் பிறந்த இயேசுவே, உமது புனிதர் எல்லாரையும், உமது தீர்க்க தரிசிகள் யாவரையும் காத்தருளும். தேவலோகத்தின் எல்லா இன் பங்களுக்கும் அவர்களைத் தகுதியுடையோராக்கிக் கொள்ளும். இயேசுவே, மனிதர்களை நேசிப்பவரே.”

இதன் பிறகு அவர் நிறுத்திவிட்டு, மூச்சை உள்ளுக்கு இழுத்துத் தம் மீது சிலுவைக் குறி இட்டுத் தலைகுனிந்து வணங் கினார். உடனே எல்லாரும்–சிறைக் கண்காணிப்பாளரும் காவலர் களும் கைதிகளும்–அதே போலச் செய்தார்கள். மேல் தளத்

திலிருந்து சங்கிலிகள் இடித்துக் கணகணக்கும் ஒலி முன்னிலும் பலமாய் எழுந்தது ஓயாமல் கேட்டது.

பாதிரியார் தொடர்ந்து கூறிச் சென்றார்: "தேவ தூதர்களது படைப்பாளரே, சக்திகளின் அதிபதியே, விந்தையிலும் விந்தை யான இயேசுவே, தேவதூதர்கள் வியந்து மகிழும் வினோதரே, எல்லாம் வல்ல இயேசுவே, மூதாதையரால் போற்றப்பட்டவரே, புகழ்மிக்க இயேசுவே, மன்னர்களுக்கும் பலமாய் இருப்பவரே, உன்னதமான இயேசுவே, தீர்க்கதரிசிகளை மெய்ப்பித்தவரே, விந்தையான இயேசுவே, தியாகிகளுக்குப் பலமாகத் திகழ்ந்தவரே, எளிமையும் பணிவும் மிக்க இயேசுவே, துறவிகளது ஆனந்தமே, இரக்கம் கொண்ட இயேசுவே, பாதிரிமார்களது இன்சுவையே, தருமமாகிய இயேசுவே, விரதமிருப்போரது மனவடக்கமே, இனிமையிலும் இனிமையான இயேசுவே, நேர்மையாளர் களுக்குரிய இன்பமே, பரிசுத்தமான இயேசுவே, மணம் புரியாது தனித்திருப்போரது தூய ஒழுக்கமே, எக்காலத்துக்குமாகிய இயேசுவே, பாவிகளை இரட்சிப்பவரே, தேவமகனாகிய இயேசுவே, எனக்கு இரக்கம் காட்டும்."

திரும்பத் திரும்ப "இயேசு" என்று கூறிக்கொண்டிருந்த அவரது குரல் மேலும் மேலும் கர்முர்ரென இழுத்தது. அவரது இந்தப் பிரார்த்தனை இவ்வாறு முடிவடைந்தது. உட்புறம் பட்டுடன் கூடிய பொன்னாடையை அவர் உயர்த்திப் பிடித்துக் கொண்டு ஒரு காலை மண்டியிட்டு அமர்ந்து, தலை குனிந்து வணக்கம் செலுத்தினார். பாட்டுக்குழு பாட ஆரம்பித்து "இயேசுவே, தேவ மைந்தரே எனக்கு இரங்கும்" என்ற சொற்களைத் திரும்பத் திரும்ப இசைத்தது. கைதிகள் எல்லாரும் குனிந்து வணங்கிவிட்டு எழுந்தார்கள். மழிக்கப்படாமல் எஞ்சி யிருந்த தலைமுடிகளைப் பின்பக்கம் உதறி விட்டுக்கொண் டார்கள். அவர்களது மெலிந்த கணுக்கால்களில் உராய்ந்து காயப்படுத்தி வந்த சங்கிலிகள் தடதடத்துக் கணீரொலி எழுப்பின.

இப்படி நெடுநேரம் நடந்து சென்றது. "தேவரே, எனக்கு இரங்கும்" என்று முடிவுற்ற துதிப்பாடல்கள் முதலில் பாடப் பட்டன. பிறகு, "அல்லேலூயா" என்று முடிவுற்ற பாடல்கள் ஆரம்பமாயின. கைதிகள் சிலுவைக் குறியிட்டுக்கொண்டு குனிந்தெழுந்தார்கள். ஆரம்பத்தில் ஒவ்வொரு வாக்கியத்துக்கும் ஒரு தரம் இவ்வாறு செய்தார்கள். பிறகு இரண்டு வாக்கி யத்துக்கு ஒரு தரமும், மூன்று வாக்கியத்துக்கு ஒரு தரமும் செய்ய முற்பட்டார்கள். துதிப்பாடல்கள் எல்லாம் முடிவுற்றதும் எல்லாரும் மகிழ்ந்து கொண்டார்கள். பாதிரியார் நிம்மதியாகப் பெருமூச்சு விட்டபடிப் புத்தகத்தை மூடிவிட்டு அடைப்புக்குப்

பின்னால் போய்ச் சேர்ந்தார். கடைசி நிகழ்ச்சி ஒன்று பாக்கி யிருந்தது. மேசை மீதிருந்த தங்க முலாமிடப்பட்ட ஒரு பெரிய சிலுவையைப் பாதிரியார் தம் கையில் எடுத்துக்கொண்டார். முனைகளில் எனாமல் பதக்கங்கள் தொங்கிய இந்தச் சிலுவையை அவர் கோயிலின் நடு மையத்துக்குக் கொண்டு வந்தார். முதலில் சிறைக் கண்காணிப்பாளர் அந்தச் சிலுவையிடம் சென்று அதன் மீது முத்தமிட்டார். பிறகு அவரது துணைவரும் சிறைக்காவலர்களும் இதே போல் செய்தார்கள். முடிவில் கைதிகள் ஒருவரையொருவர் இடித்துத் தள்ளிக்கொண்டும் சபித்துக்கொண்டும் சென்று சிலுவையில் முத்தமிட்டனர். சிறைக்கண்காணிப்பாளருடன் பேசிக்கொண்டு நின்ற பாதிரியார் இந்தச் சிலுவையும் தமது கையும் இப்போது கைதிகளது வாயிலும், இப்போது அவர்களது மூக்கிலும் படும்படி நீட்டினார். சிலுவையிலும் பாதிரியாரது கையிலுமாகச் சேர்த்துக் கைதிகள் முத்தமிட முயன்றனர். நெறி தவறிவிட்ட இந்தச் சோதரர்களது துயரம் துடைத்து அவர்களுக்கு ஆறுத லளிப்பதற்காகவும், இவர்களை மேம்படச் செய்வதற்காகவும் ஏற்பாடு செய்யப்பட்ட இந்தக் கிறிஸ்தவ வழிபாடு இத்துடன் முடிவடைந்தது.

40

பாதிரியாரிலிருந்து, சிறைக் கண்காணிப்பாளரிலிருந்து மாஸ்லவா வரை அங்கு இருந்தோரில் ஒருவரேனும் உண்மையை உணர்ந்தார் இல்லை. யாருடைய பெயரை ஓயாமல் பாதிரியார் அத்தனை தரம் திருப்பித் திருப்பி உச்சரித்தாரோ, யாரை அத்தனை தரம் அந்த வினோதத் தொடர்களைச் சொல்லி மெச்சிப் புகழ்ந்தாரோ, அந்த இயேசு அங்கு நடைபெற்ற எல்லாக் காரியங்களுக்கும் தடை விதித்திருந்தார் என்பதை எவருமே உணர்ந்திருக்கவில்லை. அர்த்தமற்ற இந்த மட்டுமீறிய பேச்சுக்கும், ரொட்டியையும் திராட்சைத் தேறலையும் வைத்துக்கொண்டு தெய்வத்தை நிந்திக்கும் முறையில் செய்யப்பட்டதும், ஜப மந்திரத்துக்கும் இயேசு தடைவிதித்ததோடு ஒரு பகுதியோர் பிறிதொரு பகுதியோரைத் தமது குருமார்களென்பது அழைப் பதோ, கோயில்களில் பிரார்த்தனை செய்வதோ கூடாதென்றும் அவர் மிகவும் தெளிவான முறையில் அறிவித்திருந்தார். ஒவ்வொருவரும் தனிமையிலே பிரார்த்தனை செய்ய வேண்டு மென்று அவர் கட்டளையிட்டிருந்தார். கோயில்கள் கட்டப்ப டக் கூடாதென்று அவர் தடையிட்டிருந்தார். இவற்றை அழிப்ப தற்கே தாம் வந்திருந்ததாக அறிவித்து வந்தார். கோயிலில் அல்ல, உள்ளத்தினுள் அந்தரங்கச் சுத்தியுடன் பிரார்த்தனை புரிய

வேண்டும் என்றார். யாவற்றுக்கும் மேலாய், இங்கே செய்யப் பட்டது போல் ஆட்களுக்குத் தீர்ப்பளிப்பதும் அவர்களைச் சிறையில் அடைப்பதும் உதைப்பதும் அவர்களுக்கு மரண தண்டனை அளித்துக் கொல்வதும் கூடாதென்றும், எந்தவித மான வன்முறையுங்கூட இருக்கலாகாதென்றும் அவர் தடை யிட்டிருந்தார். சிறைப்பட்டோருக்கு விடுதலை அளிக்கவே தாம் வந்ததாகச் சொன்னார். இதெல்லாம் அங்கே யாருக்கும் தெரிந் திருக்கவில்லை.

அங்கே நடைபெற்றவை யாவுமே அபாண்டமான தெய்வ நிந்தனையாகும் என்பதையும், யார் பெயரில் இவை செய்யப்பட்டனவோ அந்த இயேசுவையே கேலி புரிவதாகும் என்பதையும், அங்கு இருந்தோரில் யாவரும் உணர்ந்தார் இல்லை. முனைகளில் எனாமல் பதக்கங்கள் தொங்கிய முலாமிடப்பட்ட அந்தச் சிலுவை, எல்லாரும் முத்தமிடுவதற்காகப் பாதிரியார் தூக்கிக் காட்டிய அந்தச் சிலுவை, இங்கே நடைபெற்ற இதே காரியங்களைக் கண்டித்ததற்காக இயேசு தண்டிக்கப் பெற்றுக் கொல்லப்பட்ட தூக்கு மரத்தின் சின்னமாகும் என்பதை யாரும் புரிந்துகொள்ளவில்லை. ரொட்டியின் வடிவிலும் திராட்சைத் தேறலின் வடிவிலும் இயேசுவின் ஊனையும் இரத்தத்தையும் நாம் புசித்ததாகவும் குடித்ததாகவும் கற்பனை செய்து கொண்ட இந்தப் பாதிரிமார்கள் மெய்யாகவே அவரது ஊனைப் புசித்து அவரது இரத்தத்தைக் குடித்து குற்றம் புரிந்தவர்களாவர். அவர்கள் புசிக்கவும் குடிக்கவும் செய்ததால் அல்ல. யாருடன் இயேசு தம்மை ஒன்றிணைத்துக் கொண்டாரோ அந்தச் "சிறு மனிதர்களை" மதிமயங்கச் செய்து ஏமாற்றுவதாலும், மிகப் பெரும் பேறுகளை இவர்கள் இழக்கும்படிச் செய்து மிகக் கொடிய உபாதைகளுக்கு இவர்களை உட்பட வைப்பதாலும், இயேசு இவர்களுக்குக் கொண்டு வந்த பேரானந்தத்தைப் பற்றிய நற்செய்திகளை இவர்களிடமிருந்து மறைப்பதாலும் அந்தப் பாதிரியார்கள் குற்றம் புரிந்தவர்கள் ஆவர். அங்கு இருந்தோரில் யாருக்குமே இந்த உண்மை புரியவில்லை.

பாதிரியார் முழு மன அமைதி கொண்டவராகவே இவ்வளவையும் செய்து வந்தார். ஏனெனில் பிள்ளைப் பிராயம் முதலாய் அவர் இது ஒன்றே மெய்யான சமய நெறி, பழங்காலம் தொட்டு பக்திமான்கள் எல்லாரும் கடைப்பிடித்து வந்தது, இன்றும் சமயச் சபையையும் அரசையும் சேர்ந்த பெரியவர்கள் எல்லாரும் கடைப்பிடித்து வருவது என்று நம்பும்படி வளர்க்கப் பட்டிருந்தார். ரொட்டியானது ஊனாக மாறிவிட்டதாகவோ, அத்தனைச் சொற்களைத் திருப்பித் திருப்பிச் சொல்வதால்

ஆத்மாவுக்குப் பயன் ஏற்படுமென்றோ மெய்யாகவே நாம் ஆண்டவனின் ஒரு துண்டைப் புசித்ததாகவோ அவர் நம்ப வில்லைதான். யாராலும் அதனை நம்ப முடியாது. ஆனால் இது நம்பவேண்டியதாகுமென அவர் நம்பினார். இந்தச் சமய நெறியின்படித் தாம் செய்ய வேண்டியவற்றைச் செய்ததன் மூலம் கடந்த பதினெட்டு ஆண்டுகளாகத் தம்மால் சம்பாத்தியம் பெறவும், தமது குடும்பத்தின் ஜீவனத்துக்கு இவ்விதம் வகை செய்துகொள்ளவும், தமது மகனை உயர்நிலைப் பள்ளிக்கு அனுப்பவும், தமது மகளைச் சமயச் சபையோரது மகளிர் பள்ளிக்கூடத்துக்கு அனுப்பவும் முடிந்தது என்கிற இந்த உண்மை ஏனைய யாவற்றையும்விட அதிகமாய் இந்த நெறியில் அவரது நம்பிக்கையை வலுப்பெறச் செய்தது. ஓதுவாரும் இதேபோலத்தான் நம்பிக்கை கொண்டிருந்தார். பாதிரியாரை விடவுங்கூட உறுதியான நம்பிக்கை கொண்டிருந்தார். ஏனென்றால் இந்த நெறிக்குரிய கோட்பாடுகளின் உட்பொருளை அவர் அறவே மறந்துவிட்டவர்; மாண்டோருக்கான பிரார்த் தனைகளும், கோயிலில் வழிபாடு நடைபெறுகையில் தோத்திரப் பாடல்களுடன் சேர்ந்தோ, அவையின்றித் தனியாகவோ சொல்லப்பட வேண்டிய பிரார்த்தனைகளுக்கும் உரிய விலை என்ன என்பதையும் மெய்யான கிறிஸ்தவர்கள் சுணங்காமல் இந்த விலையைத் தந்தனர் என்பதையும் மட்டுமே உணர்ந்தவர். ஆகவே விறகு, மாவு அல்லது உருளைக்கிழங்கு தேவைப்படு வதை உணர்ந்து ஏனையோர் எப்படி இதை விற்று வந்தார் களோ, அதேபோல அமைதியான திட நம்பிக்கையுடன் இவரும் “இரங்குவீர்”, “இரங்குவீர்” என்று முழு முனைப்புடன் கூறி வந்தார். முறைப்படி அவ்வப்போது படிக்க வேண்டியவற்றைப் படித்துக் காட்டியும் சொல்ல வேண்டியவற்றைச் சொல்லியும் வந்தார். சிறைக் கண்காணிப்பாளருக்கும் சிறைக் காவலர் களுக்கும் இந்தக் கோட்பாடுகளின் அர்த்தமும் கோவிலில் நடைபெற்றவற்றின் பொருளும் புரிந்ததும் இல்லை. இவை குறித்து அவர்கள் ஆலோசித்ததும் இல்லை. ஆனால் மேலதி காரிகளும் ஜார் மன்னருங்கூட இவற்றில் நம்பிக்கை கொண்டி ருந்ததால் நாமும் நம்பிக்கை கொண்டிருக்க வேண்டுமென அவர்கள் நம்பினார்கள். தவிரவும் பணித்துறையில் அவர்களுக்கு புரிய வேண்டியிருந்த கொடிய காரியங்களை இந்தச் சமயநெறி நியாயப்படுத்தியதாக மங்கலான ஓர் உணர்வு இவர்களிடம் இருந்து வந்தது. (அது எப்படி நியாயப்படுத்தியதென்று அவர் களுக்கே விளங்கவில்லை.) இந்தச் சமய நெறியில் நம்பிக்கை இல்லையேல், தற்போது அவர்கள் செய்து வந்தது போல் அவர் களது அதிகாரங்களை எல்லாம் மன அமைதி குலையாமல்

பயன்படுத்தி மக்களை வதைப்பது மிகவும் கடினமாய் இருந் திருக்கும். முடியாத காரியமாகவுங்கூட இருந்திருக்கலாம். சிறைக் கண்காணிப்பாளர் அன்பு உள்ளம் கொண்டவராகவே இருந் தார். இந்தச் சமய நெறியின் ஆதரவு இல்லையெனில் தற்போது வாழ்ந்து வந்ததுபோல் அவரால் வாழ முடிந்திருக்காது. எனவே அவர் அசையாமல் நின்றிருந்தார். ஆர்வமுடன் குனிந்து வணங்கினார். சிலுவைக் குறியிட்டுக்கொண்டார். செரூபிம் களைப் பற்றிய பாட்டு பாடப்பட்டபோது உள்ளம் நெகிழ்வதாக நினைத்துக் சொண்டார். புசித்துப் பானம் பண்ணுவதற்காகக் குழந்தைகள் வந்து நின்றபோது, அவர்களில் ஒரு சிறுவனை அவர் தூக்கிப் பாதிரியாருக்கு எட்டும்படி உயர்த்திப் பிடித்துக் கொண்டார்.

கைதிகளில் மிகப் பெரும்பாலோர் இந்தத் தங்க உருவங் களிலும், சமய உடுப்புகளிலும், மெழுகுத் திரிகளிலும், கோப்பை களிலும், சிலுவைகளிலும், “இனிய இயேசுவே” “இரக்கம் காட்டும்” என்பன போன்ற விளங்காத தொடர்கள் திரும்பத் திரும்பக் கூறப்பட்டதிலும் தரப்பட்டதிலும் நம்பிக்கை கொண்டிருந்தார்கள்; இவற்றில் மாய சக்தி இருந்ததாகவும் இந்தச் சக்தியின் மூலம் இந்த வாழ்விலும் இனி வரவிருக்கும் வாழ்விலும் பல சௌகரியங்கள் பெறமுடியுமென்றும் நம்பினார்கள். ஒரு சிலர் மட்டும்தான் இந்தச் சமய நெறியை நம்பி இதனைக் கடைப்பிடித்தோர் எப்படி ஏமாற்றப்பட்டனர் என்பதைத் தெளிவாகக் கண்ணுற்று, இது குறித்துத் தம் மனத்துள் கேலியாகச் சிரித்துக்கொண்டார்கள். ஆனால் பெரும் பாலோர் தாம் விரும்பும் சௌகரியங்களை அடைவதற்காக, பிரார்த்தனைகள், இறுதி உணவு விழா வழிபாடுகள், தீபங்கள் மூலம் முயன்று பார்த்து அவை வரப் பெறாமல் போனதும், தமக்கு வெற்றி கிடைக்காமற் போனது தற்செயலான நிகழ்வே ஆகுமெனத் தம்முள் கூறிக்கொண்டார்கள். கல்வி ஞானமுடை யோராலும் அதிமேற்றி ராணியராலும் அங்கீகரிக்கப்படும் இந்தச் சமய நிறுவனம் இந்த வாழ்வுக்கு இல்லையேல், எப்படியும் மறு உலகிலான வாழ்வுக்கு முக்கியமானதும் அவசியமானதும் ஆகு மென்று இவர்கள் எல்லாரும் திடமாய் நம்பி வந்தார்கள்.

மாஸ்லவாவும் இதே போலத்தான் நம்பினாள். வழிபாடு நடைபெற்றபோது ஏனையோரைப் போல அவளும் பக்தியும் அலுப்பும் கலந்த உணர்வோடு நின்றிருந்தாள். முதலில் அவள் கைப்பிடித் தடுப்புக்குப் பின்னால் கூட்டத்திலே நின்றிருந்ததால், சுற்றிலும் இருந்தோரைத் தவிர வேறு யாரையும் அவளால் பார்க்க முடியவில்லை. ஆனால் புசித்து அருந்தும் வழிபாட்டில் பங்குகொள்ள விரும்பியோர் முன்னால் சென்றதும், அவளும் ஃபெதோசியாவும் முன் வரிசைக்கு வந்து சேர்ந்தனர். அதன்

பிறகு அவர்கள் சிறைக் கண்காணிப்பாளரையும், அவருக்குப் பின்னால் சிறைக் காவலர்களிடையே நின்ற ஓர் இளம் விவசாயி யையும் பார்க்க முடிந்தது. மென்னிறத் தாடியும் பொன் முடிகளுமுடைய அந்த இளைஞன்தான் ஃபெதோசியாவின் கணவன். அவன் வைத்த கண் வாங்காமல் தன் மனைவியைப் பார்த்துக்கொண்டு நின்றான். தோத்திரப் பாடல்கள் பாடப் பட்டபோது மாஸ்லவா இந்த இளைஞனைப் பரிசீலனை செய்வதிலும் காதோடு காதாய் ஃபெதோசியாவுடன் பேசுவ திலும் ஈடுபட்டிருந்தாள். எல்லாரும் செய்வதைப் பார்த்த பிறகே, அவளும் தலைகுனிந்து வணக்கம் செலுத்தி, சிலுவைக் குறி இட்டுக் கொண்டாள்.

41

அன்று நெஹ்லூதவ் முன்னதாகவே வீட்டைவிட்டுப் புறப்பட்டார். சந்து வழியே வண்டி ஓட்டி வந்த கிராமத்துக் குடியானவன் அவனுக்கே உரிய தனி வகைக் குரலில் கூவி வந்தான்:

"பால்! பாலோ – பால்!"

முந்திய நாளன்றுதான் முதன் முதலாய் வசந்தத்தின் வெது வெதுப்பான மழை பெய்திருந்தது. தளமிட்டு மூடப்படாத இடங்களில் எல்லாம் தரையில் பசும்புல் தளிர்த்திருந்தது. தோட்டங்களில் பூர்ச்சை மரங்கள் தம் மீது பச்சைப் பூஞ் சிறகு தூவப்பட்டது போன்ற தோற்றம் பூண்டிருந்தன; பறவைச் செர்ரிகளும் நெட்டிலிங்க மரங்களும் கமகமக்கும் தமது நீள் இலைகளை விரித்துவிட்டுக் கொண்டிருந்தன. வீடுகளிலும் கடைகளிலும் இரட்டைக் கண்ணாடி அடைப்பான் கழற்றி யெடுக்கப்பட்டு, சன்னல்கள் சுத்தம் செய்யப்பட்டு வந்தன.

நெஹ்லூதவ் கடந்து செல்ல வேண்டியிருந்த பழந்துணிச் சந்தையில் கடைகளது நீள் வரிசைக்கு ஓரமாய்க் கூட்டம் நெருக்கியடித்தது. கந்தல் உடுத்திய ஆட்கள் தம் கைக்கு அடியில் இடுக்கிச் சென்ற முழங்கால் பூட்சுகளையும் தோள்களில் விரித்திருந்த புதுப்பிக்கப்பட்ட பழைய கால் சட்டைகளையும் அரைக் கோட்டுகளையும் விற்றுக்கொண்டு அங்கும் இங்கும் நடந்தார்கள்.

சுத்தமான கோட்டுகளும் பளபளக்கும் பூட்சுகளும் அணிந்த ஆடவர்கள்–ஞாயிற்றுக்கிழமையாதலால்–ஆலைகளிலிருந்து இவர்கள் விடுவிக்கப்பட்டிருந்தார்கள் – கண்ணைப் பறிக்கும் வண்ணப்பட்டுக் குட்டைகளைத் தலையில் கட்டி விசிறி மடிப்பு

வைத்துத் தைக்கப்பட்ட மேலாடைகள் அணிந்த பெண்களும் அதற்குள் உணவு விடுதிகளை நோக்கிச் சென்றுகொண்டிருந் தார்கள். மஞ்சள் வார்களும் கைத்துப்பாக்கிகளும் அடங்கலான உடுப்பணிந்த போலீஸ்காரர்கள் ஆங்காங்கே தமது இடங்களில் இருந்துகொண்டு, தம்மை வருத்திய அலுப்புக்கு மாற்றாக எங்காவது ஒழுங்கு குலைவு ஏற்படாதா என்று சுற்றிலும் பார்வையிட்டனர். பெருஞ்சாலைகளின் நடைபாதைகளிலும் புதிதாகத் தளிர்த்திருந்த புற்பரப்புகளிலும் குழந்தைகளும் நாய்களும் ஓடியாடி விளையாடினர். குழந்தைகளது தாதியர் பெஞ்சுகளில் அமர்ந்து சுவாரசியமாக அரட்டையடித்துக் கொண்டிருந்தார்கள்.

சாலைகளின் நிழல் கவிந்த இடப்புற ஓரங்கள் இன்னும் குளிர்ந்து சதசதப்பாயிருந்தன, ஆனால் மையப் பகுதிகள் நன் றாய்க் காய்ந்துவிட்டன. பார வண்டிகள் ஓயாமல் ஆடியசைந்து சென்றன, வாடகை வண்டிகள் தடதடத்து ஓடின, டிராம் வண்டிகள் மணியடித்துக்கொண்டு விரைந்தன. கோயில் மணிகள் கணீரென மணி நாதமிட்டு எழுப்பிய முழக்கத்தில் காற்று அதிர்ந்தாடியது. சிறைக்கூடத்தில் தற்போது நடைபெற்று வந்ததையொத்த வழிபாட்டுக்கு வருமாறு இந்த மணி முழக்கம் மக்களை அழைத்தது. ஞாயிற்றுக் கிழமைக்கு ஏற்ற சிறந்த ஆடைகள் அணிந்து மக்கள் தத்தமக்குமுரிய பல்வேறு கோயில் களுக்கும் போய்க் கொண்டிருந்தார்கள்.

நெஹ்லூதவை வாடகை வண்டிக்காரன் நேரே சிறைக் கூடத்துக்கு முன்னால் கொண்டுபோய் விடவில்லை. சிறைக் கூடத்துக்குச் சென்று கடைசி திருப்பத்திலேயே அவரை இறக்கி விட்டான்.

சிறைக்கூடத்திலிருந்து சுமார் நூறு தப்படி தூரத்தில் இருந்த இந்தத் திருப்பத்தில் ஆடவரும் பெண்டிருமாய்ப் பலரும் நின்றிருந்தார்கள். பெரும்பாலோர் மூட்டை முடிச்சுகள் வைத் திருந்தார்கள். வலப்புறத்தில் உயரக் கட்டையான சில மர வீடுகள் இருந்தன. இடப்புறத்தில் இரண்டு அடுக்குக் கட்டிடம் ஒன்று பெயர்ப் பலகையுடன் காட்சியளித்தது. சிறைக்கூடமான பெரிய கற் கட்டிடம் நேரே முன்னால் தெரிந்தது. ஆனால் யாரும் அதற்கருகே செல்ல அனுமதிக்கப்படவில்லை. அதன் முன்னால் படையாள் ஒருவன் காவல் காத்து இப்படியும் அப்படியுமாய் நடைபோட்டுக் கொண்டிருந்தான். அவனைக் கடந்து செல்ல முயன்ற ஒவ்வொருவரையும் அவன் கூச்சலிட்டுத் தடுத்து நிறுத்தினான்.

இந்தப் படையாளுக்கு எதிர்ப் பக்கத்தில் வலப்புறமாய் இருந்த மரக்கட்டிடங்களின் வாயில் வழியில் சரிகைப் பட்டி கையுடன் கூடிய பணி உடுப்பணிந்த சிறைக் காவலர் ஒருவர் கையில் நோட்டுப் புத்தகத்துடன் ஒரு பெஞ்சின் மீது உட்கார்ந் திருந்தார். கைதிகளைப் பார்ப்பதற்காக வந்திருந்தவர்கள் அவரிடம் சென்று தாம் பார்க்க விரும்பிய கைதிகளின் பெயர் களைக் கூறினர். உடனே அவர் அவற்றைக் குறித்துக் கொண்டார். நெஹ்லூதவும் இதேபோல் அவரிடம் சென்று கத்தரீனா மாஸ்லவாவின் பெயரைச் சொன்னார். சிறைக்காவலர் அந்தப் பெயரைக் குறித்துக்கொண்டார்.

"எங்களை ஏன் உள்ளே விடாமல் இருக்கிறார்கள்?" என்று கேட்டார் நெஹ்லூதவ்.

"வழிபாடு நடைபெறுகிறது. அது முடிவுற்றதும் உள்ளே விடுவார்கள்."

காத்துக்கொண்டு நின்ற கூட்டத்தினரிடம் நெஹ்லூதவ் திரும்பி வந்தார். கந்தலாய்க் கிழிந்த ஆடைகளும் நசுங்கி உருக் குலைந்த தொப்பியும் போட்டுக்கொண்டு, வெறுங் காலில் நடந்த ஒருவன் இந்தக் கூட்டத்திலிருந்து தனியே பிரிந்து சிறைக்கூடத்தை நோக்கிச் சென்றான்.

"எங்கே போகிறாய் நீ" என்று துப்பாக்கி ஏந்தி நின்ற படையாள் கூச்சலிட்டான்.

"கத்தாதே நீ" – படையாளின் கூச்சலைக் கேட்டுச் சிறிதும் அசங்காமல் பதிலளித்து அங்கிருந்து திரும்பினான் கந்தல் உடுத்தியவன். "உள்ளே விடாவிட்டால் காத்திருக்கப் போகிறேன். அதற்காக ஏன் கத்துகிறாய். பெரிய ஜெனரல் மாதிரி?"

கூட்டத்தினர் ஆதரவு தெரிவித்துச் சிரித்துக் கொண்டார் கள். இவர்களில் பெரும் பகுதியோர் திராபையாக உடுத்தியவர் கள். கந்தல் உடுத்தியோருங்கூட சிலர் இருந்தார்கள். இவர் களுடன் கூட மதிப்புக்குரியோராகத் தோன்றிய சில ஆடவர்களும் பெண்டிரும் காணப்பட்டனர். நெஹ்லூதவுக்குப் பக்கத்தில் சுத்தமாய் மழிக்கப்பட்ட முகமும் தடித்த உருவமும் சிவந்த கன்னங்களும் கொண்ட ஓராள் கையில் ஒரு மூட்டை யுடன் நின்றிருந்தார். உள்ளுடுப்புகளே அந்த மூட்டையில் இருந்திருக்க வேண்டும். அவர் இங்கே வருவது இதுதான் முதல் தரமா என்று நெஹ்லூதவ் அவரிடம் கேட்டார். ஞாயிறு தோறும் தாம் இங்கு வந்து செல்வதாக அவர் பதிலளித்தார். இருவரும் உரையாட ஆரம்பித்தார்கள். அவர் ஒரு வங்கியில் வாயிற்காவலர். கள்ளக் கையெழுத்திட்டதாகக் குற்றம் சாட்டப்

பட்டுச் சிறையில் அடைக்கப்பட்ட அவரது சகோதரரைக் காண்பதற்காக இங்கே வந்து செல்வதாகச் சொன்னார். இனிய சுபாவம் கொண்டவரான அந்த ஆள் தம்மைப் பற்றிய முழுக் கதையையும் சொல்லிவிட்டு நெஹ்லூதவைப் பற்றி விசாரிக்கப் போன நேரத்தில், அங்கே வந்து இறங்கிய ஒரு மாணவனாலும் முகத்திரை அணிந்த சீமாட்டியாலும் இவர்களது கவனம் திசை திருப்பப்பட்டது. வாட்டசாட்டமான சாதிக்குதிரை பூட்டப் பெற்ற டயர் வண்டியில் இவர்கள் இருவரும் வந்து இறங்கி னார்கள். கையில் ஒரு பெரிய மூட்டையை வைத்திருந்தான் அந்த மாணவன். அவன் நெஹ்லூதவிடம் வந்து, கைதிகளுக்காகத் தான் கொண்டுவந்திருக்கும் ரொட்டியை அவர்களிடம் தர முடியுமா, எப்படித் தருவது என்று கேட்டான்.

"நான் மணம் புரிந்து கொள்ளப்போகும் பெண் இதனை விரும்புகிறாள். இவள்தான் எனது மணப்பெண். இவளது பெற்றோர்கள் இவற்றைக் கைதிகளிடம் தரச்சொல்லி எங்களை அனுப்பினார்கள்."

"நானே இப்போதுதான் முதல் தரம் இங்கே வந்திருக் கிறேன், எனக்குத் தெரியவில்லை" என்றார் நெஹ்லூதவ். "இதோ இந்த ஆளிடம் கேட்டால் சொல்வார்" என்று, சரிகைப் பட்டிகை அணிந்து நோட்டுப் புத்தகத்தை வைத்துக்கொண்டு வலப்பக்கத்தில் அமர்ந்திருந்த சிறைக்காவலரை அவர் சுட்டிக் காட்டினார்.

இவ்வாறு இவர்கள் பேசிக்கொண்டிருந்த நேரத்தில் நடுவில் ஒரு சாளரத்துடன் கூடிய பெரிய இரும்புக் கதவு திறக்கப் பட்டது. சிறைக்கூடத்திலிருந்து உடுப்பணிந்த ஓர் அலுவலர் வெளியே வந்தார். அவரைத் தொடர்ந்து சிறைக் காவலர் ஒருவரும் வெளியே வந்தார். கைதிகளைப் பார்க்க விரும்புவோர் இனி உள்ளே அனுமதிக்கப்படுவார்கள் என்று கையில் நோட்டுப் புத்தகத்தை வைத்திருந்த சிறைக் காவலர் அறிவித்தார். காவல் காத்து நின்ற படையாள் விலகிச் சென்றான். உடனே கூட்டத்தினர் தாமதம் செய்தால் உள்ளே போக முடியாமல் தடுக்கப் படலாமென நினைத்து அஞ் சியதுபோல் அடித்து மோதிக் கொண்டு உள்ளே புகுந்தார்கள். வாயிலில் நின்ற சிறைக்காவலர் உள்ளே சென்றோரை வாய்விட்டு எண்ணிக் கணக்கிட்டார். பதினாறு, பதினேழு... இன்னொரு சிறைக்காவலர் உட்பக்கத்தில் நின்றுகொண்டு, இரண்டாவது வாயினுள் ஒவ்வொருவராய் நுழைய நுழைய ஒவ்வொருவர் மீதும் கை வைத்து மறுபடியும் எண்ணிச் சென்றார். பிறகு வெளியே செல்லுகையில் ஒருவர்கூட உள்ளே விடப்படாமல்,

கைதிகளில் யாரும் வெளியே சென்று விடாமலும் இருக்கும் பொருட்டு இது செய்யப்பட்டது. உள்ளே நுழைகிறவர் யார் என்று கவனியாமலே சிறைக்காவலர் நெஹ்லூதவின் முதுகில் ஒரு தட்டு தட்டியதும், நெஹ்லூதவுக்குச் சுருக்கெனத் தைத்தது. ஆனால் தாம் இங்கே எதற்காக வந்தோம் என்பது நினைவுக்கு வரவே அவர் தாம் மனம் கசந்து கோபமடைவது சரியல்ல என்று உள்ளுக்குள் வெட்கப்பட்டுக் கொண்டார்.

கதவுகளைக் கடந்து உள்ளே சென்றதும், முதலாவது அறை இரும்புக் கம்பிகளால் அடைக்கப்பட்ட சிறு சன்னல்களுடன் கூடிய ஒரு பெரிய வில்மாடக் கூடமாகும். சந்திப்பு அறை என்பதாக அழைக்கப்பட்ட இந்தக் கூடத்தில் சிலுவையில் அறையப்பட்ட இயேசுநாதரின் பெரிய சித்திரம் ஒன்றைக் கண்ணுற்றதும் நெஹ்லூதவ் திடுக்கிற்று விட்டார்.

"இது இங்கே இருக்கிறதே, ஏன்?" என்று நினைத்தார். ஏனெனில் அவர் அறியாமலே அவரது மனம் இந்த இயேசு சித்திரத்தை விடுதலையுடன்–சிறை வாசத்துடன் அல்ல இணைத்துக்கொண்டது.

அவசரப்படுவோரை முன்னால் போகும்படி விட்டுவிட்டு அவர் மெதுவாய் அடியெடுத்து வைத்து மெல்ல நடந்தார். கேடு புரிந்தோர் இங்கே அடைக்கப்பட்டிருப்பதை நினைத்தபோது அவர் மனத்துள் திகிலுடன் பல வகை உணர்ச்சிகளும் கலந்து எழுந்தன. கத்யூஷாவையும் இதற்கு முன் தினம் விசாரிக்கப்பட்ட பையனையும் போன்றோர் குற்றமற்றவர்களாய் இருப்பினும் இங்கு அடைபட்டிருப்பது குறித்து இரக்கமும், தாம் அவளைச் சந்தித்துப் பேசப்போவது பற்றி நினைத்தபோது கூச்சமும் நெஞ்சினுள் குழைவும் உண்டாயின. சந்திப்பு அறையின் எதிர்முனையை அவர்கள் கடந்து சென்றபோது அங்கே நின்ற சிறைக்காவலர் அவர்களிடம் ஏதோ சொன்னார். ஆனால் தமது சிந்தனைகளில் மூழ்கியிருந்த நெஹ்லூதவ் அதைக் காதில் வாங்கிக்கொள்ளவில்லை. சிறைக்கூடத்தின் பெண்கள் பிரிவுகளில் செல்லாமல், கூட்டத்தினரது பிரதான பகுதியைப் பின் தொடர்ந்து அவர் ஆடவர் பிரிவுக்குப் போய்ச் சேர்ந்தார்.

முந்திக்கொண்டுபோக முயன்றோரை முன்னால்போக விட்டுவிட்டு அவர் எல்லாருக்கும் முடிவில் வருகையாளர் அறைக்குள் நுழைந்தார். அந்த அறையின் கதவைத் திறந்ததும் நூற்றுக்கணக்கான குரல்கள் காது செவிடுபட ஒருங்கே சேர்ந்து ஒலிக்கக் கேட்டு நெஹ்லூதவ் திகைத்துப் போனார். இரைச் சலுக்கான காரணம் முதலில் அவருக்கு விளங்கவில்லை. ஆனால் அங்கே இருந்தோருக்கு அருகே சென்றதும், அவர்கள்

எல்லாரும் அந்த அறையை இரண்டாகப் பிரித்திருந்த கம்பி வலையில் சர்க்கரையின் மேல் அடையாய் மொய்க்கும் ஈக்களை போல் நெருக்கியடித்துக் கொண்டு முகத்தை வைத்து அழுத்தியபடி நிற்பதைக் கண்ணுற்றார். அதன் பிறகுதான் அவருக்கு விளங்கியது, அறையின் சன்னல்கள் அவர் உள்ளே வந்த கதவுக்கு எதிர்ப் பக்கத்தில் இருந்தன. இந்த அறையின் இரு பாதிகளும் ஒரு கம்பி வலையால் அல்ல இரண்டு வலை களால் பிரிக்கப்பட்டிருந்தன. ஒன்றிலிருந்து ஒன்று ஏழு அடி விலகியமைந்த இந்த வலைகள் தரையிலிருந்து கூரைத்தளம் வரை உயர்ந்திருந்தன. இரு வலைகளுக்கும் இடைப்பட்ட வழியில் காவலர்கள் நடைபோட்டனர். இரு வலைகளுக்கும் அப்பால் கைதிகள் நின்றிருந்தார்கள். இவற்றுக்கு முன்னால் பார்வையாளர்கள் இருந்தார்கள். ஒருவருக்கொருவர் எதையும் கொடுக்கவோ வாங்கவோ முடியாதபடி இவர்களுக்கு இடையே இந்த இரு கம்பி வலைகளும் அவற்றிற்கு ஏழடி அகலமுள்ள வழியும் இருந்தன. கிட்டப் பார்வையுடையோர் எவராலும் எதிர்ப்பக்கத்தில் இருந்தோரது முகங்களை வேறுபடுத்திக் காண்பதற்குக்கூட முடிந்திருக்காது. பேசுவதும் கடினமாகவே இருந்தது. உச்சக் குரலில் கூச்சலிட்டாலன்றி எதிர்ப் பக்கத்த வருக்கு எதுவும் காதில் விழாது.

இரு பக்கத்திலிருந்தும் வலைகளில் முகங்கள் அழுந்தி யிருந்தன—மனைவிமார்கள், கணவன்மார்கள், தந்தையர், தாய்மார்கள், குழந்தைகள் முதலானோரது முகங்கள். எல்லாரும் ஒருவர் முகத்தை ஒருவர் பார்ப்பதற்கும், சொல்ல வேண்டி யதைப் புரியும்படியான முறையில் சொல்வதற்கும் முயற்சி செய்தார்கள்.

ஒருவர் தாம் பேச முயன்றவருக்குக் காதில் விழும்படிக் கூச்சலிட முயன்றதும், அவருக்குப் பக்கத்தில் நின்றவரும் அதே போல முயன்றதால், இருவரும் ஒருவர் குரலை ஒருவர் மூழ்கடிப்பதற்கு இயன்றது அனைத்தும் செய்ய வேண்டிய தாயிற்று. இதனால் விளைந்த கூச்சலும் ரகளையும் தான் நெஹ்லூதவை, இங்கு அவர் நுழைந்தபோது ஒன்றும் புரியாமல் திகைக்கச் செய்தன. எதையும் காதால் கேட்டுப் புரிந்துகொள்ள முடியவில்லை. முகபாவங்களைக் கொண்டுதான் என்ன கூறப்பட்டது என்பதையும் பேசியவர்களுக்கு இடையிலான உறவையும் ஊகிக்க வேண்டியிருந்தது. நெஹ்லூதவுக்குப் பக்கத்தில் தலையில் குட்டை கட்டிய ஒரு கிழவி வலையுடன் உடலை வைத்து அழுத்திக்கொண்டு முகவாய் ஆடித் துடித்தபடி நின்றிருந்தாள். எதிர்ப் பக்கத்தில் இருந்த வெளிறிய இளைஞனைப் பார்த்து அவள் கூச்சலிட்டு ஏதோ சொல்லிக் கொண்டிருந்தாள். இளைஞனின் தலை மழிக்கப்பட்டிருந்தது.

புருவங்களை உயர்த்திக் கவனமாய்க் கேட்டுக்கொண்டிருந்தான் அவன். கிழவிக்கு அடுத்தாற்போல் விவசாயிக் கோட்டு அணிந்த இளைஞன் ஒருவன் அவலமான முகமும் நரைத்துச் சென்ற தாடியுமுடைய ஒருவர் கூறியதைக் கேட்டு மனம் ஒவ்வாத வனாய்த் தலையை ஆட்டிக்கொண்டு நின்றான். தாடியுடைய அந்த ஆள் இவனுடைய சாயலைக் கொண்டவராய் இருந்தார். இவனுக்கு அப்பால் நின்றிருந்த கந்தல் உடுத்திய ஓர் ஆள் கைகளை வீசிக் காட்டிச் சிரித்துவிட்டு ஏதோ கத்தினார். அதற்கு அப்பால் மடியில் ஒரு குழந்தையுடன் தரையில் உட்கார்ந்திருந்த ஒரு பெண் அழுது புலம்பினாள். நல்ல சால்வை போட்டிருந்த அவள் சிறைக்கூட உடுப்பு அணிந்து தலை மழிக்கப்பட்டு எதிர்ப் பக்கத்தில் நின்ற ஆளை அப்போதுதான் முதல் தரம் பார்க்க வந்தவளாய் இருக்க வேண்டுமென நினைக்கத் தோன்றியது. சிறைக்கூடத்துக்கு வெளியே நெஹ்லூதவுடன் பேசிக் கொண்டிருந்த வங்கி வாயிற் காவலர் அவளுக்கு அப்பால் நின்றுகொண்டு பளிச்சிடும் கண்களுடன் எதிர்ப்பக்கத்தில் காட்சியளித்த கைதியைப் பார்த்து ஏதோ சொல்லித் தமது முழு பலத்தையும் கொண்டு பலமாய்க் கத்தினார்.

இந்த நிலைமைகளில்தான் தாமும் பேசியாக வேண்டு மென்பது நெஹ்லூதவுக்குப் புரிந்ததும், இம்மாதிரியான நிலைமைகளை ஏற்படுத்தி நடைமுறையில் செயற்படுத்தவும் கூடியோராய் இருந்தவர்கள் மீது அவருக்குக் கடுங்கோபம் வந்தது. இந்தப் பயங்கர நிலையில் இருத்தப்பட்டுங்கூட, மனித உணர்ச்சி இப்படி இழிவுபடுத்தப்பட்டுங்கூட யாரும் ஆத்திரப் படாதது குறித்து அவருக்கு ஆச்சரியமாய் இருந்தது. படை யாட்களும் கண்காணிப்பாளரும் மற்றும் கைதிகளும் இவர் களைப் பார்ப்பதற்காக வந்தவர்களுங்கூட அல்லவா இவை எல்லாம் இப்படித்தான் இருந்தாக வேண்டுமென ஏற்றுக் கொள்வோரைப் போல் நடந்துகொண்டார்கள்?

விபரீதமான ஒருவகை ஏக்கம் நெஹ்லூதவை வதைத்தது. பலம் எல்லாம் இழந்தவராய், அனைத்து உலகின் மீதும் கசப்பு கொண்டவராய் ஐந்து நிமிடங்கள் வரை அந்த அறையில் காத்திருந்தார். கப்பல் பயணத்தின்போது ஏற்படக் கூடிய குமட்டலுக்கு ஒத்த ஒருவகை தார்மீக அருவருப்பு உணர்ச்சியால் அவர் பீடிக்கப்பட்டு விட்டார்.

42

"**ஆ**னால் எதற்காக இங்கே நான் வந்தேனோ அதைச் செய்தாக வேண்டுமே" என்று தமக்குத் தாமே சொல்லி அவர் தைரியத்தை வரவழைத்துக்கொண்டார். "என்ன செய்யலாம்?"

என்று சுற்றிலும் பார்த்தார். சிறை அலுவலர் யாரும் இல்லையா என்று தேடினார்.

அங்கே நின்றிருந்தோருக்குப் பின்னால் அலுவலர் உடுப்பில் மெல்லிய சிறு உருவத்தினர் ஒருவர் நடைபோட்டுக் கொண்டிருப்பதைக் கண்டதும் அவரிடம் சென்றார்.

"ஐயா, தயவு செய்ய வேண்டும்" என்று மிகுந்த பணிவுடன் அவரிடம் கேட்டார். "பெண் கைதிகள் எங்கே இருக்கிறார்கள். அவர்களைப் பார்ப்பதற்குரிய இடம் எது சொல்லுங்களேன்."

"பெண்களது பிரிவுக்கா போக வேண்டும் நீங்கள்?"

"ஆமாம். ஒரு பெண் கைதியைப் பார்ப்பதற்காக வந்திருக்கிறேன்" என்று முன்பு போலவே மிதமிஞ்சிய பணிவுடன் சொன்னார் நெஹ்லூதவ்.

"கூடத்துக்குள் வந்ததுமே அல்லவா இதைச் சொல்லியிருக்க வேண்டும். நீங்கள் பார்க்க விரும்புவது யார்?"

"கத்தரீனா மாஸ்லவா என்றொரு கைதியைப் பார்க்க வேண்டும்."

"அரசியல் கைதியா?"

"இல்லை. சாதாரணக் கைதி.."

"விசாரணை முடிந்து தண்டனை அளிக்கப்பட்டவளா?"

"ஆமாம். நேற்று முன் தினம் தண்டனை அளித்தார்கள்."

தம்பால் அனுதாபம் கொண்டவராகத் தோன்றிய சிறைக் கண்காணிப்பாளரது ஆதரவான மனநிலையைக் கெடுத்து விடக் கூடாதென்று, அடக்கவொடுக்கமான முறையில் நெஹ்லூதவ் பதிலளித்தார்.

"பெண்களது பிரிவுக்குச் செல்ல வேண்டுமானால் இந்தப் பக்கம் வாருங்கள்" என்றார். நெஹ்லூதவின் தோற்றத்தைக் கொண்டு அவர் தமது கவனத்துக்குக்குரிய முக்கியஸ்தர்தான் என்று தீர்மானித்துக்கொண்ட சிறைக் கண்காணிப்பாளர், "சீதரொவ், பெண்களது பிரிவுக்கு இவரை அழைத்துச் செல்" என்று மீசை வைத்துக்கொண்டு பதக்கங்கள் அணிந்திருந்த இளநிலை அலுவலரின் பக்கம் திரும்பிக் கூறினார் அவர்.

"இதோ அழைத்துச் செல்கிறேன்."

அதே நேரத்தில் கம்பி வலைக்கு அருகிலிருந்து யாரோ பரிதாபமாய் அழுது புலம்பும் சப்தம் கேட்டது.

யாவும் நெஹ்லூதவுக்கு விபரீதமாய் இருந்தன. ஆனால் இந்தக் கட்டிடத்தில் நடைபெறும் எல்லாக் கொடுஞ்செயல்களுக்கும் ஏற்பாடு செய்யும் ஆட்களாகிய இந்தச் சிறைக் கண்காணிப்பாளருக்கும் தலைமைச் சிறைக் காவலருக்கும் அவர்

நன்றி தெரிவித்து இவர்களுக்குக் கடன்பட்டவராக நடந்து கொள்ள வேண்டியிருந்தது தான் ஏனைய யாவற்றையும் விட விபரீதமாகப்பட்டது அவருக்கு.

நெஹ்லூதவைத் தலைமைச் சிறைக் காவலர் அங்கிருந்து வெளியே நடைக்கு அழைத்துச் சென்று, நேரே எதிர் முனையில் ஒரு கதவைத் திறந்து பெண் கைதிகளைப் பார்ப்பதற்குரிய அறைக்குள் கொண்டுபோய்விட்டார்.

ஆண் கைதிகளுக்கான அறையைப் போலவே இதுவும் இரண்டு கம்பி வலைத் தடுப்புகளால் பிரிக்கப்பட்டிருந்தது. ஆனால் இந்த அறை முந்தியதைவிட மிகவும் சிறியது. இங்கே கைதிகளும் இவர்களைப் பார்ப்பதற்காக வந்திருந்தோரும் அதிகம் பேர் இல்லை. ஆயினும் சப்தமும் கூச்சலும் ஆடவர் களது அறையில் இருந்ததற்கு எவ்வகையிலும் குறைவாய் இல்லை. அங்கு போலவே இங்கும் அதிகாரமானது கம்பி வலைகளுக்கு இடையே நடைபோட்டது. ஆனால் இங்கே அதிகாரத்தின் பிரதிநிதியாக இருந்தவர் ஒரு பெண்–நீல ஓர மடிப்பும் கைகளில் சரிகைப் பின்னலும்கொண்ட உடுப்புடன் இடுப்பில் நீல வார் கட்டிய பெண் சிறைக் காவலர். ஆடவர் அறையில் காணப்பட்டது போலவே இங்கும் கம்பி வலையின் இரு பக்கத்திலும் பலரும் உடலை வைத்து அழுத்திக்கொண்டு நின்றிருந்தார்கள். முன் பக்கத்தில் பலவிதமான ஆடைகளிலு மான நகரவாசிகள் இருந்தனர். எதிர்ப்பக்கத்தில் இருந்தவர்கள் கைதிகள் – சிலர் வெள்ளைச் சிறை உடுப்புகளும் ஏனையோர் தமது சொந்த ஆடைகளும் அணிந்திருந்தனர். கம்பி வலை அடைப்பு நெடுகிலும் ஆட்கள் நின்றிருந்தனர். சிலர் தம் குரல் ஏனையோரது தலைக்குமேல் எதிர்ப்பக்கத்துக்குக் கேட்கும் பொருட்டு எம்பி நின்று கொண்டு கூச்சலிட்டனர். வேறு சிலர் தரையிலே உட்கார்ந்துகொண்டு பேசினர்.

கைதிகளிடையே தலைவிரி கோலமாய் நின்ற ஒல்லியான ஒரு ஜிப்ஸி, காது கிழியும்படி எழுப்பிய கூச்சலாலும், மற்றும் அவரது தோற்றத்தாலும் எல்லாக் கைதிகளிலும் மிகவும் குறிப்பிடத்தக்கவளாய் விளங்கினாள். அவளது சுருட்டை முடிகளிலிருந்து தலைக்குட்டை நழுவி விழுந்துவிட்டது. கைதிகளது பிரிவின் நடுவில் அமைந்த ஒரு கம்பத்தின் அருகே நின்ற அவள், எதிர்ப்பக்கத்தில் இருந்த குள்ளமான ஜிப்ஸி ஆடவன் நீலக்கோட்டு அணிந்து தணிவாய் இடுப்புக்குக் கீழே தோல் வாரால் இறுக்கிக் கட்டியிருந்தான். இவனுக்கு அப்பால் ஒரு படையாள் தரையில் உட்கார்ந்து ஒரு கைதியுடன் பேசிக்கொண்டிருந்தான். மென்னிறத் தாடியும் செக்கச் சிவந்த முகமுங்கொண்ட இளம் விவசாயி ஒருவன் இந்தப் படை

யாளுக்கு அடுத்தாற்போல் கம்பி வலையுடன் ஒட்டிக்கொண்டு, அழுதுவிடாதிருக்கும் பொருட்டு பெரு முயற்சி செய்தவாறு நின்றிருந்தான். இனிய உருவினளாய் வெண்பட்டு முடிகளும் பளிச்சிடும் நீல விழிகளுமுடைய ஒரு பெண் கைதி சுவாரசியமாக இந்த விவசாய இளைஞனுடன் பேசிக்கொண்டிருந்தாள். இவள்தான் ஃபெதோசியா. இந்த இளம் விவசாயி அவளுடைய கணவன். இவர்களுக்கு அப்பால் கந்தல் உடுத்திய ஓராள் அகன்ற முகமுடைய ஒருத்தியுடன் பேசிக்கொண்டு நின்றான். இவர்களுக்கும் அப்பால் இரு பெண்களும், பிறகு ஓர் ஆடவரும், மறுபடியும் ஒரு பெண்ணும் இருந்தார்கள்; இவர்கள் ஒவ்வொருவருக்கும் எதிர்ப்பக்கத்தில் ஒரு பெண் கைதி காணப்பட்டாள். மாஸ்லவா இவர்களிடையே காணப்படவில்லை. ஆனால் இந்தக் கைதிகளுக்கு எல்லாம் பின்னால் சன்னல் அருகே மற்றும் ஒரு பெண் நிற்கக் கண்டதும், இதுதான் அவளென்று நெஹ்லூதவுக்குப் புரிந்தது. உடனே அவருக்கு நெஞ்சு படபடத்தது. மூச்சு நின்றுவிடும் போலிருந்தது. தீர்மானகரமான தருணம் நெருங்கி வருவதாக நினைத்தவாறு கம்பி வலைக்குப் பக்கத்தில் சென்றார்.

இப்பொழுது அவருக்கு அவளை நன்றாகவே அடையாளம் தெரிந்தது. நீல விழியாளான ஃபெதோசியாவின் பின்னால் அவள் நின்றாள். ஃபெதோசியாவின் பேச்சைக் கேட்டுத் தனக்குத்தானே மெல்லச் சிரித்துக் கொண்டாள். மூன்று நாட்களுக்கு முன்பு போட்டிருந்த அந்தச் சிறைக்கூட அங்கிக்குப் பதில் இப்போது அவள் வெண்ணிற ஆடை அணிந்திருந்தாள். இடுப்பு வாரால் அது இழுத்து இறுக்கப்பட்டு, மார்பில் விம்மிப் புடைத்திருந்தது. நீதிமன்றத்தில் காணப்பட்டது போலவே இப்போதும் சில கரிய முடிச் சுருள்கள் தலைக்குட்டையின் உள்ளிருந்து வெளியே வந்திருந்தன.

“இப்போது யாவும் தீர்மானமாகிவிடும்” என்று நினைத்தார் அவர். “என்ன சொல்லி அவளைக் கூப்பிடுவது அல்லது அவளாகவே இங்கு வந்து சேருவாளா?”

ஆனால் தானாகவே அவள் வருவதாய் இல்லை. கிளாராவை எதிர்பார்த்து அவள் காத்திருந்தாள். இந்த ஆடவர் தன்னைப் பார்ப்பதற்காக வந்திருப்பாரென அவள் நினைக்கவே இல்லை.

“யாரைப் பார்க்க வேண்டும்?” கம்பி வலைகளுக்கு இடையில் நடைபோட்டுச் சென்ற பெண் சிறைக் காவலர் நெஹ்லூதவிடம் வந்ததும் அவரிடம் கேட்டார்.

“கத்தரீனா மாஸ்லவா” என்று முக்கி முனகிக்கொண்டு கூறினார் நெஹ்லூதவ்.

"மாஸ்லவா. உன்னைப் பார்ப்பதற்காக வந்திருக்கிறார்" என்று பலக்க அறிவித்தார் பெண் சிறைக்காவலர்.

43

மாஸ்லவா திரும்பிப் பார்த்தாள். தலையைச் சற்றே பின்னால் சாய்த்து நெஞ்சைத் துருத்திக்கொண்டு, இதோ வருகிறேன் என்பதாய் அறிவித்த–நெஹ்லூதவ் நன்கு அறிந்த– அந்த முகபாவத்துடன் கம்பி வலைக்கு அருகே வந்தாள். அங்கே பெண் கைதிகள் இருவருக்கிடையே புகுந்து வியப்புடன் வினவும் கண்களால் நெஹ்லூதவை உற்றுப் பார்த்தாள்.

ஆனால் அவரது ஆடைகளைக் கவனித்ததும் அவர் செல்வந்தர் என்பது தெரியவே, அவள் முகத்தில் புன்னகை பூத்தது.

சற்றே ஓரப் பார்வை கொண்ட கண்களையும் புன்னகையால் மலர்ந்த முகத்தையும் கம்பி வலையிடம் காட்டி,

"என்னைப் பார்ப்பதற்காகவா வந்திருக்கிறீர்கள்?" என்று கேட்டாள்.

"ஆமாம்." "உன்னை" என்பதா, "உங்களை" என்பதா என்று புரியாமல் நெஹ்லூதவ் தடுமாறினார். பிறகு "உங்களை" என்றே சொல்வதெனத் தீர்மானித்துக்கொண்டு குரலை உயர்த்தாமலே வழக்கமான குரலில், "ஆமாம். உங்களைப் பார்த்துப் பேசுவதற்காக வந்திருக்கிறேன்" என்றார்.

"இந்த அசட்டுப் பேச்செல்லாம் வேண்டாம்! எடுத்தாளா, இல்லையா?" என்று கத்தினான், நெஹ்லூதவுக்குப் பக்கத்திலிருந்த கந்தல் உடுத்திய ஆள்.

"சாகிறதாகச் சொல்கிறார்களே, இன்னும் என்னவாம்?" என்று எதிர்ப்பக்கத்திலிருந்து ஒரு குரல் கீச்சிட்டுக் கூவிற்று.

நெஹ்லூதவ் கூறியது மாஸ்லவாவுக்குக் காதில் விழவில்லை. ஆனால் அவர் பேசியபோது அவரது முகச்சாயல் திடுமென அவளுக்கு அவரை நினைவுபடுத்தியது. ஆயினும் அவள் நம்ப விரும்பவில்லை. அவளது முகத்தில் ஒளிர்ந்த புன்னகை மறைந்து போயிற்று. துன்பத்தால் தாக்குண்டவளாய் முகத்தைச் சுளித்துக் கொண்டாள்.

"காதில் விழவில்லை" என்று உரக்கக் கூறினாள். அவளது முகச்சுளிப்பு கடுமையாகிச் சென்றது.

"இங்கு ஏன் வந்தேனெனில்..." என்று தடுமாறினார் நெஹ்லூதவ்.

"ஆம். இது என் கடமை. பாவமன்னிப்பு பெறுவதற்காக வந்துள்ளேன்" என்று அவர் தம்முள் கூறிக்கொண்டார். இதை

நினைத்ததும் அவர் கண்கள் பனித்துவிட்டன. துயரம் தொண் டையை அடைத்தது. கம்பி வலையை இரு கைகளாலும் பிடித்துக்கொண்டு கண்ணீரை அடக்கிக் கொள்ள முயற்சி செய்தார்.

"உனக்கு ஏன் இந்த ஊர்வம்பு?" என்று நெஹ்லூதவுக்குப் பக்கத்தில் ஆள் கூச்சலிட்டுக் கேட்டான்.

"கடவுள் சாட்சியாகச் சொல்கிறேன். எனக்கு எதுவும் தெரியாது" என்று எதிர்ப்பக்கத்திலிருந்து ஒரு பெண் கைதி கத்தினாள்.

நெஹ்லூதவின் பரபரப்பைக் கவனித்த மாஸ்லவா அடையாளம் தெரிந்துகொண்டுவிட்டாள்.

"அப்படியே அதே மாதிரி இருக்கிறதே... இல்லை எனக்கு நினைவில்லை" என்று அவரைப் பார்க்காமல் முகத்தைத் திருப்பிக்கொண்டு உரக்கக் கூறினாள் அவள். சிவந்துவிட்ட அவளது முகத்தில் சோகத்தின் இருள் கவிந்து கொண்டது.

"உன்னிடம் பாவமன்னிப்பு கேட்பதற்காக வந்திருக்கிறேன்" – மனப்பாடம் செய்து ஒப்பிப்பது போல் உயிரற்ற குரலில் பலக்கக் கூறினார் நெஹ்லூதவ்.

இதைக் கூறியதும் அவர் குழம்பிப்போய், சுற்றிலும் பார்த்தார். ஆனால் வெட்கமாய் இருந்தால் நல்லதுதான், இந்த வெட்கத்தைச் சகித்துக் கொள்ளத்தான் வேண்டும் என்று மனத்துள் சொல்லிக் கொண்டு, பலத்த குரலில் மேலும் கூறினார்:

"நீ என்னை மன்னிக்க வேண்டும். உனக்கு நான் பெருங் கேடு விளைவித்துக் கொடுங்குற்றம் புரிந்துவிட்டேன்."

ஓரப்பார்வை கொண்ட கண்களை அவரிடமிருந்து திருப் பாமல், அவள் அசையாது நின்றாள்.

அதற்கு மேல் நெஹ்லூதவால் பேச முடியவில்லை. கம்பி வலையிலிருந்து விலகி, நெஞ்சிலிருந்து எழுந்த விம்மல்களை அடக்கிக்கொள்ள முயன்றார்.

முன்பு நெஹ்லூதவிடம் பரிவு கொண்டு, அவரைப் பெண் கைதிகளது பிரிவுக்கு அனுப்பி வைத்த சிறைக் கண்காணிப் பாளர் இப்பொழுது இந்த அறைக்குள் வந்து பார்வையிட்டார். நெஹ்லூதவ் கம்பி வலையிலிருந்து ஒதுங்கி நிற்பதைக் கண்ட சிறைக் கண்காணிப்பாளர் அவரிடம் சென்று, அவர் பார்க்க விரும்பிய கைதியுடன் பேசவில்லையா என்று விசாரித்தார். நெஹ்லூதவ் மூக்கைச் சிந்தி உடலை உலுக்கிக்கொண்டு, அமைதியாகவே இருப்பதாகக் காட்டிக் கொள்ள முயன்றவாறு பதிலளித்தார்:

“கம்பி வலைகள் வழியே பேச முடியவில்லை. எதுவும் காதில் விழவில்லை.”

சிறைக் கண்காணிப்பாளர் என்ன செய்யலாமென்று ஆலோசித்தார்.

“அப்படியானால், இரண்டொரு நிமிடத்துக்கு அவளை இங்கே வரச் சொல்கிறேன். மரீயா கார்லவ்னா” என்று பெண் சிறைக்காவலர் பக்கம் திரும்பி, “மாஸ்லவாவை இங்கே வரச் சொல்” என்றார்.

ஒரு நிமிடத்துக்கு எல்லாம் பக்கவாட்டுக் கதவைத் திறந்து கொண்டு மாஸ்லவா வந்து சேர்ந்தாள். ஓசையின்றி அடி யெடுத்து வைத்து நெஹ்லூதவுக்கு அருகே வந்து நின்று அவரை உற்றுப் பார்த்தாள். இரண்டு நாட்களுக்கு முன்பு செய்யப்பட்டி ருந்த அதே முறையில் அவளது கரிய முடிச்சுருள்கள் வெளியே நெற்றியில் தவழும்படி விடப்பட்டிருந்தன. நலங்குன்றி வெளுத்து ஊதிப் பருத்திருப்பினும், இவள் முகம் கவர்ச்சிமிக்கதாகவும் அமைதி குலையாததாகவும் காணப்பட்டது. ஆனால் ஓரப் பார்வைகொண்ட பளிச்சிடும் கண்கள் சுரந்து போன இமை களுக்கு அடியிலிருந்து வினோதமாய் ஒளிர்ந்தன.

“இங்கே பேசலாம் நீங்கள்” என்று கூறி சிறைக் கண்காணிப் பாளர் விலகிச் சென்றார்.

சுவர் ஓரமாய் இருந்த ஒரு விசிப்பலகையை நோக்கி நடந்தார் நெஹ்லூதவ்.

வினவும் முறையில் சிறைக் கண்காணிப்பாளரை உற்று நோக்கிய மாஸ்லவா வியப்புடன் தோள்களை உலுக்கிக்கொண் டாள். பிறகு நெஹ்லூதவைப் பின்தொடர்ந்து பலகையிடம் சென்று, பாவாடையைச் சரிசெய்துகொண்டு அவருக்குப் பக்கத்தில் உட்கார்ந்தாள்.

“எனக்குத் தெரியும். என்னை மன்னிப்பது எளிதல்ல. மிகவும் கடினமாகவே இருக்கும்” என்று ஆரம்பித்தார் நெஹ்லூதவ். ஆனால் மறுபடியும் அவர் பேச்சு தடைப்பட்டு நின்றது. கண்ணீர் அவரைத் திணறடித்தது. “நடந்ததைச் சரி செய்வதற் கில்லை என்றாலும், இனி என்னால் இயன்றது அனைத்தும் நிச்சயம் செய்வேன். நான் கேட்பது என்னவென்றால்...”

“நான் இங்கிருப்பதை எப்படிக் கண்டுபிடித்து இங்கே வந்தீர்கள்?”–அவருடைய கேள்விக்குப் பதிலளிக்காமல் இடையில் புகுந்து கேட்டாள் அவள். ஓரப்பார்வை கொண்ட கண்களை அவரிடமிருந்து திருப்பவும் இல்லை. அதேபோது அவரை நேருக்கு நேர் பார்க்கவும் இல்லை.

“ஆண்டவனே. என்னைக் காப்பாற்று! நான் செய்ய வேண்டியது என்ன? எனக்குத் தெரியப்படுத்து!” என்று தம்முள்

கூறிக்கொண்டார். வெகுவாய் மாற்றமடைந்து இப்போது கேடார்ந்ததாகத் தோன்றிய அவளது முகத்தை உற்று நோக்கிய நெஹ்லூதவ்.

"நேற்று முன்தினம் வழக்கு நடைபெற்றபோது சான்றாயரில் நானும் ஒருவனாய் உட்கார்ந்திருந்தேனே. என்னை அடையாளம் கண்டுகொள்ளவில்லையா?" என்றார்.

"இல்லை. அங்கே நான் யாரையும் அடையாளம் கண்டு கொள்ளும் நிலையில் இருக்கவில்லை. பார்க்கக்கூட இல்லை தான்" என்றாள் அவள்.

"குழந்தை பிறந்தது அல்லவா?" என்று அவர் விசாரித்தார். அவருக்கு முகம் சிவந்துவிட்டது அவர் மனதுக்குத் தெரிந்தது.

"கடவுள் புண்ணியத்தில் அப்போதே அது இறந்து போயிற்று" என்று சொல்லிக் கோபமாய் வெடுக்கென முகத்தை அவரிடமிருந்து திருப்பிக்கொண்டாள் அவள்.

"அது எப்படி அந்த மாதிரி ஆயிற்று?"

"நானே ஆபத்தான நிலையில் இருந்தேன். சாகவேண்டியவள் எப்படியோ பிழைத்துக்கொண்டேன்" என்று கண்களை உயர்த்தாமலே கூறினாள் அவள்.

"என் அத்தைகளால் எப்படி உங்களை வீட்டை விட்டுப் போகச் சொல்ல முடிந்தது?"

"பிள்ளைத்தாய்ச்சி ஆகிவிட்ட வேலைக்காரியை யார்தான் வீட்டில் வைத்துக்கொள்வார்? அவர்களுக்குத் தெரிய வந்ததும் என்னை வெளியே அனுப்பிவிட்டனர். பேசிப் பயன் என்ன? என் நினைவிலிருந்து ஒதுக்கி விலக்கிவிட்டேன். யாவற்றையும் மறந்துவிட்டேன். எல்லாம் முடிந்து போனவை."

"இல்லை. இல்லை! முடிந்துபோனவை அல்ல! அப்படி விட்டுச்செல்ல எனக்கு மனம் ஒப்பாது. எனது பாவச் செயலுக்கு நான் பிராயச்சித்தம் செய்து நிலைமையைச் சரி செய்ய விரும்புகிறேன்."

"சரிசெய்வதற்கு ஒன்றும் இல்லை. கடந்த காலம் போய்ச் சேர்ந்துவிட்டது. போனது போனது தான்" என்றாள் அவள். சிறிதும் அவர் எதிர்பாராத விதத்தில், அவளது பார்வை திடுமென அவர் மீது பதிந்தது. விரும்பத் தகாத வசீகரத்துடன் பரிதாபத்துக்குரிய முறையில் மோகனப் புன்னகை புரிந்தாள் அவள்.

நெஹ்லூதவைத் தான் பார்க்க நேரிடுமென மாஸ்லவா எதிர்பார்க்கவே இல்லை. அதுவும் இவ்விடத்தில் இப்போது பார்க்க நேரிடுமென அவள் நினைக்கவே இல்லை. ஆகவே இங்கே அவரை அடையாளம் தெரிந்துகொண்ட அந்தக்

❖ லியோ டால்ஸ்டாய் ❖ 239

கணத்திலேயே அவள் இதுகாறும் நினைக்கவே விரும்பாமல் விலக்கி ஒதுக்கி வைத்திருந்த நினைவுகள் எல்லாம் அவளையும் மீறி அவள் மனத்துள் உயிர்த்தெழுந்தன. அவளைக் காதலித்த வரும் அவளால் காதலிக்கப்பட்டவருமான அந்த இன்னரும் இளைஞரால் அன்று அவளுக்கு வரப் பெற்ற உணர்ச்சிகளும் சிந்தனைகளுமாகிய விந்தைகள் மிகுந்த அந்த உலகின் எழிலுரு அந்த முதற்கணத்திலேயே அவள் நினைவில் மங்கலாய் எழுந்தது. பிறகு, புரிந்துகொள்ள முடியாத அவரது கொடுமை களையும் அந்த எல்லையற்ற இன்பத்திலிருந்து விளைந்து வரிசையாகப் பின்தொடர்ந்த இழிவுகளும் துன்பங்களும் அவள் நினைவுக்கு வந்தன. உடனே அவளுக்கு நெஞ்சு குமுறியது. இதைப் புரிந்து கொள்வதற்கு அவள் சக்தியற்றவளாய் இருந்த தால், வழக்கமாய் எப்போதும் அவள் செய்து வந்ததையே இப்போதும் செய்யலானாள்; ஒழுக்கங்கெட்ட வாழ்க்கையின் பனிமூட்டத்தில் இந்த நினைவுகளை மூழ்கடித்து வந்தாள். இப்போது அவள் அருகே அமர்ந்திருந்தவரை ஒன்று அவள் காதலித்த அந்த இளைஞருடன் முதலில் அவள் இணைத்துப் பார்த்தாள்; ஆனால் இது கடுமையான வேதனை அளிப்பதாய் இருக்கக் கண்டதும் இவரை அந்த இளைஞரிடமிருந்து தனியே பிரித்து ஒதுக்கினாள். நன்கு உடுத்தி, குற்றங்குறையின்றிச் சிங்காரித்துக்கொண்டு செண்டு இடப்பெற்ற தாடியுடன் வந்து அமர்ந்துள்ள இந்தக் கனவானை இப்போது அவள் முன்பு தான் காதலித்த அந்த நெஹ்லூதவாகக் கருதவில்லை. தமக்குத் தேவைப்படும்போது தன்னையொத்த பிறவிகளைப் பயன்படுத்திக் கொள்வோராயும், தன்னையொத்த பிறவிகளால் இதேபோல் முடிந்த அளவுக்கு லாபகரமாகப் பயன்பட வேண்டியோராயும் இருக்கும் ஆடவர்களில் ஒருவராகவே அவரைக் கருதினாள் அவள். எனவேதான் இப்போது அவள் அவரைப் பார்த்து மோகனப் புன்னகை புரிந்தாள். சிறந்த முறையில் அவரை எப்படிப் பயன்படுத்திக் கொள்ளலாமென்று ஆலோசித்தவாறு அவள் மௌனமாயிருந்தாள்.

"அதெல்லாம் முடிந்து போனவை" என்றாள். "இப்போது நான் சைபீரியக் கடின உழைப்புத் தண்டனை பெற்ற கைதி."

இதைச் சொல்லியபோது அவளுக்கு உதடுகள் துடித்தன.

"ஆனால் நீங்கள் நிரபராதி. இதில் எனக்கு எந்தச் சந்தேகமும் இல்லை."

"நிரபராதிதான். சந்தேகம் என்ன? திருடியோ, கொலை காரியோ ஆக முடியுமா என்னால்? அளிக்கப்படும் தீர்ப்பு வழக் கறிஞரையே பொறுத்திருப்பதால் இங்கு எல்லாரும் சொல் கிறார்கள்" என்று கூறிச் சென்றாள் அவள். "மனு எழுதி அனுப்ப

வேண்டுமென்று சொல்கிறார்கள். ஆனால் நிறைய செலவாகு மாம்...”

“நிச்சயம் அனுப்ப வேண்டும்” என்றார் நெஹ்லூதவ். ‘‘ஏற்கெனவே நான் வழக்கறிஞர் ஒருவரிடம் இதைப் பற்றிப் பேசியுள்ளேன்...”

“செலவைப் பற்றிக் கவலைப்படக்கூடாது. நல்ல வழக்கறி ஞரை அமர்த்த வேண்டும்.”

“என்னால் இயன்றது அனைத்தும் செய்வேன்.”

இருவரும் மௌனமாயிருந்தனர்.

முன்பு போல் அதே முறையில் அவள் திரும்பவும் புன்னகை புரிந்தாள்.

“உங்களிடம் நான் ஒன்று கேட்க விரும்புகிறேன். முடியு மானால் எனக்குக் கொஞ்சம் பணம் தர வேண்டும்... அதிகம் வேண்டாம்... பத்து ரூபிள் போதும்.”

“அதற்கு என்ன......இதோ தருகிறேன்” என்று சொல்லிக் குழப்பத்துடன் நெஹ்லூதவ், தமது கைப்புத்தகத்தை எடுக்கப் போனார்.

மாஸ்லவா அவசரமாகப் பார்வையைத் திருப்பி, அறை யினுள் நடைபோட்டுக்கொண்டிருந்த, சிறைக் கண்காணிப் பாளரைக் கவனித்தாள்.

“இவர் முன்னால் தர வேண்டாம். என்னிடமிருந்து வாங்கிக்கொண்டு விடுவார்.”

சிறைக்கண்காணிப்பாளர் திரும்பி எதிர்த்திசையில் நடக்க முற்பட்டதும் நெஹ்லூதவ், தமது கைப்புத்தகத்தை வெளியே எடுத்தார். ஆனால் மறுபடியும் சிறைக் கண்காணிப்பாளர் அவர்களைப் பார்க்கத் திரும்புவதற்குள் அவரால் பத்து ரூபிள் நோட்டை அவளிடம் தர முடியவில்லை. நோட்டைக் கசக்கிச் சட்டைக்குள் மறைத்துக் கொண்டார்.

“சவமாகிவிட்ட பெண் இவள்” என்று நினைத்தார், அவளது முகத்தைப் பார்த்துக்கொண்டிருந்த நெஹ்லூதவ். ஒரு காலத்தில் இளமையின் எழிலுருவாக இருந்த முகம் இப்போது புனிதமிழந்து புன்மையுற்று ஊதியிருந்தது. ஓரப்பார்வை கொண்ட கருநிறக் கண்களின் தகாத ஒளிர்வில் மினுக்கியது. இப்போது இந்தக் கண்கள் நெருங்கி வந்துகொண்டிருந்த சிறைக் கண்காணிப்பாளரையும் பத்துரூபிள் நோட்டை வைத்திருந்த நெஹ்லூதவ் கையையும் கூர்ந்து கவனித்துக் கொண்டிருந்தன.

இரவில் அவருடன் பேசி அவரைத் தடம் புரள வைக்க முயன்ற அதே குரல் திரும்பவும் இப்பொழுது அவர் மனத்துள்

ஒலித்தது. என்ன செய்ய வேண்டும் என்கிற பிரச்சினையி லிருந்து அவரை விலகச் செய்து, செயலின் விளைவுகள் எப்படி யிருக்கும், எது பயனுள்ளதாய் இருக்கும் என்கிற பிரச்சினைக்கு அவரை இழுத்துச் செல்வதற்காக எப்போதும் போல் இந்தக் குரல் முயற்சி செய்தது.

“இந்தப் பெண்ணை உன்னால் ஒன்றும் செய்ய முடியப் போவதில்லை” என்று அந்தக் குரல் அவரிடம் சொல்லிற்று. ‘‘உன் கழுத்தில் ஒரு கல்லைக் கட்டிக்கொள்ளப் போகிறாய் அவ்வளவுதான். இந்தக் கல் உன்னை மூழ்கடித்துவிடும். ஏனையோருக்கு உதவ முடியாதபடி உன்னைத் தடுத்துவிடும். உன் கையிலிருக்கும் எல்லாப் பணத்தையும் தந்து அவளிட மிருந்து விடைபெற்றுக்கொண்டு காரியம் முடிவுற்றதெனக் கைகழுவுவது நல்லதல்லவா?” என்றது அது.

ஆயினும் அதே நேரத்தில் தலையாய முக்கியத்துவம் வாய்ந்த ஏதோ ஒன்று தமது ஆன்மாவினுள் நிகழக் கண்டார். அத்தருணத்தில் அவரது அகவாழ்வு எப்பக்கமும் சாய்ந்து விடத் தயாராகத் துலாக்கோல்போல் ஊசலாடியதென்பதும், இம்மியளவு முயற்சியுங்கூட அதை இப்பக்கமோ அப்பக்கமோ சாய்த்துவிடுமென்பதும் அவருக்குத் தெரிந்தது. நேற்று முன் தினம் அவர் தமது ஆன்மாவினுள் சன்னதம் கொண்டி ருப்பதாய் மகிழ்ந்தாரே, அந்தக் கடவுளைத் துணை புரியும்படி வேண்டிக்கொண்டு இந்த முயற்சியை மேற்கொண்டார். கடவுள் உடனே துணை புரிந்தார். அனைத்தையும் அப்போதே அவளிடம் சொல்வதென நெஹ்லூதவ் தீர்மானம் செய்தார்.

“கத்யூஷா, மன்னிப்புக் கேட்பதற்காக நான் உன்னிடம் வந்திருக்கிறேன். ஆனால் நீ எனக்கு எந்தப் பதிலும் அளிக்க வில்லை. என்னை மன்னிக்கிறாயா என்று சொல்லு. என்றாவது நீ என்னை மன்னிக்கப் போகிறாயா?” என்று அவளிடம் கேட்டார். நெருங்கிப் பழகியவர் என்ற முறையில் “நீ” எனக் குறிப்பிட ஆரம்பித்தார்.

அவருக்குச் செவி சாய்க்காமல் அவள் அவரது கையையும் சிறைக் கண்காணிப்பாளரையும் கவனித்துக் கொண்டிருந்தாள். சிறைக் கண்காணிப்பாளர் எதிர்ப்பக்கம் திரும்பியதும், அவசர மாகக் கையை நீட்டி பத்துரூபிள் நோட்டை அவரிடமிருந்து வாங்கி, தனது இடுப்பு வாருக்கு அடியில் அதை ஒளித்து வைத்துக்கொண்டாள்.

‘‘வேடிக்கையாய் இருக்கிறது நீங்கள் பேசுகிற பேச்சு” என்று அவள் புன்சிரிப்பு சிரித்துக்கொண்டாள். அவளது அந்தச் சிரிப்பில் அகந்தையும் அலட்சியமும் வெளிப்படுவதாக நெஹ்லூதவுக்குத் தோன்றியது.

தம் மீது தீராப் பகைகொண்ட ஏதோ ஓர் ஆள் அவள் மனத்துள் இருப்பதாக நெஹ்லூதவ் நினைத்தார். தொடர்ந்து அவள் அவளது தற்போதைய நிலையிலேயே இருந்து வருவதற்கு அந்த ஆள் அவளுக்குத் தெம்பு அளிப்பதையும், தாம் அவளது மனத்தை இளகச் செய்ய முடியாதபடித் தடுப்பதையும் உணர்ந்தார் அவர்.

ஆனால் ஆச்சரியம் என்னவெனில், இந்த நிலைமை அவரை அவளிடமிருந்து விலகி விடும்படிச் செய்யவில்லை. அதற்குப் பதில் வியக்கத்தக்க ஒரு புதிய சக்தியால் உந்தப்பட்டு மேலும் அதிகமாய் அவளுடன் நெருக்கம் கொள்ள வைத்தது. அவளுடைய ஆன்மாவைத் தாம் தட்டி எழுப்பிச் செயற்பட வைக்க வேண்டும். இது மெத்தக் கடினமாகவே இருக்கும் என்பது அவருக்குப் புரிந்தது. ஆயினும் இந்த மெத்தக் கடினமான பணி அவரைக் கவர்ந்து இழுக்கவே செய்தது. இதன் முன் எந்நாளும் அவளிடமோ, வேறு யாரிடமோ தமக்கு இருந்திராத அளவுக்கு இப்பொழுது அவளிடம் தம் உள்ளத்தில் நெருக்க உணர்ச்சி ஏற்படக் கண்டார். அவரது இந்த உணர்ச்சியில் அவருக்குச் சொந்த முறையிலான நாட்டம் ஏதும் இருக்கவில்லை–அவர் தமக்கென எதையும் அவளிடமிருந்து அடைய நினைத்தார் இல்லை. தற்போதைய நிலையிலேயே அவள் இனியும் தொடர்ந்து இருக்கலாகாது. விழித்தெழுந்து ஆதியில் இருந்த நிலையினைத் திரும்பவும் அவள் அடைந்தாக வேண்டும் என்பதில்தான் அவர் நாட்டங்கொண்டிருந்தார்.

"கத்யூஷா. நீ ஏன் இப்படிப் பேசுகிறாய்? நான் உன்னை நன்கு அறிந்தவன். பனோவாவில் இருந்தாயே. அந்த நாட்கள் என் நினைவில் இருக்கின்றன....."

"மறைந்து ஒழிந்தவற்றை நினைவுபடுத்தி என்ன பயன்?" என்று வறண்ட குரலில் அவள் இடைமறித்தாள்.

"நடந்ததைச் சரிசெய்ய வேண்டுமென்று நினைவு படுத்துகிறேன். நான் புரிந்த பாவத்துக்குப் பிராயச்சித்தம் செய்ய விரும்புகிறேன். கத்யூஷா" தாம் அவளை மணந்து கொள்ள நினைப்பதாகச் சொல்வதற்கு அவர் வாயெடுத்தார். ஆனால் அப்போது அவளது பார்வையைக் கவனிக்க நேர்ந்ததும் அதில் பயங்கர மூர்க்கம் கொண்டதாக, மிரண்டு ஓடச் செய்யும் தன்மையதான ஏதோ ஒன்று இருக்கக் கண்டு, தொடர்ந்து பேச முடியாமல் நிறுத்திக்கொண்டார்.

கைதிகளைப் பார்ப்பதற்காக வந்திருந்தோர் அந்த நேரத்தில் விடைபெற்றுப் புறப்பட ஆரம்பித்தார்கள். நேரமாகிவிட்டது என்று நெஹ்லூதவிடம் வந்து சொன்னார் சிறைக் கண்காணிப்

பாளர். மாஸ்லவா எழுந்து நின்றாள். தன் இடத்துக்குத் திரும்புவதற்காக அமைதியாக அவள் காத்திருந்தாள்.

"சென்று வருகிறேன். இன்னும் நான் சொல்ல வேண்டியது நிறைய இருக்கிறது. ஆனால் இப்போது அதைச் சொல்ல வழி இல்லை" என்று கூறி, நெஹ்லூதவ் தம் கையை நீட்டினார். "நான் மறுபடியும் இங்கு வருவேன்" என்றார்.

"யாவற்றையும் சொல்லிவிட்டீர்கள்" என்றாள் அவள்.

அவரது நீட்டிய கையை அவள் தொட்டாளே தவிர, குலுக்கவில்லை.

"இல்லை. நாம் நிதானமாகப் பேசக் கூடிய இடமாகப் பார்த்துத் திரும்பவும் உங்களைச் சந்தித்துப் பேசுவேன். நான் சொல்ல வேண்டியதை மிகவும் முக்கியமான ஒன்றை அப்பொழுது உங்களிடம் சொல்வேன்" என்றார் நெஹ்லூதவ்..

"அதற்கென்ன, வாருங்களேன்" என்று பதிலளித்தாள் அவள். மகிழ்விக்க விரும்பிய ஆடவர்களைப் பார்த்துப் புன்னகை புரியும் அதே முறையில் அவரைப் பார்த்துப் புன்னகை புரிந்தாள்.

"கூடப் பிறந்த சகோதரியைக் காட்டிலும் நீங்கள் எனக்கு நெருக்கமானவர்" என்றார் நெஹ்லூதவ்..

"வேடிக்கைதான்" என்று முன்பு போலவே திரும்பவும் சொல்லித் தலையை ஆட்டிவிட்டு, கம்பி வலைக்குப் பின்னால் சென்றாள் அவள்.

44

இந்த முதலாவது சந்திப்புக்கு முன்னால் நெஹ்லூதவ் நினைத்திருந்தது வேறு. அவரை நேரில் பார்த்து அவரது நிலையை அறிந்துகொண்டதும், நடந்ததை எண்ணி அவர் மனம் பதறுவதையும் அவளுக்குச் சேவை புரிவதற்காக அவளிடம் வந்திருப்பதையும் கண்ணுற்றதும் அவள் மகிழ்ச்சியடைவாள், மனம் இரங்குவாள், மாற்றமடைந்து மறுபடியும் கத்யூஷாவாகி விடுவாள் என்று நெஹ்லூதவ் நினைத்திருந்தார். ஆனால் அவர் கதிகலங்கும் வண்ணம் கத்யூஷா இனி இல்லை, இனி அவளுக்குப் பதில் மாஸ்லவாவே இருந்தாள் என்பது அவருக்குத் தெரிய வந்தது. இது அவரை அதிர்ச்சியுற்றுக் கலங்கச் செய்தது.

யாவற்றிலும் அதிகமாய் அவருக்கு அதிர்ச்சியளித்தது என்னவெனில், மாஸ்லவா தனது நிலை குறித்து வெட்கப்

படாதவளாக இருந்ததுதான்-சிறைக் கைதியாக இருந்தது குறித்து அல்ல. (இது குறித்து அவள் வெட்கப்படவே செய்தாள்). விபசாரியாக இருந்தது குறித்து; இது குறித்து அவள் மனநிறைவு கொண்டவளாய், ஏன் பெருமைப் படுகிறவளாகவுங்கூடத் தோன்றினாள். ஆனால் உண்மையில் அவள் இவ்வாறே அன்றி வேறு எவ்விதமாகவும் இருப்பது சாத்தியமன்று. முனைந்து செயற்படும் பொருட்டு ஒவ்வொருவரும் தமது பணித்துறை முக்கியமானதென்றும் சிறந்ததென்றும் கருதிக்கொள்வது அவசியமாகி விடுகிறது. ஆகவே ஒருவர் இருந்து வரும் நிலை எதுவாயினும், அவரது பணித்துறையை முக்கியமானதாகவும் சிறந்ததாகவும் தோன்றச் செய்யும்படியான கண்ணோட்டத்தைத் தான் பொதுவாக வாழ்க்கை குறித்து அவர் தமக்கு வகுத்த மைத்துக் கொள்ள வேண்டியிருக்கிறது.

திருடன், கொலைகாரன், உளவாளி. விபசாரி முதலானோர் தமது தொழில் தீயதென ஏற்றுக்கொண்டு, இது பற்றி வெட்கப்படுவார்கள் என்பதாய் வழக்கமாகக் கருதப்படுகிறது. ஆனால் இதற்கு நேர் மாறானதே உண்மை. விதிவசத்தாலும் பாவத்தின் பாற்பட்ட அவரது செயல்களாலும் எவ்வளவுதான் விரும்பத்தகாத நிலையில் இருத்தப்பட்டவர்களாய் இருப்பினும், பொதுவாய் வாழ்க்கை குறித்து அவர்கள் வகுத்துக் கொள்ளும் கண்ணோட்டம் அவர்களது நிலையினை நல்லதாகவும் மதிப்புக் குரியதாகவும் காட்டுகின்ற கண்ணோட்டமாகவே இருக்கிறது. வாழ்க்கை பற்றிய தமது கண்ணோட்டத்தைப் பாதுகாத்துக் கொள்ளும் பொருட்டு இவர்கள், வாழ்க்கை குறித்தும் வாழ்க்கை யில் தமக்குள்ள இடம் குறித்தும் தமக்கு இருந்து வரும் அதே கருத்தோட்டங்களைக் கொண்டோரது வட்டாரங்களில் தம்மை இணைத்துக் கொள்கிறார்கள். உள்ளுணர்ச்சியால் உந்தப்பட்டு இதைச் செய்கிறார்கள். திருடர்கள் தமது சாமர்த்தியத்தை மெச்சிக் கொள்கையிலும் விபசாரிகள் தமது சீர்கேட்டைப் பாராட்டிக் கொள்கையிலும், கொலைகாரர்கள் தமது கொடு மனத்தைப் புகழ்ந்து கொள்கையிலும் நமக்கு ஆச்சரியமாக இருக்கிறது. ஆனால் அத்தகையோர் வாழ்ந்து வரும் வட்டாரமும் சூழ்நிலை யும் குறுகிய வரம்புடையதாக இருப்பதாலும், இன்னும் முக்கிய மாய் நாம் இவ்வட்டாரத்தைச் சேர்ந்தோராய் இல்லாமல் இதற்கு வெளியே இருப்பதாலும்தான் இப்படி நாம் ஆச்சரியப் படுகிறோம். செல்வந்தர்கள் தமது செல்வங்குறித்து-அதாவது தமது கொள்ளை குறித்து – மெச்சிக்கொள்வதும். சேனைத் தலைவர்கள் தமது வெற்றிகள் குறித்து-அதாவது கொலைத்

தொழில் குறித்து – பெருமைப்பட்டுக்கொள்வதும் மேலிடங்களில் இருப்போர் தமது அதிகாரங் குறித்து–அதாவது வன்முறை குறித்து–புகழ்ந்து கொள்வதும் இதே போன்றதுதானே? ஆனால் இத்தகையோர் கொண்டிருக்கும் கருத்தோட்டங்கள் எவ்வளவு முறைகேடானவை என்பதை நாம் கவனிக்கத் தவறி விடுகிறோம்; இவர்களது வட்டாரம் மிகப் பெரியது என்பதும் தாமும் இவ்வட்டாரத்தைச் சேர்ந்தவர்களாய் இருக்கிறோம் என்பதும் தான் இதற்குக் காரணம்.

இதே முறையில்தான், வாழ்க்கை குறித்தும் அதில் தனக் குள்ள நிலை குறித்தும் மாஸ்லவா தனது கருத்தோட்டங்களை வகுத்தமைத்திருந்தாள். சைபீரியக் கடின உழைப்புத் தண்டனை விதிக்கப்பட்ட விபசாரி அவள்–இருப்பினும் தன்னை மதிப்புக் குரியவளாகக் கருதிக் கொள்வதற்கும், தனது நிலை குறித்து எல்லார் முன்னிலையிலும் பெருமைப்பட்டுக் கொள்வதற்குக் கூட முடியும்படியான உலகக் கண்ணோட்டத்தை அவள் தனக்குள் உருவாக்கிக் கொண்டாள்.

அவளது இந்தக் கண்ணோட்டத்தின்படி, ஆடவர்கள் எல்லார்க்கும்–வயோதிகர்கள், இளைஞர்கள், பள்ளிக்கூட மாணவர்கள், ஜெனரல்கள், கற்றோர், கல்லாதோர் ஆகிய அனைவர்க்கும்–வாழ்வின் தலையாய இன்பம், கவர்ச்சியான பெண்களுடன் பாலுறவு கொள்வதிலேதான் அடங்கியிருந்தது. ஆதலால் எல்லா ஆடவர்களும், பிற காரியங்களில் முனைந் திருப்பதாகப் பாவனை செய்து கொள்வோருங்கூட இதில் ஒன்றில் மட்டுமே ஆசைகொண்டிருக்கிறார்கள். கவர்ச்சியான பெண்ணாகிய அவளால் இவர்களது இந்த ஆசையை நிறை வேற்றவும் முடியும். நிறைவேற்றாமல் புறக்கணிக்கவும் முடியும்; ஆகவே அவள் முக்கியமானவள், இன்றியமையாதவள். இந்தக் கண்ணோட்டம் பிழையற்றது என்பதை அவளது கடந்த கால, நிகழ்கால வாழ்க்கை அவளுக்கு மெய்ப்பித்துக் காட்டியது.

அவளது வாழ்வின் கடந்த பத்தாண்டுகளில் அவள் இருக்க நேர்ந்த எல்லா இடங்களிலும் ஆடவர்கள் எல்லார்க்கும்– நெஹ்லூதவ், மற்றும் அந்த வயோதிகப் போலீஸ் அலுவலர் முதல் இங்கே சிறைக்கூடத்திலிருந்த சிறைக் காவலர்கள் வரை அனைவர்க்கும்–தான் இன்றியமையாதவளாய் இருந்ததை அவள் அனுபவ வாயிலாய் அறிந்தவள்; அவளைத் தமக்கு இன்றி யமையாதவளாகக் கொள்ளாத ஆடவர்களை அவள் கண்டறிந்து கொள்ளும்படியோ, அவர்களிடம் கவனம் செலுத்தும்படியோ நேரவில்லை. எனவே உலகமே காமவெறி கொண்டோரது கும்பலாக, முடியுமான எல்லா வழிகளிலும் – ஏமாற்றியோ, வன்முறை வழியிலோ விலை கொடுத்து வாங்கியோ, தந்திர

முறையிலோ–அவளை அடைய காமாந்தகர்களது கூட்டமாக அவள் கண்களுக்குப்பட்டது.

மாஸ்லவா இவ்விதமே வாழ்க்கையைக் கண்ணுற்றுப் புரிந்துகொண்டாள். வாழ்க்கை பற்றிய இந்தக் கண்ணோட்டத் தின்படி அவள் எவ்விதத்திலும் இழிவுற்றவள் அல்ல, மாறாக மிகுந்த முக்கியத்துவம் வாய்ந்தவள். இந்தக் கண்ணோட்டத்தை அவள் உயர்வாய் மதித்துப் போற்றினாள். இதை அவள் உயர் வாய் மதித்துப் பேணிக் காக்க வேண்டியிருந்தது. ஏனெனில் வாழ்க்கை பற்றிய இந்தக் கண்ணோட்டத்தை இழப்பாளாயின், இக்கண்ணோட்டம் அவளுக்கு உலகோர் மத்தியில் கிடைக்கச் செய்த முக்கியத்துவத்தை அவள் இழக்க நேர்ந்துவிடும். வாழ்க்கையில் தனது முக்கியத்துவத்தை இழந்துவிடாமல் இருக்கும் பொருட்டு வாழ்க்கையைத் தன்னைப் போல் அதே முறையில் நோக்குவோரது வட்டாரத்துடன், உள்ளுணர்வால் உந்தப்பட்டு அவள் தன்னை இணைத்துக் கொண்டாள். தன்னை இதிலிருந்து துண்டித்துப் பிறிதோர் உலகுக்கு இட்டுச் செல்ல நெஹ்லூதவ் விரும்பியதை உணர்ந்ததும் அவள் அவரை எதிர்த்தாள்; தன்னை அவர் இட்டுச் செல்ல விரும்பிய அந்த உலகில் தற்போது வாழ்க்கையில் தனக்குள்ள இடத்தையும் இதனால் வரப்பெற்ற தன்னம்பிக்கையையும் தன்மானத்தையும் இழக்க நேருமென முன்னறிந்து கொண்ட அவள் அவரை எதிர்த்தாள். அவள் தனது மங்கைப் பருவ நினைவுகளையும் நெஹ்லூதவுடன் அப்போது தனக்கு இருந்த அந்த இளமைப் பருவ உறவுகளைப் பற்றிய நினைவுகளையும் தனது மனத்திலிருந்து விலக்கி ஒதுக்கியதற்கும் அதுவேதான் காரணம். இந்த நினைவுகள் அவளுடைய தற்போதைய உலகக் கண்ணோட்டத்துக்கு ஒவ்வாதவை, ஆகவே அவை அவளது மனத்திலிருந்து விலக்கப்பட்டு விட்டன; அல்லது அடியாழத்தில் எங்கோ புதைக்கப்பட்டு தீண்டத்தகாதனவாய் இருத்தப்பட்டு வெளியே தலைகாட்டாதபடிச் சாந்திட்டு அடைத்து மூடப்பட்டுவிட்டன. தேனீக்கள் தமது உழைப்பின் பலன்களைப் பாதுகாக்கும் பொருட்டுச் சில நேரங்களில் மெழுகுப் புழுக்களது கூட்டினை அடைத்து மூடுவது போல் இந்த நினைவுகளை அவள் அடைத்து மூடிவிட்டாள். எனவேதான் தற்போதுள்ள நெஹ்லூதவ் அவளுக்கு அந்தக் காலத்தில் தூய காதல்கொண்டவளாய் அவள் காதலித்த அந்த நெஹ்லூதவாய் இருக்கவில்லை; அவள் பயன்படுத்திக் கொள்ளக் கூடியவரும் பயன்படுத்திக்கொள்ள வேண்டியவருமான செல்வச் சீமானாகவே, பொதுவாக எல்லா ஆடவர்களுடன் அவள்

கொள்ளக்கூடிய அதே உறவுகளை மட்டுமே கொள்ளவேண்டிய ஒருவராகவே இருந்தார்.

"இல்லை. யாவற்றிலும் தலையாயதை அவளிடம் சொல்ல முடியாமற் போய்விட்டது" என்று தம்முள் கூறிக்கொண்டு நெஹ்லூதவ், வெளிவாயிலை நோக்கி ஏனையோருடன் சேர்ந்து நடந்தார். "அவளை நான் மணந்துகொள்வேனென அவளிடம் சொல்லாமல் வந்துவிட்டேன். சொல்லவில்லை, ஆனால் நிச்சயம் இதைச் சொல்வேன்" என்று கூறிக்கொண்டார்.

கைதிகளைப் பார்த்துவிட்டு வெளியே திரும்பிச் சென்றோரை, வாயிலில் நின்ற சிறைக் காவலர்கள் இருவர் மறுபடியும் எண்ணிக் கணக்கிட்டனர். கூடுதலாக ஓராளும் வெளியே சென்று விடாமலும் உள்ளே வந்தோரில் ஒருவரும் வெளியே போகாமல் தங்கி விடாமலும் கவனித்துக் கொள்வதற்காக ஒவ்வொருவரையும் அவர்கள் தம் கையால் தட்டி எண்ணினர். இப்போது நெஹ்லூதவின் முதுகில் தட்டப்பட்ட தட்டு அவரை மனம் புழுங்கச் செய்யவில்லை, தாம் தட்டப்பட்டதை அவர் கவனிக்கக்கூட இல்லை.

45

நெஹ்லூதவ் தமது புற வாழ்க்கை பூராவையும் மாற்றிக் கொள்ள விரும்பினார். வேலையாட்களைப் போகச் சொல்லி விட்டுத் தமது பெரிய வீட்டை வாடகைக்கு விடலாம், தாம் ஓட்டலில் தங்கிக்கொள்ளலாம் என்று நினைத்தார். ஆனால் குளிர்காலத்துக்கு முன்பு எதையும் மாற்ற முயலுவதில் அர்த்தமில்லை என்று கூறினாள் அக்ரஃபேனா பெத்ரோவ்னா. கோடையில் யாரும் நகரத்து வீட்டை வாடகைக்கு எடுத்துக் கொள்ளமாட்டார்கள்; அதோடு நெஹ்லூதவ், தங்குவதற்கும் மற்றும் சாமான்களையும் வீட்டில் உள்ள பிறவற்றையும் வைத்துக் காப்பதற்கும் அவருக்கு ஓர் இடம் வேண்டும் அல்லவா என்றாள். ஆகவே தமது வாழ்க்கை முறையை மாற்றுவதற்கான அவரது முயற்சிகள் (மாணவர்களைப் போல் எளிய முறையில் வாழ வேண்டுமென அவர் நினைத்தார்) பயனளிக்கவில்லை; யாவும் எப்போதும் போலவே இருந்தன என்பதோடு, புதிய வேலைகளால் வீடே அமர்க்களப்பட்டது. கம்பளி அல்லது மென் முடிகளால் ஆன ஒவ்வொன்றும் வெளியே எடுத்துப் போடப்பட்டு அடித்துச் சுத்தம் செய்யப்பட்டது. வாயிற் காவலன், வேலைக்காரப் பையன், சமையற்காரி மற்றும் கர்னேய் ஆகிய எல்லோரும் இவ்வேலைகளில் மும்முரமாய் ஈடுபட்டனர். யாராலும் எக்காலத்திலும் உபயோகிக்கப்படாத எல்லாவிதமான வினோத வகை மென்முடி உருப்படிகள் எல்லாம் வெளியே எடுக்கப்பட்டுக் கொடியிலே தொங்கவிடப்பட்டன. கம்பளங்

களும் சாமான்களும் வெளியே கொண்டுவந்து போடப் பட்டன. வாயிற்காவலனும் வேலைக்காரப் பையனும் தனது முறுக்கேறிய கரங்களில் சட்டைக் கைகளைச் சுருட்டி மடித்து விட்டுக்கொண்டு, தாளம் தவறாமல் இவற்றை அடித்துக் கொண்டு நின்றார்கள். பாச்சை மருந்தின் நெடி எல்லா அறை களிலும் மூக்கைத் துளைத்தது.

முற்றத்தைக் கடந்து செல்லுகையிலோ, சன்னல் வழியே வெளியே எட்டிப் பார்க்கையிலோ மும்முரமாய் நடைபெற்ற இந்த வேலைகளை நெஹ்லூதவ் கண்ணுற்றதும், எதற்கும் உதவாத துணிமணிகளும் சாமான்களும் பிறவும் இவ்வளவு ஏராளமாய் இருப்பது குறித்து ஆச்சரியப்பட்டுக்கொண்டார். "அக்ரஃபேனா பெத்ரோவ்னா, கர்னேய், வாயிற்காவலன், வேலைக்காரப் பையன், சமையற்காரி ஆகிய எல்லார்க்கும் போதிய வேலை இருக்கும்படிச் செய்வதை அன்றி வேறு எதற்கும் இவை பயன்படாதவை" என்று தம்முள் கூறிக் கொண்டார்.

"மாஸ்லவாவின் வழக்கு தீர்மானமாகிறவரை எனது வாழ்க்கை முறையை மாற்றிக்கொள்ள முயன்று பயனில்லை" என்று நெஹ்லூதவ் நினைத்தார். "மாற்றிக்கொள்வது எளிய காரியமும் அல்ல. அவள் விடுதலையானதும், அல்லது சைபீரி யாவுக்கு அவள் அனுப்பப்பட்டு நானும் அவளைப் பின் தொடர்ந்து அங்கே சென்றதும் யாவும் தாமாகவே மாற்ற மடைந்துவிடும்."

குறிப்பிட்ட நாளன்று வழக்கறிஞர் ஃபனாரினைச் சந்திப்பதற்காக அவரது வீட்டுக்கு எதிரே சென்று இறங்கினார். வழக்கறிஞருக்குச் சொந்தமான அந்த வீடு அலங்காரமான பெரிய மரங்களுக்கு இடையே தடபுடலாய் இருந்தது. சன்னல் களில் அற்புதமான திரைச்சீலைகள் இடப்பட்டிருந்தன; உழைக் காமலே சம்பாதிக்கப் பெற்ற பெரும் பணத்தின் அறிகுறிகளும் திடுமெனப் பணக்காரர்களாகியோரைச் சுட்டுவனவுமாகிய விலையுயர்ந்த எல்லா ஆடம்பரங்களும் காணப்பட்டன. டாக் டரது முன்னறையில் காத்திருப்பார்களே அதே போல வாடின முகத்துடன் இங்கும் முன்னறையில் பலரும் காத்திருக்கக் கண்டார் நெஹ்லூதவ். இவர்களுக்கு அருகே மேசைகளின் மீது பல இதழ்கள் இருந்தன. இவர்களை மகிழ்விப்பதற்காக வைக்கப்பட்டவை அவை. வழக்கறிஞரின் உதவியாளர் அங்கே உயரமான ஒரு மேசையின் பின்னால் அமர்ந்திருந்தார். அவர் நெஹ்லூதவை அடையாளம் தெரிந்து கொண்டு எழுந்து வந்து வந்தனம் தெரிவித்துவிட்டு, உடனே வழக்கறிஞரிடம் போய்ச் சொல்வதாகக் கூறினார். ஆனால் அறைக் கதவிடம் உதவியாளர் போய்ச் சேரும் முன்பே அது திறக்கப்பட்டது. பரபரப்பாய் உரக்கப் பேசிக்கொண்ட கொண்ட குரல்கள் கேட்டன.

புத்தம் புதிய ஆடைகள் அணிந்து சிவந்த முகமும் தடித்த மீசையும்கொண்ட நடுத்தர வயதுள்ள கட்டை குட்டையான ஒரு வணிகரும், அவருடன் கூட ஃபனாரினும் வெளியே வந்தார்கள். அவ்வளவாய் நேர்மையானதாக இல்லாவிட்டாலும் இலாபகரமான உடன்பாட்டுக்கு வந்துவிட்டோருக்கு உரியதான முகபாவத்தை இருவரிடத்தும் காணமுடிந்தது.

"உங்களிடம் குற்றம் இருக்கையில் என்ன செய்வது சொல்லுங்கள்" என்று ஃபனாரின் சிரித்துக்கொண்டார்.

"யாரிடம்தான் குற்றம் இல்லை? குற்றம் புரிந்ததால்தானே சுவர்க்கத்தில் இல்லாமல் நாம் எல்லோரும் இங்கே வந்திருக்கிறோம்."

"ஆமாம், ஆமாம், நாம் இதை நன்கு அறிந்தவர்கள் ஆயிற்றே."

உடனே இருவரும் செயற்கையான முறையில் சிரித்துக் கொண்டார்கள்.

"ஓ. கோமகனா! வாங்க! உள்ளே வாங்க!" –நெஹ்லூதவைக் கண்ணுற்ற ஃபனாரின் அவரை வரவேற்றார். மறுபடியும் தலையசைத்து வணிகரை வழியனுப்பிவிட்டு அவர் நெஹ்லூதவைத் தமது அறைக்குள் அழைத்துச் சென்றார்.

"புகை பிடிக்கிறீர்களா?" என்று கேட்டவாறு நெஹ்லூ தவுக்கு எதிரே அமர்ந்த வழக்கறிஞர், சற்று முன் வெற்றிகரமாக முடிக்கப் பெற்ற காரியத்தால் தம்முள் எழுந்த மகிழ்ச்சிப் புன்னகையை அடக்கிக்கொண்டார்.

"நன்றி. மாஸ்லவாவின் வழக்கு சம்பந்தமாக வந்திருக் கிறேன்."

"ஆமாம், ஆமாம். அதைப் பற்றி இதோ சொல்கிறேன். ஆனால் இந்தப் பணமூட்டைகள் எப்படிப்பட்ட போக்கிரி களாய் இருக்கிறார்கள் பாருங்கள்!" என்றார் அவர். "இப்போது பார்த்தீர்களே. அந்த ஆளிடம் இருக்கும் முதல் ஒரு கோடி இருபது லட்சத்துக்குக் குறையாது. ஆனால் இல்லை இல்லை யென்று இல்லைப் பாட்டு பாடுகிறார். உங்களிடமிருந்து பத்து ரூபிள் பறிக்க முடியுமானால் பல்லால் பற்றிப் பறிக்கவும் தயங்க மாட்டார்."

"அவர் இல்லைப் பாட்டு பாடுகிறார். நீர் பத்து ரூபிளைப் பல்லால் பற்றிப் பறிப்பது பற்றிப் பேசுகிறீர்" என்று மனத்துள் கூறிக்கொண்டார், அவர் பேச்சைக் கேட்டுக்கொண்டிருந்த நெஹ்லூதவ். கலகலப்பாகச் பேசியும் அன்னியோன்யமாகப் பழகியும் தாமும் நெஹ்லூதவும் ஒரே தரப்பைச் சேர்ந்தோர் என்பதாகவும், இதற்கு முன்வந்தவரும் வெளியே காத்திருப் போரும் வேறொரு தரப்பைச் சேர்ந்தோர் என்பதாகவும்

250 ❖ புத்துயிர்ப்பு ❖

காட்டிக்கொள்ள விரும்பிய இந்த மனிதரிடம் மனத்துள் அவருக்கு அருவருப்பு எழுந்தது.

"என்னை அப்படி உபத்திரவம் செய்துவிட்டார்–சனியன் பிடித்தவர். பொறுக்க முடியவில்லை, மனதில் இருந்ததை உங்களிடம் சொல்லிவிட்டேன்" என்று சம்பந்தம் இல்லாத ஒன்றைப் பற்றிப் பேச நேர்ந்ததற்குச் சமாதானம் கூறும் தோரணையில் குறிப்பிட்டார் வழக்கறிஞர். "சரி. உங்கள் வழக்குக்கு வருவோம். கவனமாகப் படித்துப் பார்த்தேன். துர்கேனவ் கூறுவதுபோல் சொன்னால் 'உள்ளடக்கத்தை ஆமோதிப்பதற்கில்லை'' – அதாவது, மேல் விசாரணை வேண்டுமென வழக்காட அந்த உதவாக்கரை வழக்கறிஞர் உருப்படியான காரணம் ஒன்றேனும் விட்டு வைக்கவில்லை."

"அப்படியானால். மேற்கொண்டு செய்யக் கூடியது குறித்து உங்கள் தீர்மானம் என்ன?"

"இதோ ஒரேயொரு நிமிடம்" என்று அவர், உள்ளே வந்த தமது உதவியாளர் பக்கம் திரும்பி, "ஏற்கெனவே என்ன சொன்னேனோ அதிலிருந்து மாறுவதற்கல்ல என்று அவரிடம் சொல்லும். அதற்கு உடன்படுவாரானால் சரி, இல்லையேல் நமக்கு வேண்டாம்."

"அதற்கு அவர் உடன்படவில்லை."

"சரி, நமக்கு வேண்டாம்" என்று பதிலளித்தார் வழக்கறிஞர். ஆர்வமும் மகிழ்ச்சியும் வாய்ந்ததாய் இருந்த அவரது முகம் திடுமென வாட்டமுற்றுச் சிடுசிடுத்தது.

"வழக்கறிஞர்களாகிய நாங்கள் ஒன்றும் செய்யாமலே பணம் சம்பாதிப்பதாகச் சொல்கிறார்கள்" என்று, சிறிது நேரம் மௌனமாய் இருந்தபின் மறுபடியும் இதமான முகபாவத்தைத் தருவித்துக் கொண்டு கூறினார் அவர். "போண்டியாகிவிட்ட கடன்காரர் ஒருவரை முற்றிலும் பொய்யான குற்றச்சாட்டிலிருந்து காப்பாற்றினேன் என்பதால், இப்பொழுது இவர்கள் எல்லாரும் கூட்டமாய் என்னிடம் வருகிறார்கள். ஆனால் இம்மாதிரியான வழக்கு ஒவ்வொன்றுக்கும் அளவு மீறிய உழைப்பு தேவைப்படுகிறது."

"துண்டு துண்டாய்ச் சதையை மசிக்கூட்டில் இட்டு உழைப்பதாக" யாரோ எழுத்தாளர் ஒருவர் சொன்னாரே,* "அதே போலத்தானே நாங்களும் பாடுபட வேண்டியிருக்கிறது?

---

* இவான் துர்கேனவின் சிறு கதையான "வேண்டாத மனிதனின் நாட்குறிப்பு" என்பதிலிருந்து எடுத்தாளப்படும் மேற்கோள்.

** "யாரோ எழுத்தாளர் ஒருவர் சொன்னாரே" என்று சொல்லி இங்கு தல்ஸ்தோய் நமது கருத்தைக் கூறுகிறாரோ என்று நினைக்கத் தோன்றுகிறது. எ. கோல்டன்வெய்சர் தம்மிடம் வாய்ப்பட தல்ஸ் தோய் இந்தக் கருத்தைச் சொன்னதாக எழுதியுள்ளார்.

அது போகட்டும். உங்களுடைய வழக்கை–இல்லை, நீங்கள் கருத்துக் கொண்டிருக்கும் வழக்கைப்–பொறுத்தவரை" என்று தொடர்ந்து பேசினார்: "அது மிகக் கேவலமான முறையில் நடத்தப்பட்டிருக்கிறது. மேல் வழக்காடுவதற்கு ஒழுங்கான காரணம் ஒன்றேனும் இல்லை. இருந்தபோதிலும் தீர்ப்பு செல்லத்தக்கதல்ல என்று வாதாடி நம்மால் இயன்றதைச் செய்து பார்ப்போம்." நான் எழுதியிருக்கும் மனு வருமாறு.

வரிவரியாய் எழுதி நிரப்பப்பட்ட காகிதங்களை அவர் வெளியே எடுத்தார். சுவையில்லாத சட்டமுறைப் பிரயோகங் களை விலக்கிவிட்டு, சிற்சில வாக்கியங்களுக்குத் தனி அழுத்தம் தந்து வேகமாகப் படித்துக் காட்டினார்:

"மேல்விசாரணை நீதிமன்றம்; குற்றவியல் துறை... இத்தனையாவது தீர்ப்பின்படியும், இத்தனையாவது முடிவாணையின்படியும்... இப்படிப்பட்டவளான மாஸ்லவா நஞ்சு அளித்து வணிகர் ஸ்மெல்கோவின் மரணத்துக்குக் காரணமாய் இருந்தாளெனக் குற்றத்தீர்ப்பு அளிக்கப்பெற்று, குற்றவியல் சட்டத் தொகுப்பு பிரிவு, 1454 இன் பிரகாரம் கடின உழைப்புக் கடத்தல் தண்டனை விதிக்கப்பட்டிருக்கிறாள், இப்படி இன்னும் பல."

இங்கே அவர் நிறுத்தினார். இவையெல்லாம் அலுப்புத் தட்டும்படி ஓயாமல் அவர் கையாண்ட வாசகங்களே என்றா லும், தாம் எழுதியவற்றை இன்னும் ஒரு தரம் படித்தபோது அவருக்கு இனிமையாகவே இருந்தது என்பது தெரிந்தது.

"மிகத் தெளிவாகவே தெரியும்படியான நீதி விசாரணை முறைகள் மீறப்பட்டுத் தவறுகள் இழைக்கப்பட்டதன் நேரடி விளைவே ஆகும் இந்தத் தீர்ப்பு; இதனை ரத்து செய்யக் காரணங் கள் பலவும் உள்ளன" என்று அழுத்தம் திருத்தமாய் அவர் படித்துச் சென்றார். 'முதலாவதாக, ஸ்மெல்கோவின் சிறு குடல் பரிசீலிக்கப்பட்டது குறித்த மருத்துவ அறிக்கை படிக் கப்பட்டபோது துவக்க நிலையிலேயே தலைமை நீதிபதி குறுக்கிட்டுத் தடுத்து விட்டார்' இது முதலாவது விவரம்."

"குற்றம் சுமத்தி வழக்காடிய வாதித் தரப்பு அல்லவா இந்த அறிக்கை படிக்கப்பட வேண்டுமெனக் கோரியது?" என்று நெஹ்லூதவ் வியப்புடன் கேட்டார்.

"அதனால் என்னவாம்? பிரதிவாதி தரப்பும் இது படிக்கப் பட வேண்டுமெனக் கோருவதற்குத் தக்கக் காரணம் இருந்திருக் கலாமே."

"இல்லை. பிரதிவாதித் தரப்புக்கு எந்தக் காரணமும் இருந் திருக்க முடியாது."

"எப்படியும் மேல் விசாரணை வேண்டுமென்பதற்கு நமக்கு இது ஒரு காரணமாகும். சரி அடுத்தபடி: 'இரண்டாவதாக, மாஸ்லவாவின் வழக்கறிஞருடைய பேச்சு தடுக்கப்பட்டது'" என்று அவர் தொடர்ந்து படிக்கலானார். "மாஸ்லவாவின் தனிப் பண்புகளைத் தெளிவுபடுத்த விரும்பி அவளது வழக்கறிஞர் அவளது வீழ்ச்சிக்குரிய காரணங்களை எடுத்துரைக்க முற்பட்ட போது தலைமை நீதிபதி குறுக்கிட்டு, விவகாரத்துடன் சம்பந்தமின்றி அவரது பேச்சு தடம்புரளுவதாகச் சொல்லித் தடுத்தார். ஆனால் மேலவையினால் அடிக்கடி சுட்டிக்காட்டப் பெற்றிருப்பது போல, குற்றவாளியின் ஒழுக்க நெறி நிலையையும் தெளிவுபடுத்துவது, குற்றவாளி எந்த அளவுக்குப் பொறுப்பாளி என்பதைத் தீர்மானிப்பதற்கு வழிகாட்டக்கூடியது என்ற அளவிலேனும், குற்றவியல் வழக்குகளில் முதல்தர முக்கியத்துவம் வாய்ந்ததாகும், இது இரண்டாவது காரணம்" என்று சொல்லி அவர் நெஹ்லூதவை உற்றுப்பார்த்தார்.

"ஆமாம். ஆனால் அந்த ஆள் என்ன சொல்கிறார் என்று யாரும் புரிந்துகொள்ள முடியாதபடி அவ்வளவு மோசமாகப் பேசினார்" என்று நெஹ்லூதவ் முன்னிலும் வியப்புற்றவராகக் குறிப்பிட்டார்.

"அந்த ஆள் சரியான முட்டாள், அறிவுக்கு உகந்த எதையும் அவர் சொல்லியிருப்பாரென எதிர்பார்க்க முடியாதுதான்" என்று ஃபனாரின் சிரித்துக்கொண்டார். "ஆயினும் மேல் விசாரணை கோரி வழக்காடுவதற்கு இது தக்கதொரு காரணமாகும். பிறகு: "மூன்றாவதாக, தலைமை நீதிபதி, அவரது தொகுப்புரையில், குற்றவியல் சட்டத் தொகுப்பு பிரிவு 801 பகுதி 1 இன் நேரடியான பொருளுக்கு முற்றிலும் முரணாய் சட்டப்படிக் குற்றமாய்க் கொள்ளத்தக்கக் குற்ற மனத்தின் அடக்கக் கூறுகளைச் சான்றாயர்களுக்கு எடுத்துரைக்கத் தவறிவிட்டார். ஸ்மெல்கோவுக்கு மாஸ்லவா நஞ்சை அளித்தாள் என்பது ஒத்துக்கொள்ளப்பட்டிருக்கும் நிலைமையில், ஸ்மெல்கோவைக் கொல்ல வேண்டுமென்ற தகாத நோக்கம் கொண்டிருந்தாள் என்பதாகச் சான்றுகள் இல்லாமையால் கொலைக் குற்றத்துக்குரிய குற்றமனம் அவளிடம் இல்லையென முடிவு செய்து வணிகரைச் சாகடிக்க அவள் விரும்பாவிடிலும் அவரது மரணத்தை விளைவித்துவிட்ட கவனமின்மையே அவள் புரிந்த குற்றமாகுமென அறிவிப்பதற்குச் சான்றாயர்களுக்கு உரிமை உண்டென்று தலைமை நீதிபதி குறிப்பிடாதது தவறாகும். இதுவே நமது பிரதானவாதம்."

"ஆமாம். நாங்களே இதைப் புரிந்துகொண்டிருக்க வேண் டும். சான்றாயர்களாகிய நாங்கள் செய்த தவறு இது."

"இனி முடிவில், நான்காவதாக," என்று வழக்கறிஞர் தொடர்ந்தார். "சான்றாயர்கள் அளித்த பதிலின் வடிவம், வெளிப் படையாகவே முரண்பாடுடையதாகும். பொருளைக் கவர வேண்டுமென மாஸ்லவா குற்றநோக்குடன் ஸ்மெல்கோவுக்கு நஞ்சு அளித்தாளென்று குற்றம் சாட்டப் பட்டிருக்கிறாள். பொருளைக் கவர வேண்டுமென்பது ஒன்றே தான் அவள் கொலை புரிவதற்குக் காரணமாக இருந்திருக்க முடியும். ஆனால் சான்றாயர்கள் அவர்களது தீர்ப்புரையில் திருட வேண்டுமென்ற குற்ற நோக்கு அவளுக்கு இல்லை. விலை மதிப்புள்ள பொருள்கள் திருடப்பட்டதில் அவளுக்குப் பங்கு இல்லையெனக் குற்றவிடுதலைத் தீர்ப்பளிக்கிறார்கள். கொலை புரிய வேண்டுமென்ற குற்ற நோக்கும் இல்லையென அவர்கள் குற்றவிடுதலைத் தீர்ப்பளிக்கவே நினைத்தார்கள் என்பது இதிலிருந்து பெறப்படுகிறது. ஆனால் இதனை அவர்கள் தக்க வடிவில் தமது பதிலில் வெளியிடத் தவறிவிட்டார்கள். தலைமை நீதிபதியினது தொகுப்புரை குறைபாடானதாக அமைந்துவிட்ட தன் விளைவாய் எழுந்த தவறான நினைப்பே இதற்குக் காரணம். ஆகவே சான்றாயர்களது இந்தப் பதிலானது, குற்றவியல் செயல் முறைச் சட்டத்தின் 816, 808 ஆம் பிரிவுகள் செயல்படுத்தப்பட வேண்டியதை முழு அளவுக்கு அவசியமாக்கியது; அதாவது, தலைமை நீதிபதி சான்றாயர்களுக்கு அவர்களது தவறினை விளக்கிச் சொல்லி கைதியின் குற்றம் குறித்து மறுபடியும் விவாதித்து முடிவு செய்யும்படிக் கூறியிருக்க வேண்டும்."

"பிறகு ஏன் தலைமை நீதிபதி அவ்வாறு செய்யாமல் இருந்தார்?"

"நானும் அதைத்தான் தெரிந்துகொள்ள விரும்புகிறேன்" என்று வாய்விட்டுச் சிரித்தார் ஃபனாரின்.

"அப்படியானால் மேலவை இந்தத் தவறினைச் சரி செய்யும் அல்லவா?"

"மேலவையின் நீதிப் பிரிவின் அமர்வில் பங்குகொள்ளும் தேவதைகளையே பொறுத்திருக்கிறது எல்லாம்."

"தேவதைகளா?"

"ஆமாம். தட்சணை வாங்கும் தேவதைகள். அதுதான் நிலைமை. மேலும் நான் எழுதியிருப்பதைக் கேளுங்கள்: 'சான்றாயர்களது இந்த மாதிரியான தீர்ப்புரையின் பேரில், மாஸ்லவாவுக்குக் குற்றத் தீர்ப்பு அளித்துத் தண்டனை விதிக்கவும், குற்றவியல் செயல்முறைச் சட்டத்தின் 171 ஆம் பிரிவு 3ஆம் பகுதியை அவளது வழக்கில் செயற்படுத்தவும்

நீதிமன்றத்துக்கு எந்த உரிமையும் இல்லை. இப்படிச் செய்வது நமது குற்றவியல் நீதி முறையின் அடிப்படைக் கோட்பாடுகளைத் திட்டவட்டமாக அப்பட்டமாகவும் மீறுவதாகும். மேற்கண்ட காரணங்களின் அடிப்படையில் மேல் விசாரணை வேண்டி உங்களுக்கு மனு சமர்ப்பிக்கிறேன். குற்றவியல் சட்டத் தொகுப்பின் 909, 910 ஆம் பிரிவுகள், 912 ஆம் பிரிவு 2 ஆம் பகுதி, 928 ஆம் பிரிவு... இவற்றின் பிரகாரம் என் மீதான தீர்ப்பு ரத்து செய்யப்பட்டு, மறு விசாரணைக்காக இந்த வழக்கு இதே நீதிமன்றத்தின் வேறொரு பிரிவுக்கு அனுப்பப்பட வேண்டுமென்று கேட்டுக்கொள்கிறேன்." இதுதான் மனு; செய்ய வேண்டியது அனைத்தும் செய்து பார்ப்போம். ஆனால் உண்மையை ஒளிக்காமல் சொல்கிறேன். வெற்றி கிட்டுமென்று எனக்கு நம்பிக்கை இல்லை. எனினும் எல்லாம் மேலவையின் நீதிப் பிரிவின் அமர்வில் பங்குகொள்ளப் போகிறவர்களையே பொறுத்துள்ளது. அங்கே உங்களுக்கு யாரிடமாவது செல்வாக்கு இருக்குமாயின், நீங்கள் முயற்சி செய்து பார்க்கலாம்."

"அவர்களில் சிலர் எனக்குத் தெரிந்தவர்கள்தான்."

"நல்லது. ஆனால் தாமதமின்றி உடனே நீங்கள் வேலையில் இறங்க வேண்டும். இல்லையேல் அவர்கள் எல்லாரும் மூல வியாதிக்கு சிகிச்சை பெறுவதற்காகப் போய்ச் சேர்ந்துவிடு வார்கள். திரும்பி வருவதற்கு மூன்று மாதம் ஆகிவிடும். அங்கே வெற்ற கிடைக்காவிடில், மாட்சிமை தங்கிய மாமன்னருக்கு நாம் மனு செய்ய முடியும். அங்கும் மறைமுகமாகச் செய்ய வேண்டி யதைச் செய்தால்தான் காரியம் நடந்தேறும். அப்படி வரும் போதும் உங்களுக்குச் சேவை புரிய நான் தயாராயிருக்கிறேன், – மறைமுக வேலையில் அல்ல, தக்க மனுவினை எழுதித் தருவதில்."

"நன்றி உங்களுக்கு. இனி உங்களுக்கு அளிக்க வேண்டிய ஊதியம் எவ்வளவு..."

"எனது உதவியாளர் உங்களிடம் மனுவைத் தருவார், ஊதியம் குறித்தும் சொல்லுவார்."

"மற்றும் ஒன்று தெரிந்துகொள்ள விரும்புகிறேன். சிறைக் கூடத்தில் இந்தக் கைதியைச் சந்திப்பதற்குத் தலைமைப் பிராசிக்யூட்டர் எனக்கு அனுமதிச் சீட்டு எழுதித் தந்தார். பிறிதொரு நாளில், வழக்கமான வேறொரு அறையில் சந்திக்க வேண்டுமானால் ஆளுநரிடம் அனுமதி பெற வேண்டுமென்று சொல்கிறார்கள். இது அவசியம்தானா?"

"ஆம். அவசியமென்றுதான் நினைக்கிறேன். ஆனால் ஆளுநர் தற்போது வெளியே எங்கோ போயிருக்கிறார். அவரி

லியோ டால்ஸ்டாய் ❖ 255

டத்தில் துணை ஆளுநர் ஒருவர் இருக்கிறார். அவர் சரியான அசடு, அவரிடம் எந்தக் காரியமும் எளிதில் முடிவுறாது."

"அவர் யார் மாஸ்லினிக்கவா?"

"ஆமாம்."

"அவரை எனக்குத் தெரியும்" என்று சொல்லி, வெளியே செல்வதற்காக நெஹ்லூதவ் எழுந்தார்.

அதே கணத்தில், பார்க்கச் சகியாத அவலட்சணத் தோற்றமும் சப்பை மூக்கும் மஞ்சள் முகமும் கொண்டு எலும்பான சிற்றுருவினள் ஒருத்தி வேகமாய் அறைக்குள் ஓடி வந்தாள். வழக்கறிஞரின் மனைவி அவள். தனது விகாரத் தோற்றங் குறித்துச் சிறிதும் அவள் கவலைப்பட்டதாகத் தெரியவில்லை.

அவளது ஆடையலங்காரம் மிகவும் நூதனமாய் இருந்தது. வெல்வெட்டிலும் பட்டிலுமாய்ப் பளிச்சிடும் மஞ்சளிலும் பச்சையிலும் எதையெல்லாமோ மேலே சுற்றிக்கொண்டு விட்டாளென நினைக்க வேண்டியிருந்தது. வெற்றி முழக்கமிடுபவளாய் அறைக்குள் பறந்தோடி வந்தாள். அவளைப் பின்தொடர்ந்து சிரித்த முகமும் பசுமையான மேனியுமுடைய உயரமான ஒருவர் –பட்டு மடிப்புகளுடன் கூடிய கோட்டும் வெள்ளைச்சட்டையும் அணிந்தவர்–உள்ளே வந்தார். அவர் ஒரு எழுத்தாளர். நெஹ்லூதவுக்கு அவருடன் ஏற்கெனவே முகப் பரிச்சயம் உண்டு.

"அனத்தோலி" என்று கூப்பிட்டபடி அறையின் இன்னொரு கதவை அவள் திறந்தாள். "இங்கே வா என்னுடன். இதோ செமியோன் இவானவிச் தமது கவிதையைப் படித்துக் காட்டப் போகிறார். நீ அவசியம் வந்திருந்து கார்ஷின் நாவல்களிலிருந்து படித்துக் காட்டவேண்டும்."

நெஹ்லூதவ் வெளியே செல்லப் போன நேரத்தில் அவள் தனது கணவரின் காதுக்குள் ஏதோ பேசிவிட்டு, நெஹ்லூதவ் பக்கம் திரும்பி அவரிடம் கூறினாள்:

"கோமகனே, உங்களை எனக்குத் தெரியும். அறிமுகம் பெறத் தேவையில்லை. நீங்களும் இங்கே இருந்து எங்களது இலக்கிய நிகழ்ச்சியில் பங்கெடுத்துக்கொள்ள வேண்டும். சுவையான நிகழ்ச்சியாய் இருக்கும். அனத்தோலி அற்புதமாய்ப் படித்துக்காட்டுகிறவர்."

"எத்தனை விதமான வேலைகளில் நான் ஈடுபட வேண்டியிருக்கிறது. பாருங்கள்" என்று கைகளை வீசிச் சிரித்தவாறு ஃபனாரின் தமது மனைவியைச் சுட்டிக் காட்டினார். கண்ணைக் கவரும் அந்தச் சுந்தரவதி அழைக்கையில் வேண்டாமென மறுப்பது இயலாத காரியமெனக் காட்ட விரும்பியது போலிருந்தது அவரது செயல்.

துயரமும் உருக்கமும் வாய்ந்த முகபாவத்துடன் நெஹ்லூ தவ் தமக்கு அளிக்கப்படும் சிறப்புக்காக வழக்கறிஞரின் மனை விக்கு நன்றி தெரிவித்தார்; தாம் வருவதற்கில்லை, மன்னிக்க வேண்டுமெனச் சொல்லிவிட்டு அறையிலிருந்து வெளியே சென்றார்.

"பெரிய பகட்டு ஆளாய் இருக்கிறாரே!" என்றாள் வழக்கறி ஞரின் மனைவி, நெஹ்லூதவ் வெளியே போய்ச் சேர்ந்ததும்.

முன்னறையில் வழக்கறிஞரது உதவியாளர் தயாராய் எழுதி வைக்கப்பட்டிருந்த மனுவை நெஹ்லூதவிடம் தந்து, அளிக்க வேண்டிய ஊதியத் தொகை ஆயிரம் ரூபிளாகுமென்று கூறினார். அனத்தோலி பெத்ரோவிச் சாதாரணமாக இம்மாதிரி யான வேலைகளை ஏற்றுக்கொள்வதில்லை. நெஹ்லூதவை முன்னிட்டே இப்போது அதை ஏற்றுக்கொண்டார் என்று விளக்கினார் அந்த உதவியாளர்.

"இந்த மனுவில் யார் கையெழுத்திட வேண்டும்?"

"கைதியே கையெழுத்திடலாம். இல்லையேல் கைதியிட மிருந்து அதிகாரப் பத்திரம் பெற்று அனத்தோலி பெத்ரோவிச் கையெழுத்திடலாம்."

"அப்படி வேண்டாம். நான் எடுத்துச் சென்று அவளிடம் கையெழுத்து வாங்கி வருகிறேன்" என்று சொன்னார். முறை யான நாளுக்கு முன்பே அவளைப் பார்ப்பதற்கு வாய்ப்பு கிடைப்பது குறித்து மகிழ்ந்துகொண்டார் நெஹ்லூதவ்.

46

காலையில் வழக்கமான நேரத்தில் சிறைக்கூட நடைகளில் சிறைக் காவலர்களின் விசில் ஒலித்தது. நடைகளிலும் அறை களிலும் இரும்பொலி அதிரக் கதவுகள் திறக்கப்பட்டன. வெறுங் கால்களின் ஓசையும் பூட்சுப் பாதங்களின் தடதடப்பும் கேட்க ஆரம்பித்தன. தோட்டிகளாக வேலை செய்த கைதிகள் குடலைப் புரட்டும் நாற்றத்தை எழுப்பிக்கொண்டு நடைகளிலே சென்றார் கள். கைதிகள் முகங் கழுவிய பின் உடுத்திக்கொண்டு பார்வைப் பதிவுக்காக வெளியே வந்தார்கள். இது முடிவடைந்ததும் தேநீர்க் கெட்டிலுக்குக் கொதிநீர் கொண்டு வருவதற்காகச் சென்றார்கள்.

தேநீர் அருந்தியபோது எல்லா அறைகளிலும் கைதிகளி டையே பரபரப்பான உரையாடல் நடைபெற்றது. அன்று இரு கைதிகள் கசையடி பெறப் போவதாக அவர்கள் பேசிக்கொண் டார்கள். இருவரில் ஒரு கைதியின் பெயர் வசீலியெவ். ஓரளவு

கல்வி பயின்று விற்பனையாளராக வேலை செய்துவந்த இவ் விளைஞன், தன் காதலியின் மீது சந்தேகங்கொண்டு பொறாமை தாங்கமாட்டாமல் ஆத்திரமடைந்து அவளைக் கொலை செய்து விட்டுச் சிறைக்கு வந்தவன். அவனது சக கைதிகள் அவனைப் பெரிதும் நேசித்தனர். ஏனெனில் அவன் குதூகலமானவன், தயாளச் சிந்தையுடையவன், சிறை அதிகாரிகளிடம் உறுதியான முறையில் நடந்துகொண்டவன். விதிகளை எல்லாம் நன்கு அறிந்தவனாகிய அவன், அவை மீறப்படாமல் செயற்படுத்தப்பட வேண்டுமெனக் கோரி வந்தான். இதனால் அதிகாரிகள் அவனிடம் வெறுப்பு கொண்டிருந்தனர்.

மூன்று வாரங்களுக்கு முன்பு தோட்டியாக வேலை செய்த கைதி ஒருவன் தனது புதிய சிறை உடுப்பில் சூப்பைச் சிந்திக் கறைப்படுத்திக் கொண்டான் என்று சிறைக்காவலர் அவனை அடித்துவிட்டார். அந்தக் கைதியின் சார்பில் வாதாட முற்பட்ட வசீலியெவ், எந்தக் கைதியையும் அடிப்பது சட்ட விரோதமான செயலாகும் என்றான்.

"சட்டம் என்ன சொல்கிறதென்று தக்கபடி உனக்கும் பாடம் கற்பிப்பேன்" என்று சொல்லி அந்தச் சிறைக் காவலர் வசீலியெவை வாயில் வந்தபடி ஏசினார். வசீலியெவும் சூடாய் அவருக்குப் பதிலளித்தான். உடனே அடிப்பதற்காகக் கையை ஓங்கினார் சிறைக் காவலர். ஆனால் வசீலியெவ் அவருடைய கைகளைப் பிடித்து இரண்டு மூன்று நிமிடங்களுக்குக் கெட்டி யாய் அழுத்தி இருத்தியபின், அவரைத் திருப்பி நிறுத்திக் கதவுக்கு வெளியே கொண்டுபோய்த் தள்ளினான். சிறைக் காவலர் நேரே சிறைக் கண்காணிப்பாளரிடம் சென்று முறை யிட்டார். வசீலியெவைத் தனிக்கொட்டடியில் அடைக்கும்படி அவர் உத்தரவிட்டார்.

தனிக்கொட்டடி என்பது வரிசையாய் அமைந்த இருட்டுக் கிடங்குகளாகும். இந்தக் கிடங்குகள் வெளியிலிருந்து தாளிடப் பட்டுப் பூட்டப் பெற்றவை. அவற்றில் கட்டிலோ, நாற்காலியோ மேசையோ இல்லை. ஆகவே கைதிகள் அழுக்குத் தரையில் அமர்ந்தோ, படுத்திருந்தோ பொழுதைக் கழிக்க வேண்டும். அங்கே ஏராளமாய் இருந்த எலிகள் அவர்கள் மீதேறி ஓடின– கைதிகளுடைய ரொட்டியை அவை திருடிச் சென்றன. அவர்களது கையிலிருந்துங் கூடப் பறித்துக்கொண்டு ஓடின. அந்த அளவுக்குத் துணிச்சல் வாய்ந்தவை. கைதிகள் ஆடியசை யாமல் இருந்தால் அவர்களை அவை தாக்கவும் செய்தன. வசீலியெவ் தான் எந்தக் குற்றம் செய்துவிடவில்லை என்று சொல்லி, தனிக்கொட்டடிக்குப் போக மறுத்தான். ஆனால் காவலர்கள் வன்முறையில் இறங்கினர். வசீலியெவ் அவர் களுடன் மல்லுக்கு நின்றான். வேறு இரு கைதிகள் அவனுக்கு

உதவி செய்து காவலர்களது பிடியிலிருந்து அவனை விடு வித்தனர். உடனே எல்லாக் காவலர்களும் ஒன்று சேர்ந்தார்கள். பயில்வானாகப் பெயரெடுத்த பெத்ரோவ் என்றொரு காவலர் அவர்களிடையே இருந்தார். கைதிகள் கீழே தள்ளப்பட்டனர். பிறகு தனிக் கொட்டடிக் கிடங்குகளுக்கு இழுத்துக்கொண்டு போய் அடைக்கப்பட்டனர். கலகத்துக்கு ஒப்பான சம்பவம் நடைபெற்றதென உடனே ஆளுநருக்குத் தகவல் தெரிவிக்கப் பட்டது. குற்றவாளிகளில் தலைமையான இருவருக்கு –வசீலியெவுக்கும் நாடோடியாகிய நெபோம்னியஷிக்கும்– பூர்ச்சை மிலாறினால் தலைக்கு முப்பது கசையடி தரும்படி ஆளுநர் உத்தரவு அனுப்பினார்.

பெண்களது பிரிவின் சந்திப்பு அறையிலே இவ்விரு கைதி களுக்கும் கசையடி கொடுக்க ஏற்பாடாயிருந்தது.

முன் தினத்து மாலையிலேயே சிறைக்கூடத்தில் எல்லாரும் இதைத் தெரிந்துகொண்டு விட்டனர். எல்லா அறைகளிலும் இதைப் பற்றிப் பரபரப்பான பேச்சு அடிபட்டு வந்தது.

கொரப்லோவா, ஹரஷாவ்கா, ஃபெதோசியா, மாஸ்லவா ஆகிய நால்வரும் அவர்களது மூலையில் அமர்ந்து தேநீர் அருந்தியபடி இது குறித்துப் பேசிக்கொண்டிருந்தனர். வோத்கா குடித்து முகம் சிவந்து போய் விறுவிறுப்பு கொண்டோராகக் காணப்பட்டனர். மாஸ்லவாவுக்கு இப்போது தட்டுப்பாடின்றி வோத்கா கிடைத்தது. இதை அவள் ஏனையோருக்கும் தாராளமாகக் கொடுத்து வந்தாள்.

"அவன் ஒன்றும் கலகம் புரியவில்லை. எந்தக் குற்றமும் செய்துவிடவில்லை" என்றாள் கொரப்லோவா. வலு வாய்ந்த தனது பற்களால் ஒரு சர்க்கரைக் கட்டியிலிருந்து சிறு துண்டுகளைக் கடித்தெடுத்தவாறு அவள் வசீலியெவைப் பற்றிக் கூறிக்கொண்டிருந்தாள். "தோழன் ஒருவனுக்காகப் பரிந்து பேசினான். கைதிகளை அடிப்பது சட்ட விரோதமானதாகும் என்றான்–அவ்வளவுதான்."

"அருமையான ஆள், நல்லவன் – எல்லாரும் சொல்கிறார்கள்" என்றாள் ஃபெதோசியா. நீளமான சடைகள் சுற்றி முடியப்பெற்ற வெறுந்தலையுடன் அவள் தேநீர் கெட்டில் இருந்த பலகைக்கு எதிரே மரக்கட்டையின் மேல் உட்கார்ந்திருந்தாள்.

'மிகாய்லவ்னா, அவரிடம் சொல்ல வேண்டும் நீ' என்றாள் கூன முதுகுக் கிழவி. மாஸ்லவாவைப் பார்த்து, "அவரிடம்" என்று அவள் குறிப்பிட்டது நெஹ்லூதவை.

"நான் சொல்கிறேன். எனக்காக அவர் என்ன வேண்டு மானாலும் செய்வார்" என்று தலையை ஆட்டிப் புன்னகை புரிந்துகொண்டாள் மாஸ்லவா.

“எப்போது வரப்போகிறார்?... கைதிகளை அழைத்து வருவதற்காக முன்பே போனதாகச் சொன்னார்களே” என்றாள் ஃபெதோசியா. “என்ன கண்றாவி இது!” என்று அவள் பெருமூச்செறிந்து கொண்டாள்.

“முன்பு ஒரு தரம் கிராமத்தில் ஒரு விவசாயிக்குக் கசையடி தந்தார்கள். நான் பார்த்தேன். என் மாமனார் என்னைக் கிராம மூதாளரிடம் வேலையாக அனுப்பியிருந்தார். நான் போனேன். அங்கே...” கூன முதுகுக் கிழவி தனது நீண்ட கதையைச் சொல்ல ஆரம்பித்தாள்.

மாடியில் நடையிலிருந்து கேட்ட பேச்சுக் குரல்களும் காலடி ஓசையும் குறுக்கிட்டுக் கிழவியின் கதையைத் தடுத்தன.

பெண்கள் வாய் பேசாமல் மௌனமாய் உற்றுக் கேட்ட வாறு உட்கார்ந்திருந்தனர்.

“இதோ இழுத்து வருகிறார்களே. பிசாசுகள்!” என்றாள் ஹரஷாவ்கா. “அடித்துச் சாகடித்து விடுவார்கள். காவலர்களுக்கு அவன் மீது அடங்காத காழ்ப்பு. ஏனென்றால் அவன் இவர்களுக்குப் பணிவதே இல்லை.”

மாடியில் சப்தம் அடங்கித் திரும்பவும் நிசப்தம் நிலவிற்று. கூன முதுகுக் கிழவி தனது கதையைச் சொல்லி முடித்தாள்– கிடங்கு அறைக்குள் நுழைந்த அவள், ஒரு விவசாயிக்கு அவர்கள் கசையடி தந்ததைப் பார்த்ததும் பதறிப் போய்விட்டாள். குலை நடுக்கம் உண்டாக்கும் காட்சி அது... ஷெக்லோவ் கசையடி வாங்கியது பற்றியும் அந்த ஆள் ஒரு தரங்கூட முனகாமல் இருந்தது பற்றியும் ஹரஷாவ்கா விவரித்தாள். பிறகு ஃபெதோசியா தேநீர்ப் பாத்திரங்களை எடுத்துக் கொண்டுபோய் வைத்தாள். கொரப்லோவாவும் கூன முதுகுக் கிழவியும் தமது தையல் துணிகளை எடுத்து வேலை செய்ய முற்பட்டனர். மாஸ்லவா இரு கைகளாலும் முழங்கால்களை அணைத்துப் பிடித்துக் கொண்டு சோர்வுற்றுத் தளர்ந்த நிலையில் பலகையில் உட்கார்ந்திருந்தாள். தூங்கலாமென்று அவள் படுக்கப்போன நேரத்தில் பெண் சிறைக்காவலர் உள்ளே வந்து, மாஸ்லவாவைப் பார்ப்பதற்காக அலுவலக அறையில் ஒருவர் காத்திருப்பதாகச் சொல்லி அவளை வரும்படி அழைத்தார்.

“மறக்காமல் எங்களைப் பற்றிச் சொல்லு” என்றாள் கூன முதுகுக் கிழவியான மென்ஷோவா மங்கிய கண்ணாடியில் எதிரே நின்று தலையில் குட்டையைச் சரி செய்து கொண்டிருந்த மாஸ்லவாவிடம், “வீட்டுக்குத் தீ வைத்தது நாங்கள் அல்ல. எல்லாம் அந்தப் பிடாரி செய்த வேலை. அவன் தீ வைத்ததை அவனது வேலையாள் நேரில் பார்த்தான். வேலையாள் தனது ஆன்மாவைப் பாழ்படுத்திக் கொள்ள விரும்பாதவன்.

கண்ணால் தான் கண்டதை அவன் மறுக்கமாட்டான். எனது மீத்ரியைப் பார்க்கும்படி அவரிடம் சொல்லு. யாவற்றையும் மீத்ரி விளக்கமாய் அவரிடம் சொல்வான். எந்தப் பாவமும் செய்யாத நாங்கள் அங்கே சிறையிலே வதைகிறோம். அந்தப் பிடாரி அங்கே இன்னொருத்தன் மனைவியை இழுத்து வைத்துக்கொண்டு ஆடுகிறான். மதுவிடுதியிலே அட்டகாச மாய் அமர்ந்திருக்கிறான்–அடுக்குமா இது?"

"சட்டம் ஒருபோதும் இதற்கு இடந்தராது" என்றாள் கொரப்லோவா.

"சொல்கிறேன். நிச்சயம் சொல்கிறேன்" என்று பதில் அளித்தாள் மாஸ்லவா. "இன்னும் ஒரு வாய் குடித்தால் தேவலை–மனதைத் தைரியப்படுத்திக் கொள்வதற்காக ஒரேயொரு வாய்" என்று சொல்லிக் கண்ணைச் சிமிட்டினாள்.

கொரப்லோவா அரைக் கோப்பை ஊற்றித் தந்ததும் அதை வாங்கிக் குடித்துவிட்டு, உற்சாகமடைந்தவளாய் வாயைத் துடைத்துக் கொண்டாள். "தைரியப்படுத்திக் கொள்வதற்காக" என்று மறுபடியும் ஒரு தரம் சொன்னாள். பிறகு தலையை ஆட்டிக்கொண்டு புன்சிரிப்பு சிரித்தவாறு பெண் சிறைக் காவலரைப் பின்தொடர்ந்து நடை வழியே நடந்தாள்.

47

நெஹ்லூதவ் நெடுநேரம் கூடத்திலே காத்திருந்தார்.

சிறைக்கூடத்துக்கு வந்ததும் அவர் வாயில் மணியை அடித்தார். அங்கிருந்த காவலர் விசாரித்ததும், தலைமைப் பிராசிக்யூட்டரிடம் முன்பு அவர் பெற்றிருந்த அனுமதிச் சீட்டைக் காட்டினார்.

"நீங்கள் யாரைப் பார்க்க வேண்டும்?"

"கைதி மாஸ்லவாவை."

"தற்போது பார்ப்பதற்கில்லை. சிறைக் கண்காணிப்பாளர் வேலையாய் இருக்கிறார்."

"அலுவலகத்திலா இருக்கிறார்?" என்று கேட்டார் நெஹ்லூதவ்.

"இல்லை. பார்வையாளர் அறையிலே இருக்கிறார்" என்றார், குழப்பமடைந்தவராகத் தோன்றிய காவலர்.

"கைதிகளைச் சந்திப்பதற்குரிய நாளா இது."

"இல்லை. வேறு வேலையாய் அங்கே போயிருக்கிறார்."

"அவரை நான் பார்த்தாக வேண்டும். என்ன செய்யலாம்?" என்று விசாரித்தார் நெஹ்லூதவ்.

“கண்காணிப்பாளர் வெளியே வந்ததும் அவரிடம் சொல்லுங்கள். இங்கே காத்திருங்கள்” என்றார் அந்தக் காவலர்.

அப்போது பக்கவாட்டுக் கதவைத் திறந்துகொண்டு சிறை அலுவலர் ஒருவர், அவரது சார்ஜெண்ட்–மேஜர் உடுப்பின் சரிகை ஒப்பனைகள் பளிச்சிட வெளியே வந்தார். அவரது வழவழப்பான முகம் ஜிவுஜிவுத்தது. புகையிலைப் புகையேறிய மீசை வைத்திருந்தார். வந்ததும் காவலரைப் பார்த்துக் கடுப்பான குரலில் கேட்டார்.

“வருவோரை இங்கே ஏன் இருக்கச் சொல்கிறாய்? அலுவலகத்துக்கு அனுப்பாமல்...”

“சிறைக் கண்காணிப்பாளர் இங்கே இருப்பதாகச் சொன்னார்கள். அவருக்காகக் காத்திருக்கிறேன்” என்றார், சிறை அலுவலரின் பரபரப்பைக் கண்டு வியப்புற்ற நெஹ்லூதவ்.

அந்த நேரத்தில் உட்கதவைத் திறந்துகொண்டு காவலர் பெத்ரோவ் வெளியே வந்தான். வியர்த்து விறுவிறுத்துப் போயிருந்தான் அவன்.

“இனி மறக்க மாட்டான்” என்று முணுமுணுத்தபடி அவன் சிறை அலுவலரின் பக்கம் திரும்பினான்.

நெஹ்லூதவ் இருப்பதைச் சிறை அலுவலர் கண்ணால் சாடை காட்டினார். உடனே பெத்ரோவ் மௌனமாய் முகத்தைச் சுளித்துக் கொண்டு பின்புறக்கதவு வழியே அங்கிருந்து போய்ச் சேர்ந்தான்.

‘யார் அவன் – இனி மறக்க மாட்டான்? ஏன் எல்லாரும் கலக்கமடைந்தோராகக் காணப்படுகிறார்கள்? சிறை அலுவலர் அவருக்குச் சாடை காட்டினாரே, எதற்காக?’ என்று நினைத்தார் நெஹ்லூதவ்.

சிறை அலுவலர் மறுபடியும் நெஹ்லூதவைப் பார்த்துக் கூறினார்:

“அவரை நீங்கள் இங்கே சந்திக்கக்கூடாது. அலுவலகத்துக்குப் போய்க் காத்திருங்கள்.”

நெஹ்லூதவ் அங்கிருந்து போக முற்பட்டபோது சிறைக் கண்காணிப்பாளர் பின்பக்கக் கதவு வழியே வந்தார். அவர் தமது பணியாளர்களைவிட இன்னுங்கூட அதிகம் கலக்கமடைந்தவராகத் தோன்றினார். ஓயாமல் பெருமூச்சு விட்டுக் கொண்டார். நெஹ்லூதவைக் கண்ணுற்றதும் சிறைக்காவலர் பக்கம் திரும்பினார்.

“ஃபெதோதவ், பெண்கள் பிரிவு, அறை ஐந்திலுள்ள மாஸ்லவாவை அலுவலகத்துக்கு அழைத்து வரச் சொல்” என்றார். “என்னுடன் வாருங்கள்” என்று நெஹ்லூதவிடம் சொன்னார்.

இருவரும் படிக்கட்டில் ஏறி, ஒரேயொரு சன்னலுடன் கூடிய ஒரு சிறு அறைக்குள் நுழைந்தார்கள். அங்கே ஒரு மேசையும் சில நாற்காலிகளும் இருந்தன. சிறைக் கண்காணிப் பாளர் உட்கார்ந்து கொண்டார்.

"தாங்க முடியவில்லை. மெத்தக் கடினம். இங்கே வேலை செய்வது" என்று அவர் ஒரு சிகரெட்டைக் கையில் எடுத்தவாறு நெஹ்லூதவைப் பார்த்துச் சொன்னார்.

"நீங்கள் களைத்துப் போயிருப்பதாகத் தெரிகிறது" என்றார் நெஹ்லூதவ்.

"ஆம். இந்தப் பணித் துறையே எனக்குக் கசப்பானதாகி விட்டது. – வேலைகள் என் உயிரை வாங்குகின்றன. நிலை மையை மேம்படுத்த எவ்வளவுதான் முயன்றாலும் அது மேலும் மோசமடைந்தே செல்கிறது. இங்கிருந்து வேறு எங்காவது போய்விட வேண்டுமென்று பொழுதுக்கும் ஆலோசிக்கிறேன். தொல்லை பிடித்த வேலை!"

கண்காணிப்பாளர் இப்படிச் சிரமப்பட்டுக்கொள்ள என்ன காரணம் என்று நெஹ்லூதவுக்குப் புரியவில்லை. ஆனால் இன்று அவர் பெரிதும் சோர்வுற்றுப் பரிதாபத்துக்குரியவராக இருந்தார் என்பது தெரியவந்தது.

"ஆம். சிரமமான வேலையாகவே இருக்கும்போல் தோன்றுகிறது" என்றார் நெஹ்லூதவ். "நீங்கள் ஏன் இங்கே வேலை செய்கிறீர்கள்?"

"குடும்பம் இருக்கிறது. பிழைப்புக்கு வேறு வழியில்லை."

"ஆனால் இங்கே வேலை இப்படிக் கடுமையானதாய் இருக்கையில்..."

"இருந்தாலும்–உங்களுக்குத் தெரியுமா? – இங்கே ஓரள வுக்குப் பயனுள்ள முறையில் வேலை செய்ய முடியும். என்னால் முடிந்த அளவுக்குத் துன்பத்தை மட்டுப்படுத்துகிறேன். என் இடத்தில் வேறு யாரேனும் இருப்பாராயின் முற்றிலும் மாறான முறையில் காரியங்களை நடத்தச் சொல்வார். இங்கே இரண்டாயிரம் பேருக்கு மேல் இருக்கிறார்கள். எப்படிப்பட்ட வர்கள் என்கிறீர்கள். இவர்களை நிர்வகிக்கத் தெரிந்திருக்க வேண்டும். இவர்களும் மனிதப் பிறவிகள்தாம். பார்க்கையில் எனக்குப் பரிதாபமாக இருக்கிறது. அதேபோன்று இவர்கள் எல்லாரையும் கட்டுக்குள் வைத்திருப்பதும் அவசியமாகும்."

அண்மையில் கைதிகளிடையே நடைபெற்ற சண்டை குறித்தும் அப்போது ஓர் ஆள் கொல்லப்பட்டது குறித்தும் அவர் நெஹ்லூதவுக்கு விவரிக்க ஆரம்பித்தார்.

சிறைக் காவலர் ஒருவர் முன்னால் வர அறைக்குள் வந்து சேர்ந்த மாஸ்லவாவால் கண்காணிப்பாளரின் கதை தடை பட்டுப் போயிற்று.

உள்ளே சிறைக் கண்காணிப்பாளர் இருப்பதை உணராத மாஸ்லவா வெளியே நடந்து வரும்போதே அறையின் திறந்த கதவு வழியே நெஹ்லூதவ் அவளைப் பார்க்க முடிந்தது. அவள் முகம் சிவந்திருந்தது. புன்சிரிப்பு சிரித்துத் தலையை ஆட்டி யசைத்துக்கொண்டு காவலரின் பின்னால் விறுவிறுப்பாய் நடந்து வந்தாள். சிறைக் கண்காணிப்பாளரைக் கண்ணுற்றதும் அவள் முகபாவம் திடுமென மாற்றமடைந்தது. துணுக்குற்றவளாய் அவரை உற்றுப் பார்த்தாள். ஆனால் உடனே சமாளித்துக் கொண்டு ஆர்வமும் துடிப்பும் மிக்கவளாய் நெஹ்லூதவிடம் திரும்பினாள்.

“வந்தனம் உங்களுக்கு” என்று நீட்டி இழுத்தவாறு புன்சிரிப்பு சிரித்துக்கொண்டு, அவரது கையை முன்பு முதல்தரம் செய்தது போலன்றி, பலமாக பிடித்துக் குலுக்கினாள்.

“கையொப்பம் வாங்கிச் செல்வதற்காக மனு கொண்டு வந்திருக்கிறேன்” என்றார். இன்று தன்னை இவ்வளவு ஆர்வமும் துடிப்பும் வாய்ந்தவளாய் வரவேற்பதைக் கண்டு ஓரளவு வியப்புற்ற நெஹ்லூதவ், “வழக்கறிஞர் இந்த மனுவைத் தயாரித்துக் கொடுத்திருக்கிறார். இதில் கையொப்பமிட்டுத் தந்ததும் நாங்கள் இதைப் பீட்டர்ஸ்பர்குக்கு அனுப்புவோம்.”

“கையொப்பமிடுவதற்கு என்ன, எதிலே வேண்டுமானாலும் இட்டுத் தருகிறேன்” என்று கண்ணைச் சிமிட்டியவாறு சொல்லி அவள் புன்னகை செய்தாள்.

மடித்த காகிதம் ஒன்றை நெஹ்லூதவ் கோட்டுப் பையி லிருந்து வெளியே எடுத்துக்கொண்டு மேசையிடம் சென்றார்.

“இங்கே உட்கார்ந்து கையொப்பம் இடலாம் அல்லவா?” என்று கேட்டுச் சிறைக் கண்காணிப்பாளர் பக்கம் திரும்பினார் அவர்.

“இங்கே வந்து உட்காரு” என்றார் கண்காணிப்பாளர். “பேனா இதோ இருக்கிறது. எழுதத் தெரியும் அல்லவா உனக்கு?”

“ஒரு காலத்தில் தெரிந்தவளாகவே இருந்தேன்” என்று அவள் புன்னகை புரிந்தவாறு பாவாடையையும் சட்டையையும் சரிசெய்து கொண்டு மேசையின் எதிரே வந்தமர்ந்தாள். துறுதுறுக்கும் தனது சிறிய கையால் கூச்சத்துடன் பேனாவை எடுத்துக்கொண்டு, சிரித்தபடி பார்வையை நெஹ்லூதவ் மீது பதித்தாள்.

என்ன எழுத வேண்டும். எங்கே கையொப்பமிட வேண்டும் என்று நெஹ்லூதவ் அவளிடம் சொன்னார்.

பேனாவை மசியில் தொட்டுக் கவனமாக உதறிவிட்டு, அவள் அதே போல் எழுதிக் கையொப்பமிட்டாள்.

"அவ்வளவுதானே!" என்று அவள் நெஹ்லூதவிடமிருந்து சிறைக் கண்காணிப்பாளர் வரைப் பார்வையைத் திருப்பினாள். பேனாவை மசிக்கூட்டின் மீது வைப்பதா, காகிதங்களின் மீது வைப்பதா என்று தயங்கினாள்.

"நான் சில வார்த்தைகள் சொல்ல விரும்புகிறேன் உங்களிடம்" என்று சொல்லிப் பேனாவை அவள் கையிலிருந்து வாங்கிக் கொண்டார் நெஹ்லூதவ்.

"அதற்கென்ன. சொல்லுங்களேன்" என்றாள்; உடனே ஏதோ நினைவுக்கு வந்தாற்போல, அல்லது தூக்கக் கலக்கம் கொண்டாற்போல திடுமென அவள் முகத்தில் கடுமை படர்ந்தது.

சிறைக் கண்காணிப்பாளர் எழுந்து வெளியே சென்றார். நெஹ்லூதவும் அவளும் நேருக்கு நேர் விடப்பட்டனர்.

48

மாஸ்லவாவை அழைத்து வந்த சிறைக் காவலர் அந்த மேசையிலிருந்து சற்றுத் தொலைவில் இருந்த சன்னல் மேடையின் மீது அமர்ந்தார்.

நெஹ்லூதவுக்குத் தீர்மானகரமான தருணம் வந்துவிட்டது. தலையாய விவரத்தை, அவளைத் தாம் மணந்துகொள்ள நினைப்பதை, முதற் சந்திப்பின்போது அவளிடம் சொல்லத் தவறியதற்காக அவர் தம்மைத்தாமே கடிந்துகொண்டு வந்தார். இந்தத் தரம் அதை அவளிடம் சொல்லி விடுவதென்று தீர்மானமாய் இருந்தார். மேசையின் ஒரு பக்கத்தில் அவள் உட்கார்ந்திருந்தாள். நெஹ்லூதவ் அவளுக்கு எதிர்ப் பக்கத்தில் உட்கார்ந்துகொண்டார். அறையில் வெளிச்சமாய் இருந்தது. முதல் முறையாக இப்போது அவர் அவளது முகத்தை வெளிச் சத்தில் அருகிலிருந்து பார்க்க முடிந்தது. அவள் கண்களின் ஓரத்திலும் வாயின் முனைகளிலும் இருந்த சுருக்கங்களும், அவளது சுரந்த கண்ணிமைகளும் அவருக்குத் தெளிவாகத் தெரிந்தன. இப்போது அவர் மனம் அவளுக்காகக் கரைந்து உருகியது.

யூத இனத்தவராகத் தோன்றிய நரைத்த கிருதா வைத்திருந்த காவலரின் காதில் விழாதிருக்கும் பொருட்டு மேசை மீது கவிழ்ந்து கொண்டு நெஹ்லூதவ் அவளிடம் சொன்னார்:

"இந்த மனு பயனளிக்காமற் போகுமாயின் மாமன்னருக்கு நாங்கள் விண்ணப்பம் செய்வோம்."

"ஆரம்பத்திலேயே நல்ல வழக்கறிஞர் ஒருவர் அமர்த்தப் பட்டிருந்தால் இப்படி ஆகியிருக்காது" என்று அவள் இடை மறித்தாள். "என்னுடைய வழக்கறிஞர் சரியான அசடு. என்னைப் பார்த்து இளித்துக்கொண்டு பேசியதைத் தவிர வேறு எதுவும் செய்ய முடியவில்லை அவரால்" என்று சொல்லி வாய்விட்டுச் சிரித்தாள். "உங்களுக்கு வேண்டியவள் என்பது தெரிந்திருந்தால், யாவும் வேறு விதமாய் இருந்திருக்கும். இவர்கள் எல்லாம் என்னைத் திருடியென நினைக்கிறார்கள்."

"இன்று ஏன் இப்படி விபரீதமாய் இருக்கிறாள் இவள்" என்று வியந்துகொண்டார் நெஹ்லூதவ். அவளிடம் தாம் சொல்லத் தீர்மானித்திருந்ததைச் சொல்வதற்காக வாயெடுத்த போது, அவள் திரும்பவும் பேச ஆரம்பித்தாள்:

"நான் உங்களிடம் ஒன்று சொல்ல வேண்டும். இங்கே எங்களுடன் ஒரு கிழவி இருக்கிறாள்-அருமைக்கும் அருமை யானவள். எல்லாரும் அவளை எப்படி மெச்சுகிறார்கள். தெரியுமா? காரணம் இல்லாமலே சிறையில் தள்ளப்பட்டிருக் கிறாள். அவளும் அவள் மகனும் சிறையிலே கிடந்து அழி கிறார்கள். பழிபாவம் அறியாதவர்கள்-எல்லாருக்கும் தெரியும். ஆனால் வீட்டுக்குத் தீ வைத்ததாகச் சொல்லி இங்கே அடைக்கப்பட்டிருக்கிறார்கள். கிழவி என்ன சொல்கிறாள் தெரியுமா உங்களுக்கு? எனக்கு உங்களைத் தெரியுமென்று கேள்விப்பட்டதும் "எங்களைப் பற்றி நீ அவரிடம் சொல்லேன்" என்கிறாள். என் மகனின் பெயரைச் சொல்லி அவனைப் பார்க்கும்படி அவரிடம் சொல்லேன். நடந்ததை எல்லாம் என் மகன் அவரிடம் கூறுவான்" என்று சொல்கிறாள். தலையை இப்படியும் அப்படியும் ஆட்டிக்கொண்டு மாஸ்லவா இதை அவரிடம் கூறிச் சென்றாள். கண்களை உயர்த்தி அவரைப் பார்த்துக் கொண்டாள். "அவர்களது குடும்பப் பெயர் மென்ஷோவ். நீங்கள் அவருக்கு உதவ வேண்டும். உதவுவீர்கள் அல்லவா? கிழவி எவ்வளவு அருமையானவள் தெரியுமா? குற்றமற்றவள்-பார்த்ததுமே தெரிந்துகொண்டுவிடலாம். நீங்கள் தலையிட்டு உதவ வேண்டும். தங்கமானவர் நீங்கள்" என்று அவரைப் பார்த்துப் புன்னகை புரிந்தாள். பிறகு கண்களைக் கவிழ்த்துக்கொண்டாள்.

"சரி. விவரங்களைத் தெரிந்துகொண்டு ஆவன செய்கிறேன்" என்றார் நெஹ்லுதவ். அவளது துடுக்கான பேச்சும் சல்லாப முறையும் மேலும் மேலும் அவரை வியப்படையச் செய்தன.

“ஆனால் என்னைப் பற்றிச் சொல்ல விரும்பி இங்கே வந்தேன். சென்ற முறை நான் சொன்னது நினைவு இருக்கிறதா?” என்று கேட்டார் அவர்.

“பலவும் சொன்னீர்கள். சென்ற முறை நீங்கள் சொன்னது என்ன?” என்று தொடர்ந்து புன்னகை புரிந்துகொண்டு தலையை இப்படியும் அப்படியுமாய் ஆட்டினாள்.

“உங்களிடம் மன்னிப்பு கேட்பதற்காக வந்ததாய்ச் சொன் னேன்” என்று ஆரம்பித்தார் அவர்.

“என்ன இது? மன்னிப்பு, மன்னிப்பு–எதற்காக இதெல்லாம்? பயன்படக் கூடிய பேச்சாய்...”

“நான் செய்த பாவத்துக்குப் பிராயச்சித்தம் செய்ய விரும்பு கிறேன்” என்று தொடர்ந்து கூறினார் நெஹ்லூதவ். “வெறும் சொற்களில் அல்ல, செயலில் இதைச் செய்ய விரும்புகிறேன். உங்களை மணந்து கொள்வதென்று தீர்மானித்திருக்கிறேன்.”

திகிலால் தாக்குண்டது போல் அவள் முகபாவம் திடுமென மாறியது. ஓரப்பார்வைகொண்ட அவளது விழிகள் அவரைப் பார்த்து வெறித்தன. ஆயினும் அவள் அவரைப் பார்த்ததாகத் தெரியவில்லை.

“எதற்காகவாம்?” என்று கோபமாய் முகத்தைச் சுளித்துக் கொண்டாள் அவள்.

“தெய்வத்துக்குப் புரிய வேண்டிய கடமையாக இதனை நான் கருதுகிறேன்”

“அது என்ன தெய்வம். புதிதாகக் கண்டுகொண்டு விட்டீர்கள்? போதும், அதெல்லாம்! தெய்வமாமே தெய்வம்! அந்தக் காலத்தில் அல்லவா தெய்வத்தை நினைத்துப் பார்த்திருக்க வேண்டும். நீங்கள்” என்று கேட்டு திறந்த வாயை மூடாமலே அவரை வெறிக்கப் பார்த்தாள்.

அவள் வாயிலிருந்து எழுந்த சாராய வீச்சத்தை இப்போது தான் நெஹ்லூதவால் உணர முடிந்தது. அவளது விறு விறுப்புக்கும் கிளர்ச்சிக்குமான காரணம் உடனே அவருக்குப் புரிந்தது.

“அமைதியிழக்கலாகாது” என்றார் அவர்.

‘‘அமைதியாகத்தான் இருக்கிறேன். குடிமயக்கத்தில் பேசுகிறேன் என்றா நினைக்கிறீர்? குடிமயக்கம்தான். ஆனால் என்ன சொல்கிறேன் என்று உணர்ந்தே பேசுகிறேன்” என்று முகம் செக்கச் சிவந்துவிட திடுமென வேகமாகப் பேச முற் பட்டாள் அவள். “நான் கடின உழைப்புத் தண்டனை பெற்ற கைதி, விபசாரி. நீர் கனவான், கோமகன். நீர் ஒன்றும்

என்னிடம் வந்து உம்மை மாசுபடுத்திக் கொள்ள வேண்டாம். உமது கோமாட்டிகளைத் தேடிக் கொண்டு போம், எனக்குரிய விலை – ஒரு பத்து ரூபிள் நோட்டு.”

“நீ எவ்வளவுதான் கொடுமையாகப் பேசினாலும், என் நெஞ்சில் நான் உணர்கிறேனே, அதன் முழுக் கொடுமையையும் குறிப்பிட முடியாது உன்னால்” என்று சர்வாங்கமும் அதிர்ந்தாடி நைந்த குரலில் கூறினார் நெஹ்லூதவ். “உன்னால் கற்பனை செய்து பார்க்க முடியாது. உனக்கு நான் இழைத்த குற்றத்தை அவ்வளவு ஆழமாய் நான் உணருகிறேன்.”

“குற்றத்தை ஆழமாய் உணருகிறீராக்கும்?” என்று அவரது சொற்களை ஆத்திரமாய் அவள் திருப்பிச் சொன்னாள். “அந்தக் காலத்தில் உணரவில்லையே. நூறு ரூபிளை அல்லவா தூக்கியெறிந்துவிட்டுப் போனீர். அதுதானே... நீர் கொடுக்க இசைந்த விலை!”

“எனக்குத் தெரியும். அப்படித்தான் செய்தேன் நான். ஆனால் அதற்கு இப்போது என்ன செய்யலாம்? சொல்லு” என்றார் நெஹ்லூதவ். “உன்னை விட்டு விலகுவதில்லையென இப்போது நான் முடிவு செய்திருக்கிறேன்” என்று கூறித் திரும்பவும் அறிவித்தார்: “நான் என்ன சொன்னேனோ அதைச் செய்யவே போகின்றேன்.”

“ஒரு நாளும் அதைச் செய்ய முடியாதென நான் சொல்கிறேன்!” இதைக் கூறிவிட்டு உரக்கச் சிரித்தாள் அவள்.

“கத்யூஷா” என்று அவள் கையைத் தொட்டபடி அவர் ஆரம்பித்தார்.

“என்னிடமிருந்து போய்விடும். நான் தண்டனைக் கைதி. நீர் கோமகன். இங்கே உமக்கு எந்த வேலையும் இல்லை” – அடையாளம் தெரியாமல் ஆத்திரத்தால் உருமாறிப் போய் வெடுக்கென அவரிடமிருந்து கையை இழுத்துக்கொண்டு அவள் கூச்சலிட்டாள்.

“என் மூலம் விமோசனத்துக்கு வழி தேடிக் கொள்ளவா பார்க்கிறீர்?” என்று அவள், தனது ஆன்மாவினுள்ளிருந்து எழுந்ததைக் கூறிவிட வேண்டுமென அவசரப்பட்டுக்கொண்டு தொடர்ந்து கூச்சலிட்டாள். “இவ்வுலகில் என் மூலம் இன்பனுபவம் பெற்றீர். இனி அவ்வுலகிலும் என் மூலம் விமோசனம் பெறலாமென நினைக்கிறீர்! உம்மைப் பார்த்தாலே குடலைக் குமட்டுகிறது–மூக்குக் கண்ணாடியும் முட்டாள் முகமும் முகரைக்கட்டையும்! போய்ச் சேரும்! வராதேயும் என் எதிரே!” என்று கத்திக்கொண்டு எழுந்தாள் அவள்.

சிறைக் காவலர் அவர்களிடம் வந்தார்.

"நீ ஏன் ரகளை செய்கிறாய். இதெல்லாம் கூடாது..."

"வேண்டாம். பேசட்டும் விடுங்கள்" என்று நெஹ்லூதவ் இடைமறித்தார்.

"நிலைமையை மறந்து பேசக் கூடாது. பாருங்கள்?" என்றார் காவலர்.

"வேண்டாம். சற்று நேரம் காத்திருங்கள்" என்றார் நெஹ்லூதவ். காவலர் சன்னலிடம் திரும்பிச் சென்றார்.

மாஸ்லவா மீண்டும் உட்கார்ந்தாள். தனது சிறிய கைகளைக் கெட்டியாகச் சேர்த்து இணைத்துக் கொண்டு பார்வையைத் தாழ்த்திக் கொண்டாள்.

நெஹ்லூதவ் என்ன செய்வதென்று புரியாமல் கவிழ்ந்து கொண்டு அவளை உற்று நோக்கினார்.

"நான் சொல்வதை நீ நம்பவில்லை. அப்படித்தானே?" என்று கேட்டார்.

"என்னை மணந்துகொள்ளப் போவதாகக் கூறியதையா? இது ஒருநாளும் நடைபெறாது. தூக்கு போட்டுக்கொண்டு சாவது மேல் என்பேன். அதுதான் நிலைமை–தெரிந்ததா?"

"எப்படியும் உனக்குப் பணிபுரிவதையே இனி என் கடனாகக் கொண்டு தொடர்ந்து செயற்படுவேன்."

"அது உங்கள் விவகாரம். ஆனால் உங்களிடமிருந்து எனக்கு வேண்டியது ஏதும் இல்லை. உண்மை அதுதான்" என்றாள் அவள். "அப்போது செத்துப் போகாமல் நான் ஏன் பிழைத்துக்கொண்டேன்?" என்று புலம்பிவிட்டு காண்போர் பரிதாபப்படும்படி அவள் அழத் தொடங்கினாள்.

நெஹ்லூதவால் பேச முடியவில்லை. அவளது கண்ணீர் அவரையும் தொத்திக்கொண்டு விட்டது.

அவள் கண்களை உயர்த்தி வியப்புற்றவளாய் அவரைப் பார்த்தாள். பிறகு கைக்குட்டையால் கண்ணீரைத் துடைத்துக் கொள்ள முற்பட்டாள்.

சிறைக்காவலர் மீண்டும் அவர்களிடம் வந்தார். நேரமாகி விட்டது என்று நினைவுபடுத்தினார். மாஸ்லவா உடனே எழுந்து நின்றாள்.

"இப்போது கிளர்ச்சியடைந்த நிலையில் இருக்கிறீர்கள். முடியுமானால் நான் மறுபடியும் நாளைக்கு வருகிறேன்– நிதானமாய் ஆலோசித்துப் பாருங்கள்" என்றார் நெஹ்லூதவ்.

அவருக்கு அவள் பதிலளிக்கவில்லை. அவர் பக்கம் திரும்பிப் பார்க்கவும் இல்லை. சிறைக் காவலரைப் பின் தொடர்ந்து வெளியே சென்றாள்.

"நல்லது. பெண்ணே. இனி உனக்குக் கொண்டாட்டம் தான்" என்றாள் கொரப்லோவா, கைதி அறைக்கு மாஸ்லவா திரும்பி வந்ததும், "உன்மீது உயிரையே வைத்திருப்பார்போல் இருக்கிறது. அவர் உன்னைத் தேடி வரும் இந்தச் சந்தர்ப்பத்தை விட்டுவிடாதே. நல்லபடி பயன்படுத்திக்கொள். உன்னை விடுவிக்க அவர் உதவக் கூடியவர். செல்வம் படைத்தவர்கள் நினைத்தால் என்ன வேண்டுமானாலும் செய்ய முடியும்."

"ஆமாம். அது மெய்தான்" என்றால் ரயில் பாதைக் காவற் காரி அவளது இராகம் பாடும் குரலில். "ஏழை மணம்புரிந்து கொள்ள நினைக்கையில் கைக்கு எட்டியது பல சமயங்களில் வாய்க்கு எட்டாமல் போய்விடும். ஆனால் பணக்காரனுக்கு அப்படியல்ல, நினைத்தால் போதும் காரியம் நிறைவேறிவிடும். மகளே, எனக்குத் தெரியும். ஒரு பெரிய ஆள் இருந்தார். அவர் என்ன செய்தார் தெரியுமா உனக்கு?"

"சரி.. என்னுடைய விவகாரத்தைப் பற்றிச் சொன்னாயா?" என்று கூன முதுகுக் கிழவி விசாரித்தாள்.

ஆனால் மாஸ்லவா தன்னுடன் இருந்த கைதிகளுக்குப் பதிலளிக்கவில்லை. பலகைப் படுக்கையில் அவள் படுத்துக் கொண்டுவிட்டாள். ஓரப் பார்வைகொண்ட அவளது விழிகள் அறையின் மூலையைப் பார்த்தபடிக் குத்திட்டு நின்றன. அந்தி வரை அதே நிலையில் இருந்தாள் அவள்.

வேதனை வாய்ந்த ஒரு போராட்டம் அவள் மனத்துள் நடைபெற்றது. நெஹ்லூதவ் அவளிடம் கூறியது ஒரு பழைய உலகினை அவள் நினைவுக்கு வரச் செய்துவிட்டது. அது அவளைக் கொடுந்துன்பத்துக்கு ஆளாக்கிய ஓர் உலகம். அவள் அவ்வுலகைப் புரிந்துகொள்ள முடியாமல் அதன் மீது அடங்காத வெறுப்பு கொண்டவளாய் அதனிடமிருந்து விலகிக்கொண்டாள். நடந்ததை மறந்து இத்தனை காலமாய் அவள் இருந்து வந்த அந்த மயக்க நிலையிலிருந்து இப்பொழுது அவள் தட்டியெழுப்பப்பட்டுவிட்டாள். ஆனால் அவளது அந்தக் கடந்த காலத்தைப் பற்றிய தெளிவான நினைவினை மனதிற் கொண்டு வாழ்வதென்பது முடியாத காரியம். அது நரக வேதனையாகும். ஆகவே அந்திப் பொழுதில் திரும்பவும் அவள் மது வாங்கினாள். தனது சகாக்களுடன் சேர்ந்து குடித்தாள்.

49

"ஓகோ, இப்படிப்பட்டதா அது" என்று தம்முள் கூறிய படிச் சிறைக்கூடத்திலிருந்து வெளியே வந்துகொண்டிருந்தார் நெஹ்லூதவ். தாம் புரிந்த குற்றம் எப்படிப்பட்டது என்பது

இப்போதுதான் அவருக்கு முழு அளவிலும் விளங்கியது. அவர் தமது பாவச் செயலுக்குப் பிராயச்சித்தம் செய்ய முயன்றி ராவிடில் தாம் புரிந்த குற்றம் எவ்வளவு கொடுமையானது என்பதை அவரால் உணர்ந்திருக்க முடியாது. அதுமட்டுமல்ல, அவளும் தனக்கு இழைக்கப்பட்ட கேடு எவ்வளவு பெரிது என்பதை முழு அளவில் உணர்ந்திருக்க மாட்டாள். இப்போது தான் அதன் முழுப் பயங்கர உருவிலும் அது அம்பலமாக்கிக் காட்டப்பட்டது. இப்போதுதான் அவர், இந்தப் பெண்ணின் ஆத்மாவுக்குத் தாம் புரிந்த தீங்கினைப் புரிந்து கொண்டார்; இப்போதுதான் அவள் தனக்கு இழைக்கப்பட்ட கொடுமையை உணர்ந்துகொண்டாள். இதுவரை நெஹ்லூதவ் தம்மைத்தாமே மெச்சிப் புகழ்ந்துகொண்டும், குற்றத்தை உணர்ந்து மனம் வருந்தியதற்காகப் பெருமைப்பட்டுக் கொண்டும் இருந்தார். இப்போது நிலைமையை உணர்ந்ததும் அவர் கதி கலங்கினார். இனி அவளை விட்டு விலகிச் செல்வது முடியாத காரிய மென்பது அவருக்குப் புரிந்தது. ஆயினும் அவளுடன் தமக்கு என்ன உறவு இருக்க முடியுமென்று அவரால் சிந்தித்துப் பார்க்க முடியவில்லை.

நெஹ்லூதவ் வெளியே சென்றபோது அருவருக்கத்தக்க கபடம் வாய்ந்த முகபாவத்துடன் மார்பில் சிலுவையும் பதக்கங் களும் அணிந்த சிறைக்காவலர் ஒருவர் திருட்டு முழி முழித்த வாறு அவரிடம் வந்து ஒரு கடிதத்தைத் தந்தார்.

“மேதகையீர். உங்களுக்கு ஒருவர் எழுதியனுப்பும் குறிப்பு இது” என்றார்.

“யார் அவர்?”

“படித்துப் பாருங்கள், தெரியும். அரசியல் கைதியான ஒரு பெண். நான் அந்த வார்டில் இருப்பவன். அதனால் என் மூலம் கொடுத்து அனுப்பினாள். விதிகளுக்கு விரோதமான செயலே என்றாலும் மனிதாபிமான உணர்ச்சியால் உந்தப்பட்டு...” அந்தக் காவலர் இயற்கைக்கு ஒவ்வாத போலியான முறையில் பேசினார்.

அரசியல் கைதிகள் இருக்கும் வார்டைச் சேர்ந்த காவலர் சிறைக் கூடத்திலேயே அனேகமாய் எல்லார் கண்ணுக்கும் எதிரே கைதிகளது கடிதங்களைக் கொண்டுவந்து தருகிறாரே என்று நெஹ்லூதவுக்கு ஆச்சரியமாய் இருந்தது; இந்த ஆள் காவலர் மட்டுமல்ல. உளவாளியுங்கூட என்பதை அப்போது அவர் அறிந்திருக்கவில்லை. ஆச்சரியமடைந்த போதிலும் அவர் கடிதத்தை வாங்கிக்கொண்டார். சிறைக்கூடத்திலிருந்து வெளியே வந்ததும் அதைப் படித்துப் பார்த்தார். பிழையின்றிக்

கொட்டை கொட்டையாய்ப் பென்சிலில் அதில் பின்வருமாறு எழுதப்பட்டிருந்தது:

"நீங்கள் சிறைக்கூடத்துக்கு வந்து செல்வதாகவும், குற்றவியல் வழக்கில் தண்டிக்கப்பட்டுள்ள ஒரு கைதியிடம் அக்கறை கொண்டிருப்பதாகவும் கேட்டதும், உங்களைப் பார்க்க வேண்டுமென்ற விருப்பம் எனக்கு ஏற்பட்டது. என்னைச் சந்திப்பதற்கு அனுமதி கேளுங்கள். உங்களுக்குக் கிடைக்கும். உங்கள் அக்கறைக்குரியவளையும் மற்றும் எங்கள் குழுவையும் பற்றி முக்கியமான பலவும் நான் சொல்வேன். நன்றியுடன் வேரா பொகதுூஹவ்ஸ்கயா."

நோவ்கரது மாநிலத்தில் ஒதுக்குப்புறக் கிராமம் ஒன்றில் பள்ளி ஆசிரியையாக இருந்தவள் இந்த வேரா பொகதுூஹவ்ஸ்கயா. அப்போது தம் நண்பர்கள் சிலருடன் சேர்ந்து கரடி வேட்டையாடச் சென்றிருந்த நெஹ்லூதவ் அந்தக் கிராமத்தில் தங்க நேர்ந்தது. இந்த ஆசிரியை மேற்படிப்பு படிப்பதற்காகத் தனக்குப் பணம் தந்து உதவும்படி நெஹ்லூதவிடம் வேண்டினாள். அவள் கேட்டபடி நெஹ்லூதவ் அவளுக்குப் பணம் கொடுத்தார். அதன் பிறகு அவளை அடியோடு மறந்து விட்டார். இப்போது இந்த ஆசிரியை அரசியல் கைதியாகி இந்தச் சிறையிலே இருப்பதாக அல்லவா தெரிகிறதென நெஹ்லூதவ் நினைத்துக்கொண்டார். தம்மைப் பற்றிய கதையை இங்கே அவள் கேள்விப் பட்டிருப்பாள், உடனே நமக்குச் சேவை புரிய முன்வருகிறாள் என்று நினைத்தார்.

அந்தக் காலத்தில் எந்தச் சிக்கலும் இல்லை. எல்லாம் சுலபமாய் இருந்தது. இன்று எல்லாம் இப்படிச் சிக்கலாய் கடினமாகிவிட்டதே!

அந்நாட்களையும் பொகதுூஹவ்ஸ்கயாவைத் தாம் சந்திக்க நேர்ந்ததையும் நினைத்துப் பார்த்தபோது நெஹ்லூதவுக்கு ஆனந்தமாய் இருந்தது. யாவும் உயிர்க் களையுடன் அப்படியே அவர் கண்ணெதிரே தெரிந்தன. உருமறைப்பு விழாவிற்கு முன்பு ரயில் நிலையத்திலிருந்து நாற்பது மைல் தொலைவுக்கு அப்பால் அது நடைபெற்றது, வேட்டை வெற்றிகரமாய் முடிவுற்றது. இரண்டு கரடிகள் சுடப்பட்டன. பிறகு அங்கிருந்து புறப்படுமுன் எல்லாரும் மதிய உணவு அருந்திக்கொண்டிருந்தனர். அவர்கள் தங்கியிருந்த குடிலின் சொந்தக்காரர் அப்போது அவர்களிடம் வந்து கோயில் மணியக்காரரின் மகள், கோமகன் நெஹ்லூதவுடன் பேச விரும்புவதாகச் சொன்னார்.

"கண்ணுக்கு இனியவளா?" என்று யாரோ ஒருவர் கேட்டார்.

"போதும். சும்மாயிரு" என்று சொல்லிவிட்டு கருத்தார்ந்த முகபாவத்துடன் எழுந்தார் நெஹ்லூதவ். வாயைத் துடைத்துக் கொண்டு, மணியக்காரரின் மகளுக்குத் தம்முடன் ஆக வேண்டியது என்னவென வியந்தவாறு குடிலின் சொந்தக்காரர் அறைக்குச் சென்றார்.

ஒட்டுக் கம்பளிக் குல்லாயும் கதகதப்பான கோட்டும் அணிந்த ஒரு பெண் அவ்வறையில் இருந்தாள். முறுக்கேறிய தசையுடன் விகாரமாய் மெலிந்த முகமுடையவள், வில் போன்ற புருவங்களைக்கொண்ட அவளது கண்கள் மட்டும்தான் அழகாயிருந்தன.

"வேரா எப்ரேமவ்னா இதோ வந்திருக்கிறார் கோமகன், அவருடன் பேசு நீ. எனக்கு வெளியே வேலை இருக்கிறது" என்றார் வயது முதிர்ந்த வீட்டுக்கார அன்னை.

"உங்களுக்கு நான் செய்யக் கூடியது என்ன, சொல்லுங் கள்?" என்று கேட்டார் நெஹ்லூதவ்.

"நீங்கள்... நீங்கள்... தெளிவாகவே தெரிகிறது. நீங்கள் பெரிய பணக்காரர். எதற்கும் உதவாத இந்த வேட்டையிலே பணத்தை விரயமாக்குகிறீர்கள்" என்று அந்தப் பெண் தடுமாறிக் கொண்டு பேசினாள். "நான் விரும்புவதெல்லாம் ஒன்றே யொன்றுதான்... மக்களுக்குப் பணிபுரிய வேண்டுமென்பது ஒன்றுதான். ஆனால் நான் ஒன்றும் செய்ய முடியாதவள். ஏனென்றால் ஏதும் அறியாதவளாயிருக்கிறேன்."

உண்மையும் அன்பும் தூய்மையும் அவள் கண்களில் ஒளிர்ந்தன. வைராக்கியம் வாய்ந்ததாகவும் அதே போது நாணமுடையதாகவும் தோன்றிய அவள் முகபாவம் உள்ளத்தை உருக்குவதாய் இருந்தது. நெஹ்லூதவ் அடிக்கடி செய்து வந்தது போலவே இப்போதும் அவளது நினைவில் தாம் இருப்பதாகப் பாவித்துக்கொண்டார் – உடனே அவளைப் புரிந்துகொண்டு அவளுக்காக மனம் இரங்கினார்.

"நான் என்ன செய்ய வேண்டும். சொல்லுங்கள்."

"நான் ஓர் ஆசிரியை. ஆனால் பல்கலைக்கழகத்தில் சேர்ந்து பயிற்சி பெற விரும்புகிறேன். என்னைச் சேர்த்துக் கொள்ளமாட்டார்கள். சேர்த்துக்கொள்ள முடியாது என்ப தில்லை. சேர்த்துக் கொள்வார்கள்தான்–ஆனால் அதற்கு வேண்டிய பண வசதி என்னிடம் இல்லை. நீங்கள் உதவுங்கள். படித்து முடித்ததும் திருப்பித் தருகிறேன். பணக்காரர்கள் கரடி

சுடுகிறார்கள். விவசாயிகளுக்குச் சாராயம் வாங்கித் தந்து குடிக்கச் சொல்கிறார்கள். இவை எல்லாம் நல்லது அல்லவே என்று என்னுள் நான் ஆலோசித்துப் பார்க்கிறேன். இவர்கள் நல்ல காரியமாய் ஏதாவது செய்யக் கூடாதா? எனக்கு வேண்டியது அதிகமல்ல, எண்பது ரூபிள்தான். ஆனால் உங்களுக்கு விருப்பமில்லை என்றால் தரவேண்டாம். போய்வாருங்கள்" என்று கடுப்புடன் கூறி முடித்தாள்.

"இல்லை. இல்லை. எனக்கு இப்படி ஒரு வாய்ப்பு கிடைக்கச் செய்ததற்காக உங்களுக்குப் பாராட்டுத் தெரிவிக்கிறேன். இதோ பணத்தை எடுத்து வருகிறேன்" என்றார் நெஹ்லூதவ்.

வெளியே நடைக்குச் சென்றார் அவர். அறையினுள் நடைபெற்ற உரையாடலை ஒட்டுக்கேட்ட அவரது நண்பர் ஒருவர் அங்கே அவரைச் சந்தித்தார். அந்த நபரின் கிண்டலையும் ஏளனத்தையும் பொருட்படுத்தாமல் நெஹ்லூதவ் தம் பர்ஸிலிருந்து பணத்தை எடுத்து வந்து அவளிடம் கொடுத்தார்.

"வேண்டாம். தயவு செய்யுங்கள். நன்றி கூற வேண்டியது நானே தவிர நீங்கள் அல்ல" என்று அவளிடம் கூறினார் நெஹ்லூதவ்.

அதை எல்லாம் இப்போது நினைத்துப் பார்க்கையில் நெஹ்லூதவுக்கு மகிழ்ச்சியாய் இருந்தது. அதைப்பற்றி இழிந்த முறையில் கேலி செய்ய முயன்ற இராணுவ அலுவலர் ஒருவருடன் அவர் அனேகமாய் சண்டை போடும் அளவுக்குச் சென்றதையும், மற்றொரு நண்பர் அவருக்காகப் பரிந்து பேசியதையும் அதன் விளைவாய் அவர்களிடையே நெருக்கம் அதிகமாகி நட்பு வளர்ந்ததையும் நினைத்து அவர் மனம் மகிழ்ந்து கொண்டார். அந்த வேட்டை எவ்வளவு வெற்றிகரமாகவும் குதூகலமாகவும் இருந்ததென்பதையும், அன்று இரவு ரயில் நிலையத்துக்குத் திரும்பியபோது அவர் உள்ளம் எப்படிப் பூரிப்புற்றதென்பதையும் நினைத்துப் பார்த்தார். ஒவ்வொன்றும் இரண்டு குதிரைகளால் இழுக்கப் பெற்ற அந்தச் சறுக்கு வண்டிகளது வரிசை காட்டின் வழியே குறுகலான சாலையில், கிளைகளில் குவியலாய்த் திரண்டிருந்த கனத்த வெண்பனியால் இருத்தப்பட்டுச் சிலநேரம் உயரமாகவும் சில நேரம் கட்டையாகவும் நின்ற பீர் மரங்களுக்கு இடையில் அதிவேகமாகச் சறுக்கிச் சென்றது. இருட்டிலே செந்நெருப்பு கனன்றது. யாரோ ஒருவர் நறுமணச் சிகரெட்டைப் பற்ற வைத்துக்கொண்டார். கரடியை உசுப்பிவிட்டு விரட்டுகிறவரான ஓசிப் முழங்கால் அளவுப் பனியிலே நடந்து ஒரு சறுக்கு வண்டியிலிருந்து இன்னொன்றுக்கு மாறிச் சென்று யாவற்றையும் சரி செய்தார். அப்போது அவர் ஆழமான வெண்பனியிலே சுற்றித் திரியும் கலைமான் காட்டரசு

மரங்களது பட்டையைப் பற்களால் கொத்துவதைப் பற்றியும், பனிக்குள் மறைந்து ஆழத்தில் அமைந்த உறைவிடங்களில் உறங்கும் கரடிகளைப் பற்றியும், அவை சுவாசிப்பதற்காக அமைக்கப்பட்ட துவாரங்கள் வழியே அவற்றின் வெதுவெதுப்பான மூச்சு வெளிவருவதைப் பற்றியும் விவரித்தார்.

இவை யாவும் நெஹ்லூதவின் நினைவுக்கு வந்தன. இன்னும் முக்கியமாய் ஆரோக்கியம், உடல் வலிவு, கவலையின்மை ஆகியவற்றின் விளைவான அந்த இன்ப உணர்ச்சி; மென்முடிக் கோட்டு அவரது மார்பினைக் கெட்டியாய் இறுக்கும்படி அவ்வளவு ஆழமாய் அவர் உள்ளுக்கு இழுத்த அந்தக் கடுங்குளிர்க் காற்று, வளைந்து தொங்கிய கிளைகளிலிருந்து சரிந்து அவர் முகத்திலே விழுந்த மிருதுவான வெண்பனி, வெதுவெதுப்பான அவரது உடல், மலர்ந்த முகம், உள்ளத்தில் கவலையோ வருத்தமோ அச்சமோ இச்சையோ இல்லாத அந்த நிலை... யாவும் அவர் நினைவுக்கு வந்தன. ஓ, எப்படிப்பட்ட இன்பம்! ஆனால் இப்போது? அட கடவுளே! வேதனையும் வாதனையும் பொறுக்க முடியவில்லையே!

வேரா எப்ரேமவ்னா புரட்சியாளராகி, புரட்சி வேலைகளில் ஈடுபட்டதற்காகச் சிறையிலே அடைக்கப்பட்டு விட்டதாக அல்லவா தெரிகிறது. அவசியம் அவளைப் பார்த்தாக வேண்டும், மாஸ்லவா குறித்து ஆலோசனை சொல்வதாகக் கூறும் அவளை நிச்சயம் பார்த்தாக வேண்டும்.

50

மறுநாள் காலையில் விழித்தெழுந்ததும் முந்திய நாளன்று நடைபெற்றவை யாவும் நினைவுக்கு வரவே நெஹ்லூதவ் அச்சத்தால் பீடிக்கப்பட்டார்.

ஆனால் இந்த அச்சத்துக்கு அவர் பணிந்துவிடவில்லை. தாம் ஆரம்பித்ததைத் தொடர்ந்து செய்வதென்று முன்னெப்போதையும் விட வைராக்கியமாய் முடிவு செய்து கொண்டார்.

இந்தக் கடமை உணர்வுடன் வீட்டிலிருந்து புறப்பட்டார். சிறைக்கூடத்தில் மாஸ்லவாவையும் மற்றும் அவள் கூறிய கிழவி மென்ஷோவாவையும் கிழவியின் மகனையும் சந்திப்பதற்கு அனுமதி பெறும் பொருட்டு மாஸ்லினிக்கவின் வீட்டுக்குச் சென்றார். இதல்லாமல், மாஸ்லவாவுக்கு உதவக் கூடியவளாகிய பொகதூஹவ்ஸ்கயாவைச் சந்திப்பதற்கும் அனுமதி கேட்க விரும்பினார்.

படைப் பிரிவில் சேவை புரிந்த காலம் முதலாய் நெஹ்லூதவுக்கு மாஸ்லினிக்கவைத் தெரியும். அப்போது மாஸ்லினிக்கவ் படைப் பிரிவின் கருவூலத் தலைவராக இருந்து வந்தார். அன்பு

உள்ளம் கொண்ட சுறுசுறுப்பான அலுவலராக விளங்கிய அவர், படைப் பிரிவையும் ஜார் குடும்பத்தையும் தவிர உலகில் வேறு எதையும் அறியாதவர். அறிய வேண்டுமென்ற விருப்பமும் இல்லாதவர். மாநிலப் படைப் பிரிவுப் பணியிலிருந்து மாநில நிர்வாகத் துறைக்கு மாறி வந்து இப்போது அவர் நிர்வாகியாகப் பதவி வகிக்கக் கண்டார் நெஹ்லூதவ். செல்வமும், செல்வாக்கும் மிகுந்த ஒரு பெண்ணை மணந்துகொண்ட அவர், மனைவியின் வற்புறுத்தலுக்கு இணங்கி, இராணுவத் துறையிலிருந்து அரசுப் பணித்துறைக்கு வந்தார்.

அவரை அவள் கேலி செய்து சிரித்து மகிழ்ந்தாள். தான் வளர்த்து வரும் செல்லப் பிராணியாகப் பாவித்து அவரைத் தட்டிக் கொடுத்தாள். குளிர்காலத்தில் நெஹ்லூதவ் ஒருதரம் சென்று அவர்களைப் பார்த்துவிட்டு வந்தார். ஆனால் இரு வரும் அவருக்குச் சலிப்பூட்டுவோராகத் தோன்றியதால் திரும் பவும் அவர்களிடம் போகவில்லை அவர்.

நெஹ்லூதவைக் கண்டதும் மாஸ்லினிக்கவுக்கு முகம் பூரிப்புற்றுப் பளிச்சிட்டது. எப்போதும் போல் அவரது முகம் பருத்துச் சிவப்பேறி இருந்தது. இராணுவத்தில் சேவைபுரிந்த அந்நாட்களில், இருந்தது போலவே சதைப்பற்று கொண்டவ ராகவும் நன்கு உடுத்தியவராகவும் காணப்பட்டார். அந்நாட்களில் எப்போதுமே அவர் நவீன பாணியில் தோளிலும் மார்பிலும் தொய்வின்றிக் கெட்டியாய் அமைந்து அப்பழுக்கின்றிச் சுத்தமாயிருக்கும் இராணுவ உடையோ, இரட்டை மார்பு உடுப் போதான் அணிந்திருப்பார். இப்போது அவர் மாநிலத் துணைத் தலைவருக்குரிய அரசுத் துறை உடுப்பு உடுத்தியிருந்தார். இதுவும் அவரது வாட்டசாட்டமான உடலுடன் கெட்டியாய் ஒன்றி அவரது அகன்ற மார்பை எடுப்பாகத் தெரியச் செய்தது, நவீன பாணியில் அமைந்திருந்தது. வயதில் வித்தியாசம் இருந்தும் (மாஸ்லினிக்கவ் நாற்பது வயதை நெருங்கியவர்) இருவரும் அன்யோன்யமாய் “வா, போ” என்றே பேசிக்கொண்டனர்

“வா, அப்பா, வா! என்னைத் தேடி வந்திருக்கிறாயே நன்றி உனக்கு. என் மனைவியிடம் செல்வோம். வா, கூட்ட அமர்வு ஆரம்பமாகுமுன் எனக்குப் பத்து நிமிட அவகாசம் இருக்கிறது. எனது முதல்வர் இப்போது இங்கில்லை. உனக்குத் தெரியும் அல்லவா? அதனால் நான்தான் தற்போது மாநில நிர்வாகத் துக்குத் தலைமை வகிக்கிறேன்” என்று தமது பெருமித உணர்வை மறைக்க முடியாதவராய்க் கூறினார் அவர்.

“உன்னிடம் வேலையாய் வந்திருக்கிறேன்.”

“என்ன வேலை?” – உடனே எச்சரிக்கையடைந்து, கலக்கமும் கடுமையும் வாய்ந்த குரலில் கேட்டார் மாஸ்லினிக்கவ்.

"எனக்கு வேண்டியவர் ஒருவர் சிறையில் இருக்கிறார்." (சிறை என்னும் சொல்லைக் கேட்டதும் மாஸ்லினிக்கவின் முகம் மேலும் கடுமை வாய்ந்ததாகியது). "நான் அவரைச் சந்தித்தாக வேண்டும். பொதுக் கூட்டத்தில் அல்லாமல் அலுவலக அறையில் பார்த்துப் பேச வேண்டும். பார்வையாளர்களுக்குரிய வழக்கமான நாளில் மட்டுமன்றிப் பிற நேரங்களிலும் பார்த்துப் பேச வேண்டும். இதற்கு வேண்டிய அனுமதி உன்னையே பொறுத்திருப்பதாகச் சொல்கிறார்கள்."

"நிச்சயம் தருகிறேன். என் அன்புக்குரியவனே உனக்காக எதுவும் செய்வேன் நான்" என்று சொல்லி, தமது உயர் சிறப்பைச் சற்று தளர்த்திக் கொள்ளும் பாவனையுடன் நெஹ்லூதவின் முழங்கால்களில் இரு கைகளையும் வைத்து அழுத்தினார் மாஸ்லினிக்கவ். "ஆனால் நான் மணி நேரத்துக்கு மட்டுமே மன்னனாய் இருப்பவன் என்பதை மறந்துவிடாதே."

"அப்படியானால் நீ அனுமதி எழுதித் தருவாய் அல்லவா? நான் அவளைச் சந்திக்க முடியும் அல்லவா?"

"பெண்ணா அந்தக் கைதி?"

"ஆமாம்."

"எதற்காகச் சிறையிலே இருக்கிறாள்?"

"நஞ்சுக் கொலை வழக்கு, ஆனால் அநியாயமாகத் தண்டிக்கப்பட்டிருக்கிறாள்."

"பார்த்தாய் அல்லவா? உனது நியாயமான சான்றாயர்கள் தீர்ப்பளித்தால் இப்படித்தான் இருக்கும். வேறு எவ்வாறும் அவர்களால் செய்ய முடியாது" என்று எக்காரணத்தாலோ பிரெஞ்சில் பேசினார். "எனக்குத் தெரியும், நீ இதை ஒத்துக்கொள்ள மாட்டாய். ஆனால் என்ன செய்வது? இது எனது தீர்மானமான அபிப்பிராயம் என்று அவர் கடந்த பன்னிரண்டு மாதங்களாக ஒரு பிற்போக்குப் பழமைவாதச் செய்தியேட்டில் படித்து வந்த ஒரு கருத்தை வெளியிட்டுக் கொண்டார். "நீ மிதவாதி என்பது எனக்குத் தெரியும்" என்றார்.

"நான் மிதவாதியோ, இல்லையோ–தெரியாது எனக்கு" என்று சிரித்தபடிச் சொன்னார் நெஹ்லூதவ். யாரைப் பற்றியும் தீர்ப்பளிக்குமுன் அவர் என்ன சொல்கிறார் என்பதைத் தெரிந்து கொள்ள வேண்டுமென்றும் குற்றவாளியாகத் தீர்ப்பளிக்கப்படும் வரை எல்லாரும் சட்டத்தின் கண்களில் சரிசமமானவர்களென்றும், யாரும் கொடுமைக்கு உள்ளாக்கக்கூடாது, அடிக்கப் படக் கூடாதென்றும், முக்கியமாய் இன்னும் குற்றவாளியாகத் தீர்ப்பளிக்கப்படாதவர் எவரும் இப்படிச் செய்யப்படலா

காதென்றும் வாதாடும்போதெல்லாம் நாம் ஓர் அரசியல் கட்சியுடன் இணைக்கப்பட்டு மிதவாதி என்பதாகக் குறிக்கப்படு வதைக் கேட்கையில் எப்போதுமே நெஹ்லூதவுக்கு ஆச்சரிய மாய் இருக்கும். "நான் மிதவாதியோ, இல்லையோ–தெரியாது எனக்கு. ஆனால் தற்போதைய நீதி விசாரணை அமைப்பு எவ்வளவுதான் மோசமாய் இருப்பினும், பழைய அமைப்பைக் காட்டிலும் இது மேலானது என்பதை நான் அறிவேன்" என்றார் நெஹ்லூதவ்.

யாரை நீ வழக்கறிஞராய் அமர்த்தியிருக்கிறாய்?"

'ஃபனாரினுடன் பேசிவிட்டு வந்திருக்கிறேன்."

"ஐயோ, ஃபனாரினா?" என்று முகத்தைச் சுளித்துக் கொண்டார் மாஸ்லினிக்கவ். இதற்கு முந்திய ஆண்டில் ஒரு வழக்கு விசாரணையில் சாட்சியாகச் சென்றிருந்த தம்மை இந்த ஃபனாரின் குறுக்கு விசாரணை செய்து பணிவன்புமிக்க நயமான முறையில் அரைமணி நேரத்துக்குக் கேலிக்கு உள்ளாக்கியதை நினைத்துக்கொண்டார் அவர். "அந்த ஆளுடன் எந்தவிதமான தொடர்பும் வேண்டாமென உனக்குச் சொல்ல விரும்புகிறேன். அவப்பேர் பெற்ற மனிதன்."

"உன்னிடம் எனக்கு இன்னொரு காரியம் ஆக வேண்டி யிருக்கிறது" என்று அவருக்குப் பதில் சொல்லாமலே குறிப் பிட்டார் நெஹ்லூதவ். "நெடுங்காலத்துக்கு முன்பு எனக்குத் தெரிந்த ஒரு பெண்–ஆசிரியை அவள். பரிதாபத்துக்குரிய ஒரு ஜீவன்–இப்பொழுது சிறையில் அடைபட்டிருக்கிறாள். அவள் என்னைப் பார்த்துப் பேச விரும்புகிறாள். அவளைச் சந்திக்க அனுமதியளிக்க முடியுமா உன்னால்?"

மாஸ்லினிக்கவ் தலையை ஒரு பக்கமாகச் சாய்த்துக் கொண்டு ஆலோசனை செய்தார்.

"அரசியல் கைதியா அவள்?"

"ஆம் அப்படித்தான் எனக்குக் கேள்வி."

"அரசியல் கைதிகளைச் சந்திப்பதற்கு உறவினர்களுக்கு மட்டுமே அனுமதி அளிக்க முடியும். இருந்தாலும் பொதுப் பட அனுமதிக் கடிதம் எழுதித் தருகிறேன். எனக்குத் தெரியும், நீ இதைத் தவறான முறையில் பயன்படுத்த மாட்டாய். உனது ஆதரவுக்குரிய இவள் பெயர் என்ன?... பொகதூஹவ்ஸ்கயாதானே? அவள் அழகானவளா?

"விகாரமானவள்"

தலையை ஆட்டி ஆட்சேபித்துவிட்டு மாஸ்லினிக்கவ் தமது மேசையிடம் சென்றார். அச்சிட்ட தலைப்புடைய ஒரு காகிதத்தை எடுத்து எழுதினார்:

“இதை எடுத்து வரும் கோமகன் திமீத்ரி இவானவிச் நெஹ்லுதவ், சிறைக்கூட அலுவலகத்தில் நகரத்து நடுத்தர வகுப்பினளாகிய கைதி மாஸ்லவாவையும் மற்றும் மருத்துவ உதவியாளர் பொகதூஹவ்ஸ்கயாவையும் சந்தித்துப் பேச அனுமதிக்கப்பட வேண்டும்”–இதை எழுதி முடித்ததும் ஆடம்பரமாய் இழுத்து வளைத்துக் கையெழுத்திட்டார்.

“அங்கே எம்மாதிரியான ஒழுங்கு நிலவுகிறது என்று நீ நேரில் காண்பாய். அங்கே ஒழுங்கைக் காப்பது மிகக் கடினம். ஏனென்றால் நெரிசல் தாங்க முடியவில்லை. குறிப்பாய் சைபீரியாவுக்கு அனுப்பப்பட வேண்டியவர்கள் மிகப் பலரும் அங்கே உள்ளனர். ஆயினும் நான் கண்டிப்பான முறையில் கவனித்துக் கொள்கிறேன். இவ்வேலை எனக்குப் பிடித்தமான ஒன்று. எல்லாரும் அங்கே வசதியாகவும் மனநிறைவுடையோ ராகவும் இருக்கக் காண்பாய். இவர்களை எல்லாம் சமாளிக்க வழி தெரிந்திருந்தாலன்றி ஒன்றும் முடியாது. சில நாட்களுக்கு முன்புதான் சிறு தொல்லை ஏற்பட்டது – கீழ்ப்படியாத சிலரால் நேர்ந்துவிட்ட சலசலப்பு. வேறு யாராவது இருந்தால் அதைக் கலகம் என்றே அழைத்திருப்பார்கள். மிகப் பலரையும் துன்புறச் செய்திருப்பார்கள். ஆனால் தக்கபடி சமாளித்ததால் யாவும் நல்லபடி முடிவுற்றன. ஒரு புறத்தில் நாம் பரிவு காட்ட வேண்டும். மறுபுறத்தில் உறுதியும் அதிகாரமும் வேண்டும்” என்று கூறித் தங்கப் பொத்தானால் இணைக்கப்பட்ட சட்டைக் கைப்பட்டியின் உள்ளிருந்து வெளியே தெரிந்த நீலக் கல் பதித்த மோதிரம் பளிச்சிட்ட பருத்த வெள்ளைக் கையை இறுக மூடி உயர்த்திக் காட்டினார். “ஆம், பரிவும் உறுதியான அதிகாரமும் வேண்டும்.”

“எனக்கு அதைப் பற்றித் தெரியாது” என்றார் நெஹ்லூதவ். “அங்கே இரண்டு தரம் போயிருக்கிறேன். சகிக்க முடியாத வேதனையாகவே இருந்தது எனக்கு.”

“நான் சொல்கிறேன் கேள். கோமகள் பாசெக்கை நீ தெரிந்துகொள்வது நல்லது” என்று தொடர்ந்து ஆர்வமாகப் பேசினார் மாஸ்லினிக்கவ். “கோமகள் முழு நேரமும் இவ்வேலை யில் ஈடுபட்டுத் தொண்டாற்றுகிறவள். அவள் நிறைய நன்மை செய்கிறாள். அவளுடைய பணியின் விளைவாய்–மற்றும் ஓரளவுக்கு என்னுடையதன் விளைவாய் என்றும் போலித் தன்னடக்கமின்றிச் சொல்லலாம்–யாவும் வெகுவாய் மாற்றமடைந்துள்ளன. முன்பு இருந்த கொடுமைகள் யாவும் இல்லாதொழிந்துள்ளன. எல்லாரும் இப்பொழுது மெய்யாகவே வசதியான நல்ல நிலைமையில் இருக்கிறார்கள். ஆமாம். நீ

நேரில் இதைப் பார்ப்பாய், அந்த ஆள் ஃபனாரின் இருக்கிறாரே, அவரைப் பொறுத்தவரை எனக்கு நேரடியாக அவரைத் தெரியாது–சமுதாயத்தில் எனது நிலையானது, சந்திப்பதற்கு சந்தர்ப்பம் இல்லாதபடி எங்களை விலகியிருக்கும்படிச் செய்கிறது. ஆனால் அவர் படுமோசமான ஆள். அதில் சந்தேகமில்லை. அது மட்டுமல்ல. நீதிமன்றத்தில் அவர் எப்படி நாத்தடிப்புடன் பேசுகிறார் என்கிறாய்–ஆமாம், எதையெதை எல்லாமோ பேசுகிறார்..."

"சரி, நான் கிளம்புகிறேன் நன்றி உனக்கு" என்று நெஹ்லூதவ் அனுமதி உத்தரவைக் கையில் எடுத்துக்கொண்டு மேற்கொண்டு எதையும் காதில் வாங்கிக் கொள்ளாமல் தமது பழைய இராணுவச் சகாவிடமிருந்து விடைபெற்றுக்கொள்ள முற்பட்டார்.

"என் மனைவியிடம் வரப் போவதில்லையா? நீ"

"என்னை மன்னிக்க வேண்டும். நேரமில்லை எனக்கு,"

"நல்லாயிருக்கிறதே. என்னை அவள் சும்மா விட மாட்டாள்" என்று சொல்லி மாஸ்லினிக்கவ் தமது பழைய நண்பருடன் படிக்கட்டில் இறங்கி முதலாவது திருப்பம் வரை சென்றார். முதல் நிலை அல்லாமல் இரண்டாம் நிலை முக்கியத்துவம் வாய்ந்தவர்கள் எல்லாரையும்–நெஹ்லூதவை இந்த இரண்டாம் நிலைக்குரியவராய் மதிப்பீடு செய்திருந்தார்– இந்தத் திருப்பம் வரையில்தான் அவர் அழைத்துச் சென்று வழியனுப்புவது வழக்கம். "ஒரேயொரு நிமிடம் உள்ளே வந்து எட்டிப் பார்த்து விட்டுப் போயேன்" என்றார் அவர்.

ஆனால் நெஹ்லூதவ் உறுதியாக இருந்தார். சேவகனும் வாயிற்காவலனும் ஓடி வந்து அவரது மேல்கோட்டையும் கைத் தடியையும் அவரிடம் தந்துவிட்டுக் கதவைத் திறந்தார்கள். கதவுக்கு வெளியே போலீஸ்காரன் ஒருவன் நின்றிருந்தான். தற்போது தாம் வருவதற்கில்லை. அவசரமாகப் போயாக வேண்டும் என்றார் நெஹ்லூதவ்.

"அப்படியானால் வியாழனன்று வர வேண்டும். என் மனைவி விருந்தினர்களை வரவேற்கும் நாள் அது. நீ நிச்சயம் வரவேண்டும். நான் அவளிடம் சொல்லப் போகிறேன்!" என்று மாடிப்படியிலிருந்து மாஸ்லினிக்கவ் உரக்கக் கூறினார்.

51

மாஸ்லினிக்கவின் வீட்டிலிருந்து நெஹ்லூதவ் நேரே வண்டியில் சிறைக்கூடத்தை அடைந்து, ஏற்கெனவே அவருக்குத் தெரிந்ததான சிறைக் கண்காணிப்பாளர் வீட்டுக்குச் சென்றார்.

அதே மட்டரகப் பியானோவின் இசையொலி திரும்பவும் அவர் காதில் இரைந்தது. இப்போது வாசிக்கப்பட்டது இன்பக் களிப்புக் கதம்ப இசையல்ல; கிளிமெண்டியின்* பயிற்சிகள். முன்புபோல் வலிமையும் தெளிவும் வேகமும் வாய்ந்த அதே முறையில் இவை வாசிக்கப்பட்டன. கண்ணில் கட்டுப் போடப் பட்ட அந்த வேலைக்காரி, சிறைக் கண்காணிப்பாளர் உள்ளே இருப்பதாக நெஹ்லூதவுக்குப் பதிலளித்து அவரை ஒரு சிறிய வரவேற்பு அறைக்குள் அழைத்துச் சென்றாள். அறையில் ஒரு சோபாவும் அதன் முன்னால் ஒரு மேசையின் மேல் வலைப் பின்னல் துண்டு ஒன்றின் மீது ஒரு பெரிய விளக்கும் இருந்தன. விளக்கின் செந்நிறக் காகித மூடாக்கு ஒரு புறத்தில் தீய்ந்து கருகியிருந்தது. சிறைக் கண்காணிப்பாளர் அவருக்கு வழக்கமான துயரமும் களைப்பும் மிகுந்த தோற்றத்துடன் அறைக்குள் நுழைந்தார்.

"உட்காருங்கள், உங்களுக்கு நான் செய்யக் கூடியது என்ன?" என்று அவர், தமது பணி உடுப்பின் நடுப் பொத்தானைப் போட்டவாறு கேட்டார்.

"துணை ஆளுநரிடம் சென்று இந்த அனுமதி உத்தரவு பெற்று வந்துள்ளேன்" என்று சொல்லி நெஹ்லூதவ் அந்தக் காகிதத்தை வெளியே எடுத்தார். "கைதி மாஸ்லவாவைப் பார்க்க வேண்டும் நான்."

"மார்க்கவா என்றா சொன்னீர்கள்?"–இசையின் இரைச்ச லில் காது சரியாகக் கேட்காமல் வினவினார் கண்காணிப்பாளர்.

"இல்லை. மாஸ்லவா!"

"ஓ!"

கண்காணிப்பாளர் அவரது இருக்கையிலிருந்து எழுந்து, கிளிமெண்டின் இசை, நயங்கள் பிரவாகமாக அறையினுள் புகுந்த அந்தக் கதவருகே சென்றார்.

"மரீயா, ஒரு நிமிடம் உன் வாசிப்பை நிறுத்த மாட்டாயா நீ?" என்றார். அவரது வாழ்க்கையையே இந்த இசை பெரும் வேதனையாக்கி வந்ததென்பதை அவருடைய குரல் தெளி வாகவே புலப்படுத்தியது. "ஒரு வார்த்தை கூடக் காதில் விழ மாட்டேன் என்கிறது."

பியானோ வாசிப்பு நின்று போயிற்று. தயங்கியபடி எடுத்து வைக்கப்பட்ட காலடிகளின் ஓசை காதில் விழுந்தது. பிறகு கதவு வழியே யாரோ எட்டிப் பார்ப்பது தெரிந்தது.

---

* மூத்ஸியோ கிளிமெண்டி (1752-1832) இத்தாலியப் பியானோ வித்வானும் இசைஞரும் ஆவார். இவரது இசைப் பயிற்சிகள் பியானோ வாசிக்கப் பயிலுவோருக்குரிய கட்டாயப் பாடத் திட்டத்தில் வழக்கமாகச் சேர்க்கப்படுகின்றவை.

சிறிது நேரத்துக்கு இசை ஓய்ந்தது குறித்து நிம்மதி அடைந்தவராகத் தோன்றிய கண்காணிப்பாளர், அதிகக் கார மில்லாத தடித்த சிகரெட்டை எடுத்துப் பற்றவைத்துக்கொண்டு நெஹ்லூதவிடமும் ஒன்றை நீட்டினார். வேண்டாமென்றார் நெஹ்லூதவ்.

"நான் பார்க்க விரும்புவது மாஸ்லவா."

"மாஸ்லவாவை இன்று பார்ப்பது நல்லதல்ல" என்றார் கண்காணிப்பாளர்.

"அது ஏன் அப்படி?"

"எல்லாம் உங்களது செயலால் வந்த வினைதான்" என்ற கண்காணிப்பாளர் சற்றே புன்னகை புரிந்துகொண்டார். "கோமகனே, நீங்கள் அவளுக்குப் பணம் தரக்கூடாது. வேண்டுமானால் என்னிடம் கொடுங்கள். அவள் சார்பில் பத்திரமாய் நான் வைத் திருப்பேன். நேற்று நீங்கள் அவளிடம் பணம் தந்துவிட்டுப் போனதாகத் தெரிகிறது. அவள் உடனே சாராயம் வாங்கியிருக் கிறாள். (இந்தக் கேட்டினை இங்கே எங்களால் அடியோடு ஒழிக்க முடியவில்லை.) இன்று அவள் குடிபோதை கொண்ட வளாய் ஆடுகிறாள். ஏன் வெறி தலைக்கேறியவளாய்ப் படுத்து கின்றாள்."

"சாத்தியம்தானா இது?"

"ஆமாம். நான் கடுமையான நடவடிக்கையை மேற்கொண்டு அவளைத் தனி அறையில் அடைக்கும்படி நேர்ந்திருக்கிறது. சாதாரணமாய் மிகவும் அமைதியாய் இருப்பவள் அவள். இனி நீங்கள் அவளுக்குப் பணம் தர வேண்டாம். இவர்கள் எல்லாரும் அப்படிப்பட்டவர்கள்..."

முந்திய நாளன்று நடைபெற்றவை யாவும் மிகத் தெளிவாய் அப்படியே நெஹ்லூதவின் கண் முன்னால் தெரிந்தன. மீண்டும் அவர் பீதியால் பீடிக்கப்பட்டார்.

"அரசியல் கைதியான பொகதூஹவ்ஸ்கயாவையாவது பார்க்க முடியுமா?"

"இது சாத்தியம்தான், பார்க்கலாம்" என்றார் கண்காணிப் பாளர். "சரிதான். உனக்கு என்ன வேண்டும்?" அறைக்குள் வந்த ஐந்து, ஆறு வயதுள்ள சிறுமியைப் பார்த்துக் கேட்டார் அவர். தலையை நெஹ்லூதவின் பக்கம் திருப்பிக்கொண்டு கண்கள் அவர் மீது பதிந்திருக்க அந்தச் சிறுமி அவள் அப்பாவை நோக்கி நடந்தாள். "நீ விழத்தான் போகிறாய்" என்றார் கண்காணிப் பாளர். எதிரே பார்க்காமலே அப்பாவிடம் ஓடிவர முயன்ற சிறுமிக்குத் தரைக் கம்பளத்தில் கால் தடுக்கியதைப் பார்த்துச் சிரித்துக் கொண்டார்.

"நான் போகலாமெனில், புறப்படுகிறேன்."

"புறப்படலாமே" என்றார் கண்காணிப்பாளர். விரிந்த விழிகளால் நெஹ்லூதவைப் பார்த்துக்கொண்டிருந்த சிறுமியைக் கட்டித் தழுவி விட்டு அவர் எழுந்தார். சிறுமியை அருமையாக நகர்த்திவிட்டபின் பக்கத்து அறைக்குள் சென்றார்.

வேலைக்காரப் பெண் எடுத்துத் தந்து உதவிய மேல் கோட்டைப் போட்டுக்கொண்டு சிறைக் கண்காணிப்பாளர் வெளியே கதவருகே வந்ததுதான் தாமதம். அதற்குள் கிளிமெண்டின் இசை நயங்கள் திரும்பவும் விறுவிறுப்பாகவும் தெளிவாகவும் கேட்க ஆரம்பித்தன.

"இசைப் பள்ளியில் பயின்று வந்தாள். ஆனால் அங்கே எந்த ஒழுங்கும் இல்லாமல் ஒரே குளறுபடியாக இருந்தது. அபாரத் திறனுடையவள்" என்று, இருவருமாகப் படிகளில் இறங்கிய போது கூறினார் கண்காணிப்பாளர். "கச்சேரிகளில் வாசிக்க வேண்டுமென விரும்புகிறாள்."

கண்காணிப்பாளரும் நெஹ்லூதவும் சிறைக்கூடத்தை வந்தடைந்தார்கள். கண்காணிப்பாளரைக் கண்டதுமே வாயிற் கதவுகள் திறக்கப்பட்டன. விரல்களால் தம் குல்லாவைத் தொட்டபடி சிறைக் காவலர்கள் நின்றார்கள். கண்காணிப் பாளரை அவர்களது கண்கள் பின்தொடர்ந்தன. பாதித் தலை மழிக்கப்பட்டவர்களான நான்கு ஆட்கள் ஏதோ நிறைந்திருந்த தொட்டிகளைச் சுமந்து சென்றனர். கண்காணிப்பாளர் வரக் கண்டதும் கெஞ்சும் பாவனையுடன் அவரைப் பார்த்தனர். அவர்களில் ஒருவன் மட்டும் முறைக்கப் பார்த்துவிட்டு ஆத்திர மாய் முகத்தைச் சுளித்துக்கொண்டான். அவனது கருநிற விழிகள் அனலைக் கக்கின.

"இந்த மாதிரியான திறமையை வீணாகும்படி விடக் கூடாது. வளர்த்தாக வேண்டுமென்பது மெய்தான். ஆனால் சிறிய வீட்டில் அவஸ்தையாகி விடுகிறது. பாருங்கள்" என்று தொடர்ந்து பேசியவாறு கண்காணிப்பாளர் இந்தக் கைதிகளைக் கவனிக்காமலே களைப்புற்றுத் தளர்ந்தவராய்க் கால்களை இழுத்துக்கொண்டு நெஹ்லூதவைப் பின்தொடர்ந்து முன் கூடத்துக்குள் நுழைந்தார்.

"நீங்கள் யாரைப் பார்க்க விரும்புவதாகச் சொன்னீர்கள்?"

"பொகதூஹவ்ஸ்கயா."

"ஓ, அவள் கோபுர அறையில் இருப்பவளாயிற்றே... நீங்கள் சிறிது நேரம் காத்திருந்தாக வேண்டும்" என்று அவர் நெஹ்லூதவைப் பார்க்கத் திரும்பினார்.

“அதற்கிடையில் நான், தீ வைத்ததாகக் குற்றம் சாட்டப் பட்டுள்ள தாயும் மகனுமாகிய மென்ஷோவ்களைப் பார்த்துப் பேசலாமா?”

“இருபத்து ஒன்றாம் அறை. அவர்களை இங்கே அழைத்து வரச் சொல்லலாம்.”

‘மென்ஷோவைக் கைதி அறையிலேயே நான் பார்த்துப் பேசக் கூடாதா?”

“சந்திப்பு அறைக்கு வரச் சொல்லிச் சந்தித்தால் உங்களுக்கு வசதியாக இருக்கும்.”

“வேண்டாம். கைதி அறையிலே சந்திக்க முடிந்தால் நல்லது. சுவையான அனுபவமாய் இருக்கும்.”

“சுவையான அனுபவம் பெற நல்ல இடமாகத்தான் தேடிப் பிடித்திருக்கிறீர்கள்.”

மிடுக்காய் உடுப்பு உடுத்திய அலுவலரான துணைக் கண் காணிப்பாளர் அப்போது பக்கவாட்டுக் கதவைத் திறந்து கொண்டு முன்கூடத்துக்கு வந்தார்.

“இதோ கோமகனைக் கைதி மென்ஷோவ் இருக்கும் இருபத்து ஒன்றாவது அறைக்கு அழைத்துச் செல்லுங்கள்” என்று அந்த அலுவலரிடம் கூறினார் சிறைக் கண்காணிப்பாளர். “பிறகு அலுவலகத்துக்கு அழைத்து வாருங்கள். அதற்குள் நான் அவளை அழைத்து வரச் சொல்கிறேன்–அவள் பெயர் என்ன?”

“வேரா பொகதூஹவ்ஸ்கயா” என்றார் நெஹ்லூதவ்.

துணைக் கண்காணிப்பாளர் வெளிறிய நிறமுள்ள இலை மெழுகிட்ட மீசை வைத்திருந்தார். அவரைச் சுற்றிலும் எதிக் கலானின் மணம் வீசியது.

“இப்படி வாருங்கள்” என்று இனிமையாகச் சிரித்தபடி நெஹ்லூதவை அழைத்தார் அவர். “எங்களுடைய சிறைக் கூடத்தில் நீங்கள் அக்கறை கொண்டிருப்பதாகத் தெரிகிறது.”

“ஆம். அக்கறை கொண்டுள்ளேன். குற்றமற்றவர்கள் கூட இங்கு அடைக்கப்பட்டிருப்பதாகச் சொல்கிறார்கள்.”

துணைக் கண்காணிப்பாளர் தோள்களை உலுக்கிக் கொண்டார்.

“ஆம். சில நேரங்களில் அப்படியும் நடைபெறுவது உண்டு” என்று சாவதானமாகச் சொல்லிவிட்டு, பணிவுடன் விலகி நின்று நாற்றம் வீசிய நடையினுள் முதலில் செல்வதற்காக நெஹ் லூதவுக்கு வழி விட்டார். “ஆனால் கைதிகளாக இருப்போர் பொய் சொல்வதும் உண்டு. இந்தப் பக்கம் வாருங்கள்”.

கைதிகளது அறைகளின் கதவுகள் திறந்திருந்தன. கைதி களில் சிலர் நடையிலே காணப்பட்டனர். சிறைக் காவலர்

களைப் பார்த்துத் துணைக் கண்காணிப்பாளர் தலையை ஆட்டி னார்; அங்கே நின்ற கைதிகளை ஓரக் கண்ணால் பார்வை யிட்டுக்கொண்டார். கைதிகள் சுவர் ஓரமாய் ஒண்டியபடி அடக்கவொடுக்கமாய் நடந்து தமது அறைகளுக்குத் திரும்பினர். அல்லது இரு கரங்களும் விலாவுடன் ஒட்டியிருக்கப் படை யாட்களைப் போல் நின்று கண்களால் சிறை அலுவலரைப் பின்தொடர்ந்தனர். ஒரு நடையைக் கடந்தபின் இடப் பக்கத்தி லிருந்து இன்னொன்றுக்குள் நெஹ்லூதவை அழைத்துச் சென்றார் துணைக் கண்காணிப்பாளர். முதலாவது நடையிலிருந்து இது இரும்புக் கதவால் பிரிக்கப்பட்டிருந்தது.

இந்த நடை முந்தியதைக் காட்டிலும் குறுகலாகவும் இருட்டாகவும் இருந்தது. இங்கு நாற்றம் இன்னுங்கூட மோச மாயிருந்தது. நடையின் இருபுறங்களிலும் கதவுகள் இருந்தன. ஒவ்வொரு கதவிலும் சுமார் ஓரங்குல விட்டமுள்ள துளைகள் அமைக்கப்பட்டிருந்தன. இந்த நடையில் ஒரேயொரு காவலர் தான் காணப்பட்டார். துயரம் தோய்ந்து சுருக்கங்கள் விழுந்த முகமுடைய கிழவர் அவர்.

"மென்ஷோவ் இருப்பது எந்த அறை?" என்று துணைக் கண்காணிப்பாளர் அவரிடம் விசாரித்தார்.

"இடப் பக்கத்தில் எட்டாவது அறை."

52

"துளை வழியே உள்ளே பார்க்கலாமா?" என்று கேட்டார் நெஹ்லூதவ்.

"பாருங்கள். உதவி புரியுங்கள்" என்று இனிய முறையில் சிரித்தவாறு சொல்லிவிட்டுத் துணைக்கண்காணிப்பாளர், சிறைக் காவலரிடம் ஏதோ கேட்பதற்காக அவர் பக்கம் திரும்பி னார். நெஹ்லூதவ் அந்தத் துளைகளில் ஒன்றின் வழியே அறைக்குள் பார்த்தார். சிறிய கருநிறத் தாடியுடைய நெட்டை யான ஓர் இளைஞன் வெறும் உள்ளுடுப்பு மட்டும் அணிந்து அவ்வறையினுள் மேலும் கீழுமாய் வேகமாய் நடப்பதைக் கண்ணுற்றார். கதவிலிருந்து சப்தம் வரக் கேட்டதும், கடுப்புடன் நிமிர்ந்து பார்த்துவிட்டு அவன் தொடர்ந்து நடக்க முற்பட்டான்.

இன்னொரு கதவின் துளை வழியே நெஹ்லூதவ் பார்த்தார். அறைக்குள்ளிருந்து அச்சத்தால் விரிந்த கண் ஒன்று துளை வழியே உற்றுப் பார்ப்பது அவர் கண்ணுக்குத் தெரிந்தது. உடனே அவசரமாய் அங்கிருந்து விலகிச் சென்றார். மூன்றாவது அறையினுள் மிகச் சிறு உருவினனான ஓராள் சிறை அங்கியால்

தலையும் அடங்கலாய் முழு உடலையும் மூடிப் போர்த்திக் கொண்டு கட்டிலில் உறங்கக் கண்டார். நான்காவது அறை யினுள் வெளிறிய அகன்ற முகமுடைய ஒருவர், முழங்கால்களில் முழங்கைகளை வைத்துக் குனிந்து தலையைக் கவிழ்த்துக் கொண்டு அமர்ந்திருந்தார். காலடி ஓசை கேட்டதும் தலையை நிமிர்த்தி அவர் மேலே பார்த்தார். நம்பிக்கைக்கு இடமில்லாத விரக்தி அவரது முகத்திலும் இன்னும் முக்கியமாய் அவரது பெரிய கண்களிலும் குடிகொண்டிருந்தது தெரிந்தது. தமது அறையைப் பார்வையிட வந்திருப்பவர் யார் என்று தெரிந்து கொள்வதில் கூட அவருக்கு நாட்டமில்லை என்பதைத் தெளிவாகவே காண முடிந்தது. வந்திருப்பவர் யாராய் இருப்பினும் அவரால் நமக்கு எந்த நன்மையும் உண்டாகுமென நினைக்காதவர் என்பது புலப்பட்டது. அச்சங் கொண்டவராய் நெஹ்லூதவ் அங்கிருந்து விலகினார். இதன் பின் எந்த அறையினுள்ளும் துளை வழியே பார்க்க விரும்பாமல், நேரே மென்ஷோவ் இருந்த இருபத்து ஒன்றாவது அறைக்கு நடந்தார். சிறைக்காவலர் கதவைத் திறந்தார். நீண்ட கழுத்தும் முறுக்கேறிய உடற்கட்டும் சிறிய தாடியும் அன்புள்ள உருட்டைக் கண்களும் கொண்ட ஓர் இளைஞன் கட்டிலுக்கு அருகே நின்று அவசரமாய் மேலங்கியை எடுத்து மாட்டிக்கொண்டு அறைக்குள் வந்தவர்களைச் சந்திப்பதற்காக பயம் கொண்ட முகத்துடன் திரும்பினான். அச்சம்கொண்டு வினவும் முறையில் தம்மையும் பிறகு சிறைக் காவலரையும் துணைக் கண்காணிப்பாளரையும் பார்த்துவிட்டு மறுபடியும் தம்மிடம் திரும்பிய அன்பு கெழுமிய அவன் உருட்டைக் கண்களைக் கண்டதும் நெஹ்லூதவுக்கு உள்ளம் நெகிழ்ந்தது.

"உன்னுடைய வழக்குக் குறித்து விசாரிப்பதற்காக வந்திருக் கிறார் இந்தக் கனவான்"

"பணிந்து வணங்குகிறேன். நன்றி செலுத்துகிறேன்."

"ஆமாம். உங்கள் மீதுள்ள வழக்கைப் பற்றி என்னிடம் சொன்னார்கள்" என்று கூறி, கம்பி அடைப்புடைய அழுக் கேறிய சன்னலை நோக்கி அறையினுள் சென்றார் நெஹ்லூதவ். "இந்த வழக்கு பற்றிய முழு விவரத்தையும் நேரில் உங்களிட மிருந்து தெரிந்துகொள்ள விரும்புகிறேன்."

மென்ஷோவும் சன்னலருகே சென்றான். உடனே தன்னைப் பற்றிய கதையைச் சொல்ல முற்பட்டான். முதலில் கூச்சம் மேலிட்டவனாய்த் துணைக் கண்காணிப்பாளரை இடை யிடையே பார்த்துக் கொண்டும், பிறகு மேலும் மேலும் துணி வடைந்தவனாகவும் பேசினான். துணைக் கண்காணிப்பாளர்

ஏதோ உத்தரவிடுவதற்காக அறையிலிருந்து வெளியே நடைக்குச் சென்றதும் அவன் முழு அளவுக்குத் தெம்படைந்துவிட்டான். எளிமை வாய்ந்த நல்ல விவசாய இளைஞனுக்குரிய இயல்பான சொற்களிலும் முறையிலும் அவன் இந்தக் கதையைச் சொன்னான். இழிவுக்குரிய இந்த உடுப்பு உடுத்திய ஒரு கைதியிடமிருந்து சிறைக்கூடத்துக்குள் இதைக் கேட்க நேர்வது நெஹ்லூதவுக்கு விபரீதமாகப் பட்டது. நெஹ்லூதவ் காது கொடுத்து யாவற்றையும் கேட்டுக்கொண்டிருந்தார். அதே போதில் தம்மைச் சுற்றிலும் பார்த்துக்கொண்டார்; உலர் புல் அடைக்கப்பட்ட மெத்தையுடன் கூடிய தணிவான கட்டில், தடித்தடி இரும்புக் கம்பிகளால் அடைப்பிடப்பட்ட சன்னல், ஈரம் கசியும் அழுக்குச் சுவர், சிறை உடுப்பாலும் மிதியடிகளாலும் உருக்குலைந்து போன இந்தத் துரதிருஷ்ட விவசாய இளைஞனுடைய தோற்றம், பரிதாபத்துக்குரிய அவனது முகம் ஆகிய யாவற்றையும் கவனித்தார். அவருக்கு மேலும் மேலும் வருத்தமாய் இருந்தது. நற்குணங்கொண்ட இந்த இளைஞன் கூறியதை நம்பாதிருக்க முடியுமானால் நன்றாயிருக்குமே என்று நினைத்தார். இழப்புக்கும் துன்பத்துக்கும் ஆளானவன் என்பதைத் தவிர வேறு எக் காரணமும் இல்லாமல் ஓர் ஆளைப் பிடித்து வந்து தண்டனைக்குரிய கைதிக்கான உடுப்பை உடுத்திக் கொள்ளச் சொல்லி இம் மாதிரியான ஒரு பயங்கர இடத்தில் அடைத்து வைப்பது போன்ற ஒரு கொடுமை நடைபெற முடியுமென்பது நினைக்கவே முடியாத பயங்கரமாகத் தோன்றியது. நல்ல உள்ளங்கொண்ட ஒருவனால் கூறப்பட்டு, உண்மையில் நடைபெற்ற ஒன்றாகவே கருதும்படியான இந்தக் கதை கற்பனைப் புனைவாய், பொய்யாய் இருக்கக்கூடுமென நினைப்பது இதனினும் பெரிய பயங்கரமாய் இருந்தது. அவன் கூறிய கதை வருமாறு: இந்த இளைஞன் மணம் புரிந்து கொண்டபின் சிறிது காலத்துக்கெல்லாம் கிராமத்து மது விடுதியின் உடைமையாளர் இவனுடைய மனைவியை வசப்படுத்தி இழுத்துச் சென்றுவிட்டார். நீதியை நிலைநாட்டுவதற்காக இளைஞன் எல்லா இடங்களுக்கும் சென்று முயன்று பார்த்தான். ஆனால் ஒன்றும் பலிக்கவில்லை. மது விடுதிக்காரர் அதிகாரிகளுக்கு லஞ்சம் தந்து அவர்களைத் தம் கைக்குள் இருத்திக்கொண்டார். ஆகவே அவர் குற்றமற்றவர் என்பதாகத் தீர்ப்பளிக்கப்பட்டது. இளைஞன் ஒரு தரம் பலவந்தமாய்த் தன் மனைவியை வீட்டுக்கு அழைத்து வந்தான். ஆனால் மறுநாளே அவள் ஓடிவிட்டாள். பிறகு அவன் அவளைத் தன் வீட்டுக்கு அனுப்பிவிடும்படிக் கேட்பதற்காக மது விடுதிக்குச் சென்றிருந்தான். அங்கே சென்றதும் உள்ளே

அவள் இருக்கக் கண்டான் என்றாலும், அவள் அங்கில்லை என்று சொல்லி மது விடுதிக்காரர் அவனை வெளியே போய் விடுமாறு விரட்டினார். இளைஞன் போக மறுத்ததும் மது விடுதிக்காரரும் அவரது வேலையாளுமாகச் சேர்ந்து இரத்தம் வரும்படி அவனை அடித்தனர். மறுதினம் மதுவிடுதி தீப்பற்றி எரிந்தது. இளைஞனும் அவன் தாயும் அதற்குத் தீ வைத்ததாகக் குற்றம் சாட்டப்பட்டார்கள். உண்மையில் அவன் தீ வைக்க வில்லை. அந்த நேரத்தில் அவன் ஒரு நண்பன் வீட்டுக்குச் சென்றிருந்தான்.

"நீ தீ வைக்கவில்லை என்பது மெய்தானா?"

"அப்படி ஓர் எண்ணம் எனக்கு ஏற்பட்டதே இல்லை, எசமான். எனது பகைவனேதான் அதைச் செய்திருக்க வேண்டும். அதற்கு முன்புதான் அவர் தமது விடுதிக்குத் தீ ஈட்டுறுதி செய்து கொண்டதாக எனக்குக் கேள்வி. அம்மாவும் நானும் அந்தக் காரியத்தைச் செய்ததாகக் கதை கட்டினார்கள். நாங்கள் இரு வரும் சென்று இப்படிச் செய்யப் போவதாக அவரை மிரட்டி னோம் என்றார்கள். நான் ஒரு தரம் அவரிடம் சென்றிருந்தது மெய்தான். எனக்கு நெஞ்சு பொறுக்க மாட்டாமல் சென்றி ருந்தேன். ஆனால் தீ வைத்தது–அது நானல்ல. அவரேதான் தீ வைத்துவிட்டுக் குற்றத்தை எங்கள் மீது சுமத்தினார். தீப்பிடித்த போது நான் அங்கில்லை. அம்மாவும் நானும் அங்கே சென்றி ருந்த நாளுக்குப் பிற்பாடு இப்படி நடைபெறும்படி வேண்டு மென்றே அவர் திட்டமிட்டு ஏற்பாடு செய்தார்."

"இது சாத்தியம்தானா?"

"உண்மை. ஆண்டவன் சாட்சியாகச் சொல்கிறேன். முற்றி லும் உண்மை, எசமான்! நீங்கள் என் தந்தை போன்றவர்!" தரையிலே சிரம் தாழ்த்தி இளைஞன் வணக்கம் செலுத்தப் போனான். அதைத் தடுப்பதற்குள் நெஹ்லூதவுக்குப் பெரும் பாடாகிவிட்டது. "நீங்கள் கருணை காட்டவேண்டும்... எந்தக் குற்றமும் புரியாதவன், இங்கே அடைபட்டு அழிகிறேன்" என்று தொடர்ந்து கூறினான்.

திடுமென அவனுக்கு முகம் கோணிச் சுருங்கியது. அங்கி யின் நுனியைப் பிடித்து உயர்த்தி வாய்விட்டு அழுதவாறு அழுக்குப் பிடித்த அங்கியின் கையால் கண்ணீரைத் துடைத்துக் கொண்டான்.

"போகலாமா?" என்று கேட்டார் துணைக் கண்காணிப் பாளர்.

"உம்... இப்படி மனம் தளரக் கூடாது. முடிந்தது அனைத்தும் நாங்கள் செய்வோம்" என்று சொல்லிவிட்டு நெஹ

லூதவ் வெளியே சென்றார். மென்ஷோவ் கதவை ஒட்டினாற் போல வந்து நின்றான். ஆகவே சிறைக்காவலர் கதவைத் சாத்தியதும் கதவு அவன் மேல் மோதியது. காவலர் தாழிட்டுப் பூட்டியபோது மென்ஷோவ் கதவின் துளை வழியே பார்த்தபடி உள்ளே நின்றிருந்தான்.

53

அகலமான நடைவழியே திரும்புகையில், வெளிர் மஞ்சள் அங்கிகளும் தொளதொளப்பான குட்டைக் கால் சட்டைகளும் அணிந்து சிறைக் கூட மிதியடிகள் போட்டிருந்த கைதிகளை கடந்து நெஹ்லூதவ் சென்றார். (அப்போது மதிய உணவு நேரம், எல்லா அறைகளும் திறக்கப்பட்டிருந்தன) இந்தக் கைதிகள் எல்லாரும் ஆவலாய் அவரை உற்று நோக்கினர். இவர்களிடம் பரிவும் அனுதாபமும், இவர்களை இங்கே அடைத்து வைத்துள்ளோரிடம் கிலியும் திகைப்புமாகிய விபரீதக் கலப்படமான உணர்ச்சிகள் நெஹ்லூதவின் உள்ளத்துள் எழுந்தன. அதே போது இவற்றையெல்லாம் அமைதியாகப் பார்வையிட்டுச் செல்கிறோமே என்று நினைத்து, ஏனோ தெரியவில்லை அவர் வெட்கப்பட்டுக்கொண்டார்.

நடைகளில் ஒன்றில் யாரோ ஒருவர் மிதியடிகள் தடதடக்க ஓடி ஓர் அறையினுள் நுழைந்தார். அதிலிருந்து கைதிகள் வெளியே வந்து நெஹ்லூதவின் பாதையில் நின்று அவருக்குத் தலை வணங்கினர்.

''மாண்புடையீர். தங்களை எப்படி அழைப்பதென்று தெரியவில்லை எமக்கு–தாங்கள் கருணை புரிய வேண்டும். எங்களது விவகாரத்துக்கு எப்படியாவது தீர்வு ஏற்படும்படிச் செய்ய வேண்டும்.”

“நான் அதிகாரியல்ல. எனக்கு இதைப் பற்றி ஒன்றும் தெரியாதே.”

“எங்களுக்கு எல்லாம் ஒன்றுதான். வெளியே யாரிடமாவது சொல்லுங்கள். தேவைப்பட்டால் அதிகாரி யாரிடமாவது சொல்லுங்கள்'' என்று கோபங்கொண்ட குரல் ஒன்று கூறிற்று. “எந்தக் குற்றமும் அறியாத நாங்கள் இங்கே அவதியுறுகிறோம் – இது இரண்டாவது மாதம்.''

“அது எப்படி? ஏன் இது?” என்று கேட்டார் நெஹ்லூதவ்.

“சிறையிலே அடைத்து வைத்திருக்கிறார்கள். இது இரண்டாவது மாதம் – இங்கே கிடந்து அழிகிறோம். எதற்காக என்று எங்களுக்கே தெரியாது.”

"மெய்தான், அசம்பாவிதமாக இப்படி நேர்ந்துள்ளது" என்றார் துணைக் கண்காணிப்பாளர். "கடவுச்சீட்டு இல்லாதவர்கள் என்பதால் இவர்கள் கைது செய்யப்பட்டனர். முன்பே இவர்களது சொந்த மாநிலத்துக்குத் திருப்பி அனுப்பப்பட்டிருக்க வேண்டும். ஆனால் அங்கே சிறைக்கூடம் தீப்பிடித்து எரிந்து விட்டது. இவர்களை அங்கே அனுப்ப வேண்டாமென்று கேட்டு அங்கிருந்து அதிகாரிகள் எங்களுக்கு எழுதியிருக்கிறார்கள். கடவுச்சீட்டு இல்லாத ஏனையோர் எல்லோரையும் அவரவரது மாநிலங்களுக்கு அனுப்பி விட்டோம். இவர்களை அனுப்ப முடியாமல் வைத்திருக்கிறோம்."

"என்ன, இந்த அற்பக் காரணத்துக்காகவா இவ்வளவும்?" என்று வியந்து கூறியவாறு நெஹ்லூதவ் அந்த அறைக்கு முன்னால் நின்றார்.

எல்லாரும் சிறைக்கூட உடுப்புகள் உடுத்தியிருந்த சுமார் நாற்பது பேர் அடங்கிய கூட்டம் ஒன்று அவரையும் துணைக் கண்காணிப்பாளரையும் சூழ்ந்துகொண்டது. ஒரே நேரத்தில் பல பேர் பேச ஆரம்பித்தனர். ஆனால் துணைக் கண்காணிப்பாளர் அவர்களைத் தடுத்து நிறுத்தினார்.

"யாராவது ஒருவர் பேசுங்கள்."

நல்ல உயரமும் கம்பீரமான தோற்றமுடைய ஐம்பது வயது மதிக்கக் கூடிய விவசாயி ஒருவர் ஏனையோரை விலக்கிக் கொண்டு முன்னால் வந்தார். தாம் எல்லோரும் சொந்த ஊர்களுக்குத் திரும்பிச் செல்லும்படி உத்தரவிடப்பட்டதாகவும், கடவுச்சீட்டு இல்லையென்று இப்போது சிறையில் அடைக்கப்பட்டிருப்பதாகவும் அவர் நெஹ்லூதவிடம் சொன்னார். கடவுச்சீட்டுகள் இல்லாமற் போய் விடவில்லை. எல்லாரிடமும் இருந்தன – ஆனால் புதுப்பிக்கப்படாமல் இரண்டு வாரம் காலங் கடந்தவை அவை. ஒவ்வோர் ஆண்டும் கடவுச் சீட்டுகள் இப்படிக் காலங்கடந்தனவாகி விடுவது வழக்கம்தான். இதுவரை யாரும் இதைக் கவனித்துக் கொண்டதில்லை. ஆனால் இந்த ஆண்டில் பிடித்து வந்து அடைத்திருக்கிறார்கள். இது இரண்டாவது மாதம்-கொடுங்குற்றம் புரிந்துவிட்டவர்களைப் போல் இங்கே கிடந்து அழிகிறார்கள்.

"நாங்கள் எல்லாரும் கல் தச்சர்கள். ஒரே கைவினைச் சங்கத்தைச் சேர்ந்தவர்கள். எங்கள் மாநிலத்திலுள்ள சிறைக்கூடம் எரிந்து போய்விட்டதாம். அதற்கு நாங்கள் என்ன செய்வோம். எங்களுடைய குற்றமா அது? நீங்கள்தான் எங்களுக்கு உதவ வேண்டும்."

நெஹ்லூதவ் யாவற்றையும் கேட்டுக்கொண்டு நின்றார். ஆனால் அந்தக் கம்பீரமான முதியவர் கூறியதில் பெரும்

பகுதியை அவர் புரிந்துகொள்ளவில்லை. ஏனெனில் அந்த முதியவரின் கன்னத்தில் முடிகளுக்கிடையே பல கால்களைக் கொண்டு ஊர்ந்து கொண்டிருந்த ஒரு பெரிய பழுப்பு நிறப் பேன் அவரது கவனத்தைக் கவர்ந்து வந்தது.

"இது எப்படி? இம்மாதிரி அற்பக் காரணத்துக்காக இப்படியுமா நடைபெற முடியும்?" என்று துணைக் கண்காணிப்பாளர் பக்கம் திரும்பிக் கேட்டார் நெஹ்லூதவ்.

"ஆமாம். முன்பே எல்லாரும் அனுப்பப்பட்டிருக்க வேண்டும். சொந்த ஊர்களுக்குப் போய்ச் சேர்ந்திருக்க வேண்டும். ஆனால் மேலிடத்தில் இருப்போர் மறந்துவிட்டதாகத் தெரிகிறது" என்றார் துணைக் கண்காணிப்பாளர்.

அவர் இதைச் சொல்லி முடிப்பதற்குள், கோபத்தால் ஆடித் துடித்த கட்டை குட்டையான ஓராள் கூட்டத்திலிருந்து முன்னால் வந்து, வாய் வினோதமாகக் கோணிச் சென்று படபடக்க, எந்தக் காரணமும் இல்லாமல் தாம் கொடுமை செய்யப்படுவதாக முறையிட ஆரம்பித்தான்.

"நாயினும் கேடானோராய் நடத்தப்படுகிறோம்..." என்று ஏதோ சொல்ல ஆரம்பித்தான் அவன்.

"போதும். இம்மாதிரி எல்லாம் பேசாதே. மூடு வாயை இல்லையேல், உனக்குத் தெரியும்...."

"என்ன தெரியும்?" என்று ஆத்திரமாய் அந்தக் கட்டை குட்டையான ஆள் கத்தினான். "நாங்கள் என்ன குற்றம் செய்துவிட்டோம்?"

"சப்தம் போடாதே நீ!" என்று இரைந்தார் துணைக் கண்காணிப்பாளர். கட்டை குட்டையான ஆள் மௌனமானான்.

"இப்படியுமா நடைபெறும்?" என்று தம்முள் கூறியபடி நெஹ்லூதவ் அந்த நடைவழியே நடந்தார். அறைக்குள்ளிருந்து கதவுத் துளைகள் மூலம் பார்த்தவர்களது கண்களும், எதிரே வந்த கைதிகளது கண்களுமாய்ச் சேர்ந்து நூற்றுக்குக் குறையாத கண்கள் அவரைப் பார்த்து வெறித்தன. தாம் அனைவரது கண்டனத்துக்கும் உள்ளாவதாக நினைத்தார் நெஹ்லூதவ்.

"குற்றமற்றவர்கள் எல்லாம் இங்கே அடைக்கப்பட்டிருப்பதாகத் தெரிகிறதே. சாத்தியம்தானா இது?" – இருவரும் நடையைக் கடந்து சென்றதும் இவ்வாறு நெஹ்லூதவ் வியந்து கூவினார்.

"என்ன செய்வது. சொல்லுங்கள்! ஆனால் இவர்கள் வாய் கூசாமல் பொய் சொல்கிறவர்கள். இவர்கள் சொல்வதைக் கேட்டால் எல்லாருமே குற்றமற்றவர்கள் என்பதாகவே தோன்றும்" என்றார் துணைக் கண்காணிப்பாளர்.

"இந்த ஆட்கள் எந்தக் கேடும் புரியாதவர்கள், இவர்கள் குற்றமற்றவர்களே ஆவர்."

"இவர்கள் அப்படித்தான், இதை ஒத்துக்கொள்ள வேண்டும் தான். ஆனால் மிகப் பெருவாரியானோர் சீரழிந்து போன வர்கள். சில வகையினர் இருக்கிறார்கள், படுமோசமானவர்கள், எதற்கும் தயங்காதவர்கள், இவர்களிடம் மிகவும் கண்டிப்பாய் இருந்தாக வேண்டும். இவ்வகையினரில் இருவருக்கு நேற்று தண்டனை அளிக்க வேண்டியிருந்தது."

"தண்டனையா? என்ன தண்டனை?" என்று கேட்டார் நெஹ்லூதவ்.

"பூர்ச்சை மிளாறினால் கசையடி தரப்பட்டது, உத்தரவின் பிரகாரம் தரப்பட்டது."

"ஆனால் சட்டப்படி உடல் ஒறுப்புத் தண்டனை ஒழிக்கப் பட்டு விட்டது ஆயிற்றே."

"உரிமை இழந்தோருக்கு இது ஒழிக்கப்பட்டு விடவில்லை, இவர்களுக்கு அளிக்கப்படக் கூடியதுதான்."

முந்திய நாளன்று முன்கூடத்தில் காத்திருந்தபோது நெஹ்லூதவ் கண்ணுற்றது இப்பொழுது அவர் நினைவுக்கு வந்தது. அவர் காத்திருந்த அந்த நேரத்தில் இம்மாதிரியான தண்டனைதான் அளிக்கப்பட்டது என்பது இப்போது அவருக் குப் புரிந்தது. தெரிந்துகொள்ள வேண்டுமென்ற ஆவல், மனச் சோர்வு, கலக்கம், அருவருப்பு உணர்ச்சி மட்டுமீறி விடுவதால் உண்டாகும் குமட்டல் ஆகிய யாவும் முன்னெப்போதையும் விடக் கடுமையான முறையில் பீடித்துக்கொண்டு அவரை வதைத்தன.

துணைக் கண்காணிப்பாளர் பேசிச் சென்றதைக் காது கொடுத்துக் கேட்காமலும், எப்பக்கமும் திரும்பிப் பார்க்காமலும் அவசரமாய் அவர் நடையிலிருந்து வெளியே வந்து அலுவல கத்துக்குப் போய்ச் சேர்ந்தார். சிறைக் கண்காணிப்பாளர் அப்போது அங்கேதான் இருந்தார், பிற வேலைகளைக் கவனிக்க முற்பட்ட அவர் பொகதூஹவ்ஸ்கயாவை அழைத்து வர ஆள் அனுப்ப மறந்து விட்டார். நெஹ்லூதவ் உள்ளே வருவதைக் கண்டபோதுதான் அவருக்கு இதைப்பற்றி ஞாபகம் வந்தது.

"தயவுசெய்து உட்காருங்கள். இதோ நான் ஆள் அனுப்பி அவளை அழைத்து வரச் சொல்கிறேன்" என்றார் அவர்.

54

அலுவலகம் இரண்டு அறைகளால் ஆனது. உருக்குலைந்த ஒரு பெரிய கணப்படுப்பையும் அழுக்கடைந்த இரு சன்னல்

களையும் கொண்ட முதலாவது அறையின் ஒரு மூலையில் கைதிகளது உயரத்தை அளவிடுவதற்கான கறுப்புக் கம்பத்துடன் கூடிய மேடை இருந்தது. இன்னொரு மூலையில் ஏசு கிறிஸ்து வின் பெரிய படம் ஒன்று தொங்கியது–சித்திரவதை புரியப்படும் எல்லா இடங்களிலும் வழக்கமாய்க் காணக்கூடியதும், கிறிஸ்து வின் போதனைகளைக் கேலி செய்வதற்காக அமைந்தது போன்றதுமான படம். இந்த முதலாவது அறையில் சிறைக் காவலர்கள் சிலர் நின்றிருந்தார்கள், மற்றொரு அறையில் ஆடவரும் பெண்டிருமாக சுமார் இருபது பேர் தனித்தனிக் குழுக்களாகவோ, இரண்டு இரண்டு பேராகவோ சுவர் ஓரமாய் அமர்ந்து தணிவான குரலில் பேசிக்கொண்டிருந்தனர். எழுதும் மேசை ஒன்று சன்னலுக்கு அருகே இருந்தது.

இந்த மேசையின் பின்னால் சிறைக் கண்காணிப்பாளர் அமாந்திருந்தார். தமக்குப் பக்கத்தில் ஒரு நாற்காலியில் நெஹ்லூதவை உட்காரச் சொன்னார் அவர். நெஹ்லூதவ் அதில் உட்கார்ந்து, அறையில் இருந்தோரைப் பார்வையிட்டார்.

யாவரிலும் முன்னதாக அவர் கவனத்தைக் கவர்ந்தவர் குட்டைக் கோட்டு அணிந்து இனிய முகமுடைய ஓர் இளைஞர். கரிய புருவங்களைக்கொண்ட நடுத்தர வயதுள்ள ஒரு பெண் ணின் எதிரே நின்று கைகளை ஆட்டியசைத்து ஆவலோடு எதையோ சொல்லிக் கொண்டிருந்தார். இவர்களுக்குப் பக்கத்தில் நீலக் கண்ணாடி போட்டிருந்த கிழவர் ஒருவர் கைதிக்குரிய உடுப்புகள் உடுத்திய ஓர் இளம்பெண்ணின் கையைப் பிடித்துக் கொண்டு அமர்ந்திருந்தார், இந்தப்பெண் அவரிடம் ஏதோ சொல்லிக்கொண்டிருந்தாள். முகத்தில் அச்சத்தின் சாயல் படிந்திருந்த பள்ளிக்கூடச் சிறுவன் ஒருவன் உருக்கமாய்க் கிழவரை உற்றுப் பார்த்தான். இவர்களிடமிருந்து சற்றே விலகி ஒரு மூலையில் காதலர்கள் இருவர் அமர்ந்திருந்தார்கள். பெண் மிகவும் இளையவள், கண்ணுக்கு இனியவள், கட்டையாய் வெட்டிய வெண்பட்டு முடிகளும் துருதுருப்பான முகபாவமும் கொண்டிருந்தாள், நவநாகரிகப் பாணியிலான ஆடைகள் அணிந்திருந்தாள்; இளைஞன் நேர்த்தியான சித்திரம் போன்ற முகமுடையவன், கவர்ச்சியானவன், அலையலையாக சுருட்டை முடிகளுடையவன், ரப்பர் பூச்சிடப்பட்ட குட்டைக் கோட்டு போட்டிருந்தான். இருவரும் ரகசியக் குரலில் கிசுகிசுத்தவாறு அந்த மூலையில் அமர்ந்திருந்தனர். காதலால் சொக்குண்ட வர்களாகத் தோன்றினர். மேசைக்கு மிகவும் அருகாமையில் கறுப்பு ஆடைகளும் நரைத்த தலையுமுடைய ஓர் அன்னை அமர்ந்திருந்தார். காசநோய் கண்டவனைப் போல் தோன்றிய

இளைஞனின் தாய் என்பது தெரிந்தது. ரப்பர் பூச்சிடப்பட்ட குட்டைக் கோட்டு அணிந்திருந்த அந்த இளைஞனிடம் அவர் ஏதோ சொல்ல முயன்றார். ஆனால் விம்மல்கள் அவரைப் பேச முடியாதபடித் தடுத்தன; திரும்பத் திரும்பப் பேச ஆரம்பித்து முடியாமல் திணறினார். கையில் ஒரு காகிதத்தை வைத்திருந்த அந்த இளைஞன் என்ன செய்வதென்று புரியாமல், முகத்திலே கோபக்குறி தெரிய அந்தக் காகிதத்தை மடித்து மடித்து அழுத்திக் கொண்டிருந்தான். இவர்களுடன் வாட்ட சாட்டமான பெண் ஒருத்தி இருந்தாள்–செவ்விய தளிர் மேனியும் எடுப்பான மலர் விழிகளுமுடைய சுந்தரவதி, கபில நிற ஆடையும் தோளங்கியும் அணிந்திருந்தாள். அழுது கண்ணீர் வடித்த அன்னைக்குப் பக்கத்தில் அமர்ந்திருந்த இவள், அருமையாய் அவரைத் தடவிக் கொடுத்தாள். இவளுடைய பெரிய வெள்ளைக் கைகள், கத்திரித்து விடப்பட்டு அலையலையாகச் சரிந்து தவழ்ந்த கூந்தல், கெட்டியான மூக்கு, உதடுகள் – எல்லாமே அவள் அழகானவள் என்பதை எடுத்தியம்பின. ஆயினும் அன்பும் அருளும் உண்மையும் ஒளிர்ந்த இவளது தவிட்டு நிற விழிகள்தாம் இவளுடைய வதனத்தின் பிரதான கவர்ச்சிக்குரியனவாய்த் திகழ்ந்தன. நெஹ்லூதவ் உள்ளே வந்தபோது இந்த எழில் விழிகள் கணப்பொழுதுக்கு அவ்வன்னையின் முகத்திலிருந்து திரும்பி அவரது கண்களைச் சந்தித்தன. ஆனால் உடனே அவள் மறுபடியும் திரும்பி, அந்தத் தாயிடம் ஏதோ பேச ஆரம்பித்தாள். காதலர்கள் இருவரிடமிருந்தும் கொஞ்சம் தள்ளி, பரட்டைத் தலையும் துயரம் தோய்ந்த முகமும் கொண்ட பழுப்பு நிற ஆடவர் ஒருவர் தாடி மீசையின்றி ஸ்கொபெத்ஸைப்* போலிருந்த ஒருவருடன் ஆத்திரமாய் ஏதோ பேசிக்கொண்டு அமர்ந்திருந்தார்.

சிறைக் கண்காணிப்பாளருக்குப் பக்கத்தில் உட்கார்ந்திருந்த நெஹ்லூதவ் உருக்கமும் ஆவலும் மிக்கவராய்ச் சுற்றிலும் பார்த்துக் கொண்டிருந்தார். முடிகள் ஒட்ட வெட்டப்பட்ட சிறுவன் ஒருவன் அவரிடம் வந்து கீச்சுக் குரலில் கேட்டான்.

“நீங்கள் யாரைப் பார்ப்பதற்காகக் காத்திருக்கிறீர்கள்?”

சிறுவன் கேட்ட கேள்வி நெஹ்லூதவை வியப்புறச் செய்தது. ஆனால் சிறுவனை உற்று நோக்கிய அவர் கருத்தார்ந்த அவனது சின்னஞ்சிறு முகத்தையும் குத்திட்டுத் தம் மீது பதிந்திருந்த அவனது துருதுருப்பான கண்களையும் கண்டதும், தமக்குத் தெரிந்த ஒரு பெண்ணைப் பார்ப்பதற்காகக் காத்திருப்பதாய் உருக்கமான குரலில் பதிலளித்தார்.

* ஸ்கொபெத்ஸ்—பரிசுத்தம் அடைவதாகச் சொல்லி விதை அறுவை மூலம் ஆண்மையை அகற்றிக்கொண்ட சமய மரபினர்.

“நீங்கள் பார்க்கப் போகிற அவர் உங்கள் சகோதரியா?” என்று கேட்டான் சிறுவன்.

“இல்லை. என் சகோதரியல்ல” என்று வியப்புற்றவராய் நெஹ்லூதவ் பதிலளித்தார். “நீ இங்கே யாருடன் இருக்கிறாய்?” என்று அவர் சிறுவனை வினவினார்.

“நான் என் அம்மாவுடன் இருக்கிறேன். என் அம்மா அரசியல் கைதி” என்று பெருமையாகச் சொன்னான் சிறுவன்.

“மரீயா பாவ்லவ்னா, கோல்யாவை அழைத்துச் செல்லுங்கள்!” என்றார் சிறைக் கண்காணிப்பாளர். சிறுவனுடன் நெஹ்லூதவ் உரையாடுவது விதிகளுக்கு விரோதமானதென அவர் கருதினார் என்பது புலப்பட்டது.

முன்பு நெஹ்லூதவின் கவனத்தைக் கவர்ந்த அந்தச் சுந்தரவதியே மரீயா பாவ்லவ்னா. முழு உயரத்துக்கும் நிமிர்ந்து நெடிய உருவினளாய் இப்பொழுது அவள் எழுந்து, அனேகமாய் ஆடவனைப் போல் உறுதியாகவும் அகலமாகவும் அடியெடுத்து வைத்து நெஹ்லூதவையும் சிறுவனையும் வந்தடைந்தாள்.

“என்ன கேள்வி கேட்கிறான்–யார் நீங்கள் என்கிறானா?”

– இலேசாய்ப் புன்னகை புரிந்து, முழு நம்பிக்கை கொண்ட கண்களால் நெஹ்லூதவைப் பார்த்து வினவினாள் அவள். எல்லாரோடும் தூய எளிமையும் உள்ளன்பும் பாசமும் வாய்ந்த உடன்பிறப்பு உறவுகளையே கொண்டவள், எக்காலத்துக்கும் கொண்டிருக்கப் போகிறவள். இதில் ஐயப்பாட்டுக்கு இடமில்லை என்பது போலிருந்தது அவள் பார்த்த அந்தப் பார்வை. “இவனுக்கு எல்லாம் தெரிந்தாக வேண்டும்” என்று அவள் அந்தச் சிறுவனைப் பார்த்துப் பாசமோடு இனிமையாகப் புன்னகை புரிந்ததும் அதே போல சிறுவனும் நெஹ்லூதவும் அவளைப் பார்த்துத் தம்மையும் அறியாமலே புன்னகை புரிந்தனர்.

“யாரைப் பார்ப்பதற்காக நான் இங்கே வந்தேனென்று விசாரித்தான்.”

“மரீயா பாவ்லவ்னா, தெரியாதவர்களுடன் பேசக்கூடாது. விதிகளுக்கு விரோதமானது–இது உங்களுக்குத் தெரியாததல்ல” என்றார் சிறைக் கண்காணிப்பாளர்.

“சரி பேசவில்லை” என்று சொல்லி அவள், கண் கொட்டாது அவளையே பார்த்தபடி நின்ற கோல்யாவின் சின்னஞ்சிறு கையைத் தனது பெரிய வெள்ளைக் கையால் பிடித்துக்கொண்டு, காசநோயாளி போன்றவனான அந்த இளைஞனின் தாயிடம் திரும்பிச் சென்றாள்.

“யார் அந்தச் சிறுவன்?” என்று சிறைக்கண்காணிப்பாளரிடம் கேட்டார் நெஹ்லூதவ்.

❖ லியோ டால்ஸ்டாய் ❖ 295

"இவன் தாய் ஓர் அரசியல் கைதி. இங்கே சிறைக்கூடத்தில் பிறந்தவன் இவன்" என்று கண்காணிப்பாளர் தமது சிறைக்கூடம் தனிச்சிறப்பு வாய்ந்ததென மகிழ்ந்துகொண்டவரைப்போல் பெருமை தொனிக்கக் கூறினார்.

"மெய்தானா?"

"மெய்தான். இப்போது தாயுடன் சேர்ந்து சிறுவனும் சைபீரியாவுக்குப் போகப் போகிறான்."

"அந்த இளம் பெண் யார்?"

"உங்கள் கேள்விக்கு நான் பதில் சொல்வதற்கில்லை" என்று கண்காணிப்பாளர் தோளை உலுக்கிக்கொண்டார். "இதோ வருகிறாள் பொகதூஹவ்ஸ்கயா" என்றார்.

55

அன்பு கெழுமிய பெரிய கண்களும் குட்டையாய் வெட்டிய முடிகளும் மஞ்சள் மேனியுமுடைய ஒல்லியான வேரா பொகதூஹவ்ஸ்கயா ஆடியசைந்தவாறு நடந்து அறையின் பின்புற வாயில் வழியே உள்ளே வந்தாள்.

"இங்கே வந்ததற்காக உங்களுக்கு எனது நன்றி" என்று சொல்லி நெஹ்லூதவின் கையைப் பிடித்து அழுத்தினாள் அவள். "நீங்கள் என்னை நினைவில் வைத்திருக்கிறீர்கள் என்பதாக அல்லவா தெரிகிறது? உட்கார்ந்து பேசுவோம்."

"உங்களை இப்படிப் பார்க்க வேண்டியிருக்குமென நான் நினைக்கவே இல்லை."

"நான் நல்லபடியாய், ஆனந்தமாகவே இருக்கிறேன். ரொம்ப நன்றாயிருக்கிறது, இதனிலும் மேலானதொன்று வேண்டுமென நான் விரும்பாதபடி அவ்வளவு நன்றாயிருக்கிறது" என்றாள் வேரா பொகதூஹவ்ஸ்கயா. அன்பு கெழுமிய, வட்டமான அவளது பெரிய கண்கள் நெஹ்லூதவின் மீது பதிந்திருந்தன. எப்போதும் போல் அவை மிரண்ட பார்வை கொண்டிருந்தன. கசங்கிப் போய் அழுக்கேறிய பரிதாபமாயிருந்த ஜாக்கெட்டுக் காலருக்குள்ளிருந்து குச்சியாய் மெலிந்து நரம்பாகக் காட்சியளித்த கழுத்தை ஆட்டித் திருப்பியவாறு பேசினாள் அவள்.

எப்படி அவள் இம்மாதிரியான ஒரு நிலையை வந்தடைந் தாளென நெஹ்லூதவ் அவளைக் கேட்டார். இதற்குப் பதில ளிக்க முற்பட்ட அவள் தான் செய்து வந்த வேலைகளை மிகுந்த கிளர்ச்சியுடன் ஊக்கமாய் எடுத்துரைக்க ஆரம்பித்தாள். பிரச்சாரமென்றும் சீர்குலைவென்றும், குழுக்கள், பிரிவுகள், கிளைப் பிரிவுகளென்றும் பேசி, ஏராளமான அந்நியச் சொற் களை இடையிடையே எடுத்தாண்டாள். இவற்றை எல்லார்க்கும்

தெரிந்த சொற்களாய் நினைத்துக்கொண்டு அவள் பேசினாள். ஆனால் நெஹ்லூதவ் இதற்கு முன் இவற்றைக் கேட்டதே இல்லை.

நரோதவோல்ஸ்துவோவைப்* பற்றிய இரகசியங்களை எல்லாம் அவரிடம் சொன்னாள். இவற்றைத் தெரிந்து கொள்வதில் அவர் நாட்டங் கொண்டவர், இவற்றைக் கேட்டுத் தெரிந்துகொண்டு மகிழ்ச்சியடைந்தார் என்பதில் எந்தச் சந்தே கமும் இல்லாதவளாய் அவள் பேசிச் சென்றாள். அவளுடைய மெல்லிய கழுத்தையும் அடர்த்தியின்றி அருகலாயிருந்த பரட்டை முடிகளையும் பார்த்துக் கொண்டிருந்த நெஹ்லூதவ், அவள் ஏன் இம்மாதிரியான வேலைகளில் ஈடுபட்டு வந்தாள்? ஏன் இவை குறித்துத் தம்மிடம் சொல்கிறாள் என்று தம்முள் வியந்துகொண்டார்.

அவளைப் பார்க்கையில் அவருக்குப் பரிதாபமாய் இருந்தது. ஆனால் இந்தப் பரிதாபம் எந்தக் குற்றமும் செய்யா திருந்தும் இந்த நாற்றம் பிடித்த சிறையிலே அடைக்கப்பட்டு விட்ட அந்த விவசாயி மென்ஷோவிடம் அவருக்கு ஏற்பட்ட பரிதாபத்தைப் போன்றதாய் இல்லை. ஏனைய எல்லாக் காரணங்களையும் விட முக்கியமாய் இவள் இப்படி மண்டைக் குழப்பமடைந்தவளாய் இருக்கிறாளே என்று நினைத்து இவள் மீது அவர் பரிதாபப்பட்டுக் கொண்டார். தனது இலட்சியத்தின் வெற்றிக்காக உயிரை விடத் தயாராயிருந்த வீராங்கனையாய் இவள் தன்னைக் கருதிக்கொண்டது அவருக்குத் தெளிவாகவே தெரிந்தது. ஆயினும் இந்த இலட்சியத்தின் உட்பொருள் என்ன? இதன் வெற்றி எதில் அடங்கியிருக்கிறது என்று அவளால் விளக்கிச் சொல்ல முடிந்திருக்காதென நினைத்தார் அவர்.

நெஹ்லூதவை வரச் சொல்லி அவரிடம் வேரா பொகதூ ஹவ்ஸ்கயா கூற விரும்பிய விவகாரம் வருமாறு: அவளது தோழியான ஷூஸ்தவா என்பவள்–இவள் தங்களது "கிளைக் குழுவைச்" சேர்ந்தவள்கூட இல்லையென அவள் குறிப்பிட்டுக் கொண்டாள்–தன்னுடன் சேர்ந்து ஐந்து மாதங்களுக்கு முன்பு கைது செய்யப்பட்டு, பெத்ரொபாவ்லவ்ஸ்கயா கோட்டையில் அடைக்கப்பட்டாள். காரணம் என்னவெனில் சட்டவிரோத

---

* *(இங்கு குறிக்கப்படுவது "நரோத்னயா வோல்யா" ("மக்கள் சித்தம்") —ஜாரிஸ்டு எதேச்சாதிகாரத்தை எதிர்த்துப் போராடுவதற்காக 1879இல் நரோத்னிக்குகளால் நிறுவப்பட்ட இரகசியப் புரட்சி நிறுவனம். தனிநபர் பயங்கரவாத இயக்கமாக இந்நிறுவனம் செயற் பட்டு வந்தது. ஜார் அரசன் இரண்டாம் அலெக்ஸாண்டர் இதன் உறுப்பினர்களால் கொல்லப்பட்டபின் 1881இல் ஜாரிஸ்டு எதேச்சாதிகாரத்தால் கொடிய முறையில் இது நசுக்கப்பட்டது.*

மான சில புத்தகங்களும் ஆவணங்களும் அவளிடம் கண்டு பிடிக்கப்பட்டன. – பத்திரமாய் இருக்கும் பொருட்டு ஏனை யோர் அவளிடம் கொடுத்துச் சென்றவை அவை. ஷூஸ்தவா கைதானதற்கு ஓரளவு தானும் பொறுப்பாளி என்பதாக வேரா பொகதூஹவ்ஸ்கயா கருதினாள். செல்வாக்குள்ள வட்டாரங் களில் தொடர்புடையவராகிய நெஹ்லூதவ் இவளுடைய விடுதலைக்காகத் தம்மால் இயன்றது அனைத்தும் செய்ய வேண்டுமெனக் கேட்டுக்கொண்டாள். இன்னொரு விவகாரத் திலும் வேரா பொகதூஹவ்ஸ்கயா அவருடைய உதவியை நாடினாள். பெத்ரோபாவ்லவ்ஸ்கயா கோட்டையில் சிறைப் படுத்தப்பட்டிருந்த குர்க்கேவிச் என்பவர் அவரது பெற்றோர் களைச் சந்திப்பதற்கும், அவருடைய விஞ்ஞான ஆய்வுகளுக்குத் தேவைப்பட்ட சில விஞ்ஞான நூல்களைப் பெறுவதற்கும் அனுமதி வாங்கித் தர வேண்டும்" என்றாள்.

பீட்டர்ஸ்பர்க் சென்றதும் தம்மால் இயன்றதைச் செய்வ தாக நெஹ்லூதவ் வாக்களித்தார்.

வேரா பொகதூஹவ்ஸ்கயா அவளது சொந்த வாழ்க்கை குறித்துக் கூறியதாவது: "பேறுகால மருத்துவப் பயிற்சி முடிந்து பட்டம் பெற்றதும் அவளுக்கு நரோதவோல்ஸ்துவோ கட்சியின ருடன் தொடர்பு ஏற்பட்டது, அவர்களுடன் சேர்ந்து வேலை செய்து வந்தாள். ஆரம்பத்தில் யாவும் ஒழுங்காகவே நடந் தேறின. அறிக்கைகள் எழுதினர், ஆலைகளில் பிரசாரப் பணி களில் ஈடுபட்டனர். பிறகு அவர்களது உறுப்பினர்களில் முக்கிய மானவர் ஒருவர் கைது செய்யப்பட்டதும் அவர்களது அறிக்கை களும் ஆவணங்களும் பிடிக்கப்பட்டு, எல்லாத் தோழர்களும் கைதாகும்படி நேர்ந்தது.

"என்னையும் கைது செய்தார்கள். இனி தண்டனைக் கைதியாகச் சைபீரியாவுக்கு அனுப்பி விடுவார்கள். அதனால் என்ன? நான் உற்சாகமாகவே இருக்கிறேன். மட்டில்லா மகிழ்ச்சி கொண்டவளாகவே இருக்கிறேன்" என்று தனது வரலாற்றைக் கூறி முடித்து, பரிதாபத்துக்குரியவளாய்ப் புன்னகை புரிந்து கொண்டாள்.

எடுப்பான தவிட்டு நிற விழிகளைக் கொண்ட அந்த இளம் பெண்ணைப் பற்றி நெஹ்லூதவ் விசாரித்தார். ஒரு ஜெனரலின் மகளான இவள் புரட்சிக் கட்சியில் நீண்ட நாளாய் உறுப்பின ளாகச் செயற்பட்டு வந்தவள் என்றும், போலீஸ் படையாளைச் சுட்டது தான்தானென ஒப்புக் கொண்டு சிறை புகுந்தவள் என்றும் வேரா பொகதூஹவ்ஸ்கயா விவரித்துச் சொன்னாள். தலைமறைவாய் வேலை செய்து வந்த சிலருடன் இந்த இளம் பெண்ணும் ஒரு வீட்டில் தங்கியிருந்தாள். அங்கே அச்சுப்பொறி

இரகசியமாய் இயங்கி வந்தது. ஓர் இரவில் போலீசார் இந்த வீட்டைச் சோதனை போடுவதற்காக வந்தபோது, வீட்டில் இருந்தோர் தம்மைத் தற்காத்துக் கொள்வதென முடிவு செய்து விளக்குகளை அணைத்துவிட்டுக் குற்றத்துக்குரிய சாட்சியங் களாக இருக்கக் கூடியவற்றை அழிக்க ஆரம்பித்தனர். போலீசார் உடைத்துக் கொண்டு உள்ளே புகுந்துவிட்டனர், சதி புரிந் தோரில் ஒருவர் அப்போது ஒரு போலீஸ் படையாளைச் சுட்டுக் காயப்படுத்தினார். இந்தப் பெண் எந்நாளும் தன் கையால் ரிவால்வரைத் தொட்டவள் அல்ல, ஒரு எட்டுக்கால் பூச்சியை யும் கூடக் கொன்றதில்லை, ஆனால் யார் சுட்டதென்று விசாரணை நடைபெற்றபோது, இவள் தானேதான் சுட்டதாக வாக்குமூலம் தந்தாள். அந்த வாக்குமூலத்திலிருந்து பிறழாமல் அதையே கூறிச் சைபீரியக் கடின உழைப்புத் தண்டனை பெற்றுக்கொண்டாள். இப்போது சைபீரியாவுக்குப் புறப்படத் தயாராயிருக்கிறாள்.

"ஒப்பற்றவள், பிறர்க்கென வாழும் பெருங் குணங்கொண்ட உத்தமி" என்று வேரா பொகதூஹவ்ஸ்கயா அவளைப் பாராட்டினாள்.

வேரா பொகதூஹவ்ஸ்கயா பேச விரும்பிய மூன்றாவது விவகாரம் மாஸ்லவாவைப் பற்றியது. மாஸ்லவாவின் கதையை யும் நெஹ்லூதவுக்கு அவளுடன் இருந்த உறவையும், சிறைக் கூடத்தில் ஏனைய எல்லோரையும் போலவே வேரா பொக தூஹவ்ஸ்கயா தெரிந்து வைத்திருந்தாள். மாஸ்லவா அரசியல் கைதிகளின் வார்டுக்கு மாற்றப்படுவதற்கு வேண்டிய முயற்சி களை நெஹ்லூதவ் எடுக்க வேண்டுமென்று அவள் ஆலோசனை கூறினாள். இல்லையேல் குறைந்தது மருத்துவமனையில் தாதியாக வேலை செய்வதற்காவது அவள் அனுப்பப்படுமாறு செய்ய வேண்டும். தற்போது நோய்வாய்ப்பட்டோர் அங்கே மிகப் பலரும் இருப்பதால் வேலைக்குக் கூடுதலாய் ஆட்கள் தேவைப் படுகிறார்கள் என்றாள்.

அவளது ஆலோசனைக்காக நெஹ்லூதவ் நன்றி தெரிவித் தார், இதன்படி முயற்சி செய்து பார்ப்பதாகச் சொன்னார்.

56

அவர்களுடைய உரையாடல் சிறைக் கண்காணிப்பாளர் செய்த அறிவிப்பால் தடைபட்டது. நேரமாகிவிட்டது, பேச்சை நிறுத்திக்கொண்டு பிரிந்தாக வேண்டுமென்று அவர் எழுந்து நின்று அறிவித்தார். வேரா பொகதூஹவ்ஸ்கயாவிடம் விடை பெற்றுக்கொண்டு வாயிலருகே சென்ற நெஹ்லூதவ், அங்கே நின்று அறையினுள் நடைபெற்றதைக் கவனித்தார்.

“ஐயன்மீர், நேரமாகிவிட்டது.! நேரமாகிவிட்டது!” என்றார் சிறைக் கண்காணிப்பாளர். எழுந்து நின்றவர் மறுபடியும் உட்கார்ந்துகொண்டார்.

அவரது இந்த அறிவிப்பு அறையில் இருந்தோரிடம், கைதிகளிடத்தும் பார்க்க வந்திருந்தோரிடத்தும் முன்னிலும் அதிகமான பரபரப்பை உண்டாக்கியதே ஒழிய, யாரும் அறையை விட்டு வெளியே செல்லவுமில்லை. செல்ல வேண்டுமென நினைக்கவுமில்லை. சிலர் எழுந்தார்கள், பிறகு நின்றபடி தொடர்ந்து பேசினார்கள். சிலர் எழாமல் உட்கார்ந்துகொண்டே பேசிச் சென்றார்கள். ஒரு சிலர் விடைபெற்றுக்கொள்ள முற்பட்டு அழத் துவங்கினர். குறிப்பாக அன்னையும் காசநோய் கண்டவனைப் போன்றவனான அவரது மகனுமாகிய இருவரின் நிலை உள்ளத்தை உருக்குவதாய் இருந்தது. இளைஞன் தன் கையிலிருந்த காகிதத்தைத் திருகிக்கொண்டு நின்றான். அவன் முகத்தில் ததும்பிய கோபம் மேலும் மேலும் கடுமையாகியது – தன் தாயின் அழுகை தன்னையும் தொத்திக்கொண்டு விடாமல் தடுப்பதற்காக அப்படி அவன் தீவிரமாக முயற்சி செய்தான். பிரிய வேண்டிய நேரம் வந்துவிட்டதென்று கேட்டதும் அவ்வன்னை தன் மகனின் தோளில் தலையைச் சாய்த்து, விம்மி விம்மி அழுதார். மூக்கை உறிஞ்சிக் கொண்டார். தவிட்டு நிற விழிகளையுடைய இளம்பெண்–நெஹ்லூதவால் அவளைக் கவனிக்காது இருக்க முடியவில்லை–விம்மி அழுத அந்த அன்னையின் எதிரே நின்றுகொண்டு ஆறுதல் அளிக்கும்படியான குரலில் அவரிடம் ஏதோ சொன்னாள். நீலக் கண்ணாடி அணிந்திருந்த கிழவர் தமது மகனின் கையைப் பிடித்துக் கொண்டு நின்றார், அவள் கூறியதற்கு அவர் தலையை ஆட்டிப் பதிலளித்தார். இளம் காதலர்கள் இருவரும் எழுந்து, வாய் பேசாமல் கண்ணோடு கண் நோக்க, கை கோத்துக்கொண்டு நின்றனர்.

“இதோ இவர்கள் மட்டும்தான் குதூகலப்பட்டுக் கொள்கிறார்கள்” என்று காதலர்கள் இருவரையும் சுட்டிக்காட்டிக் குறிப்பிட்டார். விடைபெற்றுப் பிரிவோரை நெஹ்லூதவைப் போலவே பார்த்துக் கொண்டு அவர் பக்கத்தில் நின்ற குட்டைக் கோட்டு அணிந்த ஓர் இளைஞர்.

நெஹ்லூதவும் இளைஞரும் தம்மை உற்று நோக்குவதை உணர்ந்ததும், ரப்பர் பூச்சிட்ட குட்டைக் கோட்டு போட்ட இளைஞனும் வெண்பட்டு முடிகளையுடைய கண்ணுக்கினிய நங்கையுமான காதலர்கள் இருவரும் கரங்களை விரித்து நீட்டி ஒருவர் கையை ஒருவர் பிடித்துக்கொண்டு சிரித்தவாறு சுழன்று ஆடினர்.

“இன்று இரவு இருவருக்கும் சிறைக்கூடத்தில் திருமணம் நடைபெறப் போகிறது. அவனுடன் சேர்ந்து அவளும் சைபீரி யாவுக்குப் போகப் போகிறாள்” என்றார் இளைஞர்.

“அவன் யார்?”

“சைபீரியக் கடின உழைப்புத் தண்டனை விதிக்கப் பட்டுள்ளவன். இருவரும் சிறிது நேரமாவது ஆனந்தமாய் இருக் கட்டும். இல்லையேல், கொடுமை பொறுக்க முடியாததாகி விடும்” என்று குட்டைக் கோட்டு அணிந்த இளைஞர், காசநோய் கண்டவனைப் போன்றவனாய் இருந்தவனது தாய் விம்மி அழுவதைக் கவனித்தவாறு கூறினார்.

“ஐயன்மீர், போதும்! தயவு செய்யுங்கள்! கடுமையான நடவடிக்கை எடுக்கும்படி என்னைக் கட்டாயப்படுத்தாதீர்கள். தயவு செய்யுங்கள்!” என்று திரும்பத் திரும்பச் சொன்னார் சிறைக் கண்காணிப்பாளர். ‘தயவு செய்யுங்கள்!’ என்று தயங்கியவாறு தளர்ந்த குரலில் தொடர்ந்து கூறினார். ‘என்ன இது? முன்பே நேரம் முடிவுற்றுவிட்டது. இது அனுமதிக்க முடியாதது... கடைசி முறையாகக் கேட்டுக்கொள்கிறேன்” என்று களைப்புற்றவராகத் திரும்பவும் சொல்லிக் கையிலிருந்த சிகரெட்டைப் போட்டுவிட்டு இன்னொன்றைப் பற்ற வைத்துக் கொண்டார்.

அயலார்க்குக் கேடு புரிந்து, அதற்குத் தாம் பொறுப்பாளி என்பதை உணராமல் இருப்பதற்கு உதவும் பொருட்டு நெடுங் காலமாக சகஜமாகக் கையாளப்படும் சாதுர்யமான உபாயங்கள் பலவும் இருப்பினும், இப்போது இந்த அறையில் வெளியாகிய துயரத்துக்குப் பொறுப்பாளிகளாக இருந்தோரில் தாமும் ஒருவர் என்பதைச் சிறைக் கண்காணிப்பாளரால் உணராமலிருக்க முடியவில்லை. அவர் இதை உணரவே செய்தார் என்பதும் இது அவர் நெஞ்சை உறுத்தியது என்பதும் தெளிவாகவே தெரிந்தது.

முடிவில் கைதிகளும் அவர்களைப் பார்க்க வந்திருந்தவர் களும் பிரிந்து செல்ல முற்பட்டனர் – முன்னவர்கள் பின் பக்கத்து வாயில் வழியாகவும், பின்னவர்கள் முன் பக்கத்து வாயில் வழியாகவும் அறையிலிருந்து வெளியேற ஆரம்பித்தனர். ரப்பர் பூசப்பட்ட கட்டைக் கோட்டு அணிந்த ஆடவர்களும் காசநோய் கண்டவனைப் போல் தோன்றிய இளைஞனும் பரட்டைத் தலை ஆளும் வெளியே சென்றார்கள், சிறைக் கூடத்தில் பிறந்த சிறுவனை அழைத்துக் கொண்டு மரீயா பாவ்லவ்னா போய்ச் சேர்ந்தாள்.

கைதிகளைப் பார்க்க வந்திருந்தோரும் வெளியேறினர். நீலக் கண்ணாடி போட்டிருந்த கிழவர் சிரமப்பட்டு நடந்து வெளியே சென்றார், அவர் பின்னால் நெஹ்லூதவும் வெளியே நடந்தார்.

"ஆமாம். அதிசயமான ஒழுங்கு முறை இது" என்று தடை பட்டுப் போன உரையாடலைத் தொடர்ந்து நடத்திச் செல்வது போல் கூறினார், பேசுவதில் ஆர்வங்கொண்டவரான இளைஞர். நெஹ்லூதவுடன் சேர்ந்து அவரும் படிகளில் இறங்கினார். "சிறைக்கண்காணிப்பாளருக்கு நாம் நன்றி செலுத்தியாக வேண்டும். நல்ல மனிதர். விதிகளைக் கண்டிப்பான முறையில் இவர் செயற்படுத்துவதில்லை. எல்லாரும் சந்தித்துப் பேசுவது அவசியம். பேசினால்தான் மனதுக்கு ஆறுதலாய் இருக்கும்."

"மற்ற சிறைக்கூடங்களில் இப்படிச் சந்தித்துப் பேச அனுமதிக்கப்படுவது இல்லையா?"

"எங்கே அனுமதிக்கிறார்கள்? இல்லவே இல்லை. அதற்குப் பதில் ஒவ்வொருவராகத்தான் உள்ளே செல்லவேண்டும். வலைத் தடுப்புக்கு வெளியிலிருந்துதான் பேச வேண்டும்."

இந்த இளைஞர் தம்மை மெதின்த்ஸெவ் என்பதாக அறி முகம் செய்துகொண்டார். இவருடன் பேசியவாறு நெஹ்லூதவ் முன் கூடத்துக்கு வந்தார். களைத்து ஓய்ந்துபோன முறையில் நடந்து சிறைக் கண்காணிப்பாளர் இவர்களிடம் வந்தார்.

"மாஸ்லவாவை நீங்கள் பார்க்க விரும்பினால், தயவு செய்து நாளைக்கு வாருங்கள்" என்றார் அவர். நெஹ்லூதவிடம் பணிவன்புடன் நடந்துகொள்ள அவர் விரும்பியது தெரிந்தது.

"நல்லது. நாளைக்கு வருகிறேன்" என்று பதிலளித்துவிட்டு நெஹ்லூதவ் அங்கிருந்து வேகமாய் வெளியே நடந்தார்.

குற்றமற்றவன் என்பது நன்றாகவே தெரிந்த அந்த மென்ஷோவ் படும் துன்பம் நினைக்கவே பயங்கரமாய் இருந்தது – மெய் வருத்தத்தால் உண்டாகும் துன்பம் மட்டுமல்ல; சுற்றிலும் இருந்துகொண்டு காரணம் இல்லாமலே தன்னை இப்படி வதைப்போரின் கொடுஞ்செயல்களைக் காணும்போது நிச்சயம் அவன் அனுபவிக்க நேரும் திகைப்பாலும் குழப்பத்தாலும், நன்னெறியிலும் தெய்வத்திலுமான நம்பிக்கைக் குலைவாலும் உண்டாகும் மனத் துன்பம் மேலும் பன்மடங்கு பயங்கரமானது.

பழி பாவமறியாத நூற்றுக்கணக்கானோர், காகிதத்தில் சரியானபடிக் குறிக்கப்படவில்லை என்ற ஒரே காரணத்துக்காக அனுபவிக்க வேண்டியிருக்கும் மானக்கேடும் துன்பமும் மிகப் பயங்கரமானவை. முரட்டு விலங்கு போன்றார் ஆக்கப்பட்டு,

தமது சகோதரர்களைத் துன்புறுத்துவதையே தமது அன்றாடப் பணியாகக்கொண்டு, பயனுள்ள முக்கிய கடமை ஆற்றுகிறோ மென்ற திட நம்பிக்கையும் பெற்ற இந்தச் சிறைக் காவலர்களை நினைக்கையிலும் பயங்கரமாகவே இருந்தது. ஆனால் வயதில் முதியவராகவும் உடல் நலம் குன்றியவராகவும் அன்பு உள்ள முடையவராகவும் இருந்த சிறைக் கண்காணிப்பாளரை– தம்மை யும் தமது குழந்தைகளையும் போன்றவர்களே ஆன தாயையும் மகனையும் தந்தையையும் மகளையும் பிரித்திட வேண்டிய நிலையில் இருந்த இவரை – நினைக்கையில்தான் யாவற்றிலும் அதிகப் பயங்கரமாகவே இருந்தது.

"எதற்காக இவை எல்லாம்" என்று நெஹ்லூதவ் தம்மைத் தாமே கேட்டுக்கொண்டார். முன்னெப்போதையும்விட அதிக மாய் இப்போது அவர் தமது உள்ளக் குமட்டல், சிறைக் கூடத்துக்கு வரும்போதெல்லாம் அவருள் எழுந்த வயிற்றுக் குமட்டலாக மாறக் கண்டார்; ஆனால் அவரது கேள்விக்கு அவரால் விடை ஏதும் காணமுடியவில்லை.

57

மறு நாளன்று நெஹ்லூதவ் வழக்கறிஞரிடம் சென்றிருந் தார். மென்ஷோவ்களது வழக்கு பற்றி அவரிடம் சொல்லி, அவர்களுக்காக வழக்காட வேண்டுமென்று கேட்டுக் கொண் டார். அவர் சொன்னதைக் கேட்ட வழக்கறிஞர் இந்த வழக்கின் விவரங்களைப் பரிசீலித்துப் பார்ப்பதாகக் கூறினார், நெஹ்லூதவ் சொன்னது போலவே யாவும் இருக்குமாயின்–அப்படி இருப்பது எதிர்பார்க்கக் கூடியதுதான்–பணம் வாங்காமல் இலவச மாகவே பிரதிவாதிகளுக்காக வழக்காடுவதாக வாக்களித்தார். யாரோ செய்த தவறுதலின் விளைவாக நூற்று முப்பது பேர் தொடர்ந்து சிறையில் வைக்கப்பட்டிருப்பதை நெஹ்லூதவ் அவரிடம் சொன்னார். இதற்கு யார் பொறுப்பாளி? குற்றம் யாருடையது என்று அவர் வழக்கறிஞரிடம் கேட்டார்.

பிழையின்றிச் சரியான பதிலளிக்க விரும்பியவரைப் போல் வழக்கறிஞர் சிறிது நேரம் மௌனமாய் இருந்தார்.

"குற்றம் யாருடையது? யாருடையதும் அல்ல" என்று தீர்மானத்துக்கு வந்தவராய் அவர் பதிலளித்தார் "தலைமைப் பிராசிக்யூட்டரைக் கேட்டால் குற்றம் ஆளுநருடையது என்பார். ஆளுநரைக் கேட்டால் தலைமைப் பிராசிக்யூட்டரையே குறை சொல்ல வேண்டும் என்பார். ஆக யாரையும் நாம் குறை கூறுவதற்கில்லை."

“இப்போது நான் மாஸ்லினிக்கவைப் பார்ப்பதற்காகப் போகிறேன். அவரிடம் சொல்கிறேன்.”

“ஓ, அவரிடம் சொல்லி எந்தப் பயனும் இல்லை” என்று சொல்லி வழக்கறிஞர் புன்சிரிப்பு சிரித்துக்கொண்டார். “அவர் ஒரு சரியான அசட்டு மனிதர். அதேபோது கள்ளத்தனத்தில் குள்ள நரியையும் மிஞ்சுகிறவர்.”

இந்த வழக்கறிஞரைப் பற்றி முன்பு மாஸ்லினிக்கவ் கூறியது உடனே நெஹ்லூதவுக்கு நினைவு வந்தது. அவர் பதில் சொல் லாமல் விடைபெற்றுக்கொண்டு மாஸ்லினிக்கவைப் பார்ப்ப தற்காகச் சென்றார்.

இரண்டு காரியங்களில் அவருக்கு மாஸ்லினிக்கவின் உதவி வேண்டியிருந்தது. மாஸ்லவா சிறைக்கூட மருத்துவமனைச் சேவைக்கு மாற்றப்பட வேண்டுமென்பது ஒன்று; கடவுச்சீட்டு இல்லையென்று பழிபாவம் அறியாத நூற்றுமுப்பது பேர் சிறையில் அடைக்கப்பட்டிருப்பது பற்றியது மற்றொன்று. தாம் மதியாத ஒருவரின் உதவியை நாடிச் செல்வது அவருக்குக் கடினமாகவே இருந்தது, ஆனால் அவரது நோக்கம் நிறைவேற இதையன்றி வேறு வழி ஏதும் இல்லை, ஆகவே அவர் இந்தக் கடினப் பணியைச் செய்தாக வேண்டியிருந்தது.

வண்டியில் ஏறி மாஸ்லினிக்கவின் வீட்டை வந்தடைந்த நெஹ்லூதவ், அங்கே முன் வாயிலுக்கு எதிரே வாடகை வண்டி களும் ஆடம்பரமான பெரிய கோச் வண்டிகளுமான பலவும் நிற்கக் கண்டார். மாஸ்லினிக்கவின் மனைவிக்கு அந்நாள் விருந் தினர் வரவேற்பு நாள் என்பதும், தம்மையும் வருமாறு மாஸ்லி னிக்கவ் அழைத்திருந்தார் என்பதும் உடனே அவர் நினைவுக்கு வந்தன. நெஹ்லூதவ் அங்கே சென்று இறங்கிய நேரத்தில், வீட்டு வாயிலுக்கு முன்னால் ஒரு பெரிய கோச் வண்டி நின்றிருந்தது. பணி உடுப்பும் தொப்பியில் முத்திரைச் சின்னமும் அணிந்த பணியாள் ஒருவன் படிகளில் இறங்கி வர ஒரு சீமாட்டிக்கு உதவி புரிந்துகொண்டிருந்தான். அந்தச் சீமாட்டி தனது ஆடைத் தொங்கல்களைத் தூக்கிப் பிடித்துக்கொண்டு கீழே இறங்கி வந்தாள். அவளுடைய மெல்லிய கணுக்கால்களும் கறுப்புக் காலுறைகளும் மிதிகள் அணிந்த பாதங்களும் கண்ணுக்குத் தெரிந்தன. வீட்டுக்கு எதிரே நின்ற வண்டிகளில் மடிப்பு முகட்டுடன் கூடிய வண்டி ஒன்று இருந்தது, அது கர்ச்சாகின் களுடையது என்பது நெஹ்லூதவுக்குத் தெரியும். நரைமுடிகளும் சிவந்த கன்னங்களுமுடைய அந்த வண்டிக்காரன் நெஹ்லூ தவைப் பார்த்ததும் தான் நன்கு அறிந்தவர் என்ற முறையில் தொப்பியை உயர்த்திக் கொண்டு மரியாதையாகவும் அதேபோது நேசபாவத்தோடும் தலை வணங்கினான். வாயிற் காவலனிடம் சென்று நெஹ்லூதவ் விசாரிப்பதற்குள், சமுக்காளம் இடப்பட்ட

படிகளிடையே மாஸ்லினிக்கவே நேரில் இறங்கி வந்துவிட்டார். முக்கியமான விருந்தாளி ஒருவரை வழியனுப்புவதற்காக அவருடன் கூட முதல் திருப்பம் வரை மட்டுமல்லாது அடிப்படி வரை வந்தார் மாஸ்லினிக்கவ். இராணுவத் துறையினரான இந்த முக்கிய விருந்தாளி, நகரில் குழந்தை இல்லங்கள் சிலவற்றை நிறுவுவதற்கு நிதி திரட்டுவதற்காக ஏற்பாடு செய்யப்பட்டு வந்த பரிசுக் குலுக்குச் சீட்டு குறித்து பிரெஞ்சு மொழியில் பேசியவாறு இறங்கி வந்தார். சீமாட்டியருக்கு இது ஒரு நல்ல பணியாகும் என்று அவர் கருத்துரைத்தார். "அவர்களுக்கு இது மனத்துக்கினிய பொழுதுபோக்கு. அதேபோது இது நிதியும் திரளச் செய்கிறது."

"அவர்கள் மனம் மகிழட்டும். ஆண்டவன் அவர்களுக்கு அருள் புரிவானாக. ஹோ, நெஹ்லூதவ்? என்ன சேதி? பார்க்க முடிவதில்லையே, யார் கண்ணிலும் படாமல் அல்லவா இருக்கிறீர்கள்?" என்று அவர் நெஹ்லூதவுக்கு வந்தனம் தெரிவித்தார். "போய் அம்மையாருக்கு வணக்கம் செலுத்துங்கள்." கர்ச்சாகின்கள் வந்திருக்கிறார்கள், நதீன் புக்ஸ்கெவ்தேனும் ஏனையோரும் இருக்கிறார்கள். "நகரிலுள்ள கண்ணுக்கினிய நங்கையர் எல்லாரும் இருக்கிறார்கள்" என்றார் அந்த முக்கிய விருந்தாளி. இதைச் சொல்லி இராணுவ மேல் கோட்டைப் போட்டுக் கொள்வதற்காக இராணுவச் சின்னங்களுடன் கூடிய தோள்களைச் சற்றே உயர்த்தி, சரிகை அலங்காரங்களுடன் கண்ணைப் பறிக்கும்படி பணியுடுப்புகள் உடுத்திய தமது சொந்தப் பணியாளிடம் அவற்றைக் காட்டினார். "அன்புக்குரியவரே, போய் வருகிறேன்" என்று சொல்லி மாஸ்லினிக்கவுடன் கை குலுக்கினார்.

"வா, உள்ளே போகலாம். மனம் மகிழ்கிறேன் நான்!" – நெஹ்லூதவின் கையைக் கெட்டியாகப் பிடித்துக்கொண்டு– பூரிப்புடன் கூறினார் மாஸ்லினிக்கவ். ஊதிப் பருத்திருந்துங் கூட விரைவாகவே படிகளில் ஏறினார் அவர்.

அவ்வளவு முக்கியமான பிரமுகர் ஒருவர் நேரில் வந்து தம்மைச் சிறப்பித்துச் சென்றது குறித்து மாஸ்லினிக்கவ் மகிழ்ச்சிப் பூரிப்புற்றிருந்தார். ஜார் குடும்பத்தாருடன் நெருங்கிய பிணைப்பு கொண்ட காவலர் படைப்பிரிவில் சேவை புரிந்திருந்த மாஸ்லி னிக்கவ் அரச குடும்பத்தாரை அடிக்கடி சந்தித்துப் பழக்கப்பட்ட வராகவே இருப்பாரென நினைக்கத் தோன்றும். ஆனால் செல்லம் காட்டப் பெற்றுப் பழக்கப் படுகையில் அற்பத்தனமான ஆசைகள் அதிகரிக்கவே செய்வதாய்த் தெரிகிறது. மேலிடத் திலிருந்து கவனமும் தயவும் கிடைத்த ஒவ்வொரு சந்தர்ப்பத் திலும் மாஸ்லினிக்கவ் ஆனந்தப்பட்டுக் கொண்டார். செல்ல மான நாயை அதன் எசமானன் தட்டிக் கொடுத்துத் தடவி

விடும்போது காதுகளை வருடிவிடும்போது இப்படித்தான் அது ஆனந்தப்பட்டுக் கொள்கிறது. வாலைக் குழைத்துக்கொண்டு நிற்கிறது, காலை நக்குகிறது, துள்ளிக் குதிக்கிறது, காதுகளைக் கவித்துக்கொண்டு தலைகால் புரியாமல் சுற்றிச் சுற்றி ஓடி வருகிறது. மாஸ்லினிக்கவும் இதே போலச் செய்யத் தயாராயிருந்தார். அவர் நெஹ்லூதவின் கடுகடுப்பான முகபாவத்தைக் கவனிக்க வில்லை. நெஹ்லூதவ் கூறியதையும் காதில் வாங்கிக் கொள்ள வில்லை. வரவேற்பு அறையை நோக்கி அவரைப் பிடித்து இழுத்துச் சென்றார். நெஹ்லூதவ் ஒன்றும் செய்ய முடியாமல் மாஸ்லினிக்கவுடன் வீட்டுக்குள் நடந்தார்.

"வேலைகள் இருக்கட்டும், பிற்பாடு பார்த்துக் கொள்ள லாம். உனக்கு வேண்டியது எதுவாயினும் நான் செய்வேன்" என்று சொல்லி மாஸ்லினிக்கவ் அவரைக் கூடத்தின் வழியே இழுத்துச் சென்றார். "கோமகன் நெஹ்லூதவ் வருவதை அறிவி" என்று பணியாள் ஒருவனிடம் சொல்லிவிட்டு நிற்காமல் நடந் தார். பணியாள் ஓட்டமும் நடையுமாய் அவர்களைத் தாண்டிக் கொண்டு முன்னால் சென்றான்.

"நீ ஆணையிடு, நிறைவேற்றப்படும்", ஆனால் முதலில் நீ என் மனைவியைச் சந்தித்துப் பேசியாக வேண்டும். போன தரம் அவளைப் பார்க்காமலே உன்னைப் போக விட்டதற்காக எனக்குச் சரியானபடிக் கிடைத்தது."

வரவேற்பு அறைக்குள் அவர்கள் நுழையும் முன்பே பணி யாளன் அறிவிப்பு செய்திருந்தான். துணை ஆளுநரின் மனைவி யான ஆன்னா இக்னத்தியெவ்னா, அங்கே சோபாவில் அவளுக்கு இரு மருங்கிலும் இருந்த மகளிர் தொப்பிகளுக்கும் ஆடவர் தலைகளுக்கும் இடையிலிருந்து மகிழ்ச்சிப் புன்னகை பளிச்சிட, நெஹ்லூதவைப் பார்த்துத் தலையை அசைத்தாள். அறையின் எதிர்முனையில் தேநீர் மேசையைச் சுற்றிச் சீமாட்டிகள் அமர்ந் திருக்க, அவர்களுக்குப் பக்கத்தில் இராணுவ உடுப்புகளிலும் அரசுடுப்புகளிலுமான ஆடவர்கள் நின்றிருந்தார்கள். ஆடவர் கள் குரல்களும் பெண்டிர் குரல்களுமாகச் சேர்ந்து ஓயாது ஒலித்தன.

"அப்பாடி! உங்களுக்கு ஏன் இந்தக் கோபம்? நாங்கள் என்ன செய்துவிட்டோம்? எங்களைப் பார்க்க விருப்பம் இல்லாமற் போவானேன்?"

அவளுக்கும் நெஹ்லூதவுக்கும் நெருக்கம் அதிகமென்று காட்டும்படியான இந்தக் கேள்விகளைக் கேட்டு (இருவருக்கு மிடையே எந்நாளும் எந்த நெருக்கமும் இருந்ததில்லை), ஆன்னா இக்னத்தியெவ்னா புதிதாக வந்த விருந்தினரை வரவேற்றாள்.

“இவர்களைத் தெரியும் அல்லவா?– திருமதி. பெல்யாவ்ஸ்கயா, திருவாளர் மிகயீல் இவானவிச் செர்னோவ். கொஞ்சம் நெருங்கி வந்து உட்காருங்கள். மிஸ்ஸி எங்கள் மேசைக்கு வா. உனது தேநீரை இங்கே உன்னிடம் கொண்டு வந்து தருவார்கள். நீங்களும்தான்” – மிஸ்ஸியுடன் பேசிக் கொண்டிருந்த இராணுவ அலுவலரைப் பார்த்துச் சொன்னாள், அவருடைய பெயரை மறந்துவிட்டாள் என்பது தெரிந்தது. “இங்கே வாருங்கள்... கோமகனே. தேநீர் கொண்டுவரச் சொல்லட்டுமா?”

“என்னால் அதை ஒருபோதும் ஒத்துக்கொள்ள முடியாது. தெளிவாகவே தெரியும் ஒன்று இது: அவள் ஒன்றும் காதலிக்கவில்லை” என்று பெண் குரல் ஒன்று கூறியது.

“அவள் காதலித்தது எல்லாம் இனிப்புக் கேக்குதான்.”

“எந்நேரமும் அசட்டுக் கேலியும் சிரிப்பும்தான்!” என்று கூறிச் சிரித்தாள். உயரமான தொப்பி அணிந்து பட்டிலும் தங்கத்திலும் இரத்தினங்களிலும் தகதகத்த இன்னொரு சீமாட்டி.

“பிரமாதம் - இந்த மெல்லிய தகட்டு பிஸ்கெட்டுகள், வாயில் போட்டதும் கரைகின்றன. எனக்கு இன்னொன்று கொடுங்கள்.”

“சீக்கிரம் கிராமத்துக்குப் புறப்படப் போகிறீர்களா, என்ன?”

“ஆமாம். நாளைக்குப் புறப்படுகிறோம். அதனால்தான் இங்கே வந்தோம்.”

“அருமையான வசந்தம், கிராமத்தில் இப்போது இனிமையாய் இருக்கும்.”

மிஸ்ஸி தலையில் தொப்பியுடன், மேக வர்ணத்தில் பட்டை வரிகளிட்டு சருமம் போல் உடலுடன் ஒட்டியிருந்த ஆடை அணிந்து, கண்ணைக் கவருகிறவளாய் இருந்தாள். நெஹ்லூதவைப் பார்த்ததும் அவள் கன்னங்களில் சிவப்பு படர்ந்தது.

“ஓ, நீங்கள் ஊரில் இல்லை என்றல்லவா நினைத்தேன்” என்று அவரிடம் கூறினாள்.

“ஆமாம், முன்பே போயிருக்க வேண்டியவன்தான். வேலைகள் இன்னும் என்னைப் போக விடாமல், இங்கே இருக்கச் செய்துள்ளன. இங்குகூட வேலையாகத்தான் வந்திருக்கிறேன்.”

“அம்மாவிடம் வர வேண்டும் நீங்கள். உங்களைப் பார்க்க வேண்டுமென விரும்புகிறார்” என்றாள் அவள். தான் சொல்வது உண்மையல்ல என்பதையும் அது அவருக்கும் நன்றாகவே புரிந்ததென்பதையும் அவள் உணரவே, முன்னிலும் அதிகமாய் அவளுக்கு முகம் சிவந்தது.

“எனக்கு நேரம் கிடைப்பது சந்தேகம்தான்” என்று நெஹ்லூதவ் சோர்வுடன் பதிலளித்தார். அவளுக்கு முகம் சிவந்ததைக் கவனிக்காதது போல் காட்டிக்கொள்ள முயன்றார்.

மிஸ்ஸி கோபமாய் முகத்தைச் சுளித்துக்கொண்டு தோள்களை உலுக்கியவாறு நேர்த்தியான தோற்றங்கொண்ட இராணுவ அலுவலர் பக்கம் திரும்பினாள். உடனே அவர் அவளிடமிருந்த காலிக் கோப்பையை வாங்கி, தமது போர்வாள் அங்கிருந்த நாற்காலிகளில் இடித்து மோத ஆடம்பரமாய் அதை வேறொரு மேசைக்கு எடுத்துச் சென்றார்.

“அனாதைக் குழந்தைகளது இல்லத்துக்கு நீங்கள் தவறாமல் நிதி வழங்க வேண்டும்.”

“நான் இல்லையென்று சொல்லவில்லையே. பரிசுச்சீட்டுக்கு அளிப்பதற்காக எனது பங்கினைப் பத்திரமாக வைத்திருக்கிறேன். அப்போது எனது முழு வலிமையையும் வெளிப்படுத்திக் காட்டுவேன்.”

“நல்லது. நினைவில் வைத்திருங்கள்” என்று சொல்லிவிட்டு, போலி என்பது தெளிவாகவே தெரிந்த சிரிப்புச் சிரித்துக் கொண்டு கூறியது ஒரு குரல்.

ஆன்னா இக்னத்தியெவ்னாவின் ஆனந்தத்துக்கு அளவே இல்லை; அவளது விருந்தினர் வரவேற்பு நாள் அபார வெற்றி பெற்றுச் சிறந்து விளங்கியது.

“சிறைக்கூடச் சேவையிலே நீங்கள் நேரம் செலவிட்டு வருவதாக மிக்காயிடமிருந்து தெரிந்துகொண்டேன். நீங்கள் ஆற்றி வரும் பணியை என்னால் புரிந்துகொள்ள முடிகிறது” என்று அவள் நெஹ்லூதவிடம் சொன்னாள். “மிக்காயிடம் பல குறைபாடுகள் இருக்கலாம்” (அவள் குறிப்பிட்டது ஊதிப் பருத்த அவளது கணவரான மாஸ்லினிக்கவ்). “ஆனால் அவரது உள்ளம் எவ்வளவு தங்கமானது என்பது உங்களுக்கும் தெரிந்ததுதான். அபாக்கியம் வாய்ந்த இந்தக் கைதிகள் எல்லாரும் அவரது குழந்தைகளாவர். இவர்களை அவர் இவ்விதமே பாவிக்கிறார். அப்படி அவர் அன்பு மிக்கவர்.”

அவள் பேச்சு தடைபட்டு நின்றது; அவளது கணவரது உத்தரவின் பேரில் அங்கே கைதிகளுக்குக் கசையடி தரப்பட்டது. ஆனால் அந்தக் கணவரின் நல்லுள்ளத்தைத் தக்கபடி விவரிக்கத்தக்கச் சொற்கள் கிடைக்காமல் இங்கே இவள் பேச்சு தடைபட்டு நின்றது. அதே நேரத்தில் தலையில் இளஞ்சிவப்பு ரிப்பன்கள் சூடிய, வதங்கிச் சுருக்கம் விழுந்த வயது முதிர்ந்த ஓர் அன்னை உள்ளே வரவே, அவள் சிரித்தபடி அவசரமாய் அவர் பக்கம் திரும்பினாள்.

மரியாதை முறைகளை முன்னிட்டுப் பேச வேண்டியவையும் அர்த்தம் அதிகம் இல்லாதவையுமான பேச்சுக்களை எந்த அளவுக்கு அவசியமோ அந்த அளவுக்குப் பேசிவிட்டு நெஹ்லூதவ் அங்கிருந்து எழுந்து மாஸ்லினிக்கவிடம் சென்றார்.

"உன்னுடன் பேச வேண்டும். இரண்டு மூன்று நிமிடத்துக்கு வர முடியுமா?"

"ஓ, வருகிறேன்! என்ன சொல்லு. இப்படி இங்கே வா."

இருவரும் ஒரு சிறிய ஜப்பானிய அமர்வு அறைக்குள் சென்று சன்னலுக்கு அருகே உட்கார்ந்தனர்.

58

"நல்லது, உனக்குப் பணிபுரியச் சித்தமாயிருக்கிறேன். சிகரெட்டு பிடிக்கிறாயா? இரு. இதோ வந்துவிட்டேன். இந்த இடத்தை நாம் கெடுத்துவிடக் கூடாது" என்று சொல்லி, மாஸ்லினிக்கவ் ஒரு சாம்பல் தட்டத்தை எடுத்து வந்தார். "என்ன சொல்லு".

"உன்னிடம் எனக்கு இரண்டு காரியங்கள் ஆக வேண்டும்."

"அப்படியா?"

மாஸ்லினிக்கவின் முகத்தில் உடனே இருளும் சோர்வும் படிந்துவிட்டன. நாயின் காதை எசமானன் வருடி விட்டதும் நாய்க்கு ஏற்படும் அந்தப் பரபரப்பும் துடிப்பும் இப்போது இருந்த இடம் தெரியாமல் மறைந்துபோயின. வரவேற்பு அறையிலிருந்து பேச்சுக் குரல்கள் கேட்டன. "ஒருபோதும், ஒருபோதும் நம்பமாட்டேன்" என்றது பெண் குரல் ஒன்று. இன்னொரு மூலையிலிருந்து ஆண் குரல் பேசிக் கொண்டிருந்தது, கவுண்ட்டஸ் வரன்த்சோவா, விக்தர் அப்ராக்சின் இவ்விரு பெயர்களும் அந்தப் பேச்சில் திரும்பத் திரும்பக் குறிப்பிடப்பட்டன. இன்னொரு திசையிலிருந்து குரல்களின் இரைச்சலும் அதனுடன் சேர்ந்து சிரிப்பொலியும் கேட்டன. வரவேற்பு அறையில் நடைபெற்றவற்றையும், அதே நேரத்தில் நெஹ்லூதவ் கூறியதையும் கேட்க முயன்றார் மாஸ்லினிக்கவ்.

"திரும்பவும் அந்தப் பெண் சம்பந்தமாய் உன் உதவியை நாடி வந்திருக்கிறேன்" என்றார் நெஹ்லூதவ்.

"குற்றமற்றவளாய் இருந்தும் தண்டிக்கப்பட்டு விட்டவள் தானே, எனக்குத் தெரியும்."

"சிறைக்கூட மருத்துவமனைப் பணிக்காக அவள் அனுப்பப்பட வேண்டுமென உன்னிடம் கேட்க விரும்புகிறேன். இது

சாத்தியம்தான், ஏற்பாடு செய்ய முடியும் என்பதாகக் கேள்விப் பட்டேன்.”

மாஸ்லினிக்கவ் உதடுகளைப் பிதுக்கிக்கொண்டு ஆலோ சனை செய்தார்.

“அது நடைபெறுவது சந்தேகம்தான்” என்றார் அவர். “இருந்தபோதிலும் ஏதாவது செய்ய முடியுமா என்று பார்க் கிறேன். நாளைக்குக் காலை உனக்கு இது பற்றித் தந்தி மூலம் தெரிவிக்கிறேன்.”

“நோய்வாய்ப்பட்டோர் மிகப் பலரும் இருப்பதாகவும், உதவியாளர்கள் தேவைப்படுவதாகவும் சொன்னார்கள்”.

“சரி, பார்ப்போம். எப்படியும் உனக்கு நிலைமையைத் தெரிவிக்கிறேன்.”

“உன்னால் முடிந்ததை நீ செய்ய வேண்டும்” என்றார் நெஹ்லூதவ்.

வரவேற்பு அறையிலிருந்து பொதுவாக எல்லாரிடத்தும் இருந்து சிரிப்பொலி எழுந்தது, அது இயற்கையான முறையில் ஒலித்த சிரிப்பாகவும் இருந்தது.

“எல்லாம் விக்தர் செய்கிற வேலை” என்று சொல்லி மாஸ்லினிக்கவ் சிரித்துக்கொண்டார். “உற்சாகமடைந்து விட்டான் என்றால், எல்லோரையும் சிரிக்க வைப்பதில் வியக்கத்தக்கச் சாமர்த்தியம் வாய்ந்தவன்” என்று புன்சிரிப்பு சிரித்துக்கொண்டார் மாஸ்லினிக்கவ்.

“அடுத்ததைச் சொல்கிறேன்” என்றார் நெஹ்லூதவ்.

“கடவுச்சீட்டுகள் காலங் கழிந்துவிட்டன என்பதைத் தவிர வேறு எந்தக் காரணமும் இன்றி, சிறைக்கூடத்தில் நூற்று முப்பது பேர் அடைக்கப்பட்டிருக்கிறார்கள். ஒரு மாதத்துக்கும் அதிகமாய் இவர்கள் இங்கே கிடந்து அழிகிறார்கள்.”

இது பற்றிய முழு விவரத்தையும் அவர் எடுத்துரைத்தார்.

“உனக்கு இது எப்படித் தெரிய வந்தது?” என்று கேட்டார் மாஸ்லினிக்கவ், அவர் அதிருப்தியுற்று அமைதியிழந்தவராகத் தோன்றினார்.

“நான் ஒரு கைதியைப் பார்க்கப் போயிருந்தேன், நடையில் இவர்கள் என்னைச் சூழ்ந்துகொண்டு முறையிட்டார்கள்....”

“நீ எந்தக் கைதியைப் பார்க்கப் போயிருந்தாய்?”

“அந்தக் கைதி ஒரு விவசாயி. குற்றமற்றவன் என்றாலும் சிறைப்படுத்தப்பட்டிருந்தான். இவனுக்காக வழக்காடுவதற்காக நான் ஏற்பாடு செய்துள்ளேன். ஆனால் இது வேறொரு விவ காரம். எந்தக் குற்றமும் செய்யாதவர்கள் எல்லாம், கடவுச்சீட்டு கள் காலங் கடந்தனவாகிவிட்டன என்ற ஒரே காரணத்துக்காகச்

சிறையிலே அடைக்கப்பட்டு இருக்கிறார்களே, எப்படி இது? அதோடு..."

"தலைமைப் பிராசிக்யூட்டருக்குரிய ஒரு விவகாரம் இது" என்று மாஸ்லினிக்கவ் கோபமாகக் குறுக்கிட்டார். "பார்த்தாயா. இதைத்தான் நீ கால தாமதமின்றியும் நேர்மையாகவும் நீதி விசாரணை என்கிறாய். சிறைக்கூடத்துக்குச் சென்று எல்லாக் கைதிகளும் சட்டப்படி தான் சிறையிலே வைக்கப்பட்டிருக்கிறார் களா என்று கவனித்துக் கொள்ள வேண்டியது தலைமை பிராசிக்யூட்டருக்குரிய கடமை. ஆனால் இவர்கள் ஒன்றுமே செய்வதில்லை, சீட்டு ஆடிக் கொண்டிருக்கிறார்கள்."

"அப்படியானால். இது குறித்து நீ செய்யக் கூடியது ஒன்றும் இல்லையா?" என்று சோகமான குரலில் கேட்டார் நெஹ்லூதவ். துணை ஆளுநர் தலைமைப் பிராசிக்யூட்டரைக் குறை கூறுவாரென்று வழக்கறிஞர் முன்பே சொல்லியது அவர் நினைவுக்கு வந்தது.

"இல்லை. நான் அப்படிச் சொல்லவில்லை. தக்க நடவடிக் கையை எடுக்கிறேன். உடனே விசாரித்து ஆவன செய்கிறேன்."

"அதனால் அவளுக்குத்தானே நஷ்டம். துன்பப்படப் போவது அவளேதான்" என்று வரவேற்பு அறையில் கூறிய பெண் குரல் காதில் விழுந்தது. அவள் கூறியதில் உண்மையில் அவளுக்கு அக்கறை இல்லை என்பது புலப்பட்டது.

"அவ்வளவுக்கு அவ்வளவு ஆதாயமேயன்றி நஷ்டம் ஒன்றும் இல்லை. நானும் இதை வாங்கிக்கொள்ளப் போகிறேன்" என்று எதிர்ப் பக்கத்திலிருந்து ஆண் குரல் ஒன்று வேடிக்கையாகக் கூறியதும், அதைத் தொடர்ந்து, தனக்குரிய ஒன்றை அந்த ஆடவர் எடுத்துக்கொண்டு விடக்கூடாதெனப் பெண் ஒருத்தி வேடிக்கையாகச் சிரித்ததும் காதில் விழுந்தன.

"இல்லை, இல்லை, ஒருபோதும் அப்படி நடைபெற முடியாது" என்றாள் அந்தப் பெண்.

"ஆகட்டும்.. யாவற்றையும் நான் செய்கிறேன்" என்றார் மாஸ்லினிக்கவ். நீலக்கல் மோதிரம் அணிந்த தமது வெள்ளைக் கையிலிருந்த சிகரெட்டை அணைத்துவிட்டு, "வா, சீமாட்டி யரிடம் போவோம்" என்றார்.

"ஒரேயொரு நிமிடம்" என்று வரவேற்பு அறையின் வாயிலில் நின்றுகொண்டு சொன்னார் நெஹ்லூதவ். "நேற்று சிறைக்கூடத்தில் சிலருக்குக் கசையடி தண்டனை அளிக்கப் பட்டதாகக் கேள்விப்பட்டேன். இது மெய்தானா?"

மாஸ்லினிக்கவுக்கு முகம் சிவந்துவிட்டது.

"ஓகோ, அதைப் பற்றியுமா பேசப் போகிறாய்? வேண்டாம். என் அன்பே... அங்கே உன்னைப் போகவிடக் கூடாது, கூடவே கூடாது! நீ எல்லாவற்றையும் தெரிந்துகொள்ளப் பார்க்கிறாய். வா, வா, ஆன்னா நம்மைக் கூப்பிடுகிறாள்" என்று சொல்லி அவர் நெஹ்லூதவின் கரத்தைப் பிடித்துக் கொண்டார். முக்கிய மான அந்தப் பிரமுகர் நேரில் வந்து சிறப்பித்தாரென முன்பு அவருக்கு ஏற்பட்ட அதே பரபரப்பு மறுபடியும் இப்போது ஏற்பட்டது. ஆனால் முன்பு போல் இப்போது அது மகிழ்ச்சி மிக்கதாய் இல்லை, கவலை கொண்டதாய் இருந்தது.

நெஹ்லூதவ் வெடுக்கெனத் தமது கரத்தை அவரிடமிருந்து இழுத்துக்கொண்டு, யாரிடமும் விடைபெற்றுக்கொள்ளாமல், வாய் திறந்து ஒரு வார்த்தை சொல்லாமல் சோக உருவினராய் வரவேற்பு அறையின் குறுக்கே நடந்து கூடத்துக்குச் சென்றார். அவரைக் கண்டதும் துடித்து நிமிர்ந்து நின்ற பணியாளனைக் கடந்து நேரே தெருவுக்குப் போய்ச் சேர்ந்தார்.

"ஏன் இப்படிப் போகிறார்? அவருக்கு நீ என்ன செய்தாய்?" என்று ஆன்னா அவளது கணவரிடம் கேட்டார்.

"இதுதான் பிரெஞ்சுப் பாணி" என்றார் யாரோ ஒருவர்.

பிரெஞ்சுப் பாணி ஒன்றுமில்லை. "ஸூலூ பாணி".

"ஓ, எப்போதுமே இவர் இப்படித்தான்."

யாரோ ஒருவர் எழுந்தார், வேறு யாரோ ஒருவர் உள்ளே வந்தார். சந்தடியும் இரைச்சலும் வழக்கம்போல் தொடர்ந்தன. நெஹ்லூதவைப் பற்றிய இந்தச் சம்பவம், விருந்தினர் வரவேற்பின் எஞ்சிய பொழுதுக்கு எல்லார்க்கும் வசதியான பேச்சுப் பொருளாகப் பயன்பட்டது.

மாஸ்லினிக்கவைப் பார்த்துவிட்டு வந்ததற்கு மறுதினம் நெஹ்லூதவுக்கு அவரிடமிருந்து கடிதம் வந்தது. அரசு இலச்சினை பொறிக்கப்பட்ட பளபளப்பான தடித்த காகிதத்தில் தெளி வாகவும் நேர்த்தியாகவும் எழுதப் பெற்று மூடி அரக்கிட்டு முத்திரை பதிக்கப்பட்டிருந்தது. மாஸ்லவா மருத்துவமனைச் சேவைக்கு மாற்றப்பட வேண்டியது குறித்து டாக்டருக்கு தாம் எழுதி யிருப்பதாகவும், நெஹ்லூதவின் விருப்பம் நிறைவேற்றப்படுமென நம்புவதாகவும் மாஸ்லினிக்கவ் எழுதியிருந்தார். "அன்புள்ள உனது மூத்த தோழன்" என்பதாகக் கடிதத்தின் முடிவில் குறிப் பிட்டு, இதற்கு அடியில் பெரிதாகவும் உறுதியாகவும் கலை யழகுடனும் நீட்டிச் சுழித்துக் கையொப்பமிட்டிருந்தார்.

"முட்டாள்!"–தம்முள் எழுந்த உணர்ச்சியை அடக்கிக் கொள்ள முடியாமல் கூறிக்கொண்டார் நெஹ்லூதவ். முக்கியமாய் மாஸ்லினிக்கவ் உபயோகித்த "தோழன்" என்ற

சொல்லில் தயைபுரியும் மேலிடத்து மனப்பாங்கு வெளியாவதாய் நெஹ்லூதவ் நினைத்தார். அதாவது ஒழுக்க நெறியின் கண்ணோட்டத்தில் அசிங்கமான, மானக்கேடான ஒரு பதவியிலுள்ள இந்த மாஸ்லினிக்கவ் தன்னை முக்கியமான பெரிய ஆளாய்க் கருதிக் கொள்கிறான் என்றும், இவன் தன்னை நெஹ்லூதவின் தோழனாகக் கூறிக் கொள்வதன் மூலம்-இது முகப்புகழ்ச்சிக்காகக் கூறப்பட்டதல்ல எனில் – உயர்பதவி வகிப்பவனாகத் தான் ஒன்றும் பெருமையடித்துக் கொள்ளாதது போல் காட்டிக் கொள்ள விரும்புகிறான் என்றும் நினைத்தார்.

59

ஒவ்வோர் ஆளுக்கும் ஒரு தனிக்குணம் உண்டென்று நம்பப்படுகிறது; நல்லவரென்றும், கெட்டவரென்றும், அறிவாளி யென்றும், அசடரென்றும் முயற்சியுடையவரென்றும், சோம் பேறியென்றும்-இப்படி மற்றும் பல வகையினரும் இருப்பதாக நம்பப்படுகிறது. இது மிகப் பரவலாய் நிலவி வரும் மூட நம்பிக்கைகளில் ஒன்றாகும். உண்மையில் மனிதர்கள் இவ்வாறு இருக்கவில்லை. இவர் கெட்டவராக நடந்துகொள்வதைக் காட்டிலும் அதிகமான சந்தர்ப்பங்களில் நல்லவராக நடந்து கொள்கிறார், அசடராகச் செயல்படுவதைக்காட்டிலும் அதிக மான சந்தர்ப்பங்களில் அறிவுடையவராகச் செயல்படுகிறார், சோம்பேறியாக இருப்பதைக் காட்டிலும் அதிகமாய் முயற்சி யுடையவராக இருக்கிறார் என்றோ இதற்கு நேர் மாறாகவோ கூறலாம். ஆனால் இவர் நல்லவர், அறிவுள்ளவர் என்றும் இன் னொருவர் கெட்டவர், அசடர் என்றும் வகை பிரித்துக் கூறினால் இது உண்மையாகாது. ஆயினும் எப்போதும் நாம் இவ்வாறு தான் மனிதர்களை வகை பிரிக்கிறோம். இது சரியல்ல, தவறு. மனிதர்கள் நதிகளைப் போன்றவர்கள். எல்லா நதிகளிலும் ஓடுவது ஒன்றேதான், நீர் தான். ஆயினும் ஒவ்வொரு நதியும் இங்கே குறுகியும் அங்கே அகன்றும், இங்கே விரைவாகவும் அங்கே மெதுவாகவும், இங்கே தெளிவாகவும் அங்கே கலங்கியும், இங்கே வெதுவெதுப்பாகவும் அங்கே குளிர்ந்தும் ஓடுகிறது. மனிதர்களும் இப்படித்தான். ஒவ்வொருவரும் மனிதனுக்குரிய எல்லாக் குணங்களையும் கரு வடிவில் தம்மிடம் கொண்டி ருக்கிறார்; ஒரு நேரம் ஒரு குணத்தையும் இன்னொரு நேரம் வேறொன்றையும் வெளிப்படுத்துகிறார். அவர் அவராகவே இருந்துகொண்டு அவரைப் போலல்லாத வேறொருவராகவும் அடிக்கடி மாற்றமடைந்து விடுகிறார்.

சிலரிடம் இந்த மாற்றங்கள் மிதமிஞ்சிய அளவில் ஏற்படுவது உண்டு. இத்தகையோரில் நெஹ்லூதவும் ஒருவர். பௌதிகக் காரணங்களாலும் ஆன்மிகக் காரணங்களாலும் அவரிடம் இந்த மாற்றங்கள் ஏற்பட்டன. இம்மாதிரியான ஒரு மாற்றம் இப்போது அவரிடம் ஏற்பட்டு வந்தது.

வழக்கு விசாரணைக்குப் பிறகும் கத்யூஷாவை முதல் முறை சந்தித்துப் பேசிய பிறகும் புது மலர்ச்சியுற்று அவர் அனுபவித்து வந்த அந்த வெற்றிக் களிப்பு அறவே மறைந்து விட்டது. கடந்த முறை அவளைச் சந்தித்தபின் அந்தக் களிப்பு உணர்ச்சிக்குப் பதில், அச்சமும் அவள் மீது அருவருப்புங் கூட அவருள் குடி கொள்ளலாயின. அவளை விட்டு விலகுவதில்லை, அவள் விரும்புவாளாயின் அவளை மணந்து கொள்வதென்ற தமது முடிவை மாற்றிக் கொள்வதில்லை என்று தம்முள் தீர்மானித்துக் கொண்டார். ஆயினும் இந்தத் தீர்மானம் அவருக்கு மெத்தக் கடினமாகவே இருந்தது, வெகுவாய் அவரைத் துன்புறச் செய்தது.

மாஸ்லினிக்கவின் வீட்டுக்கு அவர் போய் வந்த மறு நாளன்று அவளைப் பார்ப்பதற்காகத் திரும்பவும் சிறைக் கூடத்துக்குப் புறப்பட்டுச் சென்றார்.

அவளை அவர் சந்திப்பதற்குச் சிறைக் கண்காணிப்பாளர் அனுமதித்தார். ஆனால் அலுவலகத்திலோ வழக்கறிஞருக்கான அறையிலோ அல்லாமல் பெண் கைதிகளைச் சந்திப்பதற்கான கூடத்திலேதான் பார்த்துப் பேசவேண்டும் என்றார்.

சிறைக் கண்காணிப்பாளர் அன்பு உள்ளம் கொண்டவராக இருந்தார் என்றாலும், முன்பு போலல்லாமல் இப்பொழுது மிகுந்த தயக்கத்துடன் நெஹ்லூதவுடன் பேசினார். மாஸ்லினிக்கவுடன் நெஹ்லூதவ் உரையாடியதைத் தொடர்ந்து, அதிக எச்சரிக்கையுடன் நடந்து கொள்ளுமாறு கண்காணிப்பாளருக்கு உத்தரவு அனுப்பப்பட்டிருப்பதாகத் தெரிந்தது.

“அவளை நீங்கள் பார்த்துப் பேசலாம். ஆனால் பணம் தருவது குறித்து நான் சொன்னதை மறந்து விடாதீர்கள்” என்றார் கண்காணிப்பாளர். “மருத்துவமனைப் பணிக்கு அவளை அனுப்புவது குறித்து மேதகையர் எனக்கு எழுதியிருந்தார். அவளை அங்கே அனுப்புவது சாத்தியமே. டாக்டர் இதற்கு உடன்பாடு தெரிவிக்கிறார். ஆனால் அவளுக்குத்தான் விருப்பம் இல்லை. ‘சொறி பிடித்த அந்தச் சனியன்களுக்கு அழுக்குச் சட்டி தூக்கும் வேலை எனக்கு ரொம்பத்தான் அவசியம்’ என்கிறாள். கோமகனே அவர்கள் எப்படிப்பட்டவர்கள் என்பது உங்களுக்குத் தெரியாது” என்று மேலும் கூறினார்.

நெஹ்லூதவ் இதற்குப் பதிலளிக்கவில்லை. அவளைச் சந்திக்க ஏற்பாடு செய்யும்படிக் கேட்டுக்கொண்டார். கண் காணிப்பாளர் உடனே சிறைக் காவலர் ஒருவரைக் கூப்பிட்டார். நெஹ்லூதவ் அவர் பின்னால் பெண் கைதிகளைச் சந்திப்பதற் கான கூடத்துக்குப் போய்ச் சேர்ந்தார்.

அங்கே மாஸ்லவா ஏற்கெனவே வந்திருந்தாள், கம்பி வலைக்குப் பின்னாலிருந்து ஓசையின்றி நடந்து கூச்சப்பட்டுக் கொண்டு நெஹ்லூதவுக்கு அருகே வந்ததும் அவரை நிமிர்ந்து பார்க்காமலே மெல்லிய குரலில் கூறினாள்:

"திமீத்ரி இவானவிச், நீங்கள் என்னை மன்னிக்க வேண்டும். தகாத முறையில் நேற்று முன்தினம் நான் பேசிவிட்டேன்."

"மன்னிக்க வேண்டியது நானல்ல..." என்று நெஹ்லூதவ் ஆரம்பித்தார்.

"எப்படியும் நீங்கள் என்னை விட்டு விலகி விடவேண்டும்" என்று அவள் குறுக்கிட்டாள். கடுமையான ஓரப்பார்வை கொண்டு அவரைப் பார்த்து வெறித்த அவளது கண்களில் மறுபடியும் கொதிப்பும் காழ்ப்பும் பளிச்சிடுவதாக நினைத்தார் நெஹ்லூதவ்.

"எதற்காக உங்களை விட்டு விலக வேண்டும்?"

"ஆமாம். விலகத்தான் வேண்டும்".

"எதற்காகவாம்?"

திரும்பவும் கண்களை உயர்த்தி அவரை அவள் உற்று நோக்கியபோது அதே காழ்ப்பு அவற்றில் தெரிவதாக அவருக்குத் தோன்றியது.

"ஆமாம். அப்படித்தான்" என்றாள் அவள். "என்னை விட்டு விலகியே ஆக வேண்டும். மெய்யாகவேதான் சொல் கிறேன். என்னால் முடியவே முடியாது. இதை நீங்கள் விட் டொழித்து விடுங்கள்" என்று உதடுகள் துடிதுடிக்கச் சொல்லி விட்டுச் சிறிது நேரம் மௌனமாயிருந்தாள். "மெய்யாகவேதான் சொல்கிறேன். தூக்குப்போட்டுக்கொண்டு சாவதே மேலென நினைப்பேன்."

மாட்டேனென இவ்விதம் அவள் அறிவித்ததில் தம் மீது அவளுக்கு இருந்த வெறுப்பும் மன்னிப்புக்கு இடமில்லாத அவளது ஆத்திரமும் மட்டுமின்றி, வேறொன்றும் அடங்கி யிருப்பதாக, நல்லதும் முக்கியமானதுமாகிய ஒன்றும் அடங்கி யிருப்பதாக நெஹ்லூதவ் நினைத்தார். மாட்டேனென முன்பே அவள் அறிவித்திருந்ததை இப்போது மிக அமைதியாக உறுதி செய்ததானது, நெஹ்லூதவின் மனத்திலிருந்த சந்தேகங்களை எல்லாம் பறந்தோடச் செய்தது. வெற்றிக் களிப்பு மிக்கதான,

மனமுருகும்படியான அந்த ஆழ்ந்த உணர்ச்சியைத் திரும்பவும் அவருள் எழச் செய்தது.

"கத்யூஷா, முன்பு நான் சொன்னதை மறுபடியும் சொல்ல விரும்புகிறேன்" என்று மிக உருக்கமாகக் கூறினார் அவர். "என்னை மணந்துகொள்ளும்படி உன்னை வேண்டுகிறேன். நீ இதை விரும்பாவிடில், எவ்வளவு காலம்தான் நீ விரும்பாத போதிலும், நீ இருக்கிற இடத்தில்தான் நானும் இருந்து வருவேன். உன்னை எங்கே கொண்டு போகிறார்களோ அங்கே உன் பின்னால் நானும் வரவே செய்வேன்."

"அது உங்கள் விவகாரம். இதற்குமேல் நான் ஒன்றும் சொல்லப் போவதில்லை" என்றாள் அவள். திரும்பவும் அவளுக்கு உதடுகள் துடித்தன.

பேச முடியாதவாறு பலம் இழந்தவராய் அவரும் மௌன மாகவே இருந்தார்.

முடிவில் ஓரளவு அமைதியடைந்ததும், "இப்போது நான் கிராமத்துக்குப் போய் வருவேன். பிறகு பீட்டர்ஸ்பர்க் செல்வேன்" என்றார். "உன்னுடைய.... இல்லை, நம்முடைய வழக்கு மேல் விசாரணைக்கு எடுக்கப்படும்படிச் செய்ததற்காக என்னால் இயன்றது அனைத்தும் செய்வேன். ஆண்டவன் அருள் புரிவார். தண்டனை ரத்து செய்யப்படுமென நம்புகிறேன்."

"தண்டனை ரத்து செய்யப்படாவிட்டால் ஒன்றும் பாதக மில்லை. இந்த வழக்கில் இல்லாவிட்டாலும், பிற காரணங் களுக்காக நான் கண்டிக்கப்பட வேண்டியவள்தான்" என்றாள், கண்ணீரை அடக்கிக் கொள்ள அவள் பட்ட பாட்டை நெஹ் லூதவ் கவனித்தார்.

"சரி மென்ஷோவைப் பார்த்தீர்களா?" – தனது உள்ளத்து உணர்ச்சியை மறைத்துக் கொள்வதற்காக அவள் திடுமெனக் கேட்டாள். "அவர்கள் குற்றமற்றவர்கள்தானே?"

"ஆமாம். நான் அப்படித்தான் நினைக்கிறேன்."

"கிழவி அற்புதமானவள்" என்றாள் அவள்.

மென்ஷோவைப் பற்றித் தெரிந்துகொண்டவற்றை அவளிடம் சொன்னார் அவர். வேறு ஏதாவது அவளுக்கு வேண்டுமா என்று கேட்டார். ஒன்றுமில்லை என்று அவள் பதிலளித்தாள்.

மீண்டும் இருவரும் மௌனமாய் இருந்தனர்.

"நல்லது மருத்துவமனைப் பணிக்குச் செல்வதைப் பொறுத்த வரை" என்று அவள் திடுமென ஆரம்பித்து, ஓரப் பார்வை

கொண்ட கண்களால் அவரை உற்று நோக்கினாள். "நீங்கள் விரும்பினால் அங்கே போய் வேலை செய்கிறேன். இனி நான் குடிக்க மாட்டேன்".

நெஹ்லூதவ் அவளுடைய கண்களுக்குள் பார்த்தார். அவை மகிழ்ச்சிப் புன்னகை புரிந்தன.

"அது ரொம்ப நல்லதாயிற்றே"–அவரால் சொல்ல முடிந்தது அவ்வளவுதான். பிறகு அவளிடம் விடைபெற்றுக்கொண்டு புறப்பட்டார்.

"ஆமாம், அடியோடு வேறொரு ஆளாய் மாற்றமடைந்து விட்டாள்" என்று நினைத்தார் நெஹ்லூதவ். முன்பு அவரை அலைக்கழித்த எல்லாச் சந்தேகங்களுக்கும் பிற்பாடு, இதன் முன் என்றுமே இருந்திராத ஒரு புதிய தெம்பு அவருள் எழுந்தது– காதலானது தோல்வி அறியாததென்ற உறுதி உண்டாயிற்று.

சந்திப்பு முடிவுற்று மாஸ்லவா அவளது இரைச்சல் மிகுந்த அறைக்குத் திரும்பியதும் சிறை அங்கியைக் கழற்றிப் போட்டு விட்டு, தனது பலகைப் படுக்கையிலே அமர்ந்து கைகளை மடக்கி மடியிலே வைத்துக்கொண்டாள். விளதீமிரிலிருந்து வந்திருந்த காச நோயாளியான அன்னையும் அவளது கைக் குழந்தையும் மென்ஷோவின் தாயாகிய கிழவியும் ரயில்பாதைக் காவற்காரியும் அவளது இரு குழந்தைகளும்தான் அறையினுள் இருந்தனர். கோயில் ஓதுவாரின் மகள் சித்த சுவாதீனம் இல்லாத வளாக அறிவிக்கப்பட்டு இதற்கு முன் தினம் மருத்துவமனைக்கு அனுப்பப்பட்டு விட்டாள். ஏனைய பெண்கள் எல்லாரும் துணி துவைப்பதற்காக வெளியே சென்றிருந்தார்கள். கிழவி தூங்கிக் கொண்டிருந்தாள். அறைக்கதவு திறந்திருந்தது. ரயில் பாதைக் காவற்காரியின் குழந்தைகள் வெளியே நடையிலே நின்றனர். காசநோயாளியான அன்னை தன் குழந்தையைத் தூக்கிக் கொண்டு மாஸ்லவாவிடம் வந்தாள், ரயில் பாதைக் காவற் காரியும் துருதுருப்பான தனது விரல்களை வேகமாய் இயக்கிக் காலுறை பின்னிக்கொண்டே எழுந்து மாஸ்லவாவிடம் வந்தாள்.

"என்ன, பார்த்துப் பேசினாயா?" என்று இருவரும் விசாரித்தனர்.

தரையிலே படாமல் தொங்கிய கால்களை ஆட்டிக் கொண்டு அந்த உயரமான பலகைப் படுக்கையில் மாஸ்லவா பேசாமல் உட்கார்ந்திருந்தாள்.

"நீ இப்படிச் சிணுங்கக்கூடாது" என்றாள் ரயில்பாதைக் காவற்காரி. "மனம் கலங்காது இருக்க வேண்டும்–அதுதான்

யாவற்றிலும் முக்கியமானது. கத்யூஷா, உன்னைத்தானே! கேள் இதை!" என்று அவள் வேகமாய் விரல்களை ஆட்டித் தொடர்ந்து பின்னினாள்.

மாஸ்லவா பதில் சொல்லவில்லை.

"எல்லாரும் துணி துவைக்கப் போயிருக்கிறார்கள்" என்றாள் காசநோயாளியான அன்னை. "இன்று நிறைய தருமம் தரப்பட்டதாகச் சொன்னார்கள். நிறையச் சேர்ந்திருக்கிறதாம்."

"ஃபினாஷ்கா" என்று கதவைப் பார்த்தபடிக் கூச்சலிட்டுக் கூப்பிட்டாள் ரயில் பாதைக் காவற்காரி. "எங்கோ ஓடி விட்டானே – குட்டிச் சைத்தான்."

பின்னல் ஊசி ஒன்றை எடுத்து நூல் உருண்டையிலும் காலுறையிலுமாகச் சேர்த்துக் குத்தி வைத்துவிட்டு அவள் வெளியே நடைக்குச் சென்றாள்.

அப்போது நடையிலிருந்து பெண்களின் பேச்சுக் குரல்கள் கேட்டன. அந்த அறையைச் சேர்ந்த பெண்கள் காலுறையின்றி வெறுங்காலில் மாட்டியிருந்த சிறைக்கூட மிதிகளில் உள்ளே வந்தார்கள். ஒவ்வொருவர் கையிலும் ஒரு ரொட்டி இருந்தது, சிலரிடம் இரண்டுங்கூட இருந்தன. ஃபெதோசியா நேரே மாஸ்லவாவிடம் வந்தாள்.

"என்ன ஆயிற்று? விரும்பத் தகாததாய் ஏதேனும் நடை பெற்றதா?" என்று ஃபெதோசியா விசாரித்தாள். அவளது தெள்ளிய நீல விழிகள் பாசமோடு மாஸ்லவாவின் மீது பதிந் திருந்தன. "தேநீருடன் சாப்பிடுவதற்காக இது" என்று சொல்லிக் கையிலிருந்த ரொட்டியை அலமாரித் தட்டில் வைத்தாள்.

"மணந்து கொள்வதாகச் சொல்லியவர் மனம் மாறி விட்டாரா என்ன?" என்று கேட்டாள் கொரப்லோவா.

"அவர் மனம் மாறிவிடவில்லை. எனக்குத்தான் விருப்பம் இல்லை" என்றாள் மாஸ்லவா. "அவ்வாறே அவரிடமும் சொன் னேன்."

"நீ ஒரு முட்டாள்!" என்று கொரப்லோவா அவளது அடித் தொண்டைக் குரலில் சொன்னாள்.

"சேர்ந்து வாழ வழியில்லாதபோது எதற்காக மணம் புரிந்து கொள்வதாம்" என்றாள் ஃபெதோசியா.

"உன் கணவனைப் பார்–உன்னோடு சேர்ந்து அந்த ஆளும் வரவில்லையா?" என்று கேட்டாள் ரயில் பாதைக் காவற்காரி.

"எங்கள் விவகாரம் வேறு. நாங்கள் முன்பே மணம் முடித்துக் கொண்டவர்கள்" என்றாள் ஃபெதோசியா. "ஆனால்

சேர்ந்த வாழ முடியாத போது எதற்காக அவர் மணம் முடித்துக் கொள்வதாம்."

"நீ ஒரு முட்டாள்! அசட்டுக் கேள்வி கேட்கிறாய். அவர் மணந்துகொண்டால் இவள் செல்வத்திலே புரளுவாளே. தெரியவில்லையா உனக்கு?"

"உன்னை எங்கே அழைத்துச் செல்கிறார்களோ, அங்கே நானும் உன் பின்னால் வருவேன்" என்று சொல்கிறார் அவர்" என்றாள் மாஸ்லவா. "வந்தால் வரட்டும், வராவிட்டால் வேண் டாம். நான் ஒன்றும் கேட்டுக் கொள்ளப்போவதில்லை. இப் போது அவர் பீட்டர்ஸ்பர்க் சென்று முயற்சி செய்து பார்க்கப் போகிறார். அங்கே எல்லா அமைச்சர்களும் அவருடைய உறவினர்கள்" என்று அவள் தொடர்ந்து கூறிச் சென்றாள். "இருக்கட்டுமே. எனக்கு ஒன்றும் அவர் வேண்டியதில்லை" என்றாள்.

"ஆமாம், அது தெரிந்ததுதானே!" என்று கொரப்லோவா திடுமென உடன்பாடு தெரிவித்துவிட்டு தனது துணிப்பைக்குள் ஆராய முற்பட்டாள், அவளுக்கு நினைப்பு வேறொன்றில் இருந்தது. "சரி, என்ன சொல்கிறாய்? ஒரு வாய் குடிப்போமா?"

"நீ குடி. எனக்கு வேண்டாம்" என்றாள் மாஸ்லவா.

முதற்பாகம் முற்றிற்று

இரண்டாம் பாகம்

1

இரண்டு வாரங்களில் மாஸ்லவாவின் வழக்கு மாமன்ற மேலவையின் பரிசீலனைக்கு வரலாமென எதிர்பார்க்கப் பட்டது. நெஹ்லூதவ் அதற்குள் தாம் பீட்டர்ஸ்பர்க் போய்ச் சேர்ந்துவிட வேண்டுமென்று இருந்தார். மேலவையில் தோல்வி யடைய நேர்ந்தால் மனுவைத் தயாரித்துத் தந்த வழக்கறிஞரின் ஆலோசனைப்படி மாமன்னருக்கு மனு சமர்ப்பிக்க வேண்டு மென்பது அவரது திட்டம். மேல்விசாரணைக்குப் போதிய காரணங்கள் இல்லாததால் இம்மாதிரியான ஒரு நிலைமைக்குத் தயாராயிருப்பதுதான் நல்லது என்று வழக்கறிஞர் கூறியிருந்தார். இப்படி நேருமாயின் மாஸ்லவாவைச் சேர்ந்த தண்டனைக் கைதிக் குழுவானது ஜூன் மாத ஆரம்பத்தில் சைபீரியாவுக்கு அனுப்பப்படக் கூடுமென்று தெரிந்தது. ஏற்கெனவே நெஹ்லூதவ் வைராக்கிய முடிவுக்கு வந்திருந்தது போல் அவளைப் பின் தொடர்ந்து தாமும் சைபீரியாவுக்குப் புறப்படத் தயாராயிருக்கும் பொருட்டு, இப்போது அவர் கிராமங்களுக்குச் சென்று அவரது பண்ணைகளில் தக்க ஏற்பாடுகளைச் செய்து முடிக்க வேண்டி யிருந்தது.

யாவற்றுக்கும் முதலாய் அவர் மிகவும் அருகாமையில் இருந்த குஸ்மின்ஸ்கயே கிராமத்துக்குப் புறப்பட்டுச் சென்றார். கரிசல் வெளியில் அமைந்த இந்தப் பெரிய பண்ணையிலிருந்து தான் அவரது வருவாயில் பெரும் பகுதி கிடைத்து வந்தது.

பிள்ளைப் பிராயத்திலும் இளமைப் பருவத்திலும் அவர் இந்தப் பண்ணையில் தங்கியிருந்தார். அதன் பிறகு இரு முறை அவர் அங்கே சென்று பார்வையிட்டிருந்தார். ஒரு முறை அவரது தாய் கேட்டுக்கொண்டதற்கு ஏற்ப ஜெர்மன் காரியக்காரர் ஒருவருடன் அங்கே சென்று அவரோடு கூட கணக்குகளைச்

சரி பார்த்து விட்டு வந்திருந்தார். ஆகவே அந்தப் பண்ணையில் இருந்த நிலைமைகளும், விவசாயிகளுக்குப் பண்ணை நிர்வாகத் துடன், அதாவது நிலப்பிரபுவுடன் இந்த உறவுகளும் நெடுங் காலமாகவே அவருக்குத் தெரிந்தவையே. நிலப்பிரபுவுடன் விவசாயிகளுக்கு இருந்த உறவுகள், நயமாகச் சொல்வதெனில் விவசாயிகளை முற்றிலும் பண்ணை நிர்வாகத்தின் தயவில் அதனைச் சார்ந்து வாழ்வோராகவும், அப்பட்டமாகச் சொல்வ தெனில் அதன் அடிமைகளாகவும் இருத்தி வைக்கும் உறவு களாகவே இருந்தன. இந்த அடிமை முறை, 1861இல் ஒழிக்கப் பட்டதே அம்மாதிரியான உயிருள்ள அடிமை முறையல்ல, அதாவது குறிப்பிட்ட ஆட்கள் தனிப்பட்ட ஒரு நிலப்பிரபுவின் அடிமைகளாய் இருந்த அந்தப் பழைய முறையல்ல. நிலமில்லாத அல்லது சொற்ப அளவு நிலமுடைய எல்லா விவசாயிகளும் பொதுவாய் எல்லாப் பெரு நிலப்பிரபுக்களுக்கும், சில சமயம் இன்னும் முக்கியமாகவும் குறிப்பாகவும் தமது வட்டாரத்தின் பெரு நிலப்பிரபுக்களுக்கும் அடிமைகளாய் இருந்து வரும் அடிமை முறையாகும். நெஹ்லூதவுக்கு இது தெரிந்ததுதான். அவரது பண்ணைகளின் நிர்வாகமே இந்த வடிவிலான அடிமை முறையையே அடிப்படையாகக் கொண்டிருந்ததாலும், இந்த நிர்வாக ஏற்பாட்டை அவரும் ஆதரித்து வந்ததாலும் அவர் இதை அறியாதவராய் இருக்க முடியவில்லை. அது மட்டுமன்றி, இது நீதி நேர்மையற்றது, கொடுமையானது என்பதும் அவருக்குத் தெரியும். பல்கலைக்கழக மாணவராய் இருந்த காலத்திலேயே அவருக்கு இது தெரியும். அப்போது அவர் ஹென்றி ஜார்ஜின் போதனையை ஒத்துக்கொண்டு அதைப் பிரசாரம் செய்து வந்தவர்; தந்தையிடமிருந்து வாரிசு வழியில் தமக்குக் கிடைத்த நிலங்களை இந்தப் போதனையின் அடிப்படையில் விவசாயி களுக்கே தந்தவர்; ஐம்பது ஆண்டுகளுக்கு முன்பு பண்ணை யடிமை முறையில் நிலவிய நிலவுடைமையைப் போலவே தற்காலத்திய நிலவுடைமையும் பாவமே ஆகுமெனக் கருதியவர். பிறகு அவர் இராணுவ சேவை புரிய முற்பட்டு ஆண்டுக்கு ஏறத்தாழ இருபதாயிரம் ரூபிள் செலவிடப் பழகிக் கொண்டதும் அவருடைய பழைய கருத்துகள் கட்டாயமாகக் கடைப்பிடிக்கப் பட வேண்டியவை அல்ல என்றாகி மறக்கப்பட்டன என்பது மெய்தான். தனிச் சொத்துடைமை குறித்துத் தமது நிலை என்ன வென்றும், தமது தாய் தமக்கு அளித்து வந்த பணம் எங்கிருந்து எப்படி வந்ததென்றும் அவர் தம்மைத் தாமே கேட்டுக்கொள் வதை மட்டுமன்றி, இவை எல்லாம் குறித்துச் சிந்திப்பதையுங்கூட நிறுத்திக்கொண்டார் என்பதும் மெய்தான். ஆனால் அவரு

டைய தாய் இறந்தபின் எல்லாச் சொத்துக்கும் அவரே உடைமை யாளராக இதை அவர் நிர்வகிக்க வேண்டியது அவசியமாகி யதும், நிலத்தில் தனிச் சொத்துடைமை குறித்துத் தமது நிலை என்னவென்று பிரச்சினை திரும்பவும் அவர் முன் எழுந்தது. ஒரு மாதத்துக்கு முன்பெல்லாம் நெஹ்லூதவ் நடப்பு நிலை மைகளை மாற்றி அமைப்பதற்கு வேண்டிய தெம்பு தம்மிடம் இல்லை, எப்படியும் பண்ணையை நிர்வகிப்பவர் தாமல்ல என்று தம்முள் கூறிக் கொண்டிருப்பார்; பண்ணையிடமிருந்து தொலை வில் ஒதுங்கி வாழ்ந்து, ஒருவிதமாய் மனச்சாந்தி பெற வழி தேடியிருப்பார். ஆனால் இப்போது அவர் பழைய முறைப்படி யாவும் தொடர்ந்து நடந்தேறும்படி விடலாகாதென முடிவு செய்தார். அவர் சைபீரியாவுக்குப் பயணம் மேற்கொள்ள நேரும் படியான ஒரு நிலைமையை எதிர்நோக்கினார்; சிறைக்கூட உலகுடன் சிக்கல் வாய்ந்த சங்கடமான தொடர்புகள் கொண்டி ருந்தார்; இவற்றுக்குப் பணம் அவசியத் தேவையாகும்–இவ்வாறு எல்லாம் இருந்துங்கூட, நஷ்டங்களைக் கருதாமலே பண்ணை யின் நடப்பு முறையைத் திருத்தியமைக்கத்தான் வேண்டுமெனத் தீர்மானித்தார். ஆகவே அவர், தமது நிலங்களைப் பண்ணைச் சாகுபடியில் வைத்திராமல் குறைந்த வாரத்துக்கு விவசாயி களிடம் குத்தகைச் சாகுபடிக்குத் தந்துவிடுவதென்றும், நிலப் பிரபுக்களது தயவை நாடாமல் சுயேச்சையாக வாழ்வதற்குரிய வாய்ப்பு விவசாயிகளுக்குக் கிடைக்க வழி வகுத்திடுவதென்றும் தீர்மானித்தார். பிரச்சினைக்கு இது தீர்வு ஆகிவிடவில்லை என்றாலும், தீர்வை நோக்கி அமைந்த ஒரு முன்னேற்ற அடியாய் இருந்தது. இது அடிமை நிலையின் மிகக் கொடிய வடிவிலிருந்து அந்த அளவுக்குக் கொடுமையல்லாத ஒரு வடிவுக்கான மாறுதலைக் குறிப்பிட்டது. இதையேதான் அவரும் செய்ய நினைத்தார்.

பகல் சுமார் பன்னிரண்டு மணி இருக்கும், நெஹ்லூதவ் குஸ்மின்ஸ்கயே வந்து சேர்ந்தார். எல்லா விதத்திலும் தமது வாழ்க்கையை எளிமையாக்கிக் கொள்ள முயன்ற அவர், தந்தி அடிக்காமலே இங்கே வந்து இறங்கி, ரயில் நிலையத்தில் இரட் டைக் குதிரை பூட்டிய கட்டை வண்டியை வாடகைக்கு அமர்த்திக் கொண்டார். வண்டிக்காரப் பையன் மஞ்சள் நிறச் சீட்டித் துணியில் நெடுங் கோட்டு அணிந்து நெடிய இடையின் கீழ் விசிறி மடிப்புகளில் இடுப்பு வார் போட்டிருந்தான். வண்டிப் பெட்டியில் அமர்ந்துகொண்டு அவன் வண்டியினுள் இருந்த கனவானுடன் ஆர்வமாய்ப் பேசினான். இருவரும் பேசிக் கொண்டிருக்கையில், மூச்சுத் திணறிய அவனது வெள்ளைக்

குதிரையும் முட்டுக்கால் வீங்கிய நோஞ்சானாகிய மற்றொரு குதிரையும் எப்போதுமே அவை நடக்க விரும்பிய அந்தச் சாவ தான நடையில் செல்ல முடிந்ததால் அவன் ஓயாமல் பேசிக் கொண்டிருந்தான்.

குஸ்மின்ஸ்கயே பண்ணையின் காரியக்காரரைப் பற்றி வண்டிக்காரப் பையன் சொன்னான், வண்டியில் தான் அழைத்துச் செல்வது பண்ணையின் "எசமான்" என்பது தெரியாமலே அவன் பேசிச் சென்றான். வேண்டுமென்றேதான் நெஹ்லூதவ் இதை அவனிடம் சொல்லவில்லை.

"ஆடம்பரக்கார ஜெர்மானியர்" என்றான், நகரத்தில் வாழ்ந்து அறிந்தவனும் புதினங்கள் படித்தவனுமாகிய அந்த வண்டிக்காரப் பையன். வண்டிப் பெட்டியில் பக்கவாட்டில் திரும்பி உட்கார்ந்து கொண்டு நீளமான தனது சவுக்குக் கம்பை முதலில் நுனியிலும் பிறகு அடியிலும் நிறகவைத்து, தான் கற்று வைத்திருந்த வித்தைகளைச் செய்து காட்டியவாறு பேசினான் "தமக்கு மூன்று செக்கர்மேனிக் குதிரைகள் வாங்கிக் கொண்டுவிட்டார், தமது சீமாட்டியையும் அழைத்துக்கொண்டு வண்டியிலே அவர் போகிறதைப் பார்க்க வேண்டுமே – அடேயப்பா! கிறிஸ்துமஸ் பண்டிகையின் போது பெரிய வீட்டில் பிர் மரம் வைத்துத் தடபுடல் செய்தார், விருந்தாளிகள் சிலரை நான் ஏற்றிச் சென்றிருந்தேன். மின்விளக்குகள் பிரமாதமாய் இருந்தன. இந்த மாநிலத்திலே அப்படி ஒரு காட்சியைக் கண்டிருக்க முடியாது! நிறைய பணம் சேர்த்துவிட்டார் – பேராசைக்காரர்! கேட்பார் யாரும் இல்லை, எல்லாம் அவர் வைத்ததுதான் சட்டம்! சொந்தத்தில் அருமையான பண்ணை வாங்கிக்கொண்டு விட்டாரெனப் பேசிக் கொள்கிறார்கள்."

தமது பண்ணையை இந்த ஜெர்மானியர் எப்படி நிர்வகித்து வந்தார், அதிலிருந்து எப்படியெல்லாம் ஆதாயமடைந்தார் என்பது குறித்துத் தாம் கொஞ்சமும் கவலைப்படவில்லை என்பதாகவே நெஹ்லூதவ் நினைத்திருந்தார். ஆனால் நெடிய இடையுடைய வண்டிக்காரப் பையன் சொன்னதைக் கேட்ட போது அவருக்குக் கசப்பாகவே இருந்தது.

அன்றைய பொழுதின் இனிமையைக் கண்டு அவர் மனம் மகிழ்ந்துகொண்டார். கருமையாகி வந்த கனத்த மேகங்கள் இடையிடையே கதிரவனை மூடி மறைத்தன; வசந்த பருவ வயல்களில் ஆடிச் சலசலத்த ஓட்ஸ் பயிர்களிடையே விவசாயி கள் களையெடுத்துக் கொண்டிருந்தனர்; அடர்த்தியான பச்சைப் புல்வெளிகளுக்கு மேல் வானம்பாடிகள் உயர்ந்தெழுந்து பறந்தன; காடுகளில் தாமதித்துத் தளிர் விடும் ஓக்குகளைத் தவிர்த்து ஏனைய எல்லா மரங்களும் புத்தம் புதிய பசுந் தளிர்

களால் மூடப்பட்டிருந்தன; மேய்ச்சல் வெளிகளில் மாடுகளும் குதிரைகளும் வண்ணப் புள்ளிகளாகப் பளிச்சிட்டன; தொலை வில் தெரிந்த நிலங்களில் உழவர்களைக் காண முடிந்தது – மனத்துக்கு இனிய காட்சிகள்... இல்லை – இல்லை, கசப்பான ஏதோ ஒன்று இருப்பதாய் அவர் நினைத்தார்; அது என்னவாய் இருக்குமெனத் தம்மைத் தாமே கேட்டுக்கொண்டபோது, குஸ்மின்ஸ்கயே பண்ணையை அந்த ஜெர்மானியர் நிர்வகித்தது பற்றி வண்டிக்காரப் பையன் கூறியது அவர் நினைவுக்கு வந்தது.

குஸ்மின்ஸ்கயே பண்ணையை வந்தடைந்து வேலையை ஆரம்பித்ததும் இந்தக் கசப்பு உணர்ச்சி அவர் நினைவை விட்டகன்றது.

கணக்குப் புத்தகங்களை அவர் பார்வையிட்டார், காரியக் காரருடன் பேசினார். விவசாயிகளிடம் துண்டுத் துக்காணி நிலங்களே இருந்தன, இவையுங்கூட எசமானது நிலங்களால் சூழப்பட்டிருந்தன என்று சொல்லி, இதனால் பண்ணைக்கு வரப்பெறும் அனுகூலங்களைக் கபடமின்றி வெளிப்படை யாகவே காரியக்காரர் எடுத்துரைத்தார். இவை யாவும், பண்ணைச் சாகுபடியைக் கைவிட்டு எல்லா நிலங்களையும் விவசாயிகளிடம் தந்துவிட வேண்டுமென்பதில் நெஹ்லூதவை முன்னிலும் அதிக வைராக்கியம் கொள்ளச் செய்தன.

பண்ணைக் கணக்குப் புத்தகங்களிலிருந்தும் காரியக் காரருடன் நடத்திய பேச்சிலிருந்தும் நெஹ்லூதவுக்குத் தெரிய வந்தது என்னவென்றால், சிறந்த சாகுபடி நிலங்களில் மூன்றில் இரு பங்கானவை உயர் வகை விவசாயக் கருவிகளையும் இயந் திரங்களையும் கொண்டு கூலி ஆட்களால் சாகுபடி செய்யப் பட்டன. மூன்றில் ஒரு பங்கானவை விவசாயிகளால் சாகுபடி செய்யப்பட்டன, இதற்கு இந்த விவசாயிகள் தெஸ்யாத்தீ னாவுக்கு ஐந்து ரூபிள் வீதம் பெற்றுக் கொண்டார்கள். அதாவது ஐந்து ரூபிளுக்கு இந்த விவசாயிகள் ஒவ்வொரு தெஸ்யாத் தீனாவையும் மூன்று தரம் உழுது, மூன்று தரம் பரம்படித்து, பிறகு விதை விதைத்து, அறுப்பு அறுத்து, கதிர்களைக் கட்டு களாகக் கட்டி, போரடிக் களத்துக்குக் கொண்டுவந்து சேர்ப்பித் தாக வேண்டும். கூலி ஆட்களைக் கொண்டு இவ்வேலைகள் யாவற்றையும் செய்ய தெஸ்யாத்தீனாவுக்குக் குறைந்தது பத்து ரூபிளாவது ஆகும். பண்ணையிலிருந்து விவசாயிகளுக்குக் கிடைத்த ஒவவொன்றுக்கும் அவர்கள் உழைப்பின் வடிவில் மிக உயர்ந்த விலை வேண்டியிருந்தது. புல்வெளிகளை உபயோகித்துக் கொள்வதற்கும், காடுகளில் விறகு வெட்டிக் கொள்வதற்கும், உருளைக்கிழங்கு தழைக்காகவும் அவர்கள் உழைப்பின் வடிவில்

விலை கொடுத்தனர். அநேகமாய் எல்லா விவசாயிகளும் பண்ணைக்குக் கடன் பட்டவர்களாகவே இருந்தனர். வயல்களுக்கு எல்லாம் அப்பால் இருந்த நிலத்தை உபயோகித்துக் கொள்வதற்காக, அந்நிலத்தின் பெறுமானத்தை ஐந்து சதவீத லாபப் பங்குக்கு முதலீடு செய்தால் கிடைக்கக்கூடியதைப் போல் நான்கு மடங்கான கட்டணம் விவசாயிகளிடமிருந்து வசூலிக்கப்பட்டது.

இந்த விவரங்கள் எல்லாம் நெஹ்லூதவுக்கு முன்பே தெரிந்தவையே, ஆனால் இப்போது இவற்றை அவர் ஒரு புதிய ஒளியில் கண்ணுற்றார். இம்மாதிரியான நிலைமைகள் முறைகேடானவை என்பதைத் தாமும் தன் நிலையிலிருந்த ஏனையோரும் எப்படிப் புரிந்துகொள்ளாமல் இருக்க முடிந்ததென்று அவருக்கு ஆச்சரியமாய் இருந்தது. நிலங்களை வாரச் சாகுபடிக்கு விவசாயிகளுக்குத் தந்தால், பண்ணையிடமுள்ள விவசாயக் கருவிகள் அவ்வளவும் விரயமாகி விடுமே, அவற்றின் பெறுமானத்தில் நான்கில் ஒரு பங்கு விலைக்குக்கூட விற்க முடியாதே என்று வாதாடினார் காரியக்காரர். நிலங்களை விவசாயிகள் கெடுத்து விடுவார்கள், இந்த ஏற்பாட்டினால் மொத்தத்தில் நெஹ்லூதவுக்கு மிகப் பெரிய நஷ்டம் உண்டாகும் என்றெல்லாம் கூறினார் அவர். ஆனால் காரியக்காரரின் வாதங்கள் நெஹ்லூதவை மேலும் உறுதிகொள்ளவே செய்தன. நிலங்களை விவசாயிகளிடம் தந்து வருவாயில் ஒரு பெரும் பகுதியைக் கைவிடுவதன் மூலம் நற்செயல் புரிகின்றோம் என்ற அவரது திட நம்பிக்கையை மேலும் வலிமை பெறவே செய்தன. தாம் இங்கு இருக்கையில் உடனே இப்போதே இந்தக் காரியத்தைச் செய்து முடிப்பதென்று தீர்மானித்துக்கொண்டார். அறுப்பு அறுத்தல், தானியத்தின் விற்று முதல், விவசாயக் கருவிகளையும் தேவையில்லாத கட்டுமானங்களையும் விற்றல் ஆகிய இந்த வேலைகளைக் காரியக்காரரே செய்யட்டுமென அவரிடமே விட்டு விடலாம். குஸ்மின்ஸ்கயே பண்ணை நிலங்களைச் சுற்றிலும் அமைந்த மூன்று கிராமங்களைச் சேர்ந்த விவசாயிகளை மறுநாள் காலையில் நடைபெறப் போகும் கூட்டத்துக்கு வரும்படி அழைக்குமாறு இப்பொழுது அவர் தமது காரியக்காரரிடம் சொன்னார். இந்தக் கூட்டத்தில் தாம் அவர்களுக்குத் தமது திட்டத்தை அறிவித்து, நிலங்களுக்குரிய வாரங் குறித்து உடன்பாட்டுக்கு வந்தாக வேண்டும் என்றார்.

காரியக்காரரது வாதங்களின் முன்னால் தாம் காட்டிய உறுதி குறித்தும், விவசாயிகளுக்காகத் தியாகம் புரியச் சித்தமாய் இருந்தது குறித்தும் உள்ளப் பூரிப்புடன் பண்ணை அலுவலகத்தி

லிருந்து வெளியே வந்தார் நெஹ்லூதவ். தம் முன்னுள்ள காரியத்தைப் பற்றி யோசித்தவாறு வீட்டைச் சுற்றி உலாவினார். இவ்வாண்டு கவனியாது விடப்பட்டிருந்த பூந்தோட்டத்தின் வழியே சென்று (காரியக்காரரது வீட்டுக்கு எதிரே மட்டும்தான் மலர்ச்செடிகள் வளர்ந்திருந்தன.) சிக்கரிச் செடிகள் காடாய் மண்டிக் கிடந்த டென்னிஸ் ஆட்ட அரங்குக்கு வந்தார். பிறகு இரு மருங்கிலும் லிண்டன் மரங்களைக் கொண்ட உலாப் பாதையில் நடந்தார் – முன்பு அன்றாடம் இங்கே வந்துதான் அவர் சுருட்டுப் பிடிப்பது வழக்கம். மூன்று ஆண்டுகளுக்கு முன்பு அவரது தாயின் விருந்தினளாய் வந்து தங்கியிருந்த கண்ணுக்கு இனிய கரீமவா அவருடன் சல்லாபம் புரிந்ததும் இந்த உலாப் பாதையில்தான். நாளைக்கு விவசாயிகளிடம் அவர் நிகழ்த்த விரும்பிய உரையினை ஆலோசித்துச் சுருக்கமாய் மனத்துள் தயார் செய்துகொண்டதும் காரியக்காரரிடம் திரும்பிச் சென்று, தேநீர் அருந்தியவாறு மறுபடியும் ஒரு தரம் அவருடன் விவாதித்தார். பண்ணைச் சாகுபடிக்கு முடிவு கட்டி இந்த உறவு முறையை அறவே மறையச் செய்தாக வேண்டும் என்றார். பிறகு பெரிய வீட்டில் அவருக்காக ஒழுங்கு செய்யப்பட்டிருந்த அறைக்குள் சென்றார், எப்போதுமே விருந்தாளிக்கென ஒதுக்கி வைக்கப்பட்டிருந்த அறை அது.

அந்தச் சுத்தமான சிறிய அறையில் வெனிஸ் நகரக் காட்சி களது சித்திரங்களும் இரு சன்னல்களுக்கு இடையில் ஒரு நிலைக் கண்ணாடியும் இருந்தன. சுருள்வில் கட்டிலில் அப்பழுக் கற்ற சுத்தமான படுக்கை போடப்பட்டிருந்தது. கட்டிலுக்குப் பக்கத்தில் ஒரு சிறு மேசையில் தண்ணீர்க் கூஜாவும் தீப்பெட்டி களும் விளக்கு அணைப்பானும் வைக்கப்பட்டிருந்தன. நிலைக் கண்ணாடிக்கு முன்னால் ஒரு மேசையின் மேல் அவரது பெட்டி இருந்தது. அதனுள் ஒப்பனைப் பொருள்களும் சில புத்தகங்களும் இருப்பது தெரிந்தது. குற்ற இயல் சட்டங்கள் பற்றிய ஆராய்ச்சி என்பதான ஒரு ருஷ்யப் புத்தகத்தையும் இதே பொருள் பற்றிய ஒரு ஜெர்மன் புத்தகத்தையும் ஓர் ஆங்கிலப் புத்தகத்தையும் அவர் எடுத்து வந்திருந்தார். கிராமங்களில் பயணம் செய்கையில் ஓய்வு நேரத்தில் இவற்றைப் படிக்க வேண்டும் என்றிருந்தார். ஆனால் இன்று அதற்கு நேரமில்லை, அதிகாலையில் எழுந்து விவசாயிகளைச் சந்தித்துப் பேசத் தயாராயிருக்க வேண்டுமென்று முன்னதாகவே படுத்து உறங்குவதற்கு ஆயத்தமானார்.

அலங்கார வேலைப்பாடுகளுடன் கூடிய பழங்காலத்துக் கருங்காலி மர நாற்காலி ஒன்று அறையின் மூலையில் இருந்தது.

அதைப் பார்த்ததும் அவரது தாயின் படுக்கை அறையில் இருந்த நாற்காலி என்பது அவருக்கு நினைவு வந்தது. அவர் சிறிதும் எதிர்பாராத ஓர் உணர்ச்சியை அந்த நாற்காலி அவர் உள்ளத் துள் எழச் செய்தது. திடுமென வருத்தம் அவர் நெஞ்சை அடைத்தது; பாழடையப் பாகும் அந்த வீட்டையும், கவனியாது விடப்பட்டு நாசமாகப் போகும் தோட்டத்தையும், வெட்டப்படப் போகும் காடுகளையும் நினைத்தபோது அவருக்கு வருத்தமாய் இருந்தது. கால்நடைக் கொட்டில்கள், குதிரை லாயங்கள், உழுபடைக் கருவிகள், இயந்திரங்கள், குதிரைகள், பசுக்கள் முதலானவற்றை வாங்கிச் சேர்ப்பதற்கும் அமைப்பதற்கும் பராமரிப்பதற்கும்– அவர் ஒன்றும் பாடுபடவில்லை என்றாலும் ஏனையோர் என்ன பாடுபட வேண்டியிருந்தது என்பதை அவர் நன்கு அறிவார். இவற்றை எல்லாம் வேண்டாமென விட்டொழிப்பது சற்று முன்பு வரை எளிய காரியமாகவே அவருக்குத் தோன்றியது, ஆனால் இப்போது வருத்தம் அவர் நெஞ்சை அடைத்தது – இவ்வளவையும் விட்டொழிக்கிறோமே என்று மட்டுமன்றி, நிலத்தை வாரச் சாகுபடிக்கு விடவும் வருமானத்தில் ஒரு பாதியை இழக்கவும் வேண்டி வருகிறதே என்றுங்கூட வருத்தப்பட்டுக் கொண்டார். உடனே அவருக்கு ஆதரவாக ஒரு சிந்தனை அவருள் எழுந்து, நிலங்களை விவசாயிகளிடம் தந்து தமது பண்ணைக்கு அழிவு உண்டாக்குவது விவேகமற்றதாகும், இப்படிச் செய்யலாகாது என்று வலியுறுத்தியது.

“நிலத்தில் நான் உடைமை வைத்திருக்கலாகாது. நிலத்தில் உடைமை இல்லையானால், என்னால் இந்தப் பண்ணையையும் வீட்டையும் பாதுகாக்க முடியாதுதான். ஆனால், நான்தான் இப்போது சைபீரியா போகப் போகிறேனே, ஆகவே வீடும் பண்ணையும் எனக்கு வேண்டியதில்லையே” என்றது ஒரு குரல். “அதெல்லாம் சரிதான்” என்றது இன்னொரு குரல். “ஆனால், முதலாவதாக, வாழ்நாள் முழுதும் நீ சைபீரியாவில் இருக்கப் போவதில்லை. நீ திருமணம் செய்து கொள்ளலாம், குழந்தைகள் பிறக்கக்கூடும். எவ்வளவு நல்ல நிலையில் இந்தப் பண்ணை உனக்கு கிடைத்ததோ அதே நிலையில் நீ இதை உன் குழந்தைகளிடம் ஒப்படைக்க வேண்டும். நிலங்களுக்கு நீ ஆற்ற வேண்டிய கடமையும் ஒன்று இருக்கிறது. அனைத்தையும் விட்டொழிப்பதும் நாசமாக்குவதும் ரொம்பச் சுலபம், ஆனால் இவற்றை எல்லாம் வாங்கிச் சேர்ப்பது மெத்தக் கடினம். தலை யாயது என்னவென்றால், நீ உன் வாழ்க்கை குறித்துச் சிந்தித்தாக வேண்டும், நீ என்ன செய்யப் போகிறாய் என்று தீர்மானித்துக் கொண்டாக வேண்டும். அதற்கு ஏற்பவே நீ உனது சொத்துக்

களைப் பட்டுவாடா செய்ய வேண்டும். நீ செய்திருக்கும் முடிவு உறுதியானதுதானா? அதோடு, நீ செய்ய நினைப்பது மெய் யாகவே உன் மனச்சான்றுக்கு ஏற்புடையதுதானா? அல்லது ஏனையோர் உன்னைப் புகழ்வார்கள் என்று, தற்பெருமைக்காக வேண்டி நீ இதைச் செய்கிறாயா?" – இவ்வாறு தம்மைத் தாமே கேட்டுக்கொண்டார் நெஹ்லூதவ். தம்மைப் பற்றி ஊரார் என்ன சொல்வார்களெனக் கவலைப்படாமலே தாம் ஒன்றும் முடிவு செய்துவிடவில்லை என்பதை அவர் ஒப்புக்கொள்ளத்தான் வேண்டியிருந்தது. மேலும் மேலும் அவர் சிந்திக்கையில் அவர் முன் பிரச்சினைகள் மேலும் மேலும் அதிகமாய் எழுந்து வந்தன. எல்லாம் தீர்வு காண முடியாத பிரச்சினைகளாகத் தோன்றின.

இந்தச் சிந்தனைகளிடமிருந்து விடுபடும் பொருட்டு அவர் அந்தச் சுத்தமான படுக்கையில் படுத்துக் கொண்டார். இப்படியே தூங்கிவிட விரும்பினார், காலையில் எழுந்து தெளிந்த நிலையில் சிந்தித்தால் தற்போது குழப்படியாகி வரும் பிரச்சினைகளுக்குத் தீர்வு கண்டுவிடலாமென நினைத்தார். ஆனால் நெடுநேரம் வரை அவருக்குத் தூக்கம் வரவில்லை. திறந்த சன்னல் வழியே தூய பூங்காற்றோடும் நிலாவொளியோடும் சேர்ந்து, தவளை களது கரகரப்பான கத்தலும் அறையினுள் நுழைந்தது. இந்தக் கத்தலை இடைமறித்து, தொலைவில் தோப்பிலிருந்து சிலவும், அருகாமையில் சன்னலுக்குப் பக்கத்தில் பூத்திருந்த செந்நீல மலர்ப் புதரிலிருந்து ஒன்றுமாய் இராக் குயில்கள் கூவின. குயில் களும் தவளைகளும் சேர்ந்து எழுப்பிய குரல்களைக் கேட்டுக் கொண்டிருந்த நெஹ்லூதவுக்குச் சிறைக் கண்காணிப்பாளரது மகள் இசைத்த இசை நினைவுக்கு வந்தது. அதைத் தொடர்ந்து சிறைக் கண்காணிப்பாளரை நினைத்துக்கொண்டார், அடுத்து மாஸ்லவா நினைவுக்கு வந்தாள். "இதை நீங்கள் விட்டொழித்து விடுங்கள்" என்று அவள் கூறியபோது, கத்துகின்ற தவளை களைப் போலவே அவளுக்கும் உதடுகள் துடிதுடித்ததை நினைத்துக் கொண்டார். பிறகு ஜெர்மானியக் காரியக்காரர் கீழே இறங்கித் தவளைகளிடம் செல்ல முற்படவே, அவரைத் தடுத்து நிறுத்த வேண்டுமென நினைத்தார். ஆனால் அவர் கீழே சென்றதோடல்லாமல், மாஸ்லவாவாக மாறி நெஹ்லூ தவைப் பார்த்துக் கடிந்துகொண்டார்: "நான் தண்டனைக் கைதி, நீங்களோ கோமகன்." "இல்லை, நான் விட்டுக் கொடுக்க லாகாது" என்று தம்முள் கூறிக்கொண்டார் நெஹ்லூதவ். உடனே அவர் தம்மை உசுப்பி விட்டுக்கொண்டு, தம்மைத் தாமே கேட்டுக்கொண்டார்: "நான் செய்கிற காரியம் சரியா, தப்பா? தெரியவில்லையே அதனால் என்ன? எல்லாம்

❖ லியோ டால்ஸ்டாய் ❖ 329

ஒன்றுதான். இப்போது நான் தூங்கியாக வேண்டும்.” சற்று முன்பு காரியக்காரரும் மாஸ்லவாவும் இறங்கிச் செல்லக் கண்டாரே, அதே இடத்துக்கு இப்போது அவரும் இறங்க முற்பட்டார். அதோடு யாவும் முடிவடைந்தன.

2

காலை ஒன்பது மணிக்கு நெஹ்லூதவ் விழித்துக் கொண்டார். ‘‘எசமானுக்குப்’’ பணிவிடை செய்து வந்த பண்ணை அலுவலக இளைஞனுக்கு அவர் அசங்குவது காதில் விழுந்ததும், அவரது பூட்சுகளை உள்ளே எடுத்து வந்து வைத்தான். இதன் முன் என்றுமே பெற்றிருக்காத பளபளப்புடன் அவை பளிச்சிட்டன. குளுமையான தூய ஊற்று நீரையும் கொண்டுவந்து வைத்து விட்டு, வெளியே விவசாயிகள் வந்து கூடுவதாக அவன் அறிவித்தான். நெஹ்லூதவுக்கு உடனே சுய நினைவு திரும்பியது, படுக்கையை விட்டு துள்ளியெழுந்தார். நிலங்களை வாரச் சாகுபடிக்குத் தந்து பண்ணை நாசமாக்குவது சரிதானா என்று இரவில் அவரை வருத்திய அந்தத் துயர உணர்ச்சி அவரிடமிருந்து அறவே மறைந்துவிட்டது. இரவில் வருந்தியது குறித்து நினைத்துப் பார்க்கையில் இப்போது அவருக்கு ஆச்சரியமாய் இருந்தது. தற்போது தம் முன்னிருந்த காரியம் குறித்து அவர் மனமகிழ்ந்துகொண்டார், தம்மை அறியாமல் பெருமிதப்பட்டுக் கொண்டார்.

சிக்கரிச் செடிகள் மண்டிச் சீரழிந்து போயிருந்த டென்னிஸ் ஆட்ட அரங்கு அவரது அறையின் சன்னல் வழியே கண் ணுக்குத் தெரிந்தது. அவரது பண்ணையைச் சேர்ந்த குடியான வர்கள் அதில் கூடியிருந்தனர். முந்திய இரவில் தவளைகள் காரணமில்லாமல் கத்தவில்லை, பொழுது அழுது விடிந்தது. நிசப்தமான காலையாய் இருந்தது, காற்று இல்லை, வெதுவெதுப் பான மெல்லிய தூறலாய் மழை பெய்து இலைகளிலும் குச்சி களிலும் புல்லிலும் நீர்த் துளிகளைத் தொங்கச் செய்தது. பசுந் தளிர்களது மணம் மட்டுமின்றி, இன்னும் மழை வேண்டுமென ஏங்கிய ஈர மண்ணின் மணமும் சன்னல் வழியே உள்ளே மிதந்துவந்தன.

உடுத்திக்கொண்டபோது நெஹ்லூதவ் இரண்டொரு தரம் சன்னல் பக்கம் திரும்பி வெளியே டென்னிஸ் ஆட்ட அரங்கில் குடியானவர்கள் வந்து கூடியதைக் கவனித்தார். ஒவ்வொரு வராக வந்து தொப்பியை உயர்த்தித் தலை குனிந்து ஒருவருக் கொருவர் வணக்கம் தெரிவித்துவிட்டுக் கோல்களை ஊன்றிச்

சாய்ந்துகொண்டு வட்டமாய் நின்றவாறு உரையாட ஆரம்பித் தார்கள். பழுப்பேறிச் சதைப்பற்று வாய்ந்த திடகாத்திர இளைஞ ரான காரியக்காரர் விறைப்பாய் உயர்ந்து நின்ற பச்சைக் கால ரோடும் மிகப் பெரிய பொத்தான்களோடும் கூடிய குட்டை ஜாக்கெட்டு அணிந்துகொண்டு அறைக்குள் வந்து, கூட்டத்துக்கு எல்லாரும் வந்துவிட்டதாகச் சொன்னார். ஆனால் அவர்கள் காத்திருப்பார்கள், முதலில் நெஹ்லூதவ் காலை உண்டி அருந்த வேண்டும்-தேநீரோ, காப்பியோ எது வேண்டுமானாலும் தயாராயிருக்கிறது என்றார் அவர்.

"வேண்டாம், உடனே அவர்களைச் சந்தித்துப் பேச விரும்பு கிறேன்" என்றார் நெஹ்லூதவ். விவசாயிகளுடன் பேசப் போகி றோம் என்று நினைத்ததும் சிறிதும் எதிர்பாராத வகையில் அவருக்குக் கூச்சமும் வெட்கமும் ஏற்படக் கண்டார்.

குறைந்த வாரத்துக்கு நிலம் அளித்து விவசாயிகளுடைய விருப்பத்தை அவர் நிறைவேற்ற முன்வந்தார், இந்த விருப்பம் நிறைவேற்றப்படுமென அவர்கள் கனவிலும் நினைத்திருக்க மாட்டார்கள். அதாவது அவர்களுக்கு மிகப் பெரிய நன்மை புரிய அவர் முன்வந்தார், ஆயினும் எதனாலோ அவருக்கு வெட்கமாயிருந்தது. கூடியிருந்த குடியானவர்களிடம் நெஹ்லூதவ் வந்ததும் தொப்பிகள் அகற்றப்பட்டு மென்னிற முடிகளுடை யவையும் சுருட்டை முடிகளுடையவையும் வழுக்கை விழுந்த வையும் நரைத்தவையுமான பல தலைகளும் குனிந்து நிமிர்ந்த போது, வாய் திறந்து ஒரு வார்த்தை பேச முடியாதவராய் அவர் குழம்பிப் போய் நின்றார். சிறு துளிகளாய் மழை தொடர்ந்து தூறி தலைமுடிகளிலும் தாடிகளிலும் விவசாயிகளது கோட்டு களுடைய பொசபொசப்பான இழைகளிலும் படிந்தன. "எசமான்" என்ன சொல்லப் போகிறார் என்று அவரைப் பார்த்தபடிக் குடியானவர்கள் நின்றிருந்தார்கள், ஆனால் அவர் பேச முடியாமல் குழப்பமடைந்திருந்தார். அமைதி குலையாத தன்னம்பிக்கை மிகுந்த ஜெர்மானியக் காரியக்காரர் இந்தச் சங்கடமான நிசப்தத்தைக் கலைத்தார். ருஷ்ய விவசாயிகளைத் தமக்கு நன்றாகத் தெரியுமெனக் கருதியவர் அவர். திருத்த மாகவும் சரளமாகவும் ருஷ்யனில் பேசினார். நன்கு உண்டு பருத்திருந்த இந்தக் காரியக்காரரையும் இதே போலிருந்த நெஹ்லூதவையும் பார்த்தபோது, இவர்களுக்கும் மெலிந்து போய் முகங்களில் சுருக்கங்கள் விழுந்து கோட்டுகளுக்கு அடியில் தோள்பட்டை எலும்புகள் துருத்திக் கொண்டிருந்த அந்த விவசாயிகளுக்கும் இடையில் காணப்பட்ட வேற்றுமை கண்ணை உறுத்தியது.

“இதோ கோமகன் உங்களுக்குச் சகாயம் புரிய வேண்டு மென்று வந்திருக்கிறார்–நிலங்களை உங்களிடம் சாகுபடிக்குத் தர விரும்புகிறார், நீங்கள்தான் சிறிதும் தகுதியில்லாதவர்களாய் இருக்கிறீர்கள்” என்றார் காரியக்காரர்.

“நாங்கள் தகுதியில்லாதவர்களாகப் போனது எப்படி, வசீலி கார்லவிச்? பாடுபட்டு நாங்கள் உழைத்துக்கொண்டு தானே இருக்கிறோம். காலஞ்சென்ற சீமாட்டி–ஆண்டவன் அவருக்கு அருள் புரிவாராக–எங்களை நல்லபடி வைத்திருந்தார். மனநிறை வோடு இருந்தோம். இளங் கோமகனுக்கு நன்றி தெரிவிக்கிறோம், எங்களைக் கைவிடாமல் இருக்க வேண்டுகிறோம்” என்று பேச முற்பட்டான். நன்றாகப் பேசத் தெரிந்த செம்பட்டை முடிகளை யுடைய ஒரு குடியானவன்.

“அதற்காகத்தான் உங்கள் எல்லாரையும் கூப்பிட்டிருக் கிறேன். நீங்கள் விரும்பினால் எல்லா நிலங்களையும் உங்களி டமே தந்து விடுகிறேன்” என்று கூறினார் நெஹ்லூதவ்.

குடியானவர்கள் எதையும் புரிந்துகொள்ளாதது போல, அல்லது நம்பாதது போல, ஒன்றும் சொல்லாமல் மௌனமாய் இருந்தார்கள்

“அப்படியா? நிலங்களை எங்களிடம் தருவதாகவா சொல்றீங்க? என்ன அர்த்தம் அதுக்கு?” என்றான், நெடிய இடையுடன் கூடிய கோட்டு அணிந்த நடுத்தர வயதான ஒரு குடியானவன்.

“வாரச் சாகுபடிக்கு உங்களுக்குத் தருவதாகச் சொல்கிறேன் குறைந்த வாரத்துக்கு நிலங்களை உங்களுக்கு அளிக்க விரும்பு கிறேன்.”

“வரவேற்க வேண்டியதுதான்” என்றார் வயது முதிர்ந்த ஓர் ஆள்.

“வாரம் மட்டும் எங்கள் சக்திக்கு மீறியதாய் இல்லாமல் இருக்கணும்” என்றார் இன்னொருவர்.

“சாகுபடிக்கு நிலம் கிடைத்தால் வேண்டாம்னு யாரும் சொல்ல மாட்டோமே!”

“உழுதுண்டு வாழத்தானே விரும்பறோம்!”

“உங்களுக்கும் தொல்லை ஒழிஞ்சுடும், வாரத்தை வசூலித்துக்கிட்டு அமைதியாய் இருக்கலாம்–பாவங்கள் புரிய வேணாம்!” என்று சில குரல்கள் கூறியது காதில் விழுந்தது.

“பாவங்கள் புரிவதெல்லாம் நீங்கள்தான்” என்றார் ஜெர் மானியர். “உங்கள் வேலைகளை நீங்கள் முறைப்படி செய்து ஒழுங்காய் இருந்தீர்களானால்....”

"நம்மிடையே அதெல்லாம் சாத்தியமல்ல, வசீலி கார்லவிச்" என்று இடையில் புகுந்து பேச ஆரம்பித்தார் கூர் மூக்குடைய ஒரு கிழவர். "குதிரையை ஏன் பயிரை மேயவிட்டேன்னு என்னைக் கேட்கிறீங்க, நான்தான் குதிரையைக் கொண்டுபோய் வயல்லே விட்டாப்பல என்னை ஏசுறீங்க. நான் என்ன செய் வேன்? பொழுது முச்சூடும் அறுப்பு அரிவாளை வீசி வேலை செஞ்சேன், வருடம் போல முடிவில்லாம நீடிச்சுது பொழுது. அப்படி ஓயாமல் வேலை செஞ்சப்புறம் இராத்திரி மந்தையை மேய்க்கையில் கண்ணயர்ந்து போனேன், ஒரு குதிரை உங்கள் வயல்லே இறங்கிடுச்சி-அதுக்காக நீங்கள் என் தோலை உரித்து உயிரை வாங்குறீங்க."

"ஒழுங்கு முறையை மீறினால், அப்படித்தான் ஆகும்."

"நல்லாத்தான் இருக்கு-நீங்கள் ஒழுங்கு முறை எங்றீங்க, ஆனால் எங்களுக்கு உயிர் போவுதே" என்று பதிலளித்தான், கரிய முடிகளுடன் மேலெல்லாம் ரோமம் அடர்ந்த நடுத்தர வயதுடைய நெட்டையான ஒரு குடியானவன்.

"வேலி போடுங்கள் என்று எத்தனை தரம் சொன்னேன்?"

"கம்பும் கழியும் கொடுங்க, வேலி போடுறோம்" என்று பின்னாலிருந்து சொன்னான், உயரக் கட்டையாய், பார்ப்பதற்கு விகாரமாயிருந்த ஒருவன். "வேலி போடறத்துக்குக் கம்பு வெட்டினேன், அதுக்காக நீங்கள் என்னை மூன்று மாதங் களுக்குச் சிறையிலே கெடந்து அழிய வைச்சீங்க. வேலியோட கதை அதோடு முடிஞ்சுது."

"இந்த ஆள் சொல்வது என்ன?" என்று காரியக்காரரைப் பார்த்துக் கேட்டார் நெஹ்லூதவ்.

"கிராமத்தின் முதற்பெரும் திருடன்" என்று ஜெர்மனில் பதிலளித்தார் காரியக்காரர். "ஆண்டு தவறாமல் காட்டிலே மரம் வெட்டித் திருடிச் செல்கிறவன் இவன், கையும் களவுமாகப் பிடிபட்டான்." பிறகு அவர் அந்தக் குடியானவனிடம் சொன்னார்: "பிறத்தியார் சொத்தினை மதித்து நடக்கக் கற்றுக்கொள்ள வேண்டும் நீ."

"மதித்து நடக்காமலா இருக்கோம்?" என்றார் கூர் மூக்குடைய கிழவர். "உங்களை மதித்து நடக்காமல் இருக்கிறது முடியாத காரியமாச்சே. நாங்கள் எல்லாம் உங்கள் பிடியிலே இருப்பவங்க, நீங்கள் எங்களை அடக்கி ஆண்டு வருத்துறவங்க."

"கிழவரே, உங்களை எல்லாம் அடக்கி ஆளுவது முடியாத காரியம். யாரும் உங்களை வருத்தவில்லை."

"வருத்தவில்லையாமே! என் முகரையில் மொத்த வில்லையா நீங்கள்? நாங்கள் ஏதாவது செய்ய முடிந்ததா? பணக்காரங்களைப் பகைச்சிக்கிட்டு நீதிமன்றத்துக்குப் போனால் பயன் கிடைக்குமா?"

"சட்டத்தை மீறினால் அப்படித்தான்."

பேச்சுப் போட்டி ஒன்று நடந்தேறியது தெரிந்தது. இது எதற்காக நடைபெறுகிறது, என்ன சொல்லப்படுகிறது என்பது இதில் பங்கு கொண்டோருக்கே சரிவர புரியவில்லை. ஆனால் அச்சத்தால் கட்டுப்படுத்தப்பட்ட கசப்பு உணர்ச்சி ஒரு தரப்பி லிருந்தும், உயர்வு மனப்பான்மையும் அதிகார ஆணவமும் மற்றொரு தரப்பிலிருந்தும் வெளிப்பட்டு வந்ததைக் காண முடிந்தது. இதைக் கேட்டுக்கொண்டிருந்த நெஹ்லூதவுக்கு வேதனையாய் இருந்தது. ஆகவே அவர் வாரத்தின் அளவையும் அதற்குரிய காலக்கெடுவையும் பற்றிய பிரச்சினைக்குத் திரும்பி வந்தார்.

"சரி, நிலத்தைச் சாகுபடிக்கு எடுத்துக்கொள்வது குறித்து என்ன சொல்கிறீர்கள்? நீங்கள் விரும்புகிறீர்களா? எல்லா நிலங்களையும் உங்களிடம் கொடுத்தால் நீங்கள் தரக்கூடிய வாரம் எவ்வளவு? சொல்லுங்கள்."

"எல்லாம் உங்களோட நிலங்கள், நீங்கதான் நிலத்துக்கான வாரத்தைச் சொல்லணும்."

நெஹ்லூதவ் வாரத்தின் தொகையைக் குறிப்பிட்டார். சுற்று வட்டாரத்தில் இருந்ததைக்காட்டிலும் அது மிகக் குறைவாகவே இருந்துங்கூட, குடியானவர்கள் மிகவும் அதிகமென்று சொல்லி வழக்கம்போல் பேரம் பேச ஆரம்பித்தார்கள். தாம் குறிப்பிப் பிட்ட குறைவான வாரத்தொகையை இவர்கள் மகிழ்ச்சியுடன் ஏற்றுக் கொள்வார்கள் என்று நெஹ்லூதவ் எதிர்பார்த்தார், ஆனால் மகிழ்ச்சிக்கான எந்த அறிகுறியும் அவர்களிடமிருந்து வெளிப்படவில்லை.

ஒரேயொரு நிகழ்ச்சி மட்டும்தான் அவர் கூறிய வாரத் தொகை அவர்களுக்கு அனுகூலமானதே என்பதை அவருக்குப் புலப்படுத்துவதாய் இருந்தது. நிலங்களை யாரிடம் தருவது; கிராமச் சமுதாயமாய் அமைந்த எல்லா விவசாயிகளிடமுமா, அல்லது ஒரு தனிச் சங்கத்திடமா என்கிற பிரச்சினை எழுந்ததும், பலமில்லாதோரும் ஒழுங்காய் வாரத்தைத் தருவார்களென எதிர்பார்க்க முடியாதோருமானவர்களை ஒதுக்கிவிட வேண்டும் என்று வாதாடிய விவசாயிகளுக்கும், இக்காரணங்களின் அடிப்படையில் ஒதுக்கப்படக் கூடியோருக்கும் இடையே

பலத்த சர்ச்சை நடைபெற்றது. முடிவில் காரியக்காரருடைய முயற்சிகளின் விளைவாய் வாரத்தொகையும் காலக்கெடுவும் நிர்ணயம் செய்யப்பட்டன. குடியானவர்கள் பலத்த குரலில் தம்மிடையே விவாதித்தவாறு குன்றிலிருந்து கீழே தமது கிராமத்தை நோக்கிப் போய்ச் சேர்ந்தார்கள், நெஹ்லூதவ் இந்த உடன்பாட்டின் வரையறைகளை வகுத்திடுவதற்காகக் காரியக்காரருடன் பண்ணை அலுவலகத்துக்குச் சென்றார்.

நெஹ்லூதவ் விரும்பியது போலவும் எதிர்பார்த்தது போலவும் யாவும் ஒழுங்கு செய்யப்பட்டன. சுற்று வட்டாரப் பகுதிகளில் கிடைத்ததைக் காட்டிலும் முப்பது சதவீதம் குறைவான வாரத்துக்கு விவசாயிகளுக்கு நிலங்கள் கிடைத்தன. நிலங்களிலிருந்து நெஹ்லூதவுக்கு வரக்கூடிய வருமானம் பாதியாகக் குறைந்து போயிற்று, ஆயினும் தேவைப்பட்டதை விட கூடுதலாகவே இருந்தது. முக்கியமாய் அவர் விற்றிருந்த காட்டுக்காகவும், மற்றும் விற்கப்படப் போகும் உழுபடைக் கருவிகளுக்காகவும் தனியே அவருக்குப் பணம் வந்து சேருமாதலால் அவர் கவலைப்பட்டுக் கொள்ளவில்லை. யாவும் நல்லபடியாக அமைந்துவிட்டதாகவே தோன்றின. ஆயினும் முழு நேரமும் எதைப் பற்றியோ உள்ளுக்குள் அவருக்கு வெட்கமாய் இருந்தது. விவசாயிகள் நன்றி தெரிவித்துக் கொண்டார்கள் என்றாலும் அவர்களுக்கு மன நிறைவு ஏற்பட்டு விடவில்லை, மேலும் அதிகமாய் அவர்கள் எதிர்பார்த்தார்கள் என்பது தெரிந்தது. ஆக, பெரிய அளவில் அவர் தமக்கு நஷ்டம் ஏற்படச் செய்துகொண்ட போதிலும், விவசாயிகளுடைய விருப்பங்களை அவர் நிறைவேற்றி விடவில்லை என்பது புலப் பட்டது.

மறுநாளன்று ஒப்பந்தம் கையெழுத்தாயிற்று. பிரதிநிதி களாகத் தேர்ந்தெடுக்கப்பட்ட வயது முதிர்ந்த விவசாயிகள் உடன்வர நெஹ்லூதவ் பண்ணை அலுவலகத்திலிருந்து வெளியே வந்தார். செய்ய வேண்டியவை யாவும் செய்யப்பட்டு விட வில்லை, இன்னும் பலவும் எஞ்சியிருந்தன என்கிற உணர்வு அவரை வருத்தியது. ரயில் நிலையத்திலிருந்து முன்பு அவரை இங்கே கொண்டு வந்துவிட்ட வண்டிக்காரப் பையன் சொல்லி யிருந்தது போல் பிரமாதமாகவே இருந்தது காரியக்காரரது கோச்சு வண்டி. நெஹ்லூதவ் அதில் ஏறி உட்கார்ந்து விவசாயி களிடம் விடை பெற்றுக்கொண்டார். விவசாயிகள் மனநிறை வின்றி, ஏதோ ஏமாற்றமடைந்துவிட்டதுபோல் குழம்பியவாறு தலையை ஆட்டிக்கொண்டு நிற்க, அவர் ரயில் நிலையத்துக்குப்

புறப்பட்டார். நெஹ்லூதவ் தம்மைத் தாமே கடிந்து கொண்டார், என்ன காரணம் என்று அவருக்கே தெரியவில்லை. முழு நேரமும் ஏனோ அவருக்கு வருத்தமாயிருந்தது, எதைப் பற்றியோ வெட்கப்பட்டுக் கொண்டார்.

3

குஸ்மின்ஸ்கயேவிலிருந்து நெஹ்லூதவ் அவரது அத்தையிடமிருந்து வாரிசு வழியில் பெற்றுக்கொண்ட பண்ணைக்குச் சென்றார் – கத்யூஷாவை முதன் முதல் அவர் தெரிந்து கொண்டது அங்குதான். குஸ்மின்ஸ்கயேவில் நிலங்களுக்கு அவர் செய்து முடித்த அதே ஏற்பாட்டை அந்தப் பண்ணையிலும் செய்ய விரும்பினார் அவர். அதோடு, கத்யூஷாவையும் அவளுக்கும் அவருக்கும் உரியதான அந்தக் குழந்தையையும் பற்றி விசாரித்து அறியக்கூடிய விவரங்களை எல்லாம் தெரிந்து கொள்ள வேண்டுமென நினைத்தார்; அந்தக் குழந்தை இறந்து போனது மெய்தானா, எப்படி இறந்தது என்று தெரிந்துகொள்ள விரும்பினார்.

அதிகாலையில் பனோவா வந்து சேர்ந்தார். பண்ணை வீட்டின் வெளிமுற்றத்தை நெருங்கியதும் எல்லாக் கட்டிடங்களும் இன்னும் முக்கியமாய்ப் பண்ணை வீடும் கவனியாது விடப்பட்டுச் சீரழிந்து போயிருந்த காட்சிதான் யாவற்றுக்கும் முதலாய் அவர் கண்ணில் பட்டது. பச்சை நிறத்தில் இருந்திருக்க வேண்டிய கூரைத் தகடுகள் நெடுங்காலமாய் வர்ணம் பூசப் படாமல் விடப்பட்டுத் துருப்பிடித்துப் பழுப்பேறியிருந்தன. சில தகடுகள் மேல்நோக்கி வளைத்து விடப்பட்டிருந்தன–புயல் செய்த வேலையாகவே இருக்க வேண்டும். வீட்டின் பலகை அடைப்புகளிலிருந்து, துருப்பிடித்துப் போன ஆணிகளிலிருந்து எளிதில் பெயர்க்க முடிந்த பலகைகள் ஆங்காங்கே பிய்த்தெடுக்கப்பட்டிருந்தன. வீட்டின் வாயில் முகப்புகள் இரண்டும் – குறிப்பாக அந்தப் பக்கவாட்டு முகப்பு அவர் நினைவில் பசுமையுடன் இருந்து வந்த ஒன்று–மக்கிப் போய்த் தகர்ந்து விட்டன, கூரையின் வாரைச் சட்டங்கள் மட்டும்தான் எஞ்சியிருந்தன. சில சன்னல்கள் பலகைகளால் மூடி அடைக்கப்பட்டிருந்தன. பண்ணை மேலாளர் குடியிருந்த தனிக் கட்டும் வீட்டின் சமையற்கட்டும் குதிரை லாயங்களும் சீர் கேடுற்றுச் சோபை இழந்திருந்தன. தோட்டம் மட்டும்தான் கேடுறவில்லை. முன்னிலும் அது அடர்த்தியாய் வளர்ந்திருந்தது, எங்கும் மலர்கள் மண்டியிருந்தன. சுற்றிலும் அமைந்த வேலி அடைப்புக்குள்

செர்ரி, ஆப்பிள், பிளம் மரங்கள் வெண் முகில்கள் போல் தோன்றும்படிப் பூத்திருந்தன. வேலியைச் சேர்ந்த லிலாக் செடிகளும் பூத்திருந்தன-பன்னிரண்டு ஆண்டுகளுக்கு முன்பு நெஹ்லூதவ் பதினாறு வயதான கத்யூஷாவுடன் ஒளிந்து விளையாடி இந்த லிலாக் செடி வரிசை ஒன்றின் பின்னால் காஞ்சொறி முட்களில் விழுந்தபோது இருந்ததுபோலவே இப்போதும் இந்தச் செடிகளில் மலர்கள் நிறைந்திருந்தன. வீட்டுக்குப் பக்கத்தில் சோபியா இவானவ்னா நட்டிருந்த லார்ச் மரம், அந்தக் காலத்தில் குச்சி போலிருந்த அது, இப்போது பெரிய மரமாய் வளர்ந்துவிட்டது. பெரிய உத்திரத்துக்கு ஏற்றதாகும்படி அதன் அடிப் பகுதி பருத்திருந்தது, மஞ்சளும் பசுமையுமான ஊசி மலர்கள் மென்பட்டு போல் அதன் கிளைகளை மூடியிருந்தன. இப்போது கரைகளுக்கு உள்ளடங்கியிருந்த ஆறு, நீர் ஆலையின் அணை மீது சலசலத்துக்கொண்டு ஓடிற்று. ஆற்றுக்கு அக்கரையில் மேய்ச்சல் வெளிகளில் விவசாயிகளது கலப்பின மாடுகள் புள்ளிப் புள்ளியாகப் பளிச்சிட்டன.

பண்ணை மேலாளராக இருந்தவர் படிப்பை முடிக்காமலே மதப் பாடசாலையிலிருந்து வெளியே வந்த ஓர் இளைஞர். முகத்தில் புன்னகை தவழ வெளிமுற்றத்தில் அவர் நெஹ்லூதவை எதிர்கொண்டார். தொடர்ந்து புன்னகை புரிந்தவாறு அவரைப் பண்ணை அலுவலகத்துக்குள் வருமாறு அழைத்தார். அதியற்புதமான ஏதோ ஒன்று அங்கே இருக்கிறது. வந்து பாருங்கள் என்று அழைப்பது போலிருந்த அந்தப் புன்னகை முகத்திலே தவழ, தடுப்புக்குப் பின்னால் சென்றார் அவர். தடுப்புக்குப் பின்னாலிருந்து முணுமுணுக்கும் குரலில் பேசிக்கொள்வது கணப்பொழுதுக்குக் காதில் விழுந்தது. நெஹ்லூதவை அழைத்து வந்திருந்த வண்டிக்காரன் இனாம் வாங்கிக்கொண்டதும் மணிகள் கிணுகிணுக்க வண்டியை வெளி முற்றத்திலிருந்து ஓட்டிச் சென்றான், அதன் பின் நிசப்தமாகிவிட்டது. பிறகு சன்னலுக்கு அடியில் வெறுங்காலில் பெண் ஒருத்தி ஓடினாள், பூப் பின்னிய சட்டை போட்டிருந்தாள், காதணிக்குப் பதில் அவள் காதுகளில் மெல்லிறகுகள் இருந்தன. தடம் பதிந்து தேய்ந்த பாதையில் மொத்தையான மிதிகளின் ஆணிகள் தட்டி ஓசை எழுப்ப, குடியானவன் ஒருவன் அவளைப் பின்தொடர்ந்து ஓடினான்.

சன்னல் ஓரத்தில் உட்கார்ந்துகொண்டு வெளியே தோட்டத்துள் உற்றுப்பார்த்தபடி நெஹ்லூதவ் காது கொடுத்துக் கேட்டார். தோண்டி எடுக்கப்பட்ட மண்ணின் வாசனை கலந்த மெல்லிய வசந்த பருவப் பூங்காற்று சன்னல் வழியே வீசி அவரது ஈரம் படிந்த நெற்றியில் சரிந்திருந்த முடிகளை ஆடச்

செய்ததுடன், கத்தியால் வெட்டிக் கிழிக்கப்பட்டு சன்னல் மேடையில் போடப்பட்டிருந்த துண்டுக் காகிதங்களையும் அசைத்தது.

ஆற்றில் துணி துவைத்த பெண்கள் தாளம் தவறாமல் கட்டையால் துணியில் அடித்து எழுப்பிய "தப்-புத்-தொப்பு, தப்-புத்-தொப்புச்" சப்தம் காதில் விழுந்தது. இந்தச் சப்தம் வெயிலில் பளிச்சிட்ட ஆலைக் குட்டையின் நீர்ப் பரப்பு எங்கும் பரவிச் சென்றது. சரிந்து விழும் நீரின் சீரான சலசலப்பு ஆலையிலிருந்து ஒலித்தது. மிரண்டு போன ஈ ஒன்று அவர் காதை ஒட்டினாற் போல் பறந்து ரீங்காரமிட்டுச் சென்றது.

திடுமென நெஹ்லூதவுக்கு நினைவு வந்தது. நெடுங் காலத்துக்கு முன்பு அவர் இளைஞனாகவும் சூது அறியாத வனாகவும் இருந்தபோது இங்கிருந்து இதேபோல ஆலையி னுடைய நீரின் சலசலப்பை மூழ்கடிக்கும்படி ஆற்றிலிருந்து பெண்கள் ஈரத் துணியில் கட்டையால் அடித்து எழுப்பிய சப்தத்தைத் தாம் கேட்டதும், இதேபோல வசந்தக்காற்று தமது ஈர நெற்றியிலே முடிகளை ஆட்டியதும், கத்தியால் வெட்டிக் கிழிக்கப்பட்டு சன்னல் மேடையிலே கிடந்த காகிதத் துண்டு களை அசைத்ததும், இதேபோல ஈ ஒன்று ரீங்காரமிட்டுத் தம் காதுக்கு அருகே பறந்து சென்றதும் அவர் நினைவுக்கு வந்தன. அந்தக் காலத்தில் இருந்ததுபோல் பதினெட்டு வயதுப் பையனாகிவிட்டதாய் அவர் நினைத்துக்கொள்ளாவிட்டாலும், அப்போது இருந்த அதே நிலையை, அதே புது மலர்ச்சியையும் தூய்மையையும், எதிர்காலங் குறித்து அப்போது இருந்த பிரமாதமான, எல்லையற்ற அதே வளர்ச்சி வாய்ப்புகளையும் முழு அளவுக்குப் பெறுவது போன்ற ஓர் உணர்ச்சி அவருக்கு உண்டாயிற்று. ஆனால் இதனுடன் கூடவே-கனவில் நிகழ் வதைப் போல்-அதெல்லாம் அந்தக் காலம் என்பதும் தெளி வாகவே தெரிந்தது. கொடுந்துயரம் அவர் உள்ளத்தை வருத்திற்று.

"எப்போது சாப்பிட விரும்புவீர்கள்?" என்று கேட்டார், முகத்திலே புன்னகை தவழ வந்து நின்ற மேலாளர்.

"உங்கள் விருப்பம் போல் ஆகட்டும், எனக்குப் பசிக்க வில்லை. நான் கிராமத்தைச் சுற்றிப் பார்த்துவிட்டு வருகிறேன்."

"வீட்டுக்குள் வந்து பார்க்க விரும்பவில்லையா நீங்கள்? உள்ளே யாவும் ஒழுங்காகவே இருக்கின்றன. தயவுசெய்து வந்து பார்க்க வேண்டும் நீங்கள். வெளிப்புறத்தைப் பார்க்கையில்..."

"வேண்டாம், பிற்பாடு வந்து பார்க்கிறேன். இப்போது எனக்கு இதைச் சொல்லுங்கள். மத்ரியோனா ஹாரினா என்று ஒரு கிழவி இங்கு இருக்கிறாளா?"

அது கத்யூஷாவின் அத்தை.

"ஆமாம், இருக்கிறாள். கிராமத்தில் யாரும் அவளைப் பற்றி நல்ல வார்த்தை சொல்லமாட்டார்கள். கள்ளச்சாராயம் விற்கிறவள் அவள் எனக்குத் தெரியும். நான் அவளைக் கண்டித்து வருகிறேன், திட்டுகிறேன். ஆனால் பாவமாய் இருக்கிறது, நடவடிக்கை எடுக்க மனம் வரவில்லை. அவளோ கிழவி, பேரப் பிள்ளைகளும் இருக்கின்றன" –எப்போதும் போல் புன்னகை புரிந்து கொண்டு மேலாளர் இதைச் சொன்னார். "எசமானை" மனம் மகிழச் செய்ய வேண்டுமென்ற விருப்பமும், இந்த விவகாரங்களில் தமக்கிருந்த அதே போக்கையே நெஹ்லூதவும் கொண்டிருந்தாரென்ற நம்பிக்கையும் அவருடைய இந்தப் புன்னகையில் வெளியாயின.

"அவள் வீடு எங்கே இருக்கிறது? நான் போய் அவளைப் பார்த்துவிட்டு வரவேண்டும்."

"கிராமத்தின் கோடியில், கடைசியிலிருந்து மூன்றாவது குடிசை. இடப்பக்கத்தில் கற்குடிசை, அதற்கு அப்பால் இருக்கும், அவளுடைய சிறிய குடிசை. நான் உங்களை அங்கே அழைத்துச் செல்கிறேன்" என்று மகிழ்ச்சிப் புன்னகை புரிந்துகொண்டார் மேலாளர்.

"வேண்டாம். அங்கே சென்றால் நான் தெரிந்துகொண்டு விடுவேன். தயவு செய்து நீங்கள் எல்லாக் குடியானவர்களையும் இங்கு வந்து கூடும்படிச் சொல்லி அனுப்புங்கள், நிலத்தைப் பற்றி அவர்களுடன் நான் பேச விரும்புகிறேன்" என்றார் நெஹ்லூதவ். குஸ்மின்ஸ்கயேவில் செய்துகொண்டது போல் இங்கும் குடியானவர்களுடன் ஒப்பந்தம் செய்துகொள்ள விரும்பினார், முடியுமானால் அன்று மாலையே இந்த வேலையைச் செய்து முடிக்க வேண்டுமென நினைத்தார்.

4

வாயில் வழியைக் கடந்து வெளியே வந்த நெஹ்லூதவ் பளிச்சிடும் வண்ணப் பூச்சுகள் பின்னிய நீளங்கி அணிந்து காதுகளில் மெல்லிறகுகளையுடைய அந்தக் குடியானவப் பெண் மிதியடிகள் இல்லாத குண்டுப் பாதங்களை வேகமாய் எடுத்து வைத்து எதிரே வரக் கண்டார். புற்பூண்டுகள் தழைத்திருந்த

மேய்ச்சல் வெளியின் குறுக்கே சென்ற ஒற்றையடிப் பாதையில் அவள் இடக்கரத்தை முன்னால் வீசி ஆட்டியபடித் திரும்பி வந்துகொண்டிருந்தாள். வலக் கரத்தால் ஒரு சேவலைத் தன் வயிற்றுடன் வைத்து அழுத்திப் பிடித்திருந்தாள். அதன் சிவப்புக் கொண்டை அசைந்து ஆட அந்தச் சேவல் அமைதியாகவே இருப்பதுபோல் தோன்றியது; விழிகளை மட்டும் உருட்டி அசைத்து கரிய காலை வெடுக்கென நீட்டி மடக்கி நகங்களால் அவளது அங்கியைப் பிறாண்டிற்று. "எசமானை" நெருங்கி வந்ததும் அவளுடைய வேகம் குறையலாயிற்று. ஓட்டம் நடை யாக மாறிற்று. அவர் முன்னால் வந்ததும் அப்படியே நின்று, தலையை வெடுக்கெனப் பின்னால் சாய்த்து ஒரு தரம் குனிந்து நிமிர்ந்தாள். அவர் கடந்து செல்லும் வரை அங்கே நின்றிருந்த பின், சேவலை இறுக்கிப் பிடித்துக்கொண்டு திரும்பவும் விரைவாய் நடந்தாள். நெஹ்லூதவ் தொடர்ந்து நடந்து ஒரு கிணற்றை நெருங்கியபோது அழுக்கேறிய கோடித் துணிச்சட்டை அணிந்த ஒரு கிழவி கூனிய முதுகில் அழுத்திய தூக்குக் காவடிக் கோலின் இரு முனைகளிலும் தொங்கிய நீர் நிறைந்த இரு வாளிகளைத் தூக்க முடியாமல் தூக்கி வரக்கண்டார். கவன மாக, வாளிகளைக் கீழே இறக்கி வைத்துவிட்டு, இந்தக் கிழவியும் அதே முறையில் வெடுக்கெனத் தலையைப் பின்னால் சாய்ந்த வாறு குனிந்து நிமிர்ந்தாள்.

கிணற்றுக்கு அப்பால் கிராமம் ஆரம்பமாகியது. பொழுது வெப்பமாய்ப் பளிச்சென்று இருந்தது. பத்து மணிதான் ஆயிற்று என்றாலும் புழுங்கியது. வானத்திலே திரண்டு வந்த மேகங்கள் இடையிடையே சூரியனை மூடி மறைத்து வந்தன. அந்தத் தெரு முழுதும் எருவின் விறுவிறுப்பான நெடி மூக்கில் ஏறியது. ஆனால் அது கெடுதலாய் இருக்கவில்லை. குன்றை நோக்கி உயர்ந்து சென்ற தெருவில் ஊர்ந்துகொண்டிருந்த எரு வண்டிகளிலிருந்தும் இன்னும் முக்கியமாய்க் குடிசைகளின் கொல்லைகளில் கிளறிவிடப்பட்ட எருக்குழிகளிலிருந்தும் இந்த நெடி வீசிற்று. இந்தக் கொல்லைகளது திறந்த வேலிக் கதவுகளை நெஹ்லூதவ் கடந்து செல்ல வேண்டியிருந்தது. வண்டிகளின் பக்கத்தில் குன்றை நோக்கி வெறுங்காலில் நடந்த குடியானவர் களது சட்டையிலும் கால்சட்டையிலும் திட்டுத் திட்டாய் எரு ஒட்டிக்கொண்டிருந்தது. குண்டாய், நெட்டையாய் ஒரு கனவான் சாம்பல் நிறத் தொப்பியின் பட்டு ரிப்பன் வெய்யிலில் மினுமினுக்க, பளபளக்கும் குமிழ்ப்பிடிகொண்ட கைப்பிரம்பை இரண்டு தப்படிக்கு ஒருதரம் தரையிலே ஊன்றிக் கிராமத் தெரு வழியே வரக் கண்டதும் இந்தக் குடியானவர்கள் திரும்பித்

திரும்பி அவரைப் பார்த்தபடிச் சென்றார்கள். வயல்களிலிருந்து திரும்பி வந்த காலி வண்டிகளில் ஆடிக் குலுங்கியவாறு அமர்ந்திருந்த குடியானவர்கள் தலையிலிருந்த தொப்பியை எடுத்துவிட்டு, தமது தெருவிலே வந்துகொண்டிருந்த அசாதாரண மனிதரை வியப்புடன் உற்று நோக்கினார்கள். பெண்கள் தமது குடிசைகளின் வேலிக்கதவுகளுக்கு வெளியே வந்தும், வாயில் முகப்புகளில் நின்றும், தெரு வழியே சென்றவரை வைத்த கண் வாங்காது பார்வையிட்டனர். ஒருவருக்கொருவர் அவரைச் சுட்டிக்காட்டிக் கொண்டனர்.

நெஹ்லூதவ் நான்காவது குடிசையின் வேலிக் கதவைக் கடக்கப் போன நேரத்தில் சக்கரங்கள் கிறீச்சிட கொல்லைக்கு உள்ளிருந்து ஒரு பார வண்டி வெளியே வந்ததால், அவர் அங்கே நிற்க வேண்டியதாயிற்று. உயரமாய் அந்த வண்டியில் குவிக்கப் பட்டிருந்த எருவின் உச்சி அழுத்தித் தட்டையாக்கப்பட்டு உட்காருவதற்காக அதன் மேல் பாய் போடப்பட்டிருந்தது. ஆறு வயதுச் சிறுவன் ஒருவன் வண்டியில் சவாரி செய்யப் போகிறோம் என்கிற உற்சாகத்தில் துள்ளித் துடித்துக்கொண்டு வெறுங்காலில் வெளியே ஓடி வந்தான். மரப்பட்டை மிதியடிகள் அணிந்து நீளடி வைத்து நடந்த ஒரு குடியானவ இளைஞன் வேலி வாயில் வழியே குதிரையைப் பிடித்து வெளியே அழைத்து வந்தான். நெடுங்கால்களை உடைய கருநீலக் குதிரைக் குட்டி ஒன்று எம்பிக் குதித்து வெளியே வந்தது. ஆனால் நெஹ்லூ தவைக் கண்டதும் மிரண்டு போய் வண்டியுடன் ஒட்டிக் கொண்டது. பிறகு சக்கரத்தில் கால்கள் உராயும்படி முன்னால் பாய்ந்து கனத்த சுமையை வெளியே இழுத்தவாறு அமைதியற்று மெல்லக் கனைத்த தாய்க் குதிரையைக் கடந்து தாவி ஓடிற்று. அடுத்தபடி வெளியே வந்த குதிரையை அழைத்து வந்தவர் ஒல்லியாய், விறுவிறுப்பு மிக்கவராய் இருந்த ஒரு கிழவர். அவரும் வெறுங்காலில்தான் நடந்தார். தோள் எலும்புகள் துருத்திக் கொண்டிருந்தன. அழுக்குச் சட்டையும் பட்டைக் கோடுகளிட்ட கால்சட்டையும் போட்டிருந்தார்.

சுட்டெரிக்கப்பட்டதுபோல் கரிய சாம்பல் நிறத்தில் சிறு கட்டிகளாய் உரம் சிதறிக் கிடந்த தெருவின் கெட்டிப் பரப்புக்குக் குதிரைகள் வந்து சேர்ந்ததும், அந்தக் கிழவர் வேலி வாயிலுக்குத் திரும்பிச் சென்று நெஹ்லூதவுக்குத் தலை குனிந்து வணக்கம் கூறினார்.

"எங்களது சீமாட்டியரின் மருமகப்பிள்ளை அல்லவா நீங்கள்?"

"ஆமாம், அவர்களது மருமகன்தான் நான்."

"வாங்க! எங்களை எல்லாம் பார்த்துவிட்டுப் போகலா மென்றா வந்தீங்க?" என்று விசாரித்தார், வாய் அரட்டையாகிய அந்தக் கிழவர்.

"ஆமாம். பார்ப்பதற்காகத்தான் வந்திருக்கிறேன். நீங்கள் எல்லாரும் எப்படி இருக்கிறீர்கள்?" என்று கேட்டார் நெஹ்லூதவ், என்ன சொல்வதென்று தெரியாமல்.

"எப்படி இருக்கிறோம்? நல்லாயில்லை! படுமோசமாத் தான் இருக்கிறோம்" என்று குறை தீர்ந்து திருப்தியடைவது போல நீட்டி இழுத்தார், வாய் அரட்டையான அந்தக் கிழவர்.

"ஏன் அப்படிச் சொல்கிறீர்கள்?" என்று கேட்டு வேலி வாயிலுக்குள் சென்றார் நெஹ்லூதவ்.

"பின்னே எப்படி இருக்கிறோம்? எங்கள் வாழ்வு படுமோச மாகத்தான் இருக்கு" என்று சொல்லி, நெஹ்லூதவைப் பின் தொடர்ந்து தலைக்கு மேல் பந்தல் இருந்த இடத்தின் சுத்தமான பகுதிக்குச் சென்றார் கிழவர்.

நெஹ்லூதவ் அந்தக் கிழவருக்குப் பக்கத்தில் பந்தலுக்கு அடியில் வந்து நின்றார்.

"என்னைச் சேர்ந்தவங்க மொத்தம் பன்னிரண்டு பேரு" என்று தொடர்ந்து கூறிச் சென்ற கிழவர், அங்கே நின்ற பெண் கள் இருவரையும் சுட்டிக் காட்டினார். அவர்கள் இருவரும் கையில் மண்வாரிகளைப் பிடித்துக்கொண்டு, தலையிலிருந்து தலைக்குட்டை தளர்ந்து விழ, உயர்த்தி மடித்துச் செருகிய பாவாடைக்கு அடியில் சாணி படிந்த பின்னங்கால் சதை தெரிய உரக் குவியலின் எஞ்சிய பகுதியின் மீது வியர்த்து விறுவிறுத்துப் போய் நின்றிருந்தார்கள். "மாதம் தவறாமல் நான் ஆறு பூடு* தானியம் வாங்கியாக வேண்டும், பணத்துக்கு எங்கே போவது?"

"உங்களுக்கு வேண்டிய தானியம் உங்கள் நிலத்தில் விளையவில்லையா?"

"எங்களுக்கு வேண்டியது எங்கள் நிலத்திலே விளைவ தாவது!" என்று திருப்பிச் சொல்லி ஏளனச் சிரிப்புச் சிரித்துக் கொண்டார், கிழவர். "மூணு பேருக்கு உணவளிக்கக் கூடிய நிலம்தானே என்கிட்டே இருக்கு. போன வருடம் மொத்தம் எட்டுத் திரைகள் தான் அறுவடை செஞ்சோம். கிறிஸ்துமஸ் பண்டிகை வரைக்குங்கூட எங்களுக்கு அது போதவில்லை."

---

* பூடு — 16.38 கிலோகிராமுக்குச் சமமான பழைய ருஷ்ய நிறுத்தல் அளவை.

"அப்படியானால், என்ன செய்தீர்கள்?"

"என்ன செஞ்சோம்? ஒரு மகனை வெளியே கூலியாளாய் வேலை செய்ய அனுப்பினேன். பிறகு ஐயாவோட பண்ணையிலே கடனாகக் கொஞ்சம் பணம் வாங்கி வந்தேன். நாற்பது நாள் நோன்புக்கு முன்னாடியே அதுவும் தீர்ந்து போச்சு. நாங்கள் இன்னும் வரி கட்டலை."

"வரி எவ்வளவு கட்ட வேண்டும்?"

"அதை ஏன் கேட்கறீங்க? எங்கள் குடும்பத்துக்குப் பதினேழு ரூபிள் வீதம் வருடத்துக்கு மூணு வாட்டி கட்டணும். அட, ஆண்டவனே! என்ன வாழ்வு இது? எங்களுக்கே தெரியாது. எப்படியோ உயிர் வாழ்ந்துகிட்டு இருக்கோம்!"

"உங்கள் குடிசைக்குள் வரலாமா நான்?" என்று கேட்டு மண்வாரியால் வறண்டியெடுத்துப் போடப்பட்டு விறுவிறுப்பான நெடி வீசிய செம்மஞ்சள் உரத்தின் மீது அடியெடுத்து வைத்தார்.

"வரலாமான்னு கேட்கவா வேணும்? வாங்க உள்ளே!" என்று சொல்லி வெறுங்காலை உரத்தில் ஊன்றிக் கிழவர் வேகமாய் நடந்தார். உரத்தின் ஈரம் விரல் இடுக்குகளின் வழியே மேலே வந்து கசிந்தது. நெஹ்லூதவைக் கடந்து முன்னே சென்று குடிசையின் கதவைத் திறந்தார் அவர்.

பெண்கள் இருவரும் தலையிலே தலைக்குட்டைகளைச் சரிசெய்து கொண்டு, பாவாடையைப் பிரித்துத் தொங்கவிட்ட வாறு, சட்டைக் கைகளில் தங்கப் பொத்தான்கள் அணிந்து அப்பழுக்கின்றிச் சுத்தமாயிருந்த அந்தக் கனவான் தங்கள் குடிசைக்குள் செல்வதைக் கண்டு வியப்புற்றுக் கதிகலங்கிய நிலையில் நின்றிருந்தார்கள்.

உள்சட்டையைத் தவிர வேறு எதுவும் போட்டிராத சிறுவர்கள் இருவர் அடித்து மோதிக்கொண்டு குடிசையிலிருந்து வெளியே ஓடி வந்தனர். தொப்பியைக் கையில் எடுத்துக் கொண்டு குனிந்து நெஹ்லூதவ் அந்தத் தணிவான நிலைப்படி நுழைவறைக்குள் புகுந்தார். மறுபடியும் குனிந்து, அழுக்கேறிய குறுகலான வசிப்பறைக்குச் சென்றார். புளிக்க வைக்கப்பட்ட காய்கறிகளின் வீச்சம் மூக்கைத் துளைத்தது. இரண்டு கைத் தறிகள் அந்த அறையின் பெரும் பகுதியை அடைத்துக் கொண்டிருந்தன. குடிசையினுள் கணப்படுப்புக்குப் பக்கத்தில் ஒரு கிழவி காணப்பட்டாள். அவளது சட்டைக் கைகள் மடக்கிச் சுருட்டி விடப்பட்டிருந்தன. பழுப்பேறிய அவளது கரங்கள் நரம்பும் முடிச்சுமாய் மெலிந்திருந்தன.

“நம்மைக் கண்டு செல்ல ஐயா நம்ம வீட்டுக்கு வந்திருக் காரு” என்றார் கிழவர்.

“வரணும். வாங்கன்னு சொல்லி வரவேற்கிறோம்” – சட்டைக் கைகளைப் பிரித்து விட்டுக்கொண்டு அன்பார்ந்த குரலில் சொன்னாள் கிழவி.

“எப்படி இருக்கிறீர்கள் என்று பார்க்க விரும்பினேன்” என்றார் நெஹ்லூதவ்.

“எங்களைப் பாருங்களேன்–எப்படித் தெரியறோமோ, அப்படியேதான் இருக்கோம். குடிசை இடிஞ்சு வருது. என்னைக்கு விழுந்து யாரைக் கொல்லப் போவுதோ? அதெல் லாம் இல்லை. நல்லாத்தான் இருக்குதுங்கிறார் என் கிழவர். ஆமாம், நாங்கள் அரச வாழ்வுதான் வாழ்கிறோம்” என்று உணர்ச்சிவயப்பட்டுத் தலையை உலுக்கிக்கொண்டு சொன் னாள், சுறுசுறுப்பான அந்தக் கிழவி. “இதோ சாப்பாடு போடப் போறேன். வேலையாள் பட்டாளம் தீனி தின்னப் போவுது” என்றாள்.

“என்ன சாப்பிடப் போகிறீர்கள்?”

“என்னவா? எங்கள் சாப்பாடு நல்ல சாப்பாடுதான். முதல்லே ரொட்டியும் குவாசும்*, அப்புறம் குவாசும் ரொட்டியும்” என்று கிழவி இளித்துக்கொண்டாள். பாதியாகத் தேய்ந்துபோன அவளது பற்கள் வெளியே தெரிந்தன.

“இல்லை. வேடிக்கையாகக் கேட்கவில்லை. தெரிந்து கொள்வதற்காகக் கேட்கிறேன். நீங்கள் சாப்பிடப் போவதை எனக்குக் காட்ட வேண்டும்.”

“நாங்கள் சாப்பிடப் போவதையா?” என்று கிழவர் சிரித்தார். “எங்கள் சாப்பாடு மந்திரமோ, தந்திரமோ இல்லாதது. எடுத்து வந்து காட்டேன்” என்று கிழவியிடம் சொன்னார்.

கிழவி தலையை ஆட்டிக்கொண்டாள்.

“எங்கள் குடியானவச் சாப்பாட்டையா பார்க்கணும்? ஐயா, ஆவல் கொண்டவராய் இருக்கிறீங்க, நேரில் பார்க்கணுங்கறீங்க, நான்தான் சொன்னேனே, ரொட்டியும் குவாசும். அப்புறம் கொஞ்சம் சூப்பு, பொண்ணுங்க நேத்து மீன் கொண்டாந்தாங்க. அதை வைச்சுத் தயாரிச்சதுதான் இந்தச் சூப்பு. அதுக்கு அப்புறம் உருளைக்கிழங்கு.”

“வேறு ஒன்றும் இல்லையா?”

---

* குவாஸ்—கறுப்பு ரொட்டித் தூளை ஊற வைத்துக் காடியாக்கித் தயாரிக்கப்படும் பானம்.

“வேறு என்ன வேண்டும்? சூப்பில் கொஞ்சம் பாலும் சேர்த்துக்குவோம். சொல்ல மறந்துட்டேன்.” சொல்லிச் சிரித்தபடிக் கதவுப் பக்கம் திரும்பினாள்.

கதவு திறந்திருந்தது. நுழைவறையில் கூட்டம் கூடியிருந்தது. சிறுவர்களும், சிறுமிகளும், குழந்தைகளைத் தூக்கிக்கொண்டு வந்திருந்த பெண்களும் அங்கே நின்றுகொண்டு குடியானவச் சாப்பாட்டைப் பார்க்க விரும்பிய இந்த அதிசயக் கனவானை ஆவலுடன் பார்த்தனர். கனவானுடன் தன்னால் நன்றாகப் பேசவும் பழகவும் முடிந்தது குறித்துக் கிழவிக்குப் பெருமை யாகவே இருந்தது.

“ஆமாம், எங்கள் வாழ்வு மோசமாயிருக்கு. ஐயா– படுமோசமாயிருக்கு! அதைச் சொல்லவே வேண்டாம்” என்றார் கிழவர். “இங்கே என்ன வேலை உங்களுக்கு?” என்று அவர் நுழைவறையில் கூடியிருந்தோரைப் பார்த்து இரைந்தார்.

“சரி. நான் போய் வருகிறேன்” என்றார் நெஸ்லூதவ். அவருக்குச் சங்கடமாகவும், வெட்கமாகவும் இருந்தது. ஏனென்று அவரால் புரிந்துகொள்ள முடியவில்லை.

“எங்களைக் கண்டு செல்ல வந்த உங்களுக்கு எங்கள் நன்றி” என்றார் கிழவர்.

நுழைவறையில் நின்றவர்கள் முன்னிலும் அதிகமாய் இடித்து நெருக்கிக்கொண்டு, நெஹ்லூதவுக்குப் பாதை விட்டனர். அவர் வெளியே தெருவுக்கு வந்து மேலே செல்வதற்காகத் திரும்பினார். வெறுங்காலில் நுழைவறையில் நின்ற இரண்டு சிறுவர்கள் அவரைப் பின்தொடர்ந்து வெளியே வந்தனர். – மூத்தவன் ஒரு காலத்தில் வெள்ளையாய் இருந்து இப்போது காவியாகிவிட்ட சட்டை போட்டிருந்தான். இன்னொருவன் கந்தலாய் நைந்து சாயம் போன சிவப்புச் சட்டைப் போட்டி ருந்தான்.

“இப்ப நீங்க எங்கே போகணும்?” என்று கேட்டான், வெள்ளைச் சட்டை போட்டிருந்த சிறுவன்.

“மத்ரியோனா ஹாரினாவிடம் போக வேண்டும். உனக்குத் தெரியுமா அவள் வீடு?” என்றார் நெஹ்லூதவ்.

சிவப்புச் சட்டைப் போட்டிருந்தவன் எதையோ பார்த்துச் சிரித்துக்கொண்டு நின்றான். ஆனால் மற்றவன் காரியார்த்த மான தோரணையில் அவரிடம் விசாரித்தான்.

“எந்த மத்ரியோனா? கிழவியா?”

“ஆமாம். கிழவிதான்.”

“ஓய்” என்று இழுத்தான் சிறுவன். “கிழவின்னா, செமி யோனிஹா மத்தியோனாவைச் சொல்றீங்க. அந்த வீடு

கிராமத்துக் கோடியிலே இருக்கு நாங்கள் காட்டறோம். ஃபேத்கா, நீயும் வா, அழைத்துச் சென்று காட்டலாம்."

"குதிரைகள் போயிடுமே."

"போகட்டும். பரவாயில்லை."

ஃபேத்கா ஒத்துக்கொண்டான். மூவரும் தெரு வழியே சென்றார்கள்.

5

பெரியவர்களுடன் பேசுவதைக் காட்டிலும் சிறுவர்களுடன் பேசுவது நெஹ்லூதவுக்குச் சுலபமாய் இருந்தது. நடந்துகொண்டே அவர்களுடன் அவர் பேச ஆரம்பித்தார். சிவப்புச் சட்டைப் போட்டிருந்த இளையவன் இப்போது சிரிப்பதை நிறுத்திவிட்டான். மூத்தவனைப் போல் கெட்டிக்காரத்தனமாகவும் தெளிவாகவும் பேசினான்.

"இங்கே இருப்போரில் ரொம்ப ஏழை யார்?"

"ரொம்ப ஏழையா? மிகயீலைச் சொல்லலாம். வெமியோன் மக்கரோவும் ஏழைதான். ஆனால் மார்ஃபாதான் ரொம்ப ஏழை."

"அனீசியாவும்தான்–இவள் இன்னுங்கூட ரொம்ப ஏழையாச்சே. அனீசியாவிடம் பசு கூட இல்லை. பிச்சை எடுத்துல்லே பிழைக்கிறாள்?" என்றான் இளையவனான ஃபேத்கா.

"பசு இல்லைதான், ஆனால் அவங்க மூணு பேர்தான். மார்ஃபாவின் குடும்பத்தில் ஐந்து பேர் இருக்காங்களே" என்று ஆட்சேபித்தான் மூத்தவன்.

"இருந்தாலும் அனீசியா விதவை ஆச்சே" என்று சிவப்புச் சட்டைச் சிறுவன் அவளுக்காக வாதாடினான்.

"அனீசியா விதவைன்னு சொல்றே, ஆனால் மார்ஃபா மட்டும் என்னவாம்?" என்றான் வெள்ளைச் சட்டைக்காரனான மூத்தவன். "கணவர் இல்லை இங்கே, அதனாலே இவளும் விதவை தானே."

"இங்கே, இல்லாமல் எங்கே போனார் கணவர்?" என்று கேட்டார் நெஹ்லூதவ்.

"சிறையிலே பேனுக்கும் பூச்சிக்கும் தீனி போடுறார்" என்று கிராமத்திய வழக்கில் சொன்னான் மூத்தவன்.

"போன வருடம் கோடையில் பிரபுவின் காட்டிலே இரண்டு பிர்ச் மரம் வெட்டினார். அதுக்காக சிறையிலே தள்ளிட்டாங்க" என்று முந்திக்கொண்டு விளக்கம் கூறினான் சிவப்புச்சட்டைச் சிறுவன். "ஆறு மாதமாய் அங்கேதான் கிடந்து அழிகிறார். இங்கே மனைவி பிச்சை எடுத்துப்

பிழைக்க வேண்டியிருக்கு. என்ன செய்வது? - வீட்டிலே மூணு குழந்தை, சீக்காய்ப் படுத்திருக்கிற பாட்டி வேறு" என்று அவன் விவரமாய்ச் சொன்னான்.

"இவள் வீடு எங்கே இருக்கிறது?" என்று கேட்டார் நெஹ்லூதவ்.

"இந்த வீடுதான்" என்று அந்தச் சிறுவன் ஒரு குடிசையைக் காட்டினான். அதன் எதிரே ஒற்றையடிப் பாதையில் வெண் முடிகளுடைய பச்சைக் குழந்தை ஒன்று கணைச்சூட்டால் சூம்பிப் போன கால்களில் நிற்க முடியாமல் தள்ளாடியபடி நின்றிருந்தது. இந்தப் பாதையில்தான் நெஹ்லூதவ் சென்றுகொண்டிருந்தார்.

"வாஸ்கா! குட்டிச் சைத்தான். எங்கேடா ஓடிட்டே?" என்று கூச்சலிட்டுக் குடிசையிலிருந்து வெளியே ஓடி வந்தாள் அழுக்கேறிய காக்கிச் சட்டை அணிந்த ஒருத்தி. தன் குழந்தைக்கு நெஹ்லூதவ் தீங்கிழைத்து விடுவாரோ என்று அஞ்சியவளைப் போல் முகத்திலே பீதியின் குறி தெரிய ஓட்டமாய் ஓடி, அவசர மாய் அதைத் தூக்கிக் கொண்டு குடிசைக்குத் திரும்பினாள்.

நெஹ்லூதவின் காட்டில் மரம் வெட்டியதற்காகச் சிறை யிலே தள்ளப்பட்டவனின் மனைவி அவள்.

"சரி. இந்த மத்ரியோனா இருக்கிறாளே, அவளும் ஏழை தானா?" அவர்கள் மத்ரியோனாவின் குடிசைக்கு அருகே வந்ததும் கேட்டார் நெஹ்லூதவ்.

"ஏழையாவது? சாராயம் விக்கிதே அந்தக் கிழவி" என்று தீர்மானமாகப் பதிலளித்தான், நோஞ்சானாகிய சிவப்புச் சட்டை சிறுவன்.

மத்ரியோனாவின் குடிசையை அடைந்ததும் சிறுவர்களை வெளியே இருக்கச் சொல்லிவிட்டு, நெஹ்லூதவ் மட்டும் குடிசையின் நுழைவறைக்குள் புகுந்து பிறகு வசிப்பறைக்குள் சென்றார். அது பதினான்கு அடி நீளமுடையது. பெரிய கணப் படுப்புக்குப் பின்னால் இருந்த கட்டில் போதிய அளவு நீளமாய் இல்லை. நெட்டையான ஆள் காலை நீட்டி அதில் படுக்க முடியாது "கத்யூஷா பிள்ளையைப் பெற்றெடுத்ததும் பிறகு காய்ச்சலாகப் படுத்திருந்ததும் இதே கட்டிலில் தானே?" என்று நினைத்தார் நெஹ்லூதவ்.. கைத்தறி ஒன்று அந்த அறையில் ஒரு பெரும் பகுதியை அடைத்திருந்தது. தணிவான நிலைப்படியில் நெற்றியை மோதிக்கொண்டு நெஹ்லூதவ் உள்ளே நுழைந்தபோது, கிழவியும் அவளது மூத்த பேத்தியும் அந்தத் தறியில் பாவு நூல்களைச் சரி செய்து கொண்டிருந்தனர். வேறு இரு பேரப்பிள்ளைகள்

நெஹ்லூதவுக்குப் பின்னால் உள்ளே ஓடி வந்து நிலைப்படியைப் பிடித்துக் கொண்டு நின்றார்கள்.

"யார் அது? என்னா வேணும்?" என்று கடுப்புடன் கேட்டாள் கிழவி. பாவு நூல்களை அவளால் சரி செய்ய முடியாமற் போன தால் கிழவி அப்படிச் சிடுசிடுப்பாய் இருந்தாள். அதோடு, கள்ளச்சாராயம் விற்பவளாதலால், முகம் அறியாத ஆட்கள் உள்ளே வரக் காணும்போதெல்லாம் அவளுக்கு அச்சமாகவே இருக்கும்.

"இந்தப் பண்ணையின் நிலப்பிரபு நான். உங்களுடன் பேச விரும்புகிறேன்."

கிழவி சற்று நேரம் மௌனமாய் அவரை உற்றுப் பார்த் தாள். பிறகு அவள் முகம் திடுமென மாற்றமடைந்தது.

"அடி ஆத்தே! நீங்களா வந்திருக்கிறீங்க! பண்ணை வீட்டு ஐயாவைப் போய் யாரோ தெருவிலே போகிற ஆளுன்னு நெனைச்சுட்டேனே, சரியான முட்டாள் நான்! என்னை மன்னிக்கனும்" என்று குழையும் குரலில் சொன்னாள் கிழவி.

"வேறு யாரும் இல்லாமல் தனியே பேச வேண்டுமே நான்" – ஒருக்களித்திருந்த கதவின் பக்கம் பார்த்தபடிச் சொன்னார் நெஹ்லூதவ். அங்கே சிறுபிள்ளைகள் நின்றிருந்தார்கள். இவர்களுக்குப் பின்னால் கையில் ஒரு குழந்தையுடன் பெண் ஒருத்தி காணப்பட்டாள். துண்டுத் துணிகளைச் சேர்த்துத் தைத்த சிறிய குல்லாய் அணிந்த அந்தக் குழந்தை வற்றி வதங்கியிருந்தது. பிணியால் வெளிறிய அதன் முகத்தில் சோபையற்ற நகைப்பு படிந்திருந்தது.

"இங்கே என்ன வேடிக்கை? எதுக்காக நிக்கிறீங்க எல்லாரும்? செம்மையாகக் கிடைக்கும் – எங்கே என் கைத்தடி?" என்று கதவருகே நின்றோரைப் பார்த்துக் கிழவி கத்தினாள். "மூடுடி கதவை!" என்றாள்.

பிள்ளைகள் அங்கிருந்து மறைந்தனர். கைக்குழந்தையை வைத்திருந்த பெண் கதவை இழுத்து மூடினாள்.

"இது யாரப்பான்னு நான் விழிக்கிறேன். அப்புறம் தெரியுது – நம்ம ஐயா, நம்ம தங்க ராசா வந்திருக்காரு!" என்றாள் கிழவி. "வீடு தேடி வந்திருக்காரு நம்ம எசமான்! இப்படி உட்காரு ஐயா!" என்று சொல்லி, மேல் துணியால் ஆசனத்தைத் துடைத் தாள். "இது யாரப்பா சைத்தான்னு பார்க்கிறேன்–ஆனால் வந்திருப்பது நம்ம ஐயா. நம்ம எசமான்! எங்களுக்கு உண வளிக்கும் பிரபுவே வந்திருக்காரு! என்னை மன்னிச்சுக்கணும். நான் கிழவி ஆயிட்டேன். கண் தெரியல்லே."

நெஹ்லூதவ் உட்கார்ந்துகொண்டார். கிழவி தனது கன்னத்தை வலக்கையில் வைத்து அழுத்திக்கொண்டு இடக்கையால் வலக் கரத்தின் கூர்மையான முட்டியைத் தாங்கிப் பிடித்தவாறு அவருக்கு எதிரே நின்று நீட்டி இசைக்கும் குரலில் பேசினாள்.

"அடேயப்பா, நல்லா வயதாகிப் பெரியவராயிட்டாரே நம்ம ஐயா! செவ்வந்திப்பூ மாதிரி நல்லா இருப்பீங்க. இப்போ இப்படி ஆயிட்டீங்களே! கவலை வேறு அதிகமாயிருக்கும். பார்த்தாலே தெரியுதே."

"நான் வந்த காரியத்தைச் சொல்கிறேன். கத்யூஷா மாஸ்லவாவை நினைவு இருக்கிறதா?"

"கத்தரீனாதானே? நினைவு இல்லாம போவது எப்படி? அவள் என் மருமகள் ஆச்சே... நான் அவளை மறக்க முடியுமா? அவளுக்காக நான் வடித்த கண்ணீருக்கு அளவு இருக்காதே. எல்லாம் எனக்குத் தெரியும். தங்க ராஜாவே, ஆண்டவனுக்கு ஒவ்வாத பாவம் செய்யாதவர்தான் உண்டா? அரசனுக்கு ஒவ்வாத குற்றம் புரியாதவர்கள்தான் உண்டா? இளமைப் பருவம் அப்படிப்பட்டது! ரெண்டு பேருமா தேநீரும் காப்பியும் குடிச்சுக் கிட்டு இருந்தீங்க, சைத்தான் கைவரிசையைக் காட்டிட்டான். அவனை எதிர்த்து நிக்க முடியறதில்லை. அவன் பொல்லாதவன். என்ன செய்வது? ஐயா, நீ ஒண்ணும் அவளைக் கைவிட்டுட்டுப் போயிடலியே, அவளுக்குத் தக்க சன்மானம் தந்தியே – நூறு ரூபிளுல்லே தந்தே. ஆனால் அவள் என்ன செய்தாள்? புத்தி சாலித்தனமாய் நடந்துகொண்டாளா? இல்லையே, என் பேச்சைக் கேட்டிருந்தால் நல்லபடியாய் வாழ்ந்திருக்கலாம். அவள் கேட்கலியே. என் மருமகள்தான்னாலும் உண்மையை நான் சொல்லத்தானே வேணும்; உருப்படாத பெண் அவள். எவ்வளவு நல்ல இடமாய் அவளுக்குப் பிடிச்சுத் தந்தேன்! பணிந்து வாழ விரும்பாம எசமானை ஏசினாள். எங்க மாதிரியானவங்க கனவான்களைப்போய் ஏசினால் வாழ முடியுமா? வேலையிலிருந்து விரட்டிட்டாங்க. அப்புறம் வனத்துறை அலுவலருக்கிட்டே போனாள். அங்கேயாவது நல்லபடியா இருந்திருக்கலாமில்லே, விரும்பல்லே அவள்."

"குழந்தையைப் பற்றித் தெரிந்துகொள்ள விரும்புகிறேன். உங்கள் வீட்டில்தானே பிரசவம் ஆயிற்று? குழந்தை எங்கே?"

"இதைக் கேள், ஐயா, குழந்தைக்கு அப்போது நான் நல்ல படியாகத் தான் ஏற்பாடு செஞ்சிருந்தேன். அவள் உயிர் பிழைப் பான்னு நினைக்க முடியலை–நிலைமை அவ்வளவு மோசமாய்ப் போச்சு. குழந்தைக்கு ஞானஸ்நானம் செஞ்சு வச்சேன். அதை

அனாதைப் பிள்ளை இல்லத்துக்கு அனுப்பினோம். தாய் சாவக் கிடந்தான்னு பாவம் சிசுவைப் பால் இல்லாமல் வதங்க வைப்பது சரியல்ல. மற்றவங்க அப்படித்தான் செய்யறாங்க. குழந்தையைக் கவனியாது பட்டினி போட்டு சாகடிக்கிறாங்க. ஆனால் நான் அப்படிச் செய்யறவளல்ல. கொஞ்சம் முயற்சி எடுத்துக் குழந்தையை அனாதைப்பிள்ளை இல்லத்துக்கு அனுப்புவதெனத் தீர்மானம் செஞ்சேன். போதிய பணம் இருந்தது, ஆகவே அனுப்பினேன்."

"குழந்தைக்குப் பதிவு எண் கிடைத்ததா?"

"கிடைத்தது. பதிவு எண் தரப்பட்டது. ஆனால் குழந்தை செத்துப்போச்சு" என்றாள் கிழவி. "அந்த இல்லத்துக்கு அவள் அதை எடுத்துச் சென்றதுமே செத்துப்போச்சு."

"யார் அந்த அவள்?"

"ஸ்கொரத்னோயேவில் இருந்து வந்தாளே, அந்தப் பொண்ணு. அவள் தொழிலே இதுதான். அவள் பெயர் மலானியா. இப்போ இல்லை. அவள் செத்துப்போயிட்டாள். கெட்டிக்காரி, என்ன செய்வாள், தெரியுமா? குழந்தையை அவளிடம் கொண்டு வந்து தருவாங்க. வாங்கி வைத்துக் கொண்டு போதுமான குழந்தைகள் சேருகிற வரையில் பாலூட்டுவாள். மூணு அல்லது நாலு குழந்தை சேர்ந்ததும் ஒரே தடவையாகக் கொண்டுபோய் இல்லத்தில் சேர்ப்பாள். சாமர்த்தியமான ஏற்பாடு செஞ் சிருந்தாள். பெரிய தொட்டில். ரெண்டு பங்கு பெரிசாயிருக்கும். இப்படியும் அப்படியுமாய் அதில் குழந்தைகளை வைப்பாள். தொட்டிலுக்குக் கைப்பிடி இருந்தது. காலோடு கால் சேரும்படி நாலு குழந்தைகளை வைச்சுடுவாள். தலை ஒண்ணோடு ஒண்ணு மோதாமல் எதிர்ப் பக்கங்களில் இருக்கும். இப்படி அவள் நாலு குழந்தைகளை ஒண்ணாச் சேர்த்து எடுத்துக்கிட்டுப் போவாள். துணியில் சப்புக் காம்பு செஞ்சு தருவாள். அமைதியாய் அவை சப்பிக்கிட்டு இருக்கும். தங்கக் குட்டிகள்."

"சரி, என்ன ஆயிற்று?"

"இதேபோல அவள் கத்தரீனாவோட குழந்தையையும் எடுத்துக்கிட்டுப் போனாள். ஆமாம். இரண்டு வாரங்களுக்கு வீட்டிலே இருந்தப்புறம் எடுத்துக்கிட்டுப் போனாள். வீட்டில் இருந்தபோதே அதுக்கு உடம்பு நல்லாயில்லை."

"குழந்தை கண்ணுக்கு இனியதாய் இருந்ததா?" என்று கேட்டார் நெஹ்லூதவ்.

"அதைக் காட்டிலும் இனிய குழந்தை எங்குமே இருந்திருக் காது. அப்படியே ஐயாவை உரிச்சு வைச்ச மாதிரி இருந்துச்சு" என்று கிழவி கண்ணைச் சிமிட்டினாள்.

"அதற்கு எப்படி உடல்நலக் குறைவு ஏற்பட்டது. ஆகாரம் சரியானபடி இல்லையா?"

"ஆகாரமா அது? ஏதோ பேருக்குத் தரப்பட்டதுதானே. சொந்த குழந்தையல்லவே. உயிரோடு கொண்டு போய்ச் சேர்ப்பதற்கு வேண்டியது மட்டும்தானே தந்திருப்பாள். எப்படியோ அதை மாஸ்கோ வரை கொண்டு போயிட்டாள். அங்கே போய்ச் சேர்ந்ததும் செத்துப்போச்சு. சான்றுப் பத்திரம் வாங்கி வந்து காட்டினாள் – ஒழுங்காகவே செய்தாள். கெட்டிக்கார பொம்புளை அவள்."

நெஹ்லூதவ் அவருடைய குழந்தையைப் பற்றித் தெரிந்து கொள்ள முடிந்தது அவ்வளவுதான்.

6

மறுபடியும் ஒரு தரம் இரண்டு நிலைப்படிகளிலும் தலையை இடித்துக்கொண்டு, வசிப்பறையிலிருந்தும் நுழைவறையிலிருந்தும் வெளிப்பட்டுத் தெருவுக்குத் திரும்பி வந்தார் நெஹ்லூதவ். வெள்ளைச்சட்டை, சிவப்புச்சட்டை சிறுவர்கள் அவருக்காக அங்கே காத்திருந்தனர். புதிதாக வந்த சிலரும் அவர்களுடன் அங்கே இருந்தனர். குழந்தையைத் தூக்கிக்கொண்டு நின்ற பெண் களிடையே துண்டுத் துணிக்குல்லாய் அணிந்த குழந்தையை வைத்திருந்த ஒல்லிப் பெண்ணும் காணப்பட்டாள். கைகளில் லேசாய் அவள் தூக்கி வைத்திருந்த சோகை பிடித்த அந்தக் குழந்தையின் வெளிறிட்ட முகத்தில் விபரீதமான நகைப்பு கவிந் திருந்தது. கொக்கி போல வளைந்திருந்த பெருவிரலைக் குழந்தை ஓயாமல் ஆட்டிக் கொண்டிருந்தது. குழந்தையின் நகைப்பு பிணியின் நகைப்பு என்பது நெஹ்லூதவுக்கு விளங்கிற்று. யார் இந்தப் பெண் என்று கேட்டார் அவர்.

"நான் சொன்னேனே. அதே அனீசியாதான்" என்றான் மூத்தவன். நெஹ்லூதவ் உடனே அனீசியாவின் பக்கம் திரும்பி னார்.

"வாழ்க்கை எப்படி நடக்கிறது?" என்று அவளை விசாரித் தார். "பிழைப்புக்கு என்ன செய்கிறாய்?"

"என்ன செய்கிறேன்? பிச்சையெடுக்கிறேன்" என்று சொல்லி அனீசியா அழ ஆரம்பித்தாள்.

வெளுத்து வதங்கிய குழந்தையின் நகைப்பு அதன் முகம் எங்கும் பரவிச் செல்ல, அதன் சூம்பிய கால்கள் புழுக்களைப் போல வளைந்து நெளிந்து கொண்டிருந்தன.

நெஹ்லூதவ் தமது தோற்பையை வெளியே எடுத்து, அதிலிருந்து ஒரு பத்து ரூபிள் நோட்டை அந்தப் பெண்ணிடம் தந்தார். அவர் இரண்டு தப்படிகூடச் சென்றிருக்கமாட்டார். அதற்குள் குழந்தையைத் தூக்கிக்கொண்டு இன்னொரு பெண் அவரிடம் வந்தாள். அவளைத் தொடர்ந்து ஒரு கிழவியும் பிறகு மற்றொரு பெண்ணும் வந்து சேர்ந்தனர். எல்லாரும் தமது ஏழ்மை நிலையை அவருக்குத் தெரிவித்து உதவி புரியும்படி வேண்டினர். நெஹ்லூதவ் சில்லறை நோட்டுகளாகத் தம் பணப்பையில் இருந்த அறுபது ரூபிளையும் அவர்களிடம் கொடுத்துவிட்டு, வருத்தம் நெஞ்சை அடைக்க வீட்டுக்குத் திரும்பினார். அதாவது பண்ணை மேலாளரது தனிக்கட்டுக்கு வந்து சேர்ந்தார். முகத்திலே புன்னகை தவழ அவரைச் சந்தித்த மேலாளர், மாலையில் எல்லாக் குடியானவர்களும் வந்து கூடுவார்கள் என்று சொன்னார். நெஹ்லூதவ், அவருக்கு நன்றி தெரிவித்துவிட்டு, அறைக்குள் செல்லாமல் நேரே தோட்டத் துக்குச் சென்றார். தாம் கண்ணுற்றவை யாவற்றையும் பற்றிச் சிந்தித்தவாறு அங்கே புல்லும் பூண்டும் மண்டி ஆப்பிள் மலர்களது இதழ்கள் சிதறிக் கிடந்த நடைபாதைகளில் உலாவ முற்பட்டார்.

ஆரம்பத்தில் தனிக்கட்டுக்கு அருகே அமைதியாகவே இருந்தது. ஆனால் சற்று நேரத்துக்குள் மேலாளரது தனிக்கட்டி லிருந்து இரு பெண்களது கோபக் குரல்கள் ஒன்றையொன்று குறுக்கிட்டுக்கொண்டு எழுந்தன. எந்நேரமும் புன்னகை புரியும் மேலாளரது அமைதியான குரலும் இடையிடையே அவருக்கு எட்டியது. நெஹ்லூதவ், காது கொடுத்துக் கேட்டார்.

"நானோ பலமெல்லாம் இழந்தவள், மென்னியைப் பிடித்து நெரிக்கிறாயே அடுக்குமா இது?" என்று கோபமாகப் பெண் குரல் ஒன்று இரைந்தது.

"அது உள்ளே ஓடி வந்து கணப்பொழுதுகூட ஆகியிருக் காதே" என்றது இன்னொரு குரல். "திருப்பித் தந்துடுன்னு சொல்றேன். மாட்டை அடைத்துப்போட்டு வதைக்காதே சாமி! பால் இல்லாமே குழந்தைகளைப் பட்டினி போடுறியே?"

"அபராதப் பணத்தைக் கட்டு. இல்லையேல் அதற்கு ஈடாய் வேலை செய்" என்று பதிலளித்தது மேலாளரது அமைதியான குரல்.

நெஹ்லூதவ் தோட்டத்திலிருந்து வெளியே வந்து வாயில் முகப்பினுள் நுழைந்தார். அதன் அருகே பரட்டைத் தலையுடன் இரண்டு குடியானவப் பெண்கள் நின்றிருந்தார்கள்—ஒருத்தி

நிறைக் கர்ப்பிணி என்பது பார்த்ததுமே தெரிந்தது. வாயில் முகப்பின் படிகளில் ஒன்றில் மேலாளர் தமது கித்தான் கோட்டின் பைகளில் கைகளை நுழைத்துக்கொண்டு நின்றார். "எசமான்" வருவதைக் கண்டதும் பெண்கள் இருவரும் பேச்சை நிறுத்திக் கொண்டு தலையில் தலைக் குட்டையைச் சரிசெய்து கொள்ள முற்பட்டனர். மேலாளர் கோட்டுப் பைகளிலிருந்து கைகளை வெளியே எடுத்துப் புன்னகை புரிய ஆரம்பித்தார்.

நடந்தது இதுதான். மேலாளர் இப்படித்தான் சொன்னார்; குடியானவர்கள் வேண்டுமென்றே தமது கன்றுகளையும், ஏன் தமது பசுக்களையும் கூடப் பண்ணையின் மேய்ச்சல் வெளி களில் கொண்டுவந்து மேய விடுவது வழக்கமாகி விட்டது. இந்தப் பெண்களது வீடுகளுக்குச் சொந்தமான இரண்டு பசுக்கள் பண்ணை மேய்ச்சல் வெளியில் மேய்ந்ததால் அவை பிடித்துக் கட்டப்பட்டன. பசு ஒன்றுக்கு முப்பது கோப்பெக் வீதம் அபராதம் கட்ட வேண்டும். இல்லையேல் இரண்டு நாட்களுக்கு வேலை செய்யவேண்டும் என்று மேலாளர் இந்தப் பெண்களிடம் கோரினார். ஆனால் இரு பெண்களும் அறுதியிட்டுக் கூறினர். முதலாவதாக இந்தப் பசுக்கள் தாமாகவே மேய்ச்சல் வெளியினுள் சென்றவை. இரண்டாவதாகத் தம்மிடம் காசு இல்லை. மூன்றாவதாக இதற்கு ஈடாகப் பிற்பாடு வேண்டு மானால் தம்மை வேலை வாங்கிக் கொள்ளலாம் என்றனர். காலையிலிருந்து தீனியில்லாமல் பரிதாபமாகக் கத்தியபடி வெய்யிலில் நிற்கும் பசுக்களை உடனே திருப்பித் தந்துவிடும்படி இருவரும் கேட்டார்கள்.

"மாடுகளை வீட்டுக்கு ஓட்டி வருகையில் விழிப்பாய் இருங் களெனத் திரும்பத் திரும்பச் சொல்லியிருக்கிறேனா இல்லையா?" என்று முகத்திலே புன்னகையுடன் கேட்ட மேலாளர், தமக்கு சாட்சி சொல்லுமாறு அழைப்பவரைப் போல நெஹ்லூதவைத் திரும்பிப் பார்த்துக்கொண்டார்.

"ஒரேயொரு நிமிடம் குழந்தையிடம் ஓடியிருந்தேன். அதற்குள் அவை அங்கே போய்விட்டன."

"மாடுகளைக் கவனிக்க வேண்டிய நேரத்தில் நீ எங்கும் போகக்கூடாது."

"குழந்தைக்கு யார் பால் கொடுப்பதாம்? நீ கொடுப்பாயா சாமி."

"மேய்ச்சல் வெளியில் உண்மையில் மாடு மேய்ந்திருந்தால் நியாயம்தான் என்று மனதைச் சமாதானப்படுத்தியிருக்கலாம். ஆனால் மாடு அங்கே போய் ஒரு நிமிடம்கூட இருந்திருக்காதே" என்றாள் இன்னொரு பெண்.

“புல்வெளிகளை எல்லாம் பாழாக்குகிறார்கள்” என்று நெஹ்லூதவ் பக்கம் திரும்பிப் பார்த்துச் சொன்னார் மேலாளர். “அபராதம் விதிக்காவிடில், பண்ணைக்கு உலர் புல் இல்லாமற் போய்விடும்.”

“வேண்டாம். இந்தப் பாவச்செயல். எனது பசு இதன் முன் பிடிபட்டதே இல்லை” என்று கத்தினாள் கர்ப்பவதியாய் இருந்தவள்.

“இப்போது பிடிக்கப்பட்டிருக்கிறது–பணம் கட்டு. இல்லையேல், அதற்கு ஈடான வேலையைச் செய்.”

“சரி, வேலை செய்கிறேன்; பசுவை விட்டுவிடு சாமி; அதைப் பட்டினி போட்டு வதைக்காதே” என்று கோபமாய் அவள் கூச்சலிட்டாள். “இராப்பகலாய் வேலை செய்கிறேன். உட்கார நேரமில்லை. மாமியாருக்குச் சீக்கு. கணவனோ குடிகாரர். தனி ஆளாய் எல்லா வேலையையும் நானே செய்கிறேன். பலமெல்லாம் இழந்துட்டேன். ஈடாய் வேலை செய் என்கிறாயே. நல்லா இருப்பியா நீ?”

பசுக்களைத் தந்து விடுமாறு மேலாளரிடம் சொல்லி விட்டு நெஹ்லூதவ் தமது பிரச்சினை குறித்துச் சிந்திப்பதற்காகத் திரும்பவும் தோட்டத்துக்குச் சென்றார். ஆனால் இனி அவர் சிந்திப்பதற்கு ஒன்றும் இல்லை. எல்லாம் இப்போது அவருக்குத் தெளிவாகவே தெரிந்தன. இவ்வளவு தெளிவாகத் தெரிவதை எல்லாரும் காணத் தவறுவது எப்படி? தாமும் இவ்வளவு காலமாய் இதைக் காணத் தவறிவிட்டோமே. எப்படி அது?” இதை நினைத்து ஆச்சரியப்பட்டுக் கொண்டார் அவர்.

“மக்கள் மடிந்தொழிந்து வருகிறார்கள். மடிந்தொழுவதற்குத் தம்மைப் பழக்கப்படுத்திக் கொண்டுவிட்டார்கள். இப்படி மடிந்தொழிவதற்கு உகந்த வாழ்க்கை வழிமுறைகளை உருவாக்கிக் கொண்டுவிட்டார்கள்; குழந்தை மரண விகிதமும், பெண்கள் அளவு மீறிய வேலைப் பளுவுக்கு உள்ளாவதும், உண்ண உணவில்லாத நிலைக்கு எல்லாரும்–முக்கியமாக முதிய வயதினர் பலியாதலும் மிதமிஞ்சி அதிகரித்துவிட்டன. சிறுகச் சிறுக மக்கள் இந்த அவல நிலையை வந்தடைந்திருப்பதால், இதன் முழு பயங்கரத்தை அவர்கள் உணராமலும் இது குறித்து முறையிடாமலும் இருக்கிறார்கள். ஆகவே நாம் அவர்களது இந்த நிலை இயற்கையானதுதான். வேறு எப்படியும் இருப்பதற்கில்லை என்பதாகக் கருதிக் கொள்கிறோம்.

நிலம் ஒன்றால் மட்டுமே மக்களுக்கு உண்ண உணவு அளிக்க முடியும். இந்த நிலத்தை அவர்களிடமிருந்து நிலச் சுவான்தார்கள் கைப்பற்றிக்கொண்டு விட்டதுதான் மக்களது வறுமைக்கான பிரதான காரணம். இதை இம்மக்கள் நன்கு அறிந்திருந்

தனர். எப்போதுமே சுட்டிக்காட்டியும் வந்துள்ளனர்– பட்டப் பகலில் தெரிவது போல் அவ்வளவு தெளிவாக அப்போது அவருக்கு இந்த உண்மை புலப்பட்டது. குழந்தைகளும் வயது முதிர்ந்தவர்களும் ஏன் இப்படி மடிகிறார்கள் என்றால், அவர்களுக்குப் பால் இல்லை; ஏன் பால் இல்லை என்றால் ஆடுமாடுகளை மேய விடுவதற்கும் புல்லும் தானியமும் பயிரிட்டு அறுத்துக் கொள்வதற்கும் வேண்டிய நிலம் அவர்களிடம் இல்லை – இது தெள்ளத் தெளிவாகவே தெரிந்தது. மக்களுக்கு உணவு அளிக்க வல்ல நிலம் அவர்கள் வசமின்றி, நிலத்தில் தமக்குள்ள உரிமையைப் பயன்படுத்தி இம்மக்களது உழைப்பை அபகரித்து வாழ்வோர் வசமிருப்பதுதான் மக்களது எல்லா இன்னல்களுக்குமுரிய, அல்லது எப்படியும் அவர்களது மிகக் கொடிய எல்லா இன்னல்களுக்கும் உரிய, தலையாயதும் உடனடியானதுமான காரணமாகும். நிலம் இல்லாமற் போனதும் மக்கள் மாண்டொழிய வேண்டியதாகிறது. அந்த அளவுக்கு அவர்களுக்கு நிலம் இன்றியமையாததாய் இருக்கின்றது. ஆனால் இந்த நிலத்தில் விளையும் தானியத்தை வெளிநாடுகளில் விற்பனை செய்து நிலச்சுவான்தார்கள் தமக்குத் தொப்பிகளும் கைப்பிரம்புகளும் கோச் வண்டிகளும் வெண்கலப் பதுமைகளும் இன்ன பிறவும் வாங்கிக் கொள்ளும் பொருட்டு அரைப்பட்டினி கிடக்கும் மக்கள் உழுது பயிரிடுகிறார்கள். அடைப்பினுள் அடைக்கப்பட்ட குதிரைகள் அங்குள்ள புல் அனைத்தையும் மேய்ந்த பிறகு, தொடர்ந்து புல் தின்பதற்கு வேறொரு இடத்தில் மேயவிடப்பட்டால் ஒழிய மெலிந்துபோய்ப் பட்டினியால் மடியவே நேரிடும் என்பது எவ்வளவு தெளிவாய் விளங்கியதோ, அதே போல மேற்கூறிய உண்மையும் இப்போது நெஹ்லூதவுக்குத் தெள்ளத் தெளிவாய் விளங்கியது.... இந்த நிலைமை பயங்கரமானது, இனியும் தொடர்ந்து இது இப்படி இருக்கலாகாது, இருக்கவும் முடியாது. இந்த நிலைமையை இல்லாதொழிப்பதற்கு, அல்லது குறைந்தது இதில் பங்கு கொள்ளாதிருப்பதற்கு உரிய வழிமுறைகளை வகுத்துக் கொண்டாக வேண்டும்.

"ஆம், நிச்சயம் இதற்கான வழிமுறைகளை நான் வகுத்துக் கொள்ள வேண்டும்" என்று, பிர்ச் மரங்களுக்கு இடையில் அமைந்த பாதையில் மேலும் கீழுமாய் நடைபோட்டவாறு சிந்தனை செய்தார். "மக்களது ஏழ்மையின் காரணங்கள் குறித்தும், இல்லாமையை இல்லாதொழிப்பதற்குரிய வழிமுறைகள் குறித்தும் விஞ்ஞான வட்டாரங்களிலும் அரசாங்க அலுவலகங்களிலும் செய்தியேடுகளிலும் விவாதிக்கிறோம்.

ஆனால் சந்தேகத்துக்கு இடமின்றி மக்களை மேம்படச் செய்வதற்குரிய நிச்சயமான ஒரே வழி குறித்து மட்டும், அதாவது அவர்களுக்கு இன்றியமையாததாய் இருக்கும் நிலத்தை அவர்களுக்குத் திருப்பித் தருவது குறித்து மட்டும் நாம் பேசுவதில்லை."

ஹென்றி ஜார்ஜின் அடிப்படையான நிலை அப்படியே முழுப் பசுமையுடன் நெஹ்லூதவுக்கு நினைவு வந்தது. ஒரு காலத்தில் எப்படி அது நம்மைக் கவர்ந்து வந்தது என்று அவர் நினைத்துப் பார்த்தார். பிற்பாடு எப்படி அதைத் தம்மால் அடியோடு மறக்க முடிந்தது என்று ஆச்சரியப்பட்டுக் கொண்டார். "நிலமானது எவரது தனிச்சொத்தாகவும் இருக்கலாகாது. நீரும் காற்றும் கதிரவனது ஒளியும் எப்படியோ. அதேபோல நிலமும் விற்கவோ வாங்கவோ முடியாத ஒன்றாகும். நிலத்திலும், மனிதர்களுக்கு அது அளித்திடும் எல்லாப் பயன்களிலும் எல்லார்க்கும் சரிசமத்துவ உரிமை உண்டு." குஸ்மின்ஸ்கயேவில் அவர் செய்து கொண்ட ஒப்பந்தத்தை நினைத்தபோது ஏன் அவருக்கு வெட்கமாய் இருந்ததென்று இப்போது அவருக்குப் புரிந்தது. அவர் தம்மைத் தாமே ஏமாற்றிக் கொண்டிருந்தார். நிலத்தில் உடைமை பெற யாருக்கும் உரிமை இல்லை என்பது தெரிந்திருந்தும் இந்த உரிமை தமக்கு இருந்ததாகப் பாவித்துக் கொண்டார். அதில் தமக்கு உரிமை ஏதும் இல்லையென உள்ளுக்குள் தெரிந்திருந்தும் அதில் ஒரு பகுதியை விவசாயிகளுக்கு வழங்கினார். இப்போது அவர் இப்படிச் செய்யப் போவதில்லை. முன்பு குஸ்மின்ஸ்கயேவில் செய்திருந்த ஏற்பாட்டையும் மாற்றிக் கொண்டாக வேண்டும். வாரச் சாகுபடிக்கு நிலத்தை விவசாயிகளிடம் தந்து, அவர்கள் செலுத்தும் வாரத்தை அந்த விவசாயிகளுக்குரிய நிதியாக்கி, வரி கட்டுவதற்காகவும் கிராமச் சமுதாயப் பயன்பாட்டுக்காகவும் அதை அவர்கள் உபயோகித்துக் கொள்ளுமாறு செய்வதென அவர் தம் மனத்துள் திட்டம் வகுத்துக் கொண்டார். இது ஒற்றை வரி விதிப்புத் திட்டம் ஆகி விடாதென்றாலும், தற்போதுள்ள நிலைமைகளில் கூடுமான அளவுக்கு அந்தத் திட்டத்தை நெருங்கிச் செல்வதாகும். இதனிலும் முக்கியமானது என்னவெனில், இப்படிச் செய்வதன் மூலம் நிலத்தில் தமது தனிச் சொத்தின் வாயிலாய் இனி அவர் ஆதாயமடைய வழி இல்லாமற் போய் விடும்.

தோட்டத்திலிருந்து வீட்டுக்கு அவர் திரும்பியதும், முன்னிலும் சிறப்பான மகிழ்ச்சிப் புன்னகை முகத்திலே தவழ மேலாளர் அவரிடம் வந்து சாப்பிட வர வேண்டும் என்று அழைத்தார். காதில் மெல்லிறகுகள் அணிந்த அந்தப் பெண்ணின் உதவியுடன்

தமது மனைவி தயாரித்திருந்த விருந்து உணவு அதிக நேரம் அடுப்பிலே இருந்து வீணாகி விடுமோ என்று மேலாளர் அஞ்சினார்.

மேசையின் மேல் கோடித்துணி விரிப்பு இடப்பட்டு, கைத் துணிக்குப் பதில் பூப் பின்னிய கைத்துண்டு வைக்கப்பட்டி ருந்தது. கைப்பிடி உடைந்துபோன பெரிய பீங்கான் வட்டிலில் உருளைக் கிழங்கு சூப்பு இருந்தது. முன்பு கரிய காலை வெடுக்கு வெடுக்கென இழுத்துக் கொள்ளக் கண்டாரே, அதே சேவல் வெட்டி துண்டாடப்பட்டு, அங்குமிங்கும் தூவி முடிகள் ஒட்டியபடி வேக வைக்கப்பட்டுத் தயாராகியிருந்த சூப்பு அது. சூப்பு சாப்பிட்டு முடிந்ததும், முடிகள் ஒட்டியிருந்த அதே கோழித் துண்டுகள் வதங்கிய கறியாகப் பரிமாறப்பட்டது. முடிவில் கொண்டு வரப்பட்ட திரட்டுப்பால் பணியாரத்தில் எண்ணெயும் சர்க்கரையும் மிதமிஞ்சியிருந்தன. சாப்பிடுவதற்கு எதுவும் சுவையாக இல்லாவிட்டாலும், நெஹ்லூதவ் என்ன சாப்பிடுகிறோம் என்கிற பிரக்ஞையில்லாமலே யாவற்றையும் சாப்பிட்டுக் கொண்டிருந்தார்; கிராமத்திலிருந்து வீட்டுக்குத் திரும்புகையில் அவரை வருத்திய துயரத்தை அடியோடு மறைய செய்துவிட்ட அந்தச் சிந்தனையில் அப்படி அவர் ஆழ்ந்திருந்தார்.

காதில் மெல்லிறகுகள் அணிந்த பெண் மிரண்ட நிலையி லிருந்து உணவை எடுத்து வந்து பரிமாறிக் கொண்டிருக்கையில் மேலாளரின் மனைவி அவ்வப்போது கதவருகே வந்து உள்ளே எட்டிப் பார்த்தவாறு நின்றாள். மேலாளர் தமது மனைவி சமையற் கலையில் கைதேர்ந்தவளே என்று பெருமைப்பட்டுக் கொண்டார். அவரது புன்னகை மேலும் மேலும் பூரிப்பு மிக்க தாகியது.

சாப்பாடு முடிந்தபின் நெஹ்லூதவ் தமக்கெதிரே மேலாளரை உட்கார வைத்தார்–சிரமப்பட்டுதான் அவர் இதைச் செய்ய வேண்டியிருந்தது. அவர் தமது எண்ணங்களை எடுத்துரைத்துச் சரிபார்த்துக் கொள்ளவும் யாருடனாவது அவை குறித்து விவாதிக்கவும் விரும்பினார். ஆகவே தம் முன் மேலாளரை உட்கார வைத்து, நிலங்களை விவசாயிகளுக்குத் திருப்பித் தந்து விடுவதென்ற தமது திட்டத்தை விளக்கிச் சொல்லி, இது குறித்து மேலாளரின் அபிப்பிராயத்தைத் தெரிந்து கொள்ள விரும்புவதாகக் கூறினார். உடனே மேலாளர் நீண்ட காலமாகத் தாம் சிந்தித்து வந்த ஒரு திட்டத்தை இப்போது நெஹ்லூதவே சொல்லக் கேட்டு மட்டில்லா மகிழ்ச்சியடைவது போல் புன்னகை புரிந்து கொண்டார்; ஆனால் உண்மையில் அவருக்கு ஒன்றுமே புரியவில்லை. நெஹ்லூதவ் தமது திட்டத்தைப் புரியும்படித் தெளிவாய் எடுத்துரைக்காதது

அல்ல இதற்குக் காரணம்; நெஹ்லூதவ் இந்தத் திட்டத்தின்படி, அயலார் நலங்கருதித் தமது சொந்த நலத்தைக் கைவிடுவதாகத் தெரிந்ததுதான் காரணம். அயலார் துன்பங்கருதாமல் எல்லாரும் தமது சொந்த நலத்தை ஈடேற்றிக் கொள்ள முனைதலே இயற்கை என்பது மேலாளரது உணர்வில் ஆழப் பதிந்திருந்ததால், நிலத்திலிருந்து கிடைக்கும் வருமானம் முழுதும் விவசாயிகளுக்கு உரித்தான சமுதாய மூலதனமாகிவிட வேண்டுமென்று நெஹ்லூதவ் கூறியவுடன் மேலாளர் இதில் தமக்கு விளங்காதது ஏதோ இருப்பதாக நினைத்துக் கொண்டார்.

"புரிகிறது எனக்கு. அதாவது அந்த மூலதனத்திலிருந்து உங்களுக்கு வட்டித் தொகை வரும் என்கிறீர்கள். இல்லையா?" என்று முகத்திலே மகிழ்ச்சிப் புன்னகை பளிச்சிடக் கூறினார் மேலாளர்.

"ஐயோ. இல்லை! இல்லை! நிலத்தில் தனி ஆட்களுக்கு உரித்தான தனிச்சொத்து இருக்கலாகாது இது புரிய வில்லையா?"

"ஆமாம். அது சரிதான்."

"ஆகவே நிலத்திலிருந்து கிடைப்பவை எல்லாம் எல்லா ருக்கும் உரியதாகிவிட வேண்டும்."

"அப்படியானால் உங்களுக்கு இனி வருமானம் இல்லாமற் போய்விடுமே"–முகத்திலிருந்து அவரது புன்னகை மறையக் கூறினார் மேலாளர்.

"ஆமாம். இந்த வருமானம் எனக்கு வேண்டாமெனக் கைவிடப் போகிறேன்."

மேலாளர் ஏக்கப் பெருமூச்சு விட்டார். ஆனால் சில வினாடிகளுக்கு எல்லாம் அவர் முகத்தில் திரும்பவும் புன்னகை தவழ ஆரம்பித்தது. அவருக்கு இப்போதுதான் புரிந்தது. நெஹ் லூதவ் ஒரு பித்துக்குளி என்பது தெரிந்தது. நிலத்தைக் கைவிட்டு விடும் நெஹ்லூதவ் திட்டத்தின் மூலம் தாம் எப்படி ஆதாய மடையலாமென்று மேலாளர் ஆலோசிக்க முற்பட்டார். தமக்கு அனுகூலமான முறையில் இந்தத் திட்டத்தைப் பயன்படுத்திக் கொள்ள வழி இல்லையா என்று பார்த்தார்.

அதற்கு வழி ஏதும் இல்லை என்பது தெரியவே மேலாளர் வருத்தப்பட்டுக்கொண்டார். இதன் பிறகு அவருக்கு நெஹ் லூதவின் திட்டத்தில் நாட்டம் இல்லாமற் போய்விட்டது. ஆயினும் "எசமானை" மனம் மகிழச் செய்ய வேண்டுமென்று தொடர்ந்து அவர் புன்னகை புரிந்து கொண்டார்.

மேலாளரால் தம்மைப் புரிந்துகொள்ள முடியவில்லை என்பது தெரிந்ததும் நெஹ்லூதவ் அவரைப் போகச் சொல்லிவிட்டு, மேலெங்கும் வெட்டும் கீறலும் மசிக்கறையுமாய் இருந்த ஒரு மேசையின் முன்னால் உட்கார்ந்து தமது திட்டத்தைக் காகிதத்தில் எழுத்து வடிவில் வடித்திட முற்பட்டார்.

மேலெங்கும் பசுமை படர இப்போதுதான் தளிர்கள் விட்டு வந்த லிண்டன் மரங்களுக்குப் பின்னால் சூரியன் தணிந்து சென்றான். மலைகளிலிருந்து கொசுக்கள் பெரும் திரளாய் உள்ளே புகுந்து நெஹ்லூதவைக் கடித்தன. அவர் தமது குறிப்புகளை எழுதி முடித்த நேரத்தில் கிராமத்திலிருந்து மாடுகளின் கனைப்பும், வேலிக் கதவுகள் திறக்கப்படுவதன் கிறீச்சொலியும், கூட்டத்துக்காக வந்து சேர்ந்த குடியானவர்களது பேச்சுக்குரலும் கேட்டன. குடியானவர்களைப் பண்ணை அலுவலகத்துக்கு வருமாறு கூப்பிட வேண்டாமென்று முன்பே மேலாளரிடம் அவர் சொல்லியிருந்தார். தாமே கிராமத்துக்குச் சென்று அங்கே அவர்கள் கூடும் இடத்தில் அவர்களைச் சந்தித்துப் பேசுவதென்று திட்டமிட்டிருந்தார். மேலாளர் ஒரு கிளாசில் கொண்டு வந்து தந்த தேநீரை வாங்கி அவசரமாய்க் குடித்துவிட்டு நெஹ்லூதவ் அங்கிருந்து எழுந்து கிராமத்துக்குச் சென்றார்.

7

கிராம மூதாளரது வீட்டுக்கு முன்னால் நின்ற கூட்டத்திலிருந்து பேச்சுக் குரல்கள் கேட்டன. ஆனால் நெஹ்லூதவ் வந்ததும் பேச்சு உடனே அடங்கிவிட்டது. குஸ்மின்ஸ்கயேவில் செய்தது போலவே இங்கும் எல்லா விவசாயிகளும் தலையிலிருந்து தொப்பியைக் கையில் எடுத்துக்கொண்டனர். குஸ்மின்ஸ்கயேவில் இருந்தோரைக் காட்டிலும் இங்கு விவசாயிகள் மேலும் கடுமையாகச் சோர்ந்து போய் அவலம் தோய்ந்தோராய்க் காணப்பட்டனர். மகளிரும் தாய்மார்களும் காதில் மெல்லிறகுகளை அணிந்திருந்தார்கள். அனேகமாய் எல்லாக் குடியானவர்களும் மரப்பட்டை மிதியடிகள் போட்டிருந்தார்கள். வீட்டில் தாமே நெய்து தயாரித்திருந்த சட்டையும் மேலங்கியும் உடுத்திருந்தார்கள். சிலர் வெறுங்காலுடன் நின்றிருந்தார்கள். வேலை முடிந்து அப்படியே வெறுஞ் சட்டையுடன் வந்திருந்தார்கள்.

நெஹ்லூதவ் பெருமுயற்சி செய்து பேச முற்பட்டார். தமது எல்லா நிலங்களையும் குடியானவர்களுக்குத் திருப்பித் தருவதென முடிவு செய்திருப்பதாக அவர் அறிவித்தார். குடியானவர்கள்

ஒன்றும் சொல்லாமல் மௌனமாய் நின்றார்கள். அவர்களது முகபாவத்தில் எந்த மாற்றமும் ஏற்படவில்லை.

"ஏனெனில் நிலத்திலே வேலை செய்யாதவர் எவருக்கும் நிலத்தில் உடைமை கொண்டாட உரிமை இல்லையென நான் கருதுகிறேன். நிலத்தைப் பயன்படுத்திக் கொள்ள ஒவ்வொரு வருக்கும் உரிமை உண்டெனக் கொள்கிறேன்" என்று முகம் சிவக்கக் கூறினார் நெஹ்லூதவ்.

"சந்தேகமில்லை. அதுதான் சரி. அப்படித்தான் இருக்க வேண்டும்" என்று சில குடியானவர்கள் கூறியது காதில் விழுந்தது.

நெஹ்லூதவ் தொடர்ந்து பேசிச் சென்றார். நிலத்திலிருந்து கிடைக்கும் வருமானம் எல்லாருக்கும் பங்கிடப்பட வேண்டும் என்றார். ஆகவே எல்லா நிலங்களையும் அவர்களிடம் தந்து அவர்களே இந்நிலங்களுக்கான வாரத்தை நிர்ணயித்துக் கொண்டு இவற்றைச் சாகுபடி செய்து, அவர்களது பயன்பாட்டுக்குரிய பொது நிதிக்கு இந்த வாரத்தைச் செலுத்த வேண்டுமென்று தாம் அவர்களுக்குச் சிபாரிசு செய்வதாகக் கூறினார். ஆமோதிப் பையும் உடன்பாட்டையும் தெரிவிக்கும் சொற்கள் தொடர்ந்து காதில் விழுந்தன என்றாலும், விவசாயிகளது கருத்தாழ்ந்த முகங்கள் மேலும் மேலும் கடுமையாகிச் சென்றன. நேரே "எசமான்" மீது பதிந்திருந்த கண்கள் யாவும் இப்போது தரையை உற்று நோக்கின-அவரது தந்திரத்தை எல்லாரும் புரிந்துகொண்டு விட்டனர். யாரையும் ஏமாற்ற முடியாது என்பதை அவருக்குத் தெரியும்படிக் காட்டி அவரை வெட்கித் தலை குனிய வைக்க விரும்பாதவர்களைப் போல் எல்லாரும் பார்வையைக் கவிழ்த்துக் கொண்டார்கள்.

நெஹ்லூதவ் தெளிவாகவே பேசினார். குடியானவர்கள் பலவற்றையும் புரிந்துகொள்ளக் கூடியவர்களே என்றபோதிலும், இப்போது அவர் கூறியதை அவர்களால் புரிந்துகொள்ள முடிய வில்லை. முன்பு மேலாளரால் அவ்வளவு நேரம் அவரைப் புரிந்துகொள்ள முடியாமற் போனதற்கு என்ன காரணமோ, அதுவேதான் காரணம்.

ஒவ்வொருவரும் அவரது சொந்த நலங்கருதியே செயல் படுகின்றார் என்பது அவர்கள் நன்கு அறிந்த ஒன்று. நிலப் பிரபுக்கள் ஒருபோதும் விவசாயிகளது துன்பங்கள் குறித்து கவலைப்பட மாட்டார்கள். தமது சொந்த நலன்களுக்காகவே எப்போதும் பாடுபடுவார்கள் என்பதைப் பல தலைமுறை யினரது அனுபவத்தின் வாயிலாய் நெடுங்காலமாகவே அவர்கள் நன்கு அறிந்திருந்தார்கள். ஆகவே நிலப்பிரபுவாகிய ஒருவர்

அவர்களைக் கூப்பிட்டு ஏதோவொரு புதுவகைத் திட்டத்தை அவர்கள் முன்னால் வைக்கிறார் எனில், தெளிவாகவே அது முன்னிலும் தந்திரமாய் அவர்களை ஏமாற்றுவதற்கான சூழ்ச்சியாகவே இருக்கும்.

"சரி, நிலத்துக்கு நீங்கள் எவ்வளவு வாரம் செலுத்தலாமென நினைக்கிறீர்கள்?"

"நாங்கள் செலுத்த வேண்டிய வாரத்தை நாங்களே தீர்மானித்துவிட முடியுமா? முடியாதே அதெல்லாம். நிலம் உங்களுடையது, அதிகாரம் உங்கள் கையில் இருப்பது" என்று கூட்டத்திலிருந்து சிலர் பதிலளித்தனர்.

"இல்லை, இல்லை! நீங்கள் செலுத்தும் வாரத்தின் வடிவில் வரப்பெறும் பணத்தை நீங்களேதான் உங்களது கிராமச் சமுதாயத் தேவைகளுக்காகப் பயன்படுத்திக் கொள்ளப் போகிறீர்கள்."

"அதெல்லாம் நாங்கள் செய்யக்கூடிய காரியம் அல்ல. கிராமச் சமுதாயம் வேறு, இது வேறு."

"உங்களுக்குப் புரியவில்லையா, என்ன?" என்று, புரியும்படி விளக்கிக் கூற விரும்பிப் புன்னகை புரிந்தவாறு மேலாளர் பேச ஆரம்பித்தார். நெஹ்லூதவைப் பின்தொடர்ந்து அவரும் இங்கு வந்திருந்தார். "கோமகன் உங்களுக்கு நிலங்களைச் சாகுபடிக்குத் தந்து, நீங்கள் செலுத்தும் வாரத் தொகைகள் மூலம் வரும் பணத்தையும் கிராமச் சமுதாயத்துக்குரிய நிதியாக உங்களுக்கே திருப்பித் தருகிறார்."

"எங்களுக்கு நன்றாகவே புரியுது" பல் இல்லாத சிடுசிடு கிழவர் ஒருவர், கண்களை உயர்த்தாமலே சொன்னார். "வங்கியைப் போன்ற ஏற்பாடு, குறித்த காலத்தில் நாங்கள் தொகையைக் கட்டிவிடலாம் – எங்களுக்கு வேண்டாம். நாங்கள் இதை விரும்பவில்லை. ஏற்கெனவே எங்கள் பாடு திண்டாட்ட மாய் இருக்கு, இந்தப் புதிய ஏற்பாடு எங்களை அடியோடு அழிச்சுடும்."

"வேண்டாம், இதெல்லாம். இதுவரை நடந்தபடியே இனியும் நடக்கட்டும். எங்களுக்கு அதுதான் நல்லது" என்றனர். மனக்கசப்புடனும், மரியாதையின்றித் துடுக்காகவுங்கூட ஒலித்தன சில குரல்கள்.

நெஹ்லூதவ் தாம் ஓர் ஒப்பந்தம் வரைந்து தருவதாகச் சொல்லி, தாமும் அவர்களுமாகச் சேர்ந்து அதில் கையெழுத்து இடலாமென்று குறிப்பிட்டதும் ஆட்சேபக் குரல்கள் மிகக் கடுமையாகிவிட்டன.

“எதற்காகக் கையெழுத்து எல்லாம்? இத்தனை காலமாய் நாங்கள் வேலை செய்யவில்லையா, அதேபோல இனிமேலும் வேலை செய்கிறோம். எதற்காக இதெல்லாம்? நாங்கள் படிக்கத் தெரியாதவர்கள். ஏதும் அறியாதவர்கள்.”

‘நாங்கள் உடன்பட மாட்டோம். இல்லாத வழக்க மெல்லாம் வேண்டாம். இதுவரை இருந்தது போலவே இனியும் இருக்கட்டும். விதைத் தானியத்தை நாங்களே தர வேண்டி யிருப்பதை மட்டும் தள்ளுபடிச் செய்தால் போதும்.”

தற்போதைய ஏற்பாட்டில் விவசாயிகளே விதைத் தானி யத்தையும் தர வேண்டியிருந்ததும், இந்த நிலைமை மாற்றப்பட்டு விதைத் தானியத்தை நிலப்பிரபு தர வேண்டுமென அவர்கள் கோரியதும் இவ்விதம் தெரிய வந்தன.

“அப்படியானால் சாகுபடிக்கு நிலம் வேண்டாமென மறுப்பதாகவா சொல்கிறீர்கள்?” என்று நெஹ்லூதவ் கேட்டார். ஒளி வீசும் முகத்துடன் வெறுங்காலில் நின்ற நடுத்தர வயது டைய ஒரு விவசாயியைப் பார்த்து, படையாட்கள் தொப்பியைக் கையில் எடுக்கச் சொல்லி உத்தரவிட்டதும் எடுத்து வைத்துக் கொண்டு நிற்பார்களே அதுபோன்ற விரைப்பான நிலையில் தமது பிய்ந்த தொப்பியை இடக்கையில் பிடித்துக்கொண்டு நின்றார். கந்தலாகக் கிழிந்து போன நீளங்கி அணிந்திருந்த அந்த விவசாயி.

“ஆமாம். அப்படித்தான் சொல்கிறோம்” என்றார் அந்த விவசாயி. படைச்சேவைக் காலத்தில் பழக்கப்படுத்தப்பட்டிருந்த அந்த இராணுவ மனோவசிய நிலையிலிருந்து இன்னும் அவர் விடுபட்டாகவில்லை என்பது நன்றாகவே தெரிந்தது.

‘‘உங்களிடம் போதிய அளவு நிலம் இருப்பதாகவா சொல்கிறீர்கள்?” என்று கேட்டார் நெஹ்லூதவ்.

“இல்லை. அப்படி ஒன்றும் சொல்லவில்லை நாங்கள்’’ என்றார் அந்த முன்னாள் படையாள். தமது பிய்ந்த தொப்பியை உபயோகித்துக் கொள்ள விரும்புகிற எவருக்கும் கொடுக்கத் தயாராயிருப்பது போன்ற பாவனையுடன் தமக்கு முன்னால் அதைப் பிடித்துக்கொண்டு முகத்திலே செயற்கையான மகிழ்ச்சி ஒளிர அவர் நின்றிருந்தார்.

“சரி. எதற்கும் நீங்கள் உங்களிடம் நான் கூறியது பற்றி ஆழ்ந்த முறையில் ஆலோசனை செய்து பாருங்கள்” என்று வியப்புற்றவராய் நெஹ்லூதவ் தமது திட்டத்தை மறுபடியும் ஒருதரம் சிபாரிசு செய்தார்.

“இதில் நாங்கள் ஆலோசனை செய்ய ஒண்ணுமே இல்லை. ஏற்கெனவே என்ன சொன்னோமோ அப்படியே தான் இருக்க வேண்டும் எல்லாம்” என்று கோபம் தொனிக்கக் கூறினார் பல்லில்லாத அந்தச் சிடுசிடுப்பான கிழவர்.

“நாளைக்கு நான் இங்கேதான் இருக்கப் போகிறேன். உங்களுக்கு மனமாற்றம் ஏற்படுமாயின் எனக்குத் தகவல் தெரிவியுங்கள்.”

குடியானவர்கள் ஒன்றும் சொல்லாமல் மௌனமாய் நின்றார்கள்.

ஆகவே நெஹ்லூதவ் தமது எண்ணம் ஈடேறாமல் அங்கிருந்து பண்ணை அலுவலகத்துக்குத் திரும்பினார்.

“கோமகனிடம் நான் ஒன்று சொல்ல விரும்புகிறேன்” என்றார் மேலாளர். இருவரும் வீட்டுக்குத் திரும்பியதும், “இந்த ஆட்களுடன் எந்த உடன்பாட்டுக்கும் வந்துவிட முடியாது. அப்படி முரட்டுப் பிடிவாதம் வாய்ந்தவர்கள், கூட்டம் கூடியதும் பிடிவாதமாய் எல்லாரும் ஒரே நிலையைப் பற்றிக்கொண்டு விடுவார்கள். அசையவே மாட்டார்கள். ஏனென்றால் எதற்கெடுத் தாலும் அவர்களுக்கு அச்சம்தான். ஆனால் தலை நரைத்த வரும் சரி, கரிய முடிகளுடைய ஆளும் சரி, இங்கே உடன் பாட்டுக்கு வர மறுக்கும் இந்தக் குடியானவர்கள் எல்லாருமே புத்திக்கூர்மை வாய்ந்தவர்கள்தான். பண்ணை அலுவலகத்துக்கு இவர்களில் யாராவது வரட்டும். தேநீர் அருந்தியவாறு கூட அமர்ந்து பேசினோமானால் ஞானவானுடன் பேசுவது போலத்தான் இருக்கும். அரசாங்க அமைச்சருக்குரிய தீட்சண்யமுடையவராய் இருப்பார்” என்று சொல்லி மேலாளர் புன்னகை புரிந்துகொண்டார். “யாவற்றையும் முறைப்படி அணுகிச் சிந்தனை செய்வார். ஆனால் கூட்டத்தில் கூடியதும் முற்றிலும் வேறு விதமான ஆளாகி விடுகிறார். சொன்னதையே திரும்பத் திரும்பச் சொல்கிறார்.”

“அது இருக்கட்டும். நன்றாகப் புரிந்துகொள்கிற விவசாயி களாகப் பார்த்துச் சிலரை இங்கு வரும்படி அழைத்தால் என்ன?” என்றார் நெஹ்லூதவ். “விவரமாய் அவர்களுக்கு நான் விளக்கிச் சொல்லலாமே.”

“ஓ, அழைக்கலாமே” என்றார் புன்னகை புரியும் மேலாளர்.

“நாளைக்கு இங்கு வரும்படித் தயவுசெய்து கூப்பிட்டு அனுப்புங்கள்.”

“அப்படியே செய்கிறேன். நாளைக்கு அவர்களை வரும்படி கூப்பிடுகிறேன்” என்று முன்னிலும் ஆனந்தமாய் மேலாளர் புன்னகை புரிந்தார்.

“அடேயப்பா, பலே கைகாரர்தான்!” என்றான் எந்நாளும் ஒழுங்கு செய்யப்படாத பரட்டைத் தாடியும் கரிய முடிகளுமுடைய ஒரு குடியானவன். பருத்த பெண் குதிரையின் மீது அமர்ந்து ஆடிக் குலுங்கிச் சென்ற அவன், கிழிந்துபோன நீளங்கி அணிந்து தனக்குப் பக்கத்தில் குதிரையில் வந்துகொண்டிருந்த கிழவரிடம் இதைச் சொன்னான்.

இரவில் குதிரைகளை மேய்ப்பதற்காக இரு குடியானவர்களும் நெடுஞ்சாலைக்குப் பக்கத்தில் இரகசியமாய் அவற்றை நிலப்பிரபுவின் காட்டினுள் ஓட்டிச் சென்றனர்.

“இலவசமாய் நிலம் தருகிறேன். கையெழுத்து மட்டும் போடுங்கள் போதும் என்கிறார். இவர்கள் நம்மைக் கொஞ்சமாகவா ஏமாற்றியிருக்கிறார்கள்? போதும் ஐயா, இந்த மோசடி! இந்தக் காலத்தில் எங்களுக்கும் கொஞ்சம் புத்தி வர ஆரம்பிச்சுட்டுதே” என்று கூறிச் சென்றவன் பேச்சை நிறுத்திவிட்டு திரும்பிப் பார்த்தான். ஆனால் பின்தங்கிய குதிரைக்குட்டி அங்கே இல்லை. மேய்ச்சல் வெளியினுள் ஓடிவிட்டது.

“பாரேன், இந்தச் சனியனை! பண்ணை மேய்ச்சல் வெளியினுள் ஓடி விட்டது” என்றான் பரட்டைத் தாடியும் கரிய முடிகளுமுடைய குடியானவன். காரமான நெடி வீசிய அந்தச் சேற்றுப் புல்வெளியினுள் கனைத்துக்கொண்டு ஓடிய குதிரைக் குட்டியின் கால்களில் களைப்பூண்டுகள் மிதிபட்டு முறியும் சப்தம் காதில் விழுந்தது.

“காதில் விழுகிறதா! களைப்புண்டுகள் மண்டிக் கிடக்கின்றன. விடுமுறை நாளில் நம் பெண்களை அனுப்பிக் களையெடுக்கச் சொல்லியாக வேண்டும்” என்றார் கிழிந்த மேலங்கி அணிந்த கிழவர். “இல்லையேல் பல்லரிவாள்கள் மூளியாகி விடும்”.

“கையெழுத்துப் போடணுமாம்'' என்று பரட்டைத் தலையுடைய குடியானவர் நிலப்பிரபுவின் பேச்சு பற்றிய தனது கருத்தைத் தொடர்ந்து வெளியிட்டுச் சென்றான். “கையெழுத்துப் போட வேண்டியதுதான், அவர் நம்மை உயிரோடு விழுங்கி ஏப்பம் விடப் பார்க்கிறார்.”

“ஆமாம். அப்படித்தான் செய்வார்” என்று பதிலளித்தார் கிழவர்.

அதற்கு மேல் இருவரும் ஏதும் பேசவில்லை. கரடுமுரடான பாதையில் குதிரைகளது குளம்புகள் எழுப்பிய ஒலி மட்டும் கேட்டது.

8

வீட்டுக்குத் திரும்பிய நெஹ்லூதவ் பண்ணை அலுவலகத்துக்குச் சென்றார். அவருக்காக இப்போது அது படுக்கை அறையாக மாற்றப்பட்டிருந்தது. உயரமான ஒரு கட்டிலில் மெல்லிறகு மெத்தையும் இரண்டு தலையணைகளும் போடப்பட்டிருந்தன. படுக்கையை மூடியிருந்த பஞ்சணைப் போர்வை இருவருக்கானது. கருஞ்சிவப்புப் பட்டாலாகிய அது பஞ்சடைத்து நெருக்கமாகவும் நேர்த்தியாகவும் தைக்கப்பட்டு விரைப்பாய் இருந்தது. மேலாளரது மனைவிக்குத் தரப்பட்ட சீர்வரிசையைச் சேர்ந்தது என்பது தெரிந்தது. பகல் உணவில் எஞ்சியிருந்ததைச் சாப்பிடுவதற்கு அவரை அழைப்பதற்காக மேலாளர் வந்திருந்தார். நெஹ்லூதவ் தமக்குச் சாப்பாடு வேண்டாம் என்றதும், சாப்பாடும் தங்குவதற்கான வசதிகளும் சிறப்பாய் இல்லை, தம்மை மன்னிக்க வேண்டுமென மேலாளர் கூறிக்கொண்டார். பிறகு அவர் நெஹ்லூதவைத் தனியே விட்டு விட்டு வெளியே போய்ச் சேர்ந்தார்.

வேண்டாமென விவசாயிகள் மறுத்ததற்காக நெஹ்லூதவ் மனம் வருந்தவில்லை. குஸ்மின்ஸ்கயேவில் அவரது திட்டம் ஏற்கப்பட்டதோடு, முழு நேரமும் அவருக்கு நன்றி தெரிவிக்கப்பட்டது. ஆனால் இங்கே அவர்பால் அவநம்பிக்கை மட்டுமின்றிப் பகைமையுங்கூடக் காட்டப்பட்டது. அப்படியும் இங்கு அவர் மனம் வருந்தவில்லை. மனத்துள் அமைதியும் ஆனந்தமும் நிறைந்திருக்கக் கண்டார். அறைக்குள் புழுக்கமாகவும் சுத்தங் குறைவாகவும் இருந்தது. நெஹ்லூதவ் வெளியே முற்றத்துக்குச் சென்றார். அங்கிருந்து தோட்டத்துக்குப் போக விரும்பினார். ஆனால் அந்தப் பழைய இரவு, பணிப்பெண்களது அறையின் சன்னல், பக்கவாட்டு வாயில் முகப்பு–யாவும் நினைவுக்கு வந்தன; அவருக்கு நெஞ்சு குறுகுறுத்தது. குற்ற நினைவுகளால் களங்கப்பட்ட அந்த இடத்தை விட்டு அப்பால் செல்ல மனம் வராமல் அங்கேயே வாயில் முகப்புப் படியில் உட்கார்ந்து கொண்டார். பிர்ச் மரங்களது பைந்தளிர்களின் மனத்துடன் விறுவிறுப்பாய் இருந்த வெதுவெதுப்பான காற்றைப் பலமாய் உள்ளுக்கு இழுத்துச் சுவாசித்தார். இருண்டு விட்ட தோட்டத்துள் உற்றுப் பார்த்தார். நீராலையின் இரைச்சலையும் இராக் குயில்களது கூவல்களையும் வாயில் முகப்புக்கு அருகே ஒரு புதரிலிருந்து ஏதோ ஒரு குருவி மாறாத ஒரே ஸ்தாயியில் எழுப்பிய சீழ்க்கையையும் கேட்டுக்கொண்டு

நெடுநேரம் அங்கே அமர்ந்திருந்தார். மேலாளரது சன்னல் வழியே தெரிந்த விளக்கு வெளிச்சம் மறைந்துபோயிற்று. கீழ்த் திசையில் தானியக் கிடங்குப் பின்னாலிருந்து உதயச் சந்திரனது ஒளி வீசிற்று. தகர்ந்து வந்த பண்ணை வீடும் அடர்த்தியாகத் தழைகள் மண்டி மலர்கள் முகிழ்த்து வந்த தோட்டமும் பரவலாக ஒளிர்ந்த மின்னலில் மேலும் மேலும் பளிச்சௌனத் தெரிந்தன. தொலைவில் இடி இடித்தது காதில் விழுந்தது. வானத்தில் மூன்றில் ஒரு பகுதியைக் கரிய மேகம் மூடியிருந்தது. இராக் குயில்களும் பிற புள்ளினங்களும் மௌனமாயின. தாராக்கள் கொக்கரித்து எழுப்பிய கூச்சல் நீராலையிலிருந்து கேட்ட நீரின் இரைச்சலைக் காட்டிலும் பலமாய் ஒலித்தது. பிறகு கிராமத்திலும் மேலாளரது வெளி முற்றத்திலும் சேவல்கள் கூவ ஆரம்பித்தன. இடி இடிக்கும் வெதுவெதுப்பான இரவு களில் சேவல்கள் இப்படிக் காலத்துக்கு முன்னதாகவே கூவத் தொடங்குவதை அடிக்கடி கேட்கலாம். சேவல்கள் முன்ன தாகவே கூவுமாயின் இராப் பொழுது குதூகலமாய் இருக்கும் என்பார்கள். நெஹ்லூதவுக்கு இந்த இராப்பொழுது குதூ கலத்தைக் காட்டிலும் மேலான சிறப்புடையதாய் விளங்கிற்று. அவருக்கு இது ஆனந்தமும் இன்பமும் மிக்கதாய் இருந்தது. கற்பனையானது நெடுங்காலத்துக்கு முன்பு அறியாச் சிறுவனாய் இங்கு அவர் கழித்த இன்பகரமான கோடையின் நினைவுகளை அவருள் உயிர்த்தெழச் செய்தது. அந்தக் கோடையில் அவர் எப்படி இருந்தாரோ அது போன்றவராய் மட்டுமன்றி, அவரது வாழ்வின் மிகச் சிறந்த தருணங்களில் எல்லாம் எப்படி இருந்தாரோ அது போன்றவராகவும் இப்போது தாம் ஆகி விட்டோம் என்கிற உணர்வு அவரை ஆட்கொண்டது. பதினான்கு வயதுச் சிறுவனாய் இருக்கையில் சத்தியத்தைத் தனக்குத் தெரியப் படுத்த வேண்டுமென்று ஆண்டவனிடம் அவர் பிரார்த்தனை செய்து கொண்டதையும், பிள்ளைப் பிராயத்தில் அம்மாவிட மிருந்து விடைபெற்றுப் பிரிந்து செல்கையில் அம்மா மடியில் கவிழ்ந்துகொண்டு அழுததையும் எப்போதும் நல்லபிள்ளையாய் நடந்துகொள்வதாகவும் ஒருபோதும் அம்மாவுக்கு வருத்தம் தராமல் இருப்பதாகவும் வாக்களித்ததையும் இப்போது அவர் நினைத்துக் கொண்டதோடல்லாமல், அந்நேரங்களில் இருந்த அதே நிலைக்குத் தாம் திரும்பிவிட்டது போன்ற உணர்வும் பெற்றார். அவரும் நிக்கொலின்கா இர்தினியோவும் நெறி பிறழாது நல்லபடி வாழ்வதற்கு ஒருவருக்கொருவர் எப்போதும் துணை புரிந்து கொள்வதென்றும், மக்கள் அனைவருக்கும் இன்ப வாழ்வு கிட்டுவதற்காகப் பாடுபடுவதென்றும் வைராக்கி யம் பூண்ட போது அவரை இயக்கிய அதே மனப்பாங்கைத்

திரும்பவும் இப்போது தாம் பெற்றுவிட்டதாய் அவருக்குத் தோன்றியது.

குஸ்மின்ஸ்கயேவில் ஆசையால் பீடிக்கப்பட்டு வீடு, பண்ணை, காடு, நிலம் எல்லாவற்றையும் இழக்கவா வேண்டுமென அவர் வருத்தப்பட ஆரம்பித்தது இப்போது அவருக்கு நினைவு வந்தது. இனியும் தமக்கு வருத்தம்தானா என்று தம்மைத் தாமே கேட்டுக்கொண்டார். எப்படித் தம்மால் இதற்காக வருந்த முடிந்ததென்று அவருக்கு விளங்கவில்லை. திகைப்பாகவுங்கூட இருந்தது. இன்று இங்கு அவர் கண்ணுற்றவை யாவும் அவர் மனக் கண்ணெதிரே தெரியக்கண்டார். அவருடைய (நெஹ்லூதவின்) காட்டில் மரம் வெட்டியதற்காகக் கணவன் சிறையிலே அடைபட்டிருக்க இங்கே குழந்தைகளுடன் தனியே விடப்பட்டிருந்த அந்தப் பெண்ணும், தன்னைப்போன்ற ஏழைப் பெண்கள் கனவான்களுக்குப் பணிந்து அவர்களது ஆசை நாயகிகள் ஆகத்தான் வேண்டுமெனக் கருதிய, அல்லது கருதியவளைப் போல் பேசிய அந்தப் பயங்கர மத்ரீயோனாவும் அவர் நினைவுக்கு வந்தனர். குழந்தைகள்பால் மத்ரீயோனா கொண்டிருந்த போக்கையும், இந்தக் குழந்தைகள் அனாதைக் குழந்தை இல்லத்துக்குக் கொண்டுபோய்ச் சேர்க்கப்பட்ட விதத்தையும் அவர் நினைத்துப் பார்த்தார். துண்டுத் துணி களைச் சேர்த்துத் தைத்த குல்லாய் அணிந்த அந்தக் குழந்தை வெள்ளையாய் வெளுத்துப் போய் நகைத்துக் கொண்டும் மடிந்து கொண்டும் இருந்ததையும் பலமெல்லாம் இழந்துவிட்ட அந்தக் கர்ப்பவதிப் பெண் வேலை செய்ய முடியாத நிலையில் இருந்துங்கூட வயிறு காய்ந்த பசுவைக் கவனிக்கத் தவறியதற்குத் தண்டனையாகப் பண்ணைக்கு வேலை செய்ய வேண்டுமென்று கூறப்பட்டதையும் நினைத்துக் கொண்டார். பிறகு திடுமெனச் சிறைக்கூடமும், மொட்டையடிக்கப்பட்ட தலைகளும், சிறை யறைகளும், சகிக்க முடியாத நாற்றமும், சங்கிலிகளும், இவை யாவற்றுடன் கூட–தாமும் ஏனைய எல்லாக் கனவான்களும் நகரங்களில் நடத்தும் வெறித்தனமான ஆடம்பர வாழ்க்கையும் அவர் கண்ணெதிரே தெரிந்தன. எந்தச் சந்தேகத்துக்கும் இடமின்றி யாவும் அவருக்குத் தெள்ளத் தெளிவாயின.

தானியக் கிடங்குக்குப் பின்னாலிருந்து முளைத்து எழுந்து விட்ட சந்திரன் அனேகமாய் முழு வட்டமாய் விண்ணிலிருந்து ஒளி வீசினான். வெளி முற்றத்தின் குறுக்கே கரிய நிழல்கள் சாய்ந்திருந்தன. பாழடைந்து வந்த பண்ணை வீட்டின் கூரைத் தகடுகள் நிலாவொளியில் பளிச்சிட்டன.

மௌனமாய் இருந்த இராக் குயில்கள் இந்த நிலாவொளி வீணாவதை விரும்பாதவை போல் திரும்பவும் கூவ ஆரம் பித்தன.

குஸ்மின்ஸ்கயேவில் இருக்கையில் தமது வாழ்க்கை குறித்துச் சிந்திக்கவும், இனித் தாம் என்ன செய்வதென்று தீர்மானிக்கவும் முற்பட்டதை நெஹ்லூதவ் நினைத்துப் பார்த்தார். அப்போது அவர் எந்தப் பிரச்சினை குறித்தும் தீர்மானத்துக்கு வர முடியாமல் குழம்பியதும், ஒவ்வொரு பிரச்சினையும் சிக்கல் வாய்ந்ததாகத் தோன்றியதும் அவர் நினைவுக்கு வந்தன. இதே பிரச்சினைகளை இப்போது அவர் எழுப்பியபோது அவர் வியப்புறும் வண்ணம் யாவும் மிக எளிய பிரச்சினைகளாய் இருக்கக் கண்டார். இவை இப்படி எளிய பிரச்சினைகளாகிய தற்குக் காரணம் என்னவெனில், இவற்றால் தமக்கு விளையக் கூடிய பலன்கள் குறித்து அவர் சிந்திக்கவும் இல்லை, அவை குறித்துக் கவலைப்பட்டுக் கொள்ளவும் இல்லை, நாம் என்ன செய்ய வேண்டும் என்பது குறித்து மட்டுமே இப்போது அவர் சிந்தனை செய்தார். ஆச்சரியம் என்னவெனில், தமக்காக என்ன செய்ய வேண்டுமென்று ஆலோசிக்கையில் ஒரு தீர்மானத்துக்கு வர முடியாமல் அவருக்குக் குழப்பமாய் இருக்கும், ஆனால் ஏனையோருக்காகத் தாம் என்ன செய்ய வேண்டுமென்று ஆலோசிக்கையில் எந்தச் சந்தேகத்துக்கும் இடமின்றி யாவும் தெளிவாகவே விளங்கின. விவசாயிகளுக்கு நிலத்தைத் திருப்பித் தந்துவிடவேண்டுமென்பது சந்தேகத்துக்கு இடமின்றித் தெளிவாகவே தெரிந்தது. ஏனெனில் அவர்களுக்குத் திருப்பித் தராமல் தாமே வைத்துக் கொள்வது தீய செயலாகும் என்பது புரிந்தது. கத்யூஷாவை விட்டு விலகி விடாமல் தொடர்ந்து அவளுக்கு உதவி செய்ய வேண்டும். அவளுக்குத் தாம் புரிந்த பாவத்துக்குப் பரிகாரம் தேட வேண்டும் என்பது சந்தேகத்துக்கு இடமின்றி விளங்கியது. தீர்ப்பளித்தல், தண்டித்தல் என்பதான இந்த விவகாரம் குறித்துத் தாம் ஆராய்ந்து அறிந்துகொள்ளவும் தெளிவாகப் புரிந்துகொள்ளவும் வேண்டுமென்பதிலும் அவருக்கு எந்தச் சந்தேகமும் இருக்கவில்லை. இந்த விவகாரத்தில் தமது பார்வை ஏனையோருடையதைப் போலல்லாமல் வேறு விதமாய் இருந்ததை அவர் உணர்ந்திருந்தார். இவை யாவற்றாலும் விளையக்கூடிய பலன்கள் அவருக்கு விளங்கவில்லை. ஆனால் இவற்றை நிச்சயம் தாம் செய்தாக வேண்டுமென்பதில் அவருக்கு எந்தச் சந்தேகமும் இருக்கவில்லை. இந்தத் திடமான நம்பிக்கை அவரை ஆனந்தமடையச் செய்தது.

கரிய மேகம் வானம் முழுதும் பரவிவிட்டது. மின்வெட்டு கள் முன்னிலும் பிரகாசமாய் விண்ணைக் கிழித்துச் சென்று,

வெளி முற்றத்தையும் பழைய பண்ணை வீட்டையும் தகர்த்து வந்த அதன் வாயில் முகப்புகளையும் கண்ணுக்குத் தெரியச் செய்தன. தலைக்கு மேல் இடி உறுமிற்று. எல்லாப் பறவைகளும் மீண்டும் மௌனமாகி விட்டன. ஆனால் இலைகள் ஆடிச் சலசலத்தன. காற்று நெஹ்லூதவ் உட்கார்ந்திருந்த வாயிற்படி வரை வந்து வீசி அவருடைய தலை முடிகளுடன் விளை யாடியது. மழைத்துளி ஒன்று விழுந்தது. பிறகு இன்னொன்று விழுந்து, விரைவில் களைப் பூண்டுகளின் இலைகளிலும் கூரை யின் தகடுகளிலும் விழுந்து சடசடக்கும்படி மழை கொட்டிற்று. பிரகாசமான மின்னலால் காற்று மண்டலம் பளிச்சிட்டுப் பிரகாசித்தது. நெஹ்லூதவ் மூன்று எண்ணுவதற்குள் பயங்கர இடி தலைக்கு மேல் இடித்து விண்ணை அதிரச் செய்தது.

நெஹ்லூதவ் எழுந்து வீட்டுக்குள் சென்றார்.

"ஆமாம்" என்று தம்முள் கூறிக்கொண்டார். அவர் "நமது வாழ்வின் மூலம் நடந்தேறும் பணி இருக்கிறதே, அது பூரா வையும், அதன் முழு உட்பொருளையும் நான் புரிந்துகொண்டு விடவில்லை. புரிந்துகொள்வது சாத்தியமும் இல்லை. என் அத்தைகள் இருந்தது எதற்காக? நிக்கொலின்கா இர்தினியோவ் இறந்துபோனது ஏன்? நான் மட்டும் உயிரோடு இருப்பானேன்? கத்யூஷா பிறந்ததும் வளர்ந்ததும் எதற்காக? எனக்கு ஏன் அந்த வெறி? எதற்காக அந்த யுத்தம்? அதன் பிறகு அப்படி நெறி கெட்ட முறையில் வாழ்ந்தேனே ஏன் அது? அதையெல்லாம் புரிந்து கொள்வது, ஆண்டவனது செயல்களை எல்லாம் புரிந்து கொள்வது என் சக்திக்கு அப்பாற்பட்டது. ஆனால் ஆண்டவனது ஆக்ஞையை, என் நெஞ்சினுள் வரையப்பட்டிருக்கும் அதை ஏற்று அதற்கேற்ப நடப்பது என் சக்திக்கு உட்பட்டது. அந்த ஆக்ஞை என்னவென்பது சந்தேகத்துக்கு இடமின்றி நான் நன்கு அறிந்தது. அதை ஏற்று நடக்கையில் சஞ்சலம் எல்லாம் மறைந்து என்னுள் அமைதி நிலவுகிறது."

தாரையாக ஊற்றிய மழை கூரையிலே தடதடத்து ஓடிச் சென்று கீழே ஒரு தொட்டியில் கொட்டிற்று. மின்னலில் வெளி முற்றமும் வீடும் பளிச்சிடுவது அரிதாகியது. நெஹ்லூதவ் தமது அறைக்கும் திரும்பி வந்து ஆடைகளைக் களைந்துவிட்டு மூட்டைப் பூச்சி கடிக்குமோ என்று அஞ்சியவாறு படுக்கையில் படுத்தார். அழுக்கேறியும் கிழிந்தும் இருந்த சுவர்க் காகிதம் முன்பே அவருக்கு இங்கே மூட்டைப் பூச்சி இருக்குமென்ற சந்தேகத்தை உண்டாக்கியிருந்தது.

"ஆம், எசமானனல்ல. சேவகன் என்கிற உணர்ச்சி எவ்வளவு உயர்வானது" என்று நினைத்தார். இப்படி நினைத்ததும் அவர் மட்டிலா மகிழ்ச்சியடைந்தார்.

மெழுகுவர்த்தி விளக்கை அணைத்துவிட்டு அவர் படுத்தது தான் தாமதம். அவர் அஞ்சியது போலவே மூட்டைப் பூச்சிகள் படையெடுத்து அவரைக் கடிக்க முற்பட்டன.

"நிலத்தை விவசாயிகளுக்குத் திரும்பித் தந்துவிட்டு சைபீரி யாவுக்குச் சென்றால், பேனும் மூட்டைப் பூச்சியும் அசுத்தமும் சகிக்க முடியாமல் வதைபட வேண்டியிருக்குமே... அதனால் என்னவாம்? வதைபட வேண்டும் என்னும்போது வதைபடத் தானே வேண்டும். சகித்துக் கொள்ளத்தானே வேண்டும்." அவர் எவ்வளவுதான் விரும்பினாலும் இந்த நிலைமையை அவரால் சகித்துக் கொள்ள முடியவில்லை. திறந்த சன்னலுக்கு அருகே உட்கார்ந்து கொண்டு கலைந்து சென்ற மேகத் திரளையும் திரும்பவும் பிரகாசிக்க ஆரம்பித்த சந்திரனையும் களிப்புடன் உற்று நோக்கினார்.

9

பொழுது விடியப் போகிற நேரத்தில்தான் நெஹ்லூதவுக்குத் தூக்கம் வந்தது. ஆகவே காலையில் அவர் நேரங்கழித்தே எழுந்தார்.

குடியானவர்களிடமிருந்து மேலாளர் தேர்வு செய்து அழைத்திருந்த ஏழு பேர் பகல் பன்னிரண்டு மணிக்கு ஆப்பிள் தோட்டத்துக்குள் வந்தார்கள். மேலாளர் அங்கே ஆப்பிள் மரங்களுக்கு அடியில் தரையில் முளைக் கம்புகள் அடித்து அவற்றின் மேல் பலகைகளைப் பொருத்தி மேசையும் பெஞ்சுகளும் அமைத்திருந்தார். தொப்பியைத் திரும்பவும் தலையில் வைத்துக்கொண்டு அந்தப் பெஞ்சுகளில் விவசாயிகளை அமரச் செய்வது சுலபமாய் இருக்கவில்லை. உட்காராமல் நிற்பதில் முன்னாள் படையாள் குறிப்பிடத்தக்க உறுதியுடையவராய் இருந்தார். இன்று சுத்தமான துணிப்பட்டியைக் காலில் சுற்றி அதன் மேல் மரப்பட்டை மிதியடி அணிந்திருந்த அவர், சவ அடக்கத்தின்போது அனுசரிக்க வேண்டிய இராணுவ முறைப் படித் தொப்பியை முன்னால் பிடித்துக்கொண்டு முறைப்பாய் நின்றார். வயது முதிர்ந்த விவசாயி ஒருவர்–மதிப்புக்குரிய வாட்டசாட்டமான உருவமும், மிக்கெலாங்கெலோவின் மோசஸினுடையதைப்* போல் பாதி நரைத்துச் சுருள் சுருளாகத் தொங்கிய தாடியும், வெயிலில் பழுப்பேறிய விசாலமான

* இத்தாலியச் சிற்பியும் ஓவியரும் கட்டிடக் கலைஞருமான மைக்கேல் ஆஞ்சலோ படைத்தமைத்த புகழ்பெற்ற மோசஸ் சிலை.

நெற்றியைச் சுற்றிச் சுருட்டையாய் வளையமிட்டிருந்த நரைமுடிகளும் கொண்டவர் – தமது பெரிய தொப்பியை வைத்து அழுத்திக் கொண்டு வீட்டில் நெய்து தயாரிக்கப்பட்ட புதிய நீளங்கியை இழுத்து மூடியவாறு மேசைக்கும் பெஞ்சுக்கும் இடையில் புகுந்து சென்று உட்கார்ந்த பிறகுதான், அவரைப் பின்தொடர்ந்து ஏனையோரும் உட்கார்ந்து கொண்டார்கள்.

எல்லோரும் அமர்ந்தபின் அவர்களுக்கு எதிர்ப்பக்கத்தில் நெஹ்லூதவும் அமர்ந்துகொண்டு, தமது திட்டத்தை எழுத்து வடிவில் அவர் வரைந்து வைத்திருந்த காகிதத்துக்கு மேல் மேசையில் குனிந்தபடிப் பேசத் தொடங்கினார்.

இப்போது கூடியிருந்த விவசாயிகள் அதிகம் பேர் இல்லை என்பதாலோ, தம்மைப் பற்றி நினைக்காமல் தம் முன்னிருந்த காரியத்தில் கருத்து செலுத்தினார் என்பதோலோ, இந்தத் தரம் நெஹ்லூதவ் தயக்கம் சிறிதுமின்றிப் பேசினார். தம்மை அறியாமலே அவர் வாட்டசாட்டமான உருவமும் நரைச் சுருள் களாகத் தொங்கிய தாடியுமுடைய பெரியவரைப் பார்த்து அவர் ஆமோதிக்கிறாரா, அல்லது ஆட்சேபிக்கிறாரா என்பதையே முக்கியமாகக் கவனித்தபடிப் பேசினார். ஆனால் அந்தப் பெரிய வரைப் பற்றி நெஹ்லூதவ் நினைத்தது சரியல்ல. மதிப்புக்குரிய பெரியவராகத் தோன்றிய அவர் கம்பீரமான தமது தலையை ஆட்டி ஆமோதித்தும் ஏனையோர் ஆட்சேபித்ததும் பலமாய் அசைத்து முகத்தைச் சுளித்து ஆட்சேபம் தெரிவித்தும் வந்தார் என்றாலும், நெஹ்லூதவ் கூறியதை அவர் மிகுந்த சிரமத்துடன் தான் புரிந்துகொண்டார் என்பது தெரிந்தது. நெஹ்லூதவ் சொன்னதை ஏனைய விவசாயிகள் அவருக்குப் புரியும்படியான சொற்களில் திருப்பி அவரிடம் சொல்ல வேண்டியிருந்தது. இந்தப் பெரியவருக்குப் பக்கத்தில் தாடி அனேகமாய் இல்லாமல் உருவத்தில் சிறியவராய் உட்கார்ந்திருந்த ஒற்றைக்கண் கிழவர் நெஹ்லூதவின் பேச்சைப் பன்மடங்கு நன்றாகப் புரிந்து கொண் டார். ஒட்டுப் போட்ட மஞ்சள் நீளங்கியும் உருக்குலைந்த பழைய பூட்சும் அணிந்த இவர் கணப்படுப்புக் கொத்தனார் என்பது நெஹ்லூதவுக்குப் பிற்பாடு தெரிய வந்தது. இந்தக் கிழவர் வேகமாய்ப் புருவங்களை அசைத்தபடி நெஹ்லூதவின் பேச்சைக் கவனமாகக் கேட்டுப் பக்கத்தில் இருந்த பெரியவருக்காகத் தமது சொந்த சொற்களில் உடனுக்குடன் அதைச் சொல்லிக்கொண்டி ருந்தார். வெள்ளைத் தாடியும் ஒளி வீசிய கண்களுமுடைய கட்டை குட்டையான இன்னொரு கிழவரும் அதேபோல் சீக்கிர மாகவே புரிந்து கொண்டு, சந்தர்ப்பம் கிடைத்தபோதெல்லாம் குறும்பாகவும் கிண்டலாகவும் நெஹ்லூதவுக்குப் பதிலளித்து

வந்தார். இந்தப் பதில் மூலம் அவர் தமது சாமர்த்தியத்தை வெளிக்காட்டிக் கொள்ள விரும்பியது புலப்பட்டது. முன்னாள் படையாளும் நன்றாகப் புரிந்துகொண்டதாகவே தோன்றினார், ஆனால் பட்டாளச் சேவையின்போது கற்றுக்கொண்ட அசட்டுத்தனத்தையும் அர்த்தமற்ற பேச்சையும் அவரால் விட்டொழிக்க முடியவில்லை. வீட்டில் நெய்து தயாரிக்கப்பட்ட ஆடைகளும் புதிய மரப்பட்டை மிதியடிகளும் அணிந்து சிறிய தாடியும் நீண்ட மூக்கும் கட்டைக் குரலுமுடைய நெட்டையான ஓர் ஆள்தான் எல்லோரையும்விட அதிகக் கருத்துடையவராகக் காணப்பட்டார். இவர் நெஹ்லூதவ் கூறியவை யாவற்றையும் புரிந்துகொண்டார், அவசியம் ஏற்பட்டபோது மட்டும் பேசினார். எஞ்சியிருந்த இரு கிழவர்களில் ஒருவர் முந்திய நாளன்று நெஹ்லூதவ் முன்வைத்த ஆலோசனை ஒவ்வொன் றையும் தீர்மானமாய் எதிர்த்தவரான அந்தப் பொக்கை வாய்க் கிழவர்; மற்றொருவர் வெளிறிய மேனியும் அன்பான இனிய முகமும் கொண்ட முடவர், நெட்டையானவர். மெல்லிய கால்களில் துணிப்பட்டியைக் கெட்டியாகச் சுற்றிக் கட்டியிருந்தார். இவர்கள் இருவரும் அதிகம் பேசாமல் மௌனமாகவே இருந்தார்கள், ஆனால் யாவற்றையும் கவனமாகக் காது கொடுத்துக் கேட்டார்கள்.

யாவற்றுக்கும் முதலாய் நிலத்தில் தனியார் சொத்துடைமை குறித்து நெஹ்லூதவ் தமது கருத்துக்களை எடுத்துரைத்தார்.

"என் கருத்துப்படி நிலத்தை விற்கவும் வாங்கவும் அனு மதிக்கக் கூடாது. அனுமதித்தோமானால், நிறைய பணம் வைத் திருப்போர் எல்லா நிலங்களையும் வாங்கி வைத்துக் கொண்டு, இந்நிலங்களைப் பயன்படுத்திக் கொள்ளும் நிலமில்லாச் சாகு படியாளர்களிடமிருந்து தம் விருப்பம்போல் எவ்வளவு வேண்டு மானாலும் வசூலிக்கும்படியான ஒரு நிலையே ஏற்படும். நிலத்தில் நிற்பதற்குங்கூட இவர்கள் பணம் வசூலிக்க முற்படுவது சாத்தியமாகிவிடும்" என்று ஸ்பென்சரின் வாதத்தைக் கையாண்டு அவர் கூறிச் சென்றார்.

"பறக்காதபடித் தடுக்க ஒரு வழி இருக்கிறது–இறக்கையைத் துண்டிக்க வேண்டும்" என்றார் குறும்பு பளிச்சிடும் கண்களும் வெள்ளைத் தாடியுமுடைய கிழவர்.

"மெய்தான்" என்று தமது கட்டைக் குரலில் கூறினார். நீண்ட மூக்குடையவர்.

"அதுதான் சரி" என்றார் முன்னாள் படையாள்.

"குடியானவப் பெண் பசு மாட்டுக்குக் கொஞ்சம் புல் வெட்டுகிறாள், உடனே பிடித்துச் சிறையில் அடைக்கிறார்கள்" என்றார் அன்பு உள்ளம் கொண்ட முடவர்.

“எங்கள் நிலம் இருப்பது ஐந்து வெர்ஸ்தாவுக்கு* அப்பாலே இங்கே கொஞ்சம் நிலம் எடுத்துச் சாகுபடி செய்யலாமென்றால் முடியல்லே – கட்டுப்படி ஆகாமல் வாரம் அப்படி அதிகமாய் இருக்கு” என்று முறையிட்டார், சிடுசிடுப்பான பொக்கைவாய்க் கிழவர். “எங்களைக் கசக்கித்தான் பிழியறாங்க. பண்ணையடிமை முறையே தேவலை போல இருக்கு.”

“உங்களைப் போலவேதான் நானும் நினைக்கிறேன்” என்றார் நெஹ்லூதவ். “நிலத்தை யாரும் தமது சொந்த உடமை யாக்கிக் கொள்வது பாபமெனக் கருதுகிறேன். அதனால்தான் என் நிலங்களைத் திருப்பித் தந்துவிட விரும்புகிறேன்.”

“அப்படித்தான் செய்யணும். அதுதான் நல்லது” என்றார், சுருள் சுருளாகத் தொங்கிய மோசஸ் தாடியுடைய கிழவர். நிலங்களை நெஹ்லூதவ் வாரச் சாகுபடிக்கு விட விரும்புவதாக நினைத்தார் அவர்.

“நிலத்தில் இனி நான் சொத்துடைமை பெற்றிருக்க விரும்பவில்லை. அதனால்தான் இங்கே உங்களிடம் வந்திருக் கிறேன். நிலத்தை எப்படிப் பிரித்துப் பங்கிடுவது என்று ஆலோசித்து முடிவு செய்தாக வேண்டும்.”

“குடியானவர்களிடம் தந்துடுங்க அவ்வளவுதான்” என்றார் சிடுசிடுப்பான பொக்கைவாய்க் கிழவர்.

கிழவருடைய சொற்கள் கணப்பொழுதுக்கு நெஹ்லூதவைக் கலங்கச் செய்தன. அவரது நேர்மை குறித்துச் சந்தேகப்படும் சொற்களாய் ஒலித்தன அவை. ஆனால் மறுகணமே அவர் சமாளித்துக்கொண்டு, தாம் கூற விரும்பியதை அப்படியே கிழ வரது சொற்களையே கையாண்டு எடுத்துரைத்தார்.

“மகிழ்ச்சியுடன் குடியானவர்களிடம் தந்து விடுகிறேன்” என்றார் அவர். “ஆனால் எந்தக் குடியானவர்களுக்குத் தருவது? எப்படித் தருவது? என்பதுதான் கேள்வி. ஏன் உங்களது கிராமச் சமுதாயத்துக்குத் தர வேண்டும்? தியோமின்ஸ்கொயே கிராமச் சமுதாயத்துக்குத் தந்தால் என்னவாம்?” (மிகச் சொற்ப நிலமு டைய பக்கத்துக் கிராமம் அது.)

யாரும் வாய் திறக்கவில்லை. முன்பு படையாளாக இருந் தவர் முடிவில் கூறினார்.

“அதுதான் சரி.”

“சரி, நீங்கள் இதற்குப் பதில் சொல்லுங்கள்” என்றார் நெஹ்லூதவ். “ஜார் நம்மிடம் கூறுவதாக வைத்துக் கொள்வோம். நிலப்பிரபுக்களிடமிருந்து எல்லா நிலங்களையும் கைப்பற்றி விவசாயிகளிடையே பங்கிடும்படி கூறுவதாகக் கொள்வோம்.....”

---

* *வெர்ஸ்தா—ருஷ்ய அளவை, 1.066 கிலோ மீட்டர் அல்லது 0.6629 மைல்.*

"அப்படி ஏதாவது பேச்சு அடிபடுகிறதா, என்ன?" என்று கேட்டார் பொக்கைவாய்க் கிழவர்.

"இல்லை, ஜார் அப்படி ஒன்றும் உத்தரவு இட்டுவிடவில்லை. சும்மா ஒரு பேச்சுக்குச் சொல்கிறேன். நிலப்பிரபுக்களிடமிருந்து எல்லா நிலங்களையும் கைப்பற்றிக் குடியானவர்களிடம் திரும்பித் தரும்படி உத்தரவு இட்டாரானால் நீங்கள் அந்நிலங்களை என்ன செய்வீர்கள்?"

"என்ன செய்வோம்? குடியானவர்கள், நிலப்பிரபுக்கள் எல்லாருக்கும் சரி சமமாய் தலைக்கு இவ்வளவு என்று பங்கிட்டுத் தருவோம்" என்று புருவங்களை வேகமாய் ஆட்டியபடிக் கூறினார் கணப்படுப்புக் கொத்தனார்.

"வேறு என்ன செய்வதாம்? தலைக்கு இவ்வளவு என்று தான் பிரித்துக் கொடுக்கணும்" என்றார் வெள்ளைத் துணிப்பட்டியைச் சுற்றிக் கட்டியிருந்த அன்பான உள்ளமுடைய முடவர்.

இதுதான் திருப்திகரமான முடிவாகுமென எல்லாரும் இதை உறுதி செய்தனர்.

"அது எப்படி ஆளுக்கு இவ்வளவு என்று எல்லாருக்கும் கொடுப்பது?" என்று கேட்டார் நெஹ்லூதவ். "அப்படியானால் வீட்டு வேலைக்காரர்களுக்கும் நிலத்தில் பங்கு கிடைக்குமா?"

"இல்லை, அவர்களுக்குக் கிடைக்காது" என்று களிப்பும் துணிவும் மிக்கவராகக் காட்டிக் கொள்ள முயன்றவாறு கூறினார் முன்னாள் படையாள்.

ஆனால் புத்திக்கூர்மை வாய்ந்தவராகிய நெட்டையான விவசாயி அதை ஒத்துக்கொள்ளவில்லை.

"பங்கிடுவதெனில் எல்லார்க்கும் சமமாகக் கிடைக்கும்படிதான் பங்கிட வேண்டும்" என்று அவர் சிறிது நேரம் சிந்தித்து விட்டுக் கட்டைக்குரலில் கூறினார்.

"அது சாத்தியமல்ல" என்றார், ஏற்கெனவே பதிலைத் தயாரித்து வைத்திருந்த நெஹ்லூதவ். "எல்லார்க்கும் சமமாகக் கிடைக்கும்படிப் பங்கிட்டால், உழுது உண்போர் அல்லது கனவான்கள், வீட்டு வேலையாட்கள், சமையற்காரர்கள், அதிகாரிகள், எழுத்தாளர் முதலானோரும் எல்லா நகரவாசிகளும் தமக்குக் கிடைக்கும் நிலங்களைப் பணக்காரர்களிடம் விற்பார்கள். திரும்பவும் பணக்காரர்கள் நிலங்களைக் கைப்பற்றிக்கொண்டு விடுவார்கள். நிலத்தை உழுது பயிரிடுவோரின் எண்ணிக்கை பெருகியதும் சாகுபடிக்கு நிலம்

கிடைப்பது மறுபடியும் அரிதாகிவிடும். இவ்விதம் பணக் காரர்கள் நிலமில்லாக் குடியானவர்கள் மீது அதிகாரம் செலுத்த ஆரம்பித்து விடுவார்கள்."

"அப்படித்தான் ஆகும்" என்று கூவினார் முன்னாள் படையாள்.

"நிலத்தை விற்கக் கூடாதெனத் தடை விதிக்க வேண்டும். உழவனுக்கே நிலமென்று பிரகடனம் செய்ய வேண்டும்" என்று கோபமாக இடைமறித்தார், கணப்படுப்புக் கொத்தனார்.

நெஹ்லூதவ் இதற்குப் பதிலளிக்கையில், யார் தமக்காக உழுகிறார். யார் வேறொருவருக்காக உழுகிறாரெனக் கண்டு பிடிக்க முடியாதே என்றார்.

கூர்மதி கொண்ட நெட்டையான குடியானவர் எல்லாரும் கூட்டாகச் சேர்ந்து நிலத்தை உழுவதற்கு ஏற்பாடு செய்து கொள்ள வேண்டும் என்றார்.

"உழுகிறவர்களுக்கு விளைச்சலில் பங்கு கிடைக்கும். உழாதோருக்கு ஒன்றும் கிடைக்காது" என்றார் அவர்.

இந்தக் கம்யூனிசத் திட்டத்துக்கும் நெஹ்லூதவ் தயாராய் ஒரு பதில் வைத்திருந்தார். "இம்மாதிரியான ஒரு ஏற்பாட்டுக்கு எல்லாரிடமும் கலப்பை இருந்தாக வேண்டும். எல்லாக் குதிரை களும் ஒரே மாதிரியாக இருந்தாக வேண்டும். அப்போதுதான் யாரும் எவருக்கும் பின்தங்கி விடாமலிருக்க முடியும். ஆகவே கலப்பைகளும் குதிரைகளும் போரடிக் கருவிகளும் பிற சாதனங் களும் எல்லாருக்கும் பொதுவானவையாய் இருத்தல் வேண்டும். இதற்கு ஒவ்வொருவரும் உடன்படுவது அவசியமாகும்" என்று அவர் கூறினார்.

"வாழ்நாள் முழுதும் முயன்றாலும் நமது மக்களை இப்படி ஓர் உடன்பாட்டுக்கு வரச் செய்ய முடியாதே" என்றார் சிடுசிடுப்பான கிழவர்.

"ஓயாத சண்டைதான் நடைபெறும்" என்றார், வெள்ளைத் தாடியும் குறும்பு பளிச்சிடும் கண்களுமுடைய கிழவர். "பெண் கள் ஒருவர் மீது ஒருவர் விழுந்து கண்களைப் பிடுங்கியெடுப் பார்கள்."

"அப்புறம். தரத்துக்கு ஏற்ப நிலங்களைப் பங்கிட்டுப் பிரிப்பது எப்படி?" என்று கேட்டார் நெஹ்லூதவ். "ஒருவருக்கு வளமான நிலம் கிடைக்க, வேறொருவருக்குக் களியும், மணலு மாய்க் கிடைக்குமே. என்ன செய்வது?"

"சிறு சிறு பங்குகளாகப் பிரித்து எல்லார்க்கும் சரிசமமாகக் கிடைக்கும்படிச் செய்ய வேண்டும்" என்றார் கணப்படுப்புக் கொத்தனார்.

"ஒரேயொரு கிராமச் சமுதாயத்திலுள்ள நிலங்களைப் பங்கிட்டுக் கொள்வது மட்டுமல்ல இங்குள்ள பிரச்சினை; பொதுப்பட வெவ்வேறு மாநிலங்களிலுள்ள நிலம் பங்கீடு குறித்தும் பரிசீலித்தாக வேண்டும்" என்று நெஹ்லூதவ் இதற்குப் பதிலளித்தார். "விவசாயிகளுக்கு இலவசமான நிலம் அளிக்கையில் ஒருவருக்கு நல்ல நிலமும் இன்னொருவருக்கு மோசமான நிலமும் கிடைக்கும்படிப் பங்கிடுவது சரியல்லவே. நல்ல நிலமாகக் கொடுங்கள் என்றுதானே எல்லோரும் கேட்பார்கள்."

"அப்படித்தான் கேட்பார்கள்" என்றார் முன்னாள் படையாள்.

ஏனையோர் ஒன்றும் சொல்லாமல் மௌனமாய் இருந்தார்கள்.

"ஆக மேற்பார்வைக்குத் தெரிவதைப்போல் பிரச்சினை அவ்வளவு சுலபமானது அல்ல" என்றார் நெஹ்லூதவ். "நாம் மட்டுமல்ல, மிகப் பலரும் இதைப் பற்றிச் சிந்தித்துள்ளனர். இவர்களில் ஒருவர் ஹென்றி ஜார்ஜ் என்ற அமெரிக்கர். இவர் கூறும் ஆலோசனைக்கு நான் உடன்பாடு தெரிவிக்கிறேன்..."

"இங்கே நீங்கதான் எசமானர். நீங்க எப்படி விரும்புறீங்களோ அப்படி இங்குள்ள நிலங்களைப் பிரித்துத் தரலாம். எந்தத் தடையும் இல்லை. அதிகாரம் உங்க கையில் இருக்கு" என்றார் சிடுசிடுப்பான கிழவர்.

இதைக் கேட்டதும் நெஹ்லூதவுக்குச் சிறிது நேரம் கலக்கமாகவே இருந்தது. ஆனால் இந்தக் குறுக்கீடு நமக்கு மட்டுமின்றி மிகப் பலருக்கும் பிடிக்கவில்லை என்பதைக் கண்டதும் அவர் மனம் மகிழ்ந்து கொண்டார்.

"செமியோன் மாமா, நீங்கள் சும்மாயிருங்க, அவர் விளக்கிச் சொல்லட்டும்" என்றார் சிந்தனை மிக்கவரான குடியானவர், கணீரென ஒலித்த அவரது கட்டைக் குரலில்.

இதைக் கேட்டதும் நெஹ்லூதவுக்கு உற்சாகம் பிறந்தது. அவர் ஹென்றி ஜார்ஜின் ஒற்றை வரிவிதிப்புத் திட்டத்தை விளக்கிச் சொல்ல முற்பட்டார்.

"நிலமானது ஆண்டவனுக்கே அன்றி நம்மில் யாருக்கும் சொந்தமானது அல்ல" என்று அவர் ஆரம்பித்தார்.

"அப்படிச் சொல்லுங்க. அதுதான் உண்மை!" என்று சில ஆர்வக் குரல்கள் எழுந்தன.

"நிலம் எல்லார்க்கும் பொதுவானது. ஒத்த அளவில் எல்லாரும் அதில் உரிமை கொண்டாடலாம். ஆனால் நல்ல நிலமும் இருக்கிறது. மோசமான நிலமும் இருக்கிறது. எல்லாருமே நல்ல நிலம் தான் வேண்டும் என்பார்கள். நிலத்தை நியாயமான

முறையில் பங்கிட்டுக் கொள்வது எப்படி? இதற்குரிய வழி என்னவெனில், நல்ல நிலத்தைப் பயிரிடுவோர் அந்நிலத்துக்கு உரிய மதிப்புக்கு ஏற்ப, நிலம் இல்லாதோருக்குப் பணம் தரும்படிச் செய்வதுதான்" என்று தமது கேள்விக்குத் தாமே பதிலளித்துத் தொடர்ந்து பேசிச் சென்றார் "ஆனால் யாருக்கு யார் எவ்வளவு பணம் தருவதெனக் கூறுவதும் இந்த வினியோகத்துக்கு ஏற்பாடு செய்வதும் கடினம் என்பதாலும், சமுதாயத் தேவைகளுக்காகப் பணம் திரட்ட வேண்டியிருப்பதாலும் நிலத்தைப் பயிரிடுவோர் அந்த நிலத்தின் மதிப்புக்கு ஏற்ப சமுதாயத் தேவைகளுக்காகக் கிராமச் சமுதாயத்துக்குக் கட்டணம் செலுத்தி வரும்படி ஏற்பாடு செய்துகொள்ள வேண்டும். இவ்விதம் எல்லாரும் ஒத்த அளவில் நிலத்தில் பங்கு பெறுவார்கள். உழுது உண்ண விரும்பு கிறீர்களா? அப்படியானால் நல்ல நிலத்துக்கு அதிகமாகவும் மோசமான நிலத்துக்குக் குறைவாகவும் கட்டணம் செலுத் துங்கள். உழுது உண்ண விரும்பவில்லையா–நீங்கள் கட்டணம் செலுத்த வேண்டியதில்லை. நிலத்தைப் பயிரிடுவோர் உங்களுக் காகக் கிராமச் சமுதாயம் செலவிடுவதற்கு வேண்டிய கட்டணங் களைச் செலுத்துவார்கள்."

"அது சரிதான்" என்று புருவங்களை உயர்த்தி இறக்கிய வாறு கூறினார் கணப்படுப்புக் கொத்தனார். "நல்ல நிலமு டையவர் அதிகம் செலுத்த வேண்டியதுதான்."

"சிந்திக்கத் தெரிந்தவர்தான் இந்த ஜார்ஜ்" என்றார் சுருள் சுருளான தாடியுடன் மதிப்புக்குரியவராகத் தோன்றிய பெரியவர்.

"செலுத்த வேண்டிய கட்டணம் எங்கள் சக்திக்கு உட்பட்ட தாய் இருக்க வேண்டுமே" என்று திட்டத்தின் இறுதி முடிவைக் கண்டுகொண்டவராகத் தமது கட்டைக் குரலில் கூறினார் நெட்டையான குடியானவர்.

"கட்டணம் அளவு மீறி அதிகமாகவோ மீறிக் குறைவாகவோ இல்லாமல் சீராய் இருக்க வேண்டும்" என்று நெஹ்லூதவ் பதில ளித்தார். "அதிகமாய் இருந்தால் செலுத்தப்படாமல் நஷ்டம் உண்டாகும். குறைவாய் இருந்தால் ஒருவருக்கு ஒருவர் விற்றுக் கொள்ள ஆரம்பிப்பார்கள். நிலம் வாணிபப் பண்டமாகிவிடும். உங்களுடன் பேசி நான் ஏற்பாடு செய்ய விரும்பியது இதுவேதான்."

"அது சரிதான். நியாயமானதுதான். அப்படித்தான் செய்யணும்" என்றார்கள் குடியானவர்கள்.

"சிந்திக்கத் தெரிந்தவர்தான் இந்த ஜார்ஜ்" என்று திரும்ப வும் ஒரு தரம் கூறினார், சுருள் சுருளான தாடியுடைய வாட்ட சாட்டமான கிழவர். "அவர் சிந்தித்திருக்கும் திட்டத்தைப் பாருங்களேன்!"

"சரி, சாகுபடிக்கு நானும் கொஞ்சம் நிலம் பெற விரும்பினால் கிடைக்குமா?" என்று முகத்திலே புன்னகையுடன் கேட்டார் மேலாளர்.

"மிச்ச நிலம் இருக்குமானால் எடுத்துப் பயிரிடுங்களேன்" என்றார் நெஹ்லூதவ்.

"உங்களுக்கு எதற்கு? ஏற்கெனவே போதுமான அளவுக்கு இருக்கிறதே உங்களிடம்" என்றார் குறும்பு பளிச்சிடும் கண்களையுடைய கிழவர்.

அத்தோடு கூட்டம் முடிவடைந்தது.

நெஹ்லூதவ் தனது எண்ணத்தை மறுபடியும் ஒரு தரம் அவர்களுக்கு எடுத்துரைத்தார். அவர்கள் உடனே பதில் கூற வேண்டுமென்று அவர் கோரவில்லை; கிராமச் சமுதாயத்தைச் சேர்ந்த எல்லாக் குடியானவர்களோடும் கலந்து ஆலோசித்த பின் பதிலளிக்கும்படி கேட்டுக்கொண்டார்.

கிராமச் சமுதாயத்துடன் பேசியபின் பதிலைத் தெரிவிப்பதாகச் சொல்லிவிட்டு, பெரிதும் பரபரப்புற்ற நிலையில் குடியானவர்கள் அங்கிருந்து சென்றார்கள். சாலையிலே அவர்கள் நடந்த போது அவர்கள் உரக்கப் பேசிக்கொண்டது தொலைவிலிருந்து கேட்டது. கிராமத்தில் ஆற்று ஓரத்திலிருந்து இரவு நெடுநேரம் வரை பேச்சுக் குரல்கள் ஒலித்துக்கொண்டிருந்தன.

மறுநாளன்று குடியானவர்கள் வேலை செய்யப் போகவில்லை. நிலப்பிரபுவின் திட்டம் குறித்து விவாதித்தார்கள். கிராமச் சமுதாயம் இரு கட்சிகளாகப் பிளவுண்டு போயிற்று – ஒரு கட்சி நிலப்பிரவுவின் திட்டம் அனுகூலமானதுதான், அதற்கு உடன்படுவதில் அபாயமில்லை என்று கருதியது. மற்றொரு கட்சி அந்தத் திட்டத்தில் ஏதோ சூழ்ச்சி இருப்பதாக நினைத்தது. அதனால் புரிந்துகொள்ள முடியாத திட்டம் என்பதாக அது பெரிதும் பயந்தது. ஆனால் மூன்றாம் நாளன்று எல்லாரும் உடன்பாட்டுக்கு வந்தனர். திட்டத்தை ஏற்றுக் கொள்வதென்று முடிவு செய்தனர். கிராமச் சமுதாயத்தின் இந்த முடிவு நெஹ்லூதவுக்குத் தெரிவிக்கப்பட்டது. நிலப்பிரபுவின் நடத்தைக்குக் கிழவி ஒருத்தி தந்த விளக்கம் கிழவர்களது அங்கீகாரத்தைப் பெற்று ஏதோ சூழ்ச்சி இருக்குமென்ற அச்சத்தை அறவே நீக்கி, எல்லாரையும் உடன்பாட்டுக்கு வரும்படி வைத்தது. நிலப்பிரபு அவரது ஆன்மாவைப் பற்றிச் சிந்திக்க முற்பட்டுவிட்டார். அவரது விமோசனத்துக்கு வழி தேடிக் கொள்ள விரும்பினார் என்பதுதான் அந்தக் கிழவி கூறிய விளக்கம். பனோவாவில் இருந்த நாட்களின்போது நெஹ்லூதவ் யாருக்கும் இல்லையென்னாது தர்மமாக வாரி

வழங்கிய பெருந்தொகைகள் இந்த விளக்கத்தை மேலும் உறுதி செய்தன. விவசாயிகளை வதைத்த கொடிய வறுமையையும் அவர்களது வாழ்க்கையின் அவலத்தையும் முதன்முதலாய் நெஹ்லூதவ் இவ்விடத்தில் காண நேர்ந்தது. இந்த வறுமை அவரைக் கதி கலங்கச் செய்தது. தர்மமாக இங்கே அவர் இப்படிப் பணத்தை அள்ளிக் கொடுத்ததற்கு இதுவேதான் காரணம். இப்படித் தருவது சரியல்ல என்பது தெரிந்திருந்தும் அவர் இதைச் செய்தார். குஸ்மின்ஸ்கயேவில் கடந்த ஆண்டில் அவர் விற்ற ஒரு காட்டுக்காக அவருக்கு இப்போது ஒரு பெருந்தொகை கிடைத்திருந்தது; அதன்றி உழுபடைக் கருவிகள், கையிருப்புப் பண்டங்களின் விற்பனைக்கான முன் பணமும் வந்திருந்தது–ஆகவே இப்போது அவரிடம் நிறையவே பணம் இருந்தது. இந்தப் பணத்தை அவரால் வாரி வழங்காமல் இருக்க முடியவில்லை.

பண்ணை "எசமான்" பணம் தருவது தெரிந்ததும் அவர் உதவியை நாடிச் சுற்று வட்டாரத்திலிருந்து கூட்டம் கூட்டமாய் மக்கள் - முக்கியமாய்ப் பெண்கள் – வந்தனர். என்ன செய்வது? யாருக்கு எவ்வளவு தருவதென எப்படித் தீர்மானிப்பது என்ப தெல்லாம் குறித்து அவர் ஏதும் அறியாதவர். தம்மிடம் மிகுதி யாகவே இருந்த பணத்தைக் கொடிய வறுமையில் துன்புற்ற இம்மக்களுக்குத் தர மறுப்பது தமக்கு இயலாததென்பதை அவரது உள்ளம் அவருக்கு உணர்த்தியது. ஆயினும் கேட்போர் எல்லார்க்கும் கண்ணை மூடிக்கொண்டு கொடுப்பதும் அறிவு டைமை ஆகாது. இந்த இக்கட்டான நிலைமையிலிருந்து தப்புவ தற்கு அவருக்குப் புலப்பட்ட ஒரேயொரு வழி–அங்கிருந்து போய் விடுவதுதான். கணமும் தாமதியாது உடனே அவர் இதைச் செய்தார்.

பனோவாவில் இருந்த கடைசி நாளன்று பண்ணை வீட்டுக்குள் சென்று அங்கிருந்தவற்றைப் பார்வையிட்டார். அத்தைகள் விட்டுச் சென்றிருந்த கருங்காலி மர ஆடை அலமாரி யில் வெண்கலச் சிங்கத் தலை வளையங்களுடன் கூடிய அடி யறையில் பல கடிதங்களும் அவற்றுக்குமிடையே ஒரு புகைப் படமும் இருக்கக் கண்டார். அந்தப் புகைப்படத்தில் காணப் பட்டவர்கள்: சோபியா இவானவ்னா; மரீயா இவானவ்னா; மாணவனாகிய நெஹ்லூதவ்; மாசற்றவளாய், புதுமை குலை யாதவளாய், இனியவளாய், வாழ்வில் உவகை பொங்குகிற வளாய்க் காட்சி தரும் கத்யூஷா. அந்த வீட்டில் இருந்தவை யாவற்றிலும் அவர் இந்தக் கடிதங்களையும் இந்தப் புகைப்படத் தையும் மட்டும் எடுத்துக்கொண்டு ஏனையவை யாவற்றையும்

அவ்வீட்டை வாங்கிக்கொண்ட ஆலைக்காரருக்கே விட்டு விட்டார். முகத்தில் புன்னகை தவழும் மேலாளர் சிபாரிசு செய்ததன் பேரில் வீடும் அதில் இருந்தவையும் அவற்றின் உண்மைப் பெறுமானத்தில் பத்தில் ஒரு பங்கு விலைக்கு அந்த ஆலைக்காரருக்குத் தரப்பட்டன.

சொத்துக்களை இழக்க நேர்கிறதே என்று குஸ்மின்ஸ் கயேவில் வருத்தப்பட்டதை இப்போது நினைத்துப் பார்த்த போது நெஹ்லூதவுக்கு அது எப்படித் தம்மால் வருத்தப்பட முடிந்ததென்று வியப்பாய் இருந்தது. இப்போது அவர் விடுதலை அடைந்தோம் என்றல்லவா எந்நேரமும் ஆனந்தப்பட்டுக் கொண்டார். புதிய கண்டங்களைக் கண்டுபிடிக்கும் உலகச் சஞ்சாரிக்கு உண்டாகக் கூடிய புத்துணர்வும் புது மலர்ச்சியும் அல்லவா ஏற்படக் கண்டார்.

10

திரும்பி வந்து பார்க்கையில் நகரம் விபரீதமாகவும் புது விதமாகவும் இருப்பதாய் நினைத்து நெஹ்லூதவ் திகைப்புற்றார். அந்திப் பொழுதில், நகர விளக்குகள் ஏற்றப்பட்ட பிறகு அவர் வந்து சேர்ந்தார். ரயில் நிலையத்திலிருந்து வண்டியில் வீட்டுக்குச் சென்றார். வீட்டில் எல்லா அறைகளிலும் பாய்ச்சை மருந்தின் வாசனைதான் இப்போதும் மூக்கில் ஏறியது. வெளியே தொங்க விட்டு உலர்த்தி மறுபடியும் அடுக்கி வைப்பதற்கு அல்லாமல் வேறு எதற்கும் பயனற்றவையாகத் தோன்றிய அலங்காரத் துணிமணிகளை எடுத்து உதறி அக்ரஃபெனா பெத்ரோவ்னாவும் கர்னேயும் வேலை செய்து கொண்டிருந்தார்கள். இருவரும் களைப்புற்றுப் போய் அலுத்துக்கொண்டார்கள். சண்டையுங் கூடப் போட்டுக்கொண்டார்கள். நெஹ்லூதவின் அறை காலி யாகவே இருந்தது. ஆனால் இன்னும் ஒழுங்கு செய்யப்பட வில்லை. எளிதில் உள்ளே போக முடியாமல் வழி நெடுகப் பெட்டிகள் அடைத்திருந்தன. நெஹ்லூதவ் திரும்பி வந்ததானது மாமூலாய் நடந்தேறும் சடங்குபோல இவ்வீட்டில் நடைபெற்று வந்த இந்தக் காரியங்களுக்கு இடையூறாகவே இருந்தது. முன்பெல்லாம் நெஹ்லூதவும் இவற்றில் பங்கு கொண்டவரே என்றாலும், கிராமத்தில் குடியானவர்களது அவல வாழ்க்கையைக் கண்ணுற்ற பின் இப்போது அவருக்கு இந்த வேலைகளின் அப்பட்டமான அசட்டுத்தனம் சகிக்கவொண்ணாததாய் இருந்தது. மறுதினமே ஓட்டலில் அறை எடுத்துக்கொண்டு இங்கிருந்து சென்று விடுவதென்றும், வீட்டில் இருந்தவற்றை

என்ன செய்வதென்று தமது சகோதரி வந்து முடிவெடுக்கும் வரை அக்ரஃபேனா பெத்ரோவ்னா தான் நினைக்கிறபடி எப்படி வேண்டுமானாலும் இவற்றை ஒழுங்குபடுத்தி வைக்கும்படி விட்டு விடுவதென்றும் அவர் தீர்மானித்துக்கொண்டார்.

காலையில் நெஹ்லூதவ் சீக்கிரமாகவே வீட்டிலிருந்து புறப்பட்டு, சிறைக்கூடத்துக்கு அருகாமையில் தென்பட்ட முதலாவது விடுதிக்குச் சென்றார். மிகவும் மட்டரகமாய், சுத்தக் குறைவாய் இருந்த அதில் தமக்கு இரு அறைகளைத் தேர்வு செய்து, தமது வீட்டிலிருந்து சில சாமான்களை அங்கேயே கொண்டு வந்து போடும்படிச் சொல்லிவிட்டு, வழக்கறிஞரைப் பார்ப்பதற்காகச் சென்றார்.

வெளியே தெருவில் குளிராய் இருந்தது. காற்றும் மழையுமாய் இருந்தபின், வசந்தத்தில் அடிக்கடி நிகழ்வது போல் திடுமெனக் குளிராகிவிட்டது. நெஹ்லூதவ் மெல்லிய மேல் கோட்டு போட்டிருந்தார். ஜில்லிட்டுப்போய் அவர் நடுங்கும்படி வாடைக்காற்று பலமாய் வீசிக் குளிர் அவ்வளவு கடுமையாகி விட்டது. வெதுவெதுப்பாக்கிக் கொள்ளும் பொருட்டு அவர் வேகம் வேகமாய் நடந்தார்.

கிராமத்துக் குடியானவ மக்களைப் பற்றிய நினைவுகள் அவர் மனத்துள் எழுந்தன. அந்தப் பெண்கள், குழந்தைகள், சிறுவர்கள் எல்லோரையும் அப்போதுதான் முதன்முதல் காண்பவரைப்போல் கண்ணுற்றுக் கலங்கினாரே, அந்த வறுமையையும் அயர்வையும், இன்னும் முக்கியமாய்ச் சதைப் பற்றற்ற கால்களை நெளித்து ஆட்டி வினோதமாய் நகைத்துக் கொண்டிருந்த கிழட்டுச் சாயல் படிந்த அந்தக் கைக்குழந்தை யையும் நினைத்துப் பார்த்தார். தம்மை அறியாமலே அந்த நினைவுகளை அவர் இந்நகரில் நடைபெற்று வந்த வாழ்க்கை யுடன் ஒப்பிட்டு வேறுபடுத்திப் பார்த்தார். கசாப்புக் கடையை யும் மீன் கடையையும் ஆடை தயாரிப்பாளர் கடையையும் கடந்துசென்ற அவர் இப்போதுதான் முதன்முதலாய் இதைக் கவனித்தவர் போல, சுத்தமாய் உடுத்தி வயிறு புடைக்க உண்டு ஊதிப் பருத்தவர்களான கடைக்காரர்கள்–கிராமத்தில் பார்க்கவே முடியாத இந்த ஆட்கள்–இங்கே இத்தனை பேர் இருக்கக் கண்டு அதிர்ச்சியடைந்தார். இவர்களது கடைச் சரக்கைப் பற்றி அதிகம் அறியாத மக்களை ஏய்க்கும் பொருட்டு, இந்த ஆட்கள் செய்து வந்த முயற்சிகள் பயன்தரும் முக்கியமான தொழிலாகுமே அன்றி உதவாக்கரை வேலையல்ல என்ற திட நம்பிக்கை கொண்டவர்களாகவே தோன்றினர். வரிசையாகப் பொத்தான்களாய்த் தெரியும் விசாலமான முதுகைக் காட்டிக்

கொண்டு அமர்ந்திருந்த வண்டிக்காரர்கள், பொன்னிற மணிக் கயிறு பின்னிய குல்லாய் அணிந்த வாயிற்காவலர்கள், அலைவரி ஓரப்பட்டையும் முன்றானையும் அணிந்த பணிப்பெண்கள். மழிக்கப்பட்ட பிடரியுடன் தமது குதிரை வண்டியில் சாய்ந்து அமர்ந்து கொண்டு கலங்கிய கண்களால் போவோர் வருவோரை அலட்சியமாய் நோக்கிய துடுக்கான வாடகை வண்டிக்காரர்கள் ஆகிய எல்லோருமே நன்கு உண்டு வாழ்வோ ராகவே காணப்பட்டனர். நிலம் இல்லாததால் கிராமத்தில் வாழ வழியின்றி நகரத்துக்கு ஓடி வந்த குடியானவர்களில் சிலர் மேற்கூறியோரிடையே இருந்ததை நெஹ்லூதவ் தம்மையும் அறியாமல் இப்பொழுது காணலானார். இப்படி ஓடி வந்தோரில் ஒரு சிலர் நகர வாழ்க்கையின் நிலைமைகளைப் பயன்படுத்திக் கொண்டு லாபமடைய முடிந்தது. நகரத்துக் கனவான்களைப் போன்றவர்களாய் உயர்ந்துவிட்ட இவர்கள் தமது நிலை குறித்து மனம் மகிழ்ந்துகொண்டனர். ஏனையோர் முன்பு கிராமத்தில் இருந்ததைக் காட்டிலும் இங்கே நகரத்தில் மோசமான நிலைக்குத் தாழ்வுற்று, முன்னிலும் பரிதாபத்துக்குரிய பஞ்சையர் ஆயினர்.

நிலவறை ஒன்றில் வேலை செய்த பூட்சுத் தயாரிப்பாளர் களைச் சன்னல் வழியே பார்த்தாரே, அவர்கள் பரிதாபத்துக் குரிய இவ்வகையினராகவே நெஹ்லூதவுக்குத் தோன்றினர். திறந்த சன்னல்கள் மூலம் சோப்புக் கலந்த ஆவி வெளியே வர, குச்சியாய் மெலிந்த வெறுங்கரங்கள் தெரிய, அந்தச் சன்னல் களுக்குப் பின்னால் பரட்டைத்தலையுடன் நின்று இஸ்திரி போட்டுக் கொண்டிருந்த சலவைக்காரிகளும் இவ்வகையினரே ஆவரென நினைத்தார். வீட்டுக்கு வண்ணம் பூசுவோர் இருவரைச் சந்தித்தாரே, மார்பங்கியும் வெறுங்காலில் கிழிந்த மிதிகளும் அணிந்து பாதத்திலிருந்து உச்சந்தலை வரை திட்டுத்திட்டாய் வண்ணம் ஒட்டியிருக்க, முழங்கைக்கு மேல் மட்டுமே மூடியிருந்த ஒடுங்கிய பழுப்புக் கரத்தில் வண்ண வாளியைப் பிடித்துக் கொண்டு ஒருவரோடொருவர் சண்டைக்கு நின்றார்களே, அவர்களும் இவ்வகைப்பட்டோராகவே விளங்கினர். அவர்களது வாடி வதங்கிய முகங்களில் கோபம் பொங்கியது. பார வண்டி களை ஓட்டிக்கொண்டு ஆடி அதிர்ந்து சென்ற உழைப்பாளர் கள், கந்தல்களை உடுத்திக்கொண்டு தெரு முனைகளில் பிச்சையெடுத்த ஆடவர், பெண்டிர், குழந்தைகள் முதலானோரின் முகங்களும் இதேபோல்தான் இருந்தன. நெஹ்லூதவ் கடந்து சென்ற உணவுச் சாலைகளின் திறந்த சன்னல்களிலும் இதே மாதிரியான இருண்ட முகங்களைக் காண முடிந்தது. அழுக் கேறிய மேசைகளில் தேநீர்ப் பீங்கான்களும் புட்டிகளும்

இருந்தன. வெள்ளைச் சட்டை அணிந்த பணியாளர்கள் இம்மேசைகளுக்கு இடையே அங்கும் இங்கும் விரைந்தனர். உணர்வு மங்கிய முகமுடைய ஆட்கள் வியர்த்து விறுவிறுத்துச் சிவந்துபோய்க் கூச்சலிட்டுக் கொண்டும் பாடிக் கொண்டும் சுற்றிலும் அமர்ந்திருந்தார்கள். இவர்களில் ஒருவர் புருவங்களை உயர்த்தி உதடுகளைக் குவித்துக்கொண்டு எதையோ நினைவுக்குக் கொண்டுவர முயல்வது போல் வெறிக்கப் பார்த்தவாறு சன்னல் ஓரத்தில் அமர்ந்திருந்தார்.

"எதற்காக இவர்கள் எல்லாரும் இங்கே கூடியிருக்கி றார்கள்?" என்று நெஹ்லூதவ் தம்மைத்தாமே கேட்டுக் கொண் டார். வாடைக் காற்றால் அடித்து வரப்பட்ட புழுதியுடன், கைத்துப்போன எண்ணெய், புதிய வண்ணப்பூச்சு இவற்றின் நெடியையும் மூச்சுடன் சேர்த்து உள்ளுக்கு இழுத்தார்.

ஒரு தெருவில் அவர் இரும்புத் துண்டுகளைச் சுமந்து சென்ற வண்டிகளது வரிசையைத் தாண்டிச் செல்ல வேண்டி யிருந்தது. மேடு பள்ளத்தில் ஆடியதிர்ந்த இந்த இரும்புகளின் சப்தம் காதுக்குள் கிடுகிடுத்தது தலைவேதனையாக இருந்தது. சீக்கிரமாய் இந்த வண்டிகளைத் தாண்டிச் செல்ல வேண்டு மென்று அவர் மேலும் வேகமாய் நடந்தார். அப்போது யாரோ அவர் பெயரைச் சொல்லி உரக்கக் கூப்பிட்டது இரும்பின் சப்தத்துக்கு மேல் எழுந்து ஒலிக்கக் கேட்டார். நடையை நிறுத்திக்கொண்டு அவர் திரும்பிப் பார்த்தபோது, மெழுகு தடவிய கூர்முனை மீசையுடன் பளபளக்கும் முகமுடைய இராணுவ அதிகாரி ஒருவர் துடுக்கான வாடகை வண்டிக் காரரின் வண்டியில் அமர்ந்துகொண்டு வெள்ளை வெளே ரெனப் பளிச்சிடும் பற்கள் தெரியும்படிப் புன்னகை புரிந்து ஆர்வமாய்க் கையை வீசிக் கொண்டார்.

"நெஹ்லூதவ்! நீதானா?"

முதலில் கணப்பொழுதுக்கு நெஹ்லூதவுக்கு மகிழ்ச்சி யாகவே இருந்தது.

"ஆஹா! ஷேன்பக்!" என்று அவர் ஆனந்தமும் வியப்பும் தொனிக்கக் கூவினார். ஆனால் ஆனந்தப்பட்டுக் கொள்ளக் காரணம் ஏதும் இல்லை என்று மறுகணமே அவருக்குப் புரிந்தது.

அந்தக் காலத்தில் நெஹ்லூதவின் அத்தைகளது வீட்டுக்கு வந்திருந்த அதே ஷேன்பக்குதான் அவர். நெடுநாட்களுக்கு முன்பே நெஹ்லூதவ் அவருடன் தொடர்பு இழந்துவிட்டார். ஆயினும் அவரைப் பற்றிய செய்திகள் நெஹ்லூதவின் காதுக்கு

எட்டி வந்தன; கடன்கள் நிறைய இருந்துங்கூட இந்த ஷேன்பக் தொடர்ந்து குதிரைப் படைப் பிரிவிலேதான் பணிபுரிந்து வந்தாரென்றும் எப்படியோ அவர் செல்வச் சீமான்களது உலகில் தமது இடத்தை இன்னமும் இழந்து விடாமல்தான் இருந்தாரென்றும் கேள்விப்பட்டிருந்தார். உற்சாகமும் குதூகலமும் மிக்க அவரது தோற்றம் இந்தத் தகவல்கள் எல்லாம் மெய்தான் என்று உறுதி செய்தன.

"இங்கே நீ என் கண்ணில் பட்டது எப்படிப்பட்ட அதிர்ஷ்டம் தெரியுமா? இங்கே நகரில் எனக்கு யாருமே இல்லை. இப்படி வயதான ஆளாகி விட்டாயே நீ" என்று சொல்லி, வண்டியிலிருந்து கீழே இறங்கித் தோள்களை உலுக்கிக் கொண்டார் ஷேன்பக். "உன்னுடைய நடையைப் பார்த்ததும் தான் ஆள் யாரென்று தெரிந்தது எனக்கு. சரி இருவருமாகச் சேர்ந்து மதிய உணவு அருந்தலாம். வா—என்ன சொல்கிறாய்? இங்கே நல்ல மாதிரியாகச் சாப்பாடு கிடைக்கும் இடம் எது?"

"நேரம் இல்லையே எனக்கு" என்றார் நெஹ்லூதவ். தமது நண்பரின் மனதைப் புண்படுத்தாமல் எப்படியாவது அவரிட மிருந்து தப்ப வேண்டுமென்ற ஒரே நினைப்புடன் "நீ ஏன் இங்கே வந்திருக்கிறாய்?" என்று விசாரித்தார்.

"வேலையாய் வந்திருக்கிறேன் அப்பா. இப்பொழுது நான் கார்டியனாகப் பொறுப்பு ஏற்றுள்ளேன். லட்சாதிபதி சமானவைத் தெரியும் அல்லவா? அவருடைய சொத்துக்களை நான் நிர்வகித்து வருகிறேன். சித்த சுவாதீனம் இல்லாதவர். ஐம்பத்து நான்கு ஆயிரம் தெஸ்யாத்தீனா நிலம் இருக்கிறது அவரிடம்" என்று அத்தனை ஆயிரம் தெஸ்யாத்தீனாவையும் தாமே சம்பாதித்துச் சேர்த்தது போல் ஷேன்பக் பெருமையாய்க் கூறிக்கொண்டார். "கவனியாது விடப்பட்டுச் சொத்துக்கள் நாசமாகிவிடும் நிலையில் இருந்தன. நிலங்கள் எல்லாம் விவசாயிகளிடம் சாகுபடிக்கு விடப்பட்டிருந்தன. ஆனால் விவசாயிகள் வாரம் செலுத்தவில்லை. எண்பது ஆயிரம் ரூபிளுக்கு மேல் கடன்கள் இருந்தன. ஒரே ஆண்டில் நான் யாவற்றையும் ஒழுங்கு படுத்தினேன். முன்னிலும் எழுபது சதவீதம் கூடுதலாகக் கிடைக்கச் செய்தேன். தெரியுமா?" என்று பெருமிதம் தொனிக்கக் கூறினார்.

தனது சொத்துக்களை ஒழித்துக் கட்டிவிட்டு, எந்நாளும் அடைக்க முடியாத அளவுக்குக் கடன்பட்டிருந்தார் என்பதன்றி வேறு எந்தத் தகுதியும் இல்லாத இந்த ஷேன்பக், வீண் செலவு செய்து சொத்துக்களைப் பாழாக்கிய லட்சாதிபதிக் கிழவரின் சொத்துக்களுக்கு, மேலிடத்துச் செல்வாக்கின் விளைவாகக்

கார்டியனாய் நியமிக்கப்பட்டது பற்றி ஏற்கெனவே கேள்விப் பட்டிருந்தது நெஹ்லூதவுக்கு நினைவு வந்தது. ஷேன்பக் இப்பொழுது இந்தக் கார்டியன் பொறுப்பைப் பயன்படுத்தி வாழ்க்கை நடத்தி வந்தார் என்பது தெளிவாகவே தெரிந்தது.

"இந்த ஆளின் மனம் நோகாமல் எப்படி இவரிடமிருந்து நழுவுவது?" என்று நினைத்தவாறு நெஹ்லூதவ், தமது நண்பரின் மெழுகு தடவிய மீசையையும் சிவப்பாய்ப் பளிச்சிட்ட முகத்தை யும் உற்றுப் பார்த்தார்; நல்ல சாப்பாடு எங்கே கிடைக்குமென நேசமும் பாசமும் மிக்க முறையில் அவர் பேசியதையும் கார்டியனாய் இருந்து நாம் புரிந்த சாதனைகளைச் சொல்லிப் பெருமைப்பட்டுக் கொண்டதையும் கேட்டுக்கொண்டிருந்தார்.

"சரி, நாம் எங்கே போய்ச் சாப்பிடலாமென்று சொல்லு" என்றார் ஷேன்பக்.

"உண்மை இது. எனக்கு நேரம் இல்லை" என்று நெஹ் லூதவ், தமது கடிகாரத்தைப் பார்த்துக்கொண்டார்.

"சரி, இன்று இரவு குதிரைப் பந்தயம் பார்க்கப் போகிறாயா?"

"இல்லை. நான் பார்க்கப் போவதில்லை."

"அதெல்லாம் இல்லை. நீ வர வேண்டும். இப்போது என்னிடம் சொந்தக் குதிரைகள் இல்லை. ஆனால் கிரீஷாவின் குதிரைகளுக்கு ஆதரவு அளிக்கிறேன். உனக்கு நினைவு இருக்கிறதா? – அவரிடம் சிறந்த பொலிக் குதிரை இருக்கிறது. நீ வருவாய் அல்லவா? இருவருமாகச் சேர்ந்து இரவு சாப்பாடு சாப்பிடலாம்."

"இல்லை, இரவிலும் நான் வருவதற்கில்லை" என்று சொல்லி நெஹ்லூதவ் புன்னகை புரிந்துகொண்டார்.

"என்ன இது? நன்றாயில்லையே. சரி, இப்போது நீ எங்கே போகிறாய்? வண்டியில் உன்னை ஏற்றிச் செல்லட்டுமா?"

"வழக்கறிஞர் ஒருவரைப் பார்ப்பதற்காகப் போகிறேன் இங்கே அருகாமையில்தான் இருக்கிறார்–அதோ அந்தத் திருப்பத்துக்குப் போனால் போதும்" என்றார் நெஹ்லூதவ்.

"ஆமாம். சிறைக்கூடங்கள் சம்பந்தமாய் நீ ஏதோ வேலை செய்வதாக அல்லவா–கைதிகளது உதவியாளனாகச் செயற்படுவ தாக அல்லவா கேள்விப்பட்டேன்" என்று புன்னகை புரிந்து கொண்டார் ஷேன்பக். "கர்ச்சாகின்கள் இதை எனக்குச் சொன் னார்கள். இதற்குள் இவர்கள் நகரை விட்டுக் கிராமத்துக்குப் போய்ச் சேர்ந்துவிட்டனர். என்ன இதெல்லாம்? சொல்லு?"

"ஆமாம். அதெல்லாம் மெய்தான்" என்று பதிலளித்தார் நெஹ்லூதவ். "ஆனால் அவற்றை நான் தெருவிலே நின்றபடி உனக்குச் சொல்ல முடியாதே!"

"சரிதான். எப்போதுமே நீ ஒரு கிறுக்கன்தானே. குதிரைப் பந்தயம் பார்க்க வருகிறாய் அல்லவா?"

"இல்லையே, என்னால் வர முடியவில்லை. எனக்கு அதில் விருப்பமும் இல்லை. நீ கோபித்துக் கொள்ளக்கூடாது."

"கோபித்துக்கொள்வதாவது? நல்லாயிருக்கே. இது! அதெல்லாம் இல்லை. உன் வீடு எங்கே இருக்கிறது" என்று ஷேன்பக் கேட்டார்; திடுமென அவர் முகம் கடுமையாகியது. கண்கள் குத்திட்டு நின்றன; புருவங்களை நெரித்துக் கொண்டார். எதையோ நினைவுக்குக் கொண்டுவர முயலுகிற வரைப் போல் தோன்றினார். புருவங்களை உயர்த்தி, உதடுகளைக் குவித்துக்கொண்டு முன்பு சிற்றுண்டிச் சாலையின் சன்னலருகே ஒருவர் அமர்ந்திருந்தாரே, அவரது அந்த அசட்டு முகபாவத்தை நெஹ்லூதவ் இப்போது ஷேன்பக்கிடமும் கண்ணுற்றார்.

"நன்றாய்க் குளிர்கிறது. இல்லையா?"

"ஆமாம், ஆமாம்."

"சாமான்களை எடுத்து வந்து வைத்துவிட்டாயா?" என்று வாடகை வண்டிக்காரனைப் பார்த்துக் கேட்டார் ஷேன்பக்.

"அப்ப சரி, நான் போய் வருகிறேன். உன்னை இங்கே சந்திக்க நேர்ந்தது குறித்து மட்டில்லா மகிழ்ச்சியடைகிறேன்" என்று நெஹ்லூதவின் கையைப் பிடித்து ஆர்வமாய்க் குலுக்கினார். உடனே சென்று தமது வாடகை வண்டியில் ஏறிக் கொண்டார். வெள்ளைக் கையுறையுடன் கூடிய கையைப் பளபளக்கும் தமது முன்னால் காட்டி ஆட்டினார். அவரது புன்னகை வெள்ளை வெளேரென்று இருந்த அவரது பற்களைத் தெரியச் செய்தது.

"நானும் இப்படித்தானே ஆகியிருந்திருப்பேன்?" என்று நினைத்தவாறு நெஹ்லூதவ் வழக்கறிஞரின் வீட்டை நோக்கி நடந்தார். "ஆமாம். நானும் இப்படி இருக்கத்தான் விரும்பினேன். ஆனால் என்னால் முடியவில்லை. அந்த மாதிரி வாழ வேண்டுமென்றுதான் நானும் நினைத்தேன்."

11

நெஹ்லூதவின் முறை வரும் முன்பே வழக்கறிஞர் அவரை உள்ளே அழைத்து, எடுத்ததும் மென்ஷோவ்களது வழக்கு குறித்துப் பேச ஆரம்பித்தார்; இந்த வழக்கைப் படித்துப் பார்த்ததாகவும் குற்றச்சாட்டு சிறிதும் ஆதாரமற்றதாய் இருக்கக் கண்டு ஆத்திரமடைந்ததாகவும் சொன்னார்.

“வெட்கக்கேடான வழக்கு இது” என்றார் அவர். “இன்ஷூரன்ஸ் பணத்தைப் பெற்றுக் கொள்ளும் பொருட்டு வீட்டின் சொந்தக்காரரே வீட்டுக்குத் தீ மூட்டியதாகத் தெரி கிறது. ஆனால் பிரதான விவகாரம் என்னவெனில் மென் ஷோவ்கள் குற்றவாளிகள் என்பதற்கு எவ்விதமான நிரூபணமும் தரப்படவில்லை. இம்மியளவு சான்றுங்கூட இல்லை. புலன் விசாரணை செய்தவர்களது மட்டுமீறிய முன் முயற்சியாலும் தலைமைப் பிராசிக்யூட்டரது கவனமின்மையாலும் இப்படி நேர்ந்திருக்கிறது. இந்த வழக்கு மாநில நீதிமன்றத்தில் நடை பெறாமல் இங்கே விசாரணைக்கு வருமாயின், இவர்கள் குற்ற மற்றவர்கள் என்று நிச்சயம் நான் விடுதலைத் தீர்ப்பு வாங்கித் தருவேன். கட்டணம் இல்லாமலே நான் இந்த வழக்கை ஏற்று நடத்துகிறேன். சரி, மற்றொரு வழக்கு ஃபெதோசியா பிரியுக் கோவா பற்றியது; மேல் விசாரணை கோரி மாமன்னருக்கு மனு எழுதி வைத்திருக்கிறேன். நீங்கள் பீட்டர்ஸ்பர்க்குக்குப் போவதாய் இருந்தால் இதை எடுத்துச் சென்று உங்களுடைய வேண்டுகோளையும் சேர்த்து நேரில் நீங்களே அங்கே சமர்ப் பிப்பதுதான் நல்லது. இல்லையேல் நீதி அமைச்சகத்தில் எழுதிச் சில கேள்விகள் கேட்டுவிட்டுக் கைகழுவி விடுவார்கள். அதற்கு மேல் ஒன்றும் நடைபெறாது. மேலிடத்தில் நீங்கள் முயற்சி செய்து காரியத்தை நிறைவேற்றிக் கொள்ளப் பார்க்க வேண்டும்.”

“மாமன்னரிடமா?” என்று கேட்டார் நெஹ்லுதவ்.

வழக்கறிஞர் சிரித்துக்கொண்டார்.

“எல்லார்க்கும் மேலவரைச் சொல்லவில்லை. மேலவர் களை – மேலவையின் விசாரணை மன்றத்தாரை–சொல்கிறேன். விசாரணை மன்றத்தின் செயலாளர் அல்லது தலைவர் போன் றோரிடம் செல்வது நல்லது. வேறு என்ன? அவ்வளவுதானே?”

“இல்லை, சமய உட்குழுவினர் சிலர் எழுதியிருக்கும் கடிதம் ஒன்று இதோ என்னிடம் இருக்கிறது” என்று சொல்லி, தமது கோட்டுப் பையிலிருந்து நெஹ்லுதவ் ஒரு கடிதத்தை வெளியே எடுத்தார். “இவர்கள் எழுதுவது உண்மையாய் இருந்தால், இது வியக்கத்தக்க விவகாரமாகும். இன்று இவர்களை நான் நேரில் பார்த்து இந்த வழக்கு பற்றிய முழு விவரத்தையும் தெரிந்து கொள்ள முயலுவேன்.”

“சிறைக் கைதிகளது எல்லாப் புகார்களும் பாய்வதற்கான வாய்க்கால் அல்லது மதகாய் நீங்கள் செயற்படுவதாக அல்லவா தெரிகிறது” என்று சொல்லி வழக்கறிஞர் சிரித்துக்கொண்டார். “இதற்கு முடிவே இருக்காது, உங்களால் சமாளிக்க முடியாது.”

"அப்படியல்ல. திடுக்கிடும்படியான வழக்கு இது" என்று இதன் முக்கிய விவரங்களை நெஹ்லூதவ் சுருக்கமாய் எடுத்துரைத்தார்; ஒரு கிராமத்தில் குடியானவர்கள் சிலர் விவிலியச் சுவிசேஷம்* படிப்பதற்காக ஒன்றுகூடினார்கள். அதிகாரிகள் அங்கே வந்து அவர்களைக் கலைந்து போகச் செய்தார்கள். அடுத்த ஞாயிறன்று அவர்கள் மறுபடியும் கூடினார்கள். இந்தத் தரம் வட்டாரப் போலீஸ் அதிகாரி அனுப்பப்பட்டார். அவர் களை அவர் நீதிமன்றத்துக்குக் கொண்டுபோய் நிறுத்தினார். நீதிமன்றத்தில் விசாரணை நடைபெற்றது. பிராசிக்யூட்டர் குற்றச்சாட்டை வகுத்தளித்து வழக்கு தொடர்ந்தார். குற்றச் சாட்டு மெய்ப்பிக்கப்பட்டு விட்டதாக நீதிமன்றம் தீர்ப்பளித்தது. பிராசிக்யூட்டர் சாட்டிய குற்றத்துக்குப் பொருள் வடிவிலான சான்றாக நீதிமன்ற மேசையின் மேல் விவிலியச் சுவிசேஷ ஏடுகள் வைக்கப்பட்டிருந்தன. குடியானவர்களுக்குச் சைபீரியக் கடுங்காவல் தண்டனை விதிக்கப்பட்டது. "மெய்யாகவே பயங்கரமானது இது" என்றார் நெஹ்லூதவ். "இப்படியுமா நடைபெற முடியும்?"

"இதில் நீங்கள் ஆச்சரியப்படுவதற்கு என்ன இருக்கிறது?"

"என்னவா? – எல்லாமேதான். போலீஸ் அதிகாரி கட்டளைக்குக் கீழ்ப்படிந்தார்-புரிந்துகொள்கிறேன். ஆனால் பிராசிக்யூட்டர் இப்படி ஒரு குற்றச்சாட்டை வகுத்து வழக்குத் தொடர லாமா? கல்வி ஞானமுடையவர் இதைச் செய்யலாமா?"

"தவறு அனைத்தும் இங்கேதான் அடங்கியிருக்கிறது. தலைமைப் பிராசிக்யூட்டரையும் பொதுவாய் நீதிபதிகளையும் ஏதோ புதுவகையான மிதவாத மனப்பான்மை கொண்டோராக நாம் கருதிக் கொள்கிறோம். முன்னொரு காலத்தில் இவர்கள் இம்மாதிரி இருந்தது உண்மையே. ஆனால் இப்போது நிலைமை அடியோடு மாறிவிட்டது. எல்லாரும் சம்பளத் தினத்தில் மட்டுமே நாட்டங்கள் கொண்ட வெறும் அதிகாரிகளே ஆவர். தவறாமல் சம்பளத்தைப் பெற்றுக்கொள்கிறார்கள். மேலும் கூடுதலாய் வேண்டும் என்கிறார்கள்-அவ்வளவுதான். அவர்களது கொள்கையும் கோட்பாடும் விருப்பம் போல் யார் மீது வேண்டுமானாலும் அவர்கள் குற்றம் சாட்டி வழக்கு விசாரணை நடத்தி தண்டனை விதிக்கக் கூடியவர்கள்."

"ஆனால் ஏனையோருடன் சேர்ந்து விவிலியச் சுவிசேஷங்கள் படித்தார் என்பதற்காகக் கடத்தல் தண்டனை விதிக்கும் சட்டம் எதுவும் உண்மையில் இருக்கிறதா என்ன?"

---

* விவிலியச் சுவிசேஷம்—கிறிஸ்துவ வேதாகமத்தின் புதிய ஏற்பாட்டின் முதல் நான்கு ஆகமங்கள்; இயேசு கிறிஸ்துவின் வாழ்க்கையையும் போதனைகளையும் சொல்கிறவை.

"ஏனையோருடன் சேர்ந்து விவிலியச் சுவிசேஷங்கள் படிக்கையில், கட்டளைப்படி அல்லாமல் வேறொரு விதத்தில் அதற்கு விளக்கம் அளித்து, இவ்விதம் சமயச் சபையின் விளக்கத்தைக் கண்டிக்கத் துணிந்ததாக நிரூபிக்கப்படுமாயின் அருகாமையில் ஓர் இடத்துக்கு மட்டுமின்றித் தொலைதூர சைபீரியாவுக்குமான கடத்தல் தண்டனை விதிக்கப்படலாம். மக்களிடையே சத்திய சமய நம்பிக்கைக்குக் கேடு புரிவதானது, நூற்றுத் தொண்ணூற்று ஆறாவது பிரிவின்படி சைபீரியக் கடுங்காவல் தண்டனைக்குரிய குற்றமாகும்."

"நம்ப முடியவில்லையே!"

"உண்மையைத்தான் சொல்கிறேன். மதிப்புக்குரிய நீதிமன்றத்தாருக்கு எந்நேரமும் நான் நன்றி செலுத்தக் கடமை பட்டவன் என்பதாய் எப்போதுமே இவர்களிடம் சொல்லி வருகிறேன்" என்று மேலும் கூறிச் சென்றார் வழக்கறிஞர். "ஏனென்றால், நானும் நீங்களும் மற்றெல்லோரும் சிறையில் அடைக்கப்படாமல் இருக்கிறோம் என்றால், இவர்களுடைய காருண்யமே அதற்குக் காரணம். நம்மிடமிருந்து அடிப்படை உரிமைகளை எல்லாம் பறித்து, அவ்வளவாகத் தொலைவில் இல்லாத இடங்களுக்கு நம்மைத் தண்டனைக் கைதிகளாக மிகச் சுலபமாய் இவர்கள் அனுப்பி விட முடியும்"

"அப்படியானால், தலைமைப் பிராசிக்யூட்டரும் ஏனை யோரும் சட்டத்தைச் செயற்படுத்தவும் செய்யலாம் செயற்படுத் தாமலும் இருக்கலாம் என்றால் எல்லாம் அவர்கள் விருப்பத் தையே பொறுத்தது என்றால், பிறகு நீதிமன்றங்கள் எதற்காக வாம்?"

வழக்கறிஞர் அட்டகாசமாய் வாய்விட்டுச் சிரித்தார்.

"பெரிய கேள்வியாய் அல்லவா கேட்கிறீர்கள்! கோமகனே, இதெல்லாம் தத்துவஞானப் பிரச்சினை. என்றாலும் இதைப் பற்றியும் நாம் பேசலாம்–சனிக்கிழமையன்று வாருங்கள். இங்கே என் வீட்டில் விஞ்ஞானிகளையும் இலக்கியவாதிகளையும் கலைஞர்களையும் சந்திப்பீர்கள். அப்போது நாம் இந்தப் பெரும் பிரச்சினைகள் குறித்து விவாதிக்கலாம்" என்பதற்கு ஒரு தனி அழுத்தம் தந்து, கிண்டலாய்த் தொனிக்க உச்சரித்தார். "என் மனைவியை ஏற்கெனவே சந்தித்திருக்கிறீர்கள். அவசியம் வரவேணும்."

"பார்க்கலாம், வர முயற்சி செய்கிறேன்" என்று பதிலளித் தார், நெஹ்லூதவ். ஆயினும் தாம் சொல்வது உண்மையல்ல, நமது முயற்சியெல்லாம் இந்த வழக்கறிஞரது மாலை நிகழ்ச் சியிலிருந்தும் இவரது வட்டத்தைச் சேர்ந்த விஞ்ஞானிகள்,

இலக்கியவாதிகள், கலைஞர்களிடமிருந்தும் விலகித் தொலைவில் இருப்பதற்கான முயற்சியாகவே இருக்கும் என்பது அவர் மனதுக்குத் தெரிந்தது.

சுற்றிலும் உள்ளவற்றைப் பார்ப்பதில் தமக்கும் இந்த வழக்கறிஞருக்கும் பெரும்பாலும் அவரது நண்பர்களுக்கும் இடையே எவ்வளவு பெரிய வேறுபாடு நிலவுகிறது என்பது நெஹ்லூதவுக்குப் புரிந்தது. நீதிமன்றத்தார் தம் விருப்பம்போல் சட்டத்தைச் செயற்படுத்தவும் செய்யலாம் செயல் படுத்தாமலும் இருக்கலாம் என்று நெஹ்லூதவ் கூறியதும் வழக்கறிஞர் சிரித்த சிரிப்பும், 'தத்துவஞானப் பிரச்சினை' என்பதையும் "பெரும் பிரச்சினைகள்" என்பதையும் உச்சரிக்கையில் அவர் தந்த அந்தத் தனி அழுத்தமும் நெஹ்லூதவுக்கு இந்த வேற்றுமையைத் தெளிவாகவே புலப்படுத்திக் காட்டின. தமக்கும் ஷேன்பக்கைப் போன்ற தமது பழைய தோழர்களுக்குமிடையே தற்போது இருந்த தொலைவு மிகப் பெரியதே என்றபோதிலும், தமக்கும் இந்த வழக்கறிஞருக்கும் அவரது வட்டத்தினருக்குமிடையே இருந்த தொலைவு அதனினும் பன்மடங்கு பெரிது என்பதை நெஹ்லூதவ் உணர்ந்துகொண்டார்.

12

சிறைக்கூடம் தொலைவில் இருந்தது. நேரமும் ஆகி விட்டது. ஆகவே நெஹ்லூதவ் அங்கே செல்வதற்கு வாடகை வண்டி பிடித்துக் கொண்டார். கூர் அறிவும் அன்பான உள்ள முடையவனாகத் தோன்றிய நடுத்தர வயதுடைய அந்த வண்டிக் காரன் ஒரு தெரு வழியே வண்டியை ஓட்டிச் செல்லுகையில், நெஹ்லூதவைப் பார்க்கத் திரும்பி, அங்கே கட்டப் பெற்று வந்த ஒரு பெரிய வீட்டை அவருக்குச் சுட்டிக் காட்டினான்.

"எவ்வளவு பெரிய வீடு கட்டப்படுகிறது பாருங்கள்" என்று அந்த வேலையில் பங்கு கொள்கிறவனைப் போல் பெருமிதம் தொனிக்கும் குரலில் கூறினான்.

அந்த வீடு மெய்யாகவே பிரம்மாண்டமானதாய், சிக்கல் வாய்ந்த நூதன அமைப்புடையதாய் இருந்தது. வலுவான பைன் மரங்களை இரும்பு வடங்கள் கொண்டு இணைத்துக் கட்டி, கட்டிடத்தைச் சுற்றிலும் பெரிய சாரக்கட்டு போடப்பட்டி ருந்தது. பலகை அடைப்பால் அந்தக் கட்டுமானம் தெருவி லிருந்து பிரிக்கப்பட்டிருந்தது. திட்டுத் திட்டாய் மேலெங்கும் சாந்துக்கறை படிந்த வேலையாட்கள் எறும்புகளைப் போல் இந்தச் சாரக்கட்டின் பலகைகளில் சுறுசுறுப்பாய்

வேலை செய்துகொண்டிருந்தார்கள். சிலர் கொத்து வேலை செய்தார்கள், சிலர் கற்களை வெட்டித் தந்தார்கள், மூன்றாவது பிரிவினர் கனத்த சட்டிகளையும் வாளிகளையும் சுமந்து கொண்டு மேலே ஏறிச்சென்று காலி செய்துவிட்டுத் திரும்பவும் அவற்றைக் கீழே எடுத்து வந்தார்கள்.

நல்ல ஆடைகள் அணிந்த பருத்த கனவான் ஒருவர்–கட்டிடக் கலைஞராகவே இருக்க வேண்டும்–சாரக்கட்டுக்கு அருகே கீழே நின்று, உயரத்தில் எதையோ சுட்டிக் காட்டி விளக்கிக் கூறியதை விளதீமிர் மாநிலத்தவரான கண்டிராக்டர் ஒருவர் பணிவுடன் கேட்டுக்கொண்டிருந்தார். சுமைகளை ஏற்றிக்கொண்டு வாயில் வழியினுள் புகுந்த வண்டிகள், கட்டிடக் கலைஞரையும் கண்டிராக்டரையும் கடந்து உள்ளே சென்றன. காலி வண்டிகள் வெளியே வந்தன.

“இப்படித்தான் இருக்க வேண்டுமென்று இவர்கள் எல்லாரும்–வேலை செய்வோரும் சரி. வேலை வாங்குவோரும் சரி–சந்தேகத்துக்கும் இடமின்றி அல்லவா நினைக்கிறார்கள். வீட்டிலே மனைவியர் வயிற்றில் பிள்ளையுடன் சக்திக்கு மீறிய உழைப்பால் அவதியுற்றும், துண்டு துணித் தொப்பி அணிந்த குழந்தைகள் பட்டினியால் விரைவில் மடியும்படிச் சபிக்கப் பட்டுக் கிழட்டுச் சிரிப்புச் சிரித்துக் கால்களை வளைத்து நெளித்தும் வரும் ஒரு நேரத்தில் அசட்டுத்தனமான உதவாக்கரை ஆள் ஒருவருக்கு, தம்மைச் சூறையாடி நாசமுறச் செய்வோரின் ஒருவருக்கு இந்த அசட்டுத்தனமான உதவாக்கரை மாளிகை யைக் கட்டியமைக்கத்தான் வேண்டுமென்று அல்லவா நினைக் கிறார்கள்?” என்று இந்த வீட்டை உற்றுப் பார்த்தவாறு நெஹ்லூதவ் தம்முள் கூறிக்கொண்டார்.

“ஆமாம். அசட்டு வேலைதான் இது” என்று தம் மனத்தில் இருந்ததை வாய்விட்டுக் கூறினார் நெஹ்லூதவ்.

“அசட்டு வேலையா, அது எப்படி?” என்று குரலில் வருத்தம் தொனிக்கக் கேட்டான் வண்டிக்காரன். “மக்களுக்குப் பிழைப்பு அளிக்கிறது. இது ஒன்றும் அசட்டு வேலையல்ல.”

“உதவாக்கரை வேலைதான்.”

“உதவாக்கரையாய் இருந்தால் செய்ய மாட்டார்கள்” என்றான் வண்டிக்காரன். “உண்ண உணவு அல்லவா கிடைக் கிறது?”

நெஹ்லூதவ் ஒன்றும் சொல்லவில்லை. வண்டிச் சக்கரங் களது தடதடப்புக்கு மேல் குரலை உயர்த்திப் பேச வேண்டி யிருந்ததால் மௌனமாய் இருந்தார்.

சிறைக்கூடத்துக்கு அருகே வந்ததும் வண்டி சரளைக் கல் சாலையிருந்து கப்பிச் சாலைக்குத் திரும்பியது. பேசுவது இப்போது எளிதாகியதும் மறுபடியும் வண்டிக்காரன் நெஹ்லூ தவைப் பார்க்கத் திரும்பினான்.

"பிழைப்பு தேடிக் கூட்டம் கூட்டமாய் மக்கள் இன்று நகரத்துக்கு வந்து சேருகிறார்கள்" என்று அவன் தன் பெட்டி யிலிருந்து திரும்பி, ஆட்டுத்தோல் கோட்டு அணிந்து தோளில் பைகளோடும் கையில் ரம்பங்களோடும் கோடாரிகளோடும் எதிர்த்திசையிலிருந்து வந்துகொண்டிருந்த கிராமத்து வினைஞர் களது கோஷ்டி ஒன்றை நெஹ்லூதவுக்குச் சுட்டிக்காட்டினான்.

"முந்திய ஆண்டுகளைக் காட்டிலும் இப்போது அதிகமான வர்களா வருகிறார்கள்?" என்று கேட்டார் நெஹ்லூதவ்.

"அடேயப்பா! எங்கு பார்த்தாலும் அல்லவா வந்து நிரம்பி விடுகிறார்கள். தாள முடியவில்லையே. குப்பையைக் கூட்டித் தள்ளுவது மாதிரி ஆட்களை வேலைகளிலிருந்து தள்ளு கிறார்கள். ஓரிடத்திலாவது வேலை கிடைப்பதில்லை."

"அது ஏன் அப்படி?"

"அவ்வளவு அதிகமானோர் வந்து சேர்கிறார்கள். இடமே இல்லாமற் போகிறது."

"அவ்வளவு அதிகமானோர் ஏன் வருகிறார்கள்? கிராமத்தி லேயே இருப்பதுதானே?"

"கிராமத்திலே இருந்து என்ன செய்வது? நிலம் இல்லையே?"

புண்பட்ட இடத்தில் குத்தியதுபோல் இருந்தது நெஹ்லூ தவுக்கு, பட்ட காலிலேயே எப்போதும் படுவதாக நினைக்கி றோம். அப்படிப்பட்ட இடத்தில் பட்டதும் தவறாமல் அது நம் கவனத்துக்கு வருவதால்தான் அப்படி நினைக்கிறோம்.

"எங்கும் இதுவேதானா நிலைமை?" என்று அவர் நினைக்கலானார். உடனே வண்டிக்காரனிடம் அவர் விசாரிக்க ஆரம்பித்தார். அவனது கிராமத்தில் எவ்வளவு நிலம் இருக் கிறது? அவனிடமுள்ள நிலம் எவ்வளவு? கிராமத்தை விட்டு ஏன் அவன் இங்கே நகருக்கு வந்தான்?

"எங்களிடம் தலைக்கு ஒரு தெஸ்யாத்தீனா வீதம் நிலம் வைத்திருக்கிறோம்." வண்டிக்காரன் மனம் விட்டு யாவற்றையும் சொன்னான். "கிராமத்தில் என் தந்தையும் ஒரு சகோதரனும் விவசாயத்தைக் கவனித்துக் கொள்கிறார்கள். இன்னொரு சகோதரன் இராணுவத்தில் சேவை புரிகிறான். ஆனால் விவசாயம் செய்ய வழி இல்லை. என் சகோதரனும் இங்கே மாஸ்கோவுக்கு வந்துவிட வேண்டுமென்று நினைக்கிறான்."

“சாகுபடிக்கு நிலம் கிடைப்பதில்லையா?”

“நிலமாவது கிடைப்பதாவது? இந்தக் காலத்தில் அதெல்லாம் எங்கே? பிரபுக்களாய் இருந்தவர்கள் தம்மிடம் இருந்தவற்றைத் தவிடு பண்ணிவிட்டார்கள். எல்லாம் தொழில் வகுப்பாரின் கைக்குள் சிக்கிக்கொண்டுவிட்டன. இவர்கள் நிலத்தை வாரச் சாகுபடிக்கு விடுவதில்லை. பண்ணைச் சாகுபடி செய்கிறார்கள். எங்கள் கிராமத்தில் பிரெஞ்சுக்காரர் ஒருவர் ஆதிக்கம் புரிகிறார். எங்களது பழைய நிலப்பிரபுவின் நிலங்களை விலைக்கு வாங்கிக்கொண்டுவிட்டார். வாரச் சாகுபடிக்கு வழியில்லாமற் போய்விட்டது.”

“யார் அந்தப் பிரெஞ்சுக்காரர்?”

“துபார் என்றொரு பிரெஞ்சுக்காரர். நீங்கள் கேள்விப் பட்டிருக்கலாம். பெரிய நாடக மன்றத்து நடிகர் நடிகைகளுக்குப் பொய்த் தலைமுடி தயாரித்துத் தருகிறார். நல்ல தொழில். நிறைய லாபம் கிடைக்கிறது. ஏராளமாகச் சம்பாதிக்கிறார். எங்கள் கிராமத்துச் சீமாட்டியின் பண்ணையை விலைக்கு வாங்கிக் கொண்டுவிட்டார். கிராமத்தில் இப்போது அவர் வைத்ததுதான் சட்டம். எல்லாரையும் ஆட்டிப் படைக்கிறார். இருந்தாலும் அவரைக் குறை சொல்லக்கூடாது. அவர் அளவில் நல்ல மனிதர்தான். ஆனால் அவருடைய ருஷ்ய மனைவியிடமிருந்து ஆண்டவன் தான் எங்களைக் காப்பாற்ற வேண்டும். நெஞ்சில் ஈரமின்றி எல்லாரையும் சூறையாடுகிறாள். சகிக்க முடியவில்லை. இதோ வந்துவிட்டது சிறைக்கூடம். நேரே வாயிலுக்கு முன்னால் ஓட்டிச் செல்லட்டுமா? அனுமதிக்க மாட்டார்களென நினைக்கிறேன்.”

13

தலைவாயிலுக்குச் சென்று மணி அடித்த நெஹ்லூதவுக்கு நெஞ்சு படபடத்தது. மாஸ்லவா இன்று எந்நிலையில் இருக்கக் காணப் போகிறோமோ என்கிற திகிலும், அவளிடத்தும் சிறையில் அடைக்கப்பட்ட மற்றெல்லாரிடத்தும் இருப்பதாய் அவருக்குத் தோன்றிய அந்த மர்மமும் அப்படி அவரைக் கலங்கச் செய்தன. வாயிற் கதவைத் திறந்த சிறைக் காவலரிடம் மாஸ்லவாவைப் பற்றி அவர் விசாரித்தார். உள்ளே கேட்டுப் பார்த்துவிட்டு, அவள் மருத்துவமனையில் இருப்பதாகக் கூறினார் சிறைக் காவலர். நெஹ்லூதவ் மருத்துவமனைக்குச் சென்றதும் அங்கே வாயிற்காவலனாய் இருந்த நல்லுள்ளம் கொண்ட கிழவர் உடனே அவரை உள்ளே அனுமதித்து, யாரைப் பார்க்க வேண்டுமென்று கேட்டுத் தெரிந்து கொண்டதும் குழந்தைகளது பிரிவுக்குப் போகச் சொன்னார்.

மேலெல்லாம் கார்பாலிக் அமிலத்தின் நெடி வீசிய இளம் டாக்டர் ஒருவர் அங்கே நடையில் நெஹ்லூதவைச் சந்தித்து என்ன வேண்டுமென்று சிடுசிடுப்பான குரலில் கேட்டார். இந்த டாக்டர் எந்நேரமும் கைதிகளுக்கு அனுசரணையாக இருந்து உதவி வந்தவர். இதனால் ஓயாமல் அவர் சிறைக்கூட அதிகாரி களோடும், தலைமை டாக்டரோடுங்கூட மோதிக் கொள்ளும்படி நேர்ந்தது. விதிகளுக்கு விரோதமாய் நெஹ்லூதவ் தம்மிடம் ஏதோ கேட்க வருவதாய் அஞ்சிய அவர், விதிவிலக்காய் யாருக்கும் தாம் ஏதும் செய்வதில்லையென்று காட்டிக் கொள் ளும் பொருட்டு வேண்டுமென்றே சிடுசிடுத்துக் கொண்டார்.

“இங்கே பெண்கள் யாரும் இல்லை. இது குழந்தைகள் பிரிவு” என்றார் அவர்.

“அது எனக்குத் தெரியும். ஆனால் சிறைக்கூடத்திலிருந்து கைதி ஒருத்தி இங்கே வந்து துணைச் செவிலியாக வேலை செய்கிறாளே.”

“ஆமாம், அம்மாதிரி இங்கே இரண்டு பேர் வந்து வேலை செய்கிறார்கள். உங்களுக்கு யார் வேண்டும்?”

“எனக்கு வேண்டியவள் மாஸ்லவா?” என்று பதிலளித்தார் நெஹ்லூதவ். “நான் அவளைப் பார்த்துப் பேச வேண்டும். அவளுடைய வழக்கு குறித்து மேலவைக்கு மனு சமர்ப்பிப்ப தற்காக நான் பீட்டர்ஸ்பர்க்குக்குப் போகிறேன். அவளிடம் இதைக் கொடுக்க விரும்புகிறேன் – ஒன்றுமில்லை. புகைப்படம் தான்” என்று கோட்டுப் பைக்குள்ளிருந்து ஒரு கவரை வெளியே எடுத்தார் நெஹ்லூதவ்.

“அதற்கென்ன, கொடுங்கள்” என்று கோபம் தணிந்தவராய் இதமாய்க் கூறினார் டாக்டர். வெள்ளை மார்பங்கி அணிந்த ஒரு கிழவியின் பக்கம் திரும்பி, கைதி மாஸ்லவாவை அழைத்து வரும்படிச் சொல்லிவிட்டு, “இங்கே உட்காருகிறீர்களா, அல்லது முன்னறைக்குச் செல்லுகிறீர்களா?” என்று கேட்டார்.

“நன்றி” என்று சொல்லி நெஹ்லூதவ் தமக்கு ஆதரவாய் டாக்டரிடம் ஏற்பட்ட மாறுதலைப் பயன்படுத்திக்கொண்டு, மருத்துவமனையில் மாஸ்லவாவின் பணி திருப்திகரமாய் இருக்கிறதா என்று விசாரித்தார்.

“பாதகமில்லை. முன்பு அவள் இருந்திருக்கும் நிலைமையை மனதிற் கொள்வோமானால் நல்லபடியாகப் பணிபுரிகிறாள் என்றுதான் சொல்ல வேண்டும். இதோ வந்துவிட்டாள்!” என் றார் டாக்டர்.

கதவுகளில் ஒன்றைத் திறந்துகொண்டு உள்ளே புகுந்த கிழவியைப் பின்தொடர்ந்து மாஸ்லவாவும் அங்கே வந்து

சேர்ந்தாள். அவள் கோடு போட்ட ஆடையும் அதன் மேல் மார்பங்கியும் அணிந்திருந்தாள். தலைக்குட்டை அவளது தலை முடிகள் வெளியே தெரியாதபடி மறைத்திருந்தது. நெஹ்லூதவைப் பார்த்ததும் அவளுக்கு முகம் சிவந்தது. என்ன செய்வதென்று புரியாமல் தயங்குவதுபோல் சற்றே நின்றாள். பிறகு முகத்தைச் சுளித்துக்கொண்டாள். கண்களைக் கவிழ்த்தபடி நடைவழி நெடுக நடுவில் சென்று ஜமுக்காளத்தின் மேல் அவரை நோக்கி வேகமாய் நடந்தாள். நெஹ்லூதவிடம் வந்ததும் கைகொடுக்க விரும்பாமல் நின்றாள். பிறகு முகம் மேலும் கடுமையாகச் சிவந்து செல்ல கையை அவரிடம் தந்தாள்.

ஆத்திரமாகப் பேசியதற்காக அவரிடம் அவள் மன்னிப்புக் கேட்டுக்கொண்ட அந்த உரையாடலுக்குப் பின் இதுவரை நெஹ்லூதவ் அவளைப் பார்க்கவில்லை. அப்போது இருந்தது போலவே இப்போதும் இருப்பாளென நெஹ்லூதவ் எதிர் பார்த்தார். ஆனால் அவள் முற்றிலும் வேறுவிதமாய் இருந்தாள். அவளது முகபாவத்தில் புதியதாய் ஏதோ ஒன்று, அடக்கமும் கூச்சமும் வாய்ந்ததும் அவர் பகைமை கொண்டதாகத் தோன்றி யதுமான ஒன்று இருக்கக் கண்டார். தாம் பீட்டர்ஸ்பர்க்குக்குப் போகப் போவதாய் அவளிடம் ஏற்கெனவே அவர் கூறிய அதே விவாதத்தை அவளிடம் சொன்னார். பிறகு பனோவாலிருந்து தாம் எடுத்து வந்த அந்தப் புகைப்படத்தைக் கொண்ட கவரை அவளிடம் கொடுத்தார்.

"பனோவாவில் இது இருக்கக் கண்டேன். ஒரு பழைய புகைப்படம் உனக்குப் பிடித்தமானதாய் இருக்கலாம். எடுத்துக் கொள்."

கரிய புருவங்களை உயர்த்தி, ஓரப் பார்வை கொண்ட கண்களில் வியப்பு பளிச்சிட அவள் "எதற்காக இது?" என்று வினவும் பாவனையுடன் அவரை உற்றுப் பார்த்துவிட்டு மௌனமாய் அந்தக் கவரை வாங்கித் தனது மார்பங்கியின் மடிப்பினுள் வைத்துக்கொண்டாள்.

"அங்கே உன் அத்தையைச் சந்தித்தேன்" என்றார் நெஹ்லூதவ்.

"அப்படியா? என்றாள் அவள்," அலட்சியமாய்.

"இங்கே நீ நல்லபடியாகத்தானே இருக்கிறாய்?" என்று கேட்டார் நெஹ்லூதவ்.

"ஆம். நல்லபடியாகத்தான் இருக்கிறேன்" என்றாள்.

"கடினமாய் இல்லையே?"

“இல்லை. ஆனால் இன்னும் எனக்குப் பழக்கப்பட வில்லை.”

“நீ இங்கே இருப்பது குறித்து மகிழ்ச்சி கொள்கிறேன். அங்கே இருப்பதைவிட இது எவ்வளவோ நல்லதாயிற்றே.”

“அங்கே என்றால் எங்கே?” என்று கேட்டாள், திரும்பவும் அவளுக்கு முகம் சிவந்தது.

“அங்கே சிறைக்கூடத்தில்” என்று அவசரமாய்ப் பதிலளித் தார் நெஹ்லூதவ்.

“இங்கே ஏன் நல்லாதாயிருக்க வேண்டும்.”

“இங்கே கொஞ்சம் நல்ல மாதிரியான ஆட்களாய் இருப் பார்களென நினைக்கிறேன். அங்கே இருப்போரைப் போன்ற வர்களாய் இருக்க மாட்டார்கள்.”

“நல்லவர்கள் அங்கே பலரும் இருக்கிறார்களே” என்றாள் அவள்.

“மென்ஷோவ்கள் சம்பந்தமாய் நான் முயற்சிகள் எடுத்து வருகிறேன். அவர்கள் விடுதலை செய்யப்பட்டு விடுவார்களென நம்புகிறேன்” என்றார் நெஹ்லூதவ்.

“அவ்வாறே நடைபெற ஆண்டவன் அருள்புரிய வேண்டும். அவ்வளவு தங்கமானவள் அந்தக் கிழவி” என்று கிழவியைப் பற்றிய தனது கருத்தைத் திரும்பவும் சொல்லி இலேசாய் அவள் புன்னகை புரிந்துகொண்டாள்.

“இன்று நான் பீட்டர்ஸ்பர்க்குக்குப் போகிறேன். உனது வழக்கு விரைவில் விசாரணைக்கு வரப்போகிறது. தண்டனை ரத்து செய்யப்படுமென ஆவலுடன் எதிர்பார்க்கிறேன்.”

“ரத்து செய்யப்பட்டால் என்ன, செய்யப்படாவிட்டால் என்ன–இப்போது எல்லாம் ஒன்றுதான் எனக்கு” என்றாள் அவள்.

“இப்பொழுதா? ஏன் அப்படி?”

“அப்படித்தான்” என்று வினவும் முறையில் சட்டென அவர் முகத்தை உற்று நோக்கியவாறு கூறினாள் அவள்.

நெஹ்லூதவ் அவரது தீர்மானத்திலிருந்து மாறாமல் இன்னமும் உறுதியாகத்தான் இருக்கிறாரா, அல்லது அவள் வேண்டாமென நிராகரித்ததை ஏற்றுக்கொண்டு அந்தத் தீர்மானத்திலிருந்து மாறிவிட்டாரா என்று தெரிந்துகொள்ள விரும்பியதையே அவள் கூறிய இந்தச் சொல்லும் அவள் பார்த்த இந்தப் பார்வையும் குறிப்பிட்டன என்பது அவருக்குப் புரிந்தது.

“உனக்கு ஏன் எல்லாம் ஒன்றோ, தெரியவில்லை” என்றார் அவர். “ஆனால் நீ விடுதலையானாலும் சரி, ஆகாவிட்டாலும்

சரி. மெய்யாகவே எனக்கு எல்லாம் ஒன்றுதான். இது எப்படி ஆனாலும் முன்பு நான் சொன்னதைச் செய்ய எப்போதும் தயாராய் இருக்கிறேன்" என்ற வைராக்கியம் தொனிக்கக் கூறினார்.

தலையை அவள் நிமிர்த்தினாள். ஓரப் பார்வை கொண்ட அவளது கருவிழிக் கண்கள் அவருடைய முகத்தையும் அதற்கு அப்பாலும் நோக்கியவாறு குத்திட்டு நின்றன. மகிழ்ச்சியால் அவளுக்கு முகம் மலர்ந்திருந்தது. ஆனால் அவளுடைய கண்கள் கூறியதுக்கு முற்றிலும் மாறான ஒன்றை அவள் வாய் பேசியது.

"அப்படிச் சொல்லக்கூடாது நீங்கள்" என்றாள் அவள்.

"உனக்குத் தெரியும் பொருட்டே சொல்கிறேன்."

"அதைப்பற்றிச் சொல்ல வேண்டியதை எல்லாம் முன்பே சொல்லியாகிவிட்டது. மேலும் சொல்வதற்கு ஒன்றும் இல்லை." என்று அவள் சிரமப்பட்டு புன்சிரிப்பை அடக்கிக்கொண்டு சொன்னாள்.

உள்ளே வார்டிலிருந்து திடுமெனக் குரல்கள் எழுந்தன. குழந்தை அழுவது காதில் விழுந்தது.

"என்னைக் கூப்பிடுகிறார்களென நினைக்கிறேன்" என்று கலக்கத்துடன் அவள் திரும்பிப் பார்த்தாள்.

"சரி, நான் போய் வருகிறேன்" என்றார் அவர்.

அவரது நீட்டிய கரத்தைக் கவனியாதவளைப்போல் கை குலுக்காமலேயே அவரிடமிருந்து திரும்பி அவள் தனது உள்ளப் பூரிப்பை வெளியே தெரியாமல் மறைக்க முயன்றபடி நடைவழி ஜமுக்காளத்தின் மேல் வேகமாய் நடந்தாள்.

"அவளுள் நடைபெறுவது என்ன? என்ன நினைக்கிறாள்? உள்ளத்து உணர்ச்சி எப்படி இருக்கிறது? என்னைச் சோதிக்க விரும்புகிறாளா? அல்லது மெய்யாகவே அவளால் என்னை மன்னிக்க முடியவில்லையா? உள்ளுக்குள் நினைப்பதையும் உணர்வதையும் வெளியே சொல்ல முடியவில்லையா. அல்லது விருப்பமில்லையா? கோபம் தணிந்துவிட்டதா, அல்லது கடுமை யாகியுள்ளதா?" என்று நெஹ்லூதவ் தம்மைத் தாமே கேட்டுக் கொண்டார். ஆனால் அவரால் பதிலளிக்க முடியவில்லை. அவள் முன்பு போல் இல்லை. மாறிவிட்டாள். அவளது ஆன்மாவினுள் முக்கியமான மாற்றம் ஏற்பட்டு வந்தது என்பது மட்டும் அவருக்குத் தெளிவாகவே தெரிந்தது. இந்த மாற்றம் தம்மை அவளோடு மட்டுமின்றி யாருடைய அருளால் இம்மாற்றம் ஏற்பட்டு வந்ததோ அந்த ஆண்டவனோடும் ஒருசேர இணைத்தது என்பதும் அவருக்குப் புரிந்தது. இந்த இணைப்பு அவரை ஆனந்தப் பரவசமடையச் செய்தது. அவர் உள்ளத்தை நெக்குருக வைத்தது.

மாஸ்லவா அவளது வார்டுக்குத் திரும்பி வந்தாள். எட்டு சிறிய கட்டில்கள் அங்கே இருந்தன. தாதியின் கட்டளைக்குக் கீழ்ப்படிந்து, அவள் இந்தக் கட்டில்களில் ஒன்றில் படுக்கையைச் சரிசெய்ய முற்பட்டாள். அதன் விரிப்பை விரித்துப் போடு கையில் அதனுடன் சேர்ந்து அளவு மீறிக் குனிந்ததும் வழுக்கிக் கொண்டு அவள் விழப் போனாள்.

நலமடைந்து வந்த சிறுவன் ஒருவன், கழுத்தில் கட்டுப் போடப்பட்டவன், அவள் வழுக்கி விழப் போனதைப் பார்த்ததும் சிரித்தான். அதற்கு மேல் மாஸ்லவாவால் தன்னைக் கட்டுப் படுத்திக்கொள்ள முடியவில்லை, கட்டிலில் சாய்ந்தபடி, வாய் விட்டுப் பலக்க அவளும் சிரித்தாள். சுற்றிலும் தொற்றிப் பரவும் படியான அவளது அந்தச் சிரிப்பைத் தொடர்ந்து மற்றும் சில குழந்தைகளும் அவளுடன் சேர்ந்து சிரித்தனர். உடனே தாதி அவளைக் கடிந்து கொண்டாள்.

"என்ன சிரிப்பு வேண்டியிருக்கு? முன்பு இருந்தாயே அங்கே இருப்பதாக நினைத்தா இப்படிச் சிரிக்கிறே? போய்ச் சாப்பாட்டை எடுத்து வா."

மாஸ்லவா மௌனமாகிவிட்டாள். பாத்திரத்தை எடுத்துக் கொண்டு, போகச் சொன்ன இடத்துக்குப் புறப்பட்டாள். ஆனால் கழுத்தில் கட்டுப் போடப்பட்டுச் சிரிக்கக் கூடாத நிலையிலிருந்த அந்தச் சிறுவன் திரும்பவும் அவள் கண்ணில் படவே, சிரிப்பை அடக்க முடியாமல் உள்ளுக்குள் கிளுகிளுத்துக் கொண்டாள்.

பிறகு அன்று அவள் தனியே இருக்க நேர்ந்தபோதெல்லாம் கவரிலிருந்து அந்தப் புகைப்படத்தைச் சிறிதளவுக்கு வெளியே இழுத்து, திரும்பத் திரும்ப அதைப் பார்த்து மகிழ்ந்து கொண்டாள். அந்திப் பொழுதாகி வேலை நேரம் முடிந்து, தாதி ஒருத்தியுடன் அவள் தங்கியிருந்த அறையில் தனியே விடப்பட்ட பிறகு, அவள் அதை முழு அளவுக்குக் கவரிலிருந்து வெளியே எடுத்து வைத்துக் கொண்டு அசங்காமல் நெடுநேரம் அதைப் பார்வையிட்டாள். ஒரு விவரம் பாக்கி இல்லாமல் அந்த முகங்களையும், ஆடைகளையும் முன் மாடத்துப் படிகளையும், அவளுடையதும் அவருடையதும் அவர் அத்தைகளுடையதுமான அம்முகங்களுக்குப் பின்னணியாய் அமைந்த மலர்ப்புதர்களையும் அவள் கண்கள் ஆசையாய் மெல்ல வருடிச் சென்றன. மங்கிப்போய் மஞ்சளாகிவிட்ட அந்தப் புகைப்படத்தைப் பார்த்துப் பார்த்து அவள் பரவசப்பட்டுக் கொண்டாள். யாவற்றிலும் முக்கியமாக அவள் தனது உருவையும் சுருட்டை முடித் தோரணம் கட்டிய நெற்றியோடு இளமையும் இனிமையும் வாய்ந்ததாய் இருந்த தனது எழில் முகத்தையும் கண்டு களிப்புறாமல் இருக்க

முடியவில்லை. மெய் மறந்தவளாய் இப்படி அந்தப் படத்தைப் பார்த்துக்கொண்டிருந்தபோது அறைக்குள் அவளது சக ஊழியையான தாதி வந்ததை அவள் கவனிக்கவில்லை.

"இது ஏது? அவரா தந்தார்?" என்று அந்தப் படத்தின் மீது குனிந்துகொண்டு கேட்டாள். பருத்தவளான அந்த இனிய சுபாவம் கொண்ட தாதி. "யார் இது–நீயா?"

"ஆமாம். வேறு யார்?" என்று புன்னகை புரிந்தபடித் தனது தோழியின் முகத்தை நோக்கினாள் மாஸ்லவா.

"இது யார்? அவரேதானா? அவர் தாயா இது?"

"தாயல்ல, அத்தை, நான்தானென அடையாளமே தெரிய வில்லை இல்லையா?"

"கொஞ்சங்கூடத் தெரியவில்லையே. அடியோடு வேறொரு முகமாய் அல்லவா இருக்கிறது? பத்தாண்டுக்கு முந்தியதாகத் தெரிகிறதே!"

"பத்தாண்டா? ஒரு முழு ஆயுளுக்கே முந்தியது" என்றாள் மாஸ்லவா. திடுமென அவளது உற்சாகம் மறைந்து போயிற்று. முகம் வாடிவிட்டது. புருவங்களுக்கு இடையில் நெற்றியில் சுருக்கங்கள் விழுந்தன.

"அது எப்படி? வாழ்க்கை உனக்கு அங்கே சுலபமாகத் தானே இருந்திருக்கும்."

"ஆமாம். சுலபமாகத்தான் இருந்தது" என்று திருப்பிச் சொன்ன மாஸ்லவா கண்களை மூடிக்கொண்டு தலையை அசைத்தாள். "சைபீரியக் கடுங்காவல் தண்டனையிலும் கேடானது."

"அது ஏன் அப்படி?"

"அப்படித்தான்? மாலை எட்டு மணியிலிருந்து காலை நான்கு மணி வரை–நாள் தவறாமல்!"

"அப்படியானால் ஏன் விட்டொழிக்காமல் இருக்கிறார்கள்?"

"விட்டொழிக்கவே விரும்புகிறார்கள். வழிதான் இல்லை. பேசிப் பயன் இல்லை!" என்று சொல்லி மாஸ்லவா வெடுக்கென எழுந்து மேசையின் இழுப்பறைக்குள் புகைப்படத்தை எறிந்தாள். ஆத்திரக் கண்ணீரைச் சிரமப்பட்டு அடக்கிக்கொண்டு அறைக் கதவைத் தடாரென அடித்து மூடியவாறு வெளியே நடை வழிக்கு ஓடினாள்.

அந்தப் புகைப்படத்தைப் பார்த்துக்கொண்டு உட்கார்ந் திருந்தபோது அவள், அந்தப் படத்தில் காட்டப்பட்டிருந்த அதே நிலையில் இன்னமும் தான் இருப்பதாகக் கற்பனை செய்து பார்த்தாள்; அந்தக் காலத்தில் வாழ்க்கை எவ்வளவு

இன்பகரமாய் இருந்ததென்றும் இப்போது மறுபடியும் அவருடன் இன்பமாய் வாழ முடியாதா என்றும் நினைத்துக் கனவுகள் கண்டாள். அவளது தோழியான அந்தத் தாதி கூறிய சொற்கள் அவளுக்குத் தனது தற்போதைய நிலையையும் அங்கே விடுதியில் தான் நடத்திய வாழ்க்கையையும் நினைவுபடுத்தின– அந்த வாழ்க்கையின் பயங்கரங்கள் யாவற்றையும், இதுகாறும் தெளிவற்றனவாய் அவள் உணர்வில் புதைந்து கிடந்தவையும் உணர்ந்துகொள்ளத் துணியாமல் அவள் ஒதுக்கி வைத்திருந்த வையுமான அவை யாவற்றையும் நினைவுக்குக் கொண்டுவந்தன.

அந்தப் பயங்கர இரவுகள் இப்போதுதான் அப்படியே உயிர்ப்புடன் அவள் கண்ணெதிரே தெரியலாயின. முக்கியமாய் மாறுவேட நடன விருந்து நடைபெற்ற ஓர் இரவு அவள் நினைவுக்கு வந்தது–பணம் தந்து அங்கிருந்து அவளை விடுவிப்ப தாய் வாக்களித்திருந்த மாணவனை எதிர்பார்த்து அவள் காத்திருந்த இரவு அது. தோள்கள் தெரியும்படி தணிந்தமைந்த அவளது பட்டாடையில் ஒயின் தெறித்துச் சிவப்பாய்க் கறை பட்டிருந்தது. கலைந்த தலைமுடியில் சிவப்பு ரிப்பன் சூடியிருந் தாள். களைத்துப்போய்ப் பலமெல்லாம் இழந்து, குடிமயக்கம் கொண்ட நிலையில் இரவு சுமார் இரண்டு மணிக்கு விருந்தினர் களை வழியனுப்பி வைத்த அவள், வயலினுக்குப் பின்னிசை யாய்ப் பியானோ வாசித்தவளான பொட்டு விழுந்த முகமுடைய ஒல்லியான ஒருத்தியின் பக்கத்தில், நடனம் நின்றிருந்த அந்த நேரத்தில் வந்தமர்ந்து, மெத்தக் கடினமான தனது வாழ்க்கை யைப் பற்றி அவளிடம் முறையிட்டு வருத்தப்பட்டுக் கொண் டாள். பியானோ வாசிப்பவளும் உடனே தனது நிலையும் சகிக்கவொண்ணாததாய் இருப்பதாகவும் இதை மாற்றிக்கொள்ள விரும்புவதாகவும் சொன்னாள். அப்போது கிளாராவும் அவர் களிடம் வந்து சேரவே, மூவருமாய் அந்த வாழ்க்கையை விட் டொழிப்பதென உடனே தீர்மானம் செய்துகொண்டனர்–இந்த விவரங்கள் எல்லாம் மாஸ்லவாவுக்கு நினைவு வந்தன. அன்றைய இரவு அதோடு முடிவடைந்ததாக நினைத்த அவர்கள் அங்கிருந்து செல்வதற்காக எழுந்தார்கள். ஆனால் அப்போது திடுமென முன்னறையிலிருந்து குடிமயக்கம் கொண்ட விருந்தினர்களது குரலொலி கேட்டது. வயலின்காரர் இசைக்க ஆரம்பித்தார். பியானோவில் பின்னிசை வாசித்தவள் மிகவும் குதூகலமான ருஷ்யப் பாடலின் மெட்டுக்கு இசைவான நால்வர் நாட்டிய இசையின் முதல் கற்றைப் பியானோவில் தட்டியெழுப்ப முற்பட்டாள். சுற்றுருவத்தினரான ஒருவர், வெள்ளை டையும் கவை வால் கோட்டும் அணிந்தவர்

(முதல் சுற்று முடிந்ததும் கோட்டைக் கழற்றியெறிந்துவிட்டார்) மேலெங்கும் சாராய வீச்சம் வீச வியர்த்துப்போய் எப்படி அவளிடம் வந்து விக்கியவாறு அவளைப் பிடித்துக்கொண்டார் என்பதும்; அதேபோது இன்னொருவர், தாடி வைத்திருந்த பருத்த மனிதர், முன்னவரைப் போலவே கவை வால் கோட்டு அணிந்தவர் *(இருவரும் எங்கோ நடன விருந்துக்குப் போய்விட்டு வந்தவர்களாகவே இருக்கவேண்டும்)* எப்படிக் கிளாராவைப் பிடித்துக் கொண்டார் என்பதும்; எப்படி நெடுநேரம் சுற்றிச் சுழன்று ஆடினர், கூச்சலிட்டனர், குடித்தனர்... என்பதும் அவள் நினைவுக்கு வந்தன. இப்படியே ஒன்று, இரண்டு, மூன்றென ஆண்டுகள் கழிந்து சென்றன. அவள் மாற்றமுறாமல் இருப்பது சாத்தியமல்லவே! யாவற்றுக்கும் அவர்தானே காரணம்!

அவர் மீது முன்பு அவளுக்கு இருந்த ஆத்திரம் எல்லாம் திடீரெனத் திரும்பவும் அவளுள் பொங்கியெழுந்தது. அவரை வாயில் வந்தபடித் திட்டி நிந்தனை செய்ய வேண்டுமென விரும்பினாள். வாய்ப்பைத் தவற விட்டுவிட்டோமே என்று அவள் வருத்தப்பட்டுக் கொண்டாள், அவரைத் தனக்குத் தெரியும். அவருக்குத் தான் பணியப் போவதில்லை. முன்பு அவர் உடல் வழியில் தன்னைப் பயன்படுத்திக் கொண்டது போல இப் பொழுது ஆன்மிக வழியில் தன்னைப் பயன்படுத்திக் கொள்ள அனுமதிக்கப் போவதில்லை. அவரது ஆன்மிக உயர்வுக்காகத் தன்னை அவர் ஒரு சாதனமாக உபயோகித்துக் கொள்ள அனு மதிக்கப் போவதில்லையெனத் திரும்பவும் ஒருதரம் அவரிடம் சொல்வதற்கு இன்று கிடைத்த வாய்ப்பைத் தவறவிட்டு விட்டோமே என்று வருத்தப்பட்டுக் கொண்டாள். தன்மீதே அவளுக்கு உண்டான அந்தப் பரிதாபமான அங்கலாய்ப்பையும், அவர் மீது அவளுள் பொங்கிய அந்தப் பயனற்ற ஆத்திரத் தையும் மூழ்கடிக்கும் பொருட்டு அவள் குடிக்க விரும்பினாள். சிறைக்கூடத்தில் இருந்திருந்தால் நிச்சயம் அவள் தனது வாக்குறு தியை மீறிச் சென்று மதுவருந்தியிருப்பாள். ஆனால் இங்கே, மருத்துவ உதவியாளரிடம் கேட்டு வாங்கினால் அன்றி அவளுக்கு மது கிடையாது. இந்த மருத்துவ உதவியாளர் எப்போதுமே அவள் மீது ஒரு கண் வைத்திருந்தவர். அவரிடம் போய்க் கேட்க அவள் அஞ்சினாள். அவளுக்கு ஆண்களுடனான உறவு நினைக்கவே அருவருப்பாய் இருந்தது. நடையிலே பலகையில் கொஞ்ச நேரம் உட்கார்ந்திருந்தபின் அவள் தனது சிறிய அறைக்குத் திரும்பி வந்தாள்; தனது தோழியின் கேள்விகளுக்குப் பதிலளிக் காமலே, பாழ்பட்டுப்போன தனது வாழ்க்கையை நினைத்து நெடுநேரம் கண்ணீர் வடித்தாள்.

14

பீட்டர்ஸ்பர்கில் நெஹ்லூதவிற்கு மூன்று வேலைகள் இருந்தன: மேலவையில் மாஸ்லவாவின் மேல் விசாரணை மனு; மனு ஆணைக் குழுவில் ஃபெதோசியா பிரியுக்கோவாவின் வழக்கு; வேரா பொகதூஹவ்ஸ்கயாவின் வேண்டுகோள்களுக்கு இணங்க, ஷூஸ்தவாவின் விடுதலைக்காகவும் கோட்டைச் சிறையில் அடைக்கப்பட்டிருந்த மகனைச் சந்திப்பதற்குத் தாய்க்கு அனுமதி கிடைப்பதற்காகவும் அரசியல் போலீசாரின் அலுவலகம் அல்லது மூன்றாவது இலாகாவில் செய்தாக வேண்டிய வேலைகள், வேரா பொகதூஹவ்ஸ்கயா அவருக்கு எழுதியிருந்த இவ்விரு வேண்டுகோள்களையும் நெஹ்லூதவ் ஒரே விவகாரமாகக் கருதி மூன்றாவது வேலையாகக் கணக்கிட்டிருந்தார்.

இவை தவிர சமய உட்குழுவினரைப் பற்றியதான நான்காவது வேலை ஒன்றும் இருந்தது. இவர்கள் விவிலியச் சுவிசேஷங்களைப் படித்தும் விவாதித்தும் வந்தார்கள் என்பதற் காகத் தம் குடும்பத்தாரிடமிருந்து பிரிக்கப்பட்டுத் தண்டனைக் கைதிகளாகக் காக்கசஸுக்குக் கடத்தப்பட்டவர்கள். இவர் களுக்காக மட்டுமின்றி இன்னும் அதிகமாகத் தமக்காக வேண்டி யும் இந்த விவகாரம் தீர்க்கப்பட்டுத் தெளிவு ஏற்படுவதற்காகத் தம்மால் இயன்றது அனைத்தும் செய்வதாக நெஹ்லூதவ் வாக்களித்திருந்தார்.

கடந்த முறை அவர் மாஸ்லினிக்கிவிடம் சென்றிருந்தது முதலாய், இன்னும் முக்கியமாய்க் கிராமத்துக்குப் போய் வந்தது முதலாய், முடிவாய் அவர் தீர்மானத்துக்கு வந்துவிடவில்லை என்றாலும், இதுகாறும் அவர் வாழ்ந்து வந்திருந்த சமூக வட்டாரம் இப்போது அவருக்கு அருவருக்கத் தக்கதாகி விட்டதை அவரது உள்ளம் அனைத்தும் அவருக்கு உணர்த்தியது. இந்த வட்டாரம் ஒரு சிறு தொகையினரது வசதிக்காகவும் சுகத்துக்காகவும் கோடானு கோடியான மக்கள் படும் துன்பத்தையும் துயரத் தையும் அரும்பாடுபட்டு மூடி மறைத்து இவ்வட்டாரத்தைச் சேர்ந்தோர் இந்தத் துன்பத்தையும் துயரத்தையும், ஆகவே தமது சொந்த வாழ்க்கையின் கொடூரத்தையும் அதர்மத்தையும் கண்டு கொள்ளாதவாறும் கண்டுகொள்ள முடியாதவாறும் செய்வதை அவர் உணர்ந்து வந்தார். நெஹ்லூதவால் அசூயை கொள் ளாமல், தம்மைத் தாமே நிந்தனை செய்துகொள்ளாமல் இப்போது இந்த வட்டாரத்தினருடன் உறவாட முடியவில்லை. ஆயினும்

அவரது பழக்க வழக்கங்களும், கடந்தகால வாழ்க்கையும், உற்றார் உறவினர் நண்பர்களுடனான பந்தங்களும் அவரை இந்த வட்டாரத்தினரிடம் இழுத்துச் சென்றன. யாவற்றையும் விட முக்கியமாய், மாஸ்லவாவுக்கும் துன்புறும் ஏனையோருக்கும் அவர் துணைபுரிய விரும்பியதால். இப்படித் துணை புரிவதே இப்போது தமக்குரிய ஒரே பணியெனக் கொண்டிருந்ததால் இப்பணியை முன்னிட்டு இந்த வட்டாரத்தினரை அவர் அணுக வேண்டியிருந்தது. அவரால் மதிக்கத்தக்கோராக கருதப்படாத வர்கள் என்பது மட்டுமின்றி, அடிக்கடி அவரது ஆத்திரத்துக்கும் வெறுப்புக்கும் உரியோராகி வந்த இந்த வட்டாரத்தினரது உதவியையும் சேவையையும் அவர் நாடிச் செல்வது இப்பணிக்கு அவசியமாயிருந்தது.

பீட்டர்ஸ்பர்கில் நெஹ்லூதவ் அவரது சிறிய தாயாரும் முன்னாள் அமைச்சர் ஒருவரது மனைவியுமான கோமகள் சார்ஸ்கயாவின் வீட்டில் தங்கினார். தமக்கு முற்றிலும் அந்நியமாகிவிட்ட பிரபுக் குல வட்டாரத்தின் நடு மையத்தில் இருக்கிறோம் என்பது அந்த வீட்டில் வந்திறங்கியதுமே, அவருக்குத் தெரிந்தது. இது அவருக்கு மிகவும் கசப்பாகவே இருந்தது. ஆனால் இதைச் சகித்துக் கொள்வதைத் தவிர அவருக்கு வேறு வழி ஏதும் இல்லை. சின்னம்மா வீட்டில் தங்காமல் ஓட்டலில் தங்குவதெனில், அது சின்னம்மாவின் மனத்தைப் புண்படுத்துவதாகிவிடும். அதோடு இந்தச் சின்னம்மாவுக்கு பெரிய இடத்துத் தொடர்புகள் அதிகம் உண்டு. நெஹ்லூதவ் விரும்பிய வேலைகளுக்கு இந்தத் தொடர்புகள் பெரிதும் பயன்படக் கூடியவை.

"உன்னைப் பற்றி என்னவெல்லாமோ கேள்விப்பட்டேனே. மெய்தானா அவை? வியக்கத்தக்கனவாய் ஏதேதோ சொன் னார்களே" என்று கூறினார். அங்கே வந்திறங்கியதும் அவருக்குக் காப்பி கொடுத்து உபசரித்த கோமகள் கத்தரீனா இவானவ்னா சார்ஸ்கயா. 'ஹோவர்டு போல பாவனை காட்டுகிறாயே! குற்றவாளிகளுக்கு உதவுகிறாயாம். சிறைக்கூடங்களுக்குச் சென்று சுற்றிப் பார்க்கிறாயாம். குறைகளைச் சரி செய்கிறாயாம்."

"இல்லை. அதெல்லாம் ஒன்றும் இல்லை."

"செய்தால் என்னவாம்? நல்ல காரியங்கள்தானே. ஆனால் அதில் ஏதோ காதற்காவியம் இருக்கிறதாமே. அதைச் சொல்லு எனக்கு."

மாஸ்லவாவுடன் தமக்கிருந்த உறவுகளின் முழு விவரத்தை யும் – நடந்ததை நடந்தபடி–நெஹ்லூதவ் அவரிடம் சொன்னார்.

"ஆமாம். இரக்கத்துக்குரிய உன் தாய் ஏலென் அதுபற்றி என்னிடம் சொன்னது நினைவிருக்கிறது. அப்போது நீ உனது

கிழட்டு அத்தைகளின் வீட்டில் தங்கியிருந்தாய். உனக்கு அவர்கள் தமது வளர்ப்புப் பெண்ணை மணம் முடித்து வைக்க விரும்பியதாகச் சொல்லப்பட்டு வந்தது" (நெஹ்லூதவின் தந்தை வீட்டு அத்தையர்களிடம் கோமகள் கத்தரீனா இவானவ்னாவுக்கு எப்போதுமே இளக்காரம்தான்). "அவள்தானா இவள்? இன்னும் அவள் கண்ணுக்கு இனியவளாகத்தான் இருக்கிறாளா?"

சின்னம்மா கத்தரீனா இவானவ்னாவுக்கு வயது அறுபது. ஆரோக்கியமாகவும், குதூகலமாகவும் விறுவிறுப்பாகவும் இருந்தார். அலுக்காமல் பேசக் கூடியவர். நல்ல பருமனுடன் நெடிது உயர்ந்து வாட்டசாட்டமாய் இருந்தார். மேல் உதட்டில் தெளிவாகவே தெரியும்படிக் கரிய மீசை அரும்பு கட்டியிருந்தது. அவரிடம் நெஹ்லூதவ் தனிப் பிரியம் கொண்டிருந்தார். சிறு பிள்ளையாக இருந்தபோதே நெஹ்லூதவ் அவரது துடிப்பாலும் குதூகலத்தாலும் கவரப்படுவது வழக்கம்.

"இல்லை சின்னம்மா அதெல்லாம் முடிந்துபோன கதை. அவள் குற்றமற்றவள். குற்றவாளியாகத் தண்டிக்கப்பட்டிருக் கிறாள் என்பதால் அவளுக்கு உதவ விரும்புகிறேன், அவ்வளவு தான். இதற்கெல்லாம் நானேதான் காரணம். அவள் கதி இப்படி ஆனதற்கு நானேதான் காரணம். அவளுக்காக அனைத்தும் செய்வது என் கடமையாகுமெனக் கருதுகிறேன்."

"ஆனால் அவளை நீ மணந்து கொள்ள விரும்பியதாகச் சொன்னார்களே. மெய்தானா?"

"ஆமாம். நான் விரும்பினேன். ஆனால் அவள் விரும்ப வில்லை."

கத்தரீனா இவானவ்னாவின் புருவங்கள் மேலே எழுந்தன, கண்கள் கீழே கவிந்தன. வாய் பேசாமல் வியப்புடன் அவர் தமது மருமகனை உற்று நோக்கினார். பிறகு திடுமென அவரது முகபாவம் மாறியது. மகிழ்கிறவராகத் தோன்றியவாறு சொன்னார்:

"உன்னைவிட அவள் புத்திசாலிதான். அடேயப்பா, நீ சரியான அசடாய் இருக்கிறாயே! அவளை மணந்து கொண்டி ருப்பாய் என்றா சொல்கிறாய்?"

"நிச்சயம் மணந்துகொண்டுதான் இருப்பேன்."

"அவள் அப்படி எல்லாம் இருந்த பிறகுங்கூடவா?"

"என்னை அது மேலும் உறுதிகொள்ளவே செய்கிறது. ஏனெனில் நான்தானே அதற்கெல்லாம் காரணம்."

"பித்துக்குளியாய் இருக்கிறாய், அப்பா" – புன்சிரிப்பை அடக்கிக்கொண்டு சொன்னார் சின்னம்மா. "சரியான பித்துக்குளி! உன் மேல் எனக்கு ஏன் இவ்வளவு ஆசை என்றால்,

நீ சரியான பித்துக்குளி" என்று திரும்பவும் சொன்னார். அவருக்கு அது ரொம்பப் பிடித்த சொல் என்பது நன்றாகவே தெரிந்தது–அவரது மருமகனுடைய ஒழுக்கசீலத்தை அப்படியே அது படம்பிடித்துக் காட்டியதாய் நினைத்தார் போலும். "தக்க தருணத்தில்தான் எல்லாம் நடந்திருக்கிறது தெரியுமா?" என்று தொடர்ந்து கூறிச் சென்றார். "அலைன் நடத்தி வரும் மறுவாழ்வு இல்லம் ஒன்று இங்கே இருக்கிறது – மக்தலேனா இல்லம். நான் ஒரு தரம் போய்ப் பார்த்தேன். அவர்களைப் பார்க்கச் சகிக்கவில்லை. பிறகு சோப்புப் போட்டு மேலெல்லாம் கழுவிக் கொண்டேன். ஆனால் அலைன் இந்தப் பணிக்கு உடலும் ஆவியும் அர்ப்பணித்துப் பாடுபடுகிறாள். ஆகவே இங்கே கொண்டுவந்து சேர்ப்போம். அவளை–உன்னுடையவளைச் சொல்கிறேன். அவளை யாராவது சரிசெய்ய முடியுமானால் அது அலைன்தான்."

"ஆனால் அவள் சைபீரியக் கடுங்காவல் தண்டனை அல்லவா விதிக்கப்பட்டிருக்கிறாள். இந்தத் தீர்ப்பு மேல் விசாரணை செய்யப்பட வேண்டுமெனக் கேட்டு, அதற்காக முயற்சி செய்வதற்காகத்தானே நான் இங்கே வந்திருக்கிறேன். உங்களால் எனக்கு ஆக வேண்டிய காரியங்களில் முதலாவ தாகும் இது."

"அப்படியா சேதி! இந்த மேல் விசாரணை எங்கே நடந்தாக வேண்டும்?"

"மேலவையில்."

"மேலவையிலா? ஆமாம். எனது ஒன்றுவிட்ட சகோதரன்– எனது அருமை லேவ் – மேலவையைச் சேர்ந்தவன்தான் –ஆனால் அவன் இருப்பது அந்த அசட்டுப் பிரிவு– குலமரபுப் படிநிலைப் பிரிவு என்ன செய்யலாம்? மெய்யான மேலவையினரில் எனக்கு யாரையுமே தெரியாது. அவர்கள் எல்லாம் யாரோ–ஆண்ட வனுக்குத்தான் தெரியும். ஜெர்மானியர்களாய் இருப்பார்கள்; கே, ஃபே, டே-அகர வரிசையில் எல்லா எழுத்துக்களும் இல்லையேல் பலவிதமான இவனோவ்கள், செமியோனவ்கள், நிக்கித்தின்கள், அல்லது இவனேன்கோக்கள், சிமோனேன்கோக்கள், நிக்கித்தேன் கோக்கள், இப்படிப் பல ரகங்கள். வேறொரு உலகைச் சேர்ந்த ஆட்கள், சரி இருக்கட்டும், என் கணவரிடம் சொல்கிறேன். இவர்களை எல்லாம் தெரிந்தவர் அவர். நான் அவரிடம் சொல்கிறேன். ஆனால் நீதான் விளக்கமாய் அவரிடம் கூற வேண்டும் – நான் சொல்வதை அவர் புரிந்து கொள்வதே இல்லை. நான் என்னதான் சொல்லட்டுமே–ஒன்றுமே

புரியவில்லை என்கிறார் அவர். இது அவரது மாறாத முடிவு. எல்லார்க்கும் புரிகிறது, இவருக்கு மட்டும் புரிவதே இல்லை."

முழுக் காலுறை அணிந்த பணியாள் ஒருவன் அந்த நேரத்தில் வெள்ளித் தட்டிலே ஒரு கடிதம் கொண்டு வந்தான்.

"இதோ பார். அலைனிடமிருந்து வந்திருக்கிறது. கிசெவெட்டரின் பேச்சை நீ அவசியம் கேட்க வேண்டும்."

"யார் அது – கிசெவெட்டர்?"

"இன்று மாலை வந்து பார். யார் என்று தெரிந்து கொள்வாய். திருத்த முடியாத கடுமனம் கொண்ட குற்றவாளிகளும் கூட மண்டியிட்டு அமர்ந்து உள்ளம் உருகிக் கண்ணீர் வடிக்கும்படியான முறையில் பேசுகிறவர் அவர்."

கோமகள் கத்தரீனா இவானவ்னா–எவ்வளவுதான் அது விபரீதமாகத் தோன்றினாலும் எவ்வளவுதான் கோமகளது இயல்புக்கு ஒவ்வாததாய் இருப்பினும் பாவமன்னிப்பிலான நம்பிக்கையிலேதான் கிறிஸ்தவத்தின் சாரப்பொருள் அடங்கியுள்ளது என்கிற போதனையை ஆர்வமோடு ஆதரித்து வந்தார். அப்போது மோஸ்தராய் இருந்த இந்தப் போதனை உபதேசிக்கப்பட்ட உபநியாசக் கூட்டங்களுக்கு அவர் போய் வந்தார்; நம்பிக்கை கொண்டோர் தமது வீட்டில் கூடுவதற்கும் ஏற்பாடு செய்தார். இந்தப் போதனை எல்லாச் சடங்குகளிலும் திருவுருவ ஆராதனைகளையும் திருச்சின்னச் சம்பிரதாயங்களையும் நிராகரித்தது என்றபோதிலும், கோமகள் கத்தரீனா இவானவ்னா ஒவ்வொரு அறையிலும் தேவத்திருவுருவங்களை வைத்திருந்தார். அவரது படுக்கைக்கு மேலுங்கூட ஒன்றை மாட்டியிருந்தார். சமயச்சபை விதித்திருந்த எல்லா விதிமுறைகளையும் அனுஷ்டித்து வந்தார். தமது நடத்தையில் எந்த முரண்பாடும் இருப்பதாக நினைக்கவில்லை.

"உன்னுடைய மக்தலேனா இவரது உபநியாசத்தைக் கேட்பாளானால், அடியோடு மாற்றமடைந்து விடுவாள்." என்றார் கோமகள். "இன்று மாலை அவசியம் நீ வீட்டில் இருக்க வேண்டும். எப்படிப் பேசுகிறார். கேட்டுப் பார், அதிசய மனிதர் அவர்."

"எனக்கு இதில் நாட்டமில்லை சின்னம்மா."

"நான் சொல்கிறேன். சுவையாய் இருக்கும். கேட்டுப் பாரேன். தவறாமல் மாலையில் வீட்டுக்கு வந்துவிடு. சரி, என்னிடம் உனக்கு ஆக வேண்டியது வேறு என்ன? யாவற்றையும் சொல்லு.

"கோட்டைச் சிறையில் ஆக வேண்டிய காரியம் ஒன்று இருக்கிறது."

"கோட்டைச் சிறையிலா? அங்கே ஆக வேண்டியதற்குக் கோமான் கிரீக்ஸ்முத்துக்குக் கடிதம் எழுதித் தருகிறேன்.

அவரிடம் யாவற்றையும் சொல்லு. அவர் மிகவும் செல்வாக்குப் பெற்றவர். ஆமாம் அவர் உனக்குத் தெரிந்தவர் தானே. உன் தந்தையின் தோழர் ஆயிற்றே. ஆவியுலகில் அவர் ஈடுபாடு உடையவர் அதனால் பாதகமில்லை. ஆள் ரொம்ப நல்ல மாதிரி. அங்கே உனக்கு ஆக வேண்டியது என்ன?"

"ஒரு தாய் அங்கே கைதியாக இருக்கும் தன் மகனைப் போய்ப் பார்ப்பதற்கு அனுமதி வாங்க வேண்டும். ஆனால் இது கிரீக்ஸ்முத்தின் கையில் இல்லை. செர்வியான்ஸ்கியைப் பொறுத்ததாகும் என்று சொன்னார்கள்."

"இந்தச் செர்வியான்ஸ்கி எனக்குப் பிடிக்காத ஆள். ஆனால் மரீயட்டாவின் கணவர்தானே அவர்–அவளிடம் சொன்னோமானால் காரியம் நடந்து விடும். எனக்கு அவள் இதைச் செய்வாள் அவள் ரொம்ப அருமையானவள்.

"இன்னொரு காரியம். ஒரு பெண்ணைப் பற்றியது. கோட்டைச் சிறையிலே சில மாதங்களுக்கு முன்பு அடைக்கப் பட்டாள். ஏனென்று அவளுக்கே தெரியாது. இன்னமும் அங்கே தான் இருந்து வருகிறாள்."

"அதெல்லாம் இல்லை. அவளுக்குத் தெரிந்துதான் இருக்கும். சந்தேகமே வேண்டாம். இவர்கள் எல்லாரும் நன்றாகத் தெரிந்தவர்கள்தான். இந்தக் கிராப்புத் தலைப் பெண்களுக்கு நல்லா வேண்டும்."

"வேண்டுமோ, இல்லையோ எனக்குத் தெரியாது. ஆனால் இவர்கள் அங்கே துன்புறுகிறார்கள். நீங்கள் கிறிஸ்தவர். திருமறையின் போதனைகளில் நம்பிக்கை கொண்டவர். ஆயினும் இப்படி இரக்கமற்றவராய் இருக்கிறீர்களே."

"இதற்கும் அதற்கும் எந்தச் சம்பந்தமும் இல்லை. திருமறைகள் திருமறைகள்தான். விரும்பத்தகாதது, விரும்பத்தகாததுதான். சூனியவாதிகளை அதுவும் கிராப்புத் தலைப் பெண்களாகிய சூனியவாதிகளை என்னால் சகிக்கவே முடியாது என்னும் போது, இவர்களை நான் நேசிப்பதாகப் பாசாங்கு செய்வது இன்னுங்கூட மோசமான செயலாய் அல்லவா இருக்கும்?"

"உங்களுக்கு இவர்கள் ஏன் சகிக்க முடியாதவர்களாய் இருக்க வேண்டும்?"

"மார்ச் முதல் நாளுக்குப்* பிற்பாடு இப்படி ஒரு கேள்வி கேட்கிறாயே நீ."

---

* *மார்ச் முதல்நாள் — தனிநபர் பயங்கரவாத முறைகளைக் கையாண்ட "நரோத்னயா வோல்யா ("மக்கள் சித்தம்") நிறுவனத்தினர் 1881 மார்ச் முதல் நாளன்று (புதிய முறைப்படி மார்ச் 13இல்) ஜார் பேரரசன் இரண்டாம் அலெக்சாண்டரைக் கொன்றனர்.*

“இவர்கள் எல்லாரும் மார்ச் முதல் நாள் நிகழ்ச்சியில் பங்கு கொண்டு விடவில்லையே.”

“அதனால் என்ன? எல்லாம் ஒன்றுதான். நமக்கு உரிய தல்லாத வேலையில் இவர்கள் ஏன் தலையிடுகிறார்கள்? இதெல் லாம் பெண்களுக்கு உரிய வேலையல்ல.”

“ஆனால் மரீயட்டா மட்டும் எல்லா வேலைகளிலும் ஈடுபடலாமென நினைக்கிறீர்கள்.”

“மரீயட்டாவா? எல்லாரும் மரீயட்டா ஆகிவிட முடியாது. இவர்கள் எல்லாம் எப்படிப்பட்டவர்கள்? பகவானுக்குத்தான் வெளிச்சம். ஹல்தியூப்கினா மாதிரி நினைத்துக்கொண்டு எல்லார்க்கும் போதனை புரியக் கிளம்பிவிடுகிறார்களே.”

“போதனை புரிவதற்கு அல்ல, மக்களுக்கு உதவவே விரும்பு கிறார்கள்.”

“அதற்கு இவர்கள் ஒன்றும் தேவையில்லை. யாருக்கு உதவ வேண்டும், யாருக்கு வேண்டியதில்லை என்று தெரியும் எல்லார்க்கும்.”

“கொடிய வறுமையில் உழலுகிறார்கள் மக்கள். நான் இப்போது கிராமப்புறத்துக்குப் போய்ப் பார்த்துவிட்டு வந்திருக் கிறேன். குடியானவர்கள் தம் சக்திக்கும் மீறிப் பாடுபட்டு உழைக்கிறார்கள். அப்படியும் வயிறார உண்ண வழியில்லை–இது அவசியம்தானா? அதேபோது இங்கே நாம் மட்டுமீறிய ஆடம்பர வாழ்க்கை நடத்துகிறோம்” என்றார் நெஹ்லூதவ். சின்னம்மாவின் நல்ல சுபாவத்தால் உந்தி விடப்பட்டு, அவர் தம் மனத்தில் இருந்ததை அப்படியே தம்மையும் அறியாமலே சொல்ல முற்பட்டார்.

“அப்படியானால் நீ விரும்புவதுதான் என்ன? நான் வேலை செய்ய வேண்டும், ஒன்றும் சாப்பிடக்கூடாது என்கிறாயா?”

“இல்லை. நீங்கள் சாப்பிடக்கூடாது என்பதல்ல என் விருப்பம்” என்று தம்மை அறியாமலே புன்னகை புரிந்தவாறு கூறினார் நெஹ்லூதவ்: “நாம் எல்லாரும் வேலை செய்ய வேண்டும், எல்லாரும் சாப்பிட வேண்டும் என்றே சொல்கிறேன்.”

சின்னம்மா மறுபடியும் புருவங்களை உயர்த்தி, கண்களைக் கவிழ்த்து ஆவலுடன் அவரை உற்றுப் பார்த்தார்.

“என் அன்புக்குரியவனே, மோசமான முடிவையே வந்தடைவாய் நீ” என்றார் அவர்.

“ஏன் அப்படி?”

திடமான தோள்களையுடைய உயரமான ஜெனரல் ஒருவர் அப்போது அறைக்குள் வந்தார். கோமகள் சார்ஸ்கயாவின் கணவர் அவர், அமைச்சராய் இருந்து ஓய்வு பெற்றவர்.

“ஓ, திமீத்ரியா? என்ன சேதி?” என்று சற்று முன்புதான் சவரம் செய்யப்பட்டிருந்த தமது கன்னத்தை நெஹ்லூதவ் முத்தமிடுவதற்காகக் காட்டினார் அவர். “எப்பொழுது வந்தாய்?” என்று விசாரித்தார்.

மௌனமாய் அவர் தமது மனைவியின் நெற்றியில் ஒரு முத்தம் பதித்தார்.

“இல்லை, இவன் நிகரற்றவன்” என்று கோமகள் கத்தரீனா இவானவ்னா தமது கணவர் பக்கம் திரும்பினார். “ஆற்றுக்குப் போய் நான் துணி துவைக்க வேண்டும். வெறும் உருளைக் கிழங்கைத் தின்று வாழ வேண்டும் என்கிறான். வடிகட்டின முட்டாளாய் இருக்கிறான். இருந்தபோதிலும் உங்களிடம் அவன் கேட்பதை நீங்கள் செய்து தர வேண்டும். சரியான பித்துக் குளியாய் இருக்கிறான்” என்று மேலும் தெளிவாய்க் கூறினார். “நீங்கள் கேட்டீர்களா, காமென்ஸ்கயாவின் நிலை மோசமாகி விட்டதாம். உயிர் பிழைப்பாரா என்று பயப்படுகிறார்களாம்” என்று கணவரைப் பார்க்கத் திரும்பினார் அவர். “நீங்கள் போய்ப் பார்த்துவிட்டு வர வேண்டும்.”

“ஆமாம், நிலைமை அச்சந் தருவதாய் இருக்கிறதாம்”.

“சரி, நீ போய் அவரிடம் சொல்லு. நான் கடிதங்கள் எழுத வேண்டும்.”

வரவேற்பு அறைக்குப் பக்கத்தில் இருந்த அறைக்குள் நெஹ்லூதவ் அடியெடுத்து வைக்கப்போன நேரத்தில் கோமகள் அவரைத் தம்மிடம் கூப்பிட்டார்.

“அப்படியானால் மரீயட்டாவுக்கு எழுதட்டுமா?”

“ஆமாம். தயவுசெய்து எழுதுங்கள் சின்னம்மா”

“சரி, நான் கொஞ்சம் காலி இடம் விட்டு வைக்கிறேன். அந்தக் கிராப்புத் தலையாளைப் பற்றிச் சொல்லவேண்டியதை நீ எழுதிக்கொள். அவள் தன் கணவருக்குக் கட்டளையிடுவாள். கணவர் உடனே செயற்படுவார். என்னை நீ இரக்கமற்றவளாய் நினைக்காதே. நீ ஆதரவளித்துக் காப்பாற்ற விரும்புகிறாயே, அவர்கள் எல்லாரும் சகிக்க முடியாதவர்களாய் இருக்கிறார்கள். ஆனால் அவர்களுக்கு நான் கேடு நினைப்பவள் அல்ல. ஆண்டவன் அவர்களுக்கு அருள் புரிவாராக! சரி. போய் வா. ஆனால் மாலையில் வீட்டுக்கு வந்து விடு. கிசெவெட்டரின் பேச்சைக் கேட்க வேண்டும். பிறகு நாங்கள் தொழுகை நடத்துவோம். நீ மட்டும் எதிர்த்து நிற்காமல் இருந்தால், உனக்கு இது பெரிய அளவில் பயன்தரக் கூடியது எனக்குத் தெரியும். ஏலெனும் நீங்கள் எல்லாருமே இந்தத் துறையில் மிகவும் பிற்பட்ட நிலையில் இருந்துள்ளவர்கள். சரி, போய் வா.”

15

கோமகன் இவான் மிகாய்லவிச் அமைச்சராய் இருந்து ஓய்வு பெற்றவர். உறுதியான நம்பிக்கைகள் கொண்டவர்.

இளமைப் பருவம் முதலாய்க் கோமகன் இவான் மிகாய் லவிச்சின் உறுதியான நம்பிக்கைகளுக்கு ஆதாரம் என்ன வெனில், பறவையானது புழுவைப் புசிப்பதும் இறகும் தூவியும் தரித்திருப்பதும் விண்ணிலே பறப்பதும் எப்படி அதற்குரிய இயற்கையாகுமோ, அதே போலத் தாம் உயர்ந்த சம்பளத்துக்கு அமர்த்தப்பட்ட சமையற்காரர்களால் தயாரிக்கப்படும் மிகச் சிறந்த உணவு வகைகளை உண்பதும், மிகவும் வசதியான விலை உயர்ந்த ஆடைகள் அணிவதும், அமைதி குலையாமல் அதிவேகமாய் ஓடும் குதிரைகள் பூட்டிய வண்டியில் செல்வதும் தமக்குரிய இயற்கையாகும் என்பதும், ஆகவே இவை எல்லாம் எப்போதும் தமக்குத் தயாராய் இருப்பது அவசியமாகும் என்பதும்தான். தவிரவும் அரசாங்கக் கருவூலத்திலிருந்து பல வழிகளிலும் தாம் எவ்வளவுக்கு எவ்வளவு அதிகமாக அபகரிக்கவும் வைரங்கள் பதித்த இந்த அல்லது அந்த உயர் பதக்கம் உட்பட எவ்வளவுக்கு எவ்வளவு கூடுதலான விருதுகளைப் பெறவும், அரச குடும்பத்தாரைச் சேர்ந்த இரு பாலினரையும் எவ்வளவுக்கு எவ்வளவு அடிக்கடிச் சந்தித்து உரையாடவும் முடிகிறதோ அவ்வளவுக்கு அவ்வளவு நல்லதெனக் கருதினார் அவர்.

இந்தக் கோட்பாடுகளுடன் ஒப்பிடுகையில் ஏனையவை எல்லாம், கோமகன் இவான் மிகாய்லவிச்சின் கருத்துப்படிப் பொருட்படுத்தத் தகாதவை, சுவையற்றவை. ஏனையவை எல் லாம் என்னதான் ஆயினும் ஏனையவையே, அல்லது நேர் மாறானவையே. பீட்டஸ்பர்க்கில் தொடர்ச்சியாக நாற்பது ஆண்டுகளாய்க் கோமகன் இவான் மிகாய்லவிச் இந்த நெறி முறைகளுக்கு ஒப்ப வாழ்ந்தும் செயற்பட்டும் வந்தார். நாற்பது ஆண்டுகள் முடிவடைந்ததும் அவர் அமைச்சர் பதவியை வந்த டைந்தார்.

கோமகன் இவான் மிகாய்லவிச் இந்தப் பதவியை வந்தடை வதற்குத் துணைபுரிந்த அவரது பிரதான சிறப்புகளாவன: முதலாவதாக ஆவணங்கள், சட்டங்கள் ஆகியவற்றின் பொரு ளைப் புரிந்துகொள்வதிலும், தாறுமாறாகவே என்றாலுங்கூடப் புரியும்படியான விதத்தில் எழுத்துப் பிழைகளின்றிக் குறிப்பு களை எழுதுவதிலும் அவருக்கிருந்த ஆற்றல்; இரண்டாவதாக அவரது தடபுடலான கம்பீரத் தோற்றமும், சந்தர்ப்பத்துக்குத் தக்கபடி ஒரு நேரம் அமத்தல் மட்டுமின்றி யாராலும் நெருங்க

முடியாத மேன்மையும் வாய்ந்தவராகப் பாவனை செய்வதற்கும் இன்னொரு நேரம் காலைப் பிடித்துக் கெஞ்சுவதற்கும் தயங்காத அடிவருடியாய் இருப்பதற்குமான அவரது வல்லமையும்; மூன்றாவதாகச் சொந்த ஒழுக்கத்துக்கோ அரசாங்கப் பணிகளிலோ பொதுக் கோட்பாடுகள் அல்லது விதிகள் எவையும் அவருக்கு இல்லாத நிலைமையும். இதனால் தேவைப்பட்டபோது ஒரு நேரம் எல்லாரோடும் உடன்பாடு கொள்ளவும் இன்னொரு நேரம் உடன்பாடு கொள்ளாமல் இருக்கவும் முடிந்த நிலைமையும், இவ்வாறு அவர் நடந்துகொண்டபோது எதையும் வெளிக் காட்டிக் கொள்ளாமல் தம்மைக் கட்டுப்படுத்திக் கொள்வதற்கும், வெளிப்படையாகவே முரண்பாடாய் இல்லாதபடிப் பார்த்துக் கொள்வதற்குமே முயற்சி செய்தார். தமது செயல்கள் நற்செயல்களா, ருஷ்யப் பேரரசுக்கோ அனைத்து உலகுக்கோ அவற்றால் பெரிய நன்மை உண்டாகுமா அல்லது பெருங்கேடே ஏற்படுமா என்பதெல்லாம் குறித்து அவர் சிறிதும் கவலைப்பட்டுக் கொண்டதில்லை.

அவர் அமைச்சரானதும், அவரைச் சார்ந்தோரும் (இவர்கள் மிகப் பலரும் இருந்தார்கள்), அவருடன் தொடர்பு கொண்டோரும் மட்டுமின்றி, அவரை அறியாத அயலார் பலரும் எந்தச் சந்தேகத்துக்கும் இடமின்றிக் கூர்மதி கொண்ட அரசப் பிரமுகராய் அவரைக் கருதினார்கள். அவருங்கூடத் தம்மை அவ்வாறே கருதிக்கொண்டார். ஆனால் சிறிது காலம் கழிந்தது. அவர் எதையும் சாதித்து விடவில்லை. எதையும் தெளிவுபடுத்திவிடவில்லை. வாழ்வுக்கான போராட்டத்தின் விதிக்கு ஏற்ப, இப்போது முற்றிலும் அவரையே போன்றவர்கள், ஆவணங்களை எழுதவும் புரிந்துகொள்ளவும் கற்றுக்கொண்டு விட்டவர்கள். கம்பீரமான தோற்றங்கொண்ட கொள்கை கோட்பாடற்ற அரசாங்க அலுவலர்கள், அவரை அப்புறப்படுத்திவிட்டு அவரிடத்தில் அமர்ந்துகொண்ட பிறகுதான், அவர் அப்படி ஒன்றும் கூர்மதியோ ஆழ்ந்த சிந்தனையோ கொண்டவரல்ல என்பது எல்லார்க்கும் தெரியலாயிற்று. அதுமட்டுமின்றி, அவர் வெறும் அங்ககப் பிரகிருதியாகச் செயற்படுகிறவர், ஒழுங்கான கல்வியறிவு பெறாதவர் என்பதும், தன்னகங்காரம் மிக்கவரே என்றாலும் கருத்துகளின் வளர்ச்சியில் படுமோசமான பழமைவாத ஏடுகளது தலையங்கக் கட்டுரைகளின் நிலையைக் கூடச் சரிவர வந்தடையாதவர் என்பதும் தெளிவாயிற்று. அவரை அப்புறப்படுத்திய அரை வேக்காட்டுக் கல்வி பயின்ற தன்னகங்கார அலுவலர்களிடமிருந்து அவர் எவ்விதத்திலும் வித்தியாசமானவரல்ல என்பது துலாம்பரமாகியது. இது அவருக்கே விளங்கிற்று. ஆனால் அரசாங்கக் கருவூலத்திலிருந்து

ஆண்டு தோறும் தாம் பெரிய அளவில் பணம் பெறவேண்டும். தமது ஆடைகளில் அலங்காரமாய் அணிந்துகொள்ள புதிய விருதுகள் தமக்குக் கிடைக்க வேண்டும் என்ற அவரது உறுதியான நம்பிக்கை அப்போதுங்கூட ஆட்டங்கண்டு விடவில்லை. அவருக்கு இவற்றை மறுப்பதற்கு யாரும் துணியவில்லை. அந்த அளவுக்கு அவரது இந்த நம்பிக்கை அசைக்க முடியாதபடி உறுதி வாய்ந்திருந்தது. பகுதியளவுக்கு ஓய்வு ஊதியத்தின் வடிவிலும், பகுதியளவுக்குச் சம்பளத்தின் வடிவிலும் (அரசாங்க நிறுவனம் ஒன்றில் உறுப்பினராகவும் பல வகையான கமிட்டிகளுக்கும் ஆணைக் குழுக்களுக்கும் தலைவராகவும் இருந்ததற்காகத் தரப்பட்டது.) ஆண்டு தோறும் சில பல பத்தாயிரம் ரூபிள்களைப் பெற்று வந்தார். அதோடு அவர் பெரிதும் போற்றிப் பாராட்டிய உரிமையான பல புதிய பட்டைகளைத் தோள்களிலும், கால்சட்டையிலும் தைத்துக்கொள்வதற்கும், புதிய ரிப்பன்களையும் எனாமல் நட்சத் திரங்களைக் கோட்டில் அணிந்து கொள்வதற்குமான உரிமை யையும் பெற்றுக்கொண்டார். இதன் விளைவாய்க் கோமகன் இவான் மிகாய்லவிச் பெரிய இடத்துத் தொடர்புகள் கொண்ட வராய் இருந்தார்.

அரசாங்கத் தலைமை அதிகாரிகளது விவர அறிக்கைகளை அவர் எப்படிக் கேட்பது வழக்கமோ, அதே முறையில் கோமகன் இவான் மிகாய்லவிச் இப்பொழுது நெஹ்லூதவ் கூறியவற்றைக் கேட்டுக்கொண்டிருந்தார். கேட்டு முடிந்ததும் இவான், நெஹ் லூதவுக்கு இரண்டு கடிதங்கள் தருவதாகச் சொன்னார் – ஒரு கடிதம் மேல் விசாரணைப் பிரிவைச் சேர்ந்த மேலவை உறுப் பினர் வோல்ஃபுக்கு.

“அவரைப் பற்றிப் பலவாறாகவும் பேசுகிறார்கள். ஆனால் எப்படியும் இம்மனிதர் முற்றிலும் நேர்மையானவர்” என்றார் அவர். “எனக்கு அவர் கடமைப்பட்டவர். தம்மால் இயன்றதைச் செய்வார்.”

கோமகன் இவான் மிகாய்லவிச்சின் மற்றொரு கடிதம் மனுக் கமிட்டியில் செல்வாக்கு மிகுந்த ஒருவருக்குத் தரப்பட்ட தாகும். ஃபெதோசியா பிரியுக்கோவாவின் விவகாரத்தை நெஹ் லூதவ் விவரித்துக் கூறியதைக் கேட்டதும் கோமகன் அதில் மிகுந்த அக்கறை காட்டினார். இந்த விவகாரம் குறித்துப் பேர ரசிக்கு எழுத விரும்புவதாக நெஹ்லூதவ் அவரிடம் சொன்ன போது, மெய்யாகவே இது உள்ளம் உருகும்படியான விவகாரம் தான், சந்தர்ப்பம் வாய்க்குமானால் பேரரசியிடம் இதைப் பற்றிச் சொல்லலாம்தான் என்றார் கோமகன். ஆனால் அவர் வாக்குறுதி அளிப்பதற்கில்லை. தக்க வடிவில் முறைப்படி மனு சமர்ப்பிக்கப்படட்டும். வாய்ப்புக் கிடைக்குமானால், வெள்ளிக்

கிழமையன்று அன்யோன்யமானவர்கள் கூடி நடத்தும் சிறிய கூட்டம். கூட்டப்படுமானால், இந்த விவகாரத்தை அப்போது பேரரசியிடம் சொல்லலாமென நினைத்தார் அவர்.

கோமகனது இந்த இரு கடிதங்களையும், மரீயட்டாவுக்குச் சின்னம்மா எழுதிய கடிதத்தையும் பெற்றுக்கொண்டதும் நெஹ்லூதவ் உடனே அவற்றுக்குரிய இடங்களுக்குப் புறப்பட்டார்.

முதலில் அவர் மரீயட்டாவிடம் சென்றார். அவள் இளம் நங்கையாய் இருந்த காலத்தில் அவருக்கு அவளைத் தெரியும். அவள் பிறந்து வளர்ந்தது பிரபுக்குலக் குடும்பமே என்றாலும் பணக்காரக் குடும்பமல்ல. பதவி ஏணியில் வேகமாய் ஏறி வந்த ஓர் ஆளை அவள் மணந்துகொண்டாள் என்பதும் அவருக்குத் தெரியும். அந்த ஆளைப் பற்றி மோசமான பலவும் பேசப்படக் கேட்டிருந்தார்; யாவற்றிலும் முக்கியமாய் நூற்றுக்கணக்கிலும் ஆயிரக்கணக்கிலுமான அரசியல் கைதிகளைச் சித்திரவதை செய்வதையே தமக்குரிய அதிகாரபூர்வமான கடமையாகக் கொண்டிருந்த அந்த ஆள் கொஞ்சங்கூட இவர்களுக்கு ஈவிரக்கம் காட்டுவதில்லை என்று கேட்டிருந்தார். ஒடுக்கப்படு வோருக்கு உதவும் பொருட்டு நெஹ்லூதவ், ஒடுக்குவோரது தரப்பிலே சேர வேண்டியிருந்தது – ஒடுக்குவோரிடம் சென்று அவர்களுக்கு அன்றாடப் பழக்கமாகி அனேகமாய் அவர்களது கவனத்திலிருந்தே மறைந்துவிட்ட அவர்களுடைய கொடூரச் செயல்களைக் குறிப்பிட்ட ஒரு சிலரைப் பொறுத்த வரையி லேனும் சிறிதளவுக்கு மட்டுப்படுத்தும்படி வேண்டிக்கொண்டு அவர்களது கொடூரச் செயல்களுக்கு இவ்விதம் அங்கீகாரம் அளிப்பதாகக் காட்டி அவர்களுடைய தரப்பிலே சேர வேண்டியிருந்தது. நெஹ்லூதவுக்கு எப்போதுமே இது சகிக்க வொண்ணாத வேதனை தரும் காரியமாகவே இருந்தது. இம் மாதிரியான சந்தர்ப்பங்களில் எப்போதும் அவர் மனப்போராட் டத்தாலும் கசப்புணர்ச்சியாலும் பீடிக்கப்பட்டு, அவர்களது தயவை நாடுவதா வேண்டாமா என்று புரியாமல் தயங்குவார்; இறுதியில் நாடுவதென்ற தீர்மானத்துக்கே எப்போதும் வருவார். பிரச்சினை என்னவென்றால் இந்த மரீயட்டாவையும் அவளது கணவரையும் பார்த்துப் பேச வேண்டுமென்று நினைத்ததுமே அவருக்கு வெட்கமாகவும் வேதனையாகவும் வெறுப்பாகவும் இருந்தது; ஆனால் அதேபோது அவர்களிடம் சென்று பேசி னால் தனிக் கொட்டடியில் அடைபட்டுத் துன்புறும் துர் பாக்கியவதியான ஒரு பெண்ணை அங்கிருந்து விடுவித்து அவளையும் அவளது உறவினர்களையும் துயரத்திலிருந்து மீட்க முடிந்தாலும் முடியலாமே என்று நினைத்தார். அவர் தம்மை இனி இவ்வட்டாரத்தினரில் ஒருவராகக் கருதவில்லை என்

றாலும் இவ்வட்டாரத்தினர் அவரைத் தம்மில் ஒருவராகக் கருதினார்கள்–இத்தகையோரது தயவை நாடி இவர்கள் மத்தியில் செல்லுகையில் அவருக்குத் தமது நிலை கபட வேடதாரியின் நிலையைப் போன்றதாய் இருந்தது என்பதோடு, முன்பு தாம் நன்கு பழக்கப்பட்டிருந்த ஒரு பழைய பாதைக்குத் திரும்பி வந்து நடை போடுவது போன்றதாகவும் இருந்தது. தம்மை அறி யாமலே தாமும் இந்த வட்டாரத்தினருக்குச் சகஜமான பொறுப் பற்ற, ஒழுக்கக்கேடான பேச்சுக்கும் பாவனைக்கும் கீழ்ப்படிந்து வரக் கண்டார். ஏற்கெனவே சின்னம்மா கத்தரீனா இவானவ் னாவுடன் பேசிக் கொண்டிருந்தபோதே அவர் இதை உணர முடிந்தது. பொறுப்பு வாய்ந்த முக்கிய விவகாரங்கள் குறித்துக் காலையில் சின்னம்மாவுடன் உரையாடியபோதே அவர் கேலி தொனிக்கும் பேச்சையும் பாவனையையும் கையாளும் நிலைக்குச் சரிந்து வந்திருந்தார்.

பொதுவாகப் பீட்டர்ஸ்பர்க் நகர்–நெடுங்கால இடை வெளிக்குப் பின் அவர் இங்கு வந்திருந்தார்–வழக்கம் போல் உடலுக்கு விறுவிறுப்பு ஊட்டுவதும், ஒழுக்க உணர்வை மழுக் கடிப்பதுமான சித்திரத்தை அவர் மனத்துள் பதித்து விளைவு களை உண்டாக்கியது; வாழ்க்கை எளிதிலும் எளிதாகிவிட்டதாய் நினைக்கும்படி யாவும் அப்படிச் சுத்தமாகவும் வசதியாகவும் இருந்தன. எல்லாம் அவ்வளவு நன்றாய் அமைக்கப்பட்டிருந்தன. இன்னும் முக்கியமாய் ஒழுக்க நெறிமுறைகளில் நகரவாசிகள் அவ்வளவு கண்டிப்பு இல்லாதோராய் இருந்தார்கள்.

நேர்த்தியான, சுத்தமான, நன்னயம் வாய்ந்த வாடகை வண்டிக்காரன் அவரை ஏற்றிக்கொண்டு, நேர்த்தியான, சுத்த மான, நன்னயம் வாய்ந்த நகரப் போலீஸ்காரர்களைக் கடந்து நேர்த்தியான. சுத்தமான, கழுவப் பெற்ற கற்சாலைகள் வழியே வண்டியை ஓட்டிச் சென்றான். நேர்த்தியான சுத்தமான வீடு களைக் கடந்து சென்று கால்வாய்க்கு அருகே மரீயட்டா வசித்த வீட்டின் முன்னால் கொண்டுபோய் இறக்கினான்.

வெளிவாயிலுக்கு அருகே ஆங்கிலேயக் குதிரைகள் இரண்டு துருதுருத்துக் கொண்டு நின்றன. ஆங்கிலேயத் தோற்றங் கொண்ட வண்டிக்காரன் சேவக உடுப்புகள் உடுத்தி, கிருதாக்கள் பாதிக் கன்னத்துக்கு நீண்டிருக்க, கையில் ஒரு சவுக்குடன் பிரமாதமான உருவினனாய் வண்டிப் பெட்டியில் அமர்ந்திருந்தான்.

அப்பழுக்கின்றிச் சுத்தமாய் உடுப்பணிந்த வாயிற் காவலன் முன் கூடத்தின் கதவைத் திறந்து அவரை உள்ளேவிட்டான். சரிகைப் பின்னல்களுடன் இன்னுங் கூடச் சுத்தமான

சேவக உடுப்பணிந்த நன்கு சீவிவிடப்பட்ட அற்புதமான கிருதாக்களைக் கொண்ட பணியாள் ஒருவனும், புத்தம் புதிய சுத்தமான உடுப்புகள் உடுத்திக் குத்தீட்டித் துப்பாக்கி தாங்கிய படையாள் ஒருவனும் இந்தக் கூடத்தில் நின்றிருந்தனர்.

"ஜெனரலைப் பார்ப்பதற்கில்லை. ஜெனராலிஷாவையும்* பார்ப்பதற்கில்லை. வெளியே செல்வதற்காகப் புறப்படுகிறார்கள்."

நெஹ்லூதவ் தம்மிடமிருந்த கோமகள் கத்தரீனாவின் கடிதத்தைக் கையில் எடுத்துக்கொண்டு தமது முகவரிச்சீட்டு ஒன்றையும் வெளியே எடுத்தவாறு, வருகையாளர் குறிப்புப் புத்தகம் இருந்த சிறு மேசையிடம் சென்றார். யாரையும் தாம் பார்க்க முடியாமற் போனதற்காக வருந்துவதாக அவர் தமது முகவரிச் சீட்டில் எழுத முற்பட்டபோது பணியாள் படிக் கட்டை நோக்கி விரைந்தான். வாயிற்காவலன் வெளிவாயிலுக்குச் சென்று "வண்டியை ஓட்டி வா" என்று கத்தினான். படையாள் வெடுக்கென நிமிர்ந்து கைகளை உடலுடன் ஒட்டி வைத்துக் கொண்டு விரைப்பாய் நின்றான். அவனது விழிகள் மட்டும் படிக்கட்டில் அவளது உயர் சிறப்புக்கு ஒவ்வாத முறையில் அதிவேகமாய் இறங்கிக் கூடத்துக்கு வந்த அதிக உயரமில்லாத மெல்லுருவினளான ஒரு சீமாட்டியை உற்று நோக்கி அவளுடன் சேர்ந்து அசைந்தன.

மரீயட்டா இறகுகளுடன் கூடிய பெரிய தொப்பி வைத்து, கறுப்பு ஆடைகளும் கறுப்பு மேலங்கியும் அணிந்து புத்தம் புதிய கறுப்புக் கையுறைகள் போட்டிருந்தாள். முகத்திரையால் அவள் முகம் மறைக்கப்பட்டிருந்தது.

நெஹ்லூதவைப் பார்த்ததும் அவள் முகத்திரையை உயர்த்திப் பிரகாசமான கண்களையுடைய எழிலார்ந்த முகத்தை வெளியே காட்டி வினவும் முறையில் அவரை உற்று நோக்கினாள்.

"ஓ, கோமகன் திமீத்ரி இவானவிச்!" என்றாள், இனிமையான மெல்லிய குரலில், "எனக்குத் தெரியுமே..."

"என் பெயருங்கூட நினைவிருக்கிறதா, என்ன?"

"நல்லாய் இருக்கிறதே, என் தமக்கையும் நானும் காதல் அல்லவா கொண்டிருந்தோம் உங்கள் மீது!" என்று பிரெஞ்சில் சொன்னாள் அவள். "ஆனால் நீங்கள் இப்படி அடியோடு மாறிப் போய்விட்டீர்களே... அடப் பாவமே, நான் வெளியே போக வேண்டியிருக்கிறது. இருக்கட்டும். திரும்பி மேலே போகலாம். வாங்க" என்று கூறி விட்டுத் தீர்மானத்துக்கு வர முடியாமல் நின்றாள்.

---

* ஜெனராலிஷா—ஜெனரலின் மனைவி.

பிறகு அவள் சுவர்க்கடிகாரத்தைப் பார்த்தாள்.

"வேண்டாம், நேரமாகிவிட்டது. நான் காமென்ஸ்கயா வீட்டுக்கு ஈமச் சடங்குக்குப் போயாக வேண்டும். அந்தத் தாயின் நிலைமை கொடுமையிலும் கொடுமையானது."

"யார் அது–காமென்ஸ்கயா?"

"உங்களுக்கு இன்னும் தெரியாதா இது? அவருடைய மகன் சவால் சண்டையில் கொல்லப்பட்டு விட்டார். பொசேனுடன் சண்டையிட்டார். ஒரே மகன். பயங்கரம்! தாயின் நிலைமை கொடுமையிலும் கொடுமையானது."

"ஆமாம். கேள்விப்பட்டேன்."

"வேண்டாம். நேரமில்லை. நான் புறப்படுகிறேன். நாளைக்கு வர வேண்டும். இல்லையேல் இன்று இரவு வாருங்களேன்!" என்று கூறி மெல்லிய அடிகள் வைத்து அதிவேகமாய் வாயிலை நோக்கிச் சென்றாள்.

"இன்று இரவு நான் வருவதற்கில்லை"–அவளுடன் சேர்ந்து வெளியே வாயில் முகப்புக்கு நடந்தவாறு சொன்னார் அவர். "உங்களிடம் எனக்கு ஒரு காரியம் ஆக வேண்டும்" என்று அவர் வாயில் முகப்புக்கு முன்னால் வந்த செக்கர் மேனிக் குதிரைகள் இரண்டையும் பார்த்தபடிக் கூறினார்.

"என்ன காரியம்?"

"இது பற்றி எனது சின்னம்மா எழுதியிருக்கும் கடிதம் இதோ இருக்கிறது" என்று நெஹ்லூதவ் பெரிய இணைப் பெழுத்துச் சின்னம் பதிக்கப்பட்ட குறுகலான கவரை அவளி டம் தந்தார். "பூரா விவரமும் இதில் எழுதப்பட்டிருக்கிறது."

"எனக்குத் தெரியும்; என் கணவரது உத்தியோக விவகாரங் களில் எனக்கு ஏதோ செல்வாக்கு இருப்பதாக நினைக்கிறார் கோமகள் கத்தரீனா இவானவ்னா. அவர் நினைப்பது சரியல்ல. நான் ஒன்றும் செய்வதற்கில்லை, இதிலெல்லாம் நான் தலையிட விரும்புவதில்லை. ஆனாலும் கோமகளுக்காகவும் உங்களுக் காகவும் வேண்டி எனது இந்த விதியை மீறிச் செல்லத்தான் வேண்டும். என்ன செய்ய வேண்டும். சொல்லுங்கள்" என்று அவள் கறுப்புக் கையுறை போடப்பட்ட சிறிய கையால் கையில் லாத அங்கியில் வீணில் பையைத் தேடினாள்.

"ஒரு பெண் கோட்டைச் சிறையில் கைதியாய் இருந்து வருகிறாள். உடல் நலம் இல்லாதவள். எந்தக் குற்றமும் புரியாதவள்."

"அவள் பெயர் என்ன?"

"ஷூஸ்தவா–லிதியா ஷூஸ்தவா. கடிதத்தில் எல்லா விவரங்களும் தரப்பட்டுள்ளன."

“சரி, என்னால் ஆனதைச் செய்ய முயலுகிறேன்” என்று அவள் மெல்ல ஒரு துள்ளு துள்ளி, மிருதுவான மெத்தை இருக் கையுடன் கூடிய திறந்த வண்டியினுள் ஏறிக் கைக்குட்டையைப் பிரித்தாள். பளபளப்பாய் வார்னிஷ் இடப்பட்ட வண்டிச் சக்கர மட்காப்புகள் வெளியில் பளிச்சிட்டு மின்னின. பணியாள் வண்டிப் பெட்டியில் ஏறி அமர்ந்துகொண்டு வண்டிக்காரனிடம் புறப்படலாமெனச் சமிக்ஞை செய்தாள். வண்டி நகர்ந்தது, ஆனால் அதே கணத்தில் மரீயட்டா தனது கைக்குடையால் வண்டிக்காரன் முதுகில் தட்டினாள். உடனே கடிவாளக் கயிற்றின் இழுப்புக்குப் பணிந்து அந்தச் செக்கர் மேனிக் குதிரைகள் கழுத்தை வளைத்துக் கண்ணுக்கு இனிய தலையைச் சாய்த்துக்கொண்டு வெடுக்கென நின்று மெல்லிய கால்களைத் தரையில் தட்டின.

“நீங்கள் மறுபடியும் வர வேண்டும். ஆனால் காரியம் இல்லாமல் சும்மா வாருங்கள்” என்று சொல்லிப் புன்னகை புரிந்தாள், அந்தப் புன்னகையின் சக்தியை நன்கு அறிந்த அவள். நாடக நிகழ்ச்சி முடிவுற்றுத் திரையை இழுத்து மூடுவதுபோல், உடனே முகத் திரையைத் தணித்துவிட்டுக்கொண்டாள். “சரி, போய் வரலாம்”–கைக்குட்டையால் திரும்பவும் வண்டிக்காரன் முதுகில் தட்டினாள்.

நெஹ்லூதவ் தொப்பியை உயர்த்திக் காட்டினார். தூய இனத்தவையான செக்கர்மேனிக் குதிரைகள் மெல்லக் கனைத்துக் கொண்டு புறப்பட்டன. அவற்றின் குளம்புகள் கல் தரையில் தட்டி ஒலியெழுப்பின. அலுங்காமல் வேகமாய் வண்டி உருண்டோடியது. புத்தம் புதிய ரப்பர் டயர்கள் எங்காவது சிறு மேடு பள்ளங்களைக் கடக்க நேர்ந்தபோது மட்டும் சற்றே குதித்தெழுந்தது.

16

மரீயட்டாவுக்கும் தமக்கும் நடைபெற்ற புன்னகைப் பரி மாற்றத்தை நினைத்த நெஹ்லூதவ் தலையை அசைத்து ஆட்சே பித்துக் கொண்டார்.

“சுற்றிலும் ஒரு தரம் பார்வை செலுத்தியாகவில்லை, அதற் குள் மறுபடியும் இப்படி இந்த வாழ்க்கையினுள் இழுக்கப் படுகிறோமோ” என்று நினைத்தார். அவர் சிறிதும் மதியாதவர் களது தயவை நாட வேண்டியிருந்தபோது வழக்கமாய் அவரை வருத்திய அந்த மனப் போராட்டமும் சஞ்சலமும் அவருள் எழுந்தன.

போன இடத்துக்கே திரும்பவும் போக நேராமல் இனி அடுத்தும் அதன் பிறகும் எங்கே போவதென்று ஆலோசித்துக் கொண்டு, முதலில் மேலவைக்குப் போய்ச் சேர்ந்தார் நெஹ்லூதவ். அங்கே அவர் அலுவலகப் பிரிவுக்கு அழைத்துச் செல்லப்பட்டார். பார்ப்பதற்குப் பிரமாதமாய் இருந்த அந்தக் கட்டிடத்தில் நன்னயம் வாய்ந்த, சுத்தமான அதிகாரிகள் மிகப் பலரும் காணப்பட்டனர்.

மாஸ்லவாவின் மேல் விசாரணை மனு கிடைத்ததாகவும், பரிசீலனைக்காகவும் பரிந்துரைக்காகவும் மேலவை உறுப்பினர் வோல்ஃபுக்கு அனுப்பப்பட்டிருப்பதாகவும் அங்கிருந்த அதிகாரிகள் நெஹ்லூதவிடம் கூறினர். அதாவது நெஹ்லூதவ் தமது சிற்றப்பாவிடமிருந்து யாருக்குக் கடிதம் வாங்கி வந்திருந்தாரோ அதே உறுப்பினருக்கு இம் மனு அனுப்பப்பட்டிருந்தது என்பது தெரிந்தது.

“மேலவையின் கூட்டம் இவ்வாரம் நடைபெறும். ஆனால் மாஸ்லவாவின் வழக்கு இந்தக் கூட்டத்தில் எடுத்துக்கொள்ளப் படுவது துர்லபம்தான். தனியே வேண்டிக்கொள்ளப்பட்டால் எடுத்துக் கொள்ளப்படலாம். அப்படி நேருமாயின் புதன் அன்று அது பரிசீலிக்கப்படக்கூடும்” என்று அந்த அதிகாரிகளில் ஒருவர் கூறினார்.

மேலவையின் அலுவலகப் பிரிவில் நெஹ்லூதவ் இந்தத் தகவலைப் பெறுவதற்காகக் காத்திருந்தபோது, சவால் சண்டையைப் பற்றி எல்லாரும் பேசிக்கொண்டிருந்ததைக் கேட்டார். இளைஞர் காமென்ஸ்கி எப்படிக் கொல்லப்பட நேர்ந்ததென்று விவரமாய் எடுத்துரைக்கப்பட்டது. பீட்டர்ஸ்பர்க் நகரம் பூரா விலும் பரபரப்பாகப் பேசப்பட்டு வந்த இந்தச் சம்பவத்தின் முழு உண்மையையும் அவர் முதன் முதல் இங்கேதான் தெரிந்து கொண்டார். நடைபெற்றது என்னவெனில், படையதிகாரிகள் சிலர் சிற்றுண்டிச் சாலையில் சிப்பிச் சிற்றுண்டி அருந்திக் கொண்டும் வழக்கம்போல நிறையவே குடித்துக்கொண்டும் இருந்தார்கள். காமென்ஸ்கி சேவையாற்றி வந்த ரெஜிமெண்ட்டைப் பற்றி அவர்களில் ஒருவர் தகாத முறையில் ஏதோ சொல்லவே, காமென்ஸ்கி அவரைப் பார்த்துப் புளுகுணி என்றார். உடனே அவர் காமென்ஸ்கியை அடித்துவிட்டார். மறுதினம் இருவருக்கும் சண்டை நடைபெற்றது. வயிற்றில் குண்டு பாய்ந்து காமென்ஸ்கி காயமுற்றார். இரண்டு மணி நேரத்துக்குப் பிறகு உயிரிழந்தார். கொலை செய்தவரும் துணை நின்றவர்களாகிய இருவரும் கைது செய்யப்பட்டனர். ஆனால் இவர்கள் காவற்கூடத்தில் காவலில் வைக்கப்பட்டாலுங்கூட

இரண்டு வாரங்களில் விடுதலையாகி விடுவார்கள் என்று பேசப்பட்டது.

மேலவையின் அலுவலகப் பிரிவிலிருந்து நெஹ்லூதவ் மனுக் கமிட்டி உறுப்பினர்களில் செல்வாக்கு மிக்கவரான கோமான் வரபியோவைப் பார்ப்பதற்காகச் சென்றார். அரசாங்கத்துச் சொந்தமான சிறந்த வீடு ஒன்றில் இந்தக் கோமான் வசித்து வந்தார். கோமானைச் சந்திப்பதற்குரிய நாட்களைத் தவிர பிற நாட்களில் அவரைப் பார்க்க முடியாதென்றும், இன்று அவர் மாட்சிமை வாய்ந்த பேரரசரிடம் சென்றிருக்கிறார். நாளைக்கும் விவர அறிக்கை சமர்ப்பிப்பதற்காகத் திரும்பவும் அங்கே சென்று விடுவாரென்றும், வாயிற் காவலனும் பணியாளும் கண்டிப்பான குரலில் நெஹ்லூதவிடம் கூறினர். நெஹ்லூதவ் தாம் கொண்டு வந்திருந்த கடிதத்தைத் தந்துவிட்டு, அங்கிருந்து மேலவை உறுப்பினர் வோல்ஃபிடம் சென்றார்.

நெஹ்லூதவ் போய்ச் சேர்ந்தபோது வோல்ஃபு அப்போது தான் சாப்பிட்டு முடித்துவிட்டு சீரணத்துக்கு உதவியாகச் சுருட்டைப் புகைத்தவாறு அறையினுள் மேலும் கீழுமாய் நடை போட்டுக் கொண்டிருந்தார். விளதீமிர் வசீலியெவிச் வோல்ஃபு மெய்யாகவே மாசு மருவற்ற கண்ணியவான் ஆவார். தமது இந்தப் பண்பை அவர் யாவற்றுக்கும் மேலானதாய் மதித்தார். இந்த உயர் நிலையிலிருந்துதான் ஏனைய எல்லோரையும் உற்று நோக்கினார். இந்தப் பண்பை அவர் உயர்வாய் மதித்துப் போற்றாமல் இருப்பதற்கில்லை. ஏனெனில் இந்தப் பண்புதான் அவர் விரும்பியது போலவே வாழ்க்கையில் அவரை முன்னேறச் செய்து உன்னத நிலையை அடையச் செய்தது; அதாவது திருமணத்தின் மூலம் பதினெட்டு ஆயிரம் ரூபிள் வருடாந்தர வருவாய்க்குரிய சொத்துக்களைப் பெறும்படியும், சொந்த முயற்சிகளின் மூலம் மேலவை உறுப்பினர் பதவியை வந்தடையும்படியும் செய்தது. அவர் தம்மைக் கண்ணியவானாக மட்டுமின்றி, தர்ம வீரனைப்போல் நேர்மை வாய்ந்தவராகவும் கருதி வந்தார். நேர்மை என்பது தனி ஆட்களிடமிருந்து லஞ்சம் வாங்காதிருத்தலைக் குறிப்பதாய் அவர் நினைத்தார். பணிகளுக்கென்றும், பயணங்களுக்கென்றும், வாடகைக்கென்றும் எல்லா வகையான படிகளையும் மான்யங் களையும் அரசாங்கத்திடமிருந்து மன்றாடிக் கேட்டு வாங்குவதும், இவற்றுக்குப் பிரதியாக அரசாங்கம் தம்மிடம் கேட்பது எதையும் செய்து கொடுப்பதும் நேர்மையில்லாச் செயல்களாகுமென அவர் நினைக்கவில்லை. ஜார் பேரரசைச் சேர்ந்த போலந்தில் முன்பு ஒரு மாநிலத்தின் ஆளுநராக இருந்த காலத்தில், பழி பாவமறியாதோரைத் தம் தேசத்து மக்களையும் நம் தந்தையர் சமய நெறியையும் நேசித்தார்கள் என்ற ஒரே காரணத்துக்காக

லியோ டால்ஸ்டாய் ❖ 419

நூற்றுக்கணக்கில் சிறையில் அடைத்தும் வெளியிடங்களுக்குக் கடத்தியும் நாசமுறச் செய்தும் கொடுமை புரிந்தாரே, அதெல்லாம் நேர்மையாகாதென அவர் கருதவில்லை; உயர்குலப் பண்பும் ஆண்மையும் தேசபக்தியும் ஆகுமெனக் கருதினார். தமது கொழுந்தியாளுக்கும் தம்பால் பாசமும் பக்தியும் கொண்டிருந்த தமது மனைவிக்கும் உரியவற்றைக் கைப்பற்றிக் கொள்வதுங்கூட அறிவார்ந்த இல்லறமாகுமென நினைத்தாரே அன்றி, நேர்மையாகாதென நினைக்கவில்லை.

விளதீமிர் வசீலியெவிச் நடத்திய இல்லற வாழ்க்கையில் இல்லத்து உறுப்பினர்கள் வருமாறு: தனக்கெனத் தனிக்குணம் இல்லாதவளாகிவிட்ட அவரது மனைவி; அவரது கொழுந்தியாள்-இவளுடைய பண்ணையை விற்று, பணத்தைத் தம் கணக்கில் சேர்த்து யாவற்றையும் அவர் தமதாக்கிக் கொண்டு விட்டார். அஞ்சி நடுங்கி அடக்கவொடுக்கமாய் வாழ்ந்த அழகில்லாத அவரது மகள்-தனிமையால் வாடிய அவள் பொழுது போக்குக்காக வேண்டி சிறிது காலமாய் வேத உபநியாசங்களில் நாட்டங்கொண்டு, அலைன் வீட்டிலும் கோமகள் கத்தரீனா இவானவ்னா வீட்டிலும் நடைபெற்ற கூட்டங்களுக்குப் போய் வந்தாள்.

விளதீமிர் வசீலியெவிச்சின் மகன்-நல்ல உள்ளங் கொண்டவன்தான்-பதினைந்து வயதுக்கெல்லாம் தாடி வைத்துக் கொண்டு, அதற்குள் குடிக்கவும் ஆரம்பித்து, இவ்வாறே தொடர்ந்து சீர்கேடுற்று இருபதாவது வயதை அடைந்ததும் படிப்பை முடிக்காததற்காக அவன் தந்தை அவனை வீட்டை விட்டு வெளியே அனுப்பினார். கெட்ட சகவாசம் அதிகமாகிக் கடன்கள் வாங்கித் தந்தையின் பெயருக்கு இழுக்கு உண்டாக்கி வந்தான். அவன் தந்தை ஒரு தரம் அவனுக்காக இருநூற்று மூப்பது ரூபிள் கடனை அடைத்தார். பிறகு திரும்பவும் அறுநூறு ரூபிள் கடனை அடைத்தார். ஆனால் இதுவே கடைசித்தரம். இனித் திருந்தாவிடில் வீட்டை விட்டு இறுதியாக விரட்டப்படுவான். வீட்டுக்கும் அவனுக்குமுள்ள எல்லாத் தொடர்பும் துண்டிக்கப்பட்டுவிடும் என்று அவனை எச்சரிக்கை செய்தார். மகன் திருந்தாததுடன், ஆயிரம் ரூபிள் வரை திரும்பவும் கடன்பட்டு விட்டான். வீட்டிலே எப்படியும் வாழ்க்கை தனக்குச் சகிக்க முடியாததாகி விட்டதென்று தந்தையிடம் சொல்லும் அளவுக்குச் சென்றான். அவன் விருப்பம்போல் எங்கு வேண்டுமானாலும் போகலாம். இனி அவன் தமது மகனல்ல என்று விளதீமிர் வசீலியெவிச் அவனிடம் அறிவித்தார். அது முதல் விளதீமிர் வசீலியெவிச் தமக்கு மகன் பிறக்கவே இல்லாததுபோல் பாவனை செய்து வந்தார். அவர் வீட்டில் யாரும் அவருக்கு

முன்னால் அவரது மகனைப் பற்றிப் பேசத் துணியவில்லை. சாலச் சிறந்த முறையில் தமது இல்லறம் நடைபெற்று வந்ததால் விளதீமிர் வசீலியெவிச் திடமாய் நம்பினார்.

அறைக்குள் நடைபோட்டுக் கொண்டிருந்த வோல்ஃபு தமது நடையை நிறுத்தி, நெஹ்லூதவைப் பார்த்து நேசமும் சற்றே ஏளனமும் வாய்ந்த முறையில் புன்னகை புரிந்தார் –அந்தப் புன்னகை அவருக்கே உரிய ஒரு தனிப் பாணியாகும். பெரும்பாலானோரைக் காட்டிலும் தாம் மிகமிக உயர்ந்தவர் என்ற அவரது நினைப்பின் தன்னியல்பான வெளிப்பாடாகும். இவ்வாறு வரவேற்றபின் அவர் நெஹ்லூதவ் கொண்டு வந்திருந்த கடிதத்தைப் படித்துப் பார்த்தார்.

"தயவுசெய்து உட்காருங்கள். என்னை மன்னிக்க வேண்டும் – உங்கள் அமைதியுடன் நான் நடந்துகொண்டே பேச விரும்பு கிறேன்" என்று சொல்லிக் கோட்டுப் பைகளில் கைகளை நுழைத்துக்கொண்டு, ஆடம்பரமின்றி முறைப்படி அமைந்த அவரது பெரிய அறையின் குறுக்கே ஓசையில்லாமல் மெல்ல அடி வைத்துத் திரும்பவும் நடைபோட ஆரம்பித்தார். "உங்களைக் காண நேர்ந்திருப்பது குறித்து மகிழ்கிறேன். கோமான் இவான் மிகாய்லவிச்சுக்கு வேண்டியதைச் செய்ய எப்போதுமே நான் தயாராய் இருப்பவன்" என்றார். சாம்பல் கீழே விழுந்துவிடாமல் வாயிலிருந்து சுருட்டை மெதுவாய் எடுத்துக் கமகமக்கும் நீலப் புகையை வெளியே விட்டவாறு இதைச் சொன்னார்.

"நான் கேட்டுக்கொள்வது எல்லாம் இந்த வழக்கு சீக்கிர மாய் விசாரணைக்கு எடுத்துக்கொள்ளப்பட வேண்டும் என்பது தான். கைதி சைபீரியாவுக்கும் போக வேண்டியிருக்குமாயின் சீக்கிரமாகவே அவள் புறப்படுவதுதான் நல்லது" என்றார் நெஹ்லூதவ்.

"ஆனால், நீழ்னி நோவ்கரதிலிருந்து முதலில் கிளம்பும் கப்பல் ஒன்றில் செல்வதுதான் நல்லது. எனக்குத் தெரியும்" என்று கருணை மிக்கவராய்ப் புன்னகை புரிந்தபடிக் கூறினார். சொல்ல வருகிறவர் வாயைத் திறந்ததுமே என்ன சொல்லப் போகிறார் என்று அறிந்து கொண்டுவிடக் கூடியவரான வோல்ஃபு, "கைதியின் பெயர் என்ன?"

"மாஸ்லவா..."

அதற்குள் வோல்ஃபு தமது மேசையிடம் சென்று அங்கி ருந்த கோப்புகளில் ஒன்றை எடுத்துப் புரட்டினார்.

"ஆமாம், மாஸ்லவாதான். நல்லது, ஏனையோரையும் கலந்துகொண்டு ஏற்பாடு செய்கிறேன். புதன்கிழமையன்று இந்த வழக்கை நாங்கள் பரிசீலனைக்கு எடுத்துக் கொள்கிறோம்."

“அப்படியானால் வழக்கறிஞரை வரச் சொல்லித் தந்தி கொடுக்கட்டுமா?”

“வழக்கறிஞரா? எதற்காக? ஆனால் நீங்கள் வேண்டுமென நினைத்தால் வரச் சொல்லுங்கள்.”

“மேல் விசாரணைக்குப் போதிய காரணங்கள் இல்லாம லிருக்கலாம். ஆனால், இந்த வழக்கில் தவறான எண்ணத்தின் பேரில் குற்றத்தீர்ப்பு அளிக்கப்பட்டிருப்பது தெளிவாகவே புலப் படுமென நினைக்கிறேன்” என்றார் நெஹ்லூதவ்.

“ஆமாம். அப்படியும் நடைபெறுவது உண்டுதான். ஆனால் வழக்கின் உள் விவரங்களை மேலவை ஆராயாது” என்று தமது சுருட்டின் சாம்பலைக் கவனித்தபடி, கண்டிப்பு தொனிக்கும் குரலில் சொன்னார் விளதீமிர் வசீலியெவிச். “சட்டங்கள் பிழையின்றிப் புரிந்துகொள்ளப்பட்டு சரிவரக் கடைப்பிடிக் கப்பட்டுள்ளனவா என்பதை மட்டுமே மேலவை பரிசீலனைக்கு எடுத்துக் கொள்கிறது.”

“ஆனால் இதை அசாதாரணமான வழக்காய்க் கொள்ள வேண்டுமென எனக்குத் தோன்றுகிறது.”

“ஆமாம். எனக்குத் தெரியும். எல்லா வழக்குகளும் அசாதாரணமானவைதான். செய்ய வேண்டியதை நாங்கள் நிச்சயம் செய்வோம். நான் சொல்லக்கூடியது அவ்வளவுதான்” சுருட்டு முனையில் சாம்பல் கெட்டியாகத்தான் ஒட்டிக் கொண்டிருந்தது. ஆனால் இப்போது அது வீறல் விட்டிருந்தது. இற்றுப்போய் விழுந்துவிடுமென அஞ்ச வேண்டியிருந்தது.

“பீட்டஸ்பர்குக்கு நீங்கள் அடிக்கடி வருகிறீர்களா?” என்று சாம்பல் கீழே விழுந்துவிடாதபடிச் சுருட்டை அசைக்காமல் பிடித்துக்கொண்டு கேட்டார் வோல்ஃபு. ஆனால் சாம்பல் அதிர்ந்தாட ஆரம்பித்தது. கவனமாய் அவர் அப்படியே அதைச் சாம்பல் தட்டுக்கு எடுத்துச் சென்றார். சாம்பல் தட்டை வந்தடைந்ததும் முறிந்து அதனுள் விழுந்தது.

“இந்தக் காமென்ஸ்கி சம்பவம் எவ்வளவு பயங்கரமானது!” என்றார் அவர். “இளம் வயது. ஒரே மகன்... தாயின் நிலைமை பரிதாபகரமானது” என்று பீட்டர்ஸ்பர்க்கில் அப்போது காமென்ஸ்கியைப் பற்றி எல்லாரும் கூறி வந்ததை அனேகமாய்ச் சொல்லுக்குச் சொல் அப்படியே அவர் திருப்பிச் சொன்னார்.

கோமகள் கத்தரீனா இவானவ்னாவையும் சமயத் துறையி லான புதிய போக்குகளிடம் கோமகளுக்கு இருந்த ஆர்வத் தையும் பற்றி அவர் குறிப்பிட்டார். இந்தப் புதிய போக்குகளை விளதீமிர் வசீலியெவிச் கண்டிக்கவும் இல்லை. ஆமோதிக்கவும் இல்லை. மாசு மருவற்ற கண்ணியவானாகிய அவருக்கு இவை எல்லாம் தேவையற்றவை. அவர் மணியை அடித்தார்.

நெஹ்லூதவ் தலைகுனிந்து விடை பெற்றுக்கொண்டார்.

"உங்களுக்கு வசதிப்படுமாயின், புதன் அன்று பகல் சாப் பாட்டுக்கு இங்கே வர வேண்டும். உங்களுக்கு அப்போது தான் சாதகமான பதில் அளிக்க முடியுமென நினைக்கிறேன்" என்று கூறி கை குலுக்குவதற்காகக் கையைத் தந்தார் வோல்ஃப்பு.

நேரமாகி விட்டது. நெஹ்லூதவ் வீட்டுக்குத் திரும்பினார். அதாவது சின்னம்மாவிடம் போய்ச்சேர்ந்தார்.

17

கோமகள் கத்தரீனா இவானவ்னாவின் வீட்டில் ஏழரை மணிக்குச் சாப்பாடு ஆரம்பமாயிற்று. நெஹ்லூதவ் இதுகாறும் கண்டிராத புதிய முறையில் சாப்பாடு பரிமாறப்பட்டது. உண்டி வட்டில்களையும் தட்டங்களையும் கொண்டுவந்து வைத்ததும் பணியாட்கள் எல்லாரும் வெளியே போய்விட்டார்கள். சாப்பிடு வோர் தாமே தமக்கு உண்டிகளைப் பரிமாறிக் கொண்டார்கள். ஆனால் சீமாட்டிகளுக்கு இதனால் சிரமம் ஏற்பட ஆடவர்கள் அனுமதிக்கவில்லை. ஆண் பாலருக்கு ஏற்ற முறையில் இந்தச் சிரமத்தை ஆண்மையோடு தாமே ஏற்றுக் கொண்டு சீமாட்டி யருக்கும் தமக்கும் உண்டிகளை எடுத்துப் பரிமாறினர். பானங் களை ஊற்றி வைத்தனர். ஒரு சுற்று சாப்பிட்டு முடிந்ததும் மேசையில் பொருத்தப்பட்டிருந்த மின்விசை மணிப் பொத் தானைக் கோமகள் அழுத்தினாள், உடனே பணியாட்கள் ஓசை யின்றி உள்ளே வந்து வேகம் வேகமாய்த் தட்டங்களை எடுத்துச் சென்றார்கள். பழைய தட்டுக்களை எடுத்துவிட்டுப் புதியவற்றை வைத்தார்கள்; அடுத்த சுற்றுக்கான உண்டிகளைக் கொண்டு வந்தார்கள். சாப்பாடு நேர்த்தி நயம் வாய்ந்ததாய் இருந்தது. தேறல்களும் பானங்களும் உயர்ந்த வகையினவாய் இருந்தன. விசாலமாகவும் வெளிச்சமாகவும் இருந்த சமையலறையில் பிரெஞ்சு நாட்டவரான தலைமைச் சமையற்காரரும் வெள்ளை உடுப்பணிந்த இரண்டு உதவியாளர்களும் வேலை செய்து கொண்டிருந்தார்கள். சாப்பிட்டவர்கள் ஆறு பேர். கோமகனும் கோமகளும் அவர்களது மகன் (காவலர் படையைச் சேர்ந்த சிடுசிடுப்பான அதிகாரி, முழங்கைகளை மேசையில் ஊன்றிக் கொண்டு அமர்ந்திருந்தான்) நெஹ்லூதவ், விரிவுரையாற்றும் பிரெஞ்சுக்காரி. கிராமத்திலிருந்து வந்திருந்த கோமகனின் தலைமைக் காரியக்காரர்.

சவால் சண்டையைப் பற்றித்தான் இங்கும் பேசிக் கொண் டார்கள். இந்தச் சம்பவம் குறித்து பேரரசர் என்ன நினைத்தார்

என்பது பற்றிக் கருத்துக்கள் தெரிவிக்கப்பட்டன. தாயை நினைத்துப் பேரரசர் மனம் வருந்தியது எல்லாருக்கும் தெரிந் திருந்தது. தாயின் கதி இப்படியா ஆக வேண்டுமென்று எல்லாரும் வருந்தினார்கள. ஆனால் பேரரசர் ஆழ்ந்த துயரமும் அனு தாபமும் கொண்டிருந்தபோதிலும், கொலை புரிந்த இளைஞன் அவனது இராணுவத்தின் நற்பெயரைப் பாதுகாத்தவன் என்பதால் அவனுக்குக் கடுமையான தண்டனை அளிக்க விரும்பவில்லை என்கிற தகவலும் எல்லாருக்கும் தெரிந்திருந்த படியால், எல்லாரும் இராணுவத்தின் நற்பெயரைப் பாதுகாத்த கொலைகாரனுக்கு இரக்கம் தெரிவித்துப் பேசினார்கள். கோமகள் கத்தரீனா இவானவ்னா மட்டும்தான் சிந்தனை யில்லாத அவரது சுதந்திரச் சிந்தனையால் உந்தப்பட்டு, கொலைகாரனைக் கண்டித்துப் பேசினார்.

“நன்றாய்க் குடித்து விடுகிறார்கள். குற்றமற்ற இளை ஞர்களைக் கொல்கிறார்கள். எக்காரணத்தை முன்னிட்டும் இவர்களை நான் மன்னிக்க மாட்டேன்” என்றார்.

“இதைத்தான் என்னால் புரிந்துகொள்ளவே முடிவதில்லை” என்றார் கோமகன்.

“எனக்குத் தெரிந்ததுதானே, நான் சொல்வதை ஒரு போதும் உங்களால் புரிந்துகொள்ள முடியாதே” என்று ஆரம்பித்த கோமகள், நெஹ்லூதவின் பக்கம் திரும்பித் தொடர்ந்து கூறினார். “எல்லாருக்கும் புரிகிறது. என் கணவருக்கு மட்டும் புரிவதே இல்லை. தாய்க்காக நான் மனம் வருந்துகிறேன். யாரும் இப்படிக் கொலை புரிவதையும் கொலை புரிந்துவிட்டுத் திருப் தியடைவதையும் நான் விரும்பவில்லை என்கிறேன்.”

அதுவரை மௌனமாய் இருந்து வந்த மகன் இப்போது கொலைகாரனுக்கு ஆதரவாய் வாதாட முற்பட்டுக் கொஞ் சமும் இணக்கமின்றித் தன் தாயைத் தாக்கிப் பேசினான். எந்தப் படையதிகாரியாலும் இவ்வாறன்றி வேறு எவ்வாறும் நடந்து கொண்டிருக்க முடியாது. நடந்து கொண்டிருந்தால் தனது சகாக்களான ஏனைய படையதிகாரிகளால் நிந்திக்கப்பட்டு ரெஜிமெண்ட்டிலிருந்தே விரட்டப்பட்டிருப்பார் என்று அவன் வாதாடினான். நெஹ்லூதவ் இந்த உரையாடலில் கலந்து கொள்ளாமல் காது கொடுத்து யாவற்றையும் கேட்டுக் கொண்டி ருந்தார். ஒரு காலத்தில் படையதிகாரியாய் இருந்தவரான அவர் இளைஞன் சார்ஸ்கியின் வாதங்களை ஏற்றுக் கொள்ளவில்லை என்றாலும் புரிந்துகொள்ள முடிந்தது. அதேபோது அவர் தம்மை அறியாமலே இந்தப் படையதிகாரியின் நிலையைச் சிறைக்கூடத்தில் தாம் பார்த்த கண்ணுக்கினிய ஓர் இளங்

கைதிக்கு ஏற்பட்ட கதியுடன் தம் மனத்துள் ஒப்பிட்டுப் பார்த் தார். அடிபிடிச் சண்டை ஒன்றில் ஓர் ஆளைக் கொன்றதற்காக சைபீரியக் கடின உழைப்புக் கடுங்காவல் தண்டனை விதிக்கப் பட்டிருந்த இளங்கைதி அவன். குடிபோதையின் காரணமாகக் கொலைகாரர்களாகி விட்டவர்கள் இவர்கள் இருவரும். ஆத்திரம் கொண்டுவிட்ட ஒரு தருணத்தில் கொலை புரிந்த குடியான வனான அந்த இளைஞன் மனைவியிடமிருந்தும் குடும்பத்திட மிருந்தும் சுற்றத்தாரிடமிருந்தும் பிரிக்கப்பட்டு, கால்களில் சங்கிலி பூட்டப்பட்டு, தலை மழிக்கப்பட்டுக் கடின உழைப்புத் தண்டனைக் கைதியாய் சைபீரியா செல்கிறான். ஆனால் படையதிகாரியான இந்த இளைஞர் காவற்கூடத்தில் நல்லதோர் அறையில் அமர்ந் துள்ளார். நல்ல சாப்பாடு சாப்பிட்டுக்கொண்டும் உயர்ந்த ரக ஒயின் அருந்திக்கொண்டும் புத்தகங்களைப் படித்துக் கொண் டும் இருக்கிறார். இன்றைக்கோ நாளைக்கோ விடுதலையாகி முன்புபோலவே திரும்பவும் நல்லபடியாக வாழ்வார். அதோடு இந்தச் சம்பவத்தின் விளைவாய் முன்னிலும் பெயர் பெற்றவராய் விளங்குவார்.

மனத்துள் நினைத்ததை நெஹ்லூதவ் அப்படியே வெளியே சொன்னார். ஆரம்பத்தில் கோமகள் கத்தரீனா இவானவ்னா தனது மருமகனுடன் கருத்து உடன்பாடு கொண்டிருப்பதாகத் தெரிந்தது, ஆனால் பிற்பாடு அவரும் ஏனைய எல்லாரையும் போல் மௌனமாகி விட்டார். இதைச் சொல்லியதன் மூலம் எல்லார் முன்னிலையிலும் தாம் ஏதோ தகாத செயல் புரிந்து விட்டாற்போல் இருந்தது நெஹ்லூதவுக்கு.

சாப்பாடு முடிந்து சிறிது நேரமானதும் அந்திப் பொழுதில் பெரிய நடனக்கூடத்தில் கூட்டம் கூட ஆரம்பித்தது. செதுக்கு வேலைப்பாடுகளுடன் கூடிய உயரமான முதுகுடைய நாற் காலிகள் விரிவுரைக்காக ஒழுங்கு செய்யப்பட்டதுபோல் வரிசை வரிசையாகப் போடப்பட்டிருந்தன. பேச்சாளருக்காக ஒரு சிறிய மேசையின் மீது கண்ணாடிக் குடுவையில் தண்ணீர் இருந்தது. கைகளையுடைய நாற்காலி ஒன்று இந்த மேசைக்குப் பின்னால் போடப்பட்டிருந்தது. மாநாட்டிலிருந்து வந்தவரான கிசெ வெட்டரின் உபநியாசத்தைக் கேட்பதற்காக இந்தக் கூடத்தில் பலரும் வந்து கூடினர்.

விலை உயர்ந்த கோச் வண்டிகள் வெளிவாயிலில் வந்து நின்றன. உயர்ந்த சாமான்களைக் கொண்ட அந்தக் கூடத்தில், பட்டும் வெல்வெட்டும் லேசும் அணிந்த சீமாட்டியர் பொய்ச் சிகைகளோடும், இழுத்துக் கட்டியும் பஞ்சடைத்தும் ஒப்பனை செய்யப்பட்ட உருவங்களோடும் வந்து அமர்ந்தனர். இராணுவப் பிரமுகர்களும் அரசாங்கப் பிரமுகர்களுமான ஆடவர்கள்

இந்தச் சீமாட்டியரிடையே உட்கார்ந்து கொண்டார்கள். சாதாரண மக்கள் ஐந்தே பேர்தான் காணப்பட்டனர்: வேலைக் காரர்கள் இருவர், ஒரு கடைக்காரர், ஒரு பணியாள், வண்டிக் காரன் ஒருவன்.

கிசெவெட்டர் கட்டுமஸ்தானவர், தலை நரைத்தவர், அவர் ஆங்கிலத்தில் பேச வில் மூக்குக் கண்ணாடி அணிந்த ஒல்லி யான ஓர் இளம்பெண் வேகமாய் உடனுக்குடன் அதை ரஷ்ய னில் நன்றாகவே மொழிபெயர்த்தாள்.

நாம் புரியும் பாபங்கள் மிகப் பெரியவை என்பதாலும், இவற்றுக்கான தண்டனை மிகப் பெரியதாகவும் தவிர்க்க வொண்ணாததாகவும் இருக்கும் என்பதாலும், இந்தத் தண்டனையை எதிர்நோக்கியபடித் தொடர்ந்து நாம் உயிர் வாழ்வது சாத்தியமற்றதாகிறது என்றார் அவர்.

“நேசத்துக்கும் பாசத்துக்குமுரிய சோதர சோதரிகளே, நமது நிலை குறித்து, நமது வாழ்க்கை குறித்துச் சற்றே நாம் சிந்தித்துப் பார்க்கவேண்டும். நாம் என்ன செய்கிறோம், எப்படி வாழ்கி றோம், அன்பின் உருவாகிய ஆண்டவனுக்கு எப்படிக் குற்றம் இழைக்கிறோம். கிறிஸ்துவை எப்படித் துன்புறச் செய்கிறோம் என்று சிந்தித்துப் பார்க்க வேண்டும். நாம் மன்னிக்கப்பட முடி யாதவர்கள். தப்புவதற்கு நமக்கு வழி ஏதும் இல்லை. நம்மால் மீள முடியாது என்பது – நாம் எல்லாரும் கெட்டழிந்து போவது திண்ணம் என்பது–தெளிவாகவே விளங்குகிறது. பயங்கரமான முடிவு நிரந்தரமான வேதனை நம்மை எதிர்நோக்குகிறது” என்று நடுங்கும் குரலில், கண்ணீர் விட்டுக் கதறப் போகிறவரது குரலில் கூறினார் அவர். “மீள வழி என்ன? சோதரர்களே, இந்தப் படு பயங்கரத் தீயிலிருந்து எப்படித் தப்புவது? வீடு தீப்பற்றி எரிகிறது. வெளியே ஓட வழியில்லை.”

அவர் மௌனமாகிவிட்டார். மெய்யான கண்ணீர் அவர் கன்னங்களில் வழிந்தது. கடந்த எட்டு ஆண்டுகளாகத் தவறாமல் நடைபெற்று வந்த நிகழ்ச்சி இது: அவருக்கு மிகவும் பிடித்தமான இந்தச் சொற்பொழிவில் இவ்விடத்தை வந்தடைந்ததும் ஒவ் வொரு தரமும் அவருக்குத் தொண்டையை அடைத்தது, மூக்கினுள் கரகரத்தது, கண்களில் கண்ணீர் பொங்கியது. இந்தக் கண்ணீர் அவரை மேலும் கரைந்துருகச் செய்தது.

கூடத்திலிருந்து எழுந்த விம்மல்களின் சப்தம் காதில் விழுந்தது. பதித்துச் சித்திர ஒப்பனை செய்யப்பட்ட சிறு மேசையில் முழங் கைகளை ஊன்றித் தலையைத் தாங்கிப் பிடித்துக் கொண்டிருந்த கோமகள் கத்தரீனா இவானவ்னாவின் குண்டுத் தோள்கள் ஆடிக் குலுங்கின. வண்டிக்காரன் தனது வண்டியின் ஏர்க்

காலால் மோதப் போவது போலவும், அப்படியும் பாதையை விட்டு விலகாமல் அந்த ஜெர்மானியர் நிற்பதுபோலவும் திகைப்பும் அச்சமும் மேலிட்டவனாய் அவரைப் பார்த்துக் கொண்டிருந்தான். கோமகள் கத்தரீனா இவானவ்னா அமர்ந்திருந்த, அதே நிலையில்தான் மிகப் பெரும்பாலோரும் அமர்ந்திருந்தார்கள். வோல்ஃபின் மகள்–பார்ப்பதற்கு அப்படியே அவரைப் போலிருந்தவள், நவநாகரிக ஆடையை அணிந்தவள்–மண்டியிட்ட நிலையில் முகத்தைக் கைகளால் மூடியிருந்தாள்.

உபநியாசி திடுமெனக் கைகளை எடுத்து முகத்தை வெளியே காட்டினார். முற்றிலும் மெய்யானதே என்று நினைக்கும்படியான புன்னகை. ஆனந்தக் களிப்பை வெளியிடுவதற்காக நடிகர்கள் தருவித்துக் கொள்கிறார்களே அம் மாதிரியான புன்னகை, அவரது முகத்தில் பூத்திருந்தது. இதமான இனிய குரலில் திரும்பவும் அவர் பேச ஆரம்பித்தார்.

“இருப்பினும் மீள வழி ஒன்று இருக்கிறது. இதோ இருக்கிறது–மகிழ்ச்சி தரும்படியான எளிய வழி. ஆண்டவனது ஒரே மகனாகியவர், நம் பொருட்டுத் தம்மைக் கொடுந் துன்பங்களுக்கு ஆளாக்கிக்கொண்ட அவர், தமக்காக வேண்டி வடித்திட்ட இரத்தமே நாம் மீள்வதற்குரிய வழி. அவர் பட்ட துன்பமும் சிந்திய இரத்தமும் நம்மைக் காப்பாற்றும் சோதர சோதரிகளே” என்றார். மறுபடியும் அவர் குரல் கண்ணீரில் நனைந்து கரகரத்தது. “ஆண்டவனுக்கு நன்றி செலுத்துவோம், தமது ஒரே மகனை முற்றிலும் மனித குலத்துக்கே தந்த இறைவனைப் போற்றுவோம். தெய்வப் புதல்வனது புனித இரத்தமானது...”

மனவேதனையும் ஆபாசமும் தாங்கமாட்டாமல் நெஹ்லூதவ் அங்கிருந்து மெல்ல எழுந்தார், வெட்க உணர்ச்சியால் குமைந்துவிட்ட உள்ளத்தின் குமுறல் முனகலாய் வெளிப்படாமல் அடக்கிக்கொண்டு முகத்தைச் சுளித்தவாறு நுனி விரல்களில் நடந்து தமது அறைக்குப் போய்ச் சேர்ந்தார்.

18

மறுநாள் காலையில் நெஹ்லூதவ் உடுத்திக்கொண்டு மாடியிலிருந்து கீழே இறங்கப்போன நேரத்தில் பணியாள் ஒருவன் மாஸ்கோ வழக்கறிஞரின் முகவரிச்சீட்டை அவரிடம் கொண்டுவந்து கொடுத்தான். வழக்கறிஞர் தமது சொந்த வேலையை முன்னிட்டு இங்கே வந்திருந்தார். இதனுடன் கூட மாஸ்லவாவின் வழக்கு விரைவில் விசாரணைக்கு எடுத்துக் கொள்ளப்படுமாயின், மேலவையில் அது பரிசீலனைக்கு வரும்

போது நாமும் அங்கே இருக்கலாம் என்றும் நினைத்தார். அவர் அங்கிருந்து இங்கே வர நெஹ்லூதவின் தந்தி எதிர்த் திசையில் இங்கிருந்து சென்றிருந்தது. மாஸ்லவாவின் வழக்கு எப்போது விசாரணைக்கு எடுத்துக்கொள்ளப்படும், மேலவை உறுப்பினர்களில் யாரெல்லாம் கலந்துகொள்ளப் போகிறார்கள் என்பதை நெஹ்லூதவ் கூறியதும் அவர் புன்னகை புரிந்து கொண்டார்.

"சரிதான், மேலவை உறுப்பினர்களின் மூவகையினரும் கலந்துகொள்ளப் போகிறார்களாக்கும்" என்றார் அவர். "வோல்ஃபு – இவர் பீட்டர்ஸ்பர்க் அதிகாரி; ஸ்கவரோத்னிக்கவ்– இவர் தத்துவார்த்தச் சட்ட இயலாளர்; பே–இவர் செயல்முறைச் சட்ட இயலாளர். ஆகவே மூவரிலும் அதிக உயிராற்றல் வாய்ந் தவர்" என்று கூறினார் வழக்கறிஞர். "மூவரிலும் இவரே அதிக நம்பிக்கை அளிக்கக் கூடியவர். சரி, மனுக் கமிட்டியில் என்ன ஆயிற்று?"

"கோமான் வரபியோவை இன்றுதான் பார்க்கப் போகிறேன். நேற்று அவர் தரிசனம் கிடைக்கவில்லை."

"அவர் எப்படிக் கோமான் வரபியோவ், ஆனார் தெரியுமா உங்களுக்கு?" என்று கேட்டார். முழுக்க முழுக்க ருஷ்யப் பெயரால் ஒலித்த குடிப்பெயருடன் இணைந்த அந்த வெளிநாட்டுப் பட்டத்தை நெஹ்லூதவ் ஓரளவு வேடிக்கையான அழுத்தத்துடன் உச்சரித்ததைக் கவனித்த வழக்கறிஞர், "எக்காரணம் கருதியோ பேரரசர் பாவெல் இந்தப் பட்டத்தை அவர் பாட்டனாருக்குப் பரிசாய் வழங்கினார். அரண்மனையில் அந்தப் பாட்டனார் ஒரு பணியாளாய் இருந்தாரென நினைக்கிறேன். பாட்டனார் என்ன செய்தாரோ பேரரசர் மனம் மகிழ்ந்து, இது தமது விருப்பம், யாரும் ஏதும் செய்வதற்கில்லை என்பது போல், அவருக்குக் கோமான் பட்டத்தை அளித்தார். இவ்வாறு அவதரித்தவரே கோமான் வரபியோவ். இந்தப் பட்டம் குறித்துப் பெரிதாய்ப் பெருமைப்பட்டுக் கொள்கிறார். பொல்லாத கிழட்டு நரி."

"இவரிடம்தான் இப்போது போகப் போகிறேன்" என்றார், நெஹ்லூதவ்.

"நல்லதுதான். இருவருமாகச் சேர்ந்து போகலாம். வண்டியில் அழைத்துச் செல்கிறேன். வாருங்கள்."

அவர்கள் புறப்படப் போன நேரத்தில் பணியாள் ஒருவன் முன்னறையில் நெஹ்லூதவைச் சந்தித்து, மரீயட்டாவிடமிருந்து வந்திருந்த கடிதத்தை அவரிடம் தந்தான்.

"உங்களைத் திருப்தி செய்வதற்காக எனது விதிமுறைக்கு முற்றிலும் எதிராகச் செயற்பட்டு உங்கள் காப்புக்கு உரிய நபருக்கு ஆதரவாகக் குறுக்கிட்டு என் கணவரிடம் பரிந்துபேசினேன்.

இந்த நபர் உடனடியாக விடுதலை செய்யப்படக்கூடும் என்று தெரிகிறது. தளவாய்க்கு என் கணவர் எழுதியிருக்கிறார். ஆகவே காரியமில்லாமலே வாருங்கள் என்னிடம். உங்களை எதிர்பார்க் கிறேன்...”

“பாருங்களேன் இதை!” என்று வழக்கறிஞரிடம் சொன்னார் நெஹ்லூதவ். “இந்தப் பயங்கர அநியாயத்தைப் பாருங்கள். ஏழு மாதங்களாய் இவர்கள் தனிக்கொட்டடிக் கைதியாக அடைத்து வைத்திருக்கும் ஒரு பெண் எந்தக் குற்றமும் புரியாதவள் என்பதாகத் தெரிகிறது. இவள் விடுதலையாவதற்குத் தேவைப் பட்டது எல்லாம் ஒரேயொரு வார்த்தைதான்.”

“எப்போதுமே இப்படித்தான். நல்லது, நீங்கள் விரும்பி யதைச் செய்து முடிப்பதில் வெற்றி பெற்று விட்டீர்கள். இல்லையா?”

“ஆமாம், எனக்கு, இது வருத்தம் தரும் வெற்றியாய் இருக் கிறதே. அங்கே என்னவெல்லாம் நடைபெறும் என்பதை ஆலோசித்துப் பாருங்கள். அவர்கள் எதற்காக இவளை அடைத்து வைத்திருந்தார்கள்?”

“இதை எல்லாம் அலசி ஆராய்வது நல்லதல்ல, விடுங்கள். சரி, உங்களை நான் அழைத்துச் செல்கிறேன்” என்றார் வழக் கறிஞர். இருவரும் அப்போது வாயில் முகப்பை வந்தடைந் தார்கள். வழக்கறிஞர் அமர்த்தியிருந்த நேர்த்தியான வாடகை வண்டி அவர்கள் முன்னால் வந்து நின்றது. “கோமான் வரபியோவ் வீட்டுக்குத்தானே போக வேண்டும் நீங்கள்?”

வண்டிக்காரனிடம் எங்கே செல்ல வேண்டுமென்று வழக் கறிஞர் கூறினார். அருமையான அந்தக் குதிரைகள் நெஹ்லூ தவை விரைவில் கோமானது வீட்டுக்குக் கொண்டு வந்து விட்டன. வீட்டில்தான் இருந்தார் கோமான். முதல் அறையில் முறையான அலுவல் உடுப்புகள் அணிந்த இளம் அதிகாரி ஒருவர் இருந்தார்–நீளமான குச்சிக் கழுத்தும் துருத்திக்கொண்டி ருந்த குரல்வளை முட்டும் கொண்டவர், துடிப்பான மென் நடையுடையவர். அவருடன் இரு சீமாட்டியரும் இருந்தார்கள்.

“உங்கள் பெயர்?”–குரல்வளை முட்டுடன் கூடிய இளைஞர் மிதமிஞ்சிய துடிப்புடன் ஒய்யாரமாய் நடந்து சீமாட்டியரிட மிருந்து நெஹ்லூதவிடம் வந்து விசாரித்தார்.

நெஹ்லூதவ் தமது பெயரைச் சொன்னார்.

“கோமான் உங்களைப் பற்றிச் சொல்லியிருக்கிறார். இருங்கள். இதோ வருகிறேன்!”

இளம் அதிகாரி உள்ளறையின் கதவைத் திறந்துகொண்டு உள்ளே சென்றார். துக்க ஆடை அணிந்து அழுது கொண்டி

ருந்த ஒரு சீமாட்டியை அவர் அங்கிருந்து வெளியே அழைத்து வந்தார். சிக்கலாகிவிட்ட முகத்திரையை அந்தச் சீமாட்டி தனது எலும்பு விரலால் இழுத்து மூடித் தனது கண்ணீரை மறைத்துக் கொள்ள முயன்றாள்.

"தயவுசெய்து இப்படி வாருங்கள்" என்று நெஹ்லூதவிடம் சொல்லி அந்த இளம் அதிகாரி ஒய்யாரமாய் நடந்து உள்ளறையின் கதவைத் திறந்து வைத்துக்கொண்டு நின்றார்.

உள்ளறைக்குள் சென்ற நெஹ்லூதவ் அங்கே தமக்கெதிரே நடுத்தர உயரமுள்ள கட்டுமஸ்தான ஒருவர் நீள்கோட்டு அணிந்து ஒட்ட வெட்டிய முடிகளுடன் பார்ப்பதற்கு மகிழ்ச்சி வாய்ந்தவராய் ஒரு பெரிய மேசைக்குப் பின்னால் நாற்காலியில் அமர்ந்திருக்கக் கண்டார். வெள்ளை முடிகளுக்கும் மீசைக்கும் தாடிக்கும் இடையே மிகவும் எடுப்பாகத் தெரிந்த பளபளப்பான அவரது செவ்விய முகம் அன்பு மிக்கதாய் முறுவலித்தவாறு நெஹ்லூதவைப் பார்க்கத் திரும்பியது.

"உங்களைப் பார்க்க நேர்ந்திருப்பது குறித்து மட்டிலா மகிழ்ச்சியடைகிறேன். உங்கள் தாயாரும் நானும் நெடுங்காலமாய் ஒருவரையொருவர் நன்கு அறிந்தவர்களாய் மட்டுமின்றி நண்பர்களாகவும் இருந்தோம். சிறு பையனாய் இருக்கையிலும் பிறகு படையதிகாரியாய் இருக்கையிலும் உங்களை நான் பார்த்திருக்கிறேன். உட்காருங்கள், உங்களுக்கு நான் எவ்விதத்தில் பணியாற்றலாம், சொல்லுங்கள்" ஃபெதோசியாவுக்கு நேர்ந்ததை நெஹ்லூதவ் சொல்லிக் கொண்டிருக்கையில் "ஆமாம். ஆமாம்" என்று சொல்லி அவர் தமது ஒட்ட வெட்டப்பட்ட தலையை ஆட்டிக்கொண்டார். "சொல்லுங்கள், சொல்லுங்கள், எனக்குப் புரிகிறது. மெய்யாகவே உள்ளத்தை உருகச் செய்வதாய் இருக்கிறது. மனுவைச் சமர்ப்பித்து விட்டீர்களா?"

"மனுவைத் தயார் செய்து வைத்திருக்கிறேன்" என்று சொல்லி நெஹ்லூதவ் அதைத் தமது பைக்குள்ளிருந்து வெளியே எடுத்தார். "ஆனால் முதலில் உங்களிடம் சொல்ல விரும்பினேன். உங்களிடம் சொன்னால் இந்த விவகாரத்துக்குத் தனிக் கவனம் கிடைக்கலாமென நினைத்தேன்."

"ஆம், நீங்கள் செய்தது நல்லதுதான். நிச்சயம் நானே நேரில் இந்த விவகாரத்தை எடுத்துரைத்து ஆவன செய்கிறேன்" என்றார் கோமான். அவர் வெளிக்காட்டிக் கொள்ள விரும்பிய இரக்க உணர்ச்சி மகிழ்ச்சி மிக்கதான அவரது முகத்துக்குச் சிறிதும் பொருந்துவதாய் இல்லை. "உள்ளத்தைக் கரைந்துருகச் செய்யக் கூடியது. தெளிவாகவே அவள் சிறு குழந்தையாய் இருந்தவள்,

கணவன் அவளிடம் முரட்டுத்தனமாய் நடந்துகொண்டான். இது அவளை வெறுப்பு கொள்ளச் செய்தது. ஆனால் பிற்பாடு நாளடைவில் இருவரும் ஒருவர் மீது ஒருவர் காதல் கொண்டு விட்டனர்... ஆம், யாவற்றையும் எடுத்துரைத்து ஆவன செய்கிறேன்."

"கோமகன் இவான் மிகாய்லவிச்சும் இதைப் பற்றிப் பேரரசியிடம் சொல்ல விரும்புவதாகக் கூறினார்."

நெஹ்லூதவ் இதைச் சொல்லி வாயை மூடியிருக்க மாட்டார். அதற்குள் கோமானின் முகபாவம் மாறிப் போயிற்று.

"சரி, மனுவை நீங்களே எடுத்துச் சென்று அலுவலகத்தில் சமர்ப்பியுங்கள். என்னால் முடிந்ததை நான் செய்கிறேன்" என்று நெஹ்லூதவிடம் கூறினார் அவர்.

இந்த நேரத்தில் அந்த இளம் அதிகாரி தமது நடையின் ஒய்யாரத்தைக் காட்டிக்கொள்ள விரும்பியவரைப் போல அறைக்குள் வந்தார்.

"மேலும் இரண்டு வார்த்தை சொல்ல வேண்டுமாம், வரலாமா என்று கேட்கிறார் அந்தச் சீமாட்டி."

"என்ன செய்வது வரச் சொல்லுங்கள். அன்பே, என்னென்பது இதை? எவ்வளவு கண்ணீர் வடிக்கப்படக் காண வேண்டியிருக்கிறது! இவ்வளவையும் துடைக்க முடிந்தால் நல்லதுதான்! ஏதோ நம்மால் முடிந்ததைச் செய்கிறோம்."

சீமாட்டி உள்ளே வந்தாள்.

"உங்களிடம் இதை வேண்டிக்கொள்ள மறந்துவிட்டேன்; மகளைக் கைவிடுவதற்கு அவர் அனுமதிக்கப்படலாகாது. அவர் எதுவும் செய்யக் கூடியவர்...."

"வேண்டியதைச் செய்கிறேன் என்று நான்தான் சொன்னேனே..."

"கோமானே, ஆண்டவன் உங்களுக்கு அருள் புரிவான்! தாயைக் காப்பாற்றியவர் ஆவீர்கள்."

அவள் அவருடைய கையைப் பிடித்துக்கொண்டு அதில் முத்தமிட ஆரம்பித்தாள்.

"அனைத்தும் செய்யப்படும்."

அந்தச் சீமாட்டி வெளியே சென்றதும் நெஹ்லூதவும் விடை பெற்றுக்கொள்ள முற்பட்டார்.

"எல்லாம் முடிந்ததைச் செய்வோம். நீதி அமைச்சகத்தில் விசாரிக்கிறேன். அவர்கள் பதிலளித்ததும் இயன்றது அனைத்தும் செய்யப்படும்."

நெஹ்லூதவ் அங்கிருந்து அலுவலகத்துக்குச் சென்றார். மேலவையின் அலுவலகத்தைப் போலவே இதுவும் பிரமாதமாய் இருக்கக் கண்டார். இங்கும் கம்பீரமான அதிகாரிகள் மிகப் பலரும் இருந்தார்கள் – எல்லாரும் சுத்தமானவர்கள். நன்னயப் பாங்கினர். உடுத்தியிருந்த உடைகளிலிருந்து பேசிய பேச்சுக்கள்வரை யாவற்றிலும் குற்றங்குறையில்லாதவர்கள், சிறப்புக்குரியவர்கள், கண்டிப்பு வாய்ந்தவர்கள்.

"ஏராளமானோர், பிரமிக்கும்படி ஏராளமானோர் இருக்கி றார்களே, எல்லாரும் வயிறார உண்போராய் அல்லவா தோற்ற மளிக்கிறார்கள். இவர்களது சட்டைகளும் கைகளும் எவ்வளவு சுத்தமாய் இருக்கின்றன. பூட்சுகள் எப்படிப் பளபளக்கின்றன. இவர்களுக்கு இவ்வளவையும் செய்து கொடுப்போர் யார்? சிறைக் கைதிகளோடு மட்டுமின்றி, விவசாயிகளோடு ஒப்பிடும் போதுங்கூட இவர்கள் எவ்வளவு உல்லாசமாய் வாழ்கிறார்கள்." நெஹ்லூதவின் மனத்துள் இந்த எண்ணங்கள் அவரையும் அறியாமல் மறுபடியும் எழுந்தன.

19

பீட்டர்ஸ்பர்க் சிறைக்கூடக் கைதிகளது நிலைமையின் கடுமையைத் தணித்திடும் பொறுப்பு ஜெர்மானியப் பிரபுக்களது வழி வந்தவரான வயது முதிர்ந்த ஒரு ஜெனரலைச் சார்ந்ததாய் இருந்தது. ஏராளமான விருதுகளையும் பதக்கங்களையும் அணிந்துகொள்ளத் தகுதி பெற்றிருந்தார், ஆனால் வெள்ளைச் சிலுவை விருதைத் தவிர ஏனையவற்றை அவர் அணிந்து கொள்வதில்லை. பலரும் அவரைப் பற்றிப் பேசி வந்ததுபோல, தள்ளாத வயதை அடைந்து அவர் மூளை மழுங்கிப் போனவர். அவர் வெகுவாய்ப் போற்றிக்கொண்ட அந்தச் சிலுவை விருது முன்பு காக்கசில் சேவை புரிந்த காலத்தில் அவருக்குக் கிடைத் தது. ஒட்ட வெட்டிய தலையுடன் இராணுவ உடுப்பணிந்து குத்தீட்டித் துப்பாக்கிகள் ஏந்திய ருஷ்யக் குடியானவர்கள் அவருடைய தலைமையின் கீழ் செயல்பட்டு, தமது சுதந்திரத் தையும் இல்லத்தையும் உற்றார் உறவினர்களையும் பாதுகாத்துப் போராடியோரில் ஆயிரத்துக்கும் அதிகமானோரைக் கொன் றார்கள் என்பதற்காக அவருக்கு வழங்கப் பெற்ற விருது அது. பிறகு அவர் போலந்தில் சேவையாற்றினார். அங்கும் அவர் ருஷ்ய விவசாயிகளைப் பல்வேறு கொடுஞ் செயல்கள் புரிய வைத்து பல விருதுகளும் உடுப்பில் அணிந்து கொள்வதற்காகப் பல புதிய பதக்கங்களும் பெற்றுக் கொண்டார். பிறகு வேறு எங்கெங்கோ சேவை புரிந்தபின், தள்ளாத வயதுக் காலத்தில்

நல்ல பங்களாவும் வருவாயும் அந்தஸ்தும் கிடைக்கச் செய்த இந்தக் கவுரவமான உத்தியோகத்தைப் பெற்றார். தற்போது அவர் அதில்தான் இருந்து வந்தார். மேலிடத்து உத்தரவுகளைக் கண்டிப்புடன் நிறைவேற்றினார். தனிச்சிறப்புக்குரிய பணியாகக் கொண்டு இவற்றை நிறைவேற்றினார். இந்த மேலிடத்து உத்தரவுகள் தனி முக்கியத்துவம் வாய்ந்தவை என்றும், உலகில் எவை என்னவாயினும் இந்த மேலிடத்து உத்தரவுகள் மட்டும் ஒருபோதும் மாற்றப்பட முடியாதவை என்றும் கருதினார். ஆடவரும் பெண்டிருமான அரசியல் கைதிகளைத் தனிக் கொட்டகையில் அடைத்து வைத்திருப்பதுதான் அவருக்குரிய கடமை: சிலர் சித்த சுவாதீனம் இழந்தும், வேறு சிலர் எலும்புருக்கி நோய் கண்டு உயிர் நீத்தும், மற்றும் சிலர் பட்டினி கிடந்தோ, கண்ணாடித் துண்டுகளால் இரத்த நாளங்களைத் துண்டித்தோ, தூக்குப்போட்டுக் கொண்டோ, தீ மூட்டிக் கொண்டோ தற்கொலை புரிந்துகொண்டும், கைதிகளில் பாதிப் பேர் பத்து ஆண்டுகளில் மாண்டுவிடும்படி அவர்களை அவர் அடைத்து வைத்திருக்க வேண்டும்.

இவை எல்லாம் வயது முதிர்ந்த ஜெனரலுக்குத் தெரி யாதவை அல்ல. எல்லாம் அவர் கண் முன்னால் நடைபெற்ற வையே. ஆனால் புயல்களாலும் வெள்ளங்களாலும் பிறவற் றாலும் ஏற்படும் விபத்துக்கள் எப்படி அவரது மனசாட்சியை உறுத்துவதில்லையோ, அதேபோல இந்த நிகழ்வுகளும் அவரது மனசாட்சியை உறுத்தவில்லை. மாட்சிமை தங்கிய மாமன்னரது பெயரில் பிறப்பிக்கப்படும் மேலிடத்து உத்தரவுகளை நிறை வேற்றுவதன் விளைவாய் நடைபெறும் நிகழ்வுகள் இவை. இந்த உத்தரவுகள் தவிர்க்க முடியாதபடி நிறைவேற்றப்பட வேண்டியவை. ஆகவே இவற்றை நிறைவேற்றுவதால் ஏற்படும் விளைவுகள் குறித்து நினைத்துப் பார்ப்பது சிறிதும் பயனற்ற வீண் வேலை. வயது முதிர்ந்த ஜெனரல் இவை எல்லாம் குறித்து நினைப்பதே இல்லை. ஒருபோதும் இதற்கு அவர் அனுமதிப்பதில்லை. இவை குறித்து நினைக்காதிருப்பது தேசபக்தன் என்ற முறையிலும் படையாள் என்ற முறையிலும் தமக்குரிய கடமையாகுமெனக் கருதினார். இவை குறித்து நினைத்தால் அவர் தமக்குரிய மிக முக்கியப் பொறுப்புகளாகக் கொண்டிருந்தவற்றை நிறைவேற்றுவதில் மனத்தளர்வு ஏற்படக் கூடுமென அஞ்சினார்.

வயது முதிர்ந்த ஜெனரல் வாரம் ஒருமுறை எல்லாக் கொட்டடிகளுக்கும் சென்று அங்கிருந்த கைதிகளிடம் அவர்கள் தெரிவிக்க விரும்பிய வேண்டுகோள் ஏதேனும் உண்டா என்று

விசாரித்தார். இதை அவர் தமது உத்தியோகக் கடமைகளில் ஒன்றாகக் கொண்டிருந்தார். கைதிகள் அவரிடம் பலவிதமான வேண்டுகோள்களையும் தெரிவித்தார்கள். அமைதி குலையாமல் எதற்கும் அசங்காத மௌனம் சாதித்து, காது கொடுத்து யாவற்றையும் அவர் கேட்டுக்கொண்டார். ஆனால் எந்த வேண்டுகோளையும் அவர் நிறைவேற்றுவதில்லை. ஏனெனில் எல்லா வேண்டுகோள்களும் விதிமுறைகளுக்கு ஒவ்வாதவையாய் இருந்தன.

வயது முதிர்ந்த ஜெனரலின் வீட்டு வாயிலில் நெஹ்லூதவ் வந்திறங்கியபோது மணிக்கூண்டின் மணிகள் இறைவா போற்றியென மெல்லிய நாதம் எழுப்பியது. பண்ணை இசைத்த பின் இரண்டு மணி அடித்தன. மணிக்கொரு தரம் திரும்பத் திரும்ப ஒலித்த இந்த இன்னிசையானது ஆயுள் தண்டனைக் கைதிகளான டிசம்பரிஸ்டுகளது * உள்ளத்தில் எப்படி எதிரொலித்துக் கொண்டிருந்தது என்பது குறித்து டிசம்பரிஸ்டுகளுடைய நினைவுக் குறிப்புகளில் படித்திருந்தது இப்பொழுது இந்தப் பண்ணிசையைக் கேட்டதும் நெஹ்லூதவுக்கு நினைவு வந்தது.

வீட்டுக்குள் நெஹ்லூதவ் நுழைந்தபோது, இருட்டாக்கப் பட்ட வரவேற்பு அறையில் வயது முதிர்ந்த ஜெனரல் சித்திரம் பதித்த சிறு மேசையில் முன்னால் அமர்ந்துகொண்டு தமது கீழ் அதிகாரிகளில் ஒருவரது சோதரரான இளம் ஓவியர் ஒருவருடன் சேர்ந்து ஒரு காகிதத்தின் மேல் தேநீர்த் தட்டத்தை ஆட்டித் திருப்பிக் கொண்டிருந்தார். அகர வரிசையின் எல்லா எழுத்துக்களும் அந்தக் காகிதத்தில் குறிக்கப்பட்டிருந்தன. ஓவியரின் மெலிந்து தளர்ந்த பிசுபிசுப்பாயிருந்த விரல்கள் வயது முதிர்ந்த ஜெனரலின் விரைப்பான முட்டுக்களையுடைய, சுருக்கம் விழுந்த முரட்டு விரல்களுடன் கோக்கப்பட்டு இணைந்த கைகள் தேநீர்த் தட்டத்துடன் சேர்ந்து காகிதத்தின் மேல் நகர்ந்தன. இறந்த பிறகு ஆன்மாக்கள் ஒன்றையொன்று அடையாளம் கண்டுகொள்ள முடிகிறதே, அது எப்படி என்று ஜெனரல் கேட்ட கேள்விக்குத் தேநீர்த் தட்டம் பதிலளித்துக் கொண்டிருந்தது.

வீட்டுப் பணியாளாக வேலை செய்த அலுவலகச் சேவகன் ஒருவன் நெஹ்லூதவின் முகவரிச் சீட்டைக் கொண்டுவந்து

---

* *டிசம்பரிஸ்டுகள் – பிரபுக்குலப் புரட்சியாளர்கள், இவர்களில் பலர் எழுத்தாளர்களும் கவிஞர்களும் இலக்கிய விமர்சகர்களும் ஆவர். இவர்கள் 1825இல் ஏதேச்சாதிகாரத்தையும் பண்ணையடிமை முறையையும் எதிர்த்து உணர்வுபூர்வமாய் ஏற்பாடு செய்து எழுச்சி நடத்தினர். இந்த எழுச்சி டிசம்பர் 14இல் நடைபெற்றதால் இவர்கள் இப்பெயர் பெறலாயினர்.*

தந்தபோது ஜோன் ஆஃப் ஆர்க்கின்* ஆவி அந்தத் தேநீர்த் தட்டத்தின் வாயிலாகப் பதில் கூறிக்கொண்டிருந்தது. ஒவ்வொரு எழுத்தாகச் சுட்டிக்காட்டி ஜோன் ஆஃப் ஆர்க்கின் ஆவி இதுவரை பின்வரும் சொற்களைக் கூறி முடித்திருந்தது; "எப்படிக் கண்டுகொள்கின்றன எனில்"; இந்தச் சொற்கள் எழுதிக் கொள்ளப்பட்டு விட்டன. சேவகன் வந்து சேர்ந்தபோது. தேநீர்த் தட்டம் "தூ" என்னும் எழுத்தில் நின்றுவிட்டு அப்படியும் இப்படியுமாய் ஆடிக்கொண்டிருந்தது. தட்டம் ஏன் இப்படி ஆடியதென்றால் அடுத்து அது 'ய்' என்னும் எழுத்தில் நிற்க வேண்டுமென ஜெனரல் கருதினார் – அதாவது, மண்ணுலக இயல்புகளிலிருந்து "தூய்மையாவதன் மூலம்," அல்லது இதையொத்த ஒன்றன் மூலம் ஆன்மாக்கள் ஒன்றையொன்று அடையாளம் கண்டுகொள்வதாய் ஜோன் ஆஃப் ஆர்க் கூற வேண்டுமென அவர் கருதினார்; ஆனால் ஓவியர் இதற்கு மாறாக, "ய" என்னும் எழுத்தில் நின்று ஆன்மாக்கள் தமது "தூய விண்ணுலக உடலின் ஒளி மூலம்" ஒன்றையொன்று அடையாளம் தெரிந்துகொள்வதாகச் சொல்ல வேண்டுமென நினைத்தார். ஜெனரல் தமது அடர்த்தியாய் மண்டிய நரைத்த புருவங்களைக் கடுமையாய் நெரித்தபடி கைகளை உற்றுப் பார்த்துக்கொண்டும், தேநீர்த் தட்டம் தானாகவே நகர்வதாகக் கற்பனை செய்துகொண்டும் இருந்தார். அதேபோது அவர் அதை "ய்" என்னும் எழுத்தை நோக்கி நகர்த்திக் கொண்டிருந்தார். கரைந்து மெலிந்துவிட்ட முடிகளைக் காதுப்புறமாகப் பின்னோக்கி வாரி விட்டிருந்த வெளிறிய முகமுடைய இளம் ஓவியர், உயிர்க் களையில்லாத நீல விழிகளால் அறையின் இருண்ட மூலையை உற்று நோக்கினார். அதேபோது உதடுகளை அசைத்துக்கொண்டும் தட்டத்தை "ய" என்னும் எழுத்தை நோக்கித் தள்ளிக்கொண்டும் இருந்தார்.

தமது வேலைக்குத் தடங்கல் ஏற்பட்டுவிட்டது குறித்து ஜெனரல் முகத்தைச் சுளித்துக்கொண்டார். சற்று நேரம் மௌனமாயிருந்தபின் முகவரிச் சீட்டை வாங்கிப் பார்த்தார். வில் மூக்குக் கண்ணாடியைப் போட்டுக்கொண்டு அகன்ற இடுப்பிலிருந்து எழுந்த வலி பொறுக்காமல் முனகியபடித் தமது முழு உயரத்துக்கும் நிமிர்ந்து மரத்துப்போன விரல்களைத் தேய்த்துத் தடவிக்கொண்டார்.

"அலுவல் அறைக்கு வரச் சொல்லு".

"மேதகையீர் அனுமதித்தால் தனியே நான் இதைச் செய்து முடிக்கிறேன்" என்று சொல்லி ஓவியர் எழுந்து நின்றார். "சன்னதமாயிருப்பதை என்னால் உணர முடிகிறது."

---

* "ஜோன் ஆஃப் ஆர்க் செயின்ட் ஜோன் (1412–1431) ஆர்லியன்ஸ் திருமங்கை. பிரெஞ்சு நாட்டுத் தேசிய வீராங்கனை.

"சரி. தனியே செய்து முடித்திடும்" என்று தீர்மானம் தொனிக்கும் கடுமையான குரலில் கூறிவிட்டு, விரைப்பான கால்களை நீட்டி உறுதியாகவும் ஒழுங்காகவும் பெரிய தப்படிகளாய் வைத்து அலுவல் அறைக்குள் சென்றார் ஜெனரல்.

"நீங்கள் வந்திருப்பது குறித்து மகிழ்ச்சி கொள்கிறேன்" என்றார் ஜெனரல், நெஹ்லூதவிடம். இதமான இச்சொற்களைக் கடுப்பான குரலில் சொல்லி மேசைக்குப் பக்கத்திலிருந்த நாற்காலியைச் சுட்டிக் காட்டினார். "பீட்டர்ஸ்பர்க்குக்கு வந்து அதிக நாட்கள் ஆகியிருக்குமா?"

"அதிக நாட்கள் ஆகவில்லை" என்று நெஹ்லூதவ் பதிலளித்தார்.

"கோமகள், அதாவது உங்கள் தாயார், சௌக்கியமா?"

"எனது தாயார் காலமாகிவிட்டார்".

"மன்னிக்கணும், மிக்க வருந்துகிறேன். என் மகன் உங்களைச் சந்தித்ததாகச் சொன்னான்."

ஜெனரலின் மகன், தந்தையைப் போல் அதே வாழ்க்கைப் பாதையைத் தனக்கு வகுத்துக் கொண்டு விட்டான். இராணுவப் பேரவையில் பயிற்சி முடிந்து தற்போது இரகசியப் புலனாய்வுப் பிரிவில் பணியாற்றி வந்தான். அங்கு தனக்குள்ள வேலைகள் குறித்துப் பெரிதும் பெருமைப்பட்டுக் கொண்டான். உளவாளிகளுக்கு அவன்தான் நிர்வாக அதிகாரி.

"உங்கள் தந்தையுடன் வேலை செய்தவன் நான். இருவரும் நண்பர்களாய், தோழர்களாய் இருந்தோம். நீங்களும் அரசாங்கச் சேவைதானே புரிந்து வருகிறீர்கள்?"

"இல்லை. அரசாங்கச் சேவை புரியவில்லை."

கண்டிக்கும் முறையில் தலையை அசைத்துக்கொண்டார் ஜெனரல்.

"ஜெனரல் அவர்களே, உங்களிடம் நான் ஒன்று கேட்டுக் கொள்வதற்காக வந்திருக்கிறேன்."

"ரொம்ப, ரொம்ப மகிழ்ச்சி. நான் செய்யக் கூடியது என்ன?"

"எனது வேண்டுகோள் தகாததெனில் என்னை மன்னிக்க வேண்டுகிறேன். அவசியமாய் இருப்பதால்தான் இதனை வேண்டுகிறேன்."

"என்னா அது? சொல்லுங்கள்."

"குர்க்கேவிச் என்றொருவர் கோட்டைச் சிறையில் கைதியாய் இருக்கிறார். அவரது தாய் அங்கே அவரைச் சந்திக்க அனுமதி அளிக்கவேண்டும். இல்லையேல் புத்தகங்கள் அனுப்பி வைப்பதற்காகவாவது அனுமதிக்க வேண்டும்."

நெஹ்லூதவ் கூறியதைக் கேட்டு ஜெனரல் மகிழ்ச்சி தெரிவிக்கவும் இல்லை. குறைபட்டுக் கொள்ளவும் இல்லை. ஆனால் ஆலோசிப்பவரைப்போல் தலையை ஒரு பக்கமாய் சாய்த்துக் கண்களை மூடிக்கொண்டார். உண்மையில் அவர் எதைப் பற்றியும் ஆலோசிக்கவில்லை. நெஹ்லூதவின் வேண்டு கோளில் அவருக்கு அக்கறையுங்கூட இருக்கவில்லை. அந்த வேண்டுகோளுக்குத் தாம் அளிக்கப்போகும் பதில் விதிமுறைப் படி அளிக்க வேண்டிய பதிலாகவே இருக்கும் என்பது அவருக்கு நன்றாகவே தெரியும். எதைப் பற்றியும் சிந்திக்காமல் அவர் தமது மூளைக்கு ஓய்வு அளித்துக் கொண்டோரே தவிர வேறு ஒன்றும் இல்லை.

“இதைக் கேளுங்கள்” என்றார் முடிவில். “இது என்னைப் பொறுத்தது அல்ல. சிறைக் கைதிகளைச் சந்திப்பது குறித்து விதிமுறைகள் இருக்கின்றன. மாட்சிமை தங்கிய மாமன்னரால் அங்கீகரிக்கப்பட்ட அவை எப்போது அனுமதி உண்டு, எப்போது இல்லை என்று வரையறுக்கின்றன. புத்தகங்களைப் பொறுத்தவரை எங்களிடம் நூலகம் ஒன்று இருக்கிறது. கைதிகளுக்கு அனுமதிக்கப்பட்டவற்றை அவர்கள் எடுத்துக் கொள்ளலாம்.”

“அது சரிதான். ஆனால் இவருக்கு வேண்டியவை விஞ் ஞானப் புத்தகங்கள். இவர் மேற்படிப்பு படிக்க விரும்புகிறார்.”

“இதையெல்லாம் நம்பாதீர்கள்” என்றார் ஜெனரல். பிறகு சற்று நேரம் பேசாமல் இருந்தார். “இதெல்லாம் அமைதியின் மையே தவிர படிப்பில் ஏதோ பெரிய அக்கறை பிறந்து விட்ட தாக நினைக்க வேண்டாம்.”

“என்ன செய்வார்கள்? பாவம். அவர்களது மொத்தக் கடினமான நிலைமையில் நேரத்தைக் கழிப்பதற்காக எதிலேனும் அக்கறை கொள்ளத்தானே வேண்டும்” என்றார் நெஹ்லூதவ்.

“எந்நேரமும் முறையிட்டுக் கொண்டுதான் இருப்பார்கள்” என்றார் ஜெனரல். “இவர்களை எங்களுக்குத் தெரியாதா, என்ன?”

படுமோசமான ஏதோவொரு தனி இனத்தைப் பற்றிப் பேசுவதுபோல் இவர்கள் எல்லாரையும் பற்றிப் பொதுப்படப் பேசிச் சென்றார் ஜெனரல்.

“இங்கே இவர்கள் பல வசதிகளையும் பெற்றிருக்கிறார்கள். சிறைக்கூடங்களில் இம்மாதிரியான வசதிகளை வேறு எங்கும் காண்பது அரிது” என்றார் அவர்.

நியாய விளக்கம் கூறுவது போல் அவர் இங்குள்ள கைதி கள் அனுபவித்து வரும் வசதிகளை வரிசையாய் எடுத்துரைக்க முற்பட்டார். இங்கு கைதிகளாய் அடைக்கப்பட்டுள்ளவர்

களுக்கு இனியதோர் உறைவிடத்தை ஏற்பாடு செய்து தருவதே இந்தச் சிறைக்கூடத்தின் தலையாய இலட்சியம் என்பது போல் பேசிச் சென்றார்.

"மெய்தான். முன்னொரு காலத்தில் நிலைமைகள் மித மிஞ்சிக் கடுமையாய் இருந்தன; ஆனால் தற்போது மிகவும் நல்ல முறையில் இங்கு இவர்கள் கவனித்துக் கொள்ளப்படுகிறார்கள். மூன்று உண்டிகள் அடங்கிய சாப்பாடு சாப்பிடுகிறார்கள். – இம்மூன்றில் ஒன்று எப்போதும் இறைச்சி உண்டி: இறைச்சி வடை அல்லது இறைச்சிப் பொரியலின் வடிவிலானது. ஞாயிற்றுக் கிழமைகளில் நான்காவதாக இனிப்பு உண்டி ஒன்றும் தரப்படுகிறது. ருஷ்ய நாட்டவர் ஒவ்வொருவருக்கும் இம்மாதிரியான சாப்பாடு கிடைக்கும்படி ஆண்டவன் அருள் புரியவேண்டும்."

வயது முதிர்ந்தவர்கள் எல்லோரையும் போல் ஜெனரலும் தமக்குப் பழக்கமான பேச்சை ஆரம்பித்ததின் இடையில் நிறுத்த முடியாமல், கைதிகளது அழிச்சாட்டியத்தையும் நன்றி கெட்ட நிலையையும் நிரூபிப்பதற்காக எத்தனையோ தரம் திரும்பத் திரும்பப் பலரிடமும் அவர் கூறியிருந்த சான்றுகள் யாவற்றையும் கூறிச் சென்றார்.

"மத நூல்களும் பழைய பத்திரிகைகளும் அவர்களுக்குத் தரப்படுகின்றன. பொருத்தமான புத்தகங்களைக் கொண்ட நூலகம் எங்களிடம் இருக்கிறது. ஆனால் அவர்கள் படிக்கக் காணோம். ஆரம்பத்தில் ஓரளவு அக்கறை கொண்டவர்களாகத் தோன்றினர். ஆனால் பிற்பாடு புதிய புத்தகங்களில் பாதிப் பக்கங்கள் வெட்டிப் பிரிக்கப்படாமலும், பழையவற்றில் பக்கங் கள் புரட்டிப் பார்க்கப்படாமலும் இருந்தன. நாங்கள் சோத னையுங்கூட நடத்திப் பார்த்தோம்" என்று முகத்தில் சற்றே புன்சிரிப்பின் சாயல் தெரியக் கூறினார் ஜெனரல். "வேண்டு மென்றே புத்தகங்களுக்குள் சிறு துண்டுக் காகிதங்களை வைத்துத் தந்தோம். வைத்த இடத்திலிருந்து நகராமல் அவை அப்படியே இருந்தன. எழுதுவதற்குங்கூடத் தடை ஏதும் இல்லை" என்று அவர் தொடர்ந்து பேசிச் சென்றார். "பொழுது போக்காய் இவர்கள் எழுதிக் கொண்டிருக்கும் பொருட்டு கற்பலகையும் பலப்பமும் தருகிறோம். எழுதியதைக் அழித்து விட்டுத் திரும்பவும் இவர்கள் எழுதிக்கொண்டிருக்கலாம். ஆனால் இவர்கள் எழுதவும் விரும்பவில்லை. இல்லை, சீக்கிர மாகவே இவர்கள் அமைதியடைந்து விடுகிறார்கள். ஆரம்பத்தில் தான் இருப்புக் கொள்ளாமல் பரபரப்படைக்கின்றனர். பிற்பாடு

இவர்கள் பருத்துப் பெருக்கவுங்கூடச் செய்து, முற்றிலும் சாந்தமடைந்து விடுகிறார்கள்" என்று தமது சொற்களின் பயங்கரமான உட்பொருளை நினைத்துப் பார்க்காமலே கூறினார் ஜெனரல்.

நெஹ்லூதவ் காதுகொடுத்து அந்தக் கரகரப்பான கிழட்டுக் குரலைக் கேட்டார்; அந்த விரைப்பான அங்கங்களையும், நரைத்த புருவங்களுக்கு அடியிலிருந்த ஒளியிழந்த கண்களையும், சுத்தமாய் மழிக்கப்பட்டு இராணுவ உடுப்பின் எழுத்துப் பட்டியால் தாங்கப்பட்ட அந்தத் தொளதொளப்பான கிழட்டு முகவாயையையும், முக்கியமாய் மிகக் கொடிய முறையில் ஏராளமான ஆட்களைப் படுகொலை புரிந்ததன் மூலம் வரப்பெற்றது என்பதால் அம்மனிதர் அப்படிப் பெருமைப்பட்டுக் கொண்ட விருதாகிய அந்த வெள்ளைச் சிலுவையையும் நெஹ்லூதவ் உற்றுப் பார்த்தார்–அம்மனிதரது சொற்களின் உட்பொருளை விளக்கிச் சொல்லி மறுப்புக் கூறுவதால் பயன் ஏதும் இல்லை என்பது அவருக்குத் தெளிவாகவே தெரிந்தது. இருந்தபோதிலும் அவர் மறுபடியும் ஒரு தரம் முயன்று பார்த்தார். விடுதலை செய்யும்படி உத்தரவு அளிக்கப்பட்டு விட்டதாய் அன்று காலை அவருக்குத் தெரிவிக்கப்பட்டிருந்த கைதி ஷூஸ்தவாவைப் பற்றி ஜெனரலிடம் விசாரித்தார்.

"ஷூஸ்தவாவா? ஷூஸ்தவா... ஏராளமாய் இருக்கிறார்கள். இத்தனை பெயர்களையும் நான் நினைவில் வைத்திருப்பதற்கில்லை" என்றார் ஜெனரல். இப்படி ஏராளமாய் இருந்ததற்காக இவர்களைக் கடிந்து கொள்கிறாரோ என்று நினைக்கத் தோன்றியது. அவர் மணியை அடித்தார். தமது செயலாளரைக் கூப்பிடும்படிச் சொன்னார்.

செயலாளருக்காகக் காத்திருந்த அந்த நேரத்தில் அரசாங்க ஊழியத்தில் ஈடுபடுவதன் அவசியம் குறித்து நெஹ்லூதவுக்கு அறிவுறுத்தினார். "நேர்மையும் கண்ணியமும் வாய்ந்தவர்கள்"– இத்தகையோரில் அவர் தம்மையும் ஒருவராகக் கருதிக் கொண்டார் மாமன்னருக்கு இன்றியமையாதவர்கள் என்றார்... "ஆம் மாமன்னருக்கும் தாயகத்துக்கும்" என்று சேர்த்துக் கொண்டார். சொல்லின் நயங்கருதி இவ்வாறு செய்தார் என்பது தெரிந்தது.

"நான் தள்ளாத கிழவன், அப்படியும் தொடர்ந்து என்னால் முடிந்த அளவுக்கு ஊழியம் புரிகிறேன்."

செயலாளர் – வற்றி வதங்கிப் போனவர். கூர்மதியின் களையுடன் கூடிய துருதுருப்பான கண்களுடையவர்–உள்ளே வந்து, அரணிடப்பட்ட விசித்திரமான ஏதோவொரு இடத்தில் ஷூஸ்தவா வைக்கப்பட்டிருப்பதாகவும், அவளைப் பற்றி உத்தரவு ஏதும் வரவில்லையென்றும் பதிலளித்தார்.

“என்றைக்கு உத்தரவு வருகிறதோ, அன்றைக்கே அவளை வெளியே விட்டுவிடுவோம். நாங்கள் இவர்களை இங்கு வைத்திருக்க விரும்பவில்லை. இவர்களது வருகையை அப்படி ஒன்றும் நாங்கள் உயர்வாகப் போற்றவில்லை” என்று சொல்லி வேடிக்கையாய் மறுபடியும் ஜெனரல் புன்சிரிப்பு சிரிக்க முயன்றார், அவரது கிழட்டு முகம் கோணிச் சுருங்கியதுதான் இதனால் ஏற்பட்ட விளைவு.

நெஹ்லூதவ் இந்தப் பயங்கரக் கிழவர் பால் தம் மனத்துள் உண்டான அருவருப்பும் பரிதாபமுமான கலப்பட உணர்ச்சிகள் பீறிட்டு வெளிப்பட்டு விடாமல், அவற்றை உள்ளுக்குள் அடக்கிக் கொள்ள முயன்றவாறு அங்கிருந்து எழுந்தார். அதேபோது கிழவரும் ஆலோசனையின்றித் தெளிவாகவே தவறான வழியில் செல்பவராயினும் தமது பழைய தோழர் ஒருவரது புதல்வராகிய நெஹ்லூதவிடம் தாம் அளவு மீறிக் கடுமையாய் இருக்கலாகாதென்றும், புத்திமதியளிக்காமல் இவரைப் போகச் சொல்லக் கூடாதென்றும் நினைத்தார்.

“அன்புக்குரியவரே, போய் வாருங்கள். என் மீது நீங்கள் கோபங்கொள்ளலாகாது. உங்களிடம் எனக்குள்ள பாசத்தின் காரணமாகவே நான் இதைச் சொல்கிறேன். இங்கே எங்களிடம் இருப்போருடன் சகவாசம் வைத்துக் கொள்ளாதீர்கள். இவர்களில் நிரபராதி யாரும் இல்லை. எல்லாருமே அயோக்கியர்கள். நாங்கள் இவர்களை நன்கு அறிவோம்” – சந்தேகத்துக்குச் சிறிதும் இடமில்லாத குரலில் இவர் இதைச் சொன்னார்.

கிஞ்சித்தும் அவருக்கு இதைப் பற்றிச் சந்தேகம் இருக்கவில்லை–மெய்யாகவே இதுவேதான் உண்மை என்பதல்ல இதற்குக் காரணம்; இது உண்மையல்லவெனில், சிறப்பான ஒரு வாழ்வின் கடைப் பகுதியைத் தக்க முறையில் வாழ்ந்துகொண்டிருக்கும் போற்றத்தக்க வீரராய் இல்லாமல், மனசாட்சியை விற்றவரும் இந்தத் தள்ளாத வயதிலும் தொடர்ந்து விற்று வருகிற வருமான கயவராக அல்லவா அவர் தம்மைக் கருத வேண்டியிருக்கும் என்பதே இதற்குக் காரணம்.

“யாவற்றிலும் சிறப்பானது அரசுக்கு ஊழியம் புரிதல்” என்று மேலும் தொடர்ந்து கூறினார் அவர். “நேர்மையானவர்கள் மாமன்னருக்குத் தேவைப்படுகிறார்கள்... ஆம். மாமன்னருக்கும் தாயகத்துக்கும்” என்று சேர்த்துக் கொண்டார். “நானும் ஏனையோரும் ஊழியம் புரியாமல் உங்களைப் போல் விலகிக் கொள்வோமானால் என்ன ஆவது? யாரேனும் எஞ்சுவார்களா? தற்போதுள்ள முறையைப் பற்றி நாம் குறை கூறிக்கொண்டிருக்கிறோம். ஆயினும் அரசாங்கத்துக்கு உதவி செய்ய நமக்கு விருப்பமில்லை.”

நெஹ்லூதவ் ஆழ்ந்த பெருமூச்சு விட்டுப் பணிவுடன் குனிந்தெழுந்தார். அருள்கூர்ந்து அவரிடம் நீட்டப்பட்ட எலும்பான பெரிய கையைப் பிடித்துக் குலுக்கி விட்டு, அறையிலிருந்து வெளியேறினார்.

ஜெனரல் ஆட்சேபிக்கும் முறையில் தலையை ஆட்டிக் கொண்டார். பிறகு முதுகைத் தடவி விட்டுக்கொண்டு வரவேற்பு அறைக்குத் திரும்பினார். ஓவியர் அவருக்காக அங்கே காத்திருந்தார். ஜோன் ஆஃப் ஆர்க்கின் ஆவியிடமிருந்து கிடைத்த பதில் எழுதி அங்கே தயாராய் வைக்கப்பட்டிருந்தது. ஜெனரல் தமது வில் மூக்குக் கண்ணாடியைப் போட்டுக்கொண்டு அதைப் படித்தார்: எப்படிக் கண்டுகொள்கின்றன எனில், தூய விண்ணுலக உடலின் ஒளி மூலம்."

"ஓ" என்று ஆமோதிக்கும் முறையில் கூறிய ஜெனரல் கண்களை மூடிக்கொண்டார். "ஆனால் எல்லா ஆன்மாக்களின் தூய ஒளியானது ஒரே மாதிரியாகவே இருந்தால், அடையாளம் கண்டுகொள்வது எப்படி?" என்று கேட்டு அவர் தமது விரல்களை ஓவியரது விரல்களுடன் கோத்துத் தேநீர்த் தட்டத்தின் மீது வைத்துக்கொண்டார்.

வாடகை வண்டிக்காரன் நெஹ்லூதவை ஏற்றிக்கொண்டு வண்டியை வாயில் வழியிலிருந்து ஓட்டிச்சென்றான்.

"எசமானே, இங்கே இருக்க எனக்குச் சகிக்கவில்லை. சோர்வாயிருந்தது?" என்று சொல்லி அவன் நெஹ்லூதவைப் பார்க்கத் திரும்பினான். "உங்களுக்காகக் காத்திராமல் வண்டியை ஓட்டிச் சென்று விடலாமா என்று பார்த்தேன்."

"ஆமாம், சோர்வாகத்தான் இருக்கிறது" என்று நெஹ்லூதவ் ஒத்துக்கொண்டார். மூச்சை அவர் முழு அளவுக்கு உள்ளுக்கு இழுத்தார். ஓரளவு உள்ளப் புழுக்கம் தணிந்தவராய் மேலே விண்ணில் மிதந்த புகை மேகங்களையும் நேவா ஆற்றிலே தோணிகளிலிருந்தும் கப்பல்களிலிருந்தும் எழுந்து பளிச்சிட்டு ஒளிர்ந்த சிற்றலைகளையும் உற்று நோக்கினார்.

20

மறுநாளன்று மாஸ்லவாவின் வழக்கு விசாரணைக்கு வரவிருந்தது. நெஹ்லூதவ் மேலவைக்குப் புறப்பட்டுச் சென்றார். மேலவைக் கட்டிடத்தின் கம்பீரமான வாயில் வழியில் வழக்கறிஞரும் அவருடன் சேர்ந்துகொண்டார். கோச் வண்டிகள் ஏற்கெனவே அங்கே வந்து நின்றிருந்தன. காண்போர் திகைக்கும் வண்ணம் பிரமாதமாய் இருந்த படிக்கட்டில் ஏறி இருவரும் மாடியை வந்தடைந்தார்கள். அங்கு எல்லா முடுக்குகளையும் அறிந்தவரான வழக்கறிஞர் இடப்பக்கம் திரும்பி ஒரு கதவைத்

திறந்துகொண்டு உள்ளே சென்றார். சட்டத் தொகுப்பு செயலுக்கு வந்த தேதி அந்தக் கதவுக்கு மேல் சித்திர எழுத்து களில் பொறிக்கப்பட்டிருந்தது.

நீளமான முதல் அறையினுள் ஃபனாரின் தமது மேல் கோட்டைக் கழற்றித் தந்தார். வர வேண்டிய மேலவையினர் எல்லாரும் வந்துவிட்டதாகவும், கடைசியாகப் பாக்கியிருந்த ஒருவர் இப்போதுதான் வந்து சேர்ந்ததாகவும் வாயிலாளனிட மிருந்து தெரிந்துகொண்டார். கவை வால் கோட்டுடனும், வெள்ளைச் சட்டை முகப்புக்கு மேல் கழுத்தில் ஒரு வெள்ளை டையுடனும், தன்னம்பிக்கையின் ஒளி பிரகாசிக்க, ஃபனாரின் அடுத்த அறைக்குள் சென்றார். அங்கே வலப்பக்கத்தில் மிகப் பெரிய அலமாரியும் அதற்கப்பால் ஒரு மேசையும், இடப் பக்கத்தில் சுழல் படிக்கட்டும் இருந்தன. முறை உடுப்பணிந்த அமத்தலான அதிகாரி ஒருவர் கவட்டில் ஒரு கைப்பையுடன் அப்போது அந்தப் படிக்கட்டில் இறங்கி வந்துகொண்டிருந்தார். நீளமான வெள்ளை முடிகளுடன் மூதறிஞருக்குரிய தோற்றங் கொண்டவராய் இருந்த ஒரு கிழவர் அந்த அறையில் இருந்தவர்கள் எல்லாரது கவனத்தையும் கவர்ந்து வந்தார். அவர் குட்டைக் கோட்டு அணிந்து சாம்பல் நிறக் கால்சட்டை போட்டிருந்தார். அவருக்கு அருகே மிகுந்த பணிவடக்கத்துடன் இரண்டு பணியாட்கள் நின்றார்கள்,

வெளுத்த முடிகளையுடைய இந்தக் கிழவர் அலமாரிக்குள் சென்று அங்கே தம்மை அடைத்துக் கொண்டார். அப்போது ஃபனாரின் தம்மைப் போலவே வெள்ளை டையும் கவை வால் கோட்டும் அணிந்த சக வழக்கறிஞர் ஒருவரைக் கண்ணுற்றார். உடனே உணர்ச்சிப் பரபரப்பு வாய்ந்த உரையாடல் அவர் களிடையே ஆரம்பமாகியது. இதற்கிடையில் நெஹ்லூதவ் அந்த அறையில் இருந்தோரைக் கவனமாகப் பார்த்துப் பரிசீலனை செய்து கொண்டிருந்தார். பொதுமக்கள் என்று சொல்லத் தக்கவர்கள் அங்கே பதினைந்து பேர் இருந்தார்கள். அவர்களில் இருவர் சீமாட்டிகள்–ஒருத்தி வில் மூக்குக் கண்ணாடி அணிந்த இளம் பெண், இன்னொருவர் தலை நரைத்த அன்னை. பத்திரிகை மூலம் அவதூறு செய்ததாகத் துவக்கப்பட்ட வழக்கு பற்றி அன்று விசாரணை நடைபெற இருந்தது. இதனால் பார்வையாளர்கள் வழக்கமாய் வருவதைக் காட்டிலும் கொஞ்சம் அதிகமாய் வந்திருந்தார்கள்–பிரதானமாய் இவர்கள் பத்திரிகை உலகைச் சேர்ந்தவர்கள்.

மிடுக்கான முறை உடுப்பணிந்து களையான முகமுடைய கண்ணுக்கு இனிய ஆளாகிய நீதிமன்ற அறிவிப்பாளர் கையில் ஒரு காகிதத்துடன் ஃபனாரினை அணுகி அவர் எதை முன் னிட்டு இங்கு வந்துள்ளார் என்று விசாரித்தார். மாஸ்லவாவின்

வழக்குக்காக வந்துள்ளவர் என்பது தெரிந்ததும் காகிதத்தில் ஏதோ குறித்துக்கொண்டு போய்ச் சேர்ந்தார். அதே நேரத்தில் அலமாரியின் கதவு திறக்கப்பட்டது. மூதறிஞரின் தோற்ற முடைய கிழவர் அதிலிருந்து வெளியே வந்தார்– இப்போது அவர் குறுங்கோட்டு அணிந்திருக்கவில்லை. சரிகை ஓர ஒப்பனைகளுடன் கூடிய உடையலங்காரம் செய்து மார்பில் சிறப்புச் சின்னத் தகடுகள் பளிச்சிட, பார்ப்பதற்கு ஒரு பெரிய பறவையைப் போல் இருந்தார்.

இந்த வினோத உடையலங்காரத்தில் அங்கே நடப்பதற்கு அந்தக் கிழவருக்கே கூச்சமாய் இருந்ததோ என்னவோ, வழக்க மான நடையைக் காட்டிலும் மிக வேகமாய் நடந்து அவசரமாய் எதிர்ப் பக்கத்து நிலைப்படியைக் கடந்து வெளியே சென்றார்.

"இவர்தான் பே–மிகுந்த மதிப்புக்குரியவர்" என்று நெஹ்லூ தவிடம் கூறினார் ஃபனாரின். பிறகு தமது சக வழக்கறிஞரிடம் நெஹ்லூதவை அறிமுகம் செய்து வைத்துவிட்டுத் தற்போது விசாரிக்கப்படப் போகும் வழக்கு தமது அபிப்பிராயத்தில் மிகவும் சுவையானதாகுமென்று சொல்லி அதைப் பற்றி விளக்கிக் கூறினார்.

அந்த வழக்கின் விசாரணை சீக்கிரமாகவே ஆரம்ப மாகியது. ஏனைய பார்வையாளர்களுடன் சேர்ந்து நெஹ்லூ தவும் இடப்பக்கமாய் சென்று கூட்ட மண்டபத்துள் நுழைந்தார். ஃபனாரினும் உட்பட இவர்கள் எல்லாரும் கைப்பிடிக் கிராதி யடைப்புக்குப் பின்னால் பொது மக்களுக்கென அமைந்த இடத்துக்குச் சென்றார்கள். பீட்டர்ஸ்பர்க் வழக்கறிஞர் மட்டும் கிராதியடைப்புக்கு முன்னால் அமைந்த சாய்வு மேசையிடம் சென்றார்.

மேலவையின் கூட்ட மண்டபம் குற்ற இயல் நீதிமன்றத் தைப் போல் அவ்வளவு பெரிதாய் இல்லை. அதனினும் எளிய முறையில் அலங்கரிக்கப்பட்டிருந்தது. ஆனால் நீதிபதிகளான மேலவையினருக்கு முன்னால் இருந்த மேசையில் மஞ்சள் விரிப்புக்குப் பதிலாய் சரிகை ஓர ஒப்பனை செய்யப்பட்ட கருஞ்சிவப்பு வெல்வெட் போடப்பட்டிருந்தது. ஆயினும் நீதி மன்றங்களுக்குரிய அவசியக் கூறுகளாகிய நிலைக்கண்ணாடி, தேவவுருவப் படம், பேரரசரது படம் ஆகிய யாவும் இங்கும் இருந்தன.

அங்கு போலவே இங்கும் அறிவிப்பாளர், "நீதிபதிகள் வருகி றார்கள்" என்று முழக்கமிட்டு அறிவித்தார். அங்கு போலவே இங்கும் எல்லாரும் எழுந்து நின்றார்கள். அங்கு போலவே

இங்கும் நீதிபதிகளுக்குரிய உடுப்புகளில் மேலவையினர் உள்ளே வந்து உயரமான முதுகுடைய நாற்காலிகளில் அமர்ந்து, இயற்கையான முறையில் தோற்றமளிக்க வேண்டுமென்று முயன்றவாறு மேசை மீது கைகளை ஊன்றிக் கொண்டார்கள்.

மேலவையினர் நான்கு பேர் அமர்ந்திருந்தார்கள்; தலைமை வகித்தவரான நிக்கித்தின்–சுத்தமாய் மழிக்கப்பட்ட ஒடுங்கிய முகமும் உருக்கு விழிகளும் கொண்டவர்; வோல்ஃபு–குறிப்பிடத் தக்கவாறு இறுக்கி அழுத்தப்பட்ட உதடுகளும் வெள்ளையாய் வெளுத்த கைகளுமுடையவர். இந்தக் கைகளால் அவர் தமது காகிதக் கோப்புகளைப் புரட்டிக் கொண்டிருந்தார். பிறகு ஸ்கவரோத்னிக்கவ்–பருத்துக் கனத்திருந்தவர். புள்ளி முகமுடையவர். தத்துவார்த்த நீதியியலாளர். நான்காவதாகப் பே–மூதறிஞரின் தோற்றமுடையவராய்க் கடைசியில் வந்தாரே அந்தக் கிழவர்.

மேலவையினருடன் கூடத் தலைமைச் செயலாளரும் தலைமைப் பிராசிக்யூட்டரும் உள்ளே வந்தார்கள். தலைமைப் பிராசிக்யூட்டர் நடுத்தர உயரமும் ஒல்லியான உருவமும் கொண்ட இளைஞர். வெகுவாய்ப் பழுப்பேறிய மழிக்கப் பெற்ற முகமும் சோகம் தோய்ந்த கரிய விழிகளுமுடையவர். விசித்திர மான உடுத்தியிருந்தும், அவரைப் பார்த்து ஆறு ஆண்டுகள் ஆகியிருந்தும், நெஹ்லூதவ் உடனே அவரை அடையாளம் கண்டுகொண்டுவிட்டார். கல்லூரியில் படித்த காலத்தில் நெஹ்லூதவின் சிறந்த நண்பர்களில் ஒருவராய் இருந்தவர் அவர்.

“செலேனின்தானா தலைமைப் பிராசிக்யூட்டர்?” என்று வழக்கறிஞரிடம் கேட்டார் நெஹ்லூதவ்.

“ஆமாம், ஏன் கேட்கிறீர்கள்?”

“நான் நன்கு அறிந்தவர் ஆயிற்றே. தங்கமான ஆள்.”

“தலைமைப் பிராசிக்யூட்டர் என்ற முறையிலும் சிறப்புக் குரியவர். காரிய மனோபாவம் கொண்டவர். அவரை அல்லவா நீங்கள் பார்த்துப் பேசியிருக்க வேண்டும்?” என்றார் ஃபனாரின்.

“எப்படியும் அவர் மனசாட்சிக்கு ஒப்ப நடக்கக்கூடியவர்” என்றார் நெஹ்லூதவ். தமக்கும் செலேனினுக்கும் இருந்து வந்த நெருங்கிய உறவையும் நட்பையும், மற்றும் செலேனினது இனிய இயல்புகளாகிய தூய்மையையும் நேர்மையையும் சிறந்த அர்த்தத் திலான ஒழுங்குமுறையையும் அவர் நினைத்துப் பார்த்தார்.

“ஆமாம், ஆனால் இப்போது ஒன்றும் செய்வதற்கில்லை” என்று முணுமுணுக்கும் குரலில் கூறினார், நடைபெற ஆரம் பித்துவிட்ட வழக்கு விசாரணையைக் கவனித்துக் கொண்டிருந்த ஃபனாரின்.

வட்டார நீதிமன்றத்தின் தீர்ப்பை மாற்றாமல் உறுதிப் படுத்திய உயர் நீதிமன்ற முடிவை எதிர்த்து மேல் விசாரணை கோரித் தாக்கல் செய்யப்பட்ட வழக்கு அது.

நெஹ்லூதவ் இவ்வழக்கைக் கவனிக்க ஆரம்பித்தார். தம் முன்னால் நடைபெற்றவற்றின் அர்த்தத்தைப் புரிந்துகொள்ள முயன்றார். ஆனால் அவரால் புரிந்துகொள்ள முடியவில்லை. முன்பு குற்ற இயல் நீதிமன்றத்தில் எப்படியோ அதேபோல இங்கும் அவருக்கு மிகப் பெரிய இடையூறாக அமைந்தது என்னவெனில், மெய்யாகவே தலையாயதான மையப் பிரச்சினை குறித்து விவாதிக்காமல் ஏதேதோ துணைப் பிரச்சினைகளைப் பற்றித்தான் முழு நேரமும் பேசப்பட்டது. பத்திரிகையில் வெளியான ஒரு கட்டுரையிலிருந்து எழுந்த வழக்கு அது. கூட்டுப் பங்குக் கம்பெனி ஒன்றின் தலைமை டைரக்டர் நம்பிக்கை மோசடி செய்தாரா, அப்படியானால் தொடர்ந்து அவர் மோசடி செய்வதை எப்படித் தடுப்பது என்பதே இங்கு பிரதானமான ஒரே பிரச்சினை என்று எவரும் நினைப்பார். ஆனால் இப் பிரச்சினை குறித்து எதுவுமே பேசப்படவில்லை. இந்தக் கிண்டல் கட்டுரையைப் பத்திரிகையில் வெளியிட பத்திரிகை ஆசிரியருக்குச் சட்டப்படி உரிமை உண்டா, இல்லையா என்பது குறித்தும்; இந்தக் கட்டுரையை வெளியிட்டதன் மூலம் அவர் இழைத்த குற்றம் என்ன–அவதூறா அல்லது மானபங்கமா– என்பது குறித்தும்; எவ்வெப்போது அவதூறானது மானபங்கமும் உள்ளடங்கியதாக இருக்கும், அல்லது மானபங்கமானது அவதூறும் உள்ளடங்கியதாக இருக்கும், என்பது குறித்தும், பொது விவகாரத்துறை எனப்படும் ஏதோ ஒன்றால் ஏற்கப்பட்ட பல வகையான சட்ட விதிகளையும் தீர்மானங்களையும் பற்றியதான, சாதாரண மக்களால் அதிகம் புரிந்துகொள்ள முடியாத ஏதோ ஒரு பிரச்சினை குறித்தும்தான் பேசப்பட்டது.

இந்தக் குளறுபடியில் ஒன்று மட்டும் நெஹ்லூதவுக்குத் தெளிவாகவே புரிந்தது: மேலவையானது வழக்கின் உள் விவரங்கள் குறித்துத் தீர்மானிக்க முடியாதென முந்திய நாளன்று வோல்ஃபு அவ்வளவு கண்டிப்பான முறையில் வலியுறுத்தியிருந்தபோதிலும், இப்போது அவர் இந்த வழக்கில் கீழ் நீதிமன்றத்தின் தீர்ப்பைத் தெளிவாகவே தள்ளுபடி செய்ய வேண்டுமென்ற நிலையையே ஏற்றார் என்பதும், அதேபோது செலேனின் அவருக்குரிய சிறப்பியல்பான தன்னடக்கத்தை விட்டொழித்துச் சிறிதும் எதிர்பாராத ஆவேசத்துடன் இதற்கு நேர் எதிரான கருத்தை எடுத்துரைத்து வாதாடினார் என்பதும் நெஹ்லூதவுக்குப் புரிந்தது. வழக்கமாய் மிகுந்த தன்னடக்கத்துடன் நடந்துகொள்ளும் செலேனின் இப்படி நெஹ்லூதவ் வியப்புறும் வண்ணம் ஆவேசமடைந்ததற்குக் காரணம் என்னவென்றால்,

இந்தக் கூட்டுப் பங்குக் கம்பெனியின் தலைமை டைரக்டர் பண விவகாரங்களில் பெரிய மோசடிக்காரராய் இருந்தது, அவருக்குத் தெரியும் என்பதுடன், சில நாட்களுக்கு முன்பு இந்தக் கில்லாடி அளித்த பிரமாதமான விருந்தில் வோல்ஃபும் கலந்துகொண்டது பற்றிய செய்தி தற்செயலாய் அவர் காதுக்கும் எட்டியிருந்தது.

இப்போது வோல்ஃபு இந்த வழக்கைப் பற்றி மிகுந்த எச்சரிக்கையோடுதான் என்றாலும், அப்பட்டமாகத் தெரிந்த ஓரவஞ்சனையுடன் விளக்கம் அளித்ததும் செலேனின் கிளர்ச்சி யடைந்து, சாதாரணமான ஒரு வழக்குக்கு வேண்டியதைக் காட்டிலும் மிதமிஞ்சிய உணர்ச்சித் துடிப்புடன் தமது கருத்தை எடுத்துரைத்தார். அவரது இந்தப் பேச்சு தெளிவாகவே வோல்ஃ பைக் கொதிப்புறச் செய்தது: முகம் செக்கச் சிவந்துபோய் இருப்புக் கொள்ளாமல் அவர் அசைந்தாடினார். மௌனமாய்ச் சைகைகள் மூலம் வியப்பை வெளிப்படுத்திக் கொண்டார். பிறகு ஏனைய மேலவையினருடன் சேர்ந்து பெருமதிப்புக்குரிய தோரணையோடும் மனக்கசப்புற்றவருக்குரிய முகபாவத்தோடும் எழுந்து கலந்தாய்வு அறைக்குச் சென்றார்.

“நீங்கள் எந்த வழக்குச் சம்பந்தமாய் வந்திருக்கிறீர்கள்?” என்று நீதிமன்ற அறிவிப்பாளர் திரும்பவும் ஃபனாரினிடம் வந்து விசாரித்தார்.

“முன்பேதான் சொன்னேனே. மாஸ்லவாவின் வழக்குக் காக” என்றார் ஃபனாரின்.

“ஆமாம், அது இன்று விசாரணைக்கு எடுத்துக்கொள்ளப் படப்போகும் வழக்குதான். ஆனால்...”

“ஆனால் என்னவாம்?” என்று கேட்டார் வழக்கறிஞர்.

“என்னவென்றால், வாதங்கள் நடைபெறுமென யாரும் எதிர்பார்க்கவில்லை... ஆகவே இப்போது தீர்ப்பை அறிவித்ததும் மாண்புக்குரிய மேலவையினர் மன்றத்திலிருந்து போய்விட லாமென்று இருக்கிறார்கள். ஆனால் நான் போய்ச் சொல் கிறேன்....”

“அது ஏன் அப்படி?...”

“இதோ நான் போய்ச் சொல்கிறேன். இதோ சொல்கிறேன்.”

அறிவிப்பாளர் தமது காகிதத்தில் திரும்பவும் ஏதோ எழுதிக் கொண்டார்.

அவதூறு வழக்கு பற்றித் தீர்ப்புக் கூறியபின் மேலவையினர் கலந்தாய்வு அறையில் இருந்தபடி மாஸ்லவாவின் வழக்கும் உட்பட எஞ்சியுள்ள ஏனைய விவகாரங்களுக்குத் தேநீர்

அருந்திப் புகை பிடித்தவாறு முடிவு செய்து விடலாமென நினைத்திருந்தார்கள்.

21

கலந்தாய்வு அறையில் மேசையைச் சுற்றிலும் மேலவையினர் வந்தமர்ந்தவுடன் வேகமும் விறுவிறுப்பும் மிக்கவராய் வோல்ஃப்பு கீழ் நீதிமன்றத்தின் தீர்ப்பைத் தள்ளுபடி செய்தாக வேண்டுமென்பதற்குரிய காரணங்களை எடுத்துரைக்க முற்பட்டார்

மேலவை நீதித் தலைவர் எப்போதும் கடுகடுப்பாய் இருப்பவர். குறிப்பாக இன்று அவரது மனநிலை படுமோசமாய் இருந்தது. நீதிமன்ற அமர்வு நடைபெற்றபோது அவர் தமது சொந்த நினைவுகளில் மூழ்கியிருந்தார். இப்போதும் அவர் வோல்ஃப்பின் பேச்சைக் காதில் வாங்கிக்கொள்ளாமல் சொந்த சிந்தனைகளில் ஈடுபட்டிருந்தார். நெடுநாளாய் அவர் தமக்குக் கிடைக்க வேண்டுமென ஆசைப்பட்டு வந்த முக்கியமான பதவி ஒன்றில் தமக்குப் பதிலாய் வில்யானவ் அமர்த்தப்பட்டதையொட்டி நேற்று அவர் தமது நினைவுக் குறிப்புகளில் எழுதியிருந்த வாசகங்களில்தான் அவரது சிந்தனைகள் யாவும் குவிந்திருந்தன. அவர் தமது அரசு ஊழியக் காலத்தில் தொடர்பு கொண்டிருந்த மிக உயர்ந்த வகுப்புகளைச் சேர்ந்த அதிகாரிகளைப் பற்றித் தெரிவித்திருந்த அபிப்பிராயங்கள் மிக முக்கிய வரலாற்று விவரப் பொருள்களாய் விளங்குமென மேலவை நீதித் தலைவர் திடமாகவும் நேர்மையாகவும் நம்பினார். நேற்று எழுதிய அத்தியாயத்தில் அவர் மிக உயர்ந்த இவ்விரு வகுப்புகளைச் சேர்ந்த சில அதிகாரிகளுக்குச் சரியானபடி சூடு கொடுத்திருந்தார். அவருடைய சொற்களிலேயே சொல்வதெனில் தற்போதைய ஆட்சியாளர்களால் நாட்டுக்கு ஏற்பட்டு வந்த அழிவிலிருந்து ருஷ்யாவை அவர் பாதுகாக்க முடியாதபடித் தடுத்து விட்டார்களென—உண்மையைச் சொல்வதெனில் தற்போது பெற்று வந்ததைவிட அதிகமாய் அவர் சம்பளம் பெற முடியாதபடித் தடுத்து விட்டார்களென—அவர்களைச் சாடியிருந்தார். வருங்காலத்தோருக்கு இந்த விவரங்கள் எல்லாம் எப்படிப்பட்ட புதிய வெளிச்சம் கிடைக்கச் செய்யுமென நினைத்தவாறு இப்போது அவர் இங்கு உட்கார்ந்திருந்தார்.

“ஆமாம், அப்படித்தான்” என்று பதிலளித்தார். அவரைப் பார்த்து வோல்ஃப்பு கூறியதைக் காதில் வாங்காமலேயே.

பே தமக்கு எதிரே இருந்த காகிதத்தில் கழுத்து மாலை வரைந்தவாறு, வோஃல்பின் பேச்சைத் துயரம் தோய்ந்த முகத்துடன் கேட்டுக் கொண்டிருந்தார். இந்தப் பே முதல் தரமான மிதவாதி. கடந்த நூற்றாண்டின் அது அறுபதாம் ஆண்டுகளது மிதவாத மரபுகளைப் போற்றி வந்தவர் அவர். கண்டிப்பான நடுநிலைமையிலிருந்து எப்போதாவது அவர் விலகுவாராயின் அது மிதவாதத்தின் பக்கமாய் அமைந்ததாகவே இருக்கும். இச்சந்தர்ப்பத்திலும் அவ்வாறே இருந்தது. அவதூறுக்கு ஆளாகி விட்டதாக முறையிட்டு மேல் வழக்காடிய ஆள் ஒரு மோசடிக்காரர் என்பதுடன், பத்திரிகையாளர் மீது அவதூறுக் குற்றம் சாட்டி வழக்காடுவது பத்திரிகைச் சுதந்திரத்தைக் குலைப்பதாய் இருந்தது என்பதாலும், பே வழக்காடியவருக்கு எதிர்ப்பக்கத்தில் இருந்தார். வோல்ஃபு பேசி முடித்ததும், பே மாலை வரைவதை நிறுத்திவிட்டு, துயரம் தோய்ந்த மிருதுவான இனிய குரலில் (தெள்ளத்தெளிவாகத் தெரிந்ததைத் தெளிவுபடுத்த வேண்டியிருக்கிறதே என்று அவர் துயரப்பட்டுக்கொண்டார்), மேல் வழக்காட இங்கு எந்த முகாந்திரமும் இல்லையென்று சுருக்கமாகவும் எளிதாகவும் சந்தேகத்துக்கு இடமில்லாமலும் தெளிவுபடுத்தினார். பிறகு நரை முடிகளையுடைய தலையைக் கவிழ்த்துக்கொண்டு தொடர்ந்து மாலை வரையலானார்.

வோல்ஃபுக்கு எதிர்ப்பக்கத்தில் அமர்ந்திருந்த ஸ்கவரோத்னிக்கவ் இவ்வளவு நேரம் தாடியையும் மீசையையும் தமது பருத்த விரல்களால் வாய்க்குள் தள்ளிக்கொண்டிருந்தார். இப்போது பே பேசி முடித்ததும், தாடியை மெல்லுவதை உடனே நிறுத்திவிட்டுக் கீச்சிடும் பலத்த குரலில் அவர் தமது அபிப்பிராயத்தை அறிவித்தார். கூட்டுப் பங்குக் கம்பெனியின் தலைமை டைரக்டர் பெரிய கில்லாடிதான் என்றாலுங்கூட, குற்ற இயல் நீதிமன்றத்தின் தீர்ப்பை நிராகரிப்பதற்குச் சட்டப்படிக் காரணம் இருக்குமாயின் அவ்வாறே செய்வதற்குத் தாம் ஆதரவாய் இருக்க முடியும், ஆனால் அம்மாதிரியான காரணம் ஏதும் இல்லாததால், இவான் செமியோனவிச் (பே) கூறிய கருத்துக்கு உடன்பாடு தெரிவிப்பதாகச் சொன்னார். அவர் வோல்ஃபின் திட்டத்துக்கு இப்படித் தாம் வேட்டு வைப்பது குறித்து அவர் மனம் மகிழ்ந்து கொண்டார்.

ஸ்கவரோத்னிக்கவ் கூறியதை மேலவை நீதித் தலைவர் தாமும் ஏற்றுக் கொள்வதாய் அறிவித்தார். மேல் விசாரணை மனுவை நிராகரிப்பதென்று தீர்மானிக்கப்பட்டது.

வோல்ஃபுக்கு வேதனையாகவே இருந்தது. முக்கியமாய் இது அவருக்கு, நேர்மையை விட்டு விலகிப் பாரபட்சம் காட்ட முயன்று கையும் மெய்யுமாகப் பிடிபட்டு விட்டாற்போலிருந்தது. அவர் எதையும் பொருட்படுத்தாதது போல், அடுத்த வழக்கான மாஸ்லவா வழக்கு பற்றிய காகிதக் கோப்பினை எடுத்து வைத்துக்கொண்டு அப்படியே அதில் ஆழ்ந்துவிட்டதாகப் பாசாங்கு செய்தார். இதற்கிடையில் மேலவையினர் மணி அடித்து, தேநீர் கொண்டுவரச் சொல்லிவிட்டு, காமென்ஸ்கி சவால் சண்டையுடன் சேர்ந்து அப்போது பீட்டர்ஸ்பர்க் பூராவும் பேசப்பட்டு வந்த மற்றொரு சம்பவம் குறித்துப் பேச ஆரம்பித்தார்கள்.

அரசாங்க இலாகா இயக்குநர் ஒருவரைப் பற்றிய விவகாரம் அது. 995ஆம் பிரிவில் கண்டுள்ள குற்றம் அவர் மீது சாட்டப் பட்டிருந்தது.

"எப்படிப்பட்ட போக்கிரித்தனம்" என்று அருவருப்புடன் கூறினார் பே.

"இது என்ன பெரிய அக்கிரமம்? நமது இலக்கிய வெளியீடு ஒன்றை ஜெர்மன் எழுத்தாளர் ஒருவர் பகிரங்கமாகவே முன்வைக்கும் திட்டத்தைக் காட்டுகிறேன்—ஆடவர்கள் ஒருவரை யொருவர் மணந்துகொள்வதைக் குற்றமாகக் கருதக் கூடாது. இதற்கு அனுமதியளிக்க வேண்டுமென அவர் எழுதுகிறார்" என்று சொல்லி, ஸ்கவரோத்னிக்கவ் தமது விரல்களுக்கும் உள்ளங்கைக்கும் இடையில் வைத்து நசுக்கிய சிகரெட்டிலிருந்து புகையை ஆர்வமாய் உள்ளுக்கு இழுத்து வாய்விட்டுப் பலக்கச் சிரித்தார்.

"அப்படி ஒன்றும் இருக்காது" என்றார் பே.

"உங்களுக்கு நான் அதைக் காட்டுகிறேன்" என்று சொல்லி அந்த வெளியீட்டின் பெயரையும், வெளியான இடத்தையும் தேதியையுங்கூட ஸ்கவரோத்னிக்கவ் குறிப்பிட்டார்.

"சைபீரியாவில் ஏதோ ஒரு நகருக்கு அவரை ஆளுநராக நியமித்திருப்பதாகச் சொல்கிறார்கள்" என்றார் நிக்கித்தின்.

"அருமையான ஏற்பாடு! சமயச்சபை மேற்றிராணியார் சிலுவையுடன் வந்து அவருக்குக் கோலாகல வரவேற்பு அளிப் பார். அதே வகைப்பட்ட ஒருவராய்ப் பார்த்து மேற்றிராணியா ராய் நியமித்து விட்டார்களானால் நன்றாய் இருக்கும். அவர் களுக்கு அவ்வகை ஆளை என்னால் சிபாரிசு செய்ய முடியும்" என்று கூறி, ஸ்கவரோத்னிக்கவ் தம் கையிலிருந்த சிகரெட்டுத் துண்டைத் தேநீர்த் தட்டத்துள் போட்டுவிட்டு, முடிந்த அளவுக்குத் தாடியையும் மீசையையும் திரட்டி வாய்க்குள் தள்ளி மெல்ல ஆரம்பித்தார்.

அறிவிப்பாளர் அப்போது உள்ளே வந்து, மாஸ்லவாவின் வழக்குப் பரிசீலிக்கப்படும்போது வழக்கறிஞரும் நெஹ்லூதவும் பிரசன்னமாய் இருக்க விரும்புவதாகச் சொன்னார்.

“இந்த வழக்கு இருக்கிறதே, இதன் பின்னால் காதல் கதை ஒன்று இருக்கிறது” என்று ஆரம்பித்து, மாஸ்லவாவுடன் நெஹ் லூதவுக்கு இருந்த உறவுகள் குறித்துத் தமக்குத் தெரிந்ததை வோல்ஃப் அவர்களிடம் சொன்னார்.

புகைபிடித்துக் கொண்டும் தேநீர் அருந்திக்கொண்டும் மேலவையினர் சிறிது நேரம் அதைப் பற்றிப் பேசியபின், மன்றத்துக்குத் திரும்பிச் சென்றார்கள். முந்திய வழக்கு பற்றிய தமது தீர்ப்பை அறிவித்துவிட்டு மாஸ்லவா வழக்கைப் பரி சீலனைக்கு எடுத்துக் கொண்டார்கள்.

மேல்விசாரணைக் கோரிய மாஸ்லவாவின் மனு பற்றிய முழு விவரங்களையும் வோல்ஃப் தமது மெல்லிய குரலில் எடுத்துரைத்தார். திரும்பவும் அவரது பாரபட்சப் போக்கு ஓரளவுக்கு வெளிப்படவே செய்தது. கீழ் நீதிமன்றத்தின் தீர்ப்பு தள்ளுபடி செய்யப்பட வேண்டுமென்று அவர் விரும்பியது தெளிவாகவே தெரிந்தது.

“மேற்கொண்டு நீங்கள் ஏதேனும் கூற விரும்புகிறீர்களா?” என்று மேலவை நீதித் தலைவர் ஃபனாரினைப் பார்த்துக் கேட்டார்.

ஃபனாரின் எழுந்து நின்று தமது அகன்ற வெண்ணிற மார்பை முன்னால் தள்ளிக்கொண்டு பேசினார். குற்ற இயல் நீதிமன்றமானது சட்டத்தின் சரியான உட்பொருளிலிருந்து ஆறு விவரங்களில் எப்படித் தடம் புரண்டு சென்று விட்டதென்று வியக்கத்தக்கத் தெளிவும் துல்லியமும் வாய்ந்த முறையில் ஒவ்வொன்றாய் நிரூபித்துக் காட்டினார். அதோடு, சுருக்கமாகத் தான் என்றாலும் துணிவுடன் அவர் இவ்வழக்கின் சாரப் பொருள் சம்பந்தமான உண்மைகளைக் குறிப்பிட்டு, குற்ற இயல் நீதிமன்றம் விதித்திருக்கும் தண்டனையானது அப்பட்டமாகவே அநியாயமாய் இருப்பதைச் சுட்டிக் காட்டினார். ஃபனாரினது இந்தச் சுருக்கமான, ஆனால் சக்தி வாய்ந்த உரை மன்னிப்புக் கேட்டுக் கொள்கிறவரது உரையைப் போல் தொனித்தது– மாண்புக்குரிய மேலவையினர் கூர் அறிவும் நீதிநெறி பிறழாத ஞானமும் உடையவர்கள், தம்மைக் காட்டிலும் அவர்கள் சிறப்பாகவே யாவற்றையும் கண்டுணரக் கூடியவர்கள், ஆயினும் தாம் ஏற்ற கடமையை நிறைவேற்றும் பொருட்டு இந்த உரையை நிகழ்த்த வேண்டியிருக்கிறது, பொறுத்தருள வேண்டும் என்று கூறாமல் கூறுவது போலிருந்தது.

ஃபனாரினது இந்தப் பேச்சுக்குப் பிற்பாடு, இனி சந்தே கத்துக்குக் கிஞ்சித்தும் இடமில்லை. குற்ற இயல் நீதிமன்றத்தின் தீர்ப்பை மேலவை தள்ளுபடி செய்தே ஆக வேண்டும் என்று தான் நினைக்கத் தோன்றியது. பேசி முடித்ததும் ஃபனாரின் வெற்றிப் புன்னகை புரிந்து கொண்டார். தமது வழக்கறிஞர் புன்னகை புரிவதைப் பார்த்துக்கொண்டிருந்த நெஹ்லூதவ் வழக்கு வெற்றி பெற்று விட்டதாகத் திடமாய் நம்பினார். ஆனால் மேலவையினரைக் கவனித்ததும், ஃபனாரின் மட்டும் தான் வெற்றிப் புன்னகை புரிந்துகொண்டார், மேலவையினரும் தலைமைப் பிராசிக்யூட்டரும் புன்னகை புரியவுமில்லை, வெற்றி கொண்டாடவுமில்லை என்பது தெரிந்தது. "உம்மைப் போன்ற எத்தனையோ ஆட்களது பேச்சைக் கேட்டிருக்கிறோம். இதெல்லாம் எங்களிடம் பலிக்காது" என்று சொல்லிச் சலிப்புறுவோராய் இவர்கள் தோற்றமளித்தார்கள். யாவரையும் காத்திருக்கச் செய்து வழக்கறிஞர் வீண் பேச்சு பேசியது நின்ற பிறகுதான் உள்ளம் மகிழ்ந்துகொண்டார்கள் என்பது தெரிந்தது. வழக்கறிஞரது பேச்சு முடிவுற்றவுடன் மேலவை நீதித் தலைவர், தலைமைப் பிராசிக்யூட்டர் பக்கம் திரும்பினார். தீர்ப்பைத் தள்ளுபடி செய்வதற்காக முன் வைக்கப்படும் காரணங்கள் யாவும் ஒவ்வாதனவாய் இருப்பதால் குற்ற இயல் நீதிமன்றத்தின் தீர்ப்பை எந்த மாற்றமுமின்றி விடுவதுதான் சரியென்று சுருக்கமாகவும் தெளிவாகவும் அவர் கூறினார். பிறகு மேலவை யினர் கலந்தாய்வு நடத்துவதற்காக எழுந்து சென்றார்கள். கலந்தாய்வு அறையில் அவர்கள் கருத்து வேறுபாடு கொண்டு இரு தரப்புகளாகப் பிரிந்தார்கள். மேல் விசாரணை மனு ஏற்கப்பட வேண்டும் என்று வோல்ஃபு வாதாடினார். பே இந்த விவகாரத்தைப் புரிந்துகொண்டதும், அவரும் மனு ஏற்கப்பட வேண்டுமென்ற நிலையை ஆர்வமுடன் ஆதரித்தார். குற்ற இயல் நீதிமன்றத்தில் நடைபெற்ற விசாரணையையும் சான்றாயர்கள் சரிவரப் புரிந்துகொள்ளாமல் தவறிழைத்ததையும் தெளிவாகக் கண்டுகொண்ட அவர், தமது சகாக்களுக்குப் புலப்படும்படி இவற்றைச் சித்தரித்தார். நிக்கித்தின் எப்போதும் போல் பொதுப் படக் கண்டிப்பையும் கண்டிப்பான விதிமுறை ஒழுங்கையும் வலியுறுத்தி மனுவை அனுமதிக்கலாகாதென்ற எதிர்த்தரப்பு நிலையை ஏற்றார். இனி இறுதி முடிவு ஸ்கவரோத்னிக்கவின் வாக்கையே பொறுத்திருந்தது. மனுவை ஏற்கலாகாதென்ற தரப்புக்கே அவர் வாக்களித்தார். அறநெறியை முன்னிட்டு இந்தப் பெண்ணை மணந்துகொள்வது அவசியமென்று நெஹ் லூதவ் செய்திருந்த தீர்மானம் அவருக்குச் சகிக்க வொண்ணாத தாய் இருந்ததுதான் அவர் இப்படி வாக்களித்ததற்குரிய பிரதான காரணம்.

பொருள்முதல்வாதியாகவும் டார்வினியராகவும் இருந்தவர் இந்த ஸ்கவரோத்னிக்கவ். பண்பியலான அறநெறி வயப்பாட்டின், அல்லது இதனினும் மோசமான சமயப் பற்றின் எல்லா வெளிப்பாடுகளும் அருவருக்கத்தக்க மூடத்தனம் மட்டுமின்றி, நேரடியாகத் தம்மை அவமதிக்கும் செயலும் ஆகுமென அவர் கருதினார். விபசாரி ஒருத்திக்காக இப்படிக் களேபரம் செய்வதையும், பெயர் பெற்ற ஒரு வழக்கறிஞரும் அவருடன் நேரில் நெஹ்லூதவும் இங்கே மேலவையில் வந்து நிற்பதையும் அவரால் சகிக்கவே முடியவில்லை. எனவே அவர் தாடியை வாய்க்குள் தள்ளிவிட்டுக் கொண்டு முகத்தைச் சுளித்துப் பழிப்புக் காட்டியவாறு, குற்ற இயல் நீதிமன்றத்தின் தீர்ப்பை மாற்றுவதற்கு இங்கு எந்த முகாந்தரமும் இல்லை என்பதைத் தவிர இந்த வழக்கு பற்றித் தாம் ஏதும் அறியாதவர் என்பது போல் பாசாங்கு செய்து, மனுவை அனுமதிக்கலாகாதென்ற மேலவை நீதித் தலைவரது கருத்தைத் தாம் ஆமோதிப்பதாக அறிவித்தார்.

மாஸ்லவாவின் மனு நிராகரிக்கப்பட்டது.

22

“அக்கிரமம்!” என்றார், கைப்பைக்குள் காகிதங்களை வைத்துக் கொண்டிருந்த வழக்கறிஞருடன் சேர்ந்து வெளியே முன்னறைக்கு வந்த நெஹ்லூதவ். “தெள்ளத் தெளிவான வழக்கு. வெறும் வடிவத்தைப் பற்றிக் குறை சொல்லி மனுவை நிராகரித்து விட்டார்களே! என்ன அக்கிரமம்!”

“குற்ற இயல் நீதிமன்றத்தில் இந்த வழக்கு கெடுக்கப்பட்டு விட்டது” என்றார் வழக்கறிஞர்.

“செலேனினுங்கூட அல்லவா மனுவை எதிர்த்தார்? அக்கிரமம், அக்கிரமம்!” என்று நெஹ்லூதவ் திரும்பவும் சொன்னார். “இனி நாம் என்ன செய்யலாம்?”

“மாட்சிமை தங்கிய மாமன்னருக்கு மனு சமர்ப்பிப்போம். இங்கே இருக்கையில் நேரில் நீங்களே சமர்ப்பியுங்கள். மனுவை நான் எழுதித் தருகிறேன்.”

அந்த நேரத்தில், சிற்றுருவினரான வோல்ஃப் அவரது நட்சத்திரப் பதக்கங்கள் பளிச்சிட அலங்கார உடுப்புகளில் முன்னறைக்குள் நுழைந்து நெஹ்லூதவிடம் வந்தார்.

“அன்புக்குரிய கோமகனே, என்ன செய்வது? மனுவை அனுமதிக்கப் போதிய காரணங்கள் இருக்கவில்லை” என்று சொல்லி குறுகலான தோள்களை உலுக்கியவாறு கண்களை

மூடிக்கொண்டார் அவர். பிறகு அங்கிருந்து அவர் போக வேண்டிய இடத்துக்குச் சென்றார்.

வோல்ஃபைத் தொடர்ந்து செலேனினும் வெளியே வந்தார். தமது பழைய நண்பர் நெஹ்லூதவ் இங்கு இருப்பதாக மேலவையினரிடமிருந்து தெரிந்துகொண்டதும் அவரும் முன்னறைக்கு வந்தார்.

"என்ன இது? உன்னை இங்கே சந்திக்க முடியுமென நான் எதிர்பார்க்கவே இல்லை" - நெஹ்லூதவிடம் வந்த அவர் கூறினார். கண்கள் எப்போதும் போல் துயரம் தோய்ந்தனவாய் இருக்க, அவரது உதடுகள் மட்டும் புன்னகை புரிந்தன. "நீ பீட்டர்ஸ்பர்க் வந்திருப்பது தெரியாதே எனக்கு..."

"நீ தலைமைப் பிராசிக்யூட்டராய் இருப்பது தெரியாதே எனக்கு.."

"துணை தலைமைப் பிராசிக்யூட்டர்" என்று திருத்தினார் செலேனின். "ஆனால் நீ எதற்காக இங்கே மேலவைக்கு வந்திருக்கிறாய்?" என்று கேட்டுத் துயரம் தோய்ந்து சோர்வுற்ற கண்களால் அவர் நெஹ்லூதவை உற்றுப் பார்த்தார். "நீ பீட்டர்ஸ்பர்க் வந்திருப்பது எனக்குத் தெரியும்தான். ஆனால் எதற்காக இங்கே வந்தாய்?"

"இங்கே எதற்காக வந்தேன் என்றால். நீதி கிடைக்குமென நம்பினேன். குற்றமற்றவளான ஒரு பெண்ணைப் பாதுகாக்கலாம் என்று நினைத்தேன்."

"யார் அந்தப் பெண்?"

"இப்போது முடிவு செய்யப்பட்டதே, அந்த வழக்குக்கு உரியவள்?"

"ஓ, மாஸ்லவா வழக்கா?" - நடைபெற்ற வழக்கை நினைவு படுத்திக்கொண்டு கேட்டார் செலேனின். "எந்த ஆதாரமும் இல்லாத மனு அது" என்றார்.

"பிரச்சினை மனுவைப் பற்றியது அல்ல. அந்தப் பெண்ணைப் பற்றியது. அவள் எந்தக் குற்றமும் புரியாதவள், தண்டிக்கப்பட்டி ருக்கிறாள்."

செலேனின் பெருமூச்சுவிட்டார்.

"அப்படியும் நடந்திருக்கலாம். ஆனால்..."

"நடந்திருக்கலாம் அல்ல. அப்படித்தான் நடந்தது..."

"அது உனக்கு எப்படித் தெரியும்!"

"எப்படியென்றால் நான் சான்றாயத்தில் உறுப்பினனாய் இருந்தேன்... எப்படி நாங்கள் தவறிழைத்தோம் என்பது எனக்குத் தெரியும்."

செலேனின் சற்று நேரம் ஆலோசித்தார்.

"அப்போதே அதை அறிவித்திருக்க வேண்டும்" என்றார் அவர்.

"அப்போதேதான் அறிவித்தேன்."

"எழுத்து வடிவில் குறிக்கப்பட்டு ஆவணமாக்கப் பட்டிருக்க வேண்டும். மேல் விசாரணை மனுவுடன் அது சேர்க்கப்பட்டி ருந்தால்..."

செலேனின் எந்நேரமும் வேலையாய் இருந்தவர். வெளி யுலக விவகாரங்களில் அதிகம் கலந்து கொள்ளாதவர். நெஹ்லூ தவின் காதற்கதை பற்றி அவர் ஏதும் அறியாதவர் என்பது தெரிந்தது. நெஹ்லூதவ் இதைக் கவனித்ததும், மாஸ்லவாவுடன் தமக்கிருந்த உறவுகளைப் பற்றி அவரிடம் ஒன்றும் சொல்லாமல் இருப்பதே மேலென முடிவு செய்துகொண்டார்.

"ஆமாம். இருந்தாலும் குற்ற இயல் நீதிமன்றத்தின் தீர்ப்பு அபத்தமாயிருப்பது அப்பட்டமாகவே தெரியவில்லையா?"

"அதைச் சொல்வதற்கு மேலவைக்கு உரிமை இல்லையே. நீதிமன்றங்களது தீர்ப்புகள் நியாயமானவையா என்பது பற்றிய தனது சொந்த அபிப்பிராயத்தின் பேரில் மேலவையானது அந்தத் தீர்ப்புகளை மாற்ற முற்படுமாயின், மேலவை தனக்கு ஆதாரமான அடிப்படையைத் தகரச் செய்துவிடும், நீதியை நிலைநாட்டுவதற்குப் பதில் அதற்குக் கேடு விளையும்படியான அபாயத்தை உண்டாக்கும்" என்று சற்றுமுன் நடைபெற்ற வழக்கினை நினைவுபடுத்திக்கொண்டு கூறினார் செலேனின். "அது மட்டுமல்லாமல், சான்றாயர்கள் வந்தடையும் முடிவுகள் அறவே அர்த்தமற்றவை ஆகிவிடும்" என்றார்.

"எனக்குத் தெரிந்ததெல்லாம், இந்தப் பெண் எந்தக் குற்றமும் புரியாதவள், நிரபராதி, தகாத முறையில் தண்டிக்கப்படுவதி லிருந்து இவளைக் காப்பாற்றக் கடைசியாய் எஞ்சியிருந்த நம்பிக்கையும் ஒழிந்து போயிற்று. அப்பட்டமான அநீதியை உச்சநிலை நீதிமன்றம் உறுதி செய்துவிட்டது."

"அது ஒன்றும் உறுதி செய்துவிடவில்லை. வழக்கின் உள் விவரங்கள் பற்றிய பரிசீலனையில் மேலவை இறங்குவதில்லை, இறங்கவும் முடியாது" என்றார் செலேனின், அவரது கண்கள் படபடத்துக்கொண்டன.

"சின்னம்மா வீட்டில் தானே தங்கியிருக்கிறாய்?" என்று அவசரமாய்க் கேட்டார். பேச்சை அவர் மாற்ற விரும்பியது தெளிவாகவே தெரிந்தது. "நீ அங்கே இருப்பதாக நேற்று அவர் என்னிடம் சொன்னார். வெளிநாட்டிலிருந்து வந்திருக்கும்

ஒருவரது உபநியாசத்தைக் கேட்க வருமாறு கோமகள் என்னை அழைத்தார், அங்கே நீயும் இருப்பாய் என்று சொன்னார்" – உதடுகளால் புன்சிரிப்பு சிரித்தபடி செலேனின் இதைக் கூறினார்.

"ஆமாம், நான் அங்கேதான் இருந்தேன், ஆனால் சகிக்க முடியாமல் எழுந்து சென்றுவிட்டேன்" என்று கடுப்பாகவே நெஹ்லூதவ் பதிலளித்தார், செலேனின் இப்படிப் பேச்சை மாற்றியதானது அவருக்கு எரிச்சல் உண்டாக்கியது.

"அது ஏன் சகிக்க முடியாமற் போயிற்று? ஒரு சார்பான தாகவும் உட்குழுவுக்கு உரிதாகவும் இருந்தபோதிலும், சமய உணர்ச்சியின் வெளிப்பாடுதானே அது?" என்றார் செலேனின்.

"காட்டுமிராண்டித்தனமான அபாண்டம் அது."

"அதெல்லாம் இல்லை. வேடிக்கை என்னவென்றால், நமது சமயச் சபையின் போதனைகளை நாம் அறியாதோராய் இருக்கிறோம், அதனால்தான் உண்மையில் நமது அடிப்படைக் கோட்பாடுகளாய் அமைந்தவற்றை ஏதோ புதிய அருண்மொழி வெளிப்பாடாய் நினைத்துக்கொள்கிறோம்" என்று தமது பழைய நண்பருக்குப் புதுமையாகத் தோன்றிய தமது தற்போதைய கருத்தோட்டத்தைத் தெரிவிக்க அவசரப்படுவது போல் கூறினார் செலேனின்.

நெஹ்லூதவ் வியப்புடன் செலேனினை உற்றுப் பார்த்தார். செலேனின் தமது கண்களைத் தாழ்த்திக்கொண்டு விடவில்லை, அவை துயரம் தோய்ந்தவையாக மட்டுமின்றிக் குரோதம் கொண்டவையாகவும் இருந்தன.

"அப்படியானால் சமயச் சபையின் கோட்பாடுகளை எல்லாம் நீ நம்புகிறாயா, என்ன?"

"ஆமாம், நம்புகிறேன்தான்" என்று உயிரற்ற விழிகளால் நேரே நெஹ்லூதவின் கண்களை வெறிக்கப் பார்த்தவாறு பதிலளித்தார் செலேனின்.

நெஹ்லூதவ் பெருமூச்செறிந்து கொண்டார்.

"நம்ப முடியாத அதிசயம்தான்" என்றார் அவர்.

"இருக்கட்டும், இதைப் பற்றி இன்னொரு நேரம் பேசலாம்" என்றார் செலேனின். "இதோ வருகிறேன்" என்று பணிவுடன் அவர் அருகே வந்து நின்ற நீதிமன்ற அறிவிப்பாளர் பக்கம் திரும்பிச் சொன்னார். "நிச்சயம் நாம் சந்திக்க வேண்டும்" என்று நெடுமூச்சு விட்டபடி மேலும் தொடர்ந்து நெஹ்லூதவிடம் கூறினார். "ஆனால் நான் வரும்போது நீ இருக்கிறாயோ, என்னவோ? தினமும் நான் மாலை ஏழு மணிக்குச் சாப்பாட்டு நேரத்தின்போது வீட்டிலே இருப்பேன். நதேழ்தின்ஸ்கயா" என்று சொல்லிவிட்டு எண்ணையும் குறிப்பிட்டார். "ஆமாம்,

காலம் நிற்பதில்லை, விரைந்தோடுகிறது" என்று மேலும் கூறி உதடுகளால் மட்டும் புன்சிரிப்பு சிரித்தபடி அங்கிருந்து போவதற்காகத் திரும்பினார்.

"சௌகரியப்பட்டால் உன் வீட்டுக்கு வருகிறேன்" என்றார் நெஹ்லூதவ். ஒரு காலத்தில் நேசத்துக்கும் பாசத்துக்கும் உரிய நெருங்கிய நண்பராய் இருந்த செலேனின், இந்தச் சுருக்கமான உரையாடலின் விளைவாய், பகைமைக்கு உரியவராய் இல்லா விட்டாலும், நெடுந்தொலைவுக்கு விலகிச் சென்றவராய், புரிந்து கொள்ள முடியாதவராய்த் திடுமென மாறிவிட்டதாக அவருக்குப்பட்டது.

23

செலேனினை மாணவராய் நெஹ்லூதவ் அறிந்திருந்த அந்தக் காலத்தில் அவர் உத்தம புத்திரனாய், உண்மை நண்ப னாய், அவரது வயதுக்குக் கல்வி கேள்வியில் சிறப்புக்குரிய நவீன மனிதனாய் மிகுந்த சாமர்த்தியமும் எப்போதுமே மெருகு குலையாத வனப்பும் இனிமையும் வாய்ந்தவராய் விளங்கியவர்; அதேபோது ஒப்பில்லாத வாய்மையும் நேர்மையும் உடையவராய்த் திகழ்ந்தவர். அப்படி ஒன்றும் அதிகச் சிரமமின்றி, பகட்டோ படாடோபமோ சிறிதும் இல்லாமல் அவர் நன்றாகவே படித்தார், கட்டுரைகளுக்காகத் தங்கப் பதக்கங்கள் பெற்றார்.

சொல்லில் மட்டுமல்லாமல் செயலிலும் மக்களுக்குப் பணிபுரிவதே தமது இளம் வாழ்க்கையின் குறிக்கோளாகுமென அவர் கருதினார். இப்படிப் பணிபுரிவதற்கு அரசு ஊழியத்தைப் போல் சிறந்த வழி ஏதும் இல்லையென நினைத்தார். ஆகவே படிப்பு முடிந்ததும் தமது ஆற்றலை ஈடுபடுத்துவதற்குரிய அரசு ஊழியத் துறைகள் யாவற்றையும் ஒன்றுவிடாமல் கருத்துடன் பரிசீலனை செய்து, நீதி அமைச்சகத்தில் சட்டங்கள் வரையப் படும் இரண்டாம் பிரிவில்தான் தாம் மிகவும் பயனுள்ள பணி ஆற்ற முடியுமெனத் தீர்மானித்து, அதில் வேலை ஏற்றுக் கொண்டார். ஆனால் அங்கே தமக்குரிய எல்லாக் கடமை களையும் சிறிதும் பிசகாத துல்லியத்தோடும் அந்தரங்கச் சுத்தி யோடும் நிறைவேற்றியுங்கூட இந்த ஊழியம் பயனுள்ள பணி ஆற்ற வேண்டுமென்ற அவரது ஆவலைப் பூர்த்தி செய்வ தாகவோ, எதைச் செய்ய வேண்டுமோ அதையே செய்கிறோம் என்கிற உணர்வை அவருள் உண்டாக்கக்கூடியதாகவோ இருக்க வில்லை.

குட்டை மனங்கொண்ட அகம்பாவியான அவரது மேலதிகாரியுடன் ஏற்பட்ட பிணக்கால் அந்த அதிருப்தி உணர்ச்சி வெகுவாய் அதிகரித்துவிடவே, அவர் இரண்டாம் பிரிவிலிருந்து விலகி மேலவை நீதிப் பிரிவிற்குச் சென்றார். மேலவையில் நிலைமை அவருக்கு அவ்வளவு மோசமாய் இல்லையென்றாலும், அங்கும் அதே அதிருப்தி உணர்ச்சி தொடர்ந்து அவரை வருத்தியது.

இது சரியல்ல, எதிர்பார்த்தது போன்றதாய் இல்லை, எப்படி இருக்க வேண்டுமோ அவ்வாறில்லை என்கிற அந்த உணர்வு அவரைவிட்டு அகலவே இல்லை. மேலவையில் அவர் ஊழியம் புரிந்து வந்தபோது அவரது உறவினர்கள் அவருக்கு அரண்மனை அலுவலர் பதவி வாங்கித் தந்தனர். பூ வேலைப்பாடுகளையுடைய உடுப்புகள் உடுத்தி வெள்ளை முன்றானை அணிந்து கோச் வண்டியில் அவர் போய்வர வேண்டியதாயிற்று. இப்படி ஒரு பணியாளின் நிலையில் அமர்த்தப்பட்டதற்காக, அவர் பல வகையானோருக்கும் நன்றி செலுத்த வேண்டியிருந்தது. அவர் எவ்வளவோ முயன்றும் இப்படி ஒரு பதவி ஏன் இருக்க வேண்டும் என்பதற்கு அவரால் எந்த நியாயமும் கண்டறிந்து சொல்ல முடியவில்லை. “சரியல்ல” என்பதான அந்த உணர்வு அரசு ஊழியத்தின்போது எழுந்ததைக் காட்டிலும் அதிகமாகவே இப்போது அவருள் எழுந்தது. ஆயினும் அவரால் தமக்கு இந்தப் பதவி வேண்டாமெனச் சொல்ல இயலவில்லை. ஏனென்றால், முதலாவதாக அவருக்கு இந்தப் பதவியை வாங்கித் தந்து அவரைப் பெரிதும் மகிழ்ச்சியடையச் செய்ததாய் நினைத்தவர்களுக்கு மனம் புண்படுமே என்று அவர் அஞ்சினார்; இரண்டாவதாக, அவரது இயற்கை சுபாவத்தின் கீழ்த்தர இயல்புகளை இந்தப் பதவி திருப்தி செய்து வந்தது – சரிகைப் பூ வேலைப்பாடுகளுடன் கூடிய உடுப்புகளில் கண்ணாடியின் முன்னால் நின்று தம்மைத் தாமே அவர் பார்த்துக்கொண்ட போதும், அவரது பதவியை முன்னிட்டுச் சில பேர் அவரைப் போற்றிப் பாராட்டி மரியாதை செலுத்திய போதும் அவருக்குப் பரம சுகமாய் இருந்தது.

இல்லற வாழ்க்கையிலும் அவர் இதேபோன்ற ஒரு நிலைமையே ஏற்படக் கண்டார். லௌகிகக் கண்ணோட்டத்தில் மிகவும் சிறப்பான இடத்தில் அவருக்குப் பெண் பார்த்து ஏற்பாடு செய்தார்கள். அவர் மணம் முடித்துக்கொண்டார், பிரதான காரணம் என்னவெனில் இதற்குச் சம்மதிக்காவிடில் இந்தத் திருமணத்தை விரும்பிய அந்தப் பெண்ணையும், மற்றும் இதற்கு ஏற்பாடு செய்தவர்களையும் மனக்கசப்பு கொள்ள வைக்க நேருமே என்று நினைத்தார்; அதோடு இளமையும்

சௌந்தரியமும் வாய்ந்த பெரிய இடத்துப் பெண்ணை மணந்து கொள்வது அவருக்குப் பெருமையாகவும் பூரிப்பாகவும் இருந்தது. ஆனால் அரசு ஊழியத்தையும் அரண்மனைப் பதவியையும் விடக்கூட அதிகமாய் இந்தத் திருமணம், "சரியல்ல" என்பதான அந்த உணர்வை அவருள் உண்டாக்கி வந்ததென்பது மிகவும் சீக்கிரமாகவே தெரியலாயிற்று.

முதற் குழந்தை பிறந்ததும் அவர் மனைவி மேற்கொண்டு பிள்ளை வேண்டாமென முடிவு செய்துகொண்டு, ஆடம்பர மான லௌகிக வாழ்க்கை நடத்த ஆரம்பித்தாள். விரும்பி னாலும் விரும்பாவிட்டாலும் அவரும் இந்த வாழ்க்கையில் ஈடுபட வேண்டியதாயிற்று.

அப்படி ஒன்றும் அவள் அழகியல்ல, பதிவிரதையாகவே இருந்தாள், கணவரது வாழ்க்கையை நச்சுப்படுத்தி வந்தாள் என்பதோடன்றி, அரும்பாடுபட்டு அவள் நடத்தி வந்த இந்த வாழ்க்கையிலிருந்து அவளுக்குங்கூட வேதனைக்குரிய சலிப்பைத் தவிர எந்தச் சுகமும் கிடைத்ததாகத் தெரியவில்லை– அப்படியும் விடாப்பிடியாக முயற்சி செய்து தொடர்ந்து இவ்வாறே வாழ்ந்து வந்தாள். இந்த வாழ்க்கையை மாற்றுவதற்காக அவர் செய்த முயற்சிகள் யாவும் கற்சுவரில் மோதினாற்போல அவளது அசைக்க முடியாத நம்பிக்கைகளின் மீது மோதித் தகர்ந்து போயின. எல்லாம் எப்படி இருக்க வேண்டுமோ அப்படியே இருப்பதாக அவளது சுற்றமும் நட்புமாகிய எல்லோரும் அவளது அந்த நம்பிக்கைகளை ஆதரித்து நின்றார்கள்.

நீளமான பொன்னிறச் சுருள் முடிகளும் சட்டையில்லாத கால்களும்கொண்ட சிறுமியான அவர்களது குழந்தை, தந்தைக்கு முற்றும் அந்நியமான பிறவியாய் இருந்தாள். தந்தை விரும்பிய தற்கு முற்றிலும் மாறான விதத்தில் அவள் வளர்க்கப்பட்டு வந்ததுதான் இதற்குரிய பிரதான காரணம். தம்பதிகளுக் கிடையே வழக்கமான பிணக்குகள் எழுந்தன; ஒருவரை யொருவர் புரிந்துகொள்ள விருப்பம் இல்லாத மனப்பாங்கும் மேலும் மேலும் வளர்ந்தது; வெளியார் கண்ணுக்குத் தெரியாத படி மறைக்கப்பட்டு, நாகரிக நயத்தால் மிதப்படுத்தப்பட்டு, ஓசையின்றி மௌனமாய் நடைபெறும் போராட்டம் நடந்தேறி வந்தது. அவரது இல்லற வாழ்க்கை இவ்விதம் அவருக்குப் பெரும் துன்பமாய் இருந்தது. "சரியல்ல" என்பதான அந்த உணர்வை அரசு ஊழியத்தையும் அரண்மனைப் பதவியையும்விட அதிகமாய் இந்த இல்லற வாழ்க்கை அவருக்கு உண்டாக்கியது.

ஆனால் சமயத்தின் பால் அவருக்கிருந்த போக்குதான் ஏனைய யாவற்றையும்விட அதிகமாய் அவருள் 'சரியல்ல' என்பதான

உணர்வை உண்டாக்கி வந்தது. அவரது வட்டாரத்தையும் காலத்தையும் சேர்ந்த எல்லாரையும் போலவே அவரும் எவற்றுக்கு மத்தியில் வளர்ந்து ஆளானாரோ அந்தச் சமய மூடநம்பிக்கைகளின் கட்டுத் தறிகளிலிருந்து, அவரது ஆய்வறிவின் வளர்ச்சியைத் தொடர்ந்து, சிறிதும் சிரமம் இல்லாமலே தம்மை விடுவித்துக் கொண்டுவிட்டார். இப்படித் தாம் விடுதலையடைந்தது எப்போது நடைபெற்றது என்பதுகூட அவருக்குத் தெரியாது. செயல் முனைப்பும் நேர்மையும் மிகுந்தவரான அவர் இளமைப் பருவத்தில், மாணவராய் இருந்தபோது நெஹ்லூதவின் நெருங்கிய நண்பராய் இருந்த காலத்தில், அரசு அங்கீகாரம் பெற்ற அதிகாரபூர்வமான சமய மூடநம்பிக்கைகளிலிருந்து தாம் விடுதலையடைந்தவர் என்பதை மூடி மறைக்கவில்லை. ஆனால் காலப்போக்கில் அரசு ஊழியத்தில் அவரது பதவி உயர்ந்தபோது, இன்னும் முக்கியமாய் அந்தக் காலத்தில் சமுதாயத்தில் தலைதூக்கிய பழைமைவாதப் பிற்போக்கைத் தொடர்ந்து, இந்த ஆன்மிகச் சுதந்திரம் அவருக்குத் தடையாய் அமைந்தது. வீட்டில் குடும்ப வைபவங்களில், குறிப்பாய்த் தந்தை இறந்தபோது நடைபெற்ற இறுதிச் சடங்குகளில், அவர் பங்குகொள்ள வேண்டி யிருந்ததையும், அவர் விரதம் இருக்கவேண்டுமென்று தாய் விரும்பிய விருப்பத்துக்கு பொதுமக்கள் அபிப்பிராயம் தாயின் விருப்பத்துக்கு முழு ஆதரவளித்தது—அவர் பணிய வேண்டி யிருந்ததையும் அன்னியில், அரசு ஊழியமும் பலவகையான பிரார்த்தனைகளிலும் நோன்புகளிலும் நன்றி இறைவணக்கங் களிலும் அவர் கலந்துகொள்ள வேண்டுமென்று கோரியது. அநேகமாய் அனுதினமும் சமயத்தின் புறச்சடங்குகளில் ஏதேனும் ஒன்று அனுசரிக்கப்பட்டு வந்தது, தவிர்க்க முடியாத படி இதில் அவர் பங்குகொள்ள வேண்டியிருந்தது. இந்தச் சடங்குகள் சம்பந்தமாய் அவர் இரண்டில் ஒரு வழியை அனுசரிக்க வேண்டியிருந்தது; அவருக்கு நம்பிக்கை இல்லாத ஒன்றில் நம்பிக்கை இருப்பது போல் பாசாங்கு செய்வது ஒரு வழி (சத்தியசீலம் வாய்ந்தவராய் இருந்ததால் அவர் இவ்வழியில் செல்வதற்கில்லை); இந்தப் புறச் சடங்குகள் எல்லாம் பொய் யானவை என்பதை அங்கீகரித்து, பொய்யான இவற்றில் பங்கு கொள்ள வேண்டிய அவசியம் ஏற்படாதபடி தமது வாழ்க் கையைத் திருத்தியமைத்துக் கொள்வது மற்றொரு வழி. எளிய வழியாகவே தோன்றினாலும் இவ்வழியை மேற்கொள்வதற்கு அவர் மிகப் பல காரியங்களைச் செய்ய வேண்டியிருந்தது. அவருக்கு நெருங்கியவர்களாய் இருந்தவர்கள் எல்லோரையும் எதிர்த்து நின்று ஓயாத போராட்டம் நடத்தத் தயாராய் இருக்க

வேண்டியிருந்தது என்பது மட்டுமல்லாமல், அவர் தமது நிலை அனைத்தையுமே மாற்றிக்கொள்ள வேண்டியிருந்தது. அரசு ஊழியத்தையும் இந்த ஊழியத்தின் மூலம் மக்களுக்குத் தற்போது அவர் ஆற்றி வருவதாய் நினைத்தவையும் இனி வருங்காலத்தில் மேலும் அதிகமாய் ஆற்றமுடியுமென எதிர்பார்த்தவையுமான எல்லாப் பணிகளையும் கைவிட வேண்டியிருந்தது. இவற்றை எல்லாம் செய்தாக வேண்டுமானால், தமது நிலை நியாய மானதே என்பதில் உறுதியான நம்பிக்கை கொண்டிருக்க வேண்டியிருந்தது. தமது நிலை நியாயமானதே என்பதில் உறுதியான நம்பிக்கைக் கொண்டவர்தான். கல்வியறிவு பெற்ற தற்கால மனிதர் எவரும், ஓரளவு வரலாறு அறிந்தவரும் பொது வாகச் சமயங்களது பிறப்பையும் குறிப்பாகச் சமயச் சபையினது கிறிஸ்தவச் சமயத்தின் பிறப்பையும் சிதைவையும் பற்றித் தெரிந்தவருமாகிய எவரும், நல்லறிவின் நிலை நியாயமானதே என்பதில் உறுதியான நம்பிக்கைக் கொள்ளாமல் இருப்பது சாத்தியமன்று. சமயச் சபையினது போதனையை மெய்யெனத் தாம் ஏற்றுக்கொள்ளாதது முற்றிலும் நியாயமே என்பது அவருக்குத் தெரிந்ததுதான்.

ஆயினும், சத்தியசீலம் வாய்ந்தவரான அவர், தமது வாழ்க்கை நிலைமைகளின் நிர்ப்பந்தம் காரணமாய் ஒரு சிறு பொய்க்கு இடமளித்தார். அதாவது, அறிவுக்கு முரணான ஒன்றை அறிவுக்கு முரணானதென்று நிலைநாட்ட வேண்டு மானால், அறிவுக்கு முரணான அதனை முதலில் கற்றறிவது அவசியமாகும் என்று அவர் கூறிக்கொண்டார். சிறு பொய்தான் என்றாலும், இது அவரைத் தற்போது அவர் சிக்கிக்கொண்டு தவிக்கும் பெரிய பொய்யினுள் வீழ்த்திவிட்டது.

எதனிடையே அவர் பிறந்து வளர்ந்து ஆளாயினாரோ அந்தச் சத்திய சமயம் – அவரது வட்டாரத்தினரான எல்லாரும் எதை அவர் ஏற்றுக்கொண்டுவிட வேண்டுமெனக் கோரினார் களோ, எதை ஏற்றுக்கொள்ளாமல் மக்களுக்குப் பயனுள்ள பணி களைத் தொடர்ந்து அவரால் செய்ய முடியாதோ அந்தச் சத்திய சமயம் – மெய்தானா என்கிற கேள்வியைத் தமக்குத் தாமே கேட்டுக்கொள்வதற்கு முன்பே, அவர் இதற்கு விடையைத் தீர்மானித்துக் கொண்டுவிட்டார். ஆகவே இந்தக் கேள்விக்கு விளக்கம் காண்பதற்காக வால்ட்டேர், ஷோப்பென்ஹர், ஸ்பென்சர், காம்த் ஆகியோரிடம் அவர் செல்லவில்லை,

---

* வால்ட்டேர், (1694-1778) — புகழ்பெற்ற பிரெஞ்சு நாட்டுப் போதனையாளர், தத்துவஞானி.
ஷோப்பென்ஹர், (1788–1860) — ஜெர்மன் தத்துவஞானி.
ஆகஸ்ட் காம்த் (1798-1857) பிரெஞ்சு முதலாளித்துவ சமூகவி

அதற்குப் பதில் ஹேகலின்* தத்துவவியல் நூல்களையும், மற்றும் வினே** ஹெமிகொவ்*** ஆகியோரது சமயச் சித்தாந்த நூல் களையும் படித்தார். அவருக்குத் தேவைப் பட்டவை அப்படியே இந்நூல்களில் அவருக்குக் கிடைத்ததில் வியப்பு ஏதும் இல்லை; மனத்துக்கு ஒருவகை அமைதியும் சமயத்தின் போதனை மெய்தான் என்பதற்கான ஒருவகை நியாய விளக்கமும் கிடைத் தன. சமயத்தின் போதனையைப் பயின்று வளர்ந்து ஆளான அவர், இப்போதனையை அறிவுக்கு முரணானதென்று நெடுங் காலத்துக்கு முன்பே நிராகரித்திருந்தார்; ஆனால் இந்தப் போதனை இல்லையேல் அவரது வாழ்க்கை முழுதுமே துன்பம் நிறைந்ததாகிவிடும், இந்தப் போதனையை ஏற்றுக்கொண்டால் இந்தத் துன்பத்தைத் தவிர்த்துவிடலாம் என்றதும் இந்தப் போதனை ஏற்றுக்கொள்வதற்கு அவருக்கு நியாய விளக்கம் கிடைத்தது.

வழக்கமாகத் தரப்படும் குயுக்தியான குதர்க்கவாதங்களை எல்லாம் இவ்விதம் அவர் ஏற்றுக்கொண்டார். அதாவது தனி யொரு ஆள் தமது அறிவாற்றலால் எது மெய்யெனக் கண்டு கொள்ள இயலாது என்றும், மெய்யானது பலராய்ச் சேர்ந்த மைந்த தொகுதிக்கு மட்டுமே வெளிப்படுத்தப்படும் என்றும், மெய்யை அறிவதற்கு வெளிப்பாடு ஒன்று மட்டுமே வழி என்றும், இந்த வெளிப்பாட்டைச் சமயச் சபை பாதுகாத்து வருகிறது என்றும் இன்ன பலவாறாகவும் கூறப்படும் வாதங் களை ஒத்துக்கொண்டார். அது முதலாய், முழுக்க முழுக்கப் பொய் என்கிற உணர்வு இல்லாமலே, மன அமைதியுடன் அவர், நீத்தோருக்கான பிரார்த்தனைச் சடங்குகளிலும் கல்லறைக் கிரியைகளிலும் சமயச் சபைத் தொழுகைகளிலும் இறுதி உணவு வழிபாடுகளிலும் பங்கு கொள்ளவும், தேவ உருவங்கள் முன்னால் நின்று சிலுவைக் குறியிட்டுக் கொள்ளவும், பாதிரி மார்களிடம் பாவமன்னிப்புக் கேட்டுக்கொள்ளவும் முடிந்தது; பயனுள்ள பணி ஆற்றுகிறோம் என்ற உணர்வை அளித்த அரசு ஊழியத்தில் தொடர்ந்து ஈடுபடவும் மகிழ்ச்சிக்கு இடமில்லாத தமது இல்லற வாழ்க்கையின் சள்ளையிலிருந்து சற்று விலகி ஆறுதலடையவும் முடிந்தது. இப்படி அவர் சமய நம்பிக்கைக்

யலாளர்; பிற்போக்குவாத, கருத்து முதல்வாத போதனையாகிய நேர்காட்சிவாதத்தின் மூலவர்.

* ஹேகல்(1770-1881) தனிப் பெரும் ஜெர்மன் தத்துவஞானத்தின் மாபெரும் பிரதிநிதி.

** அலெக்சாண்ட்ரே வினெட் — சுவிட்ஸர்லாந்து இறையியல் வாதி.

*** ஹெமிகொவ், (1804-1860) பிற்போக்குவாத எழுத்தாளர். தத்து வஞானி, ஸ்லாவியவாதம் எனப்படுவதன் மூலவர்களில் ஒருவர்.

கொண்டிருந்தபோதிலும், யாவற்றையும் விட மிகக் கடுமையாய் அவரது இந்தச் சமய நம்பிக்கை அவருள் "சரியல்ல" என்பதான உணர்வை உண்டாக்கி வந்தது.

அதனால்தான் அவர் கண்கள் எந்நேரமும் துயரம் தோய்ந்தனவாய் இருந்தன. இந்தப் பொய்கள் எல்லாம் அவருள் வேரூன்றுவதற்கு முந்திய ஒரு காலத்தில் அவர் அறிந்திருந்த நெஹ்லூதவை இப்போது பார்க்க நேர்ந்ததும், அந்தக் காலத்தில் தாம் எப்படிப்பட்டவராய் இருந்தோம் என்பது அவருக்கு நினைவு வந்தது. இன்னும் முக்கியமாய் தமது பழைய நண்பரிடம் சமயத்தைப் பற்றிய தமது தற்போதைய கருத்தோட்டத்தை அவசரமாய்க் குறிப்பிட்ட பிறகு "சரியல்ல" என்பதான அந்த உணர்வை இது முன்னெப்போதையும்விட மிகக் கடுமையாய் அவருள் உண்டாக்கியது. நெஞ்சு பொறுக்காத துயரம் அவரை வருத்தியது. தமது பழைய நண்பரைச் சந்தித்ததும் ஆரம்பத்தில் ஏற்பட்ட ஆனந்தம் அடங்கியபின் நெஹ்லூதவும் இதை உணர்ந்துகொண்டார்.

ஆக, இருவரும் திரும்பவும் சந்திக்க வேண்டுமென ஒருவருக்கொருவர் கூறிக்கொண்டார்கள் என்றாலும், திரும்பவும் சந்திப்பதற்காக அவர்கள் எந்த முயற்சியும் எடுக்கவில்லை. பீட்டர்ஸ்பர்க்கில் நெஹ்லூதவ் தங்கியிருந்த அந்நாட்களின் போது இருவரும் ஒருவரையொருவர் மறுபடியும் பார்க்கவே இல்லை.

24

மேலவையிலிருந்து வெளியே வந்த நெஹ்லூதவும் வழக்கறிஞருமாகச் சேர்ந்து நடைபாதையிலே நடந்தார்கள். வழக்கறிஞர் தமது வண்டியைத் தம் பின்னால் ஓட்டி வருமாறு வண்டிக்காரனிடம் சொல்லிவிட்டு, நெஹ்லூதவிடம் பேசிய வாறு நடந்தார். முன்பு மேலவையினர் தம்மிடையே பேசிக் கொண்டிருந்த அந்த அரசாங்க இலாகா தலைவர் பற்றிய கதையை அவர் நெஹ்லூதவிடம் சொல்ல ஆரம்பித்தார். எப்படி அந்த ஆளின் செயல் வெளியாயிற்று, சட்டப்படி சைபீரியக் கடுங்காவல் தண்டனை விதிக்க வேண்டிய அவர் எப்படி சைபீரியாவில் ஓர் ஆளுநராய் நியமிக்கப்பட்டார் என்று வழக்கறிஞர் விளக்கமாய் எடுத்துரைத்தார். அந்த ஆளின் முழுக் கதையையும் அதன் ஆபாச விவரங்கள் யாவற்றையும் சொல்லி முடித்ததும், குறிப்பிடத்தக்கச் சுவாரஸ்யத்துடன் மேலும் பல கதைகளைக் கூறிச் சென்றார். அன்று காலை அவர்கள் கடந்து

சென்ற எந்நாளும் பூர்த்தியாகாத ஒரு நினைவுச் சின்னத்துக்காக வசூலிக்கப்பட்ட பணத்தை உயர் அந்தஸ்து படைத்த சிலர் எப்படி ஏப்பம் விட்டார்கள் என்றும், எப்படி இன்னாரது ஆசை நாயகி பங்கு மாற்றுச் சந்தையில் பத்து லட்சக் கணக்கில் பணம் பண்ணினாள் என்றும், இன்னார் ஒருவர் தமது மனைவியைக் காசுக்குக் கொடுக்க எப்படி இப்பெயர் கொண்ட இன்னொருவர் காசுக்கு வாங்கினார் என்றும் விவரித்தார். உயர் அதிகாரிகள் புரிந்த மோசடிகளையும் எல்லா வகையான பகற் கொள்ளைகளையும் பற்றிய புதுப்புதுக் கதைகளாய் வழக்கறிஞர் கூறினார். இந்த அதிகாரிகள் சிறையில் கம்பிகளை எண்ணிக் கொண்டிருக்கவில்லை. அதற்குப் பதில் பற்பல அரசாங்க நிறுவனங்களின் தலைவர்களாய் இருக்கிறார்கள் என்றார். கணக்கின்றி அவர் இம்மாதிரியான கதைகளைத் தெரிந்து வைத்திருந்ததாய் நினைக்க வேண்டியிருந்தது. இந்தக் கதைகள் அவருக்கு மட்டில்லா மகிழ்ச்சி அளித்தன. ஏனெனில் பணம் பண்ணுவதற்கு வழக்கறிஞரான தாம் கையாண்ட வழிமுறைகள் பீட்டஸ்பர்க்கின் மிகப் பெரிய அதிகாரிகள் கையாண்டவற்றுடன் ஒப்பிடுகையில் முற்றும் நேர்மையானவை, கொஞ்சமும் குற்றமற்றவை என்பதை இவை தெள்ளத் தெளிவாய்த் தெரியப்படுத்தின. ஆகவே இந்தப் பெரிய அதிகாரிகளது இழுக்குகளைப் பற்றி அவர் கூறிக்கொண்டிருந்த ஒரு புதிய கதையின் முடிவைக் கேட்காமலே நெஹ்லூதவ் அவரிடம் விடை பெற்றுக்கொண்டு, வாடகை வண்டி ஒன்றில் ஏறி வீட்டை நோக்கி ஆற்றங்கரைச் சாலையிலே சென்றதும் வழக்கறிஞர் திகைத்துப் போனார்.

நெஹ்லூதவுக்கு, துயரம் நெஞ்சை அடைத்தது. மனுவை நிராகரித்து மேலவை அளித்த தீர்ப்பே இதற்குப் பிரதான காரணம். குற்றமற்றவளான மாஸ்லவா எந்த நியாயமும் இல்லாமல் கொடுமைகளுக்கு உள்ளாக்கப்பட்டு வதைபடுவதை இந்தத் தீர்ப்பு ஊர்ஜிதம் செய்ததோடன்றி தமது எதிர்காலத்தை அவளுடையதுடன் ஒரு சேர இணைத்துக்கொள்வதென நெஹ்லூதவ் செய்திருந்த வைராக்கியமான தீர்மானத்தின் நிறைவேற்றத்தையும் இந்தத் தீர்ப்பு மேலும் கடினமாக்கியது. தற்போது ஆதிக்கம் செலுத்தி வந்த தீய சக்திகள் குறித்து அத்தனை மகிழ்ச்சியோடு வழக்கறிஞர் கூறிய அச்சம் தரும் கதைகள், அவரது துயரத்தை மேலும் கடுமையாக்கியிருந்தன. அதோடு முன்பெல்லாம் இனிமையும் பெருந்தன்மையும் வாய்ந்தவராய் ஒளிவு மறைவற்ற திறந்த மனமுடையவராய் இருந்தவரான செலேனின், இப்பொழுது அன்பு சிறிதுமின்றிக் கடுப்பும் குரோதமும்

கொண்டவராய் அவரை வெறிக்கப் பார்த்த அந்தப் பார்வை அவர் மனக்கண் முன் தோன்றி ஓயாது அவரை வருத்திற்று.

வீட்டுக்குத் திரும்பி வந்த நெஹ்லூதவிடம் வாயிற்காவலன் ஒரு கடிதத்தைத் தந்து யாரோ ஒரு பெண் முன்னறைக்குள் வந்து எழுதிக் கொடுத்ததாய் ஓரளவு அலட்சியம் தொனிக்கும் குரலில் கூறினான். ஷூஸ்தவாவின் தாய் எழுதியிருந்த கடிதம் அது. தமது மகளுக்கு உதவிய காருண்யரும் இரட்சகருமான வருக்கு நன்றி தெரிவிப்பதற்காகவும் வசீலியெவ்ஸ்கி, ஐந்தாவது வரிசை, இத்தனையாவது குடித்தனப் பகுதிக்கு வருகை தந்து தங்கள் எல்லாரையும் சந்திக்கும்படி அவரை வேண்டுவதற் காகவும் தாம் வந்திருந்ததாய் அந்தத் தாய் எழுதியிருந்தார். இப்படி அவர் சந்திப்பது வேரா எப்ரோமல்னாவை முன்னிட்டு அவசியமாகுமெனக் குறிப்பிட்டிருந்தார். நன்றியறிதலைத் தெரிவித்து அவரைத் தொல்லை செய்வார்களென அஞ்ச வேண்டியதில்லை. வாய் திறந்து நன்றி தெரிவிக்க மாட்டார்கள். அவரை நேரில் கண்டு மகிழ்வதையன்றி வேறு ஏதும் விரும்ப வில்லை. மறுநாள் காலை வருகைதரச் சௌகரியப்படுமாயின் நன்றாய் இருக்கும்.

நெஹ்லூதவின் பழைய சகாவும் தற்போது மாமன்னரது மெய்க்காப்புப் படையதிகாரியுமான பகத்திரியோவிடமிருந்தும் ஒரு கடிதம் வந்திருந்தது. சமய உட்குழுவோரின் சார்பில் வரையப்பட்ட மனுவை நேரில் மாமன்னரிடம் சேர்ப்பிக்கும்படி நெஹ்லூதவ் அவரிடம் கேட்டிருந்தார். கொட்டை கொட்டை யான தெளிவான எழுத்துக்களில் பகத்திரியோவ் கைப்படப் பதில் எழுதியிருந்தார். தாம் வாக்களித்திருந்ததுபோல் நேரே மாமன்னரது கையில் மனுவைச் சேர்ப்பித்து விடுவதாகவும், இருந்தபோதிலும் இவ்விவகாரத்துக்குப் பொறுப்பான அதிகாரி யிடம் முதலில் நெஹ்லூதவ் நேரில் சென்று பேசுவது நல்ல தல்லவா என்று தமக்கு ஓர் எண்ணம் தோன்றுவதாகவும் எழுதியிருந்தார்.

பீட்டர்ஸ்பர்க்கில் கழித்த கடந்த சில நாட்களில் நெஹ்லூத வுக்கு ஏற்பட்ட அனுபவங்களுக்குப் பிற்பாடு, எதையும் இங்கு தம்மால் செய்து முடிக்க இயலுமென்ற நம்பிக்கையை அவர் அறவே இழந்திருந்தார். மாஸ்கோவில் இருக்கையில் அவர் வகுத் திருந்த திட்டங்கள் இப்போது அவருக்கு இளமைப் பருவத்துக் கனவுகளைப் போல், வாழ்க்கையை நேருக்கு நேர் சந்திக்கையில் தவிர்க்க முடியாதவாறு ஏமாற்றமளிக்கும் இந்தக் கனவுகளைப் போல் ஆகி விட்டதாய்த் தோன்றியது. எனினும் தாம் பீட்டர்ஸ் பர்க் வந்திருப்பதால் இங்கு செய்யத் திட்டமிட்டிருந்த வேலை

கள் யாவற்றையும் செய்திடுவது, தமது கடமையாகுமென அவர் கருதினார். மறு நாளன்றே பகத்திரியோவைக் கலந்துகொண்டு அவரது ஆலோசனைப்படி நடப்பதென்றும், சமய உட்குழு வோரின் வழக்குக்குப் பொறுப்பான அதிகாரியைப் பார்த்துப் பேசுவதென்றும் தீர்மானம் செய்தார்.

இப்போது அவர் சமய உட்குழுவோரது மனுவைத் தமது கைப்பைக்குள்ளிருந்து எடுத்து வைத்துக் கொண்டு மறுபடியும் ஒருதரம் அதைப் படிக்கப் போனார். அப்போது கோமகள் கத்தரீனா இவானவ்னாவின் பணியாள் அவர் அறைக் கதவைத் தட்டி விட்டு உள்ளே வந்து, தேநீர் அருந்துவதற்காக மேலே மாடிக்குத் தம்மிடம் வருமாறு கோமகள் அழைப்பதாய் அவரிடம் சொன்னான்.

இதோ வருவதாக அவனிடம் சொல்லிக் காகிதங்களைத் தமது கைப்பைக்குள் திருப்பி வைத்துவிட்டு, சின்னம்மாவிடம் போவதற்காகக் கிளம்பினார். மாடிக்குப் போகிறபோது சன்னல் வழியே வெளியே தெருப்பக்கத்தைப் பார்த்தார்; மரீயட்டாவின் செக்கர்மேனிக் குதிரைகள் இரண்டும் அங்கே நிற்கக் கண்டதும், திடுமென அவருக்குக் குதூகலம் பிறந்தது. புன்சிரிப்பு சிரித்துக் கொள்ள வேண்டும் போலிருந்தது.

மரீயட்டா, தலையில் தொப்பியுடன் முன்புபோல் கறுப்பு அல்ல, பளிச்சிடும் மென்னிற ஆடைகள் அணிந்திருந்தாள்; கையில் தேநீர்க் கோப்பையைப் பிடித்துக்கொண்டு கோமகளது சாய்வு நாற்காலிக்குப் பக்கத்தில் அமர்ந்து, நகைபுரியும் எழில் விழிகளில் ஒளி வீசச் சுவாரஸ்யமாய் ஏதோ சொல்லிக் கொண்டிருந்தாள். அறையினுள் நெஹ்லூதவ் அடியெடுத்து வைத்தபோது அடக்க முடியாமல் சிரிப்பு வரும்படிக் கேலியாய் அவள் ஏதோ சொல்லி விட்டாள்–அந்தக் கேலி மிகவும் கீழ்த்தரமானது, அறையினுள் எழுந்த சிரிப்பின் தொனியிலிருந்து நெஹ்லூதவ் இதைத் தெரிந்துகொண்டார். உதட்டில் மெல்லிய மீசையுடையவரான நல்ல சுபாவம் கொண்ட, கோமகள் கத்தரீனா இவானவ் னாவுக்குச் சிரிப்பு தாங்க முடியவில்லை. அவரது பருத்த சரீரம் ஆடிக் குலுங்கும்படி விழுந்து விழுந்து சிரித்துக் கொண்டி ருந்தார். ஆனால் மரீயட்டா, புன்னகை பூத்த வாய் சற்றே கோணிச் செல்ல, துடிப்பும், குதூகலமும் கொண்ட முகத்தைத் தோள் பக்கம் சாய்த்து, குறும்பு அப்படியே உருவெடுத்தாற் போன்ற சாயல் கொண்டவளாய் மௌனமாகக் கோமகளைப் பார்த்துக் கொண்டிருந்தாள்.

அப்போது பீட்டர்ஸ்பர்க்கில் அடிபட்டு வந்த இரண் டாவது செய்தியான புதிய சைபீரிய ஆளுநரின் கதையைப்

பற்றியே இருவரும் பேசிக்கொண்டிருந்தார்கள் என்று நெஹ்லூதவுக்குப் புரிந்தது. காதில் விழுந்த இரண்டொரு சொற்களிலிருந்து அவர் இதை ஊகிக்க முடிந்தது. இந்தக் கதையைப் பற்றித்தான் அடக்க முடியாமல் சிரிப்பு வரும்படி மரீயட்டா ஏதோ சொல்லிவிட்டாள். நெடுநேரம் வரை கோமகளால் தன்னைக் கட்டுப்படுத்திக் கொள்ள முடியவில்லை.

"என்னைச் சாகடித்து விடுவாய் நீ" என்று இருமல்களுக்கு இடையே கூறினார் கோமகள்.

வணக்கம் தெரிவித்தவாறு நெஹ்லூதவ் இவர்களிடம் வந்து உட்கார்ந்தார். மரீயட்டாவின் துடுக்குத்தனத்தை நினைத்து மனத்துள் நெஹ்லூதவ் கண்டிக்கப் போனார்; ஆனால் அதற்குள் அவள் அவரது முகபாவத்தைக் கவனித்து அதில் தெரிந்த கடுமையையும் இலேசான மனக்கசப்பையும் கண்டுகொண்டு, தன்னை அவருக்குப் பிடித்தமானவளாக்கிக்கொள்ள வேண்டுமென்று (அவரை அவளுக்குத் தெரிந்த காலம் முதலாய் இதை விரும்பி வந்தவள் அவள்). தனது முகபாவத்தை மட்டுமின்றித் தனது மன நிலையையுங் கூடத் திடுதிப்பென அடியோடு மாற்றிக்கொண்டு விட்டாள். திடுமென அவள் முகம் கடுமையாகியது; தனது வாழ்க்கையின் மீது கசப்புக் கொண்டவளாய், எதையோ தேடி அலைகிறவளாய், எதற்காகவோ முயற்சி செய்கிறவளாய்த் தோன்றினாள். அவள் ஒன்றும் பாசாங்கு செய்யவில்லை. மெய்யாகவே அவள் அக்கணத்தில் நெஹ்லூதவ் கொண்டிருந்த அதே மனநிலை – சொற்களில் அவளால் அதைச் சொல்ல முடிந்திருக்காது என்றபோதிலும் – தனக்கும் ஏற்படுமாறு செய்துகொண்டு விட்டாள்.

அவரது வேலைகள் எந்த நிலையில் இருக்கின்றன என்று அவரிடம் அவள் விசாரித்தாள். மேலவையில் தோல்வியடைந்தது குறித்தும், செலேனினைச் சந்தித்தது குறித்தும் அவர் சொன்னார்.

"ஓ! எப்படிப்பட்ட தூய ஆத்மா! மெய்யாகவே அவர் அச்சம் இல்லாத, குற்றம் சொல்ல முடியாதவர் ஆவார். தூய ஆத்மா!"– பீட்டர்ஸ்பர்க் சமூகத்தில் செலேனின் பெற்றிருந்த அந்தச் சிறப்புப் பெயரை இரு சீமாட்டியரும் குறிப்பிட்டனர்.

"அவர் மனைவி எப்படி?" என்று கேட்டார் நெஹ்லூதவ்.

"மனைவியா? நான் ஒன்றும் தீர்ப்பளிக்க விரும்பவில்லை. ஆனாலும் அவரைப் புரிந்துகொள்ளத் தவறிய மனைவி. நம்ப முடியவில்லையே. அவருங்கூடவா மனுவை நிராகரிக்க வேண்டுமென்ற தரப்பில் இருந்தார்?" மெய்யான ஆதங்கத்துடன் கேட்டாள் மரீயட்டா. "அநியாயம் இது! அவளை நினைக்

கையில் எனக்கு நெஞ்சு பொறுக்கவில்லை!" என்று சொல்லிப் பெருமூச்சு விட்டுக்கொண்டாள்.

அவர் புருவங்களை நெரித்துக்கொண்டார். பேச்சை மாற்ற விரும்பி, இதுகாறும் கோட்டைச் சிறையில் அடைபட்டிருந்து, மரீயட்டா கேட்டுக்கொண்டதால் இப்போது விடுதலை செய்யப் பட்ட ஷூஸ்தவாவைப் பற்றிப் பேச ஆரம்பித்தார். கணவரிடம் கேட்டுக்கொண்டதற்காக மரீயட்டாவுக்கு நன்றி தெரிவித்தார். இந்தப் பெண்ணும் இவளது குடும்பத்தைச் சேர்ந்த எல்லாரும் எப்படித் துன்பப்பட்டார்கள். இவர்களைப் பற்றி மேலிடத்தில் யாருக்கும் நினைவில்லை என்கிற ஒரே காரணத்தால் அல்லவா இவர் இப்படித் துன்புற நேர்ந்தது என்று சொல்லி, அடுக்குமா இந்தக் கொடுமை என்று கூற வாயெடுத்தார். ஆனால் அவர் அதைக் கூறும் வரை மரீயட்டா காத்திருக்கவில்லை. முந்திக் கொண்டு தனது ஆத்திரத்தை வெளியிட்டாள்.

"அதைப் பற்றி எனக்கு நினைவுபடுத்தாதீர்கள்" என்றாள் அவள். "இந்தப் பெண்ணை விடுதலை செய்து விடலாமென்று என்னிடம் சொன்னபோது, இதே எண்ணம்தான் என்னுள் எழுந்தது. அவள் குற்றமற்றவள் எனில் ஏன் அவளைச் சிறையில் வைத்திருந்தார்களாம்?" நெஹ்லூதவ் என்ன சொல்ல நினைத்தாரோ அதையே அவளும் கூறினாள். "அநியாயம் வெட்கக்கேடு, வெட்கக்கேடு!"

கோமகள் கத்தரீனா இவானவ்னாவுக்கு என்ன நடைபெறு கிறதென்று தெரிந்தது. தமது மருமகனுடன் மரீயட்டா சரசம் புரிந்து குலாவுகிறாள் என்பது புரிந்தது. அவருக்கு இது வேடிக்கையாய் இருந்தது.

"நான் சொல்வதைக் கேளுங்கள்" என்றார் அவர். இருவரும் பேச்சை நிறுத்தியதும், "நாளைக்கு மாலை நீ அலைன் வீட்டுக்கு வா. கிசெவெட்டர் அங்கே இருப்பார். நீயும் வா அங்கே" என்று மரீயட்டா பக்கம் திரும்பியவாறு சொன்னார்.

"அவர் உன்னைக் கவனித்து வைத்திருக்கிறார்" என்று தமது மருமகனிடம் கூறினார். "நீ சொன்னது எல்லாம் (அதை அப்படியே அவரிடம் கூறினேன்) நல்ல அறிகுறி, நிச்சயம் நீ கிறிஸ்துவை வந்தடைவாய் என்று அவர் எனக்கு அறிவுறுத்தினார். தவறாமல் நீ வந்தாக வேண்டும். மரீயட்டா. நீ வரச்சொல்லு அவனை, அதோடு நீயும் வந்துசேர்."

"கோமகளே, முதலாவதாக எந்தவிதமான ஆலோசனை யையும் கோமகனுக்கு அளிக்க எனக்கு உரிமை இல்லை" என்று சொல்ல நெஹ்லூதவின் மீது தனது பார்வையை வீசினாள். கோமகள் கூறியவை குறித்தும், மொத்தத்தில் விவிலியச் சுவிசேஷ உபநியாசங்கள் குறித்தும் அவர்களிடையே எப்படியோ அந்தப்

பார்வை, முழு அளவில் கருத்தொற்றுமையை நிலைநாட்டுவ தாய் இருந்தது. "இரண்டாவதாக, இதில் எல்லாம் எனக்கு அதிக நாட்டமில்லை. உங்களுக்குத் தெரியும்."

"ஆமாம், எப்போதும் நீ ஏனையோரைப் போல் அல்லாமல் எதிர்த் திசையிலே யாவற்றையும் அணுக முயலுகிறவள், உன் சொந்த வழியிலே செல்கிறவள்."

"என் சொந்த வழியிலா? இல்லை. எளிய குடியானவப் பெண்ணுக்குரிய அதே நம்பிக்கைகளைக் கொண்டவள் நான்" என்று சொல்லி மரீயட்டா புன்னகை புரிந்துகொண்டாள். "மூன்றாவதாக, நாளை மாலை நான் பிரெஞ்சு நாடகம் பார்க்கப் போகிறேன்..."

"ஓ! நீ பார்த்தாயா அவளை... அவள் பெயர் என்ன?" என்று நெஹ்லூதவைக் கேட்டார் கோமகள் கத்தரீனா இவானவ்னா.

புகழ்பெற்ற அந்தப் பிரெஞ்சு நடிகையின் பெயரை மரீயட்டா சொன்னாள்.

"நிச்சயம். நீ போய்ப் பார்க்க வேண்டும்–அற்புதமானவள்."

"நான் முதலில் பார்க்க வேண்டியது யார்? சின்னம்மாவா, நடிகையா, உபநியாசியா?" என்று புன்சிரிப்பு சிரித்தபடி கேட்டார் நெஹ்லூதவ்.

"இந்தச் சொற்புரட்டு எல்லாம் வேண்டாம்."

"முதலில் உபநியாசியிடம் போய் விட்டுப் பிற்பாடுதான் பிரெஞ்சு நடிகையிடம் போக வேண்டுமென நினைக்கிறேன். இல்லையேல் உபநியாசம் கேட்க வேண்டுமென்ற விருப்பமே இல்லாது ஒழிந்து போகும்" என்றார் நெஹ்லூதவ்.

"வேண்டாம், பிரெஞ்சு நாடகத்தில் ஆரம்பித்துப் பிற்பாடு குற்றத்தை உணர்ந்து பிராயச்சித்தம் தேடுவதுதான் நல்லது" என்றாள் மரீயட்டா.

"நல்லா இல்லை இது, என்னை நையாண்டி செய்யாதீர்கள். உபநியாசி உபநியாசிதான், நாடகம் நாடகம்தான். மீட்பு பெற விரும்புகிறவர் மூஞ்சியைத் தொங்கப்போட்டுக் கொள்ளவோ, எந்நேரமும் அழவோ வேண்டியதில்லை. நம்பிக்கை கொண்டவ ராய் இருக்க வேண்டும். பிறகு குதூகலம் வாய்ந்தவராயும் இருக்க முடியும்."

"சித்தி எல்லா உபநியாசிகளையும் விட நன்றாகவே நீங்கள் உபநியாசம் செய்கிறீர்கள்."

"இதைக் கேளுங்கள்" என்று சிந்தனையில் ஆழ்ந்தவளாகச் சொன்னாள் மரீயட்டா. "நாளைக்கு நாடகத்தின் போது எனது மாடத்துக்கு வாருங்கள்."

"நாடகத்துக்கு நான் வர முடியுமென நினைக்கவில்லையே..."

கோமகளைத் தலைவராகக்கொண்ட தரும நிலையத்தின் செயலாளர் வந்திருப்பதாய் தற்போது பணியாள் அறிவித்ததால் பேச்சு தடைபட்டு நின்றது.

"சலிப்பூட்டும்படியான மனிதர். அங்கே வெளியறையில் அவரை நான் சந்தித்துப் பேசுவதுதான் நல்லது. பிறகு உங்களிடம் திரும்பி வருகிறேன். மரீயட்டா, நீ தேநீரை ஊற்றிக்கொடு இவனுக்கு" என்று சொல்லிவிட்டுக் கோமகள் சாய்ந்தாடும் அவரது அதிவிரைவான நடையை நடந்து அறையிலிருந்து வெளியே சென்றார்.

மரீயட்டா கையுறையைக் கழற்றி ஓரளவு தட்டையான துருதுருக்கும் கையை வெளியே காட்டினாள். மோதிரங்களுக்கு அடியில் மறைந்திருந்தது, அவளது மோதிர விரல்.

"தேநீர் அருந்துங்கள்" என்று சாராய விளக்கின் மேலிருந்த வெள்ளித் தேநீர்க் கெட்டிலை அவள் எடுத்தாள். விசித்திரமாய் அவளது சிறுவிரல் துருத்திக்கொண்டு நின்றது. அவளது முகம் கருத்தார்ந்த சோகச் சாயல் கொண்டதாகியது.

'நான் போற்றிப் பாராட்டும் கருத்துகளைக் கொண்டுள்ளவர்கள், நான் வேறு; நான் அமர்த்தப்பட்டிருக்கும் நிலைமை வேறு என்பதைக் கவனியாது குழப்படி செய்வதை நினைக்கையில், எப்போதுமே எனக்கு வேதனையாய் இருக்கிறது, பொறுக்க முடியவில்லை."

இந்தச் சொற்களைச் சொன்னபோது அவள் அழப் போகிறாள் என்றே நினைக்கத் தோன்றியது. பகுத்தாராய்வோமாயின் இந்தச் சொற்கள் அர்த்தமற்றவையாக, எப்படியும் திட்டவட்டமான அர்த்தம் ஏதும் இல்லாதவையாக இருப்பினும். நெஹ்லூதவுக்கு இவை விசேஷ ஆழமும் அர்த்தமும் நற்பண்பும் கொண்டவையாகத் தோன்றின. நன்கு உடுத்தியிருந்த இளமையும் எழிலுமுடைய இந்தப் பெண் இச்சொற்களைச் சொன்னபோது, ஒளி படைத்த அவளது கண்களின் பார்வையால் அப்படி அவர் கவரப்பட்டுவிட்டார்.

நெஹ்லூதவ் வாய் பேசாமல் அவளைப் பார்த்துக் கொண்டிருந்தார். அவரால் தமது கண்களை அவள் முகத்திலிருந்து திருப்ப முடிவில்லை.

"உங்களையும் உங்கள் உள்ளத்தில் நடைபெறுகிறவற்றையும் நான் புரிந்துகொள்ளவில்லை என்பதாய் நினைக்கிறீர்கள். ஆனால் நீங்கள் செய்கிறவை எல்லார்க்கும் தெரியும். அது உலகறிந்த இரகசியம். நீங்கள் செய்கிறவை என்னை வியப்புற்று மகிழச் செய்கின்றன. உங்களை நான் போற்றுகிறேன்."

“உண்மையில் இதில் வியப்புறுவதற்கும் மகிழ்வதற்கும் ஒன்றும் இல்லை. இதுவரை நான் செய்துள்ளவை மிக மிகச் சொற்பம்தான்.”

“எல்லாம் ஒன்றுதான். நான் உங்களது உள்ளத்து உணர்ச்சி களைப் புரிந்துகொள்கிறேன். அவளையும் புரிந்துகொள்கிறேன். சரி, சரி, அதெல்லாம் குறித்து நான் ஒன்றும் பேசப் போவதில்லை” அவர் முகத்தில் தெரிந்த அதிருப்தி உணர்ச்சியைக் கவனித்த தும் தன்னைத் தானே இப்படி அவள் இடைமறித்துக் கொண்டாள். “ஆனால் சிறைக்கூடங்களில் இவர்களது துன்ப துயரங்களையும், அங்கு நிகழ்ந்து வரும் பயங்கரக் கொடுமை களையும் பார்த்தபின் பலவற்றையும் நான் புரிந்து கொள்கிறேன்” என்று மரீயட்டா தொடர்ந்து கூறினாள். எப்படியாவது அவரைத் தன்பால் கவர்ந்திழுக்க விரும்பிய அவள், எது அவருக்கு முக்கிய மானது, மிகப் பிடித்தமானது என்பதைப் பெண்ணுக்குரிய உள்ளுணர்ச்சி மூலம் ஊகித்துக்கொண்டு பேசினாள். “துன்புறு வோருக்கு நீங்கள் உதவி புரிய விரும்புகிறீர்கள்–இவர்கள் பயங்கரத் துன்பங்களுக்கு ஆளாகிறார்கள். ஏனையோரது கருத்தின்மையாலும் கொடுமனத்தாலும் இப்படிப் பயங்கரமாகத் துன்புறுகிறார்கள்... எனக்குப் புரிகிறது–ஒருவர் தமது வாழ்க்கை யையே அர்ப்பணித்துக் கொள்ளத்தக்கப் பணி இது. என் வாழ்க் கையையும் இப்பணிக்கு அர்ப்பணித்துக் கொள்ளவே விரும்பு கிறேன். ஆனால் அவரவருக்கும் தலைவிதி என்பதாய் ஒன்று இருக்கிறதே.”

“அப்படியானால் உங்களது இந்தத் தலைவிதி குறித்து உங்களுக்குத் திருப்தியில்லை என்றா சொல்லுகிறீர்கள்?”

“நானா?” இப்படியும் ஒரு கேள்வி கேட்க முடியுமா என்று வியப்புற்று விட்டவளைப் போல் அவள் வினவினாள். “நான் திருப்தியடைந்தே ஆக வேண்டியிருக்கிறது. திருப்தியடையவும் செய்கிறேன்தான். ஆயினும் மனத்துள் புழு ஒன்று உறக்கத்தி லிருந்து எழுந்து உறுத்துகிறதே.”

“ஆமாம். மறுபடியும் அதை உறங்கும்படி விடலாகாது. அந்தரங்கக் குரலுக்குச் செவி சாய்ப்பது அவசியமாகும்” என்று நெஹ்லூதவ் அவளது வஞ்சக வலையினுள் சிக்கிக் கொண்டார்.

அவளுடன் தாம் நடத்திய இந்த உரையாடலை நெஹ்லூ தவ் பிற்பாடு எத்தனையோ தரம் நினைத்துப் பார்த்து வெட்கப் பட்டுக் கொண்டார். அவளது சொற்கள் எல்லாம் அப்படியே அவர் நினைவுக்கு வந்தன–பச்சைப் புளுகுகள் என்பதற்குப் பதில், அவர் கூறியவற்றின் போலியான பிரதிகள் என்பதாகச் சொல்லத்தக்கனவாய் இருந்த சொற்கள் அவை. அவளிடம் அவர் சிறைக்கூடப் பயங்கரங்களையும் கிராமப்புறங்களில் தாம்

கண்ணுற்றவற்றையும் பற்றிச் சொல்லியபோது உள்ளம் உருகு கிறவளைப் போல் கேட்டுக்கொண்டிருந்த அவளது உருக்கமான முகமும் அவர் மனக் கண்ணெதிரே தெரிந்தது.

கோமகள் திரும்பி வந்தபோது இருவரும் பழைய நண்பர் களைப் போல் மட்டுமின்றி, தம்மைப் புரிந்துகொள்ளாத ஒரு கூட்டத்துக்கு மத்தியில் தாம் இருவரும் மட்டும் ஒருவரை யொருவர் புரிந்துகொள்ளும் தனிப்பட்ட இரு நண்பர்களாகப் பேசிக் கொண்டிருந்தார்கள்.

அதிகாரம் செலுத்துவோர் புரியும் அதர்மம் குறித்து, அதிர்ஷ்டமில்லாதவர்களது துன்பதுயரங்கள் குறித்து, மக்களது வறுமை நிலை குறித்து இருவரும் பேசினார்கள். ஆனால் அவர்களது பேச்சின் ஒலிக்கிடையே இருவரது கண்களும் ஒருவரையொருவர் உற்று நோக்கி, "என்னைக் காதலிப்பாயா நீ?" என்று ஓயாமல் கேட்டுக்கொண்டும், 'காதலிப்பேனே' என்று ஓயாமல் பதிலளித்துக் கொண்டும் இருந்தன. பால் உணர்ச்சி யானது சிறிதும் எதிர்பார்க்க முடியாத, இனிமையிலும் இனிமை யான வடிவங்கள் தரித்து, இருவரும் ஒருவர்பால் ஒருவர் கவரப்படும்படிச் செய்தது.

அங்கிருந்து அவள் புறப்பட்டபோது, தன்னால் முடிந்த எல்லா வழிகளிலும் அவருக்குத் தொண்டுபுரிய எப்போதுமே தான் தயாராயிருப்பதாகச் சொன்னாள். மறுநாள் மாலை நாடக மன்றத்தில் அவர் தன்னைச் சந்திக்க வேண்டுமென்றும், அவரிடம் ஒரு முக்கிய விஷயம் சொல்ல வேண்டியிருப்பதால் ஒரு நிமிட நேரத்துக்காவது தன்னிடம் வந்து செல்ல வேண்டுமென்றும் கேட்டுக்கொண்டாள்.

"ஆமாம். மறுபடியும் உங்களை நான் எப்போது பார்க்கப் போகிறேனோ, யாருக்குத் தெரியும்?" என்று பெருமுச்செறிந்த படி மேலும் சொன்னாள். "ஆகவே வந்து சந்திப்பேனெனச் சொல்லுங்கள்".

வந்து சந்திப்பதாய் நெஹ்லூதவ் வாக்களித்தார்.

அன்று இரவு நெஹ்லூதவ் அவரது அறையில் தனியே விடப்பட்ட பின் மெழுகு விளக்கை அணைத்துவிட்டுப் படுக்கையில் படுத்துக் கொண்டபோது நெடுநேரம் வரை அவரால் தூங்க முடியவில்லை. மாஸ்லவாவையும், மேலவை யின் தீர்ப்பையும், எது என்னவாயினும் தாம் அவளைப் பின்தொடர்ந்து செல்வதென்ற தமது தீர்மானத்தையும், மற்றும் தமது நிலவுடைமைகளைத் துறப்பதென்ற முடிவையும் பற்றி நினைத்தபடி படுத்திருந்தார். திடுமென அப்போது இந்தக்

கேள்விகளுக்குப் பதிலளிப்பது போல் மரீயட்டாவின் முகம் அவர் முன்னால் தோன்றியது. "மறுபடியும் உங்களை நான் எப்போது பார்க்கப் போகிறேனோ" என்று சொன்னபோது அவள் பெருமூச்செறிந்துகொண்டு பார்த்த அந்தப் பார்வையும் அடங்கலாய் அப்படியே அந்த முகம் அவர் கண்ணெதிரே எழுந்தது. அவளது புன்னகை அவ்வளவு தெளிவாகத் தெரிந்ததால், நேருக்கு நேர் அவளைக் காண்பதுபோல் அவரும் பதிலுக்குப் புன்னகை புரிந்து கொண்டார். "சைபீரியாவுக்குப் போவதாய் இருக்கிறேனே. அது சரிதானா? என் சொத்துகள் எனக்கு வேண்டாமென உதற நினைக்கிறேனே, அது சரிதானா?" என்று தம்மைத்தாமே கேட்டுக்கொண்டார்.

வெளுப்பான பீட்டர்ஸ்பர்க் இரவு அது, ஓரங்களில் கம்பளி தைக்கப்பட்டிருந்த சன்னல் திரையின் இடுக்கு வழியே வெளிச்சம் அறைக்குள் வந்தது. அந்த இரவில் இக்கேள்விகளுக்கு அவருக்குக் கிடைத்த பதில்கள் திட்டவட்டமாய் இருக்கவில்லை எல்லாம் குழப்பமாய் இருந்தன. தமது பழைய மனநிலையைத் திரும்பவும் அடைய வேண்டுமென நினைத்தார். தமது சிந்தனை களின் பழைய இழையோட்டத்தை நினைவுபடுத்திக் கொண் டார். ஆனால் முன்புபோல் இந்தச் சிந்தனைகள் இப்பொழுது அவருக்குத் திடநம்பிக்கை அளிக்க வல்லனவாய் இருக்கவில்லை.

"எல்லாம் எனது கற்பனையே என்றாகி, என்னால் இவற்றுக்கு ஏற்ப வாழ முடியாமற் போய்விடுமோ? நான் செய்தது சரிதானா என்று மனம் நொந்துகொள்ள நேர்ந்தால் என்னாவது?" என்று தம்மைத் தாமே கேட்டுக்கொண்டார். இந்தக் கேள்விகளுக்கு விடையளிக்க முடியாமற் போகவே, நீண்டதொரு காலமாய் அவர் அனுபவித்திராத மனச்சோர்வாலும் விரக்தியாலும் பீடிக்கப்பட்டார். இந்தக் கேள்விகளுக்கு விளக்கம் காணும் திறனின்றி ஆழ்ந்த உறக்கத்தில் சீட்டாட்டத்தில் பெரிய அளவில் பணம் இழந்தபின் முன்பெல்லாம் தூங்குவாரே, அந்த மாதிரியான உறக்கத்தில் மூழ்கினார்.

25

முந்திய நாளன்று ஏதோ இழிவான செயல் புரிந்தோம் என்கிற நினைப்புடன் நெஹ்லூதவ் மறுநாள் காலையில் விழித்தெழுந்தார்.

நடந்ததை எல்லாம் நினைத்துப் பார்த்தார். இழிவான செயல் ஏதும் புரிந்துவிடவில்லை. எந்தத் தீய காரியமும் செய்து

விடவில்லை. ஆனால் தீய எண்ணங்களை மனத்துள் நினைத் திருந்தார். கத்யூஷாவை மணந்துகொள்வதாகவும், நிலங்களை விவசாயிகளுக்குத் திருப்பித் தருவதாகவும் தற்போது தாம் செய்திருந்த தீர்மானங்கள் யாவும் நிறைவேற முடியாத வெறும் கனவுகள், இவற்றை நிறைவேற்றுவது தமது சக்திக்கு அப்பாற் பட்டது. இவையெல்லாம் செயற்கையானவை. இயற்கைக்கு ஒவ்வாதவை, இதுகாறும் வாழ்ந்ததுபோல தான் இனியும் வாழ வேண்டும் என்கிற தீய எண்ணங்களை மனத்துள் எழ இடமளித்திருந்தார்.

அவர் தீய செயல் புரிந்துவிடவில்லை. ஆனால் தீய செயல்களுக்கு ஆதாரமாய் அமைந்து தீய செயல்களைக் காட்டிலும் படுமோசமானவையான தீய எண்ணங்களை மனத்துள் எழ விட்டிருந்தார். தீய செயலானது மறுபடியும் செய்யப்படாதவாறு தவிர்க்கப்படக்கூடியது, அதன் தீமையை உணர்ந்து மனம் வருந்தித் திருத்தப்படக்கூடியது. ஆனால் தீய எண்ணங்களானவை எல்லாத் தீய செயல்களுக்கும் மூலாதாரமாய் இருப்பவை.

தீய செயலானது ஏனைய தீய செயல்களுக்குப் பாதையை மட்டும் செப்பனிடுகிறது. ஆனால் தீய எண்ணங்கள் தவிர்க்க வொண்ணாதவாறு நம்மை இந்தப் பாதையிலேயே இழுத்துச் செல்கின்றன.

நெஹ்லூதவ் தமது நேற்றைய எண்ணங்களை எல்லாம் திரும்பவும் இன்று காலை நினைத்துப் பார்த்தார். கணமும் நம்ப முடியாத இவற்றை எப்படி நேற்று நம்பினோம் என்று அவருக்கு ஆச்சரியமாய் இருந்தது. தாம் செய்யத் தீர்மானித் திருந்தது எவ்வளவுதான் புதுமையாகவும் கடினமாகவும் இருப்பினும் இது ஒன்றேதான் தற்போது தமக்குச் சாத்தியமான வாழ்க்கை வழியாகும் என்பது அவருக்குத் தெரிந்தது. தமது பழைய வாழ்க்கை வழிக்குத் திரும்புவது எவ்வளவுதான் பழக்கப்பட்ட எளிய காரியமாய் இருப்பினும் அது சாதலுக்கே ஒப்பானது என்பதும் அவருக்குத் தெரிந்தது. ஆழ்ந்த உறக்கத்திலிருந்து விழித்துக் கொள்ளும் ஒருவர் தொடர்ந்து உறங்க விரும்பாவிட்டாலும், இனிப் படுக்கையை விட்டெழுந்து தம் முன் உள்ள மகிழ்ச்சிக்குரிய முக்கியப் பணியில் இறங்க வேண்டுமென்பதை அறிந்திருந்தாலும், இன்னும் கொஞ்ச நேரம் படுக்கையிலே வசதியாகப் படுத்திருக்கலாமென நினைப்ப தில்லையா? நேற்று தம்மை மயங்கச் செய்த அந்தச் சபலமும் இதைப் போன்றதே ஆகுமென்று இப்போது அவருக்குப் பட்டது.

பீட்டர்ஸ்பர்க்கில் அவர் இருந்த கடைசி தினமான அன்று காலையில் ஷூஸ்தவாவைப் பார்ப்பதற்காக வசீலியெவ்ஸ்கி தீவுக்குப் புறப்பட்டுச் சென்றார்.

ஷூஸ்தவாவின் குடித்தனப் பகுதி முதல் மாடியில் இருந்தது. தெருக்கூட்டும் தொழிலாளி காட்டிய கொல்லைப்புற வழியில் நெஹ்லூதவ் சென்றார். சுழற்படிக்கட்டில் ஏறி நேரே சூடான சமையலறைக்குள் நுழைந்தார். சமையலின் வாசனை மூக்கில் ஏறியது. சுருட்டி மடக்கி விடப்பட்ட சட்டைக்கை களுடன், மார்பங்கி அணிந்து மூக்குக் கண்ணாடி போட்டிருந்த வயதான ஓர் அன்னை அங்கே அடுப்படியில் நின்று, ஆவி எழுந்த சட்டியினுள் எதையோ கிண்டிக்கொண்டிருந்தார்.

"யார் வேண்டும்?" என்று அவர் உள்ளே வந்தவரை மூக்குக் கண்ணாடிக்கு மேல் உற்றுப் பார்த்துக் கடுமையான குரலில் கேட்டார்.

நெஹ்லூதவ் தமது பெயரைச் சொன்னதும் உடனே அவ்வன்னையின் முகபாவம் திகிலும் மகிழ்ச்சியும் கலந்ததாய் மாறியது.

"ஓ, கோமகனா?!" என்று கைகளை மார்பங்கியில் துடைத்த வாறு வியந்து கூவினார் அவ்வன்னை. "ஏன் கொல்லைப் பக்கத்துப் படிக்கட்டு வழியே வந்திருக்கிறீர்கள்? எங்களுக்கு உதவிய தர்மவான் அல்லவா நீங்கள்! நான் அவளுடைய தாய். என் மகளை அங்கே சாகடித்திருப்பார்கள். நீங்கள்தான் எங்களைக் காப்பாற்றினீர்கள்" என்று சொல்லி அவர் நெஹ்லூ தவின் கையைப் பிடித்து அதில் முத்தமிட முயன்றார். "நேற்று உங்களைப் பார்ப்பதற்காக வந்திருந்தேன். கட்டாயம் பார்க்க வேண்டுமென்று சொல்லி என் சகோதரி என்னை அனுப்பி யிருந்தாள். அவள் இங்கேதான் இருக்கிறாள். வாங்க, இப்படி வாங்க என்னுடன்" என்று சொல்லி ஷூஸ்தவாவின் தாய், சுருட்டி மடக்கப்பட்ட சட்டைக் கைகளைப் பிரித்து விட்டுக் கொண்டு தலைமுடிகளைச் சரிசெய்தபடி குறுகலான நிலைப் படியைக் கடந்து நெஹ்லூதவை இருட்டாயிருந்த நடை வழியே அழைத்துச் சென்றார். "என் சகோதரியின் பெயர் கர்னீலவா. நீங்கள் கேள்விப்பட்டிருப்பீர்கள்" – மூடியிருந்த ஒரு கதவுக்கு முன்னால் நின்று இரகசியக் குரலில் கூறினார் அவர். "அரசியல் விவகாரத்தில் சிக்கிக் கொண்டாள். கூர் அறிவு படைத்தவள்."

நடையிலிருந்த அந்தக் கதவைத் திறந்து ஷூஸ்தவாவின் தாய் ஒரு சிறு அறைக்குள் நெஹ்லூதவை அழைத்துச் சென்றார். அங்கே ஒரு மேசைக்கு முன்னால் சோபாவில் கோடு போட்ட சீட்டித் துணிச் சட்டை அணிந்து, அதிக உயரமின்றிக் குண்டாய் ஓர் இளம்பெண் அமர்ந்திருந்தாள். அவளுடைய தாயைப்

போன்றதான அவளது உருண்டை முகம் வெள்ளையாய் வெளிறிட்டுப் போயிருந்தது. இம்முகத்துக்கு வரம்பு கட்டி ஒப்பனை செய்தாற்போல் அவளது சுருட்டையான வெண் பட்டுக் கூந்தல் முகத்தைச் சுற்றிலும் சுருள் சுருளாய் அமைந் திருந்தது. இவளுக்கு எதிரே, கரிய மீசையும் தாடியுமுடைய இளைஞன் ஒருவன் பூப்பின்னிய ருஷ்யச் சொக்காய் அணிந்து, உடல் இரண்டாய் மடியும்படி கவிழ்ந்துகொண்டு சாய்வு நாற்காலியில் உட்கார்ந்திருந்தான். இருவரும் சுவாரசியமாய் ஏதோ பேசிக்கொண்டிருந்தார்கள் என்பது தெளிவாகவே தெரிந்தது. அறைக்குள் நெஹ்லூதவ் வந்து சேர்ந்த பிறகே இவர்கள் கதவுப் பக்கம் திரும்பிப் பார்த்தார்கள்.

"லிதியா, கோமகன் நெஹ்லூதவ்! அவரேதான்.."

வெளிறிய மேனியளான அந்த இளம்பெண் அதற்குள் வெடுக்கெனத் துள்ளியெழுந்து கூந்தல் சுருள் ஒன்றைக் காதுக்குப் பின்னால் ஒதுக்கி விட்டுக்கொண்டு அறைக்குள் வந்தவரை மிரண்டு போன பெரிய சாம்பல் நிற விழிகளால் திகைப்புடன் பார்த்தாள்.

"வேரா எப்ரேமவ்னா என்னைத் தலையிட்டு ஆவன செய்யும்படி கேட்டாரே, அந்தப் பயங்கரப் பெண் நீங்கள் தானா?" என்று கேட்டுச் சிரித்தபடி கையை நீட்டினார்.

"ஆம், நான்தான்" என்று லிதியா ஷூஸ்தவா அருமை யாய்க் குழந்தைபோல புன்சிரிப்பு சிரித்துக்கொண்டபோது, அவள் வாய் நிறைய வரிசையாய் அமைந்த அழகான பற்கள் வெளியே தெரிந்தன. "சின்னம்மா, உங்களைப் பார்க்க வேண்டுமென ஆவலுடன் காத்திருக்கிறார்" என்று சொல்லிக் கதவுப் பக்கம் திரும்பி "சின்னம்மா!" என்று இதமான மெல்லிய குரலில் அழைத்தாள்.

"நீங்கள் கைது செய்யப்பட்டது குறித்து வேரா எப்ரே மவ்னா பெரிதும் மனம் வருந்தினார்" என்றார் நெஹ்லூதவ்.

"இப்படி உட்காருங்கள். இல்லையேல் இதில் உட்காருங்கள். இன்னும் கொஞ்சம் வசதியாய் இருக்கும்" என்று, அப்போது இளைஞன் எழுந்து விலகிச் சென்ற லொடலொடத்துப்போன மெத்தைச் சாய்வு நாற்காலியைச் சுட்டிக் காட்டினாள் லிதியா. நெஹ்லூதவ் அந்த இளைஞனைப் பார்ப்பதைக் கவனித்ததும், "எனது ஒன்றுவிட்ட சகோதரன் ஸஹாரவ்" என்று கூறினாள்.

லிதியாவைப் போலவே அந்த இளைஞனும் இனிமையாக புன்சிரிப்பு சிரித்து விருந்தினருக்கு வணக்கம் தெரிவித்தான். அவனது இடத்தில் நெஹ்லூதவ் உட்கார்ந்ததும் அவன் சன்னல் அருகிலிருந்த நாற்காலியை எடுத்து வந்து அவர் பக்கத்தில்

போட்டு உட்கார்ந்துகொண்டான். வேறொரு கதவைத் திறந்து கொண்டு சுருட்டையான வெண்முடிகளையுடைய பதினாறு வயது மாணவன் ஒருவனும் அறைக்குள் வந்து மௌனமாகச் சன்னல் மேடைக்குச் சென்று அதன் மீது அமர்ந்தான்.

"வேரா எப்ரேமவ்னாவும் சின்னம்மாவும் உயிருக்கு உயிரான நண்பர்கள். ஆனால் நேரில் நான் அவரை அதிகம் அறியாதவள்" என்றாள் லிதியா.

அப்போது பக்கத்து அறையிலிருந்து களையான இனிய முகமுடைய ஒரு பெண்-வெள்ளைச் சட்டையும் இடுப்பில் தோல் வாரும் அணிந்தவர்-உள்ளே வந்தார்.

"வணக்கம். இங்கே வந்ததற்காக நன்றி உங்களுக்கு" என்று சோபாவில் லிதியாவுக்குப் பக்கத்தில் வந்தமர்ந்ததும் அவர் பேச ஆரம்பித்தார். "நல்லது, வேரா எப்படி இருக்கிறாள்? நீங்கள் அவளைப் பார்த்தீர்களா? தனக்கு ஏற்பட்டிருக்கும் இந்த நிலைமையை எப்படித்தான் தாங்கிக்கொள்கிறாளோ?"

"எதைப் பற்றியும் அவர் முறையிட்டுக் கொள்ளவில்லை" என்றார் நெஹ்லூதவ். "தமது மனநிலை மகோன்னதமாய் இருப்பதாகச் சொல்கிறார்."

"ஓ, வேரா எப்போதுமே அப்படித்தான். எனக்குத் தெரியுமே" என்று புன்னகை புரிந்து தலையை ஆட்டிக் கொண்டு கூறினார் சின்னம்மா. "எல்லாரும் தெரிந்து கொள்ள வேண்டியவள் அவள். ஒப்பு உயர்வற்ற உத்தமி. பிறர்க்கே எல்லாம் தனக்கு ஏதும் வேண்டாம் என்பவள்."

"ஆமாம். தமக்கு ஏதும் வேண்டுமெனக் கேட்கவில்லை. அவர் கவலையெல்லாம் உங்களுடைய மருமகளைப் பற்றித்தான். எக்காரணமும் இல்லாமல் உங்கள் மருமகள் கைது செய்யப் பட்டதுதான் மற்றெதையும் விட அதிகமாகத் தம்மை வருத்துவதாகக் கூறினார்."

"மெய்தான். கொடுமையிலும் கொடுமையானது அது!" என்றார் சின்னம்மா. "உண்மையில் நான்தான் காரணம். எனக்குப் பதில் இவள் இப்படித் துன்புற நேர்ந்துவிட்டது."

"அதெல்லாம் இல்லை, சின்னம்மா" என்றாள் லிதியா. "நீங்கள் தந்திராவிட்டாலும் நான் அந்தக் காகிதங்களை எப்படியும் கொண்டு வந்திருப்பேன்"

"உன்னைவிட எனக்குக் கொஞ்சம் அதிகம் தெரியும். நீ என்னைப் பேச விட வேண்டும்" என்று தொடர்ந்து கூறினார் சின்னம்மா. "என்ன நடந்ததென்று சொல்கிறேன். கேளுங்கள்" என்றார் நெஹ்லூதவைப் பார்த்து. "ஒருவர் தமது காகிதங்களைச் சிறிது காலத்துக்கு வைத்திருக்கும்படிச் சொல்லி என்னிடம்

தந்தார். அப்போது எனக்கு வீடு ஏதும் இல்லாததால், அவற்றை நான் இவளிடம் கொண்டுவந்து கொடுத்தேன். அன்று இரவே போலீசார் இவள் அறையைச் சோதனையிட்டனர். காகிதங் களை எடுத்துக்கொண்டு இவளையும் பிடித்துச் சென்றனர். இவ்வளவு காலமாய் இவளைச் சிறையில் வைத்து, யார் அந்தக் காகிதங்களைக் கொடுத்துச் சென்றதெனச் சொல்லும்படி அவளிடம் கோரி வந்தனர்."

"நான் அவர்களிடம் சொல்லவே இல்லை" என்று அவசர மாய் இடையில் புகுந்து சொல்லியவாறு கிளர்ச்சியடைந்து, சரியாகவே இருந்த தனது கூந்தல் சுருள்களில் ஒன்றைப் பிடித்து இழுத்து விட்டுக்கொண்டாள்.

"நீ சொன்னதாகக் கூறவில்லையே நான்" என்று சின்னம்மா அவளுக்குப் பதிலளித்தாள்.

"அவர்கள் மீத்தினைப் பிடித்துச் சென்றதற்கும் எனக்கும் எந்தச் சம்பந்தமும் இல்லை. என் மூலம் தகவல் அறிந்து அவர்கள் இதைச் செய்யவில்லை" என்று முகம் சிவந்து போய் அமைதியிழந்தவளாகச் சுற்றுமுற்றும் பார்த்தவாறு கூறினாள் லிதியா.

"லிதியா, என் கண்ணே! வேண்டாம் அம்மா. அதைப் பற்றி எல்லாம் பேச வேண்டாம்" என்றார் லிதியாவின் தாய்.

"பேசினால் என்னவாம்? நடந்ததை நான் சொல்ல விரும்பு கிறேன்" என்றாள் லிதியா. புன்சிரிப்பு ஏற்கெனவே மறைந்து போய் அவளது முகம் மேலும் மேலும் சிவந்து சென்றது. கூந்தல் சுருளை இழுப்பதை நிறுத்திவிட்டு அதை அவள் தன் விரலில் சுற்றியவாறு சுற்றிலும் எல்லாரையும் பார்த்து விழித்தாள்.

"நேற்று நீ இதைப்பற்றிப் பேச ஆரம்பித்ததும் என்ன ஆயிற்று என்பதை நினைத்துப் பார்."

"அதெல்லாம் ஒன்றும் ஆகாது... நீ சும்மாயிரு அம்மா... நான் ஒன்றுமே சொல்லவில்லை. வாயை மூடிக்கொண்டு மௌனமாய் இருந்தேன். மீத்தினைப் பற்றியும் சின்னம்மாவைப் பற்றியும் இரண்டு தரம் அவர் என்னிடம் விசாரித்தபோது நான் ஒன்றும் சொல்லவில்லை. எந்தக் கேள்விக்கும் பதிலளிக்கப் போவதில்லை என்று அவரிடம் கூறிவிட்டேன். பிறகு இந்த... பெத்ரோவ்..."

"பெத்ரோவ் ஓர் உளவாளி, போலீஸ் படையாளி, பொல்லாதவன்" என்று சின்னம்மா தனது மருமகள் கூறியதை நெஹ்லுதவுக்குப் புரியும்படி விளக்கினார்.

"பிறகு இந்தப் பெத்ரோவ் இதமாகப் பேசி என்னைச் சரிக்கட்ட முயன்றான்" என்று லிதியா பரபரப்படைந்து

அவசரப்பட்டுக் கொண்டு வேகமாகத் தொடர்ந்து கூறினாள். "அவன் சொன்னான்: 'என்னிடம் சொல்லுங்கள், அதனால் யாருக்கும் எந்தத் தீங்கும் வராது. நன்மைதான் உண்டாகும்... பழிபாவம் அறியாதோரை இழுத்துவந்து வீணில் நாங்கள் துன்புறுத்துகிறோமோ என்னமோ, தெரியவில்லை. நீங்கள் என்னிடம் சொல்வீர்களானால் இவர்களை நாங்கள் விடுதலை செய்து விடலாம். அப்போது கூட நான் ஒன்றும் சொல்ல மாட்டேன் என்பதைத் தவிர வேறு எதுவுமே கூறவில்லை. "சரி ஒன்றும் சொல்ல வேண்டாம். ஆனால் நான் கூறுவதற்கு மறுப்பு தெரிவிக்காமல் இருங்கள்" என்றான். பிறகு அவன் பெயர்களைச் சொல்ல ஆரம்பித்தான். மீத்தினைக் குறிப் பிட்டான்."

"அதைப் பற்றிப் பேச வேண்டாமே" என்றார் சின்னம்மா.

"அடடா. நீ சும்மாயிரு சின்னம்மா..." என்று அவள் தனது கூந்தல் சுருளைப் பிடித்துத் திரும்பத் திரும்ப இழுத்துக்கொண்டு சுற்றுமுற்றும் பார்த்துப் பேந்தப் பேந்த விழித்தாள். "பிறகு திடுமென, என்ன ஆயிற்று பாருங்கள். மறு நாளன்று எனக்குத் தெரிவிக்கிறார்கள் – சுவரிலே தட்டித் தெரியப்படுத்துகிறார்கள்– மீத்தின் கைது செய்யப்பட்டுவிட்ட செய்தியை. நான்தான் மீத்தினைக் காட்டிக் கொடுத்துவிட்டேன் என்று நினைத்துக் கொள்கிறேன். அவ்வளவுதான், இந்த எண்ணம் என்னை வாட்டி வதைக்கத் தொடங்குகிறது, மனவேதனை தாங்க மாட்டாமல் தவியாய்த் தவிக்கிறேன். எனக்குப் பைத்தியம் பிடித்துவிடும் போலாகிவிட்டது."

"ஆனால் மீத்தின் கைதானதற்கும் உனக்கும் எந்தச் சம்பந்த மும் இல்லை என்பதுதான் தெளிவாகிவிட்டதே" என்றார் சின்னம்மா.

"ஆமாம். ஆனால் அப்போது எனக்குத் தெரியாதே இது. 'நான்தான் காட்டிக் கொடுத்துவிட்டேன்' என்று என்னுள் சொல்லிக் கொள்கிறேன். ஒரு சுவரிலிருந்து இன்னொரு சுவருக்குத் திரும்பித் திரும்பி ஓயாமல் நடக்கிறேன். இந்த எண்ணத்திலிருந்து என்னால் விடுபட முடியவில்லை. காட்டிக் கொடுத்துவிட்டேன் என்று எந்நேரமும் நினைக்கிறேன். படுத்துக்கொண்டு போர்வையை இழுத்து மூடிக்கொள்கிறேன். காது கொடுத்துக் கேட்கிறேன்– இரகசியக் குரல் ஒன்று என் காதுக்குள் முணுமுணுப்பது கேட்கிறது. காட்டிக் கொடுத்து விட்டாய்! மீத்தினைக் காட்டிக் கொடுத்து விட்டாய்! எல்லாம் எனது கற்பனை, மனமயக்கம் என்பது நன்றாகவே தெரிகிறது. ஆனாலும் அந்தக் குரலைக் கேட்காமல் என்னால் சும்மாயிருக்க முடியவில்லை. தூங்கிவிட வேண்டுமென விரும்புகிறேன்–முடிய

வில்லை. எதைப் பற்றியும் நினைக்கக் கூடாதென விரும்புகிறேன் - அதுவும் முடியவில்லை. சகிக்கவே முடியாத பயங்கரம்!" என்று கூறினாள் லிதியா. அவளது கிளர்ச்சியும் கலவரமும் மேலும் மேலும் கடுமையாகிச் சென்றன. கூந்தல் சுருளை விரலில் சுற்றிக்கொண்டும், திரும்பவும் பிரித்துக்கொண்டும் சுற்றுமுற்றும் பார்த்து விழித்துக்கொண்டும் பேசினாள் அவள்.

"லிதியா, என் கண்ணே, நீ அமைதி இழக்கலாகாது" என்று சொல்லி அவள் தாய் அவளுடைய தோளைத் தொட்டார்.

ஆனால் லிதியாவால் பேச்சை நிறுத்த முடியவில்லை.

"இதைக் காட்டிலும் பயங்கரமானது என்னவென்றால்..." என்று மறுபடியும் அவள் ஆரம்பித்தாள். ஆனால் வாக்கியத்தை முடிக்காமலே செருமியவாறு சோபாவிலிருந்து துள்ளியெழுந்து சாய்வு நாற்காலியில் இடறித் தடுமாறிக்கொண்டு அறையிலிருந்து ஓடினாள்.

அவள் தாயும் அவள் பின்னால் செல்வதற்காக அடி யெடுத்து வைத்தாள்.

"கொலைபாதகர்கள், தூக்கிலே தொங்கவிட வேண்டும்" என்றான் சன்னல் மேடையில் உட்கார்ந்திருந்த மாணவன்.

"என்னா?" என்று கேட்டார் லிதியாவின் தாய்.

"ஒன்றும் இல்லை... ஒன்றும் இல்லை" என்று சொல்லி அந்த மாணவன் மேசை மீதிருந்த சிகரெட்டை எடுத்துப் புகைக்க ஆரம்பித்தான்.

26

"ஆமாம். தனிக் கொட்டடிச் சிறைவாசம் இருக்கிறதே, இளம் வயதினருக்கு அது பயங்கரமானது" என்று தலையை ஆட்டி ஒரு சிகரெட்டையும் எடுத்துப் பற்ற வைத்தவாறு சொன் னார் சின்னம்மா.

"எல்லாருக்குமே பயங்கரமானதுதான்" என்றார் நெஹ்லூதவ்.

"இல்லை, எல்லாருக்கும் அல்ல" என்று பதிலளித்தார் சின்னம்மா. "மெய்யான புரட்சியாளர்களுக்கு அது ஓய்வும் அமைதியும் அளிக்கக்கூடியதென்று சொல்வார்கள். தலைமறை வாக இருந்து வேலை செய்கிறவர் ஓயாத கவலைக்கும் தொல் லைக்கும் ஆளாகிறார். தமக்கும் ஏனையோருக்கும் தமது இலட்சியத்துக்கும் எந்த ஆபத்து வருமோ என்கிற அச்சத்துக்கு மத்தியில் வாழ்ந்து வருகிறார். இறுதியில் அவர் கைது செய்யப்

பட்டதும் யாவும் முடிவடைந்து எல்லாப் பொறுப்புகளிலிருந்தும் விடுபடுகின்றார். சிறையிலே இவர்கள் அமர்ந்து ஓய்வுபெற முடிகிறது. கைதானதும் உண்மையில் இவர்கள் மகிழ்ச்சியடைவதாகச் சொல்லக் கேட்டிருக்கிறேன். ஆனால் இளம் வயதினராய், குற்றமற்றோராய்– இருப்போருக்குத்தான் குற்ற மற்றவர்களாய், லிதியாவைப் போன்றவர்களாய் இருப்போர்தான் எப்போதும் எல்லாருக்கும் முதலில் கைது செய்யப்படுகிறார்கள் – முதல் தரம் ஏற்படும் அதிர்ச்சி பயங்கர அனுபவமாய் இருக்கிறது. சுதந்திரம் பறிபோய் உள்ளே அடைபட நேர்வதோ, முரட்டுத்தனமாய் நடத்தப்படுவதோ, மோசமான உணவோ, கெட்ட காற்றோ, பொதுவாகப் பலவிதமான இன்னல்களுமோ அல்ல காரணம்–இவையெல்லாம் பெரிதல்ல. இவற்றைப் போல் இன்னும் இரு மடங்கான துன்பங்களையுங் கூடச் சகித்துக் கொண்டு விடலாம். பெரிய காரியமல்ல. ஆனால் முதல்தரம் பிடித்துச் செல்லப்படுகையில் நேர்மையுணர்ச்சிக்கு ஏற்படும் அதிர்ச்சி சகிக்க முடியாத ஒன்றாகும்."

"நீங்கள் அதை அனுபவித்திருக்கிறீர்களா?"

"நானா? நான் இரண்டு தரம் சிறையில் அடைக்கப் பட்டிருக்கிறேன்" என்று சின்னம்மா துயரம் தோய்ந்த இதமான முறையில் புன்னகை புரிந்துகொண்டார். "முதல் தரம் பிடிக்கப்பட்டபோது நான் ஏதும் செய்யாதவளாகவே இருந்தேன். அப்போது எனக்கு இருபத்திரண்டு வயது, கையில் ஒரு குழந்தை, வயிற்றில் இன்னொன்று. சுதந்திரத்தை இழப்பதும், குழந்தையையும் கணவரையும் விட்டுப் பிரிதலும் மெத்தக் கடினமாகவே இருந்ததென்றாலும், மனிதப்பிறவி என்கிற நிலையை இழந்து ஜடப் பொருளாகிவிட்டேன் என்பதைக் கண்டபோது எனக்கு உண்டான கதி கலக்கத்துடன் ஒப்பிடுகையில் அவை ஒன்றும் அப்படிப் பெரிதாய் இல்லை. என் பெண் குழந்தையிடம் சென்று விடை பெற்றுக்கொள்ள விரும்பினேன் – வெளியே சென்று வாடகை வண்டியிலே ஏறும்படிச் சொன்னார்கள். என்னை எங்கே அழைத்துச் செல்கிறீர்கள் என்றுகேட்டேன்–போய் இறங்கியதும் தெரியும் என்று பதிலளித்தார்கள். என் மீது சாற்றப்படும் குற்றம் என்னவென்று கேட்டேன்–பதில் ஏதும் இல்லை. விசாரணை முடிந்தபின் ஆடைகளைக் களையச் செய்து, எண் குறிக்கப்பட்ட சிறைக்கூட உடுப்புகளை உடுத்திக் கொள்ள வைத்து, கொட்ட டிக்குள் அழைத்துச் சென்று ஒரு கதவைத் திறந்து என்னை உள்ளே தள்ளிக் கதவை இழுத்துப் பூட்டிவிட்டுப் போய்ச் சேர்ந்தார்கள். துப்பாக்கி ஏந்திய காவற்படையாள் மௌனமாய் வெளியே நடைபோட்டுக் கொண்டிருக்க உள்ளே நான் தனியே

விடப் பட்டேன். இடையில் எப்போதாவது அந்தப் படையாள் எனது கதவின் துளை வழியே பார்த்துவிட்டுச் சென்றான்– துயரம் தாள முடியவில்லை. பயங்கரமாய் வருந்தினேன். யாவற்றிலும் அப்போது என்னைக் கலங்கச் செய்த ஒரு விவரம் நினைவில் இருக்கிறது. என்னை விசாரணை செய்த போலீஸ் அதிகாரி புகை பிடிக்கிறாயா என்று கேட்டு என்னிடம் சிகரெட்டை நீட்டியது தான் அது. சிகரெட்டு பிடிக்க விரும்புகிறோம் என்பது அவர் தெரிந்துதானே இருந்தது? மனிதர்கள் சுதந்திரத்தையும் வெளிச்சத்தையும் விரும்புகிறவர்கள், தாய்மார்கள் தம் குழந்தைகளையும் குழந்தை தம் தாய்களையும் நேசிக்கிறவர்கள் என்பதும் இதே போலத் தெரிந்துதானே இருக்கும்? அப்படியானால் எப்படி இவர்கள் கொஞ்சமும் ஈவிரக்கம் இல்லாமல், எனக்கு உயிருக்கு உயிராய் இருந்தவை யாவற்றிடமிருந்தும் என்னை விலக்கி இழுத்துச் சென்று காட்டு விலங்கை அடைப்பது போல சிறையிலே அடைக்க முடிந்தது? கேடின்றி இதனைச் சகித்துக்கொண்டு விட முடியாது. தெய்வத்திடமும் மனிதர்களிடமும் நம்பிக்கை கொண்டவர், மனிதர்கள் ஒருவர் மீது ஒருவர் ஆசையும் நேசமும் உடையவர்கள் என்பதில் நம்பிக்கை கொண்டவர். இந்த அனுபவத்துக்குப் பிற்பாடு இந்த நம்பிக்கையை இழக்கவே வேண்டியிருக்கிறது. மனிதர்களிடம் எனக்கிருந்த நம்பிக்கையை இதன் பின்தான் விட்டொழித்து விட்டேன். கசப்பும் காழ்ப்பும் கொண்டவளாகி விட்டேன்" என்று புன்சிரிப்பு சிரித்தவாறு சொல்லி முடித்தார்.

லிதியா வெளியே சென்ற கதவைத் திறந்துகொண்டு அவள் அன்னை இப்பொழுது அறைக்குள் வந்தார்; லிதியா நல்ல நிலையில் இல்லை. அவள் திரும்பி வருவதற்கில்லை என்று அறிவித்தார்.

"இந்த இளம் பெண்ணின் வாழ்க்கை பாழாக்கப்பட்டி ருக்கிறதே. எதற்காக இது?" என்றார் சின்னம்மா. "நான் அறியாமலே இதற்குக் காரணமாய் இருந்தேனே என்பதை நினைக்கையில் எனக்கு உள்ளம் குமுறுகிறது."

"கடவுள் அருள் புரிவார். கிராமத்துக்குப் போய் ஆரோக்கி யமான காற்றிலே இருந்தால் நலமடைந்து விடுவாள்" என்றார் லிதியாவின் அன்னை. "அவள் அப்பாவிடம் அவளை அனுப்பி வைப்போம்."

"நீங்கள் உதவியிராவிடில் அவள் அடியோடு அழிந்து போயிருப்பாள்" என்றார் சின்னம்மா. "நன்றி உங்களுக்கு! உங்களை நான் பார்க்க விரும்பியது எதற்காக என்றால், வேரா எப்ரேமவ்னாவுக்கு உங்கள் மூலம் கடிதம் கொடுத்து அனுப்ப லாமென நினைத்தேன்" என்று சட்டைப்பையிலிருந்து அவர்

ஒரு கடிதத்தை–வெளியே எடுத்தார். "உறையை நான் ஒட்ட வில்லை. படித்துப் பார்த்துவிட்டு நீங்கள் கிழித்தெறியவும் செய்யலாம். அல்லது எடுத்தும் செல்லலாம்–உங்கள் கருத்து களுக்கு ஒப்ப எப்படி வேண்டுமானாலும் செய்யுங்கள்" என்றார். "எவ்விதத்திலும் மாசு உண்டாக்கக் கூடியதாய் இந்தக் கடிதத்தில் ஏதும் இல்லை."

கடிதத்தை நெஹ்லூதவ் வாங்கிக்கொண்டார். அதைக் கொண்டு போய்க் கொடுப்பதாக வாக்களித்து விட்டு, விடை பெற்றுக்கொண்டு வெளியே தெருவுக்கு வந்தார்.

கடிதத்தை அவர் பிரித்துப் படித்துப் பார்க்கவில்லை. அதை எடுத்துச் செல்வதென முடிவு செய்துகொண்டு உறையை ஒட்டினார்.

27

பீட்டர்ஸ்பர்க்கில் நெஹ்லூதவுக்கு இருந்த கடைசி வேலை சமய உட்குழுவினரது விவகாரம் பற்றியது. இவர்களுடைய மனுவை அவர் முன்பு காவற்படையில் தமது சக படையதி காரியாய் இருந்தவரான மாமன்னரது மெய்க்காப்பு அதிகாரி பகத்திரியோவின் மூலம் மாமன்னரிடம் சேர்ப்பிக்கச் சொல்லி யிருந்தார். காலையில் அவர் பகத்திரியோவின் வீட்டுக்குப் போய்ச் சேர்ந்தார். பகத்திரியோவ் வீட்டில்தான் இருந்தார். வெளியே கிளம்பத் தயாராயிருந்த அவர் காலை உண்டி அருந்திக் கொண்டிருந்தார். பகத்திரியோவ் கட்டை குட்டை யானவர், அரிய உடல் வலிவுடையவர், (குதிரை லாடத்தை வளைக்க வல்லவர்), அன்புள்ளமும் நேர்மையும் வாய்ந்தவர், மிதவாத மனப்பான்மையுங்கூடக் கொண்டவர். இந்தப் பண்புகள் எல்லாம் இருந்துங்கூட அரண்மனைக்கு மிகவும் நெருங்கியவராகவும் ஜாரிடமும் ஜார் குடும்பத்தாரிடமும் தனிப்பற்றுதல் கொண்டவராகவும் இருந்தார். இந்த உச்சி வட்டாரத்தில் வாழ்ந்துகொண்டு, வியக்கத்தக்க விதத்தில் எப்படியோ சமாளித்து இவ்வட்டாரத்தில் நல்லதை மட்டும் காண்பவராகவும், இதன் கேடுகளிலும் ஊழலிலும் பங்கு கொள்ளாதவராகவும் இருந்து வந்தார். ஒருபோதும் அவர் யாரையும், எந்த நடவடிக்கையையும் கண்டித்ததில்லை – ஒன்று வாயை மூடிக்கொண்டு இருந்துவிடுவார். அல்லது தாம் சொல்ல வேண்டியதைத் துணிச்சலான பலத்த குரலில், அனேகமாகக் கூச்சலிட்டுக் கத்தும் குரலில் கூடக் கூறுவார். இதனுடன் அடிக்கடி வாய்விட்டுப் பலமாகச் சிரிக்கவும் செய்வார். அவர்

இப்படிச் செய்ததற்கு அரசியல் தந்திரோபாயமல்ல காரணம். அவருடைய சுபாவம் அப்படிப்பட்டது என்பதே காரணம்.

"ஓ, நீ வந்தது நல்லதுதான். கொஞ்சம் சாப்பிடேன் நீயும். சரி உட்காரு. இறைச்சிக் கண்டம் பிரமாதமாயிருக்கு! எப்போதுமே எனக்கு ஆரம்பமும் முடிவும் கொஞ்சம் பலமாய் இருக்கணும் ஹ–ஹ–ஹா! சரிதான், ஒயின் குடியப்பா" என்று செந்நிற ஒயின் இருந்த குடுவையைக் காட்டிக் கத்தினார் அவர். "உன்னைப் பற்றித்தான் நினைத்துக் கொண்டிருந்தேன். நேரே அவரிடம் தருகிறேன். அவர் கையிலே தருகிறேன்– நிச்சயம் நம்பலாம் நீ. ஆனால் முதல்லே நீ தோபொரொவைப் பார்த்துப் பேசுவது நல்லதல்லவா என்று நினைத்தேன்."

தோபொரொவின் பெயரைக் கேட்டதும் நெஹ்லூதவ் முகத்தைச் சுளித்துக்கொண்டார்.

"எல்லாம் அவரைப் பொறுத்ததாகும். எப்படியும் அவரைக் கலந்தாலோசிப்பார்கள். ஒருவேளை அவரே உன் விருப்பத்தை நிறைவேற்றினாலும் நிறைவேற்றலாமே."

"நீ சொன்னால் அவரைப் போய்ப் பார்க்கிறேன்."

"ஆமாம், அதுதான் நல்லது. சரி, பீட்டர்ஸ்பர்க் எப்படி இருக்கக் காண்கிறாய்?" என்று கத்தினார் பகத்திரியோவ். "அதைச் சொல்லப்பா!"

"மனோவசியம் செய்து என்னை மயங்க வைப்பதாய் இருக்கிறது" என்றார் நெஹ்லூதவ்.

"மயங்க வைப்பதாய் இருக்கிறதா?" என்று திருப்பிச் சொல்லிப் பகத்திரியோவ் பலக்கச் சிரித்தார். "சாப்பிட வில்லையா, வேண்டாமா உனக்கு? சரி, உன் விருப்பம்." கைத் துணியால் மீசையைத் துடைத்துக் கொண்டார். "அப்படி யானால் போய்ப் பார்க்கப் போறீல்ல? என்னா? அவர் செய்யாவிட்டால் மனுவை என்னிடம் தா, நாளைக்கு நான் கொண்டுபோய்க் கொடுத்துவிடுகிறேன்" – உரக்கச் சொல்லி விட்டு மேசையைவிட்டு எழுந்து தம் மீது சிலுவைக் குறியிட்டுக் கொண்டார். தன்னுணர்வு இல்லாமலே வாயைத் துடைத்துக் கொண்டது போலவே இதையும் அவர் செய்தார் என்பது தெரிந்தது. பிறகு உடைவாளை அணிந்துகொண்டார்.

"சரி. நான் புறப்பட்டாக வேண்டும். போய் வருகிறேன்."

"இருவரும் வெளியேதான் போகிறோம்" என்று சொல்லி நெஹ்லூதவ் மகிழ்ச்சி பொங்க பகத்திரியோவின் வலுமிக்கதான அகன்ற கையைப் பிடித்துக் குலுக்கினார். ஆரோக்கியமானது, தன்னுணர்வு இல்லாதது, புதுமை குலையாதது என்கிற உணர்வு எப்போதுமே அவரை இப்படித்தான் மனம் மகிழச் செய்தது.

இருவரும் வாயில் முகப்பு வரைச் சேர்ந்து நடந்தபின் பிரிந்து சென்றனர்.

பார்த்துப் பேசுவதால் நன்மை உண்டாகுமென்று நெஹ்லூ தவுக்கு நம்பிக்கை இல்லைதான். ஆயினும் சமய உட்குழுவினரது விவகாரம் இந்தத் தோபொரொவைப் பொறுத்ததாய் இருந்ததால் பகத்திரியோவின் ஆலோசனைக்கு ஏற்ப அவரைப் பார்ப்பதற்காகச் சென்றார்.

தோபொரொவ் வகித்து வந்த பதவியானது அதன் குறிக்கோளிலேயே உள் முரண்பாடு கொண்டதாய் இருந்தது; மந்தபுத்தி உடையவராகவும் ஒழுக்க நெறியுணர்வு மங்கியவராகவும் இருப்பவருக்கு மட்டுமே இப்பதவி ஒத்து வரக்கூடியதாய் இருந்தது. இந்த இரு எதிர்மறை இயல்புகளையும் தோபொரொவ் பெற்றிருந்தார். அவர் வகித்த பதவியின் முரண்பாடு என்னவெனில், வன்முறையும் உட்பட புறத்திருந்தான எல்லா நடவடிக்கைகள் மூலமாகவும் சமயச் சபைக்கு ஆதரவளித்து அதைப் பாதுகாப்பதே அவரது பதவியின் குறிக்கோளாக இருக்க, சமயச்சபையானது அதனுடைய பிரகடனத்தின்படி நேரே ஆண்டவனால் நிறுவப்பட்டது. நரக வாயில்களாலோ மனித முயற்சி எதனாலுமோ அசைக்க முடியாதது. தெய்வீகத் தன்மை வாய்ந்ததும், எதனாலும் யாராலும் அசைக்க முடியாததும், ஆண்டவனால் நிறுவப்பட்டதுமாகிய இந்த நிறுவனம் தொபொரொவையும் அவரைச் சேர்ந்த அதிகாரிகளையும் அதிபதிகளாகக் கொண்ட மனித நிறுவனத்தால் ஆதரித்து வலுவூட்டப்படவும் பாதுகாக்கப்படவும் வேண்டியிருக்கிறது. முன்னுக்குப் பின் முரணான இந்த நிலையினைத் தோபொரொவ் கண்டுகொள்ளவும் இல்லை. கண்டுகொள்ள விரும்பவும் இல்லை. ஆகவே யாராவது கத்தோலிக்க சாமியோரோ, கோயில் குருக்களோ, சமய உட்குழுவினரோ நரக வாயில்களாலுங்கூட அசைக்கவொண்ணாத இந்தச் சமயச் சபையை அழித்து விடுவாரோ என்று கவலைப்பட்டு வந்தார். மனிதர்கள் எல்லாரும் சமத்துவமானவர்களாய், சோதர வாஞ்சை கொண்டவர்களாய் இருக்கவேண்டுமென்பதே அடிப்படையான சமய உணர்ச்சியாகும். இந்த அடிப்படை சமய உணர்ச்சியை அறவே இழந்துவிட்ட எல்லோரையும் போலவே தோபொரொவும் சாமானிய மக்கள் தம்மைப் போலல்லாமல் முற்றிலும் வேறுவிதமானவர்கள் என்றும், எது இல்லாமல் தம்மால் நல்லபடியாக வாழ முடிகிறதோ அது இந்தச் சாமானிய மக்களுக்கு இன்றியமையாததாகும் என்றும் சந்தேகத்துக்கு இடமின்றித் திடமாய் நம்பினார். உள்ளுக்குள்,

நெஞ்சின் அடியாழத்தில் எதிலுமே நம்பிக்கை இல்லாதவ ராகவே அவர் வாழ்ந்து வந்தார். இந்த நிலைமை அவருக்கு மிக வசதியாகவும் மனதுக்கு இதமாகவும் இருந்தது. ஆனால் சாமானிய மக்களும் இதே மாதிரியான ஒரு நிலைமையை வந்தடைந்து விடுவார்களோ என்று அஞ்சினார். இந்த நிலைமையிலிருந்து இம்மக்களைக் காப்பாற்றுவது தமக்குரிய புனித கடமையாகும் என்று கருதினார்–அவ்வாறுதான் அவர் அதைக் குறிப்பிட்டு வந்தார்.

நண்டுகள் அப்படியே உயிரோடு கொதி நீரில் இட்டுக் கொதிக்க வைக்கப்பட விரும்புவதாகச் சமையற் கலைப் புத்தகம் ஒன்று கூறுகிறது. இதே போலத்தான் அவரும் நம்பினார்; மக்கள் மூட நம்பிக்கைகளில் இருத்தி வைக்கப்பட விரும்புவதாக அவர் நினைத்தும் பேசியும் வந்தார்–சமையற் கலைப் புத்தகத்தைப் போல உருவகமாய் அல்ல. நேரான அர்த்தத்தில் அவர் இதைச் சொல்லி வந்தார்.

அவர் ஆதரித்து நின்ற சமயத்தின்பால் அவர் கொண்டிருந்த போக்கு, கோழி வளர்ப்பவர் தமது கோழிகளுக்கு அளிக்கும் அழுகிய பிண உணவின்பால் கொண்டுள்ள போக்கை ஒத்திருந்தது. அழுகிய பிண உணவு அசிங்கமானது தான். ஆனால் கோழிகள் அதைப் பிரியமாகத் தின்பதால் அவற்றுக்கு அழுகிய பிண உணவு அளிப்பதுதான் நல்லது.

இவேர்ஸ்கி தேவமாதா, கஸான் தேவமாதா, ஸ்மலேன்ஸ்க் தேவமாதா – இம்மாதிரியான வழிபாடு எல்லாம் படுமோசமான உருவ வழிபாடே என்பதில் சந்தேகம் இல்லைதான்; ஆனால் மக்கள் இதைத் தான் விரும்புகிறார்கள்; இதில்தான் நம்பிக்கை வைத்திருக்கிறார்கள்; ஆகவே இந்த மத மூடநம்பிக்கையைப் பேணிப் பாதுகாக்கவே வேண்டும். இப்படித்தான் நினைத்தார் தோபொரொவ். ஆனால் இப்படி நினைக்கும் தோபொ ரொவைப் போன்ற கொடியவர்கள் எப்போதுமே இருந்து வந்திருப்பதாலும், இன்றும் இருந்து வருவதாலும்தான், இவர்கள் அறிவொளி பெற்றிருந்தும் தமது இந்த ஒளியை ஏனையோரும் அறியாமை இருளிலிருந்து வெளியேறுவதற்கு உதவியாகப் பயன்படுத்தாமல் ஏனையோரை மேலும் ஆழமாய் இருளில் மூழ்கடிப்பதற்காகப் பயன்படுத்துவதால்தான்; மக்கள் மூட நம்பிக்கையை விரும்புவதாக அவருக்குத் தோன்றியது – இதை அவர் நினைத்துப் பார்க்கவில்லை.

தோபொரொவின் வரவேற்பு அறைக்கு நெஹ்லூதவ் போய்ச் சேர்ந்தபோது, தொபொரெவ் தமது அலுவலறையில் கன்னித் திருமடத்து அன்னையான சுறுசுறுப்பு மிக்க மேற்

குலத்துச் சீமாட்டி ஒருவருடன் பேசிக்கொண்டிருந்தார். ருஷ்யாவின் மேற்குப் பகுதியில் சத்திய சமய வழிபாடு பலவந்த மாகத் திணிக்கப்பட்டு வந்த தனியொருமையினரிடையே, சத்திய சமயத்தைப் பரப்புவதில் முனைந்திருந்த அம்மையார் அவர்.

வரவேற்பு அறையில் பணிபுரிந்த அதிகாரி நெஹ்லூதவுக்கு ஆக வேண்டிய காரியம் குறித்து விசாரித்தார். சமய உட்கு ழுவினரைப் பற்றிய மனுவை மாமன்னரிடம் நெஹ்லூதவ் சமர்ப்பிக்கப் போவதாகத் தெரிந்ததும், அந்த மனுவைப் படித்துப் பார்க்கலாமா என்று வினவினார். நெஹ்லூதவ் மனுவைத் தந்ததும் அதை அவர் அலுவலக அறைக்குள் எடுத்துச் சென் றார். தலையில் கவிகை அணிந்த திருமடத்து அன்னை, முகத் திரை சரிந்தலைய, தோகை போல கரிய பின் தொங்கல் அவர் பின்னால் ஆடிக் குலுங்க, அலுவலறையிலிருந்து வெளிப்பட்டு வெளியே போய்ச் சேர்ந்தார்; பேணிப் பராமரிக்கப்பட்ட நகங் களையுடைய வெண்ணிறக் கைகளில் புட்பராகச் செபமாலை வைத்திருந்தார் அவர். நெஹ்லூதவ் உடனே உள்ளே வரும்படி அழைக்கப்படவில்லை. அவர் கொண்டு வந்திருந்த மனுவைத் தோபொரொவ் படித்துப் பார்த்துத் தலையை ஆட்டிக் கொண்டிருந்தார். மனுவானது தெளிவாகவும் அழுத்தம் திருத்த மாகவும் வரையப்பட்டிருந்ததைக் கண்டு அவர் ஆச்சரிய மடைந்து மனம் கசந்துகொண்டார்.

“இது மாமன்னர் கைக்குப் போகுமானால் விரும்பத்தகாத கேள்விகள் எழவும் தவறான அபிப்பிராயங்கள் ஏற்படவும் ஏதுவாகுமே” என்று நினைத்தபடி மனுவை அவர் படித்துச் சென்றார். பிறகு மனுவை மேசை மேல் வைத்துவிட்டு மணியை அடித்து, நெஹ்லூதவை உள்ளே வரச் சொல்லுமாறு கூறினார்.

இந்தச் சமய உட்குழுவினரது விவகாரம் அவருக்கு நினை வில் இருந்தது. இதற்கு முன்பே அவர்களிடமிருந்து அவருக்கு ஒரு மனு வந்திருந்தது. இந்த விவகாரம் வருமாறு: கிழக்கத்திய சத்திய சமயத் திருச்சபையை விட்டு விலகிச் சென்ற இந்தக் கிறிஸ்தவர்கள் கண்டித்து எச்சரிக்கப்பட்டார்கள். பிறகு நீதிமன்றத்தில் இவர்கள் மீது வழக்கு தொடரப்பட்டது. ஆனால் நீதிமன்றம் இவர்களைக் குற்றமற்றவர்கள் என்று விடுதலை செய்துவிட்டது. பிறகு மேற்றாணியாரும் ஆளுநருமாகச் சேர்ந்து அவர்களது திருமணங்கள் சட்டத்துக்குப் புறம்பானவை என்பு தாகக் காரணம் சொல்லி, கணவர்களையும் மனைவியரையும் குழந்தைகளையும் பிரித்து வெவ்வேறு இடங்களுக்குக் கடத்துவ தெனத் தீர்மானித்து இதற்கு ஏற்பாடு செய்தனர். இந்தத் தந்தையரும் மனைவிமார்களும் தாம் இப்படிப் பிரிக்கப்பட லாகாதென மனு செய்தார்கள். முதன்முதல் இந்த விவகாரம்

தமது கவனத்துக்கு வந்தது தோபொரொவுக்கு நினைவில் இருந்தது. அப்போது இவர் இதைத் தடுத்து நிறுத்துவது நல்ல தல்லவா என்று நினைத்து இந்த நடவடிக்கையை அங்கீகரிக்கத் தயங்கினார். ஆனால் முடிவில் அவர் இந்தக் கிறிஸ்தவக் குடும்பங்களது உறுப்பினர்களைப் பிரித்து வெவ்வேறு இடங் களுக்கு அனுப்புவதால் தீங்கு ஏதும் வந்துவிடாதென்றும், ஆனால் இந்தக் குழுவினரை அவர்களது இடத்தில் சேர்ந்திருக்க அனுமதித்தால் அங்குள்ள ஏனையோரும் பாதிக்கப்பட்டுச் சத்திய சமய மரபிலிருந்து செல்ல நேருமென்றும் நினைத்தார். அதோடு இந்த விவகாரம் மேற்றாணியாரது ஊக்கத்தைக் காட்டுவதாய் இருந்ததால் அதை அதன் வழியிலே போகும்படி விட்டுவிடுவதென அவர் தீர்மானம் செய்தார்.

ஆனால் பீட்டர்ஸ்பர்க்கில் தொடர்புகள் பெற்ற நெஹ்லூ தவைப் போன்ற ஒருவர் இப்பொழுது இவர்களுக்காகப் பரிந்து பேச வந்திருப்பதால், விவகாரம் நேரடியாய் மாமன்னர் முன்னால் வைக்கப்பட்டுக் கொடுமையான நடவடிக்கையாய் இருப்பதாகச் சுட்டிக் காட்டப்படலாம்; அல்லது வெளிநாட்டுச் செய்தியேடுகளுக்குப் போய்ச் சேர்ந்தாலும் சேரலாம். ஆகவே எதிர்பாராத ஒரு தீர்மானத்தை அவர் திடுமென மேற் கொண்டார்.

“வணக்கம்”–ஓயாத வேலைகளால் அலைக்கழிக்கப் படுகிறவரின் பாவனையுடன் அவர் இதைச் சொல்லி, நின்ற படியே நெஹ்லூதவை எதிர்கொண்டு, எடுத்ததும் விவகாரத் தைப் பற்றிப் பேச முற்பட்டார்.

“எனக்குத் தெரியும் இந்த விவகாரம். மிகவும் வருந்தத் தக்கது, பெயர்களைப் பார்த்ததும் உடனே முழு விவரமும் நினைவுக்கு வந்தது” என்று மனுவைக் கையில் எடுத்து அதை நெஹ்லூதவிடம் காட்டியபடி அவர் கூறினார். “இதைப் பற்றி எனக்கு நினைவுபடுத்தியதற்காக உங்களுக்கு நன்றி செலுத்தக் கடமைப்பட்டிருக்கிறேன். மாநில ஆட்சியதிகாரிகளது மித மிஞ் சிய ஊக்கத்தால் வந்த வினை இது.”

நெஹ்லூதவ் வாய் திறக்கவில்லை. முகமூடி அணிந்தது போல் சலனமற்றதாய் எதிரே தெரிந்த வெளிறிய முகத்தை வேதனையுடன் உற்று நோக்கியபடி நின்றிருந்தார்.

“நடவடிக்கைகளை ரத்து செய்து இவர்களது ஊருக்கு இவர்கள் எல்லாரும் திரும்பி வந்து குடியிருக்க ஏற்பாடு செய்யு மாறு உத்தரவிடுகிறேன்.”

“அப்படியானால் இந்த மனுவை நான் சமர்ப்பிக்க வேண்டியதில்லை அல்லவா?” என்று கேட்டார் நெஹ்லூதவ்.

“காரியம் முழு அளவுக்கு நடந்தேறும். நான் உங்களுக்கு வாக்களிக்கிறேன்” என்று கூறிய தோபொரொவ், தனி அழுத்தம் தந்து “நான்” என்ற சொல்லை உச்சரித்தார். முழு அளவுக்கு நடந்தேறும் என்பதற்குத் தமது நேர்மையை விட, தமது வாக்கைவிட சிறந்த உத்தரவாதம் எதுவும் இருக்க முடியாதென அவர் திடமாய் நம்பியது தெளிவாகவே தெரிந்தது. “ஆமாம், இதோ எழுதித் தருகிறேன், அதுதான் நல்லது. தயவு செய்து உட்காருங்கள்.”

மேசையிடம் சென்று அவர் எழுத ஆரம்பித்தார். உட்கா ராமலே நெஹ்லூதவ், பார்வையைத் தாழ்த்தி அந்தக் குறுகலான வழுக்கை மண்டையையும் பேனாவை வேகமாய் அசைத்து நகர்த்திய நீல நாளங்களையுடைய தடித்த கையையும் பார்த்துக் கொண்டு நின்றார்; ஈரமில்லாதவர் என்பது நன்றாகவே தெரிகிறது, அப்படியும் ஏன் இப்படி ஒரு காரியம் செய்கிறார், அதுவும் அத்தனைச் சிரத்தையுடன் செய்கிறார் என்று அவருக்கு வியப்பாயிருந்தது. என்ன காரணம்?...

“எழுதிவிட்டேன். இதோ இருக்கிறது” என்று சொல்லி உறையை மூடி முத்திரையிட்டார் தோபொரொவ். “உங்களு டைய கட்சிக்காரர்களுக்கு நீங்கள் தகவலைத் தெரிவிக்கலாம்” என்று உதடுகளைக் கெட்டியாய் அழுத்திப் புன்சிரிப்பு சிரிப்பது போல் பாவனை செய்தார்.

“எதற்காக இவர்கள் இப்படித் துன்புற நேர்ந்தது?” என்று கேட்டார். அவரிடமிருந்து அந்த உறையைப் பெற்றுக்கொண்ட நெஹ்லூதவ்.

தோபொரொவ் தலையை உயர்த்தினார், நெஹ்லூதவின் கேள்வியால் மனம் மகிழ்வதுபோல் புன்னகை புரிந்து கொண் டார்.

“அதை நான் உங்களுக்குச் சொல்வதற்கில்லை. நான் சொல்லக் கூடியது இதுதான்: மக்களது நலன்கள், எங்களால் பாதுகாக்கப்பட்டு வரும் இந்த நலன்கள் மிகமிக முக்கிய மானவை என்பதால், சமய நம்பிக்கை சம்பந்தமான பிரச்சினை களில் ஊக்கம் மிதமிஞ்சி காட்டப்படுவதானது, இப்பிரச்சினை களில் தற்போது பரவி வரும் அலட்சிய மனப்பாங்கைப் போல் அபாயகரமானதோ, கேடு பயப்பதோ அல்ல.”

“ஆனால் சமயத்தின் பெயரில் நன்னெறியின் அடிப்படை நியதிகள் மீறப்படுகின்றனவே. குடும்பங்கள் குலைக்கப்படுகின் றனவே...”

தோபொரோவின் அந்தப் பெரிய மனிதத் தோரணையி லான புன்சிரிப்பு அவரை விட்டு அகலவில்லை. நெஹ்லூதவ் கூறியதைச் சுவாரசியமான ஒரு கருத்தாய் அவர் கருதினார் என்பது விளங்கியது. நெஹ்லூதவ் எதைத்தான் கூறட்டுமே, தோபொரோவ் தமக்கே உரியதாகக் கருதிய அந்த விரிவும் வீச்சும் வாய்ந்த அரசு அதிகாரக் கண்ணோட்டத்தின் உயர்நிலையிலிருந்து அவர் அதை சுவாரசியமான, ஒருதலைப் பட்சமான கருத்தாகவே கருதியிருப்பார்.

"தனி ஆளின் நோக்கு நிலையிலிருந்து பார்க்கையில் அது அப்படித் தோன்றக்கூடியதுதான்" என்றார் அவர். "ஆனால் அரசு அதிகார நோக்குநிலையிலிருந்து பார்க்கையில் அது கொஞ்சம் வேறுவிதமாகத் தோன்றுகிறது. நல்லது, உங்களுக்கு எனது வணக்கம்!" என்று சொல்லித் தோபொரோவ் தலை குனிந்து நிமிர்ந்து கையை முன்னால் நீட்டினார்.

நெஹ்லூதவ் அதைப் பிடித்து அழுத்திவிட்டு, அந்தக் கையை ஏன் தொட்டோமென மனம் புழுங்கியவாறு வாய் பேசாமல் அவசரமாய் அங்கிருந்து வெளியே நடந்தார்.

"மக்களது நலன்களாமே!" என்று, தோபொரோவ் கூறியதை அவர் திருப்பித் தம் மனத்துள் சொல்லிக் கொண்டார். "உமது நலன்களெனச் சொல்லும். ஆம் உம்முடையவை!" என்று நினைத்தபடித் தோபொரோவின் வீட்டிலிருந்து வெளியே சென்றார்.

சமய நம்பிக்கையைக் கட்டிக் காத்து மக்களுக்குப் போத மளிக்கும் இந்த நிறுவனங்களின் செயற்பாடுகளுக்கு இலக்கா வோரின் பட்டியலிலிருந்து ஒவ்வொருவராய் அவர் நினைத்துப் பார்த்தார். கள்ளச்சாராயம் விற்றதற்காகத் தண்டிக்கப்பட்ட குடியானவப் பெண்ணிலிருந்தும், திருடினான் என்று சொல்லித் தண்டிக்கப்பட்ட பையனிலிருந்தும் ஆரம்பித்தார். ஊர் சுற்றிய தற்காக ஊர் சுற்றியும், தீ வைத்ததற்காகத் தீ மூட்டியும், மோசடி செய்ததற்காக வங்கி முதலாளியும் பிடிக்கப்படுவதை நினைத்துப் பார்த்தார். தமக்கு வேண்டிய தகவலை அவளிடமிருந்து பெறலாமென்ற ஒரே காரணத்துக்காகச் சிறையில் அடைத்து வைக்கப்பட்டிருந்தாளே துர்ப்பாக்கியவதியான லிதியா ஷூஸ்தவா – அவளையும், பிறகு சமயத்திலிருந்து விலகிச் சென்றதற்காகத் தண்டிக்கப்பட்ட சமய உட்குழுவினரையும், அரசியலமைப்புச் சட்டம் வேண்டுமென விரும்பியதற்காகத் தண்டிக்கப்பட்ட குர்க்கேவிச்சையும் நினைத்துக்கொண்டார். இவர்கள் எல்லாரும் கைது செய்யப்பட்டுச் சிறையில் அடைக்கப்

பட்டதோ, தொலைவிடங்களுக்குக் கடத்தப்பட்டதோ எதற்காக? நீதிநெறிக்குக் குந்தகம் புரிந்தார்கள் அல்லது சட்டத்துக்கு விரோதமாகச் செயற்பட்டார்கள் என்பதா உண்மையான காரணம்? இல்லை. அதிகாரிகளும் செல்வந்தர்களும் மக்களிடமிருந்து தாம் அபகரித்த சொத்துக்களை அனுபவிப்பதற்கு இவர்கள் இடையூறாக இருந்தார்கள் என்பதுதான் உண்மையான காரணம்–என்றும் இல்லாதபடித் தெள்ளத் தெளிவாய் இப்பொழுது இது நெஹ்லூதவுக்கு விளங்கியது.

உரிமம் பெறாமல் சாராயம் விற்ற குடியானவப் பெண், நகரில் சுற்றித் திரிந்த திருடன், பிரகடனங்களை வைத்திருந்த லிதியா ஷூஸ்தவா, மூட நம்பிக்கைகளைத் தகர்க்க முற்பட்ட சமய உட்குழுவினர், அரசியலமைப்புச் சட்டம் வேண்டுமென்ற குர்க்கேவிச் இவர்கள் எல்லாரும் தடங்கல்களாக இருந்து இடையூறு செய்தார்கள். தமது சின்னம்மாவின் கணவரிலிருந்து, மேலவையினரிலிருந்து, தோபொரொவிலிருந்து தொடங்கிக் கீழே அமைச்சரகங்களில் மேசைகளின் எதிரே அமர்ந்திருக்கும் சுத்தமான, பிழையற்ற சிறிய கனவான்கள் வரையிலான இந்த எல்லா அதிகாரிகளும் குற்றமற்றவர்கள் துன்புற நேர்வது பற்றிச் சிறிதும் கவலைப்படவில்லை; அபாயமானவர்களை எப்படித் தொலைத்துக் கட்டுவது என்பதில் மட்டுமே கவலை கொண்டிருக்கிறார்கள்–இப்பொழுது இது நெஹ்லூதவுக்கு மிகத் தெளிவாய்க் கண்ணெதிரே தெரிந்தது.

ஆதலால், குற்றவாளிகளான பத்துப் பேர் தண்டனையின்றித் தப்பிக்க நேர்ந்தாலும் நேரட்டும். ஆனால் குற்றமற்ற எந்த ஒருவரும் தண்டிக்கப்பட நேரலாகாது என்கிற விதி கடைப்பிடிக்கப்படாமல் புறக்கணிக்கப்பட்டது. இதற்கு நேர் மாறாய், வீணாகிவிட்ட பகுதியை வெட்டி எறியும்போது நல்ல பகுதியும் வெட்டி எறியப்படுவதுபோல, மெய்யாகவே அபாயகரமான ஓர் ஆளைத் தொலைத்துக் கட்டும் பொருட்டு அபாய மற்றவர்களான பத்துப் பேர் தண்டிக்கப்பட்டார்கள்.

மேலே கூறப்பட்டவற்றுக்கான இந்த விளக்கம் மிகவும் எளிதாகவும் தெளிவாகவும் இருப்பதாய் நெஹ்லூதவுக்குத் தோன்றியது. ஆனால் இந்த எளிமையும் தெளிவும் அவரை இந்த விளக்கத்தை அங்கீகரிக்காமல் தயங்கும்படிச் செய்தன. இவ்வளவு சிக்கலான ஒரு பிரச்சினைக்கு இவ்வளவு எளிமையான, பயங்கரமான விளக்கம் சாத்தியம்தானா? நீதி, நன்னெறி, சட்டம், சமய நம்பிக்கை, தெய்வம் என்றும் இன்னும் பலவாறாகவும் சொல்லப்படும் இந்தச் சொற்கள் எல்லாம் படுமோசமான தன்னல நாட்டத்தையும் கோரமான கொடுமையையும் மூடி மறைத்திடும் பகட்டுச் சொற்களாய் இருத்தல் சாத்தியம்தானா?

28

நெஹ்லூதவ் அன்று மாலையே பீட்டர்ஸ்பர்க்கை விட்டுக் கிளம்பியிருக்கலாம். ஆனால் மரீயட்டாவை நாடக மன்றத்தில் சந்திப்பதாக அவர் வாக்களித்திருந்தார். அது அவசியம் நிறைவேற்றப்பட்டாக வேண்டிய வாக்கல்ல என்று அவருக்குத் தெரிந்திருந்துங்கூட, சொன்ன சொல் தவறக் கூடாதெனத் தம்முள் கூறித் தம்மைத் தாமே ஏமாற்றிக்கொண்டு நாடக மன்றத்துக்குப் புறப்பட்டார்.

“இந்த அற்ப ஆசைகளையும் சபலங்களையும் எதிர்த்து நிற்க வல்லவன்தானா என்று பார்க்க வேண்டாமா?”முற்றும் நேர்மையானதாகக் கொள்ள முடியாத அந்தக் கேள்வியை எழுப்பித் தமக்குத் தாமே கூறிக்கொண்டார். “கடைசியாய் ஒரு தரம் சோதித்துப் பார்க்கலாம்.”

நீள் கோட்டு போட்டுக்கொண்டு அவர் அங்கே போய்ச் சேர்ந்தபோது, அமரத்துவம் வாய்ந்த கமிலியஸுடன் ஒரு பெண் நாடகத்தின் இரண்டாவது அங்கம் நடைபெற்றுக் கொண்டிருந்தது. வெளிநாட்டிலிருந்து வந்திருந்த நடிகை காசநோய் கண்ட பெண்கள் எப்படி உயிர் விடுகிறார்கள் என்று நூதன முறையில் மீண்டுமொரு தரம் நடித்துக் காட்டினாள்.

நாடக மன்றம் நிரம்பியிருந்தது. நெஹ்லூதவ் விசாரித்ததும் மிகுந்த பணிவன்புடன் உடனே அவரை அழைத்துச் சென்று மரீயட்டாவின் மாடத்தைக் காட்டினார்கள்.

பணிமுறை உடுப்புகளில் நடையில் நின்ற பணியாள் தான் நன்கறிந்த ஒருவரைக் கண்ணுற்றது போல தலைகுனிந்து நெஹ் லூதவுக்கு வணக்கம் தெரிவித்து, அவர் உள்ளே செல்வதற்காக மாடத்தின் கதவைத் திறந்தான்.

எதிர் வரிசை மாடங்களில் உட்கார்ந்தும் நின்றும் இருந்தோர், அவர்களுக்குப் பின்னால் காணப்பட்டோர், முதுகு தெரிய அருகாமையில் இருந்தோர், பாதி நரைத் தலையும் வழுக்கையானவையும் வழுக்கை விழுந்து வந்தவையும் ஒப்பனை செய்யப்பட்டவையும் சுருட்டையாக்கப்பட்டவையுமாய் விதம் விதமான தலைகளாகத் தெரிய கீழே தரை வரிசைகளில் அமர்ந் திருந்தோர் இவர்கள் எல்லோரது கவனமும் நடித்துக்கொண்டி ருந்த நடிகையின் மீது கவிந்திருந்தது. பட்டும் சல்லாப் பின்னலு மாய் ஆடையலங்காரம் செய்திருந்த அந்த நடிகை, எலும்பாய் மெலிந்த உடலை நெளித்து, இயற்கைக்கு மாறான குரலில் தனி உரையாடல் நிகழ்த்திக்கொண்டிருந்தாள்.

மாடத்தின் கதவு திறக்கப்பட்டதும் யாரோ ஒருவர் முணுமுணுத்தார். இருவகைக் காற்று அலைகள் – ஒன்று குளுமையானது, மற்றொன்று வெப்பமானது – நெஹ்லூதவின் முகத்திலே மோதி விட்டு ஓடின.

மாடத்துக்குள் மரீயட்டாவுடன் அவருக்குத் தெரியாத ஒரு சீமாட்டி இருந்தாள். கையில்லாத சிவப்பு மேலாடை அணிந்து, கனமான பெரிய கொண்டை வைத்து முடியலங்காரம் செய் திருந்தவள்; மற்றும் இரு ஆடவர்கள் இருந்தார்கள். ஒருவர் மரீயட்டாவின் கணவரான ஜெனரல். உயரமான லட்சண உருவமும் கடுகடுப்பு வாய்ந்த மர்மமான முகபாவமும் கருட மூக்கும் கொண்டவர். உயர்ந்தெழுந்த நெஞ்சமென வெளிப் பார்வைக்குத் தோன்றும்படிப் பஞ்சடைத்துப் பொருத்தப்பட்ட இராணுவ உடுப்பு உடுத்தியவர்; மற்றொருவர் வழுக்கையாகி வந்த தலையும் மென்னிற முடிகளும் இருபுறத்தும் ஆடம்பர மான கிருதாக்களிடையே, மழிக்கச் சிரைக்கப்பட்ட மோவாயும் உடையவர்.

கவர்ச்சி வாய்ந்த நேர்த்தியான மெல்லுருவினளாகிய மரீயட்டா கடைந்தெடுத்தவை போன்ற வடிவும் வனப்புமுடைய தோள்கள் தெரியும்படித் தணிந்தமைந்த ஆடை அணிந்திருந் தாள். அந்தத் தோள்கள் கழுத்துடன் இணைந்து பொருந்திய இடத்தில் கறுப்பு மச்சம் ஒன்று காட்சியளித்தது. உடனே அவள் திரும்பிப் பார்த்து நெஹ்லூதவைத் தனக்குப் பின்னாலிருந்த நாற்காலியில் அமரும்படிக் சுட்டிக்காட்டி, வரவேற்பும் நன்றி யுணர்வும் தெரிவிக்கும் புன்னகையை அவர் மீது சொரிந்தாள். அந்தப் புன்னகையில் மிகப் பல அர்த்தங்களும் அடங்கி யிருந்ததாக அவருக்குத் தோன்றியது.

அவளது கணவர் யாவற்றையும் அவர் செய்து வந்த அந்த அமரிக்கையான முறையில் நெஹ்லூதவை உற்று நோக்கித் தலைகுனிந்து நிமிர்ந்தார். அதிகாரம் செலுத்தும் அதிபதி அவர். எழிலரசியான மனைவியின் உடைமையாளர் அவர் என்பது பட்டவர்த்தனமாய்–அவரது பாவனையிலிருந்து, மனைவியுடன் அவர் பரிமாறிக்கொண்ட அந்தப் பார்வையிலிருந்து–புலப் பட்டது.

நடிகையின் தனி உரையாடல் முடிவுற்றதும் நாடக மன்றமே அதிர்ந்தாடியது. கையொலி முழக்கம் அவ்வளவு பலமாயி ருந்தது. மரீயட்டா, இருக்கையிலிருந்து எழுந்து சலசலக்கும் பட்டாடையை ஏந்திப் பிடித்துக்கொண்டு மாடத்தின் பின் பகுதிக்குச் சென்றாள். தனது கணவருக்கு நெஹ்லூதவை அறிமுகம் செய்து வைத்தாள். ஜெனரல் கண்ணால் மட்டும்

புன்முறுவல் புரிவதை நிறுத்தாமல், தாம் மிக்க மகிழ்ச்சியடைவதாகச் சொல்லிவிட்டு அமரிக்கையும் மர்மமும் வாய்ந்த அவரது மோன நிலைக்குத் திரும்பினார்.

“இன்று நான் புறப்பட்டுச் சென்றிருக்க வேண்டும். ஆனால் சந்திப்பதாய் வாக்களித்திருந்ததால் இங்கே வந்தேன்” என்று மரீயட்டாவைப் பார்த்துக் கூறினார் நெஹ்லூதவ்.

“என்னைப் பார்க்க விருப்பம் இல்லாமற் போனாலும் ஓர் அதிசய நடிகையைப் பார்க்க முடியுமே” என்று அவள், நெஹ்லூதவின் சொற்களில் மறைவாய் ஒலித்த கருத்துக்குப் பதிலளித்தாள். “கடந்த காட்சியில் இவளது நடிப்பு பிரமாதமாய் இருந்தது அல்லவா?” என்று அவள் தன் கணவரைப் பார்த்துக் கேட்டாள்.

“ஆமாம்” என்று கணவர் தலையை ஆட்டினார்.

“இதெல்லாம் என் உள்ளத்தைத் தொடுவதாய் இல்லை” என்றார் நெஹ்லூதவ், “இன்று நான் மெய்யான துன்பத்தை அவ்வளவு மிதமிஞ்சிய அளவில் கண்ணுற நேர்ந்தது. ஆகவே...”

“அப்படியா” உட்கார்ந்துகொண்டு சொல்லுங்கள் அதை.’

கணவரும் சற்று நேரம் காதுகொடுத்துக் கேட்டார், அவரது கண்களின் புன்சிரிப்பு மேலும் மேலும் கிண்டலான சிரிப்பாகி வந்தது.

“இவ்வளவு காலமாகச் சிறையில் வைக்கப்பட்டிருந்து இப்போது விடுதலை செய்யப்பட்டிருக்கிறாளே, அந்தப் பெண்ணைப் போய்ப் பார்த்துவிட்டு வந்தேன். அடியோடு அவள் நிலை குலைந்து போயிருக்கிறாள்.”

‘‘உங்களிடம் சொன்னேனே, அந்தப் பெண்” என்று மரீயட்டா தனது கணவரிடம் கூறினாள்.

“ஆமாம். அவளை விடுதலை செய்ய முடிந்தது குறித்து நான் மனம் மகிழ்ந்துகொண்டேன்” என்று அமைதி குலையாத குரலில் சொல்லித் தலையை ஆட்டிக்கொண்டார் கணவர். இப்பொழுது அவர் பகிரங்கமாகவே கிண்டலாய் மீசைக்கு அடியில் புன்சிரிப்பு சிரித்துக் கொள்வதாக நெஹ்லூதவுக்குத் தோன்றியது. “வெளியே போய்ப் புகைபிடித்துவிட்டு வருகிறேன்” என்று அவர் எழுந்து சென்றார்.

மரீயட்டா ஏதோ தம்மிடம் சொல்லப் போவதாகக் கூறியிருந்ததைக் கேட்பதற்காக நெஹ்லூதவ் காத்துக்கொண்டு உட்கார்ந்திருந்தார். ஆனால் அவள் ஒன்றும் சொல்லவில்லை. சொல்ல முயற்சியுங்கூடச் செய்யவில்லை. அதற்குப் பதில் நாடகத்தைப் பற்றிப் பேசிக்கொண்டும் தமாஷ் செய்து கொண்டும் இருந்தாள். முக்கியமாய் நெஹ்லூதவுக்கு இந்த

நாடகம் உள்ளம் உருகச் செய்வதாய் இருக்க வேண்டுமென அவள் நினைப்பதாகச் சொல்லிக்கொண்டாள்.

சொல்வதற்கு அவளிடம் ஒன்றுமில்லை என்பதைக் கண்டார் நெஹ்லூதவ். அவளுடைய மாலை உடையலங்காரத்தில் அவளது முழு வசீகரத்தையும் அவளது தோள்களையும் அந்த மச்சத்தையும் தமக்குக் காட்டுவதே அவள் நோக்கம் என்பதைக் கண்டார். அவர் மனதுக்கு இது ஒருங்கே இனிமையாகவும், அதேபோது அருவருப்பாகவும் இருந்தது.

முன்பு இவை யாவற்றையும் மூடி மறைத்திருந்த கவர்ச்சித் திரை இப்போதும் நெஹ்லூதவின் கண்களிலிருந்து நீக்கப்பட்டு விடவில்லை என்றாலும், இப்போது அவர் இத்திரைக்குப் பின்னால் இருந்ததைக் காண முடிந்தது. மரீயட்டாவைப் பார்த்துக்கொண்டிருந்த அவர் மனத்துள் மகிழ்ந்து அவளைப் போற்றவே செய்தார்; ஆயினும் அவள் பொய்யும் பகட்டுமானவள், நூற்றுக்கணக்கான மக்களின் கண்ணீரையும் வாழ்வையும் கொண்டு தமக்கு உயர் பதவியும் அந்தஸ்தும் தேடிக்கொள்ளும் ஒரு கணவருடன் வாழ்கிறவள், அதைப் பற்றிக் கொஞ்சமும் கவலைப்படாதவள் என்பதையும், நேற்று அவள் சொன்னதெல்லாம் கலப்பற்ற பொய் என்பதையும், அவளது நோக்கமெல்லாம்–எதற்காக அப்படியோ, அவருக்கும் விளங்கவில்லை. அவளும் அறிந்திலாள்–எப்படியாவது அவரைத் தனக்கு மனத்தைப் பறிகொடுக்கச் செய்யவேண்டுமென்பது ஒன்றேதான் என்பதையும் நன்றாகவே கண்ணுற்றார். இது அவரைக் கவர்ந்திழுக்கவும் செய்தது. அதேபோது அருவருப்பு கொள்ளவும் செய்தது. அவளிடமிருந்து போய்விட வேண்டுமென்று நினைத்து இரண்டொருதரம் அவர் தமது தொப்பியைக் கையில் எடுத்தார். ஆனால் புறப்பட்டுச் செல்லாமல் தொடர்ந்து அவளுக்குப் பக்கத்தில் அமர்ந்திருந்தார்.

ஆனால் முடிவில் அவள் கணவர், அடர்த்தியான மீசையில் சிகரெட்டுப் புகையின் நெடி வீச மாடத்துக்குத் திரும்பி நெஹ்லூதவை அறியாதவர் போல பெரிய மனிதத் தோரணையுடன் அலட்சியமாக அவரைப் பார்த்ததும், நெஹ்லூதவ் எழுந்து கதவு சாத்தப்படுவதற்குள் வெளியே நடைக்குச் சென்றார். தமது மேல் கோட்டை வாங்கிப் போட்டுக்கொண்டு நாடக மன்றத்தை விட்டு வெளியேறினார்.

வீட்டை நோக்கி நேவ்ஸ்கி சாலையில் அவர் போனபோது தாரிடப்பட்ட அகலமான நடைபாதையில் அவருக்கு முன்னால் சாவதானமாய் நடந்து சென்ற ஒரு பெண்ணை அவரால் கவனியாதிருக்க முடியவில்லை–அவள் உயரமானவள், கட்டழகி, கண்ணைப் பறிக்கும்படித் தளுக்கான ஆடைகள் அணிந்தவள்.

அவளது கேடுகெட்ட சக்தியை அவள் நன்கு உணர்ந்திருந்தாள் என்பது அவளது முகத்திலும் உருவம் அனைத்திலுமே தெரிந்தது. அந்தப் பெண்ணுக்கு எதிர்த்திசையிலிருந்து வந்தோரும் பின்னாலிருந்து அவளைத் தாண்டிச் சென்றோரும் அவளை ஏறயிறங்கப் பார்த்துத்தான் நடந்தார்கள். அவளைக் காட்டிலும் நெஹ்லூதவ் வேகமாக நடந்தார். ஏனையோரைப் போலவே அவரும் தம்மை அறியாமலே அவள் முகத்தை உற்றுப் பார்த்தார். அந்த முகம் சாயம் பூசப்பட்டதாகவே இருந்திருக்க வேண்டும். வனப்புமிக்கதாய் இருந்தது. நெஹ்லூதவைப் பார்த்து அந்தப் பெண் புன்னகை காட்டினாள். அவள் கண்கள் பளிச்சிட்டன. வேடிக்கை என்னவெனில், சிறிதும் எதிர்பாராத விதத்தில் திடுமென நெஹ்லூதவ் அக்கணத்தில் மரீயட்டாவை நினைத்துக் கொண்டார். ஏனெனில் நாடக மன்றத்தில் ஒருங்கே கவர்ச்சியும் அருவருப்புமாய் அவருள் எழுந்த அதே உணர்ச்சி தான் இக்கணத்திலும் அவருள் எழுந்தது.

அவசரமாய் அவளைத் தாண்டி முன்னால் நடந்த நெஹ்லூதவ் தம்மைத் தாமே கடிந்துகொண்டு, மர்ஸ்காயா வீதியில் திரும்பி ஆற்றங்கரைச் சாலையில் சென்று, அங்கிருந்த போலீஸ்காரன் வியப்புறும் வண்ணம் நடைபாதையில் அப்படியும் இப்படியும் நடைபோட ஆரம்பித்தார்.

"நாடக மன்றத்தில் நான் உள்ளே போனதும் இப்படித் தானே அவளும் என்னைப் பார்த்துப் புன்னகை காட்டினாள்" என்று நினைத்தார் அவர். "அந்தப் புன்னகைக்கும் இந்தப் புன்னகைக்கும் ஒரே அர்த்தம்தான். இதற்கும் அதற்குமுள்ள வித்தியாசம் எல்லாம் இவள் கள்ளங்கபடமில்லாமல் தனது எண்ணத்தைத் தெரிவித்தாள். "வேண்டுமானால் என்னிடம் வா, தருகிறேன்; வேண்டாமெனில் விலகிப் போ" என்று நேரடியாகச் சொன்னாள்; ஆனால் அவள் அந்தரங்கத்துள் இதே எண்ணம் கொண்டிருந்ததும், இப்படி ஓர் எண்ணமே இல்லாதவள் போல், உன்னதமான உணர்ச்சிகளுக்குரிய உயர்ந்த வாழ்க்கை நடத்துகிறவள் போல் பாசாங்கு செய்தாள். இங்குள்ள இவளை வஞ்சனையில்லாதவள், நேர்மையானவள் என்றாவது சொல்லலாம்; ஆனால் அவளை அப்படிச் சொல்ல முடியாது. நாக்கில் நரம்பின்றி பொய் பேசி ஏமாற்றும் வஞ்சகி அவள். அதுமட்டு மல்ல, இவள் அவசியத்தால் நிர்ப்பந்திக்கப்பட்டுத் தன்னை இப்படி இழிவுபடுத்திக் கொண்டவள்; அவள் விளையாடுகிறவள். இன்ப மயக்கம் தரும் இந்த அருவருக்கத்தக்க கோர உணர்ச்சியைக் கொண்டு குதூகலிக்கிறவள். தெருச் சுற்றியான இந்தப் பொறுக்கிப் பெண், குமட்டலைக் காட்டிலும் தாகம் கடுமையாகி விட்டோருக்குக் கிடைக்கும் சாக்கடைத் தண்ணீர்

போன்றவள்; ஆனால் நாடக மன்றத்தில் இருந்த அவள், கண்ணுக்குத் தெரியாமல் ஊடுருவி உயிரைக் கொல்லும் விஷம் போன்றவள்."

பிரபுக் குல முதல்வரின் மனைவியுடன் தமக்கிருந்த உறவு நெஹ்லூதவின் ஞாபகத்துக்கு வந்தது. வெட்கக்கேடான நினைவுகள் அவர் மனக்கண் முன் எழுந்தன.

"மிருகங்களுக்குரிய மிருகத்தனம் மனிதனிடம் இருக்கையில் வெறுக்கத்தக்கதாகி விடுகிறது" என்று அவர் தம்முள் கூறிக் கொண்டார். "இந்த மிருகத்தனம் அம்மண வடிவில் காட்சி யளிக்கும்போது. உனது ஆன்மீக வாழ்வின் உயர்நிலையிலிருந்து அதை இனங்கண்டு கொண்டு நிந்தனை செய்கிறாய். நீ அதற்குப் பணிய நேர்ந்தாலும், பணியாது எதிர்த்து நின்றாலும் தொடர்ந்து உனது முந்திய நிலையிலேதான் இருக்கின்றாய். ஆனால் இதே மிருகத்தனம் மாயமான அழகியல் முகமூடியும் கவித்துவ முக மூடியும் இட்டுக்கொண்டு காட்சியளித்துத் தன்னை வழிபடும் படிக் கோரும்போது, நல்லதையும் கெட்டதையும் வேறுபடுத்திப் பார்க்காமலே நீ மிருகத்தனத்தைப் பூஜிக்க முற்பட்டு அறவே அதற்கு அடிமைப்பட்டு விடுகிறாய். அப்புறம் கேட்பானேன், கொடுமை தான்–பயங்கரக்கொடுமை."

நெஹ்லூதவ் இப்பொழுது இதைத் தெள்ளத் தெளிவாகவே கண்ணுற்றார்–எதிரே தெரிந்த அரண்மனையையும் படையாட் களையும் கோட்டையையும் ஆற்றையும் தோணிகளையும் பங்கு மாற்று நிலையத்தையும் போல் அவ்வளவு தெளிவாக இதையும் கண்ணுற்றார்.

அந்த வடபுலத்து வேனிற்கால இரவில் அங்கே புவியில் இதந்தரும் நிம்மதியான இருட்டு கவிந்திருக்கவில்லை. உற்சாக மற்ற மங்கலான இயல் கடந்த வெளிச்சம்தான் எங்கிருந்தோ எழுந்து எங்கும் படர்ந்திருந்தது. அதேபோல இப்போது நெஹ்லூதவின் உள்ளத்திலும் இதந் தரும் நிம்மதியான இருட்டு கவிந்திருக்கவில்லை. யாவும் தெளிவாகவே தெரிந்தன. முக்கியமானவை என்றும் நல்லவை என்றும் கருதப்படுகின்றவை யாவும் அற்புதமானவை, அல்லது வெறுக்கத்தக்கவை என்பது தெளிவாகவே தெரிந்தது; பளிச்சிட்டு மினுக்கின்றவை எனலாம்; படாடோபமானவை எல்லாம் பிரபலம் வாய்ந்த முதுபெரும் குற்றங்களை மூடி மறைத்திருப்பவை என்பதும், இந்தக் குற்றங்கள் தண்டிக்கப்படாமலே இருந்து வருவதோடன்றி, கற்பனைக்கு எட்டும் எல்லாவிதச் சிறப்புகளும் தரப்பட்டு சிங்காரிக்கப்பட்டிருப்பவை என்பதும் நன்றாகவே தெரிந்தன.

இதை எல்லாம் மறக்க வேண்டும், பார்க்காமலிருக்க வேண்டும் என்றே அவர் விரும்பினார். ஆனால் இப்போது அவரால் பார்க்காமலிருக்க முடியவில்லை. பீட்டர்ஸ்பர்க்

மீது படர்ந்திருந்த வெளிச்சம் எங்கிருந்து எழுந்ததென்பது எப்படி அவருக்குத் தெரியவில்லையோ, அதேபோலத்தான் மேற்கூறியவை எல்லாம் அவர் கண்ணுக்குப் புலப்படுத்திய வெளிச்சம் எங்கிருந்து எழுந்ததென்பதும் அவருக்குத் தெரிய வில்லை. இந்த வெளிச்சம் மங்கலாகவும் உற்சாகமில்லாத தாகவும் இயல் கடந்ததாக அவருக்குத் தோன்றியபோதிலும், அது அவர் கண்ணுக்குப் புலப்படுத்தியதை அவரால் பார்க்காம லிருக்க முடியவில்லை. இதனால் ஒருபுறத்தில் அவருக்கு மகிழ்ச்சியாகவும், அதேபோது மறுபுறத்தில் கவலையாகவும் இருந்தது.

29

மாஸ்கோவுக்குத் திரும்பி வந்ததும் முதல் வேலையாய் நெஹ்லூதவ், சிறைக்கூட மருத்துவமனைக்குப் புறப்பட்டுச் சென்றார். குற்ற இயல் நீதிமன்றத்தின் தீர்ப்பை மேலவை உறுதி செய்துவிட்டது. இனி சைபீரியாவுக்குப் போகத் தயாராக வேண்டியதுதான் என்கிற துயரச் செய்தியை மாஸ்லவாவிடம் அவர் தெரிவிக்க வேண்டியிருந்தது.

மாமன்னரிடம் சமர்ப்பிப்பதற்காக வழக்கறிஞர் எழுதித் தந்திருந்த மனுவில் மாஸ்லவாவைக் கையொப்பமிடச் சொல்வ தற்காக அவர் அதைத் தம்முடன் எடுத்துச் சென்றார். இந்த மனுவால் பெரிதாகப் பயன் உண்டாகுமென அவர் எதிர்பார்க்க வில்லை. அதுமட்டுமன்றி வேடிக்கை என்னவென்றால், இந்த மனு வெற்றி பெற வேண்டுமென்று இப்பொழுது அவர் விரும்பவும் இல்லை. சைபீரியாவுக்குப் போகப் போகிறோம். கடத்தப்பட்டோரிடையிலும், தண்டனைக் கைதிகளிடையிலும் வாழப்போகிறோம் என்னும் எண்ணத்துக்கு ஏற்கெனவே தம்மை அவர் பழக்கப்படுத்திக் கொண்டுவிட்டார்; மாஸ்லவா விடுதலை செய்யப்படும் பட்சத்தில் தமது வாழ்க்கைக்கும் அவளது வாழ்க் கைக்கும் ஏற்பாடு செய்வது எப்படி என்பது குறித்து நினைத்துப் பார்ப்பது அவருக்கு எளிதாய் இருக்கவில்லை. அமெரிக்க எழுத்தாளர் தோரோ* கூறியிருந்ததை நெஹ்லூதவ் நினைத்துக் கொண்டார். அமெரிக்காவில் அடிமை முறை நிலவிய ஒரு காலத்தில் இந்த எழுத்தாளர் அடிமை முறைக்குச் சட்ட அங்கீகாரமளித்து அதைப் பேணிக் காக்கும் அரசாட்சியில் மதிப்புக்குரிய நேர்மையான குடிமகனுக்கு ஏற்ற இடம் ஒன்றே யொன்றுதான் – சிறைக்கூடம்தான் என்று கூறினார். நெஹ்லூ

---

* ஹென்றி தோரோ (1817-1862) - அமெரிக்க எழுத்தாளர். அடிமை உடைமையையும் முதலாளித்துவ அரசையும் எதிர்த்துப் பேசியவர்.

லியோ டால்ஸ்டாய் ❖ 497

தவும் முக்கியமாய் இப்போது அவர் பீட்டர்ஸ்பர்க்குக்குப் போய் வந்த பிறகு, அங்கே அவருக்குத் தெரிய வந்தவை யாவற்றுக்கும் பிறகு–இவ்வாறேதான் நினைத்தார்.

"ஆமாம், தற்போது ருஷ்யாவில் நேர்மையான ஆளுக்கு ஏற்ற இடம் ஒன்றேயொன்றுதான்–சிறைக்கூடம்தான்!" என்று கூறிக்கொண்டார். சிறைக்கூடத்துக்குப் போய் இறங்கி அதன் சுவர்களுக்கிடையே நுழைந்து உள்ளே சென்ற அவர் இதை நேரடி அனுபவ வழியில் உணரவும் செய்தார்.

மருத்துவமனையில் வாயிற்காவலன் நெஹ்லூதவை அடையாளம் தெரிந்துகொண்ட உடனே அவரிடம், மாஸ்லவா போய்விட்டாள். அங்கு இல்லை என்று சொன்னான்.

"பிறகு எங்கே இருக்கிறாள்?"

"சிறைக்கூட அறைக்குத் திருப்பி அனுப்பி விட்டார்கள்."

"எதற்காகத் திருப்பி அனுப்பினார்கள்?"

"மாண்புடையீர், அதை ஏன் கேட்கிறீர்கள்?" என்று ஏளன மாய்ச் சிரித்துக்கொண்டான் வாயிற்காவலன். "மருத்துவ உதவி யாளரோடு சரசமாடி சேஷ்டைகள் புரிந்து வந்தாள். அதனால் தலைமை டாக்டர் அவளை இங்கிருந்து விரட்டினார்."

நெஹ்லூதவ் இதுவரை, மாஸ்லவாவிடம் தமக்கு எவ்வளவு நெருக்கம் இருந்தது. அவளுடைய மனப்பாங்கு தமக்கு எவ்வளவு முக்கியமானதாய் இருந்தது என்பது பற்றி நினைத்தே பார்த்ததில்லை. வாயிற்காவலன் கூறிய தகவல் அவரைக் கதி கலங்கச் செய்துவிட்டது.

சிறிதும் எதிர்பாராத பெருங்கேடு தமக்கு ஏற்பட்டதாகக் கேள்விப்படுகிறவருக்கு எப்படி இருக்குமோ, அதே போலத்தான் இருந்தது, நெஹ்லூதவுக்கு – அதிர்ச்சியால் திணறிப் போனார். இந்தத் தகவலைக் கேட்டதும் யாவற்றுக்கும் முதலாய் வெட்க உணர்ச்சிதான் அவருள் பீறிட்டு எழுந்தது. மாஸ்லவாவின் ஆன் மாவினுள் மாற்றம் ஏற்பட்டு வருவதாகக் கற்பனை செய்து கொண்டு அல்லவா மகிழ்ந்து வந்தோம் என்று நினைத்ததும் அவருக்கே அவர் இகழ்ச்சிக்கும் கேலிக்கும் உரியவராகத் தோன்றினார். அவருடைய தியாகம் தனக்கு வேண்டாம். தான் அதை விரும்பவில்லை என்று அவள் பேசிய அந்தப் பேச்சு, அவள் நிந்தனைகள், கண்ணீர்–இவை எல்லாம் கெட்டழிந்து போனவளது ஏமாற்று வித்தைகளே அன்றி வேறல்ல. அவளது நோக்கம் எல்லாம் முடிந்த அளவுக்குத் தம்மைப் பயன்படுத்தி அனுகூலமடைவதே அன்றி வேறு எதுவுமல்ல என்று நினைத்தார். திருத்த முடியாதபடிச் சீரழிந்து விட்டவள் என்பது தற்போது தெளிவாகிவிட்டது. அவளது இந்த நிலையின்

498 ❖ புத்துயிர்ப்பு ❖

அறிகுறிகள், சென்ற முறை அவளைத் தாம் சந்தித்துப் பேசிய போதே அவளிடம் தென்பட்டதாக இப்பொழுது அவருக்குத் தோன்றியது. இவை யாவும் அவர் மனத்துள் பளிச்சிட்டுச் செல்ல சுயநினைவு இல்லாமலே தொப்பியைத் திரும்பவும் தலையில் வைத்துக்கொண்டு மருத்துவமனையிலிருந்து வெளியே சென்றார்.

"சரி, இனி என்ன செய்வது?" என்று அவர் தம்மைத்தாமே கேட்டுக்கொண்டார். "இனி அவளுக்கும் எனக்கும் எந்த உறவுக்கும் இடம் உண்டா? அவள் செய்திருக்கும் இந்தக் காரியத்தால் எனக்கு முழுச் சுதந்திரம் கிடைத்துவிடுகிறது அல்லவா?"

ஆனால் இப்படி அவர் கேள்வி கேட்டுக்கொண்டதும் உடனே அவருக்குப் புரிந்தது; சுதந்திரம் பெற்று விட்டோமெனக் கருதிக் கொண்டு அவளை விட்டொழித்துக் கை கழுவுவதன் மூலம் அவர் தண்டிப்பது தம்மையே அன்றி அவர் விரும்பியது போல் அவளை அல்ல என்பது புரிந்தது. அச்சத்தால் உடனே அவர் பீடிக்கப்பட்டார்.

"இல்லை! நடந்திருக்கும் இந்த நிகழ்ச்சி எனது சங்கற்பத்தை உறுதி பெறச் செய்யுமே தவிர, ஒருபோதும் மாற்றமடையச் செய்யாது. அவளுடைய மனப்பாங்குக்கு ஏற்ப அவள் என்ன வேண்டுமானாலும் செய்யட்டும்–மருத்துவ உதவியாளருடன் சரசமாட வேண்டுமானால் ஆடிக் கொண்டிருக்கட்டும்–அது அவள் பாடு... ஆனால் நான் எனது மனசாட்சி கோருவதைச் செய்தாக வேண்டும்" என்று அவர் தம்முள் கூறிக்கொண்டார். "பாவமன்னிப்புக்காக வேண்டி நான் எனது சுதந்திரத்தைத் தியாகம் புரிய வேண்டுமென்று என் மனசாட்சி என்னிடம் கோருகிறது. வெறுங்கற்பனையான மணமாகவே இருப்பதாயினும் அவளை மணந்துகொள்ள வேண்டும். அவள் எங்கே அனுப்பப்பட்டாலும் அங்கே அவள் பின்னால் செல்ல வேண்டும் என்கிற எனது சங்கற்பம் மாற்றப்பட முடியாத ஒன்றாகும்" என்று கடுமையும் காழ்ப்பும் கொண்ட பிடிவாதத்துடன் தமக்குத் தாமே சொல்லியவாறு அவர் மருத்துவமனையிலிருந்து வெளியேறி வைராக்கியமாய் அடிகளை வைத்துச் சிறைக்கூடத்தின் பெரிய வாயிலை நோக்கி நடந்தார்.

அவர் அங்கே போய்ச் சேர்ந்ததும், மாஸ்லவாவைப் பார்க்க விரும்புவதாகச் சிறைக் கண்காணிப்பாளரிடம் கூறும்படி அங்கு பணிபுரிந்த காவலரிடம் சொன்னார். காவலருக்கு நெஹ்லூதவைத் தெரியும். தமக்குப் பழக்கமான ஒருவரிடம் பேசுகிற வரைப்போல் அவர் சிறைக்கூடத்தைப் பற்றிய முக்கிய செய்திகளை நெஹ்லூதவிடம் கூறினார். பழைய கண்காணிப்பாளர்

நீக்கப்பட்டு அவருக்குப் பதில் கடுமையும் கண்டிப்பும் மிக்கவ ரான புதியவர் ஒருவர் நியமிக்கப்பட்டிருப்பதாக அந்தக் காவலர் சொன்னார்.

"கண்டிப்பும் காய்தாவும் இப்போது மிதமிஞ்சிவிட்டன. சகிக்க முடியவில்லை" என்றார் அவர். "அவர் இங்கேதான் இருக்கிறார். இதோ அவருக்கு அறிவிக்கிறேன்."

புதிய கண்காணிப்பாளர் சிறைக்கூடத்தில்தான் இருந்தார். விரைவில் நெஹ்லூதவிடம் வந்து சேர்ந்தார். உயரமாய், எலும்பாய் இருந்தார். கன்னத்து எலும்புகள் முட்டிக்கொண்டு தெரிந்தன; மந்தகதியினராய், சிடுசிடுப்பானவராய் இருந்தார்.

"குறிப்பிட்ட நாட்களில் பார்வையாளர் அறையில் சந்தித்துப் பேசுவதற்கு அனுமதிக்கப்படும்"–நெஹ்லூதவை நிமிர்ந்து பார்க்காமலே சொன்னார் அவர்.

"ஆனால் மாமன்னருக்கான மனுவில் நான் கையொப்பம் வாங்கிச் சென்றாக வேண்டுமே."

"மனுவை என்னிடம் தரலாம்."

"கைதியை நான் நேரில் பார்க்க வேண்டியிருக்கிறது. முன்பெல்லாம் எப்போதுமே அனுமதிக்கப்பட்டு வந்தேன்."

"ஆமாம், முன்பெல்லாம் அப்படித்தான்" என்று ஓரக்கண்ணால் நெஹ்லூதவைப் பார்த்துவிட்டுப் பதிலளித்தார் கண்காணிப்பாளர்.

"ஆளுநரிடமிருந்து வாங்கிய அனுமதிக் கடிதம் வைத்திருக்கிறேன்" என்று விடாப்பிடியாகச் சொல்லி நெஹ்லூதவ் தமது கைப்பையை எடுத்தார்.

"தயவுசெய்து அதைக் காட்டுங்கள்" என்று இன்னமும் நேருக்கு நேர் பார்க்காமலே சொன்னார் கண்காணிப்பாளர். நெஹ்லூதவ் தந்த கடிதத்தை அவர் தமது நீளமான வற்றிய வெள்ளை விரல்களால் வாங்கிப் பிடித்துக்கொண்டார். ஆள்காட்டி விரலில் தங்க மோதிரம் போட்டிருந்தார். அவசரமின்றிச் சாவதானமாய் அதைப் படித்துப் பார்த்துவிட்டு, "தயவுசெய்து அலுவலக அறைக்கு வாருங்கள்" என்றார்.

இந்தத் தரம் அலுவலக அறை காலியாய் இருந்தது. கண்காணிப்பாளர் மேசைக்குப் பின்னால் அமர்ந்துகொண்டு அதன் மேலிருந்த காகிதங்களைப் பார்த்துப் பிரித்தெடுக்க ஆரம்பித்தார். சந்திப்பின் போது நேரில் தாம் அங்கிருந்து கவனித்துக் கொள்வதே அவரது உத்தேசம் என்பது தெரிந்தது.

அரசியல் கைதியான பொகதூஹவ்ஸ்கயாவைப் பார்த்துப் பேசலாமா என்று நெஹ்லூதவ் அவரிடம் விசாரித்தார். அது முடியாத காரியமென்று கண்காணிப்பாளர் சுருக்கமாய்ப் பதிலளித்தார்.

“அரசியல் கைதிகளைச் சந்தித்துப் பேச அனுமதி இல்லை” என்று சொல்லிவிட்டுத் திரும்பவும் அவர் தமது காகிதங்களில் கவனம் செலுத்தலானார்.

கோட்டுப் பையில் பொகதூஹவ்ஸ்கயாவுக்குக் கடிதம் வைத்திருந்த நெஹ்லூதவ், குற்றம் புரிய முயன்று, திட்டங்கள் கண்டுபிடிக்கப்பட்டு விட்டதால் ஒன்றும் செய்ய முடியாமல் விழிப்பவரது நிலையில் தாமும் இருப்பதாக நினைத்தார்.

அறைக்குள் மாஸ்லவா வந்ததும், கண்காணிப்பாளர் அவளையோ, நெஹ்லூதவையோ நிமிர்ந்து பார்க்காமலே,

“பேசலாம்” என்று சொல்லிவிட்டுத் தமது காகிதங்களைத் தொடர்ந்து பார்வையிட்டுப் பிரித்தடுக்கிக்கொண்டு உட்கார்ந் திருந்தார்.

மாஸ்லவா முன்பு போலவே வெள்ளைச் சட்டையும் பாவாடையும் அணிந்து தலையில் குட்டை கட்டியிருந்தாள். அவள் நெஹ்லூதவிடம் வந்து, அவரது பாசமற்ற கடுப்பான முகபாவத்தைக் கண்டதும், முகமெங்கும் கருஞ்சிவப்புப் படர, கையால் சட்டை ஓரத்தைப் பிடித்துக் கசக்கியவாறு கண்களைக் கவிழ்த்துக்கொண்டாள். நெஹ்லூதவுக்கு அவளது இந்தக் கலங்கிய நிலை மருத்துவமனை வாயிற்காவலன் சொன்னது சரிதான் என்று உறுதி செய்வதாகப்பட்டது.

போன தடவை போலவே இப்போதும் அவளிடம் நல்லபடி நடந்து கொள்ளவேண்டும் என்றே நெஹ்லூதவ் விரும்பினார். ஆனால் அவர் விரும்பியது போல் அவரால் கைகொடுத்து அவளுடன் கை கலக்க முடியவில்லை – இப்போது அவள் அப்படி அவருக்கு வெறுக்கத்தக்கவளாய் இருந்தாள்.

“நான் கொண்டு வந்திருக்கும் செய்தி நல்ல செய்தியல்ல – மேல் விசாரணை மனுவை மேலவை நிராகரித்துவிட்டது” என்று, அவளைக் கண்ணெடுத்துப் பார்க்கவோ, கை குலுக்க அவளிடம் கை கொடுக்கவோ முடியாதவராய், உணர்ச்சியற்ற வறட்டுக் குரலில் சொன்னார் அவர்.

“இது எனக்குத் தெரிந்ததுதான்” என்று மூச்சுத் திணறு கிறவளைப் போல் விபரீதமான குரலில் சொன்னாள் அவள்.

தெரிந்ததுதான் என்று ஏன் சொல்கிறாளென நெஹ்லூதவ் போன தடவை கேட்டிருப்பார். இப்போது அவர் அவளை ஏறிட்டுப் பார்த்துவிட்டுப் பேசாமல் இருந்தார். அவளுடைய கண்களில் கண்ணீர் ததும்பியது.

ஆனால் அப்போதுங்கூட அவருக்கு இரக்கம் உண்டாக வில்லை, அவள் மீது முன்னிலும் அதிகமாய் எரிச்சல்தான் உண்டாயிற்று.

சிறைக் கண்காணிப்பாளர் அவரது இருக்கையிலிருந்து எழுந்து அறையினுள் மேலும் கீழுமாய் நடைபோட ஆரம்பித்தார்.

மாஸ்லவா மீது இப்போது நெஹ்லூதவ் அடங்காத வெறுப்பு கொண்டிருந்தபோதிலும், மேலவையின் தீர்ப்பு குறித்து அவளுக்கு வருத்தம் தெரிவிக்காமல் இருக்கலாகாது என்று கருதினார்.

"நம்பிக்கை இழக்கக் கூடாது" என்றார் அவர். "மாமன்னருக்குச் சமர்ப்பிக்கப்படும் மனு வெற்றி கிடைக்கச் செய்யலாம். எனக்கு நம்பிக்கை இருக்கிறது..."

"நான் கவலைப்படுவது அதைப் பற்றி அல்ல..." என்று பரிதாபத்துக்குரியவளாய் அவள் கண்ணீர் தோய்ந்த ஓரப் பார்வை கொண்ட கண்களால் அவரைப் பார்த்தாள்.

"வேறு என்ன?"

"மருத்துவமனைக்குப் போயிருந்திருப்பீர்கள். அங்கே உங்களிடம் சொல்லியிருப்பார்கள். என்னைப் பற்றி..."

"ஆமாம். அதனால் என்னவாம்? அது உங்கள் விவகாரம்" என்று முகத்தைச் சுளித்துக்கொண்டு கடுப்பாய்க் கூறினார் நெஹ்லூதவ்.

தணிந்து போயிருந்த கொடூர அவமான உணர்ச்சி இப்பொழுது அவள் மருத்துவமனையைக் குறிப்பிட்டதும் புதிய மூர்க்கத்துடன் அவருள் மூண்டெழுந்தது.

"மதிப்புக்கும் மாண்புக்கும் உரியவன், எந்தப் பெரிய இடத்துப் பெண்ணும் கிடைப்பதற்கு அரியவன் என அக மகிழ்ந்து மணந்து கொள்ளத்தக்க மணவாளன் – இவளிடம் சென்று கணவனாக ஏற்கும்படி வேண்டினேன். இவள் பொறுத்திருக்கமாட்டாதவளாய் மருத்துவ உதவியாளரிடம் அல்லவா ஓடினாள்" என்று அவர் வெறுப்புடன் அவளை உற்றுப் பார்த்தவாறு தம்முள் நினைத்துக்கொண்டார்.

"மனு இதோ இருக்கிறது. கையொப்பம் போட வேண்டும்" என்று அவர் கோட்டுப் பைக்குள்ளிருந்து ஒரு பெரிய உறையை எடுத்துப் பிரித்துக் காகிதத்தை மேசையின் மேல் வைத்தார். கைக்குட்டை முனையால் கண்ணீரைத் துடைத்தபடி மேசைக்கு முன்னால் வந்து உட்கார்ந்த அவள், எங்கே என்ன எழுதுவதென்று கேட்டாள்.

கையொப்பமிட வேண்டிய இடத்தை அவர் சுட்டிக் காட்டினார். உடனே அவள் நன்றாய் அமர்ந்து, இடக்கையால் சட்டையின் வலக் கைப்பட்டியை உயர்த்தி விட்டுக் கொண்டாள். அவர் அவளுக்குப் பின்னால் நின்று, மேசைமீது கவிந்திருந்த அவளது முதுகைப் பார்த்தபடி மௌனமாயிருந்தார்;

உள்ளுக்குள் அடக்கப்பட்ட விம்மலால் அவள் முதுகு அதிர்ந்தாடியது. அவமானப்படுத்திவிட்டாள் என்று வெறுப்பு ஒரு பக்கம், துன்புறுகிறாள் என்று இரக்கம் ஒரு பக்கம்–நல்லதும் கெட்டதுமான இந்த இரு உணர்ச்சிகளும் நெஹ்லூதவின் மனத்துள் முட்டி மோதிப் போரிட்டுக் கொண்டன; இரண்டாவது உணர்ச்சிதான் வெற்றி பெற்றது.

எது முன்னதாய் எழுந்ததென்று அவருக்கு ஞாபகமில்லை– அவள் மீதான இரக்கமா? அல்லது தாம் புரிந்த பாபங்களை, அவளை எதற்காக நிந்தித்தாரோ அதையொத்த தமது இழி செயல்களைப் பற்றிய நினைவா? ஆனால் இப்போது அவர், குற்றமுள்ள நெஞ்சின் குறுகுறுப்பும் அதேபோது அவள் மீதான இரக்க உணர்ச்சியும் ஒருங்கே தம்முள் எழுவதை உணர்ந்தார்.

மனுவில் கையொப்பம் இட்ட அவள் மசிக்கறை பட்ட விரலைத் தன் பாவாடையில் துடைத்துக்கொண்டு எழுந்து அவரைப் பார்க்கத் திரும்பினாள்.

"என்ன நடந்தாலும், எப்படியானாலும் எனது தீர்மானம் மாற்றமின்றி எப்போதும் அப்படியேதான் இருக்கும்."

அவளை மன்னித்துவிட்டோம் என்னும் எண்ணம், அவள் பால் அவருக்கிருந்த இரக்கத்தையும் கருணையையும் மேலும் அதிகமாக்கியது. அவளுக்கு ஆறுதலளிக்க வேண்டுமென விரும்பினார் அவர்.

"நான் சொல்லியிருந்ததை அப்படியே செய்வேன். உங்களை எங்கே அழைத்துச் செல்கிறார்களோ; அங்கே உங்களுடன் நானும் வருவேன்."

"வந்து பயனில்லை" என்று அவள் அவசரமாய் அவரை இடைமறித்துச் சொன்னாள். ஆனால் அவள் முகம் பளிச்சென மலர்ச்சியடைந்தது.

"வழியில் என்ன தேவையாய் இருக்கும் என்பதை ஆலோசித்துச் சொல்லுங்கள்".

"முக்கியமாய்ச் சொல்வதற்கு ஒன்றும் இல்லை. உங்களுக்கு எனது நன்றி".

கண்காணிப்பாளர் அருகில் வந்தார். அவர் எதுவும் சொல்லும் வரைக் காத்திராமல் நெஹ்லூதவ் அவளிடம் விடை பெற்றுக் கொண்டு வெளியே சென்றார். இதன்முன் ஒருபோதும் அனுபவித்திராத அமைதிவாய்ந்த ஆனந்தமும் சாந்தியும் எல்லாரிடத்தும் அன்பும் அவர் இதயத்தை நிரப்பின. மாஸ்லவா என்னதான் செய்தாலும், அவள்பால் தமக்கிருந்த

அன்பு மாறாது நிலைத்திருக்கும் என்பது உறுதியாகியது. இந்த உணர்வு அவருக்கு மட்டிலா மகிழ்ச்சி அளித்தது. எந்நாளும் அவர் எட்டியிராத உயர் நிலைக்கு அவரை உயரச் செய்தது. மருத்துவ உதவியாளருடன் அவள் சரசமாடட்டுமே–அது அவள் விவகாரம்; அவள் மீது அவர் அன்பு கொண்டிருப்பது அவளுக்காகவும் ஆண்டவனுக்காகவுமே அன்றி, தமக்காக அல்லவே.

மாஸ்லவா மருத்துவமனையிலிருந்து நீக்கப்பட்டதற்கும், மெய்யாகவே அவள் குற்றமிழைத்துவிட்டதாய் நெஹ்லூதவ் நினைக்க நேர்ந்ததற்கும் காரணமாயிருந்த அந்த விவகாரத்தின் விவரம் வருமாறு: கசாய மூலிகை எடுத்து வரச் சொல்லி மாஸ்லவாவைத் தலைமைத் தாதி நடையின் கோடியில் இருந்த மருந்தகத்துக்கு அனுப்பியிருந்தாள். மாஸ்லவா ஓயாமல் தன்னை உபத்திரவம் செய்து வந்த மருத்துவ உதவியாளர் உஸ்தீனவ் அங்கே தனியே இருக்கக் கண்டாள்–உயரமான ஆள், முகம் முழுதும் பருக்கள் நிறைந்திருந்தன. அவரிடமிருந்து திமிறிக் கொண்டு வெளியே வர முயன்ற மாஸ்லவா, பலமாய் அவரை ஒரு தள்ளு தள்ளவே, அவர் தலை அங்கிருந்த அலமாரி ஒன்றில் மோதியது. அலமாரியிலிருந்து இரண்டு மருந்து புட்டிகள் கீழே விழுந்து உடைந்தன.

அப்போது அந்தப் பக்கமாகப் போய்க்கொண்டிருந்த தலைமை டாக்டர் புட்டிகள் உடையும் சப்தம் கேட்டதும் அங்கே பார்த்தார். முகம் செக்கச் சிவந்துபோய் மாஸ்லவா வெளியே ஓடி வரக் கண்டார் அவர்.

“பெண்ணே, உன்னுடைய வேலைகளை இங்கே காட்டி னால், விரட்டியடித்து விடுவேன், தெரியுமா?” என்று அவர் கோபமாய்க் கத்தினார். “என்ன இதெல்லாம்?” என்று மருத்துவ உதவியாளரிடம் திரும்பி, மூக்குக் கண்ணாடிக்கு மேலிருந்து அவரைக் கடுப்பாய் உற்று நோக்கினார்.

மருத்துவ உதவியாளர் இளித்துக்கொண்டு நியாயம் சொல்ல ஆரம்பித்தார். ஆனால் டாக்டர் அதைக் காதில் வாங்கிக் கொள்ளவில்லை. தலையை உயர்த்தித் திரும்பவும் மூக்குக் கண்ணாடி வழியே பார்த்துக்கொண்டு வார்டுக்குப் போய்ச் சேர்ந்தார். அதே நாளன்று அவர், மாஸ்லவாவுக்குப் பதில் அடக்கமானவளாகப் பார்த்து அனுப்பி வைக்கும்படிச் சிறைக் கண்காணிப்பாளரிடம் கூறினார்.

இதுவேதான் மருத்துவ உதவியாளருடன் மாஸ்லவா புரிந்த “சேஷ்டை”. சரசமாடினாள் என்று சொல்லி மருத்துவமனையி லிருந்து அவள் வெளியேற்றப்பட்டதானது, அவளுக்குச் சகிக்க

வொண்ணாத வேதனையை அளித்தது. ஆண்களுடனான உறவு நெடுங்காலமாகவே அவளுக்கு அருவருக்கத்தக்கதாய் இருந்தது. நெஹ்லூதவைச் சந்தித்த பிறகு அவளுக்கு அது அறவே வெறுக்கத்தக்கது ஆகிவிட்டது. முகப்பருக்களைக்கொண்ட அந்த மருத்துவ உதவியாளர் உட்பட எல்லாருமே அவளது கடந்த கால நிலையையும் தற்போதைய நிலையையும் கொண்டு அவளை மதிப்பிட்டு வந்ததையும், அவளை அவமதிப்பதும் அவள் மறுத்தவுடன் ஆச்சரியப்படுவதும் தமக்குரிய உரிமை ஆகுமெனக் கருதி வந்ததையும் நினைத்துப் பார்த்தாள். அவளுக்கு நெஞ்சு குமறியது. தன் மீது தானே பரிதாபப்பட்டுக்கொண்டு கண்ணீர் உகுத்தாள். இந்தத் தரம் நெஹ்லூதவைச் சந்திப்பதற்குப் புறப்பட்டபோது அவள் தன் மீதான குற்றச்சாட்டு முற்றிலும் பொய்யானது, தான் குற்றமற்றவள் என்பதை அவருக்குத் தெளிவுபடுத்த வேண்டுமென விரும்பினாள். தன் மீது சுமத்தப் பட்ட பொய்க் குற்றச்சாட்டு நிச்சயம் நெஹ்லூதவின் காதுக்கு எட்டியிருக்கும் என்பது அவளுக்குத் தெரியும். ஆனால் நடந் ததை அவரிடம் அவள் சொல்ல ஆரம்பித்தபோது, தன்னிடம் அவருக்கு நம்பிக்கை இல்லை. தான் கூறும் விளக்கம் அவரது சந்தேகங்களைப் பலப்படுத்தவே உதவி புரியும் என்பதாய் அவளுக்குப்பட்டது. கண்ணீர் அவள் தொண்டையை அடைத் தது. அவள் மௌனமாகி விட்டாள்.

அவரைத் தான் மன்னிக்கவில்லை. அவர் மீது வெறுப்பே கொண்டிருந்ததாய் இரண்டாவது சந்திப்பின்போது அவரிடம் சொன்னது மெய்தான் என்பதாகவே மாஸ்லவா இன்னமும் நினைத்து வந்தாள்; அவ்வாறே மனத்துள் தொடர்ந்து கூறிக் கொண்டும் இருந்தாள். ஆனால் உண்மையில் முன்பே அவள் திரும்பவும் அவரைக் காதலிக்க ஆரம்பித்திருந்தாள். தான் என்ன செய்ய வேண்டுமென்று அவர் நினைத்தாரோ அவற்றை அவள் தன் மனம் அறியாமலே செய்யும் அளவுக்கு அவர் மீது காதல் கொண்டிருந்தாள். குடிப்பதையும் புகை பிடிப்பதையும் நிறுத்தினாள். குலுக்கி மினுக்கும் சல்லாபங்களை விட்டொழித் தாள். மருத்துவமனையில் வேலை செய்யச் சென்றாள். அவர் இவற்றை விரும்பினார் என்று அவளுக்குத் தெரியும். அதனால் அவை யாவற்றையும் செய்தாள். அவர் நினைவுபடுத்திய ஒவ்வொரு தரமும் அவரது தியாகத்தை ஏற்று அவரை மணம் புரிந்து கொள்ளத் தொடர்ச்சியாய் அவள் தீர்மானமாய் மறுத்து வந்தாளெனில், பெருமையாய் முதல் தரம் கூறியதையே திரும்பத் திரும்பக் கூற அவள் ஆசைப்பட்டதும், இன்னும் முக்கியமாய் அவளை மணந்துகொள்வது அவருக்குப் துர்ப்பாக்கியம் ஆகுமென்பது அவளுக்குத் தெரிந்திருந்ததும்தான் அதற்குக்

காரணம். அவரது தியாகத்தை ஒருபோதும் ஏற்கலாகாதென அவள் வைராக்கியமாய்த் தீர்மானித்திருந்தாள். ஆயினும் தன்னை அவர் இழிந்தவளாகக் கருதினார். முன்பு இருந்தது போலவே இன்னமும் இருக்கிறாளென நினைத்தார். தன்னிடம் ஏற்பட்டிருக்கும் மாறுதலைக் கவனிக்கத் தவறிவிட்டார் என்கிற அந்த எண்ணம் அவளை வாட்டி வதைத்தது. தனது சைபீரியக் கடுங்காவல் தண்டனை உறுதி செய்யப்பட்டுவிட்ட செய்தியைக் காட்டிலும், மருத்துவமனையில் இருக்கையில் தகாத காரியம் செய்தாளென அவர் நினைக்கக்கூடும் என்பதுதான் அவளை அதிகமாய் வருத்திற்று.

30

முதலாவதாகப் புறப்படும் கைதிக் குழுவில் மாஸ்லவாவும் அனுப்பப்படலாம். ஆகவே நெஹ்லூதவ் தாமும் கிளம்பத் தயாரானார். ஆனால் வேலைகள் அவருக்கு அளவின்றி இருந்தன, எவ்வளவு நேரம் கிடைத்தாலும் எல்லா வேலை களையும் செய்து முடிக்க இயலாதென நினைத்தார். இது முன்பெல்லாம் இருந்த நிலையிலிருந்து முற்றிலும் மாறானது. முன்பெல்லாம் நேரம் போவதற்காக என்ன செய்யலாமென்று கற்பனை செய்து வேலைகளை அவர் உருவாக்கிக் கொள்ள வேண்டியிருந்தது. அந்த வேலைகள் யாவும் எப்போதும் தனி ஒருவரது – திமீத்ரி இவானவிச் நெஹ்லூதவ் ஒருவரது – நலனையே கருதியவை. வாழ்க்கையில் அவருக்குக் கருத்துக் குரியனவாய் இருந்தவை யாவும் திமீத்ரி இவானவிச்சையே மையமாகக் கொண்டவை. அப்படி எல்லாம் இருந்தும் அந்த வேலைகள் அவரைச் சலிப்புறவே செய்தன. இப்போது அவரது வேலைகள் யாவும் ஏனையோரையே மையமாகக் கொண்டி ருந்தன. தீமீத்ரி இவானவிச்சை அல்ல; இவ்வேலைகள் யாவும் சுவையாகவும் உள்ளங்கவருவனவாகவும் இருந்தன; இவற்றுக்கு ஒரு முடிவே இருக்கவில்லை.

அது மட்டுமல்ல, முன்பெல்லாம் திமீத்ரி இவானவிச்சின் வேலைகள் எப்போதும் அவருக்குக் கசப்பாய் இருந்தன. எரிச் சலையே உண்டாக்கின; இப்போது ஏனையோருக்காக அவர் செய்து வந்த வேலைகள் அவருக்கு அளவிலா இன்பம் அளித்து அவரை மகிழ்ச்சி வாய்ந்த மனநிலையில் இருக்கச் செய்தன.

தற்போது நெஹ்லூதவின் முன்னிருந்த வேலைகள் மூன்று வகைப்பட்டவை. நெஹ்லூதவிடம் வழக்கமான அவரது விதிமுறைக் கண்டிப்பை அனுசரித்து இவ்விதம் பிரித்து, இதற்கு

ஏற்ப காகிதங்களை வகைப்படுத்தித் தனித் தனியே மூன்று கைப்பைகளில் வைத்திருந்தார்.

முதல் வகையைச் சேர்ந்த வேலைகள் மாஸ்லவா சம்பந்த மானவை. அவளுக்குச் செய்ய வேண்டிய உதவிகளைக் குறிப் பவை. மன்னருக்குச் சமர்ப்பிக்கப்படும் அவளது மனுவுக்கு ஆதரவு கிடைக்கச் செய்வதிலும், சைபீரியப் பயணத்துக்குத் தயார் செய்வதிலும்தான் தற்போது இவ்வேலைகள் அடங்கி யிருந்தன.

இரண்டாவது வகைப்பட்ட வேலைகள் நெஹ்லூதவின் பண்ணைகள் சம்பந்தமாய்ச் செய்யப்பட வேண்டிய ஏற்பாடு களைப் பற்றியவை. பனோவாவில் விவசாயிகள் அவர்களது பொதுவான கிராமச் சமுதாயத் தேவைகளுக்காகப் பயன்படுவ தற்காக ஒதுக்கப்பட்ட வாரங்களைச் செலுத்தி வர வேண்டு மென்ற நிபந்தனையுடன் நிலங்களை அவர் விவசாயிகளுக்குத் தந்துவிட்டார். ஆனால் இந்த ஏற்பாட்டைச் சட்டப்படிப் பத்திர வடிவில் எழுதி அதற்கேற்ப தமது உயிலையும் எழுதி உறுதி செய்தாக வேண்டும். குஸ்மின்ஸ்கயேவில் அவர் நேரில் சென்று செய்திருந்த ஏற்பாடுதான் அங்கு இன்னமும் செயலில் இருந்தது. இதன்படி நிலங்களுக்கான வாரத் தொகைகளை அவர் பெற்றுக் கொள்வார். ஆனால் வரையறுப்புகள் நிர்ணயிக்கப்பட்டாக வேண்டும். மற்றும் வாரங்களின் வடிவில் கிடைக்கும் பணத்தில் அவர் தமக்காக எடுத்துக்கொள்ளப் போவது எவ்வளவு? விவசாயிகளது உபயோகத்துக்காக அளிக்கப்போவது எவ்வளவு என்று தீர்மானித்தாக வேண்டும். சைபீரியப் பயணத்தின்போது எவ்வளவு செலவிட வேண்டியிருக்கும் என்று தெரியாததால் இன்னமும் அவர் வார வருவாய் பூராவையும் கைவிடுவதென்று தீர்மானிக்கவில்லை. ஆனால் இந்த வருவாயில் ஏற்கெனவே அவர் சரிபாதியைக் கைவிட்டிருந்தார்.

மூன்றாவது வகையைச் சேர்ந்த வேலைகள் கைதிகளுக்கு உதவி செய்வது பற்றியவை. அவரது உதவியை நாடிய கைதிகள் மேலும் மேலும் அதிகமாகி வந்தனர்.

ஆரம்பத்தில் சிறைக் கைதிகளுடன் அவருக்குத் தொடர்பு ஏற்பட்டு அவரது உதவியை அவர்கள் நாட முற்பட்டதும், உடனே அவர்கள் சார்பில் தலையிட்டுத் தம்மால் இயன்றதை அவர் செய்து வந்தார். இந்தக் கைதிகளை வருத்திய கேடுகளை மட்டுப்படுத்தலாம் என்று பார்த்தார். ஆனால் அவர் உதவியை நாடியோர் விரைவில் மிகுதியாகி விடவே, அவர்கள் ஒவ்வொரு வருக்கும் தாம் உதவுவது முடியாத காரியம் என்பது தெளி வாகியது. இந்த நிலைமையில் அவர் தம்மையும் அறியாமலே

நான்காவது வகை வேலைகளில் ஈடுபடலானார். நாளா வட்டத்தில் இந்தப் புதுவகை வேலைகளின் முக்கியத்துவம் அதிகமாக, அண்மையில் இவை ஏனைய எல்லா வகை வேலைகளையும் விட மேலும் கூடுதலாக அவர் கருத்தைக் கவர்ந்து வந்தன.

இந்த நான்காவது வகை வேலைகள் அவரைத் திகைக்கச் செய்து வந்த ஒரு பிரச்சினைக்குத் தீர்வு காண்பதற்கான முயற்சி யிலிருந்து எழுந்தவை. குற்ற இயல் நீதி நிர்வாகம் அழைக்கப் பட்டு, திகைப்பூட்டும்படி அமைந்திருக்கிறதே, இது என்ன? எதற்காக, எங்கிருந்து எழுந்தது? அவர் நேரடியாகப் பரிச்சயம் பெற்றிருந்த கைதிகள் அடைத்து வைக்கப்பட்டிருக்கும் அந்தச் சிறைக் கூடத்துக்கும், பீட்டர்ஸ்பர்க்கில் உள்ள பெத்ரொபாவ் லவ்ஸ்கயா கோட்டையிலிருந்து சஹலீன் தீவு வரையில் மிகப் பல இடங்களிலும் இருந்து வரும் சிறைக்கூடங்களுக்கும், அவரைத் திகைக்கச் செய்வதாய் இருந்த இந்தக் குற்ற இயல் சட்டத்துக்கு நூற்றுக்கணக்கிலும் ஆயிரக்கணக்கிலும் பலியான வர்கள் இவற்றில் அடைத்து வைக்கப்பட்டிருப்பதற்கும் காரண மான இந்த நீதி நிர்வாகம் எதற்காக, எப்படித் தோன்றியது?

கைதிகளுடன் நேரில் அவர் பழகியதன் மூலமும், வழக்கறிஞரையும் சிறைக்கூடப் பாதிரியாரையும் கண்காணிப் பாளரையும் விசாரித்ததன் மூலமும், கைதிகளது பட்டியல்கள் மூலமும் அவருக்குத் தெரிய வந்தவற்றைக் கொண்டு, கொடுங் குற்றவாளிகள் என்பதாய் அழைக்கப்பட்ட இந்தக் கைதிகளை ஐந்து வகுப்புகளாகப் பிரிக்கலாமென நெஹ்லூதவ் முடிவு செய்தார்.

முதல் வகுப்பினர் அறவே குற்றமற்றவர்கள், நீதி விசார ணையின்போது இழைக்கப்பட்ட தவறுகளின் விளைவாய்த் தண்டிக்கப்பட்ட நிரபராதிகள். தீ மூட்டிகளாகக் கருதப்பட்ட மென்ஷோவும், மற்றும் மாஸ்லவாவும், இன்னும் பலரும் இத்தகையோரே. இவ்வகுப்பினர் அவ்வளவு அதிகமல்ல. பாதிரியாரின் மதிப்பீட்டின்படிச் சுமார் ஏழு சதவீதம்தான். ஆயினும் இவர்களது நிலை கருத்தூன்றிக் கவனிக்கத்தக்கது.

இரண்டாம் வகுப்பினர் மிகவும் அசாதாரணமான சூழ்நிலையில் – ஆவேசமான ஆத்திரம், பொறாமை, குடிவெறி போன்ற விசேஷ நிலைமைகளில் – புரிய நேர்ந்துவிட்ட செயல் களுக்காகத் தண்டிக்கப்பட்டவர்கள்; இந்த மாதிரியான நிலை மைகளில் இதேபோல் குற்றம் புரிந்திருக்கக் கூடியவர்களால் விசாரிக்கப்பட்டுக் குற்றத் தீர்ப்பளிக்கப்பட்டவர்கள். நெஹ்லூ தவுக்குத் தெரிய வந்த விவரங்களின்படி குற்றவாளிகளின் மொத்த எண்ணிக்கையில் பாதிக்கு மேற்பட்டோரை இவ் வகையைச் சேர்ந்தோராகவே கொள்ளவேண்டும்.

மூன்றாம் வகுப்பினர், அவர்களுடைய கருத்துப்படி முற்றிலும் இயற்கையான, ஏன் நல்லவை என்றுகூடச் சொல்ல வேண்டிய செயல்களைப் புரிந்தவர்கள்; ஆனால் சட்டங்களை இயற்றியவர்களான ஏனையோரின் கருத்துப்படி இச்செயல்கள் குற்றங்களாகக் கருதப்பட்டதால் தண்டிக்கப்பட்டவர்கள். கள்ளச் சாராயம் விற்றவர்கள், கள்ளக்கடத்தலாளர்கள், பெரிய நிலப் பிரபுக்களின் பண்ணைகளுக்கும் அரச குடும்பத்தாருக்கும் சொந்தமான காடுகளில் புல் அறுத்தோர், மரம் வெட்டியோர் முதலானோர் இவ்வகுப்பைச் சேர்ந்தவர்கள் ஆவர். மற்றும் மலைக்கள்ளர்களையும் சமய நம்பிக்கையில்லாக் குடிகளாய் இருந்து கோயில்களில் புகுந்து கொள்ளையடிப்போரையும் இவ்வகுப்பிலேதான் சேர்க்க வேண்டும்.

நான்காம் வகுப்பினர், ஒழுக்க நெறியில் சமுதாயத்தின் சராசரி நிலையைக் காட்டிலும் உயர்ந்த நிலையினராய் இருப்பவர்கள் என்கிற ஒரே காரணத்துக்காகக் குற்றவாளிகளாகக் கருதப்படுகிறவர்கள். சமய உட்குழுவோர் இத்தகையோரே ஆவர்; தேச சுதந்திரம் பெறுவதற்காகக் கலகம் புரியும் போலிஷ்காரர்களும் செர்க்கேசியர்களும், ஆட்சியாளர்களை எதிர்த்துப் போராடுவதற்காகத் தண்டிக்கப்படும் அரசியல் கைதிகளான சோஷலிஸ்டுகளும் வேலை நிறுத்தக்காரர்களும் இத்தகையோரே ஆவர். சமுதாயத்தின் மிகச் சிறந்த உறுப்பினர்களைத் தம்மிடையே கொண்டிருக்கும் இவ்வகுப்பினரின் சதவீதம் நெஹ்லூதவ் கண்டறிந்து கொண்ட விவரங்களின்படி மிகப் பெரியதாகும்.

கடைசியான ஐந்தாம் வகுப்பானது, சமுதாயத்துக்குத் தாம் புரிந்த குற்றத்தைக் காட்டிலும் பன்மடங்கு அதிக அளவுக்குச் சமுதாயத்தால் குற்றம் இழைக்கப்பட்டோரைக் கொண்டதாகும். இவர்கள், பாய் திருடிய பையனையும், சிறைக்கூடத்துள்ளும் வெளியிலும் நெஹ்லூதவ் கண்ணுற்றிருந்த நூற்றுக்கணக்கான, ஏனையோரையும் போல் கழித்துக் கட்டப்பட்டுத் தெருவிலே விடப்பட்டவர்கள், ஓயாத ஒடுக்குமுறைக்கும் தீய தூண்டுதலுக்கும் இலக்காகி உணர்விழந்தவர்கள். இவர்கள் வாழ்ந்து வந்த நிலைமைகள் திட்டமிட்டு இவர்களைக் குற்றங்களாகக் கருதப்படும் செயல்களை நோக்கித் தவிர்க்க முடியாத முறையில் இழுத்துச் செல்வதாய் நினைக்க வேண்டியிருந்தது. நெஹ்லூதவ் கண்ணுற்ற விவரங்களின்படி மிகப் பல திருடர்களும் கொலைகாரர்களும் இவ்வகுப்பைச் சேர்ந்தவர்களே. இவர்களில் சிலருடன் அண்மையில் நெஹ்லூதவ் தொடர்பு பெறலானார். குற்ற இயல் ஆய்வின் புதிய மரபானது குற்ற இனத்தவராகக்

குறிப்பிடும் சீரழிந்துபோய் மனங்குலைத்தவர்களையும் அவர் இவ்வகுப்பைச் சேர்ந்தோராகவே கொண்டார். இவ்வினத்தார் இருப்பதானது குற்ற இயல் சட்டமும் தண்டனையும் இன்றி யமையாதவை என்பதற்குப் பிரதான நிரூபணமாகக் கருதப்ப டுகின்றது. சீரழிந்து மனங்குலைந்து வக்கரித்துப்போன இனத் தோராகச் சொல்லப்படும் இவர்கள் சமுதாயத்துக்குக் குற்றம் இழைத்ததைக் காட்டிலும் பன்மடங்கு அதிகமாய்ச் சமுதாயத் தால் குற்றம் இழைக்கப்பட்ட வகையினரைப் போன்றவர்களே ஆவர் என்பதுதான் நெஹ்லூதவின் கருத்து –ஆனால் சமுதாயம் நேரடியாக இவர்களுக்குத் தற்போது குற்றம் இழைக்கவில்லை என்றாலும், கடந்த காலத்தில் இவர்களது பெற்றோருக்கும் முன்னோருக்கும் குற்றம் இழைத்திருந்தது.

இவ்வினத்தோரில் ஒருவனான அஹோத்தின் என்பவன் நெஹ்லூதவின் கவனத்தைப் பெரிதும் கவர்ந்திருந்தான். திருந்த முடியாதபடித் தடிப்பேறிப் போன திருடன் எனப் பெயர் பெற்றிருந்த அவன், சோர புத்திரனாய் வேசிக்குப் பிறந்து, கீழ்த்தர இரவு விடுதியில் வளர்ந்து ஆளானவன். போலீஸ்காரனது ஒழுக்கத்தைக் காட்டிலும் உயர் தரமான ஒழுக்கமுள்ள எந்த ஆளையும் அவன் முப்பது வயதாகும் வரை சந்தித்துப் பழகியதாகத் தெரியவில்லை; சிறு வயதிலே திருடர்களது கும்பல் ஒன்று அவனை வசப்படுத்திக் கொண்டுவிட்டது. அபார நகைச் சுவை உணர்வுடையவனாய் இருந்த அவன் தன்னைச் சுற்றிலும் இருந்தோரது உள்ளத்தைக் கவர்ந்து வந்தான். நெஹ்லூதவை அணுகித் தன் சார்பிலும் தலையிட்டு உதவும்படி அவன் வேண்டினான். அதேபோது தன்னையும் நீதிபதிகளையும் சிறைக்கூடத்தையும், மற்றும் குற்ற இயல் சட்டங்கள் மட்டுமின்றி ஆண்டவனது சட்டங்களும் அடங்கலாய் எல்லாச் சட்டங் களையும் கேலி புரிந்து சுவாரசியமாகப் பேசினான். இவனைப் போன்றவன்தான் கண்ணுக்கு இனியவனான ஃபேதரோவும். கொள்ளைக் கூட்டம் ஒன்றின் தலைவனான அவன் தனது ஆட்களுடன் சேர்ந்து வயது முதிர்ந்த அதிகாரி ஒருவரைக் கொன்று கொள்ளையடித்தவன். அவன் ஒரு விவசாயி. அவன் தந்தையின் வீடு சட்ட விரோதமான முறையில் அவரிடமிருந்து பறிக்கப்பட்டு விட்டது. பிறகு அவன் படையாளாய் இராணு வத்தில் சேவை புரிந்தபோது படையதிகாரி ஒருவரது காதலியின் மீது காதல்கொள்ள நேர்ந்ததால் பழி வாங்கப்பட்டுத் துன்பப் பட்டவன். கவர்ச்சியும் அடங்கா ஆர்வமும் கொண்ட உள்ள முடையவன், என்ன நேர்வதாயினும் இன்புற வேண்டுமெனத் துடிப்பவன், எதை முன்னிட்டும் தமது சிற்றின்ப நாட்டத்தைக்

கட்டுப்படுத்திக்கொண்டவர் யாரையும் அவன் கண்டறியாதவன், இன்புற்று மகிழ்வதைத் தவிர வாழ்க்கையில் குறிக்கோள் வேறு ஏதும் இருப்பதாய்க் கேட்டறியாதவன். இவர்கள் இருவரும் சிறப்பான அளவுக்கு இயற்கைத் திறன் பெற்றவர்கள், ஆனால் பேணிக் காக்காமல் உருக்குலைக்கப்பட்ட செடிகளைப் போல் கவனியாது புறக்கணிக்கப்பட்டு பாழாக்கப்பட்டவர்கள் என்பது நெஹ்லூதவுக்குத் தெளிவாகவே விளங்கிற்று. அவர் சந்திக்க நேர்ந்த உதவாக்கரை ஊர் சுற்றியும் மற்றும் ஒரு பெண்ணும் அவரால் சகிக்க முடியாதபடி மதி மழுங்கிப் போயிருந்தனர், கொடும் மனங்கொண்டோராகத் தோன்றினர் – ஆனால் இத்தாலியக் குற்ற இயல் ஆய்வு மரபினர் கூறும் குற்ற இயல்பு கொண்ட இனத்தோருக்கான அறிகுறிகளை இவர்களிடம் கூட நெஹ்லூதவால் காண முடியவில்லை. நீள் கோட்டுகளிலும் தோள்பட்டைச் சின்னங்களிலும் லேஸ் ஒப்பனைகளிலும் சிறைக்கூடத்துக்கு வெளியே அவர் சந்தித்திருந்தோரில் பலர் எப்படித் தமக்கு அருவருப்பு அளிப்போராய் இருந்தார்களோ, அதே போலத்தான் இவ்விருவரும் தனிப்பட்ட முறையில் தமது மனத்துக்கு ஒவ்வாதோராய் இருக்கக் கண்டாரே ஒழிய அதற்கு மேல் ஒன்றுமில்லை.

இப்படிப் பல வகுப்புகளைச் சேர்ந்தோரும் தண்டிக்கப் பட்டுச் சிறையில் அடைபட்டுக் கிடக்கிறார்கள். ஆனால் முற்றும் இவர்களையே ஒத்தவர்களான ஏனையோர் சுதந்திர மாய் வெளியே நடமாடுவதோடு, இவர்களுக்குத் குற்றத் தீர்ப்பும் அளிக்கிறார்களே, இது ஏனென்று நெஹ்லூதவ் ஆராய்ந்து வந்தார். தற்போது நெஹ்லூதவ் ஈடுபட்டிருந்த நான்காவது வகை வேலைகள் இதில்தான் அடங்கியிருந்தன.

இந்தக் கேள்விக்கான பதிலைப் புத்தகங்களில் காணலா மென்று ஆரம்பத்தில் நெஹ்லூதவ் நினைத்தார். இது குறித்துப் பரிசீலிக்கும் புத்தகங்களாகத் தோன்றியவை யாவற்றையும் அவர் வாங்கினார். லம்பிரசோ, கரோபலோ, ஃபெரி, லிஸ்ட், மாவுத்சிலே, தார்த்* – இவர்கள் எல்லோரது புத்தகங்களையும் வாங்கிக் கவனமாகப் படித்தார். இவற்றைப் படிக்கப் படிக்க அவருக்கு மேலும் மேலும் அதிகமாய் ஏமாற்றமாய் இருந்தது. விஞ்ஞானத்தில் ஈடுபட்டுப் பங்காற்றவோ, அதைப்பற்றி எழுதவோ, தர்க்கம் புரியவோ, அதைப் போதிக்கவோ நினைக்காமல், வாழக்கையின் அன்றாடப் பிரச்சினைக்கு விடைகாணும் எளிய நோக்கத்துடன் அதனிடம் செல்வோர்

---

* ரஃபேல் கரோபலோ (பிறப்பு 1852) என்ரிக்கோ ஃபெரி (1856-1929)- இத்தாலியக் குற்ற ஆய்வாளர்கள், குற்ற இயல் ஆய்வில் “இத்தாலிய மரபு” எனப்படுவதைப் பின்பற்றியவர்கள்.
பிரிடிரிக் லிஸ்ட் (1789-1846)-ஜெர்மன் பொருளியலாளர்.
மாவுத்சிலே (1835-1918)-ஆங்கிலேய உளவியலாளர்.

எவருக்கும் வழக்கமாய் நேர்வதுதான் அவருக்கும் நேர்ந்தது. விஞ்ஞானமானது குற்ற இயல் சட்டங்களைப் பற்றி மிக நுட்பமான, அறிவார்ந்த ஆயிரக்கணக்கான ஏனைய கேள்வி களுக்கு எல்லாம் பதிலளித்ததே தவிர, அவர் விடை காண முயன்ற கேள்விக்குப் பதில் ஏதும் அளிக்கவில்லை.

அவர் எழுப்பிய கேள்வி மிகவும் எளிமையானது: மக்களில் ஒரு சார்பினர் ஏனையோரைச் சிறையில் அடைக்கவும் வதைக்கவும் தொலைவிடங்களுக்குக் கடத்தவும் கசையடி அளிக்கவும் கொல்லவும் செய்கிறார்களே, தாம் வதைக்கின்ற, கசையடி அளிக்கின்ற, கொல்கின்ற ஆட்களைப் போன் றோராகவே இருந்துகொண்டு இவ்வளவையும் செய்கிறார்களே, ஏன் இது? இப்படிச் செய்ய அவர்களுக்கு என்ன உரிமை? ஆனால் அவருக்குக் கிடைத்த பதில்கள் பகுத்தாய்வுகளாய் இருந்தன; மனிதனுக்குச் சித்த சுதந்திரம் உண்டா, இல்லையா? மண்டை ஓட்டை அளந்து குற்றஇயல் மனப்பாங்குக்கான அறிகுறிகளைக் கண்டறிந்துகொள்ள முடியுமா, முடியாதா? குற்றச் செயல்களில் மரபியலுக்கு உள்ள பங்கு என்ன? தீய ஒழுக்கம் மரபு வழியில் பெறப்படுவது சாத்தியமா? ஒழுக்க நெறி என்பது என்ன? பைத்தியக்காரத்தனம் என்பது என்ன? சீரழிவு என்பது என்ன? மனப்பான்மை என்பது என்ன? தட்பவெப்ப நிலை, உணவு, அறியாமை, பிறர் செய்வதைத் தாமும் செய்ய நினைத்தல், மனோவசியம், உணர்ச்சி வேகம்– இவற்றால் குற்றச் செயல்கள் மீது ஏற்படும் பாதிப்பு என்ன? சமுதாயம் என்பது என்ன? அதன் கடமைகள் யாவை? இப்படி இன்னும் பல.

இந்தப் பகுத்தாய்வுகள் நெஹ்லூதவுக்கு முன்பு ஒரு தரம் பள்ளிக்கூடச் சிறுவன் ஒருவன் அளித்த பதிலை நினைவூட்டின. பள்ளிக்கூடத்திலிருந்து வீட்டுக்குப் போய்க்கொண்டிருந்த அந்தச் சிறுவனை நெஹ்லூதவ் சந்திக்க நேர்ந்தபோது, சொல்லைச் சொன்னால் அதிலுள்ள எழுத்துகளைச் சொல்லத் தெரியுமா என்று நெஹ்லூதவ் அவனைக் கேட்டார்.

“ஓ, தெரியுமே” என்று பதிலளித்தான் சிறுவன்.

“சரி, ‘கால்’ என்னும் சொல்லில் உள்ள எழுத்துகளைச் சொல்.”

“நாயின் காலா? எதனுடைய கால்?” என்று திருட்டு முழி முழித்தவாறு சிறுவன் பதிலளித்தான்.

நெஹ்லூதவ் எழுப்பிய அடிப்படையான கேள்விக்கு புத்த கங்களும் இதே போலத்தான் கேள்விகளின் வடிவில் அமைந்த பதில்களைத் தந்தன.

விவேகமும் பாண்டித்தியமும் சுவையும் வாய்ந்த மிகப் பலவும் இப்புத்தகங்களில் இருந்தன. ஆனால் எந்த உரிமையின் பேரில் ஒருவர் வேறொருவருக்குத் தண்டனை அளிக்கிறார் என்கிற தலையாய கேள்விக்குப் பதில் ஏதும் இல்லை.

இதற்குப் பதில் ஏதும் இல்லை என்பதுடன், தண்டனை அளிப்பது அவசியமே என்பது வெளிப்படையாகவே தெரியும் உண்மையாக எடுத்துக்கொள்ளப்பட்டு, தண்டனைக்கு விளக்கம் கூறி நியாயம் கற்பிப்பதற்காக எல்லாவிதமான வாதங்களும் முன்வைக்கப்பட்டன.

நெஹ்லூதவ் நிறையவே படித்தார். ஆனால் முறையாக அல்லாமல் விட்டுவிட்டே அவரால் படிக்க முடிந்தது. இப்படி மேம்போக்கான முறையில் படித்ததால்தான் தம்மால் விடையைத் தெரிந்துகொள்ள முடியவில்லை, பிற்பாடு திரும்பவும் சரிவரப் படித்தால் தெரிந்துகொண்டு விடலாம் என்பதாக நினைத்தார் அவர். ஆனால் கடந்த சிறிது காலமாய் மேலும் மேலும் அவர் மனதுக்குத் தெளிவாகி வந்த விடை மெய்யானதுதான் என்பதை நம்புவதற்கு அவர் மனம் துணியவில்லை.

31

மாஸ்லவா சேர்க்கப்பட்டிருந்த கைதிக் குழு ஜூலை 5இல் புறப்படுவதாய் இருந்தது. அதே நாளன்று நெஹ்லூதவும், அவள் பின்னால் புறப்படத் தயாரானார்.

அதற்கு முந்திய நாளன்று நெஹ்லூதவின் அக்காளும் அவள் கணவரும் அவரைப் பார்ப்பதற்காக நகரத்துக்கு வந்திருந் தனர்.

நெஹ்லூதவின் அக்காவான நத்தாலியா இவானவ்னா ரகோழின்ஸ்கயா அவரைக் காட்டிலும் பத்து வயது மூத்தவள். நெஹ்லூதவ் ஓரளவு அவளது செல்வாக்கின் கீழ் வளர்ந்தவர். அந்தக் காலத்தில் சிறு பையனாய் இருந்த அவரிடம் உயிராய் இருந்தவள் இந்த அக்காள். பிற்பாடு, அவளுக்குத் திருமண மாகும் முன்பு இருபத்து ஐந்து வயதான மங்கையாகிய அவளும், பதினைந்து வயதுப் பையனாகிய அவரும் சரிசமமானவர்கள் போல் ஒருவருக்கொருவர் அவ்வளவு நெருக்கமாய் இருந்த வர்கள். அப்போது அவரது நண்பர் நிக்கொலின்கா இர்தினி யோவை அவள் காதலித்து வந்தாள், ஆனால் நிக்கொலின்கா இறந்து போய்விட்டார். அக்காளும் தம்பியும் நிக்கொலின் காவிடம் அளவு கடந்த அன்புகொண்டிருந்தனர்; நிக்கொலின்

காவிடத்தும் தம்மிடத்தும் இருந்த நல்ல பண்புகளை, எல்லாரையும் ஒருசேர இணைக்கும்படியான இந்தப் பண்புகளை நேசித்தனர்.

ஆனால் இருவருமே பிற்பாடு சீரழிந்து போயினர்: இராணுவச் சேவையால், தீய வாழ்வினால் அவரும், நல்லது அறியாதவர் ஒருவரை மணந்துகொண்டதால் அவளும் கெட்டுப் போயினர். அவள் புலனின்ப வயப்பட்ட காதலால் ஈர்க்கப் பட்டு, அந்த ஆளை மணந்துகொண்டாள். ஆனால் அந்த ஆள் அவளுக்கும் நெஹ்லூதவுக்கும் ஒரு காலத்தில் புனிதம் மிக்கனவாய், உயிரனையனவாய் இருந்தவை யாவற்றையும் மதியாது அலட்சியப்படுத்தியது மட்டுமல்லாமல், இவற்றைப் புரிந்துகொள்ள முடியாதவராகவுங்கூட இருந்தார். ஒழுக்கத்தில் மேன்மையுற்று உயர்வதற்கும் மக்களுக்குத் தொண்டு ஆற்றுவ தற்குமான முயற்சிகளே முன்பொரு காலத்தில் அவளுக்கு வாழக்கையின் குறிக்கோளாய் இருந்தன: ஆனால் இப்பொழுது அவளுடைய கணவர், அவரால் புரிந்துகொள்ள முடிந்த ஒரே காரணமான தன்னகங்காரமேதான், சுயவிளம்பர ஆசையேதான் இம்முயற்சிகள் யாவற்றுக்கும் காரணம் என்றார்.

நத்தாலியாவின் கணவரான ரகோழின்ஸ்கி பெயர் பெற்றவராகவோ, சொத்துடையவராகவோ இருந்தவரல்ல, ஆனால் அவர் வகித்த பதவிக்கு வேண்டிய தந்திரங்களில் தேர்ந்த திறமையுடையவராய் இருந்தார். மிதவாதத்துக்கும் பழமைவாதத்துக்குமிடையே சாமர்த்தியமாகத் தந்திரம் புரிந்து, இரண்டு போக்குகளில் அந்தந்த நேரத்திலும் சந்தர்ப்பத்திலும் தமது சொந்தகாரியங்களுக்கு எது ஏற்றதாய் இருந்ததோ அதைப் பயன்படுத்திக்கொண்டும், இன்னும் முக்கியமாய்ப் பெண்களைக் கவரும்படி அவரிடம் இருந்த ஒரு தனி வகை இயல்பைக் கையாண்டும் நீதி நிர்வாகத் துறையில் ஒப்பளவில் சிறப்புக்குரிய பதவி உயர்வு பெற்றுக் கொண்டுவிட்டார். இளமையின் முற் பகுதியைக் கடந்தபின் வெளிநாடுகளில் பயணம் செய்த போது அவர் நெஹ்லூதவ் குடும்பத்தாருடன் பரிச்சியம் பெறலானார். நத்தாலியாவும் அப்பொழுது இளமையைக் கடந்தவளாகவே இருந்தாள். இவளைத் தம் மீது காதல் கொள்ளச் செய்வதில் அவர் வெற்றியடைந்தார். அவள் ஓரளவு தன் தாயின் விருப்பத்துக்கு எதிராய் அவரை மணந்து கொண்டாள்– அவள் தாய் அதைப் பொருந்தாத திருமணம் என்பதாகவே கருதினார்.

நெஹ்லூதவ் அதைத் தம் மனத்திடமிருந்தே மறைக்க முயன்றபோதிலும், அதை எதிர்த்துப் போராடிய போதிலும், தமது அத்தானை வெறுத்து வந்தார். கீழ்த்தர உணர்ச்சிகளுக்கு ஆட்பட்டவராய், அகங்காரங்கொண்ட குறுகிய மனப்போக்கு

உடையவராய் இருக்கிறாரே என்று நெஹ்லூதவ் அவரை வெறுத்தார். இன்னும் முக்கியமாய்த் தமது அக்காளை முன்னிட்டு நெஹ்லூதவ் அவரை வெறுத்தார்–தமது அக்காள் இப்படித் தன்னல வயப்பட்டு, புலனின்பத்துக்கு அடிபணிந்து, வெறித்தனமாய் இந்த வறட்டு மனிதரிடம் மோகங்கொண்டு விட்டாளே, தன்னிடம் இருந்த நல்ல இயல்புகளை எல்லாம் இந்த ஆளுக்காக வேண்டி மாய்த்துக்கொண்டு விட்டாளே, எப்படி அவளால் இதைச் செய்ய முடிந்தது என்று நெஹ்லூதவ் அவரை வெறுத்தார்.

வழுக்கை விழுந்து பளபளக்கும் தலையுடன் மேலெங்கும் ரோமம் அடர்ந்தவரான இந்த அகங்கார மனிதரின் மனைவியாக நத்தாலியாவை நினைத்துப் பார்க்கையில் நெஹ்லூதவுக்கு எப்போதுமே வேதனையாய் இருந்தது. இவர்களது குழந்தைகள் மீது அவருள் எழுந்த துவேஷ உணர்ச்சியை அவரால் அடக்கவே முடியவில்லை. நத்தாலியாவுக்குக் குழந்தை பிறக்கப் போகிறதென்று தெரியும்தோறும் அவருக்கு வருத்தமாய் இருக்கும் – தம் எல்லார்க்கும் சிறிதும் ஒவ்வாதவரான இந்த மனிதரிடமிருந்து மறுபடியும் பீடை அவளைத் தொற்றிக்கொண்டு விட்டதென அவர் மனம் வருந்துவார்.

ரகோழின்ஸ்கி தம்பதியருக்கு ஒரு சிறுவனும் ஒரு சிறுமியுமாய் இரண்டு குழந்தைகள் இருந்தனர். இருவரையும் ஊரில் விட்டுவிட்டு இவர்கள் தனியே மாஸ்கோவுக்கு வந்து சிறந்த ஓட்டல் ஒன்றில் சிறந்த அறையில் தங்கினார்கள். வந்திறங்கியதும் நத்தாலியா இவானவ்னா உடனே புறப்பட்டுத் தனது தாயின் பழைய வீட்டுக்குச் சென்றாள். தனது தம்பி அங்கிருந்து போய்விட்டதாகவும் வாடகை அறைகளில் வசிப்பதாகவும் அக்ரஃபேனா பெத்ரோவ்னாவிடமிருந்து தெரிய வரவே, அவள் அந்த அறைக்குச் சென்றாள். நாள் முழுதும் எரிந்த சிறிய விளக்கின் ஒளியைத் தவிர வெளிச்சத்துக்கு வழி ஏதும் இல்லாமல் இருண்டிருந்த நடைவழியில் கெட்ட வீச்சம் மூக்கில் ஏறியது. அங்கே அழுக்குப் படிந்த வேலையாள் ஒருவன் அவளைச் சந்தித்து, கோமகன் வெளியே போயிருப்பதாக அறிவித்தான்.

கடிதம் எழுதி வைக்க வேண்டியிருப்பதால் தன் தம்பியின் அறைக்கு அழைத்துச்செல்லும்படி நத்தாலியா இவானவ்னா சொன்னதும் அந்த ஆள் அவளை நடைவழியினுள் அழைத்துச் சென்றான்.

உள்ளே வந்ததும் தம்பியின் இரண்டு அறைகளையும் நத்தாலியா இவானவ்னா கவனமாய்ப் பார்வையிட்டாள். தம்பிக்கு உரியனவாய் அவள் நன்கு அறிந்திருந்த அந்தச்

சுத்தமும் ஒழுங்குமுறையும் யாவற்றிலும் தென்படக் கண்டாள். அதோடு தம்பியிடம் இதன் முன் இருந்திராத புதுமையான எளிமை அவள் வியப்புறும் வண்ணம் சுற்றிலும் அவள் கண்ணில் பட்டது. அவள் அறிந்த வெண்கல நாயுடன் கூடிய அந்தப் பேப்பர் வெயிட் மேசையின் மேல் இருந்தது. பல்வேறு காகிதக் கோப்புகளும் எழுதுவதற்கு வேண்டி உபகரணங்களும் மேசையின் மேல் எப்போதும் போல் கச்சிதமாய் வைக்கப்பட்டிருந்தன. தார்தின் பிரெஞ்சுப் புத்தகத்தில் பக்க அடையாளக் குறியாய் வைக்கப்பட்டிருந்த கோணலான பெரிய யானைத்தந்த கத்தியும் அவளுக்குத் தெரிந்ததுதான். தண்டனை பற்றிய வேறு பல புத்தகங்களும் ஹென்றி ஜார்ஜின் ஆங்கிலப் புத்தகமும் அடுக்கி வைக்கப்பட்டிருந்தன.

இந்த மேசையின் முன்னால் அமர்ந்து அவள், தவறாமல் அன்றே வந்து தன்னைச் சந்திக்கும்படிக் குறிப்பு எழுதி வைத்தாள். தான் கண்ணுற்றவை குறித்து ஆச்சரியப்பட்டுத் தலையை ஆட்டிக் கொண்டபின் அங்கிருந்து தனது ஓட்டல் அறைக்குத் திரும்பினாள்.

தன் தம்பி குறித்து இரண்டு பிரச்சினைகள் இப்பொழுது நத்தாலியா இவானவ்னாவின் கருத்துக்குரியனவாய் இருந்தன; ஒன்று கத்யூஷாவை அவர் மணந்துகொள்ளப்போவது பற்றியது–இது குறித்து அவள் தனது ஊரில் பேச்சு அடிபடக் கேட்டிருந்தாள். எல்லாரும் இதைப்பற்றிப் பேசி வந்தார்கள்; மற்றொன்று நிலங்களை அவர் விவசாயிகளுக்குக் கொடுத்து வந்தது பற்றியது இதுவும் எல்லார்க்கும் தெரிந்திருந்தது, பலருக்கும் இது அரசியல் சம்பந்தப்பட்ட அபாயகரமான செயலாகப்பட்டது. கத்யூஷாவை அவர் மணந்துகொள்வது, நத்தாலியா இவானவ்னாவுக்கு ஒரு விதத்தில் பிடித்தமானதாகவே இருந்தது. அந்த வைராக்கியத்தை அவள் பாராட்டவே செய்தாள்–இது தன் தம்பிக்கும் தனக்கும் உரியதாய் இருந்த வைராக்கியம் அல்லவா, தனது திருமணத்துக்கு முற்பட்ட அந்த இனிமையான நாட்களில் இருவரும் இத்தகையோராகத் தானே இருந்தோம் என்று மகிழ்ந்துகொண்டாள். அதேபோது அச்சம்தரத் தக்கவளாய் இருந்த இந்த மாதிரியான ஒரு பெண்ணைத் தம் தம்பி மணந்து கொள்வதாக இருப்பதை நினைக்கையில் அவளுக்குப் பயங்கரமாகவும் இருந்தது. இரண்டு உணர்ச்சிகளில் இரண்டாவதுதான் அதிக பலம் படைத்ததாய் இருந்தது. தம்பியைத் தடுப்பது கடினம்தான் என்பது அவளுக்குத் தெரிந்தாலுங் கூட, தன் தம்பியின் மீது தனக்கிருந்த செல்வாக்கு அனைத்தையும் உபயோகித்து எப்படியாவது தடுக்க வேண்டுமென்று தீர்மானம் செய்து கொண்டாள்.

நிலங்களை விவசாயிகளுக்குக் கொடுப்பது பற்றியதான அந்த இன்னொரு பிரச்சினை குறித்து அவள் அதிகம் கவலைப் படவில்லை. ஆனால் அவள் கணவர் இப்பிரச்சினை குறித்து ஆத்திரப்பட்டுக் கொண்டார்; அவள் தன் தம்பியைத் தடுத்து நிறுத்த முயலவேண்டுமென்று அவர் கருதினார். இந்த மாதிரி யான செயலுக்கு எந்த நியாயமும் இல்லை. மடத்தனத்தையும் அகம்பாவத்தையும் குறிக்கும் செயலாகும் என்று இக்னாத்தி நிக்கீஃபரொவிச் ரகோழின்ஸ்கி கடிந்துகொண்டார். தான் ஏனையோரைப் போன்றவனல்ல. அலாதியானவன் என்று காட்டிக்கொள்ள வேண்டும், தன்னைப் பற்றிப் பலரும் பேச வேண்டும், பெயரும் புகழும் பெற வேண்டும் என்கிற ஆசையைத் தவிர வேறு எதையும் இச்செயலுக்குக் காரணமாகச் சொல்வதற்கில்லை என்றார் அவர்.

"நிலங்களை விவசாயிகளுக்குக் கொடுத்து அவற்றுக்கான வாரத்தை அவர்கள் தமக்குத் தாமே செலுத்திக் கொள்ளட்டும் என்று சொல்வதில் ஏதாவது அர்த்தம் உண்டா?" என்றார் இக்னாத்தி நிக்கீஃபரொவிச். "அவர் அப்படிச் செய்ய விரும்பினால், விவசாயிகளது வங்கியின் மூலம் நிலங்களை அவர்களுக்கு விற்பனை செய்யட்டுமே, அப்படிச் செய்தால் அது அர்த்தமுள்ளதாய் இருக்கும். இப்பொழுது இவர் செய்வது சித்த சுவாதீனமுள்ளவர் செய்கிற காரியமாகத் தெரியவில்லையே."

நெஹ்லூதவுக்குச் சட்டப்படியான காப்பாளர் ஒருவர் நியமிக்கப்படுவதற்கு நடவடிக்கை எடுக்க வேண்டுமென்று கூட இக்னாத்தி நிக்கீஃபரொவிச் நினைத்தார். தமது மனைவி அவளது தம்பியைச் சந்தித்துத் தம்பியின் இந்த விபரீதத் திட்டம் குறித்துத் தக்கபடிப் பேச வேண்டும் என்று அவர் கோரினார்.

32

அறைக்குத் திரும்பி வந்த நெஹ்லூதவ் மேசையின் மேலிருந்த அக்காளது குறிப்பைக் கண்டதும் உடனே புறப்பட்டு அவளிடம் சென்றார். அப்போது மாலைப் பொழுது. இக்னாத்தி நிக்கீஃபரொவிச் பக்கத்து அறையில் படுத்திருந்தார். நத்தாலியா இவானவ்னா தனியே இருந்து தம்பியை வரவேற்றாள். உடம்பு டன் இறுகப் பொருந்திய கறுப்புப் பட்டு ஆடை அணிந்து நெஞ்சில் சிவப்பு ரிப்பன் சூடியிருந்தாள். அவளது கரிய கேசம் நெளிநெளியாகச் சுருட்டையாக்கப்பட்டு நவீன பாணியில் ஒப்பனை செய்யப்பட்டிருந்தது.

அவளைப் போல் அதே வயதுடையவராய் இருந்த அவளது கணவருக்காக வேண்டி அவள் தன்னை இளம்

வயதினளாகத் தோன்றச் செய்வதற்காக முயன்று வந்தது நன்றாகவே தெரிந்தது.

தம்பியைப் பார்த்ததும் சோபாவிலிருந்து அவள் துள்ளி யெழுந்து பட்டு ஆடை சலசலக்க அவரிடம் ஓடி வந்தாள். இருவரும் முத்தமிட்டுக் கொண்டனர். புன்னகை புரிந்தவாறு ஒருவரையொருவர் பார்வையிட்டுக் கொண்டனர். சொற்களால் சொல்ல இயலாத மர்மமான அர்த்த புஷ்டி வாய்ந்த, உண்மை நிறைந்த பார்வைப் பரிமாற்றம் நடந்தேறியது. பிறகு வாய்ச்சொல் பரிமாற்றம் ஆரம்பமாகியது. இது உண்மை நிறைந்ததாய் இருக்கவில்லை. தாய் இறந்தபின் இருவரும் இப்போதுதான் முதன்முதல் நேரில் சந்தித்தனர்.

“நீ கொஞ்சம் பருத்துப் போயிருக்கிறாய். வயதில் முன்னி லும் இளையவள் ஆகியிருக்கிறாய்” என்றார் அவர்.

அவள் மகிழ்ச்சியடைந்து உதடுகளைக் குவித்துக் கொண்டாள்.

“ஆனால் நீ இளைத்துப் போயிருக்கிறாய்.”

“சரி, இக்னாத்தி நிக்கீஃபரொவிச் எங்கே காணோம்?”

“படுத்திருக்கிறார். இரவில் தூங்காமல் கண் விழித்திருந் தார்.”

பேசுவதற்கு நிறைய இருந்தன. வாயால் பேசுவதற்குப் பதில் கண்களால் பேசிக்கொண்டார்கள். வாய் கூறத் தவறியதைக் கண்கள் கூறின.

“உன்னுடைய அறைகளுக்குப் போயிருந்தேன்”.

“ஆமாம். எனக்குத் தெரியும். வீட்டை விட்டு விட்டு அறைகளுக்கு வந்துவிட்டேன். அவ்வளவு பெரிய வீட்டில் தனியே இருக்கப் பிடிக்கவில்லை. வேதனையாய் இருந்தது. அங்கே இருப்பவற்றில் எதுவும் எனக்கு வேண்டாம். அவற்றை எல்லாம் நீதான் எடுத்துக்கொள்ள வேண்டும் – தட்டுமுட்டுச் சாமான்களையும் ஏனையவற்றையும் சொல்கிறேன்.”

“ஆமாம். அக்ரஃபேனா பெத்ரோவ்னா யாவற்றையும் சொன்னாள் என்னிடம், நான் அங்கே போயிருந்தேன். நன்றி உனக்கு. ஆனால்...”

அப்போது ஓட்டல் பணியாள் வெள்ளித் தேநீர்க் கலன்களை எடுத்துக்கொண்டு அறைக்குள் வந்தான்.

யாவற்றையும் அவன் தேநீர் மேசையில் எடுத்து வைத்துச் சரிசெய்தபோது இருவரும் பேசாமல் மௌனமாய் இருந்தனர். பிறகு நத்தாலியா இவானவ்னா அந்த மேசைக்குப் பக்கத்தில் ஒரு நாற்காலியில் உட்கார்ந்துகொண்டு பேசாமல் தேநீர் கலந்தாள். நெஹ்லூதவும் மௌனமாய் இருந்தார்.

“ஆமாம், திமீத்ரி, எனக்கு எல்லாம் தெரியும்” – தம்பியை உற்றுப் பார்த்தபடி உறுதியான குரலில் பேச ஆரம்பித்தாள் நத்தாலியா.

“நல்லதுதான். உனக்குத் தெரியும் என்பது அறிந்து நான் மகிழ்ச்சியடைகிறேன்.”

“அந்த மாதிரி வாழ்ந்து வந்தவளை நீ திருத்தி விடலாமென நினைக்கிறாயே, முடியுமா அது?” என்று கேட்டாள் நத்தாலியா இவானவ்னா.

ஒரு சிறிய நாற்காலியில் அமர்ந்திருந்த அவர் குனியாமல் நேரே நிமிர்ந்துகொண்டு, அவள் கூறியதைக் கவனமாய்க் கேட்டார்; நல்லபடிப் புரிந்துகொண்டு நல்லபடிப் பதிலளிக்க வேண்டுமென்று முயன்றார். கடந்தமுறை மாஸ்லவாவைச் சந்தித்தபோது அவருக்கு ஏற்பட்டிருந்த மனநிலை எவ்வித மாற்றமும் இன்றி இப்போதும் அவர் ஆன்மாவை ஆட்கொண்டு, அமைதியான ஆனந்தமும் எல்லாரிடத்தும் அன்பு செலுத்தும்படியான இனிய சுபாவத்தையும் அவருள் ஊற்றெடுக்கச் செய்தன.

“நான் திருத்த வேண்டியது அவளை அல்ல. என்னைத்தான் நான் திருத்திக்கொள்ள வேண்டும்” என்று அவர் பதிலளித்தார்.

நத்தாலியா இவானவ்னா பெருமூச்செறிந்து கொண்டாள்.

“அதைச் செய்ய, திருமணத்தை அன்றிப் பிற வழிகளும் உள்ளனவே.”

“ஆனால், அதுவே யாவற்றிலும் சிறந்த வழி என்று நினைக்கிறேன். தவிரவும் நான் பயனுள்ள முறையில் வாழக்கூடிய ஓர் உலகினுள் அது என்னை அழைத்துச் செல்லும்.”

“அந்த வழி உனக்கு இன்பம் அளிக்குமென நான் நினைக்கவில்லை” என்றாள் நத்தாலியா இவானவ்னா.

“நான் இன்பமடைவதல்ல பிரச்சினை.”

“அது சரிதான், ஆனால் அவள் இதயமுடையவளாய் இருந்தால் அவளால் இன்பமடைய முடியாது–அவள் இன்பமடைய விரும்பவும் மாட்டாள்.”

“அவள் அதை விரும்பவில்லை.”

“எனக்குப் புரிகிறது. ஆனால் வாழ்க்கை கோருவது...”

“சொல்லு. என்ன கோருகிறது?”

“வாழ்க்கை கோருவது வேறொன்று.”

"எது சரியோ, அதையே நாம் செய்ய வேண்டும் என்பதைத் தவிர வாழ்க்கை வேறு எதையும் கோரவில்லை" என்று சொல்லி நெஹ்லூதவ் அவள் முகத்தை உற்று நோக்கினார். கண்களுக்கு அருகிலும் வாய்க்கு அருகிலும் மெல்லிய சுருக்கங்கள் விழுந் திருந்த போதிலும் அவள் முகம் இன்னமும் எழில் மிக்கதாகவே இருந்தது.

"என்னால் புரிந்துகொள்ள முடியவில்லை " என்று அவள் பெருமூச்சு விட்டாள்.

"பாவம், என் அக்காள்! எப்படி அம்மா உன்னால் இப்படி அடியோடு மாற முடிந்தது?" என்று தம் மனத்துள் கூறிக் கொண்டார் நெஹ்லூதவ். மணம் புரிந்துகொள்வதற்கு முன்பு இருந்த நத்தாலியாவை அவர் நினைத்துப் பார்த்தார். அவள்பால் அவருள் எழுந்த பாச உணர்ச்சி அவரை மெய்சிலிர்க்க வைத்தது – எண்ணிலடங்காப் பிள்ளைப் பருவ நினைவுகளின் இழைகளால் பின்னப்பட்டு உள்ளத்தை உருகச் செய்யும்படியான பாச உணர்ச்சி அது.

அந்த நேரத்தில் இக்னாத்தி நிக்கீஃபரொவிச், வழக்கம்போல் தலை உயர்ந்து நிமிர்ந்தும் மார்பு அகன்று விரிந்தும் இருக்க, மிருதுவாகவும் விரைவாகவும் அடியெடுத்து வைத்து, புன்னகை பூத்த முகத்துடன் அறைக்குள் வந்தார். அவரது மூக்குக் கண் ணாடியும் தலையிலிருந்த வழுக்கையும் கறுப்புத் தாடியும் பளிச்சிட்டன.

"வணக்கம். வாங்க! வணக்கம்!" செயற்கையான முறையில் வேண்டுமென்றே அழுத்தம் அளித்துக் கூறினார் அவர்.

(மணம் புரிந்து கொள்ளும் முன்பு நெருங்கிப் பழக முயன்று 'வா', 'போ' என்று அழைத்துக்கொண்டவர்கள். பிற்பாடு தம்மை அறியாமலே 'ங்க' போட்டுத் தொலைவில் நின்று பேச முற்பட்டனர்),

இருவரும் கைகுலுக்கிக் கொண்டனர். இக்னாத்தி நிக்கீஃபரொவிச் சாய்வுநாற்காலியில் மிருதுவாகச் சரிந்து இருக்கை கொண்டார்.

"உங்கள் பேச்சுக்கு இடைஞ்சலாய் வந்துசேரவில்லையே நான்?"

"இல்லை, என் சொல்லையும் செயலையும் யாரிடமிருந்தும் மறைக்கும் விருப்பம் இல்லை எனக்கு."

நெஹ்லூதவ் அந்த முகத்தையும் ரோமம் அடர்ந்த அந்தக் கைகளையும் கண்ணுற்றார். பெரிய மனிதத் தோரணையும் அபாரத் தன்னம்பிக்கையும் கொண்ட அந்தக் குரலைக்

கேட்டார் – அவ்வளவுதான், அவரது சாந்த சுபாவம் நொடிப் பொழுதில் அவரை விட்டகன்றது.

“தம்பியின் திட்டங்கள் குறித்துப் பேசிக் கொண்டிருந் தோம்” என்றாள் நத்தாலியா இவானவ்னா. “தேநீர் தரட்டுமா?” என்று தேநீர்க் கலத்தைக் கையில் எடுத்துக் கொண்டு கணவரிடம் கேட்டாள்.

“தாயேன், சாப்பிடுகிறேன். என்ன திட்டங்கள் அவை?”

“கைதிக் குழுவுடன் சேர்ந்து சைபீரியா செல்லும் திட்டம்– என்னால் கொடுமை புரியப்பட்டவள் என நான் கருதும் பெண் ஒருத்தி இந்தக் குழுவில் இருக்கிறாள்” என்றார் நெஹ்லூதவ்.

“அவளோடு கூடச் செல்வது மட்டுமல்ல திட்டம். வேறொன்றும் இருப்பதாகக் கேள்விப்பட்டேன்.”

“ஆமாம், அவள் விரும்பினால் அவளை மணந்து கொள்வ தாய் இருக்கிறேன்.”

“வேடிக்கைதான்! உங்களுக்கு ஆட்சேபம் இல்லை யானால், இதில் உங்களுக்கு உள்ள நோக்கங்களைப் புரியும்படிச் சொல்ல வேண்டும். என்னால் அவற்றைப் புரிந்துகொள்ள முடியவில்லை.”

“எனது நோக்கங்கள் என்னவெனில்... இந்தப் பெண் சீரழிவுப் பாதையில் இழுத்து விடப்பட்டதற்கு மூல காரணம்...” சொற்கள் வாய்க்கு வராமல் திணற நேர்ந்ததற்காக நெஹ்லூதவ் தம்மைத்தாமே கடிந்துகொண்டார். “நான் குற்றவாளியாய் இருக்க, அவள் தண்டிக்கப்படுகிறாளே என்பதில்தான் அடங்கி யுள்ளன எனது நோக்கங்கள்.”

“அவள் தண்டிக்கப்படுகிறாள் என்றால் அவள் குற்ற மற்றவள் அல்ல என்றுதானே அர்த்தம்.”

“அவள் நிரபராதி, இம்மியும் குற்றமற்றவள்.”

அனாவசிய ஆவேசத்துடன் நெஹ்லூதவ் இதைப் பற்றிய முழு விவரத்தையும் எடுத்துரைத்தார்.

“ஆமாம், தலைமை நீதிபதி கவனக்குறைவாய் இருந்து விட்டார். அதனால் சான்றாயர்கள் சிந்தனையில்லாத முறையில் பதிலளிக்க நேர்ந்தது.”

“ஆனால் இந்த மாதிரியான சந்தர்ப்பங்களில் ஆவன செய்வதற்கு மேலவை இருக்கிறதே.”

“மேல்விசாரணை மனுவை மேலவை நிராகரித்து விட்டது.”

“மேலவை நிராகரித்துவிட்டது என்றால், மேல் விசார ணைக்குப் போதுமான காரணங்கள் இல்லை என்றுதானே அர்த்தம்” என்றார் இக்னாத்தி நிக்கீஃபரொவிச். நீதிமன்றத்

தீர்ப்புகளால் நிலைநாட்டப்படுவதே மெய்ம்மை என்கிற பரவலான அபிப்பிராயத்தில் முழு நம்பிக்கை கொண்டவராய் அவர் பேசினார். "மேலவையால் வழக்கின் உள் விவரங்களைப் பரிசீலனை செய்ய முடியாது. மெய்யாகவே தவறு நேர்ந்து விட்டது என்றால் மாமன்னருக்கு விண்ணப்பம் செய்ய வேண்டும்."

"செய்யப்பட்டிருக்கிறது. ஆனால் வெற்றி கிடைக்குமென நினைக்க வழியில்லை. அங்கிருந்து நீதி அமைச்சகத்திடம் கேட்பார்கள்; அமைச்சகம் மேலவையிடம் கேட்கும்; மேலவை தனது பழைய தீர்ப்பைத் திரும்பவும் சொல்லும்; வழக்கம்போல் குற்றமற்றவர் தண்டிக்கப்படுவார்."

"முதலாவதாக, நீதி அமைச்சகம் மேலவையிடம் கேட்காது" என்று பெரிய மனிதத் தோரணையில் புன்னகை புரிந்து கூறினார் இக்னாத்தி நிக்கீஃபரொவிச். "வழக்கு சம்பந்தமான மூலப் பத்திரங்கள் குற்ற இயல் நீதிமன்றத்திடமிருந்து அனுப்பப்பட வேண்டுமென்று அது உத்தரவிடும். பத்திரங் களைப் பரிசீலித்துப் பிழை இருக்கக் காணுமாயின் அதற்கு ஏற்ப அது தீர்மானிக்கும். இரண்டாவதாக, குற்றமற்றவர்கள் தண்டிக்கப்படுவதில்லை; மிக அபூர்வமாய் விதிவிலக்கான சந்தர்ப்பங்களில் இப்படி நேரலாமே தவிர சாதாரணமாய் நேர்வ தில்லை. குற்றவாளிகள் மட்டும்தான் தண்டிக்கப்படுகிறார்கள்" என்று இக்னாத்தி நிக்கீஃபரொவிச் அமரிக்கையுடன் சொல்லிச் சுய மனத் திருப்தி கொண்டவராய்ச் சிரித்துக் கொண்டார்.

"ஆனால் இதற்கு நேர் எதிரானதே உண்மை என்பதில் எனக்கு எந்தச் சந்தேகமும் இல்லை" என்று, அவரது அத்தான் மீது மனத்துள் காழ்ப்புணர்ச்சி மூண்டெழக் கூறினார் நெஹ்லூதவ். "சட்டத்தால் தண்டிக்கப்படுவோரில் மிகப் பெருவாரியானோர் குற்றமற்றவர்கள் என்பதில் துளிக்கூட எனக்குச் சந்தேகம் இல்லை."

"எந்த அர்த்தத்தில் குற்றமற்றவர்கள்?"

"அந்தச் சொல்லின் நேரடியான அர்த்தத்தில் குற்றமற்ற வர்கள். நஞ்சு அளித்துக் கொலை புரிந்ததாகத் தண்டிக்கப் பட்டிருக்கும் இந்தப் பெண்ணைப் போல் குற்றமற்றவர்கள்; தாம் புரியாத ஒரு கொலைக்காகத் தண்டனை பெற்று இப்பொழுது நான் அறிந்தவராகிய அந்த விவசாயியைப் போல் குற்றமற்றவர்கள்; வீட்டின் சொந்தக்காரர் வீட்டுக்குத் தீ வைத்த குற்றத்துக்காகத் தற்போது குற்றவாளிகளாகத் தண்டனை பெறும் நிலையிலுள்ள தாயையும் மகனையும் போல் குற்றமற்றவர்கள்."

"மெய்தான். நீதிமன்றத் தவறுகள் என்பவை எப்போதுமே இருந்துள்ளன. இனியும் இருக்கத்தான் செய்யும். மனிதர்களால்

ஆன மன்றங்கள் குற்றங் குறையற்ற தூய நிலையில் இருப்பது சாத்தியமன்று.”

“அதோடு, குற்றவாளிகளாகத் தண்டிக்கப்பட்டு இருப்போரில் மிகப் பெரும்பகுதியோர் முற்றிலும் நிரபராதிகள்; ஏனெனில் இவர்கள் புரிந்த செயல்கள் இவர்கள் பிறந்து வளர்ந்து ஆளாகிய வட்டாரங்களைச் சேர்ந்தோரால் எவ்விதத்திலும் குற்றச் செயல்களாகக் கருதப்படாதவை.”

“என்னை மன்னிக்க வேண்டும். அது சரியல்ல; திருடுவது நல்லதல்ல, திருடக்கூடாது, திருடுவது ஒழுக்கக்கேடான செயல் என்பது ஒவ்வொரு திருடனுக்கும் தெரிந்ததுதான்” என்று அமைதியான, தன்னம்பிக்கை வாய்ந்த, சற்றே ஏளனமான புன்சிரிப்பு சிரித்தபடிச் சொன்னார் இக்னாத்தி நிக்கீஃபரொவிச். அவருடைய இந்தப் புன்சிரிப்பு நெஹ்லூதவைக் கொதிப்புறச் செய்வதாய் இருந்தது.

“இல்லவே இல்லை, தெரிந்தது அல்ல அது. திருடாதே என்று அவரிடம் சொல்கிறார்கள். ஆனால் அவர் பார்ப்பதும் தெரிந்து கொள்வதும் இதுவல்ல; ஆக முதலாளி அவருடைய கூலியைக் குறைத்து அவருடைய உழைப்பைக் கொள்ளையடிப்பதையும், அரசாங்கம் அதனுடைய எல்லா அதிகாரிகளையும் கொண்டு வரிகள் வசூலித்து ஓயாமல் அவரைக் கொள்ளையடிப்பதையும் தான் அவர் பார்க்கிறார், தெரிந்து கொள்கிறார்.”

“இதுதான் அராஜகவாதம் என்பது” என்று அமைதி குலையாத முறையில் இக்னாத்தி நிக்கீஃபரொவிச், தமது மைத்துனர் கூறிய கருத்துகளைக் குண நிர்ணயம் செய்தார்.

“இது என்னவோ, எனக்குத் தெரியாது: உண்மையில் நடைபெறுவதைத்தான் நான் சொல்கிறேன்” என்று தொடர்ந்து பேசினார் நெஹ்லூதவ். “அரசாங்கம் அவரைக் கொள்ளையடிக்கிறது என்பது அவருக்குத் தெரியும். நில உடைமையாளர்களாகிய நாம் நெடுங்காலமாய் அவரைக் கொள்ளையடித்து வந்திருப்பதும் எல்லார்க்கும் உரிய பொதுச்சொத்தாய் இருக்க வேண்டிய நிலங்களை அவரிடமிருந்து கைப்பற்றிக்கொண்டு விட்டதும் அவருக்குத் தெரியும். அவரிடமிருந்து களவாடப்பட்ட இந்த நிலங்களிலிருந்து அவர் அடுப்பெரிக்கக் கொஞ்சம் சுப்பியும் குச்சியும் எடுத்துச் செல்வாரானால், உடனே நாம் அவரைப் பிடித்துச் சிறையில் அடைக்கிறோம். அவர் ஒரு திருடர் என்பதாக அவரை நம்பவைக்க முயலுகிறோம். ஆனால் தாம் அல்ல திருடர், தம்மிடமிருந்து நிலங்களைச் சூறையாடிக் கொண்டவர்கள்தாம் திருடர்கள் என்பதை அவர் நன்கு அறிவார். தம்மிடமிருந்து திருடப்பட்டதைச் சிறிதளவுக்கேனும்

மீட்டுக் கொள்வது தமது குடும்பத்துக்குத் தாம் ஆற்றவேண்டிய கடமையாகும் என்பதையும் அவர் அறிவார்".

"என்னால் புரிந்து கொள்ள முடியவில்லை, அப்படிப் புரிந்துகொண்டாலும் இதை என்னால் ஏற்றுக்கொள்ள முடிய வில்லை. நிலங்கள் யாருக்காவது சொந்தமான சொத்தாய் இராமல் வேறு எவ்வாறும் இருக்க முடியாது. நிலங்களை நீங்கள் பங்கிட்டுத் தரலாம்" என்று ஆரம்பித்தார் இக்னாத்தி நிக்கீஃபரொவிச் தமது மைத்துனர் ஒரு சோஷலிஸ்டு, எல்லா நிலங்களும் சமமாகப் பங்கிடப்பட வேண்டும் என்பதில்தான் சோஷலிசத் தத்துவம் அடங்கியிருக்கிறது. இந்த மாதிரிப் பங்கிட்டு அளிப்பது முழு முட்டாள்தனமாகும், எளிதில் தாம் இதை நிரூபித்துக் காட்டமுடியும் என்று சந்தேகத்துக்கு இடமில்லாத அசங்காத திட நம்பிக்கையுடன் அவர் பேசிச் சென்றார். "நிலங்களை இன்று நீங்கள் சமமாகப் பங்கிட்டு அளித்தால், நாளைக்கே அவை மிகுந்த உழைப்பார்வமும் முயற்சியும் திறமையும் வாய்ந்த கரங்களில் திரும்பவும் குவிந்துவிடும்."

"நிலங்களைச் சமமாகப் பங்கிட்டு அளிக்க வேண்டு மென்று யாரும் நினைக்கவில்லை. நிலங்கள் ஒருபோதும் தனியார் சொத்தாய் இருக்கக்கூடாது, விற்கவோ வாங்கவோ வாரத்துக்கு விடப்படவோ கூடியனவாய் இருக்கலாகாது என்றுதான் சொல்லப்படுகிறது."

"சொத்து உரிமையானது மனிதனுடன் கூடப் பிறந்தது. சொத்து உரிமை இல்லையேல் நிலத்தைச் சாகுபடி செய்வதில் யாருக்கும் அக்கறை இருக்காது. சொத்து உரிமை ஒழிக்கப் படட்டும், உடனே நாம் காட்டுமிராண்டி வாழ்க்கைக்குத்தான் திரும்ப வேண்டியிருக்கும்." மறு பேச்சுக்கு இடமில்லாத அதிகாரத் தோரணையுடன் இக்னாத்தி நிக்கீஃபரொவிச் இதைக் கூறினார். நிலத்தைச் சொந்த உடைமை ஆக்கிக்கொள்ளும் ஆசை இருப்பதானது இந்த உடைமையின் அவசியத்தை நிரூபித்துவிடுவதாகப் பாவித்துக்கொண்டு அதன் அடிப்படை யில் மறுக்க முடியாததாகுமென நினைத்து தனியார் நிலவுடைமைக்கு ஆதரவாய் வழக்கமாகச் சொல்லப்படும் வாதத்தை அவர் அப்படியே திருப்பிச் சொன்னார்.

"இதற்கு நேர் மாறாய், நிலங்களில் தனியார் சொத்து உரிமை இல்லாமற் போகும்போதுதான், அவை பயனின்றி விடப்படும் தற்போதைய நிலை ஒழிந்து, எல்லா நிலங்களும் பயன்பாட்டுக்கு வர முடியும். சாகுபடி ஆற்றல் இல்லாத நிலச்சுவான்தார்கள் இன்று நிலங்களின் உடைமையாளர்களாய் இருந்துகொண்டு, சாகுபடி ஆற்றலுள்ளவர்கள் இந்நிலங்களைச் சாகுபடி செய்யாத

படித் தடுக்கிறார்கள். தமக்குப் பயன்படாதவை யாருக்கும் பயன்படக் கூடாதென்று விருதா நிலங்களாய் விட்டு வைக் கிறார்கள்."

'திமீத்ரி இவானவிச், இதெல்லாம் பைத்தியக்காரப் பேச்சு! நிலங்களில் தனியார் சொத்து உரிமையை ஒழித்திடுவது நம் காலத்தில் நடைபெறுகிற காரியமா? எனக்குத் தெரியும், இது நெடுங்காலமாய் நீங்கள் ஈடுபட்டு வந்திருக்கும் ஒரு பொழுது போக்கு. ஒளிவுமறைவின்றிச் சொல்வதற்கு நீங்கள் அனுமதிக்க வேண்டும்..." – இக்னாத்தி நிக்கீஃபரொவிச்சுக்கு முகம் வெளி றிட்டுப் போயிற்று. குரல் நடுங்கிற்று; இந்தப் பிரச்சினை அவர் இதயத்தைத் தொடும்படியாய் இருந்தது தெளிவாகவே புலப்பட்டது. "இந்தப் பிரச்சினைக்கு நடைமுறைத் தீர்வுகாண முயலுமுன், நீங்கள் இதை நன்கு பரிசீலனை செய்ய வேண்டும் என்று ஆலோசனை கூற விரும்புகிறேன்."

"என்னுடைய சொந்த விவகாரங்களைப் பற்றியா சொல்கி றீர்கள்?"

"ஆமாம், நாம் எல்லாம் ஒரு விசேஷ நிலையில் அமர்த்தப் பட்டு இருப்பவர்கள். இந்த நிலையிலிருந்து எழும் பொறுப்பு களை நாம் ஏற்று நிறைவேற்றியாக வேண்டும். நாம் பிறந்து வளர்ந்த நிலைமைகளை நமது முன்னோர்களிடமிருந்து நமக்கு வரப் பெற்றவையும் நமக்குப் பின் வருகின்ற வாரிசுகளிடம் நாம் ஒப்படைத்துச் செல்ல வேண்டியவையுமான இவற்றை பழுதின்றிப் பாதுகாப்பது நமக்குள்ள கடமையாகும்."

"எனக்குள்ள கடமையாக நான் கருதுவது..."

"என்னை மன்னியுங்கள்" என்றார் இக்னாத்தி நிக்கீஃப ரொவிச். இடையில் யாரும் குறுக்கிடுவதற்கு அனுமதிக்க விரும்பாமல் அவர் தொடர்ந்து பேசினார்; "என்னையோ, எனது குழந்தைகளையோ மனதிற்கொண்டு நான் இதைச் சொல்ல வில்லை. எனது குழந்தைகளின் நிலை கவலைக்கு இடமின்றி நன்கு பாதுகாக்கப்பட்டுள்ளது; நாங்கள் வசதியாய் வாழ்வ தற்குப் போதுமான அளவுக்கு நான் சம்பாதிக்கிறேன். எனது குழந்தைகளும் இதேபோல் நல்லபடி வாழ்வார்கள் என்று நினைக்கிறேன். ஆதலால் எனது சொந்த நலன்களை உத்தேசித்து நான் உங்கள் செயல்களுக்கு ஆட்சேபம் தெரிவிக்கவில்லை –உங்கள் செயல்கள் நன்கு ஆலோசித்து முடிவு செய்யப் பட்டவை அல்ல என்பதைச் சுட்டிக்காட்டுவதற்கு அனுமதிக்க வேண்டும். கோட்பாட்டின் அடிப்படையில்தான் உங்களுடன் உடன்பட முடியாமல் ஆட்சேபம் தெரிவிக்கிறேன். உங்களுக்கு நான் கூறும் ஆலோசனை என்னவென்றால், நீங்கள் ஆழ்ந்த முறையில் சிந்தித்துப் பார்க்க வேண்டும், படிக்க வேண்டும்..."

"என்னுடைய காரியங்களை நானே கவனித்துக் கொள்வ தற்கு அனுமதியுங்கள். எதைப் படிக்க வேண்டும், எதைப் படிக்க வேண்டாம் என்பதையும் நானே முடிவு செய்து கொள்வேன்" என்றார் நெஹ்லூதவ். அவருக்கு முகம் வெள்ளையாய் வெளுத்துவிட்டது. கைகள் ஜில்லிட்டுச் சென்றதையும், இனித் தம்மைக் கட்டுப்படுத்திக் கொள்ள முடியாதென்பதையும் அவர் உணர்ந்துகொண்டார். அதற்கு மேல் ஒன்றும் பேசாமல் தேநீரை அருந்த முற்பட்டார்.

33

"குழந்தைகள் எப்படி இருக்கிறார்கள்?"-ஓரளவு அமைதி யடைந்ததும் அக்காளிடம் கேட்டார் நெஹ்லூதவ்.

குழந்தைகளைப் பாட்டியிடம் விட்டு வந்திருப்பதாகச் சொன்னாள் அக்காள். தன் கணவருடன் சர்ச்சை எப்படியோ ஒருவிதமாய் முடிவடைந்துவிட்டது குறித்து மனம் மகிழ்ந்து கொண்ட அவள், தனது குழந்தைகளைப் பற்றித் தம்பியிடம் கூறிச் சென்றாள். அவர்கள் பயணம் போவதாய் விளையாடு கிறார்கள் என்று சொன்னாள். அந்தக் காலத்தில் பிள்ளைப் பிராயத்தில் நெஹ்லூதவ் இரு பொம்மைகளை வைத்துக் கொண்டு – ஒன்று மூர் என்றும், மற்றொன்று பிரெஞ்சுக்காரி என்றும் அழைக்கப்பட்டவை-பயண விளையாட்டு விளை யாடிய அதே முறையில் இப்பொழுது தன் குழந்தைகளும் விளையாடுவதாகக் கூறினாள்.

"அதெல்லாம் இன்னுங்கூடவா நினைவில் இருக்கிறது உனக்கு?" என்று சிரித்துக்கொண்டார் நெஹ்லூதவ்

"ஆமாம். கொஞ்சங்கூட வித்தியாசம் இல்லை; அதேமாதிரி விளையாடுகிறார்கள் என்றால் பாரேன்!"

கசப்பான வாக்குவாதம் முடிவுற்று விட்டதால், நத்தாலி யாவுக்கு மனம் அமைதியடைந்திருந்தது. ஆனால் தன் தம்பிக்கு மட்டுமே புரியும்படியானவற்றைத் தன் கணவருக்கு எதிரே பேச அவள் விரும்பவில்லை. எல்லாரும் கலந்துகொள்ளக்கூடிய பொதுவான பேச்சைத் துவக்கலாம் என்று நினைத்து, காமென்ஸ்கயா தாயின் துயரத்தைப் பற்றிப் பேச ஆரம்பித்தாள். தனது ஒரே மகனைச் சவால் சண்டையில் இழந்துவிட்ட இந்தத் தாயைப் பற்றிய பீட்டர்ஸ்பர்க் பேச்சு இப்போது மாஸ் கோவுக்குப் பரவியிருந்தது.

சவால் சண்டையால் புரியப்படும் கொலையானது குற்ற இயல் சட்டங்களின்படித் தண்டனைக்குரிய குற்றங்களில்

சேர்க்கப்படாமல் ஒதுக்கப்பட்டிருப்பது சரியல்ல என்று இக்னாத்தி நிக்கீஃபரொவிச் குறிப்பிட்டார்.

அவர் இப்படிச் சொன்னதும் நெஹ்லூதவ் அதற்கு மறுப்பு உரைத்தார். இதைப் பற்றி இருவருக்கு இடையிலும் ஒரு புதிய சர்ச்சை எழுந்தது. தெளிவாய் எதுவும் விளக்கிச் சொல்லப்பட வில்லை. யாரும் தம் மனத்தில் இருந்ததைச் சரிவர எடுத்துரைக்க வில்லை. இருவரும் தமது அபிப்பிராயத்திலிருந்து அசையாமல் உறுதியாய் நின்று ஒருவரையொருவர் கண்டித்துக் கொண்டனர்.

இக்னாத்தி நிக்கீஃபரொவிச் தமது மைத்துனர் தம்மைக் கண்டிப்பதையும், தமது உத்தியோக வேலைகளை நிந்திப்பதை யும் உணர்ந்துகொண்டு, தமது மைத்துனரின் இந்த அபிப் பிராயங்கள் நியாயமற்றவை என்பதைத் தெளிவுபடுத்த விரும்பி னார்.

ஆனால் நெஹ்லூதவ் நிலம் சம்பந்தமான தம்முடைய விவகாரங்களில் தமது அத்தான் தலையிடுகிறாரே என்று உள்ளுக்குள் ஏற்கெனவே சீற்றமடைந்திருந்தார். (அதேபோது தம்முடைய வாரிசுகள் என்ற முறையில் அக்காளுக்கும் அவள் கணவருக்கும் அவர்களது குழந்தைகளுக்கும் இப்படித் தலையிட உரிமை உண்டு என்கிற உணர்வும் நெஞ்சுக்குள் அவரை உறுத்திற்று.) இது போதாதென, மடமையும் கொடுங்குற்றமும் ஆகுமென்று தற்போது நெஹ்லூதவ் ஐயமற அறிந்திருந்ததைக் குட்டை மனம் கொண்ட இந்த மனிதர் இப்படி அசங்காத நெஞ்சு அழுத்தத்துடன் நியாயமென்றும் சட்டபூர்வமான தென்றும் அடித்துப் பேசக் கேட்டதும் நெஹ்லூதவுக்கு உள்ளம் கொதித்தது. அத்தானுடைய இந்த உறுதியான தன்னம்பிக்கை நெஹ்லூதவை ஆத்திரமடையச் செய்தது.

"நீதிமன்றத்தால் என்ன செய்ய முடியுமாம்?" என்று கேட்டார் நெஹ்லூதவ்.

"சவால் சண்டை இடுவோரில் ஒருவருக்கு நீதிமன்றம், சாதாரணக் கொலைகாரனுக்கு விதிக்கும் அதே கடுங்காவல் தண்டனை விதித்துச் சைபீரியாவுக்கு அனுப்பி வைக்க முடியும்."

நெஹ்லூதவுக்குக் கைகள் மறுபடியும் ஜில்லிட்டன.

"சரி, அதனால் என்ன பயன்?" என்று காட்டமாய்க் கேட்டார் அவர்.

"நீதி நிலைநாட்டப்படுகிறது."

"நீதியை நிலைநாட்டுவதே நீதிமன்றங்களது நோக்கம் போலப் பேசுகிறீர்களே."

"வேறு என்னவாம் நோக்கம்?"

"வர்க்க நலன்களைப் பாதுகாத்தல். இந்த நீதிமன்றங்கள் எல்லாம் என் கருத்துப்படி நமது வர்க்கத்தின் ஆதாயத்துக்காகத் தற்போதுள்ள நிலவரங்களைப் பேணிக் காப்பதற்கான நிர்வாகக் கருவிகளாகும்."

"முற்றிலும் புதுமையான கருத்து" என்று அமைதியாகப் புன்னகை புரிந்துகொண்டு கூறினார் இக்னாத்தி நிக்கீஃப ரொவிச். "நீதிமன்றங்கள் வேறொரு நோக்கத்துக்காக அமைந்தவை என்பதே பொதுவாக நிலவி வரும் கருத்து."

"தத்துவார்த்தத்தில்தான் அப்படியே தவிர நடைமுறையில் அல்ல – இது நேரில் நான் கண்டறிந்து கொண்ட உண்மை. சமுதாயத்தின் நடப்பு நிலவரங்களை மாற்றமின்றிப் பேணிக் காப்பதுதான் நீதிமன்றங்களின் நோக்கம். எனவேதான், சமுதாயத்தின் சாதாரணமான, சராசரியான நிலைக்கு மேம்பட்டோராய் இருந்துகொண்டு இந்தச் சராசரி நிலையை உயர்த்த விரும்புவோரை – அரசியல் குற்றவாளிகள் எனப்படுவோரான இவர்களை – நீதிமன்றங்கள் குற்றவாளிகளாகத் தண்டிக்கின்றன; இந்தச் சராசரி நிலைக்கும் கீழ் மட்டங்களைச் சேர்ந்தவர்களையும் – குற்ற இனங்கள் எனப்படுகிறவற்றைச் சேர்ந்தவர்களையும் – நீதிமன்றங்கள் இதற்காகவே தான் குற்றவாளிகளாகத் தண்டிக்கின்றன."

"இதை என்னால் ஒத்துக்கொள்ள முடியவில்லை. முதலாவதாக, அரசியல் குற்றவாளிகள் எனப்படுவோர் சராசரியான மட்டத்தைக் காட்டிலும் உயர்ந்தோராய் இருப்பதால் தண்டிக்கப் படுவதாக என்னால் ஏற்றுக்கொள்ள முடியவில்லை. இவர்களில் மிகப் பெரும் பகுதியோர் சமுதாயத்தின் கழிசடைகள் ஆவர்; சராசரி மட்டத்தை விட தாழ்ந்தவர்கள் என்பதாக நீங்கள் கருதும் குற்ற இனத்தவர்களைப் போல், ஆனால் வேறொரு விதத்தில் இவர்களும் வக்கரிப்புக்களே ஆவர்."

"ஆனால் எனக்குப் பலரைத் தெரியும், விசாரணை நடத்தி இவர்களுக்குத் தண்டனை அளித்த நீதிபதிகளைக் காட்டிலும் அறநெறியிலும் ஒழுக்கத்திலும் உயர்ந்தவர்கள் இவர்கள். சமய உட்குழுவோர் எல்லாரும் ஒழுக்கசீலர்கள், திட சங்கற்பம் கொண்டவர்கள்... "

ஆனால் இக்னாத்தி நிக்கீஃபரொவிச் தாம் பேசுகையில் யாரும் குறுக்கிட்டு அறியாதவர், நெஹ்லூதவ் சொல்லிக் கொண்டிருந்ததை அவர் காதில் வாங்கிக்கொள்ளவில்லை. நெஹ்லூதவ் பேசிய அதே நேரத்தில் அவர் பேசி நெஹ்லூதவை மேலும் கொதிப்புறச் செய்தார்.

"நடப்பிலுள்ள நிலவரங்களைப் பேணிக் காப்பதே நீதி மன்றங்களின் நோக்கம் என்பதையும் என்னால் ஒத்துக்கொள்ள

முடியவில்லை. நீதிமன்றங்களின் நோக்கம் என்னவெனில் ஒன்று திருத்துவது...''

“திருத்துவதற்கு ரொம்ப நல்ல வழிதான்–சிறையிலே அடைத்தல்!” என்று இடையில் புகுந்து குறிப்பிட்டார் நெஹ்லூதவ்.

“அல்லது விலக்கி வைத்தல்” என்று பிடிவாதமாய் இக்னாத்தி நிக்கீஃபரொவிச் தொடர்ந்து கூறினார். “வக்கரித்துப் போன மூர்க்கர்களாய், சமுதாயத்துக்கு அபாயம் விளைவிப் போராய் இருப்போரை விலக்கி ஒதுக்குதல்.”

“இந்த இரண்டில், நீதிமன்றங்கள் எதையும் செய்வதில்லை என்பதுதான் இங்குள்ள பிரச்சினை. அதற்கான வழி சமுதாயத் திடம் இல்லை.”

“அது எப்படி? எனக்குப் புரியவில்லையே” என்று சிரமப்பட்டுப் புன்சிரிப்பு சிரித்தபடிக் கேட்டார் இக்னாத்தி நிக்கீஃபரொவிச்.

“கறாராகச் சொன்னால் அறிவுக்கு உகந்த தண்டனைகள் இரண்டே இரண்டுதான். ஒன்று உடல் உறுப்புத் தண்டனை, இன்னொன்று சிரச்சேதத் தண்டனை. இந்த இரண்டும் பழங்காலத்தில் வழக்கில் இருந்தவை, பழக்கவழக்கங்கள் மேம் பட்டுச் செல்லச் செல்ல மேலும் மேலும் கைவிடப்பட்டவை” என்றார் நெஹ்லூதவ்.

“நீங்கள் இப்படிப் பேசக் கேட்பது வியக்கத்தக்க ஒரு புதுமைதான்.”

“ஆமாம். உடல் நோகும்படி ஒருவனை வதைப்பது அறிவுக்கு உகந்ததுதான். எதற்காக வதைக்கப்பட்டானோ அந்தக் காரியத்தை வருங்காலத்தில் அவன் திரும்பவும் செய்யாமல் இருப்பான் என்று எதிர்பார்க்கலாம்; சமுதாயத்துக்குத் தீங் கிழைப்பவனை அல்லது அபாயம் விளைவிப்பனைச் சிரச்சேதம் செய்வதும் அறிவுக்கு உகந்ததுதான். இந்த இரு தண்டனைகளும் புரிந்துகொள்ளக் கூடியவை, அர்த்தமுடையவை. வேலை கிடைக்காமல் திரிய நேர்வதாலும் கெட்ட உதாரணத்தாலும் சீர்கெட்டு வக்கரித்துப் போன ஆளை சிறையிலே அடைத்து, எதிலும் அக்கறையின்றி வலுக்கட்டாய சோம்பலுக்கு உட்படுத்தி வீணில் பொழுதைக் கழிக்கும்படியும், படுமோசமாய் வக்கரித்துப் போனவர்களுடைய சகவாசத்தில் இருக்கும்படியும் செய்வதில் அர்த்தம் உண்டா? அல்லது கடத்தல் தண்டனை அளித்து அவனைத் தொலைவிடங்களுக்கு அனுப்புவதில் தான் அர்த்தம் இருக்கிறதா? பொதுப்பணத்தைச் செலவிட்டு (தலைக்கு ஐந்நூறு ரூபிளுக்கு மேல் செலவாகிறது) தூலாவிலிருந்து இர்க்கூத்ஸ்க் மாநிலத்துக்கோ, கூர்ஸ்கிலிருந்து...''

“ஆனால் பொதுப் பணத்தைச் செலவிட்டு நடைபெறும் இந்த மாதிரிப் பயணங்களை நினைக்கையில் குற்றம் புரிவோர் பயப்படவே செய்கிறார்கள். இந்தப் பயணங்களும் இந்தச் சிறைக்கூடங்களும் இல்லையேல் நீங்களும் நானும் இப்போது இப்படி இங்கே உட்கார்ந்திருக்க முடியாது.”

“இந்தச் சிறைக்கூடங்களால் நம்முடைய பாதுகாப்பு உறுதியாய் விடமுடியாது. ஏனென்றால் அங்கே அனுப்பப்ப டுவோர் என்றென்றும் அங்கேயே இருப்பதில்லை. விடுதலை யாகித் திரும்பவும் வெளியே வந்துவிடுகிறார்கள். அது மட்டுமல்ல, சிறைக்கூடங்களில் இருக்கையில் அவர்கள் மிகக் கொடிய அளவுக்குக் கெட்டழிந்து போகிறார்கள், ஆகவே அபாயம் குறைவதற்குப் பதில் வெகுவாய் அதிகரிக்கிறது.”

“திருத்தச் சிறை அமைப்பு மேம்படுத்தப்பட வேண்டும் என்பதுதானே நீங்கள் சொல்ல விரும்புவது?”

“மேம்படுத்துவது முடியாத காரியம். மேம்படுத்தப்பட்ட சிறைக்கூடங்களுக்கு ஆகும் செலவு தற்போது மக்கள் கல்விக் காகச் செலவானதைக்காட்டிலும் அதிகமாய் இருக்கும். மக்கள் மீது புதிய சுமையைச் சுமத்த வேண்டியிருக்கும்”

“திருத்தச் சிறை அமைப்பிலுள்ள குறைபாடுகள் எவ்விதத் திலும் நீதிமன்றங்களைப் பயனற்றவை ஆக்கிவிட முடியாது” – மைத்துனர் சொல்லிக் கொண்டிருந்ததை காதில் வாங்காமலே இக்னாத்தி நிக்கீஃபரொவிச் தொடர்ந்து பேசினார்.

“இந்தக் குறைபாடுகளுக்குப் பரிகாரம் இல்லவே இல்லை” என்று பலத்த குரலில் கூறினார் நெஹ்லூதவ்.

“அப்படியானால் என்ன செய்வதாம்? கொன்றுவிட வேண்டுமா? அல்லது அரசாங்கப் பிரமுகர் யாரோ ஒருவர் சொன்னதுபோல இவர்களது கண்களைப் பிடுங்க வேண்டுமா?” என்று வெற்றிப் புன்னகையுடன் கேட்டார் இக்னாத்தி நிக்கீஃப ரொவிச்.

“ஆமாம். அது கொடுஞ்செயல்தான். ஆனால் பயன் தருவதாய் இருக்கும். இப்போது செய்யப்படுவது கொடுஞ் செயலாகவும் பயனற்றதாகவும் இருப்பதோடு, அப்பட்டமான அசட்டுத்தனமாகவும் இருக்கிறது–நல்லறிவு உள்ளவர்களால் எப்படித்தான் இந்தக் குற்றஇயல் நீதிமன்றங்களைப் போன்ற அபத்தமான, கொடுமையான ஒரு பணித்துறையில் பங் கெடுத்துக்கொள்ள முடிகிறதோ, புரியவில்லை எனக்கு.”

“ஆனால் நான் இதில் பங்கெடுத்துக் கொண்டுதான் வருகிறேன்” என்று முகம் வெளிறிட்டுச் செல்லக் கூறினார் இக்னாத்தி நிக்கீஃபரொவிச்.

“அது உங்கள் விவகாரம். ஆனால் எனக்கு அது புரியாத ஒன்று.”

“உங்களுக்குப் புரியாதவை மிகப் பலவும் இருப்பதாகத் தெரிகிறது” என்றார் இக்னாத்தி நிக்கீஃபரொவிச், அவருக்குக் குரல் நடுங்கிற்று.

“நீதிமன்றத்தில் நான் பார்த்தேன். அதிர்ஷ்டமில்லாத சிறுவன் குற்றவாளிக்கூண்டில் நிறுத்தப்பட்டிருந்தான். வக்கிரிக்காத மனமுடையவர் எவருக்கும் அவன் மீது இரக்கம்தான் ஏற்பட்டிருக்கும். ஆனால் பிராசிக்யூட்டர் அவனுக்குத் தண்டனை வாங்கித் தருவதற்காகத் தம்மால் இயன்றது அனைத்தும் செய்தார். இன்னொரு பிராசிக்யூட்டர் சமய உட்குழுவினர் ஒருவரைக் குறுக்கு விசாரணை செய்யக் கண்டேன். கிறிஸ்தவ சுவிசேஷங்களைப் படிப்பது குற்ற இயல் சட்டப்படி தண்டனைக்குரிய குற்றமாகும் என்று நிலை நாட்டுவதில் அவர் வெற்றி பெற்றுவிட்டார். உண்மையில் நீதி மன்றங்களது செயல்கள் எல்லாமே இப்படித்தான் அர்த்தமற்ற கொடுமைகளாய் இருக்கின்றன.”

“நான் அப்படி நினைத்தால் இந்தத் துறையில் பணி புரிந்து கொண்டிருக்கமாட்டேன்” என்று சொல்லிவிட்டு, இக்னாத்தி நிக்கீஃபரொவிச் இருக்கையிலிருந்து எழுந்தார்.

நெஹ்லூதவ் தமது அத்தானின் மூக்குக் கண்ணாடிக்கு அடியில் விபரீதமாய் ஏதோ பளிச்சிடக் கண்டார். “கண்ணீராய் இருக்குமோ?” என்று நினைத்தார் அவர். ஆம், மெய்யாகவே கண்ணீர்தான்–அவமானத்தின் கண்ணீர். இக்னாத்தி நிக்கீஃபரொவிச் சன்னலுக்கு அருகே சென்று, கைக்குட்டையை வெளியே எடுத்து, இருமியவாறு மூக்குக் கண்ணாடியைத் துடைக்க ஆரம்பித்தார். பிறகு மூக்குக் கண்ணாடியைக் கையில் எடுத்துக்கொண்டு கண்களைத் துடைத்துக்கொண்டார்.

இதன் பிறகு திரும்பி வந்து சோபாவில் உட்கார்ந்து கொண்டு இக்னாத்தி நிக்கீஃபரொவிச் சுருட்டைப் பற்ற வைத்துப் புகைபிடித்தார். ஆனால் மேற்கொண்டு ஒரு வார்த்தைகூடப் பேசவில்லை.

நெஹ்லூதவுக்குத் தமது அத்தானையும் அக்காளையும் இப்படி மனம் புழுங்கச் செய்துவிட்டோமே என்று வேதனையாகவும் வெட்கமாகவும் இருந்தது. அதுவும் மறுநாளன்று புறப்பட்டுச் செல்ல வேண்டும். இருவரையும் மறுபடியும் பார்க்க முடியப் போவதில்லை என்கிற நிலையில் இப்படிச் செய்து விட்டோமே என்று வருத்தப்பட்டுக் கொண்டார்.

கலங்கிய நிலையில் அவர்களிடம் அவர் விடைபெற்றுக் கொண்டு, வண்டியில் ஏறி வீட்டுக்குத் திரும்பினார்.

"நான் சொன்னது முற்றிலும் உண்மையாகவே இருக்கலாம். எப்படியும் அவரால் பதில் ஏதும் அளிக்க முடியவில்லை. ஆனால் அதை நான் அந்த மாதிரிச் சொல்லியிருக்கக் கூடாது. அவரை அப்படி மனம் புண்படும்படிச் செய்துவிட்டேன். பாவம் நத்தாலியா-அவளைத் துன்புறச் செய்துவிட்டேன். அந்த அளவுக்கு நான் குரோத உணர்ச்சிக்கு ஆளாக முடிகிறது என்றால், நான் அடைந்திருக்கும் மாற்றம் சொற்பம்தானே" என்று அவர் தம்முள் கூறிக்கொண்டார்.

34

மாஸ்லவா சேர்க்கப்பட்டிருந்த கைதிக் குழு பிற்பகல் மூன்று மணிக்கு ரயிலில் அனுப்பி வைக்கப்பட ஏற்பாடாகி யிருந்தது. ஆகவே கைதிக் குழு சிறைக்கூடத்தை விட்டுப் புறப்படுவதைப் பார்ப்பதற்காகவும் கைதிகளுடன் கூட ரயில் நிலையத்துக்குப் போவதற்காக பன்னிரண்டு மணிக்கு முன்ன தாகவே சிறைக்கூடத்துக்குப் போய்ச் சேர வேண்டுமென்று நெஹ்லூதவ் முடிவு செய்திருந்தார்.

இரவில் துணிமணிகளையும் புத்தகங்களையும் காகிதங் களையும் எடுத்து அடுக்குகையில் நெஹ்லூதவ் தமது நாட்குறிப்பைக் கண்ணுற்றதும் அதைப் பிரித்துக் கடைசியாக எழுதப்பட்டிருந்த குறிப்புகளைப் படித்துப் பார்த்தார். பீட்டர்ஸ்பர்க்கை விட்டுப் புறப்படுவதற்கு முன்பு அவர் எழுதி யிருந்த குறிப்பு வருமாறு: "கத்யூஷா எனது தியாகத்தை ஏற்றுக் கொள்ள விரும்பவில்லை. தான் தியாகம் புரிய வேண்டுமென விரும்புகிறாள். அவள் வெற்றியடைந்து விட்டாள், நானும் வெற்றியடைந்திருக்கிறேன். என்னை அவள் மகிழ்ச்சிகொள்ளச் செய்கிறாள், அவளுள் மாற்றம் ஏற்பட்டு வருவதாகத் தெரிகிறது, இது மெய்தான் என்று நம்ப நான் அஞ்சினாலும் இந்த மாற்றம் எனக்கு மகிழ்ச்சியளிக்கிறது. நம்புவதற்கு அஞ்சுகிறேன், ஆனால் அவள் உயிர் பெற்று வருவதாகத் தெரிகிறது." இதற்குப் பிறகு இன்னொரு குறிப்பில் அவர் எழுதியிருந்ததாவது: "மிகக் கடினமான, மிகுந்த மகிழ்ச்சிக்குரிய ஓர் அனுபவத்தைக் கடந்து வந்துள்ளேன். மருத்துவமனையில் அவள் மோசமாய் நடந்துகொண்டது பற்றித் தெரிந்துகொண்டேன். உடனே நெஞ்சு பொறுக்கமாட்டாமல் துன்புற்றேன். இவ்வளவு கடுமையாய் இது என்னைத் துன்புறச் செய்யுமென்று நான் நினைத்ததே இல்லை.

அவளுடன் பேசியபோது எனக்குக் குமட்டலாகவும் வெறுப்பாகவும் இருந்தது. பிறகு திடுமென என்னைப் பற்றி எனக்கு நினைவு வந்தது. எதற்காக அவளை வெறுத்தேனோ அதே குற்றத்தை நான் புரிந்திருந்தேன். தற்போதும் சிந்தனையிலே மட்டும்தான் என்றாலும் தொடர்ந்து புரிந்து வருகிறேன் என்பதை நினைத்துப் பார்த்தேன். உடனே எனக்கு என் மீதே அருவருப்பு உண்டாயிற்று. அவள் மீது இரக்கம் பிறந்தது. திரும்பவும் என் உள்ளத்தில் மகிழ்ச்சி குடிகொண்டது. நம் கண்ணிலுள்ள உத்திரத்தைத் தக்க நேரத்தில் காண்பதில் எப்போதும் வெற்றி பெறுவோமாயின் நாம் எவ்வளவு அன்புடையோராய் இருப்போம்." பிறகு அவர் அன்றைய தேதியிட்டுப் பின்வருமாறு எழுதினார்: "நத்தாலியாவைப் பார்ப்பதற்காகப் போயிருந்தேன். சுய மனத் திருப்தியானது என்னை மறுபடியும் அன்பில்லாதவனாய், வெறுப்பும் குரோதமும் கொண்டவனாய் நடந்து கொள்ளச் செய்து விட்டது. என் மனம் வேதனைப்படுகிறது. ஆனால் என்ன செய்வது? நாளைக்குப் புதுவாழ்வு ஆரம்பமாகிறது. பழையதிடமிருந்து முடிவாய் விடை பெறுகிறேன்! மனப் பதிவுகள் மிகப் பலவும் திரண்டு எழுகின்றன. ஆனால் யாவற்றையும் ஒருமுகப் படுத்தி இணைத்திட இன்னும் முடியவில்லை என்னால்."

மறுநாள் காலையில் விழித்துக்கொண்டதும் வருத்தம்தான் நெஹ்லூதவின் மனத்துள் எழுந்த முதலாவது உணர்ச்சி— அத்தானுடன் சண்டையிட்டுக் கொண்டது குறித்து வருத்தப் பட்டுக் கொண்டார்.

"இதை இப்படியே விட்டுவிட்டு நான் போகக்கூடாது" என்று அவர் தம்முள் கூறிக்கொண்டார். "நான் திரும்பவும் சென்று அவர்களுடன் சரிசெய்து கொண்டாக வேண்டும்."

ஆனால் கடிகாரத்தைப் பார்த்ததும் அதற்கு நேரமில்லை. கைதிகளது குழு புறப்படுவதற்குள் சிறைக்கூடத்துக்குப் போய்ச் சேர வேண்டுமானால் அவசரமாய் உடனே கிளம்பியாக வேண்டும் என்பது தெரிந்தது. அவசர அவசரமாய்ச் சாமான்களை எடுத்து வேலைக்காரனிடமும் ஃபெதோசியாவின் கணவனான தாராஸிடம் – தந்து ரயில் நிலையத்துக்கு எடுத்துச் செல்லச் சொன்னார். தாராஸும் அவருடன் கூட சைபீரியாவுக்குச் செல்கிறான். பிறகு அங்கே கிடைத்த முதலாவது வாடகை வண்டியில் ஏறிக்கொண்டு நேரே சிறைக்கூடத்துக்குச் சென்றார்.

நெஹ்லூதவ் செல்லவிருந்த பாசஞ்சர் ரயில், கைதிகளது ரயில் சென்றபின் இரண்டு மணி நேரத்துக்கெல்லாம் புறப்

பட்டுவிடும். ஆகவே ஓட்டல் அறைகளுக்குச் செலுத்த வேண்டிய பணத்தைக் கொடுத்துவிட்டு விடைபெற்றுக் கொண்டு புறப்பட்டார்.

ஜூலை மாதத்திய வெப்பம் தாங்க முடியவில்லை. புழுக்க மான இரவில் குளிர்ச்சியடையாதிருந்த சரளைக் கற்களி லிருந்தும் வீட்டுச் சுவர்களிலிருந்தும் கூரைத் தகடுகளிலிருந்தும் எழுந்த வெப்பம் அசையாது தேங்கியிருந்த காற்றுடன் கலந்தது. எப்போதாவது இடையில் சில வினாடிகளுக்குக் காற்று அசைந்ததும், தூசியும் வர்ணங்களது கந்தமும் நிறைந்த வெப்பமான கெட்ட காற்றுதான் முகத்திலே பட்டுச் சென்றது.

தெருக்களில் ஆள் நடமாட்டம் அதிகம் இல்லை, போய் வந்த சிலரும் வீடுகளது நிழல் ஓரமாய் நடந்தார்கள். கால்களில் மரப்பட்டை மிதியடிகள் அணிந்து வெளியில் பழுப்பேறிய முகமுடைய விவசாயிக் கொத்து வேலையாட்கள் மட்டும்தான் வெயிலில் அமர்ந்து கொதிக்கும் மண்ணில் கற்களைப் பொருத்தி அறைந்து கொண்டிருந்தார்கள். சிடுசிடுப்பான போலீஸ்காரர்கள் பழுப்பு நிற மேலுடுப்பு உடுத்திச் செம்மஞ்சள் வாருடன் இணைக்கப்பட்ட ரிவால்வருடன் சாலையின் நடுவில் காலை மாற்றி மாற்றி ஊன்றிச் சோர்ந்த நிலையில் நின்றார்கள். வெயில் காய்ந்த சாலையில் இரு திசைகளிலும் டிராம் வண்டிகள் ஓடின. அவற்றின் குதிரைகளுக்குக் காதுத்துளைகளுடன் கூடிய கித்தான் தலைக் கவிகைகள் போடப்பட்டிருந்தன.

நெஹ்லூதவ் சிறைக்கூடத்துக்கு வந்து சேர்ந்தபோது கைதிகளது குழு சிறை முற்றத்தை விட்டு வெளியே வந்தாக வில்லை. கைதிகளை ஒப்படைப்பதும் பொறுப்பேற்றுக் கொள்வதுமான கடின வேலை விடியக் காலை நான்கு மணிக்கு ஆரம்பமானது இன்னும் முடிவுற்றாகவில்லை. அறுநூற்று இருபத்து மூன்று ஆண் கைதிகளையும் அறுபத்து நான்கு பெண் கைதிகளையும் கொண்ட குழு அது. இத்தனை பேரையும் பட்டியலின் பிரகாரம் சரி பார்த்து எண்ணிக் கணக்கிட்டு, நோய்வாய்ப்பட்டோரையும் பலமிழந்தோரையும் தனியே பிரித்து குழுவுக்குப் பொறுப்பான காவல் அதிகாரியிடம் ஒப்படைக்க வேண்டியிருந்தது. புதிய சிறைக் கண்காணிப்பாளரும் அவரது இரு துணையதிகாரிகளும் டாக்டரும் மருத்துவ உதவியாளரும் குழுவின் காவல் படைத் தலைமை அதிகாரியும் எழுத்தரும் முற்றத்தில் ஒரு சுவரின் நிழலில் மேசையைச் சுற்றிலும் உட்கார்ந் திருந்தார்கள். மேசை நிறைய காகிதங்களும் எழுதுக் கருவிகளு மாய் இருந்தன. இவர்கள் கைதிகளை ஒவ்வொருவராய் அழைத்துக் கேள்விகள் கேட்டு விசாரித்து விவரங்களை எழுதிக் கொண்டிருந்தார்கள்.

கொஞ்சம் கொஞ்சமாய் வெயில் நெருங்கி வந்து ஏற்கெனவே மேசையில் ஒரு பாதியைத் தமது பிடிக்குள் கொண்டு வந்துவிட்டது. வெப்பம் அதிகரித்துச் சென்றது. அசைவில்லாத காற்றுடன் பக்கத்தில் இருந்த கைதிகளது கூட்டத்தின் மூச்சும் சேர்ந்துகொண்டதால் புழுக்கம் சகிக்க முடியவில்லை.

"என்ன இது, முடிவில்லாததாய் இருக்கிறதே" சிகரெட்டை உறிஞ்சிப் புகையை இழுத்துக்கொண்ட காவல் படைத் தலைமை அதிகாரி கூறினார். அவர் உயரமான பருத்த ஆள், பழுத்த மேனியும் உயர்ந்தெழுந்த தோள்களும் குட்டைக் கைகளும் உடையவர். மூடிய வாயிலிருந்து தொடர்ந்து புகை வெளிப்பட்டு அவரது அடர்ந்த மீசைக்குள் புகுந்தது. "என் உயிரை வாங்குகிறீர்கள். இத்தனை பேரை எங்கிருந்து திரட்டினீர்கள்? இன்னும் அதிகம் பேர் இருக்கிறார்களா?" என்று கேட்டார் அவர்.

எழுத்தர் தமது பட்டியலைப் பார்த்துவிட்டுச் சொன்னார்:
"பெண்களைத் தவிர்த்து இன்னும் இருபத்து நான்கு பேர் இருக்கிறார்கள்."

"எதற்காக நிற்கிறீங்க? நகருங்க முன்னாலே!" என்று விசாரணைக்காக ஒருவர் பின் ஒருவர் இடித்துக்கொண்டு நின்ற கைதிகளைப் பார்த்துக் காவல் படைத்தலைமை அதிகாரி கத்தினார்.

மூன்று மணி நேரத்துக்கும் அதிகமாய் இந்தக் கைதிகள் அங்கே வெயிலில் நெருக்கமாய் நீள்வரிசைகளில் தமது முறைக்காகக் காத்துக்கொண்டு நின்றிருந்தார்கள்.

சிறைக்கூட முற்றத்தில் இவ்வளவும் நடைபெற்றுக் கொண்டிருந்த நேரத்தில் வெளியே நுழைவாயிலுக்கு முன்னால் வழக்கம் போல் துப்பாக்கி வைத்துக்கொண்டு காவல் புரிந்து நின்ற படையாளுக்கு அருகே இருபத்து இரண்டு வண்டிகள் நின்றிருந்தன. கைதிகளது மூட்டை முடிச்சுகளையும், நடக்க முடியாதபடி பலவீனமாய் இருந்த கைதிகளையும் ஏற்றிச் செல்வதற்காக இந்த வண்டிகள் காத்திருந்தன. அப்பால் ஒரு மூலையில் கைதிகளது உற்றாரும் நண்பர்களும் கூட்டமாய் நின்றார்கள். கைதிகள் வெளியே வந்ததும் சந்தர்ப்பம் வாய்த்தால் அவர்களுடன் இரண்டு வார்த்தை பேசுவதற்காகவும் அவர்களுக்கு வேண்டியவை சிலவற்றை அவர்களிடம் தருவதாகவும் இவர்கள் காத்திருந்தனர்.

நெஹ்லூதவ் இந்தக் கூட்டத்துடன் சேர்ந்துகொண்டார்.

அங்கே அவர் சுமார் ஒரு மணி நேரம் நின்றிருப்பார். பிறகு நுழைவாயிலுக்கு உள்ளிருந்து சங்கிலிகளின் கணீரொலியும் காலடிகளது சப்தமும் அதிகாரக் குரல்களும் இருமல் ஒலியும்

❖ லியோ டால்ஸ்டாய் ❖ 535

பெரிய கூட்டத்தின் தணிவான இரைச்சலும் காதுக்கு எட்டின. இப்படித் தொடர்ந்து ஐந்து நிமிடங்களுக்குச் சப்தம் கேட்டது. சிறைக் காவலர்கள் நுழைவாயிலினுள் போய்க் கொண்டும் வெளியே வந்து கொண்டும் இருந்தனர். முடிவில் கட்டளை இடப்பட்டது காதில் விழுந்தது.

நுழைவாயிலின் கதவுகள் பலத்த தடதடப்புக்கிடையே திறந்து விடப்பட்டன. உடனே சங்கிலி ஒலி முன்னிலும் பன்மடங்கு பலமாய்க் கேட்டது. வெள்ளை மேலுடுப்பு உடுத்தித் துப்பாக்கி ஏந்திய காவல் படையாட்கள் வெளியே தெருவுக்கு நடைபோட்டு வந்து நுழைவாயிலுக்கு முன்னால் பெரிய வட்டமாய் அமையும்படி நின்றார்கள். இது நன்கு பயின்று வழக்கப்படிச் செய்யப்பட்ட நடவடிக்கை என்பது தெரிந்தது. படையாட்கள் இப்படி வந்து நின்றபின் இன்னொரு கட்டளை பிறப்பிக்கப்பட்டது கேட்டது. உடனே கைதிகள் இருவர் இருவராகச் சேர்ந்து வெளியே வர ஆரம்பித்தார்கள். எல்லாரும் தோளில் சாக்குப் பையைச் சுமந்துகொண்டு, மழிக்கப்பட்ட தலையில் தட்டையாய் அப்பம் போன்ற குல்லாய் வைத்திருந் தார்கள்; சங்கிலி பூட்டிய கால்களை இழுத்துக்கொண்டு, ஒரு கை சாக்குப் பையைப் பிடித்திருக்க இன்னொரு கையை வீசி ஆட்டியவாறு நடந்தார்கள்.

முதலில் வந்தவர்கள் சைபீரியக் கடின உழைப்புத் தண்டனை பெற்ற ஆண் கைதிகள். எல்லாரும் ஒரே மாதிரி சாம்பல் நிறக் கால்சட்டைகளும் முதுகில் குறியிடப்பட்ட அங்கி களும் உடுத்தியிருந்தார்கள். இளைஞரும், முதியோரும், மெலிந் தோரும், பருத்தவரும், வெளுத்தவரும், சிவப்பரும், பழுப்பரும், மீசைக்காரர்களும், தாடியுடையோரும், இல்லாதோரும், ருஷ்யர்களும், தாத்தாரியரும், யூதர்களும் ஆகிய இவர்கள் தமது சங்கிலிகள் கணகணக்க, நெடுந்தொலைவு இப்படிச் செல்லத் தயார் என்பது போல வேகமாகக் கைவீசிக் கொண்டு வெளியே நடந்தார்கள். ஆனால் பத்து அடி எடுத்து வைத்து நடந்ததும் வெடுக்கென நின்று உத்தரவுக்குக் கீழ்ப்படிந்து நாலு நாலு பேராய் நீள்வரிசையில் ஒருவருக்குப் பின் ஒருவர் அணி சேர்ந்தனர். இவர்களைத் தொடர்ந்து இவர்களைப் போலவே தலை மழிக்கப்பட்டு அதே மாதிரி உடுப்பு உடுத்தியவர்கள் நுழை வாயிலிருந்து சாரை சாரையாய் வெளிப்பட்டனர். ஆனால் இவர்களது கால்களில் சங்கிலி பூட்டப்பட்டிருக்கவில்லை, அதற்குப் பதில் ஒருவர் கை இன்னொருவரது கையுடன் விலங்கிட்டுப் பிணைக்கப்பட்டிருந்தது. இவர்கள் சைபீரியக் கடத்தல் தண்டனை பெற்றவர்கள்... முதலில் வந்தவர்களைப்

போலவே வேகமாய் வெளியே வந்து அதேபோல் வெடுக்கென நின்று நாலு நாலு பேராகச் சேர்ந்து நீள் வரிசை அமைத்தனர். பிறகு கிராமச் சமுதாயத்தால் விலக்கி அனுப்பப்பட்டோர்* வந்தார்கள்.

பிறகு இதே வரிசையில் பெண் கைதிகள் வெளியே வந்தார்கள். முதலில் சைபீரியக் கடின உழைப்புத் தண்டனை பெற்றவர்கள்–சாம்பல் நிற நீளங்கியும், தலைக்குட்டைகளும் அணிந்திருந்தனர்; அடுத்து, சைபீரியக் கடத்தல் தண்டனை பெற்றவர்கள்; முடிவில் தமது சொந்த முடிவின் பேரில் தமது கணவன்மார்களைப் பின்தொடர்ந்து சென்ற பெண்கள் நகரத்து அல்லது கிராமத்து ஆடைகள் அணிந்திருந்தனர். பெண்களில் சிலர் தமது சாம்பல் நிற நீளங்கிகளின் முன்றானையில் குழந்தையை வைத்துச் சுற்றித் தூக்கிச் சென்றனர்.

பெண்களுடன் சேர்ந்து அவர்களது சிறுவர்களும் சிறுமிகளும் வந்தார்கள். குதிரை மந்தையில் வரும் குதிரைக் குட்டிகளைப் போல் இந்தச் சிறுசுகள் கைதிகளுக்கு மத்தியில் நெருக்கியடித்துக்கொண்டு திமிறின.

ஆடவர்கள் மௌனமாய் வரிசையமைத்து நின்றிருந்தார்கள்; எப்போதாவது இருமினார்கள், அல்லது இரண்டொரு வார்த்தை கூறிக்கொண்டார்கள் என்பது தவிர, மற்றபடி அவர்களிடமிருந்து பேச்சு எழவில்லை. பெண்கள் மத்தியிலிருந்து வாய்ப் பேச்சு ஓயாமல் கேட்டுக் கொண்டிருந்தது.

வெளியே வந்த பெண்களிடையே மாஸ்லவா தன் கண்ணில் பட்டதாக நெஹ்லூதவ் நினைத்தார். ஆனால் அதன் பிறகு அவள் அந்தப் பெருங்கூட்டத்தில் மறைந்துவிட்டாள். சாம்பல் நிறத் திரள் மட்டுமே இப்போது அவர் கண்ணுக்குத் தெரிந்தது. மனிதர்களுக்கும் இன்னும் முக்கியமாய்ப் பெண்களுக்கும் உரிய சாயலை இழந்து, குழந்தைகளையும் மூட்டைகளையும் கொண்ட திரளினர் ஆடவர் வரிசைகளுக்குப் பின்னால் வரிசையமைத்துச் சென்றது மட்டுமே தெரிந்தது.

சிறைக்கூட முற்றத்திலேயே எல்லாக் கைதிகளும் எண்ணிக் கணக்கிடப்பட்டிருந்த போதிலும், காவல் படையினர் மறுபடியும் ஒரு தரம் அவர்களை எண்ணிப் பட்டியல் எண்களுடன் ஒப்பிட்டுப் பார்க்க முற்பட்டனர். இதற்கு நெடுநேரம் ஆயிற்று. முக்கியமாய், கைதிகளில் சிலர் நகர்ந்துகொண்டும் இடம் மாறிக்கொண்டும் இருந்ததால் எண்ணிச் சென்றவர்கள் குளறுபடி செய்ய நேர்ந்தது.

---

* கிராமச் சமுதாயம் என்று அழைக்கப்பட்ட அக்காலத்திய ருஷ்ய விவசாயிகளது கிராமப் பஞ்சாயத்துகளால் கடத்தல் தண்டனை அளிக்கப்பட்டவர்கள்.

எல்லாரும் ஒருவிதமாய் எண்ணிக் கணக்கிடப்பட்டதும், கைதிக்குழுக் காவல்படைத் தலைமை அதிகாரி கட்டளை பிறப்பித்தார். உடனே கூட்டத்தினரிடையே அமளியாகி விட்டது. பலமிழந்த ஆடவரும் பெண்டிரும் குழந்தைகளும் போட்டியிட்டு அடித்து மோதிக்கொண்டு வண்டிகளை நோக்கி ஓடினர். மூட்டை முடிச்சுகளை உள்ளே போட்டு விட்டு வண்டிகளில் ஏறினர். வீறிட்டுக் கத்திய குழந்தைகளையுடைய பெண்கள், இடம் பிடிப்பதற்காக இடித்து நெரித்துக் கொண்டு கும்மாளமடித்த குழந்தைகள், சோர்வடைந்து சோக உருவினராய் இருந்த கைதிகள் – இப்படி எல்லாருமாய் வண்டிகளில் ஏறி உட்கார்ந்தார்கள்.

சில கைதிகள் தம் குல்லாவைக் கழற்றிக் கையில் வைத்துக் கொண்டு, காவல் படைத்தலைமை அதிகாரியிடம் வந்து அவரிடம் ஏதோ வேண்டினார்கள். தாமும் வண்டியில் ஏறிக் கொள்ள அனுமதி கேட்டார்கள் என்பது பிற்பாடு நெஹ்லூ தவுக்குத் தெரிய வந்தது. இந்தக் கைதிகளைக் கண்ணெடுத்துப் பார்க்காமல் தலைமை அதிகாரி மௌனமாகத் தமது சிகரெட்டிலிருந்து புகையை உள்ளே இழுத்துக் கொண்டதையும், பிறகு ஒரு கைதிக்கு முன்னால் திடுமெனத் தமது குட்டைக் கையை வீசி ஆட்டியதையும், அந்தக் கைதி அடிவிழுமென்று பயந்து தனது மழிக்கப்பட்ட தலை வெடுக்கெனத் தோள்களுக்கு இடையே இழுத்துக்கொள்ளப் பின்னால் தாவியதையும் நெஹ்லூதவ் பார்த்தார்.

"எந்நாளும் மறக்க மாட்டாய்-அந்த மாதிரியான வண்டி சவாரி உனக்குக் கிடைக்கச் செய்வேன்! நடக்க முடியும் உன்னால், போய்ச் சேர்!" என்று கூச்சலிட்டார் தலைமை அதிகாரி.

கால்களில் சங்கிலி பூட்டப்பட்ட ஒல்லிக் கிழவர் ஒருவருக்கு மட்டும்தான் தலைமை அதிகாரி அனுமதி அளித்தார். அப்பம் போலிருந்த குல்லாவைக் கழற்றிக் கொண்டு அந்தக் கிழவர் தம் மீது சிலுவைக்குறி இட்டவாறு வண்டியிடம் போய்ச் சேரக் கண்டார் நெஹ்லூதவ். ஆனால் வண்டிக்குள் அந்தக் கிழவரால் ஏற முடியவில்லை, சங்கிலி பூட்டப்பட்ட நோய்ஞ்சல் காலை உயர்த்தி வைக்க முடியாமல் திண்டாடினார். முடிவில் வண்டியி லிருந்த ஒரு குடியானவப் பெண் கைகொடுத்து அவரை உள்ளே இழுத்து உட்கார வைத்தாள்.

எல்லாச் சாக்குப்பைகளும் மூட்டைகளும் வண்டிகளில் போடப்பட்டு, அனுமதிக்கப்பட்டோரும் ஏறி உட்கார்ந்த பிறகு, தலைமை அதிகாரி தமது தொப்பியைக் கழற்றிவிட்டு

நெற்றியையும் வழுக்கைத் தலையையும் சிவந்திருந்த குண்டுக் கழுத்தையும் துடைத்துக் கொண்டார். பிறகு அவர் தம் மீது சிலுவைக்குறி இட்டுக்கொண்டார்.

"குழு புறப்படட்டும்!" என்று கட்டளையிட்டார்.

படையாட்களது துப்பாக்கிகள் தடதடத்தன. கைதிகள் தமது குல்லாய்களைக் கழற்றி வைத்துக்கொண்டு தம் மீது சிலுவைக்குறி இட்டுக் கொண்டனர்–சிலபேர் இடக்கையால் இதைச் செய்தனர். வழியனுப்பி வைக்க வந்திருந்தோர் ஏதோ கத்தினார்கள். கைதிகளும் பலத்த குரல் எழுப்பிப் பதில் அளித் தார்கள். பெண்கள் மத்தியிலிருந்து புலம்பல்களும் கதறல்களும் எழுந்தன. வெள்ளை மேலுடுப்பு உடுத்திய படையாட்கள் சுற்றிலும் நடந்து வர, கைதிகளது குழு புறப்பட்டு, கால் சங்கிலிகளால் புழுதியை எழுப்பிக்கொண்டு முன்னே சென்றது. எல்லோர்க்கும் முன்னால் படையாட்கள் போனார்கள்; அவர் களுக்குப் பின்னால் கடின உழைப்புத் தண்டனைக் கைதிகள், சங்கிலிகள் கணகணக்க நால்வர் வரிசையில் நடந்தார்கள்; அடுத்து கடத்தல் தண்டனைக் கைதிகளும் கிராமச் சமுதாயங் களால் கடத்தப்பட்டோரும் ஒருவர் கை மற்றொருவர் கையுடன் விலங்கிடப்பட்ட ஜோடிகளாகவும், பிறகு பெண்களும் சென்றார்கள். கடைசியில் மூட்டைகளையும் நடக்க முடியா தோரையும் ஏற்றிக்கொண்டு வண்டிகள் சென்றன. இந்த வண்டிகள் ஒன்றின் உச்சியில் அங்கியை இழுத்துக் கெட்டியாகச் சுற்றிப் போர்த்திக்கொண்டு அமர்ந்திருந்த பெண் ஒருத்தி கீச்சிட்டு அழுது புலம்பிக் கொண்டிருந்தாள்.

35

கைதிக் குழுவின் அணிவரிசை அவ்வளவு நீண்டதாய் இருந்ததால், தலைப்பகுதியைச் சேர்ந்தவர்கள் கண்ணுக்குத் தெரியாத தொலைவுக்குப் போய்ச் சேர்ந்த பிறகே, கடைசிப் பகுதியில் மூட்டைகளையும் நடக்க முடியாதோரையும் ஏற்றிக் கொண்டு காத்திருந்த வண்டிகள் புறப்பட முடிந்தது. கடைசி வண்டியும் புறப்பட்டவுடன் நெஹ்லூதவ் அவருக்காகக் காத்தி ருந்த வாடகை வண்டியில் ஏறி உட்கார்ந்து அணிவரிசையைத் தாண்டிக்கொண்டு முன் பகுதிக்குச் செல்லுமாறு வண்டிக் காரனிடம் சொன்னார். ஆடவர் அணிகளில் தமக்குத் தெரிந்த கைதிகள் இருக்கிறார்களா என்று பார்ப்பதற்கும், பெண்டிர் அணிகளில் மாஸ்லவாவைத் தேடிப் பிடித்து அவளுக்குத் தாம் கொடுத்து அனுப்பியவை வந்து சேர்ந்தனவா என்று விசாரிப்ப தற்கும் விரும்பினார் அவர்.

வெப்பம் கடுமையாய் இருந்தது. காற்று அசையவே இல்லை. ஆயிரம் கால்களால் தட்டி எழுப்பப்பட்ட புழுதி தெருவின் நடுவில் போய்க்கொண்டிருந்த கைதிகளுக்கு மேல் பெரும் படலமாய் முழு நேரமும் கவிந்திருந்தது. கைதிகள் வேகமாய் அடியெடுத்து வைத்துப் போய்க்கொண்டிருந்தார்கள். நெஹ்லூதவ் சென்ற வாடகை வண்டியின் குதிரை வேகமாய் ஓடக் கூடியதல்ல, மெதுவாகவே அது கைதிகளது அணிகளைத் தாண்டிச் சென்றது.

முன்பின் கண்டிராத விபரீதமான மூர்க்கப் பிராணிகள் சாரை சாரையாகச் செல்வது போல் கைதிகளது அணிகள் போய்க் கொண்டிருந்தன, ஒரே மாதிரியான மிதியடியுடன் ஒரே மாதிரியான உடுப்பணிந்த ஓராயிரம் கால்கள் நடைபோட்டன, விறுவிறுப்பு அடைய முயலுவதுபோல் வெற்றுக்கரங்கள் அடிக்கு ஒரு தரம் வீசியாடின. இவர்கள் அவ்வளவு ஏராளமாய், அவ்வளவு ஒரே மாதிரியாய், அவ்வளவு வழக்கத்துக்கு மாறான விபரீத நிலைமைகளில் இருந்ததால், நெஹ்லூதவின் மனத்துக்கு இவர்கள் மனிதர்களாகத் தோன்றாமல், ஏதோ விசேஷமான மூர்க்கப் பிறவிகளாகத் தோன்றினர். அவர் அறிந்திருந்த கைதி கள் சிலரைக் கண்ணுற்ற பிறகே அவரது இந்த மனத்தோற்றம் அவரை விட்டகன்றது; கடுங்காவல் கைதிகளது கூட்டத்தில் கொள்ளைக்காரன் ஃபேதரொவையும், கடத்தல் தண்டனைக் கைதிகளிடையே விதூடகன் அஹோத்தினையும், அவரது உதவியை நாடிய இன்னொரு ஊர் சுற்றியையும் அவர் கண்ணுற்றார். அனேகமாய் எல்லாக் கைதிகளும் தலையைத் திருப்பி, அவர்களைக் கடந்து சென்ற வண்டியையும் அதனுள் இருந்த கனவானையும் பார்த்தனர். நெஹ்லூதவை அடையாளம் கண்டுகொண்டு விட்டதால் அடையாளமாய் ஃபேதரொவ் தலையைப் பின்னால் சாய ஆட்டிக் கொண்டான், அஹோத்தின் கண் சிமிட்டினான். ஆனால் இருவரில் யாரும் தலை குனிந்து வணக்கம் தெரிவிக்கவில்லை, அதற்குத் தம்மை அனுமதிக்க மாட்டார்களென நினைத்தனர்.

பெண்களது அணிகளை வந்தடைந்த உடனே அங்கே மாஸ்லவா இருப்பதைக் கண்டார் நெஹ்லூதவ். அவள் இரண் டாவது வரிசையில் சென்றாள். அவ்வரிசையில் முதலில் சென்றவள் அவலட்சணமானவள், குட்டைக்கால்களும் கரிய கண்களுமுடையவள், மேலங்கியை மடக்கிச் சுருட்டி இடுப்பு வாரில் செருகியிருந்தாள். இவள்தான் ஹரஷாவ்கா. அடுத்தபடிச் சென்றவள் கர்ப்பவதி, சிரமப்பட்டு அடியெடுத்து வைத்துச் சென்றாள். மூன்றாமவள் மாஸ்லவா, தோளில் சாக்குப்பையைச் சுமந்து நேரே முன்னால் பார்த்தபடி நடந்தாள். அவளது மன அமைதியும் வைராக்கியமும் அவள் முகத்தில் வெளிப்பட்டன.

அவளுடைய அந்த வரிசையில் நான்காவதாக, கண்ணுக்கு இனிய ஓர் இளம்பெண் உற்சாகமாய் நடந்தாள், குட்டையான அங்கி அணிந்து குடியானவப் பெண்ணுக்குரிய முறையில் தலைக்குட்டையைக் கட்டியிருந்தாள் இவள் ஃபெதோசியா.

நெஹ்லூதவ் தமது வண்டியிலிருந்து இறங்கி இந்தப் பெண்களை நோக்கி நடந்தார். மாஸ்லவாவிடம் சென்று தாம் அனுப்பியவை கிடைத்தனவா என்றும் அவள் எப்படி இருக்கிறாள் என்றும் விசாரிக்க விரும்பினார் அவர். ஆனால் அந்தப் பக்கமாகப் போய்க்கொண்டிருந்த காவல் படை மேலாளர் வெளியிலிருந்து ஒருவர் கைதிகளிடம் வரக் கண்டதும் நெஹ்லூதவிடம் ஓடி வந்தார்.

"கனவானே, அணிகளிடம் யாரும் போகக் கூடாது விதி களுக்கு விரோதமான செயல்" என்று, அருகே வந்ததும் அவர் அந்த அதிகாரி கத்தினார்.

ஆனால் நெஹ்லூதவை அடையாளம் தெரிந்து கொண்ட தும் (சிறைக்கூடத்தில் எல்லார்க்கும் அவரைத் தெரியும்), காவல் படை மேலாளர் விரல்களை உயர்த்தித் தொப்பியைத் தொட்ட படி நெஹ்லூதவின் முன்னால் நின்று அவரிடம் சொன்னார்:

"இப்போது வேண்டாம். ரயில் நிலையத்துக்குப் போய்ச் சேரும் வரைக் காத்திருங்கள். இங்கே யாருடனும் பேசக்கூடாது, விதிகளுக்கு விரோதம். யார் அங்கே பின்தங்குவது? ஒழுங்கு நடை போடுங்கள்!" என்று கைதிகளைப் பார்த்து அவர் கூச்ச லிட்டார். உடனே அவர் விறுவிறுப்பான பாவனையுடன், வெப்பத்தைப் பொருட்படுத்தாமல், கால்களில் தாம் போட்டி ருந்த நேர்த்தியான புதிய பூட்சுகளையும் கவனியாது அங்கிருந்து ஓடித் தமது இடத்துக்குப் போய்ச் சேர்ந்தார்.

நெஹ்லூதவ் நடைபாதைக்குத் திரும்பிச் சென்று வண்டி யைத் தமக்குப் பின்னால் ஓட்டி வரும்படி வண்டிக்காரனிடம் சொல்லிவிட்டு, கைதிக் குழுவின் அணிகள் தமது பார்வை யிலிருந்து மறைந்துவிடாதபடி வேகமாய் நடந்தார். கைதிக்குழு சென்ற பாதை எங்கும் அது எல்லாரது கவனத்தையும் தன்பால் கவர்ந்தது. எல்லாரும் இரக்கமும் மிரட்சியும் கலந்த உணர்ச்சி யுடன் அதை உற்று நோக்கினர். வண்டியில் சென்றோர் வண்டியிலிருந்து தலையை நீட்டி வைத்த கண் வாங்காமல் கைதிகளைப் பார்த்தபடிச் சென்றனர். நடந்து சென்றோர் அப்படியே நின்று ஆச்சரியமும் அச்சமும் அடைந்த அந்தப் பயங்கரக் காட்சியை உற்று நோக்கினர். சிலர் நெருங்கி வந்து பிச்சை போட்டனர். காவல் படையாட்கள் இந்தப்

பிச்சையை வாங்கிக் கொண்டார்கள். சிலர் மனோவசியம் செய்யப் பட்டவர்களைப்போல் கைதிகளது அணிவரிசையைப் பின் தொடர்ந்து நடந்து வந்தனர். பிறகு நடையை நிறுத்தித் தலையை ஆட்டிக்கொண்டு கைதிகளைக் கண்களால் மட்டும் பின்தொடர்ந்தார்கள். எங்கும் வெளி வாயில்களுக்கும் வாசற்படி களுக்கும் வெளியே எல்லாரும் வந்து பார்த்தார்கள். ஏனை யோரையும் வெளியே வரும்படிக் கூப்பிட்டார்கள், அல்லது சன்னல்களின் வழியே வெளியே கவிழ்ந்துகொண்டு இந்த அச்சம் தரும் அணிவரிசையை அசையாமலும் வாய் பேசாமலும் பார்வையிட்டார்கள். குறுக்குச்சாலை ஒன்றில் செல்வச்சீமான் குடும்பத்தின் கோச் வண்டி இந்த அணிவரிசையால் தடுக்கப் பட்டுக் காத்து நிற்க வேண்டியதாயிற்று. வண்டியின் பெட்டியில் பளபளக்கும் முகமுடைய பருத்த வண்டிக்காரன் உட்கார்ந் திருந்தான். அவன் முதுகில் வரிசை வரிசையாகப் பொத் தான்கள் இருந்தன. வண்டியினுள் பின் இருக்கையில் கணவரும் மனைவியும் அமர்ந்திருந்தனர்–மனைவி ஒல்லியாய் வெளிறிய மேனியளாய் இருந்தாள், மென்னிறத் தொப்பி அணிந்து பளிச் சிடும் நிறத்தில் கைக்குடை பிடித்திருந்தாள்; கணவர் நெடுந் தொப்பி வைத்துக்கொண்டு மென்னிறத்தில் நேர்த்தியான நீள் கோட்டு அணிந்திருந்தார். இவர்களுக்கு எதிரே முன் இருக்கையில் இவர்களது குழந்தைகளான சிறுமியும் சிறுவனும் இருந்தனர் – பரட்டைச் சணல் முடிகளையுடைய சிறுமி நேர்த்தியான ஆடைகள் அணிந்திருந்தாள், அன்று அலர்ந்த மலர் போல் இருந்தாள், தாயைப் போல் பளபளப்பான கைக்குடை பிடித்திருந்தாள்; நீளமான குச்சிக் கழுத்தும் முட்டிக்கொண்டு தெரிந்த காறையெலும்புகளும் உடைய எட்டு வயதுச் சிறுவன் நீளமான ரிப்பன்களுடன் கூடிய மாலுமிக் குல்லாய் வைத்திருந்தான்.

வண்டியை வேகமாய் ஓட்டித் தக்க நேரத்தில் அணி வரிசையைத் தாண்டிக்கொண்டு முன்னால் போய்ச் சேராததற் காக வண்டிக்காரனை அந்தத் தந்தை கோபமாகத் திட்டினார். அசூயை தாங்காமல் அந்தத் தாய்க்குக் கண்கள் ஒடுங்கிச் சுருங்கின, முகம் கோணி விட்டது, பட்டுக் கைக்குடையை முகத்தோடு ஒட்டும்படிப் பிடித்து வெயிலும் தூசியும் மேலே படாமல் மறைத்துக்கொண்டாள்.

எந்த நியாயமும் இல்லாமல் எசமான் திட்டுகிறாரே, இந்தத் தெரு வழியே ஓட்டிச் செல்லும்படி அவர்தானே சொன்னார் என்று கடுப்புற்று முகத்தைச் சுளித்துக்கொண்ட பருத்த வண்டிக்காரன் சிரமப்பட்டு அந்தப் பளபளப்பான கறுப்புக்

குதிரைகளை இழுத்துப் பிடித்துக் காத்துக்கொண்டிருந்தான், நுரை குதப்பிய அந்தக் குதிரைகள் மேலே தொடர்ந்து ஓடுவதற்காகத் துடியாய்த் துடித்தன.

போலீஸ்காரனுங்கூடக் கைதிக்குழுவை நிற்கச் சொல்லி, செல்வச் சிறப்பு வாய்ந்த கோச் வண்டியை முதலில் போக விட்டு அதன் சொந்தக்காரருக்குப் பணிபுரிய வேண்டும் என்றுதான் இதயப்பூர்வமாய் விரும்பினான். ஆயினும் அணி வரிசையை உடைக்கலாகாது. இந்தச் செல்வச் சீமானுக்காகக் கூட அதன் கடுமையான புனிதத்தைக் கெடுக்கலாகாது என்பதாய் அவனுக்குப் பட்டது. செல்வத்தின் மேன்மைக்குத் தான் செலுத்தும் மரியாதையின் சின்னமாய் அவன் தனது விரல்களை உயர்த்திக் குல்லாவைத் தொடுவதுடன் நிறுத்திக் கொண்டு, என்ன நேரிடினும் இந்தக் கைதிகளிடமிருந்து இந்தக் கோச்சின் சொந்தக்காரர்களுக்குப் பாதுகாப்பு அளிப்பதாய் அறிவிப்பது போல் கைதிகளது அணிகளைக் கண்டிப்புடன் உற்றுநோக்கிய வாறு விறைப்பாய் நின்றான். ஆகவே அணிவரிசை பூராவும் கடந்து செல்லும் வரை கோச் வண்டி காத்து நிற்க வேண்டியிருந்தது; மூட்டைகளையும் கைதிகளையும் ஏற்றிச் சென்ற கடைசி வண்டியும் தடதடத்துக்கொண்டு போய்ச்சேர்ந்த பிறகு தான் அங்கிருந்து அது நகர முடிந்தது. அந்த வண்டிகளில் ஒன்றில் அழுகை ஓய்ந்து அமைதியாய் உட்கார்ந்திருந்த இசிப்பு நோயாளிப் பெண் செல்வச் சிறப்பு வாய்ந்த கோச் வண்டியைப் பார்த்ததும் திரும்பவும் கூச்சலிட்டு அழுது புலம்ப ஆரம்பித்து விட்டாள். பிறகு வண்டிக்காரன் கடிவாளக் கயிறுகளை மெல்ல ஆட்டித் தளர்த்தினான். கறுப்புக் குதிரைகள் கெச்சு நடை போட்டு ஓட முற்பட்டன. சரளைக் கற்களில் லாடங்கள் தட்டொலி எழுப்ப, ரப்பர் டயர்களில் மிருதுவாய் அசைந்தாடிய கோச் வண்டியை அவை கிராமக் குடிலை நோக்கி இழுத்துக் கொண்டு ஓடின. கணவரும் மனைவியும் சிறுமியும் முட்டிக் கொண்டு தெரிந்த காறையெலும்புகளை உடைய சிறுவனும் கிராமக்குடிலில் தங்கி உல்லாசமடைவதற்காகச் சென்றார்கள்.

சிறுமியும் சிறுவனும் கண்ணுற்ற காட்சி குறித்து தந்தையோ, தாயோ அவர்களுக்கு எந்த விளக்கமும் தரவில்லை. எனவே குழந்தைகள் தாமாகவே அந்தக் காட்சிக்கு விளக்கம் தேடிக் கொள்ள வேண்டியிருந்தது.

தாய் தந்தையரின் முகபாவத்தை மனதிற்கொண்டு சிறுமி இப்பிரச்சினைக்குத் தன்னுள் விடையை ஊகித்துக் கொண் டாள். இந்த ஆட்கள் தனது பெற்றோரையோ அவர்களைச் சேர்ந்தோரையோ போன்றவர்கள் அல்ல. முற்றிலும் வேறு விதமானவர்கள், கெட்ட பிறவிகள்; அதனால்தான் இந்த விதமாய் நடத்தப்பட்டார்கள் என்று முடிவு செய்து கொண் டாள். எனவே சிறுமிக்குத் திகிலைத் தவிர வேறு எந்த

உணர்ச்சியும் எழவில்லை, இந்த ஆட்கள் தன் பார்வையிலிருந்து மறைந்ததும் அவளுக்கு மகிழ்ச்சியாய் இருந்தது.

ஆனால் நீளமான குச்சிக் கழுத்துடைய சிறுவன் கைதிகள் அணிகளிடமிருந்து பார்வையைத் திருப்பாமல் கவனித்திருந்து விட்டு வேறுவிதமாய் முடிவு செய்து கொண்டான். இந்த ஆட்கள் தன்னையும் ஏனைய எல்லாரையும் போன்றவர்களே என்பது உறுதியாகவும் சந்தேகத்துக்கு இடமில்லாமலும் அவனுக்குத் தெரிந்தது. நேரே தெய்வத்திடமிருந்து அவன் இதை அறிந்து வைத்திருந்தான். ஆகவே இந்த ஆட்களுக்கு யாரோ கேடு புரிந்திருந்தார்கள், செய்யத் தகாததைச் செய்திருந்தார்கள் என்பது அவனுக்குத் தெரிந்தது. இந்த ஆட்களுக்காக அவன் மனம் வருந்தினான், தலை மழித்துச் சங்கிலி பூட்டப்பட்டிருந்த இவர்களையும் இப்படி இவர்களது தலையை மழித்து இவர்களுக்குச் சங்கிலி பூட்டியோரையும் நினைக்கையில் அவனுக்குப் பயங்கரமாகவும் நடுக்கமாகவும் இருந்தது. இதனால் சிறுவனுக்கு மேலும் மேலும் உதடுகள் துடிதுடித்தன, அழாமல் இருக்கும் பொருட்டு அவன் மேலும் மேலும் கடுமையாய் முயற்சி செய்தான், இதற்காக அழுவது வெட்ககரமானது என்று நினைத்தான்.

36

கைதிகளோடு சேர்ந்து நெஹ்லூதவும் வேகமாய் நடந்தார். மெல்லிய உடை உடுத்தி மெல்லிய மேல் கோட்டுதான் போட்டிருந்தார். அப்படியும் வெப்பம் தாள முடியவில்லை. இன்னும் முக்கியமாய், தெருவின் மீது கவிந்திருந்த தூசிப் படலமும் அசைவில்லாத வெப்பக்காற்றும் புழுக்கத்தை அதிகமாக்கி அவரைத் திணறடித்தன.

கால் மைல் தொலைவு நடந்ததும் மீண்டும் தமது வாடகை வண்டியில் ஏறிக்கொண்டார், தெருவின் நடுவிலே வண்டியில் சென்றுங்கூட வெப்பம் முன்னிலும் கடுமையாய் இருந்ததாக அவருக்குத் தோன்றியது. முந்திய நாள் மாலையில் அத்தானுடன் பேசியது பற்றி நினைத்துப் பார்த்தார். இந்த நினைவுகள் காலையில் செய்ததுபோல் இப்பொழுது அவரைக் கிளர்ச்சியடையச் செய்யவில்லை. கைதிகளது சிறைக்கூடத்திலிருந்து புறப்பட்டு அணிவரிசை அமைத்துக் கிளம்பியது பற்றிய மனப் பதிவுகளாலும், இன்னும் முக்கியமாகத் தாங்கவொண்ணாத வெப்பத்தாலும் இந்த நினைவுகள் மழுங்கடிக்கப்பட்டன.

நடைபாதையில் வேலி ஓரமாய் மரங்களின் நிழலில் மண்டி யிட்டு அமர்ந்திருந்த ஐஸ்கிரீம் விற்பனையாளருக்குப் பக்கத்தில் இரண்டு பையன்கள் நின்றிருந்தனர். ஒருவன் கொம்புக் கரண்டியை வாயில் வைத்துச் சப்பி ஐஸ்கிரீமைச் சுவைத்துக்

கொண்டிருந்தான், இன்னொருவன் தனக்காகக் கிளாசில் ஏதோ மஞ்சளாய் ஊற்றப்பட்டு வந்த பானத்துக்காகக் காத்திருந்தான்.

"இங்கே எங்காவது குடிப்பதற்குப் பானம் கிடைக்குமா?" என்று நெஹ்லூதவ் தமது வண்டிக்காரனிடம் கேட்டார். தாகம் தீர ஏதாவது குடிக்க வேண்டும் என்ற அடங்காத ஆசை அவருள் எழுந்தது.

"அருகாமையில் ஒரு நல்ல இடம் இருக்கிறது" என்று சொல்லி வண்டிக்காரன் ஒரு திருப்பத்தில் வண்டியை ஓட்டிச் சென்று, பெரிய பெரிய பலகை தொங்கிய ஒரு கடையின் எதிரே நிறுத்தினான்.

விற்பனை மேடைக்குப் பின்னால் ஊதிப் பருத்த விற்பனை யாளன் நின்றுகொண்டிருந்தான். ஒரு காலத்தில் வெள்ளையாய் இருந்திருக்க வேண்டிய உடுப்புகளில் மேசைப் பணியாட்கள் (கடைக்கு யாரும் வராததால்) மேசையைச் சுற்றி அமர்ந்திருந் தனர். வழக்கமாய் வரக் கூடியவராய் இராத ஒருவர் வருவதை ஆவலுடன் பார்த்துக்கொண்டிருந்த இவர்கள், அவர் உள்ளே வந்ததும், அவருக்குப் பணிபுரிவதற்காக எழுந்தனர். செல்ட்சர் சோடா கொண்டுவரச் சொல்லிவிட்டு சன்னலிலிருந்து சற்று விலகியமைந்த அழுக்கு விரிப்பிடப்பட்டிருந்த சிறிய மேசையின் எதிரே அமர்ந்துகொண்டார்.

தேநீர்க் கலன்களும் வெள்ளைப்புட்டி ஒன்றும் வைக்கப் பட்டிருந்த இன்னொரு மேசையின் இரு மருங்கிலும் அமர்ந் திருந்த இரண்டு பேர் நெற்றியைத் துடைத்தபடி உருக்கமாய் ஏதோ கணக்குப் போட்டுக்கொண்டிருந்தனர். ஒருவர் பழுத்த மேனியும் வழுக்கைத் தலையும் உடையவர், பின்தலையில் மட்டும் இக்னாத்தி நிக்கீஃபரொவிச்சுக்கு இருந்த மாதிரி கரிய முடி வரம்பு கட்டியிருந்தது. இதைக் கண்டதும் நெஹ்லூதவுக்கு நேற்று அத்தானுடன் தாம் உரையாடியதும், இங்கிருந்து செல்லுமுன் அவரையும் அக்காளையும் தாம் பார்க்க விரும்பிய தும் மறுபடியும் நினைவுக்கு வந்தன.

"எனது ரயில் புறப்படுவதற்கு முன்பு போய்ப் பார்த்துவிட்டு வரமுடியாதே" என்று அவர் தம்முள் கூறிக்கொண்டார். "கடிதமாவது எழுதுவோம்", காகிதமும் உறையும் தபால் தலையும் கொண்டுவரச் சொல்லிவிட்டு காற்றுக் கொப்புளங்கள் எழுந்து உஸ்ஸிட்ட பானத்தைப் பருகியவாறு, என்ன எழுதுவதென்று ஆலோசித்தார். ஆனால் அவர் சிந்தனைகள் ஒழுங்குபட்டு வரவில்லை. கடிதம் எப்படி அமைந்திருக்க வேண்டுமென்று அவரால் தீர்மானிக்க முடியவில்லை.

“எனது அருமை நத்தாலியா. நேற்று இக்னாத்தி நிக்கீஃபரொரோவிச்சுடன் நடைபெற்ற உரையாடலால் உண்டான மனக் கவலையுடன் இங்கிருந்து போய்ச் சேர என்னால் முடிய வில்லை...” என்று அவர் எழுத ஆரம்பித்தார். “மேற்கொண்டு என்ன எழுதுவது? நேற்று நான் சொல்லிய பலவற்றுக்காகவும் என்னை மன்னிக்கும்படி வேண்டுவதாக அவரிடம் சொல்லச் சொல்வதா? என் மனத்துள் இருப்பதைத்தானே நான் சொன்னேன். சொன்னதைத் திரும்பப் பெற்றுக் கொள்கிறேன் என்று அல்லவா அவர் நினைப்பார். அது எப்படி அவர் எனது விவகாரங்களில் தலையிடலாம்?... வேண்டாம், முடியாது என்னால்.” அவருக்கு அப்படி அந்நியமானவராய், அசங்காத தன்னம்பிக்கைக் கொண்டவராய் இருந்த அந்த மனிதர்பால் திரும்பவும் அவர் மனத்துள் வெறுப்பு மூண்டெழுந்தது. முடிக்கப்படாத கடிதத்தை மடித்து வைத்துக்கொண்டு, பானத் துக்குக் காசு கொடுத்துவிட்டு நெஹ்லூதவ் வெளியே தெருவுக்கு வந்தார். இவர் திரும்பவும் வண்டியில் ஏறிக் கைதிக்குழுவிடம் போய்ச் சேர்வதற்காகக் கிளம்பினார்.

“வெப்பம் மேலும் கடுமையாகிவிட்டது. கற்களும் சுவர்களும் வெப்பக்காற்றை மூச்சாக வெளியே விடுவதுபோல் இருந்தது. கொதிக்கும் நடைபாதை நடப்போரின் பாதத்தைத் தீய்த்துவிடும் போலத் தோன்றியது. வண்டியில் வார்னிஷ் பூசப் பட்ட சக்கர மரப்பட்டையைத் தொட்டதும் நெஹ்லூதவுக்குக் கை எரிவது போன்ற உணர்ச்சியுண்டாயிற்று.

சமதரையாய் இல்லாத புழுதி படிந்த தெருவில் அலுப்புத் தட்டும்படியான ஒரே சந்தத்தில் குளம்புகளால் தட்டி, அந்தக் குதிரை சோர்ந்து போன நிலையில் ஓடிக்கொண்டிருந்தது. வண்டிக்காரன் தூங்கித் தூங்கி விழுந்தான். நெஹ்லூதவ் எதைப் பற்றியும் நினைக்காமல் கருத்தில்லாதவராய்த் தம் முன் பார்த்தபடி அமர்ந்திருந்தார்.

ஒரு பெரிய வீட்டின் வெளிவாயிலுக்கு எதிரே, சாக்க டையை நோக்கித் தெரு சரிந்து சென்ற இடத்தில் கூட்டம் கூடியிருந்தது, கைதிக்குழுக் காவல் படையாள் ஒருவன் துப்பாக்கி வைத்துக்கொண்டு அந்தக் கூட்டத்தில் நின்றிருந்தான். வண்டியை நிறுத்தச் சொன்னார் நெஹ்லூதவ்.

“என்ன ஆயிற்று?” என்று அங்கிருந்த தோட்டியிடம் அவர் விசாரித்தார்.

“யாரோ கைதிக்கு என்னவோ ஆகியிருக்கிறது.”

நெஹ்லூதவ் வண்டியை விட்டு இறங்கி அந்தக் கூட்டத்திடம் சென்றார். சாக்கடை ஓரச் சரிவுத் தளத்தின் கரடு முரடான

கற்கள் மீது கீழே தலையும் மேலே கால்களுமாய் ஒரு கைதி விழுந்து கிடந்தான். நடுத்தர வயதான அவன் விரிந்த மார்பும் செந்தாடியும் சிவந்த முகமும் சப்பை மூக்கும் உடையவன். சாம்பல் நிற அங்கியும் அதே நிறத்திலான கால்சட்டையும் அணிந்திருந்தான். புள்ளி விழுந்த கைகளை விரித்துக்கொண்டு அவன் மல்லாந்து கிடந்தான். உள்ளங்கைகள் குப்புறக் கவிந்திருந்தன, இரத்தச் சிவப்பாயிருந்த கண்கள் விண்ணைப் பார்க்கக் குத்திட்டு நின்றன. அகன்று உயர்ந்து வலு மிக்கதாயிருந்த அவனது நெஞ்சு சத்தம் தவறாமல் விம்மி யெழுந்தது, அவன் முனகிச் செருமினான். அவனுக்குப் பக்கத்தில் சிடுசிடுப்பான ஒரு போலீஸ்காரனும் அங்காடிக் காரனும் தபால்காரனும் கடைக்காரனும் கைக்குடை யுடைய வயதான ஓர் அன்னையும் வெற்றுக் கூடையுடைய ஒட்ட முடிவெட்டிய ஒரு சிறுவனும் நின்றார்கள்.

"பலம் இழந்தவர்களை, சிறையில் அடைத்திருந்து தளர்ந்து போனவர்களைத் திடுமென இப்படித் தகிக்கும் வெயிலில் அழைத்துச் செல்கிறார்கள்" என்று சொன்னான் கடைக்காரன், அப்போது அங்கே வந்து சேர்ந்த நெஹ்லூதவைப் பார்த்து,

"இறந்து விடுவான் போல் இருக்கிறதே" என்றார் அழாக் குரலில், கைக்குடை வைத்திருந்த அந்த அன்னை.

"சட்டையின் கழுத்துப்பட்டியை அவிழ்த்துவிட வேண்டும்" என்றார் தபால்காரர்.

புடைத்த சிவப்புக் கழுத்தைப் பிடித்திருந்த சட்டைப் பட்டியை அந்தப் போலீஸ்காரன் நடுங்கிக்கொண்டிருந்த தனது பருத்த விரல்களால் தட்டுத் தடுமாறியபடி அவிழ்க்க ஆரம்பித்தான். அவன் பரபரப்படைந்து குழம்பிப் போயிருந்தது நன்றாகவே தெரிந்தது. ஆயினும் கூட்டத்தைப் பார்த்துக் கண்டித்துப் பேசுவது அவசியமெனக் கருதினான்.

"எதற்காக இங்கே கூட்டமாய் நிற்கிறீங்க? வெப்பம் தாள முடியவில்லை. காற்றைத் தடுத்துக்கொண்டு நிற்காதீங்க!"

"டாக்டர் பரிசோதனை செய்து பார்த்திருக்க வேண்டும். பலம் இல்லாதோரை அனுப்பியிருக்கக்கூடாது. உயிர்போகிற நிலையில் இருந்திருக்க வேண்டும் இவன். இப்படி அனுப்பி வைத்திருக்கிறார்கள்" என்று கடைக்காரன் தனது சட்ட ஞானத்தை வெளிப்படுத்திக் காட்டினான்.

சட்டையின் கழுத்துப்பட்டியை அவிழ்த்துவிட்ட போலீஸ்காரன் எழுந்து நின்று சுற்றிலும் பார்த்தான்.

"போய்ச் சேருங்கள் என்கிறேன். இங்கே உங்களுக்கு வேலை இல்லை. பார்ப்பதற்கு இங்கே என்ன இருக்கிறது?" என்று சொல்லி, அனுதாபத்தை நாடி நெஹ்லூதவின் பக்கம்

திரும்பினான். அவரது முக பாவம் அனுதாபம் வாய்ந்ததாய் இல்லாமல் போகவே காவல் படையாளிடம் திருப்பினான்.

ஆனால் காவல்படையாள் விலகி நின்று, தேய்ந்துபோன தனது பூட்சுப் பாதத்தைப் பரிசீலித்துக் கொண்டிருந்தான். போலீஸ்காரனது குழம்பிய நிலைகுறித்து அவன் கொஞ்சமும் கவலைப்படவில்லை.

"கவனித்துக்கொள்ள வேண்டியவர்கள் கவனியாது அலட்சியமாய் இருந்து விடுகிறார்கள்..... ஆட்களை இப்படிச் சாகடிப்பது முறையா?... கைதியாய் இருந்தாலும் அவனும் மனிதன்தானே"–கூட்டத்திலிருந்து இப்படிக் குரல்கள் எழுந்தன.

"தலை உயரத்தில் இருக்கும்படித் திருப்பிப் போட்டு குடிக்கத் தண்ணீர் கொடுங்கள்" என்றார் நெஹ்லூதவ்.

"தண்ணீர் கொண்டுவரச் சொல்லியிருக்கிறேன்" என்று பதிலளித்த போலீஸ்காரன், கைதியின் கவுட்டிக்குள் கையை விட்டு சிரமப்பட்டு அவனை உயரத்துக்கு இழுத்தான்.

"இங்கே ஏன் இந்தக் கூட்டம்?" என்று தீர்மானத்துடன் அதிகாரமாய் ஒலித்த குரல் திடுமெனக் கேட்டது. கண்ணைப் பறிக்கும்படி தூய்மையாய்ப் பளிச்சிட்ட மெல்லுடையும் அதையும் விட பளபளப்பான நெடும் பூட்சும் அணிந்திருந்த போலீஸ் அதிகாரி ஒருவர் அந்தக் கூட்டத்திடம் வேகமாய் நடந்து வந்தார்.

"கலைந்து செல்லுங்கள்! இங்கே நிற்கக் கூடாது!" எதற்காக கூடியிருக்கிறார்கள் என்பது தெரியாமலே அவர் கூச்சலிட்டார்.

நெருங்கி வந்து, இறந்துகொண்டிருந்த கைதியைக் கண்ணுற்றதும், இதெல்லாம் நாம் எதிர்பார்த்ததுதான் என்பது போல் தலையை அசைத்துக்கொண்டு போலீஸ்காரன் பக்கம் திரும்பி விசாரித்தார். "எப்படி நடந்தது இது?"

கைதிக்குழு ஒன்று சென்றதாகவும் இந்தக் கைதி விழுந்து விடவே இவனை விட்டுச் செல்லும்படிக் கைதிக்குழுத் தலைமை அதிகாரி உத்தரவிட்டதாகவும் போலீஸ்காரன் அறிவித்தான்.

"வேறு என்ன செய்வதாம்? இவனைப் போலீஸ் நிலை யத்துக்கு எடுத்துச் செல்ல வேண்டும். வாடகை வண்டியைக் கூப்பிட்டு வா."

"கூப்பிடுவதற்காகத் தோட்டியை அனுப்பியிருக்கிறேன்" என்று தொப்பியிலிருந்து கையை எடுக்காமலே பதிலளித்தான் போலீஸ்காரன்.

வெப்பம் அதிகமாய் இருப்பது பற்றிக் கடைக்காரன் ஏதோ சொல்ல ஆரம்பித்தான்.

"உன் வேலையா இது? ஊம்? போய் உன் வேலையைப் பார்" என்று அதட்டி போலீஸ் அதிகாரி அவனைப் பார்த்து முறைத்ததும் கடைக்காரன் மௌனமாகிவிட்டான்.

"குடிப்பதற்கு அவனுக்குத் தண்ணீர் தர வேண்டும்" என்றார் நெஹ்லூதவ்.

போலீஸ் அதிகாரி நெஹ்லூதவையும் பார்த்து முறைத்தார், ஆனால் ஒன்றும் சொல்லவில்லை. தோட்டி ஒரு ஜாடியில் தண்ணீர் கொண்டு வந்ததும் போலீஸ் அதிகாரி அதைக் கைதிக்குத் தரும்படிப் போலீஸ்காரனிடம் சொன்னார். சாய்ந்து விழுந்த தலையை உயர்த்திப் பிடித்துக்கொண்டு போலீஸ்காரன் கைதியின் வாயினுள் கொஞ்சம் தண்ணீரை ஊற்றினான். ஆனால் கைதியால் அதை விழுங்க முடியவில்லை. தண்ணீர் அவன் தாடியில் வழிந்தோடி அவன் அங்கியையும் அழுக்கேறிய முரட்டுச்சட்டையையும் நனைத்தது.

"தலையிலே ஊற்று!" என்று உத்தரவிட்டார் போலீஸ் அதிகாரி. உடனே போலீஸ்காரன் கைதியின் தலையிலிருந்து அப்பம் போன்ற குல்லாவைக் கழற்றிவிட்டு, செம்பட்டைச் சுருள் முடிகள் மீதும் வழுக்கை விழுந்திருந்த இடத்திலும் தண்ணீரை ஊற்றினான்.

திகிலடைந்தவை போல் கைதியின் கண்கள் விரியத் திறந்துகொண்டு முழித்தன, ஆனால் அவனது நிலையில் மாற்றம் ஏதும் இல்லை.

புழுதி படிந்த அவனது முகத்தில் அழுக்குத் தண்ணீர் தாரைகளாக ஓடிற்று. அவனது வாய் முன்புபோலவே சந்தம் தவறாமல் முனகிச் செருமியது, அவன் உடல் முழுதும் அதிர்ந்தாடியது.

"இதோ ஒரு வண்டி இருக்கிறது. பார்! இதில் எடுத்துச் செல்" என்று நெஹ்லூதவின் வாடகை வண்டியைச் சுட்டிக் காட்டிப் போலீஸ்காரனிடம் சொன்னார் போலீஸ் அதிகாரி. பிறகு வண்டிக்காரனைப் பார்த்து, "ஏய், உன்னைத்தான்! வண்டியை ஓட்டி வா!"

"சவாரிக்கு அமர்த்தப்பட்ட வண்டி இது. காலியில்லை" என்று பார்வையை உயர்த்தாமலே சோர்வுடன் பதிலளித்தான் வண்டிக்காரன்.

"என்னுடைய வாடகை வண்டிதான் இது" என்றார் நெஹ்லூதவ். "நீ ஏற்றிச்செல். நான் பணம் தருகிறேன்" என்று வண்டிக்காரனைப் பார்த்துத் திரும்பியவாறு சொன்னார் அவர்.

"ஏன் நிற்கிறீங்க?" என்று கத்தினார் போலீஸ் அதிகாரி. "தூக்கிச் சென்று ஏற்றுங்கள்!"

போலீஸ்காரனும் தோட்டிகளும் கைதிக்குழுக் காவல் படையாளுமாகச் சேர்ந்து இறந்துகொண்டிருந்த கைதியைத் தூக்கிச் சென்று வண்டியின் இருக்கையில் அமர்த்தினர். ஆனால் கைதியால் உட்கார்ந்திருக்க முடியவில்லை: அவன் தலை பின்பக்கம் சாய்ந்து விழுந்தது, அவன் உடல் அந்த இருக்கையிலிருந்து நழுவிச் சென்றது.

"கீழே படுக்கப் போடுங்கள்!" என்று உத்தரவிட்டார் போலீஸ் அதிகாரி.

"பரவாயில்லை, மாண்புடையீர்! இப்படியே கொண்டு போய்ச் சேர்த்து விடுகிறேன்" என்றான் போலீஸ்காரன். இறந்து கொண்டிருந்தவனை அவன் மேலே இழுத்துத் தனக்குப் பக்கத்து இருக்கையில் வைத்து வலுவான வலக்கரத்தைக் கவுட்டிக்குள் விட்டுக் கெட்டியாகப் பிடித்துக்கொண்டான்.

காலுறையின்றிச் சிறைக்கூட மிதியடிகளுடன் இருந்த பாதங்களைக் கைதிக்குழுக் காவல் படையாள் உயர்த்தி வண்டி யினுள் வைத்தான்.

போலீஸ் அதிகாரி சுற்றிலும் பார்த்தார். கைதியின் அப்பம் போன்ற குல்லாய் கீழே கிடப்பதைப் பார்த்ததும் அவர் அதை எடுத்து நனைந்து போய்ப் பின்பக்கமாகச் சாய்ந்து தொங்கிய தலையின் மேல் வைத்தார்.

"புறப்படு" என்று அவர் உத்தரவிட்டார்.

வண்டிக்காரன் கோபமாகத் திரும்பிப் பார்த்துத் தலையை ஆட்டிக்கொண்டான்; கைதிக்குழுக் காவல் படையாள் உடன் வர வண்டியை எதிர்த்திசையில் போலீஸ் நிலையத்தை நோக்கி மெதுவாய் ஓட்டிச் சென்றான். கைதியின் தலை இருபுறமும் ஆடி அசைய உடல் திரும்பத் திரும்ப இருக்கையிலிருந்து கீழே சரிந்து கொண்டிருந்ததால், பக்கத்தில் உட்கார்ந்திருந்த போலீஸ் காரன் அதை மேலே இழுத்துவிட்டுக் கொண்டிருக்க வேண்டி யிருந்தது.

வண்டிக்குப் பக்கத்தில் நடந்து வந்த காவல் படையாள், நழுவித் தொங்கிய கால்களை உயர்த்திச் சரியான நிலையில் வைத்துக் கொண்டிருந்தான். வண்டியின் பின்னால் நெஹ்லூதவ் நடந்தார்.

37

கைதியை ஏற்றிச் சென்ற வண்டி நுழைவாயிலில் காவல் புரிந்து நின்ற தீயணைக்கும் படையாளைக் கடந்து, போலீஸ் நிலையத்தின் முற்றத்துக்குச் சென்று ஒரு வாயிலின் எதிரே நின்றது.

அந்த முற்றத்தில் தீயணைக்கும் படையினர் சிலர் சட்டைக் கைகளை மடித்து விட்டுக் கொண்டு பலத்த குரலில் பேசியவாறு ஏதோ ஒரு வகை வண்டியைக் கழுவிக் கொண்டிருந்தார்கள்.

வாயிலின் எதிரே வண்டி வந்து நின்றதும் போலீஸ்காரர்கள் அதைச் சூழ்ந்து நின்று கைதியின் உயிரற்ற உடலைப் பிடித்து, கீச்சிட்டு முனகிய வண்டியிலிருந்து வெளியே தூக்கினர்.

கைதியைக் கொண்டுவந்து சேர்த்த போலீஸ்காரன் வண்டியிலிருந்து கீழே இறங்கி, மரத்துப்போன தனது கரத்தை ஆட்டி உலுக்கி விட்டுத் தலையிலிருந்த தொப்பியைக் கழற்றித் தன் மீது சிலுவைக் குறி இட்டுக்கொண்டான். பிரேதத்தை வாயிலுக்குள் தூக்கிச் சென்று, படிக்கட்டு வழியே மேலே கொண்டு போயினர். நெஹ்லூதவும் பின்தொடர்ந்து சென்றார். அசிங்கமான ஒரு சிறிய அறைக்குள் பிரேதம் எடுத்துச் செல்லப் பட்டது. அந்த அறையில் நான்கு கட்டில்கள் இருந்தன. இவற்றில் இரண்டில் மேலங்கி போட்டிருந்த இரண்டு நோயாளிகள் அமர்ந்திருந்தார்கள்: ஒருவருக்கு வாய் கோணி யிருந்தது, கழுத்தில் கட்டு போடப்பட்டிருந்தது. இன்னொருவர் காசநோயால் மெலிந்தவர். இரண்டு கட்டில்கள் காலியாய் இருந்தன, இவற்றில் ஒன்றில் கைதியின் சடலம் கொண்டுவந்து போடப்பட்டது. பளபளக்கும் கண்களும் ஓயாமல் நெளிந்து ஆடிய புருவங்களும் உடைய கரளையான ஒருவர் வெறும் உள்ளுடுப்பும் காலுறையும் அணிந்து ஓசையின்றி வேகமாய் நடந்து கட்டில் கிடந்த கைதியிடம் வந்து அவனையும் பிறகு நெஹ்லூதவையும் பார்த்துவிட்டு வாய்விட்டுப் பலக்கச் சிரித்தார். அவர் சித்த சுவாதீனம் இல்லாதவர், போலீஸ் மருத்து வமனையில் வைக்கப்பட்டிருந்தார்.

"என்னைப் பயமுறுத்தப் பார்க்கிறார்கள்" என்றார் அவர். "அதெல்லாம் முடியாது, தோல்விதான் அடைவார்கள்."

பிரேதத்தைத் தூக்கி வந்த போலீஸ்காரர்களைப் பின் தொடர்ந்து போலீஸ் அதிகாரியும் மருத்துவ உதவியாளரும் வந்திருந்தார்கள்.

மருத்துவ உதவியாளர் அந்தப் பிரேதத்திடம் வந்து புள்ளி விழுந்த அதன் கையை உயரத் தூக்கினார். இன்னமும் அது மிருதுவாகவே இருந்தது, ஆனால் உயிரற்றதாய் வெளுத்துப் போய் ஜில்லிட்டிருந்தது. பிடித்துப் பார்த்துவிட்டு அதை அவர் கீழே விட்டார். உயிரற்றதாய் அது பிரேதத்தின் வயிற்றின் மீது விழுந்தது.

"கதை முடிந்து விட்டது" என்று தலையை ஆட்டினார் மருத்துவ உதவியாளர். ஆயினும் முறைப்படி செய்ய வேண்டுமென்று, பிரேதத்தின் நனைந்து போன பழுப்பு நிறச்

சட்டையை அவர் தளர்த்தி உயர்த்தினார், தலையை உலுக்கித் தமது சுருட்டை முடிகளைப் பின்னோக்கித் தள்ளிவிட்டுக் கொண்டு, கைதியின் விம்மிப் புடைத்த சலனமற்ற மஞ்சள் மார்பில் காதை வைத்துக் கவனித்தார். எல்லாரும் பேச்சு மூச்சின்றி மௌனமாயிருந்தார்கள். மருத்துவ உதவியாளர் நிமிர்ந்து மறுபடியும் தலையை ஆட்டிக்கொண்டு விரல்களால் கைதியின் விரியத் திறந்து குத்திட்டு நின்ற நீலவிழிகளின் இமைகளில் முதலில் ஒன்றையும் பிறகு மற்றொன்றையும் தொட்டார்.

"நான் பயப்படவில்லை. நான் பயப்படவில்லை" என்று பைத்தியக்காரர் திரும்பத் திரும்பச் சொல்லி, மருத்துவ உதவியாளரைப் பார்த்துத் தூவெனத் துப்பிக் கொண்டிருந்தார்.

"என்னா?" என்று கேட்டார் போலீஸ் அதிகாரி.

"என்னா?" என்று திருப்பிச் சொன்னார், மருத்துவ உதவியாளர். "சவக்கிடங்குக்கு அனுப்ப வேண்டும்."

"நன்றாகப் பாருங்கள், நிச்சயம்தானா?" என்று கேட்டார் போலீஸ் அதிகாரி.

"பார்த்துத் தெரிந்துகொண்டுதான் சொல்கிறேன்" என்று மருத்துவ உதவியாளர் பிரேதத்தின் மார்பு மீது சட்டையை இழுத்து மூடினார். "எதற்கும் மத்வேய் இவானவிச்சைக் கூப் பிட்டு வரச் சொல்கிறேன், அவரும் பார்க்கட்டும். பெத்ரோவ், அவரைக் கூப்பிடு" மருத்துவ உதவியாளர் அந்தப் பிணத்திடமிருந்து விலகிச் சென்றார்.

"சவக்கிடங்குக்கு எடுத்துச் செல்லுங்கள்" என்றார் போலீஸ் அதிகாரி. கைதியை விட்டு நகராமல் முழுநேரமும் பக்கத்தில் நின்றுகொண்டிருந்த காவல் படையாளைப் பார்த்து அவர் மேலும் சொன்னார்: "அதன் பிறகு நீ அலுவலக அறைக்கு வா, கையொப்பம் போட்டாக வேண்டும்"

"இதோ வருகிறேன்" என்றான் படையாள்.

போலீஸ்காரர்கள் மறுபடியும் பிரேதத்தைத் தூக்கிப் படிக்கட்டு வழியே கீழே எடுத்துச் சென்றார்கள். நெஹ்லூதவ் அவர்கள் பின்னால் போக விரும்பினார், ஆனால் பைத்தியக் காரர் அவரை விடவில்லை.

"நீங்கள் இந்தச் சதிகாரக் கூட்டத்தைச் சேராதவர், ஆதலால் எனக்கு ஒரு சிகரெட்டு கொடுங்கள்" என்றார் அவர்.

நெஹ்லூதவ் தமது சிகரெட்டுப் பெட்டியை வெளியே எடுத்து அதிலிருந்து ஒன்றை அவரிடம் தந்தார். புருவங்கள்

ஆடித் துடிக்க அந்தப் பைத்தியக்காரர் அதிவேகமாகப் பேசினார், மனோவசியம் செய்து இவர்கள் எப்படித் துன்புறுத்தி னார்கள் என்று விளக்கிக் கூற முற்பட்டார்.

"எல்லாரும் எனக்கு எதிராகச் சதி செய்கிறார்கள். தமது ஆவியுலக முகவர்களை ஏவி விட்டு என்னைத் துன்புறுத்து கிறார்கள், வதைபட வைக்கிறார்கள்..."

"என்னை மன்னியுங்கள்" என்றார் நெஹ்லூதவ்; பைத்தியக் காரரின் பேச்சை அதற்கு மேல் கேட்காமல் அறையிலிருந்து கீழே முற்றத்துக்குச் சென்றார். பிரேதத்தை எங்கே கொண்டு போய் வைக்கிறார்கள் என்று பார்க்க விரும்பினார் அவர்.

போலீஸ்காரர்கள் பிரேதத்தைத் தூக்கிக்கொண்டு அதற்குள் முற்றத்தின் எதிர்ப்பக்கத்துக்குச் சென்று அங்கே ஒரு கிடங்குக்குள் நுழைந்தார்கள். நெஹ்லூதவ் அவர்களிடம் போய்ச் சேர விரும்பினார், ஆனால் போலீஸ் அதிகாரி அவரைத் தடுத்து நிறுத்தினார்.

"உங்களுக்கு என்ன வேண்டும்?"

"ஒன்றும் இல்லை."

"ஒன்றும் இல்லையா? அப்படியானால் வெளியே போய்ச் சேருங்கள்."

நெஹ்லூதவ் அதற்குக் கீழ்ப்படிந்து, வெளியே தமது வாடகை வண்டியிடம் திரும்பிச் சென்றார். வண்டிக்காரன் கண்ணயர்ந்த நிலையில் இருந்தான். நெஹ்லூதவ் அவனை எழுப்பி மறுபடியும் வண்டியில் ஏறி, ரயில் நிலையத்துக்கு ஓட்டச் சொன்னார்.

வண்டி நூறு கஜம் கூட போயிருக்காது, அதற்குள் அவர்கள் துப்பாக்கி ஏந்திய காவல் படையாள் உடன்வர எதிர்த் திசையிலிருந்து ஒரு பார வண்டி வரக் கண்டனர். அந்த வண்டியினுள் இன்னொரு கைதி கிடந்தான், முன்பே பிணமாகி விட்டவன் என்பது தெரிந்தது. மல்லாந்த நிலையில் அவன் வண்டியினுள் கிடந்தான், அப்பம் போன்ற குல்லாய் கீழே நழுவி கறுப்புத் தாடியுடைய அவனது முகத்தில் மூக்கு வரை சரிந்திருந்தது. மழிக்கப்பட்ட அவனது தலை, வண்டி அதிரும் தோறும் ஆடிக் குலுங்கிக் கொண்டிருந்தது. கனத்த பூட்சு போட்டிருந்த வண்டிக்காரன் கடிவாள வார்களைக் கையில் பிடித்துக்கொண்டு, பார வண்டியின் பக்கத்தில் நடந்தான். போலீஸ்காரன் ஒருவன் அவனைப் பின்தொடர்ந்தான். நெஹ்லூதவ் தமது வண்டிக்காரனின் தோளைத் தொட்டார்.

"என்ன செய்கிறார்கள், பாருங்களேன்!" என்று சொல்லி வண்டிக்காரன் குதிரையை இழுத்துப் பிடித்து நிப்பாட்டினான்.

நெஹ்லூதவ் கீழே இறங்கி அந்தப் பாரவண்டியைப் பின்தொடர்ந்து சென்றார். காவல் புரிந்து நின்ற தீயணைக்கும் படையாளைத் திரும்பவும் கடந்து போலீஸ் நிலைய முற்றத்துக்குள் சென்றார் அவர். முற்றத்தில் வண்டியைக் கழுவிக் கொண்டிருந்த தீயணைக்கும் படையினர் இப்போது அங்கே இல்லை, வேலை முடிந்து முன்பே அவர்கள் சென்றுவிட்டனர். அவர்களுக்குப் பதில் இப்போது அங்கே தீயணைக்கும் படையின் தலைமை அதிகாரியான நெட்டையான எலும்பு மனிதர் நீலப்பட்டையுடைய தொப்பி அணிந்து கைகளைப் பைகளில் விட்டுக்கொண்டு, பருத்த கழுத்துடன் கொழு கொழுவென்று இருந்த சிவப்புப் பொலிக் குதிரையைக் கடுப்புடன் பார்வையிட்டபடி நின்றிருந்தார். தீயணைக்கும் படையாள் ஒருவன் அந்தக் குதிரையை அவருக்கு முன்னால் அப்படியும் இப்படியும் ஓட்டிச் சென்று காட்டினான். முன்னங் கால்களில் ஒன்றை அந்தக் குதிரை தாங்கி வைத்து நடந்தது. தலைமை அதிகாரி அவருக்குப் பக்கத்தில் நின்ற விலங்கின மருத்துவரிடம் ஆத்திரமாய் ஏதோ சொல்லிக்கொண்டிருந்தார்.

போலீஸ் அதிகாரியும் அங்கேதான் நின்றார். இன்னொரு பிரேதம் எடுத்து வரப்படுவதைக் கண்டதும் அவர் அந்த வண்டியிடம் சென்றார்.

"எங்கிருந்து எடுத்து வருகிறீர்கள்?" என்று கேட்டு ஆட்சே பிக்கும் முறையில் தலையை ஆட்டிக்கொண்டார் அவர்.

"பழைய கர்பாத்தவ்ஸ்கயாவிலிருந்து" என்றான் போலீஸ்காரன்.

"கைதியா?" என்று கேட்டார் தீயணைக்கும் படையின் தலைமை அதிகாரி.

"ஆமாம்."

"இன்றைக்கு இரண்டாவது இது" என்றார் போலீஸ் அதிகாரி.

"நல்ல ஏற்பாடுதான்! தகிக்கும் நாளாகப் பார்த்து அழைத்துச் செல்கிறார்களே" என்றார் தீயணைக்கும் படையின் தலைமை அதிகாரி. பிறகு அவர் கால் தாங்கிய குதிரையைப் பிடித்துக்கொண்டு நின்ற தீயணைக்கும் படையாளைப் பார்த்துக் கத்தினார்:

"மூலைக் கொட்டிலில் கொண்டுபோய் விடு! நாய்ப்பயலே, உன்னைக் காட்டிலும் விலை உயர்ந்தவையான குதிரைகளை முடமாக்கிக்கொண்டு வருகிற உனக்குப் பாடம் கற்பிக்கிறேனா இல்லையா, பார்!"

முதலில் கொண்டுவரப்பட்ட பிரேதத்தை எடுத்தது போலவே இதையும் போலீஸ்காரர்கள் வண்டியிலிருந்து எடுத்து படிக்கட்டில் தூக்கிச் சென்று மருத்துவமனைக்குக் கொண்டு போய்ச் சேர்த்தார்கள். நெஹ்லூதவ் வசியம் செய்யப்பட்டு மயக்குண்டவரைப்போல் இவர்களைப் பின்தொடர்ந்து உள்ளே சென்றார்.

"உங்களுக்கு என்ன வேண்டும்?" என்று ஒரு போலீஸ் காரன் அவரைக் கேட்டான்.

நெஹ்லூதவ் பதில் சொல்லாமல், பிரேதத்தைப் பின் தொடர்ந்து சென்றார்.

பைத்தியக்காரர் கட்டிலில் உட்கார்ந்து, நெஹ்லூதவ் கொடுத்திருந்த சிகரெட்டிலிருந்து ஆவலுடன் புகையை இழுத்துக் கொண்டிருந்தார்.

"ஓகோ, திரும்பி வந்துவிட்டீர்களா?" என்று அவர் சிரித்தார். பிறகு பிரேதத்தைப் பார்த்ததும் முகத்தைச் சுளித்துக் கொண்டார். "மறுபடியுமா? போதும். எனக்குச் சகிக்கவில்லை. சின்னப் பையன் அல்லவே நான். என்ன, நான் சொல்வது மெய்தானே?" என்று நெஹ்லூதவைப் பார்த்து வினவும் முறையில் நகைத்துக் கொண்டார்.

இதற்கிடையில் நெஹ்லூதவ் அந்தப் பிரேதத்தைப் பார்த்தார். குல்லாவால் முன்பு மறைக்கப்பட்டிருந்த முகத்தை இப்போது நன்றாகப் பார்க்க முடிந்தது. முந்திய கைதி எந்த அளவுக்கு அவலட்சணமாய் இருந்தானோ அந்த அளவுக்கு இந்தக் கைதி முகத்திலும் அனைத்து உடலிலும் அசாதாரண அழகனாய் இருந்தான். இவன் காளைப் பருவத்தின் முழுப் பொலிவுடன் திகழ்ந்தான். தலையில் ஒரு பாதி மழிக்கப்பட்டு விகாரமாக்கப் பட்டிருந்தது. அந்த நிலையிலும் நெற்றியானது தற்போது உயிரற்றிருந்த கரிய விழிகளின் மீது அதிகம் புடைத்தெழாமல் வில் வடிவில் அமைந்து எழில் மிக்கதாய் இருந்தது. அதேபோல் மூக்கும் பருமனில் மிதமிஞ்சிவிடாமல், மெல்லிய மீசைக்கு மேல் நேர்த்தியாய் அமைந்து வனப்பு மிக்கதாய் இருந்தது. தற்போது நீலம் பாய்ந்திருந்த உதடுகளில் புன்னகை பூத்திருந்தது. சிறிய தாடி முகத்தின் அடிப்பகுதிக்கு வரம்பு கட்டியிருந்தது. தலையின் மழிக்கப்பட்ட பக்கத்தில் பெரியதல்லாத கச்சிதமான வடிவில் அழகான காது காட்சி யளித்தது. முக பாவத்தில் அமைதியும் உருக்கமும் அன்பும் வெளிப்பட்டன.

ஆன்மிக வாழ்வுக்குரிய எப்படிப்பட்ட சாத்தியக்கூறுகள் இம்மனிதனிடம் அழித்து ஒழிக்கப்பட்டிருந்தன என்பது இந்த முகத்திலே தெரிந்தது போகட்டும்; இவன் எத்தனை எழிலும்

வலிவும் ஆற்றலும் வாய்ந்த மனிதப் பிராணி என்பது இவனுடைய கைகளது, சங்கிலி பூட்டப்பட்ட கால்களது ஒப்பற்ற எலும்புகளிலும், இசைவுடன் இணைந்து மிகவும் பொருத்தமாய் அமைந்த இவனது அங்கங்களின் உறுதியான தசை நார்களிலும் தெரிந்ததே. மனிதனாக வேண்டாம், உயிர்ப் பிராணியாகக் கொண்டு பார்த்தாலுங்கூட, கால் தாங்கும்படிச் செய்யப்பட்டு விட்டதெனத் தீயணைக்கும் படையின் தலைமை அதிகாரி ஆத்திரப்பட்டுக்கொண்டாரே, அந்தச் சிவப்புப் பொலிக் குதிரையைக் காட்டிலும் இவன் எவ்வளவோ சிறந்தவன் ஆயிற்றே.

ஆயினும் சாகடிக்கப்பட்டு விட்டான்; மனிதன் ஒருவன் மாண்டுவிட்டானென வருந்துவார் யாரும் இல்லை; அது மட்டுமன்றி, வேலைக்கு ஏற்ற சிறந்த உயிர்ப்பிராணி சாகடிக்கப் பட்டு விட்டதென வருந்துவாருங்கூட யாரும் இல்லை. பிரேதத்தைத் தொலைத்துக் கட்டியாக வேண்டுமென்ற அருவருப்பையும் எரிச்சலையும் தவிர வேறு எந்த உணர்ச்சியும் சுற்றிலும் இருந்தோரிடையே ஏற்படக் காணோம்.

அறைக்குள் டாக்டரும் மருத்துவ உதவியாளரும் போலீஸ் அலுவலர் ஒருவரும் வந்தனர். டாக்டர் கட்டை குட்டையாய் இருந்தார். முரட்டுப் பட்டுத் துணியில் கோட்டும் தசைப்பற்றான துடைகளை இறுக்கிப் பிடிக்கும்படி அதே துணியில் கால்சட்டையும் போட்டிருந்தார். போலீஸ் அலுவலர் செக்கச் சிவந்த உருண்டை முகத்துடன் குட்டையாய் குண்டாய் இருந்தார். கன்னங்கள் உப்பும்படி மீண்டும் மீண்டும் வாயில் காற்றை நிரப்பி மெல்ல அதை வெளியே விட்டுக் கொண்டிருந்தார்; அவரது இந்தப் பழக்கத்தால் அவருடைய முகம் மேலும் உருண்டையாகத் தெரிந்தது. பிரேதத்துக்குப் பக்கத்தில் கட்டிலில் உட்கார்ந்து கொண்டார் டாக்டர். முன்பு மருத்துவ உதவியாளர் செய்ததுபோலவே அவரும் அதன் கையைத் தூக்கிப் பிடித்துப் பார்த்தார், நெஞ்சின் மேல் காதை வைத்துக் கவனித்தார். முடிவில் எழுந்து நின்று கால் சட்டையை இழுத்துச் சரி செய்து கொண்டார்.

"செத்த பிணம்தான்" என்றார் அவர்.

போலீஸ் அலுவலர் வாயில் காற்றை நிரப்பிக்கொண்டு மெல்ல அதை வெளியே விட்டார்.

"எந்தச் சிறைக்கூடத்திலிருந்து வந்தவன்?" என்று அவர், கைதிக் குழுக் காவல் படையாளிடம் விசாரித்தார்.

படையாள் பதிலளித்துவிட்டு இறந்தவனின் கால்களில் பூட்டப்பட்டிருந்த சங்கிலிகளைப் பற்றி நினைவுபடுத்தினான்.

"கழற்றி எடுக்கச் சொல்கிறேன். நல்ல வேளை இங்கே ஒரு கொல்லன் இருக்கிறான்" என்றார் போலீஸ் அலுவலர். மறுபடியும் வாயில் காற்றை நிரப்பி, மெல்ல அதை வெளியே விட்டவாறு அறையிலிருந்து வெளியே சென்றார்.

"ஏன் இப்படி ஆயிற்று?" என்று அந்த டாக்டரைப் பார்த்துக் கேட்டார் நெஹ்லூதவ்.

மூக்குக் கண்ணாடிக்குள்ளிருந்து டாக்டர் அவரை உற்றுப் பார்த்தார்.

"ஏன் ஆயிற்றா? வெயிலால் தாக்குண்டு மாண்டு போகிறார்கள். குளிர் காலம் முழுதும் வெளிச்சம் இல்லை, நட மாட்டம் இல்லை, உள்ளே அடைந்து கிடக்கிறார்கள். பிறகு திடுமென வெயில் காயும் இந்த மாதிரியான ஒரு நாளில் வெளியே கொண்டு போகப்படுகிறார்கள், நெருக்கமாய் அணி சேர்ந்து செல்கிறார்கள், சுவாசிக்க நல்ல காற்றுக்கு வழியில்லை; வெயிலின் வெப்பத்தால் மயக்கமுற்று விழுந்து சாகிறார்கள்."

"ஏன் இந்த மாதிரியான நாளில் இவர்களை வெளியே கொண்டு போகிறார்கள்?"

"அதைச் செய்வோரிடம் போய்க் கேளுங்கள். அது சரி, நீங்கள் யார் என்று கேட்கலாமா?"

'நான் வெளியாள், வழிப்போக்கன்."

'ஓகோ?... வந்தனம். பேச நேரமில்லை எனக்கு" என்றார் டாக்டர். எரிச்சலாய்க் கால்சட்டையைக் கீழே இழுத்துவிட்டுக் கொண்டு நோயாளிகளது கட்டில்களிடம் சென்றார்.

"சரி. நீ எப்படி இருக்கிறாய்?" என்று கோணிய வாயும் கட்டுப் போடப்பட்ட கழுத்தும் உடைய வெளிறிய ஆளிடம் கேட்டார் டாக்டர்.

இதற்கிடையில் பைத்தியக்காரர் சிகரெட்டைப் புகைத்து முடித்துவிட்டு, தமது கட்டிலில் அமர்ந்து டாக்டரின் பக்கம் திரும்பி மீண்டும் மீண்டும் துப்பிக்கொண்டிருந்தார்.

நெஹ்லூதவ் கீழே இறங்கி முற்றத்துக்கு வந்து, தீயணைக்கும் படையினரது குதிரைகளையும் சில கோழிகளையும் பித்தளைக் கவசத் தொப்பி அணிந்து காவல் காத்து நின்ற படையாளையும் தாண்டி வெளிவாயில் வழியே தெருவுக்கு வந்தார் திரும்பவும் கண்ணயர்ந்து தூங்கி விழுந்து கொண்டிருந்த வண்டிக்காரனை எழுப்பி, வண்டியினுள் ஏறி ரயில் நிலையத்துக்குச் சென்றார்.

◆ லியோ டால்ஸ்டாய் ◆ 557

38

நெஹ்லூதவ் ரயில் நிலையத்துக்கு வந்து சேர்ந்தபோது, கைதிகள் ரயிலில் ஏறி, கம்பி அடைப்புகளிட்ட சன்னல்களுக்குப் பின்னால் அமர்ந்திருந்தார்கள். வழியனுப்பி வைக்க வந்தவர்கள் சிலர் பிளாட்பாரத்தில் நின்றிருந்தார்கள். ரயில் பெட்டிகள் அருகே செல்ல அவர்கள் அனுமதிக்கப்படவில்லை.

கைதிக் குழு காவல் படையினர் அன்று பெரிதும் தொல்லைப்பட நேர்ந்தது. சிறைக்கூடத்திலிருந்து ரயில் நிலையத்துக்கு வருகிற வழியில், நெஹ்லூதவ் நேரில் பார்த்த இருவரைத் தவிரவும் வேறு மூன்று கைதிகள் வெயிலால் தாக்குண்டு மயங்கி விழுந்து மாண்டு போயினர். முதலில் விழுந்த இருவரையும் போல் மூன்றாவது கைதியையும் அருகிலிருந்த போலீஸ் நிலையத்துக்கு எடுத்துச் செல்லச் சொன்னார்கள். ஏனைய இருவரும் ரயில் நிலையத்து வந்ததும் மயங்கி விழுந்து இறந்தனர்.* காவல் படையினர் உயிருடன் இருந்திருக்கக் கூடிய ஐந்து கைதிகள் தமது பொறுப்பில் இருக்கையில் இப்படி உயிர் நீக்க நேர்ந்துவிட்டதே என்று தொல்லைபட்டுக் கொள்ளவில்லை. இது பற்றி அவர்களுக்குக் கவலை இல்லை, இந்த மாதிரியான சந்தர்ப்பங்களில் சட்டப்படி செய்தாக வேண்டிய எல்லாக் காரியங்களையும் விதிமுறைப்படிச் செய்ய வேண்டும் என்பதுதான் அவர்களுக்குக் கவலையாய் இருந்தது. பிரேதங்களை உரிய இடங்களில் சேர்ப்பித்தல், இறந்தவர்களது காகிதங்களையும், சாமான்களையும் அனுப்புதல், நீழ்னி நோவ்கரதுக்குக் கொண்டுபோய்ச் சேர்ப்பிக்கப்பட வேண்டிய கைதிகளின் பட்டியலிலிருந்து இவர்களை விலக்குதல் ஆகிய இந்தக் காரியங்கள், குறிப்பாய் இவ்வளவு வெப்பமாய் இருந்த நாளன்று பெருந்தொல்லை அளிப்பவை.

காவல் படையினர் இந்தக் காரியங்களில் முழுக் கவனம் செலுத்தி வந்தனர். ஆதலால் இவை யாவும் செய்து முடிக்கப் படும் வரை, ரயில் பெட்டிகளிடம் செல்வதற்கு நெஹ்லூ தவுக்கும் ஏனையோருக்கும் அனுமதி கிடைக்கவில்லை. ஆனால் நெஹ்லூதவ் காவல் படை மேலாளர் ஒருவருக்குப் பணம் தந்ததும், அவர் மட்டும் உள்ளே செல்ல அனுமதிக்கப்பட்டார்.

---

* 1880ஆம் ஆண்டுகளின் ஆரம்பத்தில் மாஸ்கோவில் புத்தீர்ஸ்கயா சிறைக்கூடத்திலிருந்து நீழ்னி நோவ்கரத் ரயில் பாதையின் தலைமை நிலையத்துக்குக் கொண்டு போகப்பட்டபோது தண்டனைக் கைதிகள் ஐந்துபேர் ஒரே நாளில் வெயிலால் தாக்குண்டு மாண்டு போனார்கள் — (அடிக்குறிப்பு, லியோ டால்ஸ்டாய்)

அவரை உள்ளே விட்ட மேலாளர், சீக்கிரமாகப் பேசி முடித்து விட்டுத் தலைமை அதிகாரி கவனிக்கும் முன் திரும்பி வந்து விடும்படிக் கேட்டுக்கொண்டார். அந்த ரயிலில் மொத்தம் பதினெட்டு பெட்டிகள் இருந்தன. படையதிகாரிகளது பெட்டியைத் தவிர ஏனைய எல்லாப் பெட்டிகளிலும் கைதிகள் நிரம்பியிருந்தனர். இந்தப் பெட்டிகளின் சன்னல்களைக் கடந்து சென்ற நெஹ்லூதவ், உள்ளே என்ன நடைபெறுகிறது என்று காது கொடுத்துக் கேட்டார். எல்லாப் பெட்டிகளிலிருந்தும் சங்கிலிகளது ஒலியோடும் சந்தடியோடும் பேச்சுக் குரல் களோடும் சேர்ந்து இடையிடையே வசவுகளும் கெட்ட வார்த்தைகளும் காதில் விழுந்தன. வருகிற வழியில் சக கைதிகள் இறந்துபோனது பற்றிப் பேசிக் கொள்வார்கள் என்று நெஹ்லூதவ் எதிர்பார்த்தார். ஆனால் அது பற்றி அவர்கள் ஒரு வார்த்தை கூடப் பேசவில்லை. சாக்குப் பைகளையும் குடி தண்ணீரையும் பற்றிய பேச்சுகளும் இருக்கைகள் பற்றிய சர்ச்சைகளும்தான் மிகுதியாய் இருந்தன.

ஒரு பெட்டியின் சன்னல் வழியே நெஹ்லூதவ் உள்ளே பார்த்த போது, காவல் படையாட்கள் இருவர், கைதிகளுடைய கைகளிலிருந்து விலங்கைக் கழற்றுவது தெரிந்தது. கைதிகள் தம் கரங்களை நீட்டிக் காட்ட ஒரு படையாள் சாவியால் பூட்டைத் திறந்து விலங்கைக் கழற்றி எடுத்தான். கழற்றப்பட்ட விலங்குகளை இன்னொரு படையாள் வாங்கி வைத்துக் கொண்டான்.

ஆடவர் பெட்டிகளைத் தாண்டிச் சென்று பெண்டிர் பெட்டிகளை வந்தடைந்தார் நெஹ்லூதவ். இவற்றில் இரண்டாவது பெட்டியிலிருந்து மாற்றமின்றி ஒரே ஸ்தாயியில் பெண்ணின் வேதனைக் குரல் ஒன்று, “ஐயோ! ஓ! ஆண்டவனே! ஐயோ! ஓ! ஆண்டவனே!” என்று முனகக் கேட்டார்.

நெஹ்லூதவ் இந்தப் பெட்டியைக் கடந்து, காவல் படை யாள் ஒருவன் சுட்டிக்காட்டிய மூன்றாவது பெட்டியின் சன்னலிடம் சென்றார். அவர் அந்தச் சன்னல் அருகே தலையைக் கொண்டுபோனதும் அதிலிருந்து வெப்பமான வீச்சமும் வியர்வை நாற்றமும் குப்பென அவர் முகத்தில் வீசின. பெண்களது கீச்சுக் குரல்கள் அவர் காதில் இரைந்தன.

பலகை இருக்கைகள் யாவற்றிலும் பெண்கள் வியர்த்து விறுவிறுத்துச் செக்கச் சிவந்து போய், கணீர்க் குரலெழுப்பிப் பேசிக்கொண்டு உட்கார்ந்திருந்தார்கள். சட்டைக்கு மேல் சிறைக் கூட மேலங்கி அணிந்திருந்தார்கள். கம்பி அடைப்பின் மீது அழுத்தியிருந்த நெஹ்லூதவின் முகம் அவர்களது கவனத்தைச்

சன்னல் பக்கம் திரும்பச் செய்தது. அருகாமையில் இருந்தோர் பேச்சை நிறுத்திவிட்டு அவரிடம் வந்தனர். மாஸ்லவா தலை திறந்திருக்க, மேலங்கி இன்றிச் சட்டை மட்டும் போட்டுக் கொண்டு எதிர்ப்பக்கத்து சன்னல் ஓரத்தில் உட்கார்ந்திருந்தாள். சிரித்த முகமும் வெண்ணிற முடிகளும் உடையவளான ஃபெதோசியா கொஞ்சம் அருகாமையில் உட்கார்ந்திருந்தாள். நெஹ்லூதவை அடையாளம் தெரிந்ததும் முழங்கையால் அவள் மாஸ்லவாவை இடித்து, சன்னலைச் சுட்டிக் காட்டினாள்.

மாஸ்லவா அவசரமாய் எழுந்து தலைக்குட்டையை எடுத்துக் கரிய கூந்தலின் மேல் விரித்துக்கொண்டு, உணர்ச்சிப் பரபரப்புற்ற செவ்விய முகத்தில் புன்னகை மலர, சன்னலிடம் வந்து அதன் கம்பி ஒன்றைப் பிடித்துக்கொண்டாள்.

"நல்லா சூடாய் இருக்கு" என்று மகிழ்ச்சி பொங்கப் புன்னகை புரிந்தாள்.

"நான் அனுப்பியது எல்லாம் கிடைத்ததா?"

"கிடைத்தது, நன்றி உங்களுக்கு."

"வேறு ஏதாவது வேண்டுமா?" என்று கேட்டார் நெஹ்லூ தவ். அடுப்பிலிருந்து வீசுவது போன்ற அனல் அந்தப் பெட்டியி லிருந்து வீசிற்று.

"ஒன்றும் வேண்டாம், நன்றி உங்களுக்கு."

"குடிப்பதற்குத் தண்ணீர் கிடைத்தால் நன்றாய் இருக்கும்" என்றாள் ஃபெதோசியா.

"ஆமாம். தண்ணீர் கிடைத்தால் நன்றாய் இருக்கும்" என்று மாஸ்லவாவும் சொன்னாள்.

"ஏன், தண்ணீர் இல்லையா வண்டியில்?"

"இருந்தது. எல்லாவற்றையும் குடித்துவிட்டோம்."

"இதோ காவல் படையினரிடம் சொல்கிறேன்" என்றார் நெஹ்லூதவ். "இனி நீழ்னி நோவ்கரத் போய்ச் சேருகிறவரை நாம் சந்திக்க முடியாது".

"நீங்களும் வருகிறீர்களா, என்ன?" அவர் வருவது தெரியாத வள் போல், மகிழ்ச்சியுடன் நெஹ்லூதவைப் பார்த்தபடிக் கேட்டாள் மாஸ்லவா.

"அடுத்த ரயிலில் வருகிறேன்."

மாஸ்லவா ஒன்றும் சொல்லவில்லை. சில வினாடிகள் வரை மௌனமாய் இருந்தபின் பெருமூச்செறிந்து கொண்டாள்.

“பன்னிரண்டு கைதிகளைச் சாகடித்து விட்டார்களாமே ஐயா, மெய்தானா இது?” என்று கரகரப்பான ஆண் குரலில் கேட்டாள், கடுப்பு வாய்ந்தவளான வயதான ஒரு கைதி.

அவள் வேறு யாருமல்ல, கொரப்லோவா.

“பன்னிரண்டு பேர் மாண்டதாக நான் கேள்விப்பட வில்லை. இரண்டு பேர் மாண்டு போனதை நேரில் பார்த்தேன்” என்றார் நெஹ்லூதவ்.

“பன்னிரண்டு பேர் என்று சொல்கிறார்கள். இப்படிச் செய்கிறார்களே, இவர்கள் நல்லாயிருப்பார்களா? பிசாசுகளாய் இருக்கிறார்களே!”

“பெண்களில் யாருக்கும் உடல்நலக் குறைவு ஏற்பட வில்லையா?” என்றார் நெஹ்லூதவ்.

“பெண்கள் வலுவானவர்கள்” என்று சிரித்துக் கொண் டாள், குட்டையான வேறொரு கைதி. “ஆனால் ஒருத்தி மட்டும் பிள்ளைப் பேறுக்கு இதுதான் நல்ல நேரமென முடிவு செய்துகொண்டுவிட்டாள். இதோ கேட்கிறது சப்தம்” என்று முனகல் குரல் எழுந்த பக்கத்துப் பெட்டியைச் சுட்டிக் காட்டினாள்.

“ஏதாவது வேண்டுமா என்று கேட்டீர்கள்?” என்று சொல்லி மாஸ்லவா தனது உதடுகளை மகிழ்ச்சிப் புன்னகை புரியாதபடி கட்டுப்படுத்த முயற்சி செய்தாள். “வேதனைப் படுகிறாளே, இவளை இங்கேயே விட்டுச் செல்லக் கூடாதா? அதிகாரிகளிடம் நீங்கள் சொல்ல வேண்டும்.”

“நிச்சயம் சொல்கிறேன்.”

“இன்னொன்று, தன் கணவன் தாராஸைப் பார்க்க முடியாதா இவள்?” என்று அவள், சிரித்த முகமுடைய ஃபெதோசியாவைக் கண்களால் சுட்டினாள். “தாராஸ் உங்களோடுதானே வருகிறாள்?”

“கனவானே, யாரோடும் பேசக் கூடாது” என்றார் காவல் படை மேலாளர் ஒருவர்–நெஹ்லூதவை உள்ளே போக விட்டவர் அல்ல, வேறொருவர்.

நெஹ்லூதவ் அங்கிருந்து விலகிச் சென்றார். பிரசவித்துக் கொண்டிருந்த பெண்ணைப் பற்றியும் தாராஸைப் பற்றியும் சொல்லி அனுமதி கேட்பதற்காக அவர் காவல் படைத் தலைமை அதிகாரியைத் தேடிப் பார்த்தார். ஆனால் எங்கேயும் தலைமை அதிகாரியைக் காண முடியவில்லை. நெடுநேரம்வரை காவல் படையினரிடமிருந்து பதில் ஏதும் தெரிந்துகொள்ள

முடியவும் இல்லை. எல்லாரும் அங்கும் இங்கும் பறந்து கொண்டிருந்தார்கள். சிலர் யாரோ ஒரு கைதியை எங்கோ அழைத்துச் சென்றார்கள்; சிலர் தங்களுக்கு வேண்டியவற்றை வாங்குவதற்காக ஓடிக்கொண்டும், தமது சாமான்களை ரயிலில் ஏற்றிக்கொண்டும் இருந்தார்கள்; வேறு சிலர் தலைமை அதிகாரியுடன் கூடச் சென்ற சீமாட்டிக்குப் பணிவிடை செய்து கொண்டிருந்தார்கள். நெஹ்லூதவின் கேள்விகளுக்கு யாரும் பதில் அளிக்கும் நிலையில் இல்லை.

இரண்டாவது மணி அடிக்கப்பட்ட பிறகே நெஹ்லூதவால் தலைமை அதிகாரியைத் தேடிப் பிடிக்க முடிந்தது.

அதிகாரி அவரது குட்டைக் கையால் வாயை மறைத்திருந்த மீசையைத் தடவித் தோள்களை உலுக்கியவாறு மேலாளர் ஒருவரை எதற்காகவோ கண்டித்துக் கொண்டிருந்தார்.

"உங்களுக்கு என்ன வேண்டும்?" என்று அவர் நெஹ்லூத வைக் கேட்டார்.

"பிரசவித்துக்கொண்டிருக்கும் ஒரு பெண் இந்த வண்டியில் அழைத்துச் செல்லப்படுகிறாள், நான் நினைத்தேன், அவளை நீங்கள்...."

"பிரசவிக்கட்டுமே, பிற்பாடு கவனித்துக் கொள்வோம்" என்று சொல்லிவிட்டு, தலைமை அதிகாரி தமது குட்டைக் கரங்களை வேகமாய் ஆட்டிக்கொண்டு ரயிலில் ஏறுவதற்காகத் தமது பெட்டியை நோக்கி ஓடினார்.

அதே நேரத்தில் தலைமைக் கண்டக்டர் கையில் விசிலுடன் விரைந்து சென்றார். கடைசி மணியும் அடிக்கப்பட்டது. வழி யனுப்புவதற்காகத் தமது பிளாட்பாரத்தில் நின்றவர்களிட மிருந்தும், பெட்டிகளில் சென்ற பெண்களிடமிருந்தும் அழு குரல்களும் பிரார்த்தனைகளும் எழுந்தன.

பிளாட்பாரத்தில் நெஹ்லூதவ் தாராஸுக்குப் பக்கத்தில் நின்றுகொண்டு கம்பி அடைப்புகளிட்ட சன்னல்களுக்குப் பின்னால் ஆடவர்களது மழிக்கப்பட்ட தலைகளாகத் தெரிந்த பெட்டிகள் ஒவ்வொன்றாய்த் தம்மைக் கடந்து செல்வதைக் கவனித்தார். பிறகு பெண்களது முதலாவது பெட்டி கடந்து சென்றது. குட்டை அணிந்தவையும் அணியாதவையுமான பெண்களது தலைகள் அதன் சன்னல்கள் வழியே தெரிந்தன. அடுத்தபடிச் சென்ற இரண்டாவது பெட்டியிலிருந்து முனகிப் புலம்பிய பெண்குரல் காதுக்கு எட்டியது. இதன் பிறகு மாஸ்லவா சென்ற பெட்டி வந்தது. ஏனையோருடன் சேர்ந்து சன்னல் ஓரத்தில் அவள் நின்றிருந்தாள், நெஹ்லூதவைப் பார்த்துப் பரிதாபமாகப் புன்னகை புரிந்துகொண்டாள்.

39

நெஹ்லூதவ் செல்ல வேண்டிய பாசஞ்சர் வண்டி புறப்பட இன்னும் இரண்டு மணி நேரம் இருந்தது. இந்த நேரத்தில் மறுடியும் அக்காளைப் பார்த்துவிட்டு வரலாமென்று அவர் நினைத்திருந்தார். ஆனால் காலையில் அனுபவிக்க நேர்ந்தவை யாவற்றாலும் அவர் வெகுவாய் உணர்ச்சிவயப்பட்டு, அறவே ஓய்ந்து போயிருந்தார். இப்போது முதல் வகுப்புப் பயணிகளது சிற்றுண்டி அறைக்குச் சென்று ஒரு சிறிய சோபாவில் அமர்ந்ததும், அவர் சற்றும் எதிர்பாராதவாறு தூக்கம் அப்படி அவர் கண்ணைச் சொருகியது. பக்கவாட்டில் திரும்பி உள்ளங்கையைக் கன்னத்தில் வைத்துத் தாங்கியதும் உடனே தூங்கிவிட்டார்.

வேலை உடுப்பணிந்து கையில் கைத்துண்டு வைத்திருந்த மேசைப் பணியாள் ஒருவன் அவரை எழுப்பினான்.

“கனவானே, கனவானே, நீங்கள்தானே கோமகன் நெஹ்லூதவ்? ஒரு சீமாட்டி உங்களைத் தேடுகிறார்.”

நெஹ்லூதவ் துணுக்குற்று விழித்துக்கொண்டு கண்களைக் கசக்கினார். எங்கே இருக்கிறோம், காலையில் என்னவெல்லாம் நடைபெற்றன என்று அவருக்கு நினைவு வந்தது.

கைதிகளது அணிவரிசை, பிரேதங்கள், சன்னல்களில் கம்பி அடைப்பிடப்பட்ட ரயில் பெட்டிகள், அவற்றுள் அடைக்கப் பட்டிருந்த பெண்கள், அவர்களில் ஒரு பெண் பிரசவ வேதனை அவதிப்பட்டுங்கூட உதவியளிக்கப்படாமல் விடப்பட்டிருந்தது, இன்னொரு பெண் கம்பி அடைப்புக்குப் பின்னாலிருந்து தம்மைப் பார்த்துப் பரிதாபமாகப் புன்னகை புரிந்தது–இவை யாவும் அவர் நினைவுத் திரையில் பளிச்சிட்டுச் சென்றன.

ஆனால் அவர் கண் முன்னால் தெரிந்த எதார்த்தம் வேறுவிதமாய் இருந்தது; புட்டிகளும் ஜாடிகளும் மெழுகுவர்த்தி களும் பீங்கான் கலன்களுமாய் இருந்த மேசை; அந்த மேசையைச் சுற்றி விரைந்துகொண்டிருந்த பணியாட்கள்; பிறகு அறையின் எதிர்ப் பக்கத்தில் முன்னால் நிலையறைப் பெட்டி; பின்னால் பழங்களையுடைய குவளைகள். வரிசையாகப் புட்டி கள், உண்டிக் கடைக்காரன்; உண்டி மேடையின் முன்னால் நின்ற பயணிகளது முதுகுகள்.

இதற்குள் நெஹ்லூதவ் நிமிர்ந்து உட்கார்ந்து கொண்டு விட்டார். படிப்படியாய் அவருக்கு நிதானம் திரும்பியது.

அறையில் இருந்தவர்கள் எல்லாரும் கதவுப் பக்கம் திரும்பி எதையோ ஆவலுடன் பார்ப்பதை அவர் கவனித்தார். அவரும் அங்கே என்ன நடைபெறுகிறது என்று பார்த்தார். தலையில் சல்லாத் துணியைப் போர்த்திக்கொண்டு ஒரு சீமாட்டி நாற்காலி யில் அமர்ந்திருக்க, அந்த நாற்காலியைத் தூக்கிக்கொண்டும் பின்தொடர்ந்தும் வரிசையாகப் பலரும் உள்ளே வரக்கண்டார் அவர். நாற்காலியின் முன்புறத்தைத் தூக்கி வந்த பணியாள் தாம் அறிந்த ஆளாய் இருப்பதாய் நெஹ்லூதவ் நினைத்தார். பின்புறத்தைத் தூக்கிய ஆளும் அவருக்குப் பழக்கமானவனாய் இருக்கக் கண்டார்—சரிகை பின்னிய தலைப்பா வைத்த வாயிற்காவலன் அவன். நெற்றியில் சுருள்கள் தொங்கும்படி முடி ஒப்பனை செய்து ஆடைக்கு மேல் முன்றானை அணிந்த சொகுசான பணிப்பெண் ஒரு பொட்டலத்தையும் வட்டமாய் ஏதோ உள்ளே இருந்த தோல் பையையும் சில கைக்குடை களையும் தூக்கிக்கொண்டு நாற்காலிக்குப் பின்னால் நடந்தாள். தலையில் பயணத் தொப்பி வைத்து நெஞ்சைத் துருத்திக் கொண்டு அவளுக்குப் பின்னால் வந்தார். தடித்த உதடுகளும் வலிப்பால் முடங்கிய கழுத்துமுடைய கோமகன் கர்ச்சாகின். பிறகு மிஸ்ஸியும், அவளது ஒன்றுவிட்ட சகோதரன் மீஷாவும், நெஹ்லூதவ் நன்கு அறிந்தவரான தூதுத் துறைப் பிரமுகர் அஸ்தேனும் வந்தனர். முட்டிக்கொண்டு தெரிந்த குரல்வளையும் எந்நேரமும் குதூகலமான மனப்பாங்கும் முகபாவமும் உடையவரான அஸ்தேன் புன்னகை புரிந்து மிஸ்ஸியிடம் ஏதோ ஆர்ப்பாட்டமாகவும் தெளிவாகவே வேடிக்கையாகவும் சொல்லிக்கொண்டிருந்தார். அடுத்தபடி வந்த டாக்டர் சிகரெட் டிலிருந்து கோபமாகப் புகையை இழுத்தார்.

கர்ச்சாகின் குடும்பத்தினர் நகருக்கு அருகிலிருந்த அவர் களது பண்ணையிலிருந்து நீழ்னி நோவ்கரத் ரயில் பாதையில் கோமகளது சகோதரிக்குச் சொந்தமான பண்ணைக்குப் போய்க்கொண்டிருந்தார்கள்.

நாற்காலியைத் தூக்கிச் சென்றோரும் பணிப்பெண்ணும் டாக்டரும் பார்த்துக்கொண்டிருந்தோர் யாவரிடத்தும் ஆவலையும் பக்தியையும் தூண்டியவாறு பெண்களது அறைக்குப் போய்ச் சேர்ந்தனர். ஆனால் கிழவரான கோமகன் அவர்களுடன் போகாமல் ஒரு மேசையின் முன்னால் அமர்ந்து பணியாளை அழைத்துத் தமக்குச் சிற்றுண்டியும் பானமும் கொண்டு வரச் சொன்னார். மிஸ்ஸியும் அஸ்தேனும் அதே போல் சிற்றுண்டி அறையிலேயே தங்கினர். அவர்கள் உட்காரப் போன நேரத்தில் கதவருகே தமக்குத் தெரிந்த ஒரு சீமாட்டியைப்

564 ❖ புத்துயிர்ப்பு ❖

பார்த்ததும் அவளிடம் சென்றனர். நத்தாலியா இவானவ்னாதான் அந்தச் சீமாட்டி.

அக்ரஃபேனா பெத்ரோவ்னா உடன்வர நத்தாலியா இவானவ்னா, சிற்றுண்டி அறைக்குள் வந்து சுற்றிலும் உற்று நோக்கினாள். மிஸ்ஸியும் தன் தம்பியும் அறையில் இருப்பதை ஏறத்தாழ ஒரே நேரத்தில் அவள் கவனித்தாள். நெஹ்லூதவைப் பார்த்துத் தலையை அசைத்துவிட்டு முதலில் அவள் மிஸ்ஸியிடம் சென்றாள். மிஸ்ஸியை முத்தமிட்டு விட்டு உடனே தம்பி பக்கம் திரும்பினாள்.

"ஒரு விதமாய் உன்னைத் தேடிப் பிடித்து விட்டேன்" என்றாள் அவள்.

நெஹ்லூதவ் எழுந்து மிஸ்ஸிக்கும், மீஷாவுக்கும், அஸ்தேனுக்கும் வந்தனம் தெரிவித்து அவர்களுடன் சில வார்த்தைகள் பேசினார். தங்களது கிராம வீட்டில் தீப்பிடித்து எரிந்ததாகவும், அதனால் தாங்கள் அங்கிருந்து சின்னம்மா வீட்டுக்குப் போய்க் கொண்டிருப்பதாகவும் மிஸ்ஸி கூறினாள். தீயைப் பற்றி ஏதோ வேடிக்கையாய் அஸ்தேன் கதை சொல்ல ஆரம்பித்தார்.

நெஹ்லூதவ் அதைக் காதில் வாங்கிக்கொள்ளாமல் அக்காள் பக்கம் திரும்பினார்.

"நீ இங்கே வந்திருப்பது பற்றி நான் மட்டிலா மகிழ்ச்சி கொள்கிறேன்."

"நான் இங்கே வந்து நெடுநேரமாகிறது" என்றாள் அவள். "அக்ரஃபேனா பெத்ரோவ்னாவும் வந்திருக்கிறாள்" என்று அவளைச் சுட்டிக் காட்டினாள். தலையில் தொப்பி வைத்து மழை அங்கியை மேலே மாட்டிக்கொண்டு சற்று ஒதுங்கி நின்றிருந்த அக்ரஃபேனா பெத்ரோவ்னா பணிவன்போடும், பேச்சில் தலையிட நேர்கிறதே என்று சற்றே குழப்பத்தோடும் நெஹ்லூதவைப் பார்த்துத் தலைகுனிந்து வணக்கம் தெரிவித்தாள்.

"நாங்கள் எல்லா இடங்களிலும் போய்த் தேடினோம் உன்னை."

"இங்கே உட்கார்ந்த நான் அப்படியே தூங்கிவிட்டேன். நீ வந்து சேர்ந்தது பற்றி நான் மட்டிலா மகிழ்ச்சி கொள்கிறேன்" என்று திரும்பவும் சொன்னார் நெஹ்லூதவ். "உனக்கு நான் கடிதம் எழுத ஆரம்பித்தேன்."

"அப்படியா?" என்று அவள் கலவரத்துடன் கேட்டாள். "எதைப் பற்றி?"

தம்பியும் அக்காளும் அத்யந்தமாய்ப் பேசிக் கொள்ளப் போகிறார்கள் என்பது தெரிந்ததும், மிஸ்ஸியும் அவளுடன் இருந்த கனவான்களும் விலகிச் சென்றார்கள். நெஹ்லூதவும் அக்காளுமாய் சன்னல் அருகே வெல்வெட் போடப்பட்ட ஒரு சோபாவிடம் சென்று அமர்ந்துகொண்டனர். அந்த சோபாவில் ஒரு கம்பளியும் அட்டைப் பெட்டியும் வேறு சில சாமான்களும் இருந்தன.

"நேற்று மாலை உன்னிடமிருந்து வந்தபின் மறுபடியும் ஒரு தரம் அங்கே வந்து அவரிடம் வருத்தம் தெரிவிக்க விரும்பினேன். ஆனால் அவர் அதை எப்படி எடுத்துக் கொள்வாரோ என்று நினைத்தேன்" என்றார் நெஹ்லூதவ். "உன் கணவருடன் நான் பேசிய முறை நன்றாய் இல்லை. அதனால் என் மனதுக்கு வேதனையாய் இருந்தது."

"எனக்குத் தெரியும். வேண்டுமென்று நீ அப்படிப் பேசியிருக்க மாட்டாய் என்று நிச்சயமாகத் தெரியும் எனக்கு" என்றாள் அக்காள். "ஆமாம். நீ அறியாதது அல்ல."

அவளுக்குக் கண்கள் கலங்கி விட்டன. தம்பியின் கையைத் தொட்டாள் அவள். சொல்ல நினைத்ததை அவள் தெளிவாகச் சொல்லவில்லை. ஆயினும் அவள் நினைத்ததை நெஹ்லூதவ் தெளிவாகவே புரிந்துகொண்டார். அது அவரை உள்ளம் உருகச் செய்தது. அவள் சொல்ல நினைத்தது என்னவெனில் அவளை ஆட்டிப் படைத்து வந்த பாசமாகிய கணவரிடத்தான பாசத்தைப்போல, தம்பியிடத்தான பாசத்தையும் அவள் பெரிதும் உயர்வாய் மதித்துப் போற்றியதால், அவர்கள் இருவரிடத்தும் மனத்தாங்கல் ஏற்பட்டபோதெல்லாம் அவள் சகிக்கவொண்ணாதவாறு துன்புறவே நேர்ந்தது.

"நன்றி, நன்றி உனக்கு... ஓ, இன்று என்னவெல்லாம் காண நேர்ந்துள்ளது, தெரியுமா?" என்று, உயிர் நீத்த இரண்டாவது கைதியைத் திடுமென நினைத்துக்கொண்டு கூறினார் அவர். "இரண்டு கைதிகள் கொல்லப்பட்டனர்."

"கொல்லப்பட்டார்களா? எப்படி?"

"ஆமாம். கொல்லப்பட்டார்கள். இந்தச் சூட்டில் அவர்களை வெளியே அழைத்துச் சென்றார்கள். வெயிலால் தாக்குண்டு இரண்டு பேர் உயிர் நீத்தனர்."

"நம்ப முடியவில்லையே! அது எப்படி? இன்றைக்கா? இப்போதா?"

"ஆமாம். இப்போதுதான். பிரேதங்களை நான் பார்த்தேன்."

“ஆனால் எதற்காகக் கொல்லப்பட வேண்டும்? கொன்றது யார்?” என்று கேட்டாள் நத்தாலியா இவானவ்னா.

“இவர்களை வெளியே இழுத்து வந்தார்களே, அவர்கள் தான் இவர்களைக் கொன்றவர்கள்” என்று எரிச்சலாய் நெஹ்லூதவ் கூறினார். அவளது கணவரின் கண்கொண்டே அவளும் இந்தச் சம்பவத்தைக் கண்ணுற்றதாய் அவருக்குப் பட்டது.

“அட தெய்வமே!” என்றாள். அவர்கள் அருகே வந்து நின்ற அக்ரஃபேனா பெத்ரோவ்னா.

“பாவம் துர்ப்பாக்கியசாலிகள். இவர்களுக்குப் புரியப்படும் கொடுமைகளைப் பற்றி நாம் ஏதும் அறியாதோராய் இருந்து வருகிறோம். ஆனால் இவற்றை நாம் அறிந்துகொள்வது அவசிய மாகும்” என்று கிழவரான கோமகன் கர்ச்சாகினைப் பார்த்த படிச் சொன்னார் நெஹ்லூதவ். கழுத்தில் கைத்துண்டைச் செருகிக்கொண்டு ஷம்பெய்ன் கோப்பையின் எதிரே அமர்ந் திருந்த கோமகன் அந்த நேரத்தில் நெஹ்லூதவின் பக்கம் திரும்பிப் பார்த்தார்.

“நெஹ்லூதவ்!” என்று உரக்கக் கூப்பிட்டார் அவர். “குளிர்ந்த பானம் அருந்தலாம், வாங்க இங்கே, பயணத்துக்கு நல்லது!”

நெஹ்லூதவ் வேண்டாம் என்று சொல்லித் தலையைத் திருப்பிக்கொண்டார்.

“ஆனால் நீ என்ன செய்யப் போகிறாய்?” என்று நத்தாலியா இவானவ்னா பேச்சைத் தொடர்ந்தாள்.

“முடிந்ததைச் செய்ய வேண்டும். எனக்குத் தெரியவில்லை. ஆனால் ஏதாவது செய்தாக வேண்டும் என்பதை உணர்கிறேன். என்னால் முடிந்ததைச் செய்வேன்.”

“ஆமாம், எனக்குப் புரிகிறது அது. ஆனால் இது என் னாவது?” என்று புன்சிரிப்பு சிரித்தபடிக் கண்களால் கர்ச் சாகினைக் காட்டிக் கேட்டாள். “எல்லாம் முடிந்துவிட்டதா? என்ன? சாத்தியம்தானா?”

“அறவே முடிந்துவிட்டது. எத்தரப்பாருக்கும் வருத்தம் இல்லை என்றே நினைக்கிறேன்.”

“வருந்தத்தக்கது. எனக்கு வருத்தமாய் இருக்கிறது. எனக்குப் பிரியமானவள் அவள். சரி, அது போகட்டும். நீ ஏன் உன்னைச் சிக்கலில் இழுத்து விட்டுக்கொள்ள விரும்புகிறாய்?” என்று கூச்சத்துடன் கேட்டாள் அவள். “எதற்காக நீ அங்கே போகிறாய்?”

“போயாக வேண்டும், அதனால் போகிறேன்” என்று இந்தப் பேச்சை இத்துடன் நிறுத்த விரும்பியவரைப்போல் கடுமை தொனிக்கும் குரலில் பதிலளித்தார் நெஹ்லூதவ்.

ஆனால் அக்காளிடம் இப்படிப் பாசமின்றிப் பேசுகிறோமே என்று உடனே அவருக்கு உள்ளுக்குள் வெட்கமாயிருந்தது. “என் மனதில் இருப்பதை இவளிடம் சொன்னால் என்ன?” என்று நினைத்தார். “அக்ரஃபேனா பெத்ரோவ்னாவும்தான் தெரிந்து கொள்ளட்டுமே” என்று வயது முதிர்ந்த வேலைக்காரியைப் பார்த்துவிட்டுத் தமக்குத் தாமே கூறிக்கொண்டார். அக்ரஃபனோ பெத்ரோவ்னா பக்கத்தில் நின்றுகொண்டு இருந்ததானது அவரை மேலும் தூண்டிவிட்டு, அக்காளிடம் திரும்பவும் தமது முடிவைச் சொல்ல வைத்தது.

“கத்யூஷாவை மணந்து கொள்வதென்ற எனது எண்ணத்தைப் பற்றியா கேட்கிறாய்? ஆமாம், அவளை மணந்து கொள்வதென்று நான் தீர்மானமாய் இருக்கிறேன். ஆனால் திட்டவட்டமாகவும் உறுதியாகவும் அவள்தான் மறுத்து வருகிறாள்” என்று கூறியபோது அவருக்குக் குரல் நடுங்கிற்று. இதைப் பற்றிப் பேசியபோதெல்லாம் இப்படித்தான் அவருக்குக் குரல் நடுங்கிற்று. “எனது தியாகத்தை அவள் ஏற்றுக்கொள்ள விரும்பவில்லை. ஆனால் அவளது நிலைமையில் பன்மடங்கு பெரியதான தியாகத்தை அவள் புரிகின்றாள். அவளது இந்தத் தியாகம் கண நேர உணர்ச்சியால் தூண்டப்பட்டிருக்குமாயின் நான் அதை ஏற்க இயலாது. ஆகவே அவளுடன் நானும் போகிறேன். அவள் எங்கே இருக்கிறாளோ அங்கே நானும் இருந்துகொண்டு அவளது கடின நிலைமையை என்னால் இயன்ற அளவுக்கு இலகுவாக்க முயலுவேன்.”

நத்தாலியா இவானவ்னா ஒன்றும் சொல்லவில்லை. அக்ரஃபேனா பெத்ரோவ்னா வினவும் முறையில் அவனைப் பார்த்துத் தலையை ஆட்டி ஆட்சேபித்தாள். முன்பு உள்ளே சென்ற அணிவரிசை அந்த நேரத்தில் பெண்களது அறையிலிருந்து வெளியே வந்தது. கண்ணுக்கு இனியவனான அதே பணியாள் ஃபிலீப்பும் வாயிற்காவலனும் கோமகள் கர்ச்சாகினாவை வெளியே தூக்கி வந்தனர். கோமகள் அவர்களை நிப்பாட்டி, நெஹ்லூதவைத் தம்மிடம் வருமாறு சாடை காட்டி அழைத்தார். மோதிரங்கள் போடப்பட்ட வெள்ளைக் கையைப் பரிதாபமான பலவீனத் தோற்றத்துடன் நீட்டிக் காட்டி, நெஹ்லூதவின் அழுத்தமான பிடியை எதிர்பார்த்து அச்சத்துடன் காத்திருந்தார்.

"பயங்கரம்!" என்று சூடு அதிகமாய் இருப்பது பற்றிக் குறிப்பிட்டார். "என்னால் இதைத் தாங்க முடியவில்லை!" "இந்தத் தட்பவெப்பநிலை என் உயிரை வாங்குகிறது!" ருஷ்ய தட்பவெப்பநிலையின் பயங்கரங்களைப் பற்றிச் சில வார்த்தைகள் பேசியபின், அவர் நெஹ்லூதவைத் தமது வீட்டுக்கு வருமாறு அழைத்துவிட்டு, தமது ஆட்களிடம் தூக்கிச் செல்லும்படிச் சாடை காட்டினார்.

"தவறாமல் வந்து எங்களை எல்லாம் சந்தியுங்கள்" – அவரது நாற்காலி தூக்கிச் செல்லப்படுகையில், தமது நீளமான முகத்தை நெஹ்லூதவின் பக்கம் திருப்பி மறுபடியும் சொன்னார் கோமகள்.

நெஹ்லூதவ் வெளியே பிளாட்பாரத்துக்குச் சென்றார். நாற்காலியில் அமர்ந்த கோமகளுடன் சென்ற அணிவரிசை வலப்பக்கம் திரும்பி முதல் வகுப்புப் பெட்டிகளை நோக்கிச் சென்றது. நெஹ்லூதவும் அவரது சாமான்களைத் தூக்கிச் சென்ற போர்ட்டரும் சொந்த சாக்குப்பையைச் சுமந்து சென்ற தாராஸூம் இடப்பக்கம் திரும்பினர்.

"இது எனது தோழன்" என்று தாராஸைச் சுட்டிக்காட்டி நெஹ்லூதவ் தனது அக்காவிடம் சொன்னார். தாராஸின் கதையை அவர் முன்பே அவளுக்குச் சொல்லியிருந்தார்.

"என்ன இது, மூன்றாம் வகுப்பிலா போகப் போகிறாய்?" என்று கேட்டாள் நத்தாலியா இவானவ்னா. தாராஸூம் சாமான்களைத் தூக்கிச் சென்ற போர்ட்டரும் மூன்றாம் வகுப்புப் பெட்டிக்குள் செல்வதைப் பார்த்துவிட்டு,

"ஆமாம். எனக்கு இதுதான் உகந்தது. தாராஸூடன் சேர்ந்து போகப் போகிறேன்" என்றார் அவர். "இன்னொன்றையும் நான் சொல்ல வேண்டும்!" என்று மேலும் தொடர்ந்தார். "குஸ்மின்ஸ்கயே நிலங்களை இதுவரை நான் விவசாயிகளுக்குக் கொடுக்கவில்லை. ஆகவே நான் இறந்துபோக நேர்ந்தால் உனது குழந்தைகளுக்கு அவை வந்து சேரும்."

"திமீத்ரி, அந்த மாதிரிப் பேசக் கூடாது நீ!" என்றாள் நத்தாலியா இவானவ்னா.

"யாருக்கும் கொடுக்காமல் இருந்தால், நான் சொல்லக் கூடியது எல்லாம் ஏனையவை யாவும் அவர்களுக்கே வந்து சேரும். ஏனெனில் நான் மணம் புரிந்து கொள்வது துர்லபம் தான். அப்படியே மணம்புரிந்து கொண்டாலும் எனக்குக் குழந்தைகள் இருக்கப் போவதில்லை... ஆகவே..."

"திமீத்ரி, வேண்டாம்! அப்படி எல்லாம் பேசக்கூடாது நீ!" என்றாள் நத்தாலியா இவானவ்னா. ஆயினும் தாம் சொன்னதைக் கேட்பதற்கு அவளுக்கு மகிழ்ச்சியாய் இருந்தது என்பது நெஹ்லூதவுக்குத் தெரிந்தது.

ரயிலின் முன் பகுதியில் கோமகள் கர்ச்சாகினா தூக்கிச் செல்லப்பட்ட முதல் வகுப்புப் பெட்டிக்கு எதிரே சிறு கூட்டமாகப் பலரும் நின்றுகொண்டு பெட்டிக்குள் உற்று நோக்கினர். பயணிகளில் மிகப் பெரும்பாலோர் ஏற்கெனவே பெட்டிகளுக்குள் ஏறி அமர்ந்துகொண்டு விட்டனர். நேரங்கழித்து வந்து சேர்ந்த சிலர் பிளாட்பாரத்துப் பலகை தளத்தின் மீது தடதடத்துக்கொண்டு விரைந்து சென்றார்கள். கண்டக்டர்கள், போவோரை ஏறி உட்காரும்படியும், வழியனுப்ப வந்தோரை வெளியே இறங்கி வரும்படியும் சொல்லிவிட்டுப் பெட்டிகளின் கதவுகளைத் தடாரென மூடிக்கொண்டிருந்தார்கள்.

வெயிலில் சூடேறிப் போய் வீச்சம் மூக்கில் ஏறிய பெட்டியினுள் நெஹ்லூதவ் நுழைந்தார், உள்ளே இருக்க முடியாமல் கோடியிலிருந்த பிரேக் மேடைக்குப் போய் அங்கே நின்றுகொண்டார்.

புதிய பாணியில் அமைந்த தொப்பியும், மேலங்கியும் போட்டிருந்த நத்தாலியா இவானவ்னா கீழே பெட்டிக்கு எதிரே அக்ரஃபேனா பெத்ரோவ்னாவுக்கு அருகில் நின்றாள். பேசுவது ஏதாவது ஒன்றைத் தேடிப் பிடிக்க முயன்ற மனதுக்கு ஒன்றும் தோன்றாமல் அவள் சங்கடப்பட்டுக் கொண்டிருந்தது தெரிந்தது.

"கடிதம் எழுது" என்று கூட அவள் சொல்வதற்கில்லை, ஏனெனில் விடைபெற்றுப் பிரிவோர் வழக்கமாகச் சொல்லும் அந்தச் சொல் குறித்து அந்தக் காலத்தில் அக்காளும் தம்பியுமாக சேர்ந்து சிரிப்பது வழக்கம். உடன் பிறந்தோருக்கு இடையிலான நெருக்கத்தையும் பாசத்தையும் சொத்து விவகாரங்களைப் பற்றிய பேச்சு நொடிப் பொழுதில் குலையச் செய்திருந்ததால், ஒருவருக்கொருவர் அந்நியமாகி விலகிச் சென்றுவிட்டது போல் இருந்தது, இருவருக்கும் இப்பொழுது. ஆகவே ரயில் நகர ஆரம்பித்ததும் நத்தாலியா இவானவ்னாவுக்கு உள்ளுக்குள் மகிழ்ச்சியாகவே இருந்தது. துயரம் தோய்ந்த உருக்கமான முகத்தவளாய் மெல்லத் தலையை அசைத்து, "போய் வா, திமீத்ரி! போய் வா!" என்பதற்கு மேல் அவளால் ஒன்றும் சொல்ல முடியவில்லை.

ஆனால் பெட்டி அவளைக் கடந்து சென்றதும், தம்பியுடனான உரையாடலை எப்படித் தன் கணவரிடம் சொல்ல

வேண்டும் என்று அவள் ஆலோசித்துப் பார்த்தாள்; உடனே அவள் முகம் கடுமையும் கவலையும் வாய்ந்ததாய் மாறியது.

நெஹ்லூதவுங்கூட–அக்காளிடம் மனத்துள் ஆழ்ந்த அன்பும் பாசமும் கொண்டவராய் எதையும் மறைக்காமல் அவளிடம் சொல்லியிருந்தார் என்ற போதிலும்–முடிவில் இப் போது அவளுக்கு எதிரே இருக்க மனம் சகியாமல் சங்கடப் பட்டார். சீக்கிரமாய் அவளை விட்டுப் பிரிந்துவிட வேண்டு மென்று விரும்பினார். அந்தக் காலத்தில் தமக்கு அவ்வளவு நெருங்கியவளாய் இருந்த அந்த நத்தாலியா இப்போது இல்லை. தமக்கு அந்நியமான, மனத்துக்கு ஒவ்வாத, பருத்த மேனியும் மேலெங்கும் ரோமமும் உடைய ஒரு கணவருக்குக் கொத்தடிமை ஆகி விட்டவளே இப்போது தமக்கு எதிரே இருந்தாள் என்பது நெஹ்லூதவ்வின் மனத்துக்குத் தெரிந்தது. இதனை அவர் தெளிவாகவே புரிந்து கொண்டுவிட்டார்–அவளது கணவரின் நாட்டத்துக்கு உரிய விவகாரங்களைப் பற்றி, அதாவது விவசாயி களுக்குத் தரப்படாமலிருந்த நிலங்களையும் வாரிசுகளுக்குக் கிடைக்கக் கூடிய சொத்துகளையும் பற்றிச் சொன்னதும் அவள் முகம் உற்சாகத்தால் மலர்ந்து ஒளிரக் கண்டபோது புரிந்து கொண்டுவிட்டார். இது அவரைத் துயருறச் செய்தது.

40

அந்தப் பெரிய மூன்றாம் வகுப்புப் பெட்டி நாள் முழுதும் வெயிலில் நின்று சூடேறியிருந்தது, இருக்கைகளில் எல்லாம் பயணிகள் இருந்தனர். மூச்சுத் திணறும்படி இருந்ததால் நெஹ்லூதவ் பெட்டியினுள் செல்லாமல் பிரேக் மேடைக்கு அருகில் நின்றுகொண்டிருந்தார். ஆனால் அங்கேயும் இறுக்க மாகவே இருந்தது. வண்டி கொஞ்ச தூரம் சென்று கட்டிடங் களைக் கடந்த பிறகுதான் நெஹ்லூதவால் தாராளமாய் மூச்சுவிட முடிந்தது.

“ஆமாம். கொல்லப்பட்டார்கள்”–முன்பு அக்காளிடம் சொன்னதைத் தம் மனத்துள் திரும்பவும் சொல்லிக் கொண்டார் அவர். அன்று அவர் கண்டும் கேட்டும் அனுபவித்திருந்த பலவற்றுக்கும் இடையிலிருந்து அந்த இரண்டாவது கைதியின் பிரேதத்தினுடைய எழிலார்ந்த முகம் அப்படியே அதன் முகப் பொலிவோடு அவரது மனக்கண் முன்னால் தெரிந்தது. அதன் உதடுகளில் பூத்திருந்த புன்முறுவலும், புருவங்களில் காணப் பட்ட கடுமையும், மழிக்கப்பட்டு நீலமாய் ஒளிர்ந்த கபாலத்தின்

கீழ் பெரிதாய் இல்லாமல் கச்சிதமாகக் கெட்டியாய் இருந்த காதும் தெளிவாகத் தெரிந்தன.

"கொடுமையிலும் கொடுமையானது என்னவெனில், இவன் கொல்லப்பட்டிருந்தும் இவனைக் கொன்றது யார் என்பது யாருக்கும் தெரியாததாய் இருப்பதுதான்" என்று நெஹ்லூதவ் தமக்குத் தாமே கூறிக்கொண்டார். "ஆனால் இவன் கொல்லப் படவே செய்தான். மாஸ்லினிக்கவினது உத்தரவின் பேரில் எல்லாக் கைதிகளையும் போல இவனையும் அழைத்துச் சென்றார்கள். மாஸ்லினிக்கவ் வழக்கம் போல் அவரது அச்சுத் தலைப்புடைய காகிதத்தில் நீட்டி வளைத்து அவருக்கு உரிய அந்த அசட்டு முறையில் கையொப்பமிட்டு உத்தரவு அளித் திருப்பார், நிச்சயம் அவர் தம்மைச் சிறிதும் குற்றமற்றவராகவே கருதிக் கொண்டிருப்பார். கைதிகளை மருத்துவ சோதனை புரிந்த சிறைக்கூட டாக்டர் தம்மைக் குற்றவாளியாகக் கொள்ள அதனிலும் சொற்ப இடமே இருப்பதாகக் கருதுவார். அவரது கடமையை அவர் பிழையற்ற முறையில் செய்து, பலமற்றோராய் இருந்தோரைத் தனியே பிரித்தார். வெப்பம் என்றும் இல்லாதபடி இப்படிக் கடுமையாகிவிடும் என்றோ, அவ்வளவு நேரங்கழித்துப் புறப்பட்டு அப்படி நெரிசலாய் இடித்துக் கொண்டு செல்வார்கள் என்றோ அவர் எதிர்பார்த்திருக்க முடியாதே. சிறைக்கூடக் கண்காணிப்பாளர்?.... சைபீரியக் கடின உழைப்புத் தண்டனை பெற்றவர்களும் கடத்தல் தண்டனை பெற்றவர்களுமாகிய இத்தனை ஆடவர்களும் பெண்டிரும் குறிப்பிட இந்நாளன்று அனுப்பப்பட வேண்டுமென்று தமக்கு இடப்பட்ட உத்தரவைத்தான் அவர் நிறைவேற்றினார். கைதிக் குழு காவற்படைத் தலைமை அதிகாரியும் குற்றம் இழைத்தவராகக் கருதப்பட இடம் இல்லை. குறிப்பிட்ட இடத்தில் அவர் குறிப்பிட்ட தொகையினருக்குப் பொறுப்பேற்று குறிப்பிட்ட இன்னொரு இடத்துக்கு இவர்களைக் கொண்டுபோகக் கடமைப்பட்டவர். வழக்கம்போல் அவர் கைதிக் குழுவை இட்டுச் சென்றார், நான் கண்ணுற்ற அந்த இருவரையும்போல் வலிவானவர்கள் நிலைமையைச் சமாளிக்க முடியாமல் மாண்டு போவார்கள் என்று அவர் எதிர்பார்ப்பதற்கில்லை. யாரும் எந்தக் குற்றமும் புரியவில்லை. ஆயினும் ஆட்கள் கொல்லப் பட்டனர்; யாரெல்லாம் சேர்ந்து இந்த ஆட்களைக் கொன்றார் களோ அவர்கள் இந்த ஆட்கள் கொலையுண்டதற்கான குற்றத்தில் பங்கு இல்லாதவர்கள்.

"ஆளுநர்களும் கண்காணிப்பாளர்களும் போலீஸ் அதிகாரிகளும் போலீஸ்காரர்களுமாகிய இவர்கள் எல்லாரும்

மனிதர்கள் இடையே மானுட உறவுகள் அவசியக் கடமையாய் இராத நிலைமைகள் இருப்பதாகக் கருதுவதால்தான் இப்படி எல்லாம் ஆகிறது" என்று நெஹ்லூதவ் கூறிக்கொண்டார். "மாஸ்லினிக்கவ், கண்காணிப்பாளர், கைதிக்குழுக் காவற்படைத் தலைமை அதிகாரி ஆகிய இவர்கள் எல்லாம் ஆளுநர்களாகவும் கண்காணிப்பாளர்களாகவும் படை அதிகாரிகளாகவும் இருந்திராவிடில், வெப்பம் இவ்வளவு அதிகமாய் இருந்த நாளில் இத்தனை பெருந் திரளானோரை அனுப்பி வைக்கும்முன் இருபது தரம் ஆலோசனை செய்திருப்பார்கள்; போகிற வழியில் இருபது தரம் நின்று களைப்பாறச் சொல்லியிருப்பார்கள். யாரேனும் பலம் இழந்து மூச்சுத் திணற நேர்ந்ததும் கூட்டத்தி லிருந்து அவனைத் தனியே அழைத்துச் சென்று நிழலில் இருக்கச் செய்து தண்ணீர் குடிக்கச் சொல்லி ஓய்வுபெறச் செய்திருப் பார்கள்; நடைபெறக் கூடாதது நடைபெறுமாயின் அதற்காக வருத்தப்பட்டு இரக்கம் தெரிவித்திருப்பார்கள். ஆனால் இவர்கள் இவற்றை எல்லாம் செய்யவில்லை என்பதோடு, ஏனையோரும் இவற்றைச் செய்யாதபடித் தடுத்தார்கள். காரணம் என்னவென்றால் இவர்கள் மனிதர்களையும் மனிதர்கள்பால் தமக்குள்ள கடமையையும் கருதினார்கள் இல்லை. தாம் வகித்த பதவியையும் அதிலிருந்து எழும் பொறுப்புகளையுமே மனதிற் கொண்டிருந்தார்கள். இந்தப் பொறுப்புகளை மானுட உறவு களிலிருந்து எழும் பொறுப்புகளைக் காட்டிலும் மேலான வையாகக் கருதினார்கள். இதுதான் இங்குள்ள விவகாரம்" என்று தமக்குத் தாமே கூறிக்கொண்டார் நெஹ்லூதவ். "மனித நேயத்தைக் காட்டிலும் முக்கியமானது இருக்க முடியுமென ஏற்கத் துணிந்துவிட்டால் போதும்–ஒரே ஒரு மணி நேரத்துக்கு மட்டும், அல்லது விதிவிலக்கான ஒரே ஒரு சந்தர்ப்பத்தில் மட்டும் ஏற்கத் துணிந்துவிட்டாலுங்கூடப் போதும்–பிறகு மனிதர்களுக்கு எதிராய் எந்தக் கொடிய குற்றத்தையும் குற்ற உணர்ச்சி சிறிதும் இல்லாமலே செய்ய முடியும் என்றுதான் ஆகி விடும்."

நெஹ்லூதவ் அவரது சிந்தனையில் ஆழ்ந்திருந்ததால், வானிலையில் ஏற்பட்டு வந்த மாற்றத்தை அவர் கவனிக்க வில்லை. தணிவாய் மிதந்துகொண்டிருந்த தாறுமாறான மேகத்திரள் சூரியனை மறைத்துக்கொண்டது. மேற்கிலிருந்து தட்டையான மென்னிற மேகம் விரைந்து வந்துகொண்டிருந்தது. தொலைவில் கனத்த மழை வீசி, வயல்களிலும் தோப்புகளிலும் விழ ஆரம்பித்தது. அந்த மேகத்திலிருந்து மழையின் ஈரம் காற்றோடு கலந்து பரவிற்று. அவ்வப்போது மின்னல் கீற்றுகள்

அந்த மேகத்தைப் பிளந்துகொண்டு பாய்ந்தன. ரயிலின் தடதடப்புடன் இடி முழக்கமும் சேர்ந்து ஒலித்தது. மேகம் மேலும் மேலும் நெருங்கி வந்து கொண்டிருந்தது. காற்றால் வீசியடிக்கப்பட்ட மழைத்துளிகள் சாய்ந்து கீழே பாய்ந்து பிரேக் மேடையிலும் நெஹ்லூதவின் கோட்டின் மேலும் விழுந்து சடசடத்தன. மேடையில் எதிர்ப்பக்கத்துக்கு அவர் நகர்ந்தார், விறுவிறுப்பு ஊட்டிய ஈரக்காற்றை உள்ளுக்கு இழுத்தார், தானியத்தின் மணமும் நெடுநாளாய் மழைக்குக் காத்திருந்து இப்போது நனைந்து ஈரமாகிவிட்ட மண்ணின் நெடியும் அதில் கமகமத்தன. எதிர்ப்பக்கத்தில் நின்று அவர், சன்னலுக்கு வெளியே நகர்ந்தோடிக் கொண்டிருந்த தோட்டங்களையும் தோப்புகளையும் மஞ்சள் நிற ரை வயல்களையும் பசுமையான ஓட்ஸ் வயல்களையும் கரிய பாத்திகளில் பூத்திருந்த உருளைக் கிழங்கின் கரும்பச்சைப் பரப்புகளையும் உற்று நோக்கினார். வார்னிஷ் பூச்சிடப்பட்டது போல் யாவும் பளிச்சிட்டன: பச்சை மேலும் பச்சையாகவும், மஞ்சள் மேலும் மஞ்சளாகவும், கறுப்பு மேலும் கறுப்பாகவும் மாறின.

"இன்னும், இன்னும்!" என்றார், நலம் புரியும் இனிய மழையால் உயிர்ப்புற்றுச் சிலிர்த்த தோட்டங்களையும் வயல்களையும் சோலைகளையும் கண்டு மகிழ்ச்சியடைந்த நெஹ்லூதவ்.

கனத்த மழை அதிக நேரம் நீடிக்கவில்லை. மேகத்தில் ஒரு பகுதி மழையாகப் பெய்தது, இன்னொரு பகுதி மிதந்து ஓடிச் சென்றது. கடைசியாகப் பெய்த மெல்லிய துளிகள் நனைந்த தரையின் மீது சாய்வின்றிச் செங்குத்தாய் விழுந்தன. கதிரவன் திரும்பவும் வெளியே தோன்றி ஒளி வீசியதும் யாவும் பளபளத்து மின்னின. கிழக்கில் அடிவானத்துக்கு மேல் அதிக உயரமின்றித் தணிவாய் வானவில் தோன்றிப் பளிச்சிட்டது, அதன் முனைகளில் ஒன்று மட்டும் முறிந்து போய் ஊதா நிறம் அங்கே எடுப்பாகத் தெரிந்தது.

"ஆமாம், எதைப் பற்றிச் சிந்தித்துக்கொண்டிருந்தேன்?"– இயற்கையில் ஏற்பட்ட இந்த மாறுதல்கள் யாவும் முடிவடைந்து உயரமான இரு சரிவுகளுக்கு இடையே ரயில் வண்டி ஓட முற்பட்டபோது, நெஹ்லூதவ் தம்மைத் தாமே கேட்டுக் கொண்டார்.

"ஆம், இந்த ஆட்கள் எல்லாரும், கண்காணிப்பாளரும் கைதிக் குழுக் காவற்படை அதிகாரிகளும் ஏனைய அதிகாரப் பணிகள் புரியும் இவர்கள் எல்லாரும், பெருமளவுக்கு நல்லவர்கள்தான் என்றாலும், இவர்களது அதிகாரப் பணிகள்

இவர்களைக் கொடியவர்களாக்கி விடுவது பற்றிச் சிந்தித்துக் கொண்டிருந்தேன்.”

சிறைக்கூடத்தில் நடைபெறுகிறவற்றைச் சொல்லிய போது மாஸ்லினிக்கவ் எதையும் பொருட்படுத்தாமல் அலட்சியமாய் இருந்ததையும், சிறைக் கண்காணிப்பாளரது கண்டிப்பையும், வண்டிகளில் ஏறிக்கொள்ள அனுமதி வேண்டியோருக்கு அனுமதியளிக்க மறுத்த காவற்படைத் தலைமை அதிகாரியின் கொடுமனத்தையும், பிறகு அவர் ரயிலில் பிரசவ வேதனையால் துன்புற்ற பெண்ணைப் பற்றிக் கவலைப்படாமல் அலட்சியம் செய்ததையும் நெஹ்லூதவ் நினைத்துக்கொண்டார். “மனிதர்களுக்கு எல்லாம் இயல்பான சர்வசாதாரண இரக்க உணர்ச்சியுங்கூட ஊடுருவ முடியாமல் இவர்கள் எல்லாரும் தெளிவாகவே இப்படிக் கல் மனம் கொண்டோராய் இருக்கிறார்கள் என்றால், இவர்கள் அதிகாரப் பணிகள் புரிகிறவர்கள் என்பதுதான் அதற்குக் காரணம். அதிகாரிகள் என்கிற முறையில் இவர்கள் எல்லாரும், கற்கள் பதிக்கப்பட்ட இந்தச் சரிவுகள் மழை நீர் ஊடுருவ முடியாதபடிக் கெட்டியாய் இருப்பது போல், மனிதநேய உணர்ச்சிகள் ஊடுருவ முடியாதபடிக் கல் மனம் கொண்டோராய் இருக்கிறார்கள்” என்று பல நிறங்களிலும் கற்கள் பதித்துத் தளமிடப்பட்டிருந்த சரிவுகளில் மழை நீர் தரைக்குள் சென்று மண்ணை நனைக்காமல் அருவிகளாகக் கற்கள் மீது ஓடி வருவதைப் பார்த்தவாறு நெஹ்லூதவ் தம்முள் கூறிக் கொண்டார். “சரிவுகளில் கற்களைப் பதிப்பது அவசியமாய் இருக்கலாம். ஆனால் மேட்டின் உச்சியில் வளர்ந்திருப்பது போல் பயிர்களும் புல்லும் செடிகளும் மரங்களுமாய் இருக்கக் கூடிய தரையை இப்படிப் பயிர்ப் பச்சை தலை காட்ட முடியாதபடிச் செய்திருப்பதைக் காணும் போது நெஞ்சு பதறுகிறது.”

“மனிதர்களிடத்தும் இப்படித்தான்” என்று கூறிக் கொண்டார் நெஹ்லூதவ். “இந்த ஆளுநர்களும் கண்காணிப்பாளர்களும் போலீஸ்காரர்களும் அவசியமாய் இருக்கலாம், ஆனால் இவர்கள் மனிதர்களுக்குரிய பிரதான இயல்பாகிய அன்பும் ஒருவருக்கொருவர் இடையிலான அருளும் இல்லாதவர்களாகி விடுவதைக் காணும்போது பயங்கரமாய் அல்லவா இருக்கிறது?”

“கொடுமை என்னவென்றால், இவர்கள் யாவரும் எது சட்டம் அல்லவோ அதைச் சட்டமென ஏற்கிறார்கள், ஆனால் என்றைக்கும் நிலையான அத்தியாவசியச் சட்டமாய் ஆண்டவனால் மனிதர்களது இதயத்தில் எழுதப்பட்டிருக்கும் சட்டத்தை ஏற்காமல் புறக்கணிக்கிறார்கள். அதனால்தான் இவர்களை நினைக்கையில் எனக்கு நெஞ்சு பொறுக்கவில்லை”

என்று கூறிச் சென்றார் நெஹ்லூதவ். "எனக்கு இவர்களிடம் அச்சமாகவே இருக்கிறது. மெய்யாகவே இவர்கள் பயங்கரமான வர்கள், கொள்ளைக்காரர்களைக் காட்டிலும் அதிகம் பயங்கர மானவர்கள், கொள்ளைக்காரர்களாவது இரக்கங் கொள்ளக் கூடியவர்கள், இவர்கள் இரக்க உணர்ச்சி அறவே இல்லாத வர்கள்; இந்தக் கற்களில் பயிர் பச்சை தலைகாட்டாதபடி எப்படி உறுதி செய்யப்பட்டிருக்கிறதோ அதேபோல் இவர்களி டத்தும் இரக்கம் தலைகாட்டாதபடி உறுதி செய்யப்பட்டி ருக்கிறது. இவர்கள் பயங்கரமானவர்களாய் இருப்பதற்கு இதுதான் காரணம். புகச்சோவ்களையும் ராசின்களையும்* பயங்கரமானோராகச் சொல்கிறார்கள் இல்லை, இவர்கள்தாம் ஆயிரம் மடங்கு இன்னும் பயங்கரமானவர்கள்" என்று தொடர்ந்து தம்முள் கூறிச் சென்றார்.

"நமது காலத்தவர்களைக் கிறிஸ்தவர்களும் மனிதாபி மானிகளும் அன்பு உள்ளம் உடையோருமாய் இருப்பவர்கள், குற்ற உணர்ச்சி சிறிதும் இன்றிப் படுபயங்கரக் குற்றங்கள் புரியக் கூடியோராய் ஆக்குவது எப்படி என்று உளவியல் பிரச்சினை ஒன்று அளிக்கப்படுமாயின், அதற்குரிய தீர்வு ஒன்றே ஒன்றுதான்: தற்போது செய்யப்படுவதைத் தொடர்ந்து செய்து வரவேண்டும் என்பதுதான்; அதாவது இவர்கள் ஆளுநர் களாகவும் கண்காணிப்பாளர்களாகவும் போலீஸ்காரர்களாகவும் இருந்துகொண்டு, முதலாவதாக, மனிதர்களிடம் மனிதநேயம் வாய்ந்த சோதர உறவுகளுக்கு இடமளிக்காமல் மனிதர்களைச் சடப் பொருள்களாகக் கருதிச் செயற்பட அனுமதிக்கும்படியான பணித்துறை அரசாங்கப் பணித்துறை என்னும் பெயரில் இருப்ப தாக நம்பும்படிச் செய்ய வேண்டும் என்பதும்; இரண்டாவதாக, இவர்களது செயல்களால் ஏற்படும் விளைவுகளுக்கான பொறுப்பு யார் மீதும் தனிப்பட சார்ந்து விடாதபடி இந்த அரசாங்கம் பணித்துறையில் இவர்கள் எல்லாரும் இணைக்கப் பட வேண்டும் என்பதுதான். இந்த நிலைமைகள் இல்லை யானால், இன்று நான் கண்ணுற்ற இந்த மாதிரியான பயங்கரக் கொடுமைகள் இக்காலத்தில் சாத்தியமன்று. மனிதர்களிடம் அன்பின்றி நடந்துகொள்வதற்கான நிலைமைகள் இருப்பதாய் இவர்கள் நினைக்கிறார்கள். அதனால்தான் இப்படி எல்லாம் நடைபெறுகின்றன. ஆனால் இம்மாதிரியான நிலைமைகள் இல்லவே இல்லை. சடப்பொருள்கள் சம்பந்தமாய் வேண்டு மானால் நாம் அன்பின்றி நடந்துகொள்ளலாம்–அன்பின்றி மரங்களை வெட்டலாம். கற்களைச் சுட்டெடுக்கலாம். இரும்பைக் காய்ச்சிச் சம்மட்டி கொண்டு அடிக்கலாம். ஆனால்

---

* ராசின்—பதினேழாம் நூற்றாண்டிலும், புகச்சோவ்—பதினெட் டாம் நூற்றாண்டிலும், ருஷ்யாவில் நடைபெற்ற விவசாயி எழுச்சி களுக்குத் தலைமை தாங்கியவர்கள்.

மனிதர்களிடம் அன்பின்றி நடந்து கொள்ளலாகாது–எப்படித் தேனீக்களிடம் கவனமின்றி நடந்துகொள்ளலாகாதோ அதுபோல. தேனீக்கள் அடிப்படிப்பட்டவை–அவற்றிடம் கவனமின்றி நடந்து கொண்டால் அதனால் அவற்றுக்கும் கேடு, நமக்கும் கேடுதான். மனிதர்களிடத்தும் இதுவேதான் உண்மை. இது வேறுவிதமாய் இருப்பதற்கில்லை. ஏனென்றால் ஒருவருக்கொருவர் அன்புடையோராய் நடந்து கொள்வதுதான் மானுட வாழ்வின் அடிப்படை நியதி. ஒருவர் இன்னொரு வரைப் பலவந்தம் செய்து தமக்காக வேலை செய்ய வைக்க முடிவதுபோல், பலவந்தம் செய்து தம் மீது அன்பு கொள்ளச் செய்ய முடியாது என்பது உண்மையே. ஆனால் மனிதர்களிடம் யாரும் அன்பின்றி நடந்துகொள்ளலாம் என்றோ, இன்னும் முக்கியமாய் அவர்களிடமிருந்து எதுவும் கோருகிறவரோ, எதிர்பார்க்கிறவரோ இப்படி நடந்துகொள்ளலாம் என்றோ இதிலிருந்து பெறப்படவில்லை. ஏனையோரிடம் அன்பு செலுத்த முடியவில்லை என்றால், சும்மா உட்கார்ந்திரும்" என்று தமக்குத் தாமே கூறிக்கொண்டார் நெஹ்லூதவ். "அல்லது உம்முடனோ சடப்பொருள்களுடனோ வேறு எதனுடமோ காரியமாற்றிக் கொள்ளும் மனிதர்களுடன் மட்டும் வேண்டாம். எப்படிப் பசி எடுக்கும்போது மட்டுமே தீங்கின்றி உம்மால் சாப்பிட முடியுமோ, அதேபோல் அன்பு செலுத்தும்போது மட்டுமே பயனுள்ள முறையிலும் தீங்கின்றியும் உம்மால் ஏனையோருடன் காரியமாற்ற முடியும். நேற்று நான் என் அத்தானுடன் நடந்து கொண்டது போல் அன்பின்றி மனிதர்களுடன் நடந்துகொள்ள சிறிதே இடம் அளித்தோமானாலும் போதும். பிறகு நான் இன்று கண்ணுற்றது போல் அயலாருக்கு நாம் இழைத்திடும் மிருகத்தனமான கொடுமைக்கு வரம்பே இருக்காது; எனது வாழ்க்கை மெய்ப்பித்துக் காட்டுவது போல் நமக்கே நாம் இழைத்துக் கொள்ளும் துன்பத்துக்கும் அளவே இருக்காது. ஆமாம். அப்படித்தான்" என்று கூறிக்கொண்டார் நெஹ்லூதவ். "இதுதான் உண்மை, இதுவேதான் உண்மை" என்று தமக்குத் தாமே திரும்பவும் சொல்லிக்கொண்டார். சகிக்கமுடியாத வெப்பத்துக்குப் பிற்பாடு அவருக்கு இந்தக் குளிர்ச்சி பரம சுகமாய் இருந்தது. நெடுநாளாகத் தாம் கருத்து செலுத்தி வந்திருந்த ஒரு பிரச்சினையில் முழு அளவுக்குத் தெளிவான பார்வை கிடைத்துவிட்டது என்பதை உணர்ந்துகொண்டார்.

41

நெஹ்லூதவ் ஏறியிருந்த பெட்டியில் பாதியளவுக்குப் பயணிகள் நிறைந்திருந்தார்கள். அதனுள் பணியாட்களும்

வினைஞர்களும் ஆலைத் தொழிலாளர்களும் கசாப்புக் கடையினரும் யூதர்களும் கடைக்காரர்களும் தொழிலாளர்களது மனைவியரும் ஒரு படையாளும் இருந்தனர். மற்றும் இளம் வயதினளாய் ஒரு சீமாட்டியும், திறந்திருந்த கைகளில் கொலுசு அணிந்திருந்த வயதான இன்னொரு சீமாட்டியும் அலங்காரச் சின்னத்துடன் கூடிய தொப்பி அணிந்து சிடுசிடுப்பான தோற்றம் கொண்ட கனவானும் அந்தப் பெட்டியில் இருந்தனர். இடம் பிடிப்பதற்கான சந்தடி நெடுநேரத்துக்கு முன்பே அடங்கிவிட்டது. எல்லாரும் அமைதியாய் அமர்ந்திருந்தார்கள். சிலர் சூரியகாந்தி விதைகளைப் பல்லால் நெரித்துப் பருப்பைத் தின்று கொண்டும், சிலர் புகைபிடித்துக் கொண்டும், சிலர் பேசிக்கொண்டும் இருந்தார்கள்.

நெஹ்லூதவுக்கும், இடம் பிடித்து வைத்துக்கொண்டு, நடைவழிக்கு வலப்பக்கத்தில் பார்ப்பதற்கு மகிழ்ச்சி வாய்ந்தவனாய் தாராஸ் அமர்ந்திருந்தான். எதிரே அமர்ந்திருந்த சதைப்பற்றுள்ள ஓர் ஆளுடன் அவன் ஊக்கமாகப் பேசிக்கொண்டிருந்தான். அவனுக்கு எதிரே இருந்த அந்த ஆள் புதிய ஊருக்கு இடம் பெயர்ந்து செல்லும் தோட்டக்காரர் என்பது பிற்பாடு நெஹ்லூதவுக்குத் தெரிய வந்தது. தாராஸை வந்தடையுமுன் நெஹ்லூதவ் நடைவழியில் வெள்ளைத் தாடியுடன் மதிப்புக்குரியவராகத் தோன்றிய வயது முதிர்ந்த ஒரு பெரியவருக்கு அருகே நின்றார். மஞ்சள் பருத்திக் கோட்டு போட்டிருந்த அந்தப் பெரியவர் கிராமத்து ஆடைகள் அணிந்த ஓர் இளம் பெண்ணுடன் பேசிக் கொண்டிருந்தார். அந்தப் பெண்ணுக்குப் பக்கத்தில் புதிய அங்கியும் மென்னிற முடிகள் மீது தலைக் குட்டையும் அணிந்த ஏழு வயதுச் சிறுமி ஓயாமல் சூரியகாந்தி விதைகளைப் பல்லில் வைத்து நெரித்துக்கொண்டு உட்கார்ந்திருந்தாள்.

நெஹ்லூதவைத் திரும்பிப் பார்த்த பெரியவர். அவர் தனியே அமர்ந்திருந்த பளபளப்பான பலகை இருக்கையிலிருந்த தமது கோட்டு முனைகளை ஒதுக்கிக்கொண்டு, அருமையாகச் சொன்னார்.

“உட்காருங்களேன் இப்படி.”

நெஹ்லூதவ் நன்றி தெரிவித்துவிட்டு, பெரியவர் காட்டிய இடத்தில் அமர்ந்துகொண்டார். அவர் நன்றாய் உட்கார்ந்ததும், தடைபட்டுப் போன பேச்சை அந்த இளம்பெண் திரும்பவும் தொடர்ந்தாள்.

நகரில் வேலை செய்த கணவனைப் போய்ப் பார்த்துவிட்டு அவள் கிராமத்துக்குத் திரும்பிச் சென்று கொண்டிருந்தாள். கணவன் நகரில் தன்னை வரவேற்றது பற்றி அவள் சொன்னாள்.

“லென்ட்டு நோன்பின்போது போயிருந்தேன். ஆண்டவன் கருணை புரிந்தார், இப்போது மறுபடியும் போய்விட்டு

வருகிறேன்” என்றாள் அவள். “ஆண்டவன் அருளில் திரும்பவும் கிறிஸ்துவின் பண்டிகையின்போது போய் வருவேன்.”

“அப்படித்தான் செய்யணும்” என்று சிலாகித்தவாறு, நெஹ்லூதவைப் பார்த்துக்கொண்டார் பெரியவர். “அடிக்கடி போய்வருவதுதான் நல்லது. இல்லாவிட்டால் நகரத்தில் வசிக்கிற இளைஞன் கெட்டுப் போயிடுவான்.”

“இல்லீங்க, என்னுடையவர் அந்த மாதிரி இல்லீங்க. அந்த அசட்டுத்தனம் எல்லாம் ஒரு நாளும் செய்யமாட்டார். கன்னியேதான், அவ்வளவு தூயவர். கப்பேக்குக் காசு பாக்கி யில்லாமே பணத்தை அப்படியே கிராமத்துக்கு அனுப்புகிறாரே. இதோ, எங்க சிறுமியைப் பார்த்து எப்படி ஆனந்தப்பட்டுக் கிட்டார் தெரியுங்களா? சொல்லவே முடியாதுங்க” என்று சொல்லி மனம் மகிழ்ந்து சிரித்துக்கொண்டாள் அந்தப் பெண்.

விதைகளைக் கடித்து நெரித்துத் தோலைத் துப்பிக்கொண்டி ருந்த சிறுமி, தன் தாய் கூறியதைக் கேட்டதும் அதை முற்றும் ஆமோதிப்பது போல, கூர்மையாய் ஒளிர்ந்த அமைதியான விழி களால் பெரியவரையும் நெஹ்லூதவையும் உற்றுப் பார்த்தாள்.

“இளைஞன் அப்படிச் சமர்த்தனாய் இருப்பது எவ்வளவோ நல்லதாச்சே” என்றார் பெரியவர். “இதோ, இந்த மாதிரி எல்லாம் நடக்காது அல்லவா?” என்று மேலும் சொல்லி, நடைவழிக்கு அந்தப் பக்கத்தில் அமர்ந்திருந்த கணவனையும் மனைவியையும் கண்களால் சுட்டிக் காட்டினார். அந்தத் தம்பதிகள் இருவரும் ஆலைத் தொழிலாளர்கள் என்பது தெரிந்தது.

அங்கிருந்த கணவன் அப்போது தலையைப் பின்னால் சாய்த்துப் புட்டியிலிருந்து வோத்காவை மடமடவென்று வாய்க்குள் ஊற்றிக்கொண்டிருந்தான். புட்டி எடுக்கப்பட்டிருந்த பையைக் கையில் வைத்திருந்த மனைவி, உருக்கமாய்க் கணவனைப் பார்த்துக்கொண்டிருந்தாள்.

“இல்லை, என்னுடையவர் குடிப்பதும் இல்லை. புகை பிடிப்பதும் இல்லை”– பெரியவருடன் பேசிக்கொண்டிருந்த பெண், மறுபடியும் ஒருதரம் தன் கணவனை மெச்சிக் கொள்வதற்கு வாய்ப்புக் கிடைத்ததும் மகிழ்ச்சியுடன் கூறினாள். “அந்த மாதிரியானவர்கள் உலகில் அதிகம் பேர் இல்லிங்க”. பிறகு அவள் நெஹ்லூதவ் பக்கம் திரும்பி, “ஆமாம். அவர் அப்படிப்பட்டவர்” என்றாள்.

“அப்படித்தான் இருக்கணும், அதைவிடச் சிறப்பானது ஏதும் இல்லையே” என்று கூறினார், குடித்துக் கொண்டிருந்த ஆலைத் தொழிலாளியை உற்று நோக்கிய பெரியவர்.

அந்தத் தொழிலாளி குடித்து முடித்ததும் புட்டியைத் தன் மனைவியிடம் தந்தான். சிரித்துத் தலையை ஆட்டிக்

கொண்டபின் மனைவியும் அந்தப் புட்டியை உயர்த்தி வாயில் ஊற்றிக்கொண்டாள். நெஹ்லூதவும் பெரியவரும் தன்னைப் பார்ப்பதைக் கவனித்த அந்தத் தொழிலாளி நெஹ்லூதவிடம் கேட்டான்:

"என்ன, கனவானே? குடிக்கிறோம் என்றா பார்க்கிறீங்க? நாங்கள் எப்படி வேலை செய்கிறோம் என்பதை யாரும் பார்ப்பதில்லை. ஆனால் எப்படிக் குடிக்கிறோம் என்பதை மட்டும் எல்லாரும் பார்க்கிறீங்க. வேலை செய்து சம்பாதித்த காசிலே வாங்கிக் குடிக்கிறேன். என் மனைவிக்கும் தருகிறேன். இங்கு நடைபெறுவது அவ்வளவுதான்."

"ஆமாம், ஆமாம்" என்றார் நெஹ்லூதவ், என்ன பதில் சொல்வதென்று புரியாமல்...

"கனவானே, உண்மையைச் சொல்கிறேன். என் மனைவி திடமானவள். என் மனைவியிடம் எனக்கு முழு திருப்தி. ஏனென்றால் எனக்காக மனம் இரங்குகிறாள், பரிவு காட்டு கிறாள். என்ன மாவ்ரா. நான் சொல்வது சரிதானே!"

"சரிதான், இந்தா, வாங்கிக் கொள். போதும் எனக்கு" என்று அவன் மனைவி அவனிடம் புட்டியைத் தந்தாள். "பெரிசாய் என்னென்னமோ பேசிறியே, ஏன்?"

"பாருங்களேன்!" என்று தொடர்ந்து பேசினான் தொழி லாளி. "நல்லவள்தான், ரொம்ப ரொம்ப நல்லவள்; ஆனால் திடுமெனக் கிறீச்சிட ஆரம்பித்து விடுவாள், மசை இல்லாத வண்டிச் சக்கரம் மாதிரி. என்ன மாவ்ரா, நான் சொல்வது சரிதானே?"

மாவ்ரா, குடிமயக்கம் கொண்டவளாய்ச் சிரித்தவாறு கை வீசி ஆட்டினாள்.

"சரிதான். ஆரம்பிச்சுட்டியா."

"பாருங்களேன்! ரொம்ப ரொம்ப நல்லவள்தான். ஆனால் கடிவாளக் கயிற்றைக் கொஞ்சம் தளர விட்டாளானால் போதும், அப்புறம் என்ன செய்வாளென யாராலும் சொல்ல முடியாது... என்ன நான் சொல்வது சரிதானே? கனவானே, என்னை மன்னியுங்கள். கொஞ்சம் குடித்துவிட்டேன்! ஆமாம். என்ன செய்வது..." என்றான் அந்தத் தொழிலாளி. படுத்து உறங்க விரும்பிய அவன் சிரித்துக் கொண்டிருந்த தன் மனைவியின் மடியில் தலையைச் சாய்த்துக்கொண்டான்.

வயது முதிர்ந்த பெரியவருக்குப் பக்கத்தில் நெஹ்லூதவ் சற்று நேரம் அமர்ந்திருந்தார். பெரியவர் தம்மைப் பற்றிய கதையை நெஹ்லூதவிடம் சொன்னார். ஐம்பத்து மூன்று ஆண்டுகளாய் அவர் கணப்படுப்புக் கொத்தனாராய் வேலை

செய்தவர். அவர் கட்டிய கணப்படுப்புகளுக்கு அளவே இருக்காது. இனி ஓய்வுபெற வேண்டுமென விரும்பினார், ஆனால் முடியவில்லை. நகருக்குச் சென்றிருந்தார். இளைஞர் களுக்கு வேலை தேடித் தந்தார், வீட்டில் இருப்போரைப் பார்ப்ப தற்காக இப்போது கிராமத்துக்குப் போய்க்கொண்டிருந்தார். பெரியவரது கதையைக் கேட்டபின் நெஹ்லூதவ் அங்கிருந்து எழுந்து, தமக்காகத் தாராஸ் பிடித்து வைத்திருந்த இடத்துக்குச் சென்றார்.

“இருக்கட்டும், கனவானே, இப்படி வந்து உட்காருங்கள். சாக்கு மூட்டையை எடுத்து இங்கே வைத்து விடலாம்'' என்று, தாராஸுக்கு எதிரே அமர்ந்திருந்த தோட்டக்காரர் நெஹ்லூதவின் முகத்தைப் பார்த்தபடி இதமான நேசக் குரலில் சொன்னார்.

“கொஞ்சம் நெருக்கம்தான், ஆனால் பாதகம் இல்லை, எல்லாரும் நண்பர்கள்” என்று தாராஸ் மென்னகை புரிந்து கொண்டான். இரண்டு பூடு எடையுள்ள அந்தச் சாக்கு மூட்டையைத் தாராஸ் தனது வலுவான கரங்களால் இறகைத் தூக்குவது போல் அவ்வளவு இலேசாகத் தூக்கிச் சன்னல் அருகே கொண்டுபோய் வைத்தான்.

“இடம் நிறைய இருக்கிறது. இல்லாவிட்டால் நின்று கொண்டு போகலாம். பலகைக்கு அடியிலுங்கூடப் புகுந்து கொள்ளலாம். வசதியாகத்தான் இருக்கிறது. சர்ச்சைக்கு இட மில்லை” என்று நேசமும் பாசமும் மிக்கவனாகப் பூரிப்புடன் சொல்லிக்கொண்டான் தாராஸ்.

குடிக்கவில்லையானால் தனக்குப் பேச்சு வராது. சாராயம் கொஞ்சம் உள்ளே போனதும் சரியான சொற்கள் யாவும் மள மளவென வரும், மனதில் இருப்பதை எல்லாம் தடங்கலின்றிச் சொல்லலாம் என்று தாராஸ் தன்னைப் பற்றிச் சொல்லிக் கொள்வது வழக்கம். அது மெய்தான், நிதான நிலையில் இருக் கையில் தாராஸ் வாய் திறப்பது அரிதுதான். ஆனால் குடித்து விட்டான் எனில் எப்போதாவதுதான், விசேஷ சந்தர்ப்பங்களில் மட்டும்தான் அவன் குடிப்பது வழக்கம் இனிமையாகவும் சரள மாகவும் பேசுவான். அப்போது அவன் நிறையப் பேசினான், நன்றாகவும் பேசினான், மிக மிக எளிமையாகவும், முற்றும் உண்மையாகவும், இன்னும் முக்கியமாய் அளவுகடந்த அன் போடும் பேசினான். பாசம் நிறைந்த அவனது நீல விழிகளிலும், அவனது உதடுகளை விட்டு மறையாத நேசப் புன்முறுவலிலும் பிரகாசித்த அந்த அன்பு அவன் பேச்சிலும் அப்படியே வெளிப் படும்.

இன்று அவன் இம்மாதிரியான ஒரு நிலையில்தான் இருந்தான். நெஹ்லூதவ் அங்கே சென்றதால் அவனது பேச்சு சிறிது நேரம் தடைபட்டு நின்றது. ஆனால் மூட்டையைக் கொண்டுபோய் வைத்துவிட்டு அவன் தனது இடத்துக்குத் திரும்பி வந்து உட்கார்ந்ததும் உழைப்பால் தடிப்பேறி வலுவடைந்த கைகளை மடி மேல் வைத்து, நேரே தோட்டக்காரரின் கண்களை உற்றுப் பார்த்தபடி மறுபடியும் பேச ஆரம்பித்தான். புதிதாய் அறிமுகமான பயண நண்பரிடம் அவன் தனது மனைவியின் கதையைச் சொல்லிக் கொண்டிருந்தான். அவள் ஏன் சைபீரியாவுக்குக் கடத்தப்பட்டாள். தான் ஏன் அவளைப் பின்தொடர்ந்து செல்ல வேண்டும் என்ற முழு விவரத்தையும் அவன் கூறிக்கொண்டிருந்தான்.

இந்தக் கதையின் முழு விவரத்தையும் நெஹ்லூதவ் இதன் முன் கேட்டதில்லை, ஆகவே அவர் ஆர்வத்துடன் கேட்க ஆரம்பித்தார். அவர் இங்கே வருவதற்கு முன் நஞ்சிடும் முயற்சி ஏற்கெனவே நடைபெற்று முடிந்து, ஃபெதோசியாதான் இதைச் செய்தவள் என்பதைக் குடும்பத்தினர் தெரிந்து கொண்டு விட்டது வரை தாராஸ் சொல்லியிருந்தான்.

“என்னுடைய துன்பங்களைப் பற்றிச் சொல்லிக் கொண்டிருக்கிறேன்” என்று உளமார்ந்த நேசத்துடன் நெஹ்லூதவைப் பார்த்துக் கூறினான் தாராஸ். “ஊக்கம் வாய்ந்தவர் ஒருவர் கிடைத்தார், பேச ஆரம்பித்தோம், யாவற்றையும் சொல்லிக் கொண்டிருக்கிறேன்.”

“நல்லது. நல்லது” என்றார் நெஹ்லூதவ்.

‘நடந்த காரியம் அண்ணாச்சி, இந்த விதமாய் எல்லார்க்கும் தெரியலாச்சு. என்னோட அம்மா அந்த அட்டையைக் கையிலே எடுத்துக்கிட்டு, “போலீசிலே போய்ச் சொல்லப் போறேன்னு” சொல்லுது. என்னோட அப்பா, அனுபவம் வாய்ந்த கிழவன் சரியாகவே சொன்னார். “இரு, இரு – அவசரப்படாதே” என்றார் அவர். “இந்தப் பொண்ணு அறியாக் குழந்தையாய் இருக்கிறாள், என்ன செய்கிறோமுன்னு தெரியாம செஞ்சுட்டாள். இவளுக்கு இரக்கங் காட்டணும். நேர் வழிக்கு வந்தாலும் வரலாமே.” ஆனால் அம்மா எதையும் கேட்கவில்லை. “இவளை வீட்டிலே வைத்திருந்தால், கரப்பான் பூச்சிகளை ஒழிக்கிற மாதிரி நம்மை ஒழிச்சிடுவாள்” என்று சொல்லிவிட்டு என் அம்மா நேராய்ப் போலீசுகிட்ட போயிடுச்சு, அண்ணாச்சி அவ்வளவுதான், உடனே நாங்கள் சிக்கிக்கொண்டு விட்டோம்... களேபரமாகி விட்டது.

“சரி, நீ என்ன செய்தாய்?” என்று கேட்டார் தோட்டக்காரர்.

"நான் அண்ணாச்சி, வயிற்றுவலியும் வாந்தியும் தாங்காமல் சுருண்டு கிடக்கிறேன். வயிறு, குடல் எல்லாம் புரண்டு வெளிவந்து விடும்போல் இருக்கு எனக்கு. வாய் திறந்து ஒரு வார்த்தை பேச முடியவில்லை. அப்பாதான் வண்டியை இழுத்து வந்து குதிரையைப் பூட்டுகிறார். ஃபெதோசியாவை ஏறி உட்காரச் சொல்கிறார். போலீஸ் நிலையத்துக்குப் போகிறார்கள். அங்கிருந்து விசாரணை நீதிபதியிடம் போகிறாள். நடந்ததை எல்லாம் ஆரம்பத்தில் அவள் எங்களிடம் சொன்னது போலவே, அங்கேயும் போய் அவ்வளவையும் அப்படியே மனம் திறந்து சொல்கிறாள். அண்ணாச்சி, எலிப் பாஷாணம் எங்கே வாங்கினாள்? எப்படி அடை மாவுடன் சேர்த்தாள் என்று, எதுவும் பாக்கியில்லாமல் சொல்கிறாள். 'ஏன் செய்தாய்?' என்று விசாரிக்கிறார் நீதிபதி. 'மனதுக்குப் பிடிக்கவில்லை. இந்தக் கணவனுடன் வாழ்வதைக்காட்டிலும் சைபீரியாவே தேவலை எனக்கு' என்று பதிலளிக்கிறாள். என்னைப் பற்றி அப்படிச் சொல்லி விட்டாள்" என்று கூறி தாராஸ் சிரித்துக்கொண்டான்.

"இப்படி அவள் ஒப்புதல் வாக்குமூலம் அளித்தாள். அப்புறம் சொல்லவா வேண்டும்–சிறைக்குக் கொண்டு போனார்கள். அப்பா தனியே திரும்பி வந்தார். அறுவடைக் காலம் நெருங்கிவிட்டதால் வேலைகள் நிறைய இருந்தன. வீட்டில் எங்களுக்கு யாரும் இல்லை. அம்மா ஒண்டிதான்– அம்மாவுக்கும் வேலை செய்ய முடியாத தள்ளாத வயது. என்ன செய்யலாம் என்று ஆலோசித்தோம். ஜாமீனில் அவளை வெளியே கொண்டுவந்தால் என்ன? ஆகவே அப்பா புறப்பட்டுப்போனார். ஓர் அதிகாரியிடம் சென்று பேசினார், பலிக்கவில்லை. இன்னொருவரிடம் சென்றார். இப்படி ஐந்து அதிகாரிகளிடம் போய் முயற்சி செய்து பார்த்தார். இனி ஒன்றும் செய்வதற்கில்லை என்று கைவிடப் போன நேரத்தில், அலுவலகப் பணியாளர்களில் ஒருவரை நாங்கள் சந்திக்க நேர்ந்தது. சரியான கைகாரர். அந்த மாதிரி ஆளை அடிக்கடி சந்திக்க முடியாது. "ஐந்து ரூபிள் கொண்டு வா. அவள் வெளியே வருவாள்" என்றார். முடிவில் மூன்று ரூபிளுக்கு இறங்கி வந்தார். அப்புறம் என்ன, அண்ணாச்சி? நான் ஓடிச் சென்று அவள் நெய்து வைத்திருந்த துணியை அடகு வைத்து பணத்தை அந்த ஆளிடம் தந்தேன். அவர் அந்தக் கடுதாசியை எழுதிக் கொடுத்தார். அவ்வளவுதான்" என்று துப்பாக்கியிலிருந்து பாயும் குண்டைப் பற்றிச் சொல்கிறவனை போல் தாராஸ் நீட்டி இழுத்து ஒலி எழுப்பினான். "நொடிப் பொழுதில் காரியம் நடந்தேறியது. அதற்குள் நான் முழு நலம் அடைந்துவிட்டேன். ஆகவே அவளை அழைத்து வர நகரத்துக்கு நானே புறப்பட்டேன்."

"அண்ணாச்சி, நகரத்துக்குப் போய் வாயிலுக்குப் பக்கத்திலே லாயத்தில் குதிரையைக் கட்டிவிட்டு, காகிதத்தைக் கையில் எடுத்துக்கிட்டு சிறைக்கூடத்துக்குப் போய் நிற்கிறேன். "என்னா வேண்டும் உனக்கு?", 'இதுதான் வேண்டும்' என்கிறேன். 'என் மனைவி இங்கே கைதியாய் இருக்கிறாள் உங்களிடம்.' 'காதிகம் இருக்கா?' என்று கேட்கிறார். காகிதத்தைக் கொடுக்கிறேன். அதை வாங்கிப் பார்க்கிறார். 'காத்திரு' என்கிறார். அங்கே பலகையில் உட்கார்ந்துகிட்டு காத்திருக்கேன். சூரியன் மேற்கே சாய ஆரம்பிச்சிருக்கும். அதிகாரி ஒருவர் வெளியே வருகிறார். "வர்கூஷவ் யார்? நீயா?" "ஆமாம். நான்தான்?" 'சரி, அழைச்சிக்கிட்டுப் போய்ச் சேரு' என்கிறார். வாயிற்கதவைத் திறக்கிறார்கள். அவளை அழைத்து வருகிறார்கள். சொந்த ஆடைகளில் வெளியே வருகிறாள். சரியாவே இருக்கு எல்லாம். "வா போவோம்" என்று கூப்பிடுகிறேன். "நடந்தா வந்திருக்கே?", 'இல்லை. குதிரையிலே வந்தேன்,' வெளியே நடந்தோம். லாயக்காரனுக்குக் காசு கொடுத்துட்டு குதிரைக்குச் சேணத்தைப் போட்டு. மீந்திருந்த உலர் புல்லையே அள்ளி வைத்துச் சாக்கை மடித்து இருக்கை மாதிரி போட்டேன். அவள் ஏறி உட்கார்ந்து சால்வையை இழுத்துப் போர்த்திக்கிட்டாள். நாங்கள் புறப்பட்டோம். அவள் வாயைத் திறக்கவில்லை. நானும் பேசாமல் இருந்தேன். வீட்டை நெருங்கியதும் அவள் கேட்கிறாள்; 'அம்மா உசுரோட இருக்கா?' நான் சொல்றேன். அதுக்கு மேல் பேசவில்லை அவள். வீட்டுக்கு வந்து சேர்ந்ததும் அம்மா காலிலே போய் விழுந்தாள். 'ஆண்டவன் உன்னை மன்னிப்பார்' என்று அம்மா ஆசிர்வதிக்கிறது. அப்பா, என்ன சேதி என்று விசாரித்துவிட்டுச் சொல்கிறார். 'நடந்தது நடந்து முடிஞ்சு போச்சு. இனி நீ நல்லபடியாய் இருக்கணும். இப்போ வேலை நிறைய இருக்கிறது. அறுப்பு அறுத்தாக வேண்டும். உரமிட்ட நிலங்களில் அறுத்து மாளாதபடி ஆண்டவன் அருளால் ரை அப்படி விளைந்திருக்கிறது. அறுத்தாக வேண்டும். நீயும் தாராஸூமாய் நாளைக்கு வயல்களுக்குப் போய் வேலையைத் தொடங்கணும் அவ்வளவுதான் அண்ணாச்சி, அந்த நேரம் முதல் அவள் வேலை செய்ததைப் பார்க்கணுமே, எல்லாரும் பிரமிக்கும்படி அவ்வளவு மும்முரமாய் வேலை செய்தாள். அப்போது நாங்கள் மூன்று தெஸ்யாத்தீனா நிலத்தை வாரச் சாகுபடிக்கு எடுத்துப் பயிரிட்டிருந்தோம். ஆண்டவன் அருளால் ஓட்சும், ரையும் ஏகமாய் விளைந்திருந்தன. நான் அறுத்து அறுத்துப் போடுகிறேன். அவள் அள்ளிச் சேர்த்துக் கட்டுக் கட்டாய்க் கட்டிப் போடுகிறாள். சில நேரங்களில் இருவருமாகச் சேர்ந்து அறுக்கிறோம். நான் வேலையில் சிறந்தவன். எவ்வளவுதான் இருந்தாலும் சளைக்க மாட்டேன். ஆனால் அவள் மேற்கொள்ளும் எந்த வேலையையும் என்னிலும்

சிறப்பாகச் செய்து முடிக்கிறாள். துடிப்பானவள். இளமையின் மிடுக்கும் ஆற்றலும் வாய்ந்தவள். அண்ணாச்சி, வேலையில் அத்தனை ஊக்கமும் ஆர்வமும் கொண்டவளாகிவிட்டாள். நான் போதும் போதும் என்று சொல்லித் தடுக்க வேண்டி யிருந்தது. நாங்கள் வீட்டுக்குத் திரும்பினோம். எங்கள் விரல்கள் வீங்கிவிட்டன, கைகள் வலித்தன, களைப்பு தீர படுத்து உறங்க வேண்டிய நேரம், ஆனால் அவள் படுப்பதற்குப் பதில் வெளியே ஓடி, மறுநாள் கதிர்களைக் கட்டுவதற்கு வேண்டிய நார்களைத் தயார் செய்தாள். அடியோட அப்படி ஒரு மாற்றம்!"

"சரி, உன்னிடம் பாசமுடையவளாய் நடந்து கொண்டாளா?" என்று கேட்டார் தோட்டக்காரர்.

"அதை ஏன் கேட்கிறீங்க! எங்கள் இருவருக்கும் உயிர் ஒன்றேதான்னு நினைக்கும்படி அப்படி என்னோட ஒட்டிக்கிட்டா! நான் என்னதான் நினைக்கட்டுமே, உடனே அது அவளுக்குத் தெரிந்துவிடும். அம்மாவுக்குங்கூடக் கோபம் எல்லாம் போயே போச்சு. அது சொல்லிச்சு: 'நம்ம ஃபெதோசி யாதான் எப்படி மாறிட்டா. அப்படியே வேறு ஒருத்தியா திரும்பி வந்திருக்கிறாள்.' கதிர் கட்டுகளைக் கொண்டு வருவ தற்காக நாங்கள் இரண்டு வண்டிகளை ஓட்டிச் சென்றோம். முதலாவது வண்டியில் அவளும் நானும் போனோம். 'ஃபெதோசியா, அந்த மாதிரி செய்ய உனக்கு எப்படி மனசு வந்துச்சு?' என்கிறேன் நான். 'எப்படி மனசு வந்துச்சு? சொல்றேன் கேள். உன்னோட வாழ எனக்கு விருப்பம் இல்லை. அதைவிட சாவதே மேலென நினைச்சேன்' என்கிறாள் அவள். 'சரி, இப்ப எப்படி?' என்று கேட்கிறேன். 'இப்பவா?' என்கிறாள் அவள். 'இப்ப நீ என் இதயத்திலே இருக்கிறாயே!', தாராஸ் பேச்சை நிறுத்தினான். மகிழ்ச்சிப் புன்னகை புரிந்துகொண்டு வியப்புற்றது போல் தலையை ஆட்டினான். "யாவற்றையும் அறுத்து வீட்டுக்குக் கொண்டுவந்து சேர்த்திருப்போம். நான் போய் வெள்ளைச் சணலை ஊற வைத்துவிட்டு வீட்டுக்கு வருகிறேன்"–தாராஸ் பேச்சை நிறுத்தி சிறிது நேரம் மௌனமாய் இருந்தான்–"நீதிமன்ற விசாரணைக்கு வர வேண்டுமென்று அழைப்பாணை வந்திருந்தது. அவள் மீது வழக்கு விசாரணை நடைபெறும் என்பதையே நாங்கள் மறந்திருந்தோம்."

"அதுதான் கொடுங்கேடு என்பது" என்றார் தோட்டக் காரர், "வாழுகிற ஜீவனை தாமே அழித்திட நினைப்பாரும் உண்டா? அந்த மாதிரி ஓர் ஆள் எங்கள் ஊரிலே இருந்தான்..." –தோட்டக்காரர் ஒரு கதை சொல்ல ஆரம்பித்த நேரத்தில் ரயிலின் வேகம் குறைந்து சென்றது.

"ரயில் நிலையம் வருகிறது" என்றார் அவர். "நான் போய்ப் பானம் அருந்திவிட்டு வருகிறேன்."

பேச்சு நின்று போயிற்று. தோட்டக்காரரைத் தொடர்ந்து நெஹ்லூதவும் எழுந்து சென்று, நனைந்திருந்த மரப் பிளாட் பாரத்தில் இறங்கினார்.

42

பெட்டியிலிருந்து நெஹ்லூதவ் கீழே இறங்குமுன் ரயில் நிலையத்துக்கு முன்னால் செல்வச் செழிப்பு வாய்ந்த சில கோச் வண்டிகள் நிற்பதைக் கவனித்தார். சேணங்களில் கிணுகிணுக்கும் மணிகளையுடைய தளதளப்பான குதிரைகள் சில வண்டிகளில் நான்கும், சிலவற்றில் மூன்றுமாகப் பூட்டப்பட்டிருந்தன. கீழே இறங்கிப் பிளாட்பாரத்தின் நனைந்த கரிய பலகைகளின் மேல் அவர் அடியெடுத்து வைத்ததும் முதல் வகுப்புப் பெட்டியின் எதிரே சிறு கூட்டம் கூடியிருக்கக் கண்டார். தொப்பியில் விலை உயர்ந்த இறகுகள் சூடி மழையங்கி போட்டிருந்த உயரமான பருத்த சீமாட்டியும் சைக்கிள் சவாரிக்குரிய உடுப்புகள் உடுத் திருந்த மெலிந்த கால்களுடைய நெட்டையான இளைஞனும் அந்தக் கூட்டத்தில் எடுப்பாகக் கண்ணுக்குத் தெரிந்தனர். நன்கு உண்டு பருத்திருந்த மிகப் பெரிய ஒரு நாய் கழுத்தில் விலை உயர்ந்த காலர் அணிந்து அந்த இளைஞனின் பக்கத்தில் நின்றது. இவர்களுக்குப் பின்னால் மேலங்கிகளும் கைக்குடைகளும் வைத்துக்கொண்டு பணியாட்கள் நின்றார்கள். ரயிலில் வருவோரை அழைத்துச் செல்வதற்காக வண்டிக்காரனும் இங்கே வந்து இவர்களுடன் நின்றான்.

அந்தப் பருத்த சீமாட்டியிலிருந்து நீளமாகத் தொங்கிய கோட்டைக் கையால் உயர்த்திப் பிடித்துக்கொண்டு நின்ற வண்டிக்காரன் வரையில் இந்தக் கூட்டத்தினர் எல்லாரிடத்தும் மிதமிஞ்சிய செல்வத்தின், அசங்காத அகம்பாவத்தின் முத்திரை பதிந்திருந்தது. வேடிக்கை பார்ப்போரும், பணக்காரர்கள் என்றதும் பல்லைக் காட்டிக் கூழைக் கும்பிடு போடுவோரும் விரைவில் இவர்களைச் சுற்றிலும் வந்து கூடினர்; சிவப்புக் குல்லாய் அணிந்த ரயில் நிலைய அதிபரும், போலீஸ் படையாளும், ருஷ்ய ஆடைகள் அணிந்து கழுத்தில் மணிமாலை போட்டிருந்த ஒல்லியான ஒரு பெண்ணும் (கோடை முழுதும் தவறாமல் எல்லா ரயில்களையும் வந்து பார்த்துவிட்டுச் சென்றவள் அவள்), தந்தியடிப்பவரும் பயணிகளான சில ஆடவரும் பெண்டிரும் இவ்விடம் வந்து கூடினர்.

நாயைப் பிடித்துக்கொண்டு நின்ற இளைஞன் உயர்நிலைப் பள்ளி மாணவனான இளம் கர்ச்சாகின் என்பது நெஹ்லூ

தவுக்கு அடையாளம் தெரிந்தது. பருத்த சீமாட்டிதான் கோமகளது சகோதரி. கர்ச்சாகின் குடும்பத்தார் அவருடைய பண்ணை வீட்டுக்குத்தான் போய்க் கொண்டிருந்தார்கள். பள பளக்கும் சரிகைப் பின்னல் கயிறுகளுடன் கூடிய உடுப்பணிந்து நீள் பூட்சு போட்டிருந்த தலைமைக் கண்டக்டர் ரயில் பெட்டி யின் கதவைத் திறந்து வைத்து, மேலோருக்குக் காட்டவேண்டிய பணிவின் சின்னமாய் அதைப் பிடித்துக் கொண்டு நிற்க, நீண்ட முகங்கொண்ட கோமகளை அவரது மடக்கு நாற்காலியுடன் சேர்த்து ஃபிலீப்பும் வெள்ளை முன்றானை அணிந்த போர்ட்டரும் கவனமாய் வெளியே தூக்கினர். சகோதரிகள் இருவரும் ஒருவருக்கொருவர் முகமன் கூறிக் கொண்டார்கள். கோமகள் திறந்த கோச்சில் போகலாமா, அல்லது மூடிய கோச்சு வேண்டுமா என்பது குறித்துப் பேசப்பட்டபோது பிரெஞ்சு சொற்றொடர்கள் காதில் விழுந்தன. நெற்றியின் முடிச் சுருள்கள் தொங்கிய பணிப்பெண் கைக்குடைகளையும் தோல் பையையும் எடுத்துக்கொண்டு நாற்காலிக்குப் பின்னால் வர, நீள் வரிசை யானது ரயில் நிலைய வாயிலை நோக்கிச் சென்றது.

இவர்களைச் சந்திப்பதற்கும் மறுபடியும் ஒரு தரம் விடைபெற்றுக் கொள்வதற்கும் விரும்பாமல் நெஹ்லூதவ் ரயில் நிலைய வாயிலை நெருங்கி வராமல் தொலைவிலேயே நின்று, நீள் வரிசை முழுதும் வெளியே போய்ச் சேருவதற்காகக் காத் திருந்தார்.

கோமகளும் அவரது மகனும் மிஸ்ஸியும் டாக்டரும் பணிப்பெண்ணும் முதலில் வெளியே சென்றனர். கிழவரான கோமனும் அவரது கொழுந்தியாளும் எஞ்சியிருந்தனர். நெஹ்லூதவ் தொலைவில் நின்றதால் அவர்கள் இருவரிடையே நடைபெற்ற பேச்சில் தொடர்பற்ற சில பிரெஞ்சு சொற்றொடர் கள் மட்டுமே அவர் காதில் விழுந்தன. அடிக்கடி நேர்வதுபோல், கோமகன் கூறிய இந்தத் தொடர்களில் ஒன்று. எக்காரணத் தாலோ அதன் தொனி அழுத்தங்களும் குரல் ஒலிப்புகளும் உட்பட அப்படியே அவர் நினைவில் பதிந்துவிட்டது.

“ஓ, அவர் மிகச் சிறந்த மேன்மக்கள் வட்டாரத்தைச் சேர்ந்தவர் ஆயிற்றே. மிகச் சிறந்த மேன்மக்கள் வட்டாரம்” என்று யாரைப் பற்றியோ கோமகன் அவரது பலத்த அகம்பாவக் குரலில் சொல்லியவாறு, கொழுந்தியாளுடன் சேர்ந்து ரயில் நிலையத்தின் வெளியே போய்க்கொண்டிருந்தார். கண்டக்டர் களும் போர்ட்டர்களும் பணிவடக்கத்தோடு பின்தொடர்ந் தார்கள்.

அதே நேரத்தில் ரயில் நிலையத்தின் மூலைக்குப் பின்னால் இருந்து, மரப்பட்டை மிதியடி அணிந்த தொழிலாளர்களது

கூட்டம் ஒன்று திடுமெனத் தோன்றி, பிளாட்பாரத்துக்குள் வந்தது. ஆட்டுத் தோல் கோட்டையும் சாக்கு மூட்டையையும் முதுகில் சுமந்துகொண்டு இந்தத் தொழிலாளர்கள் ஓசையின்றி, ஆனால் உறுதியுடன் அடியெடுத்து வைத்து நடந்து அவர்களுக்கு அருகிலிருந்த முதலாவது ரயில் பெட்டியிடம் சென்று அதனுள் ஏறப் போனார்கள், ஆனால் அதன் கண்டக்டர் அவர்களை அங்கிருந்து விரட்டினார். நிற்காமல் அவர்கள் ஒருவரோடு ஒருவர் இருந்து மோதிக்கொண்டு அந்தப் பெட்டியைக் கடந்து அவசரமாய் அடுத்த பெட்டிக்குச் சென்று, சாக்கு மூட்டைகளை அதன் மூலைகளிலும் கதவுகளிலும் வைத்தழுத்தித் தொத்திக்கொண்டு உள்ளே ஏற ஆரம்பித்தனர். ரயில் நிலைய வாயிலில் நின்ற இன்னொரு கண்டக்டர் இதைக் கண்டதும் அவர்களைப் பார்த்துக் கோபமாகக் கத்தினார். உள்ளே ஏறிக்கொண்டவர்கள் அவசரமாய் வெளியே இறங்கி, முன்புபோலவே ஓசையின்றியும் உறுதியாகவும், அடியெடுத்து வைத்துத் தொடர்ந்து நடந்து அடுத்த பெட்டிக்குச் சென்றார்கள் – நெஹ்லூதவ் வந்த பெட்டி அது. கண்டக்டர் ஒருவர் திரும்பவும் அவர்களைத் தடுத்தார். அங்கே நின்ற அவர்கள் மேலும் நடந்து செல்லப் போனபோது நெஹ்லூதவ் அவர்களை அணுகி இந்தப் பெட்டியில் நிறைய இடம் இருக்கிறது. இங்கேயே ஏறிக் கொள்ளலாம் என்று சொன்னார். தொழிலாளர்கள் அதைக் கேட்டுத் திரும்பி வந்தனர், நெஹ்லூதவும் அவர்களுடன் வந்தார். எல்லாரும் உள்ளே ஏறினார்கள். தொழிலாளர்கள் இருக்கைகளில் அமரப்போன நேரத்தில் அலங்காரச் சின்னங் கொண்ட தொப்பி அணிந்த கனவானும் அவருடன் இருந்த இரு சீமாட்டியரும் தம்முடைய பெட்டியில் அவர்கள் வந்து அமர்வது தனிப்பட்ட முறையில் அவமானம் உண்டாக்கும் செயலாகுமெனக் கருதி அவர்கள் மீது சீறி விழுந்து அங்கிருந்து அவர்களை வெளியேற்ற விரும்பினார்கள். உழைத்து ஓய்ந்து, வெயிலில் காய்ந்து பழுப்பேறி, மெலிந்திருந்த முகமுடைய அந்தத் தொழிலாளர்கள், கிழவர்களும் இளம் பருவத்தினருமாய் மொத்தம் சுமார் இருபது பேர் இருந்தார்கள். இவர்கள் எல்லாரும் உடனே அங்கிருந்து விலகி, பெட்டியினுள் நடந்தார்கள். அவர்களுடைய மூட்டைகள் இருக்கைகளிலும் தடுப்புகளிலும் கதவுகளிலும் இடித்து மோதின. குற்றம் முற்றிலும் தம்முடையதே என்று ஏற்றுக்கொண்டு, உலகின் தொலைக் கோடிக்கே விலகிச் செல்வதற்கும், அனுமதிக்கப்படும் இடத்தில்–அது இரும்பின் கூர்முனையாய் இருந்தாலும்

சரிதான்–உட்கார்வதற்கும் அவர்கள் தயாராயிருந்தனர் என்பது தெரிந்தது.

“பைசாசங்களே, எங்கே முண்டிக்கொண்டு வருகிறீர்கள்? இப்படியே எங்காவது உட்கார்ந்து தொலையுங்கள்” என்று இரைந்தார் அவர்கள் எதிரே வந்த இன்னொரு கண்டக்டர்.

“திரும்பவும் இதோ புதுமை” இரு சீமாட்டியரில் இளையவள் நல்ல முறையில் ஒலித்த தனது பிரெஞ்சுப் பேச்சு, நெஹ்லூதவின் கவனத்தைத் தன்பால் ஈர்க்குமென்ற திட நம்பிக்கையுடன் வியந்து கூறினாள்.

கைகளில் கொலுசு அணிந்த சீமாட்டி வெறுப்புடன் மூக்கை உறிஞ்சி, முகத்தைச் சுளித்துக்கொண்டு வீச்சம் வீசும் நாட்டுப்புறத்து ஆட்களுக்குப் பக்கத்தில் அமர்வதிலுள்ள இனிமை குறித்து ஏதோ சொன்னாள்.

ஏதோ பெரிய அபாயத்திலிருந்து தப்பியவர்களுக்கு உண்டாகக் கூடிய மகிழ்ச்சியும் அமைதியும் அடைந்தவர்களாய் தொழிலாளர்கள் இடம்பிடித்துக்கொண்டு தோளை உலுக்கி முதுகிலிருந்து கனமான மூட்டைகளைக் கீழே இறக்கி, இருக்கைகளுக்கு அடியில் தள்ளினார்கள்.

தாராஸுடன் பேசுவதற்காகத் தமது இடத்திலிருந்து மாறி வந்திருந்த தோட்டக்காரர் இப்பொழுது அவரது இடத்துக்குத் திரும்பிச் சென்றுவிட்டார். ஆகவே தாராஸுக்கு எதிரே இரு இருக்கைகளும், அவனுக்குப் பக்கத்தில் ஒன்றும் காலியாய் இருந்தன. மூன்று தொழிலாளர்கள் இம்மூன்று இருக்கைகளிலும் வந்து அமர்ந்தார்கள். ஆனால் கனவானுக்குரிய ஆடைகள் அணிந்திருந்த நெஹ்லூதவ் அவர்களிடம் வந்ததும், என்ன செய்வதென்று தெரியாமல் குழம்பிப் போய் அவர்கள் அங்கிருந்து விலகிச் செல்வதற்காக இருக்கைகளிலிருந்து எழுந்தார்கள். ஆனால் நெஹ்லூதவ் அவர்களை அங்கேயே அமரும்படிச் சொல்லிவிட்டு, நடை வழிக்குப் பக்கத்திலிருந்த இருக்கையின் கைமீது உட்கார்ந்தார்.

தாராஸுக்கு எதிரில் அமர்ந்திருந்த இரண்டு தொழிலாளர்களில் ஒருவர்– ஐம்பது வயது இருக்கும்–தம் பக்கத்திலிருந்த இளந்தொழிலாளியுடன் வியப்பும் அச்சமும் கலந்த பார்வையைப் பரிமாறிக்கொண்டார். கனவானுக்குரிய இயல்பான வழக்கத்தின்படி நெஹ்லூதவ் அவர்களைத் திட்டி அங்கிருந்து விரட்டாமல், அவர்களுக்குத் தமது இடத்தை அளித்ததானது அவர்களை வியப்புறவும் குழம்பவும் செய்தது. இதனால்

தமக்கு ஏதேனும் கேடு விளையுமோ என்று கூட அவர்கள் பயந்தார்கள்.

ஆனால் தாராஸுடன் நெஹ்லூதவ் சர்வசாதாரணமான சகஜ முறையில் பேசியதைக் கேட்டதும், அவரது நடத்தையில் எந்தச் சதியும் மறைந்திருக்கவில்லை என்பதைக் கண்டனர். இருவரும் இவ்விதம் அமைதியடைந்ததும், அவர்களைச் சேர்ந்த பையனை அவனது சாக்கு மூட்டையின் மேல் உட்காரச் சொல்லிவிட்டு, நெஹ்லூதவை அவருக்குரிய பழைய இடத்தில் அமரும்படி வற்புறுத்திக் கேட்டுக் கொண்டனர். நெஹ்லூதவுக்கு எதிரே அமர்ந்திருந்த வயதான தொழிலாளி ஆரம்பத்தில் கூனிக் குறுகிக்கொண்டு உட்கார்ந்திருந்தார். கனவான் மேல் பட்டு விடுமோ என்று கால்களை நீட்டாமல் மடக்கி இழுத்துக் கொண்டார். ஆனால் கொஞ்ச நேரத்துக்கு எல்லாம் அவர் மிகுந்த நேசபாவத்துடன் பேச ஆரம்பித்தார். நெஹ்லூதவோடும் தாராஸோடும் ஆர்வத்துடன் பேசிக்கொண்டிருக்கையில், தாம் கூறிய விவரத்தை வலியுறுத்தும் பொருட்டு, அன்னியோன்ய மான முறையில் அவர் நெஹ்லூதவின் முழங்காலில் கையால் தட்டவுங்கூடச் செய்தார்.

அவர் தம்மைப் பற்றியும் பீட் கரிச் சதுப்புகளில் தாம் செய்த வேலையைப் பற்றியும் சொல்லிக் கொண்டிருந்தார். அங்கிருந்துதான் இப்பொழுது அவர் வீட்டுக்குத் திரும்பிச் சென்று கொண்டிருந்தார். கடந்த இரண்டரை மாதங்களாய் அவர் அங்கேதான் வேலை செய்து வந்தார். சம்பாதித்ததை எடுத்துக்கொண்டு இப்பொழுது வீட்டுக்குத் திரும்பிச் செல் கிறார். அவர் சம்பாதித்தது பத்து ரூபிளுக்கு மேல் வரவில்லை, ஏனெனில் இவ்வேலையில் அமர்ந்தபோதே ஒரு பகுதி அவருக்கு முன்பணமாகத் தரப்பட்டிருந்தது. விடியற் காலையிலிருந்து மாலை வரை முழங்கால் வரை நீரிலே நின்று அவர்கள் வேலை செய்ய வேண்டியிருந்தது பற்றியும், சாப்பாட்டுக்காக இரண்டு மணிநேர இடைவெளி தரப்பட்டது பற்றியும் அவர் எடுத்துரைத்தார்.

செய்து பழகாதோருக்கு இந்த வேலை கடினமாகவே இருக்கும், சந்தேகமில்லை. ஆனால் பழக்கப்பட்டுக் காய்த்துப் போனோருக்கு அப்படி ஒன்றும் கடினமல்ல, உணவு மட்டும் ஒழுங்காய் இருக்குமானால் சரிதான். முதலில் உண்டி படுமோசமாய் இருந்தது. பிறகு எல்லோரும் புகார் செய்ததன் விளைவாய் நல்ல உண்டி கிடைத்தது, அப்புறம் வேலை செய் வது சுலபமாகவே இருந்தது.

இருபத்து எட்டு ஆண்டுகளாய் எப்படி அவர் இப்படிச் சென்று வேலை செய்து, சம்பாதித்த பணத்தை வீட்டுக்கு அனுப்பினார் என்பது பற்றிக் கூறினார். முதலில் அவரது தந்தைக்கும், பிறகு பெரிய அண்ணனுக்கும், இப்பொழுது வீட்டுக் காரியங்களை நிர்வகித்து வந்த மருமகனுக்கும் அனுப்பி வந்தார். ஆண்டு தோறும் அவர் சம்பாதித்த ஐம்பது அல்லது அறுபது ரூபிளில் இரண்டு அல்லது மூன்று ரூபிள் மட்டுமே தமது சுகபோகத்துக்காக–சிகரெட்டு, தீப்பெட்டிக்காகச் செலவிட்டுக்கொண்டார்.

“நான் ஒன்றும் பாபம் புரியாதவன் அல்ல, களைத்து ஓய்ந்து போகிறபோது எப்போதாவது கொஞ்சம் வோத்கா குடிக்கிறேன்” என்று குறுகுறுப்புடன் புன்னகை புரிந்தவாறு குறிப்பிட்டார்.

பிறகு வீட்டில் பெண்கள் எப்படிக் காரியமாற்றினர் என்று சொன்னார். இன்று அவர்கள் பயணம் புறப்படுவதற்கு முன்பு கண்டிராக்டர் எப்படி அவர்களுக்கு அரை வாளி வோத்கா கொண்டு வந்து தந்தார், எப்படி ஓராள் இறந்து போனான், இன்னொருவன் நலமிழந்து வீட்டுக்குத் திரும்புகிறான் என்பதையும் அவர் விவரித்தார். அவர் கூறிய அதாவது நலமிழந்த ஆள் அதே பெட்டியில்தான் ஒரு மூலையில் அமர்ந்திருந்தான். அவன் சிறு பையன், முகம் வெளிறிட்டு வாடியிருந்தது, உதடுகள் நீலமாய் இருந்தன. குளிர் காய்ச்சலால் அவன் துன்புற்றுக்கொண்டிருந்தான் என்பது பார்த்ததுமே தெரிந்தது. நெஹ்லூதவ் அவனிடம் சென்றதும் துன்பத்துடன் அச்சிறுவன் அவரைச் சிடுசிடுப்பாய் உற்றுப் பார்த்தான். கேள்விகள் கேட்டு அவனைத் தொல்லை செய்ய மனமின்றி நெஹ்லூதவ் அவனுக்குக் கொயினா வாங்கித் தரும்படி வயதான தொழிலாளியிடம் சொன்னார். அந்தச் சொல்லையும் ஒரு துண்டுக் காகிதத்தில் எழுதித் தந்தார். அதற்காகப் பணம் தர விரும்பினார் நெஹ்லூதவ். ஆனால் வயதான தொழிலாளி அதெல்லாம் வேண்டாமென்றும் தனது பணத்தில் வாங்கித் தருவதாகவும் பதிலளித்தார்.

“நானும் எங்கெங்கு எல்லாமோ சுற்றியிருக்கிறேன். ஆனால் இந்த மாதிரியான ஒரு கனவானைக் கண்டதே இல்லை. பிடரியைப் பிடித்து வெளியே தள்ளாமல், இவர் தமக்குரிய இடத்தை அளித்து உன்னை உட்காரும்படி அல்லவா சொல்கிறார்?” என்று தாராஸிடம் கூறினார் வயதான தொழிலாளி. “கனவான்களிலும் பலவிதம் உண்டு என்றல்லவா தெரிகிறது?”

"ஆமாம், இது முற்றிலும் புதிய, முற்றிலும் வேறுவிதமான உலகுதான்" என்று, வாடி மெலிந்த இந்த முறுக்கேறிய கரங்களையும், வீட்டில் நெய்து தயாரிக்கப்பட்ட முரட்டு ஆடைகளையும், வெயிலில் காய்ந்து பழுப்பேறிக் களைத்துப் போன இந்த அன்பு நிறைந்த முகங்களையும் பார்த்தவாறு தம்முள் கூறிக்கொண்டார் நெஹ்லூதவ். நாற்புறத்திலும் முற்றிலும் புதிய மக்களாலும், மெய்யான உழைப்பாளர்களும் மானுடரும் ஆனோரது வாழ்வுக்குரிய காரிய நோக்குடைய அக்கறைகளாலும், இன்ப துன்பங்களாலும் சூழப்பட்டுள்ளோம் என்கிற உணர்வு அவருள் எழுந்தது.

"இதுதான் உண்மையான பெரிய உலகம்" என்று நெஹ்லூதவ் தமக்குத் தாமே கூறிக்கொண்டார். முன்பு கோமகன் கர்ச்சாகின் சொல்லிய அந்தத் தொடரும், பரிதாபத்துக்குரிய அற்பத்தனமான அக்கறைகள் கொண்ட கர்ச்சாகின் குடும்பத்தாரின் வேலையற்ற வீணான ஆடம்பர உலகமும் நினைவுக்கு வரவே அவர் இவ்வாறு கூறிக்கொண்டார்.

அறியாத, எழில் மிகுந்த ஒரு புதிய உலகைக் கண்டுபிடிக்கும் சஞ்சாரிக்கு ஏற்படும் ஆனந்தம் அவருள் பொங்கியெழுந்தது.

(இரண்டாம் பாகம் முற்றிற்று)

மூன்றாம் பாகம்

1

மாஸ்லவா சென்றுகொண்டிருந்த கைதிக் குழு சுமார் ஐயாயிரம் வெர்ஸ்தா கடந்து வந்திருக்கும். ரயிலிலும் நீராவிக் கப்பலிலுமாகப் பயணம் புரிந்து பேர்ம் நகரை வந்தடைந்திருந் தாள் மாஸ்லவா. இதே கைதிக் குழுவில் வந்துகொண்டிருந்த பொகதூஹவ்ஸ்கயா, அரசியல் கைதிகளோடு மாஸ்லவாவும் சேர்ந்து செல்வதற்கு அனுமதி வாங்கும்படி நெஹ்லூதவிடம் ஆலோசனை கூறியிருந்தாள். ஆனால் பேர்ம் நகருக்கு வந்த பிறகுதான் நெஹ்லூதவால் இதற்கு அனுமதி வாங்க முடிந்தது.

பேர்ம் நகரை வந்தடைவதற்கான இந்தப் பயணம் மாஸ்ல வாவுக்கு உடலையும் உள்ளத்தையும் வதைத்த கடுஞ்சோதனை யாய் இருந்தது. நெருக்கமும், அழுக்கும், ஓயாமல் படுத்திவைத்த அருவருப்பான பூச்சியும் பேனும் அவள் உடலை வதைத்தன; அதே அளவுக்கு அருவருக்கத்தக்கோராய் இருந்த முரட்டு ஆட்கள் அவள் உள்ளத்தை வதைத்தனர். பயணத்தினிடையே கடத்தல் முகாம் ஒவ்வொன்றிலும் ஆட்களது தொகுதிகள் மாற்றப்பட்ட போதிலும் மாற்றமின்றி எல்லா ஆட்களும் பூச்சியும் பேனும் போல் சுற்றிலும் மொய்த்து எந்நேரமும் அவளைப் பாடாய்ப்படுத்தி வந்தனர். பெண் கைதிகளிடத்தும் ஆண் கைதிகளிடத்தும், சிறைக்காவலர்கள், காவல் படையி னரிடத்தும் விரக்தியான ஒழுக்கக்கேடு நிலையான மாமூலாய் வேரூன்றியிருந்தது. இந்தச் சூழலில் எந்தப் பெண் கைதியும், முக்கியமாய் இளம் வயதினள் எவளும் தனது பெண்மையைப் பயன்படுத்தத் தயாராய் இருந்தாலன்றி, எந்நேரமும் விழிப்புடன் இருந்தாக வேண்டியிருந்தது. முழு நேரமும் பயந்துகொண்டும் எதிர்த்துப் போராடிக்கொண்டும் இருக்க வேண்டியிருந்த இந்த நிலைமை சகிக்கவொண்ணாதது. அதுவும் மாஸ்லவா கவர்ச்சியான தோற்றமுடையவளாய் இருந்ததோடு, அவளது கடந்த காலம் எல்லார்க்கும் தெரிந்திருந்ததால், ஏனையோரைக் காட்டிலும் அதிகமாகவே அவள் இந்தத் தாக்குதல்களுக்கு இலக்காகி வந்தாள். ஆடவர்களது பிரயத்தனங்களை இப் பொழுது அவள் உறுதியான முறையில் எதிர்த்து நின்றதானது, அவர்களை மனம் புழுங்கச் செய்ததோடு அல்லாமல் அவள் பால் குரோதம் கொள்ளவும் செய்தது. ஃபெதோசியாவுடனும் தாராஸுடனும் அவளுக்கு இருந்த நெருக்கம்தான் அவளது

சகிக்க வொண்ணாத நிலையின் இன்னல்களை ஓரளவு மட்டுப்படுத்தி வந்தது. தாராஸ் தனது மனைவி உபத்திரவம் செய்யப்படுவதை அறிந்ததும், அருகில் இருந்து அவளுக்குப் பாதுகாப்பு அளிக்க விரும்பி அதிகாரிகளைக் கேட்டுக் கொண்டதன் பேரில் கைது செய்யப்பட்டுக் கைதிக் குழுவுடன் சேர்க்கப்பட்டிருந்தான், நீழ்னி நோவ்கரதிலிருந்து தானும் ஒரு கைதியாய் ஏனையோ ருடன் சேர்ந்து பயணம் புரிந்து வந்தான்.

அரசியல் கைதிகளது பிரிவுக்கு மாஸ்லவா மாறிச் செல்ல அனுமதிக்கப்பட்டதும் அவளது நிலை எல்லாவிதத்திலும் மேம்பட்டது. அரசியல் கைதிகளுக்குக் கொஞ்சம் நல்லபடியாக இடவசதியும் உணவும் கிடைத்தன, ஏனையோரைப்போல் அவர்கள் அவ்வளவு முரட்டுத்தனமாய் நடத்தப்படவில்லை. இது ஒருபுறம் இருக்க, இதனிலும் முக்கியமாய் ஆடவர்களது உபத்திரவமும் முடிவுற்றதாலும், தற்போது அவள் அடியோடு மறந்துவிட விரும்பிய கடந்த காலங்குறித்து ஓயாமல் ஒவ்வொரு நிமிடமும் நினைவுபடுத்தப்படாமல் வாழ முடிந்ததாலும் அவளது நிலை பெரிதும் மேம்பாடு அடைந்தது. ஆனால் அரசியல் கைதிகளது பிரிவுக்கு அவள் மாறி வந்ததன் பிரதான அனுகூலம் என்னவெனில், இங்கு அவர் நேரில் பழகித் தெரிந்து கொள்ள நேர்ந்தவர்கள் சிலர் அவள் மீது செலுத்திய செல்வாக்கு தீர்மானகரமாகவும் அவளுக்குப் பெரிய அளவில் நலம் பயப்பதாகவும் இருந்ததுதான்.

கடத்தல் முகாம்களில் எல்லாம் மாஸ்லவா அரசியல் கைதி களுடன் இருக்க அனுமதிக்கப்பட்டாள். ஆனால் திடகாத்தி ரமாகவும் ஆரோக்கியமாகவும் இருந்ததால் பயணம் புறப்பட்ட தும் அவள் தண்டனைக் கைதிகளோடு சேர்ந்து நடந்துவர வேண்டியிருந்தது. இவ்விதம் அவள் தோம்ஸ்கிலிருந்து முழுத் தொலைவும் நடந்தே சென்றாள். அரசியல் கைதிகளில் இருவர் அவளோடு சேர்ந்து அதே போல நடந்தனர். பொகதூஹவ்ஸ் கயாவைச் சந்திப்பதற்காகச் சிறைக்கூடத்தில் நெஹ்லூதவ் காத்திருந்தபோது அவரது கவனத்தைக் கவர்ந்த எடுப்பான மலர் விழிகளையுடைய எழில்மிக்க மங்கையான மரீயா பாவ்லவ்னா ஷெத்தீனினாவும், அதே சந்தர்ப்பத்தின் போது நெஹ்லூதவ் கவனித்திருந்த கரிய பரட்டை முடிகளும் நெற்றிக்கு அடியில் ஆழப்பதிந்த கண்களுமுடைய இளைஞராகிய யகூத்ஸ்க் பிராந்தியத்துக்குக் கடத்தல் தண்டனை பெற்ற சிமன்சன் என்பவரும் ஆவர் இவர்கள் இருவரும். மரீயா பாவ்லவ்னா வண்டியில் தனக்குரிய இடத்தைப் பிள்ளைத்தாய்ச்சியான ஒரு பெண்ணுக்குத் தந்துவிட்டு நடந்து சென்று கொண்டிருந்தாள்,

சிமன்சன் வர்க்கத் தனிச் சலுகையைப் பயன்படுத்துவது சரியல்ல என்று நடந்து சென்றார். கொஞ்ச நேரம் கழித்து வண்டிகளில் புறப்பட்ட ஏனைய அரசியல் கைதிகளிடமிருந்து இவர்கள் மூவரும் தனியே பிரிந்து சாதாரணத் தண்டனைக் கைதிகளோடு சேர்ந்து அதிகாலையிலேயே கிளம்புவார்கள். ஒரு பெரிய நகரை வந்தடைவதற்கான கடைசிக் கட்டப் பயணம் வரை இவ்வாறுதான் நடைபெற்று வந்தது. இந்தப் பெரிய நகரை அடைந்ததும் ஒரு புதிய காவல் படைத்தலைமை அதிகாரி கைதிக் குழுவுக்குப் பொறுப்பு ஏற்றுக்கொண்டார்.

மப்பும் மழையுமாய் இருந்த செப்டம்பர் மாத அதிகாலைப் பொழுது அது விட்டுவிட்டுக் குளிர்க் காற்று வீறிட்டு வீச மாறிமாறி மழையும் வெண்பனியுமாகப் பெய்து கொண்டி ருந்தது. கடத்தல் முகாமின் முற்றத்தில் நானூறு ஆடவர்களும் சுமார் ஐம்பது பெண்டிருமான கைதிகள் வந்து நின்றார்கள். இவர்களில் ஒரு பகுதியினர் காவல் படைத் தலைமை அதிகாரியைச் சுற்றிக் கூட்டமாய் நின்றார்கள். இரண்டு நாட் களுக்கு உணவுப் படிக்கான காசை வாங்கிச் சென்று வினி யோகிப்பதற்காக நியமிக்கப்பட்டிருந்த கைதிகளான இவர் களிடம் தலைமை அதிகாரி பணத்தைக் கொடுத்துக்கொண்டி ருந்தார். இன்னொரு பகுதியினர் முற்றத்துக்குள் அனுமதிக்கப் பட்டிருந்த தின்பண்ட விற்பனைக்காரிகளிடமிருந்து தின் பண்டங்கள் வாங்கிக் கொண்டிருந்தார்கள். காசை எண்ணிக் கொண்டும் பண்டங்கள் வாங்கிக்கொண்டும் நின்ற கைதிகளது பேச்சுக்குரல்களும் விற்பனைக்காரிகளது கீச்சுக் குரல்களும் காதில் விழுந்தன.

கத்யூஷாவும் மரீயா பாவ்லவ்னாவும் நீள் பூட்சும் ஆட்டுத் தோல் கோட்டும் அணிந்து தலையில் சால்வையுடன் தங்கு மிடத்திலிருந்து வெளியே முற்றத்துக்கு வந்தார்கள். விற்பனைக் காரிகள் அங்கே காற்றிலிருந்து பாதுகாப்பாய் வடபுறத்துச் சுவர் ஓரமாய் வரிசையாய் அமர்ந்து விற்றுக் கொண்டிருந்தார்கள். புதுரொட்டி, இறைச்சிப் பணியாரம், மீன், வெந்த சேமியா, கூழ், கல்லீரல், மாட்டிறைச்சி, முட்டை, பால் முதலான பலவும் விற்கப்பட்டன. ஒருத்தி பன்றிக்குட்டி வதக்கிறைச்சியுங்கூட விற்றாள்.

சிமன்சன் ரப்பர் பூச்சிடப்பட்ட கோட்டும் முறுக்குக் கம்பளிக் காலுறைகளுக்கு மேல் ரப்பர் புதைமிதியும் அணிந்து கொண்டு (அவர் புலால் உணவு உண்ணாதவர், கொல்லப் பட்ட பிராணிகளின் தோல்களை உபயோகிக்காதவர்) வெளியே

முற்றத்துக்கு வந்து கைதிக் குழு புறப்படுவதற்காகக் காத்திருந் தார். தமக்கு உதித்த ஓர் எண்ணத்தைக் குறிப்பு நோட்டில் எழுதிக்கொண்டு வாயில் முகப்பருகே நின்றிருந்தார். அவர் எழுதியதாவது:

"பாக்டீரியா நுண்ணுயிரி மனிதனது கைவிரல் நகத்தைக் கண்டறியவும் ஆராயவும் முடியுமாயின், இந்த நகம் உயிர்ப் பொருள் சார்பற்ற அசேதனப் பொருள் என்றே அது அறி விக்கும். இதேபோலத்தான் நாம் புவிக்கோளத்தின் புரணியை ஆராய்ந்து இதனை அசேதனப் பொருளென்று அறிவிக்கிறோம். இது சரியல்ல."

முட்டையும் ரொட்டி வளையங்களில் ஒரு கொத்தும் மீனும் கோதுமை ரொட்டியும் வாங்கி மாஸ்லவா அவற்றைத் தனது கைப்பைக்குள் வைத்துக்கொண்டிருந்தாள். மரீயா பாவ்லவ்னா அவற்றுக்கான காசை விற்பனைக்காரிகளிடம் கொடுத்துக் கொண்டிருந்தாள். அந்த நேரத்தில் கைதிகளிடையே சலசலப்பு உண்டாயிற்று.

எல்லோரும் பேச்சை நிறுத்தி மௌனமாகி அவரவருக்கும் உரிய இடத்துக்குப் போக முற்பட்டார்கள். தலைமை அதிகாரி அங்கே வந்து கைதிக் குழு கிளம்புவதற்கு முன் செய்யப்பட வேண்டியவற்றுக்கான கடைசி உத்தரவுகளை அளித்தார்.

வழக்கம் போல் யாவும் நடந்தேறின; கைதிகள் எண்ணிக் கணக்கிடப்பட்டனர். அவர்களது கால்களில் பூட்டப்பட்டிருந்த சங்கிலிகள் சரியாய் இருக்கின்றனவா என்று சோதிக்கப்பட்டன, இருவராகப் பிணைக்கப்பட்டு நடக்க வேண்டியவர்கள், கைவிலங்குகளால் பிணைக்கப்பட்டனர். அப்போது திடுமெனத் தலைமை அதிகாரி ஆத்திரமாகக் கூச்சலிட்டது காதில் விழுந்தது. அதைத் தொடர்ந்து ஓங்கி உடம்பில் விழுந்த அடியின் சப்தமும் குழந்தை ஒன்று வீறிட்டு அழுவதும் கேட்டன. கணப் பொழுதுக்கு எல்லாரும் நிசப்தமாய் இருந்தார்கள். பிறகு கூட்டத்திலிருந்து உள்ளடங்கிய முணுமுணுப்பு எழுந்தது. மாஸ்லவாவும் மரீயா பாவ்லவ்னாவும் சப்தம் கேட்ட இடத்தை நோக்கிச் சென்றனர்.

2

சப்தம் கேட்ட இடத்தை அடைந்ததும் மரீயா பாவ்லவ் னாவும் கத்யூஷாவும் கண்ணுற்றதாவது: மென்னிறத்திலான பெரிய மீசையுடைய கட்டுமஸ்தான ஆளாகிய தலைமை

அதிகாரி ஒரு கைதியின் முகத்தில் ஓங்கி அடித்த பின் வலியால் முகத்தைச் சுளித்து வலக்கரத்தின் உள்ளங்கையைத் தடவியவாறு கெட்ட வார்த்தைகள் சொல்லி வாயில் வந்தபடி ஓயாமல் திட்டிக் கொண்டிருந்தார். அவருக்கு எதிரே ஒரு கையால் இரத்தம் கசிந்த முகத்தைத் துடைத்துக்கொண்டும் இன்னொரு கையால் சால்வையால் போர்த்தி மூடப்பட்டு வீறிட்டுக் கத்திய சிறுமியைத் தூக்கிக்கொண்டும் அந்தக் கைதி நின்றிருந்தான். நெட்டையாய் ஒல்லியாய் இருந்த அவன் அளவு மீறி குட்டையான மேலங்கியும் அதை விடவும் குட்டையான கால்சட்டையும் போட்டிருந்தான், அவன் தலையில் ஒரு பாதி மழிக்கப்பட்டிருந்தது.

"சரியானபடித் தருகிறேன். (தகாத வசை மொழிகள்), வாதம் புரிகிறவனுக்குப் பாடம் கற்பிக்கிறேன். (திரும்பவும் வசை மொழிகள்). பெண்களிடம் கொடு அவளை!" என்று கூச்சலிட்டார் அதிகாரி, "சரி, வேலையைப் பாருங்கள்!"

அந்தக் கைதி அவனது கிராமச் சமுதாயத்தால் கடத்தப் பட்டவன். மனைவி டைபஸ் நச்சுக் காய்ச்சல் கண்டு தோம்ஸ் கில் இறந்துவிட்டாள். அங்கிருந்து அவன் தனது சிறுமியை முழுத் தொலைவுக்கும் தானே தூக்கி வந்திருந்தான். இப் பொழுது அவனுக்கும் கையில் விலங்கிட்டுப் பக்கத்து ஆளுடன் பிணைக்கும்படித் தலைமை அதிகாரி உத்தரவிட்டார். விலங் கிட்டுப் பிணைத்தால் குழந்தையைத் தன்னால் தூக்கி வர முடியாதே என்று அந்தக் கைதி சொன்னான். ஏற்கெனவே கோபமாய் இருந்த தலைமை அதிகாரியை இது சீற்றங்கொள்ளச் செய்தது, உத்தரவுக்கு உடனே கீழ்ப்படியாமல் பேசிய கைதியை அவர் ஆத்திரமாகத் தாக்கினார்.*

அடிபட்ட கைதிக்கு முன்னாலிருந்த காவற் படையாளுடன் கூட கறுப்புத் தாடி வைத்த கைதி ஒருவன் ஒரு கையில் பூட்டப் பட்ட விலங்குடன் நின்றுகொண்டு, புருவங்களுக்கு அடியி லிருந்து கடுமையும் வேதனையும் வாய்ந்த முறையில் அதிகாரி யையும் கையில் சிறுமியுடன் நின்ற அடிபட்ட கைதியையும் உற்றுப் பார்த்தான். சிறுமியைக் கைதியிடமிருந்து வாங்குமாறு அதிகாரி மறுபடியும் உத்தரவிட்டார். கைதிகளிடமிருந்து முன்னிலும் பலமான முணுமுணுப்பு எழுந்தது.

"தோம்ஸ்கிலிருந்து கைவிலங்கு இல்லாமல்தானே வந்து கொண்டிருந்தான்" என்றது, அணிகளின் பின்னாலிருந்து கரகரப்பான ஒரு குரல்.

---

* உண்மையில் நடந்த நிகழ்ச்சி, தி.அ. லினியோவின் கடத்தல் பயணம் எனும் நூலில் விவரிக்கப்படுகிறது — (டால்ஸ்டாயின் அடிக்குறிப்பு)

"அது குழந்தை, நாய்க்குட்டி அல்ல."

"சிறுமியை அவன் என்ன செய்வதாம்?"

"இப்படி ஒன்றும் சட்டம் இல்லை" என்றான் வேறு யாரோ ஒரு கைதி.

"யார் அது?" என்று அந்த அதிகாரி, சுரீரெனக் கொட்டுப் பட்டவர் போல் கூச்சலிட்டுக்கொண்டு, கூட்டத்தின் மீது பாய்ந்தார். "எது சட்டமென இதோ காட்டுகிறேன்! சொன்னது யார்? நீயா? நீயா?"

"எல்லாரும்தான் சொல்லுகிறோம். ஏன்னா.." என்றான், அகன்ற முகங்கொண்ட குட்டையான ஒரு கைதி.

அவன் சொல்லி முடிப்பதற்குள் இரு கைகளையும் கொண்டு அதிகாரி அவன் முகத்தில் அடித்தார்.

"கலகமா பண்றீங்க? கலகம் பண்ணினா என்ன ஆகும்முனு காட்டறேன். நாயைக் கொல்லறது மாதிரி எல்லாரையும் சுட்டுத் தள்ளச் சொல்வேன். மேலதிகாரிகள் எல்லாம் நன்றிதான் தெரிவிப்பாங்க. சிறுமியை வாங்கு!"

கூட்டத்தினிடையே நிசப்தம் நிலவிற்று. சிறுமி வீறிட்டு அலற ஒரு படையாள் அவளைக் கைதியிடமிருந்து பிடுங்கினான். கைதி பணிவுடன் நீட்டிய கையில் இன்னொரு படையாள் விலங்கைப் பிணைத்துப் பூட்டினான்.

"பெண்களிடம் கொண்டு போ" என்று தலைமை அதிகாரி தமது இடுப்புக் கத்தி வாரைச் சரி செய்தவாறு கூச்சலிட்டார்.

சிறுமி சால்வைக்குள்ளிருந்து கைகளை வெளியே கொண்டு வருவதற்காக முயன்றபடி, முகம் செக்கச் சிவந்து போய் ஓயாமல் வீறிட்டுக் கத்தினாள். கூட்டத்திலிருந்து மரீயா பாவ்லவ்னா வெளிப்பட்டுத் தலைமை அதிகாரியிடம் சென்றாள்.

"சிறுமியை நான் தூக்கிக்கொள்கிறேன், அனுமதிக்க வேண்டும்" என்றாள் அவள்.

குழந்தையைத் தூக்கிச் சென்ற படையாள் அப்படியே நின்றான்.

"நீ யார்?" என்று கேட்டார் தலைமை அதிகாரி.

"நான் அரசியல் கைதி."

மரீயா பாவ்லவ்னாவின் எடுப்பான மலர்விழிகளுடன் கூடிய எழிலார்ந்த முகம் (கைதிகள் அவரிடம் ஒப்படைக்கப் பட்டபோதே அவளை அவர் கவனித்திருந்தார்.) தெளிவாகவே தலைமை அதிகாரியிடம் தக்க விளைவை உண்டாக்கியது.

என்ன செய்யலாமென ஆலோசிப்பது போல் மௌனமாய் அவர் அவளை உற்றுப் பார்த்துவிட்டுக் கூறினார்:

"எனக்கு எல்லாம் ஒன்றுதான். வேண்டுமானால் தூக்கி வைத்துக் கொள்ளலாம். இவர்களுக்கு இரக்கம் காட்டுவது உங்களுக்கு எல்லாம் ரொம்பச் சுலபம்தான்! ஆனால் ஓடிச் சென்று விட்டால், நான் அல்லவா பதில் சொல்லியாக வேண்டும்."

"கையில் சிறுமியைத் தூக்கி வைத்திருக்கும் கைதி ஓடிச் செல்வது எப்படி?" என்றாள் மரீயா பாவ்லவ்னா.

"உங்களோடு பேச எனக்கு நேரம் இல்லை. பிரியப்பட்டால் தூக்கி வைத்துக்கொள்ளுங்கள்."

"கொடுக்கட்டுமா?" என்று கேட்டான் படையாள்.

"கொடு!"

"நீ எங்கிட்ட வா அம்மா" என்று அருமையாய் அழைத்துக் குழந்தையைத் தன்னிடம் வரச் செய்வதற்காக முயன்றாள் மரீயா பாவ்லவ்னா.

ஆனால் படையாளின் கரங்களிலிருந்த குழந்தை அதன் அப்பாவின் பக்கம் உடம்பை நீட்டிச் சாய்ந்தபடித் தொடர்ந்து அழுது கூச்சலிட்டதே ஒழிய, மரீயா பாவ்லவ்னாவிடம் வர விரும்பவில்லை.

"இதோ இருங்கள், மரீயா பாவ்லவ்னா! அவள் என்னிடம் வந்து விடுவாள்" என்று சொல்லி மாஸ்லவா தனது கைப்பையி லிருந்து ரொட்டி வளையம் ஒன்றை வெளியே எடுத்தாள்.

சிறுமிக்கு மாஸ்லவாவைத் தெரியும், அவள் முகத்தையும் அவள் காட்டிய ரொட்டி வளையத்தையும் பார்த்ததும் சிறுமி அவள் கைக்கு வந்தாள்.

எல்லாரும் மௌனமாய் நின்றார்கள். வாயில் வழியின் கதவுகள் திறக்கப்பட்டன, கைதிகள் வெளியே சென்று வரிசை யமைத்தார்கள். காவற்படையினர் மறுபடியும் கைதிகளை எண்ணிப் பார்த்தனர். சாக்குப் பைகள் வண்டிகளில் போடப் பட்டன. நடக்க முடியாதபடிப் பலமிழந்த கைதிகள் அவற்றின் மேல் உட்கார்ந்து கொண்டார்கள். மாஸ்லவா கையில் குழந்தையுடன் பெண்களது அணிகளில் ஃபெதோசியாவுக்குப் பக்கத்தில் போய் நின்றாள். இதுகாறும் நடந்தவற்றை எல்லாம் பார்த்துக்கொண்டிருந்த சிமன்சன், இப்போது அகட்டி அடிவைத்துத் தீர்மானம் வாய்ந்த முறையில் தலைமை அதிகாரி யிடம் நடந்தார். உத்தரவுகளை அளித்து முடித்து விட்டுத் தலைமை அதிகாரி அவரது ரேக்ளா வண்டியில் ஏறப் போனார்.

"நீங்கள் தவறான முறையில் நடந்துகொண்டீர்கள்" என்று அவரிடம் சொன்னார் சிமன்சன்.

"உன் இடத்துக்குப் போய்ச் சேரும். உமக்குரிய வேலையல்ல இது."

"தவறான முறையில் நடந்துகொண்டீர்கள் என்று உங்களிடம் சொல்வது எனக்குரிய வேலை. ஆகவே சொல்கிறேன்" என்று தமது அடர்ந்த புருவங்களுக்கு அடியிலிருந்து தலைமை அதிகாரியின் முகத்தை உற்றுப் பார்த்தவாறு சிமன்சன் கூறினார்.

"தயாரா? புறப்படலாம்!" என்று கூவினார் தலைமை அதிகாரி. சிமன்சன் சொன்னதை அவர் காதில் வாங்கிக் கொள்ளவில்லை, அவரது வண்டிக்காரனின் தோளைப் பிடித்துக்கொண்டு ரேக்ளா வண்டிக்குள் ஏறினார்.

கைதிக் குழு புறப்பட்டது. அடர்ந்த காட்டுக்கு இடையே இரு பக்கங்களிலும் அகழிகளைக் கொண்ட நெடுஞ்சாலையை அடைந்ததும் அணிவரிசை விரிந்து நீண்டது.

3

அரசியல் கைதிகளது நிலைமைகளும் கடுமையாகவே இருந்தன. ஆயினும் கத்யூஷாவுக்கு நகரில் அவள் கழித்திருந்த இழிவும் சொகுசும் நலிவும் மிக்க ஆறு ஆண்டுகளுக்கும் சிறைக் கூடத்தில் குற்றத் தண்டனைக் கைதிகளுடன் கழித்திருந்த இரண்டு மாதங்களுக்கும் பிற்பாடு, தற்போது அரசியல் கைதிகளோடு சேர்ந்து நடத்திய வாழ்க்கை மிகவும் சிறப்பானதாகத் தோன்றியது. தினமும் இருபதிலிருந்து முப்பது வெர்ஸ்தா நடந்துகொண்டும், ஓரளவு நல்ல உணவு அருந்திக்கொண்டும், இப்படி இரண்டு நாட்கள் நடந்தபின் ஒரு நாள் ஓய்வெடுத்துக் கொண்டும் இருந்ததன் விளைவாய் அவள் உடல் வலுவடைந்து வந்தது. அவளது புதிய தோழர்களுடனான சகவாசம் இதன் முன் எந்நாளும் அவள் அறிந்திராத ஊக்கத்துக்கும் நாட்டங்களுக்கும் உரித்தான ஒரு வாழ்க்கையினுள் பிரவேசிக்க அவளுக்கு வழியமைத்திட்டது. இப்பொழுது அவள் தெரிந்து கொள்ள நேர்ந்த இவர்களைப் போல் அற்புதமானவர்களை (அவள் இப்படித்தான் இவர்களைக் குறிப்பிட்டாள்) இதற்கு முன்பு அவள் கண்டதில்லை என்பது மட்டுமல்லாமல், கற்பனை செய்துங்கூடப் பார்த்திருக்க முடியாதே என்று நினைத்தாள்.

"அன்று தண்டனை அளிக்கப்பட்டபோது அப்படி அழுதேன்" என்று அவள் கூறிக்கொண்டாள். "காலமெல்லாம்

ஆண்டவனுக்கு இதற்காக நான் நன்றி அல்லவா செலுத்துவேன். என்னால் எந்நாளும் அறிய முடியாததை எல்லாம் இங்கே வந்தபின் அறிந்துகொண்டேனே.”

இவர்களை ஊக்குவித்துச் செயற்பட வைத்த நோக்கங்கள் அவள் சிரமமில்லாமல் சுலபமாகவே புரிந்துகொண்டாள். மக்கள் மத்தியிலிருந்து வந்தவள் என்பதால் முழு அளவுக்கு அவர்கள் பால் பரிவும் பாசமும் கொண்டிருந்தாள். இவர்கள் மேல் வகுப்பாரை எதிர்த்து மக்களுக்காகப் பாடுபடுகிறவர்கள் என்பதையும் இவர்களே மேல் வகுப்பினராய் இருந்தபோதிலும் தமது சிறப்பு உரிமைகளையும் சுதந்திரத்தையும் வாழ்வையும் மக்களுக்காகத் தியாகம் புரிந்துள்ளவர்கள் என்பதையும் புரிந்துகொண்டாள். ஆகவே அவள் இவர்களைப் பெரிதும் போற்றிப் பாராட்டினாள்.

தனது புதிய தோழர்கள் எல்லோரையுமே அவள் வியந்து போற்றினாள் என்றாலும், மரீயா பாவ்லவ்னாவை யாவரிலும் அதிகமாய் வியப்புக்குரியவளாகக் கருதிப் போற்றினாள்–போற்றியது மட்டுமல்லாமல், அவள்பால் தனிவகைப்பட்ட, பக்திப் பரவசம் வாய்ந்த, பற்றுறுதி மிகுந்த அன்பு கொண்டிருந்தாள். இப்படி அழகு மடந்தையாக இருப்பவள், பணக்கார ஜெனரல் ஒருவரின் மகளாகப் பிறந்து வளர்ந்தவள், மூன்று மொழிகள் பேசக் கூடியவள்–இவள் தனது பணக்காரச் சகோதரன் தனக்கு அனுப்பியவற்றை அப்படியே எல்லார்க்கும் தந்துவிட்டு எளிய தொழிலாளிப் பெண்ணைப் போல் வாழ்ந்து, எளிமையாய் மட்டுமின்றி ஏழ்மையாகவும் இருக்கும் உடுப்பும் மிதியடியும் அணிந்து தனது வெளித் தோற்றம் குறித்துக் கொஞ்சமும் கவலைப்படாதவளாய் இருக்கிறாளே என்று மாஸ்லவா ஆச்சரியப்பட்டுக் கொண்டாள். இவளது இந்தச் சிறப்பியல்பு–இப்படி இவள் மினுக்கும் மயக்கும் அறவே இல்லாதவளாய் இருந்ததானது–அதிசயிக்கத்தக்க அரும் பண்பாய் மாஸ்லவாவைக் கவர்ந்து வந்தது.

மரீயா பாவ்லவ்னா தனது எழிலை அறிந்திருந்ததோடு இதனால் மனம் மகிழ்ந்துகொள்ளவும் செய்தாள் என்பது மாஸ்லவாவுக்குத் தெரிந்திருந்தது. ஆயினும் அவளது எழிலுருவைக் கண்டு ஆடவர்கள் மயங்க நேர்ந்தபோது மரீயா பாவ்லவ்னா மனம் மகிழாதது மட்டுமல்லாமல் பயப்படவும் செய்தாள். காதல் கொள்ள நேரலாம் என்றதும் ஒரேயடியாய் அவள் அருவருப்பும் பீதியும் கொண்டு விடுவாள். அவளது தோழர்களாய் இருந்த ஆடவர்கள் இதனை அறிந்திருந்ததால்,

அவளால் தாம் கவரப்பட நேருமாயின் அதை வெளிக் காட்டாமல் மறைத்துக்கொண்டு, ஆடவ சகாக்களுடன் சேர்ந்து கொள்வது போலவே அவளுடனும் நடந்துகொண்டனர். ஆனால் அவளுக்குப் பரிச்சயமில்லாதவர்கள் அடிக்கடி அவளைச் சுற்றி வந்து தொல்லை புரிந்தார்கள்; அவள் பெருமையுடன் குறிப்பிட்டு வந்த அவளது அசாத்திய உடல் வலிமை இச்சந்தர்ப்பங்களில் அவளுக்குப் பாதுகாப்பு அளித்து வந்தது.

"ஒரு தரம் யாரோ ஒரு கனவான் தெருவில் என்னைப் பின் தொடர்ந்து தொல்லை செய்தார்" என்று சிரித்துக்கொண்டு அவள் மாஸ்லவாவிடம் சொன்னாள். "நான் என்ன செய்தும் அவர் விலகிச் செல்வதாய் இல்லை. முடிவில் நான் அவரைக் கதி கலங்க வைத்த பிறகுதான் மிரண்டு போய் விலகி ஓடினார்."

பிள்ளைப் பிராயம் முதலாகவே கனவான்களது வாழ்க் கையை வெறுத்தும் ஏழை எளிய மக்களது வாழ்க்கையை நேசித்தும் வந்ததால், முடிவில் தான் புரட்சி ஊழியையாக மாறியதாய் அவள் கூறினாள். வரவேற்புக் கூடத்தில் இல்லாமல், வேலையாட்களுக்குரிய இடங்களிலோ, சமையற்கட்டிலோ, குதிரை லாயத்திலோ இருந்து நேரத்தைக் கழித்தாளென வீட்டில் எப்போதும் அவளைத் திட்டி வந்தார்கள்.

"சமையற்காரர்களோடும், வண்டிக்காரர்களோடும் இருக் கையில்தான் எனக்குக் கலகலப்பாகவும், சுவையாகவும் இருக்கும், கனவான்களோடும் சீமாட்டிகளோடும் இருக்கையில் ஒரே வேதனையாய் இருக்கும்" என்றாள் அவள். "பிறகு எனக்கு வயதாகி உலகைப் புரிந்துகொள்ள ஆரம்பித்ததும் எங்களது வாழ்க்கை எப்படிக் கேடு கெட்டதாய் இருந்தது என்பதைத் தெரிந்துகொண்டேன். எனக்கு அம்மா இல்லை, அப்பாவிடம் ஆசையில்லாதவளாய் வளர்ந்துவிட்டேன். ஆகவே பத்தொன்பது வயதானதும் எனது தோழி ஒருத்தியுடன் சேர்ந்து என் வீட்டை விட்டு விலகி ஓர் ஆலையில் தொழிலாளியாக வேலை செய்ய முற்பட்டேன்."

பிறகு அவள் ஆலை வேலையிலிருந்து விலகி ஒரு கிராமத்தில் வசித்து வந்தாள். அதன் பிறகு நகருக்குத் திரும்பிச் சென்று ஒரு வீட்டில் இருந்து வந்தாள், அங்கே இரகசிய அச்சுப்பொறி ஒன்று வைத்து வேலை செய்து வந்தார்கள். அங்கே இருக்கையில்தான் அவள் கைது செய்யப்பட்டுக் கடின உழைப்புக் கடத்தல் தண்டனை விதிக்கப்பட்டாள். மரீயா பாவ்லவ்னா அதற்கு மேல் அதைப் பற்றி ஒன்றும் சொன்ன தில்லை. ஆனால் அந்த வீட்டைப் போலீசார் சோதனையிட்ட

போது புரட்சியாளர்களில் ஒருவர் இருட்டில் சுட நேர்ந்த தாகவும், சுட்டது தான்தான் என்று சொல்லி அவள் குற்றத்தைத் தன் மீதே ஏற்றுக்கொண்டதால் அவளுக்கு இப்படித் தண்டனை விதிக்கப்பட்டதாகவும் கத்யூஷா ஏனையோரிடமிருந்து தெரிந்துகொண்டாள்.

எங்கே எந்நிலைமையில் இருக்க நேர்ந்தாலும் மரீயா பாவ் லவ்னா தான் என்ற நினைப்பே இல்லாதவளாய் எந்நேரமும் ஏனையோருக்குத் தொண்டாற்றுவதில் பெரிய அல்லது சிறிய காரியங்களில் யாருக்காவது உதவுவதில் கருத்து செலுத்தியதை அவளுடன் அறிமுகமான நாள் முதலாய்க் கத்யூஷா கவனித்து வந்திருந்தாள். பரோபகாரத் தொண்டுக்காகத் தன்னை அர்ப் பணித்துக்கொண்டவள் என்று சொல்லி, மரீயா பாவ்லவ் னாவின் இன்றைய தோழர்களில் ஒருவரான நவதுவோரவ் அவளைக் கேலி செய்தார். இது முழுக்க முழுக்க உண்மை. வேட்டைக்காரர் வேட்டையாடுவதற்கு எப்படி விலங்கைத் தேடிப் பிடிப்பாரோ அதுபோல அயலாருக்குத் தொண்டாற்று வதற்கு வாய்ப்பைத் தேடிப்பிடித்துத் தொண்டு புரிவதில்தான் அவளுக்கு வாழ்வின் சுவை எல்லாம் அடங்கியிருந்தது. இந்தத் தொண்டினை அவள் தனது அன்றாடப் பழக்கமாய், தனது வாழ்க்கைப் பணியாய்க் கொண்டிருந்தாள். இதனை அவள் அவ்வளவு இயற்கையான முறையில் செய்து வந்ததால், அவளை அறிந்தவர்கள் எல்லாரும் இதற்காக அவளுக்கு நன்றி செலுத்த வேண்டும் என்பதையே மறந்து, அவளுக்குரிய இயற்கைச் செயலாய் அவளிடமிருந்து இதனை எதிர்பார்த்தனர்.

இவர்களிடையே மாஸ்லவா வந்து சேர்ந்தபோது மரீயா பாவ்லவ்னாவுக்கு ஆரம்பத்தில் உள்ளுக்குள் அசிங்கமாகவும் அருவருப்பாகவும்தான் இருந்தது. இதைக் கத்யூஷா கவனித்து வந்தாள். ஆனால் பிற்பாடு மரீயா பாவ்லவ்னா முயற்சி எடுத்து இந்த உணர்ச்சியை உதறிவிட்டுத் தனக்குத் தனிப்பட்ட பரிவும் பாசமும் காட்ட முற்பட்டதையும், கத்யூஷா கவனித்து வந்தாள். இவ்வளவு அற்புதமானவள் இப்படிப் பரிவும் பாசமும் காட்டக் கண்டதும் மாஸ்லவா நெஞ்சு நெக்குருகித் தனது இதயத்தையே அவளுக்குக் காணிக்கையாகச் செலுத்தி அவளை நேசித்தாள். தன்னை அறியாமலே அவளது கருத்தோட்டங்களைத் தானும் ஏற்று, யாவற்றிலும் அப்படியே அவளைப்போலவே நடந்து கொள்ள ஆரம்பித்தாள். கத்யூஷாவின் இந்தப் பக்திப் பரவசம் வாய்ந்த அன்பு மரீயா பாவ்லவ்னாவை வயப்படச் செய்தது. அவளும் கத்யூஷாவின் மீது அளவிலா அன்பு கொள்ள லானாள்.

பாலுணர்வுப் பாசத்திடம் இருவருக்கும் இருந்த வெறுப் பால் இவ்விரு பெண்களும் மேலும் பலமாய் ஒருவரோ டொருவர் பிணைக்கப்படலாயினர். இந்தப் பாசத்தின் பயங்கரக் கொடுமைகளை எல்லாம் அனுபவ வாயிலாய் அறிந் திருந்ததால் கத்யூஷா இதை வெறுத்தாள். இந்தப் பாசத்தை அனுபவித்து அறியாதவளான மரீயா பாவ்லவ்னா புரிந்து கொள்ள முடியாத ஒன்றாகவும் அதேபோது மனித கௌர வத்துக்கு ஒவ்வாததாகவும் கருதி இதை வெறுத்தாள்.

4

மாஸ்லவாவின் மீது செல்வாக்கு செலுத்தியது மரீயா பாவ்லவ்னா மட்டுமல்ல, சிமன்சனும் செல்வாக்கு செலுத்தி னான். மரீயா பாவ்லவ்னாவின் செல்வாக்கு அவளிடம் மாஸ்லவாவுக்கு இருந்த அன்பிலிருந்து உதித்ததாகும். சிமன்சனின் செல்வாக்கு அவர் மாஸ்லவாவின் மீது கொண்டி ருந்த காதலிலிருந்து உதித்ததாகும்.

உலகோர் எல்லோரும் ஓரளவு அவர்களது சொந்த கருத்துக்களுக்கு ஏற்பவும் ஓரளவு ஏனையோரது கருத்துக்களுக்கு ஏற்பவும் வாழ்ந்தும் செயற்பட்டும் வருகிறார்கள். எந்த அளவுக்கு சொந்தக் கருத்துக்களுக்கு ஏற்பவும், எந்த அளவுக்கு ஏனை யோரது கருத்துக்களுக்கு ஏற்பவும் வாழ்கிறார் என்பது ஒருவரை இன்னொருவரிடமிருந்து வேறுபடுத்திக் காட்டும் முக்கிய காரணக் கூறுகளில் ஒன்றாகும். சிலருக்குச் சிந்தனையானது மனம் ஈடுபடும் ஒரு வகை விளையாட்டாகிவிடுகிறது. பெரு மளவுக்கு இவர்கள் தமது சிந்தனைச் சக்தியை இணைப்பு வார் இல்லாத இயக்குவிசைச் சக்கரமாய்ப் பாவித்துக்கொண்டு, தமது செயல்களுக்கு ஏனையோரது கருத்துக்களையே—அதாவது பழக்க வழக்கம் அல்லது மரபு அல்லது சட்டத்தை—வழிகாட்டியாகக் கொள்கிறார்கள். சிலர் தமது சொந்த கருத்துக்களைத் தமது எல்லாச் செயல்களுக்குமான பிரதான இயக்கு விசையாகக் கொள்கிறார்கள். தமது ஆய்வறிவு வற்புறுத்தும் முடிவுகளுக்குச் செவிசாய்த்து அவற்றுக்குக் கீழ்ப்படிகிறார்கள். எப்போதாவது தான் ஏனையோரது கருத்துக்களை ஏற்று நடக்கவும் அவற்றுக்குக் கீழ்ப்படியவும் செய்கிறார்கள். அதுவும் அவற்றை விமர்சனக் கண்கொண்டு சீர்தூக்கிப் பார்த்த பிறகே இதைச் செய்கிறார்கள். இப்படிப்பட்டோரில் சிமன்சனும் ஒருவர். விவரங்கள் உண்மைதானா என்று சரிபார்த்து, தமது சொந்த ஆய்வறிவைக் கொண்டு முடிவு செய்து, இவ்வாறு வந்தடைந்த முடிவுகளின் அடிப்படையில் செயல்பட்டார்.

இராணுவப் பண்டகசாலையின் அதிகாரியாய் இருந்த அவரது தந்தைக்குக் கிடைத்த வருவாய் நேர்மையான முறையில் சம்பாதிக்கப்பட்டதல்ல என்று உயர்நிலைப் பள்ளி மாணவனாய் இருக்கையில் சிமன்சன் முடிவுக்கு வந்தார். இந்தப் பணம் மக்களுக்குத் திருப்பித் தரப்பட வேண்டுமென உடனே அவர் தமது தந்தையிடம் அறிவித்தார். அவர் தந்தை அதற்குச் செவிசாய்ப்பதற்குப் பதில் ஆத்திரமடைந்து அவரைத் திட்டியதும் வீட்டை விட்டு வெளியேறி, தந்தையின் பணத்தைத் தாம் உபயோகிப்பதையும் நிறுத்திக்கொண்டுவிட்டார். தற்போது நிலவும் கேடுகள் யாவும் மக்களது கல்லாமையின் விளைவுகளாகும் என்ற தீர்மானத்துக்கு வந்த அவர், பல்கலைக் கழகப் படிப்பை முடித்ததும், நரோத்னிக்குகளுடன்* சேர்ந்துகொண்டார். கிராமப் பள்ளி ஆசிரியராய் வேலை ஏற்று, எது நீதியும் நேர்மையுமாகும் எனக் கருதினாரோ, அதைத் தமது மாணவர்களுக்கும் விவசாயிகளுக்கும் துணிவுடன் போதனை செய்தும் பிரசாரம் செய்தும் வந்தார்; எது பொய்யும் புரட்டும் ஆகுமெனக் கருதினாரோ அதைப் பகிரங்கமாய் எடுத்துரைத்து நிராகரித்தார்.

அவரைக் கைது செய்து அவர் மீது வழக்கு தொடர்ந்தார்கள்.

வழக்கு விசாரணை நடைபெற்றபோது, தன்னை விசாரிப்பதற்கும் தீர்ப்பு அளிப்பதற்கும் நீதிபதிகளுக்கு உரிமை இல்லை என்று அவர் முடிவு செய்தார். அந்த முடிவை நீதிபதிகளிடம் சொன்னார். நீதிபதிகள் அதற்குச் சம்மதிக்காமல் விசாரணையைத் தொடர்ந்ததும் தாம் எதற்கும் பதில் சொல்வதில்லை என்று தீர்மானித்துக்கொண்டு, அவர்களது கேள்விகளுக்குப் பதிலளிக்காமல் மௌனம் சாதித்தார்.

அவருக்கு அர்ஹான்கெல்ஸ்க் மாநிலத்துக்குக் கடத்தல் தண்டனை விதிக்கப்பட்டது. அப்போது அவர் சமய போதனை ஒன்றையும் வகுத்துக்கொண்டு, அதைத் தமது எல்லாச்

* *நரோத்னிக்குகள்—19ஆம் நூற்றாண்டின் 60—ஆம் ஆண்டுகளின் கடைப் பகுதியிலும், 70ஆம் ஆண்டுகளின் தொடக்கத்திலும் செயல்பட்ட சோஷலிஸ்டு—கற்பனாவாதிகள்; பெரும்பாலும் அறிவுத் துறையாளர்கள். முதலாளித்துவத்தைத் தவிர்த்து ருஷ்ய நாடு விவசாயிகளது புரட்சியின் மூலம் சோஷலிசத்துக்குச் சென்றுவிட முடியுமென்று இவர்கள் நம்பினார்கள். ஜாரிசத்துக்கு எதிரான போராட்டத்தில் விவசாயிகளைத் திரளச் செய்வதற்காக புரட்சி மனோபாவம் கொண்ட தனிப்பட்ட இளம் ஆடவர்களும் பெண்களும் கிராமங்களுக்கு, மக்கள் ("நரோத்") இடையே சென்றார்கள். எனவேதான் இவர்களுக்கு இந்தப் பெயர். புரட்சி மனோபாவம் கொண்ட நரோத்னிக்குகளது நிறுவனமாய் 1879இல் நரோத்னியா வோல்யா நிறுவனம் நிறுவப்பட்டது.*

செயல்களுக்கும் ஆதாரமாக்கிக் கொண்டார். இந்தச் சமய போதனைக்கு அடிப்படையாய் அமைந்த தத்துவம் என்ன வெனில் உலகில் இருப்பவை எல்லாம் உயிருள்ளவையே, இறந்தவை எவையும் இல்லை, உயிரற்றவை அல்லது அசேதனப் பொருள்கள் என்பதாக நாம் கருதுகிறவை யாவும் நம்மால் எல்லை கண்டறிய முடியாத ஒரு பிரம்மாண்ட உயிரமைவின் (Organism) பகுதிகளே அன்றி வேறல்ல. இந்த மாபெரும் உயிரமைவின் பகுதியாய் இருந்து வருகின்ற மனிதனுக்குரிய பணி இந்த உயிரமைவின் உயிரையும் இதன் உயிருள்ள எல்லாப் பகுதி களையும் பேணிக் காப்பதுதான். ஆகவே உயிரை அழித்திடல் கொடுங்குற்றமாகும் எனக் கருதினார்; யுத்தங்களையும், மரண தண்டனையையும், மனிதனைக் கொல்வது மட்டுமின்றி எந்த விதமான உயிர்க்கொலையையும் எதிர்த்தார். திருமணம் குறித்தும் அவர் தமக்கெனச் சொந்தத் தத்துவத்தைக் கொண்டி ருந்தார். அதன்படி இன விருத்தியானது மனிதனுக்குரிய கீழ் நிலைப் பணியே ஆகும், ஏற்கெனவே இருக்கும் உயிர்களுக்குச் சேவை புரிவதுதான் உயர்நிலைப்பணியாகும். இரத்தத்தில் நிணநீர் உயிர்மங்கள் (phagocytes) இருந்து வருவதானது தமது இந்தச் சிந்தனைக்குத் தக்க ஆதாரமாய் அமைவதாகக் கருதி னார். மணம்புரிந்து கொள்ளாமல் துறவற நோன்பு ஏற்போர், அவருடைய கருத்துப்படி நிணநீர் உயிர்மங்கள் போன்றவர்கள்; உயிரமைவின் பலமிழந்த நோயுற்ற பகுதிகளைப் பாதுகாப்பது இவர்களது கடனாகும். இளம் பருவத்தில் ஒழுக்கமில்லாதவராய் இருந்து வந்தார் என்றபோதிலும், இப்படி ஒரு தீர்மானத்துக்கு வந்தபின் அவர் இதிலிருந்து இம்மியும் பிறழாது இதன்படி வாழ முற்பட்டார். தற்போது அவர், தாமும் அதே போல் மரீயா பாவ்லவ்னாவும் மனித நிணநீர் உயிர்மங்களாய் இருந்து வருவதாகக் கருதினார்.

கத்யூஷா மீது அவர் காதல் கொண்டதானது அவரது இந்தத் தத்துவத்துக்கு முரண்பாடானது அல்ல, ஏனெனில் அவரது காதல் உடல் சார்ந்ததல்ல, முழுக்க முழுக்க ஆன்ம நேயக் காதலாகும். இம்மாதிரியான காதல் அவர் நிணநீர் உயிர்மமாய் வாழ்ந்து பலமில்லாதோருக்குச் சேவையாற்றுவதற்கு இடையூறாய் இருக்காது என்றும், மாறாக அவருக்கு மேலும் உற்சாகமூட்டி அவரது இந்தச் செயற்பாட்டை ஊக்குவிக்கும் என்றும் கருதினார்.

அறநெறிப் பிரச்சினைகளில் மட்டுமின்றி அன்றாட நடைமுறைப் பிரச்சினைகளில் பெரும்பாலானவற்றிலுங்கூட அவர் தமக்குரிய சொந்த வழியில் தீர்வுகளைத் தீர்மானித்து

வைத்திருந்தார். அனேகமாய் எல்லா நடைமுறை விவகாரங் களிலும் அவரது சொந்தத் தத்துவங்களைக் கடைப்பிடித்தார்; எத்தனை மணி நேரம் வேலை செய்வது, எத்தனை மணி நேரம் ஓய்வெடுத்துக்கொள்வது என்ன சாப்பிடுவது, எவ்வித உடுப்பு உடுத்திக் கொள்வது, கணப்படுப்பை எப்படிப் பற்ற வைப்பது, வசிப்பிடத்துக்குத்தக்கபடி எவ்வாறு விளக்கு வெளிச்சம் கிடைக்கச் செய்வது என்பவை எல்லாம் குறித்து விதிகள் வகுத்து அவற்றின்படிச் செயல்பட்டு வந்தார்.

இப்படி எல்லாம் இருந்தும் சிமன்சன் மிதமிஞ்சிய கூச்சம் கொண்டவராகவும் அடக்கம் வாய்ந்தவராகவும் விளங்கினார். ஆனால் எதைப்பற்றியும் அவர் ஒரு தீர்மானத்துக்கு வந்ததும் அதை உறுதியுடன் செயல்படுத்துவார், எதனாலும் யாராலும் அவரைத் தடுத்து நிறுத்த முடியாது.

இந்த சிமன்சன், மாஸ்லவாவின் மீது கொண்டிருந்த காதலின் மூலம் அவள் மீது தீர்மானகரமான செல்வாக்கு செலுத்தினார். அவர் தன்னைக் காதலிப்பதை மாஸ்லவா பெண்ணுக்குரிய உள்ளுணர்ச்சியைக் கொண்டு விரைவிலேயே கண்டுகொண்டுவிட்டாள். இவ்வளவு அசாதாரணமான அரிய மனிதனிடம் தன்னால் காதலை உதித்தெழ வைக்க முடிவதை உணர்ந்ததும் அவள் அவளது கண்களில் மதிப்புக்குரியவளாய் உயர்ந்தாள். நெஹ்லூதவ் அவளை மணந்துகொள்ள விரும்பிய தற்கு அவரது பெருந்தன்மையும் கடந்த காலத்தில் நடை பெற்றவையுமே காரணம்; ஆனால் சிமன்சன் அவள் இருந்த அதே நிலையில் அல்லவா காதலித்தார். அதோடு தன்னை ஏனைய பெண்களைப் போலல்லாதவளாய், உன்னதமான நற்பண்புகள் உடையவளாய்ச் சிமன்சன் கருதினார் என்பது அவள் உணர்வுக்குத் தெரிந்தது. தன்னிடம் இருப்பதாக அவர் நினைத்த அந்த நற்பண்புகள் என்ன என்பது அவளுக்குத் தெளிவாகத் தெரியாவிட்டாலும், எதற்கும் மதிப்பிழந்து விடாமலும் தன்பால் அவர் ஏமாற்றமடைய நேராமலும் இருக்கும் பொருட்டு அவளது கற்பனைக்கு எட்டிய மிகச் சிறந்த பண்புகளை எல்லாம் தனக்கு உண்டாக்கிக் கொள்வதற்காகத் தனது முழு சக்தியையும் கொண்டு அவள் முயன்று வந்தாள். இதன் பொருட்டு அவளால் முடிந்த முழு அளவுக்கு நல்லவளாய் நடந்துகொள்ள முயற்சி செய்தாள்.

சிறைக்கூடத்தில் இருக்கையிலேயே இது ஆரம்பித்திருந்தது. அரசியல் கைதிகளைப் பார்வையாளர் சந்திப்பதற்குரிய ஒரு நாளன்று அன்பு நிறைந்த அவரது கருநீல விழிகள் புடைப்பான புருவங்களுக்கு அடியிலிருந்து தன்னை உற்றுப் பார்ப்பதை

அவள் கவனித்திருந்தாள். அவர் அபூர்வமானவர், தன்னை அவர் பார்த்த விதமும் அலாதியானது என்பது அப்போதே அவளுக்குப்பட்டது. பரட்டைத் தலையும் சுளித்த புருவங்களும் கொண்ட அவரது தோற்றத்தின் கடுமையுடன் கூடவே, அவரது பார்வை சிறு பிள்ளையினுடையதுபோல் அப்படி அருமை யாகவும் சூதறியாப் பேதமை வாய்ந்ததாகவும் இருந்ததானது அப்படியே அவள் நினைவில் பதிந்திருந்தது. பிறகு தோம்ஸ்கில் அரசியல் கைதிகளுடன் சேர்ந்து கொண்டதும் திரும்பவும் அவரைப் பார்த்தாள். இருவரும் ஒரு வார்த்தைகூடப் பேசிக் கொள்ளவில்லை என்றாலும், நினைவிருக்கிறது என்பதையும் ஒருவருக்கொருவர் முக்கியத்துவம் வாய்ந்தவர்கள் ஆவோம் என்பதையும் ஏற்றுக்கொள்வதாய் இருந்தது. இருவரும் ஒருவரையொருவர் பார்த்துக்கொண்ட முறை, பிற்பாடுங்கூடக் குறிப்பிடத்தக்க உரையாடல் எதுவும் இருவரிடையிலும் நடை பெறவில்லை. ஆயினும் பக்கத்தில் தான் இருக்கையில் சிமன்சன் பேசிய பேச்சு எப்போதும் தான் கேட்பதற்கெனப் பேசப் பட்டதாகும் என்பதை மாஸ்லவா உணர்ந்தாள். தனக்கென்று கூடுமான அளவுக்கு அவர் தெளிவாகப் பேச முயலுவதாய் நினைத்தாள். குற்றத் தண்டனைக் கைதிகளுடன் அவர் சேர்ந்து நடக்க ஆரம்பித்ததும்தான் இருவரும் ஒருவருக்கொருவர் மிகவும் நெருக்கமானவர்கள் ஆயினர்.

5

நீழ்னி நோவ்கரதிலிருந்து பேர்ம் வரையிலான பயணத்தின் போது நெஹ்லூதவ் இரண்டுதரம்தான் கத்யூஷாவைச் சந்தித்துப் பேச முடிந்தது. நீழ்னி நோவ்கரதில் கைதிகள் எல்லாரும் கம்பி வலையிட்டு அடைக்கப்பட்ட தெப்பத்தில் ஏற்றப்பட்டபோது ஒரு தரமும், பிறகு பேர்மில் சிறைக்கூட அலுவலறையில் ஒரு தரமும் அவளைச் சந்தித்தார். இந்த இரு சந்திப்புகளின் போதும் அவள் கலகலப்பின்றி மனக்கசப்புடையவளாய் இருக்கக் கண்டார். நல்லபடியாக இருக்கிறாளா, அவளுக்கு என்ன வேண்டும் என்று அவர் விசாரித்ததற்கு, பட்டதும் படாததுமாய், குழப்பமடைந்தவளாய் அவள் பதிலளித்தாள்; முன்பு சிற்சில சந்தர்ப்பங்களில் அவள் காட்டியிருந்த அதே பகைமையையும் கடுப்பையும் மறுபடியும் வெளிப்படுத்துகிறாளோ என்று நெஹ்லூதவ் நினைத்தார். அந்த நேரத்தில் அவள் ஆடவர்களது உபத்திரவத்துக்கு ஆட்பட்டு வதைபட வேண்டியிருந்ததால் தான் அவள் இப்படி மனச்சோர்வுற்றுக் கடுப்பாய் இருந்தாள்.

அவளது இந்த மனநிலை நெஹ்லூதவை வெகுவாய் வருத்தியது. பயணத்தின்போது அந்தக் கட்டத்தில் அவள் சமாளிக்க வேண்டியிருந்த கடின நிலைமைகளும் இழிவும் கேடும் தாங்கமுடியாமல் மறுபடியும் அவள் பழைய நிலைக்குத் திரும்பி விடுவாளோ என்று அவர் அஞ்சினார். முன்பு அவள் தன் மீதே காழ்ப்புக்கொண்டு, வாழ்க்கையில் விரக்தியடைந்து, நெஹ்லூதவின் மீது எரிந்து விழவும் யாவற்றையும் மறப்பதற் காகப் புகைபிடிக்கவும் சாராயம் குடிக்கவும் நேர்ந்த அந்தப் பழைய நிலையைத் திரும்பவும் அடைந்து விடுவாளோ என்று அவர் பயந்தார். ஆனால் அவரால் எவ்விதத்திலும் அவளுக்கு உதவ முடியவில்லை. ஏனெனில் பயணத்தின் இந்த முதற் கட்டத்தின் போது அவளை அவர் பார்ப்பதற்குக்கூட வழி இல்லை. அவள் அரசியல் கைதிகளது பிரிவுக்கு மாற்றப்பட்ட பிறகுதான், அவருக்குத் தமது அச்சங்கள் யாவும் ஆதாரமற்றவை என்பது தெரிய வந்தது. அவர் அஞ்சியதற்கு நேர்மாறாய், அத்தனை ஆவலுடன் அவர் விரும்பிய அந்த அகமாற்றம் அவளிடம், ஏற்பட்டு வந்ததை ஒவ்வொரு சந்திப்பின் போதும் மேலும் மேலும் தெளிவாக அவரால் காண முடிந்தது. முதல் முறை அவர்கள் தோம்ஸ்கில் சந்தித்தபோது, பயணத்தின் ஆரம்பத்தில் எப்படி இருந்தாளோ அதே நிலையில் அவள் திரும்பவும் இருக்கக் கண்டார். அவரைப் பார்த்ததும் அவள் முகம் சுளிக்கவோ, குழப்பமடையவோ இல்லை. மாறாக, மகிழ்ச்சியடைந்தவளாய் நடந்துகொண்டாள்; தனக்காக அவர் செய்திருந்த பலவற்றுக்காகவும் நன்றி தெரிவித்தாள்; முக்கிய மாய் தற்போது அவள் இருந்துவந்த அந்தப் புதிய பிரிவினரிடம் வந்து சேர உதவியதற்காக அவரை வாழ்த்தினாள்.

கைதிக் குழுவின் இரண்டு மாதப் பயணத்துக்குப் பிறகு, அவளது அகத்தில் ஏற்பட்டிருந்த மாற்றம் தெளிவாகவே அவளது தோற்றத்தில் தெரியலாயிற்று. அவள் உடல் மெலிந்து சென்றது. மேனி பழுப்பேறி வந்தது. பார்ப்பதற்கு வயதான வளாகத் தோன்றினாள். நெற்றிப் பொட்டுகளிலும் வாய் முனை களுக்கு அருகிலும் மெல்லிய சுருக்கங்கள் விழ ஆரம்பித் திருந்தன. முடிகளில் சில சுருள்கள் இப்போது நெற்றியில் தொங்கவில்லை. யாவும் தலைக் குட்டைக்குள் ஒழுங்காய் இருந்தன. ஆடைகளிலோ, தலைமுடிகளிலோ பாவனைகளிலோ முன்பெல்லாம் காணக்கூடிய அந்த மினுக்கு இப்போது துளி கூட இல்லாமல் மறைந்துவிட்டது. அவளுள் ஏற்பட்டிருந்த, தொடர்ந்து ஏற்பட்டு வந்த மாற்றத்தைக் கண்டு நெஹ்லூதவ் அளவிலா ஆனந்தமடைந்தார்.

அவள்பால் இப்போது அவர் நெஞ்சினுள் நிரம்பி வழிந்த உணர்ச்சி அதன் முன் எந்நாளும் அவர் அனுபவித்து அறியாதது – ஆதியில் அவள்பால் அவரைக் கவர்ந்து இழுத்த கவிதை மணம் கமழும் அந்த முதற் காதலிலிருந்தும் பிற்பாடு அவரை ஆட்டிப் படைத்த அந்தப் புலனின்ப மோகத்திலிருந்தும், முடிவில் வழக்கு விசாரணைக்குப் பிறகு கடமையை உணர்ந்து அவளை மணந்துகொள்ளத் தீர்மானித்தபோது அவருக்கு உண்டான அந்த மன நிறைவிலிருந்துகூட (தற்பெருமை வாய்ந்த மனநிறைவுதான் அது) அறவே மாறானது. இப்போது அவர் நெஞ்சினுள் நிரம்பிய உணர்ச்சி மிக மிக எளிமையான தூய இரக்கமும் கருணையுமாகிய உணர்ச்சியாகும். சிறைக் கூடத் துக்குச் சென்று அவளைச் சந்தித்தபோது முதன்முதல் அவருள் இந்த உணர்ச்சி அரும்பிற்று. பிறகு மருத்துவமனையில் மருத்துவ உதவியாளருடன் அவள் புரிந்ததாகக் கதைக்கப்பட்டதைக் கேட்டபின் (இது சிறிதும் நேர்மையற்ற புரட்டு என்பது பிற்பாடுதான் அவருக்குத் தெரியவந்தது) அவர் தமது உள்ளக் குமட்டலைச் சமாளித்துக்கொண்டு அவளை மன்னித்தபோது, புதுப் பலத்துடன் இந்த உணர்ச்சி மறுபடியும் அவருள் எழுந்தது. இதே உணர்ச்சிதான் இப்போது அவர் நெஞ்சினுள் நிரம்பி வழிந்தது–ஒரேயொரு வித்தியாசம் என்னவென்றால், முன்பு சொற்ப நேரத்துக்கு மட்டும் உரியதாய் இருந்த இது இப்போது நிரந்தரமாய் அவருள் குடிகொண்டுவிட்டது. இப்போது அவர் எதைப் பற்றி நினைத்தாலும் சரி, என்ன காரியம் செய்தாலும் சரி, எந்நேரமும் அவருள் இரக்கமும் கருணையும் நிறைந் திருந்தன – அவளுக்காக மட்டுமல்லாமல் எல்லாருக்காகவும் அவர் நெஞ்சினுள் இந்த இரக்கமும் கருணையும் பெருகிய வண்ணமிருந்தன.

வெளிப்பட வழியின்றி நெஹ்லூதவ் நெஞ்சினுள் இது காறும் அடைக்கப்பட்டிருந்த அன்பின் மடைகளை இந்த இரக்கமும் கருணையும் திறந்துவிட்டாற் போல, இப்பொழுது இந்த அன்பு அவர் சாதிக்க நேர்ந்த எல்லாரையும் நோக்கி வெள்ளமெனப் பாய்ந்தது.

கைதிக் குழுவைப் பின்தொடர்ந்து சென்றுகொண்டிருந்த நெஹ்லூதவ் முழு நேரமும் உணர்ச்சிப் பரவசமுற்ற நிலையில் இருந்தார். இந்த நிலை அவரை எல்லாரிடத்தும் வண்டிக் காரர்கள், காவற் படையாட்களிடமிருந்து சிறைக்கூட மேலாளர் கள், மாநில ஆளுநர்கள் வரையில் அவர் எதிர்ப்பட வேண்டி யிருந்த எல்லாரிடத்தும்–கருத்தும் கரிசனமும் கொள்ளச் செய்தது.

அரசியல் கைதிகளது பிரிவுக்கு மாஸ்லவா மாற்றப்பட்டு விட்டதால் இப்பொழுது நெஹ்லூதவ் அரசியல் கைதிகள் பலரோடும் நெருங்கிய தொடர்பு கொள்ளலானார். முதலில் எக்கத்தெரீன்பர்கில் இந்தக் கைதிகள் எல்லாரும் அதிக சுதந்திர முடையோராய் ஒன்று சேர்ந்து ஒரு பெரிய அறையில் தங்கி யிருந்த போதும், பிறகு ஐந்து ஆடவரும் நான்கு பெண்களும் அடங்கிய குழுவில் மாஸ்லவா சேர்த்து அனுப்பப்பட்டபோதும், இவர்கள் பலரோடும் நெஹ்லூதவுக்குப் பழக்கம் ஏற்பட லாயிற்று. தொலை தூரங்களுக்குக் கடத்தப்பட்ட இந்த அரசியல் கைதிகளோடு இவ்விதம் நெஹ்லூதவ் நெருங்கிப் பழக நேர்ந்ததைத் தொடர்ந்து, இவர்களைப் பற்றி இதன் முன் அவர் கொண்டிருந்த அபிப்பிராயம் அடியோடு மாறலாயிற்று.

ருஷ்யாவில் புரட்சி இயக்கம் ஆரம்பமான காலத்தி லிருந்தும், இன்னும் முக்கியமாய் மார்ச் முதல் நாளுக்குப்* பிற்பாடும், புரட்சியாளர்கள் மீது நெஹ்லூதவ் வெறுப்பும் குரோதமும் கொண்டிருந்தவர். அரசாங்கத்தை எதிர்த்து நடத்திய போராட்டத்தில் அவர்கள் கையாண்ட முறைகளின் கொடுந்தன்மையும், அவர்களது தலைமறைவான இரகசிய நடவடிக்கைகளும், யாவற்றுக்கும் மேலாய் அவர்கள் புரிந்த கொடிய கொலைகளும் அவரை அவர்கள் மீது பகைமை கொள்ளச் செய்திருந்தன. தவிரவும் அவர்கள் எல்லார்க்கும் உரிய தனிப்பண்பாகிய அவர்களது அந்தத் தன்னகங்காரம் அவருக்குக் கொஞ்சமும் பிடிக்கவில்லை ஆனால் இப்பொழுது அவர்களுடன் நெருங்கிப் பழகி அவர்களையும் அரசாங்கத்தால் அவர்களுக்கு இழைக்கப்பட்டு வந்த கொடுந்துன்பங்களையும் அவர் தெரிந்துகொண்டதும், அவர்களால் இவ்வாறன்றி வேறு எவ்வாறும் நடந்து கொள்வதற்கில்லை என்பதைப் புரிந்து கொண்டார்.

குற்றதண்டனைக் கைதிகள் எனப்படுவோருக்கு இழைக்கப் பட்ட கொடுமைகள் பயங்கரமாகவும் அர்த்தமற்றவையாகவும் இருந்தாலுங்கூட, தண்டனைக்கு முன்னதாகவும் பிற்பாடும் அவர்கள் சம்பந்தமாகப் பெயரளவிலாவது சில சட்டமுறைச் சம்பிரதாயங்கள் அனுசரிக்கப்பட்டன. ஆனால் அரசியல் கைதிகளது விவகாரத்தில் அவற்றுக்குங்கூட இடமில்லை. ஷூஸ்தவாவுக்கு நேர்ந்தவற்றிலிருந்தும், புதியதாய் இப்பொழுது அவருக்கு அறிமுகமான மிகப் பலருக்கும் நேர்ந்தவற்றிலிருந்தும் நெஹ்லூதவுக்கு இது தெளிவாகவே விளங்கியது. வலை விரித்துப் பிடிக்கப்படும் மீன்களுக்கு நேரும் கதிதான் இவர்

* பார்க்கவும் அடிக்குறிப்பு. பக்கம் 407

களுக்கும் நேர்ந்தது. வலையில் சிக்கும் எல்லா மீன்களும் தரையிலே இழுத்துக் கிடாசப்படுகின்றன; தேவையாய் இருக்கும் பெரிய மீன்கள் பிரித்தெடுத்துச் செல்லப்படுகின்றன; எஞ்சியிருக்கும் சிறு மீன்கள் கவனியாது கரையிலே கிடந்து அழிகின்றன. தெளிவாகவே குற்றமற்றவர்கள் என்பதோடு, அரசாங்கத்துக்கு எவ்வித அபாயமும் உண்டாக்க முடியாதோரும் நூற்றுக்கணக்கில் பிடிக்கப்பட்டுச் சிறையில் தள்ளப்படுகிறார்கள். வருடக் கணக்கில் இவர்கள் சிறையிலே அடைந்து கிடந்து காசநோயாளிகள் ஆகிறார்கள், சித்த சுவாதீனம் இழக்கிறார்கள், அல்லது தற்கொலை செய்து கொள்கிறார்கள். அவர்களை விடுதலை செய்யவேண்டிய அவசியம் ஏற்படவில்லை என்பதாலும், கைக்குக் கிடைக்கும்படி சிறைக் கூடத்தில் இருப்பார்களாயின் வழக்கு விசாரணையின் போது எழக்கூடிய பிரச்சினை எதற்கேனும் விளக்கம் காண்பதற்கு உபயோகமாய் இருக்கலாம் என்பதாலும் சிறையில் அடைத்து வைக்கப்படுகிறார்கள். அரசாங்கத்தின் நோக்கு நிலையிலிருந்து கூடக் குற்றமற்றவர்களாய் இருக்கும்படியான இவர்களது கதி போலீஸ் அதிகாரி, உளவாளி, தலைமைப் பிராசிக்யூட்டர், குற்ற இயல் நீதிபதி, ஆளுநர், அல்லது அமைச்சரின் சபலத்தையோ அவகாசத்தையோ, மனநிலையையோ பொறுத்ததாகி விடுகிறது. இந்த அதிகாரிகளில் ஒருவர் மனச்சோர்வடைகிறார் அல்லது உயர்வுபெற விரும்புகிறார்-உடனே பலரையும் கைது செய்யும்படி உத்தரவிடுகிறார். தமது மனநிலைக்கோ மேல் அதிகாரிகளது மனநிலைக்கோ ஏற்ப இவர்களைச் சிறையிலே தள்ளுகிறார், அல்லது விடுதலை செய்கிறார். மேல் அதிகாரியும் இதே போலத் தமது உயர்வுக்காக, அல்லது அமைச்சர்களுடன் கொண்டுள்ள உறவுகளால் உந்தப்பட்டு, உலகின் தொலைக் கோடிக்கும் கடத்தும்படியோ, தனிக்கொட்டடியில் அடைக்கும்படியோ கட்டளையிடுகிறார். அல்லது சைபீரியக் கடுங்காவல் தண்டனையோ மரண தண்டனையோ விதிக்கிறார்; அல்லது யாரோ ஒரு சீமாட்டி கேட்டுக்கொண்டதற்கு இணங்க விடுதலை செய்கிறார்.

யுத்தத்தில் கையாளப்படும் முறைகள் இவர்கள் சம்பந்தமாகவும் கையாளப்பட்டன. ஆகவே இவர்கள் தமக்கு எதிராகப் பிரயோகிக்கப்படும் அதே முறைகளைப் பிரயோகித்து எதிர்த்துப் போராடினர். எப்படி இராணுவத்தினர் வாழ்ந்து வருகின்ற பொது அபிப்பிராயச் சூழலானது இவர்களது செயல்கள் கொடுங்குற்றச் செயல்களாகும் என்பதை இவர்களிடமிருந்து மறைப்பதோடல்லாமல் இச்செயல்களை வீரச் செயல்களாகவும்

சித்திரித்துக் காட்டி வருகிறதோ, அதே போல இந்த அரசியல் ஊழியர்களை எப்போதும் சூழ்ந்திருக்கும் இதே கருத்துப் போக்கினால் உண்டாக்கப்படும் பொது அபிப்பிராயச் சூழலானது அபாயத்தைக் கண்டு அஞ்சாமல் இவர்கள் தமது சுதந்திரத்தையும் உயிரையும் மனிதனுக்கு உயிரனையவையாகிய ஏனைய யாவற்றையும் திரணமாய் மதித்துப் புரிந்திடும் கொடுஞ் செயல்கள் புகழுக்கும் பாராட்டுக்கும் உரியவையே அல்லாமல், தீயவையல்ல என்பதாகத் தோன்றச் செய்கிறது. விளங்காத பல விபரீதங்களுக்கு இதுவேதான் விளக்கம் என்பது அவருக்குப் புரிந்தது. எந்த உயிருக்கும் எவ்விதத் துன்பமும் உண்டாவதைக் கண்ணால் காண்பதற்கும் சகியாதவாறு அவ்வளவு இளகிய மனமுடையவர்கள் கொஞ்சங்கூடத் தயங்காமல் கொலைபுரிய முற்படுகிறார்களே; தற்காப்பையும், பொது நலனைப் பாதுகாப்ப தென்ற உயர்ந்த குறிக்கோளின் நிறைவேற்றத்தையும் போன்ற சிற்சில சந்தர்ப்பங்களில் கொலை புரிதல் நீதியும் நேர்மையும் வாய்ந்த செயலே ஆகுமென்று அனேகமாய் இவர்கள் எல் லாருமே கருதுகிறார்களே—இந்த மாதிரியான விபரீதங்களுக்கு மேற்கூறிய நிலைமையே காரணம் என்பது புரிந்தது. புரட்சி யாளர்களுக்கு எதிரான நடவடிக்கைகளுக்கும் புரட்சியாளர் களுக்கு அளிக்கப்படும் தண்டனைக்கும் அரசாங்கம் அத்தனை முக்கியத்துவம் அளிப்பதால் இயல்பாகவே புரட்சியாளர்களும் தமது இலட்சியத்துக்கும் தமக்கும் அப்படித் தனிப்பெரும் முக்கியத்துவம் அளிக்க வேண்டியதாகி விடுகிறது. புரட்சி யாளர்கள் தமக்கு இழைக்கப்படும் கொடுந்துன்பங்களைச் சகித்துக்கொள்ள வல்லவர்களாய் இருக்கும் பொருட்டு அவர்கள் தம்மை உன்னதமானவர்களாகக் கருதிக் கொள்வது அவசியமாகி விடுகிறது.

நெருங்கிச் சென்று நெஹ்லூதவ் அவர்களை நன்றாகத் தெரிந்துகொண்டபோது, ஒரு சாரார் நினைப்பது கற்பனை செய்துகொள்வது போல் அவர்கள் பொல்லாத போக்கிரிகளும் அல்லர். மற்றொரு சாரார் நினைப்பதுபோல், ஒப்பற்ற தூய வீரர்களும் அல்லர், சாதாரண மக்களைப் போன்றவர்கள்தாம், எங்கும் இருப்பது போல் அவர்களிடையிலும் நல்லவர்களும் கெட்டவர்களும் நடுத்தரமானவர்களுமாகிய பல தரப் பட்டோரும் இருந்தார்கள் என்பது சந்தேகத்துக்கு இடமின்றித் தெளிவாகியது.

நடப்பு வாழ்க்கையில் இருந்து வரும் பெருங்கேடுகளை எதிர்த்துப் போராடுவது தமது கடமையாகும் என்று நேர்மையாகவே கருதியதாய்ப் புரட்சியாளர்களாக மாறியவர்கள்

மட்டுமின்றி, தன்னலம் வாய்ந்த தன்னகங்கார நோக்கங்களுக்காக இந்தச் செயலரங்கை வரித்துக் கொண்டோரும் அவர்களிடையே இருந்தார்கள். ஆனால் அவர்களில் பெருவாரியானோர் புரட்சி இயக்கத்தால் கவர்ந்து இழுக்கப்பட்டதற்குக் காரணம், இராணுவத்தில் இருக்கையில் நெஹ்லூதவ் அனுபவித்து அறிந்திருந்ததுபோல், அபாயத்தையும் ஆபத்தையும் நேருக்கு நேர் சந்திக்க வேண்டுமென்ற துணிகர ஆர்வமும் சொந்த வாழ்க்கையுடன் விளையாட வேண்டுமென்ற மகிழ்ச்சிக் கிளுகிளுப்பும்தான்–இந்த உணர்ச்சிகள் விறுவிறுப்பும் ஊக்கமும் மிகுந்த இளமைப் பருவத்தில் இயல்பாகவே எழுகின்ற சர்வசாதாரணமான உணர்ச்சிகள். சாதாரண மக்களைவிட அவர்கள் ஒழுக்கநெறியில் உயர்ந்தவர்களாய் இருந்தார்கள். அவர்களது உயர் சிறப்பும் அவர்களுக்கும் சாதாரண மக்களுக்கும் இடையிலுள்ள வேறுபாடும் இதில்தான் அடங்கியிருந்தது. சுய கட்டுப்பாடும் கண்டிப்பும் கடின வாழ்க்கையும் சத்தியசீலமும் தன்னல மறுப்பும் மட்டுமல்லாமல், தமது வாழ்க்கையும் உட்பட அனைத்தையும் பொது இலட்சியத்துக்காகத் தியாகம் புரிவதும் தமக்குரிய கடமையாகுமெனக் கருதியவர்கள் அவர்கள். ஆகவே அவர்களிடையே நடுத்தரத்தோரைக் காட்டிலும் சிறந்தோராய் இருந்தவர்கள் அரிதிலும் அரிதான உன்னத ஒழுக்கசீலத்துக்கு எடுத்துக்காட்டாய்த் திகழும்படி அவ்வளவு சிறந்தோராய் விளங்கினர். அதேபோது அவர்களிடையே நடுத்தரத்தோரைக் காட்டிலும் கீழோராய் இருந்தவர்கள் அடிக்கடி பொய்மைக்கும் வஞ்சகத்துக்கும் அவற்றுடன் கூடவே தன்னகங்காரத்துக்கும் இறுமாப்புக்கும் எடுத்துக் காட்டாகிவிடும்படி அவ்வளவு கீழ்மையுற்றோராய் விளங்கினர். இதனால் நெஹ்லூதவ், புதிதாய் இப்போது தாம் தெரிந்து கொண்டவர்களில் சிலரை வெகுவாய் மதித்துப் போற்றியதுடன் முழு இதயத்தையும் கொண்டு நேசிக்கவும் செய்தார். அதே போது வேறு சிலரை மதியாததுடன் புறக்கணித்தும் வந்தார்.

6

மாஸ்லவா இருந்து வந்த அதே தொகுதியைச் சேர்ந்தவரான கிரிலித்சோவ் காச நோயால் நலிவுற்ற ஓர் இளைஞர், சைபீரியக் கடின உழைப்புத் தண்டனை விதிக்கப்பட்டவர்– அவரிடம் நெஹ்லூதவ் தனிப்பாசம் கொள்ளலானார். எக்கத்தெரீன்பர்கில் நெஹ்லூதவ் அவரைத் தெரிந்துகொண்டார், பிறகு பயணத்தின்போது சில தரம் சந்தித்து அவருடன்

பேசிக்கொண்டிருந்தார். கோடையில் ஒரு தரம் கடத்தல் முகாம் ஒன்றில் நெஹ்லூதவ் அனேகமாய் ஒரு பகற்பொழுது முழுவதையும் அவருடன் கழித்தார். பேச ஆரம்பித்த கிரிலித்சோவ் தமது கதை பூராவையும் நெஹ்லூதவிடம் கூறினார், எப்படித் தாம் புரட்சியாளர் ஆகும்படி நேர்ந்ததென்று விளக்கிச் சொன்னார். சிறை பிடிக்கப்படும் வரையிலான அவரது கதை மிகச் சுருக்கமானது. அவரது தந்தை தெற்கு மாநிலங்களில் ஒன்றைச் சேர்ந்த பணக்கார நிலப்பிரபு, பிள்ளைப் பிராயத்திலேயே அவர் தமது தந்தையை இழந்துவிட்டார். ஒரே மகனாகிய அவரை அவரது தாய் வளர்த்து ஆளாக்கினார். உயர்நிலைப் பள்ளியிலும் பல்கலைக்கழகத்திலும் படிப்பு அவருக்குச் சுலபமாகவே இருந்தது. கணிதத் துறையில் பல்கலைக்கழகத்தின் முதன்மைச் சிறப்புக்குரியவராகப் பட்டம் பெற்றார். பட்ட மேற்படிப்புக்காக அவரை வெளிநாட்டுக்கு அனுப்பி வைப்பதற்குப் பல்கலைக் கழகம் முன்வந்தது. ஆனால் அவர் தீர்மானத்துக்கு வராமல் தாமதம் செய்து வந்தார். அவர் காதல் கொண்டிருந்த மணவாட்டி ஒருத்தி இருந்தாள், மணம் முடித்துக் கொள்வது குறித்தும் மாவட்ட ஆட்சிப் பணியாளர் ஆவது குறித்தும் ஆலோசித்து வந்தார். பலவும் செய்ய ஆசைப்பட்டார், எந்தப் பாதையை மேற்கொள்வதென்று முடிவுக்கு வர முடியவில்லை. அந்த நிலையில் பல்கலைக்கழகத்து மாணவ நண்பர்கள் சிலர் பொது இலட்சியத்துக்காகப் பணம் உதவும்படி அவரிடம் கேட்டனர். அது புரட்சி இலட்சியமே என்பது அவருக்குத் தெரியும், அந்தக் காலத்தில் அவருக்கும் புரட்சி இலட்சியத்தில் எந்த நாட்டமும் இருக்கவில்லை. ஆனாலும் தோழமை உணர்ச்சியாலும் தூண்டப்பட்டு அவர் பணம் தந்தார். பணத்தைப் பெற்றுக் கொண்டவர்கள் பிடிபட்டுவிட்டார்கள், கிரிலித்சோவ் தந்த பணம் என்பதைத் தெரியப்படுத்திய காகிதக் குறிப்பு ஒன்றும் கைப்பற்றப்பட்டது. உடனே அவர் கைது செய்யப்பட்டார், முதலில் போலீஸ் நிலையத்துக்குக் கொண்டு போகப்பட்டார், பிறகு சிறையில் அடைக்கப்பட்டார்.

"நான் அடைக்கப்பட்டிருந்த சிறைக்கூடத்தில் கண்டிப்பு அவ்வளவு கடுமையாய் இருக்கவில்லை" என்று நெஹ்லூதவிடம் கூறிச் சென்றார், கிரிலித்சோவ் (ஒடுங்கிய மார்புடைய அவர், முழங்கைகளை முழங்கால்கள் மீது வைத்து அழுத்திக் கொண்டு தமது உயரமான பலகைப் படுக்கையில் அமர்ந்திருந்தார்; கால்களின் மினுமினுப்பும் அறிவுக்கூர்மையும் அன்பும் கொண்டு ஒளிர்ந்த அவரது அழகான கண்கள் எப்போதாவது தான் நெஹ்லூதவின் பக்கம் திரும்பிப் பார்த்தன.)

“நாங்கள் சுவர்களில் தட்டி மட்டுமல்லாமல், பிற வழிகளிலும் உரையாடிக்கொள்ள முடிந்தது. நடைவழிகளில் போய் வரவும், சிகரெட்டையும் தேவைப் பொருள்களையும் பகிர்ந்து கொள்ளவும் முடிந்தது மாலைப்பொழுதில் எல்லாருமாகச் சேர்ந்து பாட்டுகளுங்கூடப் பாடினோம். குரல் எனக்கு ரொம்ப நல்லாயிருக்கும். ஆமாம், அம்மா மட்டும் அப்படித் துயரப்பட்டிராவிடில்–சிறைக்கூடத்தில் எனக்கு நன்றாகவே இருந்தது. ஏன், இனிமையாகவும் மிகவும் சுவையாகவும் கூட இருந்தது எனலாம். அங்கே இருக்கையில்தான் பலவும் தெரிந்து கொண்டேன், பெயரும் புகழும் பெற்றவரான பெத்ரோவையும் மற்றும் பலரையும் தெரிந்துகொண்டேன் (பெத்ரோவ் பிற்பாடு கோட்டைச் சிறையில் கண்ணாடித் துண்டு ஒன்றை உபயோகித்துத் தற்கொலை புரிந்துகொண்டுவிட்டார்). ஆனால் இன்னும் நான் புரட்சியாளனாகி விடவில்லை. பக்கத்து அறைகளில் இருந்த இளைஞர்கள் இருவருடன் எனக்குப் பழக்கம் ஏற்பட்டது. இருவரும் ஒரே விவகாரத்தில் பிடிக்கப்பட்டவர்கள், போலீஸ் பிரசுரங்கள் அவர்களிட மிருந்து கைப்பற்றப்பட்டன. பிறகு ரயில் நிலையத்துக்கு அழைத்துச் செல்லப்பட்டபோது காவற் படையினரிடமிருந்து தப்பியோட முயன்றதற்காக வழக்குத் தொடரப்பட்டு இருவரும் நீதிமன்றத்தில் விசாரிக்கப்பட்டார்கள். ஒருவன் போலிஷ் இனத்தவன், லசீன்ஸ்கி என்று பெயர்; மற்றொருவன் யூத இனத்தவன், ரசோவ்ஸ்கி என்று பெயர்; ஆனால், இந்த ரசோவ்ஸ்கி சிறு பையன்தான். பதினேழு வயதாவதாகச் சொல்லி வந்தான். ஆனால் பார்ப்பதற்குப் பதினைந்து வயது பையனாகத் தெரிந்தான். ஒல்லிச் சிறுவனாய் இருப்பான், பளிச்சிடும் கரிய விழிகள், துறுதுறுப்பானவன், எல்லா யூதர்களையும் போல் போற்றத்தக்க இசைத்திறன் படைத்தவன். அவனுக்கு அப்போதுதான் குரல் முறிய ஆரம்பித்திருந்தது, அப்படியும் இனிமையாகப் பாடி வந்தான். ஆமாம், இருவரும் நீதிமன்றத்துக்கு அழைத்துச் செல்லப்பட்டதைப் பார்த்தேன். காலையில் அழைத்துச் சென்றார்கள். பிறகு மாலையில் திரும்பி வந்தார்கள். இருவருக்கும் மரண தண்டனை விதிக்கப்பட்டதாய் எங்களிடம் சொன்னார்கள். யாருமே அதை எதிர்பார்க்க வில்லை. அவர்கள் மீதான வழக்கு எந்த விதத்திலும் முக்கியமானதல்ல–காவற் படையினரிடமிருந்து தப்பி ஓட முயன்றதற்கு மேல் அவர்கள் ஒன்றும் செய்து விடவில்லை, படையினரில் யாருக்கும் சிறு காயங்கூடப் பட்டுவிடவில்லை. அதோடு, ரசோவ்ஸ்கியைப் போன்ற ஒரு சிறு பையனுக்கு மரணதண்டனை அளிப்பது இயற்கைக்கு விரோதமான

அபாண்டமாகும். அவர்களைப் பயமுறுத்துவதற்காக அளிக்கப் பட்டதாகவே இருக்கும், ஒருபோதும் இந்தத் தீர்ப்பை உறுதி செய்ய மாட்டார்கள் என்றுதான் சிறைக்கூடத்தில் இருந்த நாங்கள் எல்லோரும் முடிவு செய்து கொண்டோம். ஆரம்பத்தில் எங்களுக்குக் கிளர்ச்சியாகவே இருந்தது, ஆனால் பிறகு அதெல்லாம் ஒன்றும் நடைபெறாதென மனதைத் திடப்படுத்திக் கொண்டு அமைதியடைந்து மறுபடியும் முன்பு போலவே வாழ்ந்து வரலானோம். ஆமாம், ஆனால் ஒரு நாள் மாலை காவற்காரன் என் கதவுக்கு முன்னால் வந்து, இரகசியமாய் என்னிடம், தச்சர்கள் வந்திருப்பதாகவும் தூக்கு மேடை அமைக்கப்படுவதாகவும் சொன்னான். முதலில் நான் புரிந்து கொள்ளவில்லை; என்னா அது? எதற்காகத் தூக்கு மேடை? ஆனால் காவற்காரக் கிழவனின் கிளர்ச்சியையும் கலவரத்தையும் கண்டதும், எங்கள் இருவருக்காக அமைக்கப்படுகிறது என்பதைப் புரிந்துகொண்டேன். உடனே சுவரில் தட்டி என் தோழர்களுடன் தொடர்புகொள்ள விரும்பினேன், ஆனால் எங்களது இருவருடைய காதுக்கும் எட்டிவிடுமே என்று பயந்து, சும்மாயிருந்தேன். எல்லாத் தோழர்களும் என்னைப் போலவே சும்மாயிருப்பதைக் கவனித்தேன். எல்லாரும் தெரிந்து கொண்டு விட்டனர் என்பது புலப்பட்டது. அன்று மாலை முழுதும் நடைவழியிலும் அறைகளிலும் மயான அமைதி நிலவியது. நாங்கள் சுவர்களில் தட்டவில்லை, பாட்டுப் பாடவும் இல்லை. பத்து மணிக்கு மறுபடியும் காவற்காரன் என்னிடம் வந்து தூக்கிலிடுகிறவன் மாஸ்கோவிலிருந்து வந்துவிட்டதாக அறிவித்தான். அவன் இதைச் சொல்லிவிட்டுத் திரும்பிப் போனான். அவனைத் திரும்பி வரும்படி நான் கூப்பிட ஆரம்பித்தேன். திடுமென நடைவழிக்கு எதிர்ப்பக்கத்திலிருந்து ரசோவ்ஸ்கி அவனது அறையிலிருந்து கூச்சலிட்டு என்னிடம் கேட்டான்; 'என்ன ஆயிற்று? ஏன் திரும்பி வரும்படிக் கூப்பிடுகிறீர்கள்?' எனக்கு சிகரெட்டு கொண்டுவந்து தந்தது பற்றி ஏதோ சொல்லி நான் பதிலளித்தேன். ஆனால் அவன் ஊகித்துக்கொண்டுவிட்டதாகத் தெரிந்தது, நாங்கள் பாடாமல் இருந்தது ஏன், சுவர்களில் தட்டாமல் இருந்தது ஏன் என்று என்னைக் கேட்க ஆரம்பித்தான். நான் என்ன பதில் சொன்னேனோ, எனக்கு நினைவில்லை. ஆனால் அவனோடு பேசாமல் இருக்கும் பொருட்டு சீக்கிரமாய் அங்கிருந்து விலகிப் பின்னால் சென்றேன். ஆமாம், இராப்பொழுது பயங்கரமாய் இருந்தது. இரவு முழுதும் ஓசை ஒவ்வொன்றையும் கவனமாகக் கேட்டுக் கொண்டிருந்தேன். திடுமென அதிகாலையில் நடைபாதையில் கதவுகள் திறக்கப்பட்டு யாரோ உள்ளே

வருவது–பலரும் வருவது–காதில் விழுந்தது. என் கதவின் துளைக்குச் சென்று வெளியே பார்த்தேன். நடைவழியில் விளக்கு எரிந்தது. சிறைக் கண்காணிப்பாளர் முதலில் வந்தார். குண்டான ஆள், தன்னம்பிக்கையும் உறுதியும் வாய்ந்தவராய் இருப்பவர்–இப்பொழுது அவர் முகம் உயிரற்றதாய் வெளுத் திருந்தது, கலவரமடைந்து கவிழ்ந்திருந்தது. அவருக்குப் பின்னால் வந்தவர் துணைக் கண்காணிப்பாளர் சோர்ந்து போயிருந்தார் என்றாலும் வைராக்கியம் கொண்டவராகத் தோன்றினார். படையாட்கள் இவர்களைப் பின்தொடர்ந்து வந்தார்கள். எல்லாரும் எனது அறையின் கதவைக் கடந்து சென்று பக்கத்து அறைக்கு முன்னால் போய் நின்றார்கள். நான் காதுகொடுத்துக் கேட்டேன்–விபரீதக் குரலில் துணைக் கண்காணிப்பாளர் கூச்சலிட்டு அறிவித்தார். 'லசீன்ஸ்கி, எழுந்திரு! சுத்தமான துணிமணிகளாய் உடுத்துக்கொள்!' ஆமாம். பிறகு கதவு கிறீச்சிட்ட சப்தம் காதில் விழுந்தது, அவர்கள் உள்ளே சென்றார்கள். பிறகு லசீன்ஸ்கியின் காலடி ஓசை கேட்டது. நடைவழியின் எதிர்ப்பக்கத்துக்கு அவன் நடந்தான். கண்காணிப்பாளர் மட்டும்தான் என் கண்ணுக்குத் தெரிந்தார். வெளிறிட்டு வெலவெலத்துப்போய் நின்ற அவர், கோட்டுப் பொத்தான்களைப் போட்டுக்கொண்டார், பிறகு கழற்றி விட்டுத் தோள்களை உலுக்கிக் கொண்டார். ஆமாம். பிறகு திடுமெனத் துணுக்குற்றவராய் வழியைவிட்டு விலகி நகர்ந்தார். வந்தது லசீன்ஸ்கி. அவரைக் கடந்து என்னுடைய அறைக்கதவுக்கு முன்னால் வந்தான்–அழகான இளைஞன். நேர்த்தியான அந்தப் போலிஷ் சாயல் தெரியும் அல்லவா? அப்படியே அந்த முகச் சாயல்; அகலமாய் அமைந்த நேரான நெற்றி, அலையலையாகப் புரளும் மென்னிற முடிகள், அவற்றின் மேல் குல்லாய், எழிலாடும் நீல விழிகள். முழு மலர்ச்சியும், செழிப்பும் ஆரோக்கியமும் வாய்ந்த இளைஞன் அவன். எனது கதவின் துளைக்கு முன்னால் வந்து நின்றான், அவனது முழு முகத்தையும் என்னால் பார்க்க முடிந்தது. கிலியூட்டும்படி வற்றி மெலிந்து விட்ட சாம்பல் நிற முகம். 'கிரிலித்சோவ், சிகரெட்டு இருக்கிறதா?' நான் கொடுக்கப் போனேன். அதற்குள் துணைக் கண்காணிப்பாளர் கணமும் தாமதிக்க அஞ்சியதுபோல் அவசரமாகத் தமது சிகரெட்டுப் பெட்டியை வெளியே எடுத்துத் திறந்து காட்டினார். அவன் ஒரு சிகரெட்டு எடுத்துக் கொண்டான், துணைக் கண்காணிப்பாளர் தீக்குச்சியைக் கிழித்தார். அவன் சிகரெட்டைப் பற்ற வைத்துப் புகைபிடிக்க ஆரம்பித்தான், சிந்தனையில் ஆழ்ந்தவனைப் போல்

தோன்றினான். பிறகு திடுமென நினைவுக்கு வந்தாற்போல் பேச ஆரம்பித்தான்: 'கொடுமை இது, அநியாயம். நான் எந்தக் குற்றமும் புரியாதவன் நான்...' அவனது இளமையான வெள்ளைத் தொண்டையிலிருந்து பார்வையைத் திருப்ப முடியாமல் நான் பார்த்துக் கொண்டிருந்தேன். அதனுள் ஏதோ துடித்து அதிரக் கண்டேன், அவன் பேச்சு நின்றுவிட்டது. ஆமாம். அந்த நேரத்தில் நடைவழியிலிருந்து ரசோவ்ஸ்கி கூர்மையான அவனது யூத இனக்குரலில் ஏதோ கூச்சலிட்டது காதில் விழுந்தது. லசீன்ஸ்கி சிகரெட்டை எறிந்துவிட்டுக் கதவிலிருந்து விலகிச் சென்றான். உடனே கதவு துளைக்கு முன்னால் ரசோவ்ஸ்கியைக் கண்ணுற்றேன். நனைந்திருந்த கரிய விழிகளுடன் கூடிய அவனது குழந்தை முகம் வியர்த்து விறுவிறுத்துச் சிவந்திருந்தது. அவனும் சுத்தமான துணிமணிகள் உடுத்தியிருந்தான். கால்சட்டை அளவுக்கு மீறி அகலமாய் இருந்தது, அதை அவன் மேலே இழுத்து இழுத்து விட்டுக்கொண்டிருந்தான், அங்கமெல்லாம் நடுங்கி ஆடின. பரிதாபத்துக்குரியதாய் இருந்த முகத்தை அவன் எனது கதவின் துளைக்கு அருகே கொண்டு வந்தான். 'அனத்தோலி பெத்ரோவிச், குடிக்கச் சொல்லி டாக்டர் எனக்கு மருந்து கொடுத்தார் இல்லையா? எனக்கு உடம்பு சரியில்லை, அந்த மருந்தில் இன்னும் கொஞ்சம் குடிக்க வேண்டும்.' யாரும் பதில் சொல்லவில்லை. வினவும் முறையில் அவன் என்னையும் பிறகு கண்காணிப்பாளரையும் பார்த்தான். அவன் என்ன சொல்ல விரும்பினானோ, எனக்குப் புரியவில்லை. ஆமாம். திடுமெனத் துணைக் கண்காணிப்பாளர் கடுமையான முகபாவத்தைத் தருவித்துக்கொண்டு மறுபடியும் ஒரு மாதிரியான கீச்சுக் குரலில் கூச்சலிட்டார்: 'இது என்ன வேடிக்கை? போவோம் வா!' அவனுக்காக அங்கே என்ன காத்திருந்தது என்பதை ரசோவ்ஸ்கி புரிந்துகொள்ளும் நிலையில் இருந்ததாகத் தெரியவில்லை. நேரமாகி விட்டதென்று அவசரப்படுகிறவனைப் போல் நடைவழியில் எல்லார்க்கும் முன்னவனாய் அவன் விரைந்து சென்றான், ஓடினான் என்று கூடச் சொல்லலாம். ஆனால் சற்று நேரத்துக்கெல்லாம் வெடுக்கென நின்றுவிட்டான் – அவனது கீச்சுக்குரலும் கதறலும் என் காதில் விழுந்தன. ஒரே இரைச்சலும் காலடிகளின் தடதடப்புமாகி விட்டது. அவன் கீச்சுக் குரலில் வீறிட்டுக் கத்தினான், கதறி அழுதான். பிறகு கூச்சலும் கத்தலும் மேலும் மேலும் விலகித் தொலைவுக்குச் சென்றன–முடிவில் நடைவழியின் கதவு கிறீச்சிட்டுக் கணகணத்தது, ஒரே நிசப்தமாகி விட்டது... ஆமாம். இவ்வாறு இருவரும் தூக்கிலிடப்பட்டனர். கயிற்றால் நெரிக்கப்பட்டுக் கொல்லப்பட்டார்கள். காவற்காரன்–

வேறொருவன்–இதைப் பார்த்திருந்துவிட்டு என்னிடம் வந்து சொன்னான்: லசீன்ஸ்கி எதிர்ப்புக் காட்டவில்லை என்றும், ஆனால் ரசோவ்ஸ்கி நெடுநேரம் மல்லுக்கு நின்றதாகவும் தூக்குமேடைக்கு அவனை இழுத்துச் சென்று பலவந்தம் செய்து சுருக்குக் கயிற்றை அவன் தலையில் மாட்ட வேண்டியிருந்த தாகவும் கூறினான். ஆமாம், இந்தக் காவற்காரன் சரியான அசட்டுப்பையன். 'கனவானே, பார்க்கப் பயங்கரமாய் இருக்கும் என்று என்னிடம் சொல்லியிருந்தார்கள். ஆனால் அது ஒன்றும் பயங்கரமாய் இல்லை. அவர்கள் தொங்கியபோது தோள்கள் இந்த மாதிரி இரண்டு தரம் துடித்துக் குலுங்கின' என்று கூறித் தோள்கள் எப்படி வெடுக்கென எழுந்துவிட்டுக் கீழே வந்தன என்பதைச் செய்து காட்டினான். "தூக்கிலிடுகிறவன் சுருக்கை நன்றாய் இறுகச் செய்வதற்காக ஒரு இழுப்பு இழுத்தான், அதோடு கதை முடிந்தது. அப்புறம் துடிக்கவில்லை."

"அது ஒன்றும் பயங்கரமாய் இல்லை" காவற்காரனின் சொற்களை கிரிலித்சோவ் மறுபடியும் ஒரு தரம் சொல்லிவிட்டு நகைபுரிய முயன்றார், ஆனால் நகைப்பதற்குப் பதில் தேம்பித் தேம்பி அழுதார்.

பிறகு நெடுநேரம்வரை அவர் பேசவில்லை, திணறித் திணறி மூச்சுவிட்டு விம்மல்களை உள்ளுக்குள் அடக்கிக்கொண்டு மௌனமாய் இருந்தார்.

"அது முதலாய் நான் புரட்சியாளனாகச் செயலாற்றி வருகிறேன்" அமைதியடைந்ததும் மறுபடியும் பேச ஆரம்பித்து அவர் தமது கதையைச் சுருக்கமாகச் சொல்லி முடித்தார்.

"நரோத்னயா வோல்யா"* கட்சியில் அவர் சேர்ந்து கொண்டார். பயங்கரவாத நடவடிக்கைகள் மூலம் அரசாங் கத்தை நிலைகுலையச் செய்து, ஆட்சியதிகாரத்தை அது தானாகவே மக்களிடம் துறந்துவிடும்படியான நிலையைத் தோற்றுவிப்பதை நோக்கமாகக்கொண்ட நிலைகுலைவுக் குழுவின் தலைவராகவுங்கூட அவர் செயல்படலானார். இந்த நோக்கத்துடன் அவர் பீட்டஸ்பர்குக்கும் கீவுக்கும் ஒதேஸ் ஸாவுக்கும் வெளிநாடுகளுக்கும் சென்று வேலை செய்து வந்தார். எல்லா இடங்களிலும் அவருக்கு வெற்றி கிடைத்து வந்தது. அவர் முழு நம்பிக்கை வைத்திருந்த ஓர் ஆள் துரோகமிழைத்துக் காட்டிக் கொடுத்ததால் அவர் பிடிபட்டு விட்டார். அவர் மீது வழக்கு தொடரப்பட்டது, சிறையில் இரண்டு ஆண்டுகள் அடைபட்டிருந்தபின் மரண தண்டனை விதித்து நீதிமன்றம் தீர்ப்பளித்தது. பிற்பாடு இந்தத் தண்டனை சைபீரியக் கடின உழைப்பு ஆயுள் தண்டனை மாற்றப்பட்டது.

* *"நரோத்னயா வோல்யா" பார்க்கவும். அடிக்குறிப்பு. பக்கம் 305*

சிறைக்கூடத்தில் இருக்கையில் அவர் காசநோய் கண்டு நலிவுற்றார். இப்போது அவர் சமாளிக்க வேண்டியிருந்த நிலைமைகளில் ஒரு சில மாதங்களுக்கு மேல் அவரால் உயிரோடு இருப்பது கடினம் என்பது தெளிவாகவே தெரிந்தது. அவர் இதை அறிந்தே இருந்தார். ஆனால் அதற்காக அவர் மனம் வருந்தவில்லை; மறுபடியும் ஒருதரம் தம்மால் வாழ முடியுமானால் திரும்பவும் இதே நோக்கத்துக்காகத்தான் தாம் கண்ணுற்ற பலவற்றையும் சாத்தியமாக்கும் இன்றைய ஒழுங்குமுறையை ஒழித்திடுவதற்காகத்தான்-அந்த வாழ்க்கையைப் பயன்படுத்திக் கொள்ள விரும்புவதாய் அவர் கூறி வந்தார்.

இந்த மனிதரின் கதையும் இவருடன் இருந்து வந்த நெருக்கமும் நெஹ்லூதவுக்கு இதுகாறும் விளங்காதிருந்த பலவற்றையும் விளங்கச் செய்தன.

7

கடத்தல் முகாமில் காவல் படைத் தலைமை அதிகாரிக்கும் கைதிகளுக்கும் இடையே குழந்தை சம்பந்தமாய் மோதல் ஏற்பட்ட தினத்தன்று, நெஹ்லூதவ் பயணி விடுதியில் இரவைக் கழித்தபின் நேரம் கழித்து எழுந்து, மாநில நகரில் அஞ்சலில் சேர்ப்பதற்காகக் கடிதங்கள் எழுதிக்கொண்டு உட்கார்ந்திருந்தார். ஆகவே வழக்கத்தைக் காட்டிலும் காலம் தாழ்த்தியே விடுதியை விட்டு அன்று அவர் புறப்பட்டார். முன்பெல்லாம் செய்தது போல் இந்தத் தரம் அவரால் சாலையில் கைதிக் குழுவைத் தாண்டிச் செல்ல முடியவில்லை. கைதிக் குழுவின் தங்குமிடம் இருந்த கிராமத்துக்கு அவர் வந்து சேர்ந்தபோது பொழுது சாய்ந்து இருட்டாகி வந்தது.

கிராம விடுதியில் இறங்கி நெஹ்லூதவ் உலர்த்திக் கொண்டார். விடுதித் தலைவி ஊதிய உடலும் மிதமிஞ்சி உப்பிய வெள்ளைக் கழுத்தும் கொண்ட வயதான விதவை. மிகப் பல தேவ உருவங்களாலும் படங்களாலும் அலங்கரிக்கப்பட்ட சுத்தமான ஓர் அறையில் அமர்ந்து நெஹ்லூதவ் தேநீர் அருந்தினார். கத்யூஷாவைப் பார்த்துப் பேசுவதற்குத் தலைமை அதிகாரியிடம் அனுமதி வாங்குவதற்காக உடனே அங்கிருந்து கைதிக் குழு தங்குமிடத்துக்கு அவசரமாய்ப் புறப்பட்டார்.

கடந்த ஆறு கடத்தல் முகாம்களிலும் எந்தத் தலைமை அதிகாரிகளிடமிருந்தும் நெஹ்லூதவ் அனுமதி பெற முடிய வில்லை. காவல் படைத் தலைமை அதிகாரிகள் மாற்றப்பட்டு வந்திருந்துங்கூட அவர்களில் யாரும் நெஹ்லூதவைக் கைதிகளது

தங்குமிடத்துக்குள் செல்ல அனுமதிக்கவில்லை. ஆகவே, அவர் கத்யூஷாவைப் பார்த்துப் பேசி ஒரு வாரத்துக்கு மேலாகி விட்டது. சிறைக்கூட நிர்வாகத்தின் முக்கிய அதிகாரி ஒருவர், அந்த வழியாகச் சென்றவர், பார்வையிட வரக்கூடுமென எதிர்பார்க்கப் பட்டதுதான் இந்தக் கண்டிப்புக்குக் காரணம். கைதிக் குழுவின் முகாம் எதையும் பார்வையிடாமலே இப்போது அந்த அதிகாரி போய்ச் சேர்ந்துவிட்டதால், கைதிகளைச் சந்திப்பதற்கு முன்பிருந்த தலைமை அதிகாரிகள் தம்மை அனுமதித்தது போலவே, அன்று காலை கைதிக் குழுவுக்குப் பொறுப்பேற்றுக் கொண்டவரும் அனுமதிப்பாரென நெஹ்லூதவ் எதிர்பார்த்தார்.

கிராமத்தின் கோடியில் இருந்த கைதிக் குழு தங்கு மிடத்துக்குப் போய்ச் சேர நெஹ்லூதவுக்கு ரேக்ளா வண்டி ஒன்றை ஏற்பாடு செய்வதாய் விடுதித் தலைவி கூறினாள். ஆனால் நெஹ்லூதவ் நடந்து செல்வதாகச் சொல்லி விட்டுப் புறப்பட்டார். புதிதாகக் கீல் பூச்சிடப்பட்டு நெடி வீசிய மிகப் பெரிய புதைமிதிகள் அணிந்து, விரிந்த தோள்களுடன் ஆசானு பாகு போன்றவனாய் இருந்த இளந் தொழிலாளி ஒருவன் அவருக்கு வழிகாட்டியாக உதவ முன்வந்தான்.

வானத்தை மூடுபனி மறைத்திருந்தது. மூன்று தப்படிக்கு முன்னால் போய்க்கொண்டிருந்த இளைஞன் மீது எப்போ தாவது சன்னல் வெளிச்சம் பட்ட சந்தர்ப்பங்களைத் தவிர்த்துப் பிற நேரங்களில் அவன் நெஹ்லூதவின் கண்ணுக்குத் தெரி யாமல் மறைந்து விடும்படி அப்படி இருட்டாய் இருந்தது. கொழகொழப்பாய் ஒட்டிக்கொண்ட ஆழமான சேற்றில் இளைஞனது கனத்த புதைமிதிகள் அழுந்திச் சதக்கிட்ட சப்தம் மட்டும் எந்நேரமும் அவர் காதில் விழுந்தது.

நெஹ்லூதவ் தமது வழிகாட்டியைப் பின்தொடர்ந்து மாதாகோயில் சதுக்கத்தையும் வீடுகளின் பிரகாசமான சன்னல் களுடன் கூடிய நீளமான தெருவையும் கடந்து, மையிருட்டாய் இருந்த கிராம எல்லையை வந்தடைந்தார். ஆனால் கைதிக் குழுவின் தங்குமிடத்துக்கு அருகில் எரிந்த விளக்குகளின் வெளிச்சம் மூடுபனியைத் துளைத்துக் கொண்டுவந்து விரைவில் இந்த மையிருட்டில் சிவப்பு ஒளிப் புள்ளிகளாகத் தெரிந்தது. இந்தப் புள்ளிகள் மேலும் மேலும் பெரிதாகியும் பிரகாசமடைந்தும் சென்றன. முடிவில் அரணடைப்பின் துண்டு மரங்களது கூர்முனைகளும், நடைபோட்டுக் கொண்டிருந்த காவலாளின் கரிய உருவமும், பட்டை பூசப்பட்ட கம்பமும், காவற் கூண்டும் தெரிந்தன.

இருவரும் நெருங்கிச் சென்றதும் காவலாள் வழக்கம்போல் "யார் அங்கே?" என்று பலக்கக் கூவினான். வந்தவர்கள் அயலார் என்பது தெரிந்ததும் காவலாள் கண்டிப்பும் கடுமையும் வாய்ந்தவனாய் நடந்துகொண்டான், வேலி ஓரத்தில் இருவரும் காத்திருப்பதற்குக்கூட அவன் அனுமதிக்க மறுத்தான். ஆனால் காவலாளின் இந்தக் கண்டிப்புக்கு நெஹ்லூதவின் வழிகாட்டி மசிந்து விடவில்லை.

"என்னா தம்பீ, சீறி விழறே?" என்றான் அவன். "நீ உன் அதிகாரியை வரச் சொல்லிக் கூப்பிடு, நாங்கள் இங்கே காத்திருப்போம்."

காவலாள் பதிலளிக்கவில்லை, வாயில் வழியைப் பார்த்து ஏதோ கத்தினான். பிறகு விரிந்த தோள்களுடைய இளைஞன் விளக்கு வெளிச்சத்தில் நெஹ்லூதவின் நெடும் பூட்சுகளிலிருந்து ஒரு குச்சியால் சேற்றை அகற்றியதை அவன் பார்த்துக்கொண்டு நின்றான். ஆடவரும் பெண்டிருமான பலரின் பேச்சுக் குரல் அரணடைப்புக்குப் பின்னாலிருந்து கேட்டது. மூன்று நிமிடங் களுக்குப் பிறகு இரும்பின் கணீரொலி எழுந்தது. வாயில்வழியின் கதவுகள் திறக்கப்பட்டன. மேல் கோட்டைத் தோள்களில் விரித்துப் போட்டிருந்த மேலாளர் ஒருவர் இருட்டிலிருந்து வெளிப்பட்டு விளக்கு வெளிச்சத்துக்கு வந்து, என்ன வேண்டு மென்று விசாரித்தார்.

சொந்தக் காரியமாகப் பார்க்க விரும்புவதாகக் குறிப்பு எழுதி வைத்திருந்த சீட்டை நெஹ்லூதவ் வெளியே எடுத்து மேலாளரிடம் காட்டி, அதைத் தலைமை அதிகாரியிடம் கொடுக்கும்படிக் கேட்டுக்கொண்டார். காவலாளைப் போல் இந்த மேலாளர் கண்டிப்பு வாய்ந்தவராய் நடந்து கொள்ள வில்லை, ஆனால் ஆவல் மிக்கவராக இருந்தார். நெஹ்லூதவ் எதற்காகத் தலைமை அதிகாரியைப் பார்க்க விரும்புகிறார், யார் அவர் என்று தெரிந்து கொள்ள மேலாளர் ஆசைப்பட்டார். தமக்கு இனாம் கிடைக்கலாம், வாய்ப்பை நழுவவிட்டு விடக்கூடாதென அவர் எதிர்பார்த்தது தெளிவாகவே தெரிந்தது. நெஹ்லூதவ் தாம் ஒரு விசேஷ வேலையை முன்னிட்டு வந்திருப்பதாகவும், தக்கபடி நன்றி தெரிவிக்க விரும்புவதாகவும் சொல்லி, தமது குறிப்புச் சீட்டை கொண்டுபோய்க் கொடுக்கு மாறு வேண்டினார். மேலாளர் உடனே அதை வாங்கிக் கொண்டு தலையை ஆட்டி விட்டு, அங்கிருந்து போய்ச் சேர்ந ்தார்.

சிறிது நேரத்துக்குப் பிறகு மறுபடியும் கணீரொலி எழுந்தது. கதவுகள் திறக்கப்பட்டன. கூடைகளையும் பெட்டிகளையும் ஜாடிகளையும் பைகளையும் தூக்கிக்கொண்டு சில பெண்கள்

வெளியே வந்தார்கள். அவர்களுக்குரிய சைபீரியத் திசை வழக்கில் உரக்கப் பேசிக்கொண்டு வாயில் வழிக்கு எதிரே வந்து கூடினார்கள். அவர்களில் யாரும் குடியானவர்களது ஆடைகள் அணிந்திருக்கவில்லை, எல்லாரும் நகரத்தவர்களைப் போல் மேல் கோட்டும் மென்முடி உள்வரிக் கோட்டும் போட்டிருந் தார்கள். பாவாடைகள் உயர்த்தி மடித்துச் சொருகப்பட்டி ருந்தன. தலையில் சால்வையைச் சுற்றிக் கட்டியிருந்தார்கள். விளக்கு வெளிச்சத்தில் நெஹ்லூதவையும் அவரது வழிகாட்டி யையும் ஆவலுடன் அவர்கள் கூர்ந்து நோக்கினர். அவர்களில் ஒருத்தி விரிந்த தோள்களுடைய இளைஞனைக் கண்டதும் குதூகலமடைந்தது தெரிந்தது, உடனே சைபீரிய வசைமொழி களைப் பொழிந்து அன்பொழுகச் செல்லமாய் அவனை ஏசினாள்.

“அட சோமாறி, இங்கே என்னா வேலை உனக்கு? சைத்தான் மாதிரி நிக்கிறியே!” என்று அவனைப் பார்த்துக் கேட்டாள் அவள்.

“இதோ நம்ம ஊருக்கு வந்திருக்கிறாரே, இவருக்கு வழிகாட்டியாய் வந்தேன் இங்கே” என்றான் அந்த இளைஞன். “நீ என்ன கொண்டுவந்தே இங்கே?”

“பால் பண்டங்கள் கொண்டாந்தேன், மறுபடியும் காலையில் இன்னும் கொண்டு வரணும்.”

“இராத்திரிக்கு இருக்கச் சொல்லலியா?” என்று கேட்டான் இளைஞன்.

“நாசமாய்ப் போறவனே உருப்படுவியா நீ!” என்று கூச்சலிட்டுச் சிரித்தாள் அவள். “கிராமம் வரைக்கும் நீயும் கூட வாயேன் போவோம். வரீயா?”

வழிகாட்டி அவளிடம் ஏதோ பதில் சொன்னான்; அவன் சொன்னது அந்தப் பெண்களை மட்டுமின்றி காவலாளையும் பலக்கச் சிரிக்க வைத்தது. பிறகு அவன் நெஹ்லூதவைப் பார்த்துக் கேட்டான்:

“நீங்கள் தனியே திரும்பிப் போவீர்கள். இல்லியா? வழி தவறிவிட மாட்டீர்களே?”

“அதெல்லாம் போய்விடுவேன்.”

“மாதாகோயிலைத் தாண்டிச் சென்றதும், இரண்டு அடுக்கு வீட்டுக்கு வலப்பக்கத்தில் இரண்டாவது வீடு. ஆமாம், இந்தாங்க–இந்தக் கம்பை வைத்துக் கொள்ளுங்கள்” என்று, அவன் தன்னைக் காட்டிலும் உயரமாயிருந்த தனது கோலை நெஹ்லூதவிடம் தந்தான். பிறகு பெரிய புதைமிதிகளைச்

சேற்றில் வைத்து அழுத்திச் சப்தம் எழுப்பி அங்கிருந்து நடந்து அந்தப் பெண்களோடு சேர்ந்து இருட்டிலே மறைந்தான்.

பெண்களுடைய குரல்களுடன் அவன் குரலும் கலந்து மூடுபனிக்கு உள்ளிருந்து ஒலித்துக்கொண்டிருந்தது. அப்போது வாயில்வழியின் கதவுகள் திரும்பவும் கணீரொலி எழுப்பின. மேலாளர் வெளியே வந்தார்; தன்னுடன் தலைமை அதிகாரி யிடம் வரும்படி நெஹ்லூதவை அழைத்தார்.

8

இந்த இடைநிலைத் தங்குமிடம் சைபீரியப் பாதையில் அமைந்த எல்லாக் கடத்தல் முகாம்களையும் தங்குமிடங் களையும் போன்றதுதான்; கூர்முனைத் துண்டு மரங்களை நட்டு நாற்புறமும் அடைத்து அரணிடப்பட்ட பரப்பினுள் மூன்று ஓரடுக்கு வீடுகளைக் கொண்டது. கிராதி அடைப்பிடப்பட்ட சன்னல்களுடன் யாவற்றிலும் பெரிதாய் இருந்த வீடு கைதிகளுக் காகவும், இன்னொரு வீடு காவல் படையினருக்காகவும், மூன்றாவது தலைமை அதிகாரிக்கும் அலுவலகத்துக்காகவும் ஆனது. மூன்று வீடுகளிலும் விளக்குகள் எரிந்து, பிரகாசமான இவ்வடைப்புகளிலும் எப்போதும் போல இப்போதும் ஏதோ பெரிதாய்ச் சுகமும் வசதியும் இருப்பதுபோல வெளிச்சம் போட்டன. வீடுகளின் வாயில் முகப்புகளுக்கு முன்னாலும் விளக்குகள் எரிந்தன, அவர்களுக்கு அருகே மேலும் ஐந்து விளக்குகள் எரிந்து வெளிமுற்றத்துக்கு வெளிச்சம் அளித்தன. நெஹ்லூதவை மேலாளர் யாவற்றிலும் சிறியதான வீட்டின் வாயில் முகப்பை நோக்கிப் பலகைப் பாதை வழியே அழைத்துச் சென்றார். மூன்று படி ஏறிச் சென்றதும் அவர் நெஹ்லூதவை தமக்கு முன்னால் நடக்கவிட்டு, சிறு விளக்கு எரிந்து கொண்டி ருந்த முகப்பு அறைக்குள் போகச் சொன்னார், அதனுள் ஒரே புகையாய் இருந்தது. முரட்டுச் சட்டையும் கழுத்தில் டையும் அணிந்து, கறுப்புக் கால்சட்டை போட்டிருந்த படையாள் ஒருவன் அங்கே ஒரு காலில் மட்டும் புதைமிதியுடன் நின்று, இன்னொரு புதைமிதியைக் காற்றுத் துருத்தியாகத் தரையிலே வைத்து அழுத்திச் சமவாரில் கரியை எரிய விட்டுக் கொண்டி ருந்தான். நெஹ்லூதவைக் கண்டதும் அவன் சமவாரை விட்டு விலகி வந்து, நெஹ்லூதவிடமிருந்து அவரது தோல் கோட்டை வாங்கி மாட்டிவிட்டு, உள் அறைக்குள் சென்றான்.

“மாண்புடையீர், அவர் வந்துவிட்டார்.”

"உள்ளே வரச்சொல்" என்று கோபக்குரல் ஒன்று ஒலித்தது.

"இப்படி உள்ளே போங்கள்" என்று சொல்லிவிட்டு, அந்தப் படையாள் திரும்பவும் சமவாரிடம் சென்றான்.

கம்பியில் தொங்கிய ஒரு விளக்கு அந்த இரண்டாவது அறைக்கு வெளிச்சம் அளித்தது. பெரிய மென்னிற மீசையும் செக்கச் சிவந்த முகமும் கொண்ட தலைமை அதிகாரி அவரது விரிந்த மார்பையும் தோள்களையும் கெட்டியாகப் பிடித்திருந்த ஆஸ்திரிய குறுங்கோட்டு அணிந்து விரிப்பிடப்பட்ட ஒரு மேசைக்கு எதிரே அமர்ந்திருந்தார். சாப்பிட்டு முடிந்தபின் எஞ்சியிருந்த சாப்பாடும் இரண்டு புட்டிகளும் அந்த மேசையில் இருந்தன. கதகதப்பான அந்த அறையில் கடுமையான சிகரெட்டுப் புகை வீச்சமும், இன்னும் கடுமையான ஏதோ மலிவான செண்டின் மணமும் மூக்கில் ஏறின. நெஹ்லூதவைப் பார்த்ததும் தலைமை அதிகாரி எழுந்து நின்று, உள்ளே வந்தவரை ஏளனம் புரிவது போலவும் சந்தேகிப்பது போலவும் தோன்றும்படி உற்றுப் பார்த்தார்.

"உங்களுக்கு என்ன வேண்டும்?" என்று கேட்டார் அவர். பதிலுக்காகக் காத்திராமல் வாயிற்கதவைப் பார்த்துக் கத்தினார்: "பெர்னோவ்! சமவார்! என்னா செய்யறே?"

"இதோ கொண்டாறேன்."

"நல்லா நினைவு இருக்கும்படி இதோ உனக்குத் தருகிறேன் பார்!" என்று கூச்சலிட்டார் தலைமை அதிகாரி, அவரது கண்கள் மின்னின.

"இதோ வருகிறேன்" என்று கத்திவிட்டு, அந்தப் படையாள் சமவாரைக் கொண்டுவந்தான்.

சமவாரை மேசை மீது வைத்து விட்டுப் படையாள் திரும்பிச் சென்றான். நெஹ்லூதவ் பேசாமல் காத்திருந்தார். தலைமை அதிகாரியின் கொடூரமான கண்கள் வெளியே திரும்பிச் சென்ற படையாளைப் பின்தொடர்ந்தன; சரியானபடி எங்கே மொத்தலாமெனப் பரிசீலனை செய்வது போல அப்படி அவை அவனைப் பார்த்து வெறித்தன. சமவாரில் தண்ணீர் கொதிக்க ஆரம்பித்ததும் தலைமை அதிகாரி தேநீர் தயாரித்தார். தமது பயணப் பைக்குள்ளிருந்து சதுர வடிவ கொன்யாக் குப்பி ஒன்றையும், "அல்பேர்ட்" பிஸ்கட்டுகளையும் வெளியே எடுத்தார். இவற்றை விரிப்பின் மேல் வைத்துவிட்டு மறுபடியும் நெஹ்லூதவைப் பார்க்கத் திரும்பினார்:

"நல்லது, உங்களுக்கு நான் செய்யக்கூடியது என்ன?"

"ஒரு கைதியைப் பார்த்துப் பேச அனுமதி அளிக்க வேண்டும்" என்று, உட்காராமலே பதிலளித்தார் நெஹ்லூதவ்.

"அரசியல் கைதியா? சட்டம் அதற்கு அனுமதிக்காது" என்றார் அதிகாரி.

"நான் பார்க்க வேண்டிய பெண், அரசியல் கைதி அல்ல" என்றார் நெஹ்லூதவ்.

"சரி, தயவுசெய்து உட்காருங்கள் இப்படி" என்றார் அதிகாரி.

நெஹ்லூதவ் உட்கார்ந்து கொண்டார்.

"அவள் அரசியல் கைதியல்ல, ஆனால் நான் வேண்டிக் கொண்டதற்கு ஏற்ப மேல் அதிகாரிகளால் அரசியல் கைதிகளது பிரிவில் சேர்ந்துகொள்ள அனுமதிக்கப்பட்டவள்."

"ஆமாம், எனக்குத் தெரியும்" என்று இடைமறித்தார் அதிகாரி. "சிறியவளாய், கரு விழியாளாய் இருப்பவள்தானே? அதற்கு என்ன, ஏற்பாடு செய்து விடலாம். புகைபிடிப்பீர்கள் அல்லவா?"

சிகரெட்டுப் பெட்டியை அவர் நெஹ்லூதவின் பக்கம் தள்ளி வைத்துவிட்டு, இரண்டு கிளாசுகளில் கவனமாகத் தேநீரை ஊற்றி அவற்றில் ஒன்றை நெஹ்லூதவிடம் தந்தார்.

"தயவு செய்யுங்கள்" என்றார் அவர்.

"நன்றி உங்களுக்கு. அவளைப் பார்த்துப் பேச விரும்புகிறேன்.."

"இரவு நீளமானது. வேண்டிய நேரம் இருக்கிறது. அவளை உங்களிடம் அழைத்து வரச் சொல்கிறேன்."

"அவள் இருக்கும் இடத்துக்குப் போய் நான் சந்திக்க முடியாதா? அவளை அழைத்து வரவா சொல்ல வேண்டும்?" என்றார் நெஹ்லூதவ்.

"அரசியல் கைதிகளது பிரிவுக்கா போக வேண்டும் என்கிறீர்கள்? சட்டம் அதற்கு இடம் அளிக்காதே."

"சில தரம் அங்கே நான் போய் வந்தேனே, அனுமதி அளித்தார்கள். எதையும் நான் அவர்களிடம் தந்து விடுவேன் என்றா அஞ்சுகிறீர்கள்? அப்படியானால் அவள் மூலமாகவும் நான் கொடுத்து அனுப்பலாமே."

"அது முடியாது, அவளைச் சோதனையிட்ட பிறகே உள்ளே அனுப்புவார்கள்" என்று சொல்லி, விரும்பத்தகாத முறையில் சிரித்துக்கொண்டார் அதிகாரி.

“அப்படியானால் என்னையும் சோதனையிட்ட பின் உள்ளே அனுமதிக்கலாமே?”

‘சரி, சோதனையிடாமலே உங்களை உள்ளே விட ஏற்பாடு செய்வோம்’ என்று சொல்லி, கொன்யாக் குப்பியைத் திறந்து நெஹ்லூதவின் கிளாசுக்கு முன்னால் காட்டினார் அதிகாரி, “உங்களுக்குக் கொஞ்சம் தரட்டுமா?... சரி , உங்கள் விருப்பம். இங்கே சைபீரியாவில் வசித்து வருகையில் கல்வியறிவுடைய ஒருவரைச் சந்திக்க நேர்வது மட்டிலா மகிழ்ச்சிக்கு உரியதாகும். உங்களுக்குத் தெரியும், எங்களது பணி வருந்தத்தக்கது. நல்ல நிலைமைகளில் இருந்து பழக்கப்பட்ட ஒருவருக்கு இங்கே வேலை செய்வது மெத்தக் கடினம். கைதிக் குழுக் காவல் படைத் தலைமை அதிகாரி என்றதும் கல்வி கேள்வி இல்லாத முரட்டு ஆளாய் இருப்பார் என்றுதான் எல்லோரும் நினைக்கிறார்கள். முற்றிலும் வேறுவிதமான நிலை வகிப்பதற்காகப் பிறந்து வளர்ந்த ஆளாய் இருக்கலாமே என்கிற எண்ணம் இவர்களுக்கு ஏற்படுவதே இல்லை.”

இந்த அதிகாரியின் சிவந்த முகமும், இவரிடமிருந்து வீசிய செண்டு மணமும், இவரது மோதிரங்களும், இன்னும் முக்கியமாய் இவரது விரும்பத்தகாத சிரிப்பும் நெஹ்லூதவுக்குச் சிறிதும் ஒவ்வாதவையாகவே இருந்தன. ஆனால் நெஹ்லூதவ், இந்தப் பயணத்தின்போது முழு நேரமும் இருந்தது போலவே, கருத்தும் கரிசனமும் மிக்க அந்த உருக்கமான மனநிலையில் தான் இப்போதும் இருந்து வந்தார். இந்த மனநிலை அவரை யாரிடத்தும் அலட்சியமாய் நடந்து கொள்ளவோ, எவரையும் மதியாது புறக்கணிக்கவோ, அனுமதிக்காமல், ஒவ்வொருவரிடத்தும் “முழுமனத்துடன்” பேசுவது அவசியமெனக் கருதச் செய்தது–மனிதர்கள் ஒருவர்பால் ஒருவர் கொண்டிருக்க வேண்டிய போக்கை அவர் இவ்விதம்தான் தம்முள் வரையறுத்திருந்தார். தலைமை அதிகாரி கூறியதைக் கேட்டதும், இந்த ஆள் தனது பொறுப்பில் விடப்பட்டோரைத் துன்புறுத்த வேண்டியிருந்த தமது பணியின் கடுமையை நினைத்து வருந்துவதாக முடிவு செய்துகொண்டு நெஹ்லூதவ் கருத்தார்ந்த முறையில் அவரிடம் சொன்னார்:

“இந்த உத்தியோகத்திலும் நீங்கள் மன ஆறுதல் பெற முடியுமென நான் நினைக்கிறேன், துன்பங்களுக்கு ஆளாக்கப்படும் இம்மக்களுக்கு உதவுவதன் மூலம் இதைப் பெறலாம்.”

“என்ன துன்பங்களுக்கு ஆளாக்கப்படுகிறார்கள்? இவர்கள் இப்படிப்பட்ட வகையினராய் இருக்கிறார்களே, என்ன செய்வது.”

“இவர்கள் என்ன ஒரு தனி வகையினரா?” என்று கேட்டார் நெஹ்லூதவ். “எல்லாரும் எப்படியோ அதே மாதிரி தான் இவர்களும் குற்றமற்றவர்களும் இவர்களிடையே இருக் கிறார்கள்.”

“எல்லா விதமானோரும் இருக்கிறார்கள்தான். பாவமாகத் தான் இருக்கிறது. என் இடத்தில் இருக்கும் ஏனையோர் இரக்கம் காட்டுவதில்லை, ஆனால் நான் கூடுமான அளவுக்கு இவர்களது நிலைமையின் கடுமையை மட்டுப்படுத்த முயலுகிறேன். எனக்கு இன்னல்கள் வந்தாலும் வரட்டும், ஆனால் இவர்களுக்கு வேண்டாம். ஏனையோர் சட்டத்திலிருந்து கொஞ்சங்கூட விலகாமல் அப்படியே அதைச் செயற்படுத்த முற்படுகிறார்கள், சுட்டுத் தள்ளும் அளவுக்குங்கூடச் செல்கிறார்கள். ஆனால் நான் இரக்கம் காட்டுகிறேன். அனுமதியுங்கள்—இன்னும் கொஞ்சம் தேநீர் அருந்துங்கள்” என்று சொல்லித் தேநீரை ஊற்றினார் அவர். “அவள் யார், உங்களுக்குச் சொந்தமா—நீங்கள் பார்க்க விரும்பும் அந்தப் பெண்?” என்று கேட்டார்.

“அவள் ஒரு துர்ப்பாக்கியவதி. விபசாரி விடுதி ஒன்றில் சிக்கிக்கொண்டாள், நஞ்சு அளித்துக் கொலை செய்ததாக அவள்மீது பொய்க் குற்றம் சாட்டிவிட்டார்கள். ரொம்ப நல்லவள்” என்று நெஹ்லூதவ் பதிலளித்தார்.

தலைமை அதிகாரி தலையை ஆட்டிக்கொண்டார்.

“ஆமாம், அப்படியும் தான் நடைபெறுகிறது. கஸானில் இருந்தவளைப் பற்றி நான் சொல்ல முடியும்—அவள் பெயர் எம்மா. பிறப்பில் ஹங்கேரிக்காரி, கண்கள் மட்டும் அப்படியே பாரசீகக் கண்கள்” என்று அவர் கூறிச் சென்றார். அவளை நினைத்துக்கொண்டதும் அவரால் தமது மகிழ்ச்சிப் புன்னகையைக் கட்டுப்படுத்திக்கொள்ள முடியவில்லை. “அப்படி ஒரு மிடுக்கு இருந்தது அவளிடம், கோமகளாய் இருந்திருக்க வேண்டியவள்...”

நெஹ்லூதவ் இடைமறித்து, முன்பு அவர்கள் பேசிய விஷயத்துக்குத் திரும்பிச் சென்றார்.

“இவர்கள் உங்கள் பொறுப்பில் இருக்கும்போது நீங்கள் இவர்களது துன்பங்களை மட்டுப்படுத்த முடியுமென நினைக் கிறேன். இப்படிச் செயற்படுவதன் மூலம் பெரிய அளவில் நீங்கள் மனமகிழ்ச்சி அடைவீர்கள், அதில் சந்தேகமே வேண்டாம்” என்று, அன்னியர்கள் அல்லது குழந்தைகளிடம் பேசுகிறவரைப் போல் சொற்களைத் திருத்தமாகவும் தெளிவாகவும் உச்சரிக்க முயன்றார் நெஹ்லூதவ்.

பளிச்சிடும் கண்கள் கொண்டு நெஹ்லூதவை உற்றுப் பார்த்தார் தலைமை அதிகாரி. நெஹ்லூதவ் எப்போது பேசி முடிப்பார், பாரசீகக் கண்களுடைய அந்த ஹங்கேரியப் பெண்ணைப் பற்றிய கதையைத் தாம் தொடர்ந்து கூறலாம் என்று அவர் பொறுமையிழந்த நிலையில் காத்திருந்தார். அந்தப் பெண் தெளிவாகவே, உயிர்த் துடிப்போடு அவரது கற்பனையில் தோன்றி அவருடைய சிந்தையைக் கவர்ந்து வந்தாள்.

"ஆமாம், அது மெய்தான், அவர்களை நினைக்கையில் எனக்குப் பாவமாகத்தான் இருக்கிறது" என்றார் அவர். "ஆனால் இந்த எம்மாவைப் பற்றி உங்களிடம் சொல்ல விரும்புகிறேன். அவள் என்ன செய்தாள், பாருங்கள்."

"அதில் நான் சிரத்தை இல்லாதவன் ஆயிற்றே" என்றார் நெஹ்லூதவ். "ஒளிவு மறைவில்லாமலே இதைச் சொல்ல விரும்புகிறேன். முன்னொரு காலத்தில் நான் முற்றிலும் வேறு விதமான ஆளாய் இருந்தது மெய்தான் என்றாலும், இப்போது நான் அந்த மாதிரியான முறையில் பெண்களைக் கருதும் போக்கினை வெறுக்கிறேன்."

தலைமை அதிகாரி துணுக்குற்று மிரண்ட நிலையில் நெஹ்லூதவை உற்றுப் பார்த்தார்.

"இன்னும் கொஞ்சம் தேநீர் அருந்த விரும்பவில்லையா நீங்கள்?" என்றார்.

"வேண்டாம், நன்றி உங்களுக்கு."

"பெர்னோவ்!" என்று கூவினார் தலைமை அதிகாரி. "இந்தக் கனவானை வக்கீலவிடம் அழைத்துச் செல். அரசியல் கைதிகளது தனி அறைக்கு இவரை அனுப்பும்படிச் சொல்லு. பார்வைப் பதிவு நடைபெறும் வரை இவர் அங்கே இருக்கட்டும்."

9

பணிப் படையாளைப் பின்தொடர்ந்து மறுபடியும் நெஹ்லூதவ் வெளிமுற்றத்துக்குச் சென்று, சிவப்பாய் எரிந்த விளக்குகளின் மங்கலான வெளிச்சத்தில் நடந்தார்.

"எங்கே போக வேண்டும்?" என்று காவல் படையாள் கேட்டான், நெஹ்லூதவை அழைத்துச் சென்றவனிடம்,

"தனிப்பிரிவு, ஐந்தாம் எண் அறைக்கு."

"இந்தப் பக்கமாகப் போக முடியாது, பூட்டியிருக்கிறது. வாயில் முகப்புக்கு அப்பாலுள்ள வழியில் செல்லவேண்டும்."

"இங்கே ஏன் பூட்டியிருக்கிறது?"

“மேலாளர் பூட்டிக் கொண்டு கிராமத்துக்குப் போயிருக் கிறார்.”

“அப்ப சரி, இந்தப் பக்கம் வாருங்கள்.”

பணிப்படையாள் வாயில் முகப்பைக் கடந்து சென்று, நடப்பதற்காகப் போடப்பட்டிருந்த பலகைகளின் மீது நெஹ்லூதவை அழைத்துச் சென்றான். குடிபெயரும் தேனீக்களது கூட்டிலிருந்து எழும் மொலு மொலுப்பைப் போல், உள்ளிருந்து குரல்களின் இரைச்சலும் ஆட்களின் சந்தடியும் எழுந்ததை வெளி முற்றத்திலிருந்தே நெஹ்லூதவ் கேட்க முடிந்தது. இப்பொழுது நெருங்கிச் சென்று கதவைத் திறந்தபோது இந்த இரைச்சல் கடுமையாகியதுடன், கூச்சலும் வசவும், சிரிப்புமாகத் தனித்தனிக் குரலொலிகளாய் மாறியது. சங்கிலிகளின் ஓயாத கணகணப்பு கேட்டது; கக்கூஸ் வீச்சமும் சீலின் நெடியும் கலந்த வழக்கமான அந்தத் துர்நாற்றம் குப்பென வீசிற்று.

குரல்களின் கூச்சலும் சங்கிலிகளின் ஒலியும் அந்தப் பயங்கர வீச்சமும் எப்போதும்போல் நெஹ்லூதவுக்குச் சகிக்க வொண்ணாத வேதனையாக ஒன்று சேர்ந்து, ஒருவித உள்ளக் குமட்டலை உண்டாக்கின; இந்த உள்ளக் குமட்டல் விரைவில் வயிற்றுக் குமட்டலாக மாறிச் சென்றது. இந்த இருவிதக் குமட்டல்களும் கலந்து ஒன்றையொன்று கடுமையாக்கி, அவரைத் திணறடித்தன.

கைதிகளது தங்குமிடத்தின் நுழைவறைக்குள் நெஹ்லூதவ் இப்பொழுது அடியெடுத்து வைத்தார், நாற்றமெடுத்த பெரிய தொட்டி ஒன்று அங்கே இருந்தது. அந்தத் தொட்டி முனையில் ஒரு பெண் குந்தியிருந்ததுதான் உள்ளே நுழைந்ததும் முதலில் நெஹ்லூதவின் கண்ணில் பட்டது. அவளுக்கு எதிரே ஆடவன் ஒருவன் தலையில் மழிக்கப்பட்ட பக்கத்தில் அப்பக் குல்லாவைச் சாய்த்து வைத்துக் கொண்டு நின்றிருந்தான். இருவரும் ஏதோ பேசிக் கொண்டிருந்தார்கள். நெஹ்லூதவ் உள்ளே வருவதைக் கண்டதும் ஆண் கைதி கண்ணைச் சிமிட்டிக்கொண்டு,

“முடி சூடிய மன்னனாலும் அடக்க முடியாதே இந்தச் சிறுநீரை” என்றான்.

ஆனால் அந்தப் பெண் மேலங்கியின் முந்தியைத் தணித்து இழுத்துச் சரிசெய்தபடித் தலையைக் கவிழ்த்துக்கொண்டாள்.

நுழைவறையிலிருந்து சென்ற நடையில் அறைகளது வாயிற் கதவுகள் அடுத்து அடுத்து இருந்தன. முதலாவது அறை குடும்பத்தவர்களுக்கு ஆனது. அடுத்தது தனியாட்களுக்கான பெரிய அறை. நடையின் கோடியில் அரசியல் கைதிகளது தனிப்பிரிவைச் சேர்ந்த இரு சிறிய அறைகள் இருந்தன.

நூற்று ஐம்பது கைதிகளுக்காக அமைந்த இந்தத் தங்கு மிடத்தில் இப்போது நானூற்று ஐம்பது கைதிகள் அடைக்கப் பட்டிருந்ததால் நெரிசல் தாள முடியவில்லை, அறைகளில் இடமில்லாமல் நடையிலும் கைதிகள் நிரம்பியிருந்தனர். சிலர் தரையில் உட்கார்ந்தோ, படுத்தோ இருந்தார்கள்; சிலர் காலித் தேநீர்க் கெட்டிலை எடுத்துச் சென்றார்கள், அல்லது அதில் கொதி நீரை நிரப்பிக்கொண்டு திரும்பி வந்தார்கள். இப்படித் திரும்பி வந்தோரில் தாராஸும் ஒருவன். அவன் தன் முன்னால் போய்க்கொண்டிருந்த நெஹ்லூதவை எட்டிப் பிடித்து, ஆசையும் நேசமும் மிக்கவனாய் அவருக்கு வந்தனம் தெரிவித்தான். தாராஸின் அன்பு கெழுமிய முகம், மூக்குக்குக் கீழும் கண்ணுக்கு அடியிலும் அடிபட்டு நீலக் கருஞ்சிவப்புத் தழும்புகள் விழுந்து களங்கப்பட்டிருந்தது.

"உனக்கு என்ன ஆயிற்று?" என்று கேட்டார் நெஹ்லூதவ்.

"ஒரு விவகாரம் இப்படி வந்து முடிவடைந்தது" என்று சொல்லி தாராஸ் சிரித்துக்கொண்டான்.

"ஆமாம், எந்நேரமும் சண்டை போடுகிறார்கள்" என்றார் நெஹ்லூதவை உள்ளே அழைத்துச் சென்ற காவல் படை மேலாளர்.

"அந்தப் பெண்ணால் ஏற்பட்ட ரகளை" என்றான், தாராஸின் பின்னால் வந்த கைதி ஒருவன். "குருட்டு ஃபேத் காவிடம் சண்டைக்குப் போனான்."

"ஃபெதோசியா எப்படி இருக்கிறாள்?" என்று விசாரித்தார் நெஹ்லூதவ்.

"பரவாயில்லை. நன்றாகத்தான் இருக்கிறாள். தேநீர் தயாரிக்கப் போகிறாள், அதுக்காகத்தான் இதோ கொதி நீர் எடுத்துச் செல்கிறேன்" என்று சொல்லிவிட்டுக் குடும்பத்தினரது அறைக்குள் சென்றான் தாராஸ்.

நெஹ்லூதவ் அந்த அறைக்குள் பார்த்தார். அறையெங்கும் தூங்குவதற்கான பரண்களிலும் அவற்றுக்கு அடியிலும் பெண் களும் ஆடவர்களும் ஏகமாய் நிரம்பியிருந்தார்கள். நனைந்த துணிமணிகள் காய்ந்து கொண்டிருந்தன, அவற்றிலிருந்து எழுந்த ஆவி அறையினுள் மண்டியிருந்தது. பெண்களது கீச்சுக் குரல்கள் ஓயாமல் ஒலித்துக் கொண்டிருந்தன. அடுத்த அறை தனியாட்களுடையது, அதில் நெரிசல் இன்னுங்கூட அதிகமாயிருந்தது. அறையின் வாயிற்படியிலுங்கூடக் கூட்டம் நெரித்தது. எதிரே நடையிலும் ஒரே கூட்டமாயிருந்தது. இரைச்சல் காதை அடைத்தது. நனைந்த ஆடைகளில் கூட்டமாய் இந்தக்

கைதிகள் ஏதோ செய்துகொண்டு, அல்லது எதைப் பற்றியோ முடிவெடுத்துக்கொண்டு நின்றார்கள். உணவுப் பண்டங்கள் வாங்கி வருவதற்காகக் கைதிகளுக்குத் தலைமை ஆளாய் நியமிக்கப்பட்டவன் சாப்பாட்டுப் படியாகத் தரப்பட்ட பணத்திலிருந்து, சூதாடி ஏனையோரிடமிருந்து வென்று கொண்டோருக்கும், ஏனையோருக்குக் கடன் தந்தோருக்கும் உரிய பணத்தை எண்ணிக் கொடுத்துவிட்டு அவர்களிடமிருந்து ஆட்டச் சீட்டுகளிலிருந்து தயாரிக்கப்பட்ட சிறு குறி வில்லைகளைப் பெற்றுக்கொண்டதாக, காவல் படை மேலாளர் நெஹ்லூதவுக்கு விளக்கிக் கூறினார். மேலாளரையும் அவருடன் வந்த கனவானையும் கண்டதும் அருகாமையில் நின்ற கைதிகள் மௌனமாகிவிட்டனர், காழ்ப்புகொண்ட அவர்களது பார்வை இருவரையும் பின்தொடர்ந்து சென்றது. தமக்குத் தெரிந்த கடின உழைப்புத் தண்டனைக் கைதியான ஃபேதரோவும் அவர்களிடையே இருப்பதை நெஹ்லூதவ் கவனித்தார். இந்த ஃபேதரோவ் பரிதாபத்துக்கு உரியவனாய் வெள்ளையாய் வெளுத்து வீங்கிய முகமும் உயர்ந்தெழுந்த புருவங்களும் கொண்ட ஒரு சிறு பையனையும், அம்மைத் தழும்பு விழுந்து மூக்கில்லாமல் விகாரமாயிருந்த பொறுக்கி ஒருவனையும் எப்போதும் தனக்குப் பக்கத்தில் வைத்திருப்பவன். இந்தப் பொறுக்கி, தப்பித்துக் கொண்டு தைகாச் சதுப்புகளில் ஒளிந்திருந்த காலத்தில் தன் தோழன் ஒருவனைக் கொன்று அவனது ஊனைத் தின்று வந்தவனாகப் பெயரெடுத்திருந்தான். இப்போது அவன் தனது நனைந்த அங்கியை ஒரு தோளில் போட்டுக்கொண்டு, நெஹ்லூதவுக்கு வழி விடாமல் ஏளனமாகவும் துடுக்காகவும் அவரைப் பார்த்தபடி நடையில் நின்றான். நெஹ்லூதவ் ஓரமாய் ஒதுங்கி அவனைக் கடந்து சென்றார்.

இந்த மாதிரியான காட்சி நெஹ்லூதவுக்கு நன்கு பழக்கமானதுதான். கடந்த மூன்று மாதங்களில் இந்த நானூறு தண்டனைக் கைதிகளைத் திரும்பத் திரும்ப விதம்விதமான பல்வேறு நிலைமைகளிலும் பார்த்து வந்திருந்தார். வெப்பத்திலும் சங்கிலி பூட்டப்பட்ட பாதங்களை இழுத்துக் கொண்டு நடந்து சாலையிலிருந்து எழுப்பிய புழுதிப் படலங்களிலும், வழியில் களைப்பாறும் இடங்களிலும், கடத்தல் முகாம்களில் வெதுவெதுப்பான நேரங்களில் நெறிமுறையின்றிப் பகிரங்கமாகவே பயங்கரக் கூத்துகள் நடைபெற்ற வெளிமுற்றங்களிலும் அவர்களைப் பார்த்திருந்தார். அப்படி எல்லாம் இருந்துங்கூட, அவர்களிடையே செல்ல நேரும் ஒவ்வொரு சந்தர்ப்பத்திலும், இப்போது போல் அவர்களது கவனம் தம் மீது படிந்திருப்பதை உணர்ந்ததும், அவர்களுக்கு எதிரான தமது குற்றங்களை

உணர்ந்து வெட்கத்தால் பீடிக்கப்பட்டு வேதனைப்பட்டார். இந்த வெட்கத்தோடும் குற்ற உணர்வோடுங்கூட அடங்காத அருவருப்பும் பயங்கரமும் சேர்ந்துகொண்டு அவரை வருத்தின. அவர்கள் இருத்தப்பட்டிருந்த நிலையில் இவ்வாறன்றி வேறு எவ்வாறும் அவர்களால் இருப்பதற்கில்லை என்பது அவருக்குத் தெரிந்ததுதான், அப்படியும் அவரால் தமது அருவருப்பு உணர்ச்சியை அடக்கிக்கொள்ள முடியவில்லை.

"அவர்களுக்கு என்ன, ஊரார் செலவில் உண்ணும் சுகவாசிகள்"–அரசியல் கைதிகளது அறையின் கதவருகே நெஹ்லூதவ் சென்றதும் கரகரப்பான குரல் ஒன்று இவ்வாறு கூறியது அவர் காதில் விழுந்தது. "சைத்தான்கள். அவர்களுக்கு என்ன கேடு? வயிறு, புடைக்கத் தின்பவர்கள், எந்தக் குறையும் இல்லை" என்று சில கெட்ட வார்த்தைகளையும் சொல்லி ஏசியது அந்தக் குரல். உடனே குரோதமும் ஏளனமும் வாய்ந்த சிரிப்பொலி எழுந்தது.

10

தனியாட்களது அறையைக் கடக்கும் வரை நெஹ்லூதவுடன் காவல் படை மேலாளர் வந்துகொண்டிருந்தார். பார்வைப் பதிவுக்கு முன்னால் நெஹ்லூதவிடம் வருவதாகச் சொல்லிவிட்டு இப்பொழுது அவர் திரும்பிச் சென்றார். மேலாளர் விலகிச் சென்றதும் கைதி ஒருவன் சங்கிலிகளை உயர்த்திப் பிடித்துக்கொண்டு வெறுங்காலில் வேகமாய் நடந்து நெஹ்லூதவுக்குப் பக்கத்தில் வந்து, வியர்வையின் கடுப்பான அமில வீச்சத்தில் அவரை மூழ்கடித்தவாறு இரகசியக் குரலில் அவர் காதுக்குள் கூறினான்:

"கனவானே, நீங்கள்தான் காப்பாற்றணும். பையனை முட்டாளாக்கி ஏமாற்றுகிறார்கள். சாராயத்தில் மிதக்க வைக்கிறார்கள். இன்று பார்வைப் பதிவின் போது தான்தான் கர்மானவ் என்று அவனைச் சொல்ல வைத்துவிட்டார்கள். பையனை நீங்கள்தான் காப்பாற்றணும், எங்களால் முடியாது. எங்களைக் கொன்று விடுவார்கள்." இதைச் சொல்லி விட்டுக் கலவரத்துடன் சுற்றுமுற்றும் பார்த்துக்கொண்டு அந்தக் கைதி அவசரமாய் நெஹ்லூதவிடமிருந்து விலகிச் சென்றான்.

இந்த விவகாரம் வருமாறு: சைபீரியக் கடின உழைப்புத் தண்டனை பெற்ற கர்மானவ் என்பவன் முகச் சாயலில் தன்னைப் போன்றவனாய் இருந்த, கடத்தல் தண்டனை பெற்ற பையன் ஒருவனுடன் பேசிச் சரிக்கட்டி இருவரும் ஒருவருக்

கொருவர் பெயரை மாற்றிக்கொள்ள அவனைச் சம்மதிக்க வைத்திருந்தான். இவ்விதம் கர்மானவ் தனக்குப் பதிலாகப் பையனைக் கடின உழைப்புக்கு அனுப்பி விட்டு, தன்னைக் கடத்தல் தண்டனைக்கு உரியவனாய் மாற்றிக் கொள்ள ஏற்பாடு செய்து வந்தான்.

இதைப் பற்றி முன்பே நெஹ்லூதவுக்குத் தெரியும். இப்போது இவருடன் பேசிய இதே கைதி இந்த ஆள் மாறாட்ட ஏற்பாடு பற்றி ஒரு வாரத்துக்கு முன்பே அவரிடம் சொல்லி யிருந்தான். தாம் புரிந்துகொண்டதாகவும், தம்மால் இயன்றதைச் செய்வதாயும் இப்பொழுது நெஹ்லூதவ் தலையை ஆட்டிச் சாடை காட்டிவிட்டு திரும்பிப் பார்க்காமல் தொடர்ந்து நேரே நடந்தார்.

தம்முடன் பேசிய அந்தக் கைதியை எக்கத்தெரீன் பர்கிலேயே நெஹ்லூதவுக்குத் தெரியும். அங்கே அவன் தனது மனைவியும் தன்னுடன் வருவதற்கு அனுமதி வாங்கித் தரும்படி நெஹ்லூதவிடம் வேண்டினான். பையனைக் காப்பாற்று வதற்காக இப்போது அவன் செய்து வந்த முயற்சி நெஹ்லூதவை வியப்புறச் செய்தது. அந்தக் கைதி சர்வசாதாரண விவசாயி ரகத்தைச் சேர்ந்தவன், நடுத்தர உயரமுள்ளவன், முப்பது வயது இருக்கும். கொலை புரியவும் கொள்ளையடிக்க முயன்றதாகச் சைபீரியக் கடின உழைப்புத் தண்டனை அளிக்கப்பட்டிருந்தான். அவன் பெயர் மக்கார் தேவ்க்கின், அவன் புரிந்திருந்த குற்றம் மிகவும் விபரீதமானது. இது பற்றிய முழுக் கதையையும் அவன் நெஹ்லூதவிடம் சொல்லியிருந்தான்; அதன்படி மக்காராகிய அவன் அந்தக் குற்றத்தைப் புரியவில்லை, சைத்தானாகிய இன்னொருவனான அவன் புரிந்துவிட்டான். வழிப்போக்கர் ஒருவர் மக்காரின் தந்தை வீட்டுக்கு வந்திருந்தாராம். நாற்பது வெர்ஸ்தாவுக்கு அப்பாலிருந்து இன்னொரு கிராமத்துக்குப் போவதற்காக அவர் இரண்டு ரூபிள் வாடகை தந்து தந்தையின் சறுக்கு வண்டியை அமர்த்திக்கொண்டார். மக்காரை வண்டி ஓட்டிச் செல்லும்படித் தந்தை கூறினார். குதிரைக்குச் சேணமிட்டு வண்டியில் பூட்டினான் மக்கார். பிறகு உடுத்திக் கொண்டு தேநீர் அருந்துவதற்காக வழிப்போக்கருடன் மேசை முன்னால் அமர்ந்தான். அந்த வழிப்போக்கர் தாம் திருமணம் புரிந்துகொள்ளப் போவதாகவும் மாஸ்கோவில் சம்பாதித்த ஐந்நூறு ரூபிள் தம்மிடம் இருப்பதாகவும், தேநீர் அருந்தியவாறு தமது கதையைக் கூறிச் சென்றார். இதைக் கேட்டதும் மக்கார் வெளியே முற்றத்துக்குச் சென்று ஒரு கோடரியை எடுத்து வண்டியில் உலர் புல்லுக்கு அடியில் வைத்து மூடினான்.

"நான் ஏன் கோடரியை எடுத்து வைத்துக் கொண்டேன் என்று எனக்கே தெரியாது" என்றான் மக்கார். "கோடரியை எடுத்து வை" என்கிறான் சைத்தான், நான் எடுத்து வைத்துக் கொண்டேன். இருவரும் ஏறி உட்கார்ந்தோம், வண்டி புறப்பட்டது. நல்லபடியாகத்தான் போய்க்கொண்டிருந்தோம். கோடரி இருப்பதையே நான் மறந்துவிட்டேன். கிராமத்துக்கு அருகே போய்க்கொண்டிருந்தோம்–இன்னும் ஆறு வெர்ஸ்தா தான் இருந்தது. காட்டுப் பாதையிலிருந்து நெடுஞ்சாலைக்குச் சென்ற பாதை ஒரு குன்றின் மேல் ஏறிச் சென்றது. நான் கீழே இறங்கி வண்டியின் பின்பக்கம் சென்றேன். என் காதுக்குள் அவன் முணுமுணுக்கிறான்; 'ஏன் யோசிக்கிறே? குன்றின் மேல் ஏறியதும் நெடுஞ்சாலையில் ஆட்கள் இருப்பார்கள், அப்புறம் கிராமம் வந்துவிடும். இந்த ஆள் பணத்தைக் கொண்டு போய் விடுவான். ஏதாவது செய்ய வேண்டுமானால் இப்போதே செய். தாமதிக்காதே' உலர் புல்லைச் சரிசெய்வது போல் நான் வண்டிக்கு அடியில் குனிந்தேன், கோடரி தானாகவே தாவியது மாதிரி என் கைக்கு வந்து சேர்ந்தது. வழிப்போக்கர் அப்போது பின்னால் திரும்பிப் பார்த்தார். 'என்னா அது?' என்கிறார் அவர். நான் கோடரியை உயர்த்தி ஓங்கி ஒரு போடு போடப் போனேன். அதற்குள் அவர் முந்திக்கொண்டு வண்டியிலிருந்து குதித்து என் கைகளைப் பற்றிக்கொண்டார். "கொலைகாரப் பயலே, என்ன வேலை இது" என்று அவர் என்னைக் கீழே வெண்பனியிலே தள்ளினார். நான் சண்டை போட முடியவில்லை, எதிர்த்து நிற்காமல் பணிந்துவிட்டேன். இடுப்புக் கயிற்றால் என் கைகளைக் கட்டி என்னைத் தூக்கி வண்டியினுள் போட்டார். நேரே போலீஸ் நிலையத்துக்குக் கொண்டு போனார். என்னைச் சிறையிலே அடைத்தார்கள். வழக்கு விசாரணை நடந்தது. கிராமச் சமுதாயம் நான் நல்லவன்தான், எந்தக் கெட்ட குணமும் இருந்ததாகத் தெரியவில்லை என்று புகழ்ந்து சொல்லிற்று. நான் யாரிடம் எல்லாம் வேலை செய்தேனோ அவர்கள் எல்லாரும் என்னை மெச்சினார்கள். ஆனால் வழக்கறிஞரை அமர்த்திக் கொள்ள எங்களிடம் பணம் இல்லை. அதனால் எனக்கு நான்கு ஆண்டுக் கடின உழைப்புத் தண்டனை அளிக்கப்பட்டது" என்றான் மக்கார்.

இதே ஆள்தான் தனது கிராமத்தவனைப் பாதுகாக்க வேண்டுமென்று விரும்பினான். பேசினால் தன் உயிருக்கு ஆபத்து உண்டாகும் என்பது தெரிந்திருந்தும், நெஹ்லூதவிடம் வந்து கைதிகளது இரகசியத்தைத் தெரிவித்தான். இவன்

லியோ டால்ஸ்டாய்

செய்தது தெரிய வருமாயின், நிச்சயம் மென்னியைப் பிடித்து நெரித்து அவனைக் கொன்றுதான் பழி தீர்ப்பார்கள்.

11

அரசியல் கைதிகள் இருந்த இடம் இரண்டு அறைகளைக் கொண்டது. இந்த அறைகளின் வாயிற்படிகள் நடையில் அடைப்பிட்டுப் பிரிக்கப்பட்டிருந்த ஒரு தனிப்பகுதியில் இருந்தன. நடையின் இப்பகுதியினுள் நுழைந்ததும் நெஹ்லூதவ் முதலில் சிமன்சனைச் சந்தித்தார். கையில் தேவதாரு மரக்கட்டையுடன் சிமன்சன் அவரது குட்டைக் கோட்டில் அங்கே கணப்பு அடுப்புக்கு முன்னால் குத்துக்காலிட்டு அமர்ந்து வேலை செய்துகொண்டிருந்தார். எரிய விடப்பட்டிருந்த அடுப்பின் சூட்டில் அதன் கதவு படபடத்து ஆடியது.

நெஹ்லூதவைப் பார்த்ததும் குத்துக்காலிட்ட நிலையிலிருந்து எழாமலே சிமன்சன் தமது கவிந்த புருவங்களுக்கு அடியிலிருந்து மேலே அவரை உற்று நோக்கியபடிக் கைக்குலுக்குவதற்காகக் கையைத் தந்தார்.

“நீங்கள் வந்திருப்பது குறித்து மனம் மகிழ்கிறேன். உங்களுடன் நான் பேச வேண்டும்” என்று சொல்லிப் பொருள் வளம் வாய்ந்த முகபாவத்துடன் நேரே நெஹ்லூதவின் கண்களை உற்றுப் பார்த்தார் சிமன்சன்.

“ஓ, பேசலாமே. எதைப்பற்றி...” என்று கேட்டார் நெஹ்லூதவ்.

“பிறகு பேசுவோம். தற்போது நான் வேலையாய் இருக்கிறேன்.”

இதைச் சொல்லிவிட்டு சிமன்சன் மறுபடியும் கணப்பு அடுப்புப் பக்கம் திரும்பினார். வெப்ப ஆற்றல் வீணாவதைக் கூடுமான அளவுக்குக் குறைப்பதற்கான தமது சொந்தத் தத்துவத்தின் பிரகாரம் அதை அவர் எரிய வைத்துக் கொண்டிருந்தார்.

நெஹ்லூதவ் முதலாவது கதவைத் திறந்துகொண்டு உள்ளே போகப் போனார். அப்பொழுது மாஸ்லவா குனிந்துகொண்டு குப்பையும் தூசியுமான ஒரு பெருங் குவியலைக் காம்பு இல்லாத பெர்ச் துடப்பத்தால் கணப்பு அடுப்புப் பக்கம் பெருக்கித் தள்ளியபடி இன்னொரு கதவைத் திறந்துகொண்டு நடைக்குள் வந்தாள். வெள்ளைச் சட்டையும் முழுக்காலுறையும் போட்டுக் கொண்டு, பாவாடையை மடக்கிச் செருகியிருந்தாள். தலை தூசியாகி விடாமல் இருக்கும்பொருட்டு தலைக்குட்டையைப்

புருவங்கள் வரைத் தணிவாய் இழுத்துக் கட்டியிருந்தாள். நெஹ்லூதவைப் பார்த்ததும் அவள் நேரே நிமிர்ந்தாள், முகம் முழுதும் சிவப்பாகி மலர்ச்சியடைந்தது. துடப்பத்தைக் கீழே போட்டுவிட்டுக் கைகளைப் பாவாடையில் துடைத்தவாறு நேரே அவர் எதிரே வந்து நின்றாள்.

"இருப்பிடத்தைச் சுத்தம் செய்கிறாயாக்கும்?" என்று கேட்டு நெஹ்லூதவ் அவளுடன் கைகுலுக்கினார்.

"ஆமாம், எனது பழைய வேலையில் ஈடுபட்டிருக்கிறேன்" என்று அவள் சிரித்துக்கொண்டாள். "எவ்வளவு தூசி, எவ்வளவு அழுக்கு! அளவே இருக்காது. சுத்தம் செய்கிறோம், செய்கிறோம்– முடிவதாயில்லை! கம்பளி காய்ந்துவிட்டதா?" என்று சிமன்சன் பக்கம் திரும்பியவாறு கேட்டாள் அவள்.

"காய்ந்து விட்டது அனேகமாய்" என்றார் சிமன்சன். அவளை அவர் பார்த்த முறை நெஹ்லூதவ் வியப்புறும்படி ஒரு தனி விதமாய் இருந்தது.

"சரி, இதோ வந்து எடுத்துச் செல்கிறேன்; உலர்த்துவதற்கு மென்முடிக் கோட்டுகள் கொண்டு வருகிறேன்" என்றாள் அவள். "நம்மவர்கள் எல்லாரும் இங்கே இருக்கிறார்கள்" என்று முதல் அறையின் கதவைக் காட்டி நெஹ்லூதவிடம் சொல்லிவிட்டு, அவள் இரண்டாம் அறையின் கதவைத் திறந்துகொண்டு உள்ளே சென்றாள்.

கதவைத் திறந்துகொண்டு நெஹ்லூதவ் ஒரு சிறு அறைக் குள் நுழைந்தார். தணிவான சுவர்ப் பலகைப் படுக்கையில் இருந்த சிறிய தகர விளக்கு மங்கலான வெளிச்சம் தந்தது. அறையினுள் குளிராய் இருந்தது, இன்னும் அடங்கித் தணி யாமல் மிதந்துகொண்டிருந்த தூசியின் நெடியும் ஈர நைப்பும் சிகரெட்டுப் புகையும் மூக்கில் ஏறின. தகர விளக்கு அதன் பக்கத்தில் இருந்தோர் மீது ஒளி வீசியது, ஆனால் பலகைப் படுக்கைகள் நிழலில் இருந்தன, சுவர்களில் கரு நிழல்கள் ஆடின.

பண்டச் சேகரிப்புக்குப் பொறுப்பான இரு ஆடவர்கள் கொதிநீரும் உணவுப் பண்டங்களும் கொண்டு வருவதற்காக வெளியே போயிருந்தார்கள், ஏனைய அரசியல் கைதிகள் எல்லாரும் அந்தச் சிறு அறையினுள் காணப்பட்டனர். நெஹ்லூதவுக்கு நன்கு பரிச்சயமானவளாகிய வேரா பொகதூஹவ்ஸ்கயா அங்கே இருந்தாள்–கிலி கொண்ட அல்லது பெரிய கண்களோடும், புடைத்துக்கொண்டு நெற்றியில் தெரிந்த இரத்த நாளத்தோடும் முன்னிலும் ஒல்லியாய் மெலிந்து போய் மஞ்சள் மேனியளாகத் தோன்றினாள். முடிகள் குட்டையாய்

வெட்டப்பட்டிருந்தன, சாம்பல் நிறச்சட்டை போட்டிருந்தாள். சிகரெட்டுப் புகையிலை சிதறியிருந்த செய்தியேட்டுக்கு எதிரே அமர்ந்து, படபடத்துக்கொண்ட கைகளால் சிகரெட்டுக் காகிதக் குழாய்களினுள் புகையிலை அடைத்துக் கொண்டிருந்தாள்.

அரசியல் கைதிகளில் நெஹ்லூதவின் மனத்துக்கு மிக இனிமையானோரில் ஒருத்தியான எமீலியா ரான்த்சேவாவும் அங்கே இருந்தாள். உள்துறை நிர்வாகத்துக்கு அவள் பொறுப் பேற்றுக்கொண்டு பணியாற்றினாள், பெண்களது மனைமாட்சி யின் இதமான கதகதப்பையும் இனிமையையும் மிகவும் கடினமான நிலைமைகளிலுங்கூட எப்படியோ தோற்றுவித்து வந்தாள். சட்டைக்கைகளைச் சுருட்டி விட்டுக்கொண்டு விளக்குக்குப் பக்கத்தில் அமர்ந்து, பழுப்பேறி அழகு மிளிரும் தேர்ச்சி மிக்க கைகளால் கிண்ணங்களையும் குவளைகளையும் துடைத்துத் துணி விரிக்கப்பட்டிருந்த பலகையின் மேல் வரிசையாய் வைத்துக்கொண்டிருந்தாள். ரான்த்சேவா அழகி யெனச் சொல்ல முடியாத இளம்பெண், அறிவுக் கூர்மையுடன் ஒளிர்ந்த சாந்தமான முகபாவம் கொண்டவள். அவள் புன்னகை புரிந்ததும் அவளது இந்த முகபாவம் திடுமென உவகையும் உற்சாகமும் மிக்கதாய் உள்ளங்கவரும் தன்மை வாய்ந்ததாகி விடும். இந்த மாதிரியான புன்னகையுடன்தான் இப்போது அவள் நெஹ்லூதவை வரவேற்றாள்.

“ஓ, நீங்கள் ருஷ்யாவுக்குத் திரும்பி விட்டீர்கள் என்றல்லவா இங்கே நாங்கள் நினைத்துக் கொண்டிருந்தோம்” என்றாள் அவள்.

மரீயா பாவ்லவ்னாவும் அங்கேதான், நிழல் படிந்த எதிர் மூலையில் இருந்தாள். வெண்முடிச் சிறுமிக்கு அவள் ஏதோ செய்து கொண்டிருந்தாள், மதுரமான மழலைக் குரலில் ஓயாமல் அந்தச் சிறுமி மொழுமொழுத்துக்கொண்டிருந்தாள்.

“வாங்க, உங்கள் வருகை எங்களுக்கு ஒரு கொண்டாட்ட மாகும். கத்யூஷாவைப் பார்த்தீர்களா?” என்று அவரைக் கேட்டாள் மரீயா பாவ்லவ்னா. “இதோ எங்களது இந்த விருந்தாளியைப் பாருங்கள்'' என்று தன்னிடம் இருந்த சிறுமியை அவள் சுட்டிக்காட்டினாள்.

அனத்தோலி கிரிலித்சோவும் அங்கே இருந்தார், மெலிந்து போய் வெள்ளை வெளேரென வெளுத்திருந்தார். ஒட்டுக் கம்பளி முழங்கால் பூட்சுகளுடன் கால்களைத் தமக்கு அடியில் மடக்கி வைத்து கைகளை ஆட்டுத் தோல் கோட்டின் கைகளுக் குள் நுழைத்துக்கொண்டு குளிர் தாங்காமல் நடுங்கியவாறு எதிர்மூலையில் பலகை படுக்கையில் கூனிக் குறுகிய நிலையில்

அமர்ந்திருந்தார். காய்ச்சல் மினுமினுத்த கண்களால் அவர் நெஹ்லூதவை உற்றுப் பார்த்தார். நெஹ்லூதவ் நேரே அவரிடம் போவதற்காகத்தான் அடியெடுத்து வைத்தார். ஆனால் அறையின் வாயிலுக்கு வலப்பக்கத்தில் செம்பட்டை சுருட்டை முடிகளில் ஒருவர் மூக்குக் கண்ணாடியும் ரப்பர் கோட்டும் போட்டுக்கொண்டு அமர்ந்து, புன்னகை பூத்த இன்முகத்தவளான கிராபெத்சுடன் பேசிக்கொண்டிருந்தார். அவர்தான் புகழ்பெற்ற புரட்சியாளர் நவதுவோரவ், முகமன் கூறுவதற்காக நெஹ்லூதவ் அவசரமாய் அவரிடம் திரும்பினார். இந்தக் காரியத்தை அவர் சீக்கிரமாகவே செய்து முடிக்க விரும்பினார். ஏனெனில் இந்தக் கைதிக் குழுவைச் சேர்ந்த அரசியல் கைதிகளில் இந்த நவதுவோரவ் ஒருவர் மட்டும்தான் அவருக்குப் பிடிக்காதவர். நவதுவோரவின் நீல விழிகள் மூக்குக் கண்ணாடிக்குப் பின்னாலிருந்து நெஹ்லூதவைப் பார்த்து மினுமினுத்தன, கைகுலுக்குவதற்காக அவர் முகம் சுளித்தவாறு தமது குறுகலான கையை நீட்டினார்.

"எப்படி நடைபெறுகிறது உங்கள் பயணம், மனத்துக்கு இனியதாய் இருக்கிறது அல்லவா" என்று தெளிவாகவே ஏளனம் தொனிக்கக் கேட்டார் அவர்.

"ஆமாம், கருத்துக்கு உரியவை பலவும் இருக்கக் காண்கிறேன்" என்றார் நெஹ்லூதவ். கேள்வியின் ஏளனத்தைப் பொருட்படுத்தாமல் வழக்கமான விசாரிப்புக்குப் பதிலளிப்ப வரைப் போல் இவ்வாறு சொல்லிவிட்டு, அவர் அங்கிருந்து கிரிலித்சோவிடம் சென்றார்.

பொருட்படுத்தாதவரைப் போல் வெளிப்பார்வைக்குக் காட்டிக் கொண்டாலுங்கூட உள்ளுக்குள் நெஹ்லூதவ் வெகு வாய்ப் பாதிக்கப்படவே செய்தார். மனம் புண்படும்படி ஏதாவது சொல்லவும் செய்யவும் வேண்டுமென நவதுவோரவ் தெளிவாகவே விரும்பியதைப் புலப்படுத்திய அவரது இந்தக் கேள்வி, நெஹ்லூதவின் அமைதியான நல்ல மனநிலையைக் கெடுத்தது. நெஹ்லூதவ் வாட்டமுற்று மனம் வருந்தினார்.

"என்ன சேதி, எப்படி இருக்கிறீர்கள்?" என்று விசாரித்து, கிரிலித்சோவின் குளிர்ந்து நடுங்கிய கையைப் பிடித்தி அழுத்தினார் நெஹ்லூதவ்.

"இருக்கிறேன், பரவாயில்லை. ஆனால் கதகதப்பு ஆக்கிக் கொள்ள முடியவில்லை, நனைந்து போய் வந்து சேர்ந்தேன்" என்று பதிலளித்துவிட்டு கிரிலித்சோவ் அவசரமாகத் தமது கைகளைத் திரும்பவும் ஆட்டுத்தோல் கோட்டின் கைகளினுள்

நுழைத்துக்கொண்டார். “இங்கே காட்டுத்தனமாகக் குளிர்கிறது. அதோ பாருங்கள். சன்னல் கண்ணாடி உடைந்து இருப்பதை” என்று இரும்புக் கிராதியடைப்புக்குப் பின்னால் இரண்டு இடங்களில் சன்னல் கண்ணாடி உடைந்து நொறுங்கி இருந்ததை அவர் சுட்டிக் காட்டினார். “நீங்கள் எப்படி இருக்கிறீர்கள்? ஏன் எங்களிடம் வராமல் இருந்தீர்கள்?”

“வர அனுமதிக்கவில்லை, அதிகாரிகள் அப்படிக் கண்டிப்பாய் இருந்தார்கள். இன்றைக்குத்தான் இங்கே தலைமை அதிகாரி கொஞ்சம் நல்ல மாதிரியாய் இருந்தார்.”

“ரொம்ப நல்ல மாதிரியானவர்தான்!” என்றார் கிரிலித்சோவ் “மரீயா, காலையில் அவர் செய்ததைக் கொஞ்சம் சொல்லேன்.”

காலையில் கைதி முகாமிலிருந்து புறப்பட்டபோது சிறுமி சம்பந்தமாய் என்ன நடைபெற்றது என்பதை மரீயா பாவ்லவ்னா அவளது மூலையில் இருந்தபடி கூறினாள்.

“எல்லாரும் கூட்டாகச் சேர்ந்து கண்டனம் தெரிவிப்பது அவசியமென நினைக்கிறேன்” என்று வேரா பொகதூஹவ்ஸ் கயா வைராக்கியமான குரலில் சொன்னாள். அதேபோது சஞ் சலம் கொண்டவளாகத் திகிலுடன் இங்கே ஒருவர் முகத்தை யும் அங்கே இன்னொருவர் முகத்தையும் பார்த்துக்கொண்டாள். “விளதீமிர் சிமன்சன் கண்டனம் தெரிவித்தது மெய்தான், ஆனால் அது போதாது.”

“எந்த மாதிரிக் கண்டனம் தெரிவிக்க வேண்டுமாம்?” என்று கிரிலித்சோவ் சிடுசிடுப்பாய் முகத்தைச் சுளித்து முணு முணுத்துக் கொண்டார். வேரா பொகதூஹவ்ஸ்கயாவின் எளிமையற்ற செயற்கையான தொனியும் பதற்றமும் நெடு நாட்களாகவே அவருக்கு எரிச்சல் உண்டாக்கி வந்திருக்க வேண்டுமென்பது தெரிந்தது.

“கத்யூஷாவைத்தானே தேடுகிறீர்கள்?” என்று அவர் நெஹ்லூதவிடம் கேட்டார். “அவள் எந்நேரமும் வேலை செய்கி றாள், சுத்தம் செய்கிறாள். எங்கள் அறையை–ஆடவர்களது அறையைக் கூட்டிச் சுத்தமாக்கினாள். இப்போது பெண்களது அறையைச் சுத்தம் செய்துகொண்டிருக்கிறாள். ஆனால் பேன்களைத்தான் ஒன்றும் செய்ய முடியவில்லை, உயிரோடு ஆளைப் பிடுங்கித்தின்கின்றன. மரீயா அங்கே என்ன செய்கிறாள்?” என்று கேட்டு மரீயா பாவ்லவ்னா உட்கார்ந் திருந்த மூலையை நோக்கித் தலையை அசைத்துக்காட்டினார்.

“சுவீகாரப்புத்திரிக்குத் தலை சீவி விடுகிறாள்” என்று ரான்த்சேவா பதிலளித்தாள்.

“பேன் எல்லாம் எங்கள் மீது மேய வந்துவிடுமே” என்றார் கிரிலித்சோவ்.

“இல்லை, இல்லை, கவனமாகவே வேலை செய்திருக் கிறேன். சிறுமி இப்போது படுசுத்தமாகிவிட்டாள். இவளை நீ வைத்துக் கொள்” என்று ரான்த்சேவாவைப் பார்க்கத் திரும்பிய வாறு சொன்னாள் மரீயா பாவ்லவ்னா, “நான் போய் கத்யூ ஷாவுக்கு உதவி செய்கிறேன். அப்படியே இவருக்குக் கம்பளமும் எடுத்து வருகிறேன்.”

ரான்த்சேவா சிறுமியை வாங்கித் தாய் அன்புடன் குழந்தை யின் தளதளப்பான வெறுங்கைகளை மார்புடன் வைத்து அணைத்துக் கொண்டாள், பிறகு மடியில் தூக்கி உட்கார வைத்து ஒரு சர்க்கரைக் கட்டியை அவளிடம் தந்தாள்.

மரீயா பாவ்லவ்னா அறையை விட்டு வெளியே சென்றாள். உடனே கொதி நீரையும் உணவுப் பண்டங்களையும் எடுத்துக் கொண்டு இரண்டு பேர் உள்ளே வந்தார்கள்.

12

உள்ளே வந்தோரில் ஒருவர் உயரக் கட்டையாய், ஒல்லியாய் வயதில் இளையவராய் இருந்தார். துணி மூடிய ஆட்டுத்தோல் கோட்டு அணிந்து நெடிய புதைமிதி போட்டிருந்தார்; கொதி நீரின் ஆவி எழுந்த இரண்டு பெரிய தேநீர்க் கெட்டில்களைத் தூக்கிக்கொண்டு, துணியில் சுற்றப்பட்ட ரொட்டியைக் கைக்கு அடியில் வைத்து அழுத்திக்கொண்டு மிருதுவாகவும் வேகமாகவும் அடியெடுத்து வைத்து நடந்தார்.

“ஓ, நமது கோமகன் வந்திருக்கிறாரே?” என்று சொல்லித் தேநீர்க் கெட்டில்களைக் கிண்ணங்களுக்குப் பக்கத்தில் வைத்துவிட்டு, ரொட்டியை ரான்த்சேவாவிடம் கொடுத்தார். “பிரமாதமான பண்டங்கள் வாங்கி வந்திருக்கிறோம்” என்று தொடர்ந்து கூறியவாறு தமது ஆட்டுத்தோல் கோட்டைக் கழற்றிப் பலகைப் படுக்கையின் மூலையில் இருந்த ஏனைய கோட்டுகளின் மேல் எறிந்தார். “பாலும் முட்டையும் வாங்கி வந்திருக்கிறார் மார்க்கேல். நடன விருந்துக்கே ஏற்பாடு செய்ய லாம் இன்று நாம். எமிலியா கிரீலவ்னா எழிலும் இனிமையும் வாய்ந்த தூய்மையை எங்கும் பரப்புவதைப் பாருங்கள்” என்று ரான்த்சேவாவைப் பார்த்து அவர் புன்சிரிப்பு சிரித்துக் கொண்டார். “நமக்கு இப்போது தேநீர் தயாரிக்கப் போகிறார்.”

அவரது நடை, குரலின் தொனி, கண்களின் பார்வை– அவரது தோற்றம் அனைத்துமே உற்சாகத்தையும் குதூகலத் தையும் உண்டாக்குவதாய் இருந்தன. உள்ளே வந்த இன்னொரு வரும் உயரக் கட்டையாகவும் எலும்பாகவும் தான் இருந்தார். ஆனால் வெளிறிய முகத்தின் ஒட்டிய கன்னங்களில் புடைத்தெழுந்த எலும்புகளும், மெல்லிய உதடுகளும், சற்றே விலகி அமைந்த அழகான பசிய கண்களும் உடையவரான அவர், முதலில் வந்தவருக்கு நேர் விரோதமாய்ச் சோக உருவினராய், உம்மென்று இருந்தார். பஞ்சடைந்த பழைய மேல் கோட்டும் மேலுறையுடன் கூடிய நெடும் பூட்சும் போட்டி ருந்தார். இரண்டு பால் பானைகளையும் இரண்டு கூடைப் பெட்டிகளையும் கொண்டு வந்தார். இவற்றை ரான்த்சேவாவுக்கு முன்னால் வைத்துவிட்டு வைத்த கண் வாங்காமல் நெஹ்லூதவ் பார்த்து வெறித்தவாறு கழுத்தை மட்டும் சாய்த்து அவருக்கு வணக்கம் தெரிவித்தார். பிறகு கைகுலுக்குவதற்காகத் தமது ஈரக் கையை விருப்பம் இல்லாமலே அவரிடம் தந்தபின், தாம் வாங்கி வந்த பண்டங்களை அவசரமின்றி மெதுவாய்க் கூடைகளி லிருந்தும் வெளியே எடுக்க முற்பட்டார்.

இவ்விரு அரசியல் கைதிகளும் சாதாரண மக்கள் மத்தியி லிருந்து வந்தவர்கள்; முதலாமவர் விவசாயியான நபாத்தவ்; இரண்டாமவர் ஆலைத் தொழிலாளியான மார்க்கேல் கன்திராத்தியெவ். மார்க்கேல் முப்பத்தைந்து வயதான பிறகே புரட்சி இயக்கத்தில் சேர்ந்துகொண்டவர். நபாத்தவ் பதினெட்டாவது வயதிலேயே சேர்ந்துகொண்டுவிட்டவர். நபாத்தவ் கிராமப் பள்ளியில் படிப்பை முடித்ததும், அவரது சிறந்த ஆற்றலைக் கருதி உடனே அவரை உயர்நிலைப் பள்ளியில் சேர்த்துக் கொண்டார்கள். அங்கே படித்து வந்த காலம் முழுதும் பாடம் சொல்லிக் கொடுத்து அவர் தமது செலவுக்கு வேண்டியதைச் சம்பாதித்துக் கொண்டார். தங்கப் பதக்கம் பெற்று உயர்நிலை பள்ளிப் படிப்பைச் சிறப்புடன் முடித்தார். ஆயினும் பல்கலைக்கழகத்தில் அவர் சேரவில்லை, ஏனெனில் மக்களிடையே சென்று பணியாற்றுவதென்றும் கவனியாது ஒதுக்கப்பட்டிருந்த தமது சோதரர்களுக்கு அறிவொளி அளித்திடுவதென்றும் எட்டாவது படிவத்தில் படிக்கையிலேயே அவர் தீர்மானித்திருந்தார். இப்போது அவர் இதேபோல் செய்தார்; முதலில் ஒரு பெரிய கிராமத்தில் எழுத்தராக வேலைக்கு அமர்ந்தார்; ஆனால் விவசாயிகளுக்குப் புத்தகங்கள் படித்துக் காட்டினார் என்பதற்காகவும், நுகர்வோருக்கும் உற்பத்தியாளருக்குமான கூட்டுறவுச் சங்கத்தை அவர்களிடையே

அமைத்ததற்காகவும் விரைவிலேயே அவர் கைது செய்யப் பட்டார். அவரது இந்த முதலாவது சிறைவாசம் எட்டு மாதங் களுக்கு நீடித்தது. பிறகு விடுதலை செய்யப்பட்டார் என்றாலும், போலீஸ் கண்காணிப்புக்கு உட்படுத்தப்பட்டிருந்தார். முழு விடுதலை கிடைத்ததும் வேறொரு மாநிலத்துக்குச் சென்று அங்கே ஒரு கிராமத்தில் பள்ளி ஆசிரியராய் வேலை பெற்று முன்பு போல் அதே பணிகளைச் செய்யலானார். திரும்பவும் பிடிக்கப்பட்டார், இந்தத் தரம் ஓராண்டு இரண்டு மாதங் களுக்குச் சிறையில் இருந்தார். சிறையில் அவரது கருத்துக்களும் வைராக்கியமும் மேலும் உறுதியடையலாயின.

இந்த இரண்டாவது சிறைவாசத்துக்குப் பிற்பாடு கடத்தல் தண்டனை அளிக்கப்பட்டு அவர் பேர்ம் மாநிலத்துக்குக் கடத்தப்பட்டார். அங்கிருந்து அவர் தப்பி ஓடினார். மறுபடியும் பிடிக்கப்பட்டு, ஏழு மாதங்களுக்கு சிறையில் அடைபட்டு இருந்தபின் அர்ஹான்கெல்ஸ்க் மாநிலத்துக்குக் கடத்தப்பட்டார். முழு ஆளானபின் தமது வாழ்வில் சரிபாதியை இவ்வாறு அவர் சிறையிலும் கடத்தல் தண்டனைக் கைதியாகவும் கழித்திருந்தார். இந்தக் கொடுமைகள் எல்லாம் கொஞ்சமும் அவரை மனக்கசப்பு கொள்ளச் செய்துவிடவில்லை. அவரது ஆற்றலையும் துடிப்பையும் மேலும் ஓங்கச் செய்தனவே அன்றி ஒடுங்க வைத்துவிட வில்லை. ஜீரண சக்தி நிரம்பப் பெற்றவராய், விறுவிறுப்பு மிக்கவராய் விளங்கினார். ஓயாமல் எந்நேரமும் முறைப்படி வேலை செய்துகொண்டு உற்சாகமாகவும் குதூகல மாகவும் இருந்து வந்தார். கடந்தது எதைப் பற்றியும் ஒருபோதும் அவர் மனம் நொந்து கொள்வதில்லை. எதிர்காலத்துள் நெடுந் தொலைவுக்குப் பார்வை செலுத்துவதும் இல்லை; நிகழ் காலத்தில் செயல்படுவதில்தான் தமது அறிவுக் கூர்மை, திறமை, நடைமுறைச் செயலாற்றல் ஆகிய எல்லாச் சக்திகளையும் ஈடுபடுத்தி வந்தார். சுதந்திரமாய் இருந்தபோது, அவர் தமக்கு வகுத்து வைத்திருந்த இலட்சியத்துக்காக, அதாவது உழைப் பாளர்களையும் முக்கியமாய் விவசாயி மக்களையும் அறிவொளி பெறச் செய்து அவர்களை ஒன்றுபட வைப்பதற்காகப் பாடுபட்டார். கைதியாய் அடைபட்டிருந்தபோதும் அதேபோல விறுவிறுப்பாகவும் நடைமுறைக் காரியக் கண்ணோட்டத் தோடும் செயற்பட்டு வெளி உலகுடன் தொடர்புகளை நிறுவிக் கொள்ளவும், அவ்வப்போது நிலைமைகள் அனுமதித்த அளவுக்குத் தமக்கு மட்டுமல்லாமல் தமது குழுவினர் எல்லார்க்கும் கூடுமானவரை நல்லபடி அமைந்த வாழ்க்கைக்கு ஏற்பாடு செய்யவும் முயன்றார். யாவற்றுக்கும் முதலாய் அவர்

ஒரு சமூக மனிதனாய் இருந்து வந்தார். தமக்கென அவருக்கு ஏதும் தேவைப்பட்டதாகத் தெரியவில்லை, கிடைத்தது சொற்பமாயினும் அவரால் மனநிறைவு பெற முடிந்தது. ஆனால் தமது தோழர்களது குழுவுக்கு நிறைய வேண்டுமென அவர் கோரினார், இதைப் பெறுவதற்காக உடல் உழைப்பு, மூளை உழைப்பு ஆகிய எல்லா உழைப்பிலும் ஈடுபட்டு ஊண் உறக்கமின்றி இராப் பகலாய் அவரால் வேலை செய்ய முடிந்தது. விவசாயியாகப் பிறந்து வளர்ந்த அவர் சளைக்காமல் உழைக்கக் கூடியவர் என்பதோடு, வேலையில் கண்ணும் கருத்துமாகவும், சாமர்த்தியசாலியாகவும் இருந்தார். தவிரவும் இயல்பாகவே அவர் தன்னடக்கம் வாய்ந்தவர்; முயற்சி இல்லாமலே அவரால் பணிவன்புடன் நடந்துகொள்ளவும், ஏனையோரது உணர்ச்சி களில் மட்டுமின்றிக் கருத்துக்களிலும் கவனம் செலுத்தவும் முடிந்தது. கிழவியான அவரது தாய் எழுத்து வாசனை அறியாத, மூடநம்பிக்கை வாய்ந்த விதவையாய்க் கிராமத்தில் வாழ்ந்து வந்தார். நபாத்தவ் இந்தத் தாய்க்கு உதவி புரிந்து வந்தார், விடுதலையடைந்து சுதந்திரமாய் வெளியே இருக்கையில் தாயிடம் வந்து தங்குவார். வீட்டில் தங்கியிருக்கும் காலங்களில் தாய்க்கு அக்கறைக்குரியனவாய் இருந்தவற்றில் தாமும் பங்கெடுத்துக் கொண்டார். எல்லா வேலைகளிலும் தாய்க்கு உதவியாய் இருந்தார். தமது பழைய விவசாயி நண்பர்களுடன் பழக்கம் விட்டுவிடாதபடித் தொடர்ந்து அவர்களுடன் உறவாடியும், அவர்களோடு சேர்ந்து பீடி புகைத்தும், அவர்களது சண்டை சச்சரவுகளில் பங்கெடுத்தும் வந்தார். அவர்கள் எல்லாரும் எப்படி ஏமாற்றப்பட்டு வந்தனர் என்றும், அவர் களைக் கட்டுண்டு இருக்கச் செய்த இந்த ஏமாற்றுகளிலிருந்து எப்படி அவர்கள் விடுபட்டு வெளியேற வேண்டும் என்றும் விளக்கிக் கூறி வந்தார். புரட்சியால் மக்களுக்கு ஆற்றக்கூடிய சேவைகள் குறித்து அவர் நினைக்கையிலும் பேசுகையிலும் புரட்சியாவது மக்களுக்குப் போதுமான நிலமும், பிரபுமாரும் அதிகாரிமாரும் இல்லாத வாழ்வும் கிடைக்கச் செய்ய வேண்டும். அதேபோது தாம் உதித்தெழுந்த இம்மக்களை மற்றபடி ஏறத்தாழ முன்பிருந்த அதே நிலைகளில் வாழ விடவேண்டும் என்றுதான் அவர் எப்போதுமே தம்முள் கற்பனை செய்துகொண்டார். புரட்சியானது மக்களது வாழ்வின் அடிப்படை வடிவங்களை மாற்றி விடக்கூடாது என்று நினைத்தார்–இதில் அவர் நவதுவோரவுடனும் நவதுவோரவைப் பின்பற்றிய மார்க்கேல் கன்திராத்தியெவுடனும் கருத்து வேறுபாடு கொண்டிருந்தார். அவருடைய கருத்துப்படி, புரட்சியானது கட்டமைப்பு அனைத் தையும் தகர்த்துவிடக்கூடாது; தமது உயிருக்கு உயிரானதாய்

அவர் நேசித்து வந்த எழில் மிக்கதாகிய வலுவான பிரம்மாண்ட கட்டமைப்பின் உட்புறத்துச் சுவர்களை மட்டும்தான் மாற்றியமைக்க வேண்டும்.

சமயம் சம்பந்தமாகவுங்கூட அவர் சரியான விவசாயிக் குரிய போக்கினையே கொண்டிருந்தார். மெய்விளக்கப் பிரச்சி னைகளையும், ஆதிக்கு எல்லாம் ஆதியானது எது என்பதையும், மறுமையையும் பற்றி அவர் சிந்திப்பதே இல்லை. அரகோவுக்கு* எப்படியோ அதுபோல அவருக்கும் கடவுளே ஒரு கருதுகோள் தான். இதுகாறும் அவருக்குத் தேவையாய் இருந்திராத ஒரு கருதுகோள்தான். உலகம் அவருக்குத் தோன்றியது எப்படி –மோசஸ் கூறிய வழியிலா அல்லது டார்வின் கூறிய வழியிலா? என்பது பற்றி அவர் கவலைப்பட்டுக் கொள்ளவில்லை. அவரது சகாக்களுக்கு அத்தனை பெரிய முக்கியத்துவம் வாய்ந்ததாகத் தோன்றிய அந்த டார்வினியமும் ஆறு நாளிலான அகப் படைப்பைப் போலவே, மனித சிந்தனை விளையாடுவதற்குரிய விளையாட்டுப் பொம்மையாகவே அவருக்குப்பட்டது.

உலகம் உதித்தெழுந்தது எப்படி என்கிற பிரச்சினை குறித்து அவர் கவலைப்பட்டுக் கொள்ளவில்லை, ஏனெனில் இந்த உலகில் நன்றாய் வாழ்வது எப்படி என்கிற பிரச்சினை எந் நேரமும் அவர் எதிரே இருந்தது. மறுமை குறித்தும், அவ்வுலகம் குறித்தும் அவர் நினைப்பதே இல்லை. மரஞ் செடிகள், விலங்குகளின் உலகில் எப்படி எதுவும் இல்லாது ஒழியாமல் ஒவ்வொன்றும் தொடர்ச்சியாய் உருமாறியவண்ணம் இருந்து கொண்டிருக்கிறதோ, உரம் தானியமாகவும், தானியம் கோழி யாகவும், தலைப்பிரட்டை தவளையாகவும், புழு பட்டாம் பூச்சியாகவும், கருவாலிக் கொட்டை கருவாலி மரமாகவும் மாறுகிறதோ–அதே போல மனிதனும் உருமாற்றம் பெறுகிறானே அன்றி இல்லாது ஒழிந்து விடுவதில்லை என்கிற அசைக்க முடியாத உறுதியான நம்பிக்கையை அவர் தமது ஆன்மாவின் அடியாழத்துள் எப்போதும் கொண்டிருந்தார். இது அவரது முன்னோர்களிடமிருந்து மரபுரிமையாக அவருக்கு வரப்பெற்ற நம்பிக்கை; நிலத்திலே உழைப்போர் எல்லார்க்கும் பொதுவான நம்பிக்கை. அந்த ஆழ்ந்த நம்பிக்கை அவரிடம் இருந்தது, ஆகவே அவர் கலக்கமின்றி எப்போதும் உற்சாகமாகவும் மகிழ்ச்சி யோடுங்கூட மரணத்தை நேர் நின்று நோக்கினார்; மரணத் துக்கு இட்டுச் சென்ற துன்ப துயரங்களை அச்சமின்றிச் சகித்துக் கொண்டார். ஆனால் இதைப் பற்றி எல்லாம் பேசிக் கொண்டிருக்க அவருக்கு விருப்பம் இல்லை, அவரால்

* அரகோ டொமினிக் (1786—1853) பிரெஞ்சு நாட்டு பௌதிக வியலாளர். வானவியலாளர்.

முடியவும் இல்லை. அவர் வேலை செய்ய விரும்பினார்; எந் நேரமும் நடைமுறைக் காரியங்களில் முனைந்து ஈடுபட்டிருந் தார்; தமது தோழர்களுக்கும் ஊக்கமூட்டி இந்த நடைமுறைக் காரியங்களில் அவர்களை ஈடுபடச் செய்தார்.

மக்கள் மத்தியிலிருந்து வந்த மற்றொரு அரசியல் கைதியான மார்க்கேல் கன்திராத்தியெவ் முற்றிலும் வேறுவிதமானவர். பதினைந்தாவது வயதிலேயே அவர் தொழிலாளியாக வேலை செய்ய ஆரம்பித்தார். அநியாயம் புரியப்படுவதாய் அவருள் எழுந்த தெளிவற்ற உணர்வை மழுங்கடித்து மனதைத் தேற்றிக் கொள்வதற்காக அப்போதே புகைபிடிக்கவும் குடிக்கவும் முற்பட்டார். அநியாயம் புரியப்படுகிறது என்ற இந்த உணர்வு கிறிஸ்துமஸ் விழாவின்போது முதன் முதல் அவருள் எழுந்தது. ஆலை முதலாளியின் மனைவி அப்போது ஏற்பாடு செய்திருந்த பிர் மரக் கொண்டாட்டத்துக்கு ஆலையின் பையன்களும் அழைக்கப்பட்டிருந்தனர். அங்கே இச்சிறுவர்களுக்கு ஒரு கோப்பெக் பெறுமானமுள்ள விசிலும் ஓர் ஆப்பிளும் தங்கத் தாள் கொட்டையும் பெர்ரிப் பழமும் கிடைத்தன. ஆனால் ஆலை முதலாளியின் குழந்தைகள் விந்தை உலகிலிருந்து வந்தவை போல தோன்றிய அற்புதமான விளையாட்டுச் சாமான்களை அன்பளிப்பாகப் பெற்றுக் கொண்டார்கள், அவை ஐம்பது ரூபிளுக்கும் அதிகமான பெறுமானமுள்ளவை என்பது பிற்பாடு அவருக்குத் தெரிய வந்தது. அவருக்கு இருபது வயதான போது பெயர்பெற்ற புரட்சியாளரான ஒரு பெண் அந்த ஆலையில் தொழிலாளியாக வேலைக்கு அமர்த்தப் பட்டார். கன்திராத்தியெவ் ஆற்றல் மிக்கவராய் இருப்பதைக் கவனித்ததும் அந்தப் பெண் அவருக்குப் புத்தகங்களும் வெளியீடுகளும் தர ஆரம்பித்தார்; அவரது நிலைமையினையும் அதற்குரிய காரணங்களையும் முன்னேறுவதற்கான வழி களையும் விளக்கிச் சொல்லி அவருடன் பேசி வந்தார். கன்திராத்தியெவுக்குத் தாமும் ஏனையோரும் தமது தற்போதைய ஒடுக்கப்பட்ட நிலையிலிருந்து விடுபடுவது சாத்தியமே என்பது தெளிவாகியவுடன், தற்போதைய நிலைமையின் அநியாயம் அவருக்கு முன்னிலும் கொடுமை வாய்ந்ததாகவும், பயங்கரமான தாகவும் தோன்றியது. விடுதலை அடைய வேண்டும் என்று மட்டுமல்ல, இந்தக் கொடிய அநியாயத்துக்கு ஏற்பாடு செய்து அதனைப் பேணிப் பாதுகாத்து வருவோர் தண்டிக்கப்பட வேண்டும் என்றும் அவர் அடங்காத தவிப்பு கொள்ளலானார். அவருக்கு அளிக்கப்பட்ட விளக்கத்தின்படி அறிவுதான் இதன் சாத்தியமாக்கக்கூடியது. ஆகவே இந்த அறிவைப் பெறுவதற் கான முயற்சியில் கன்திராத்தியெவ் மும்முரமாய் ஈடுபட

லானார். அறிவால் எப்படி சோஷலிச இலட்சியத்தை ஈடேறச் செய்ய முடியும் என்பது அவருக்கு விளங்கவில்லை. அவர் இருத்தப்பட்டிருந்த நிலைமையின் அநியாயத்தை எப்படி அறிவால் அவருக்குத் தெரியப்படுத்த முடிந்ததோ, அதேபோல இந்த அநியாயத்தை அறிவால் ஒழித்திடவும் முடியும் என்று அவர் நம்பினார். தவிரவும் அறிவு அவரை ஏனையோரைக் காட்டிலும் மேம்பட்டவராக்கும் என்று கருதினார். ஆகவே புகைபிடிப்பதையும் குடிப்பதையும் நிறுத்திக்கொண்டு தமது ஓய்வு நேரம் பூராவையும் செலவிட்டுப் படிக்க முற்பட்டார், பண்டகசாலை வேலைக்கு மாற்றப்பட்டதும் அவருக்கு முன்னிலும் அதிகமாய் ஓய்வு நேரம் கிடைத்தது.

புரட்சியாளரான அந்தப் பெண் அவருக்குப் பாடம் சொல்லித் தந்தார். அந்தப் பெண் அதிசயிக்கும்படி அப்படி அடங்கா அறிவுத்தாகம் கொண்டவராய் வியக்கத்தக்க ஆற்றலுடன் எல்லாவிதமான அறிவையும் அதிகவேகமாய் அவர் கிரகித்து வந்தார். இரண்டு ஆண்டுகளில் இயற்கணிதமும் வடிவ கணிதமும் வரலாறும் கற்றுத் தேர்ந்தார். முக்கியமாய் வரலாற்றில் அவர் அபார ஈடுபாடு கொண்டிருந்தார். மற்றும் கலை இலக்கிய நூல்களை எல்லாம் படித்தார்: விமர்சனவாத இலக்கியத்தையும், யாவற்றிலும் முக்கியமாய் சோஷலிச இலக்கியத்தையும் கரைத்துக் குடித்தார்.

அந்தப் புரட்சியாளர் கைது செய்யப்பட்டார், தடை விதிக்கப்பட்ட புத்தகங்கள் கன்திராத்தியெவிடம் கண்டுபிடிக்கப் பட்டதால் அந்தப் பெண்ணுடன் கூட அவரும் கைது செய்யப் பட்டார். இருவரும் சிறையில் அடைக்கப்பட்டனர், பிறகு கடத்தல் தண்டனை அளிக்கப்பட்டு வோலக்தா மாநிலத்துக்கு அனுப்பப்பட்டனர். கன்திராத்தியெவ் அங்கே இருக்கையில் நவதுவோரவைத் தெரிந்துகொண்டார், புரட்சிகரமான புத்தகங்களை முன்னிலும் அதிகமாகப் படித்தார், படித்தவற்றை எல்லாம் நினைவில் இருத்திக்கொண்டார், அவரது சோஷலிசக் கருத்தோட்டங்கள் முன்னிலும் வன்மையும் திண்மையும் பெறலாயின. தண்டனைக்காலம் முடிவடைந்தபின் அவர் ஒரு பெரிய வேலை நிறுத்தத்துக்குத் தலைமை தாங்கினார்; அந்த வேலை நிறுத்தம் ஆலை தகர்க்கப்படுவதிலும் ஆலையின் இயக்குநர் கொல்லப்படுவதிலும் முடிவுற்றது. திரும்பவும் அவர் கைது செய்யப்பட்டார்; உரிமைகள் பறிக்கப்பட்டு சைபீரியக் கடத்தல் தண்டனை விதிக்கப்பட்டார்.

தற்போது இருந்த பொருளாதார அமைப்பு குறித்து அவர் கொண்டிருந்த அதே எதிர்மறைப் போக்கினைத்தான் சமயம்

குறித்தும் கொண்டிருந்தார். சமய நம்பிக்கைகள் மத்தியில் வளர்ந்து ஆளான அவர், இந்த நம்பிக்கைகள் எவ்வளவு மடத்தனமானவை என்பதைப் பிற்பாடு புரிந்துகொண்டு, அரும்பாடு பட்டு இவற்றின் பிடியிலிருந்து முதலில் அச்சத்தோடும் பிறகு வெற்றிக்களிப்போடும் தம்மை விடுவித்துக் கொண்டார். இப்படி விடுவித்துக் கொண்டதும், இதுகாறும் தமக்கும் தமது முன்னோர்களுக்கும் புரியப்பட்ட இந்த மோசடிக்காக வஞ்சம் தீர்க்க விரும்பியதுபோல, அலுக்காமல் அவர் பாதிரிமார்களையும் சமயக் கோட்பாடுகளையும் நையாண்டி புரிந்து கெட்ட காழ்ப்பும் சீற்றமும் கொண்டவராய்ச் சாடி வந்தார்.

அவர் துறவியாக வாழ்ந்து பழக்கப்பட்டவர், அற்பசொற்பம் கிடைத்தாலும், போதுமெனத் திருப்தியடைகிறவர். பிள்ளைப் பிராயம் முதலாய் வேலை செய்து தசைநார்களை நன்றாய் வளர்த்து வந்துள்ளவர்கள் எல்லோரையும் போல் எந்தவிதமான உடலுழைப்பிலும் ஈடுபட்டு இலகுவாகவும் நிறையவும் திறம்படவும் அவரால் வேலை செய்ய முடிந்தது. ஆனால் யாவற்றையும்விட அதிகமாய் ஓய்வுநேரத்தை வெகுவாய்ப் போற்றினார். சிறைக்கூடங்களிலும் கைதிக் குழு தங்குமிடங்களிலும் தொடர்ந்து படிப்பதற்கும் பயிலுவதற்கும் அவருக்கு இந்த ஓய்வு நேரம் பயன்பட்டு வந்தது. இப்போது அவர் மார்க்ஸினுடைய நூலின் முதற்தொகுதியைப் பயின்று வந்தார். மிகப் பெரிய ஐசுவரியமாய் அவர் இந்தப் புத்தகத்தைத் தமது சாக்குப்பைக்குள் ஒளித்து வைத்து மிகக் கவனமாகப் பாதுகாத்தார். நவதுவோரவ் ஒருவரைத் தவிர்த்து ஏனைய எல்லாத் தோழர்களிடத்தும் அதிக நெருக்கமில்லாமலும் ஓரளவு அலட்சிய மனோபாவத்துடனும்தான் நடந்துகொண்டார். ஆனால் நவதுவோரவிடம் அளவிலா பக்தி கொண்டிருந்தார், எல்லாப் பிரச்சினைகளிலும் நவதுவோரவின் கருத்துக்களை மறுக்க முடியாத உண்மைகளாய் ஏற்றுக்கொண்டார்.

பெண்களை அவரால் சகிக்கவே முடிவதில்லை, அவசியமான எல்லாக் காரியங்களிலும் தடையாகக் குறுக்கே வந்து நிற்போராகக் கருதி அப்படி அவர்கள் மீது துவேஷம் கொண்டிருந்தார். ஆனால் மேல் வர்க்கத்தார் எப்படி எல்லாம் கீழ் வர்க்கத்தவரைச் சுரண்டுகிறார்கள் என்பதற்கு மாஸ்லவா எடுத்துக்காட்டாக விளங்குகிறாளென்று பரிதாபம் கொண்டு, அவளிடம் மட்டும் பிரியமாய் இருந்து வந்தார். இதே காரணத்தினால் நெஹ்லூதவிடம் கடுப்புடன் நடந்துகொண்டார். நெஹ்லூதவுடன் பேசுவதும் இல்லை, அவர் கையைப் பிடித்துக் குலுக்குவதும் இல்லை; அவரைச் சந்திக்கையில் அவர் குலுக்கிக்

கொள்ளட்டுமெனக் கையை அவரிடம் நீட்டிக் காட்டுவதுடன் நிறுத்திக்கொண்டார்.

13

கணப்பு அடுப்பு சூடேறி வெப்பம் அளித்தது. தேநீர் தயாரிக்கப்பட்டுக் கிண்ணங்களிலும் குவளைகளிலும் ஊற்றப் பட்டுப் பாலும் சேர்க்கப்பட்டுவிட்டது. ரொட்டி வளையங் களும் மெதுமெதுப்பான கோதுமை ரொட்டியும் வெந்த முட்டைகளும் வெண்ணையும் கன்றுத் தலையும் கால்களும் விரிப்பின் மேல் எடுத்து வைக்கப்பட்டு விட்டன. பலகைப் படுக்கையின் ஒரு பகுதி இவ்விதம் சாப்பாட்டு மேசையாகப் பயன்பட்டது, எல்லாரும் இதன் அருகே வந்து உரையாடியவாறு தேநீர் அருந்தினார்கள், சாப்பிட்டார்கள். ரான்த்சேவா ஒரு பெட்டியின் மீது அமர்ந்து தேநீரை எல்லார்க்கும் ஊற்றிக் கொண்டிருந்தாள். கிரிலித்சோவைத் தவிர ஏனையோர் அவளைச் சுற்றிக் கூடியிருந்தனர். கிரிலித்சோவ் அவரது ஈரக் கோட்டைக் கழற்றிவிட்டு உலர்ந்த கம்பளியைப் போர்த்திக் கொண்டு நெஹ்லூதவுடன் பேசியவாறு அவரது இடத்தில் படுத்திருந்தார்.

சாலையில் குளிரில் அடிபட்டு மழையில் நனைந்து வந்து சேர்ந்தபின் மும்முரமாய் வேலை செய்து இங்கிருந்த குப்பையையும் அலங்கோலத்தையும் அகற்றி யாவற்றையும் ஒழுங்குபடுத்தி முடிவில் இப்பொழுது சாப்பிட்டுச் சூடான தேநீரும் அருந்தியதும் எல்லாரும் மகிழ்ச்சியும் உற்சாகமும் வாய்ந்த மனநிலையில் இருந்தனர்.

சுவருக்கு அப்பாலிருந்து கைதிகளது சந்தடியும் இரைச்சலும் கூச்சலும் வசைமொழிகளும் காதில் விழுந்து அவர்களது சூழ்நிலையை அவர்களுக்கு நினைவுபடுத்தி வந்தாலுங்கூட, இப்போது இதெல்லாம் இவர்களது சுகானுபவத்தை மேலும் அதிகரிக்கவே செய்தது. கடலின் நடுவே தீவில் இருப்பதுபோல் இருந்தது, நாற்புறத்திலும் தம்மைச் சூழ்ந்திருந்த இழிவாலும் கொடுந்துன்பத்தாலும் மூழ்கடிக்கப்படாமல் இருக்கிறோம் என்கிற உணர்ச்சி தற்போது சிறிது நேரத்துக்கு அவர்களை ஆட்கொண்டிருந்தது. இதனால் அவர்கள் உள்ளக்களிப்பும் எழுச்சியும் கொண்டோராய் இருந்தனர். மிகப் பலவும் குறித்து அவர்கள் பேசினார்கள், தமது தற்போதைய நிலைமையையும் தம்மை எதிர் நோக்குகிறவற்றையும் பற்றி மட்டும் பேசவில்லை. இளம் வயதினரான ஆடவர், பெண்டிரிடையே—அதுவும் இந்த

அரசியல் கைதிகளைப்போல் பலவந்தமாய் ஒன்று சேர்க்கப் பட்டிருப்பார்களாயின்–எப்போதுமே காணக்கூடியது போலவே, பல வகையான கருத்து உடன்பாடுகளும், வேற்றுமைகளும் கவர்ச்சிகளும் விபரீதமாய் ஒன்று கலந்து இவர்களிடையே செயற்பட்டு வந்தன. அனேகமாய் இவர்கள் எல்லாருமே காதல் கொண்டிருந்தார்கள். புன்னகை பூத்த இன்முகத்தவளான கிராபெத்ஸ் மீது நவதுவோரவுக்குக் காதல். இந்தக் கிராபெத்ஸ் சிந்தனையற்ற ஓர் இளம்பெண், புரட்சியிலும் அதன் பிரச்சினை களிலும் அக்கறை ஏதும் இல்லாதவள். படித்துக்கொண்டிருக் கையில் அக்காலத்தின் தாக்கத்துக்கு உள்ளாகி எப்படியோ அவள் தன்னைச் சந்தேகத்துக்கு உரியவளாக்கிக் கொண்டதால் கைது செய்யப்பட்டுக் கடத்தல் தண்டனை விதிக்கப்பட்டாள். ஆடவர்களிடையே அவளுக்குக் கிடைத்த வெற்றிகள் இதுகாறும் அவள் சுதந்திரமாய் வெளியே இருந்தபோது எப்படி அவளது வாழ்க்கையின் பிரதான நாட்டங்களாய் இருந்தனவோ, அதே போல் இப்போதும்–வழக்கு விசாரணையின்போதும் சிறை வாசத்தின்போதும் கடத்தலின் போதும்–தொடர்ந்து இருந்து வந்தன. கடத்தல் பயணத்தின்போது நவதுவோரவ் அவள்பால் மோகம் கொண்டதும் அவள் மனம் ஆறுதலடைந்தது. விரைவில் அவளும் அவருக்கு மனத்தைப் பறிகொடுத்து விட்டாள். வேரா பொகதூஹவ்ஸ்கயா காதல் கொண்டுவிடும் சுபாவமுடையவளாய் இருந்தாலும், ஏனையோர் உள்ளத்தில் இவ்வுணர்ச்சியைத் தூண்டுகிறவளாய் இல்லை. ஆனால் எப்போதும் ஆர்வமோடு பரஸ்பர காதலை எதிர்பார்த்த அவள், ஒரு நேரம் நபாத்தவாலும் ஒரு நேரம் நவதுவோரவாலும் கவரப் பெற்று வந்தாள். கிரிலித்சோவ் காதலை ஒத்த ஒருவித உணர்ச்சியுடன்தான் மரீயா பாவ்லவ்னாவிடம் ஈர்க்கப் பட்டார். பெண்ணின்பால் ஆணுக்குரிய உணர்ச்சியால் உந்தப்பட்டுதான் அவள்மீது அவர் அன்பு செலுத்தி வந்தார்; ஆனால் இம்மாதிரியான அன்பு குறித்து அவளுக்கு இருந்த போக்கினை நன்கு அறிந்தவரான அவர், தமது உணர்ச்சிகளை மூடி மறைத்துக்கொண்டு, அத்தனைப் பரிவோடு தமக்கு அவள் பணிவிடை புரிந்து வந்ததற்காகச் செலுத்தப்படும் நன்றியாகவும் நட்பாகவும் உருமாற்றி இவ்வுணர்ச்சிகளை வெளியிட்டு வந்தார். நபாத்தவும் ரான்த்சேவாவும் மிகவும் சிக்கலான இதய உறவுகளால் இணைக்கப்பட்டிருந்தனர். மரீயா பாவ்லவ்னா எப்படி நெறி பிறழா தூய கன்னியாக வாழ்ந்தாளோ, அதே போல் ரான்த்சேவா நெறி பிறழாத தர்ம பத்தினியாக வாழ்ந்து வந்தாள்.

உயர்நிலைப் பள்ளியின் மாணவியாக இருக்கையிலேயே பதினாறாவது வயதில் அவள் பீட்டஸ்பர்க் பல்கலைக்கழக மாணவராய் இருந்த ரான்த்சேவாவின் மீது காதல்கொண்டு பத்தொன்பதாவது வயதில் அவருடன் மணம்முடித்துக் கொண்டாள். அப்போது அவருக்குப் பல்கலைக்கழகப் படிப்பு இன்னும் முடிவடையவில்லை. அவள் கணவர் பல்கலைக் கழகத்தில் நான்காம் ஆண்டுப் படிப்பு. படிக்கையில் மாணவர் கலவரங்களில் பங்குகொண்டு பீட்டஸ்பர்க்கிலிருந்து கடத்தப் பட்டார், பிறகு அவர் புரட்சியாளர் ஆனார். மருத்துவப் படிப்புப் படித்து வந்த அவள் படிப்பைத் துறந்துவிட்டுக் கணவரிடம் சென்றாள், அவளும் புரட்சியாளராய் மாறினாள். தன் கணவரை அவள் உலகிலே மிகச் சிறந்தவராகவும் கூரறிவு படைத்தவராகவும் கருதியிராவிடில் அப்படிக் காதல் கொண்டிருக்கவும் மாட்டாள். அப்படிக் காதல் கொண்டிராவிடில் அவரை மணந்துகொண்டிருக்கவும் மாட்டாள். ஆனால் உலகிலே மிகச் சிறந்தவராகவும் கூரறிவு படைத்தவராகவும் கருதி அவர் மீது காதல் கொண்டு அவரை மணந்துகொண்டதும், வாழ்க்கையையும் வாழ்க்கையின் குறிக்கோள்களையும் பற்றி உலகிலேயே மிகச் சிறந்தவரும் கூரறிவு படைத்தவருமான அவர் என்ன நினைத்தாரோ, அதையேதான் இயற்கையாகவே அவளும் நினைக்கலானாள். ஆரம்பத்தில் அவர் கற்பதுதான் வாழ்க்கையின் குறிக்கோள் என நினைத்தார், அவளும் கற்பதையே வாழ்க்கையின் குறிக்கோளாகக் கொண்டாள். அவர் புரட்சியாளராய் மாறினார், அதேபோல் அவளும் புரட்சியாளராய் மாறினாள். தற்போதுள்ள ஒழுங்கமைப்பு தொடர்ந்து நீடிப்பது முடியாதது. இந்த ஒழுங்கமைப்பை எதிர்த்துப் போராடித் தனி மனிதனது தங்குதடையற்ற வளர்ச்சிக்கும் பிறவற்றுக்கும் வகை செய்யும் அரசியல், பொருளாதார ஒழுங்கமைப்பை நிறுவப் பாடுபடுவது ஒவ்வொருவருக்கும் உரிய கடமையாகும் என்று மிக நன்றாய் அவளால் தெளிவுபடுத்த முடிந்தது. மெய்யாகவே இவ்வாறே தான் நினைப்பதாகவும் உணர்வதாகவும்தான் அவளுக்குத் தோன்றியது, ஆனால் உண்மையில் அவள் தனது கணவர் என்ன நினைத்தாரோ அதுதான் முழு உண்மை என்று கொண்டு தானும் அவ்வாறே நினைத்தாள். அவள் நாடியது எல்லாம் ஒன்றேயொன்றுதான். கணவருடன் முழு உடன்பாடு கொள்வதுதான், மனவொன்றிப்பு பெறுதல்தான். இந்த நிலையில் மட்டும்தான் அவளால் தனது ஒழுக்க உணர்ச்சியைத் திருப்தியடையச் செய்து மனநிறைவு பெற முடிந்தது.

கணவரையும் குழந்தையையும் விட்டுப் பிரிய நேர்ந்தபோது (அவளது தாய் அவள் குழந்தைக்குப் பொறுப்பேற்றுக் கொண் டார்) அவளால் பொறுக்க முடியவில்லை. ஆனால் கணவருக் காக இதைச் செய்கிறோம், கணவர் சேவையாற்றிய இலட்சிய மாதலால் சந்தேகத்துக்கு இடமின்றிப் புனிதமானதென அவள் நம்பிய ஓர் இலட்சியத்துக்காக இதைச் செய்கிறோம் என்று அவள் இந்தப் பிரிவைச் சகித்துக்கொண்டாள். சிந்தனையில் எப்போதுமே அவள் தன் கணவருடன் ஐக்கியப் பட்டிருந்தாள். முன்பு எப்படிக் கணவரைத் தவிர யாரையும் காதலிக்காத வளாய் இருந்தாளோ, அதேபோலத் தான் இப்போதும் அவரைத்தவிர யாரையும் காதலிக்க இயலாதவளாய் இருந்தாள். ஆயினும் நபாத்தவ் அவள்பால் கொண்டிருந்த பற்றுறுதி மிக்க, தூய்மையான காதல் அவளது உள்ளத்தை நெகிழச் செய்து அவளைக் கிளர்ச்சியடையச் செய்தது. ஒழுக்க நெறியாளரான உறுதி வாய்ந்த இந்த நபாத்தவ், அவளது கணவரின் நண்பரான இவர், அவளைத் தமது சகோதரியாகப் பாவித்து நடக்கவே முயற்சி செய்தார்; ஆயினும் அவளிடம் இவர் நடந்துகொண்ட முறையில் அதனிலும் கூடுதலாய் ஏதோ ஒன்று அவரையும் அறியாமல் தலைகாட்டி வந்தது. கூடுதலான இந்த ஏதோ ஒன்று, அவர்கள் இருவரையும் பீதியுறச் செய்தது என்றாலும், மெத்தக் கடினமான அவர்களது தற்போதைய வாழ்க்கைக்கு ஒருவித வனப்பும் ஊட்டி வந்தது.

ஆக, இந்த வட்டாரத்தில் காதல் விவகாரங்களிலிருந்து முற்றிலும் விலகியிருந்தவர்கள் மரீயா பாவ்லவ்னாவும் கன்திராத்தியெவும் மட்டும்தான்.

14

எல்லாரும் தேநீர் அருந்தி இரவு சாப்பாடும் சாப்பிட்டு முடிந்ததும், வழக்கம் போல் கத்யூஷாவுடன் தனியே பேசலாம் என்கிற நினைப்புடன் நெஹ்லூதவ் அங்கே கிரிலித்சோவுடன் உரையாடிக்கொண்டு அவருக்குப் பக்கத்தில் அமர்ந்திருந்தார். ஏனைய பலவற்றுடன் கூட அவர், தம்மிடம் மக்கார் தெரி வித்துச் சென்ற வேண்டுகோளையும் கிரிலித்சோவிடம் சொன்னார்; அதோடு மக்கார் புரிந்திருந்த குற்றத்தைப் பற்றிய கதையையும் சொன்னார். பளிச்சிட்ட கண்களால் நெஹ்லூதவின் முகத்தை உற்றுப் பார்த்தவாறு கிரிலித்சோவ் கவனமாகக் கேட்டுக்கொண்டிருந்தார்.

"ஆமாம்" என்று அவர் திடுமெனக் கூறினார். "அடிக்கடி நான் இதைப் பற்றி நினைத்துப் பார்க்கிறேன்; இங்கே நாம் அவர்களுடன் சேர்ந்து பயணம் செய்கிறோம், அருகருகே இருக்கிறோம்–ஆனால் யார் 'அவர்கள்?' அவர்களை முன்னிட்டு தான் நாம் இப்படிப் பயணம் செல்கிறோம், ஆனாலும் நாம் அவர்களை அறியாதோராய் இருக்கிறோம் என்பது மட்டுமல்ல. அவர்களை அறிய விரும்பாதோராகவும் இருக்கிறோம். இதைக் காட்டிலும் படுமோசமானது என்னவெனில், அவர்கள் நம்மை வெறுக்கிறார்கள், தமது பகைவர்களாக நம்மைக் கருதுகிறார்கள். இந்த நிலைமை எவ்வளவு பயங்கரமானது?"

"இதில் பயங்கரம் ஏதும் இல்லை" என்றார், இந்த உரை யாடலைத் தற்செயலாய்க் கேட்டுக்கொண்டிருந்த நவதுவோரவ். "மக்கள் திரளினர் அதிகாரம் செலுத்துவோரை எப்போதும் காலில் விழுந்து கும்பிடுகிறார்கள், வேறு யாரையும் அவர்கள் மதிப்பதில்லை" என்று அவரது அட்டகாசமான குரலில் கூறினார் அவர். "தற்போது அரசாங்கம் அதிகாரம் செலுத்து கிறது, ஆகவே அவர்கள் அரசாங்கத்தைக் கும்பிடுகிறார்கள். நம்மை வெறுக்கிறார்கள். நாளைக்கு நாம் அதிகாரம் செலுத்து வோம், அவர்கள் நம்மைக் கும்பிடுவார்கள்......."

அந்த நேரத்தில் சுவருக்குப் பின்னாலிருந்து வசைமொழிகள் கிளர்ந்தெழுந்தன, பலரும் சுவரில் மோதித் தடதடப்பதும் சங்கிலிகளது கணீரொலியும் கூச்சல்களும் அலறல்களும் கேட்டன. யாரோ ஒருவர் மொத்தப்பட்டார், யாரோ ஒருவர் கூச்சலிட்டார். "ஐயோ! காப்பாற்றுங்கள்!"

"இதோ, காதில் விழுகிறதா? சரியான மிருகங்கள்! இவற்றுக்கும் நமக்கும் ஒட்டும் உறவும் இருப்பது எப்படி?" என்று அசங்காமல் குறிப்பிட்டார் நவதுவோரவ்.

"மிருகங்கள் என்கிறீர் நீர். இதோ நெஹ்லூதவ் ஓர் அரிய செயலைப் பற்றி இப்போது சொன்னார்?" என்று எரிச்சலாய்க் கூறினார் கிரிலித்சோவ். மக்கார் தனது ஊர்க்காரனைப் பாதுகாப்பதற்காகத் தனது உயிரை ஆபத்துக்கு உள்ளாக்கிக் கொள்ளவும் துணிந்தது பற்றி அவர் எடுத்துரைத்தார். "இது மிருகத்தின் செயல் அல்ல, வீரச் செயல்."

"வெறும் உணர்ச்சி வயப்பாடு!" என்று ஏளனமாய்க் கூறினார் நவதுவோரவ். "இந்த ஆட்களது உணர்ச்சிகளும் இவர்களது செயல்களுக்கான காரணங்களும் நமக்கு எளிதில் புரியக்கூடியவை அல்ல. பெருந்தன்மையே காரணம் என்பதாய் உங்களுக்குத் தோன்றுகிறது, ஆனால் உண்மையில் சக கைதி மீதான பொறாமையே காரணமாய் இருந்தாலும் இருக்கலாம்."

“ஏனையோரிடம் எந்த நல்ல இயல்பையும் காண ஏன்தான் மனம் வருவதில்லையோ உமக்கு” என்று திடுமெனக் கொதிப்படைந்து கூறினாள் மரீயா பாவ்லவ்னா.

“ இல்லாததைக் காண்பது சாத்தியமல்லவே.”

“கொடிய முறையிலான சாவுக்கும் அஞ்சாமல் ஒருவர் செயற்படுகிறார் என்னும்போது–இல்லாதது என்றால் எப்படி?”

“நாம் ஏதும் செய்ய விரும்புவோமாயின், என் கருத்துப்படி அதற்குரிய முதல் நிபந்தனை என்னவெனில்”.... என்று ஆரம்பித்தார் நவதுவோரவ் (கன்திராத்தியெவ் விளக்கு வெளிச்சத்தில் தாம் படித்துக்கொண்டிருந்த புத்தகத்தை உடனே கீழே வைத்துவிட்டு, தமது ஆசிரியரது பேச்சைக் கவனமாய்க் கேட்க முற்பட்டார்), “கற்பனைகளுக்கு இடம் தராமல் உள்ளதை உள்ளபடிக் கண்டறிந்து கொள்ள வேண்டும். மக்கள் திரளினருக்கு நம்மால் இயன்றது அனைத்தும் செய்யவேண்டும், அதற்குப் பிரதிபலனாக எதையும் எதிர்பார்க்கக்கூடாது. மக்கள் திரளினர் தற்போது உள்ள செயலற்ற நிலையில் தொடர்ந்து இருந்து வரும் வரையில், அவர்கள் நமது செயல்களுக்கான இலக்காய் மட்டுமே இருக்க முடியும்; அவர்களால் நமது சக ஊழியர்கள் ஆக முடியாது.” விரிவுரை நிகழ்த்துவதுபோல் அவர் தொடர்ந்து பேசிச் சென்றார். “எனவே, அவர்களுக்காக நாம் தயார் செய்து வரும் வளர்ச்சிப்போக்கு நடந்தேறுவதற்கு முன்பு அவர்களிடமிருந்து உதவியை எதிர்பார்ப்பது நம்மை நாமே ஏமாற்றிக் கொள்வதே ஆகும்.”

“அது என்ன வளர்ச்சிப் போக்கு?” என்று முகம் சிவக்கக் கேட்டார் கிரிலித்சோவ்.“தான்தோன்றித்தனத்தையும் எதேச் சாதிகாரத்தையும் எதிர்ப்பதாகக் கூறுகிறோம். ஆனால் நீர் குறிப்பிடும் அந்த வளர்ச்சிப்போக்கு படுபயங்கரமான எதேச் சாதிகாரம் அல்லாமல் வேறு என்னவாம்?”

“எதேச்சாதிகாரம் ஒன்றும் இல்லை” என்று அமைதியாகப் பதிலளித்தார் நவதுவோரவ். “மக்கள் செல்ல வேண்டிய பாதை எனக்குத் தெரியும், அந்தப் பாதையை அவர்களுக்கு என்னால் காட்ட முடியும் என்றுதான் சொல்கிறேன்.”

“நீ காட்டும் பாதைதான் சரியான பாதை என்று என்ன நிச்சயம்? பிரெஞ்சுப் புரட்சியின் தண்டனை மன்றங்களையும் மரண தண்டனைகளையும் தோற்றுவித்த எதேச்சாதிகாரத்தைப் போன்றதுதானே இது? சரியான ஒரே பாதையை விஞ்ஞானத்தின் மூலம் தெரிந்துகொண்டதாகத்தான் அவர்களும் கூறினார்கள்.”

“அவர்கள் தவறிழைத்தார்கள் என்பது நான் தவறிழைக்கப் போகிறேன் என்பதற்கு நிரூபணமாகி விட முடியாது. அதோடு, சித்தாந்திகளது பிதற்றல்களுக்கும் நேர் நிலையான பொருளாதார விஞ்ஞானத்திலிருந்து பெறப்படும் உண்மைகளுக்கும் மிகப் பெரிய வேறுபாடு இருக்கிறதே.”

நவதுவோரவின் குரல் அந்த அறையை நிரப்பிவிட்டது, அவர் மட்டும்தான் தொடர்ந்து பேசிச் சென்றார், ஏனையோர் எல்லாரும் மௌனமாகி விட்டனர்.

“எந்நேரமும் சர்ச்சைதான்” என்றாள் மரீயா பாவ்லவ்னா, கணப்பொழுதுக்கு அவரது பேச்சு ஓய்ந்ததும்.

“ஆனால் இதைப் பற்றி உங்களுடைய கருத்து என்ன?” என்று அவளைக் கேட்டார் நெஹ்லூதவ்.

“நம்முடைய கருத்துக்களைப் பலவந்தமாய் மக்கள் மீது திணிக்கக்கூடாதெனக் கிரிலித்சோவ் சொல்வது சரிதான் என்று நினைக்கிறேன்.”

“நீ என்ன சொல்கிறாய், கத்யூஷா?” என்று புன்னகை புரிந்தவாறு நெஹ்லூதவ் கேட்டார். பொருத்தமற்றதாக அவள் ஏதாவது சொல்லி விடுவாளோ என்று அச்சத்துடன் காத்திருந் தார்.

“சாதாரண மக்களுக்குத் தவறு இழைக்கப்படுவதாய் நான் நினைக்கிறேன்” என்றாள் கத்யூஷா. அவளுக்கு முகம் செக்கச் சிவந்துவிட்டது. “மிகக் கொடுமையாய் அவர்களுக்குத் தவறு இழைக்கப்படுவதாய் நினைக்கிறேன்.”

“அதுதான் சரி., கத்தரீனா மிகாய்லவ்னா சொல்வதுதான் சரி” என்று கூவினார் நபாத்தவ். “மக்களுக்குப் பயங்கரமாய், அநியாயமாய்த் தவறு இழைக்கப்படுகிறது. அவர்களுக்கு எவ்வித மான தவறும் இழைக்கப்படலாகாது. நம் முன்னுள்ள பணி அனைத்துமே இதில்தான் அடங்கியிருக்கிறது..”

“புரட்சியின் பணி குறித்து அதிவினோதமான ஒரு கருத்தோட்டம்” என்று கடுப்புடன் கூறிவிட்டு வாய் பேசாமல் புகைபிடிக்க ஆரம்பித்தார் நவதுவோரவ்.

“இவரோடு பேச முடியாது என்னால்” என்று முணு முணுத்துவிட்டு, கிரிலித்சோவ் மௌனமானார்.

“இவரோடு பேசாமல் இருப்பது எவ்வளவோ நல்லது ஆயிற்றே” என்றார் நெஹ்லூதவ்.

15

நவதுவோரவ் புரட்சியாளர்கள் எல்லோராலும் பெரிதும் மதிக்கப்பட்டவர்தான், நிறையப் படித்தவராகவும் மிகுந்த அறிவுத் திறனுடையவராகவும் கருதப்பட்டவர்தான்–ஆனால் புரட்சியாளர்கள்தான் என்றாலும் ஒழுக்கத்தில் அவர்களிடையே நடுத்தரத்தோரைக் காட்டிலும் கீழோராய் இருந்தவர்கள் என்பதால் இந்த நடுத்தரத்தோருக்கு மிக மிகக் கீழோராய் இருப்பவர்களில் ஒருவராய் நெஹ்லூதவ் இவரை மதிப்பீடு செய்திருந்தார். இந்த மனிதரின் அறிவுத் திறன்–இவரது தொகுதி எண்–பெரியதுதான்; ஆனால் தம்மைப் பற்றி இவருக்கு இருந்த நினைப்பு–இவரது பகுதி எண்–அளவிட முடியாதவாறு மிக மிகப் பெரியது. இவருக்குத் தம்மைப் பற்றி இருந்த நினைப்பு இவருடைய அறிவுத்திறனைத் தாண்டிக் கொண்டு பிரமாண்டமாய் வளர்ந்துவிட்டது.

மனப்பாங்கில் இவர் சிமன்சனுக்கு நேர் விரோதமானவர். சிமன்சன் மக்களில் ஒருவராய் விளங்கியவர்; பிரதானமாய் ஆண்களுக்குரிய மனப்பாங்கு கொண்டவர்–அதாவது, தமது சிந்தனைகளிலிருந்து பெறப்பட்டு, இந்தச் சிந்தனைகளால் நிர்ணயிக்கப்படும் செயல்களை மேற்கொள்வோரைச் சேர்ந்தவர். ஆனால் நவதுவோரவ் இதற்கு நேர்மாறாய், பிரதானமாய்ப் பெண்களுக்குரிய மனப்பாங்கு கொண்டவர் – அதாவது தமது உணர்ச்சிகளால் நிர்ணயிக்கப்படும் நோக்கங்களின் நிறைவேற்றத்தை நோக்கி ஓரளவுக்கும், தமது உணர்ச்சியால் தூண்டடப்படும் செயல்களுக்கு நியாய விளக்கம் அளிப்பதை நோக்கி ஓரளவுக்கும் திசையமைவு செய்யப்பட்ட சிந்தனைகளைக் கொண்டோரைச் சேர்ந்தவர்.

நவதுவோரவின் புரட்சிகரச் செயற்பாடு அனைத்துமே இதனை அவர் நாவன்மையோடும் மறுக்க முடியாத வாத வலிமையோடும் விளக்க முடிந்தது என்றாலும் முற்றிலும் அவரது தன்னகங்காரத்தையும் எல்லார்க்கும் தலைமையானவராக வேண்டுமென்ற அவரது ஆவலையுமே அடிப்படையாகக் கொண்டிருந்ததாக நெஹ்லூதவுக்குப் பட்டது. அயலார் சிந்தனைகளைக் கிரகித்து அவற்றைச் சிறிதும் பிசகாமல் திருத்தமாய் எடுத்துரைப்பதில் தமக்கு இருந்த திறனைப் பயன்படுத்தி ஆரம்பத்தில் மாணவர்கள், ஆசிரியர்கள் மத்தியில் படிப்பில் அவர் முதன்மை நிலை அடைந்தார். உயர்நிலைப் பள்ளியிலும் பல்கலைக்கழகத்திலும் பட்டப்படிப்பிலும் இந்த மாதிரியான திறன் உயர் மதிப்புக்குரியது, அவர் தலைமை நிலை

பெற முடிந்தது, அவர் மனநிறைவு அடைந்தார்; ஆனால் படிப்பு முடிவுற்றுப் பட்டம் பெற்றதும் அவரது தலைமை நிலையும் முடிவடைந்தது. இப்போது ஒரு புதிய அரங்கில் தலைமை நிலை பெறுவதற்காகத் திடுமென அவர் தமது கருத்தோட்டங்களை மாற்றிக்கொண்டார். (அவரைப் பிடிக்காதவரான கிரிலித்சோவ் இவ்வாறுதான் நெஹ்லூதவிடம் அதை எடுத்துரைத்தார்)– நிதானம் மிகுந்த மிதவாதியாக இருந்தவர் திடுதிப்பெனத் தீவிர "நரோத்னயா வோல்யா"வாதியாக மாற்றமடைந்தார்.

ஐயங்களையும் தயக்கங்களையும் உண்டாக்கும்படியான ஒழுக்கப் பண்புகளும் கலைப்பண்புகளும் இல்லாதவராய் இருந்ததன் விளைவாய், எல்லாரையும் முந்திக்கொண்டு விரைவில் அவர் புரட்சியாளர்களது உலகில் தமது மனத்துக்குத் திருப்தியளிக்கக் கூடிய, உயர் மதிப்புக்குரிய ஒரு நிலையை– கட்சியின் ஒரு தலைவரது நிலையை அடைந்தார். தமக்கு ஒரு திசைவழியைத் தேர்ந்தெடுத்துக் கொண்டதும் அவர் எவ்வித ஐயப்பாட்டுக்கும், எவ்வித தயக்கத்துக்கும் இடமளிப்பதில்லை, ஆகவே தாம் தவறு ஏதும் இழைப்பதில்லை என்று உறுதியாய் நம்பி வந்தார். யாவும் அவருக்கு அசாத்திய எளிமையும் தெளிவும் ஐயத்துக்கு இடமில்லாத உறுதியும் வாய்ந்தனவாய் இருப்பதாகத் தோன்றின. அவரது குறுகலான, ஒரு தலைப்பட்ச மான கருத்தோட்டங்கள் மெய்யாகவே அவருக்கு யாவற்றையும் அப்படி எளிமையும் தெளிவும் வாய்ந்தவையாகத் தோன்றச் செய்தன. தேவையானது எல்லாம், அவரே கூறி வந்ததுபோல், தர்க்கவாதப் பொருத்தம் மட்டும்தான். அவரது அகம்பாவம் அப்படி மித மிஞ்சியதாய் இருந்ததால் ஏனையோர் அவர் மீது வெறுப்பு கொண்டு ஒதுங்க வேண்டியிருந்தது. இல்லையேல் அவருக்கு அடிபணிந்துவிட வேண்டியிருந்தது. இளம்பிராயத் தினரிடையே அவர் செயலாற்றி வந்தார். அவர்களில் பெரும் பாலோர் இவரது அளவு கடந்த அகம்பாவத்தை ஆழ்ந்த சிந்தனையாகவும் விவேகமாகவும் நினைத்துக்கொண்டு, இவருக்கு அடிபணிந்து விட்டார்கள். புரட்சி வட்டாரங்களில் இவ்விதம் இவருக்குப் பெரிய வெற்றி கிடைக்கலாயிற்று. ஓர் எழுச்சிக்கு ஏற்பாடு செய்வதுதான் அவரது நடவடிக்கைகளின் நோக்கமாய் இருந்தது. அவர் இந்த எழுச்சியின் மூலம் ஆட்சியதி காரத்தைக் கைப்பற்றி, சட்டமன்றத்தை அமைத்திடுவார். அவரால் வகுக்கப்படும் வேலைத் திட்டம் இந்தச் சட்ட மன்றத்தின் முன்னால் வைக்கப்படும். இந்த வேலைத் திட்டம் எல்லாப் பிரச்சினைகளுக்கும் தீர்வு கண்டுவிடும் என்பதிலும், நிச்சயம் அது ஏற்கப்பட்டுச் செயற்படுத்தப்படும் என்பதிலும் அவருக்கு எந்தச் சந்தேகமும் இருக்கவில்லை.

அவருடைய தீரத்துக்காகவும் வைராக்கியத்துக்காகவும் அவரது தோழர்கள் அவரை மதித்துப் போற்றினர். ஆனால் அவர் மீது அன்பு கொண்டிருக்கவில்லை, அவரும் யார் மீதும் அன்பு கொண்டிருக்கவில்லை குறிப்பிடத்தக்கோராய் இருந்தவர்கள் எல்லோரையும் தமது போட்டியாளர்களாகக் கருதி அதற்கேற்பவே அவர்களுடன் நடந்துகொண்டார். அவரால் முடிந்திருந்தால் வயதான ஆண் குரங்கானது குட்டிக் குரங்குகளை நடத்துகிற அதே முறையில் அவர்களை நடத்தியும் இருப்பார். தமது முழுத் திறனையும் வெளிப்படுத்திக் காட்டுவதற்கு யாரும் இடைஞ்சலாகக் குறுக்கே வராதிருக்கும் பொருட்டு, ஏனையோரது அறிவுடைமையையும் ஆற்றலையும் அடியோடு அழித்தும் இருப்பார். அவருக்கு அடிபணிந்தவர் களிடம் மட்டும்தான் அவர் நல்லபடியாக நடந்து கொண்டார். இப்போது இந்தக் கடத்தல் பயணத்தின்போது, அவரது பிரசாரத்தால் கவர்ந்து இழுக்கப்பட்ட கன்திராத்தியெவுடனும், அவர் மீது காதல் கொண்டிருந்த வேரா பொகதூஹவ்ஸ்க யாவுடனும் இன்முகத்தவளான கிராபெத்சுடனும் மட்டும்தான் நல்லபடி நடந்துகொண்டார். கோட்பாட்டு அளவில் அவர் மாதர் இயக்கத்தின் ஆதரவாளர்தான் என்றபோதிலும், எல்லாப் பெண்களையும் அசடுகளாகவும் பொருட்படுத்தத் தகாதோ ராகவுமே உள்ளுக்குள் அடியாழத்தில் கருதி வந்தார். இதற்கு விதிவிலக்கானவர்கள் அடிக்கடி அவரை உணர்ச்சி வயப்பட வைத்து (தற்போது அவர் கிரபெத்சிடம் கொண்டிருந்ததைப் போல்) மோகங்கொள்ளச் செய்தவர்கள் மட்டும்தான். இத்தகை யோரை அவர் அசாதாரணமான பெண்களாகக் கருதினார். இவர்களைக் கண்டறிந்து கொள்ளும் தகுதி தமக்கு மட்டுமே இருந்ததாய் நினைத்தார்.

இரு பாலருக்கும் இடையிலான உறவு பற்றிய பிரச்சினை யும் எல்லாப் பிரச்சினைகளையும் போலவே, மிகமிக எளிமை யானதாகவும் தெளிவானதாகவுமே அவருக்குப்பட்டது; கட்டற்ற காதலை அங்கீகரிப்பதன் மூலம் இப்பிரச்சினை முழு அளவுக்குத் தீர்க்கப்பட்டு விடுவதாக நினைத்தார்.

அவருக்குப் பெயரளவிலான ஒரு மனைவியும் உண்மை யான இன்னொரு மனைவியும் இருந்தனர். இந்த உண்மையான மனைவிக்கும் தமக்குமிடையே மெய்யான காதல் இருக்கவில்லை என்று முடிவு செய்து அவளிடமிருந்து அவர் பிரிந்து வந்து விட்டார். இப்போது கிராபெத்சுடன் அவர் கட்டற்ற ஒரு புதிய மண ஒப்பந்தத்துக்கு வர உத்தேசித்திருந்தார்.

நெஹ்லூதவை அவர் மதியாது அலட்சியப்படுத்தி வந்தார். மாஸ்லவாவுடன் "கோமாளித்தனம்" புரிந்ததற்காக (இவ்வாறு

தான் அவர் குறிப்பிட்டு வந்தார்) நெஹ்லூதவை இகழ்ச்சி செய்தார். இன்னும் முக்கியமாய், தற்போது நிலவிய சமுதாய அமைப்பின் குறைபாடுகள் குறித்தும் இந்த அமைப்பைத் திருத்திச் சரி செய்வதற்கான வழிகள் குறித்தும் நவதுவோரவ் என்ன நினைத்தாரோ, அதை அப்படியே ஒத்துக்கொள்ளாத துடன், அதற்கு மாறாகத் தமது சொந்த முறையில், கோமகனது (அதாவது கோமாளியினது) முறையில் நினைக்கத் துணிந்ததற் காகவும் நவதுவோரவ் அவரை இகழ்ச்சி செய்தார். நவதுவோரவ் இப்படி இகழ்ச்சி செய்ததை நெஹ்லூதவ் உணரவே செய்தார். இந்தப் பயணத்தின்போது முழு நேரமும் அவருள் நிலவிய அந்த உள்ளன்பு மிக்க மனோநிலையையும் மீறி, பதிலுக்குப் பதில் தாமும் நவதுவோரவை மதியாது அலட்சியப்படுத்த நேர்ந்ததையும், அவர்பால் தம் உள்ளத்தில் எழுந்த பகைமை உணர்ச்சியை அடக்கிக்கொள்ள முடியாமற் போனதையும் கண்டு நெஹ்லூதவ் மனம் வருந்தினார்.

16

பக்கத்து அறையிலிருந்து அதிகாரியின் குரல் ஒலித்தது. எல்லாரும் மௌனமாயினர். பிறகு இரண்டு படையாட்கள் பின்தொடர்ந்து வரக் காவல் படை மேலாளர் உள்ளே நுழைந் தார். பார்வைப் பதிவு நடைபெற ஆரம்பித்தது. ஒவ்வொரு வராய் விரல் சுட்டிக்காட்டி எல்லாரையும் மேலாளர் எண்ணிக் கணக்கிட்டுச் சென்றார். நெஹ்லூதவின் முறை வந்ததும் அவரை நன்கு அறிந்த தோரணையுடன் இதமாய் அவரிடம் கூறினார்:

“கோமகனே, பார்வைப் பதிவுக்குப் பிற்பாடு நீங்கள் இங்கே இருக்கலாகாது, புறப்பட்டாக வேண்டும்.”

இதன் பொருள் என்ன என்பது நெஹ்லூதவுக்குத் தெரியும், அவர் எழுந்து மேலாளரிடம் சென்று, முன்பே தயாராய் எடுத்து வைத்திருந்த மூன்று ரூபிளை மேலாளரின் பைக்குள் செருகினார்.

“சரிதான். உங்களை என்ன செய்வதெனத் தெரியவில்லை எனக்கு! இன்னும் கொஞ்ச நேரம் இருந்துவிட்டு வாருங்கள்.”

மேலாளர் வெளியே போகப் போன நேரத்தில் இன்னொரு மேலாளர் ஒரு கைதியை அழைத்துக்கொண்டு உள்ளே வந்தார். மெல்லிய தாடியுடைய அந்தக் கைதி ஒல்லியாகவும் நெட்டை யாகவும் இருந்தான், அவனது கண்ணுக்கு அடியில் காயம் பட்டிருந்தது.

"எனது சிறுமி இங்கே இருக்கிறாள். அதற்காக வந்திருக் கிறேன்" என்றான் அந்தக் கைதி.

"இதோ அப்பா! அப்பா வந்திருக்கே!" குழந்தைக் குரல் ஒன்று திடுமென மணி நாதமிட்டு ஒலித்தது, ரான்த்சேவாவுக்குப் பின்னாலிருந்து வெண்முடித்தலை ஒன்று எட்டிப் பார்த்தது... ரான்த்சேவா தனது பாவாடை ஒன்றிலிருந்து புதிய ஆடை தைப்பதற்காக மரீயா பாவ்லவ்னாவோடும் கத்யூஷாவோடும் சேர்ந்து வேலை செய்து கொண்டிருந்தாள்.

"ஆமாம் அம்மா! நான்தான் வந்திருக்கிறேன்!" என்று கொஞ்சும் குரலில் சொன்னான் புசோவ்க்கின்.

"இங்கே நல்லா இருக்கிறது இவளுக்கு" என்று புசோவ்க் கினது முகத்தில் இருந்த காயத்தை ஆதங்கத்துடன் பார்த்தபடி மரீயா பாவ்லவ்னா கூறினாள். "இங்கேயே எங்களுடன் இருக் கட்டுமே இவள்."

"புது லோபத்* தைக்கிறாங்க அப்பா, எனக்கு" என்று சட்டை தைத்துக்கொண்டிருந்த ரான்த்சேவாவைத் தன் தந்தைக்குச் சுட்டிக் காட்டிச் சொன்னாள் அந்தச் சிறுமி. "ரும்ப நல்லா–ருக்கும்! ரும்ப அலகா–ருக்கும்!" என்று மழலை மொழியில் அவள் தொடர்ந்து சொன்னாள்.

"எங்களோடு இங்கே படுத்துத் தூங்குவியா நீ?" என்று சிறுமியிடம் அருமையாகக் கேட்டாள் ரான்த்சேவா.

"ஆமாம். அப்பாவும்தான்."

புன்னகையால் மலர்ச்சியுற்றது ரான்த்சேவாவின் முகம்.

"அப்பா இங்கே இருக்கமாட்டார்" என்றாள் அவள். "இங்கேயே இருக்கட்டும், நாங்கள் பார்த்துக் கொள்கிறோம்" என்று சிறுமியின் தந்தையைப் பார்த்துச் சொன்னாள்.

"இங்கேயே விட்டு வை" என்று நிலைப்படியில் நின்றபடி முதலாவது மேலாளர் கூறி வெளியே சென்றார், இன்னொரு மேலாளரும் அவரோடு சேர்ந்து வெளியே போனார்.

படையாட்களும் போய்ச் சேர்ந்ததும், நபாத்தவ் உடனே புசோவ்க்கினிடம் சென்று அவன் தோளில் தட்டிக் கொடுத்த வாறு விசாரித்தார்.

"ஆமாம். உங்களது கர்மானவ் மாறாட்டம் செய்ய விரும்புவது மெய்தானா?"

அன்பும் பாசமும் மிக்கதாய் இருந்த புசோவ்க்கினது முகபாவம் திடுமெனத் துயரம் தோய்ந்ததாய் மாறியது. இருள் படர்ந்தது போல் அவனது கண்கள் மங்கின.

* சைபீரிய பாணியிலான ஆடை. — (அடிக்குறிப்பு டால்ஸ்டாய்).

“எங்களுக்குத் தெரியாது, அப்படி ஒன்றும் நடைபெறப் போவதாகத் தெரியவில்லை” என்றான் அவன். கண்களில் படர்ந்திருந்த இருள் அகலாமல் அப்படியே இருக்க, “சரி, அக்சூத்கா, நீ நல்லபடியாய் இங்கேயே சீமாட்டிகளிடம் இரு” என்று சொல்லிவிட்டு, அவசரமாய் வெளியே சென்றான்.

“எல்லாம் இவனுக்குத் தெரிந்துதான் இருக்கிறது. மாறாட்டம் நடக்கப் போவது மெய்தான்” என்றார் நபாத்தவ். “நீங்கள் என்ன செய்யப் போகிறீர்கள்?”

“நகரை அடைந்ததும் அதிகாரிகளிடம் சொல்கிறேன். இரு கைதிகளையும் எனக்கு அடையாளம் தெரியும்” என்றார் நெஹ்லூதவ்.

எல்லாரும் மௌனமாய் இருந்தார்கள். திரும்பவும் சர்ச்சை ஆரம்பித்துவிடுமோ என்று அஞ்சினார்கள் என்பது தெரிந்தது.

இவ்வளவு நேரம் பேசாமல் கைகளைத் தலைக்குப் பின்னால் விரித்து நீட்டி ஒரு மூலையில் பலகைப் படுக்கையில் படுத்திருந்த சிமன்சன் இப்போது தீர்மானமான முறையில் எழுந்து, அறையில் அமர்ந்திருந்தோரைச் சுற்றிக்கொண்டு கவனமாய் நடந்து நெஹ்லூதவிடம் சென்றார்.

‘‘நான் சொல்ல விரும்புவதை இப்போது வந்து கேட்கிறீர்களா?”

“இதோ வருகிறேன்” என்று சொல்லி நெஹ்லூதவ் தமது இடத்திலிருந்து எழுந்து சிமன்சனைப் பின்தொடர்ந்தார்.

பார்வையை உயர்த்தி நெஹ்லூதவை நோக்கிய கத்யூஷா அவரது கண்களைச் சந்தித்ததும் முகம் செக்கச் சிவந்து போய், என்ன செய்வதென்று புரியாமல் குழம்பியவளாய்த் தலையை ஆட்டிக்கொண்டாள்

“நான் சொல்ல விரும்புவது இதுதான்” என்று ஆரம்பித்தார் சிமன்சன். இருவரும் வெளியே நடைக்கு வந்து சேர்ந்ததும், நடையில் கைதிகளது பேச்சுக் குரல்களின் இரைச்சலும் அவர்களது கூப்பாடுகளும் காது அடைக்கும்படிக் கடுமையாய் இருந்தன. நெஹ்லூதவ் முகத்தைச் சுளித்துக்கொண்டார், ஆனால் சிமன்சன் இந்தச் சப்தங்களால் கலக்கமடைந்ததாகத் தெரியவில்லை. “கத்யூஷா மாஸ்லவாவுடன் உங்களது உறவுகளை அறிந்தவன் நான்” என்று அவர் தமது அன்பு கெழுமிய கண்களை நேரே நெஹ்லூதவின் முகத்திலே பதித்து உருக்கமான முறையில் சொன்னார். “ஆகவே இதை உங்களிடம் சொல்வது என் கடமையாகுமெனக் கருதுகிறேன்” என்று மேலும் கூறினார், ஆனால் அதற்கு மேல் பேச முடியாமல் அவர் நிறுத்த வேண்டியதாயிற்று. ஏனெனில் கதவுக்கு அருகே

இரண்டு குரல்கள் ஒரே நேரத்தில் கூச்சலிட்டு, எதைப் பற்றியோ சச்சரவிட்டுக் கொண்டன.

"அசட்டுத் தடியா, என்னுடையது அல்ல என்கிறேன்" என்று கூச்சலிட்டது ஒரு குரல்.

"நாசமாய்ப் போறவனே, உன் தலையிலே இடி விழ!" என்று கூவிற்று, இன்னொரு குரல்.

மரீயா பாவ்லவ்னா அந்த நேரத்தில் வெளியே நடைக்கு வந்து சேர்ந்தாள்.

"இங்கே நின்று யாராலும் பேச முடியுமா?" என்றாள் அவள். "இந்த அறைக்கு வாங்க. வேரா இங்கே தனியே இருக்கிறாள்" என்று சொல்லிப் பக்கத்து அறைக்குள் சென்றாள் அவள். அது மிகச் சிறிய அறை, தனிக் கொட்டடிச் சிறை வாசத்துக்காக அமைந்தது என்பது தெரிந்தது. இப்போது அந்த அறை அரசியல் கைதிகளான பெண்களுக்காக ஒதுக்கப்பட்டிருந்தது. அதனுள் பலகைப் படுக்கையின் மீது வேரா பொகதூஹவ்ஸ்கயா போர்வையை இழுத்துத் தலையையும் மூடிக் கொண்டு படுத்திருந்தாள்.

"தலைவலி, படுத்துத் தூங்குகிறாள். அவளுக்குக் காதில் விழாது, இதோ நான் வெளியே போகிறேன்" என்றாள் மரீயா பாவ்லவ்னா.

"வேண்டாம். இங்கேயே இரு" என்றார் சிமன்சன். "யாரிடமிருந்தும்–அதுவும் உன்னிடமிருந்து–மறைக்க வேண்டிய எந்த இரகசியமும் என்னிடம் இல்லை."

"அப்படியானால் சரி" என்று சொல்லி மரீயா பாவ்லவ்னா சிறுபிள்ளையைப் போல் முழு உடலையும் இருபுறமும் அசைத்துப் பலகைப் படுக்கையின் எதிர்முனைக்கு நகர்ந்து சென்றாள். அவளது எடுப்பான மலர்விழிகள் எங்கோ தொலைவில் உற்றுநோக்க, கவனமாகக் கேட்பதற்காக அவள் தயாரானாள்.

"நான் சொல்ல விரும்புவது இதுதான்" என்று சிமன்சன் திரும்பவும் சொன்னார். "கத்யூஷா மாஸ்லவாவுடன் உங்களது உறவுகளை அறிந்தவன் என்பதால், அவள்பால் எனக்குள்ள உத்தேசத்தை உங்களுக்குத் தெரிவிப்பது என் கடமையாகுமென நினைக்கிறேன்."

"உங்கள் உத்தேசம் என்ன, சொல்லுங்கள்" என்றார் நெஹ்லூதவ். சிமன்சன் அவ்வளவு எளிமையாகவும் ஒளிவு மறைவின்றியும் தம்முடன் பேசியதை உள்ளுக்குள் அவரால் பாராட்டாமல் இருக்க முடியவில்லை.

“கத்யூஷா மாஸ்லவாவை மணம் புரிந்துகொள்ள விரும்புகிறேன்...”

“ஆச்சரியமாய் இருக்கிறதே!” என்று சிமன்சனை வெறிக்கப் பார்த்தாள் மரீயா பாவ்லவ்னா.

“... எனது மனைவி ஆக வேண்டுமென அவளிடம் கேட்கத் தீர்மானித்திருக்கிறேன்” என்று தொடர்ந்து கூறினார் சிமன்சன்.

“நான் என்ன செய்ய முடியும்? முற்றிலும் அவளைப் பொறுத்தது. ஆயிற்றே” என்றார் நெஹ்லூதவ்.

“ஆமாம். ஆனால் உங்களைக் கருதாமல் அவள் இரு பிரச்சினையின் தீர்மானத்துக்கு வர முடியாதே.”

“ஏன் அப்படி?”

“ஏனென்றால் அவளுடன் உங்கள் உறவு பற்றிய பிரச்சினை இறுதியாகத் தீர்மானமாகாத வரை அவள் வேறு எதைப் பற்றியும் முடிவு செய்ய முடியாதவளாய் இருக்கிறாள்.”

“என்னைப் பொறுத்தவரை பிரச்சினை இறுதியாகத் தீர்மானமாகி விட்டது. எனது கடமை என நான் கருதுவதை நிறைவேற்ற விரும்புகிறேன், அதோடு அவளது நிலைமையின் கடுமையை மட்டுப்படுத்த வேண்டும் என்றும் விரும்புகிறேன். ஆனால் எக்காரணம் கருதியும் அவளுக்கு எந்தவிதமான தடை வரம்பும் இட்டு அவளைக் கட்டுப்படுத்தும் விருப்பம் எனக்கு இல்லவே இல்லை.”

“அது சரி, ஆனால் உங்களுடைய தியாகத்தை அவள் ஏற்றுக்கொள்ள விரும்பவில்லை.”

“எவ்வித தியாகமும் புரியவில்லையே நான்.”

“அவளது இந்தத் தீர்மானம் இறுதியானது என்பதையும் நான் அறிவேன்.”

“இந்த நிலைமையில் இது பற்றி எதற்காக என்னுடன் பேச வேண்டும், தெரியவில்லையே எனக்கு” என்றார் நெஹ்லூதவ்.

“இந்த நிலைமையை நீங்கள் அங்கீகரிக்க வேண்டும் என்று அவள் விரும்புகிறாள்...”

“எனது கடமையாகக் கருதுகிற ஒன்றை நான் செய்ய லாகாது என்று எப்படி என்னால் அங்கீகரிக்க முடியும்? நான் சொல்லக் கூடியது இதுதான்; இந்தப் பிரச்சினையில் நான் சுதந்திரம் இல்லாதவன், ஆனால் அவள் முழுச் சுதந்திரம் படைத்தவள்.”

சிமன்சன் சிந்தனை செய்தவாறு சிறிது நேரம் மௌனமாய் இருந்தார்.

“சரி, இதை அவளிடம் சொல்கிறேன். நான் அவள் மீது காதல் கொண்டிருப்பதாய் நீங்கள் நினைக்கக்கூடாது” என்று அவர் தொடர்ந்து கூறிச் சென்றார். “அவள் அதியற்புதமானவள், அரிதிலும் அரிதானவள், அளவின்றித் துன்பப்பட்டு விட்டவள்– அதனால் அவளிடம் எனக்கு அப்படி ஒரு பிரியம். அவளிட மிருந்து எனக்கு வேண்டியது ஒன்றும் இல்லை, நான் ஏங்கித் தவிப்பது எல்லாம் அவளுக்கு உதவ வேண்டும், அவளது கடின நிலைமையை…”

சிமன்சனது குரல் நடுங்கியதைக் கேட்ட போது நெஹ்லூ தவுக்கு ஆச்சரியமாய் இருந்தது.

“…அவளது கடின நிலைமையைச் சகிக்கத் தக்கதாகச் செய்ய வேண்டும் என்பதுதான்” என்று கூறிச் சென்றார் சிமன்சன். உங்களுடைய உதவியை ஏற்க அவளுக்கு விருப்பம் இல்லையானால், என்னுடையதை ஏற்றுக்கொள்ளட்டும். அவள் சம்மதிப்பாளாயின், கைதியாக அவள் அனுப்பப்படும் இடத்துக்கு நானும் அனுப்பப்பட வேண்டும் என்று கேட்கப் போகிறேன். நான்கு ஆண்டுதானே–முடிவில்லாதது அல்லவே. அவளுக்கு அருகே நானும் இருந்து வருவேன். அவளது துன்பங்கள் ஒரு வேளை இதனால் ஓரளவு குறைந்தாலும் குறையலாம்…” அளவு மீறிக் கிளர்ச்சியடைந்து விட்டதால் அவரால் பேச முடியவில்லை.

“சொல்வதற்கு எனக்கு என்ன இருக்கிறது?” என்றார் நெஹ்லூதவ். “மட்டிலா மகிழ்ச்சியடைகிறேன். அவளுக்கு அருமையான காப்பாளர் ஒருவர் கிடைத்திருப்பது குறித்து, உங்களைப் போன்ற ஒருவர் வாய்த்திருப்பது குறித்து…”

“நான் தெரிந்துகொள்ள விரும்பியது அதுவேதான்” என்று சிமன்சன் திரும்பவும் தொடர்ந்தார். “அவள் மீது நீங்கள் அன்பு கொண்டுள்ளீர்கள், அவளது நலத்தில் நாட்டமுடையவராய் இருக்கிறீர்கள்–ஆகவே நீங்கள் என்ன நினைக்கிறீர்கள்? என்னை மணந்துகொண்டால் அவளுக்கு நலம் உண்டாகுமென நினைக்கிறீர்களா?” என்று தெரிந்து கொள்ள விரும்பினேன்.

“ஆமாம், அப்படித்தான் நினைக்கிறேன்” என்று திடமாகக் கூறினார் நெஹ்லூதவ்.

“எல்லாம் அவளையே பொறுத்ததாகும். துன்புறும் இந்த ஆத்மா நிம்மதி பெற வேண்டும், நான் விரும்புவது எல்லாம் இது ஒன்றேதான்” என்று குழந்தையைப் போல் கொஞ்சிக் குழையும் கண்களால் நெஹ்லூதவை நோக்கியவாறு கூறினார் சிமன்சன். கடுப்பான தோற்றமுடைய அவரிடம் இந்த மாதிரி யான ஒரு மென்மையை யாரும் எதிர்பார்த்திருக்க முடியாது.

கூச்சத்துடன் புன்னகை புரிந்தபடி சிமன்சன் அங்கிருந்து எழுந்து நெஹ்லூதவின் கையைப் பற்றிக்கொண்டார், பிறகு அவரை முத்தமிட்டார்.

"இதை நான் அவளிடம் போய்ச் சொல்கிறேன்" என்று சொல்லிவிட்டு அறையிலிருந்து அவர் வெளியே சென்றார்.

17

"எப்படி இருக்கிறது இது?" என்றாள் மரீயா பாவ்லவ்னா. "காதல்தான் சந்தேகமில்லை. காதலேதான்! இப்படியும் ஆக முடியுமென, விளதீமிர் சிமன்சனால் இப்படி அசட்டுத்தனமாய், சிறுபிள்ளைத்தனமாய்க் காதல் கொண்டு விட முடியுமென எந்நாளும் நான் நினைக்கவே இல்லை. அதிசயிக்கத்தக்கது; உண்மையைச் சொல்வதெனில் வருந்தத்தக்கது" என்று சொல்லி அவள் பெருமுச்சு விட்டாள்.

"ஆனால் அவள் கத்யூஷா? இதில் அவள் நிலை எப்படி இருக்குமென நினைக்கிறீர்கள்?" என்று கேட்டார் நெஹ்லூதவ்.

"அவளா?" என்று மரீயா பாவ்லவ்னா இழுத்தாள். முடிந்த அளவுக்குத் துல்லியமாய் இக்கேள்விக்கு அவள் பதிலளிக்க விரும்பினாள் என்பது தெரிந்தது. "அவளா? அவளது கடந்த காலத்தையும் மீறி, இயற்கையான சுபாவத்தில் அவள் சீரிய ஒழுக்கமுடையவள்... நேர்த்தி நயம் வாய்ந்த உயர்ந்த உணர்ச்சிகள் படைத்தவள். தெரியுமா? உங்களைக் காதலிக்கி றாள், உயர்ந்த முறையில் காதலிக்கிறாள். நீங்கள் அவளுடன் பிணைப்பு கொண்டு சிக்கலில் மாட்டிக் கொள்வதைத் தடுத்து, எதிர்மறை வழியிலாவது தன்னால் உங்களுக்கு நன்மை புரிய முடிகிறதே என்று அவள் மகிழ்ச்சி கொள்கிறாள். உங்களை மணந்துகொள்வது அவளுக்கு மிகப் பெரிய வீழ்ச்சியாய் இருக்கும், இதற்கு முன்பு அவளுக்கு நேர்ந்தவை யாவற்றையும் விட படுமோசமான வீழ்ச்சியாய் இருக்கும்: ஆகவே அதற்கு அவள் ஒருபோதும் சம்மதிக்கமாட்டாள். ஆயினும் நீங்கள் அருகில் இருப்பதானது அவளைக் கலவரமடையச் செய்கிறது."

"அப்படியானால் நான் என்ன செய்வது? இல்லாமல் மறைந்துவிட வேண்டியதுதானா?"

மரீயா பாவ்லவ்னாவின் முகத்தில் அவளது இனிமையான, குழந்தைப் பிள்ளை புன்னகை தவழ்ந்தது.

"ஆமாம். ஓரளவுக்கு மறைந்துவிடத்தான் வேண்டும்."

"அது எப்படி ஓரளவுக்கு மறைவது?"

"ஆமாம், நான் உளறுகிறேன். ஆனால் அவளைப் பொறுத்தவரை உங்களுக்கு நான் சொல்ல விரும்புவது இதுதான்; ஆனந்தப் பரவசம் வாய்ந்த இவரது இந்தக் காதல் எவ்வளவு அசட்டுத்தனமானது என்பதை அவள் புரிந்து கொண்டுதான் இருப்பாள். (இவர் இன்னும் அவளிடம் ஒன்றும் சொல்லவில்லை). இந்தக் காதல் அவளைப் பெருமைப்படச் செய்வதாகவும் அதேபோது அவளுக்கு அச்சமூட்டுவதாகவும் இருக்கும். இந்த மாதிரியான விவகாரங்கள் குறித்துப் பேச எனக்குத் தகுதியில்லைதான், ஆயினும் இவரைப் பொறுத்த வரையில் இது ஆணுக்குரிய மிகச் சாதாரணமான உணர்ச்சி தான் மாறுவேடம் பூண்டு வெளிப்படுகிறது என்பதாகவே எனக்குத் தோன்றுகிறது. இந்தக் காதல் தமது ஆற்றலை ஓங்கச் செய்வதாகவும், ஆன்மா நேய வகைப்பட்டதாய் இருப்பதாகவும் இவர் கூறி வருகிறார். ஆனால் அலாதியான வகைப்பட்ட தாகவே கொள்வோமாயினுங்கூட, இதற்கு அடியில் இருப்பது என்னவோ அதே அசிங்கம்தான்... நவதுவோரவுக்கும் கிராபெத்சுக்கும் இடையிலுள்ளதேதான்."

பிரச்சினையிலிருந்து விலகி மரீயா பாவ்லவ்னா தனது தனி ஆர்வத்துக்குரிய பொருள் குறித்துப் பேசிச் சென்றாள்.

"அது இருக்கட்டும். நான் செய்ய வேண்டியது என்ன?" என்று கேட்டார் நெஹ்லூதவ்.

"நீங்கள் அவளிடம் யாவற்றையும் சொல்ல வேண்டுமென நினைக்கிறேன். யாவற்றையும் தெளிவாக்கிக் கொள்வது எப்போதுமே நல்லது. அவளுடன் பேசுங்கள், அவளைக் கூப்பிடுகிறேன், கூப்பிடட்டுமா?" என்றாள் மரீயா பாவ்லவ்னா.

"சரி, கூப்பிடுங்கள்" என்றார் நெஹ்லூதவ்.

மரீயா பாவ்லவ்னா வெளியே சென்றாள்.

அந்தச் சிறிய அறையில் நெஹ்லூதவ் தனியே விடப்பட்டு, அங்கே தூங்கிய வேரா பொகதூஹவ்ஸ்கயாவின் சன்னமான மூச்சொலியையும், எப்போதாவது இடையில் எழுந்த அவளது முனகலையும், இரண்டு கதவுகளைத் தாண்டிக்கொண்டு கைதிகளிடமிருந்து வந்து ஒலித்த ஓயாத இரைச்சலையும் கேட்டுக் கொண்டிருந்தபோது ஒரு விபரீத உணர்ச்சியால் அவர் பீடிக்கப்பட்டு வந்தார்.

சிமன்சன் அவருக்குத் தெரிவித்த விவரம், அவர் தமக்குரிய தாகக் கொண்டு தம் மீது சுமத்திக்கொண்ட கடமையிலிருந்து, பலவீனமான தருணங்களில் கடினமாகவும் விபரீதமாகவும் தோன்றிய இந்தக் கடமையிலிருந்து அவரை விடுவித்தது. அப்படியும் இப்போது அவருள் எழுந்த உணர்ச்சி கசப்பாய் மட்டுமின்றி, வேதனையாகவும் இருந்தது. சிமன்சன் அளித்திட

முன்வந்த உதவியானது, தமது செயலின் தனிச் சிறப்பினைத் தகர்த்துவிட்டதாகவும், இவ்விதம் தமது கண்களிலும் ஏனையோர் கண்களிலும் தமது செயலை மதிப்புக் குறையச் செய்துவிட்டதாகவும் அவர் நினைத்தார். சிமன்சனைப் போன்ற உத்தமர் ஒருவர், எவ்விதத்திலும் அவளுக்குக் கடமைப்பட்டி ராத ஒருவர் மனமுவந்து முன்வந்து தம்முடைய எதிர் காலத்தை அவளுடையதுடன் இணைத்துக்கொள்ளத் தயாராயிருக்கிறார் என்றால், நெஹ்லூதவின் தியாகம் அப்படி ஒன்றும் பிரமாத மானதல்ல என்றுதானே அர்த்தம்? இதோடு சாதாரண பொறாமை உணர்ச்சியும் வேறு சேர்ந்து கொண்டிருக்கலாம்; அவளது காதல் தமக்கே உரியதென்று நினைத்துப் பழகிக் கொண்டு விட்டதால் தம்மையன்றி வேறொருவரை அவளால் காதலிக்க முடியும் என்பதை ஏற்றுக்கொள்ள மனம் ஒப்பாதவ ராகவும் துன்பப்பட்டிருக்கலாம்.

தவிரவும், அவளது தண்டனைக் காலத்தின்போது தாம் அவளுக்கு அருகே இருப்பதென்று முடிவு செய்து அவர் தீட்டியிருந்த திட்டங்களையும் சிமன்சனது முயற்சி குலைத் திட்டது. சிமன்சனை அவள் மணந்துகொள்வாளாயின், பிறகு அவள் அருகே அவர் இருப்பது தேவையற்றதாகிவிடும், அவர் புதிய திட்டங்கள் வகுத்துக் கொண்டாக வேண்டும்.

அவர் தமது உணர்ச்சிகளைச் சரிவர ஆராய்ந்து அறிந்து கொள்வதற்குள், அறைக்கதவு திறக்கப்பட்டு, பக்கத்து அறையி லிருந்து அரசியல் கைதிகளது பேச்சுக் குரல்கள் திடுமெனக் கேட்டன. (அவர்களிடையே இன்று ஏதோ விசேஷமாய் நடை பெற்றுக் கொண்டிருந்தது), அந்தச் சப்தத்துடன் கூடவே கத்யூஷாவும் அறைக்குள் வந்தாள்.

வேகமாய் அடியெடுத்து வைத்து அவள் உள்ளே அவரிடம் வந்தாள்.

“மரீயா பாவ்லவ்னா என்னை இங்கே அனுப்பினாள்” என்றாள் அவள்.

“ஆமாம் நான் உன்னுடன் பேச வேண்டும். உட்காரு, என்னுடன் விளதீமிர் சிமன்சன் பேசிக்கொண்டிருந்தார்.”

அவள் உட்கார்ந்து கைகளை மடியின் மேல் வைத்துக் கொண்டாள், அமைதி வாய்ந்தவளாகவே தோன்றினாள். ஆனால் சிமன்சனது பெயரை நெஹ்லூதவ் குறிப்பிட்டதும் அவளுக்கு முகம் செக்கச் சிவந்து போயிற்று.

“அவர் என்ன சொன்னார்?” என்று கேட்டாள்.

“உன்னை மணந்துகொள்ள விரும்புவதாகச் சொன்னார்.”

திடுமென அவளது முகம் துன்பத்தால் வாடிச் சுருங்கியது. அவள் ஒன்றும் சொல்லவில்லை, கண்களை மட்டும் கவிழ்த்துக் கொண்டாள்.

"அவர் எனது சம்மதத்தை, அல்லது ஆலோசனையைக் கேட்டார். எல்லாம் உன்னைப் பொறுத்ததாகும்–நீதான் தீர் மானிக்க வேண்டும் என்று சொன்னேன்."

"ஓ, என்ன இது? எதற்காக இதெல்லாம்?" என்று முணு முணுத்தவாறு, சற்றே ஓரப்பார்வை கொண்ட தனது கண்களால் அவள் நேரே நெஹ்லூதவின் கண்களை நோக்கினாள். ஒரு தனி முறையில் எப்போதுமே நெஹ்லூதவைப் பரவசமடையச் செய்த பார்வை அது. சில வினாடிகளுக்கு இருவரும் ஒருவரை யொருவர் உற்று நோக்கியவாறு பேசாமல் உட்கார்ந்திருந்தனர். ஆனால் நயனங்களது உரையாடல் இருவருக்கும் மிகப் பலவற்றையும் தெரியப்படுத்தியது.

"நீ தீர்மானத்துக்கு வந்தாக வேண்டும்!" என்று திரும்பவும் கூறினார் நெஹ்லூதவ்.

"எதைப் பற்றித் தீர்மானத்துக்கு வர வேண்டும்?" என்றாள் அவள். "நெடுநாட்களுக்கு முன்பே தீர்மானிக்கப் பட்டதுதானே?"

"இல்லை. விளதீமிர் சிமன்சனது வேண்டுகோளை ஏற்றுக் கொள்ள விரும்புகிறாயா என்று தீர்மானித்தாக வேண்டும்" என்றார் நெஹ்லூதவ்.

"எப்படிப்பட்ட மனைவியாக முடியும் சைபீரியக் கடின உழைப்புக் கைதியான நான்? விளதீமிர் சிமன்சனையும் எதற்காக நான் கெட்டொழியச் செய்ய வேண்டும்?" என்று முகத்தைச் சுளித்துக்கொண்டு கூறினாள் அவள்.

"ஆனால் மன்னிக்கப்பட்டுத் தண்டனை ரத்து செய்யப் படலாம் அல்லவா?" என்றார் நெஹ்லூதவ்.

"ஓ, போதும் இது. மேற்கொண்டு பேசுவதற்கு ஒன்றும் இல்லை" என்று சொல்லி, அங்கிருந்து எழுந்து அறையை விட்டு வெளியே சென்றாள்.

18

கத்யூஷாவைப் பின்தொடர்ந்து ஆடவர்களது அறைக்குத் திரும்பிய நெஹ்லூதவ், அங்கே எல்லாரும் பரபரப்புற்ற நிலை யில் இருக்கக் கண்டார். எல்லா இடங்களுக்கும் சென்று

எல்லோருடனும் உறவுகொண்டு, யாவற்றையும் கண்டறிந்து கொள்பவரான நபாத்தவ், எல்லோரும் திகைக்கும்படியான தகவலைக் கொண்டு வந்திருந்தார். சுவர்களில் ஒன்றில் புரட்சியாளர் பெத்லீன் எழுதி வைத்துவிட்டுப் போயிருந்த ஒரு குறிப்பை நபாத்தவ் கண்டுபிடித்திருந்தார் என்பதுதான் அந்தத் தகவல். சைபீரியக் கடின உழைப்புத் தண்டனை விதிக்கப்பட்டிருந்த பெத்லீன் நெடுநாட்களுக்கு முன்பே காராவுக்குப் போய்ச் சேர்ந்திருக்க வேண்டுமென்று எல்லாரும் நினைத்துக் கொண்டிருந்தார்கள், ஆனால் தண்டனைக் கைதிகளோடு அண்மையில்தான் அவர் இவ்வழியாகச் சென்றிருந்தார் என்பது இப்போது திடுமெனத் தெரிய வந்தது.

“ஆகஸ்டு 17இல் என்னைத் தனியே தண்டனைக் கைதிகளோடு அனுப்பி வைத்தார்கள்” என்று அந்தக் குறிப்பு அறிவித்தது. “நெவேரவ் என்னுடன் இருந்தார். ஆனால் கஸானில் பைத்தியக்கார விடுதியில் அவர் தூக்குப் போட்டுக் கொண்டு இறந்துவிட்டார். நான் நல்லபடியாய், உற்சாகமாய் இருக்கிறேன்; எல்லாம் நன்றாகவே முடிவுறும் என்ற நம்பிக்கையுடன் இருந்து வருகிறேன்.”

பெத்லீனது நிலை குறித்தும், நெவேரவ் தற்கொலை புரிந்து கொண்டதற்குரிய காரணங்கள் குறித்தும் எல்லாரும் பரபரப்புடன் விவாதித்துக் கொண்டிருந்தார்கள். கிரிலித்சோவ் மட்டும் மினுமினுக்கும் அவரது கண்கள் அசையாமல் அவருக்கு முன்னால் வெறித்துப் பார்க்க சிந்தனையில் ஆழ்ந்தவராய் மெய்மறந்த நிலையில் மௌனமாய் இருந்தார்.

“பெத்ரொபாவ்லவ்ஸ்கயா கோட்டைச் சிறையில் இருக்கும் போதே அவர் மாயத் தோற்றங்களைக் கண்டு வந்ததாக என் கணவர் என்னிடம் சொன்னார்” என்றாள் ரான்த்சேவா.

“ஆமாம், அவர் கவிஞர், பகற்கனவு காண்பவர். இந்த மாதிரியான ஆள்களால் தனிக் கொட்டடிச் சிறைவாசத்தைச் சமாளிக்க முடியாது” என்று கூறினார் நவதுவோரவ். “நான் தனிக் கொட்டடியில் அடைக்கப்பட்டிருந்தபோது எனது கற்பனை தறிகெட்டு ஓட இடம் தராமல் இருந்தேன், எனது நேரத்தைக் கண்டிப்பான முறையில் ஒழுங்கு செய்திருந்தேன். அதனால் எப்போதும் என்னால் தனிக் கொட்டடிச் சிறைவாசத்தைச் சகித்துக்கொள்ள முடிந்தது.”

“ஏன் சகித்துக்கொள்ள முடியாது? என்னை அவர்கள் பிடித்து அடைத்த போதெல்லாம், மெய்யாகவே நான் மன மகிழ்ந்து கொண்டேனே” என்று உற்சாகமான குரலில் நபாத்தவ்

கூறினார். மனச்சோர்வை அவர் விரட்டியடிக்க விரும்பினார் என்பது தெளிவாகவே தெரிந்தது. "யாவும் குறித்து பயந்து கொண்டிருக்கிறோம். பிடிபட்டு விடுவோமோ, ஏனையோரைச் சிக்க வைத்துவிடுவோமோ, காரியத்தைக் கெடுத்து விடுவோமோ என்று அஞ்சிக் கொண்டிருக்கிறோம். பிறகு சிறை பிடிக்கப் பட்டதும், யாவும் முடிவடைகின்றன. ஓய்வுபெற முடிகிறது. சும்மா உட்கார்ந்து கொண்டும், புகைபிடித்துக் கொண்டும் இருக்க முடிகிறது."

''அவர் உங்களுக்கு நெருக்கமானவரா?"–திடுமென மாற்றமடைந்து வற்றி வதங்கிவிட்ட கிரிலித்சோவின் முகத்தைக் கலவரத்துடன் பார்த்தபடிக் கேட்டாள் மரீயா பாவ்லவ்னா.

"நெவேரவ் பகற்கனவு காண்பவரா?" என்று கிரிலித்சோவ் திடுமெனப் பேச ஆரம்பித்தார், ஓயாமல் நெடுநேரம் கூச்சலிட்ட வரைப் போல், அல்லது பாட்டுப் பாடியவரைப் போல் அவருக்கு மூச்சு வாங்கிற்று. "மாந்தருள் மாணிக்கம் என்று எங்கள் வாயிற்காவலர் சொல்வது வழக்கம். அந்த மாதிரியான மாணிக்கம்தான் இந்த நெவேரவ்... ஆமாம்... முழுக்க முழுக்க படிகம் போன்றவர். அகத்தில் உள்ளதை அப்படியே வெளிக் காட்டுகிறவர். ஆமாம்... பொய் பேசத் தெரியாதவர். பாசாங்கு செய்ய முடியாது அவரால். மெல்லிய தோலுடையவர் என்றால் போதாது. மேல் தோலே உரித்தெடுக்கப்பட்டு நரம்பு முனைகள் யாவும் அம்மணமாக்கப்பட்டதாகச் சொல்லவேண்டும்– அவ்வளவு கூர் உணர்வு படைத்தவர். ஆமாம்... அவரது இயல்பு மிக மிகச் சிக்கலானது, வளம் மிக்கது, இந்த மாதிரி அல்ல... ஆனால்... பேசிப் பயனில்லை...." சிறிது நேரம் மௌனமாய் இருந்தபின் கோபமாய் முகத்தைச் சுளித்துக்கொண்டு தொடர்ந்து கூறினார். "நாம் சர்ச்சை புரிகிறோம் எது நல்லது? முதலில் மக்களைக் கல்வி ஞானமுடையோராய் ஆக்கி அதன் பிறகு வாழ்க்கை முறையை மாற்ற வேண்டுமா? பிறகு எப்படிப் போராடுவது என்று சர்ச்சை புரிகின்றோம்; அமைதியான பிரசாரத்தின் மூலமா, அல்லது பயங்கரவாத முறையிலா? ஓயாமல் சர்ச்சை புரிகிறோம். ஆமாம், ஆனால் அவர்கள் சர்ச்சை புரிவதில்லை, அவர்கள் தமது காரியத்தை நன்கு அறிந்தவர்களாகச் செயற்படுகிறார்கள். மடிந்தொழிவோர் பத்துக் கணக்கிலா, நூற்றுக்கணக்கிலா என்பது பற்றி அவர்கள் கவலைப் படுவதில்லை, அவர்களுக்கு எல்லாம் ஒன்றுதான். ஆமாம், எப்படிப்பட்டோர் எல்லாம் மடிந்தொழிகிறார்கள்! அவர் களுக்குக் கவலையில்லை, சிறந்தோர் எல்லாருமே மடிந்தொழிய வேண்டுமென்பதே அவர்களுடைய விருப்பம். ஆமாம்,

‘டிசம்பரிஸ்டு’கள் நடப்பு வாழ்விலிருந்து விலக்கப்பட்டதும் சமுதாயத்தின் சராசரி நிலை தாழ்ந்து விட்டதாய் ஹெர்சன்* கூறினார். சந்தேகம் என்ன, தாழ்வுறவே செய்யும். பிறகு ஹெர்சனுங்கூட இதேபோல் விலக்கப்பட்டார். அவரது தலை முறையினரும் விலக்கப்பட்டனர். இப்போது நெவேரவ்கள்....”

“இவர்கள் எல்லோரையும் அழித்தொழித்து விட முடியாது” என்று நபாத்தவ் அவரது உற்சாகமான குரலில் சொன்னார். “இத்தகையோரைத் தொடர்ந்து தோற்றுவிப்பதற்குப் போதுமானவர்கள் எப்போதும் எஞ்சியிருந்து கொண்டுதான் இருப்பார்கள்.”

“இல்லை நாம் அவர்களுக்கு இரக்கம் காட்டினால் இவர்கள் யாரும் எஞ்சியிருக்க மாட்டார்கள்” என்று தாம் குறிப் பிடப்படுவதற்கு இடம் தராமல் குரலை உயர்த்திக்கொண்டு கிரிலித் சோவ் தொடர்ந்து பேசினார். “எனக்கு ஒரு சிகரெட்டு வேண்டும்.”

“அனத்தோலி, வேண்டாம். நல்லதல்ல” என்றாள் மரீயா பாவ்லவ்னா. “புகைபிடிக்க வேண்டாம்.”

“சரிதான், நீ சும்மாயிரு” என்று சொல்லிவிட்டு அவர் சிகரெட்டைப் புகைக்க முற்பட்டார். ஆனால் உடனே இரும ஆரம்பித்து வாந்தியெடுக்கப்போவது போல் திணறினார். கபத்தைத் துப்பிவிட்டுத் தொடர்ந்து பேசினார்: “நாம் எதைச் செய்ய வேண்டுமோ, அதைச் செய்யவில்லை. விவாதித்துக் கொண்டிருப்பதை விட்டொழித்து எல்லாரும் ஒன்றுபட்டாக வேண்டும்... அவர்களை அழித்தாக வேண்டும்... ஆமாம்.”

“அவர்களும் மனிதர்கள் ஆயிற்றே” என்றார் நெஹ்லூதவ்...

“இல்லை. அவர்கள் மனிதர்கள் அல்ல–அவர்கள் செய்து வருவதைப் போன்ற காரியங்களைச் செய்வோர் மனிதர்கள் அல்ல... இல்லை, சில வகைக் குண்டுகளும் பலூன்களும் கண்டு பிடிக்கப்பட்டிருப்பதாகச் சொல்கிறார்கள். ஆமாம், பலூனில் மேலே சென்று குண்டுகளைப் பொழிய வேண்டும், மூட்டைப் பூச்சிகளை ஒழிப்பதுபோல் அவர்கள் எல்லாரையும் ஒழித்துக் கட்டியாக வேண்டும்... ஆமாம், ஏனென்றால்...” தொடர்ந்து பேச அவர் முயற்சி செய்து பார்த்தார். ஆனால் செக்கச் சிவந்து போய்த் திடுமென முன்னிலும் கடுமையாய் இருமினார், அவர் வாயிலிருந்து இரத்தம் பீறிட்டது.

---

* *ஹெர்சன் அலெக்சாண்டர் இவானவிச் (1812—1870)—ருஷ்யப் புரட்சிகர ஜனநாயகவாதி, பொருள் முதல்வாதத் தத்துவ ஞானி, எழுத்தாளர், நூலாசிரியர்.*

வெண்பனியை அள்ளி வருவதற்காக நபாத்தவ் வெளியே ஓடினார். மரீயா பாவ்லவ்னா அவரிடம் வெலாரின் துளிகளைக் கொண்டுவந்து கொடுத்து அருந்தச் சொன்னாள். ஆனால் அவர் தனது வெளிறிய கையால் அவளைத் தள்ளியவாறு கண்களைக் கெட்டியாய் மூடிக்கொண்டு திணறித் திணறி வேகமாய் மூச்சை விட்டு உள்ளே இழுத்தார். வெண்பனியும் குளிர்ந்த நீரும் ஓரளவுக்கு அவரை அமைதியடையச் செய்ததும் அவரைப் படுக்க வைத்தார்கள். நெஹ்லூதவ் எல்லாரிடமும் விடை பெற்றுக்கொண்டு, அவருக்காகக் காத்துக் கொண்டிருந்த மேலாளருடன் சேர்ந்து வெளிவாயிலை நோக்கிச் சென்றார்.

தண்டனைக் கைதிகள் எல்லாரும் இப்பொழுது சப்தம் செய்யாமல் அமைதியாய் இருந்தார்கள், பெரும்பாலோர் தூங்கிக் கொண்டிருந்தார்கள், அறைகளினுள் சுவர்ப்பலகைகள் மீதும் அவற்றுக்கு அடியிலும் அடியிலிருந்த இடங்களிலும் அவர்கள் படுத்திருந்தார்கள். அப்படியும் அறைகளில் எல்லார்க்கும் இடம் இல்லாமல், வெளியே நடையில் ஒரு பகுதியினர் தரையில் தலைக்கடியில் தமது சாக்குப்பைகளை வைத்து, நனைந்த மேலங்கிகளால் போர்த்திக்கொண்டு படுத்துக் கிடந்தார்கள்.

அறைகளின் உள்ளிருந்தும் நடையிலிருந்தும் குறட்டைகளும் முனகல்களும் தூக்கக் கலக்கம் கொண்ட பேச்சுக் குரல்களும் கேட்டன. மேலங்கிகளால் போர்த்தப்பட்ட மனித உருவங்கள் எங்கும் அடர்த்தியான திரள்களாகப் படுத்துக் கிடந்தன. தூங்காமல் விழித்திருந்தவர்கள் பிரம்மசாரிக் கைதிகளது அறையில் ஒரு மூலையில் மெழுகுத்திரியின் வெளிச்சத்தில் உட்கார்ந்திருந்த சிலரும் (மேலாளரைக் கண்டதும் அவர்கள் மெழுகுத்திரியை அணைத்துவிட்டார்கள்), நடையின் விளக்குக்கு அடியில் அமர்ந்து தமது சட்டையிலிருந்து பூச்சி பிடித்துக் கொண்டிருந்த கிழவரும் மட்டும்தான். அரசியல் கைதிகளது வசிப்பிடத்தில் இருந்த கெட்ட காற்று இங்கிருந்த துர்நாற்றக் காற்றுடன் ஒப்பிடுகையில் பரிசுத்தமானதாகத் தோன்றியது. நடையில் எரிந்த விளக்கு மூடுபனிக்குள்ளிருந்து தெரிவதுபோல் மங்கலாய் இருந்தது. மூச்சு விடுவது எளிதாய் இருக்கவில்லை. நடையில் காலி இடமாகப் பார்த்து மிகவும் எச்சரிக்கையுடன் அடியெடுத்து வைத்து நடக்க வேண்டியிருந்தது, ஓரடி எடுத்து வைத்ததும் இன்னொரு பாதத்தை வைப்பதற்கு இடத்தைத் தேடிப் பிடிக்க வேண்டியிருந்தது, நடையிலுங்கூட இடம் கிடைக்காமல் மூன்று பேர் நுழைவறையில் ஒழுகிக் கொண்டிருந்த அந்த நாற்றம் பிடித்த தொட்டிக்கு அருகே படுத்து உறங்கினர். இவர்களில் ஒருவன் பித்துக்குளிக் கிழவன், கைதிக் குழுவின்

அணி வரிசைகளில் நெஹ்லூதவ் அவனை அடிக்கடி பார்த்தி ருந்தார். இன்னொருவன் பத்து வயதுச் சிறுவன், இரு கைதி களுக்கு இடையே ஒருவனது காலின் மேல் தலையை வைத்துக் கன்னத்தைக் கையால் தாங்கிக்கொண்டு படுத்திருந்தான்.

வாயில் வழியைத் தாண்டி வெளியே வந்து சேர்ந்ததும் நெஹ்லூதவ் அங்கே நின்று, நெஞ்சு நிறையும்படிக் கடுங்குளிர்க் காற்றை உள்ளே இழுத்து இழுத்துப் பலமாய் நெடுநேரம் மூச்சுவிட்டார்.

19

வானம் தெளிவடைந்து விண்மீன்கள் மினுமினுத்துக் கொண்டிருந்தன. நெஹ்லூதவ் அவரது விடுதிக்குத் திரும்பி நடந்தபோது ஒரு சில இடங்களைத் தவிர்த்து மற்றெங்கும் சேறு கெட்டியாய் உறைந்து போயிருந்தது. விடுதியில் இருண்ட சன்னலில் நெஹ்லூதவ் தட்டியதும் விரிந்த தோள்களையுடைய தொழிலாளி இளைஞன் வெறுங்காலில் வந்து கதவைத் திறந்து அவரை உள்ளே விட்டான். நுழைவறையின் வலது பக்கத்து நடைக்கு அப்பால் இருட்டாயிருந்த உள்வீட்டிலிருந்து அங்கே படுத்திருந்த வண்டிக்காரர்களது பலத்த குறட்டைச் சப்தம் எழுந்தது. கதவுக்கு வெளியே முற்றத்திலிருந்து குதிரைகள் பலவும் ஓட்ஸ் தீனி தின்னும் சப்தம் கேட்டது. இடப்பக்கத்தில் சுத்தமான அறையின் கதவு இருந்தது. அந்த அறைக்குள் சென்றதும் காஞ்சிரைப் பூண்டின் கசப்பும் வியர்வை வீச்சமும் மூக்கில் ஏறின. சக்தி வாய்ந்த நுரையீரல் உடையவர் அங்கே ஓர் அடைப்புக்குப் பின்னாலிருந்து சந்தம் தவறாமல் மூச்சை உறிஞ்சி இழுத்து குறட்டைவிடுவது காதில் விழுந்தது. உடைகளைக் களைந்துவிட்டு நெஹ்லூதவ் மெழுகுத்துணி சோபாவின் மீது கம்பளியை விரித்துத் தமது தோல் தலை யணையை எடுத்து வைத்துப் படுத்துக்கொண்டார். அன்று அவர் கண்டதும் கேட்டதும் வரிசையாய் அவர் நினைவுக்கு வந்தன. கைதியின் கால் மீது தலையை வைத்துக்கொண்டு நாற்றத் தொட்டியிலிருந்து ஒழுகிய திரவத்தில் அந்தச் சிறுவன் படுத்து உறங்கியதுதான், அன்று அவர் கண்ணுற்றவை யாவற்றி லும் பயங்கரமான காட்சியாய் அவருக்குத் தோன்றியது.

சிமன்சனோடும் கத்யூஷாவோடும் அன்று அந்தியில் அவர் உரையாடியது அவருக்குச் சிறிதும் எதிர்பாராததாகவும் முக்கிய மானதாகவும் இருந்தது. மெய்தான் என்றாலும், அதைப்பற்றி

அவர் அதிகம் சிந்திக்கவில்லை. அந்த விவகாரத்தில் அவரது நிலை அப்படிச் சிக்கலாகவும் தெளிவின்றிக் குழப்படியாகவும் இருந்ததால், அதைப் பற்றிய நினைப்பே தம்மை நெருங்க விடாமல் விரட்டியடித்தார். ஆனால் துர்ப்பாக்கியம் வாய்ந்தவர்களான அந்தக் கைதிகள் திக்குமுக்காட வைக்கும் காற்றைச் சுவாசித்து, நாற்றத் தொட்டியிலிருந்து ஒழுகும் திரவத்தில் படுத்து உறங்கிய காட்சியும், இன்னும் முக்கியமாய்ச் சூதறியாத பச்சைக் குழந்தை முகங்கொண்ட அந்தச் சிறுவன் அந்தக் கைதியின் கால் மீது தலையை வைத்துப் படுத்திருந்த காட்சியும் அப்படியே பசுமையுடன் அவர் மனக்கண்ணெதிரே தெரிந்தன. இந்த நினைவுகளை அவரால் தம் மனத்திலிருந்து விரட்டியடிக்க முடியவில்லை.

எங்கோ தொலைவில் மனிதர்களில் ஒரு பகுதியோர் ஏனைய மனிதர்களை எல்லாவிதமான அவக்கேடுகளுக்கும் மிருகத்தனமான சீரழிவுகளுக்கும் துன்பங்களுக்கும் உள்ளாக்கிச் சித்திரவதை செய்கிறார்கள் என்று தெரிந்து வைத்திருப்பது ஒன்று: ஆனால் ஒரு பகுதியோர் ஏனையோரை இப்படி இழிவு படுத்தியதையும் சித்திரவதை செய்ததையும் தொடர்ச்சியாய் மூன்று மாதங்களாய் நேரில் பார்த்துக்கொண்டிருப்பது முற்றிலும் வேறு ஒன்று. நெஹ்லூதவ் இந்த வேறுபாட்டை அனுபவ வாயிலாய் மிகத் தெளிவாய் உணர்ந்துகொண்டார். இந்த மூன்று மாதங்களின் போது ஒரு தரம் அல்ல, மிகப் பல தரம் அவர் தம்மைத் தாமே கேட்டுக்கொண்டார்; “ஏனையோர் பார்க்காததை எல்லாம் பார்க்கின்ற எனக்குப் பைத்தியமா? அல்லது நான் பார்க்கிற இவற்றை எல்லாம் செய்கின்றவர்களுக்குப் பைத்தியமா?” ஆயினும் அவருக்கு அப்படித் திகைப்பாகவும் பயங்கரமாகவும் இருந்த காரியங்களைச் செய்தவர்கள் அத்தனைபேர் இருந்ததாலும், தாம் புரியும் காரியங்கள் செய்யப்பட வேண்டியவையே என்பதுடன் மிகமிக முக்கியமானவையே என்றும் பயனுள்ளவை என்றும் அப்படி அசங்காத திட நம்பிக்கை கொண்டோராய் இவை யாவற்றையும் செய்து வந்ததாலும், இவர்கள் எல்லார்க்கும் பைத்தியம் என்பதாய் அவரால் நினைக்க முடியவில்லை. தமது சிந்தனைகள் தெளிவாகவே இருந்தன என்பதை அறிந்திருந்ததால், தமக்குப் பைத்தியம் என்பதாகவும் அவரால் நினைக்க முடியவில்லை. இதனால் அவர் குழப்படியான ஒரு நிலையில் இருந்து வந்தார்.

தொடர்ச்சியாய் இந்த மூன்று மாதங்களில் நெஹ்லூதவ் கண்ணுற்று வந்தவை அவர் மனத்தில் பதிந்திருந்த சித்திரம் வருமாறு: சுதந்திரமாய் வெளியே வாழ்வோரில் எரிச்சலும்

ஆத்திரமும் உணர்ச்சி வயப்பாடும் மற்றும் ஆற்றலும் திறனும் வலிவும் மிகுந்தவர்களாகவும் அதேபோது ஏனையோரைக் காட்டிலும் குறைந்த அளவுக்கே கவனமும் எச்சரிக்கை உணர்வும் தந்திரமும் உடையோராகவும் இருந்தவர்கள் வழக்கு விசாரணைகள் மூலமாகவும் நிர்வாக நடவடிக்கைகள் மூலமாகவும் பொறுக்கி எடுக்கப்பட்டனர்-சுதந்திரமாய் வெளியே இருப்போரைக் காட்டிலும் அவர்கள் சமுதாயத்துக்கு எவ்விதத்திலும் அதிகமாகக் குற்றம் புரிந்தவர்களோ, அபாயம் விளைவிப்பவர்களோ அல்ல. இப்படி இவர்கள் பொறுக்கி எடுக்கப்பட்டு சிறைக்கூடங்களிலும் கடத்தல் முகாம்களிலும் சைபீரியக் கைதி முகாம்களிலும் அடைக்கப்பட்டனர். இங்கே இவர்கள் இயற்கையிடமிருந்தும் குடும்பத்திடமிருந்தும் உழைப்பிடமிருந்தும்-அதாவது மனிதன் இயற்கைக்கு இசைவாகவும் ஒழுக்கமுடையவனாகவும் வாழ்வதற்கு அவசியமான எல்லா நிலைமைகளிலிருந்தும்-துண்டித்து விலக்கப்பட்டு, உண்டியும் உடுக்கையும் உறையுளும் அளிக்கப்பட்டு, வேலை ஏதும் இல்லாத முழுச் சோம்பேறிகளாய் வதையும்படி மாதக்கணக்கிலும் வருடக்கணக்கிலும் அடைத்து வைக்கப்பட்டார்கள். இது முதலாவது.

இரண்டாவதாக, இவர்கள் இந்தச் சிறைக்கூடங்களிலும் முகாம்களிலும் தேவையே இல்லாத எல்லாவிதமான அவக்கேடுகளுக்கும்-சங்கிலிகள், மழிக்கப்பட்ட தலைகள், அவமானகரமான உடுப்புகள்-ஆளாக்கப்பட்டு இழிவு படுத்தப்பட்டார்கள்; அதாவது பலவீனர்களாய் இருப்போரை நல்லவர்களாய் வாழும்படித் தூண்டுதல் அளித்து உந்திவிடும் பிரதான விசைகளை-பொதுமக்களது அபிப்பிராயத்தை மதித்து நடக்க வேண்டுமென்ற ஆவல், வெட்க உணர்ச்சி, மனிதனுக்குரிய மாண்பு உணர்ச்சி முதலானவற்றை இவர்கள் இழந்துவிடும்படிச் செய்யப்பட்டார்கள்.

மூன்றாவதாக, கைதிகள் அடைக்கப்பட்டிருக்கும் இடங்களில் எப்போதும் இருந்துவரும் தொத்து நோய்களாலும், மற்றும் அயர்வாலும் சோர்வாலும் அடி உதையாலும் (வெயிலால் தாக்குறுதல், நீரில் மூழ்கி மாளுதல், தீ விபத்துக்கு உள்ளாதல் போன்ற விதிவிலக்கான நிகழ்வுகளைச் சொல்ல வேண்டியதில்லை.) இவர்களது உயிர் எந்நேரமும் ஆபத்துக்கு உள்ளாக்கப்பட்டு வந்தது; மிகவும் நல்லவர்களாகவும் ஒழுக்க சீலர்களாகவும் இருப்போருங்கூடத் தமது உயிரின் தற்காப்பு உணர்ச்சிகளால் உந்தப்பட்டு பயங்கரமான கொடுஞ் செயல்கள் புரியவும், இச்செயல்களைப் புரிகின்ற ஏனையோரை மன்னிக்கவும் நேரும்படியான நிலைமையில் இவர்கள் எந்நேரமும் இருந்து வர வேண்டியிருந்தது.

நான்காவதாக, இவர்கள் வாழ்க்கையால் வெகுவாகச் சீரழிக்கப்பட்டோருடன், இன்னும் முக்கியமாய்க் கைதிகளுக் கான நிலையங்களாலேயே படுமோசமாகச் சீரழிக்கப்பட்டோரு டன், புளிக்காத அப்ப மாவைக் காடிச் சத்து புளித்து உப்பச் செய்வதுபோல, இன்னும் சீர்கேடு அடையாதோரைக் கெட்டொழிய வைக்கும் தீயோருடனும் கொலைகாரர்களுடனும் எத்தர்களுடனும் கூடிக் கெட்டுப் போகும்படி நிர்ப்பந்தம் செய்யப்பட்டார்கள்.

முடிவில் ஐந்தாவதாக, அரசாங்கம் தனக்கு அனுகூலமாய் இருக்கும்படியான எந்தவிதமான வன்முறையையும் கொடுமை யையும் மிருகத்தனத்தையும் தடுப்பதில்லை என்பதோடு நேரடியாய் அனுமதிக்கவும் செய்கிறது என்பது, இவர்களுக்கு எதிரான எல்லாவிதமான மனித விரோதக் கொடுஞ்செயல்கள் மூலமும், சக்தி வாய்ந்த முறையில் இவர்கள் எல்லார்க்கும் வலியுறுத்திக் காட்டப்பட்டது. குழந்தைகளும் பெண்களும் கிழவர்களும் வதைக்கப்பட்டதன் மூலம், மிளாறுகளாலும் சவுக்குகளாலும் அடித்துக் கொடுமை புரிந்ததன் மூலம், தப்பி ஓடியவர்களை உயிரோடோ, சாகடித்தோ கொண்டு வந்தோருக்குச் சன்மானங்கள் தந்ததன் மூலம், கணவர்களை மனைவியரிடமிருந்து பிரித்து விலக்கி அயலாரது மனைவியரை அயலாரது கணவர்களோடு கூடி வாழச் செய்ததன் மூலம், சுட்டும் தூக்கிலிட்டும் கொன்றதன் மூலம் வலியுறுத்திக் காட்டப்பட்டது. ஆகவே சுதந்திரம் பறிக்கப்பட்டு இல்லா மைக்கும் கொடுந்துன்பத்துக்கும் துயரத்துக்கும் ஆளாகியோர் வன்முறைச் செயல்களில் இறங்க இன்னும் கூட அதிக அளவுக்கு அனுமதி உண்டு என்பதும் வலியுறுத்திக் காட்டப்பட்டது.

சீரழிவையும் தீயொழுக்கத்தையும் வேறு எந்த நிலைமை களிலும் முடியாத அளவுக்கு அவற்றின் முழுச் செறிவில் உற்பத்தி செய்வதற்காகவும், இப்படிச் செறிவடைந்த சீரழிவையும் தீயொழுக்கத்தையும் மக்கள் அனைவரிடத்தும் மிகவும் விரிவாகப் பரவச் செய்வதற்காகவும், சிறைக் கூடங்களும் கைதிகளுக்கான ஏனைய நிலையங்களும் திட்டமிட்டு நிறுவப் பட்டவை போல் செயற்பட்டு வந்தன.

சிறைக்கூடங்களிலும் கடத்தல் முகாம்களிலும் நடைபெற்று வந்த காரியங்களைக் கண்டறிந்து கொண்ட நெஹ்லூதவ், “மக்களிடையே எவ்வளவு முடியுமோ அவ்வளவு அதிக மானோரைச் சீரழிய வைப்பதற்கு மிகச் சிறந்த, மிகவும் நிச்சய மான ஏற்பாடுகளைச் செய்யுமாறு பணிக்கப்பட்டவை போல் அல்லவா இவை செயல்படுகின்றன” என்று நினைத்தார். ஆண்டுதோறும் நூறு ஆயிரக்கணக்கானோர் இங்கே சீரழிவின்

உச்சக்கட்டத்துக்கு இட்டுச் செல்லப்படுகிறார்கள், முழு அளவுக்குச் சீரழிந்ததும் இவர்கள் விடுதலை செய்யப்பட்டு, சிறைக் கூடங்களில் அவர்கள் கற்றுக்கொண்ட ஒழுக்கக்கேடு களை மக்கள் எல்லோரிடத்தும் பரப்புவதற்காக வெளியே அனுப்பப்படுகிறார்கள்.

சமுதாயம் தனக்கு வகுத்துக்கொண்டதாய் நினைக்க வேண்டியிருந்த அந்த இலட்சியப் பணி எவ்வளவு வெற்றிகரமாய் நிறைவேற்றப்பட்டது என்பதைத் தியுமேனிலும் எக்கத் தெரீன்பர்கிலும் தோம்ஸ்கிலும் இருந்த சிறைக்கூடங்களிலும் கடத்தல் முகாம்களிலும் நெஹ்லூதவ் கண்ணுற்றார். ருஷ்யச் சமுதாயத்தின் குடியானவ, கிறிஸ்தவ ஒழுக்கநெறியின் கண்ணோட்டம் கொண்டவர்களான எளிமை வாய்ந்த சாதாரண மக்கள் சிறைவாசத்தின்போது இந்தக் கண்ணோட்டத்தை இழந்து, அதற்குப் பதில் சிறைக் கூடத்தில் உருவாக்கப்பட்ட ஒரு புதிய கண்ணோட்டத்தைச் சுவீகரித்துக் கொண்டார்கள். இந்தப் புதிய, சிறைக் கூடக் கண்ணோட்டத்தின் பிரதான உட்பொருள் என்னவென்றால் மனிதப் பிறவியினை இழிவு படுத்துவதும், அட்டூழியங்கள் புரிந்து வதைபட வைப்பதும், அடியோடு அழித்திடுவதும் இலாபகரமாய் இருக்குமாயின், இச்செயல்கள் யாவும் நியாயமான செயல்களாய் அனுமதிக் கப்பட வேண்டியவையே என்பதுதான். அண்டை அயலாரை மதித்து நடக்க வேண்டுமென்றும் இரக்கமும் பரிவும் காட்ட வேண்டுமென்றும் சமயச்சபையும் நீதிநெறி போதனாசிரியர்களும் உபதேசித்து வந்திருக்கும் விதிகள் யாவும் எதார்த்த வாழ்க்கையில் புறக்கணிக்கபட்டுவிட்டன என்றும், ஆகவே தாமும் இந்த விதி களைக் கடைப்பிடிக்கத் தேவையில்லை என்றும் சிறை வாசத்தின் போது இம்மக்கள் தமக்கு நேர்கின்ற பலவற்றின் வாயிலாகவும் தமது உள்ளம் அனைத்தையும் கொண்டு உணர்ந்துகொண்டார்கள். நெஹ்லூதவ் தமக்குத் தெரிந்த எல்லாக் கைதிகளிடத்தும், சிறைவாசத்தால் உண்டாகும் இந்தப் பலன் தென்படக் கண்டார். ஃபேதரோவிடத்தும், மக்காரிடத்தும், தாராஸிடத்தும் கூட அவர் இதைக் கண்ணுற்றார் –கடத்தல் முகாம்களில் கைதிகளோடு இரண்டு மாதங்கள் இருந்தபின் தாராஸ் ஒழுக்கக்கேடான அபிப்பிராயங்களை வெளியிட முற்படக் கண்டு நெஹ்லூதவ் திகைப்புற்றார். 'தைகா' சதுப்புகளுக்குத் தப்பியோடும் பொறுக்கிகள் தமது தோழர்களுடன் பேசி அவர்களையும் தம்முடன் ஓடி வரும்படிச் சரிக்கட்டி, பிற்பாடு அவர்களைக் கொன்று அவர்களது ஊனை உண்பது பற்றி இந்தப் பயணத்தின்போது நெஹ்லூதவ் தெரிந்து

கொண்டார். இப்படிச் செய்ததாகக் குற்றம் சாட்டப்பட்டு அதை ஒத்துக்கொண்ட உயிருள்ள ஓராளை அவர் நேரில் கண்டிருந்தார். யாவற்றிலும் பயங்கரமானது என்னவெனில், மனிதனை மனிதன் உண்ணும் இந்தப் பயங்கரம் இதோ அபூர்வமான ஒரு சம்பவமாய் இராமல், தொடர்ச்சியாகத் திரும்பத் திரும்ப நடைபெற்று வந்தது.

நீட்ஷேயின்* புத்தம் புதிய போதனையினது முன்னோடிகளாய் விளங்கி, எதை வேண்டுமானாலும் செய்யலாம். தகாச் செயல் என்பதாய் ஏதும் இல்லையெனக்கொண்டு, இந்தப் போதனையை முதலில் கைதிகளிடத்தும் பிற மக்கள் எல்லாரிடத்தும் பரவச் செய்த அந்தப் பொறுக்கிகளது இழிநிலையை வந்தடையும்படி ருஷ்யராகப் பிறந்து வளர்ந்த ஒருவரைச் சீரழிய வைப்பதென்று சிறைக்கூடங்களிலும் கைதிகளுக்கான பிற நிலையங்களிலும் செய்யப்படுவது போல விசேஷ முறையில் பாபங்களையும் கேடுகளையும் பேணி வளர்த்து விருத்தி செய்வது மூலம் அல்லாமல் வேறு எவ்வழியிலும் சாத்தியமன்று.

இப்படி எல்லாம் ஏன் செய்யப்படவேண்டும் என்பதற்கு ஒரேயொரு விளக்கம்தான் அளிக்கப்பட்டது: குற்றச் செயலைத் தடுப்பதற்காகவும், அச்சம் உண்டாக்குவதற்காகவும், குற்றம் புரிவோரைத் திருத்துவதற்காகவும், புத்தகங்களில் சொல்லப்படுவது போல் சட்ட வழியில் வஞ்சம் தீர்த்துக் கொள்வதற்காகவும் இவை செய்யப்படுவதாகக் கூறப்பட்டது. ஆனால் முதலாவதையோ இரண்டாவதையோ, மூன்றாவதையோ, நான்காவதையோ ஒத்த விளைவு ஏதும் உண்மையில் ஏற்படக் காணோம். குற்றச்செயல் தடுக்கப்படுவதற்குப் பதில் மேலும் பரவியே சென்றது. அச்சப்படுவதற்குப் பதில் குற்றவாளிகள் ஊக்கம்தான் அடைந்தார்கள், இவர்களில் பலரும்–பொறுக்கிகளைப் போன்ற பலரும்–தாமே விரும்பிச் சிறைக்கூடங்களுக்குத் திரும்பி வந்து சேர்ந்தார்கள். குற்றம் புரிவோர் திருத்தப்படவில்லை, அதற்குப் பதில் எல்லாவிதமான தீயவழிகளையும் முறைப்படி அவர்கள் கற்றுத் தேர்வதற்குத்தான் வழி செய்யப்பட்டது. பழி தீர்த்துக்கொள்ள வேண்டுமென்ற வெறி அரசாங்கத்தின் தண்டனைகள் மூலம் தணிக்கப்படுவதற்குப் பதில், இவ்வெறி இல்லாதவர்களாய் இருந்த மக்களுக்கு ஊட்டப் பெற்று வந்தது.

---

* *நீட்ஷே (1844—1900)—ஜெர்மன் தத்துவஞானி; அறிவு எதிர்ப்பு வாதம், இச்சை வழிவாதம் ஆகியவற்றின் பிரதிநிதியாக இருந்தவர்; கவிஞர்.*

“பிறகு ஏன் இப்படி எல்லாம் செய்கிறார்கள்?” என்று நெஹ்லூதவ் தம்மைத் தாமே கேட்டுக்கொண்டார். இந்தக் கேள்விக்கு அவரால் விடை காணமுடியவில்லை.

அவருக்கு யாவற்றிலும் அதிகமாய் வியப்புக்குரியதாய் இருந்தது என்னவெனில், தற்செயலாகவோ, தவறுதலாகவோ, ஒரேயொரு தரமோ இப்படி எல்லாம் செய்யப்படாமல், தொடர்ச்சியாகப் பல நூறு ஆண்டுகளாய் இவ்வாறே செய்யப் பட்டு வந்ததுதான். வித்தியாசம் எல்லாம் இதுதான்: அந்தக் காலத்தில் ஆட்களின் மூக்கை அறுத்துக் காதுகளை வெட்டி யெடுத்தனர்; பிறகு சூடுபோட்டுப் பழிக்குறி இட்டு இரும்புச் சட்டங்களில் பூட்டினர்; இப்போது கைவிலங்குகள் இட்டு, நீராவிப் படகால் இழுத்துச் செல்லப்படும் தெப்பங்களில் ஏற்றிச் சென்றார்கள்–வண்டிகளில் அல்ல.

கைதிகளுக்கான சிறைக்கூடங்களிலும் கடத்தல் முகாம் களிலும் செய்யப்பட்டிருந்த ஏற்பாடுகளில் இருந்து வந்த குறை பாடுகள் அவருக்கு இப்படி அருவருப்பு உண்டாக்கியதாய் அரசாங்கப் பணியாளர்கள் அவரிடம் கூறினர்; புதிய பாணியில் அமைந்த சிறைக்கூடங்கள் கட்டப்பட்டுவிட்டால், இந்தக் குறைபாடுகள் யாவற்றையும் சரிசெய்து விடலாம் என்று அவர்கள் ஆலோசனை சொன்னார்கள். ஆனால் இம்மாதிரி யான ஆலோசனைகள் திருப்தி அளிக்கவில்லை. ஏனெனில் அவரது அருவருப்பு கைதிகளுடைய வசிப்பிடங்களில் செய்யப் பட்டிருந்த ஏற்பாடுகள் சிறந்தவையா, இல்லையா என்பதிலிருந்து எழுந்ததல்ல. அவர் இதை நன்கு உணர்ந்திருந்தார். மின்விசை மணிகளையும், தார்தே சிபாரிசு செய்திருந்ததைப் போல் மரண தண்டனை நிறைவேற்றத்துக்கான மின் விசை ஏற்பாடுகளையும் பெற்று மிகச் சிறந்த முறையில் அமைக்கப்பட்டிருந்த சிறைக் கூடங்களைப் பற்றி அவர் படித்திருந்தார். திருத்தம் செய்யப் பட்டுச் சிறப்புடன் அமைந்த இந்த வன்முறை அவருக்கு மேலும் அதிகமான அருவருப்பையே உண்டாக்கியது.

ஆனால் நீதி மன்றங்களிலும் அமைச்சகத்திலும் அமர்ந் திருந்தவர்கள் இவர்களை ஒத்த பிற அதிகாரிகள் இதே உள்நோக்கங்களால் உந்தப்பட்டு எழுதிய புத்தகங்களைப் புரட்டிப் பார்த்து, இந்த அல்லது அந்தச் சட்டத் தொகுப்புக்கு ஒப்ப இவ்வாறு எழுதப்பட்ட சட்டங்களை மீறுகின்ற செயல் களாகும் என்று குறிப்பிட்டு, செயல்களைப் புரிந்து குற்றம் இழைத்தவர்களை இனி தாம் பார்க்க வேண்டியிராத இடங் களுக்கு அனுப்பி வைப்பதற்காக, மக்களிடமிருந்து வசூலிக்கப் பட்ட பணத்திலிருந்து கொழுத்த சம்பளங்கள் பெற்று

வந்தார்கள் என்பதும், இப்படி அனுப்பி வைக்கப்பட்டவர்கள் அங்கே கொடுமை வாய்ந்த முரட்டுச் சிறைக் கண்காணிப் பாளர்கள், காவலர்கள், காவல் படையாட்கள் ஆகியோரது முழு அதிகாரத்தில் விடப்பட்டு, பத்து லட்சக்கணக்கானோரது ஆத்மாவும் உடலும் நாசமாக்கப்பட்டது என்பதும்தான் நெஹ்லூதவுக்கு வெறுப்பும் வேதனையும் உண்டாக்கிய பிரதான விவரங்களாகும்.

நெஹ்லூதவ் நெருங்கிச் சென்று சிறைக்கூடங்களையும் கடத்தல் முகாம்களையும் நேரில் கவனித்து வந்தார். கைதி களிடையே வளர்ந்து பெருகிய எல்லாக் கேடுகளும்–குடியும், சூதாட்டமும், கொடுமையும், பயங்கரக் குற்றங்களும் மனிதனை மனிதன் உண்ணும் காட்டுமிராண்டித்தனமுங்கூட–தற்செய லானவையோ, சீரழிவின் விளைவுகளோ, அரசாங்கத்துக்கு ஒத்து ஊதும் மந்த புத்தியினரான விஞ்ஞானிகள் கூறுவதுபோல் குற்ற மரபினர் எனப்படும் கோரப் பிறவிகள் இருப்பதால் ஏற்படும் பலன்களோ அல்ல என்பதையும், மனிதர்கள் ஒருவரையொருவர் தண்டித்துக் கொள்ளலாம் என்கிற நம்பவே முடியாத மனமயக் கத்தின் தவிர்க்கவொண்ணாத விளைவுகளே ஆகும் என்பதை யும் அவர் ஐயமறத் தெரிந்துகொண்டார். மனிதனை மனிதன் உண்ணும் கொடுமை தைகா சதுப்புகளிலே உதித்து விட வில்லை. அமைச்சகங்களிலும் கமிட்டிகளிலும் அரசாங்க இலாகாக்களிலும் உதித்து நிறைவை மட்டுமே தைகா சதுப்பு களில் கண்டதாகும் என்பதை நெஹ்லூதவ் கண்ணுற்றார். உதாரணமாய் அவரது அத்தானும், உண்மையில் எல்லா வழக்கறிஞர்களும், அறிவிப்பாளரிலிருந்து தொடங்கி அமைச்சர் வரையிலான அதிகாரிகளும் அவர்கள் அலுக்காமல் பேசி வந்த நீதி நேர்மை குறித்தோ, மக்களது நலம் குறித்தோ கிஞ்சித்தும் கவலைப்படவில்லை. இத்தனை சீரழிவுக்கும் துன்பத்துக்கும் காரணமான செயல்களைப் புரிந்ததற்காக அவர்களுக்கு அளிக்கப்பட்டு வந்த ரூபிள் குறித்தே கவலைப்பட்டனர் என்பதை நெஹ்லூதவ் கண்ணுற்றார். இது வெளிப்படையாகவே தெரிந்தது.

“அப்படியானால் இவை யாவற்றுக்கும் வெறும் தப்பு அபிப்பிராயம்தான் காரணமா? இந்த அதிகாரிகள் எல்லாரும் தற்போது செய்து வரும் வேலைகளை விட்டொழித்துவிட்டு வேலை செய்யாமல் சும்மாயிருக்கச் சொல்லி அவர்களுக்குச் சம்பளங்களும் அவற்றோடு கூட போனசும் சேர்த்துத் தருவதற்கு ஏற்பாடு செய்வது நல்லது அல்லவா?” என்று நினைத்தார் நெஹ்லூதவ். அவரது இந்தச் சிந்தனைகளுக்கு இடையே

சேவல்கள் ஏற்கெனவே இரண்டு முறை கூவிவிட்டன. ஊற்றி லிருந்து நீர் சுரப்பது போலச் சுற்றிலுமிருந்து சுரந்து எழுந்து கொண்டிருந்த பூச்சிகளையும் மீறி அவர் அப்படியே உறக்கத்தில் ஆழ்ந்துவிட்டார்.

20

விடுதியிலிருந்து வண்டிக்காரர்கள் புறப்பட்டுச் சென்று நெடுநேரமான பிறகுதான் நெஹ்லூதவ் விழித்தெழுந்தார். விடுதித் தலைவி தேநீர் அருந்தி முடித்திருந்தாள். வியர்த்து விட்ட குண்டுக் கழுத்தைக் கைக்குட்டையால் துடைத்துக் கொண்டு இப்போது அவள் உள்ளே வந்து, கைதிகளது தங்கு மிடத்திலிருந்து காவல் படையாள் ஒருவன் கடிதம் கொண்டு வந்து கொடுத்ததாகச் சொன்னாள். மரீயா பாவ்லவ்னா எழுதியிருந்த கடிதம் அது. கிரிலித்சோவை வருத்திய உபாதை அவர்கள் நினைத்ததைக் காட்டிலும் மிகவும் கடுமையாய் இருந்ததாக அவள் எழுதினாள்.

"அவர் இங்கேயே தங்குவதற்கு ஏற்பாடு செய்து நாங்களும் அவருடன் தங்கலாமென முதலில் நினைத்தோம். ஆனால் இதற்கு அனுமதி கிடைக்கவில்லை. ஆகவே நாங்கள் அவரை அழைத்துச் செல்கிறோம், ஆனால் என்ன ஆகுமோ என்று அஞ்சுகிறோம். வருகிற நகரத்தில் அவர் தங்கிவிடும்படி நேரு மாயின், எங்களில் ஒருவர் அவருடன் இருப்பதற்கு நீங்கள் ஏற்பாடு செய்ய வேண்டும். இதற்கு அனுமதி பெறுவதற்கு நான் அவரை மணந்துகொள்வது அவசியம் எனில், நிச்சயம் நான் அதற்குத் தயார்தான்.."

வண்டி கொண்டு வருவதற்காகத் தொழிலாளி இளை ஞனைப் பேட்டைக்கு அனுப்பி வைத்துவிட்டு அவசரமாய் நெஹ்லூதவ் துணிமணிகளை எடுத்து வைத்துப் பயணத்துக்குத் தயாரானார். அவர் இரண்டாவது கிளாஸ் தேநீரைப் பருகி முடிப்பதற்குள் முக்குதிரை வண்டி, மணிகள் கணகணக்க, கற்கள் மீது உருளுவதுபோல கெட்டியாய் உறைந்த சேற்றின் மீது சக்கரங்கள் உருண்டு தடதடக்க, வாயில் முகப்புக்கு ஓடி வந்தது. குண்டுக் கழுத்துடைய விடுதித் தலைவிக்குப் பணத்தைக் கொடுத்துக் கணக்கு தீர்த்துவிட்டு நெஹ்லூதவ் அவசரமாய் வெளியே வந்து வண்டியில் ஏறி உட்கார்ந்தார். கைதிக் குழுவை எட்டிப் பிடிப்பதற்காக முடிந்த அளவுக்கு வேகமாய் ஓட்டிச் செல்லும்படி வண்டிக்காரனிடம் கூறினார். பொது மேய்ச்சல் வெளியின் வாயில்வழிகளைக் கடந்து கொஞ்ச தூரம் சென்றதும், சாக்குப்பைகளையும் நலமிழந்த கைதிகளையும் சுமந்து

கொண்டு, வண்டிச் சக்கரங்களால் நசுக்குண்டு சமதரையாகி வந்த உறைந்த சேற்றுப் பொருக்கின் மேல் தடதடத்துச் சென்ற வண்டிகளை எட்டிப் பிடித்தனர். காவல் படைத் தலைமை அதிகாரி அங்கில்லை, அவர் முன்னால் சென்று விட்டார். காவல் படையாட்கள் குடித்திருந்தார்கள் என்பது தெரிந்தது; குதூகலமாகப் பேசிக்கொண்டு வண்டிகளைப் பின் தொடர்ந்து சாலையின் ஓரமாகப் போய்க் கொண்டிருந்தார்கள். வண்டிகள் ஏராளமாய் இருந்தன. முதலில் சென்றவற்றில் நலமிழந்த தண்டனைக் கைதிகள் ஒவ்வொரு வண்டியிலும் ஆறு பேர் நெருக்கிக்கொண்டு உட்கார்ந்திருந்தனர். கடைசி மூன்று வண்டிகளில் – ஒவ்வொன்றிலும் மூன்று பேர் வீதம் – அரசியல் கைதிகள் இருந்தனர். யாவற்றுக்கும் கடைசியில் சென்றதில் நவதுவோரவும், கிராபெத்சும், கன்திராத்தியெவும் அமர்ந் திருந்தனர். அதற்கு முந்தியதில் ரான்த்சேவாவும், நபாத்தவும், மரீயா பாவ்லவ்னா தனது இடத்தைத் தந்திருந்த ஏலாதப் பெண்ணும் இருந்தனர். மூன்றாவதில் கிரிலித்சோவ் தலைக்கு அடியில் தலையணையை வைத்துக்கொண்டு உலர் புல்லின் மீது படுத்திருந்தார். அவருக்குப் பக்கத்தில் வண்டிப் பெட்டியில் மரீயா பாவ்லவ்னா அமர்ந்திருந்தாள். கிரிலித்சோவுக்கு அருகே சென்றதும் நெஹ்லூதவ் தமது வண்டிக்காரனிடம் வண்டியை நிற்பாட்டச் சொல்லிக் கீழே இறங்கி அவரிடம் சென்றார். குடிமயக்கம் கொண்ட காவல் படையாள் ஒருவன் நெஹ்லூ தவைப் பார்த்துக் கையை வீசி ஆட்டினான். ஆனால் நெஹ்லூதவ் அதைப் பொருட்படுத்தாமலே அந்த வண்டியிடம் சென்று அதைப் பிடித்துக்கொண்டு கிரிலித்சோவுக்குப் பக்கத்தில் நடந்தார். கிரிலித்சோவ் ஆட்டுத்தோல் கோட்டு அணிந்து தலையில் மென்முடித் தொப்பி வைத்திருந்தார். அவரு டைய வாய் ஒரு கைக்குட்டையால் மூடிக் கட்டப்பட்டிருந்தது. பார்ப்பதற்கு இப்போது அவர் மேலும் அதிகமாய் மெலிந்து வெள்ளையாய் வெளுத்துப் போயிருந்தார். அவரது எழிலார்ந்த கண்கள் மிகவும் பெரிதாக ஒளி மிக்கனவாகத் தோன்றின. வண்டியின் அதிர்வால் ஆட்டி உலுக்கப்பட்டு வந்த அவர், நெஹ்லூதவின் மீது கண்களைப் பதித்து அவரை உற்றுப் பார்த்தார். அவரது உடல் நலங்குறித்து நெஹ்லூதவ் விசாரித்த போது அவர் ஒன்றும் சொல்லாமல் கண்களை மூடிக்கொண்டு கோபமாகத் தலையை ஆட்டினார். வண்டியின் ஆட்டத்தையும் அதிர்வையும் சமாளிப்பதற்காக அவர் தமது சக்தி அனைத் தையும் செலவிட வேண்டியிருந்தது என்பது தெளிவாகவே தெரிந்தது. வண்டியின் எதிர்ப் பக்கத்தில் உட்கார்ந்திருந்த மரீயா பாவ்லவ்னா பொருட்செறிவு வாய்ந்த முறையில்

நெஹ்லூதவை உற்று நோக்கினாள்; கிரிலித்சோவின் உடல் நிலை குறித்து அவள் தனது கலவரம் அனைத்தையும் அந்தப் பார்வையில் புலப்படுத்திக் காட்டினாள். பிறகு அவள் திடுமென உற்சாகமான குரலில் பேச முற்பட்டாள்.

"தலைமை அதிகாரி வெட்கப்படுவதாகத் தெரிகிறது" என்று வண்டிச் சக்கரங்களது தடதடப்பையும் மீறி நெஹ்லூதவின் காதில் விழும் பொருட்டு அவள் உரக்கக் கத்தினாள். "புசோவ்க் கினது விலங்குகளைக் கழற்றச் சொல்லிவிட்டார். சிறுமியை இப்போது அவனே தூக்கிச் செல்கிறான். கத்யூஷாவும் சிமன் சனும் அவனுடன் போகிறார்கள். எனக்குப் பதில் இப்போது வேரா அவர்களோடு சேர்ந்து நடக்கிறாள்."

மரீயா பாவ்லவ்னாவைச் சுட்டிக் காட்டி கிரிலித்சோவ் ஏதோ சொன்னார். ஆனால் வண்டிச் சப்தத்தில் அவரது குரல் காதில் விழவில்லை. பிறகு அவர் முகத்தைச் சுளித்துக்கொண்டு தலையை ஆட்டினார்—இருமலை அடக்கிக் கொள்வதற்காக முயற்சி செய்தார் என்பது தெரிந்தது. அவருடைய குரல் காதில் விழும் பொருட்டு நெஹ்லூதவ் தலையை அவர் பக்கம் சாய்த்துக்கொண்டார்; உடனே கிரிலித்சோவ் தமது வாயை மூடியிருந்த கைக்குட்டையை ஒதுக்கிக்கொண்டு கிசுகிசுக்கும் குரலில் சொன்னார்:

"இப்போது எவ்வளவோ தேவலை, சளி மட்டும் பிடிக்காமல் இருக்கவேண்டும்."

இசைவு தெரிவிக்கும் முறையில் நெஹ்லூதவ் ஆட்டிக் கொண்டார். பிறகு மரீயா பாவ்லவ்னாவும் ஒருவரையொருவர் பார்த்துக்கொண்டனர்.

"சரி, முக்கோள்களது பிரச்சினை எந்த நிலையில் இருக் கிறது?" என்று மறுபடியும் கிசுகிசுக்கும் குரலில் கேட்டவாறு கிரிலித்சோவ் சிரமப்பட்டுச் சிரித்துக்கொண்டார். "தீர்வு காண்பது கடினமாகவா இருக்கிறது?"

நெஹ்லூதவுக்குப் புரியவில்லை. மரீயா பாவ்லவ்னா விளக்கிச் சொன்னாள். சூரியன், சந்திரன், பூமி ஆகிய மூன்று கோள்களது பரஸ்பர நிலைபற்றிய பிரபல கணிதப் பிரச்சினை யுடன் நெஹ்லூதவுக்கும் கத்யூஷாவுக்கும் சிமன்சனுக்கும் இடை யிலான உறவு பற்றிய பிரச்சினையை ஒப்பிட்டு கிரிலித்சோவ் தமாஷ் புரிவதாகச் சொன்னாள் அவள். அந்த விளக்கம் சரிதான் என்று கிரிலித்சோவ் தலையை ஆட்டிக்கொண்டார்.

"என்னைப் பொறுத்தது அல்ல, இதற்குரிய தீர்வு" என்றார் நெஹ்லூதவ்.

"எனது கடிதம் கிடைத்ததா? அதைச் செய்வீர்களா?" என்று கேட்டாள் மரீயா பாவ்லவ்னா.

"நிச்சயமாய்ச் செய்வேன்" என்றார் நெஹ்லூதவ். கிரிலித் சோவின் முகத்தில் அதிருப்தியின் குறி தெரியக்கண்டதும் அவர் தமது வண்டிக்குத் திரும்பிச் சென்று அதில் ஏறி உட்கார்ந்து இரு கைகளாலும் வண்டியின் இருபுறங்களையும் பிடித்துக் கொண்டார். அந்த முரட்டுச் சாலையின் ஆச்சல் குழிகள் அவரை ஆடிக் குலுங்கச் செய்தன. அவரது வண்டி கைதிக் குழுவின் அணிவரிசைகளைத் தாண்டிக்கொண்டு முன்னால் செல்ல முற்பட்டது. சாம்பல் நிற அங்கிகளும், ஆட்டுத்தோல் கோட்டுகளும், சங்கிலிகளும் இருவர் இருவராய்ப் பிணைத்திட்ட கைவிலங்குகளுமாகக் காட்சியளித்த அந்த அணிகள் ஒரு வெர்ஸ்தாவுக்கு நீண்டு சென்றன. நெஹ்லூதவ் தமக்கு எதிர்ப்புறத்தில் கத்யூஷாவின் நீளச்சால்வையும், வேரா பொகதூஹவ்ஸ்கயாவின் கறுப்புக் கோட்டும் சிமன்சனின் மேல் சட்டையும் பின்னல் தொப்பியும் மணிக்கம்பளி காலுறைகளும் செருப்புப் போல் அமையும்படி அவற்றின் மீது சுற்றிக் கட்டப் பட்டிருந்த பட்டியும் தெரியக் கண்டார். சிமன்சன் ஏதோ காரசாரமாகப் பேசியவாறு பெண்களுக்குப் பக்கத்தில் நடந்து சென்றார்.

நெஹ்லூதவைப் பார்த்ததும் இந்தப் பெண்கள் சிரம் தாழ்த்தி அவருக்கு வணக்கம் தெரிவித்தனர். சிமன்சன் பக்தி சிரத்தையுடன் தொப்பியைத் தலையிலிருந்து எடுத்து உயர்த்தி னார். சொல்வதற்குச் செய்தி ஒன்றும் இல்லாததால் வண்டியை நிறுத்தச் சொல்லாமல் நெஹ்லூதவ் அவர்களைக் கடந்து சென்றார். சாலையின் ஒழுங்கான பகுதிக்குத் திரும்பி வந்ததும் வண்டிக்காரன் மேலும் வேகமாய் வண்டியை ஓட்டினான். ஆனால் இரு திசைகளிலும் ஆங்காங்கே வரிசையாகச் சென்ற வண்டிகளைக் கடப்பதற்காகத் திரும்பத் திரும்ப அவன் ஒழுங்கான பகுதியை விட்டு விலக வேண்டியிருந்தது.

சக்கரங்கள் ஆழமாய் அறுத்துத் தடம் பதித்திருந்த அந்தச் சாலை பைன் மரங்கள் அடர்ந்த காடு வழியே சென்றது. பைன் களோடு கலந்து சாலையின் இரு மருங்கிலும் பிர்ச் மரங்களும் லார்ச் இன்னும் உதிராத அவற்றின் பழுத்த மஞ்சள் இலை களுடன் கண்ணைப் பறிக்கும்படிக் காட்சியளித்தன. செல்ல வேண்டியதில் பாதித் தூரம் சென்றதும் காடு முடிவடைந்தது. இருபுறத்தும் இப்பொழுது வயல்வெளிகள் விரிந்திருந்தன, தொலைவில் தேவாலயத்தின் பொன்னிறச் சிலுவைகளும் வில்மாடங்களும் தெரிந்தன. மப்பு நீங்கி பொழுது கலகலப்பாகி

விட்டது. காட்டுக்கு மேலே உயரமாய் எழுந்திருந்த சூரியன் ஒளி வீசினான். ஈர இலைகளும் உறைந்த நீர்த் திட்டுகளும் தேவாலயத்தின் வில்மாடங்களும் சிலுவைகளும் வெளியில் பளிச்சிட்டன. எதிரே வலப்புறத்தில் மங்கலான நீலத் தொலை வில் மலைகள் வெண்மையாய் உயர்ந்து எழுந்திருந்தது தெரிந்தது. நகருக்கு அருகே அமைந்த ஒரு பெரிய கிராமத்தினுள் நுழைந்தது முக்குதிரை வண்டி. கிராமத் தெருவில் ருஷ்யர்களும் வினோதமான குல்லாய்களும் மேலங்கிகளும் அணிந்த பிற இனத்தவர்களும் நிறையவே காணப்பட்டனர். குடித்தவர்களும் நிதான நிலையில் இருந்தோருமான ஆடவர்களும் பெண்டிரும் கடைகளுக்கும் பொது வீதிகளுக்கும் வண்டிகளுக்கும் அருகே கும்பல் கும்பலாய் மொலுமொலுத்துக் கொண்டிருந்தார்கள். நகரம் நெருங்கி வந்துவிட்டதை உணர முடிந்தது.

வண்டிக்காரன் வலப்புறத்துக் குதிரையை ஓர் இழுப்பு இழுத்துச் சவுக்கைச் சுழற்றி அதை உசுப்பி விட்டவாறு கடிவாள வார்கள் வலப்பக்கத்தில் தொங்கும்படி அந்தப் பக்கம் நகர்ந்து ஆசனத்தின் முனையில் அமர்ந்துகொண்டான். எல்லார்க்கும் தெரியும்படி அவன் தன் கைவரிசையைக் காட்ட விரும்பியது தெரிந்தது. வண்டியை அந்தப் பெரிய தெரு வழியே வேகமாய் விரட்டிச் சென்று முடிவில் ஆற்றங்கரைக்கு வந்து சேர்ந்தான். ஆற்றைக் கடப்பதற்கு அங்கே தோணி போய் வந்தது. வேகமாய் ஓடிய ஆற்றின் நடுவே அப்போது தோணி அவர்களை நோக்கி வந்துகொண்டிருந்தது. ஆற்றைக் கடப்பதற்காகத் தோணித் துறையில் சுமார் இருபது வண்டிகள் காத்திருந்தன. நெஹ்லூதவ் அதிக நேரம் அங்கே காத்திருக்க நேரவில்லை. நீரோட்டத்துக்கு எதிராய் நெடுந்தூரம் முன்னால் சென்றிருந்த தோணி வேகமாய் ஓடிய நீரோடு சேர்ந்து சீக்கிரமாகத் துறையை அடைந்தது.

தோணிக்காரர்கள் விரிந்த தோள்களும் தாடியுமுடைய உயரமான வாட்டசாட்டமான ஆட்கள்; ஆட்டுத்தோல் கோட்டு அணிந்திருந்தனர்; வாய் பேசாமல் வேலை செய்தனர். நன்கு பழக்கப்பட்டவர்களாய் லாவகமாய்க் கயிறுகளை வீசிக் கம்பங்களில் இழுத்துக் கட்டிவிட்டு, தோணியிலிருந்த வண்டிகளைக் கரையிலே இறக்கினார்கள். பிறகு கரையிலே நின்ற வண்டிகளைத் தோணியில் ஏற்றிக்கொண்டார்கள். நீரைக் கண்ட குதிரைகள் மிரண்டன. விரைந்து ஓடிய அகலமான ஆற்றின் வெள்ளம் தோணியின் விலாப்புறங்களில் மோதி அதிர்ந்து கயிறுகளை இறுகச் செய்தது. தோணி நிறைந்து விட்டது. அப்போது நெஹ்லூதவின் வண்டி உள்ளே வந்து சேர்ந்தது. அதன் குதிரைகள் அவிழ்த்துவிடப்பட்டு, ஏனைய

குதிரைகளோடு நெருக்கிக்கொண்டு தோணியின் ஒரு புறத்தில் நின்றன. அப்போது தோணிக்காரர்கள் அதற்குமேல் வண்டிகளை உள்ளே விடாமல் வழியை மறைத்துக்கொண்டனர். தோணியில் ஏற முடியாமல் காத்திருந்தவர்களின் வேண்டுகோள்களுக்குச் செவி சாய்க்காமலே, கயிறுகளை அவர்கள் அவிழ்த்து எடுத்துக்கொண்டார்கள் – தோணி புறப்பட்டது.

தோணியில் நிசப்தம் நிலவிற்று; தோணிக்காரர்களின் காலடி ஓசையும், கால்களை மாற்றி மாற்றி வைத்து நின்ற குதிரைகளது சந்தடியும் மட்டும்தான் காதில் விழுந்தன.

21

நெஹ்லூதவ் அந்தத் தோணியின் ஒரு பக்கத்தில் நின்றுகொண்டு அகலமான ஆற்றை உற்றுப் பார்த்தார். அவருடைய மனக்கண் எதிரே மாறி மாறி இரண்டு சித்திரங்கள் திரும்பத் திரும்ப எழுந்து கொண்டிருந்தன. ஒன்று கிரிலித்சோவின் அசைந்தாடும் தலை–ஆத்திரம் கொண்டவராய் அவர் இறந்துகொண்டிருந்தார். இன்னொன்று கத்யூஷாவின் உருவம்–சாலையின் ஒரு ஓரத்தில் சிமன்சனுக்குப் பக்கத்தில் அவள் விருவிறுப்பாய் அடியெடுத்து வைத்துப்போய்க் கொண்டிருந்தாள். அவருள் மூண்ட ஓர் உணர்ச்சி மரணத்துக்குத் தயாராகாத நிலையிலேயே மாண்டுகொண்டிருந்த கிரிலித்சோவைப் பற்றியது; இவ்வுணர்ச்சி நெஞ்சில் கனத்து வருத்தி அவரைக் கலங்கச் செய்தது. மற்றோர் உணர்ச்சி சிமன்சனைப் போன்ற ஒருவரது காதல் கிடைக்கப் பெற்று நம்பிக்கைக்குரிய உறுதி வாய்ந்த நல்ல வழியினை வந்தடைந்து விறுவிறுப்பும் ஆர்வமும் மிக்கவளாய் இருக்கும் கத்யூஷாவைப் பற்றியது; இவ்வுணர்ச்சி அவரை மனம் மகிழச் செய்வதாய் இருந்திருக்க வேண்டும், ஆயினும் இதுவும் நெஹ்லூதவின் நெஞ்சில் கனத்து அவரை வருத்திற்று, இந்த வருத்தத்தை அவரால் வெற்றி கொள்ள இயலவில்லை.

பெரிய கோயில் மணி எழுப்பிய நாதமுழக்கம் செம்பொலி அதிர நீர் மேல் நகரிலிருந்து வந்து ஒலித்தது. நெஹ்லூதவின் பக்கத்தில் நின்ற அவரது வண்டிக்காரனும் தோணியிலே சென்ற மற்றெல்லோரும் தலையிலிருந்து குல்லாவை அகற்றித் தம் மீது சிலுவைக் குறியிட்டுக் கொண்டார்கள். ஆனால் கைப்பிடிக் கிராதிக்கு அருகே இதன் முன் நெஹ்லூதவ் கவனிக்கத் தவறியிருந்த கந்தல் உடுத்திய உயரக்கட்டையான கிழவர் ஒருவர் மட்டும் சிலுவைக் குறியிட்டுக் கொள்ளாமல் தலையை உயர்த்தி நெஹ்லூதவை உற்றுப் பார்த்தார். அவர் ஒட்டுப் போடப்பட்ட

கோட்டும் கந்தல் துணிச் சராயும் அணிந்து, தேய்ந்து போய் ஒட்டுப் போட்டுத் தைக்கப்பட்ட பரதேசி மிதியடிகள் போட்டிருந்தார். ஒரு சிறிய பையைத் தோளில் மாட்டிக் கொண்டு நைந்து போன உயரமான மென்முடிக் குல்லாய் வைத்திருந்தார்.

"கிழவரே நீ ஏன் தொழாமல் நிற்கிறே?" என்று நெஹ்லூதவின் வண்டிக்காரன் தலையில் தனது குல்லாவை வைத்துச் சரிசெய்து கொண்டு கேட்டான். "ஞானஸ்நானம் ஆகாத ஆளா நீ?"

"யாரைத் தொழ வேண்டும் என்கிறாய்?" என்று தாக்கிப் பேசும் குரலில் வேகமாய் ஒவ்வொரு சொல்லையும் உச்சரித்து அழுத்தம் திருத்தமாகக் கேட்டார் கந்தல் உடுத்திய அந்தக் கிழவர்.

"யாரைத் தொழுவதென்றா தெரியவில்லை உனக்கு? ஆண்டவனைத்தான்" என்று காட்டமாகச் சொன்னான் வண்டிக்காரன்.

"எங்கே இருக்கான் இந்த ஆண்டவன்–எனக்குக் காட்டேன்."

கிழவருடைய முகபாவத்தில் அலட்சியப்படுத்த முடியாத, உறுதி வாய்ந்த ஏதோ ஒன்று இருக்கக் கண்டதும் வண்டிக்காரனுக்குத் தனக்கு எதிரே இருந்தவர் சக்தி வாய்ந்த ஆளாய் இருக்கும் போல் அல்லவா தெரிகிறது என்று ஒரு நினைப்பு ஏற்பட்டது, அவனுக்குக் கொஞ்சம் கலக்கமாய் இருந்தது, ஆனால் அவன் இதை வெளிக்காட்டிக் கொள்ளவில்லை. சுற்றிலும் நின்று கேட்டுக்கொண்டு இருந்தவர்களுக்கு முன்னால் தான் வாயடைக்கப்பட்டு அவமானத்துக்கு ஆளாகிவிடக் கூடாதென்று சட்டெனப் பதிலளித்தான்.

"எங்கேயா? எல்லார்க்கும் தெரிந்ததுதான்–விண்ணிலே இருக்கிறான்."

"நீ அங்கே போயிருந்தாயா?"

"போயிருந்தேனோ இல்லையோ–ஆனால் ஆண்டவனைத் தொழுவது அவசியம். இது எல்லார்க்கும் தெரிந்த ஒன்று."

"ஆண்டவனை யாரும் எக்காலத்திலும் கண்டதில்லை. ஒரே குமாரன், பிதாவின் அகத்துள் இருப்பவர், அவர் அறிவித்துள்ளார்" என்று கடுப்பாய் முகஞ்சுளித்து முன்புபோலவே வேகமாகப் பேசினார் கிழவர்.

"தெளிவாகவே தெரிகிறது. நீ கிறிஸ்தவன் அல்ல. துளையை வழிபடுகிற ஆள் நீ. உனது துளையையே தொழுதுகொண்டிரு" என்று சொல்லி வண்டிக்காரன் தனது சவுக்கை இடுப்பு வாரில் செருகிக்கொண்டு, குதிரைகளில் ஒன்றின் சேணத்தைச் சரிசெய்ய முற்பட்டான்.

யாரோ ஒருவர் சிரித்தார்.

“பெரியவரே, அப்படியானால் உனது சமய நம்பிக்கை என்னவாம்?” என்று கேட்டான், தோணியின் அதே பக்கத்தில் தனது வண்டிக்கு அருகே நின்றிருந்த நடுத்தர வயதுள்ள ஓர் ஆள்.

“எனக்கு எந்தச் சமய நம்பிக்கையும் இல்லை. ஏனென்றால், என்னை அன்றி வேறு யாரையும் நம்புகிறவன் அல்ல நான்” என்று முன்புபோல் வேகமாகவும் அழுத்தம் திருத்தமாகவும் சொன்னார் கிழவர்.

“தம்மை அன்றி வேறு யாரையும் நம்பாமல் இருந்தால் எப்படி?” என்று கேட்டு நெஹ்லூதவ் அந்தக் கிழவருடன் உரையாட ஆரம்பித்தார். “தவறு இழைக்கும்படி நேரலாமே.”

“என் வாழ்வில் அப்படி நேர்ந்ததே இல்லை” என்று தலையை அசைத்துக் கிழவர் தீர்மானமாய்க் கூறினார்.

“அப்படியானால் வெவ்வேறு சமய நம்பிக்கைகள் இருப்பது ஏன்?” என்று கேட்டார் நெஹ்லூதவ்.

“ஏனென்றால், பலரும் ஏனையோரையே நம்புகிறார்கள், தம்மை நம்புவதில்லை–அதனால்தான் வெவ்வேறு சமய நம்பிக்கைகள் இருக்கின்றன. நானும் அப்படித்தான் ஏனையோரை நம்பினேன். அதன் விளைவாகத் தைகா சதுப்புகளிலே சிக்கிக்கொண்டேன். இனி வெளிவர வழியே இல்லை என்று நினைக்கும்படி மாட்டிக்கொண்டேன். பழைய மரபினர், புதிய மரபினர், புனித சனி வாரத்தார், ஹிலீஸ்துக்கள், பப்போவ்த்சுகள் பெஸ்பப்போவ்த்சுகள், அவ்ஸ்திரியாக்குகள், மொலாக்கன்கள், ஸ்கொப்த்ஸீகள்–இப்படி விதம்விதமான சமய உட்குழுக்கள் உள்ளன. ஒவ்வொன்றும் தன்னை மட்டும் போற்றிக் கொள்கிறது. ஆகவே எல்லாமே குருட்டு நாய்க்குட்டிகளைப் போல் அங்கும் இங்கும் ஊர்ந்து கொண்டிருக்கின்றன. நம்பிக்கைகள் ஏராளம், ஆனால் ஆன்மா ஒன்றுதான் – என்னிடம், உன்னிடம், அவனிடம். ஆதலால் எல்லாரும் அவரவரது ஆன்மாவை நம்ப வேண்டும். அப்போது எல்லாரும் ஒன்றுபட முடியும். அவரவரும் அவரவராகவே இருக்கட்டும், பிறகு எல்லாரும் ஒன்றெனை ஆக முடியும்”.

கிழவர் உரக்கப் பேசினார், எல்லாரையும் பார்த்துக் கொண்டார், எவ்வளவு முடியுமோ அவ்வளவு அதிகமானோர் தமது பேச்சைக் கேட்க வேண்டுமென விரும்பினார் என்பது தெரிந்தது.

"நீண்டகாலமாய் இந்த நெறியைக் கடைப்பிடிக்கிறீர்களா?"

"நானா? ஆமாம், நீண்டகாலமாய் இதைக் கடைப்பிடிக்கிறேன். இருபத்து மூன்று ஆண்டுகளாய் என்னைக் கொடுமை செய்கிறார்கள்."

"கொடுமை செய்கிறார்களா? எப்படி?"

"கிறிஸ்துவைக் கொடுமை செய்தது மாதிரி என்னையும் கொடுமை செய்கிறார்கள். என்னை நீதிமன்றங்களிடம் இழுத்துச் செல்கிறார்கள், பாதிரிமார்களிடமும் ஸ்கிரைபுகளிடமும் பார்சிகளிடமும் கொண்டு போனார்கள். ஒரு தரம் என்னைப் பைத்தியக்காரர்களது விடுதியில் அடைத்தார்கள். ஆனால் அவர்களால் என்னை ஒன்றும் செய்ய முடியவில்லை, ஏனென்றால் நான் சுதந்திரமானவன். "உன் பெயர் என்ன?" என்று கேட்டார்கள், எனக்கு நான் ஒரு பெயரை இட்டுக் கொள்வேன் என்று நினைத்தார்கள். ஆனால் எனக்கு நான் பெயர் சூட்டிக்கொள்வதில்லை. நான் யாவற்றையும் துறந்தவன், எனக்குப் பெயர் இல்லை, இடம் இல்லை, நாடு இல்லை, ஏதும் இல்லை. நான் நான் மட்டுமேதான். என் பெயர் என்ன? மனிதன். "உனக்கு வயது எத்தனை?" "என் வயதை நான் கணக்கிடுவதில்லை, கணக்கிடவும் முடியாது, ஏனெனில் நான் எப்போதும் இருந்தவன், எப்போதும் இருக்கப் போகிறவன்." 'யார் உன் தந்தை? யார் உன் தாய்?' எனக்குத் தந்தை இல்லை, தாயும் இல்லை – ஆண்டவனையும் புவி அன்னையையும் தவிர யாரும் இல்லை. ஆண்டவன்தான் என் தந்தை, புவி அன்னையே என் தாய். 'ஜார் வேந்தனை அங்கீகரிக்கிறாயா?' என்று கேட்கிறார்கள். "ஏன் அங்கீகரிக்கவில்லை? அவர் அவரது ஜார் வேந்தன், நான் எனது ஜார் வேந்தன்" என்கிறேன். 'இந்த ஆளோடு பேசிப் பயனில்லை' என்கிறார்கள் அவர்கள். 'யாரையும் நான் என்னோடு பேசச் சொல்லவில்லையே' என்கிறேன். இப்படித்தான் என்னைக் கொடுமை செய்கிறார்கள்."

"எங்கே போகிறீர்கள் இப்போது?" என்று கேட்டார் நெஹ்லூதவ்.

"ஆண்டவன் போக வைக்கிற இடத்துக்குப் போகிறேன். கிடைக்கிறபோது வேலை செய்கிறேன், கிடைக்காதபோது கேட்டு வாங்கிச் சாப்பிடுகிறேன்" என்றார் கிழவர். அப்போது தோணி எதிர்க்கரையை நெருங்கிவிட்டதைக் கவனித்ததும் அவர் தமது பேச்சை நிறுத்திக்கொண்டு, வெற்றி பளிச்சிடும்

லியோ டால்ஸ்டாய்

கண்களைத் திருப்பிச் சுற்றிலும் நின்று கேட்டவர்களை உற்று நோக்கினார்.

தோணி எதிர்க்கரைக்கு வந்துவிட்டது. நெஹ்லூதவ் தமது பணப்பையை எடுத்துக் கிழவருக்குப் பணம் கொடுப்பதற்காகக் கையை நீட்டினார். ஆனால் கிழவர் வாங்கிக் கொள்ளவில்லை.

"இதெல்லாம் நான் வாங்கிக் கொள்வதில்லை, நான் வாங்கிக் கொள்வது ரொட்டிதான்."

"மன்னிக்கணும்."

"மன்னிக்க ஒன்றும் இல்லை, மனம் புண்படும்படி ஒன்றும் செய்யப்பட்டு விடவில்லை. என் மனத்தைப் புண்படச் செய்வது முடியாத காரியம்" என்று சொல்லிக் கிழவர் தம் தோளிலிருந்து கழற்றி வைத்திருந்த பையைத் திரும்பவும் மாட்டிக்கொண்டார். இதற்கு இடையில் நெஹ்லூதவின் வண்டி கரைக்கு இழுத்துச் செல்லப்பட்டு அதில் குதிரைகள் பூட்டப்பட்டன.

"சீமானே, நீங்கள் அப்படி அந்தக் கிழவனிடம் பேசிக் கொண்டிருந்ததைப் பார்ப்பதற்கு எனக்கு ஆச்சரியமாய் அல்லவா இருந்தது" என்றான் வண்டிக்காரன்–கட்டுமஸ்தான தோணிக்காரனுக்கு இனாம் தந்துவிட்டு வண்டியில் ஏறி உட்கார்ந்த நெஹ்லூதவிடம், "பரதேசிக் கிழவன் வெட்டியாய் ஊர்சுற்றி அலைகிறான்."

22

மேடு ஏறி உச்சியை அடைந்ததும் வண்டிக்காரன் நெஹ்லூதவைப் பார்க்கத் திரும்பினான்.

"எந்த ஓட்டலுக்குப் போகணும்?"

"எது நல்லாயிருக்கும்?"

"மற்றதைக் காட்டிலும் சைபீரியா நல்லாயிருக்கும். 'தியூக்கவும்' நல்லதுதான்."

"உனக்கு விருப்பமானது எதுவோ அங்கே ஓட்டிச் செல்."

திரும்பவும் வண்டிக்காரன் ஓரமாய் நகர்ந்து உட்கார்ந்து கொண்டு வேகமாய் ஓட்டினான். நகரம் இந்த மாதிரியான எல்லா நகரங்களையும் போலவே இருந்தது. மேன்மாடங்களையும் பச்சை நிறக் கூரைகளையும் கொண்ட அதே மாதிரியான வீடுகளும் அதே மாதிரியான தேவாலயங்களும் பிரதான வீதியில் அதே மாதிரியான கடைகளும் பண்டசாலைகளும் காணப்பட்டன. போலீஸ்காரர்களுங்கூட அதே மாதிரி

யானவர்கள்தான். ஆனால் பெரும்பாலான வீடுகள் மர வீடுகள், தெருக்கள் தளமிடப்படாதவை. சந்தடியும் பரபரப்பும் அதிகமாயிருந்த தெரு ஒன்றில் வண்டிக்காரன் ஒரு ஓட்டலின் வாயிலில் வண்டியை நிறுத்தினான். ஆனால் அந்த ஓட்டலில் காலி அறை இல்லை. ஆகவே வேறொன்றுக்கு ஓட்டிச் சென்றான். அங்கே நெஹ்லூதவுக்கு அறை கிடைத்தது. இரண்டு மாதங்களுக்குப் பிற்பாடு முதன் முதலாய் இப்பொழுது சுத்தத்தையும் வசதியையும் பொறுத்தவரை, அவர் தமக்குப் பழக்கமான நிலைமைகள் ஓரளவு இருக்கக் கண்டார். அவருக்குக் காட்டப்பட்ட அறை சுக வசதிகள் அதிகமின்றி எளிமையாகவே இருந்தது என்றாலும், வண்டிப்பேட்டை களுக்கும் கிராம விடுதிகளுக்கும் கடத்தல் முகாம்களுக்கும் பிற்பாடு இவ்விடத்தைப் பார்த்ததும் அவருக்குப் பரம திருப்தியாய் இருந்தது. யாவற்றுக்கும் முதலாய், அவர் தம்மீது இருந்த பேன்கள் எல்லாம் ஒழியும்படிச் சுத்தம் செய்துகொள்ள வேண்டியிருந்தது. கைதிகளது தங்குமிடங்களுக்குப் போய் வந்தபின் அவரால் இந்தப் பேன்களைப் பூரணமாய் அகற்றிக் கொள்ள முடிந்ததே இல்லை. சாமான்களையும் துணிமணி களையும் பிரித்து எடுத்து வைத்ததும் குளிப்பறைக்குச் சென்றார். இந்த வேலை முடிந்ததும் நகர ஆடைகள் – கஞ்சியிட்டுப் பெட்டி போடப்பட்ட சட்டையும், கொஞ்சம் மடிப்பு கலைந்துபோன கால்சட்டையும், நீள்கோட்டும், மேல்கோட்டும் – அணிந்துகொண்டு மாநில ஆளுநரைப் பார்ப்பதற்காகப் புறப் பட்டார். ஓட்டல் வாயிற்காவலன் வாடகை வண்டி பிடித்துக் கொடுத்தான். கிணுகிணுத்துக் குலுங்கிய அந்த வண்டியில் பூட்டப்பட்ட கொழுத்த கிர்கீஸியக் குதிரை விரைவில் அவரை அழகான ஒரு பெரிய கட்டிடத்துக்குக் கொண்டுபோய் இறக்கிற்று. காவல் புரிந்த படையாட்களும் ஒரு போலீஸ் காரனும் அதன் எதிரே நின்றனர். வீட்டுக்கு முன்னாலும் பின்னாலும் காணப்பட்ட தோட்டத்தில் இலைகள் இல்லாத கிளைகள் விரித்து நின்ற காட்டரசு மரங்களுக்கும் பிர்ச் மரங்களுக்கும் இடையே கரிய பச்சையில் தேவதாருகளும் பிர் மரங்களும் அடர்ந்திருந்தன.

ஜெனரலுக்கு உடல்நலக் குறைவு. யாரையும் அவர் சந்திக்க விரும்பவில்லை. இருந்தபோதிலும் நெஹ்லூதவ் தமது முகவரிச் சீட்டைப் பணியாளிடம் தந்து உள்ளே கொண்டுபோய்க் கொடுக்கும் படிச் சொன்னார். பணியாள் திரும்பி வந்து நல்ல பதிலைத் தெரிவித்தான.

“உள்ளே அழைத்து வரச் சொன்னார்கள்”.

நடையறை, பணியாள், பணிப் படையாள், மாடிப் படிக் கட்டு, நடனக்கூடம், மரக்கட்டைகள் பதிக்கப்பட்டு மெருகிட்டு பளபளத்த அதன் தரை எல்லாமே பீட்டர்ஸ்பர்க்கில் இருப்பது மாதிரி இருந்தன. ஆனால் கொஞ்சம் அழுக்கேறியவையாகவும், தடபுடலான கம்பீரம் வாய்ந்தவையாகவும் தோற்றமளித்தன.

உள் அறைக்குள் அழைத்துச் செல்லப்பட்டார் நெஹ்லூதவ்.

ஊதிப் பருத்தவரான ஜெனரல் உற்சாகமான மனப்பாங்கு உடையவர்; உருளைக்கிழங்கு மூக்கும், நெற்றியில் முட்டு முட்டாய்ப் புடைப்புகளும், முழு வழுக்கையாகிவிட்ட தலையும், கண்ணுக்கு அடியில் சதைத் தொய்வும் கொண்டவர். தாத்தாரிய பட்டு அங்கியை மேலே மாட்டிக்கொண்டு, கையிலே சிகரெட்டு ஒன்று புகைய, வெள்ளி ஹோல்டரில் அமைந்த கிளாசிலிருந்து தேநீர் பருகியவாறு அமர்ந்திருந்தார்.

“வாங்க ஐயா. வணக்கம்! என்னை மன்னிக்கணும், இப்படி அங்கியை மாட்டிக்கொண்டு உங்களை வரவேற்கிறேன். பார்க்காமலே உங்களைத் திருப்பி அனுப்புவதைக் காட்டிலும் இது எவ்வளவோ தேவலை இல்லையா?” என்று சொல்லி, பின்புறத்தில் சதை மடிப்புகளாய் இருந்த குண்டுக் கழுத்தின் மீது அவர் தமது பட்டு அங்கியை இழுத்து விட்டுக்கொண்டார். “உடல்நலம் அவ்வளவு சுகமாய் இல்லை. வெளியே எங்கும் போகாமல் இருக்கிறேன். எங்களது இந்தத் தொலைதூர மண்டலத்துக்கு வந்திருக்கிறீர்களே, என்ன விஷயம் சொல்லுங்கள்.”

“கைதிக்குழு ஒன்றுடன் இங்கே வந்திருக்கிறேன். எனக்கு நெருங்கியவள் ஒருத்தி இந்தக் குழுவில் இருக்கிறாள்” என்றார் நெஹ்லூதவ். “இவள் சார்பிலும், மற்றும் இன்னொரு காரியமாகவும் மேதகையீரிடம் சில வேண்டுகோள்களைத் தெரிவிப்பதற்காக வந்திருக்கிறேன்.”

ஜெனரல் இன்னொரு தரம் புகையை இழுத்து, தேநீரில் கொஞ்சம் உறிஞ்சிப் பருகிவிட்டுச் சிகரெட்டை மலாச்சைட் படிகலத் தட்டில் வைத்தார். உப்பிய இமைகளுக்கு இடையே ஒளிரும் இடுக்குகளாகத் தெரிந்த தமது கண்களை நெஹ்லூதவின் மீது பதித்துக் கருத்துடன் கேட்டுக் கொண்டிருந்தார். புகைபிடிக்கிறீர்களா என்று விசாரிப்பதற்காக மட்டும் ஒரே யொரு தரம் நெஹ்லூதவின் பேச்சில் குறுக்கிட்டார்.

இராணுவத் துறையோரில் பண்பாடு வாய்ந்த வகையினராக இருந்து, தமது இராணுவத் துறைப் பணிகளுக்கும் மிதவாத, மனித நேயப் போக்குகளுக்குமிடையே இணக்கம் காண முடியுமென நம்பியவர்களில் இந்த ஜெனரலும் ஒருவர். ஆனால்

அவர் அன்பும் கூர்மதியும் வாய்ந்த சுபாவமுடையவராய் இருந்த தால், இப்படி இணக்கம் காண்பது முடியாது என்பதைச் சீக்கிர மாகவே உணரலானார். அவரது வாழ்க்கையின் உள் முரண் பாட்டினைக் கண்டுகொள்ளாமல் இருக்க விரும்பி, இராணுவத் துறையினரிடம் மலிந்திருந்த குடிப்பழக்கத்துக்கு மேலும் மேலும் ஆட்பட்டு வந்தார். முப்பத்து ஐந்து ஆண்டுக் கால இராணுவச் சேவையின் விளைவாய் அவர் இப்பழக்கத்துக்கு அறவே அடிமைப்பட்டு, மருத்துவர்கள் "சாராயப் பித்தர்" என்கிறார்களே அந்த மாதிரி ஆளாய் மாறினார். முழு அளவுக்குச் சாராயத்தில் ஊறியவர் ஆகிவிட்டார். எதைக் குடித்தாலும் போதை நேரே அவர் தலைக்கு ஏறியது. ஆனால் மதுபானம் அவருக்கு இன்றி யமையாததாய் இருந்ததால், குடிக்காமல் அவரால் உயிர் வாழ இயலவில்லை. தினமும் பொழுது சாய்வதற்குள் அவர் போதை கொண்டவராகி விடுவார். ஆயினும் இந்த நிலைக்குப் பழக்கப்பட்டவராய் இருந்ததால், அவர் தடுமாறவும் இல்லை, குறிப்பிடத்தக்க முறையில் அபத்தமாகப் பேசவும் இல்லை. அப்படி அவர் ஏதாவது பேச நேர்ந்தாலுங்கூட, அவர் வகித்து வந்த முக்கியமான உயர் பதவியின் காரணமாய் அவரது அபத்தப்பேச்சு அபார அறிவை வெளிப்படுத்திய பேச்சாய் ஏற்றுக்கொள்ளப்பட்டது. காலைப்பொழுதில் மட்டும்தான், நெஹ்லூதவ் அவரைச் சந்திப்பதற்கு வந்திருந்த இம்மாதிரியான நேரத்தில் மட்டும்தான், அவர் சிந்திக்கக் கூடியவராகவும் தம்மிடம் சொல்லப்பட்டதைப் புரிந்துகொள்ளக் கூடியவ ராகவும் இருந்தார். "குடி போதை கொண்டவராகவும் இருந்தார். கெட்டிக்காரராகவும் நடந்துகொண்டார்–இருவிதத்திலும் விரும்பத்தக்கவராய் விளங்கினார்" என்று அடிக்கடி அவர் கூற விரும்பிய அந்தப் பழமொழி இந்நேரத்தில் அவருக்கு ஏறத்தாழப் பொருந்துவதாய் இருந்தது. அவர் சரியான குடிகாரர் என்பது மேல் அதிகாரிகளுக்குத் தெரிந்ததுதான். ஆனால் கல்வியறிவில் ஏனையோரைக் காட்டிலும் அவர் சிறப்புடையவர்–குடிப் பழக்கத்துக்கு ஆட்பட்டதோடு அவரது கல்வியும் முடிவுற்று விட்டதென்றாலும் மேலானவராகவே விளங்கினார். துணிவும் சாமர்த்தியமும் கம்பீரத் தோற்றமும் கொண்டவராய் இருந்தார், போதையுற்று மயங்கிய நிலையிலும் திறமைசாலியாய் விளங் கினார். ஆகவே அவர் இந்தப் பொறுப்பு வாய்ந்த முக்கிய பதவியில் அமர்த்தப்பட்டு அதில் நீடிக்கும்படி விடப்பட்டி ருந்தார்.

நெஹ்லூதவ் தாம் கருத்துக்கொண்டிருந்த பெண் தவறான முறையில் குற்றம் சாட்டப்பட்டு தண்டிக்கப்பட்டு விட்டவள் என்றும், அவள் சார்பில் மாமன்னருக்கு சமர்ப்பிக்கப் பட்டுள்ளது என்றும் அவரிடம் சொன்னார்.

“அப்படியா?” என்றார் ஜெனரல்.

“அவளது மனு குறித்து என்ன முடிவு ஏற்கப்படுகிறது என்பதை எனக்குத் தெரிவிப்பதாய் பீட்டர்ஸ்பர்க்கில் வாக்கு அளித்திருந்தார்கள். இம்மாத இறுதிக்குள் இந்த நகருக்கு எழுதுவதாகச் சொல்லியிருந்தார்கள்...”

உப்பிய இமைகளையுடைய கண்களால் நெஹ்லூதவை உற்றுப் பார்த்துக்கொண்டிருந்த ஜெனரல் கட்டை குட்டையான விரல்களை மேசையின் பக்கம் நீட்டி மணியை அடித்தார். நெஹ்லூதவ் கூறியவற்றை வாய் பேசாமல் தொடர்ந்து கேட்டவாறு சிகரெட்டிலிருந்து புகையை இழுத்தார், உடனே பலமாய் இருமினார்.

“ஆகவே இந்தப் பெண்ணின் மனுவுக்குப் பதில் வந்து சேரும் வரை அவள் இங்கேயே இருக்கலாமெனில் அதற்கு அனுமதி அளிக்க வேண்டுமெனக் கேட்டுக்கொள்கிறேன்.”

இராணுவ உடுப்பு அணிந்த பணிப் படையாள் ஒருவன் உள்ளே வந்தான்.

“ஆன்னா வசீலியெவ்னா வந்தாயிற்றா என்று பார்” என்று அந்தப் படையாளிடம் சொன்னார் ஜெனரல். “அப்படியே இன்னும் கொஞ்சம் தேநீர் கொண்டுவா”, பிறகு அவர் நெஹ்லூதவைப் பார்க்கத் திரும்பி, “சரி, வேறு என்ன?” என்று கேட்டார்.

“எனது இன்னொரு வேண்டுகோள் இதே கைதிக் குழுவைச் சேர்ந்த வேறொரு கைதியைப் பற்றியது” என்று நெஹ்லூதவ் தொடர்ந்து கூறிச் சென்றார்.

“அப்படியா?” என்று அர்த்தம் வாய்ந்த முறையில் தலையை ஆட்டிக்கொண்டார் ஜெனரல்.

“அவருக்கு உடல்நிலை மிகவும் கடுமையாய் இருக்கிறது– இறந்துகொண்டிருக்கிறார். அவரை அனேகமாய் இங்கேதான் மருத்துவமனையில் விட்டுச்செல்வார்கள் என்று தெரிகிறது. ஒரு பெண் கைதி இங்கே அவரோடு இருக்க விரும்புகிறாள்.”

“அவருக்கு உறவினளா அவள்?”

“இல்லை, அனுமதி பெற உதவியாய் இருக்குமானால், அவனை மணம் புரிந்துகொள்ள அவள் தயாராய் இருக்கிறாள்.”

ஜெனரலின் ஒளிரும் கண்கள் நெஹ்லூதவைப் பார்த்து வெறித்தன. நெஹ்லூதவை அவர் குழம்ப வைக்க விரும்பியது தெளிவாகவே தெரிந்தது. வாய் பேசாமல் புகைபிடித்தவாறு அவர் யாவற்றையும் கேட்டுக்கொண்டிருந்தார்.

நெஹ்லூதவ் சொல்லி முடித்ததும், மேசையிலிருந்து ஜெனரல் ஒரு புத்தகத்தை எடுத்தார். விரலை ஈரமாக்கிக் கொண்டு வேகமாகப் பக்கங்களைப் புரட்டித் திருமணங்களைப் பற்றிய சட்டங்களைத் தேடிப் பிடித்து, அவற்றைப் படித்துப் பார்த்தார்.

"அவளுக்கு விதிக்கப்பட்டிருக்கும் தண்டனை என்ன?" என்று புத்தகத்திலிருந்து கண்களை உயர்த்திக் கேட்டார் ஜெனரல்.

"அவளுக்கா? சைபீரியக் கடின உழைப்புத் தண்டனை."

"அப்படித் தண்டிக்கப்பட்டவரது நிலை திருமணத்தால் எவ்விதத்திலும் மேம்பட வழியில்லை."

"ஆமாம், ஆனால்..."

"மன்னியுங்கள். சுதந்திரமானவர் அவளை மணந்து கொள்வதாயினுங்கூட அவள் தனது தண்டனைக் காலத்தை முறைப்படி கழித்தே ஆக வேண்டும்; இங்குள்ள பிரச்சினை, யாருடைய தண்டனை கடுமையானது–அவளுடையதா? அல்லது அவருடையதா? என்பதுதான்".

"இருவரும் சைபீரியக் கடின உழைப்புத் தண்டனை பெற்றவர்கள்."

"அப்படியானால் இருவரும் சரிக்குச் சரியானவர்கள்" என்று சிரித்துக்கொண்டார் ஜெனரல். "அவருக்கு என்னவோ அதுவேதான் அவளுக்கும். ஆனால் அவர் உடல்நலமில்லாதவராய் இருப்பதால், அவரை இங்கே விட்டுச் செல்ல முடியும். அவருடைய கடின நிலைமையை மட்டுப்படுத்துவதற்கு முடிந்ததைச் செய்யலாம். ஆனால் அவளைப் பொறுத்தவரை, அவரை அவள் மணந்து கொண்டாலுங்கூட, ஒன்றும் செய்வதற்கில்லை. அவள் இங்கே தங்கியிருப்பது சாத்தியமன்று."

"காப்பி சாப்பிட அழைக்கிறார் ஜெனராலிஷா" என்று அறிவித்தான் பணியாள்.

ஜெனரல் தலையை அசைத்துவிட்டு, தொடர்ந்து கூறினார்:

"இருந்த போதிலும், ஏதாவது செய்ய முடியுமா என்று ஆலோசித்துப் பார்க்கிறேன். அவர்கள் இருவரின் பெயர்கள் என்ன? இதோ இதில் எழுதுங்கள்."

நெஹ்லூதவ் இரு பெயர்களையும் எழுதினார்.

நலமில்லாதவரைப் பார்ப்பதற்கு அனுமதிக்கும்படி நெஹ்லூதவ் கேட்டுக்கொண்டார்.

◆ லியோ டால்ஸ்டாய் ◆ 697

"அதற்கு அனுமதிக்க முடியாதே என்னால்" என்று பதிலளித்தார் ஜெனரல். "உங்கள் மீது எனக்குச் சந்தேகம் இல்லைதான். ஆனால் நீங்கள் அவரிடத்தும் ஏனையோரிடத்தும் அக்கறை கொண்டவராய் இருக்கிறீர்கள், உங்களிடம் பணமும் இருக்கிறது. பணத்தைக்கொண்டு இங்கே எங்களிடம் நீங்கள் எதையும் சாதித்துக்கொண்டுவிடலாம். லஞ்சத்தை ஒழிக்கும்படி என்னிடம் சொல்கிறார்கள். ஆனால் எல்லாரும் லஞ்சம் வாங்கும்போது, நான் லஞ்சத்தை ஒழிப்பது எப்படி? எவ்வளவுக்கு எவ்வளவு கீழ்மட்டத்தில் இருக்கிறாரோ அவ்வளவுக்கு அவ்வளவு முனைப்புடன் லஞ்சம் வாங்குகிறார். ஐயாயிரம் வெர்ஸ்தாவுக்கு அப்பால் இருந்தபடி அதைக் கண்டுபிடிப்பது எப்படி? அங்கே அவர் ஒவ்வொருவரும் ஒரு ஜார் வேந்தன்; இங்கே நான் இருக்கிறேனே. அதுபோல" என்று அவர் சிரித்துக்கொண்டார். "அரசியல் கைதிகளை நீங்கள் சந்தித்திருப்பீர்கள். பணம் தந்தீர்கள், அனுமதி கிடைத்தது" என்று சொல்லிப் புன்னகை புரிந்தார். "அப்படித்தானே?"

"ஆமாம், அப்படித்தான்."

"எனக்குப் புரிகிறது. நீங்கள் செய்ய வேண்டியிருந்தது, செய்தீர்கள். அரசியல் கைதியைப் பார்க்க விரும்புகிறீர்கள், அவர் மீது உங்களுக்கு இரக்கம். சிறைக் கண்காணிப்பாளர் அல்லது காவல் படையாள் வாங்கிக்கொள்ளத் தயங்குவதில்லை; ஏனெனில் அவருக்குக் கிடைக்கும் சம்பளம் ஒரு நாளைக்கு நாற்பது கோப்பெக். அவருக்கும் குடும்பம் இருக்கிறது, அவரால் வாங்கிக்கொள்ளாமல் இருக்க முடியவில்லை. அவர் இடத்திலும், உங்கள் இடத்திலும் இருந்தால் நானும் உங்களையும் அவரையும் போல்தான் செய்திருப்பேன். ஆனால் எனது நிலையில் சட்டத்திலிருந்து ஓர் அட்சரம் கூட விலகிச் செல்ல நான் எனக்கு அனுமதியளிப்பதில்லை. ஏனென்றால் நானும் மனிதன்தான். இரக்கத்தால் கவர்ந்திழுக்கப்பட்டு விடுவேன். நான் செயல் அதிபராய் இருப்பவன், குறிப்பிட்ட சில நிலைமைகளின் கீழ் நான் நம்பிக்கைக்கு உரிய ஒரு பதவியில் அமர்த்தப் பட்டிருப்பவன். நம்பிக்கைக்கு உரியவனாக நான் நடந்து கொண்டாக வேண்டும். சரி, இந்தப் பிரச்சினை இதோடு முடிவடைகிறது. இனி, தலைநகரில் என்ன நடைபெறுகிறது? என்ன சேதி? அதைப் பற்றி எனக்குச் சொல்லுங்கள்.

ஜெனரல் இவ்விதம் கேள்விகள் கேட்கவும் விவரங்களைச் சொல்லவும் முற்பட்டார். செய்திகளைத் தெரிந்துகொள்ளவும், அதே போது தனது முக்கியத்துவத்தையும் தயாள சிந்தையையும் காட்டிக் கொள்ளவும் விரும்பினார் என்பது தெரிந்தது.

23

“அது இருக்கட்டும், நீங்கள் எங்கே தங்கியிருக்கிறீர்கள்?” என்று கேட்டார். நெஹ்லூதவுக்கு விடையளித்து அனுப்பி வைத்த ஜெனரல், “தியூக்கவிலா? அங்கே உங்களுக்கு மோசமாகத்தான் இருக்கும். சாப்பாட்டுக்கு இங்கே வாங்களேன். ஆங்கிலம் பேசுவீர்களா?”

“பேசுவேன்.”

“ரொம்ப நல்லது. இதைக் கேளுங்கள், ஆங்கிலேயர் ஒருவர் இங்கே வந்திருக்கிறார், சுற்றுப்பயணம் செய்கிறார். கடத்தல் கைதிகளது பயணங்களையும் சைபீரியாவிலுள்ள சிறைக்கூடங்களையும் பரிசீலனை செய்து வருகிறார். இங்கே எங்களுடன் சாப்பிடப் போகிறார். நீங்களும் வர வேண்டும். ஐந்து மணிக்குச் சாப்பிடுகிறோம். என் மனைவி நேரம் தவறாமல் யாவும் நடைபெற வேண்டும் என்கிறவள். அப்போது உங்களுக்கு அந்தப் பெண்ணைப் பற்றியும், உடல் நலமில்லாதவரைப் பற்றியும் எனது பதிலைத் தெரிவிப்பேன். அவருடன் கூட யாராவது தங்கியிருக்க ஏற்பாடு செய்ய முடிந்தாலும் முடியலாம்.”

நெஹ்லூதவ் ஆர்வமும் விறுவிறுப்பும் மிக்க மனநிலையில், ஜெனரலிடம் விடைபெற்றுக்கொண்டு, வண்டியில் ஏறி அஞ்சலகத்துக்குச் சென்றார்.

தணிவான கவிகை மாடத்தில் அஞ்சலகம் அமைந்திருந்தது. பணிமேடைக்குப் பின்னால் அமர்ந்திருந்த அலுவலர்கள் அங்கே கூட்டமாய்க் காத்திருந்தோருக்கு ஆக வேண்டிய காரியங்களைச் செய்து கொண்டிருந்தனர். ஓர் அலுவலர் தலையை ஒரு பக்கமாகச் சாய்த்துக்கொண்டு கடித உறைகளைச் சாதுர்யமாய் நகர்த்திச் சிறிதும் பிசகாமல் இடையறாது முத்திரை குத்திச் சென்றார். நெஹ்லூதவ் அதிக நேரம் காத்திருக்க நேரவில்லை, பெயரைச் சொன்னதும் அஞ்சலில் அவருக்காக வந்திருந்தவை யாவும் பெருங்கட்டாய் உடனே அவரிடம் தரப்பட்டது. கடிதங்களும் பண அஞ்சலும் புத்தகங்களும் அத்தேசெஸ்த்வென்னியே ஸப்பீஸ்கி ஏட்டின் கடைசி இதழும் அடங்கலாய் மிகப் பலவும் வந்திருந்தன. நெஹ்லூதவ் இவற்றை எடுத்துக்கொண்டு ஒரு பெஞ்சிடம் சென்றார். அங்கே படையாள் ஒருவன் கையில் ஒரு புத்தகத்துடன் எதற்காகவோ காத்துக்கொண்டு உட்கார்ந்திருந்தான். அவனுக்குப் பக்கத்தில் அமர்ந்து அவர் தமது கடிதங்களைப் புரட்டிப் பார்த்தார். அழகான உறையில் பளிச்சிடும் சிவப்பு அரக்கில் சுத்தமாகவும் தெளிவாகவும் முத்திரையிடப்பட்டுப் பதிவு அஞ்சலில் வந்திருந்த கடிதம் ஒன்று இருந்தது. முத்திரையைப் பிய்த்து உறையைப் பிரித்தார்,

செலேனின் எழுதியிருந்த கடிதமும் அதனுடன் அரசாங்க ஆணையின் நகலும் இருக்கக் கண்டதும் அவருக்கு இரத்தம் முகத்துள் பீறிட்டு எழுவது போலவும், நெஞ்சுத் துடிப்பு கணப்பொழுதுக்கு நின்றுவிட்டதுபோலவும் இருந்தது. கத்யூஷாவின் மனு பற்றிய முடிவு அது. அந்த முடிவு என்ன? நிராகரிப்பாய் இருக்காது என்று எதிர்பார்க்கலாமா? எளிதில் புரியாத பொடி எழுத்துகளில் நெருக்கமாய் எழுதப்பட்டிருந்த அந்தக் கடிதத்தை வேகமாய் ஒரு தரம் பார்வையிட்டதும் நெஹ்லூதவ் மகிழ்ச்சிப் பெருமூச்சு விட்டுக்கொண்டார். மனுவைப் பற்றிய முடிவு சாதகமாய் இருந்தது.

“அன்பார்ந்த நண்பனே!” என்று எழுதினார் செலேனின். “கடந்த முறை சந்தித்தபோது நம்மிடையே நடைபெற்ற உரையாடல் என் மனத்துள் ஆழமான முத்திரை பதித்தது. மாஸ்லவாவைப் பற்றி நீ சொன்னது முற்றிலும் உண்மை. அந்த வழக்கு விசாரணையை நான் கவனமாகப் பரிசீலனை செய்து பார்த்தேன். உண்மையில் நெஞ்சு பொறுக்கமாட்டாத அளவுக்கு அவளுக்கு அநியாயம் புரியப்பட்டிருப்பதைக் கண்ணுற்றேன். நீ மனு சமர்ப்பித்துவிட்டுச் சென்ற மனுக்கமிட்டி ஒன்றால் மட்டுமே இனி நிலைமையை ஓரளவுக்குச் சரி செய்ய முடியும் என்பது தெரிந்தது. மனு அங்கே விசாரணைக்கு வந்தபோது நான் உடனிருந்து துணை புரிந்தேன். தண்டனையைக் குறைப்பதென்று முடிவு செய்யப்பட்டது. இந்த முடிவின் நகலை இத்துடன் வைத்து, கோமகள் எக்கத்தெரீனா இவானவ்னா எனக்கு அளித்த உனது முகவரிக்கு அனுப்புகிறேன். முடிவின் மூல உத்தரவு வழக்கு விசாரணைக்கு முன்பு அவள் கைதியாய் இருந்து வந்த சிறைக்கூடத்துக்கு அனுப்பப்பட்டுள்ளது. அங்கிருந்து உடனே அது சைபீரியாவின் தலைமையான அரசாங்க அலுவலகத்துக்கு அனுப்பி வைக்கப்படுமென நம்புகிறேன். மகிழ்ச்சிக்குரிய இந்தச் செய்தியை உடனே உனக்குத் தெரிவிக்க ஆசைப்படுகிறேன். ஆர்வத்தோடு உன் கையைப் பிடித்து அழுத்துகிறேன்.

உனது செலேனின்.”

கடிதத்துடன் இருந்த நகல் வருமாறு: “மாட்சிமை தங்கிய மாமன்னருக்குச் சமர்ப்பிக்கப்படும் மனுக்களைப் பெற்றுக் கொள்ளும் மாட்சிமை தங்கிய மாமன்னர் அலுவலகம். இன்ன விவகாரம், அலுவல் குறிப்பு, இன்ன பிரிவு; இன்ன தேதி, ஆண்டு. மாட்சிமை தங்கிய மாமன்னருக்குச் சமர்ப்பிக்கப்படும் மனுக்களைப் பெற்றுக் கொள்ளும் மாட்சிமை தங்கிய மாமன்னர் அலுவலகத்தின் தலைவரது ஆணையின்படி, மெஷ்ச்சானே வகுப்பினளாகிய கத்தரீனா மாஸ்லவாவுக்கு

இதன் மூலம் அறிவிக்கப்படுவதாவது: மாட்சிமை தங்கிய மாமன்னர் விசுவாசமிக்க அவளது மனுவில் காணப்படும் அவளது வேண்டுகோளுக்குச் செவி சாய்த்து, அவள் மீதான சைபீரியக் கடின உழைப்புத் தண்டனையைக் குறைத்து, சைபீரியாவில் தொலைவில்லாத இடங்களுக்கான கடத்தல் தண்டனையாக மாற்றும்படி கட்டளை இடத் தீர்மானிக்கிறார்."

இது மகிழ்ச்சிக்குரிய முக்கியமான செய்தியாகும். கத்யூஷாவுக்காகவும் தமக்காகவும் நெஹ்லூதவ் எதிர்பார்த் திருக்கக் கூடியது அப்படியே நிறைவேறிவிட்டது. அவளது நிலைமையில் ஏற்பட்டுள்ள மாற்றமானது அவளுடனான அவரது உறவுகளில் புதிய சிக்கல்களை உண்டாக்கும் என்பது மெய்தான். அவள் தண்டனைக் கைதியாய் இருந்தவரை அவளுடனான திருமணம் பெயரளவிலான ஒன்றாகவே இருந்திருக்க முடியும்; அவளது நிலைமையின் கடுமையை அவர் மட்டுப்படுத்தக்கூடிய நிலையில் இருந்திருக்கலாம் என்பதைத் தவிர அந்தத் திருமணம் அர்த்தமற்றதாகவே இருந்திருக்கும். ஆனால் இப்பொழுது இருவரும் சேர்ந்து வாழ்வதற்குத் தடை ஏதும் இல்லை என்றாகிவிட்டது. இந்த நிலைமைக்கு நெஹ்லூதவ் இன்னும் தயாராகவில்லை. அது மட்டுமல்லாமல், சிமன்சனுடன் அவளது உறவுகள் எந்நிலையில் இருந்தன? நேற்று அவள் கூறியதன் அர்த்தம் என்ன? சிமன்சனுடன் ஒன்றுபட அவள் உடன்பட்டால், அது நல்லதா, கெட்டதா? இந்தக் கேள்விகளுக்கு அவரால் விடை காண முடியவில்லை. இப்போது இதெல்லாம் பற்றிச் சிந்திக்காமல் இருப்பதே மேல் என்று அவர் கூறிக்கொண்டார். "பிற்பாடு இதற்கு வழி பிறக்கும், இப்போது இதைப் பற்றி நான் சிந்திக்கலாகாது" என்று தம்முள் கூறிக்கொண்டார், "உடனே அவளிடம் சென்று மகிழ்ச்சிக்குரிய செய்தியை அவளுக்குத் தெரிவிக்க வேண்டும். சிறைக்கூடத்தி லிருந்து அவளுக்கு விடுதலை கிடைக்கச் செய்தாக வேண்டும்." தமக்கு வந்து சேர்ந்த நகலே இதற்குப் போதுமென நினைத்தார் அவர். ஆகவே அஞ்சலகத்திலிருந்து வெளியே வந்ததும், சிறைக்கூடத்துக்கு ஓட்டிச் செல்லும்படி வண்டிக்காரனிடம் கூறினார்.

சிறைக்கூடத்துக்குள் செல்வதற்கு ஆளுநரிடமிருந்து அன்று காலையில் அவருக்கு அனுமதி கிடைக்கவில்லை என்றாலும், உயர் அதிகாரிகளிடம் பெற முடியாததைக் கீழ் அதிகாரிகளிட மிருந்து எளிதில் பெறலாம் என்பது அனுபவ வாயிலாய் அவருக்குத் தெரியும். இப்போது சிறைக்கூடத்துக்குள் போவதற்கு முயற்சி செய்து பார்ப்பதென்றும் மகிழ்ச்சிக்குரிய

தகவலை கத்யூஷாவுக்குத் தெரிவிப்பதென்றும் முடியுமானால் அவளுக்கு விடுதலை கிடைக்கச் செய்வதென்றும் முடிவு செய்து கொண்டார். அப்படியே கிரிலித்சோவின் உடல்நிலை எப்படி இருக்கிறதென்று விசாரிக்க வேண்டுமென்றும், ஜெனரல் கூறியதை அவருக்கும் மரீயா பாவ்லவ்னாவுக்கும் தெரிவிக்க வேண்டுமென்றும் விரும்பினார்.

சிறைக்கூடக் கண்காணிப்பாளர் நெடிதுயர்ந்தவராய், குண்டாய் இருந்தார். வாயின் முனைக்கு வளைந்து சென்ற மீசையும் கிருதாவும் வைத்துக்கொண்டு, கம்பீரமாய் இருந்தார். கண்டிப்பு மிக்கவராய் நெஹ்லூதவுடன் பேசினார், மேல் அதிகாரியின் அனுமதியின்றி வெளியார் யாரும் கைதிகளைச் சந்திப்பதற்கு அனுமதிக்க முடியாது என்று வெட்டு ஒன்று துண்டு இரண்டாய்க் கூறினார். கைதிகளைச் சந்தித்துப் பேசத் தலைநகரங்களில் தமக்கு அனுமதி அளிக்கப்பட்டு வந்ததாய் நெஹ்லூதவ் சொல்லியதும் கண்காணிப்பாளர் பதிலளித்தார்.

“இருக்கலாம், இருக்கலாம், ஆனால் இதற்கெல்லாம் நான் அனுமதிப்பதில்லை” அவரது குரலின் தொனி இதனுடன்கூட இன்னொன்றையும் கூறியது. “தலைநகரத்துக் கனவான்களாகிய நீங்கள் எங்களைத் திகைக்கச் செய்து குழம்ப வைக்கலாமென நினைக்கிறீர்கள். ஆனால் கிழக்கு சைபீரியாவிலுள்ள நாங்கள் சட்டங்களை அறிந்தவர்களே, வேண்டுமானால் உங்களுக்கும் சொல்லித் தருவோம்.”

மாட்சிமை தங்கிய மாமன்னர் அலுவலகத்திலிருந்து அனுப்பப்பட்டிருந்த நகலுங்கூடச் சிறைக் கண்காணிப்பாளரை அசங்கச் செய்வதாயில்லை. சிறைக்கூடச் சுவர்களைக் கடந்து நெஹ்லூதவ் உள்ளே அடிவைக்க அனுமதிப்பதற்குக் கண்காணிப்பாளர் தீர்மானமாய் மறுத்துவிட்டார். உத்தரவின் நகலைக் காட்டினால் போதும், மாஸ்லவா விடுதலை செய்யப்பட்டு விடுவாள் என்று நினைத்துக்கொண்டு பேசிய நெஹ்லூதவின் பேதமையைக் கண்டு அவர் ஏளனச் சிரிப்பு சிரித்துக் கொண்டார். யாரும் விடுதலை செய்யப்பட வேண்டுமாயின், அதற்கு நேரடியாகத் தமது மேல் அதிகாரியிட மிருந்து தமக்கு உத்தரவு வந்தாக வேண்டுமென அறிவித்தார். தண்டனை குறைக்கப்பட்டிருக்கும் தகவலை மாஸ்லவாவுக்குத் தெரிவிப்பதாகச் சொன்னார், அவளை விடுதலை செய்யுமாறு மேல் அதிகாரியிடமிருந்து உத்தரவு வந்ததும் ஒரு மணி நேரத்துக்குங்கூட கைதியாக அவளைச் சிறைக்கூடத்தில் வைத்திருக்கப் போவதில்லை என்று கூறினார்– இவற்றைத் தவிர வேறு எதற்கும் சிறைக் கண்காணிப்பாளர் உடன்படவில்லை.

கிரிலித்சோவின் உடல்நிலை குறித்தும் அவர் எந்தத் தகவலும் சொல்ல மறுத்துவிட்டார். அப்படி ஒரு கைதி இங்கு

இருப்பதாகக்கூடத் தம்மால் சொல்வதற்கில்லை என்றார். ஆக, வந்த காரியம் எதுவும் நிறைவேறாமல் நெஹ்லூதவ் தமது வாடகை வண்டியில் ஏறி ஓட்டலுக்குத் திரும்பினார்.

முறைப்படி இருக்கக் கூடியதைக் காட்டிலும் இரு மடங்கான கைதிகள் அந்தச் சிறைக்கூடத்தில் அடைக்கப் பட்டிருந்ததால், தற்போது அங்கே டைபஸ் நச்சுக்காய்ச்சல் கடுமையாகப் பரவியிருந்தது. கண்காணிப்பாளரின் கடுங் கண்டிப்புக்கு இதுவேதான் காரணம். நெஹ்லூதவின் வாடகை வண்டிக்காரன் ஓட்டலுக்கு வண்டியை ஓட்டிச் சென்றபோது அவரிடம் இது பற்றிச் சொன்னான்: "சிறைக்கூடத்தில் ஏராளமானோர் மடிந்து கொண்டிருக்கிறார்கள். ஏதோ கடுந்தொத்து பரவியிருக்கிறது. தினமும் இருபது பேருக்குக் குறையாமல் அடக்கம் செய்யப்படுகிறார்கள்."

24

சிறைக்கூடத்தில் ஏற்பட்ட தோல்வியையும் மீறி நெஹ்லூதவ் ஆர்வமும் விறுவிறுப்பும் மிக்க அதே மனநிலையில் தான் இருந்தார். மாஸ்லவாவைப் பற்றிய உத்தரவு வந்து சேர்ந்து விட்டதா என்று பார்ப்பதற்காக அவர் ஆளுநர் அலுவலகத் துக்குச் சென்றார். உத்தரவு இன்னும் வந்தாகவில்லை. ஆகவே அவர் ஓட்டலுக்குத் திரும்பி நேரத்தை வீணாக்காமல் உடனே அதைப் பற்றிச் செலேனினுக்கும் வழக்கறிஞருக்கும் கடிதம் எழுதினார். இந்த வேலை முடிந்ததும் அவர் தமது கடிகாரத் தைப் பார்த்தார், ஜெனரலின் மாளிகைச் சாப்பாட்டுக்குப் போவதற்குரிய நேரம் வந்துவிட்டதைக் கண்டார்.

போகிற வழியில் அவர் திரும்பவும் சிந்திக்கலானார்: தண்டனைக் குறைக்கப்பட்டிருக்கும் செய்தி தெரிந்ததும் மாஸ்லவாவின் நிலை எப்படி இருக்குமென்று நினைக்க முற்பட்டார். அவள் எங்கே போய்த் தங்கலாம்? அவளுடன் தான் எப்படி வாழ்வது? சிமன்சனது நிலை என்ன? அவருடன் அவளது உறவு என்ன? அவளிடம் ஏற்பட்டு வந்த மாற்றம் அவர் நினைவுக்கு வந்தது. அதைத் தொடர்ந்து அவளது கடந்த காலத்தைப் பற்றிய நினைவுகளும் அவர் மனத்துள் எழுந்தன.

"மறந்துவிட வேண்டும். இவற்றை எல்லாம் நினைவிலிருந்து அகற்றிவிட வேண்டும்" என்று தம்முள் கூறிக்கொண்டு, அவளைப் பற்றிய நினைவுகளை விரட்டியடிக்கத் திரும்பவும் முயன்றார். "தக்க நேரம் வரட்டும், தெளிவு ஏற்படும்" என்று தமக்குத் தாமே கூறிக்கொண்டு, ஜெனரலிடம் தாம் என்ன பேசுவதென்று ஆலோசிக்க ஆரம்பித்தார்.

ஜெனரலது மாளிகையில் தரப்பட்ட விருந்து செல்வச் சீமான்களுக்கும் தலைமையான அதிகாரிகளுக்கும் உரித்தான, நெஹ்லூதவுக்கு நன்கு பழக்கமான அந்தத் தடபுடலான ஆடம்பர முறையில் நடைபெற்றது. இத்தனை நாட்களாய் ஆடம்பரமான சுகத்தை மட்டுமின்றிச் சர்வசாதாரண வசதிகளையுங்கூட இழந்திருந்த நெஹ்லூதவுக்கு இந்த விருந்து உபசாரம் மிக இனிமையாய் இருந்தது.

இல்லத் தலைவி பழைய மரபைச் சேர்ந்த பீட்டர்ஸ்பர்க் சிறப்புக்குரிய சீமாட்டி முதலாம் நிக்கலாயின் அரசவையில் அரசியர் சேடியாய் இருந்தவள். சரளமாகவும் இயல்பாகவும் பிரெஞ்சும், செயற்கையான முறையில் ருஷ்யனும் பேசினாள். நேரே நிமிர்ந்த பார்வையும் நடையும் கொண்டிருந்தாள், கைகளை அசைக்கையில் முழங்கைகளை இடுப்பிலிருந்து விலகிச் சென்று விடாமல் வைத்துக்கொண்டாள். தன் கணவருக்கு அமைதி வாய்ந்த, ஓரளவு துயரம் தோய்ந்த பரிவு காட்டி வந்தாள். விருந்தினர்கள் எல்லோரிடத்தும் அளவு கடந்த அன்புடன் நடந்துகொண்டாள் என்றாலும், அவரவரும் யார் என்பதற்கு ஏற்ப தரங்களில் வேறுபாடு இருந்தது. நெஹ்லூதவை அவள் நம்மவர்களில் ஒருவராகப் பாவித்து நடந்துகொண்டாள். வெளிப்பார்வைக்குப் புலப்படாதவாறு மிகவும் நயமாய் அவரை மெச்சிப் புகழ்ந்துகொண்டாள், அவளது இந்தப் புகழ்ச்சி நெஹ்லூதவுக்கு அவரது நற்குணங்களை எல்லாம் திரும்பவும் தெரியப்படுத்தி அவரை மனநிறைவு கொள்ளச் செய்தது. சைபீரியாவுக்கு அவரை வரும்படி வைத்த அவரது அந்த அலாதியான, ஆனால் நேர்மை வாய்ந்த செயலைப் பற்றித் தனக்குத் தெரியுமென்பதையும், அவரைத் தனிச்சிறப்புடைய அலாதியான மனிதராகத் தான் கருதுவதையும், அவர் உணர்வுக்குப் புலப்படுத்தினாள் அவள். இந்த நயமான புகழ்ச்சியும், ஜெனரலது இல்லத்தின் நேர்த்தியான சுகபோகச் சூழலும் நெஹ்லூதவை மயங்கச் செய்தன. இந்த இதமான சூழலிலும், இன்சுவை உண்டியிலும், தமக்குப் பழக்கமான கல்வி ஞானமுடைய வட்டாரத்தினருடன் உறவாடுவதிலுள்ள லயத்திலும் மகிழ்விலும் அப்படியே அவர் மூழ்கி விட்டதால், கடந்த சில மாதங்களாய் அவர் இருந்து வந்த நிலைமைகள் யாவும் ஏதோ கனவு போலவும் இப்போது தான் விழித்தெழுந்து நனவு உலகத்துக்குத் திரும்பி வந்தது போலவும் இருந்தது அவருக்கு.

இல்லத்தைச் சேர்ந்தவர்களான ஜெனரலின் மகளையும் அவளது கணவனையும் மற்றும் மெய்க்காப்பு அதிகாரியையும்

தவிர, ஆங்கிலேயர் ஒருவரும், கம்மியரும் தங்கச்சுரங்க உடைமையாளருமான ஓர் இளைஞரும், தொலைதூர சைபீரிய நகரிலிருந்து வந்திருந்த ஆளுநர் ஒருவரும் இந்த விருந்தில் கலந்துகொண்டனர், இவர்கள் எல்லாருமே நெஹ்லூதவின் மனத்துக்கு இனியவர்களாய் இருந்தார்கள்.

ஆங்கிலேயர் ஆரோக்கியமானவர், சிவந்த மேனியர். அவர் பேசிய பிரெஞ்சு படுமோசமாய் இருந்தது. ஆனால் அவரது மொழியான ஆங்கிலத்தில் நல்ல திறமைசாலியாகவும் நாவன்மை படைத்தவராகவும் இருந்தார். பலவற்றையும் நேரில் கண்டறிந்தவர். அமெரிக்கா, இந்தியா, ஜப்பான், சைபீரியா ஆகியவை குறித்து சுவையான பலவும் கூறினார்.

கம்மியரும் தங்கச்சுரங்க உடைமையாளருமாகிய இளைஞர் (விவசாயி மகன் அவர்) லண்டனில் தயாரிக்கப்பட்ட நீள் கோட்டு அணிந்து, வைரங்கள் பதித்த கழுத்துப் பொத்தான் கள் போட்டிருந்தார். அவரிடம் ஒரு பெரிய நூலகம் இருந்தது; பரோபகாரப் பணிகளுக்குப் பெரிய அளவில் பொருள் உதவி வந்தார். ஐரோப்பிய மிதவாதக் கருத்துகளின் பற்றாளராய் இருந்தார். நெஹ்லூதவ் இவன் மனத்துக்கு இனியவராகவும் சுவையானவராகவும் இருக்கக் கண்டார். பண்படுத்தப்படாத ஆரோக்கியமான குடியானவ மூலத்துடன் ஐரோப்பிய கலாசாரம் ஒருசேர இணைந்து உருவாகும் முற்றிலும் புதுமை யான ஒரு சிறந்த ரகத்துக்கு இவரை எடுத்துக்காட்டாக நெஹ்லூதவ் கற்பனை செய்துகொண்டார்.

தொலைதூர சைபீரிய நகரிலிருந்து வந்திருந்த ஆளுநர், முன்பு அரசாங்க இலாகா ஒன்றின் இயக்குநராக இருந்து, பீட்டஸ்பர்க்குக்கு நெஹ்லூதவ் போயிருந்தபோது பரவலாய் அங்கே பேச்சு அடிபடக் காரணமாயிருந்த அதே ஆள்தான். சதைப்பற்றுள்ளவரான அவர் அருகலான மெல்லிய சுருள் முடிகளும், இளநீலக் கண்களும், மோதிரமணிந்த விரல்களுடன் மெருகு குலையாமல் கவனமாகப் பேணப்பட்ட வெள்ளைக் கைகளும், இனிய புன்னகை பூத்த முகமும் உடையவர். அவரது உடலின் கீழ்ப்பாகம் மொத்தையாய்ப் பெருத்திருந்தது. இல்லத் தலைவர் இந்த ஆளுநரை உயர்வாய் மதித்துப் போற்றினார், ஏனென்றால் லஞ்ச ஊழல் மலிந்திருந்த கூட்டத்தினரிடையே இவர் ஒருவர்தான் லஞ்சம் வாங்காதவர். இல்லத் தலைவி இசையில் மிகுந்த அபிமானம் கொண்டவள், மிக நன்றாய்ப் பியானோ வாசிப்பவள்; இந்த ஆளுநரும் தேர்ந்த இசைவாணர் என்பதாலும் அவளோடு சேர்ந்து வாசித்து நான்கு கைப் பியானோ இசை அளித்தார் என்பதாலும் அவளும் இவரை

மதித்துப் போற்றினாள். நெஹ்லூதவ் பூரிப்புற்ற மனநிலையில் இருந்ததால், இந்த மனிதருங்கூட இப்போது அவர் மனத்துக்குக் கசப்பானவராய் இருக்கவில்லை.

ஆளுநரின் பணித் துணைவரான மெய்க்காப்பு அதிகாரி அவரது வெண்நீல முகவாயுடன், குதூகலமும் விறுவிறுப்பும் மிக்கவராய் எந்நேரமும் பணிபுரிய முன்வந்து தமது நல்லுள்ளத்தால் நெஹ்லூதவை மகிழ வைத்தார்.

ஆனால் அவர்கள் எல்லாரையும் விட, ஜெனரலின் மகளும் அவள் கணவனுமாகிய இன்னரும் இளம் தம்பதியர் இருவரும் தான் நெஹ்லூதவின் மனத்துக்கு மிகவும் இனியவர்களாய் இருந்தனர். மகள் அழகியெனச் சொல்ல முடியாதவள்; வெள்ளை மனம் கொண்ட இளம்பெண்; முதலில் பிறந்த தனது இரு குழந்தைகளிடம் தனது உயிரையே வைத்திருந்தவள். காதல் கொண்டு பெற்றோருடன் நீண்ட போராட்டம் நடத்தியபின் அவள் மணந்துகொண்ட அவளது கணவன் ஒரு மிதவாதி, மாஸ்கோ பல்கலைக்கழக மாஸ்டர் பட்டதாரி, தன்னடக்கம் வாய்ந்த அறிஞன். புள்ளியியல் துறையில் பணிபுரிந்து வந்த இவ்விளைஞன், குறிப்பாகப் பழங்குடிகள் பற்றிய ஆராய்ச்சி களில் ஈடுபட்டிருந்தான்; பழங்குடிகளிடம் நேசம் கொண்டு இக்குடிகள் நசித்து விடாதபடிப் பாதுகாப்பதற்காக முயன்று வந்தான்.

ஜெனரலின் இல்லத்தில் கூடியிருந்த இவர்கள் எல்லாரும் நெஹ்லூதவிடம் பரிவும் பாசமும் மிக்கோராய் நடந்து கொண்டனர். மிகவும் சுவையான புதியவர் ஒருவர் தமக்கு அறிமுகமானது குறித்து இவர்கள் மனம் மகிழ்ந்துகொண்டது தெளிவாகவே தெரிந்தது. இராணுவ உடுப்பணிந்து கழுத்தில் வெள்ளைச்சிலுவை பதக்கத்துடன் வந்திருந்தார் ஜெனரல். நெடுநாளைய நண்பரை வரவேற்பதுபோல் அவர் நெஹ்லூதவை வரவேற்றார். பசியைக் கூர்மையாக்கிக் கொள்வதற்குச் சிற்றுண்டியும் வோத்காவும் வைக்கப்பட்டிருந்த மேசையிடம் வருமாறு விருந்தினர்களை அழைத்தார். காலையில் சந்தித்து விட்டுச் சென்றபின் என்ன செய்தார், வேலைகள் எவ்வாறு நடந்தேறின என்று நெஹ்லூதவிடம் விசாரித்தார் ஜெனரல். உடனே நெஹ்லூதவ், அஞ்சலகத்துக்குத் தாம் போயிருந்தது பற்றியும், காலையில் தாம் குறிப்பிட்ட அந்தக் கைதியின் தண்டனை குறைக்கப்பட்டுவிட்டதாகத் தகவல் தெரிந்து கொண்டது பற்றியும் சொன்னார். சிறைக்கூடத்துக்குப்போய் வருவதற்கு அனுமதிக்க வேண்டுமென்று மறுபடியும் அவர் ஜெனரலிடம் கேட்டார்.

பணித்துறை அலுவலைப் பற்றிச் சாப்பாட்டு நேரத்தின் போது குறிப்பிட்டது ஜெனரலுக்குப் பிடிக்கவில்லை, அவர் முகத்தைச் சுளித்துக்கொண்டு ஒன்றும் சொல்லாமல் மௌன மாய் இருந்தார்.

“வோத்கா குடிக்கிறீர்களா?” என்று அவர் அப்போது மேசைக்கு அருகே வந்து சேர்ந்த ஆங்கிலேயரைப் பார்த்து பிரெஞ்சு மொழியில் கேட்டார்.

ஆங்கிலேயர் வோத்காவைப் பருகிவிட்டு, அன்று தேவால யத்துக்கும் தொழிற்சாலைக்கும் தாம் சென்று பார்வையிட்டது பற்றிக் கூறினார். மிகப் பெரிய கடத்தல் முகாமாய் அமைந்த சிறைக்கூடத்தையும் பார்வையிட விரும்புவதாகச் சொன்னார் அவர்.

“ஓ, பொருத்தமாய் அமைகிறேதே” என்று நெஹ்லூதவைப் பார்த்துக் கூறினார் ஜெனரல். “இருவருமாகச் சேர்ந்து போய் வாருங்கள். இவர்களுக்கு அனுமதிச் சீட்டு எழுதிக் கொடுங்கள்” என்று தமது பணித் துணைவர் பக்கம் திரும்பியவாறு கூறினார்.

“நீங்கள் எப்போது போக விரும்புகிறீர்கள்?” என்று கேட்டார் நெஹ்லூதவ்.

“சிறைக்கூடங்களை அந்திவேளையில் சென்று பார்வை யிடுவதுதான் நல்லது” என்றார் ஆங்கிலேயர். “எல்லாரும் உள்ளே இருப்பார்கள், எந்தத் தயாரிப்பும் இருக்காது, எல்லாரும் அவர்களது இயல்பான நிலையில் இருப்பார்கள்.”

“ஆகா, அப்படியே அதன் முழுச் சிறப்பிலும் அதைக் கண்டுகளிக்கவா விரும்புகிறார்? போய்ப் பார்க்கட்டும். நான் எழுதிப் பார்த்துவிட்டேன். நான் சொல்வதை யாரும் காதில் வாங்கிக்கொள்ள மாட்டேனென்கிறார்கள். ஆதலால் வெளிநாட்டு ஏடுகளில் படித்துத் தெரிந்து கொள்ளட்டும்” என்று சொல்லிவிட்டு ஜெனரல் விருந்து மேசையிடம் சென்றார். இல்லத் தலைவி அங்கே விருந்தினர்களுக்கு அவர்களது இடங் களைச் சுட்டிக்காட்டி உட்கார வைத்துக் கொண்டிருந்தாள்.

இல்லத் தலைவிக்கும் ஆங்கிலேயருக்கும் நடுவில் நெஹ்லூதவ் அமர்ந்திருந்தார். அவருக்கு எதிரே ஜெனரலின் மகளும் முன்னாள் இலாகா இயக்குநரும் இருந்தார்கள்.

சாப்பாட்டின்போது உரையாடல் இடையிடையே நின்று நின்று ஒழுங்கில்லாமல் நடைபெற்றது. இப்போது இந்தியாவைப் பற்றி ஆங்கிலேயர் ஏதோ சொல்ல, அதைப் பற்றிப் பேசப்

பட்டது; சற்று நேரத்துக்கு எல்லாம் தோன்கின் படையெடுப்பு* குறித்து பேச்சு எழுந்தது, இந்தப் படையெடுப்பை ஜெனரல் கடுமையாகக் கண்டனம் செய்தார்; பிறகு சைபீரியாவில் எல்லாரிடத்தும் மலிந்திருந்த லஞ்ச ஊழலைப் பற்றிப் பேசப் பட்டது. இந்தப் பேச்சுகளில் நெஹ்லூதவ் அதிகம் கருத்து செலுத்தவில்லை.

ஆனால் சாப்பாடு முடிந்தபின் விருந்தினர்கள் காப்பி அருந்தியபோது நெஹ்லூதவுக்கும் ஆங்கிலேயருக்கும் இல்லத் தலைவிக்கும் இடையே கிளாட்ஸ்டோனைப்** பற்றி மிகவும் சுவையான உரையாடல் ஆரம்பமாகியது. அப்போது தாம் மதிநுட்பம் வாய்ந்த பலவற்றையும் திறம்படக் கூறியதாகவும், தம்முடன் பேசிக் கொண்டிருந்தவர்கள் அவற்றைக் கவனித்த தாகவும் நெஹ்லூதவுக்குத் தோன்றிற்று. நல்ல விருந்து உண்டு, ஒயின் அருந்திவிட்டு, இப்போது காப்பியைச் சுவைத்தவாறு நாகரிகமும் பண்பாடும் மிக்கோராய் வளர்ந்தவர்கள் மத்தியில் பஞ்சணைச் சாய்வு நாற்காலியில் அமர்ந்திருந்த நெஹ்லூதவுக்கு மேலும் மேலும் சுகமாய் இருந்தது. ஆங்கிலேயர் வேண்டியதன் பேரில் இல்லத்தலைவி முன்னாள் இலாகா இயக்குநருடன் கூட பியானோவிடம் சென்று நன்கு பயின்று தேர்ந்த முறையில் பெத்கோவினது ஐந்தாவது சிம்பொனியை இசைக்க முற்பட்டதும் நெஹ்லூதவுக்குத் தலை கிறங்கியது, நீண்ட காலமாய் அவர் அனுபவித்திராத முழுமையான மனநிறைவு உண்டாயிற்று, தாம் எவ்வளவு நல்லவர் என்பதை இப்போது தான் அறிந்துகொண்டதுபோல் அப்படிச் சுகமான நிறைவு பிறந்தது.

பெரும் பியானோ அதியற்புதமானது, சிம்பொனி அருமை யிலும் அருமையான முறையில் இசைக்கப்பட்டது. எப்படியும் நெஹ்லூதவ் அப்படித்தான் நினைத்தார். அந்த சிம்பொனி அவருக்குத் தெரியும். அவருக்குப் பிரியமானது. அதன் இனிமை யான அந்தான்தேயைக் கேட்டுக்கொண்டு அமர்ந்திருந்தபோது மூக்கு நுனியில் அவருக்குச் சிலுசிலுத்தது, தம்மையும் தமது நற்பண்புகளையும் நினைத்து அவர் நெஞ்சு அப்படி நெக்குரு கியது.

---

* இந்தோ சீனா தீபகற்பத்தில் தோன்கின் மாநிலத்தில் 1882—1898ஆம் ஆண்டுகளில் பிரான்சு நடத்திய காலனியாதிக்கப் போர்.

** கிளாட்ஸ்டோன் வில்லியம் (1809—1892) ஆங்கிலேய அரசியல் வாதி. மிதவாதக் கட்சித் தலைவர். பல தரம் பிரிட்டிஷ் பிரத மராய் இருந்தவர்.

நெடுங்காலமாய்த் தாம் அனுபவித்திராத சுகானுபவம் கிடைக்கச் செய்ததற்காக இல்லத்தலைவிக்கு நெஹ்லூதவ் நன்றி தெரிவித்தார். பிறகு அவர் விடைபெற்றுக்கொண்டு புறப்படப் போன நேரத்தில், இல்லத் தலைவியின் மகள் தீர்மானத்துக்கு வந்தவளுடைய முகபாவத்துடன் அவரிடம் வந்து, முகம் சிவந்து மெல்லக் கூறினாள்:

"எனது குழந்தைகளைப் பற்றி விசாரித்தீர்களே; உள்ளே வந்து அவர்களைப் பார்க்கிறீர்களா?".

"எல்லாரும் அவளுடைய குழந்தைகளைப் பார்க்க ஆசைப்படுவதாய் நினைக்கிறாள்" என்று அவளது தாய் தனது மகளின் கபடில்லாத கவர்ச்சியைச் சிலாகித்துப் புன்னகை புரிந்துகொண்டாள். "அதெல்லாம் கோமகன் ஒன்றும் ஆசைப் படவில்லை."

"இல்லை, இல்லை... நான் பார்க்க வேண்டும். உண்மை யாகவே ஆசைப்படுகிறேன்" என்றார் நெஹ்லூதவ்; பொங்கிப் பெருகிய இந்த இன்பத் தாய்ப்பாசம் அவர் உள்ளத்தைக் கவர்ந்தது. "தயவுசெய்து எனக்குக் காட்டவேண்டும்" என்றார்.

"குழந்தைகளைக் காட்டுவதற்காகக் கோமகனை அழைத்துச் செல்கிறாள்" என்று கூச்சலிட்டுச் சிரித்தார். சீட்டாட்ட மேசை யின் முன்னால் மருமகனோடும் தங்கச்சுரங்க உடைமையாள ரோடும் பணித் துணைவரோடும் உட்கார்ந்திருந்த ஜெனரல் "நடக்கட்டும். போய் மெச்சிப் புகழ்ந்து விட்டு வாங்க."

இதற்கிடையில் அந்த இளம்பெண் தனது குழந்தைகள் குறித்து தீர்ப்பு அளிக்கப்படப் போகிறது என்று தெளிவாக கிளர்ச்சியுற்றவளாய் நெஹ்லூதவுக்கு முன்னே வேகமாய் நடந்து உள்வீட்டின் அறைகளை நோக்கிச் சென்றாள். மூன்றாவது அறையான வெண்ணிறச் சுவர்க்காகிதம் இடப்பட்ட உயரமான அறையில் கரிய மூடாக்குடன் கூடிய சின்ன விளக்கின் வெளிச்சத்தில் அருகருகே இரு சிறு கட்டில்கள் காணப்பட்டன. சைபீரியச் சாயலுடன் அன்பு கெழுமிய முகமுடைய தாதி ஒருத்தி வெள்ளை அங்கி அணிந்து இரு கட்டில்களுக்கும் இடையே உட்கார்ந்திருந்தாள். அவள் எழுந்து நின்று தலைகுனிந்து வணக்கம் தெரிவித்தாள். உள்ளே சென்ற தாய் முதலாவது கட்டிலின் மீது குனிந்தாள், இரண்டு வயதான பெண் குழந்தை அதில் அமைதியாகத் தூங்கிக் கொண்டி ருந்தாள். அவளுடைய சிறிய வாய் திறந்திருந்தது, நீளமான சுருட்டை முடிகள் தலையணையில் புரண்டு கிடந்தன.

“இதுதான் கத்யா” என்று சொல்லி ஓரங்களில் நீலப் பின்னல்கள் பின்னப்பட்ட கம்பளியை இழுத்து, அதற்கு அடியிலிருந்து வெளியே துருத்திக்கொண்டிருந்த சின்னஞ்சிறு பாதத்தை மூடிச் சரி செய்தாள் குழந்தையின் தாய்.

“நல்லா இருக்கிறாள் இல்லையா? இரண்டு வயதுதான் ஆகிறது, தெரியுமா உங்களுக்கு?”

“சித்திரப்பாவை மாதிரி இருக்கிறாளே!”

“இதோ வஸ்யூக்–இவன் தாத்தா இப்படித்தான் கூப்பிடு கிறார். அறவே வேறொரு வகையாய் இருக்கிறான். சைபீரியன். நீங்கள் என்ன நினைக்கிறீர்கள்?”

“தங்கமான பையன்” என்று சட்டி வயிற்றை அழுத்திக் கொண்டு குப்புறப்படுத்துத் தூங்கியவனைப் பார்த்தவாறு சொன்னார் நெஹ்லூதவ்.

“அப்படியா?” என்று அர்த்தபுஷ்டி வாய்ந்த புன்சிரிப்பு சிரித்துக் கொண்டாள், பையனின் தாய்.

நெஹ்லூதவ் சங்கிலிகளையும் மழிக்கப்பட்ட தலைகளையும் அடிபிடிச் சண்டைகளையும் சீரழிவையும் இறந்துகொண்டிருந்த கிரிலித்சோவையும் கத்யூஷாவையும் அவளது கடந்த காலம் முழுமையையும் நினைத்துக் கொண்டார் அவர். பொறாமைப் பட ஆரம்பித்தார்; இங்கு நிலவியது பண்பட்ட தூய்மையான இன்பமாய் இப்போது அவருக்குத் தோன்றியது. இம்மாதிரியான இன்பம் நமக்கும் வேண்டுமென்ற விருப்பம் அவருள் எழுந்தது.

திரும்பத் திரும்பக் குழந்தைகளைப் போற்றிப் புகழ்ந்து, அவற்றின் தாய் இந்தப் புகழ்ச்சியை ஆவலுடன் கேட்டுக் களிப்புற்று ஓரளவுக்கேனும் மனநிறைவு அடைந்தபின், நெஹ்லூதவ் அவளைப் தொடர்ந்து வரவேற்பு அறைக்குத் திரும்பி வந்தார். அங்கே ஆங்கிலேயர் அவருக்காகக் காத்துக் கொண்டிருந்தார். இருவரும் சிறைக்கூடத்துக்குச் செல்வதென முன்பே ஏற்பாடு செய்திருந்தனர். ஆங்கிலேயரும் நெஹ்லூதவும் தமக்கு விருந்தளித்து உபசரித்த முதியவர்களிடத்தும் இளம் வயதினரிடத்தும் விடைபெற்றுக் கொண்டு ஜெனரலது மாளிகையின் வாயில் முகப்புக்குச் சென்றனர்.

வானிலை மாறிவிட்டது. பெரும் பெரும் திவலைகளாய் வெண்பனி அடர்த்தியாகப் பெய்து கொண்டிருந்தது. சாலை, கூரைகள், தோட்டத்தில் இருந்த மரங்கள், வாயில் முகப்பின் படிகள், வண்டிகளின் மூடாக்குகள், குதிரைகளது முதுகுகள் ஆகியவற்றின் மீதும் வெள்ளையாய் ஏற்கெனவே பனி மூடியிருந்தது.

ஆங்கிலேயரிடம் அவரது சொந்த வண்டி இருந்தது; சிறைக் கூடத்துக்கு ஓட்டிச் செல்லும்படி அந்த வண்டிக்காரனிடம் சொல்லிவிட்டு, நெஹ்லூதவ் தம்முடைய வாடகை வண்டிக் காரனைக் கூப்பிட்டார். கசப்பான ஒரு கடமையை நிறைவேற்றி யாக வேண்டுமென்ற உணர்ச்சி மனத்துள் கனத்து அழுத்த, தனியே தமது வண்டியினுள் ஏறிக்கொண்டார். மிருதுவான வெண்பனியில் சக்கரங்கள் சிரமப்பட்டுச் சுழல, ஆங்கிலேயரைப் பின்தொடர்ந்து அவரும் சென்றார்.

25

காவல் புரிந்து நின்ற படையாளோடும், வாயில் வழியில் எரிந்த விளக்கோடும் சிறைக்கூடக் கட்டிடம் சோக உருக்கொண்டதாய் இருந்தது. வெளிச்சமாய் வரிசையாய் அமைந்த அதன் சன்னல்கள் – வாயிலிலும் கூரையிலும் – சுவர்களிலுமாய் வெண்பனி இப்போது யாவற்றின் மீதும் விரிந்திருந்த தூய்மையான, வெண்மையான விரிப்பையும் மீறி – அந்தக் கட்டிடத்தைக் காலையில் இருந்ததைக் காட்டிலும் அதிக சோகங்கொண்டதாகத் தோன்றச் செய்தன.

கம்பீரத் தோற்றமுடையவரான சிறைக் கண்காணிப்பாளர் வாயில் வழிக்கு வந்து, நெஹ்லூதவுக்கும் ஆங்கிலேயருக்கும் அளிக்கப்பட்டிருந்த அனுமதிச்சீட்டை விளக்கு வெளிச்சத்தில் படித்துப் பார்த்துவிட்டுத் திகைப்புடன் தமது வலுவான தோள்களை உலுக்கிக்கொண்டார். ஆயினும் உத்தரவுக்குக் கீழ்ப்படிந்து இருவரையும் அவர் தம் பின்னால் வருமாறு அழைத்தார். வெளிமுற்றத்தின் வழியே சென்ற வலப்புறத்து வாயிற்படியைக் கடந்து மாடிப்படியில் ஏறி, அலுவலகத்துக்குள் அவர்களை அழைத்து வந்தார். அங்கே அவர்களை உட்கார வைத்து, தம்மால் அவர்களுக்கு ஆக வேண்டிய காரியங்கள் குறித்து விசாரித்தார். நெஹ்லூதவ் உடனே மாஸ்லவாவைப் பார்க்க விரும்பியது தெரிந்ததும், அவளை அழைத்து வரும்படிச் சிறைக்காவலர் ஒருவரை அனுப்பி வைத்தார். பிறகு ஆங்கிலேயரின் கேள்விகளுக்குப் பதிலளிக்க ஆயத்தமானார். நெஹ்லூதவ் மொழிபெயர்ப்பாளராய் உதவ, ஆங்கிலேயர் உடனே கேள்வி கேட்க ஆரம்பித்தார்.

"எத்தனைக் கைதிகளுக்காகக் கட்டப்பட்டது இந்தச் சிறைக்கூடம்?" என்று கேட்டார் ஆங்கிலேயர். "எத்தனைக் கைதிகள் இங்கு இருக்கிறார்கள்? ஆண்கள் எத்தனைப் பேர்? பெண்களும் குழந்தைகளும் எத்தனைப் பேர்? கடின உழைப்புத் தண்டனை பெற்றவர்கள் எவ்வளவு? கடத்தல் தண்டனை

பெற்றவர்கள் எவ்வளவு? சொந்த விருப்பத்தின் பேரில் பின்தொடர்ந்து செல்வோர் எவ்வளவு? நோய்வாய்ப்பட்டோர் எத்தனைப் பேர்?"

ஆங்கிலேயரும் சிறைக் கண்காணிப்பாளரும் கூறியவற்றை நெஹ்லூதவ் மொழிபெயர்த்துச் சொல்லிக்கொண்டிருந்தாரே ஒழிய, அவற்றின் பொருளில் கவனம் செலுத்தவில்லை. நடைபெற இருந்த சந்திப்பு குறித்து இப்படித் தாம் கலங்க நேருமென அவர் கொஞ்சமும் எதிர்பார்க்கவே இல்லை. ஆங்கிலேயருக்காக மொழிபெயர்த்துச் சொல்லிக் கொண்டிருந்த அவர் பாதி வாக்கியத்தில் இருக்கையில், நெருங்கி வரும் காலடிகளது ஓசை அவருக்குக் கேட்டது. அலுவலகத்தின் கதவு திறக்கப்பட்டது. இதன் முன் பல தரம் நடைபெற்றிருந்தது போல் சிறைக்காவலர் முன்னால் வர, கத்யூஷா பின்னால் வந்தாள்; தலைக்குட்டை கட்டியிருந்தாள், சிறைக் கூடச் சட்டை அணிந்திருந்தாள். அவளைப் பார்த்ததும் அவர் நெஞ்சினுள் துயரம் கனத்தது.

"வாழ விரும்புகிறேன். எனக்குக் குடும்பம், குழந்தைகள் எல்லாம் வேண்டும், மனிதனுக்குரிய வாழ்க்கை வேண்டும்" – இந்த எண்ணங்கள் அவர் மனதில் பளிச்சிட்டுச் சென்றன. அப்போது அவள் பார்வையைக் கவிழ்த்துக்கொண்டு வேகமாய் அடி வைத்து அறைக்குள் வந்தாள்.

அவர் எழுந்து அவளை நோக்கிச் சில தப்படிகள் நடந்தார். அவள் முகம் கடுமையும் கடுகடுப்பும் வாய்ந்திருந்ததாய் அவருக்குப் பட்டது. முன்பு அவரை அவள் ஏசியபோது இருந்தாளே, அதே நிலையைத் திரும்பவும் அடைந்துவிட்ட வளாகத் தோன்றினாள். அவளுக்கு முகம் சிவந்தது, பிறகு வெள்ளையாய் வெளுத்துச் சென்றது. பதற்றத்துடன் அவளது விரல்கள் சட்டை முனையைப் பிடித்துத் திருகின. கண்களை உயர்த்தி அவரைப் பார்த்தாள். உடனே தணித்துக் கொண்டு விட்டாள்.

"தண்டனை குறைக்கப்பட்டு விட்டது தெரியுமா?"

"ஆமாம், சிறைக்காவலர் சொன்னார்."

"உத்தரவின் மூலப் பிரதி வந்தவுடன் நீ வெளியே வந்து எங்கே வேண்டுமானாலும் தங்கியிருக்கலாம். இதைப் பற்றி நாம் ஆலோசிக்க வேண்டும்..."

அவசரமாய் அவரை அவள் இடைமறித்தாள்.

"நான் ஆலோசிப்பதற்கு என்ன இருக்கிறது? விளதீமிர் இவானவிச் எங்கே போகிறாரோ, அங்கே நானும் அவரோடு போவேன்."

அவள் தனது பரபரப்பையும் மீறி கண்களை உயர்த்தி நெஹ்லூதவைப் பார்த்து, என்ன சொல்ல வேண்டுமென்று ஆலோசிக்க வைத்திருந்தாற்போல, வேகமாகவும் தெளிவாகவும் அதைச் சொன்னாள்.

“ஆச்சரியமாய் அல்லவா இருக்கிறது!”

“அவர் அப்படித்தான் விரும்புகிறார், திமீத்ரி இவானவிச், நான் அவரோடு வாழ வேண்டுமென...” பயந்து போய் வாக்கியத்தை முடிக்காமல் நிறுத்திவிட்டுத் திருத்திச் சொன்னாள். “நான் அவருக்கு அருகே இருக்க வேண்டுமென விரும்புகிறார். இதற்கு மேல் எனக்கு என்ன வேண்டும்? இதை எனக்குக் கிடைத்துள்ள பாக்கியமாய் நான் கருத வேண்டும். வேறு என்ன இருக்கிறது எனக்கு?...”

“இரண்டில் ஒன்றாகவே இருக்க வேண்டும்” என்று நினைத்தார் நெஹ்லூதவ். “ஒன்று இவளுக்கு சிமன்சன் மீது காதலாக இருக்கவேண்டும். நான் தியாகம் புரிவதாகக் கற்பனை செய்து கொண்டது இவளுக்குத் தேவைப்படவில்லை; இல்லையேல் இப்போதும் என்னையேதான் காதலிக்கிறாள் என்றாலும் என்னுடைய நன்மையைக் கருதி என்னைத் துறந்து துணிவுடன் தனது எதிர்காலத்தை சிமன்சனுடையதுடன் இணைத்துக் கொள்கிறாள்” அவர் வெட்கப்பட்டுக் கொண்டார், முகம் சிவந்து செல்வதாய் நினைத்தார்.

“அவரைக் காதலிப்பதால் இதைச் செய்கிறாயா, இல்லை...” என்றார் அவர்.

“காதலித்தால் என்ன, இல்லாவிட்டால் என்ன? நான் அதற்கான காலத்தைக் கடந்து விட்டவள். விளதீமிர் இவானவிச் அதிவிசேஷமானவர்.”

“ஆமாம். அதில் சந்தேகமில்லை” என்று ஆரம்பித்தார் நெஹ்லூதவ். “அவர் அற்புதமான மனிதர், என்னுடைய கருத்துப்படி...”

அவள் மறுபடியும் இடைமறித்தாள்; அவர் அதிகமாகப் பேச முற்பட்டுவிடுவார், அல்லது சொல்ல வேண்டியதைத் தான் சொல்ல முடியாமற் போய்விடும் என்று அஞ்சியது போல் அவசரமாகப் பேசினாள்.

“இல்லை, திமீத்ரி இவானவிச், என்னை மன்னியுங்கள். நீங்கள் விரும்புவதை நான் செய்யாதவளாய் இருக்கலாம், அப்படியானால் பொறுத்துக்கொள்ள வேண்டும் நீங்கள்” என்று சொல்லி, ஓரப்பார்வை கொண்ட மர்மங்கள் நிறைந்த கண்களால் அவரை உற்று நோக்கினாள் அவள். “ஆமாம்,

தெளிவாகவே தெரிகிறது. இப்படித்தான் செய்தாக வேண்டும். நீங்களும் வாழ வேண்டும், பாருங்கள்.”

சில வினாடிகளுக்கு முன்பு அவர் தம்முள் கூறிக் கொண்டதை அப்படியே இப்பொழுது அவள் சொன்னாள். ஆனால் இப்பொழுது அவர் அப்படி நினைக்கவில்லை. அவரது நினைப்பும் உணர்ச்சியும் முன்புபோல் இல்லாமல், அறவே வேறுவிதமாய் இருந்தன. அவர் வெட்கப்பட்டுக் கொண்டது மட்டுமல்லாமல், அவளையும் அவளோடு சேர்ந்து ஏராளமானவற்றை எல்லாம் இழக்கிறோமே என்று வருத்தமும் பட்டுக்கொண்டார்.

“இதை நான் எதிர்பார்க்கவே இல்லை” என்றார் அவர்.

“நீங்கள் இங்கே இருந்துகொண்டு எதற்காகத் துன்பப்பட வேண்டும்? போதிய அளவுக்கு ஏற்கெனவே துன்பப்பட்டு விட்டீர்கள்” என்று கூறி அவள் விபரீதமாய்ப் புன்னகை புரிந்தாள்.

“நான் ஒன்றும் துன்பப்பட்டு விடவில்லை. எனக்கு இதெல்லாம் நன்மையே புரிந்துள்ளது. முடியுமானால் இனியும் தொடர்ந்து உனக்குச் சேவை புரிய வேண்டுமென்பதே எனது விருப்பம்.”

“எங்களுக்கு” – அவள் “எங்களுக்கு” என்று சொன்ன போது நெஹ்லூதவைப் பார்த்துக்கொண்டாள். வேண்டியது ஏதும் இல்லை. நீங்கள் எனக்கு எவ்வளவோ செய்திருக்கிறீர்கள். நீங்கள் மட்டும் இல்லாதிருந்தால்....” அவள் சொல்ல விரும்பி யதை அவளால் சொல்ல முடியவில்லை, அவளுக்குக் குரல் தழுதழுத்தது.

“இருந்து இருந்தும் எனக்குப் போய் நீ நன்றி செலுத்த வேண்டாம்”

“கணக்குப் பார்க்கும் வேலை எதற்கு? ஆண்டவன் இருக்கிறார், நமது கணக்குகளைக் கவனித்துக் கொள்வார்” என்று அவள் சொன்னாள்; அவளது கரிய விழிகள் அவற்றில் தளும்பிய கண்ணீரில் பளபளத்தன.

“எவ்வளவு நல்ல பெண்ணாய் இருக்கிறாய் நீ” என்றார் அவர்.

“நானா நல்ல பெண்” என்றாள் அவள். கண்ணீருக்கு நடுவிலிருந்து பரிதாபமான புன்னகை ஒன்று தோன்றி அவள் முகத்தை ஒளி பெறச் செய்தது.

“நீங்கள் தயாரா?” என்று ஆங்கிலேயர் இதற்கிடையில் கேட்டார்.

“இதோ வருகிறேன்.” என்று நெஹ்லூதவ் பதிலளித்துவிட்டு, கிரிலித்சோவைப் பற்றி அவளிடம் விசாரித்தார்.

அவள் தனது உள்ளக் கிளர்ச்சியைச் சமாளித்துக்கொண்டு தனக்குத் தெரிந்ததை அமைதியாகக் கூறினாள்; கிரிலித்சோவின் நிலை மோசமாக, அவர் மருத்துவமனைக்குக் கொண்டுபோய்ச் சேர்க்கப்பட்டார். மரீயா பாவ்லவ்னா கவலைப்பட்டுக்கொண்டு தவித்தாள். தாதியாய் மருத்துவமனையில் வேலை செய்யத் தனக்கு அனுமதி அளிக்க வேண்டுமெனக் கேட்டுப் பார்த்தாள், ஆனால் அனுமதி கிடைக்கவில்லை.

“நான் போய் வரட்டுமா?” ஆங்கிலேயர் காத்திருப்பதைக் கவனித்ததும் அவள் கேட்டாள்.

“முடிவாய் நான் விடை பெற்றுக்கொண்டு விடவில்லை. மறுபடியும் வந்து உன்னைப் பார்ப்பேன்” என்றார் நெஹ்லூதவ்.

“மன்னியுங்கள், வருகிறேன்” என்றாள் அவள் அனேகமாகக் காதில் விழாத சன்னமான குரலில். இருவரது கண்களும் நேருக்கு நேர் நோக்கின. “போய் வருகிறேன்” என்று சொல்லாமல், “மன்னியுங்கள். வருகிறேன்” என்று சொன்ன போது, ஓரப்பார்வை கொண்ட அவளது கண்களின் அந்த விசித்திரமான நோக்கிலிருந்தும், பரிதாபமான அவளது புன்னகையிலிருந்தும் நெஹ்லூதவ் புரிந்துகொண்டார். அவளுடைய தீர்மானத்துக்கு என்ன காரணம் என்பது குறித்து அவர் செய்த இரண்டு ஊகங்களில் இரண்டாவதே உண்மை என்று தெரிந்துகொண்டார். அவரை அவள் காதலித்தாள், ஆனால் அவருடன் தன்னைப் பிணைத்துக்கொள்வதன் மூலம் அவர் வாழ்க்கையைத் தான் பாழாக்கவே நேருமென்றும் இதற்குப் பதில் சிமன்சனுடன் செல்வதன் மூலம் அவருக்கு விடுதலை அளிக்கலாமென்றும் நினைத்தாள்; தான் செய்ய விரும்பிய இந்தக் காரியத்தைச் செய்து முடித்தோமென்று அவள் மனம் மகிழ்ந்தாள் என்றாலும், அதேபோது அவரை விட்டுப் பிரிய மனம் ஒப்பாமல் துன்பப்பட்டாள்.

அவர் கையைப் பிடித்து அழுத்திவிட்டு அவசரமாகத் திரும்பி அவள் வெளியே சென்றாள்.

ஆங்கிலேயருடன் போவதற்காக, அவர் எங்கே என்று நெஹ்லூதவ் சுற்றுமுற்றும் பார்த்தார். ஆனால் ஆங்கிலேயர் அவருடைய குறிப்புப் புத்தகத்தில் ஏதோ எழுதிக் கொண்டிருந்ததைக் கண்டதும், அவரைத் தொந்தரவு செய்யாமல் விலகிச் சென்று சுவர் ஓரமாய் இருந்த மர பெஞ்சு ஒன்றில் உட்கார்ந்தார். உடனே அளவு மீறிய அசதி அவரை ஆட்கொண்டது.

இராத் தூக்கமின்றிக் கண்விழித்திருந்ததாலோ, பயணத்தாலோ, உள்ளக் கிளர்ச்சியாலோ அவர் களைப்புற்று விடவில்லை. இல்லை, வாழ்க்கை அனைத்திலுமே அப்படி ஒரு மட்டுமீறிய களைப்பு ஏற்பட்டுவிட்டது போன்ற உணர்வு அவருள் எழுந்தது. அவர் அமர்ந்திருந்த பெஞ்சின் முதுகில் சாய்ந்து கண்களை மூடிக்கொண்டார். அதே கணத்தில் ஆழந்த நித்திரையில் மூழ்கிவிட்டார்.

"என்ன சொல்கிறீர்கள், சிறையறைகளைப் போய்ப் பார்க்க லாமா?" என்று வினவினார் சிறைக் கண்காணிப்பாளர்.

நெஹ்லூதவுக்குச் சுயஉணர்வு திரும்பிற்று, இங்கேயா இருக்கிறோம் என்று வியந்துகொண்டார். குறிப்புகள் எழுதி முடித்திருந்த ஆங்கிலேயர், சிறையறைகளைப் பார்வையிட விரும்புவதாகக் கூறிக்கொண்டு எழுந்தார்.

களைப்புற்ற நிலையில். கருத்தில்லாதவராய் நெஹ்லூதவ் அவர் பின்னால் சென்றார்.

26

சிறைக் காவலர்கள் உடன் வர சிறைக் கண்காணிப்பாளரும் ஆங்கிலேயரும் நெஹ்லூதவும் நுழைவறையைக் கடந்து, வயிற்றைப் புரட்டும்படி கெட்ட வீச்சம் வீசிய நடைவழியே சென்றார்கள். கைதிகள் இருவர் அங்கே நேரே தரையில் சிறுநீர் கழித்துக் கொண்டிருந்ததைக் கண்டு, பார்வையிட வந்தவர்கள் திகைக்க வேண்டியிருந்தது. பிறகு எல்லாருமாய், கடின உழைப்புத் தண்டனை பெற்ற கைதிகள் இருந்த முதல் அறைக்குள் நுழைந்தார்கள். கைதிகள் எல்லாரும் அறை நடுவில் அமைந்த பலகைப் படுக்கைகளில் படுத்திருந்தனர். மொத்தம் எழுபது பேர் இருந்தார்கள். தலை தலையோடும், விலாப்புறம் விலாப்புறத்தோடும் இணையும்படிப் படுத்திருந்தார்கள். பார்வையாளர்கள் உள்ளே வந்ததும், சங்கிலிகள் கணகணக்க எல்லாரும் குதித்தெழுந்து, புதிதாக மழிக்கப்பட்ட தலைகள் பளபளக்கப் பலகைப் படுக்கைகளுக்குப் பக்கத்தில் நின்றார்கள். இரண்டு பேர் மட்டும்தான் எழாமல் படுத்திருந்தவர்கள். ஒருவர் இளைஞர், அவருக்குக் காய்ச்சல் என்பது தெரிந்தது, செக்கச் சிவந்திருந்தார். இன்னொருவர் கிழவர், ஓயாமல் முனகிக் கொண்டிருந்தார்.

இளங்கைதி பல நாட்களாய் நலமின்றிப் படுத்திருந்தாரா என்று ஆங்கிலேயர் விசாரித்தார். அன்று காலைதான் படுத்தார் என்று கண்காணிப்பாளர் பதிலளித்தார். ஆனால்

கிழவர் பல நாட்களாய் வயிற்று வலியால் துன்புறுவதாகவும், மருத்துவக் கூடம் நீண்டகாலமாய் நிரம்பி வழிவதால் அவருக்கு அங்கே இடம் கிடைக்காமல் இருப்பதாகவும் சொன்னார். ஆங்கிலேயர் தலையை ஆட்சேபித்துவிட்டு, இவர்களுக்குத் தாம் சில வார்த்தைகள் சொல்ல விரும்பியதாகக் கூறினார். தாம் சொல்வதை மொழிபெயர்க்கும்படி நெஹ்லூதவைக் கேட்டுக் கொண்டார். இந்த ஆங்கிலேயர் மேற்கொண்ட சுற்றுப் பயணத்தின் நோக்கம் சைபீரியாவிலுள்ள கடத்தல் இடங்களை யும் சிறைக்கூடங்களையும் பரிசீலிப்பது மட்டுமல்ல; நம்பிக்கை மூலம் இரட்சிப்பு பெறுதலையும், பாவமன்னிப்பையும் பற்றி உபதேசிப்பதும் அவருடைய நோக்கமாகும் என்பது தெரிய வந்தது.

"இதை அவர்களிடம் சொல்லுங்கள்" என்றார் அவர். "கிறிஸ்து இவர்களுக்காக இரங்கினார், இவர்களை நேசித்தார், இவர்களுக்காக மரித்தார். இவர்கள் இதை நம்பினால், இவர்கள் இரட்சிக்கப்படுவார்கள்." அவர் பேசியபோது கைதிகள் எல்லாரும் தமது கைகள் விலாவோடு ஒட்டியிருக்க மௌனமாய் நின்றிருந்தார்கள். "இவர்களிடம் சொல்லுங்கள்" என்று முடிவில் அவர் கூறினார். "இந்தப் புத்தகம் இவை எல்லாவற்றையும் எடுத்துரைக்கிறது. படிக்கத் தெரிந்தவர்கள் இருக்கிறார்களா இங்கே?"

இருபது பேருக்கு மேலானோர் எழுத்தறிவு உடையவர்கள் என்பது தெரிந்தது.

கைப்பைக்குள்ளிருந்து ஆங்கிலேயர் கட்டமிடப்பட்ட புதிய ஏற்பாடு வேதப்புத்தகங்கள் சிலவற்றை வெளியே எடுத்தார். கெட்டியான கரிய நகங்கள் கொண்ட தசைப்பற்றுள்ள கைகள் முரட்டுச் சட்டைக் கரங்களின் உள்ளிருந்து நீண்டு ஒன்றோ டொன்று மோதியவாறு அவரை நெருங்கின. இந்த முறையில் அவர் இரண்டு புத்தகங்களை வழங்கிவிட்டு அடுத்ததற்குச் சென்றார்.

அடுத்த அறையிலும் இதே போலத்தான் நடந்தது. மூச்சு திணறும்படியான அதே துர்நாற்றம் வீசிற்று, சன்னல்களுக்கு இடையே அதே போன்ற தேவவுருவம் தொங்கிற்று, அதே போன்ற தொட்டி ஒன்று கதவுக்கு இடப்புறத்தில் இருந்தது. அதே போல் எல்லாரும் விலாவோடு விலா இணையுமாறு படுத்துக் கிடந்தார்கள், அதேபோல் குதித்தெழுந்து கைகள் விலாவுடன் ஒட்டியிருக்க நிமிர்ந்து நின்றார்கள். அதே போல் மூன்று பேர் மட்டும் எழுந்து நிற்காமல் இருந்தனர்–

இருவர் உட்கார்ந்திருந்தனர், ஒருவர் உள்ளே வந்தவர்களைப் பார்க்கக்கூட இல்லாமல் படுத்தபடியே இருந்தார். இம்மூவரும் உடல் நலம் இல்லாதவர்கள். ஆங்கிலேயர் அதே போல் உரை நிகழ்த்தினார், அதே போல் இரண்டு வேதப் புத்தகங்களை வழங்கினார்.

மூன்றாவது அறையிலிருந்து கூச்சல்களும் இரைச்சலும் கேட்டன. சிறைக் கண்காணிப்பாளர் கதவில் தட்டிவிட்டுக் கத்தினார். "நேராய் நில்!" கதவு திறக்கப்பட்டதும் எல்லாரும் பலகைப் படுக்கைகளுக்குப் பக்கத்தில் நேரே நின்றார்கள். நோய்வாய்ப்பட்டோரும் சண்டையிட்டுக் கொண்டிருந்த இருவருமான ஒரு சிலர் மட்டும் இவ்வாறு நிற்கவில்லை. சண்டையிட்ட இருவரது முகங்களும் ஆத்திரத்தால் விகார மடைந்து இருந்தன, இருவரும் ஒருவனையொருவன் இறுகப் பிடித்து–ஒருவன் தலைமுடியையும் இன்னொருவர் தாடியையும்– இழுத்துப் பறித்துக்கொண்டு நின்றனர். சிறைக் கண்காணிப் பாளர் அவர்களிடம் ஓடிய பிறகுதான் இருவரும் பிரிந்து விலகினர். மூக்கில் அடி விழுந்து ஒருவனுக்கு இரத்தக் காயம் பட்டு, சளியும் எச்சிலும் இரத்தமும் வழிந்தன. சட்டைக் கையால் அவன் இவற்றைத் துடைத்துக் கொண்டான். இன்னொருவன் தனது தாடியிலிருந்து பிடிக்கப்பட்ட மயிர்க் கொத்துகளைக் கொய்து எடுத்துக் கொண்டிருந்தான்.

"சட்டாம்பிள்ளை!" என்று ஆத்திரக்குரலில் கத்தினார் கண்காணிப்பாளர்.

கண்ணுக்கு இனிய வலுவாய்ந்த ஓர் ஆள் முன்னால் வந்து நின்றான்.

"என்னால் பிரித்து விலக்க முடியவில்லை. மாண்புடையீர்" என்று கண்களில் குறும்பான நகை பளிச்சிடக் கூறினான் சட்டாம்பிள்ளை.

"இருக்கட்டும், இருவருக்கும் தெரியச் செய்கிறேன்" என்று முகத்தைச் சுளித்துக்கொண்டார் கண்காணிப்பாளர்.

"எதற்காக இவர்கள் சண்டை போட்டார்கள்?" என்று ஆங்கிலேயர் நெஹ்லூதவ்விடம் கேட்டார்.

எதற்காகச் சண்டையிட்டனர் என்று நெஹ்லூதவ் சட்டாம் பிள்ளையிடம் கேட்டார்.

"கந்தலுக்காக – ஒருவன் இன்னொருவனுக்கு உடையதைக் கிளப்பிக்கொண்டான்" என்று தொடர்ந்து புன்னகை பளிச்சிடக் கூறினான் சட்டாம்பிள்ளை. "இவன் குத்து விட்டான், அவன் திருப்பிக் கொடுத்தான்."

"இவர்களுக்குச் சில வார்த்தைகள் சொல்ல விரும்புகிறேன்" என்று ஆங்கிலேயர் கண்காணிப்பாளரிடம் கூறினார்.

நெஹ்லூதவ் மொழிபெயர்த்திட்டார்.

"சொல்லுங்கள்" என்றார் கண்காணிப்பாளர். தோல் கட்டிடமிடப்பட்ட புதிய ஏற்பாட்டு வேதப் புத்தகம் ஒன்றை ஆங்கிலேயர் வெளியே எடுத்தார்.

"தயவு செய்யுங்கள், இதை மொழிபெயர்த்துச் சொல் லுங்கள்" என்று அவர் நெஹ்லூதவிடம் கேட்டுக் கொண்டார். "உங்களிடையே வாக்குவாதம் மூண்டது, அடிபிடிச்சண்டையாய் வளர்ந்தது. ஆனால் கிறிஸ்து நமக்காக உயிர் நீத்தார், நமது தகராறுகளைத் தீர்த்துக் கொள்ள நமக்கு வேறொரு மார்க் கத்தைத் தந்துள்ளார். நமக்குத் தீங்கு புரியும் ஆட்கள் குறித்து, கிறிஸ்துவினுடைய சட்டத்தின்படி நாம் என்ன செய்ய வேண்டு மெனத் தெரியுமா என்று இவர்களைக் கேளுங்கள்."

ஆங்கிலேயர் கூறியதையும் அவரது கேள்வியையும் நெஹ் லூதவ் மொழிபெயர்த்துச் சொன்னார்.

"அதிகாரியிடம் முறையிட வேண்டும், அவர் தீர்த்து வைப்பார். அப்படித்தானே?" கேள்வி வடிவில் பதிலளித்து, கம்பீர உருவமுடைய சிறைக் கண்காணிப்பாளரைக் கடைக் கண்ணால் பார்த்துக்கொண்டான் ஒரு கைதி.

"செம்மையாகக் கொடுத்தோமானால் மறுபடியும் நமக்குத் தீங்கு புரிய வரமாட்டான்" என்றான் இன்னொருவன்.

கிளுகிளுத்துச் சிலர் சிரித்துக்கொண்டது காதில் விழுந்தது.

இவர்களது பதில்களை நெஹ்லூதவ் ஆங்கிலத்தில் மொழி பெயர்த்தார்.

"இவர்களிடம் சொல்லுங்கள்: கிறிஸ்துவினுடைய சட்டத் தின்படி, நேர்மாறான முறையில் நடந்துகொள்ள வேண்டும்; ஒரு கன்னத்தில் அறைந்தால், மறு கன்னத்தையும் திருப்பிக் காட்டவேண்டும்" என்று சொல்லி, எப்படிச் செய்வதென்று ஆங்கிலேயர் தமது கன்னத்தைத் திருப்பிக் காட்டினார்.

நெஹ்லூதவ் மொழிபெயர்த்திட்டார்.

"அந்த மாதிரி நடந்துகொள்ள அவர் முயற்சி செய்து பார்க்கட்டுமே" என்றது ஒரு குரல்.

"கன்னத்தில் இல்லாமல் வேறு ஒன்றில் அடிப்பவனுக்கு எதைத் திருப்பிக் காட்டுவது?" என்று நலமின்றிப் படுத்திருந் தோரில் ஒருவன் கேட்டான்.

"திருப்பிக் திருப்பிக் காட்டினால் உன் உடல் முழுதும் மொத்துவான்."

"சொல்கிறவரே முயற்சி செய்து பார்க்கட்டும்" என்று பின்புறத்திலிருந்து யாரோ ஒருவன் சொல்லிவிட்டு குதூகல மாகச் சிரித்தான். அடக்க முடியாத சிரிப்பு அறை முழுதும் பரவிச் சென்றது. மூக்கில் குத்தப்பட்டவனும் இரத்தத்துக்கும் சளிக்கும் பின்னாலிருந்து சிரித்தான். உடல்நலம் இல்லாத கைதிகளுங்கூட இந்தச் சிரிப்பில் சேர்ந்துகொண்டனர்.

ஆனால் ஆங்கிலேயர் கலங்கிவிடவில்லை.

செய்ய முடியாத காரியங்களாகத் தோன்றுகிறவையும் நம்பு கிறவர்களுக்குச் செய்ய முடியும் காரியங்களாகவும் எளிமை யாகவும் ஆகிவிடும் என்று அவர்களிடம் சொல்லுமாறு கேட்டுக்கொண்டார்.

"குடிக்கிறார்களா என்று கேளுங்கள்".

"அடே, குடிக்காமல்தான் இருக்கிறோம்" என்றது ஒரு குரல். அதைத் தொடர்ந்து திரும்பவும் கிளுகிளுப்பும் சிரிப்பும் எழுந்தன.

அந்த அறையில் நோய்வாய்ப்பட்டோர் நான்குபேர் இருந் தார்கள். நோய்வாய்ப்பட்டோர் எல்லாரையும் சேர்த்து ஒரே அறையில் இருக்க வைத்தால் என்ன என்று ஆங்கிலேயர் கேட்டார். அவர்களே அதை விரும்புவதில்லையே என்று பதிலளித்தார் சிறைக்கண்காணிப்பாளர். அவர்கள் நோய்கள் தொத்துகின்றவை அல்ல, மருத்துவ உதவியாளர் அவர்களைக் கவனித்து வேண்டியதைச் செய்கிறார் என்றார் அவர்.

"இரண்டு வாரங்கள் ஆகின்றன, இன்னும் அவர் இங்கே யார் கண்ணிலும் படவில்லை" என்றது ஒரு குரல்.

சிறைக் கண்காணிப்பாளர் பதில் சொல்லவில்லை. எல்லாரையும் அவர் அடுத்த அறைக்கு அழைத்துச் சென்றார். திரும்பவும் கதவு திறக்கப்பட்டது, திரும்பவும் எல்லாக் கைதி களும் எழுந்து மௌனமாய் நின்றார்கள். திரும்பவும் ஆங்கி லேயர் வேதப் புத்தகங்களை வழங்கினார். இதே மாதிரிதான் வலப்புறம், இடப்புறம் ஆகிய இரு புறங்களிலும் இருந்த அறைகளான ஐந்தாவது, ஆறாவது அறைகளிலும் நடைபெற்றது.

கடின உழைப்புத் தண்டனை பெற்றவர்களிடமிருந்து கடத்தல் தண்டனை பெற்றவர்களிடம் அவர்கள் சென்றனர். கடத்தல் தண்டனை பெற்றவர்களிடமிருந்து கிராமச் சமுதாயங் களால் அனுப்பப்பட்டோரிடமும் சொந்த விருப்பத்தின் பேரில் பின்தொடர்ந்து வந்தோரிடமும் சென்றனர். எங்கும் மனிதர்கள் குளிராலும் பசியாலும் நோயாலும் வருந்தியவர்கள்,

வேலையற்று வெட்டியாய் இருப்போர், இழிவுபடுத்தப்பட்டும் பூட்டி அடைக்கப்பட்டும் இருப்போர் – வனவிலங்குகளைப் போல் காட்சியில் காட்டப்பட்டனர். முறைப்படி எவ்வளவு கொடுக்க வேண்டுமோ, அந்த எண்ணிக்கையில் வேதப் புத்தகங்கள் வழங்கப்பட்டபின் அவர் புத்தக வினியோகத்தை நிறுத்திக் கொண்டார். அதற்கு மேல் உரை நிகழ்த்துவதையும் நிறுத்திக் கொண்டார். சோர்வு அளித்த காட்சிகளும், இன்னும் முக்கியமாய் மூச்சுத் திணறும்படியான காற்றும் அவருடைய சக்தியை ஒடுங்கச் செய்துவிட்டன. இது தெளிவாகவே தெரிந்தது. ஒவ்வொரு அறையிலும் இருந்த கைதிகளைப் பற்றிக் கண்காணிப்பாளர் கூறிய விவரங்களைக் கேட்டதும் "சரிதான்" என்பதற்கு மேல் அவர் ஒன்றும் சொல்லாமல் அறை அறையாகப் புகுந்து பார்த்துவிட்டு வெளியே வந்தார்.

நெஹ்லூதவ் கனவில் நடப்பதுபோல் நடந்து பின் தொடர்ந்து சென்றார். மறுப்பதற்கோ, விலகிச் செல்வதற்கோ அவரிடம் பலமில்லை; களைப்பும் நம்பிக்கைக்கு இடமில்லாத வெறுமையுமாகிய அதே உணர்ச்சிகளுக்கு ஆட்பட்டவராய் நடந்தார்.

27

காலையில் தோணியில் சந்தித்த விசித்திரமான அந்தக் கிழவர் கடத்தல் தண்டனை பெற்றவர்களது அறைகளில் ஒன்றில் இருக்கக் கண்டு நெஹ்லூதவ் வியப்புற்றுப் போனார். கந்தல் உடுத்திய அந்தக் கிழவரின் மேலெங்கும் சுருக்கம் விழுந்திருந்தது, அழுக்கேறிய சாம்பல் நிறச் சட்டை மட்டும்தான் போட்டிருந்தார், தோளில் அது கிழிந்திருந்தது, அதேபோன்ற கால்சட்டை அணிந்திருந்தார். வெறுங்காலுடன் பலகைப் படுக்கைக்கு அருகே தரையில் உட்கார்ந்துகொண்டு உள்ளே வந்தோரைக் கடுப்பாகவும் வினவும் முறையிலும் அவர் உற்றுப் பார்த்தார். அவரது வற்றி வதங்கிய உடம்பு அழுக்கேறிய சட்டையின் கிழிசல்கள் வழியே கண்ணுக்குத் தெரிந்தது, பலம் எல்லாம் இழந்து அது பார்க்கப் பரிதாபமாய் இருந்தது. ஆனால் அவரது முகத்தில் முன்பு தோணியில் இருந்தபோது காணப்பட்டதைக்காட்டிலும் இன்னும் அதிகமான செறிவும் கருத்தாழம் கொண்ட உயிர்ப்பும் குடிகொண்டிருந்தது. ஏனைய முறைகளில் நடைபெற்றது போலவே இங்கும், அதிகாரிகள் உள்ளே வந்ததும் எல்லாக் கைதிகளும் குதித்தெழுந்து நேராய் நின்றார்கள். ஆனால் கிழவர் மட்டும் உட்கார்ந்தே இருந்தார். அவரது கண்கள் பளிச்சிட்டு மின்னின. ஆத்திர ஆத்திரமாகப் புருவங்களை அவர் சுளித்துக் கொண்டார்.

"எழுந்திரு" என்று சிறைக் கண்காணிப்பாளர் அவரைப் பார்த்துக் கத்தினார்.

கிழவர் அலட்சியமாய்ப் புன்னகை புரிந்தாரே ஒழிய எழுந்திருக்கவில்லை.

"உன் பணியாட்கள் உன் எதிரே எழுந்து நிற்கிறார்கள். நான் உன் பணியாள் அல்ல. உன் மீது பதிக்கப்பட்டிருக்கிறது முத்திரை..." என்று கண்காணிப்பாளரின் நெற்றியைச் சுட்டிக் காட்டினார் கிழவர்.

"என்-னா?" என்று அதட்டியவாறு, கண்காணிப்பாளர் அவரை நோக்கி ஓர் அடி எடுத்து வைத்தார்.

"எனக்குத் தெரியும் இவரை" என்று நெஹ்லூதவ் அவசரமாகக் கண்காணிப்பாளரிடம் சொன்னார். "எதற்காக இவர் சிறையில் அடைக்கப்பட்டிருக்கிறார்?"

"கடவுச்சீட்டு இல்லையென்று போலீசார் இங்கே அனுப்பி வைத்திருக்கிறார்கள். இப்படி அனுப்பக் கூடாதென அவர்களிடம் நாங்கள் கூறி வருகிறோம், ஆனால் அவர்கள் கேட்பதாயில்லை" என்று கூறிக் கண்காணிப்பாளர் கோபமாய் ஓரக் கண்ணால் கிழவரைப் பார்த்தார்.

"நீயும் இயேசு-எதிர்ப்புப் பட்டாளத்தைச் சேர்ந்த ஆளாக அல்லவா தெரிகிறது?" என்று நெஹ்லூதவிடம் கேட்டார் கிழவர்.

"இல்லை, நான் பார்வையாளன்" என்றார் நெஹ்லூதவ்.

"என்னா, இயேசு-எதிர்ப்பாளன் மக்களை இங்கு எப்படிச் சித்திரவதை புரிகிறான் என்பதைப் பார்ப்பதற்காகவா வந்திருக்கிறார்கள்? இதோ பார். எத்தனை ஆட்கள், பார். ஒரு முழுச் சேனையைப் பிடித்துக் கூண்டில் அடைத்து வைத்திருக்கிறான். நெற்றியில் வியர்வை அரும்ப வேலை செய்து சாப்பிட வேண்டும் எல்லாரும், ஆனால் அவன் ஆட்களை வேலையற்றவர்களாய் அமர்ந்திருக்கும்படி இங்கே பூட்டி வைத்துப் பன்றிகளுக்குத் தீனி போடுவது மாதிரி அவர்களுக்குத் தீனி போடுகிறான். அவர்களை இவ்விதம் மிருகங்களாக மாற்றுகிறான்."

"என்ன சொல்கிறார் இவர்?" என்று கேட்டார் ஆங்கிலேயர்.

ஆட்களைச் சிறையில் அடைத்து வைத்திருப்பதற்காகக் கண்காணிப்பாளரைக் கிழவர் சாடுகிறார் என்று நெஹ்லூதவ் அவரிடம் கூறினார்.

"சட்டத்தை அனுசரிக்காதவர்களை அவருடைய அபிப் பிராயப்படி என்ன செய்வதென அவரிடம் கேளுங்கள்" என்றார் ஆங்கிலேயர்.

கேள்விகளை நெஹ்லூதவ் மொழிபெயர்த்துச் சொன்னார்.

கிழவர் வரிசையாய் ஒழுங்காய் அமைந்த அவரது பற்கள் தெரிய வினோதமாகச் சிரித்துக்கொண்டார்.

"சட்டங்களாமே சட்டங்கள்" என்று ஏனனமாகத் திருப்பிச் சொன்னார் அவர். "முதலில் அவன் எல்லோரையும் கொள்ளை யடித்தான், நிலங்களை எல்லாம் பறித்துக் கொண்டான், மக்களுடைய செல்வங்களை எல்லாம் அபகரித்து யாவற்றையும் தனது ஆக்கிக்கொண்டான். தனக்கு எதிராய் இருந்தவர்கள் எல்லோரையும் கொன்றான். பிறகு கொள்ளையடிக்காதே என்றும், கொல்லாதே என்றும் சட்டங்கள் எழுதினான். ஆரம்பத்திலேயே அல்லவா அவன் இந்தச் சட்டங்களை எல்லாம் எழுதியிருக்க வேண்டும்?"

நெஹ்லூதவ் மொழிபெயர்த்துச் சொன்னார். ஆங்கிலேயர் சிரித்துக்கொண்டார்.

"சரி, இருந்தபோதிலும், இப்போது திருடர்களையும் கொலைகாரர்களையும் என்ன செய்வது என்று அவரிடம் கேளுங்கள்."

நெஹ்லூதவ் திரும்பவும் கேள்வியை மொழிபெயர்த்தார். கிழவர் கடுப்புடன் முகத்தைச் சுளித்துக்கொண்டார்.

"இயேசு-எதிர்ப்பாளன் முத்திரையை இந்த ஆள் தன் மீதிருந்து எடுக்க வேண்டுமெனச் சொல்லு" என்றார் கிழவர். "அப்போது இந்த ஆளுக்குத் திருடர்கள் என்றோ, கொலை காரர்கள் என்றோ யாரும் இருக்கமாட்டார்கள். இதை இந்த ஆளிடம் சொல்லு."

கிழவர் கூறியதை நெஹ்லூதவ் மொழிபெயர்த்துச் சொன்னதும் ஆங்கிலேயர்,

"பைத்தியக்காரர்" என்று ஆங்கிலத்தில் சொல்லிவிட்டு தோள்களை உலுக்கியவாறு அறையிலிருந்து வெளியே சென்றார்.

"நீ உன் வேலையைச் செய், ஏனையோர் விவகாரத்தில் குறுக்கிடாதே. எல்லாரும் தத்தமது வேலையைச் செய்யட்டும். யாருக்கு மரண தண்டனை விதிப்பது, யாரை மன்னிப்பது என்று ஆண்டவனுக்குத் தெரியும், நமக்குத் தெரியாது" என்றார் கிழவர். "உனக்கு நீ தான் தலையாரி என்று ஆக வேண்டும். அப்போது தலையாரிகள் தேவையற்றவர்கள் ஆகிவிடுவார்கள்

போ. போய்ச் சேரு” என்று மேலும் சொல்லி, அறையை விட்டு வெளியே போகாமல் தாமதம் செய்து கொண்டிருந்த நெஹ்லூதவைப் பளிச்சிடும் கண்களால் நோக்கியவாறு கோப மாய் முகத்தைச் சுளித்துக்கொண்டார். “இயேசு–எதிர்ப்பாளனது பணியாட்கள் மக்களை அடைத்துப் போட்டுப் பூச்சிக்கும் பேனுக்கும் தீனியாக்குவதை நீ பார்வையிட்டது போதும்–போ, போய்ச் சேரு!”

நெஹ்லூதவ் அங்கிருந்து வெளியே நடைக்கு வந்தபோது, திறந்திருந்த அறைக் கதவு ஒன்றின் அருகே சிறைக் கண்காணிப் பாளருக்குப் பக்கத்தில் நின்ற ஆங்கிலேயர் அது என்ன அறை என்று விசாரித்தார். அது பிணவறை என்று கண்காணிப்பாளர் கூறினார்.

“ஓ!” என்றார் ஆங்கிலேயர். உள்ளே போய்ப் பார்க்க விருப்பம் தெரிவித்தார். அப்போது நெஹ்லூதவ் அவரிடம் போய்ச் சேர்ந்தார்.

பிணவறை பெரியதல்ல, சாதாரணமான அறைதான். சுவரில் ஒரு சிறுவிளக்கு எரிந்து கொண்டிருந்தது. ஒரு மூலையில் குவிந்திருந்த சாக்குகளும் மரக்கட்டைகளும், வலப்புறத்தில் பலகைப் படுக்கைகளில் இருந்த நான்கு பிணங்களும் அந்த விளக்கின் மங்கலான வெளிச்சத்தில் தெரிந்தன. முதலாவது சடலம் முரட்டுச் சட்டையோடும் சராயோடும் இருந்தது. சிறிய தாடியுடைய உயரமான ஆளின் சடலம் அது. பாதித் தலை மழிக்கப்பட்டிருந்தது. ஏற்கெனவே அது நன்றாய் விரைத்து விட்டது. நீலமாயிருந்த கைகள் நெஞ்சுமீது மடித்து வைக்கப் பட்டு இருந்திருக்க வேண்டும், இப்போது அவை விரைத்து விலகிவிட்டன, கால்களும் விலகிப் பிரிந்துவிட்டன, வெற்றுப் பாதங்கள் துருத்திக் கொண்டிருந்தன. இந்த ஆளுக்கு அடுத்தபடி வெறுங்காலும் மெல்லிய குட்டைச் சடையுடைய வெறுந்தலை யுமாய், வெள்ளைப் பாவாடையிலும் சட்டையிலும் கிழவி ஒருத்தி கிடந்தாள். கூர் மூக்குடைய சுருக்கம் விழுந்த முகம் சின்னஞ் சிறியதாய் மஞ்சளாய் இருந்தது. கிழவிக்கு அப்பால் ஊதா நிற ஆடைகளில் இன்னொரு ஆணின் பிணம் இருந்தது. நெஹ்லூதவுக்கு அந்த ஊதா நிறம் எதையோ நினைவுபடுத்திற்று.

அவர் நெருங்கிச் சென்று அந்தப் பிணத்தைப் பார்த்தார்.

மேல்நோக்கி எழுந்த சிறியக் கூம்புத் தாடி, தெள்ளிய வடிவில் வனப்பு மிக்கதாய் இருந்த மூக்கு, உயரமான வெள்ளை நெற்றி, அருகலான சுருட்டை முடிகள்–அவர் நன்கு அறிந்த இவற்றைக் கண்டதும் உடனே அடையாளம் தெரிந்தது,

ஆனால் அவரால் தமது கண்களை நம்ப முடியவில்லை. நேற்று அவர் இந்த முகத்தைக் கிளர்ச்சியும் கோபமும் வேதனையும் மிக்கதாய் இருக்கக் கண்டிருந்தார். இப்போது அது அமைதியின் உருவாய், அசைவற்றதாய், அற்புத எழிலுடையதாய் இருந்தது.

ஆம், கிரிலித்சோவ்தான் இது; இல்லையேல் எப்படியும் அவரது பௌதிக மெய்ம்மையில் எஞ்சி நிற்கும் பகுதிதான் இது.

"எதற்காக அப்படித் துன்பப்பட்டார்? எதற்காக வாழ்ந்தார்? இதை எல்லாம் இப்பொழுது அவர் புரிந்து கொண்டிருப்பாரா?" என்று நெஹ்லூதவ் சிந்தித்துப் பார்த்தார். பதில் ஏதும் இருப்பதாக அவருக்குத் தெரியவில்லை, சாவைத் தவிர ஏதும் இருப்பதாகத் தெரியவில்லை. அவருக்கு மயக்கமாய் இருந்தது.

ஆங்கிலேயரிடம் விடைபெற்றுக் கொள்ளாமலே, அவர் தம்மை வெளிமுற்றத்துக்கு அழைத்துச் செல்லுமாறு சிறைக் கண்காணிப்பாளரிடம் கேட்டுக்கொண்டார். அன்று மாலை தாம் கண்டும் கேட்டும் அனுபவித்தவை யாவும் குறித்துச் சிந்திப்பதற்காக அவசியம் தனியே இருந்தாக வேண்டுமென்ற உணர்வுடன் வண்டியில் ஏறி ஓட்டலுக்குச் சென்றார் அவர்.

28

நெஹ்லூதவ் படுத்து உறங்கவில்லை, ஓட்டல் அறையில் மேலும் கீழுமாய் நெடுநேரம் நடந்து கொண்டிருந்தார். கத்யூஷாவுடன் அவரது பணி முடிவடைந்துவிட்டது. அவர் அவளுக்குத் தேவைப்படவில்லை, இது அவரைத் துயருறவும் வெட்கப்படவும் செய்தது. ஆனால் இப்போது அவரை வருத் தியது இதுவல்ல. அவரது மற்றொரு பணி முடிவடையாமல் இருந்ததோடு, முன்னையும்விட அதிகமாய் அவரை வருத்திற்று, அவரைச் செயற்படுமாறு கோரிற்று.

அண்மைக் காலத்தில் அவர் கண்டதும் கொண்டதுமான கோரமான கேடு எல்லாம், முக்கியமாய் இன்று அந்தப் பயங்கரச் சிறைக்கூடத்தில் கண்டு அறிந்துகொண்டது எல்லாம், அருமையிலும் அருமையான கிரிலித்சோவைச் சாகடித்துவிட்ட இந்தக் கேடு எல்லாம், வெற்றி முழக்கமிட்டு அல்லவா ஆட்சி புரிந்து வந்தது? இதை வெற்றி கொள்வது இருக்கட்டும், இதை எப்படி வெற்றி கொள்வதென்று புரிந்து கொள்ளவுங்கூட எந்தச் சாத்தியப்பாடும் இருப்பதாக அவருக்குத் தெரியவில்லையே.

கவலையில்லாத ஜெனரல்களாலும் பிராசிக்யூட்டர் களாலும் சிறைக் கண்காணிப்பாளர்களாலும் தொத்துநோய்க் காற்று அடைந்திருக்கும் சிறைக்கூடங்களில் நூற்றுக்கணக்கிலும் ஆயிரக்கணக்கிலும் பூட்டி வைத்து இழிவு படுத்தப்பட்டிருந்த அந்த மக்கள் அவரது மனக்கண் முன்னே தெரிந்தனர். பைத்தியக்காரராகக் கருதப்பட்டு, அதிகாரிகளைக் கண்டித்து வந்த அந்தச் சுதந்திரமான விசித்திரக் கிழவர் அவர் நினைவுக்கு வந்தார். கோபங்கொண்டவராய் உயிர் நீத்தவரான கிரிலித் சோவின் சடலம் அங்கே ஏனைய சடலங்களுக்கிடையே இருந்ததையும், உயிரற்ற அவரது மெழுகு முகம் எழிலார்ந்ததாய் இருந்ததையும் நினைத்துப் பார்த்தார். யாருக்குப் பைத்தியம் – நெஹ்லூதவாகிய அவருக்கா, அல்லது சித்த சுவாதீனமுள்ள வர்களாகத் தம்மைக் கருதிக்கொண்டு இவை யாவற்றையும் செய்கிறவர்களுக்கா? இந்தப் பழைய கேள்வி புது பலத்துடன் அவர் முன்னால் எழுந்து, பதிலளிக்குமாறு கோரிற்று.

அவர் நடந்தும் சிந்தித்தும் களைத்துப்போய் விளக்குக்கு அருகே வந்து சோபாவில் உட்கார்ந்தார். நினைவுச் சின்னமாய் ஆங்கிலேயர் தந்திருந்த புதிய ஏற்பாடு வேதப் புத்தகத்தை அவர் அறைக்குத் திரும்பியதும் கோட்டுப்பைகளில் இருந்த ஏனையவற்றுடன் வெளியே எடுத்து மேசை மீது போட்டிருந்தார். இப்போது தம்மை அறியாமலே இயந்திரம் போல் அவர் அந்த வேதப் புத்தகத்தை எடுத்துத் திறந்தார்.

“யாவற்றுக்கும் இதில் விடை இருப்பதாகச் சொல்லப் படுகிறது” என்று நினைத்தவாறு, திறக்கப்பட்ட இடத்திலிருந்து அவர் அதைப் படிக்க ஆரம்பித்தார். மத்தேயு, அதிகாரம் 18.

1. அவ்வேளையிலே சீடர்கள் இயேசுவினிடத்தில் வந்து; பரலோக ராஜ்யத்தில் எவன் பெரியவனாயிருப்பான் என்று கேட்டார்கள்.

2. இயேசு ஒரு பிள்ளையைத் தம்மிடத்தில் அழைத்து, அதை அவர்கள் நடுவே நிறுத்தி,

3. நீங்கள் மனந்திருந்தி பிள்ளைகளைப் போல் ஆகாவிட்டால், பரலோக ராஜ்யத்தில் பிரவேசிக்க மாட்டீர்கள் என்று, மெய்யாகவே உங்களுக்குச் சொல்கிறேன்.

4. ஆகையால் இந்தப் பிள்ளையைப் போலத் தன்னை தாழ்த்திக் கொள்கிறவன் எவனோ, அவனே பரலோக ராஜ்யத்தில் பெரியவனாயிருப்பான்.

"ஆமாம், ஆமாம், இது மெய்தான்" என்று அவர் தம்முள் கூறிக்கொண்டார், தம்மைத் தாழ்த்திக் கொண்டபோது மட்டுமே வாழ்க்கையில் தாம் அமைதியும் ஆனந்தமும் காண முடிந்ததை நினைத்துப் பார்த்தவாறு.

5. இப்படிப்பட்ட ஒரு பிள்ளையை என் நாமத்தின் நிமித்தம் ஏற்றுக் கொள்கிறவன் என்னை ஏற்றுக் கொள்கிறான்.

6. என்னிடத்தில் விசுவாசமாயிருக்கிற இந்தச் சிறுபிள்ளைகளில் ஒருவனுக்கு இடறல் உண்டாக்குகிறவன் எவனோ, அவனுடைய கழுத்தில் எந்திரக் கல்லைக் கட்டி சமுத்திரத்தின் ஆழத்திலே அவனை அமிழ்த்துவது அவனுக்கு நலமாயிருக்கும்.

"என்ன இது: என் நாமத்தின் நிமித்தம் ஏற்றுக் கொள்கிறவன்? ஏற்றுக் கொள்வது என்பது என்ன? 'என் நாமத்தின் நிமித்தம்' என்பதன் அர்த்தம் என்ன?' என்று அவர் தம்மைத் தாமே கேட்டுக்கொண்டார். இந்தச் சொற்கள் தமக்கு எதையும் உணர்த்தியதாக அவருக்குத் தெரியவில்லை. அவனுடைய கழுத்தில் ஏன் எந்திரக் கல்லைக் கட்ட வேண்டும்? சமுத்திரத்தின் ஆழத்திலே – எதற்காக இது? இல்லை, அப்படி அல்ல; துல்லியமாய் இல்லை, தெளிவாய் இல்லை' என்று எண்ணினார். தமது வாழ்க்கையில் பல தரம் விவிலியச் சுவிசேஷங்களைப் படிக்க முற்பட்டு, தெளிவாய் இராத இம்மாதிரியான இடங்கள் வந்ததும் எப்போதும் தாம் எதிர்த்தடிக்கப்பட நேர்ந்தது அவர் நினைவுக்கு வந்தது. தொடர்ந்து அவர் படித்துச் சென்றார். 7ஆவது, 8ஆவது, 9ஆவது, 10ஆவது வாசகங்களில் இடறல்கள் குறித்தும்; உலகத்தில் அவை அவசியம் வருவது குறித்தும், நித்திய அக்கினியில் தள்ளப்பட்டுத் தண்டிக்கப்படுவது குறித்தும், பரலோகத்திலே பரமபிதாவின் சமூகத்தை எப்போதும் தரிசிக்கும் சிறு பிள்ளைகளுக்குரிய தேவதூதர்கள் குறித்தும் படித்தார். "இதெல்லாம் இப்படிப் பொருத்தமற்று இருப்பது எவ்வளவு வருந்தத்தக்கது" என்று நினைத்தார், "ஆயினும் இவற்றில் இனிதானது ஏதோ இருக்கிறது என்ற உணர்வு மனத்துள் உண்டாகிறதே" அவர் மேலும் படித்துச் சென்றார்.

11. மனித குமாரன் கெட்டுப்போனதை இரட்சிக்க வந்தார்.

12. உங்களுக்கு எப்படித் தோன்றுகிறது? ஒரு மனிதனுக்கு நூறு ஆடுகள் இருக்க, அவைகளில் ஒன்று வழி தவறிப் போனால்,

அவன் மற்ற தொண்ணூற்றொன்பது ஆடுகளையும் மலைகளில் விட்டுப்போய் வழி தவறிப்போனதைத் தேடாமல் இருப்பானோ?

13. அவன் அதைக் கண்டுபிடித்தால், வழி தவறிப் போகாத தொண்ணூற்றொன்பது ஆடுகளைக் குறித்து அதிகமாய் மகிழ்ச்சி அடைவான் என்று, மெய்யாகவே உங்களுக்குச் சொல்கிறேன்.

14. இவ்விதமாக, இந்தச் சிறுபிள்ளைகளில் ஒருவனாகிலும் நாசமடைவது பரலோகத்தில் இருக்கிற உங்கள் பிதாவின் சித்தமல்ல.

“ஆமாம், இவர்கள் நாசமடைவது பிதாவின் சித்தமல்ல. ஆனால் இங்கே இவர்கள் நூற்றுக்கணக்கிலும் ஆயிரக்கணக்கிலும் நாசமடைகிறார்கள். இவர்களைக் காப்பாற்றுவது முடியாத காரியமாய் இருக்கிறது” என்று அவர் தம்முள் கூறிக்கொண்டு, மேலும் படித்தார்.

21. அப்பொழுது பேதுரு அவரிடம் வந்து; ஆண்டவரே என் சகோதரன் எனக்கு விரோதமாய்க் குற்றம் செய்து வந்தால், நான் எத்தனை தரம் மன்னிக்க வேண்டும்? ஏழு தரமோ என்று கேட்டான்.

22. அதற்கு இயசு; ஏழு தரம் மாத்திரம் அல்ல; ஏழெழுபது தரம் என்று உனக்குச் சொல்கிறேன், என்றார்.

23. எப்படியெனில் தன் ஊழியக்காரர்களிடத்தில் கணக்குப் பார்க்கத் தொடங்கின ஒரு ராஜாவுக்கு ஒப்பாயிருக்கிறது பரலோக ராஜ்யம்.

24. அவன் கணக்குப் பார்க்கத் தொடங்கினபோது, பதினாயிரம் தாலந்து கடன் பட்டவன் ஒருவனை அவனுக்கு முன்பாகக் கொண்டு வந்தார்கள்.

25, கடனைத் தீர்க்க அவனுக்கு நிர்வாகம் இல்லாதபடியால் அவனுடைய ஆண்டவன் அவனையும் அவன் பெண்ஜாதி பிள்ளைகளையும், அவனுக்கு உண்டான எல்லாவற்றையும் விற்று கடனைத் தீர்க்கும்படிக் கட்டளையிட்டான்.

26. அப்பொழுது அந்த ஊழியக்காரன் தாழ விழுந்து வணங்கி, ஆண்டவனே! என்னிடத்தில் பொறுமையாயிரும், எல்லாவற்றையும் உமக்குக் கொடுத்துத் தீர்க்கிறேன் என்றான்.

27. அந்த ஊழியக்காரனுடைய ஆண்டவன் மனதிரங்கி, அவனை விடுதலை பண்ணி, கடனையும் அவனுக்கு மன்னித்துவிட்டான்.

28. அப்படியிருக்க, அந்த ஊழியக்காரன் புறப்பட்டுப் போகையில், தன்னிடத்தில் நூறு வெள்ளிப்பணம் கடன் பட்டிருந்தவனாகிய தன் உடன் வேலைக்காரரில் ஒருவனைக் கண்டு, அவனைப் பிடித்து, தொண்டையை நெரித்து: நீ பட்ட கடனை எனக்குக் கொடுத்துத் தீர்க்க வேண்டும் என்றான்.

29. அப்பொழுது அவனுடைய உடன் வேலைக்காரன் அவன் காலிலே விழுந்து: என்னிடத்தில் பொறுமையாயிரும். எல்லாவற்றையும் உமக்குக் கொடுத்துத் தீர்க்கிறேன் என்று, அவனை வேண்டிக்கொண்டான்.

30. அவனோ சம்மதியாமல், போய் அவன் பட்ட கடனைக் கொடுத்துத் தீர்க்குமளவும் அவனைக் காவலில் போடுவித்தான்.

31. நடந்ததை அவனுடைய உடன் வேலைக்காரர்கள் கண்டு, மிகவும் துக்கப்பட்டு ஆண்டவனிடத்தில் வந்து நடந்ததையெல்லாம் அறிவித்தார்கள்.

32. அப்பொழுது, அவனுடைய ஆண்டவன் அவனை அழைப்பித்து: பொல்லாத ஊழியக்காரனே, நீ என்னை வேண்டிக் கொண்டபடியினால் அந்தக் கடன் முழுவதையும் உனக்கு மன்னித்துவிட்டேன்.

33. நான் உனக்கு இரங்கினது போல, நீயும் உன் உடன் வேலைக்காரனுக்கு இரங்க வேண்டாமோ என்றார்.

"அப்படியா? அவ்வளவுதானா?" என்று வியப்புற்றுத் திடுமென உரக்கக் கூறினார், இதைப் படித்த நெஹ்லூதவ். அவரது முழு மெய்ம்மையின் அந்தரங்கக் குரல் சொல்லிற்று: "ஆமாம், அவ்வளவுதான்."

ஆன்மீக வாழ்க்கை வாழ்வோருக்கு அடிக்கடி நிகழும் ஒன்று, இப்போது நெஹ்லூதவுக்கு நிகழ்ந்தது. ஆரம்பத்தில் விபரீதமாகவும், புரியாப் புதிராகவும், ஏன் கேலியாகவும் கூடத் தோன்றிய கருத்து, வாழ்க்கை அனுபவத்தால் மேலும் மேலும் உறுதியாக நிலைநாட்டப் பெற்று வந்து திடுமெனத் தன்னை மிகமிக எளிமையான, எவ்வித ஐயப்பாட்டுக்கும் இடமில்லாத

சத்தியமாக வெளிப்படுத்திக் கொள்கின்ற நிகழ்வு அவருக்கு நிகழ்ந்தது. மக்களைத் துன்புறுத்தி வதைக்கும் பயங்கரக் கேட்டி லிருந்து விடுமோட்சம் பெற வேண்டுமாயின், ஆண்டவனுக்கு முன்னால் எப்போதும் தாம் குற்றத் தீர்ப்புக்குரியவர்களே என்பதையும், ஆகவே ஏனையோரைத் தண்டிக்கவோ, திருத்தவோ தாம் சக்தியற்றவர்கள் என்பதை எல்லாம் ஏற்றுக் கொள்வதுதான் அதற்குரிய நிச்சயமான ஒரே வழி என்கிற இந்தக் கருத்து இவ்வாறுதான் இப்போது அவருக்கு முற்றும் தெளிவாகியது. மனிதர்கள் தம்மால் முடியவே முடியாத ஒன்றைச் செய்ய முயலுகிறார்கள், அதாவது தாமே கெட்டவர்களாய் இருந்து கொண்டு கெட்டதைச் சரிசெய்ய முயலுகிறார்கள்; சிறைக்கூடங்களிலும் கைதி முகாம்களிலும் தாம் கண்ணுற்று வந்த பயங்கரக் கேடுகளும், இந்தக் கேடுகளைப் புரிந்து வருவோரது அசங்காத திட நம்பிக்கையும் இதிலிருந்துதான் எழுகின்றன என்பது அவருக்குத் தெளிவாகியது. ஒழுக்கங் கெட்டவர்கள் ஒழுக்கம்கெட்ட ஏனையோரைத் திருத்திச் சரிசெய்ய முயன்றார்கள், இயந்திரவியல் பாங்கிலான வழிகளில் இதைச் செய்து விடலாமென நினைத்தார்கள். இதன் விளைவு என்னவெனில், இல்லாத குறையால் உந்தப்படுவோரும் தன்னலக்காரர்களும் ஏனையோரைத் தண்டித்துச் சீர்திருத்துவ தென்ற இந்தப் பாசாங்கினைத் தமது தொழிலாக்கிக் கொண்டு, முழு அளவுக்குத் தாமே சீரழிந்து போகிறார்கள். தாம் துன்புறுத்தி வதைப்போரையும் ஓயாமல் சீரழியச் செய்கிறார்கள். தாம் கண்ணுற்ற பயங்கரங்கள் எல்லாம் எங்கிருந்து உதித்தெழு கின்றன, இவற்றுக்கு முடிவு கட்ட என்ன செய்ய வேண்டும் என்பது இப்பொழுது அவருக்குத் தெளிவாகத் தெரிந்தது. அவரால் கண்டறிந்துகொள்ள முடியாததாய் இருந்த அந்த விடை வேறு எதுவும் அல்ல, பேதுருவுக்குக் கிறிஸ்து அளித்த அதே விடைதான்: எப்போதும் எல்லாரையும் மன்னிக்க வேண்டும், முடிவே இல்லாமல் அத்தனை தரம் மன்னிக்க வேண்டும், ஏனெனில் யாருமே குற்றமற்றோராகவும் அதனால் தண்டிக்கவோ சீர்திருத்தவோ கூடியோராகவும் இருக்கவில்லை என்பதுதான்.

"இருக்காது, இவ்வளவு எளிமையாய் இருக்காது" என்று நெஹ்லூதவ் தமக்குத்தாமே கூறிக்கொண்டார். ஆயினும் எந்தச் சந்தேகத்துக்கும் இடமின்றி அவர் கண்ணுற்றார். முதற்

பார்வைக்கு எவ்வளவுதான் அது விசித்திரமானதாகத் தோன்றிய போதிலும், பழக்கம் ஏற்பட்டபின் திரும்பிப் பார்க்கையில் அது எந்தச் சந்தேகத்துக்கும் இடமற்றதாகி விடுவதையும், தத்துவார்த்த வழியில் மட்டுமின்றி முழுக்க முழுக்க நடைமுறை வழியிலும் பிரச்சினைக்குத் தீர்ப்பு அளிப்பதையும் கண்ணுற்றார். கேடு புரிவோரை என்ன செய்வதாம் – தண்டிக்காமலே விட்டுவிட முடியுமா? – வழக்கமாய் எழுப்பப்படும் இந்த ஆட்சேபம் இப்போது அவரைச் சிறிதும் குழம்பச் செய்யவில்லை. தண்டனை அளிப்பதால் குற்றங்கள் குறைவதாகவோ, குற்றம் புரிவோர் திருந்துவதாகவோ நிரூபிக்கப்பட்டால், இந்த ஆட்சேபம் அர்த்தமுடையதாய் இருக்கும். ஆனால் இதற்கு நேர் எதிரானதே நிரூபிக்கப்பட்டிருப்பதாலும் ஒரு சாரார் ஏனை யோரைச் சீர்திருத்துவது அவர்களது சக்திக்கு அப்பாற் பட்டது என்பது தெளிவாகத் தெரிவதாலும், பயனற்றது என்பதோடன்றித் தீமையானதும் ஒழுக்கங்கெட்டதும் கொடியதுமான ஒரு காரியத்தைச் செய்யாமல் நிறுத்திக் கொள்வதுதான் அறிவுக்கு உகந்தது. "கொடுங் குற்றவாளிகள் என்பதாகக் கருதப்பட்டவர்களுக்கு எத்தனையோ நூறு ஆண்டுகளாய் மரணதண்டனை அளிக்கப்பட்டு வந்துள்ளது. என்ன பலன், இவர்கள் இல்லாதொழிந்து விட்டார்களா? இல்லாதொழிவதற்குப் பதில், இவர்களது எண்ணிக்கை அதிகரித்தே வந்துள்ளது – தண்டனைகளால் சீரழிக்கப்படும் குற்றவாளிகளாலும், மற்றும் விசாரணை நடத்தித் தண்டனை அளிப்பவர்களான சட்ட அங்கீகாரம் பெற்ற குற்றவாளிகளாகிய நீதிபதிகளாலும் பிராசிக்யூட்டர்களாலும் புலன் விசாரணை யாளர்களாலும் சிறையதிகாரிகளாலும் அதிகமாக்கப்பட்டே வந்துள்ளது." சமுதாயமும் பொதுவாய் ஒழுங்கும் அழியாது இருப்பதற்குக் காரணம் ஏனையோரை விசாரணை புரிந்தும் தண்டித்தும் வரும் சட்ட அங்கீகாரம் பெற்ற இந்தக் குற்றவாளிகள் அல்ல, இந்தச் சீரழிவாளர்களையும் மீறி மக்கள் இன்னமும் ஒருவருக்கொருவர் இரக்கம் கொண்டவர்களாகவும் அன்பு செலுத்துவோராகவும் இருக்கிறார்கள் என்பதுதான் காரணம் என்பது நெஹ்லூதவுக்கு இப்பொழுது புரிந்தது.

விவிலியச் சுவிசேஷங்களில் இந்தக் கருத்து உறுதி செய்யப் படுவதைக் காணும் நம்பிக்கையுடன் நெஹ்லூதவ் அந்தப் புத்தகத்தை ஆரம்பத்திலிருந்து படிக்க முற்பட்டார். மலைப் பிரசங்கம் எப்போதும் அவரை உள்ளம் உருகச்செய்து வந்த

ஒன்று. இதைப் படித்ததும் முதன்முதலாய் எப்போதும் அவர், இந்தப் பிரசங்கம் எழில் மிகுந்த சூட்சுமக் கருத்துகளாகவும், மிகைப்படுத்தப்பட்ட, செயற்படுத்த முடியாத கோரிக்கை களையே பெருமளவுக்கு எடுத்துரைக்கும் ஒன்றாகவும் இல்லாமல், எளிமையான, தெளிவான, நடைமுறையில் செயற்படுத்தப்படக்கூடிய போதனைகளாக அமைந்திருக்கக் கண்டார். இந்தப் போதனைகள் நடைமுறையில் அனுசரிக்கப் படுமாயின் (இது முற்றிலும் சாத்தியமே) முற்றிலும் புதுமையான மானுட சமுதாய அமைப்பு நிறுவப் பெற்றுவிடும் என்பதையும், நெஹ்லூதவுக்கு அப்படி வெறுக்கத்தக்கதாய் இருந்த அந்த வன்முறை அனைத்தும் இந்தச் சமுதாயத்தில் தானாகவே மறைந்தொழிவதுடன் கூட, மனிதர்கள் பெறக்கூடிய மிகப் பெரிய பாக்கியமான கடவுள் ராஜ்யம் புவியில் அடையப் பெறும் என்பதைக் கண்டார்.

இந்தப் போதனைகள் ஐந்து இருந்தன.

முதல் போதனை (மத்தேயு 5, 21-26): மனிதன் கொலை செய்யலாகாது என்பது மட்டுமின்றி, சகோதரனைக் கோபித்துக் கொள்ளவுங் கூடாது. யாரையும், "ராக்கா", வீணன் என்று கருதவும் கூடாது. யாரோடும் சண்டை பிடித்திருந்தால் அவனுடன் இணக்கத்துக்கு வந்து அதன் பிறகே கடவுளுக்கு அன்புக் காணிக்கை செலுத்த அதாவது கடவுளுக்கு வணக்கம் செலுத்த வேண்டும்.

இரண்டாம் போதனை (மத்தேயு 5, 27-32): மனிதன் விபசாரம் செய்யலாகாது என்பதோடு, பெண்ணின் அழகை இரசிப்பதையும் தவிர்க்க வேண்டும். ஒரு பெண்ணுடன் ஒன்று சேர்ந்தபின் ஒருபோதும் அவளுக்கு வஞ்சகம் புரியலாகாது.

மூன்றாம் போதனை (மத்தேயு 5, 33-37): மனிதன் எதன் பேரிலும் சத்தியம் செய்து வாக்குறுதி ஏற்கலாகாது.

நான்காம் போதனை (மத்தேயு 5, 38-42): மனிதன் கண்ணுக்குக் கண் கோரலாகாது என்பது மட்டுமின்றி, ஒரு கன்னத்தில் அறைந்தால் மற்றொன்றைத் திரும்பிக் காட்ட வேண்டும், குற்றத்தை மன்னிக்கவும் பணிவுடன் பொறுத்துக் கொள்ளவும் வேண்டும், தன்னிடமிருந்து விரும்பப்படும் சேவையினைச் செய்ய ஒருபோதும் யாருக்கும் மறுக்கக் கூடாது.

ஐந்தாம் போதனை (மத்தேயு 5, 43-48): மனிதன் தன் பகைவர்களை வெறுக்கவோ, அவர்களை எதிர்த்துச் சண்டை

போடவோ கூடாது; அவர்களை நேசிக்க வேண்டும், அவர் களுக்கு உதவ வேண்டும், அவர்களுக்குப் பணிபுரிய வேண்டும்.

எரியும் விளக்கை நெஹ்லூதவ் உற்றுப் பார்த்துக் கொண்டி ருந்தார். அவருக்கு நெஞ்சுத் துடிப்பு அடங்கிவிட்டது போலி ருந்தது. நமது வாழ்க்கையின் குரூரத்தை நினைத்துப் பார்த்த அவர், இந்த விதிகளைக் கடைப்பிடிக்குமாறு மனிதர்கள் வளர்க்கப்படுவார்களாயின் இந்த வாழ்க்கை எப்படிப்பட்டதாய் இருக்கும் என்பதைத் தெளிவாய்க் கண்ணுற்றார். நீண்ட காலமாய் அவர் அனுபவித்திராத, ஆனந்தம் அவர் அகத்துள் நிரம்பிற்று. நெடுநாட்களாய் ஏங்கித் தவித்தும் துன்புற்றும் வந்தபின், திடுமெனச் சாந்தியும் சுதந்திரமும் வரப் பெற்றால் எப்படியோ அப்படி இருந்தது.

அன்று இரவு முழுதும் அவர் தூங்கவே இல்லை. விவிலியச் சுவிசேஷங்களைப் படிப்போர் மிகப் பலருக்கும் நிகழ்வது போலவே, அவருக்கும் அடிக்கடி இதன் முன் படிக்கப் பட்டுக் கவனியாது விடப்பட்ட சொற்களின் முழு அர்த்தமும் முதன் முதலாய் விளங்கியது. அவசியமானவையும் முக்கியத் துவம் வாய்ந்தவையும் மகிழ்ச்சி தருகின்றவையும் ஆகியவற்றை அவருக்கு இந்தப் புத்தகம் புலப்படுத்திக் காட்டிற்று. கண்ணீ ரைப் பஞ்சு உட்கொள்வதுபோல் இவை யாவற்றையும் அவர் காத்துக்கொண்டார். அவர் படிக்க எல்லாம் அவருக்குத் தெரிந்தவையாகத் தோன்றின; நெடுநாளாய் அவர் அறிந்த வையே என்றாலும் ஒரு நாளும் முழு அளவுக்கு அவரால் உணரப் படாமலும் நம்பப்படாமலும் இருந்தவை இப்பொழுது உணர்வுக்குக் கொண்டுவரப்பட்டு உறுதி செய்யப்பட்டதாய் அவருக்குத் தோன்றிற்று. இப்பொழுது இவற்றை அவர் உணர்ந்து கொண்டு இவற்றில் முழு நம்பிக்கை பெற்றார்.

மனிதர்கள் இந்தப் போதனைகளைக் கடைப்பிடிப்பார் களாயின், அவர்களுக்குச் சாத்தியமான மிக உயர்ந்த பாக்கியம் கிடைக்கப் பெற்றவர்கள் என்பது மட்டுமின்றி, இந்தப் போதனைகளை நிறைவேறச் செய்வது ஒவ்வொரு மனிதனுக்கும் உரிய கடமை என்பதையும், வாழ்க்கையின் அறிவுக்கு ஏற்பு டைத்த அர்த்தமெல்லாம் இப்படிச் செய்வதில்தான் அடங்கி யுள்ளது என்பதையும், இந்தப் போதனைகளிலிருந்து எவ்விதத் திலும் விலகிச் செல்வதானது தவறாகும், உடனே இதைத்

தொடர்ந்து ஆக்கினைக்கு உள்ளாக வேண்டி வரும் என் பதையும் உணர்ந்துகொண்டு நம்பிக்கை பெற்றார். இது, இந்தப் போதனை அனைத்திலிருந்தும் பெறப்படும் முடிவு ஆகும். திராட்சைக்கொடி பற்றிய நீதிக்கதையில் இது மிகவும் சக்தி வாய்ந்த முறையில் தெளிவுபடுத்தப்படுகிறது.

வேலைக்காரர்கள் தமது எஜமானனுக்காக வேலை செய்யும்படித் திராட்சைக் கொல்லைக்கு அனுப்பப்பட்டார்கள். இந்த வேலைக்காரர்கள் இந்தக் கொல்லை தம்முடையது என்றும், இதில் இருந்தவை யாவும் தமக்காகத் தயார் செய்யப் பட்டவை என்றும், இந்தத் திராட்சைக் கொல்லையை அனுபவித்து மகிழ்வதே தமக்குரிய வேலை என்றும், கற்பனை செய்துகொண்டு தமது எஜமானனை மறந்து விட்டார்கள், எஜமானன் ஒருவன் இருக்கிறான் என்று நினைவுபடுத்தி யவர்கள் எல்லாரையும் கொன்றார்கள்.

"நாமும் இவ்வாறேதான் செய்கிறோம்" என்று தம்முள் நினைத்துக்கொண்டார் நெஹ்லூதவ். "நமது வாழ்வுக்கு நாமே எஜமானர்கள், நாம் அனுபவித்து மகிழ்வதற்கே நமக்கு வாழ்வு அளிக்கப்பட்டிருக்கிறது என்று அசட்டுத்தனமாய் நம்புகிறோம். இது அசட்டுத்தனமே அன்றி வேறல்ல. யாரோ ஒருவரது சித்தத்தின் பேரில், ஏதோ ஒரு நோக்கத்துக்காகவே நாம் இங்கு அனுப்பப்பட்டிருக்கிறோம். ஆனால் நாம் மகிழ்ச்சியுறுவதற் காகவே வாழ்கிறோம் என்பதாய் நாம் தீர்மானித்துக் கொண்டு விடுகிறோம். தமது எஜமானனுடைய சித்தத்தை நிறைவேற்றத் தவறும் வேலைக்காரர்களுக்கு எப்படித் தீங்கு நேருமோ, அதே போல நமக்கும் தீங்கே நேரும் என்பது தெளிவு. எஜமானனின் சித்தம் இந்தப் போதனைகளில் வெளிப்படுத்தப்படுகின்றன. இந்தப் போதனைகளை மனிதர்கள் நிறைவேற்றியவுடன், தேவனின் ராஜ்யம் பூமியில் நிறுவப்பெறும், மனிதர்கள் தாம் அடையக் கூடிய மாபெரும் பேறுகளை எல்லாம் பெறுவார்கள்.

"முதலாவதாகத் தேவனின் ராஜ்யத்தையும் அவனுடைய நீதியையும் தேடுங்கள், அப்பொழுது மற்றவை எல்லாம் உங்களுக்குச் சேர்த்து அளிக்கப்படும்." ஆனால் நாம் மற்றவை களையே தேடுகிறோம், அதனால்தான் அவைகளைப் பெற நாம் தெளிவாகவே தவறிவிட்டோம்.

"ஆக, இதோ இருக்கிறது–எனது வாழ்க்கையின் பணி. ஒரு பணி இப்போதுதான் முடிவுற்றுள்ளது, அதற்குள் இன்னொன்று ஆரம்பமாகிவிட்டது."

அன்று இரவு நெஹ்லூதவுக்குப் புத்தம் புதிய வாழ்க்கை ஆரம்பமாகியது–புதிய வாழ்க்கை நிலைமைகளிலும் பிரவேசித் தார் என்பதல்ல காரணம்; அன்று இரவுக்குப் பிறகு அவர் செய்த ஒவ்வொரு காரியமும் அவருக்கு இதுகாறும் இருந்தது போலல்லாமல் முற்றிலும் வேறான ஒரு புதிய அர்த்தமுடைய தாகிறது என்பதே காரணம்.

அவரது வாழ்க்கையின் இந்தப் புதிய கட்டம் எப்படி முடி வுறும் என்பதை வருங்காலம் தெளிவுபடுத்தும்.

1899

முற்றிற்று